Cha Vô Danh

Chuyện kể cuộc đời một người Việt lai Pháp

Rue des Écoles

La collection « Rue des Écoles » est dédiée à l'édition de travaux personnels, venus de tous horizons : historique, philosophique, politique, etc. Elle accueille également des œuvres de fiction (romans) et des textes autobiographiques.

Déjà parus

Fainsilber (Liliane), *Trois boutures de jasmin*, roman, 2019.

Tourné (Pierre-Jacques), *L'hypnophobe*, roman, 2019.

Kanyiki (Lumbamba), *Chant du corbeau*, récit, 2019.

Benoit (Jean-Louis), *Au sommet de la colline*, roman, 2019.

Peltier (François), *Le club Kierkegaard*, roman, 2019.

Mallard (Rémy), *Manège*, nouvelles, 2018.

Pittet (Ignace), *Promenade d'un rêveur solidaire*, récit, 2018.

Mathé-Cachia (Marie-Hélène), *Le ventre du laboratoire*, roman, 2018.

Charvet-Bernard (Christiane), *Il y a longtemps que je t'aime*, roman, 2018.

Albaterra (François), *Les fausses routes du siècle*, roman, 2018.

Bitaine de la Fuente (Marie-Thérese), *Horizons tremblés*, nouvelles, 2018.

Kalifa (André), *Histoire de Samuel. Entre l'Algérie et la France*, récit, 2018.

Ces douze derniers titres de la collection sont classés par ordre chronologique en commençant par le plus récent.
La liste complète des parutions, avec une courte présentation du contenu des ouvrages, peut être consultée sur le site www.editions-harmattan.fr

Phạm Ngọc Lân

Cha Vô Danh

Chuyện kể cuộc đời một người Việt lai Pháp

L'Harmattan

Du même auteur

De Père Inconnu. Récits sur le Viêt Nam de la deuxième moitié du XXe siècle (Deuxième édition), L'Harmattan, 2016.

5-7, rue de l'École-Polytechnique ; 75005 Paris

http://www.editions-harmattan.fr/

ISBN : 978-2-343-16965-1
EAN : 9782343169651

Tựa

Ngày Tết chúng ta vẫn lễ trước bàn thờ tổ tiên. Mọi người chắp tay cầm nén hương khấn vái, mời ông bà, cha mẹ trở về chứng kiến con cháu đoàn tụ; cầu mong những người đã khuất được an vui ở cõi vô hình, và nếu có thể xin phù hộ cho con cháu được bình an. Ông bà, cha mẹ đã qua đời, có ai ở đó nghe những lời chúng ta khấn khứa hay không? Không ai biết. Nhưng tục thờ cúng tổ tiên vẫn được lưu truyền từ đời này sang đời khác. Cuối cùng, đó là một cách bày tỏ tấm lòng thành kính, ghi ơn đối với nguồn cội của mình.

Nhưng nếu một người không biết ai là cha mẹ mình thì sao? Có sợi dây ràng buộc nào giữa mình với ông bà, cha mẹ hay không?

Vẫn có. Mối ràng buộc nằm ngay trong thân thể. Một người thông minh, học giỏi, là nhờ hưởng dòng máu di truyền từ cha mẹ. Tánh tình, khả năng, v.v. chắc cũng được truyền lại từ dòng máu đó. Không ai không thừa hưởng những di sản này. Cho nên không ai có thể lãng quên không biết ơn cha mẹ; cả những người không biết cha mẹ mình là ai.

Một thanh niên lớn lên đọc giấy khai sinh của mình thấy ghi tên "Mẹ: Nguyễn Thị …, Cha: Vô danh" chắc phải thắc mắc về tung tích cha mình. Dù người cha đó không nuôi nấng, không dạy dỗ mình một ngày nào, mình vẫn thừa hưởng một dòng máu, cái giên tốt đã giúp mình tiến lên trong đời. Nếu có cơ hội, chắc sẽ đi tìm tung tích người cha vô danh của mình.

Cuốn *"Cha Vô Danh"* của Phạm Ngọc Lân kể chuyện một người Việt Nam đi tìm cha ở Pháp. Trước đây tác giả đã viết bằng chữ Pháp, *"De Père Inconnu"*, giờ đây bản tiếng Việt được ông cho xuất bản, *"không phải là bản dịch từ tiếng Pháp, mà là một cuốn sách viết bằng tiếng Việt bởi một người Việt cho người Việt đọc"* như ông khẳng định trong lời nói đầu.

Ông kể chuyện Hoàng Kim Long đi tìm dấu tích một sĩ quan người Pháp đã từng kết hôn với mẹ mình. Cuộc hôn nhân chỉ kéo dài 17 ngày. Bà mẹ từ bỏ người chồng ở một tiền đồn ngoài miền Trung để trở về với gia đình tại Sài Gòn. Hàng tháng sau bà mới biết mình đã mang thai nhưng quyết định một mình nuôi đứa bé. Trong sổ rửa tội ở nhà thờ Cầu Kho, thấy đứa bé mang họ Nguyễn, họ của mẹ: "Sinh ngày 14 tháng Giêng năm 1944, cha vô danh, mẹ là bà Nguyễn Thị …"

Tuy tựa cuốn sách nói đến người "cha vô danh" nhưng nội dung lại tràn ngập ân tình với quê hương của bà mẹ Việt Nam. Khi kể lể cuộc đời của cả một gia đình, qua ba thế hệ, cuốn sách giúp độc giả theo dõi cuộc sống của dân Việt trong mấy chục năm chiến tranh; qua những biến cố lịch sử, nhất là giai đoạn từ 1960 đến 1980, với nhiều chi tiết cặn kẽ và nhận xét dí dỏm.

Những bạn trẻ lớn lên ở nước ngoài nên đọc Cha Vô Danh để biết thêm về nếp sống của ông bà, chú bác mình tại Việt Nam. Trong khi thuật lại cuộc đời nhân vật Hoàng Kim Long, tác giả cũng trình bày những hình ảnh cụ thể về nền nếp luân lý, phong tục, văn hóa truyền thống, diễn tả qua cách cư xử trong gia đình người Việt, giữa cha mẹ, anh chị em, vợ chồng, họ hàng, làng xóm; trong cuộc đời ông bà ngoại, bố mẹ, và các con, mỗi con người trong mỗi thế hệ đều kinh qua những thử thách của nghịch cảnh trong đời sống riêng, và nổi trôi cùng vận mệnh đất nước.

Ai đọc xong cuốn tự truyện cũng phải thấy người Mẹ nổi bật lên như trung tâm cuộc đời của Hoàng Kim Long, cho tới khi anh lập gia đình với một người anh yêu. Người Việt nối liền với nhau bằng những liên hệ gia đình mà dưới mắt các bạn trẻ sống ở nước ngoài họ khó tưởng tượng ra những quan hệ như vậy. Vì trong thế giới Tây phương, những người đó đối với nhau chỉ là người dưng nước lã. Năm 2007 Hoàng Kim Long từ Pháp về, trở lại làng Hà Hồi, nơi mẹ mình sinh ra đời. Long cũng từng sống ở đó từ một đến ba tuổi, nhưng lần này anh quay về để tìm ngôi nhà cũ của ông Phó, người cha dượng của mẹ. Long về quê ông Phó chỉ để được thắp một nén hương khấn trước bàn thờ ông; thực hiện một ước nguyện sau 56 năm chờ đợi.

Bà ngoại Long, sau khi góa chồng lúc còn trẻ, đã trở thành người vợ thứ hai của ông Phó. Lần sau cùng chàng gặp ông Phó là năm 1951, khi gia đình chàng từ Hà Nội di cư vào Nam. Ông Phó ở lại làng cho đến khi qua đời năm 1963. Sau khi về làng cũ, hỏi thăm nhiều, Long được gặp Bác Phan, người con gái lớn của ông Phó. Bác Phan rưng rưng cảm động khi gặp lại đứa bé "Tây lai" mà bà đã bồng bế lúc lên ba tuổi. Bà đưa Long tới lễ trước bàn thờ ông Phó, như chàng yêu cầu. Vì 56 năm trước, khi từ biệt ông Phó để theo mẹ vào Nam, Long đã hứa "sẽ thắp một nén hương trước mộ ông." Năm 1951, cả hai ông cháu đều biết rằng họ sẽ không bao giờ gặp lại!

Khi đọc tới cảnh Long thắp hương khấn ông Phó, các độc giả trẻ tuổi ở nước ngoài cũng như ở trong nước, cũng học thêm được một hành vi nho nhỏ trong cách sống của người Việt: Sau khi châm lửa cho nén hương, Long đã dùng bàn tay phẩy, quạt cho lửa tắt, mà không dùng miệng thổi lửa. Bởi vì từ thủa nhỏ chàng đã được bà, được mẹ dạy một điều: Không thổi tắt hương! Vì hơi thở của mình có thể làm "ô uế" nén hương dâng lên bàn thờ! Ngày nay còn bao nhiêu gia đình người Việt, ở trong nước hay ở nước ngoài, dạy con cháu cử chỉ đó?

Đọc Cha Vô Danh sẽ có dịp nhìn lại cảnh đất nước Việt Nam, từ đình, miếu ở làng Hà Hồi ngoài Bắc trong những năm 1950 tới thành phố Sài Gòn "thuộc Tây" thời 1940, các con đường đồi Đà Lạt thập niên 60, cả đến mảnh ruộng khô cằn tại quận Phù Cát tỉnh Bình Định. Người đọc sẽ có dịp học, hay nhớ lại, những chi tiết trong cuộc sống bình thường của người Việt Nam, được mô tả trong tự truyện này thay vì đọc một cuốn sách nghiên cứu xã hội học. Các bạn trẻ có thể nghe lần đầu những từ như nhà tranh vách đất, cái chõng tre, đèn Hoa Kỳ, gió Lào, nón lá, có lúc còn giải thích tại sao người miền Bắc dùng từ ngữ "đi đồng." Có lúc tác giả mô tả tỉ mỉ cảnh người ta đập lúa ra sao, giã gạo thế nào, đến công việc của người "chằm nón;" hoặc tả đầy đủ chi tiết cái gầu múc nước giếng làm bằng tre chét dầu rái cho nước khỏi rỉ (cái tên dầu rái chính tôi mới được nghe lần đầu!) Người đọc thuộc lớp trẻ cũng sẽ biết thêm các tập quán của người Việt Nam, như niềm tin "sinh dữ tử lành!" Trong thời gian chạy loạn, ở nhờ nhà người lạ, bà mẹ Long khi mang tha đứa em đã biết trước không thể sinh con trong ngôi nhà mà họ đang ở trọ. Tác giả chú ý đặc biệt tới các phong tục, đời sống xã hội của dân Việt Nam từ thời Long còn trẻ, ở tuổi bắt đầu biết quan sát. Nói đến "chợ phiên", ông cũng giải thích cách tổ chức các làng đời xưa họp chợ như thế nào.

Có thể nói đấy là một cuốn sách rất hấp dẫn, lôi cuốn. Ngay từ đầu, độc giả đã tò mò muốn biết người con có tìm được dấu vết của cha mình hay không! Họ được nghe kể bao chuyến đi thăm hỏi, tìm tòi, những cú điện thoại, những lần mừng hụt! Lại tò mò muốn biết rõ hơn làm sao một cậu bé lai Pháp, sinh ra không có cha, mới một tuổi đã phải di chuyển từ Sài Gòn ra Bắc? Trên con đường xe lửa Nam Bắc đang bị Mỹ thả bom để cắt đường tiếp vận của quân Nhật! Rồi cả gia đình lại kéo nhau vào Nam năm 1951; sống qua hai cuộc chiến tranh. Sau năm 1975, chàng bị bắt vào tù "cải tạo," sau cùng năm 1980 được qua tị nạn ở Pháp.

Trong cuốn Cha Vô Danh, bà mẹ là hình ảnh đẹp nhất, đáng yêu quý nhất. Bà nổi bật trên tất cả các nhân vật khác chung quanh, thay nhau xuất hiện trong cuộc đời Hoàng Kim Long. Ngay từ mấy trang đầu, Phạm Ngọc Lân khéo xếp đặt cho cuốn sách hấp dẫn, gợi trí tò mò như đọc chuyện trinh thám. Như trong cuộc hành trình của chàng thanh niên Hoàng Kim Long, sau 26 năm làm lại cuộc đời, đã sống ổn định tại nước Pháp, bắt đầu đi tìm người cha không rõ tung tích. Chàng chỉ được nghe kể một cái tên mơ hồ và một cấp bậc sĩ quan, cùng thời gian đồn trú tại Việt Nam. Điểm khởi đầu tự nhiên nhất trong cuộc tìm kiếm là văn khố quân đội Pháp, với tên tuổi và quá trình phục vụ của tất cả các quân nhân, các sĩ quan. Chàng lần mò đi qua kho tài liệu của bộ binh, rồi của hải quân; nhiều lần tưởng đã tìm đúng đường, khấp khởi gửi thư, gọi điện thoại. Có lúc đã tiến nhiều bước thật xa, tưởng sắp nhận họ nhận hàng rồi, sau lại thất vọng, bắt đầu lại từ đầu. Đọc xong "màn thứ nhất" này chắc ai cũng nôn nóng muốn đọc nhanh để biết hồi kết cuộc ra sao. Cứ thế, tác giả dẫn chúng ta theo câu chuyện của đời mình, bằng những lời tự thuật kèm những đoạn hồi tưởng của người mẹ, của bà ngoại, của ông bố dượng, cùng lời kể của các nhân vật khác. Lại thêm các đoạn nhật ký của Long, nhân vật chính, và các bức thư giữa Long và Mai, người tình và người vợ một gánh theo chồng.

Cuốn sách không thuật chuyện theo thứ tự thời gian, một đoạn có thể nói chuyện xảy ra trước đoạn sau 20 năm hay nửa thế kỷ. Nhưng người đọc vẫn có thể theo dõi câu chuyện một cách liên tục, nhờ tài diễn tả và xếp đặt của tác giả. Một mẩu chuyện có thể đặt trong dấu ngoặc đơn để giải thích cho người đọc hiểu rõ đoạn trước; một chuyến du hành ở Việt Nam sau năm 2000 dùng làm chú thích cho một biến cố trong những năm 1943 ở đảo Bình Ba hoặc năm 1950 ở Hà Nội.

Tác giả hoàn toàn tự do đối với dòng thời gian, như kỹ thuật kể chuyện của tiểu thuyết hiện đại. Nhưng chúng ta vẫn thấy một bức tranh toàn cảnh, tự người đọc chắp lại sau khi nhận được nhiều chi tiết rải rác trong không gian, trong cả thời gian. Người ta có thể đọc Cha Vô Danh như một cuốn tiểu thuyết, dù biết đây là một câu chuyện có thật, với những con người và biến cố có thật. Hai nhân vật nổi bật là phụ nữ, bà ngoại và mẹ của Long. Họ đều sống qua những "kiếp má hồng nhiều nỗi truân chuyên," trong một thời kỳ nước Việt Nam thực sự "nổi cơn gió bụi." Nhưng họ không phải là những "chinh phụ" sống thụ động trong phòng the, cam chịu số phận, chỉ biết thở than, theo mẫu người được đề cao trong văn chương Trung Hoa, mà Đặng Trần Côn và Đoàn Thị Điểm đã mượn đem vào văn chương

Việt Nam. Bà ngoại và người mẹ của Long là những mẫu đàn bà tiêu biểu chính gốc Việt Nam: Can đảm, dám tự quyết định số phận mình, dám vượt trên các nghịch cảnh và đương đầu với các thành kiến xã hội.

Đọc Cha Vô Danh rồi, phải kết luận: Phụ nữ Việt Nam giữ gìn truyền thống hào hùng của dân tộc. Họ hoàn toàn khác mẫu người đàn bà trong nền luân lý Hán tộc mà các thái thú Tích Quang, Nhâm Diên muốn áp đặt trên đất Giao Chỉ, Cửu Chân. Hai ngàn năm nay họ vẫn giữ những đức tính của bà Trưng, bà Triệu! Cả hai người phụ nữ đều sẵn sàng đứng lên bằng hai chân của mình, ngẩng mặt thách đố số phận.

Phạm Ngọc Lân kể chuyện rất có duyên, nhiều đoạn người đọc không thể quên. Như đoạn kể về những con cóc ở Phù Cát. Đêm chúng kéo vào nằm đầy trên nền nhà đất nện, dưới gầm cái chõng tre. Bà mẹ sai con bắt vứt đi. Bắt bằng tay, đem thảy ra ngoài ruộng. Hôm sau ngủ dậy, lại thấy cóc dưới gầm chõng. Bắt lần nữa, đem đi thật xa, lại vứt xuống ruộng. Đêm, cóc lại trở về. Cứ nhiều lần như vậy suốt mấy tuần lễ, mỗi lần lại đi xa hơn, sau cùng người con quyết định dùng một sợi dây đỏ lấy từ gói lạp xưởng buộc tất cả sáu con cóc vào một túm, đạp xe năm cây số tới con sông chảy qua quận lỵ, ném cả chùm cóc xuống. Long đứng nhìn túm dây trói đàn cóc theo sóng cuốn đi, nghĩ rằng chúng sẽ trôi ra Thái Bình Dương! Chàng đạp xe về nhà, bụng thỏa mãn. Trong mấy ngày sau đó, dưới gầm giường không còn thấy con cóc nào nữa. Nhưng hai tuần sau, cúi xuống nhìn, lại một con cóc ngồi thù lù dưới cái chõng tre. Lấy cán chổi đẩy nó ra, Long nhìn cái eo con cóc, nhận ra buộc sợi dây màu đỏ!

Có những đoạn Phạm Ngọc Lân khéo viết như tiểu thuyết. Như khi người mẹ kết hôn với ông chồng thứ hai. Hai người quen biết lâu nhưng không bao giờ tỏ tình. Khi chiến tranh Việt Pháp bùng nổ cuối năm 1946, dân cả làng chạy loạn, họ đi chung trong một đoàn người tản cư, giúp đỡ nhau. Trên đường chạy loạn, bà mẹ bị công an bắt giữ điều tra, vì bà có đứa con lai Pháp. Họ hỏi bà về người đàn ông cùng đi. Bà cần nói dối cho câu chuyện giản dị, đỡ bị nghi ngờ, cho nên nhận bừa: Đó là chồng tôi. Trong khi đó, người đàn ông bị công an tra cứu riêng, họ hỏi ông liên can thế nào tới người đàn bà có đứa con lai, ông ta cũng nói dối cho tiện: Tôi là chồng. Hai người cùng vì nhu cầu của hoàn cảnh, tình cờ cũng nói dối như nhau! Lúc gặp lại nhau cả hai ngượng nghịu không biết nói gì. Sau cùng, họ thành vợ chồng ăn đời ở kiếp!

Những đoạn Phạm Ngọc Lân kể lại cuộc sống ở Sài Gòn sau ngày 30 tháng Tư năm 1975, và thời gian Hoàng Kim Long bị vào trại cải tạo, không giống các tác phẩm trước viết về cùng một đề tài. Ông kể chuyện hai vợ chồng đi chợ, bị mấy cậu bé bán gạo lừa bịp. Một cảnh đó đủ thấy rõ rằng cả xã hội đã thay đổi, trẻ em giờ cũng giỏi nghề lừa đảo! Muốn con cháu mình sống cuộc đời tử tế, chỉ có cách ra đi! Những thay đổi trong cuộc chiến tranh và trong chế độ chính trị được thuật vắn tắt nhưng cũng đầy đủ để các độc giả trẻ tuổi có thể nhìn thấy xã hội Việt Nam biến chuyển ra sao từ những năm 1950, 60 cho đến khi tác giả ra khỏi nước.

Ước mong sẽ sớm có một bản tiếng Anh cho đa số bạn trẻ sống ở nước ngoài lâu năm. Các em ở tuổi này đọc sách báo ngoại quốc quen, vốn liếng tiếng Việt không đủ để hiểu rõ những vấn đề phức tạp, dù trong gia đình vẫn nói tiếng Việt.

Đọc Cha Vô Danh, các bạn trẻ tiếp cận với một cách nhìn khách quan về cuộc sống ở quê hương cha mẹ và biết thêm các biến cố chính trị, đời sống thời chiến tranh, các cuộc đảo lộn trong xã hội. Tác giả tỏ ra bình thản, không thiên lệch vì những thành kiến yêu hay ghét, sẽ được giới trẻ tin tưởng là một nguồn tin trung thực. Hy vọng rằng họ sẽ hiểu, và sẽ thương yêu quê hương Việt Nam của cha mẹ hơn trước!

Đỗ Quý Toàn

* *Đỗ Quý Toàn là một nhà giáo, nhà văn, nhà thơ, huynh trưởng Hướng Đạo, sinh năm 1939 tại Bắc Ninh, vào Nam năm 1954. Ông bắt đầu viết từ năm 1956, dùng nhiều bút hiệu như Ông Đạo Cấy, Vương Hữu Bột, Ngô Nhân Dụng... Sách mới xuất bản năm 2013: "Đứng Vững Ngàn Năm: Nhờ đâu nước Việt vẫn còn sau ngàn năm Bắc thuộc?" Ông cộng tác với báo Người Việt tại miền Nam California khi tờ báo mới ra đời năm 1978 và hiện đang làm chủ bút.*

Mục Lục

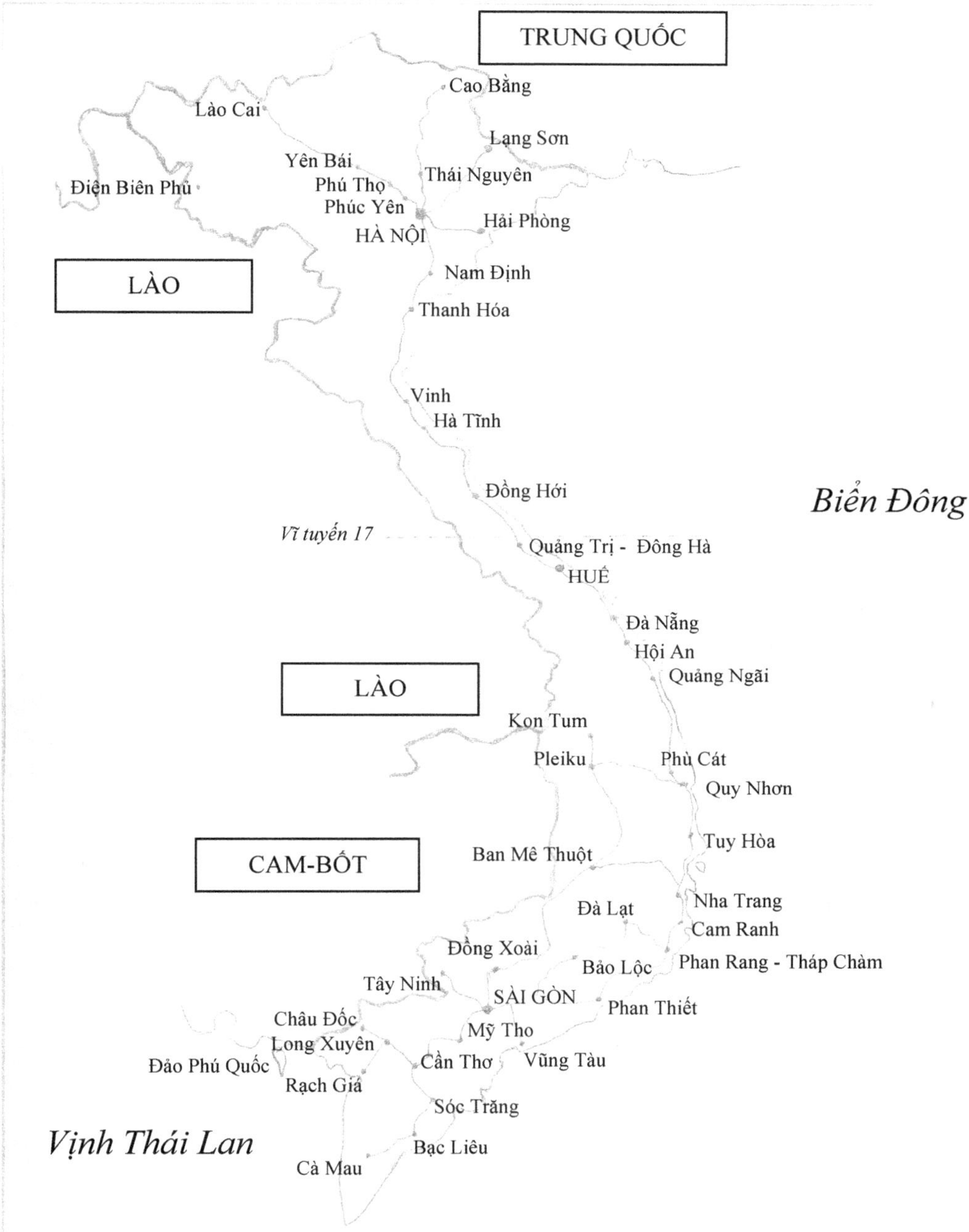

Bản đồ Việt Nam

Các địa danh và trục lộ được nhắc đến trong sách

Lời nói đầu

Tôi có viết một cuốn sách bằng tiếng Pháp tựa đề "De Père Inconnu" ("Cha Vô Danh") được nhà xuất bản L'Harmattan ở Paris xuất bản và phát hành đầu tháng 2-2015.

Cuốn sách này không phải là một tiểu thuyết hư cấu, mà là chuyện kể về những người có thật đã sống trên đất nước Việt Nam trong thế kỷ 20. Nhưng ngoại trừ tên của những người đã được công chúng biết đến (lãnh đạo chính trị, văn nghệ sĩ nổi tiếng, v.v.), tôi cố ý đặt tên khác cho các nhân vật để tôn trọng sự riêng tư của từng người, kể cả hai tên Hoàng Kim Long và Jean Martin.

Những câu chuyện kể ở đây chỉ là những gì xảy ra thường ngày cho một gia đình Việt Nam như hàng triệu gia đình Việt Nam khác sống trong thời loạn ly của hậu bán thế kỷ 20. Nhưng qua những biến đổi của thời cuộc từ đệ nhị thế chiến đến tuyên bố độc lập, từ cuộc kháng chiến chống Pháp dần dần biến chất thành cuộc chiến tranh ý thức hệ với sự can thiệp của ngoại bang, từ thống nhất đất nước tới những trại tù cải tạo và thảm trạng của bao người vượt biên, những chuyện "thường ngày" đó đã không còn là "bình thường" nữa. Cần phải ghi lại để các thế hệ mai sau có thêm hiểu biết về đời sống của cha ông mình, về lịch sử cận đại của đất nước mình.

Thật vậy, tôi không chỉ đơn thuần kể chuyện về cuộc sống của một nhân vật trung tâm, mà luôn tìm cách lồng những chuyện ấy vào bối cảnh lịch sử của đất nước thời bấy giờ. Những dữ kiện lịch sử được lấy từ các nguồn "chính gốc", tức là các kho lưu trữ những tài liệu trao đổi giữa các chính phủ Pháp, Mỹ với các đại sứ, lãnh sự, cơ quan tình báo của họ ở Việt Nam. Đây là những tài liệu thường là "mật", sau mấy chục năm đã được "giải mật" để các nhà nghiên cứu có được cái nhìn chính xác hơn về những gì đã thật sự xảy ra. Đã có thời kỳ tôi chuẩn bị một luận án về sử ở Đại học Paris nên đã bỏ nhiều công sức tìm kiếm tài liệu liên quan đến miền Nam trong thời kỳ đất nước chia đôi. Cuối cuốn sách có một phần quan trọng ghi chú về lịch sử, dành cho những độc giả đặc biệt quan tâm.

Tôi viết lại đây bản tiếng Việt cho cuốn sách ấy. Đây không phải là một bản dịch từ tiếng Pháp, tuy nội dung tương tự, nhưng là một cuốn sách viết bằng tiếng Việt, bởi một người Việt, cho người Việt đọc.

Phạm Ngọc Lân

Câu chuyện mở đầu

Đà Lạt, đầu thập niên 50.

Thằng bé độ tám chín tuổi đeo cạc-táp trên lưng đi qua một bãi trống trên đường từ trường về nhà. Mấy đứa trẻ cùng lứa tuổi đang chơi đánh khăng, ngừng tay, quay về phía thằng bé hét to :

« Tây lai ăn khoai cả vỏ, ăn chó cả lông, ăn hồng cả hột ! »

Bảo Lộc, cuối thập niên 60.

Anh Dược sĩ Trung úy trẻ có vợ mới cưới. Vợ dạy ở một trường trung học trong thị xã bé nhỏ này. Có phụ huynh học sinh « mách » với thầy hiệu trưởng : *« Tôi thấy cô giáo mới về năm nay cặp bồ với Mỹ đó ! »*

Sài Gòn, cuối thập niên 70.

Chàng Dược sĩ « cán bộ giảng dạy đại học » đạp xe vào một con hẻm đến thăm người bạn tù cải tạo mới được thả về. Bọn con nít nhìn theo xầm xì : *« Liên Xô ! Liên Xô ! »*

Paris, giữa thập niên 80.

Thằng bạn người Pháp, cũng là đồng nghiệp trong một công ty tin học, một hôm tâm sự : *« Thú thật là lúc mới gặp mày, tao không biết mày người gì, tao đoán là Nam Mỹ. Chỉ biết chắc mày không phải người Pháp, nhưng không ai ngờ mày lại là người Việt Nam ! »*

Toulouse, tháng tư 2015.

Hai ông già « thất thập cổ lai hi » (bảy mươi nhưng thời buổi này chẳng còn « xưa nay hiếm » nữa mà nhan nhản đầy đường !), bạn nối khố từ thời cắp sách đến trường, gặp lại nhau nơi « xứ lạ quê người » (quen miệng nói thế, thật ra xứ này chẳng còn lạ lẫm gì, và quê người thật đấy, nhưng cũng là « quê thứ hai » của mình rồi).

« - Cuốn sách De Père Inconnu của mày tao mới đọc xong, mày viết công phu quá, mà sao không viết tiếng Việt mà lại viết tiếng Pháp ? Thời buổi này còn mấy người đọc tiếng Pháp nữa ?

- Tao viết tiếng Pháp cốt là để cho con cháu tao đọc, cho con cháu mày đọc, cho những thế hệ thứ hai thứ ba thứ tư sống ở nước ngoài đọc để biết thêm về đất nước của cha ông chúng nó.

- Nếu vậy thì mày phải viết tiếng Anh mới phải !

- Nhưng tao sống bên Pháp, cha tao là người Pháp, và dù tiếng Việt là tiếng mẹ đẻ, tiếng Pháp đối với tao là tiếng « cha đẻ » dù tao chưa hề biết mặt cha tao. Hơn nữa tiếng Pháp nổi tiếng là một ngôn ngữ của văn chương, nên tao rất thích thú khi viết bằng tiếng Pháp. Công nhận mày nói đúng, muốn giúp ích cho các thế hệ con cháu mình sống ở hải ngoại, phải có bản tiếng Anh. Vì vậy tao đang nhờ người dịch ra tiếng Anh cuốn sách De Père Inconnu này.

- Thế mày có định dịch ra tiếng Việt không ?

- Tiếng Việt sao lại phải dịch ? Tao sẽ viết lại cuốn sách bằng tiếng Việt. Bởi vì cách viết cho người Việt Nam đọc rất khác với cách viết cho người ngoại quốc đọc về đất nước Việt Nam, về con người Việt Nam. Chưa kể là khi viết lại bằng tiếng Việt, sẽ có những chi tiết không cần thiết, sẽ lược bớt đi, có những chi tiết khác cần thêm vào. Vì độc giả người Việt có những hiểu biết về đất nước mình mà người ngoại quốc không có, cũng như họ có những cảm nhận khác mình về một nước Việt Nam xa xôi đối với họ.

- Mày đã mất tám năm cho bản tiếng Pháp, mày định bắt tao chờ bao nhiêu năm nữa để đọc bản tiếng Việt ?

- Mày đừng lo ! Thời buổi này « bát thập » cũng không còn « cổ lai hi » nữa, mày cứ yên chí lớn, sẽ có ngày được đọc bản tiếng Việt cuốn sách của tao ! »

Và ông già Tây lại bắt đầu viết.

Phần I : Thời thơ ấu (trước 1962)

1. Chạm trán với thực tế - 1961

Mới khoảng 10 giờ sáng mà nắng đã gắt. Trên quốc lộ 13 qua quốc lộ 14 từ Sài Gòn lên Ban Mê Thuột, chiếc xe đò chạy chậm lại khi tới đoạn đường qua khu Đồng Xoài. Đoạn đường xấu, xe xóc nhiều. Nhưng chàng thanh niên 17 tuổi chẳng để ý đến đường xóc, chẳng để ý đến bụi mù ở những đoạn đường bị tróc nhựa. Đầu óc chàng đang còn tràn ngập niềm vui sắp về nhà khoe với gia đình mảnh bằng tú tài 1 mới đoạt được một cách vẻ vang… Đó là năm 1961, bằng tú tài trong chương trình học còn chia làm hai phần, phải đậu tú tài 1 mới được lên lớp để học thi tú tài 2, còn gọi là « tú tài toàn phần ».

Chàng tưởng tượng nỗi vui mừng của mẹ và bà ngoại khi thấy con cháu mình đã « giật » được mảnh bằng tú tài, dù chỉ là tú tài 1 ! Ông dượng của chàng và đàn em cũng sẽ vui dĩ nhiên, nhưng không thể so sánh với niềm hân hoan chan chứa của mẹ và bà ngoại được. Khi chàng ra đời, hai người đàn bà này có khi nào dám mơ ước con cháu mình lại có một ngày mang về mảnh bằng « to » như thế, bằng tú tài ! Mà lại là tú tài Pháp nữa chứ !

Chàng thầm mỉm cười khi nghĩ lại những lần mẹ chàng có dịp khoe con mình với các bà bạn. Mỗi lần như thế, nếu chàng có mặt thì chỉ muốn độn thổ cho xong ! Sao mẹ mình có thể « ca » mình đến thế ! Hồi đó mới có bằng trung học đệ nhất cấp thôi, bây giờ có tú tài rồi thì phải biết ! Tú tài 1 hay tú tài 2 cũng thế thôi, bà đoan chắc con bà thi cái gì cũng đậu, đâu có biết là tú tài 2 nó trần ai hơn tú tài 1 như thế nào !

Sau khi có kết quả thi ở Đà Lạt, chàng về Sài Gòn ở nhà một người bạn nội trú học dưới một lớp. Người bạn này nhờ chàng chỉ bảo thêm môn toán trong năm học, và bây giờ cha mẹ của bạn mời « ông thầy » về chơi một tuần lễ.

Chín năm rồi chàng mới trở lại Sài Gòn. Từ Hà Nội vào Sài Gòn năm 7 tuổi, học có một năm ở đấy rồi lên Đà Lạt, nên chàng chỉ có những kỷ niệm đơn sơ của đứa trẻ biết Sài Gòn qua khu xóm Chợ Quán nơi mình ở và trên đường đi học được bà ngoại đưa đi đón về. Lần này trở lại nơi chốn cũ, chàng được sống trong một gia đình giàu có bên Khánh Hội – cha mẹ người bạn là thương gia xuất nhập cảng – được thưởng thức những cái hay cái đẹp của trung tâm một thành phố từng được mệnh danh là « Hòn Ngọc Viễn Đông ». Người bạn đưa chàng đi dạo phố Tự Do, Nguyễn Huệ, Lê Lợi, đi hóng mát bờ sông, vào xem xi-nê Majestic, ăn kem Givral… Và cũng thưởng thức những thứ bình dân hơn mà Đà Lạt xứ lạnh không có như nước mía Viễn Đông... Hai « kiosques » bánh mì Hương Lan và Bưu Điện mới mở trước cửa nhà Bưu điện, ngay bên hông nhà thờ Đức Bà, bánh mì dăm-bông (jambon) sao mà ngon thế ! Tóm lại, những thú vui giản dị, nhưng đối với chàng vẫn là những khám phá mới.

Sáng sớm hôm nay, chàng mới chia tay bạn ở bến xe đò Ngã Bảy Sài Gòn để lên đường về Kontum. Gia đình lang bạt từ Sài Gòn lên Đà Lạt, ra Phù Cát rồi Quy Nhơn để cuối cùng lên Kontum. Ông cụ làm sĩ quan tài chánh cho một đơn vị của trung đoàn 40 sư đoàn 22 nên gia đình chẳng sống được ở đâu quá vài năm.

Đầu óc còn đang vẩn vơ những kỷ niệm tuần lễ vui chơi ở Sài Gòn, chàng giật mình khi tự nhiên thấy xe dừng lại giữa đường. Ngồi ngay cửa sổ hàng thứ hai của chiếc xe đò dài, lúc đó chàng mới để ý thấy trước mũi xe có ba người mặc đồ bà ba đen, đội nón tai bèo, tay ôm súng đứng ngang đường, và chỉ cho tài xế lái vào một con đường rừng phía tay phải. Khi xe đã vào con đường đất này rồi, một người khác, cũng đồ bà ba đen nón tai bèo, không mang súng nhưng cầm một trái lựu đạn giơ lên phía trước cốt cho mọi người thấy rõ, đến gần tài xế kêu mọi người kéo cửa sổ xuống rồi nói to : *« Đồng bào đừng sợ, chúng tôi thuộc Mặt trận Giải phóng Miền Nam, chúng tôi không làm gì hại đến đồng bào cả. Chúng tôi chỉ muốn có dịp giải thích cho đồng bào chủ trương đường lối của Mặt Trận Giải Phóng mà thôi. Đồng bào nghe theo chỉ dẫn của chúng tôi sẽ được bình yên vô sự. Yêu cầu mọi người để hai tay lên lưng ghế phía trước, và giữ im lặng trong suốt thời gian xe di chuyển vào bên trong. Trong xe có ai là quân nhân hay cảnh sát, phải cho chúng tôi biết ngay. Tôi nhắc lại, trên xe có ai là quân nhân cảnh sát không ? »*

Mọi người im thin thít. Long nắm chặt hai tay vào phía trên của lưng ghế phía trước, cho họ thấy rõ là hai bàn tay không có cử chỉ gì nguy hiểm. *« Ráng giữ bình tĩnh, ráng giữ bình tĩnh... »*, chàng tự nhủ, nhưng tim vẫn đập loạn xạ, và mặt chắc là tái mét ! Người mặc áo đen không có vẻ gì là đùa cả, và quả lựu đạn trong tay đưa ra phía trước dứ dứ cũng đủ làm hết vía những ai yếu bóng vía như chàng !

Không thấy ai tố cáo ai trên xe, người áo đen ra lệnh cho tài xế lái xe sâu vào trong rừng. Hai bên đường toàn là tre già khô héo quẹt loạt xoạt vào thành xe, đường đất với những ổ gà to như ổ voi làm nhíp xe kẽo kẹt thê thảm, dù đã đi chậm như rùa bò. Chắc ngày xưa đây là đường xe be chở gỗ trong rừng ra. Chiếc xe cứ thế từ từ tiến sâu vào vùng hoang dã...

Lòng hoang mang đến tột độ, chàng tự hỏi số phận mình và những hành khách trên xe này sẽ ra sao. Cũng như bao người dân khác, gần đây chàng được nghe loáng thoáng về một tổ chức có tên Mặt Trận Giải Phóng Miền Nam[1], bắt đầu hoạt động chống chính phủ bằng võ lực. Các phương tiện truyền thông của nhà nước cho biết tổ chức này được những người cầm đầu đảng Cộng sản ở Hà Nội dựng lên để chuẩn bị cho một cuộc nổi dậy trong Nam với sự tiếp sức của quân đội ngoài Bắc len lỏi vào từ bấy lâu nay. Mục đích là áp đặt chế độ cộng sản trong Nam, cũng như họ đã áp đặt chế độ này ngoài Bắc từ khi đất nước chia đôi năm 1954. Cũng có những lời đồn đãi thì thầm rằng họ là những người yêu nước chống lại chính phủ Sài Gòn vì chính phủ này chỉ là con bài của Mỹ. Thật ra thì Long chẳng để ý gì đến những chuyện chính trị cao xa này, chàng sống nội trú trong tháp ngà của một nhà trường ở Đà Lạt, sống với cái may mắn là chỉ phải lo học hành, tránh xa những phức tạp của cuộc sống chung quanh. Vậy mà không ngờ, hôm nay chàng lại giáp mặt với những người tự xưng thuộc tổ chức này !

Không biết xe chạy bao lâu trên con đường rừng như thế – đầu óc hoảng loạn không còn ý niệm gì về thời gian – bỗng nhiên mở ra một khoảng trống rộng lớn giữa rừng. Và ngạc nhiên : hàng chục chiếc xe đò to nhỏ đã đậu chung quanh vòng tròn đó, hàng mấy trăm người đã ngồi bệt dưới đất thành vòng tròn. Nỗi lo sợ bỗng xuống một cấp, làm như loãng ra vì được hòa đều trong đám đông ! Quang cảnh như một bến xe đò, chỉ khác là không có tiếng ồn ào của hành khách chào hỏi nhau lúc chia tay, cũng chẳng có tiếng hàng quà rao huyên náo, hay tiếng những người lơ xe đua nhau mời khách ! Chỉ có tiếng xầm xì của những con người bị du vào một hoàn cảnh chưa từng thấy, những hành khách bị ép buộc vào khu rừng này…

Nhiều người áo đen mũ tai bèo vai khoác súng đi qua đi lại. Một người đến chiếc xe của Long ra lệnh cho tài xế đậu vào một chỗ trống, và kêu mọi người xuống xe, ngồi xuống đất. *« Đồng bào giữ trật tự ! Không nói chuyện ! »*

Sau đó đến mục kiểm tra giấy tờ. Thời xưa cũng như sau này, ở Việt Nam, một người trưởng thành đi ra khỏi nhà phải có giấy tờ tùy thân. Trong thập niên 60, đó là thẻ kiểm tra cho các công dân trên 18 tuổi. Học sinh chưa tới 18 tuổi thì dùng thẻ học sinh. Long cũng có thẻ học sinh, đi đâu cũng phải mang theo. Đến khi lấy tấm thẻ trong ví ra, chàng mới chợt hoảng : đây là tấm thẻ của trường trung học Adran ở Đà Lạt, một trường của « Thầy dòng » thuộc giáo hội Công giáo, dạy chương trình Pháp, cấp cho niên khóa 1960-61. Thẻ mang tên Hoàng Kim Long sinh ngày 20 tháng 11 năm 1944, con của ông Hoàng Văn Quy và bà Lê Thị Kim, học sinh lớp « Première ». Trường của một tôn giáo du nhập từ phương Tây, tên trường bằng tiếng Pháp, tên lớp cũng tiếng Pháp, dạy chương trình Pháp, chàng chợt tái mặt : mấy ông áo đen này là « cách mạng » sẽ phản ứng ra sao với một tên lai Pháp, học trường Pháp ?

Người áo đen xét giấy vẫn từ từ, từ từ tiến dần đến… Xem xét kỹ giấy tờ của từng người. Chỉ còn hai người nữa đến phiên chàng. Tim đập càng ngày càng mạnh, bụng đánh lô-tô như chưa từng thấy ! Nhưng làm sao bây giờ ? Cuối cùng cái gì phải đến vẫn đến : chàng lấy hết can đảm làm mặt thản nhiên đưa tấm thẻ học sinh cho người áo đen, chuẩn bị sẵn trong đầu những lời giải thích sao cho xuôi gọn… Nhưng người áo đen chỉ xem lướt qua và trả lại tấm thẻ không nói một câu nào ! Tự nhiên chàng cảm thấy cần làm một chuyện mà lâu lắm chàng không nghĩ tới : *« Cám ơn Trời Chúa Phật và ông bà tổ tiên đã phù hộ cho con ! »*

Chàng thở phào, nhẹ hẳn người ! Nhưng suy cho cùng, tại sao những người này lại cần chú ý đến một tên học sinh 17 tuổi miệng còn hôi sữa ? Chàng có tự cho mình là quan trọng quá không ? Mấy người áo đen chẳng nói ngay từ đầu là họ chỉ muốn biết ai là quân nhân và cảnh sát là gì ? Việc qua rồi thì nói cứng như thế dễ quá !

Trong thời gian xét giấy đó, vẫn có thêm những chiếc xe khác tiến vào khoảng trống. Các thủ tục cũng lặp lại như thế. Càng ngày Long càng bớt sợ. Tâm lý đám đông…

Cuối cùng có một người áo đen tiến vào giữa vòng tròn mang theo một cái thùng gỗ, úp xuống cỏ và leo lên, bắt đầu nói : *« Xin đồng bào giữ im lặng ! Xin đồng bào giữ im lặng ! Chúng tôi là những người thuộc Mặt trận dân tộc Giải phóng miền Nam Việt Nam. Chắc đồng bào cũng đã nghe tuyên truyền của ngụy quyền Sài Gòn rằng chúng tôi là quân khủng bố, nhưng đồng bào thấy đó, chúng tôi không xa lạ gì với đồng bào, chúng tôi là con em của đồng bào, là người láng giềng của đồng bào… »*

Và cứ thế, người áo đen đứng trên bục thao thao bất tuyệt về những hành vi xâm lược của Đế quốc Mỹ, về ngụy quyền Sài Gòn tay sai, cố tình chia cắt đất nước. *« Mặt trận Giải phóng quy tụ những người yêu nước tranh đấu cho đất nước được thống nhất, cho đất nước không còn dấu vết của ngoại xâm… »*

Thời gian trôi qua, người thứ nhất nói xong lại đến người khác lên bục nói thay. Nội dung vẫn tương tự… Chàng không còn tập trung tư tưởng để chú ý nghe được nữa, chỉ còn cảm thấy khát khô cổ và bụng bắt đầu đói cồn cào…

Nhưng cuối cùng việc gì rồi cũng phải có kết thúc. Những lời tuyên truyền hoa mỹ cũng cạn dần. Mọi người lắng nghe một tiếng máy bay từ xa vọng lại, càng ngày càng gần, và cuối cùng ai cũng nhìn lên hai chiếc trực thăng mới xuất hiện trên cao bay vòng vòng quan sát khoảng đất trống giữa rừng với mấy chục chiếc xe đò đậu vòng tròn. Người nói trên bục vội bước xuống, và hành khách được lệnh lên xe đi ra khỏi khu rừng. Cũng may mà các tài xế còn có tinh thần trật tự, các xe tuần tự di chuyển mà không chen lấn nhau trên con đường đất chật hẹp chỉ một chiếc xe đi vừa. Khi xe bắt đầu lăn bánh, chàng thấy các người áo đen mũ tai bèo ôm súng lần lượt đi sâu vào trong rừng, dắt theo vài người đàn ông tay bị trói quặt sau lưng. Số phận họ rồi đây sẽ ra sao ?

Chiếc xe đò bị chặn lúc 10 giờ sáng, khi ra khỏi khu rừng trở lại quốc lộ 14 thì đã 3 giờ chiều. Xe không thể đến kịp Kontum vào buổi tối như dự trù vì tình trạng giới nghiêm, ban đêm không có xe nào được chạy cả. Chàng phải ngủ lại ở Ban Mê Thuột, thành phố đầu tiên trên miền cao nguyên nằm trên quốc lộ 14. Với số tiền dằn túi ít ỏi, chàng ăn một đĩa cơm với thịt kho và uống ly trà đá rẻ tiền của bà hàng ngay bến xe. Sau đó thuê một chiếc ghế bố có cái mùng trong căn nhà chợ dùng làm nơi nghỉ ngơi cho các bạn hàng lỡ đường. Đúng là cảnh « ăn đường ngủ chợ » !

Sáng hôm sau, xe tiếp tục chạy đến Pleiku cách đó 150 cây số, rồi thêm 40 cây số nữa đến Kontum.

Chàng thanh niên 17 tuổi sẽ còn nhớ mãi câu chuyện bị lùa vào rừng, một câu chuyện hi hữu chỉ xảy ra trong thời gian Mặt trận Giải phóng mới thành lập mà thôi. Đây là cuộc « chạm trán với thực tế » đầu tiên của chàng.

Và cũng không phải là duy nhất : sau này chàng sẽ còn phải chứng kiến – và có khi phải tham gia trực tiếp – nhiều biến cố khác nữa !

2. Cô gái mồ côi hận đời - 1934

(Chuyện kể của người mẹ)

Long ơi, năm nay con 17 tuổi, mợ[i] rất mừng con bắt đầu lớn khôn. Mới có một năm mà con đã cao bồng lên, chắc phải cao thêm hai mươi phân là ít ! Con đậu được bằng tú tài 1, về đây nghỉ hè với bà, với cậu mợ với các em ở cái thành phố Kontum nhỏ xíu này. Vì nó nhỏ thế nên ai cũng thấy con đi chơi với bạn trai của con cùng lớp ở Đà Lạt về, và cũng có cả hai cô gái con ông Trung úy cùng đơn vị với cậu con. Hai cô gái xinh đẹp, lại tân thời, mợ không cấm đoán gì con cả, nhưng con phải coi chừng đó ! Con dính vào đường tình ái là hết học hành luôn đó con nhé ! Mà con cũng biết là cả nhà trông chờ vào con, mong con học thành tài…

---

[i] Khoảng thời gian thập niên 40, 50, nhiều gia đình sống ở Hà Nội có cách xưng hô « cậu, mợ » thay vì « cha, mẹ ». Sau đó vào Nam, vẫn giữ cách xưng hô này. Đây là cách đặc biệt của người Hà Nội thời đó, không phải của chung người miền Bắc.

Ừ thì thôi, mợ không nói chuyện đó nữa, con không cần phải phân trần phản đối mạnh như thế…

Đêm nay mợ muốn nói chuyện với con không phải về việc con đi chơi với bạn bè. Mợ muốn nói đến một chuyện quan trọng hơn nhiều, đó là chuyện về cha của con. Con cũng đã biết rồi, vì bà ngoại hay kể lại chuyện này, người mà con gọi bằng « cậu » không phải cha ruột của con. Nhưng con không biết ai khác hơn là cậu nên con vẫn xem cậu như cha ruột. Hơn nữa con mang họ của cậu con.

Con đã biết rồi, nhưng mợ chắc con chỉ biết mơ hồ thôi. Đêm nay trời đẹp, ngồi ngoài sân mát dưới giàn thiên lý này, mợ muốn kể cho con nghe đầu đuôi câu chuyện với tất cả chi tiết, vì mợ nghĩ mợ có bổn phận phải cho con biết ít nhất là một lần trong đời. Đó là quyền của con được biết về nguồn gốc của mình, nhất là con năm nay đã 17 tuổi. Con nghe câu chuyện của mợ để hiểu hồi đó mợ phải khổ tâm, phải chịu bao điều cay đắng như thế nào. Con nghe để con thương mợ, để con đừng oán trách hoặc coi rẻ mợ. Con đừng nói gì cả… Mợ cũng hiểu là con không khi nào có thái độ gì gọi là trách móc mợ, nhưng trong thâm tâm con… con nghĩ gì, mợ không biết được, con ạ ! Mợ chỉ mong con vẫn thương mợ thôi.

Mợ mồ côi cha từ năm 13 tuổi. Bà ngoại con chỉ có một mình mợ, và lúc đó còn xuân sắc nên đã tái giá. Mợ rất giận bà ngoại về chuyện này. Giận không phải vì bà ngoại đi lấy chồng khác, mà giận vì bà ngoại tái giá trong một hoàn cảnh làm cho mợ trở thành mồ côi cả cha lẫn mẹ.

Quê của mợ là làng Hà Hồi, ngày xưa thuộc phủ Thường Tín, tỉnh Hà Đông, cách Hà Nội khoảng hai chục cây số về phía nam. Người bình dân gọi là làng Vồi. Các làng ngoài Bắc thời xưa thường có hai tên, một tên « chữ » là Hà Hồi, và một tên bình dân của người thông thường dùng, tức là làng Vồi. Làng này nổi tiếng vì thời vua Quang Trung mang quân từ trong Nam ra đánh đuổi quân nhà Thanh, đã chiến thắng hai trận Hà Hồi và Ngọc Hồi trước khi thắng trận Đống Đa.

Làng Hà Hồi là một làng tương đối giàu có vì trồng trọt các loại rau của Tây mang sang như khoai tây, cà-rốt, su-hào, súp-lơ… mang lên Hà Nội bán. Đặc biệt làng có phân nửa « lương » và phân nửa « giáo », hai bên sống hài hòa với nhau không có vấn đề gì cả. Đình làng rất to, nhà thờ cũng rất to.

Ông ngoại con là một người theo đạo công giáo[2], tức là bên phía « giáo » của làng. Gia đình nghèo nhưng ông ngoại được theo tây học, nên tìm được một việc làm trong một tiệm buôn lớn của Pháp ở Hà Nội, thoát khỏi cảnh lam lũ của một nông dân. Ông ngoại suốt tuần ở lại Hà Nội, chỉ về nhà vào cuối tuần. Cũng rất tiện vì làng Hà Hồi gần ga Thường Tín, cách ga Hàng Cỏ của Hà Nội có 19 cây số.

Bà ngoại con thì ngược lại, sống bên phía « lương ». Bà không biết đọc biết viết gì cả, như phần đông con gái trong làng thời đó. Bà cũng nhuộm răng đen như mọi cô gái khác, thời đó răng phải « đen màu hạt huyền » hay « đen nhánh như hạt na » mới là đẹp. Qua đến thế hệ của mợ, các thiếu nữ ra sống ở thành thị không muốn nhuộm răng nữa, dần dần đến ngày hôm nay tục lệ đó đã bỏ hẳn.

Bà vẫn thích kể là ông ngoại con khi đi trên đường đê thấy bà ngoại cấy lúa dưới ruộng cùng với nhiều người con gái khác, nhưng ông ngoại chỉ để ý đến bà vì chân bà trắng. Ngày xưa cấy lúa dưới ruộng nước phải xắn quần cao lên tận bẹn ! Và thế là ông nhất định về nhà nói với cha mẹ cho người đi hỏi bà ngoại về làm vợ. Thời đó ở làng, đám cưới giữa hai bên lương giáo không phải là hiếm, nhưng bà ngoại phải theo đạo của chồng trước khi lấy nhau.

Hai ông bà rất mừng khi có con trai đầu lòng, bà vẫn kể lại là rất kháu khỉnh, nhưng tự nhiên mới đầy năm thì mất đột ngột. Không ai hiểu tại sao, nên chỉ còn đổ thừa cho thần linh nào đó thấy đứa bé đẹp đẽ thì « bắt về » ! Vì vậy người ta kiêng không khen con mình đẹp, kiêng không gọi con mình bằng tên đẹp đẽ. Thường thì tên khai sinh rất đẹp nhưng chỉ dùng cho sau này khi đi học và khi đã trưởng thành, còn lúc bé thì gọi bằng một tên xấu xí như thằng Cu, cái Hĩm… để đừng có thần linh nào xấu tính để ý đến !

Mợ sinh năm 1921 sau khi bác con mất. Mợ được ông ngoại cho theo học trường các bà sơ sát bên nhà thờ. Thời buổi đó, con gái như mợ sống ở quê mà được đi học là chuyện đặc biệt lắm. Cũng đã bắt đầu một thời đại mới cho trai gái đều được đi học như nhau, nhưng sống ở thành thị mới được hưởng làn gió mới này, còn ở nhà quê vẫn theo nền nếp cũ, con gái không được đi học. Mợ được cái may mắn đó, lại rất thích học, ông ngoại mang từ Hà Nội về cho mợ tập vở, bút chì, bút mực… Nhưng mợ thích nhất là bút chì màu. Trong lớp có ai có bút chì màu đâu, có ai có bố làm việc trong một gian hàng lớn của Pháp ở Hà Nội đâu !

Nhưng chỉ được có vài năm, trong khi mợ đang mê mẩn tìm đọc mọi thứ có thể đọc được vì mới biết đọc biết viết, mợ không được học nữa vì người lớn sợ đọc nhiều quá sau này bị toét mắt ! Nói ra bây giờ nghe thấy thật buồn cười, nhưng hồi đó dân quê nhiều người lớn tuổi bị mắt toét, lý do là vệ sinh quá kém. Không biết người ta tin thật là đọc nhiều quá rồi sau này mắt bị toét, hay là chỉ lấy cớ dọa thế để không cho mợ học tiếp, vì quan niệm cổ hủ « con gái học nhiều để làm gì ! » Chuyện này mợ nhớ mãi, suốt đời mợ còn hận không được học thêm trong khi đang trên đà háo hức việc học.

Và rồi một tai họa to lớn ập đến gia đình : ông ngoại bị ho ra máu, lúc đầu còn nhẹ, về sau thuốc thang không khỏi, nặng dần phải nghỉ làm. Thế là bà ngoại phải tần tảo cật lực để có tiền sống lay lắt qua ngày. Thời bấy giờ bệnh lao hoành hành đâu có thuốc chữa, ông ngoại bịnh hai năm thì mất. Lúc đó mợ 13 tuổi.

Hồi đó trong làng có một ông làm phó cho ông lý trưởng, nên gọi là ông Phó. Ông có vợ gọi là bà Phó sinh được hai người con gái rồi bị hậu sản không sinh được nữa, nên ông Phó tìm một bà vợ thứ để mong có con trai. Ngày xưa có con trai là quan trọng lắm trong việc thờ tự, nếu vợ cả mà không có con trai thì chồng lấy thêm vợ lẽ là chuyện thường. Vả lại, đàn ông có hai ba vợ không phải là hiếm, nhưng chuyện không có con trai là một lý do chính đáng để lấy vợ lẽ mà không ai có thể bàn cãi vào đâu được.

Ông Phó nổi tiếng là một tay hào hoa phong nhã trong làng, hơn nữa với chức vụ của ông thì chẳng khó gì tìm vợ lẽ. Nhưng ông không tìm nơi khác mà lại nhắm đến bà ngoại của con. Phải nói là bà ngoại con tuy là người quê mùa nhưng nhan sắc khá mặn mà. Khi ông ngoại còn đang bịnh nặng, ông Phó thường lai vãng đến nhà thăm, mợ cũng đoán được ý đồ của ông Phó đến thăm bịnh nhưng thật ra là để gặp bà ngoại, nên ghét cay ghét đắng ông này. Phải chi ông ngoại mất rồi thì lại là một lẽ khác, đằng này ông ngoại vẫn còn bịnh nằm sờ sờ ra đó…

Và rồi việc gì phải đến cũng đến. Sau khi ông ngoại mất một thời gian, ông Phó lấy bà ngoại, và hai ông bà bỏ quê đi qua Lào làm ăn. Trong những năm 30 kinh tế rất khó khăn, nghe nói người Việt qua Lào buôn bán làm ăn khá lắm. Hai ông bà thu vén tiền bạc dành dụm được bao nhiêu mang theo để có vốn, gửi mợ lại cho bà Phó nuôi. Bà Phó từ đó được gọi là bà Phó Già, và bà ngoại con trở thành bà Phó

Trẻ. Bà Phó Già là một người đàn bà chất phác hiền lành hiếm có. Mợ sống dưới mái nhà với hai người con gái của ông Phó là dì Phan và dì Đan, cả hai cũng hiền lành, nên phải nói là mợ không bị hành hạ hay phân biệt đối xử gì cả, như thường thấy xảy ra với mẹ ghẻ. Nhưng ở tuổi 13, tuổi mới lớn đang cần tình thương của bố mẹ, bố chết, mẹ lấy chồng khác bỏ con lại cho vợ cả của chồng mới, mợ hỏi con sao không giận cho được !

Và suốt đời mợ bị nỗi oán hận này ám ảnh…

3. Phải chăng là bốc đồng? - 1943

(Chuyện kể của người mẹ)

Bà ngoại con theo ông Phó qua Lào làm ăn vì ở lại quê không biết làm gì để sống, ông Phó đâu phải tay làm ruộng ! Trong thập niên 30 nhiều người phải bỏ làng ra đi vì kinh tế khó khăn. Ngày xưa, theo truyền thống gìn giữ đất hương hỏa để thờ cúng ông bà tổ tiên, phải bỏ quê đi như thế là một nỗi bất hạnh lớn. Nhưng với ảnh hưởng của văn hóa phương Tây, các truyền thống cũ cũng nhạt dần, bắt đầu từ Nam kỳ là một thuộc địa Pháp, dần dần lan ra Trung kỳ và Bắc kỳ là hai xứ bảo hộ. Những người nghèo khổ ở lưu vực sông Hồng theo phong trào mộ phu đi vào trong Nam, vào vùng cao nguyên hoặc bên Cao-Miên làm đồn điền cao su, hoặc xa hơn nữa qua « Tân Thế Giới » (Nouvelle Calédonie) là một thuộc địa khác của Pháp cần nhân công khai thác hầm mỏ. Cũng có người được tuyển qua Pháp làm thợ thuyền. Người có chút ít vốn liếng và có đầu óc kinh doanh thì qua Lào, qua Xiêm, bây giờ gọi là Thái Lan, tìm cách làm ăn buôn bán.

Hai ông bà lấy nhau xong qua Lào làm ăn thất bại, rồi qua Xiêm cũng thất bại nốt ! Chắc là không có đầu óc kinh doanh ! Thế là phải quay về Việt Nam không còn đồng xu dính túi ! Nhưng không về lại quê, mà đi thẳng vào trong Nam, lúc đầu ghé Nha Trang mấy tháng, bà ngoại con làm bánh dày bánh giò bán. Bà ngoại khéo về bếp núc bánh trái lắm, vậy mà cũng không sống lâu được với cái nghề bán bánh này.

Cuối cùng vào đến Sài Gòn. May quá, ở đây có nhiều người cùng làng Hà Hồi đã vào làm ăn từ trước nên giúp đỡ hai ông bà trong bước đầu. Ông Phó tìm được việc làm trong hãng thuốc lá Bastos của Pháp, còn bà ngoại con được bà bạn thân từ ngày xưa giới thiệu vào làm may vá trong nhà một ông quan năm người Pháp. Quan năm bây giờ là Trung tá, thời đó sĩ quan cao cấp của Pháp sống như ông hoàng, trong nhà có bồi, bếp, tài xế, người làm vườn, chị hai trông con, cả người may vá nữa.

Sau khi ông bà đã có cuộc sống tạm yên ổn, lúc đó mới nghĩ đến ba cô con gái còn để lại ở nhà quê. Mợ là người được mang vào Sài Gòn đầu tiên. Năm đó mợ 17 tuổi, cũng như con bây giờ. Lần đầu tiên rời quê đi vào một thành phố nổi tiếng là « Hòn ngọc Viễn đông », mợ khám phá ra một thế giới hoàn toàn khác với quê mình, một thế giới kỳ diệu !

Con không thể tưởng tượng được sự chênh lệch giữa hai cách sống ở làng quê ngoài Bắc và thành phố Sài Gòn thời bấy giờ. Hai ông bà thuê một căn nhà khiêm tốn trong khu Cầu Kho, một khu bình dân gần chợ Cầu Ông Lãnh. Gọi là khiêm tốn nhưng có những tiện nghi mà ở quê không thể nào có được. Lần đầu tiên mợ được hưởng nước máy và đèn điện. Những thứ mà ngày nay người ta xem thường vì nơi nào cũng có.

Ở quê ngoài Bắc nước uống là nước mưa được hứng và chứa trong chum, vại, hoặc bể nước nếu nhà khá giả xây được bể. Ngoài ra là nước ao, làm gì cũng chỉ có cái ao, giặt giũ tắm rửa, vo gạo rửa rau… Con cứ tưởng tượng vấn đề vệ sinh trầm trọng tới mức độ nào ! Hiếm có nhà có được giếng nước, vì đâu phải chỗ nào cũng có nguồn nước để đào giếng đâu !

Căn nhà nhỏ bé nằm trong một khu gần chợ Cầu Ông Lãnh, là một chợ buôn bán sỉ rất lớn ở Sài Gòn thời bấy giờ, nằm ngay bên bờ con kinh lớn nối liền với các sông rạch miền Tây. Mỗi buổi sáng tinh sương chợ đã họp đông đúc, hàng hóa chuyển từ dưới thuyền lên bờ rồi chở xe đi các chợ khác. Thời đó phương tiện chuyên chở chính là ghe thuyền từ Lục Tỉnh lên Sài Gòn. Đủ loại hàng hóa, từ gạo, tôm, cá, thịt, cho đến rau cỏ, trái cây…

Mợ được bà ngoại con tìm cho một việc làm cũng giống như bà ngoại, may vá trong nhà một sĩ quan cao cấp Pháp.

Sau đó đến lượt dì Đan vào Sài Gòn. Trường hợp dì Đan khác với mợ ở chỗ là vào Sài Gòn để lấy một người làng đã được ông Phó hứa gả từ lâu. Chồng dì Đan đã vào làm ăn trong Nam từ lâu và bắt đầu phát đạt vì từ một xưởng cưa nhỏ đã biết tổ chức thành một hãng cưa xẻ gỗ lớn. Riêng dì Phan phải ở lại quê để chăm sóc mẹ, về sau cũng lấy chồng gần đấy.

Còn mợ, bà ngoại cũng lo tìm nơi gả bán cho xong. Một hôm, mợ được giới thiệu với một chàng trai đến chơi nhà, đó là bác Đoàn. Nếu còn ở làng thì không thể nào có chuyện « giới thiệu » kiểu này đâu, nhưng vì sống ở Sài Gòn là một thành phố trong phần thuộc địa Pháp nên phong tục đã theo Tây rất nhiều, mới có chuyện bà ngoại mời một người con trai đến nhà và giới thiệu con gái mình như thế.

Bác Đoàn là một « người làng », tức là cùng ở làng Hà Hồi, phiêu bạt vào Sài Gòn làm ăn. Điều này rất quan trọng đối với người ly hương thời đó, vì « người làng » thì mới biết được tông tích gia đình ra sao, còn người lạ thì làm sao biết được ? Mà trong việc cưới hỏi, biết gia đình nhau là một yếu tố quan trọng hàng đầu.

Bác Đoàn là một người thanh nhã, làm việc cho một cửa hàng lớn của Pháp ở trung tâm Sài Gòn. Mợ cảm thấy hợp với bác ấy ngay, và bác ấy cũng hợp với mợ. Dần dà bác ấy đến thăm thường xuyên hơn và cuối cùng tình yêu nảy nở lúc nào mợ cũng không biết. Bác ấy xin phép bà ngoại đưa mợ đi chơi phố ngày chủ nhật, một chuyện không thể nào có nếu còn ở quê, theo phong tục cổ truyền của mình. Nhưng con nên nhớ đây là thành phố Sài Gòn chứ không phải nhà quê nữa.

Có thể nói là mợ đã sống những ngày tháng vui sướng nhất trong đời mợ với bác Đoàn lúc ấy. Từ một đứa bé mồ côi đang sống ở làng quê không thấy một tương lai sáng sủa nào cả, có khi nào mợ dám ước mơ có một ngày sẽ có một chàng trai thanh lịch đem lòng yêu thương mình giữa một thành phố tráng lệ như Sài Gòn ?

Thật là một giấc mơ thần tiên ! Nghĩ cho cùng thì đó cũng chỉ là một giấc mơ bình thường của một người con gái bình thường : có được một người chồng đàng hoàng, nuôi một đàn con kháu khỉnh – là điều mà bà ngoại con hằng mơ ước mà không được vì bà chỉ có một mình mợ là con – lo việc nhà cửa cho tươm tất trong khi chồng mình đi làm kiếm tiền đủ để nuôi gia đình… Có thể giấc mơ này bình thường, nhưng đối với mợ là cả một chân trời mở rộng ! Và không thấy một cụm mây đen nào vướng mắc chân trời này cả. Bác Đoàn cũng có cùng giấc mơ đó nên bác ấy hứa với mợ sẽ về nói với cha mẹ đi hỏi mợ.

Nhưng cuộc đời có những cái bất ngờ giáng xuống làm con người bị choáng váng không còn biết đằng nào mà đỡ !

Khi bác Đoàn về thưa với gia đình để đến gặp bà ngoại hỏi vợ cho con, bác Đoàn bị cha mẹ từ chối thẳng cánh. Lý do là gia đình mợ không môn đăng hộ đối với gia đình người ta. Không phải là gia đình bác Đoàn giàu có hay quyền quý gì, nhưng đó là một gia đình mẫu mực, cha mẹ hết lòng nuôi con cái khôn lớn. Trong khi gia đình mợ chẳng ra làm sao cả : mợ là đứa bé mồ côi cha từ nhỏ, mẹ đi lấy chồng mới rồi theo chồng đi xa bỏ con lại với vợ cả của chồng. Như vậy thì làm sao dạy dỗ con gái công dung ngôn hạnh được ? Hơn nữa gia đình bác Đoàn theo đạo công giáo thuần thành, không thể hiểu được bà ngoại con cũng đã theo đạo công giáo khi lấy ông ngoại, vậy mà khi ông ngoại chết lại lấy ông Phó là người bên lương, để mợ lại với gia đình ông Phó, như vậy là về mặt đạo giáo mợ cũng không được dạy dỗ đến nơi đến chốn để có một đức tin vững chắc.

Thật là một gáo nước lạnh tạt vào mặt mợ và gia đình mợ ! Thời đó chuyện cưới hỏi là như thế, người ta xét gia đình của người con trai hay người con gái là chính, để suy ra tư cách cô dâu chú rể tương lai. Gia đình bác Đoàn chưa khi nào gặp mợ cả, nhưng cách suy nghĩ đơn giản là như vậy.

Bác Đoàn cũng đau khổ như mợ vì chuyện bị cha mẹ ngăn cản. Bác Đoàn cũng thấy là xét như vậy là bất công, nhưng bác không phải là con người dám cãi lời cha mẹ trong việc hôn nhân. Bác được giáo dục theo các nguyên tắc cổ xưa, trong đó chữ hiếu quan trọng hàng đầu.

Về phần mợ đau khổ vì mối tình đầu trắc trở đã đành, mà còn thêm phẫn uất vì thái độ coi thường của gia đình bác Đoàn đối với gia đình mình. Và khi cảm thấy bác Đoàn hiếu thảo không dám cưỡng lại cha mẹ, mợ quyết định đoạn tuyệt với bác ấy, để rồi lại phải ôm thêm một mối hận nữa…

Ngày tháng trôi qua. Khi mợ 21 tuổi, bà ngoại con bắt đầu lo lắng thấy mợ không còn thiết gì đến chuyện lập gia đình, sợ mợ sẽ trở thành « gái già » vì hồi đó con gái lấy chồng vào tuổi mười bảy mười tám là thường. Nhưng mợ không muốn nghĩ gì tới chuyện chồng con nữa, bị thất tình một lần khiến mợ sống khép kín với mọi người. Phải nói trong xóm Cầu Kho cũng có nhiều thanh niên để ý đến mợ, họ gọi mợ bằng Cô Hai, có người có công ăn việc làm đàng hoàng. Nhưng họ có chung một điểm làm mợ không thể thân thiết với họ được : họ có cách ăn nói khác, cách cư xử khác, cách ăn mặc khác. Thời ấy, sự kỳ thị Nam Bắc còn rất nặng nề, những khác biệt trong lối sống đáng lẽ ra không có gì để chia rẽ nhau, cũng là cái hố ngăn cách giữa « người Bắc » và « người Nam ». Chắc chắn mấy chục năm đô hộ của Pháp chia nước mình ra làm ba « kỳ » đã có ảnh hưởng lớn đến sự kỳ thị giữa người dân ba miền. Bây giờ con thấy vợ chồng Nam Bắc lấy nhau là thường, chứ thời mợ thì còn hiếm lắm.

Phải công nhận hồi đó mợ cũng có suy nghĩ như mọi người, một suy nghĩ bây giờ thấy là thiển cận, nhưng hồi đó xem là bình thường : mợ chỉ có thể lấy chồng người Bắc được thôi. Mà ngoài bác Đoàn ra, mợ không quen biết ai khác cả.

Một hôm, một bà bạn thân của bà ngoại, cũng làm việc trong một gia đình người Pháp, bàn với bà : *« Cháu nó không chịu lấy chồng người Nam, thế nó có chịu lấy người Pháp không ? Tôi biết một sĩ quan trẻ người Pháp muốn tìm vợ Việt Nam đàng hoàng tử tế, nếu cháu nó chịu tôi giới thiệu cho. »*

Lấy chồng Tây ? Trời ! Mợ sửng sốt khi nghe thế. Mợ biết lối sống của người Pháp vì mợ cũng làm việc trong một gia đình người Pháp, thường xuyên tiếp xúc với họ, nhưng làm sao có thể lấy chồng Pháp được ! Phải nói là ở Sài Gòn, chồng Pháp vợ Việt không phải là hiếm, vì Nam kỳ là một thuộc địa Pháp nên ảnh hưởng văn hóa cũng làm cho bớt đi sự kỳ thị. Nhưng ở Bắc kỳ và Trung kỳ, những người đàn bà Việt lấy chồng Pháp bị gọi một cách khinh bỉ là « Me Tây ».

Mợ từ chối vì nhiều lý do, nhưng lý do chính là mợ sợ bị gọi là Me Tây. Bà ngoại con giải thích rằng chữ « Me Tây » dùng để chỉ những người sống với người Pháp để moi tiền, chứ không phải những cặp vợ chồng lấy nhau đàng hoàng. Bà bạn của bà ngoại con kể ra mấy cặp vợ Việt chồng Pháp sống với nhau hạnh phúc. Chính bà cũng có một cô cháu lấy một sĩ quan trẻ người Pháp, sống sung sướng ở ngay xứ Sài Gòn này. Và anh sĩ quan trẻ này có người bạn đồng đội thấy gia cảnh bạn như thế, cũng muốn tìm một thiếu nữ đàng hoàng người Việt lấy làm vợ. Con phải biết là sĩ quan Pháp qua Đông Dương hồi đó bình thường có thời hạn là hai năm, hết hạn thì về lại mẫu quốc hoặc xin gia hạn thêm, nhưng vì đang là thế chiến thứ hai nên thời gian ở Đông Dương trở thành vô hạn, khi mà chiến tranh vẫn còn tiếp tục. Vì vậy mới có mấy người trẻ tuổi độc thân tìm cách lập gia đình với người Việt để có cuộc sống ổn định hơn.

Mợ nhất định không chịu, tới một lúc bà ngoại con phải xẵng giọng : *« Có người mai mối cho mày có tấm chồng đàng hoàng mà cũng không chịu thì mày tự lo lấy đi, tao không chứa chấp mày mãi được ! »*

Nghe vậy mợ lại tự ái nổi lên ! Bà ngoại con đã bỏ mợ một lần ở nhà quê để theo ông Phó qua Lào qua Xiêm, bây giờ lại định bỏ mợ lần nữa hay sao ? Đã vậy thì mợ sẽ tự lo liệu ! Nhưng lo làm sao đây ? Mợ rối trí điên đầu không biết nghĩ sao… Bà ngoại lại xuống nước dỗ dành, rồi bà bạn làm mối cũng đến dỗ dành, và cuối cùng mợ đành xuôi theo, chấp nhận cho bà quen giới thiệu mợ với người Pháp trẻ kia.

Đây là một trung úy, hồi đó gọi là quan hai. Ông ấy đóng đồn trên đảo Bình Ba là đảo ngay cửa vào vịnh Cam Ranh, là một trong ba sĩ quan phụ trách một đơn vị quân đội Pháp bảo vệ vịnh Cam Ranh, thời đó vịnh này cũng đã quan trọng lắm rồi. Ông ấy không về Sài Gòn được nên gửi cho mợ lá thư kèm theo tấm hình, qua trung gian người bạn của ông ấy cũng có vợ Việt Nam sống ở Sài Gòn. Thư viết với lời lẽ lịch sự, nói rõ ý định muốn lập gia đình với một người Việt vì qua mấy năm sống ở Việt Nam rất thích người Việt. Hình cho thấy một chàng trai trán cao, mặt mày sáng sủa, dáng vẻ cương nghị. Mợ cảm thấy yên tâm…

Thư qua lại nhiều lần để tìm hiểu, mợ cũng gửi hình cho ông ấy xem mặt, và cuối cùng hai bên đồng ý tiến tới. Ông ấy nhờ bà bạn của bà ngoại làm đại diện nhà trai mua trầu cau lễ vật đem đến nhà để hỏi theo phong tục Việt Nam. Con biết là ngày xưa, lễ hỏi là quan trọng lắm, nhà gái nhận trầu cau là xem như đã chấp nhận cho con gái mình làm vợ người ta rồi.

Một ngày đẹp trời tháng tư năm 1943, mợ lấy xe lửa – hồi đó mợ còn gọi theo tiếng Bắc là tàu hỏa – đi ra Cam Ranh. Đường xe lửa gọi là « Xuyên Đông Dương » chạy dọc từ Sài Gòn ra Hà Nội, ngưng ở ga Ngã Ba là nhà ga trước khi đến Nha Trang. Từ ga này, mợ phải xuống tàu và lấy một chuyến xe lửa khác đến ga Ba Ngòi, là một thị trấn ở cửa vịnh Cam Ranh chỉ cách ga Ngã Ba có năm cây số. Ở đấy có xe nhà binh Pháp chờ sẵn đón mợ ra bến tàu, rồi đi ca-nô ra đảo Bình Ba. Bây giờ nghĩ lại, mợ không hiểu sao hồi đó mợ dám liều lĩnh như thế ! Càng nghĩ lại càng thấy kinh hoàng cho sự liều lĩnh của mợ… nhưng sự thật nó là như thế! Phải chăng là vì bốc đồng mà mợ dám một thân một mình ra đi ?

Đồn lính nằm trên một ngọn đồi cao trên đảo, còn khu nhà nằm phía dưới thung lũng cho khuất gió. Đảo này có thể gọi là « đỉnh gió hú » được ! Mợ chợt choáng váng vì chưa khi nào tới một nơi hoang dã, gió nhiều như thế. Trước đây mợ ở nhà quê chật chội nhưng ấm áp, rồi sau đó ở Sài Gòn ồn ào mà sống động, còn trên hòn đảo này… Mọi người rất ân cần với mợ, từ người chồng trung úy, một người cao ráo đẹp trai bặt thiệp, đến lính tráng Pháp cũng như Việt đều lễ phép đối với mợ. Hai người sĩ quan kia cũng người Pháp, một đại úy và một thiếu úy cũng cư xử thật lịch sự với một người phụ nữ Việt Nam mà họ gặp lần đầu.

Nhưng chỉ được hai tuần… mợ đòi về lại Sài Gòn ! Mọi người ngạc nhiên và khuyên bảo hết lời, nhưng mợ nhất định đòi về. Cuối cùng mọi người đành chịu thua, và mợ đã đi ngược lại con đường mới đi hôm trước. Mợ đã bốc đồng khi quyết định ra hòn đảo này, mợ cũng lại bốc đồng khi đòi về. Mợ sống trên đảo vỏn vẹn có mười bảy ngày !

Về lại nhà, bà ngoại con và mọi người quá ngạc nhiên. Hỏi mợ tới tấp. Tại sao ? Tại sao ? Nhưng mợ không nói tiếng nào để giải thích thái độ của mợ. Mợ sống khép kín với mọi người, khép kín với cuộc sống bên ngoài, cho tới một ngày mợ cảm thấy trong người có cái gì thay đổi khác lạ. Mợ đành thổ lộ với bà ngoại con. Bà nhìn mợ lắc đầu…

Mợ đã mang thai. Đó là mùa xuân 1943.

4. Hòn đảo định mệnh

(Trích nhật ký của Long)

Tháng 12-2006

Chiếc phi cơ Airbus tiến dần vào chỗ đậu, đi qua một dãy nhà vòm cũ kỹ của quân đội Mỹ ngày xưa để lại, chắc là nhà để cất chứa chiến đấu cơ hồi đó. Cũng lạ, chiến tranh đã chấm dứt hơn ba chục năm rồi mà những vết tích đã hoen rỉ này vẫn còn đây. Ngày xưa Tân Sơn Nhứt vừa là phi trường dân sự, vừa là phi trường quân sự, ngay sát cạnh căn cứ không quân Phi Long, chỉ cách trung tâm Sài Gòn có mấy cây số.

Bước ra khỏi cửa phi cơ để chui vào cái ống dẫn khách vào nhà ga, một luồng khí nóng quen thuộc phả vào mặt, kéo tôi về lại không khí của mấy chục năm trước. Cuối năm rồi mà Sài Gòn vẫn nóng quá, trong khi ở phi trường Charles de

Gaulle, Paris thì lạnh run… Cái áo khoác dày cộm cầm trên tay tôi trở thành lạc lõng trong cái Sài Gòn nóng bức này !

Vào đến bên trong nhà ga, máy lạnh chạy hết cỡ làm tôi sực nhớ tới ngày xưa, khi bước vào rạp Rex cũng có cảm giác như bây giờ. Rạp Rex ở trung tâm Sài Gòn khánh thành năm 1962, khách vào đấy vừa để xem xi-nê, vừa để hưởng cái không khí lạnh « tối tân » thời bấy giờ !

Chỉ có vài người đứng xếp hàng trước tôi ở ghi-sê công an xét hộ chiếu, vậy mà cũng phải chờ khá lâu. Khi tới phiên mình tôi mới hiểu, người công an mang cấp bậc trung tá – hai sao hai vạch, tôi ngạc nhiên vì cấp bậc cao như thế mà ngồi đây kiểm soát hành khách, thường chỉ là thượng úy hay đại úy thôi – tay cầm hộ chiếu mắt nhìn màn hình chăm chú, không biết vì phải đọc nhiều thứ quá hay vì hệ thống liên lạc bị chậm, sốt cả ruột… Cuối cùng tôi cũng thở phào khi cám ơn anh công an trả lại tôi cuốn hộ chiếu kèm theo một câu chúc bặt thiệp. Tôi có cảm giác dễ chịu là nhân viên làm việc ở cửa ngõ của nước mình càng ngày càng lịch sự hơn.

Năm năm trước, tôi đã phải ở lại chỗ này hơn bảy tiếng đồng hồ mới ra gặp được các em các cháu đến đón chờ ngoài đường. Dĩ nhiên, đó là trường hợp đặc biệt vì tôi bị công an từ Sài Gòn lên « làm việc ». Mười bốn năm trước thì ngược lại, thời gian tổng cộng trong phi trường chỉ độ mươi phút, vì một anh chàng hải quan học trò cũ của cậu em rể dẫn tôi qua chỗ công an kiểm soát hộ chiếu và hải quan kiểm soát hành lý mà không cần xếp hàng gì cả !

Gặp lại Vy và Hoài tay bắt mặt mừng. Hai vợ chồng đứng chờ ở ngoài đường, sau dãy rào cản bằng sắt. Nhà ga cũ nhỏ quá không có chỗ cho thân nhân chờ khách tới, nhà ga mới chưa thấy đâu. Người ta phải đứng ngoài đường, nắng chang chang hay mưa như trút nước cũng vậy. Và thân nhân thì đông lắm, có lẽ phải gấp mười lần số hành khách quốc tế đến đây. Đa số là Việt kiều về thăm quê hương, thăm gia đình, đi du lịch. Những người trước kia ra đi không hy vọng ngày về, bị xem là « ôm chân đế quốc », nay trở thành « khúc ruột ngàn dặm » và được ân cần mời về, mang theo tiền để giúp gia đình, để đi du lịch. Tốt hơn nữa là mang tiền về đầu tư.

Vy là em gái thua tôi bốn tuổi. Em cùng mẹ khác cha, nhưng chẳng khác gì anh em ruột. Vy rất thân với tôi từ nhỏ. Từ ngày tôi ra đi, Vy là gạch nối liên lạc với gia đình còn lại ở Việt Nam.

Hoài là một nhà văn phản kháng được biết đến nhiều ở hải ngoại. Gốc ở Huế, năm 1966 đã bị chính quyền ở đấy cầm tù mấy tháng vì tội tham gia phong trào của sinh viên chống đối chính phủ Nguyễn Cao Kỳ. Năm 1974, đang dạy văn một trường trung học ở Bảo Lộc, Hoài hoạt động bí mật cho Mặt trận Giải phóng trong giới giáo chức và phụ huynh học sinh, rồi được kết nạp vào đảng Cộng sản. Khi miền Bắc chiến thắng năm 1975, Hoài phụ trách đoàn thanh niên của tỉnh. Nhưng cũng như nhiều trí thức khác sống với lý tưởng, Hoài thất vọng trước thực tế phũ phàng của những đảng viên ở mọi cấp lạm dụng chức vụ để hưởng lợi cho cá nhân mình. Hoài lại trở thành phần tử phản kháng với những bài viết và hành động đòi dân chủ, tự do. Lần này giá phải trả nặng nề hơn nhiều so với mấy tháng tù năm 1966 : Hoài bị khai trừ đảng, kéo theo mất việc làm, bị bao vây kinh tế, bị công an gọi lên gọi xuống làm việc cả tháng trời, và cuối cùng bị quản chế hai năm, một hình thức « tù tại gia ». Vợ vẫn tiếp tục dạy học, nhưng bị kỳ thị vì chồng có án, và cuối cùng phải nghỉ hưu non.

Nhưng đó là chuyện từ hơn mười năm trước. Giờ đây, hai vợ chồng đã dễ thở hơn, và đến đón tôi với chiếc Honda. Cứ gọi chung là Honda, thật ra là một chiếc xe của Trung Quốc cũ mèm, rẻ tiền. Ngay gần đó là một đoàn xe « ôm » mời khách. Vy gọi một chiếc taxi thay vì đi xe ôm vì cái va-li của tôi hơi to.

Chuyến về lần thứ ba này đã dự tính sẽ đi cùng với hai vợ chồng một vòng thăm đất nước. Hai chuyến trước chỉ quanh quẩn ở nhà, lần đầu về thăm bà cụ bị tai biến mạch máu não, lần sau về khi bà cụ mất.

Nhưng trước khi đi du lịch, đầu tiên tôi cũng về Bảo Lộc (trên đường Sài Gòn – Đà Lạt) nơi còn năm người em ở đấy. Mộ bà ngoại, ông bà cụ cũng ở đấy. Mộ một đứa em chết vì đạp phải bom mìn khi đi làm gỗ trong rừng năm 1981 cũng ở đấy. Còn hai đứa nữa mộ ở Sài Gòn, đã phải bốc mộ để hỏa thiêu, bình tro để trong chùa vì nghĩa trang giải tỏa để dùng vào việc khác.

Tôi về kỳ này dự tính sẽ cùng Vy và Hoài đi một vòng thăm đất nước từ Nam ra Bắc. Hai vợ chồng đã có kinh nghiệm đi một lần theo lộ trình tương tự mấy năm trước, nên tôi chỉ việc đi theo, không phải lo nghĩ gì cả. Dự trù đi xe đò Sinh Café từ Sài Gòn ra Hà Nội, với những trạm nghỉ dọc đường như Mũi Né, Nha Trang, Hội An, Huế. Thời gian ở Hà Nội sẽ đi thăm những thắng cảnh nổi tiếng như vịnh Hạ Long, Ninh Bình, Hoa Lư, Phát Diệm… Khi về sẽ đi xe lửa Thống Nhất từ Hà Nội vào Huế, sau đó đi xe đò lên Kontum theo con đường quốc lộ 1b mới mở trên dãy Trường Sơn, rồi tiếp tục đến Pleiku, Ban Mê Thuột và trở về theo con đường băng qua rừng mới phục hồi từ Ban Mê Thuột về Đà Lạt. Vy và Hoài sống ở Đà Lạt từ mấy chục năm rồi.

Đây là các địa danh quen thuộc cho khách du lịch. Nhưng riêng tôi, tuy đã sống 36 năm trên đất nước này trước khi ra đi, vẫn có rất nhiều nơi tôi chưa được đặt chân đến. Cũng dễ hiểu, thời chiến tranh di chuyển không dễ dàng, thêm vào đó tôi bù đầu với công việc, còn lúc nào nghĩ đến chuyện du lịch nữa ! Còn những tỉnh phía bắc thì đương nhiên không thể đến được trong hơn hai mươi năm đất nước bị chia cắt. Khi thống nhất năm 1975, tôi đã muốn có một chuyến thăm lại Hà Nội xưa, nhưng giấc mơ đã không thực hiện được lúc ấy !

Nhưng đó là chuyện quá khứ mấy chục năm trước. Trở lại hiện tại với chuyến đi kỳ này, trong thâm tâm tôi muốn đến một nơi không liên quan gì đến du lịch cả. Đó là một cuộc hành hương thì đúng hơn. Hành hương về nơi chốn tôi đã đi từ cõi hư vô vào thế giới của sự sống. Tôi muốn theo vết chân mẹ tôi đến đảo Bình Ba, ngắm nhìn phong cảnh mẹ tôi đã ngắm nhìn 63 năm trước, hít thở không khí ướp mùi biển mặn mẹ tôi đã hít thở, hứng làn gió mát từ ngoài khơi thổi về, đem đến bao ước vọng ở một tương lai tươi sáng…

Trạm dừng chân đầu tiên là Mũi Né, trước kia là một làng chài nhỏ gần Phan Thiết, nay trở thành một khu du lịch rất được khách ưa chuộng, nhất là khách nước ngoài. Sau đó đến Nha Trang, bãi biển vẫn đẹp như hồi nào, tiếc là có cái công trình gì đó khổng lồ xây dở dang bỏ nửa chừng nằm ngay chỗ trung tâm, nghe nói đã như thế từ nhiều năm rồi. Ngày xưa tôi có dịp ghé qua Nha Trang, nhưng chưa khi nào được ở đấy, và vẫn rất thích thành phố biển này.

Ngay sáng hôm sau, chúng tôi thuê hai chiếc xe Honda, Hoài lái một chiếc, tôi lái một chiếc chở Vy. Lần về nước kỳ này cũng như hai lần trước, mỗi khi có thể được tôi vẫn thích dùng xe đạp hoặc xe Honda để di chuyển, vừa tìm lại cảm giác thời xưa, vừa có tự do đi đường nào mình thích, ghé chỗ nào mình muốn.

Chạy từ Nha Trang ra Ngã Ba Thành, chúng tôi rẽ trái lấy quốc lộ 1 đi về phía nam, hướng Cam Ranh. Hai bên đường ruộng lúa xanh tươi mát mắt. Lác đác những căn nhà gạch xây dở dang. Làng xóm thấp thoáng xa xa. Trời bắt đầu mưa, Vy ghé vào một cây xăng mua ba cái áo mưa bằng nhựa mỏng dính, loại dùng một lần rồi vứt.

Đến Cam Ranh lúc nào không biết, vì thành phố trải dài hàng chục cây số dọc theo quốc lộ. Một con đường khác mới khánh thành, song song với quốc lộ, chạy dọc theo bờ biển rất đẹp, xe đò đã qua đấy hôm qua khi đi từ Phan Thiết đến Nha Trang. Nhưng con đường vắng tanh, vì không đi qua làng xã nào cả, trong khi quốc lộ đi ngang Cam Ranh thì đông đúc tấp nập.

Cảng Ba Ngòi nằm về phía nam thị xã Cam Ranh. Nhưng trước khi ra bến cảng để đi ra đảo Bình Ba, tôi muốn đến ga Ngã Ba là nơi mẹ tôi ngày xưa đã xuống để chuyển từ con tàu xuyên Đông Dương (transindochinois) chạy từ Sài Gòn ra Hà Nội, qua một chuyến tàu địa phương nối liền ga Ngã Ba và ga Ba Ngòi chỉ cách đó có mấy cây số.

Muốn chắc ăn phải hỏi thăm đường người dân ở đấy để đi đến ga Ngã Ba, không thể nào tìm bảng chỉ đường như bên các xứ Âu Mỹ được. Kinh nghiệm cho thấy bất kỳ nơi nào, hỏi thăm người dân địa phương cũng được tận tình và vui vẻ chỉ dẫn.

Phải theo một con đường ngoằn ngoèo về phía đất liền, rồi quẹo trái vào một con đường đá, băng qua một cây cầu nhỏ lát gỗ đã bắt đầu mục, khi xe hai bánh đi qua các thanh gỗ nhảy lên xòng xọc như muốn văng ra ngoài ! Và rồi nhà ga hiện ra, xinh xắn nổi bật sau lùm cây, có lẽ mới được sơn phết lại. Phía trước nhà ga có một đường rầy xe lửa, có mấy toa xe cũ kỹ nằm trên đó, chắc là đường rầy đi về ga Ba Ngòi ngày xưa. Còn phía sau có hai đường rầy song song, chuyến tàu Thống Nhất vẫn chạy qua đấy.

Đường sắt « xuyên Đông Dương » do người Pháp xây dựng trong những năm 1920, 1930 là một kỳ công kỹ thuật thời bấy giờ. Tiếc rằng đường rầy hẹp nên cho đến bây giờ tàu vẫn không thể chạy nhanh được. Và vì chỉ có một đường duy nhất, nên hai chuyến tàu ngược chiều phải đợi nhau ở những nhà ga quan trọng, nơi đấy đường rầy mới tách làm hai để các chuyến tàu tránh nhau.

Thấy chúng tôi đến, một người đàn ông trạc ngoài sáu mươi đến chào hỏi xem có giúp được gì không. Tôi nói chỉ muốn đến nhà ga này để thăm một nơi mà mẹ tôi đã đặt chân đến trong một cuộc hành trình quan trọng trong đời bà cách đây hơn nửa thế kỷ. Người đàn ông kể rằng ông đã sống ở đây từ nhỏ, ngay căn nhà bên cạnh nhà ga, là nhà của cha mẹ ông từ xưa. Thời kỳ chiến tranh cũng đã đi lính, sau khi đất nước thống nhất cũng đã phải một thời gian đi cải tạo trong các trại. Và cuối cùng trở lại quê cũ sinh sống cho tới bây giờ. Ông cho biết nhà ga vẫn y nguyên như thời Pháp, chỉ có sơn phết lại cho mới thôi. Nhưng đường xe lửa từ ga Ngã Ba đến ga Ba Ngòi thì đã ngưng hoạt động từ thời chiến tranh, và nhà cửa cư dân mọc lên xóa luôn cả vết tích của con đường sắt này. Hiện nay chỉ còn độ trăm thước đường rầy từ nhà ga ra, trên đó còn đậu mấy cái toa cũ kỹ mà chúng tôi thấy. Ngược lại, hai đường rầy phía sau nhà ga vẫn còn dùng, và xe lửa Thống Nhất vẫn qua đó hằng ngày.

Tôi đứng trên sân ga thả hồn về quá khứ, tưởng tượng mẹ tôi bước từ toa xe xuống cái sân ga này. Mẹ tôi có nhiều đồ đạc không ? Chắc chỉ có cái va-ly nhỏ, hồi đó làm gì có đồ đạc gì nhiều ! Mẹ tôi có phải đợi ở đây lâu trước khi lấy chuyến xe lửa nhỏ vào Ba Ngòi không ? Chắc là không, thường người ta cũng tìm cách cho giờ giấc ăn khớp nhau…

Tôi sẽ còn miên man với những câu hỏi vẩn vơ như thế mãi nếu không có Vy nhắc là phải đến bến tàu Ba Ngòi để còn đi ra đảo Bình Ba.

Chúng tôi đến nơi khoảng 11 giờ, và rất ngạc nhiên vì quang cảnh vắng lặng của nơi này. Thường thì bến tàu, nhất là tàu đánh cá chắc lúc nào cũng phải đông đúc chộn rộn chứ ! Có lẽ không đúng giờ chăng ? Dưới bến rất nhiều tàu đánh cá, to nhỏ đủ cỡ, có chung một mẫu số là sơn xanh, một màu xanh rất đặc biệt, giữa màu xanh da trời nhạt và màu xanh nước biển đậm.

Ga Ngã Ba 2007, với đường rầy hẹp, có từ thời Pháp

Tôi đã tìm trên mạng Internet để hiểu thêm về đảo Bình Ba trước khi tới đây. Đảo nằm án ngữ cửa vào vịnh Cam Ranh, ở một vị trí rất tốt cho việc bảo vệ vịnh. Đảo gồm hai ngọn đồi nối liền bởi một dải đất hẹp là nơi có làng chài. Những năm gần đây, đảo trở nên trù phú nhờ nghề nuôi tôm, không phải loại tôm thường mà là "tôm rồng" (langouste, spiny lobster). Không phải con "tôm hùm" (homard, lobster) chỉ có ở biển lạnh và có hai càng, con tôm rồng sống ở biển nước ấm, không có càng, thường là rất to, thịt rất ngon. Vẫn theo tài liệu hình ảnh trên mạng, trên một ngọn đồi còn lại một pháo đài xây từ thời Pháp, có tài liệu còn nói chính xác vào năm 1939, khi đệ nhị thế chiến bắt đầu. Chính quyền bảo hộ thời đó lập một căn cứ quân sự trên đảo với những khẩu đại pháo để bảo vệ vịnh Cam Ranh. Ngày nay, người ta có thể lên đảo bằng một chiếc tàu chở khách chạy mất 40 phút.

Nhưng tôi đã không xem kỹ trên mạng về giờ giấc của tàu chở khách này, nên khi đến nơi, chiếc tàu đã rời bến lúc 10 giờ, và chuyến sau sẽ đi vào lúc 3 giờ chiều. Thế là lỡ tàu ! Nếu đi chuyến chiều, sẽ không có tàu quay lại trong ngày nữa, nghĩa là phải ngủ lại trên đảo.

Đành phải tìm cách khác. Vy và Hoài xuống sát bờ nước tìm gặp vài người chủ tàu còn làm việc trên tàu của họ, và cuối cùng tìm được một người chịu đưa chúng tôi ra đảo Bình Ba và đưa trở về trong ngày. Dĩ nhiên là giá cả đắt gấp nhiều lần giá vé của chuyến tàu khách, nhưng làm cách nào khác được ? Vy cũng mặc cả cho có lệ và cuối cùng thỏa thuận trên giá cả.

Trước khi lên tàu, người chủ tàu đưa chúng tôi đến nhà một cư dân ở đầu bến để gửi hai chiếc Honda. Nghề giữ xe hai bánh có lẽ là nghề thịnh hành nhất trên cả nước lúc đó, từ thành phố lớn đến thị trấn nhỏ cho đến vùng quê, nơi nào có phố có chợ là có nghề này !

Bến tàu Ba Ngòi 2007. Tác giả và người em rể.

Trên đường quay lại bến tàu, người chủ tàu cho chúng tôi biết là trong khi chúng tôi gửi xe, có công an biên phòng đến nói với anh ta là muốn gặp chúng tôi. Anh nói thêm, nói nhỏ

đủ cho Hoài nghe: « Chắc mấy ổng muốn kiếm chác gì đó ! ». Tôi rất ngạc nhiên khi nghe thế. Vẫn biết chuyện hối lộ xảy ra như cơm bữa, nhưng phải có cái gì đó, hoặc nhờ vả, hoặc có chuyện gì bất chính cần cho qua, đằng này đi tàu ra thăm đảo sao lại phải hối lộ ? Vả lại tôi chưa khi nào biết hối lộ, vợ chồng Hoài và Vy cũng vậy, nên nếu muốn cũng chẳng biết phải làm sao !

Thôi đành gặp xem họ muốn gì. Lúc đó tôi mới để ý có một đồn công an biên phòng ngay trên bến tàu. Ba người chúng tôi bước vào, được một người công an mời chúng tôi ngồi trước một cái bàn làm việc. Anh công an lấy ra một hồ sơ và đưa cho chúng tôi xem một tấm giấy của chính quyền quy định đảo Bình Ba và cảng Ba Ngòi là những địa điểm thuộc vùng biên giới, là những "xã biên phòng". Rồi cho chúng tôi xem một tờ giấy khác quy định người nước ngoài muốn đến các nơi biên phòng này phải có giấy phép đặc biệt của bộ Công an. Anh hỏi tôi có giấy phép đó hay không[ii].

Tôi nói tôi không phải người nước ngoài, tôi là Việt kiều về thăm quê hương. Anh công an đòi xem hộ chiếu. Tôi đưa hộ chiếu Pháp. « Anh gốc là người Việt Nam, nhưng bây giờ anh có hộ chiếu của Pháp tức là anh có quốc tịch Pháp, như vậy anh là người nước ngoài. » Tôi cãi lại : « Tôi có quốc tịch Pháp, nhưng tôi vẫn

[ii] Câu chuyện này xảy ra năm 2007, vài năm sau đảo Bình Ba trở thành một địa điểm du lịch được các công ty du lịch giới thiệu rộng rãi. Không biết khách nước ngoài có phải xin phép đặc biệt của Bộ Công an để đến đây du lịch hay không.

còn quốc tịch Việt Nam, chính các ông công an ở trung ương khẳng định với tôi như thế khi tôi phải làm việc với họ 5 năm về trước. » « Anh có hộ chiếu Việt Nam không ? Anh có thẻ chứng minh nhân dân không ? Nếu không thì đối với luật pháp anh là người nước ngoài. » Có nghĩa là tôi phải về xin phép với bộ Công an cho tôi ra đảo Bình Ba, và giấy phép này, nếu được cấp, cũng phải mất mấy ngày là ít !

Tôi không tưởng tượng được lại gặp phải một chướng ngại giờ chót như thế. Nhưng làm sao bây giờ ? Nếu biết trước có thể đã nhờ người chủ tàu « điều đình phải trái » cho xong chuyện, nhưng thật tình trong thâm tâm tôi vẫn không muốn làm kiểu đó.

Để tự an ủi, tôi nghĩ thôi không đi cũng được, vì gió có vẻ muốn thổi mạnh hơn, mưa vẫn lâm râm, chắc là biển cũng bắt đầu động, và thế nào tôi cũng bị say sóng. Đây là một cái chứng – nếu không muốn nói là bệnh – làm tôi khổ sở từ nhỏ mỗi lần phải đi đâu xa. Bất cứ đi xe đò khi xe lên đèo, hay đi máy bay lúc bị lắc lư, tôi bị « say xe », « say máy bay », còn tàu thuyền thì chỉ cần đặt chân lên là đã khó chịu rồi, nếu biển động thì mặt mày xanh xám và ói mửa là chuyện cầm chắc trong tay !

Nhưng Vy và Hoài thì rất bực tức về chuyện này. Hồi nào tới giờ có khi nào nghe nói đến các « địa phận biên giới » cần bảo vệ không cho người nước ngoài đến ? Việt Nam đang khuyến khích du lịch, đảo Bình Ba nằm chơ vơ hẻo lánh như thế thì có gì phải cấm ? Hai vợ chồng chắc chắn là công an sẽ không hỏi gì nếu ông anh không có khuôn mặt giống Tây. Và cũng chắc chắn rằng đây chỉ là một cách để vòi tiền…

Riêng tôi không còn nghĩ đến những chuyện bủn xỉn ấy nữa. Tôi đứng trên bến tàu, kéo cổ áo ngoài lên cao che bớt gió. Tôi đã đi hơn bốn chục cây số bằng xe hai bánh, dưới trời mưa tầm tã, một cuộc hành trình khá vất vả, tôi đã dành riêng một ngày để viếng thăm nơi mà mẹ tôi đã trải qua những ngày then chốt của đời mình. Vậy mà bây giờ tôi phải đứng đây chịu trận, vì một lý do không thể nào ngờ có thể xảy ra…

Tại sao tôi lại không có quyền viếng thăm một nơi ngay trên đất nước của tôi ? Tôi đã sinh ra ở đây, tôi đã sống 36 năm đầu đời mình trên quê hương này, tôi đã làm việc, đã yêu, đã vui, đã buồn, đã đau khổ, đã sung sướng… tóm lại đã sống hết mình trên mảnh đất này. Tôi có phải là « người nước ngoài » đâu ! Tôi có khi nào chối bỏ tôi là người Việt Nam đâu ! Ngay cả trên pháp lý, tôi có khi nào từ khước quốc tịch Việt Nam đâu, mặc dầu tôi có hộ chiếu của Pháp và hộ chiếu của Mỹ. Năm năm trước đây, chính công an ở Sài Gòn đã khẳng định với tôi – khi họ dọa kết tội tôi theo điều 88 của bộ luật hình sự là tuyên truyền chống chính quyền – rằng tôi sẽ bị xét xử theo luật pháp của Việt Nam với tư cách là một công dân Việt Nam kia mà !

Nhưng sự thật rất phũ phàng : tôi chỉ được đứng trên bến tàu này, nhìn ra biển mênh mông mờ mịt trong mưa bụi, phỏng đoán qua làn mưa một hòn đảo ẩn hiện đâu đó. Hòn đảo định mệnh. Hay là mẹ tôi ở đâu đó không muốn cho tôi đi đến đấy, không muốn cho tôi đặt chân lên hòn đảo đã làm mẹ tôi xót xa. Phải rồi, chắc là thế. Chắc chắn là như thế !

Tôi vẫn không biết rõ lý do tại sao mẹ tôi rời bỏ hòn đảo chỉ sau thời gian quá ngắn. Mẹ tôi không muốn nói ra, hay là ký ức mẹ tôi cũng đã phai nhòa… Tôn trọng mẹ nên tôi không khi nào hỏi gặng về chuyện này. Không khi nào hỏi. Một lần duy nhất năm 17 tuổi, ngồi dưới giàn hoa trước căn nhà thuê ở Kontum, mẹ tôi đã đi vào chi tiết những gì xảy ra thời đó. Nhưng chỉ là chi tiết những sự việc bên ngoài thôi, còn tận đáy lòng, những tình cảm như thế nào thì mẹ tôi không muốn khơi lại nữa. Bây giờ đứng đây nhìn về phía đảo, tôi chỉ có thể phỏng đoán…

Có phải là do hòn đảo có khí hậu khắc nghiệt với gió hú ngày đêm ? Hay là vì sự khác biệt quá lớn về văn hóa tây phương và đông phương ? Hay là đơn giản hơn, vì mẹ tôi cảm thấy có cái gì đó làm cho tình yêu không bắt rễ được, và đã như thế thì nên chia tay sớm còn hơn để kéo dài một sự ngộ nhận ?

Nghĩ tới đây, tôi cảm thấy trào dâng trong lòng một niềm thương vô hạn đối với mẹ tôi, một tình cảm tôi chưa từng có trước đây. Nhưng đã quá trễ, vì mẹ tôi đã ra người thiên cổ từ nhiều năm rồi. Tôi đã sống suốt cuộc đời mình mà chẳng khi nào đặt câu hỏi là mẹ mình có cảm xúc gì khi mang nặng đẻ đau ra mình không. Và phải đến giờ phút này, đứng ngay chỗ mà 63 năm trước, mẹ tôi đã leo lên tàu đi ra hòn đảo định mệnh, tôi mới mường tượng được tất cả nỗi thất vọng ê chề của một người con gái chỉ mong muốn có một gia đình êm ấm, mà cuối cùng thì, 17 ngày sau, người con gái đó đã phải quay về bến tàu này để rồi không khi nào còn trở lại hòn đảo là nơi tôi đã được nhen nhúm làm người.

5. Trở về quê ngoại - 1945

(Chuyện kể của bà ngoại)

Bà biết mợ con đã kể chuyện ngày xưa cho con nghe, bà cũng biết là mợ con rất ghét chuyện bà lấy ông Phó rồi hai người đi sang Lào sang Xiêm. Nhưng mà con cũng phải hiểu cho hoàn cảnh của gia đình mình lúc đó. Nếu bà không đi như thế thì mợ con suốt đời vẫn chỉ là một cô gái quê sống trong làng, mợ con sẽ chẳng biết gì về tất cả cái hay cái tốt cái đẹp ở những nơi khác. Và nhất là mợ con sẽ không có đứa con trai như con hôm nay. Nói gì thì nói, dù mợ con đã phải ngậm đắng nuốt cay vào thời đó, nhưng mà cuối cùng thì con đã làm hãnh diện cho gia đình. Con được học trường Pháp, con lại học giỏi, không thua gì con những gia đình danh giá giàu có. Nếu cứ ở ru rú trong góc làng thì có khi nào bà với mợ dám mơ ước có ngày có con cháu được học hành giỏi giang như thế !

Trở về chuyện khi mợ con biết là mang thai con, mợ con chỉ biết khóc ròng. Thời buổi đó, có con mà không có chồng là nhục nhã cho mình và cho cả gia đình họ hàng. Riêng mợ con thì khác vì đối với bà và gia đình, mợ con đã là gái có chồng, đã có trầu cau hẳn hoi. Nhưng phải thấy sự thật là mợ con đã bỏ chồng về lại với gia đình. Tức là có con mà vẫn không có chồng. Nhưng đau khổ thì đau khổ, cũng đành chịu thôi, biết làm sao ? Suốt chín tháng mười ngày mợ con không muốn gặp ai, chỉ quanh quẩn trong nhà. Và nhất định là sẽ giữ con chứ không cho bà sơ ở viện mồ côi. Hồi đó, cảnh những bà mẹ có con lai khi sanh ra cho con cho bà sơ thường xảy ra. Mợ con thì không như thế.

Con sinh ra mươi ngày trước Tết năm 1944, nên con tuổi Quý Mùi. Nếu con sinh mươi ngày sau, qua Tết rồi thì con sẽ ẩn tuổi mẹ là tuổi Thân.

Độ hai tuần sau thì con được mang đi rửa tội ở nhà thờ Cầu Kho[iii] là nhà thờ khu nhà mình ở. Mà con biết cha đỡ đầu con là ai không ? Chính là bác Đoàn, người đã định lấy mợ trước kia mà không thành vì gia đình bác ấy không bằng lòng. Sau chuyện đó thì bác Đoàn đã lấy vợ, đã có con, nhưng vẫn giữ liên lạc tốt đẹp với gia đình mình. Bác Đoàn nhận làm cha đỡ đầu cho con, cũng là một điều an ủi cho mợ con trong lúc đó.

Có con rồi mợ con cảm thấy sống lại. Con kháu khỉnh, ai cũng thương, mợ thương bà thương đã đành, mà ông Phó cũng quý con lắm. Vì ông ấy chỉ có hai con gái, không có con trai, khi lấy bà hy vọng có đứa con trai nhưng vẫn không có, nên bây giờ cưng con như con trai của ông vậy. Bà con lối xóm cũng thích xoa đầu tóc màu nâu nhạt của con, họ cũng cưng con lắm. Họ không còn nghĩ tới những câu chê cười mợ con trước kia nữa. Người miền Nam có cái hay, họ dễ tính, dễ quên, dễ tha thứ.

Nhưng con mới được vài tháng thì cuộc sống của cả gia đình gặp khó khăn. Thật ra là khó khăn chung của mọi người trong thời cuộc lúc bấy giờ. Sài Gòn trước kia được gọi là « Hòn ngọc viễn đông », vừa đẹp đẽ, đời sống lại sung túc, nhưng qua năm 1944, chiến tranh thế giới giữa Mỹ và Nhật lan tràn nên máy bay Mỹ B24 và B26 ném bom liên miên, ngay ở Sài Gòn cũng bị bom hằng đêm[3]. Bom nhắm vào quân đội Nhật, nhưng người dân cũng bị vạ lây. Vì vậy kinh tế bị trì trệ, ông Phó đang làm trong hãng thuốc lá Bastos bị cho nghỉ việc vì không còn nhiều việc làm, phải sa thải bớt nhân viên. Bà cũng mất việc vì các gia đình Pháp không còn tiền bạc rủng rỉnh để có thể mướn người may vá riêng trong nhà nữa.

Đêm đêm còi hụ báo động máy bay hú lên, thế là mọi người lại phải chạy ra ngoài đường xuống « tăng-sê » để tránh bom. Mợ con cũng phải ôm con chạy xuống hầm trú ẩn, mỗi lần nghe tiếng máy bay lại nằm rạp xuống lấy thân mình che chở cho con, giống như con gà mẹ che chở cho gà con dưới cánh của nó. Trong mấy xóm nghèo, gọi là hầm trú ẩn, thật ra chỉ là đào lề đường sâu xuống, đâu có mái che ở trên đầu, nếu có quả bom rơi vào đúng cái hầm thì chết nhiều lắm. Đã có cảnh đó rồi, chỉ cách nhà có hai con đường thôi, một quả bom rơi vào một cái « tăng-sê » làm mấy chục người vừa chết vừa bị thương.

Vì nguy hiểm như thế nên bà cố đi tìm một nơi trú ẩn ban đêm an toàn hơn. Bà đến nhà ông bà người Pháp là chủ cũ của bà, qua trung gian bà bếp vẫn còn làm ở đấy, để xin đến đêm tới ngủ nhờ. Khu phố Tây nên các hầm trú ẩn ngoài đường an toàn hơn, sạch sẽ hơn. Ông bà chủ cũng tốt bụng, cho cả nhà đến ngủ nhờ trong một căn phòng ở khu nhà ngang dành cho người giúp việc. Cứ tối tối, cơm nước xong, lại xách cái vali nhỏ đựng vài cái quần áo tã lót và giấy tờ hình ảnh quý nhất mang theo, đến ngủ nhờ trong cái nhà cảm thấy an toàn hơn khu nhà mình.

[iii] Thời gian là sinh viên ở Sài Gòn đầu thập niên 60, tác giả tìm đến nhà thờ Cầu Kho gặp vị linh mục ở đây để xin giấy chứng nhận rửa tội, lúc đó mới biết chính xác ngày sinh là 14 tháng 1 năm 1944, và rửa tội ngày 30 tháng 1. Trong giấy chứng nhận viết bằng tiếng la-tinh, chép từ sổ bộ của nhà thờ, có tên người đỡ đầu, tên mẹ, và lần đầu tiên tác giả được đọc « Patre ignoto » là tiếng la-tinh, dịch sát nghĩa tiếng Việt là « cha không biết là ai »), tiếng Pháp là « Père inconnu ». Thật ra, cụm từ này không chính xác, về phương diện pháp lý, viết là « cha không thừa nhận » thì đúng hơn. Nhưng trong giấy khai sinh tiếng Việt vẫn ghi là « Cha vô danh ».

Một đêm, cũng như mọi đêm khác, cũng có còi báo động, cả nhà chạy ra ngoài đường vào trong hầm trú ẩn. Đêm đó báo động kéo dài khá lâu. Không ngờ quân gian lợi dụng lẻn vào nhà người Pháp ăn trộm trong khi mọi người còn ở trong hầm trú bom. Đến hừng sáng định trở lại lấy va-li đi về thì thấy có cảnh binh đang ở đấy làm « ăng-két », bà sợ quá vội vàng cùng cả nhà đi về không dám vào nhà nữa.

Đến trưa bà trở lại xem, thấy không còn cảnh binh ở đấy nữa mới vào để lấy lại cái va-li thì mấy người ở đấy cho biết cảnh binh đã mang theo làm tang vật, vì điều tra ra thì biết là đêm đó có người lạ mặt đến ngủ nhờ, như vậy chắc là tòng phạm với bọn ăn trộm. Họ nói bà phải đến bót cảnh sát để lấy lại cái va-li và để ông Cò lấy khẩu cung. Nghe thế bà sợ khiếp vía, hồi đó nghe tiếng cảnh sát hay mật thám đã sợ lắm rồi, huống gì còn phải đến bót nữa thì chắc chỉ có chết thôi chứ sống sao nổi nữa, nên đành bỏ mất cái va-li, trốn luôn không khi nào dám trở lại khu đó nữa[iv] !

Thế là mợ con mất tất cả hình ảnh thơ từ của ba con trong cái vụ lộn xộn đó ! Mợ con cũng rất buồn về chuyện này, nhưng về sau cũng tự an ủi, chắc là trời xui đất khiến ra như vậy để mợ con cắt đứt tất cả mối liên lạc với ba của con, để sau này làm lại cuộc đời dễ dàng hơn chăng ! Nhưng cũng thật là xui xẻo cho con, số của con sau này là chẳng còn biết mặt mũi cha mình ra làm sao nữa !

Chỉ ít lâu sau đó, không còn có thể trả tiền thuê nhà ở khu Cầu Kho nữa, cả nhà phải lên ở nhờ một người quen trên Bà Điểm[4], vùng ngoại ô phía bắc Sài Gòn. Ở đây nổi tiếng về nghề trồng trầu. Bà cũng quay ra làm nghề buôn bán trầu cau để tạm sống qua ngày.

Nhưng làm sao có thể sống lâu dài như thế được… Ông Phó phải lấy quyết định quay về làng ở ngoài Bắc. Chưa biết sẽ làm gì để sống nhưng ít nữa vẫn còn nhà cửa ngoài đó không phải ở nhờ ai. Bà Phó già vẫn ở đấy trông nom nhà cửa. Về đấy ít ra còn có họ hàng làng nước, nương tựa vào nhau mà sống.

Bà thấy ông Phó quyết định như thế là phải, nhưng mợ con rất sợ phải về làng mang theo đứa con mà không có chồng, nhất lại là con lai, tha hồ cho người đời thị phi. Sống ở Sài Gòn là thành phố lớn, không ai biết ai, còn về làng mợ con sợ không chịu nổi những lời đàm tiếu của người làng. Mợ con nói thà chết ở đây chứ không về làng. Bà phải thuyết phục là mợ muốn chết thì chết, nhưng mợ có bổn phận phải nuôi con cho con sống, mà nếu mợ sống một mình ở Sài Gòn thì lấy gì mà nuôi con ?

Thế là cũng chỉ vì lo cho con mà mợ con đành quay trở lại làng cũ, sẵn sàng chấp nhận sự dè bỉu của làng xóm.

Bà lo bán tất cả cái gì còn bán được, rồi vơ vét tất cả tiền bạc dành dụm được bấy lâu nay để mua vé tàu hỏa trở về Bắc. Lúc đó con được 14 tháng, bà còn nhớ rõ. Tàu hỏa đi mất ba ngày mới đến nơi. Thời buổi đó đi đâu cũng nguy hiểm vô

[iv] Thời Pháp thuộc, người dân dùng nhiều từ ngữ phiên âm thẳng từ tiếng Pháp. « Bót » là phiên âm của chữ Pháp « poste ». Bót cảnh sát là poste de police. « Cảnh binh » (tên chính thức là Hiến binh) là Gendarme của Pháp (khác với Police ở chỗ là Gendarme có quy chế quân đội, còn Police thuộc bộ Nội vụ, tuy cả hai đều lo giữ trật tự an ninh). Người dân thường không phân biệt rạch ròi như thế, gọi chung là « cảnh binh » hay « đội xép » hay « cảnh sát ». « Ông Cò » hay « Ông Cẩm » là phiên âm của « Commissaire », nghĩa là Trưởng ty cảnh sát. « Gendarme » cũng có phiên âm là « Sen đầm » (thường nghe thấy trong cụm từ « sen đầm quốc tế »).

cùng vì máy bay Mỹ ném bom quân đội Nhật, ném bom cả các cầu cống để cản trở việc chuyển quân, việc tiếp tế. Khi có cầu bị sập lại phải « tăng-bo » (transbordement). Con tàu ngừng lại bên này cầu, mọi người đi xuống mang theo đồ đạc, rồi lếch tha lếch thếch đi bộ đến bến sông, dùng đò ngang qua sông, lại đi bộ một quãng nữa đến chỗ có chuyến tàu khác chờ phía bên kia cầu để đi tiếp. Thật là trần ai chuyến đi đó.

Cả nhà còn bị một phen hoảng vía tưởng là con chết ngộp rồi chứ ! Đó là khi qua Đèo Cả ở vùng Đại Lãnh, phía ngoài Nha Trang[5]. Tàu hỏa chui vào hầm Đèo Cả là hầm dài lắm, dài nhất trên quãng đường này. Hồi đó đầu máy chạy bằng hơi nước, nước nấu bằng củi, nên khói đen mù mịt. Mỗi khi vào hầm, khói bay vào trong toa, vì toa hạng ba đâu có cửa kính che kín đâu ! Ai cũng muốn ngộp, phải quạt luôn tay, huống hồ là con mới có 14 tháng. Càng ngày khói càng nhiều, mọi người xúm lại quạt lấy quạt để cho con thở, mà con thì mặt mày bắt đầu tái xanh tưởng đã ngất đi rồi, may quá tàu hỏa kịp thời ra khỏi hầm con mới tỉnh táo lại. Sau này người ta nói là khi qua hầm có dốc nên phải hai đầu máy mới đủ mạnh, thường thì một đầu máy kéo phía trước và một đầu máy đẩy phía sau, nhưng lần này cả hai đầu máy dồn phía trước nên khói nhiều quá mới bị ngộp như thế. Bà cũng chẳng biết ất giáp ra sao, nghe người ta nói thế thì biết thế…

Cuối cùng thì sau ba ngày ba đêm trần ai cũng đến được ga Thường Tín, cách 19 cây số trước khi đến ga Hà Nội. Đây là nhà ga sát với làng Hà Hồi là nơi chôn rau cắt rốn của mọi người, chỉ có con là sinh ra ở Sài Gòn thôi. Sau hơn mười năm cách biệt, ông Phó trở về nhà cũ, gặp lại bà Phó già vẫn kiên nhẫn chờ đợi ông không một lời phiền trách.

6. Hà Hồi, làng quê tôi

(Trích nhật ký của Long)

Tháng giêng 2007.

Một buổi sáng đẹp trời, một chút gió mát. Se se lạnh. Gọi là lạnh chứ dĩ nhiên chẳng thấm gì với cái lạnh cóng người tháng giêng bên Pháp mà tôi vừa nếm mùi mới tuần trước đây. Tháng giêng và tháng hai là những tháng lạnh nhất mùa đông bên trời Âu.

Mấy anh em dừng xe trước cổng ga Thường Tín chụp tấm hình kỷ niệm.

Sáng sớm hôm nay xe đò Sinh Café thả ba anh em xuống trước trạm ngay gần khu trung tâm Hà Nội, trong khi các xe đò khác phải đậu ở bến rất xa. Tôi quyết định dành ngày đầu tiên ở đây cùng với hai vợ chồng Hoài và Vy đi thăm làng Hà Hồi là quê ngoại của hai anh em tôi.

Cũng như trên con đường từ Nha Trang ra Ba Ngòi vài ngày trước, chúng tôi thuê hai chiếc xe Honda và theo quốc lộ 1 xuôi nam, đi ngược lại con đường xe đò mới đưa chúng tôi từ Huế ra Hà Nội đêm qua.

Cách lái xe hai bánh ở Hà Nội chẳng thua gì ở Sài Gòn : cũng ẩu như nhau ! Có phần còn ẩu hơn nữa, vì số lượng xe Honda tăng vọt nhanh chóng, người lái xe còn hăng máu lắm ! Cũng may, tuy đã sống từ lâu bên Pháp và bên Mỹ, tôi vẫn còn kinh nghiệm xe đạp, xe Honda, rồi xe Vespa ngày còn trẻ ở Sài Gòn, nên không nao núng giữa dòng xe lúc nào cũng sẵn sàng lấn lên như muốn tông vào mình !

Ra khỏi nội thành Hà Nội, chúng tôi qua Văn Điển, nổi tiếng vì ở đây là nghĩa trang lớn nhất Hà Nội[v]. Rồi đến Ngọc Hồi, địa danh quen thuộc với học trò cả nước khi học sử vì đây là một trong những chiến thắng quyết định của vua Quang Trung đánh đuổi quân Thanh vào mùa xuân năm 1789 (Hà Hồi, Ngọc Hồi, Đống Đa). Đến một ngã tư có tấm bảng chỉ Hà Đông về phía tay phải. Tôi lại nhớ như in câu Ông Phó dặn khi tôi mới sáu bảy tuổi gì đó : *« Con nhớ nhé, quê ngoại con là làng Hà Hồi, phủ Thường Tín, tỉnh Hà Đông. »* Nhưng gần đây tôi mới khám phá ra là làng Hà Hồi nay không còn thuộc tỉnh Hà Đông nữa, mà thuộc tỉnh Hà Tây ! Quái ! Sao có thể tương phản đến như thế nhỉ ! Đang « đông » lại dời qua « tây » ? Truy tìm mãi mới vỡ lẽ : trong một cuộc sắp xếp lại các tỉnh thành, hai tỉnh Hà Đông và Sơn Tây ráp lại làm một, lấy tên là Hà Tây[6].

Tác giả và em gái trước cổng ga Thường Tín, 2007

Ga Thường Tín lớn hơn ga Ngã Ba ở Ba Ngòi nhiều. Phía sau nhà ga có nhiều đường sắt và những dãy dài toa chở hàng hóa. Tôi tình cờ gặp một nhân viên làm việc ở đấy, hỏi thăm mới biết ga Thường Tín tuy khá lớn, nhưng các chuyến tàu chở khách không ngừng lại đây nữa. Ga này chỉ còn dùng cho các tàu chở hàng hóa thôi. Tôi lại chợt nhớ bà ngoại tôi thích kể về ông ngoại khi còn làm việc ở Hà Nội, mỗi lần về nhà luôn luôn dùng tàu hỏa từ ga Hàng Cỏ đến ga Thường Tín, chỉ có 19 km. Bây giờ ai cũng dùng đường bộ, xe máy hay xe đò, chẳng còn dùng tàu hỏa cho quãng đường ngắn như thế nữa.

Đi tiếp trên quốc lộ 1 về phía nam, đến một ngã tư, phía trái có tấm bảng đề *« Bộ Văn Hóa – Đình làng Hà Hồi đã xếp hạng di tích lịch sử văn hóa – 800m »*

---

[v] Nghĩa trang Văn Điển thuộc huyện Thanh Trì (nổi tiếng từ ngày xưa có bánh cuốn Thanh Trì, loại bánh cuốn rất mỏng, không có nhân chỉ có chút mỡ hành và cũng không « cuốn », người sành điệu mới cảm thấy được cái ngon của bánh cuốn này) chính thức đóng cửa năm 2010 để xây dựng lại thành một « công viên nghĩa trang ».

Mũi tên trên tấm bảng chỉ vào con đường nhỏ đi vào làng Hà Hồi. Một thoáng xúc động : tôi vừa đặt chân lên ngôi làng quê ngoại sau 56 năm xa cách.

Con đường vào làng không có cây đa cổ thụ đón chào người phương xa về nghỉ chân dưới bóng mát như trong truyện cổ xưa, mà chỉ có con đường tráng xi-măng vừa đủ rộng cho hai xe hơi có thể tránh nhau nếu chịu khó nép sát vào vách nhà hai bên đường.

Và rồi đình làng xuất hiện trong một khu công viên thật rộng, sừng sững với bức tường bao bọc có 5 cổng vào. Cổng chính thật đồ sộ, hai cổng hai bên tuy nhỏ hơn nhưng cũng rất bề thế, thêm hai cổng nhỏ ngoài cùng. Tiếc là phía trong đang sửa chữa xây cất lại (nhờ có tiền của nhà nước khi được công nhận là di tích lịch sử văn hóa) nên không vào được để ngắm ngôi đình thiết kế như thế nào. Nhìn quang cảnh bên ngoài như thế thì chắc bên trong cũng bề thế không kém.

Đình làng Hà Hồi được xây dựng từ cuối thế kỷ 16. Vào cuối thế kỷ 18, vua Quang Trung đã đóng quân trong khuôn viên ngôi đình này để chuẩn bị đánh trận Đống Đa là chiến thắng quyết định trong mùa xuân năm Kỷ Dậu đuổi quân Thanh ra khỏi bờ cõi.

Đình làng Hà Hồi 2007

Hai vợ chồng Hoài và Vy đã một lần đến đình làng này mấy năm về trước, trong một chuyến phiêu lưu mạo hiểm hơn một tháng trời từ Nam ra Bắc bằng chiếc xe "Honda" Trung Quốc cũ mèm. Bình thường ra thì chuyến đi như thế cũng chưa thể gọi là "phiêu lưu mạo hiểm", nhưng với tình trạng đường sá vào thời điểm đó, và nhất là với cách lái xe bạt mạng của tài xế xe đò, nếu không bị tai nạn trên suốt dọc quốc lộ 1 từ Sài Gòn ra Hà Nội thì đúng là một phép lạ. Và phép lạ đã không xảy ra với cặp vợ chồng liều lĩnh này. Khi gần đến Hà Nội tai nạn đã xảy ra, nhưng không phải do tài xế xe đò lái ẩu, mà vì... thằng bé con đi xe đạp băng qua đường mà không cần biết có xe nào khác trên đường hay không ! Hai vợ chồng ngã sóng soài vì lách tránh thằng bé, không may gặp đúng chỗ trơn trợt. Tuy chỉ bị thương nhẹ, nhưng cũng đành phải tiếp tục cuộc hành trình với chiếc xe Honda nằm trên mui một chiếc xe đò !Tuy gặp tai nạn trắc trở như vậy, Vy và Hoài vẫn rất thích thú với chuyến đi bằng xe hai bánh này. Hoàn toàn tự do muốn nghỉ đâu thì nghỉ, muốn ngừng đâu thì ngừng. Được ngắm nhìn đất nước hùng vĩ trên đỉnh *"đèo Ngang bóng xế tà"* hay dừng chân để ngậm ngùi bên hai dòng sông[7] *"chia tay chân và cắt đứt ngang mình"* như Phạm Duy hát trong Mẹ Việt Nam[vi].

Trước chuyến đi đó, tôi đã truyền lại cho cô em những gì tôi biết về làng Hà Hồi. Ngày xưa mẹ và bà ngoại hay kể cho tôi nghe về cuộc sống ở quê ngoại, vì trong mấy anh em chỉ có mình tôi được sống ở đấy vài năm lúc còn bé tí.

Vì thế nên hai vợ chồng đã đến ngôi đình làng này một lần từ bốn năm trước, còn tôi lần đầu tiên trong đời được thấy tận mắt một công trình kiến trúc cổ xưa, một ngôi đình mà tôi chỉ được biết qua văn chương *("đình là nơi thờ Thành hoàng và cũng là nơi hội họp của người dân")* hoặc thấy hình ảnh đâu đó trong sách vở. Quả thật có chút xúc động khi nghĩ đến bao thế hệ tổ tiên mình đã từng ra vào nơi này trong các buổi hội họp đình đám…

Tôi cũng muốn đến thăm nhà thờ làng Hà Hồi, nghe bà và mẹ nói cũng to lắm. Hỏi thăm người dân làng, chúng tôi theo mấy con đường ngoằn ngoèo vào xóm đạo. Lại nhớ ngày xưa bà ngoại hay khoe đường làng toàn lót gạch, không phải đường đất lầy lội khi trời mưa như nhiều làng khác, chứng tỏ Hà Hồi sung túc. Bây giờ, gần một thế kỷ đã qua, lớp gạch đã biến mất dưới lớp xi-măng, có nơi dưới lớp nhựa đường. Và những người dân quê áo nâu đi bộ trên con đường gạch đó cũng được thay bằng những thanh niên cưỡi xe máy chạy tất tả chẳng khác gì người dân thị thành.

Nhà thờ nằm ở cuối một con đường nhỏ, sát cạnh khu vườn rau. Một lần nữa tôi lại vô cùng ngạc nhiên vì một nhà thờ làng mà sao bề thế quá! Ba tháp chuông sừng sững, một kiến trúc tôi chưa được thấy trước đây. Thường thì chỉ một tháp chuông như nhà thờ "con gà" ở Đà Lạt[vii], hoặc hai tháp chuông thường thấy ở những nhà thờ quan trọng hơn như nhà thờ Đức Bà Sài Gòn hay nhà thờ chính tòa Hà Nội.

Một cổng sắt lớn mở vào một cây cầu bắc trên một hồ nước, dẫn đến khuôn viên rộng rãi chung quanh nhà thờ. Hai bên hông là hai ngôi nhà khang trang, đầu nhà kiến trúc rất đẹp có tượng trên đỉnh. Chắc hai ngôi nhà dùng làm phòng hội họp, lớp học… Tôi lại miên man nghĩ đến mẹ tôi lúc đi học, chắc là lớp học cũng nằm trong ngôi nhà này. Lại tưởng tượng hình bóng những đứa bé từ hơn bảy chục năm trước đã chạy nhảy đùa giỡn trong khuôn viên này, trong đó có mẹ tôi!

[vi] Ca khúc « Những dòng sông chia rẽ » trong phần « Sông Mẹ » của trường ca « Mẹ Việt Nam » của Phạm Duy, Phạm Ngọc Lân hát với đàn ghi-ta :
http://www.youtube.com/watch?v=J_-ayr87GlM

[vii] Dân Đà Lạt ai cũng gọi nhà thờ chính tòa Đà Lạt là nhà thờ « con gà » vì trên đỉnh tháp chuông có con gà bằng kim loại dùng làm đầu cột thu lôi. Tác giả sống thời gian dài tại đây khi còn trẻ nên cũng nghĩ như nhiều người : con gà là một đặc điểm của nhà thờ Đà Lạt nên người ta mới gọi là « nhà thờ Con gà ». Khi qua Pháp mới thấy là tất cả làng mạc lớn nhỏ đều có nhà thờ cổ xưa, và nhà thờ nào cũng có con gà ! Vậy là bên Pháp có cả chục ngàn « nhà thờ con gà » là ít !

Vòng ra phía sau nhà thờ, lại một ngạc nhiên nữa: nhà xứ là một ngôi nhà lớn, hai tầng, kiến trúc theo lối Pháp xưa, quét vôi màu vàng nhạt. Một bức tường bao bọc nhà xứ cách biệt với khuôn viên nhà thờ, có cổng sắt dẫn vào một sân lớn với nhiều chậu kiểng chăm sóc thật kỹ lưỡng.

Nhà thờ làng Hà Hồi 2007

Vy bấm chuông, một cậu trai trẻ ra mở cổng, cho biết cha xứ đi vắng. Nhưng vẫn mời chúng tôi vào nhà uống trà. Cậu giới thiệu các hình ảnh treo trên tường chụp trước đó mấy năm khi làm lễ kỷ niệm nhà thờ được một trăm năm. Cậu giải thích thêm cha xứ nhà thờ này cũng là một giáo sư dạy ở Đại chủng viện thánh Giuse ở Hà Nội[8]. Chính cậu cũng là một học trò của cha, tức là một chủng sinh. Cậu cũng cho biết là từ vài năm nay, Đại chủng viện được chính quyền chính thức cho phép tuyển sinh hằng năm.

Chúng tôi cám ơn cậu chủng sinh và rời nhà xứ với những tình cảm tốt đẹp. Chỉ chén nước trà đơn sơ với vài cái kẹo lạc và bánh đậu xanh, nhưng sao vẫn cảm thấy cái tình người chân thật trong cách đối xử với những người hoàn toàn xa lạ…

Cũng vừa đến gần trưa, Hoài đề nghị tìm ăn món gì đơn giản của dân làng. Chúng tôi quyết định đi ra chợ.

Chợ nằm trên một khu đất rộng, gần ruộng, không phải trong trung tâm làng như tôi tưởng. Chợ khá lớn, gồm rất nhiều hàng quán bao quanh một cái nhà chợ cũ kỹ. Cái nhà chợ này nhỏ so với diện tích chung quanh, chắc là xây cất từ rất lâu, và có lẽ từ lâu chưa quét lại lớp vôi vàng. Hàng chữ lớn trên mặt tiền: "Chợ Vồi, Xã Hà Hồi". "Làng Vồi, chợ Vồi", ngày xưa tôi được bà ngoại và mẹ nhắc đến bao nhiêu lần rồi, nhưng nay được đọc chữ "Vồi" ghi trên bức tường ngôi nhà chợ… tôi không khỏi bồi hồi!

Cái chợ này giống như bao nhiêu chợ khác ở các làng quê miền Bắc, chẳng có gì đặc biệt cả. Nhưng đối với mọi người thì thế, còn đối với tôi là cả một quá khứ sâu thẳm hiện về. Hơn sáu chục năm trước, chắc chắn cái nhà chợ cũng y hệt như bây giờ. Và gần cửa cái nhà chợ đó, bà ngoại và mẹ tôi đã dựng một túp lều bán nước và vài cái bánh kẹo cho người qua đường ngồi nghỉ chân uống bát nước chè tươi. Tôi được nghe bà ngoại kể bao nhiêu lần là tôi quanh quẩn suốt ngày với bà và mẹ ở cái quán cóc đó, và khách ghé hàng ai cũng thích xoa đầu đứa bé lai Pháp tóc nâu nhạt…

Đó là thời gian gần hai năm từ tháng 3 năm 1945 khi cả gia đình phải từ giã Sài Gòn trở về quê. Lúc đó tôi mới được 14 tháng, chập chững chạy đi. Chính ở ngôi làng này, tôi đã bập bẹ những tiếng đầu tiên, và cũng vì thế tôi vẫn còn giữ giọng nói làng Hà Hồi, mặc dù tôi sinh ra trong Sài Gòn, mặc dù sau này tôi sống rất lâu trong Nam.

Tôi mường tượng một thằng bé con níu áo mẹ trên đường từ nhà ra quán, đi trên những con đường hôm nay tôi đang đi qua. Nó có chạy nhảy chung quanh hàng quán không, hay là nhút nhát ngồi nép vào bà vào mẹ? Nó có chơi với những đứa trẻ khác không? Nó có bị bắt nạt vì nó lai không? Không biết! Không nhớ!

Vy và Hoài kéo tôi ra khỏi những mộng tưởng về quá khứ, đi vào trong nhà chợ và ngồi xuống mấy cái ghế đẩu thấp trước mặt một quán hàng quà. Ghế đẩu tôi nhớ ngày xưa bằng gỗ, bây giờ toàn bằng nhựa. Gọi là quán, thật ra là một cái sạp bán quà bánh thì đúng hơn. Cô chủ hàng còn trẻ bặt thiệp mời chào khách. Tôi đã nghe nhiều về cách đối xử đôi khi không lịch sự của người bán hàng đối với khách hàng, nhưng có lẽ số tôi hên, chưa gặp cảnh đó bao giờ.

Tôi ăn cái bánh chưng rán, rồi bánh trôi và bánh chay. Bên Pháp hay bên Mỹ, bánh chưng ngày Tết rất ngon nếu biết chỗ mua, và sau vài ngày cũng thưởng thức món bánh chưng rán, trong Nam gọi là bánh chưng chiên. Nhưng cái bánh của cô hàng này là bánh chưng nhỏ, dùng làm quà hằng ngày, không phải loại bánh chưng ngày Tết là bánh to để bày cúng. Và bánh chưng rán cũng chỉ là để nguyên cái bánh rán lên cho nóng và có thể hơi vàng bên lớp nếp ở ngoài. Nhưng ăn vẫn thấy ngon. Có lẽ vì ăn trong chợ Vồi với bao nhiêu hồn thiêng quanh quẩn đâu đây ?

Khi thấy bánh trôi và bánh chay thì hình ảnh bà ngoại tôi lại hiện về. Tôi còn nhớ rất rõ, hằng năm, bà ngoại chỉ làm hai loại bánh này có một lần thôi, vào dịp một cái "Tết" gì đó[viii]. Bánh chay sau này vào Nam ăn chè xôi nước cũng tương tự và cũng rất ngon tuy không giống hẳn, còn bánh trôi thì ít còn thấy, vì chỉ là cục bột có nhân là cục đường thẻ bỏ vào luộc khi chín nổi lên nên gọi là "trôi". Tôi còn nhớ bánh trôi bày trên đĩa như những viên bi to trắng xóa rất đẹp, nhưng mà còn bé ăn phải coi chừng, dễ nghẹn lắm đó! Bà ngoại dặn thế. Và không thể không nhắc đến bài thơ của Hồ Xuân Hương *"Thân em vừa trắng lại vừa tròn..."*

Trong suốt cuộc hành trình với hai vợ chồng Hoài Vy, tới địa phương nào chúng tôi cũng tìm ăn những món địa phương, nhưng không phải trong những tiệm "đặc sản" dành cho du khách, dù có thể rất ngon nhưng đó là cái ngon đã được chế biến để theo tiêu chuẩn và sở thích của người tây phương và người Việt sống lâu ngày bên trời tây. Ở Mũi Né ăn món lẩu dê quán Tám Lộc "không có chi nhánh" như nêu rõ trên bảng hiệu. Ở Cam Ranh ăn trong "Quán cơm Đồng Xoài" là một quán mà khách phần đông là tài xế xe vận tải Sài Gòn - Hà Nội, không có một du khách nào cả. Tôi được ăn cơm với mực xào rau, tôm chiên và canh chua cá hồng, chưa khi nào ngon như thế! Ngon không phải vì là cao lương mỹ vị, mà vì mực tôm cá, cả rau đều rất tươi, và nhà bếp rất khéo. Và rất rẻ! Ở Hội An tôi được ăn tô cao lầu của một bà bán gánh ngoài lề đường, chỉ bán từ 2 giờ chiều đến 4 giờ là hết, đi về! Dĩ nhiên do người địa phương mách bảo. Và cũng người địa phương mách quán mì Quảng "cây da kèng" (hỏi kỹ lại mới biết là "cây đa cằn", quán nằm gần gốc một cây đa cổ thụ cằn cỗi, buổi tối chung quanh có nhiều hàng quán). Ở Đà Nẵng ăn tô bún bò bà Đào có từ ngày xửa ngày xưa. Ở Huế được ăn bánh khoái[ix] đêm khuya ở gần Thành Nội đường Mai Thúc Loan, ăn chè đậu ván và chè khoai môn ở cửa Thượng Tứ.

Sau buổi quà trưa trong chợ Vồi, chúng tôi đi tìm quán cà-phê. Không thể nào thiếu mục này được! Hoài là một tay "cà-phê thuốc lá hạng nặng", nên sáng nay trên quốc lộ trước khi rẽ vào làng Hà Hồi, anh chàng đã nhắm một quán "cà-phê vườn" ngay bên lề đường.

Từ nhiều năm rồi, sau khi có "đổi mới", nhiều nhà ở các thành phố có vườn rộng sửa sang lại làm "cà-phê vườn", khách đến uống cà-phê, ăn bánh ngọt, nghe nhạc nhẹ, dưới tàn lá cây, một nơi lý tưởng để nghỉ ngơi hoặc tâm sự với bạn bè, xa tiếng ồn ào của phố xá.

Quán bên quốc lộ 1 này không hẳn là một cà-phê vườn đúng nghĩa, mà là một gian nhà lớn bằng tre trang hoàng giản dị, rộng rãi mát mẻ, nhìn ra mảnh vườn rộng đang được tu bổ lại.

Chúng tôi vào gọi cà phê, Hoài châm điếu thuốc lá. Bình thường như mọi khi thôi. Nhưng không ngờ, từ cái cảnh "như mọi khi" ấy lại là đầu mối cho tôi thực hiện một việc mà tôi hằng ấp ủ từ mấy chục năm qua…

[viii] Tìm trên mạng Internet thì thấy đó là « Tết Hàn Thực » (hàn thực là thức ăn nguội) ngày 3 tháng 3 ta. Hồi nhỏ tôi chỉ được biết Tết Đoan Ngọ ngày 5 tháng 5, được ăn bánh gio (bánh tro) và rượu nếp để giết sâu bọ.

[ix] Có mấy người quen, gốc Huế lâu đời, cho biết « bánh khoái » nguyên ủy là « bánh khói » vì khi đổ bột vào khuôn, khói bay lên nghi ngút. Nhưng qua cách phát âm của người Huế, « khói » nghe gần như « khoái » nên « bánh khói » trở thành « bánh khoái »!

7. Một ước muốn từ 56 năm trước

(Trích nhật ký của Long)

Tháng giêng 2007.

Quán cà-phê bên bờ quốc lộ 1 mới mở, cô bé tiếp khách có vẻ rụt rè, không như trong những quán ở Sài Gòn. Hoài là một người có khoa ăn nói, dễ bắt chuyện với người lạ, nên chúng tôi đi đến đâu cũng làm quen dễ dàng với người địa phương. Riêng tôi có tính nhút nhát bẩm sinh, nhưng qua kinh nghiệm sống cũng đã phần nào bớt được tính đó, nên chúng tôi bắt chuyện với cô bé, nói muốn tìm lại người thân đã rất lâu không biết còn sống trong làng Hà Hồi hay không.

Cô bé nói : *« Nếu vậy để cháu nói với cô chủ, cô ấy sinh ra ở làng và chưa khi nào đi đâu xa cả, có thể cô giúp được gì cho các bác. »*

Cô chủ trạc ngoài ba mươi, ân cần hỏi chúng tôi muốn tìm ai. Khi biết rằng chính tôi đã ở trong làng gần hai năm lúc còn bé xíu, vì mẹ tôi là người làng này, cô chủ nét mặt vui hẳn lên và hỏi : *« Mẹ của bác họ gì ? »* Tôi trả lời họ Lê. Cô reo lên : *« Cháu cũng họ Lê ! »*. Đây là một nét đặc biệt của người làng quê. Đối với người sống ở thành phố, có cùng họ là chuyện thường tình chẳng có gì đáng chú ý, nhưng đối với người sống ở làng quê lại là điều rất quan trọng. Tự nhiên người ta cảm thấy có sợi dây vô hình nối kết người cùng họ với nhau.

Tôi nói thêm là muốn tìm lại con cháu của ông Phó, là chồng sau của bà ngoại tôi.

Ông Phó tuy không phải máu mủ ruột thịt, nhưng tôi lại rất quyến luyến vì ông là người đàn ông duy nhất trong ba năm đầu cuộc đời tôi đã ôm ấp cưng chiều tôi như con ruột. Tôi còn nhớ rất rõ năm 1951 khi tôi lên 7, lúc đó đang ở Hà Nội sửa soạn di chuyển vào Sài Gòn, mẹ tôi và bà ngoại đưa tôi về làng Hà Hồi chào từ giã mọi người trước khi đi. Sau đó ông Phó lên Hà Nội thăm, và sau bữa cơm trưa ông đã ôm tôi vào lòng, một cử chỉ hiếm có thời đó đối với đứa bé đã 7 tuổi. Nhưng ông Phó là người đã chứng kiến tôi ra đời trong hoàn cảnh nào, đã thương tôi như đứa con trai mà ông không có, nên ông ôm tôi vào lòng và nói câu mà tôi nhớ mãi : *« Lần này cháu vào Sài Gòn không biết bao giờ mới lại có dịp về quê, chắc ông không còn sống được đến lúc ấy đâu. Ông muốn cháu nhớ kỹ quê mình là làng Hà Hồi, phủ Thường Tín, tỉnh Hà Đông, để sau này cháu có về thì tìm đến mộ ông, thắp cho ông nén hương, cháu nhé. »* Tôi không nhớ tôi có lí nhí nói gì được với ông không, nhưng câu ông nói đã ghi sâu vào ký ức tôi như một ước muốn mà tôi sẽ cố gắng thực hiện.

Tôi vẫn nhớ, và giờ đây, 56 năm sau, tôi đã trở lại làng Hà Hồi, tôi muốn tìm lại xem còn ai trong người thân của ông để ra mộ ông thắp nén hương như ông mong ước.

Tôi nói với cô chủ quán là chúng tôi có ghé Ủy ban nhân dân xã định hỏi xem họ có biết hoặc còn giấy tờ lưu trữ về gia đình ông Phó không, nhưng họ đóng cửa nghỉ trưa, nên chúng tôi định lát nữa trở lại. Ông Phó ngày xưa cũng có vai vế trong làng nên chắc là nhiều người biết. Cô chủ cười trả lời : *« Các bác trở lại Ủy ban nhân dân làm gì, mất thì giờ vô ích. Họ toàn người trẻ sau này, không biết những gia đình ngày xưa đâu. Còn giấy tờ thì chắc chả có gì tồn tại qua chiến tranh, qua bao nhiêu xáo trộn... »* Rồi cô chợt nghĩ ra : *« Cháu suýt nữa quên mất. Có ông H. có thể biết ông của bác đó. Ông H. lớn tuổi rồi, mà nổi tiếng là trí nhớ rất tốt, biết tất cả mọi người trong làng ngày xưa. Ông ấy là người lo việc trùng tu đình làng, và nhà cũng ở ngay gần đình. Bác cứ hỏi mấy người ở gần đấy, ai cũng biết ông H., người ta chỉ nhà cho. »*

Quả đúng như lời cô chủ quán, quanh khu đình làng, ai cũng biết ông H., ai cũng chỉ đường đến nhà ông, đôi khi không chính xác lắm, nhưng ai cũng muốn tỏ thiện chí. Cuối cùng chúng tôi đi vào một con đường hẹp, với một ngôi nhà nhỏ ở cuối đường. Trước nhà có cái sân bé, bao quanh là một bức tường hoa thấp. Một người đàn bà tóc đã bạc đang chơi với cháu gái độ 3, 4 tuổi. Vy hỏi có phải nhà ông H. không, thì thật may mắn vì bà cụ không ai khác hơn, chính là bà H. Bà nói : *« Ông nhà tôi đi vắng nhưng sắp về rồi, mời các bác vào chơi trong nhà. »*

Từ xưa tôi được biết qua văn chương sách vở về nhà năm gian ở làng quê miền Bắc, nhưng đây là lần đầu tôi thấy tận mắt một ngôi nhà như thế. Đã sống lâu bên Pháp và bên Mỹ nên cảm thấy là ngôi nhà nhỏ, nhưng đúng như được mô tả trong sách vở : nhà có mái ngói âm dương, nền nhà cao hẳn lên, có hiên nhà đủ rộng để kê mấy cái ghế. Năm gian rõ ràng, ba gian giữa có cửa ra vào riêng. Điều mà tôi khám phá ra là ngưỡng cửa bằng gỗ rất cao, phải coi chừng khi bước qua, không quen có thể vấp dễ dàng !

Bà H. mời chúng tôi vào phòng khách ở gian bên cạnh. Tất cả cột kèo đều bằng gỗ, đã nhẵn bóng với thời gian. Bà mời chúng tôi uống nước vối, và kể là ngôi nhà được ông nội của chồng bà xây cất gần một trăm năm rồi, đây là nhà hương hỏa do con trưởng gìn giữ để thờ cúng tổ tiên. Gian giữa dành cho bàn thờ nên phòng khách nằm ở gian bên.

Ngồi trong căn nhà cổ xưa này, trong ngôi làng với cái tên quen thuộc này, tôi lại thả hồn về quá khứ xa xôi tưởng đã vùi sâu trong quên lãng. Quả thật tôi đã quên nhiều, nhưng lại có một kỷ niệm rất rõ nét khi tôi theo bà và mẹ về thăm làng lúc 7 tuổi trước khi vào Sài Gòn. Bộ nhớ của tôi thuộc loại tồi, chỉ nhớ được rất ít chuyện, nhưng lâu lâu lại có những hình ảnh ghi sâu vào ký ức với tất cả các chi tiết. Và đó là trường hợp một cảnh giã gạo tôi được chứng kiến trong nhà một người quen. Ngày xưa công việc đồng áng thật cực nhọc, đến mùa, gặt lúa về phải đập cho hột lúa rơi ra, phải phơi cho khô, sau đó phải xay hạt thóc trong cối để tách vỏ, rồi sàng để loại trấu ra mới có được hạt gạo. Hạt gạo này còn nguyên cả lớp cám, gọi là gạo lứt (trong Nam gọi là gạo lức) rất bổ, nhưng lại khó nhai vì còn lớp vỏ cám, nên muốn có gạo "trắng" phải qua một giai đoạn nữa là giã gạo.

Đây chính là cảnh tôi còn nhớ mãi như một khúc phim lạ mắt đối với đứa bé 7 tuổi. Cối và chày để trong một chái nhà khá rộng, cối bằng đá, to lắm, cũng có lẽ tôi nhớ nó to lắm vì đối với thằng bé con thì cái gì cũng to cả. Cái chày bằng gỗ không đơn giản như chày của các sắc dân thiểu số giã gạo như chúng ta thường thấy trong hình ảnh dành cho khách du lịch thời nay. Chày thẳng đứng gắn vào đầu một thanh gỗ lớn nằm ngang, thanh gỗ này có cái trục ở khoảng giữa đặt trên cái bệ, nên hai đầu có thể lên xuống quanh cái trục này, giống như trò chơi của trẻ con. Bình thường thì đầu có chày nặng hơn nên cái chày nằm trong cối. Muốn giã gạo phải có một người đứng lên đầu kia của thanh gỗ, hai tay giơ cao vịn vào hai thanh tre treo lơ lửng từ mái nhà xuống. Khi đứng lên thanh gỗ thì người nặng hơn cái chày ở đầu kia nên cái chày giơ lên cao. Muốn cho chày đập xuống cối thì người giã gạo cầm hai thanh tre vít lên. Tôi còn nhớ có lúc thêm một người nữa cùng leo lên thanh gỗ, người trước người sau, bốn tay cùng vít lên hai thanh tre, động tác thật nhịp nhàng cho công việc nhẹ nhàng hơn.

Điểm đặc biệt là những người này đều là con gái, có lẽ con trai dành để làm việc cực nhọc hơn. Nhưng chi tiết mà tôi nhớ nhất trong buổi giã gạo này, đó là người thứ ba ngồi bên cạnh cái cối để lấy gạo ra, cho gạo vào. Đây là một cô gái câm, cô trạc độ mười hai mười ba tuổi, mặt rất xinh. Mỗi lần cái chày giơ lên, cô bé cho gạo mới vào, hoặc xúc gạo giã rồi ra. Mà khi xúc ra là phải thò tay vào trong cối, trong khi cái chày cứ đập xuống đều đều không ngừng nghỉ. Mỗi lần như thế thằng nhỏ đứng xem lại thốt tim, sợ cô bé rút tay ra không kịp thì nát mất bàn tay… Cứ thế, vừa ngắm cảnh lạ mắt, vừa hồi hộp lo sợ cho cô bé câm xinh xẻo… để rồi hình ảnh này ghi vào ký ức cho đến bây giờ.

Đang còn mơ màng với những hình ảnh xưa trong đầu thì ông chủ nhà về. Ông gác chiếc xe đạp ngoài hiên rồi bước vào nhà. Bà cụ giới thiệu khách với chồng. Ông ân cần mời chúng tôi uống nước. Khi tôi nói muốn tìm gia đình thân nhân của một người là ông của tôi, và khi nói ra tên của ông Phó, ông H. vui vẻ nói ngay: *"Tôi biết ông Phó chứ, ông ấy mất từ lâu lắm rồi, nhưng một người con gái ông ấy vẫn còn sống trong làng, năm nay bà cụ đã 85 tuổi. Có cả đứa cháu ngoại cũng còn ở làng, làm giáo viên. Để tôi đi báo cho cô này biết, nhà ở gần đây thôi!"* Nói xong ông lấy xe đạp đi ngay.

Không thể tưởng tượng hôm nay tôi lại gặp may mắn như thế! Chắc sáng nay ra đường gặp trai! Đúng là phép lạ! Mới đến gõ cửa nhà đầu tiên đã gặp đúng người biết chuyện xưa của gia đình ông Phó! Ông có hai người con gái của bà vợ cả, còn gọi là bà Phó Già, chị là dì Phan, em là dì Đan. Khi ông Phó lấy bà ngoại tôi rồi hai người chu du tứ xứ thì mẹ tôi ở lại làng với bà Phó Già và hai dì. Sau này mẹ tôi và dì Đan vào Sài Gòn, còn dì Phan vẫn ở lại và lấy chồng người làng sát bên. Năm 1945, ông Phó trở về làng cùng với bà tôi, mẹ tôi và tôi, đoàn tụ lại với bà Phó Già và dì Phan. Năm 1954 hiệp định Genève[9] được ký kết, gia đình ông Phó không di cư vào Nam, nên bây giờ vẫn còn thân nhân ở lại làng.

Tôi biết dì Đan vì bà ngoại và mẹ tôi thân với dì, khi vào Sài Gòn dì có để lại người con gái ở lại làng, chính là bà giáo viên mà ông H. đang đi báo tin. Còn dì Phan thì tôi không còn nhớ mặt nữa. mặc dù ngày xưa tôi đã từng ở cùng nhà với dì trong gần hai năm lúc tôi chưa được 3 tuổi. Vậy mà nay dì đã 85 tuổi rồi!

Ông H. đi độ mươi phút thì trở lại, ông cho biết cô cháu ngoại ông Phó đi dạy học chưa về. Ông đề nghị đưa chúng tôi sang gặp dì Phan, dì sống bên nhà chồng ở làng bên cạnh. Ông nói hai làng sát nhau, gần lắm. Chúng tôi cám ơn bà H. đã đón tiếp chúng tôi niềm nở rồi lên xe theo ông H. đi xe đạp dẫn đường. Hai làng không có ngăn cách ruộng vườn gì cả nên chúng tôi đến nơi lúc nào không biết. Ông H. dừng xe trước một cái cổng nhỏ, bên trong là một sân rộng. Ngôi nhà gạch mới hơn nhà ông H., nhà bề thế hơn nhưng không có nét đặc sắc của ngôi nhà cổ.

Ông H. dựng xe ngoài cổng nói chúng tôi đứng chờ ông vào trước. Thời gian chờ đợi cũng là lúc tâm trí miên man suy nghĩ. Tôi chỉ nhớ tên dì Phan, không nhớ mặt. Còn dì Phan có nhớ tôi không? Có nhớ đứa bé chưa đầy 3 tuổi không có cha, chỉ sống với mẹ không? Gần sáu chục năm trôi qua, bà cụ 85 tuổi không biết còn minh mẫn không?

Ông H. đi ra và nói chúng tôi vào trong sân, bà cụ có nhà, còn ông đi về để chúng tôi có thể hàn huyên với người thân sau bao nhiêu năm không gặp. Trong sân, một phụ nữ trẻ đang chơi với đứa bé độ hai tuổi. Thấy chúng tôi, cô gái chào rồi vào nhà dắt ra một bà cụ nhỏ nhắn, lưng hơi còng nên càng thấy nhỏ, đầu chít khăn. Bà cụ mắt đã mờ, đến sát tôi, hai tay nắm hai cánh tay tôi và hỏi tôi là ai. *"Cháu tên Long, mẹ cháu là cô Kim, ngày xưa đã có lúc ở cùng nhà với dì đó!"* Bà cụ chỉ một thoáng suy nghĩ, rồi kêu lên: *"Trời! Long đấy hả! Long con cô Kim! Sao cháu lại biết dì ở đây mà tìm đến? Phúc đức quá! Dì nhớ cô Kim chứ, dì nhớ cháu ngày còn bé chứ, cháu ở làng này đến lúc tản cư mới đi lên mạn ngược. Cháu khác các đứa bé khác, làm sao dì quên cháu được!"*

Thật là cảm động! Vy không cầm được nước mắt. Tôi cố gắng tươi cười nói chuyện với dì Phan để qua cơn xúc động. Dì mời vào phòng khách trong nhà, cũng loại nhà năm gian như nhà ông H. nhưng vì là nhà mới xây cất sau này nên rộng rãi hơn.

Bà cụ cũng xúc động không kém. Có khi nào dì tưởng tượng nổi là có một ngày, một đứa bé dì biết lúc mới lên 3 tuổi, đã phiêu bạt vào Nam, rồi phiêu bạt sang Pháp, sang Mỹ, lại có ngày về lại quê cũ tìm gặp lại mình? Dì hỏi sao mà biết nhà này mà đến? Tôi kể chuyện về thăm làng, rồi hỏi thăm ở quán cà-phê, cô chủ quán mách có ông H. có thể biết ông Phó, và cuối cùng chính ông H. đưa đến đây. Nhưng tôi nói với dì Phan, tôi tin là chính Ông Phó phù hộ run rủi cho tôi tìm lại được nhà dì vì một điều mong ước từ 56 năm trước là tôi sẽ thắp nén hương trên mộ của ông khi tôi trở về làng.

Nghe vậy, dì Phan dắt tôi sang gian nhà bên trái, có bàn thờ rất to thờ ông Phó và bà Phó Già. Dì giải thích là gian giữa dùng để thờ tổ tiên bên chồng của dì, theo đúng truyền thống thờ ông bà từ xưa, là con trai trưởng lo việc thờ cúng. Vì ông Phó không có con trai, nên dì xin phép với nhà chồng cho dì lập bàn thờ bên gian trái để lo việc thờ phụng.

Nhìn hình ông Phó trên bàn thờ, tôi còn nhớ như in hình ảnh ông ngày xưa. Tôi rút ba nén hương trên bàn thờ, đốt lên rồi lấy tay phẩy cho tắt lửa như bà ngoại tôi dạy từ xưa – bà ngoại nói không được thổi cho tắt vì hơi thở của mình phát từ trong người ra không trong sạch – cắm lên bình hương.

Tôi đứng yên lặng trong chốc lát tưởng nhớ đến ông Phó là người đàn ông duy nhất đã ôm ấp thương yêu tôi trong ba năm đầu của cuộc sống. *"Ông ơi, ông có linh thiêng xin ông về chứng giám cho tấm lòng thành của con, hôm nay con đã về thắp hương trên bàn thờ ông như ông đã dặn con 56 năm về trước."*

8. Hà Nội sục sôi khí thế - 1945

(Chuyện kể của người cha dượng)

Long à, con cũng biết là cậu vẫn xem con như con ruột. Hôm nay thấy con thích nghe kể những kinh nghiệm của người đi trước nên cậu cũng muốn kể cho con nghe những gì cậu đã trải qua trong thời trai trẻ. Thế hệ của cậu đã chứng kiến những biến cố quan trọng làm thay đổi sâu xa đất nước mình.

Cậu tự xem mình là « dân Hà Nội chính cống ». Thật ra cha mẹ cậu cũng là người Hà Đông, không cùng làng với mợ con, làng quê cậu gần Hà Nội hơn. Nhưng sau này cậu lớn lên và được đi học ở Hà Nội, có được mảnh bằng « primaire » thì phải đi làm. So với bây giờ thì chỉ là cấp tiểu học, chẳng có nghĩa lý gì, nhưng trong những năm 20 và 30 thì học đến đấy cũng đã giúp cho mình có được nhiều kiến thức, và quan trọng nhất là có thể tìm được việc làm trong các công sở.

Cậu mồ côi cha từ bé, mẹ cậu là một người rất cổ xưa nên đã chọn cho cậu một người vợ theo ý của bà cụ mà không cần biết là cậu có bằng lòng hay không. Thời đó ở Hà Nội, thế hệ trẻ đã bắt đầu chịu ảnh hưởng của văn hóa tây phương, muốn thoát khỏi khuôn khổ gò bó của những phong tục cổ hủ, muốn được sống tự do phóng khoáng hơn, muốn lập gia đình với người mình yêu thay vì phải chịu sự áp đặt của cha mẹ. Một làn gió mới trong văn học cũng bắt đầu thổi vào cách suy nghĩ của giới trẻ, điển hình là báo chí và tiểu thuyết bằng quốc ngữ, trong đó phải kể đến nhóm Tự Lực Văn Đoàn[10].

Cậu bị giằng xé giữa cái cũ và cái mới, một bên là bổn phận giữ gìn chữ hiếu đối với mẹ và một bên là ý muốn tự định đoạt lấy đời mình. Rốt cuộc cậu đã không đủ ý chí và quyết tâm để cưỡng lại mẹ mình, nên cậu đã lấy một người vợ mà cậu không yêu thương, cũng không hòa hợp được.

Nhưng rồi các biến cố chính trị dồn dập trong năm 1945 làm cậu có cơ hội thoát ly khỏi gia đình và xung phong vào lực lượng thanh niên Tự Vệ Thành.

Muốn hiểu thêm về tình hình trong năm 1945, phải lấy điểm mốc là cuộc « đảo chính Nhật » đêm mùng 9 tháng 3 năm 1945[11]. Chỉ qua một đêm, Nhật làm chủ tình hình trên toàn cõi Đông Dương, cả Việt Miên Lào, sau khi quân đội của họ tấn công vào tất cả các cơ quan hành chánh và quân sự của Pháp. Ở Hà Nội, chỉ còn thấy lác đác vài người Pháp mặc thường phục, còn quân nhân Pháp hoặc đã tử trận khi chiến đấu chống quân Nhật, hoặc bị bắt làm tù binh, hoặc đã bỏ trốn sang Tàu. Ở Huế, Hoàng Đế Bảo Đại[12] được sự ủng hộ của Nhật, tuyên bố độc lập và hủy bỏ tất cả các hiệp ước về bảo hộ ký kết với Pháp trước đấy.

Đây là một biến cố làm dấy lên một hy vọng mới trong lòng người Việt. Bấy lâu nay lòng yêu nước vẫn tiềm tàng đâu đó, nhưng giờ đây, mọi người thấy là Pháp đã thua Đức năm 1940 phải cắt nửa nước cho Đức, giờ đây chỉ trong một đêm lại bị Nhật dẹp tan guồng máy cai trị. Thế thì Pháp có phải là một nước có binh hùng tướng mạnh như người ta tưởng không ? Tại sao dân mình đông như thế lại phải tiếp tục chịu sự cai trị của một tập thể thiểu số người ngoại quốc ? Một bầu nhiệt huyết mới dâng trào, một ý thức mới về độc lập dân tộc tăng mạnh, kết quả là một trào lưu đấu tranh giành độc lập bắt đầu sôi sục, ở Hà Nội cũng như mọi nơi.

Các tổ chức chính trị trước đây bị Pháp truy lùng phải rút vào bí mật, nay có dịp hoạt động mạnh : đảng Cộng sản Đông Dương[13] với mặt trận Việt Minh[14], các đảng phái quốc gia như Việt Nam Quốc Dân Đảng, Đại Việt Quốc Dân Đảng, Đại Việt Duy Dân, Đại Việt Dân Chính[15]. Trong khi đó thì tại Huế, một chính phủ « tân thời » do Hoàng Đế Bảo Đại triệu tập ra đời, với nhà sử học Trần Trọng Kim làm Thủ tướng, Ông Phan Kế Toại được chỉ định làm Khâm sai Bắc bộ đại diện Hoàng Đế Bảo Đại, ra Hà Nội ngồi làm việc ngay trong phủ Thống sứ cũ. Nội việc một người Việt Nam ngồi thay chỗ của Thống sứ Pháp đã mấy chục năm trị vì tại thủ đô cũng đã là một niềm tự hào, làm tăng thêm ý chí quyết giành độc lập của người dân.

Nhưng trong hoàn cảnh sôi sục chính trị như thế ở thủ đô, thì đất nước cũng đang phải gánh chịu một tai họa khủng khiếp giáng xuống miền Bắc : đó là nạn đói năm 1945 làm không biết bao nhiêu người vùng châu thổ sông Hồng bị chết thảm. Phần vì lũ lụt và hạn hán năm đó trầm trọng hơn những năm khác. Phần vì Nhật cần sợi đay nên nhiều địa phương được lệnh phải trồng đay thay vì trồng lúa. Rồi bom Mỹ ném vào các đường giao thông để ngăn cản quân Nhật chuyển quân và tiếp tế, ảnh hưởng đến lưu thông hàng hóa của người dân nên lúa miền Nam thừa thãi không chuyển ra ngoài Bắc kịp thời được. Nhiều làng chết đói nhiều quá, dân làng bỏ đi lên tỉnh xin ăn, dọc đường tiếp tục chết vì kiệt sức. Đến được Hà Nội họ vẫn tiếp tục chết đói. Chính mắt cậu thấy ngay tại Hà Nội buổi sáng ra, xe bò nhặt xác người chết đói trong đêm đi qua đường phố. Đây là một tai họa chưa từng thấy trong lịch sử nước mình, sau này còn được nhắc đến mãi như là « nạn đói năm Ất Dậu ».

Và đến tháng 8 năm 45 thì đúng là một tháng có những biến chuyển kinh thiên động địa, trên thế giới cũng như ở nước mình, có lẽ chưa khi nào trong lịch sử lại có nhiều thay đổi như thế. Đầu tháng là hai quả bom nguyên tử của Mỹ ném xuống hai thành phố Hiroshima và Nagasaki của Nhật. Cậu cũng như đa số dân chúng lúc bấy giờ chẳng biết bom nguyên tử là cái gì, chỉ nghe nói là một vũ khí ghê gớm, chỉ một quả bom thôi cũng đủ giết hàng ngàn hàng vạn người trong khoảnh khắc. Rồi Nhật đầu hàng, chấm dứt thế chiến thứ hai kéo dài hơn sáu năm.

Nhật đầu hàng, có nghĩa là tại Việt Nam, quân Nhật đang làm chủ tình thế cả Đông Dương, giờ đây chỉ còn ngồi chờ quân đồng minh đến để nạp vũ khí và nộp mình làm tù binh. Binh lính quân đội Pháp thì đã bị Nhật cầm tù từ ngày « đảo chính Nhật » 9 tháng 3, phải chờ quân đồng minh đến mới giải cứu được. Thủ tướng Trần Trọng Kim xin từ chức, Khâm sai Phan Kế Toại cũng xin từ chức. Nói tóm lại, về mặt chính trị là một sự trống vắng hoàn toàn ! Thật là cơ hội ngàn năm một thuở cho những lực lượng cách mạng đứng lên trám vào khoảng trống đó, tức là đoạt lấy chính quyền.

Ngày 17 tháng 8, cậu cùng mấy người bạn đến dự một cuộc biểu tình trước nhà hát lớn Hà Nội. Đây là một cuộc biểu tình của công chức để ủng hộ chính phủ Trần Trọng Kim, lúc đó chỉ còn là một chính phủ lâm thời vì ông Thủ tướng đã từ chức. Một diễn giả đang nói trên micro thì có một người nhảy lên cướp micro để hô những khẩu hiệu cách mạng, đồng thời một lá cờ đỏ sao vàng lớn được phất lên. Trong đám đông biểu tình cũng đột nhiên xuất hiện nhiều lá cờ đỏ sao vàng. Ngay lúc đó chẳng ai biết ất giáp gì, nhưng thấy các khẩu hiệu đòi độc lập thì cũng hô theo, thế là cuộc biểu tình được lèo lái theo một chiều hướng khác bởi các cán bộ Việt Minh, cờ đỏ sao vàng chính là cờ của Việt Minh.

Đó là khởi đầu cuộc « Cách mạng tháng tám », và đến ngày 19, các lực lượng của họ đã vận động được dân chúng chiếm đóng các công sở chính ở Hà Nội. Họ cũng thuyết phục được Hoàng Đế Bảo Đại lúc đó đang ở Huế thoái vị. Nghe nói ông tuyên bố « muốn là người dân của một nước độc lập còn hơn làm Vua một nước nô lệ[16] ». Đây là một câu nói được truyền tụng sau này, khiến cho hình ảnh của Hoàng Đế được kính nể hơn, vì trước đó vẫn bị xem như là một bù nhìn của chính quyền bảo hộ.

Sau khi thoái vị, Hoàng Đế Bảo Đại trở thành công dân Vĩnh Thụy và được mời làm Cố vấn Tối cao trong chính phủ lâm thời do ông Hồ Chí Minh[17] lãnh đạo. Lúc ấy người dân thường như cậu chẳng biết Hồ Chí Minh là ai, lại nghe gọi là « Cụ Hồ » tưởng chắc là phải già lắm ! Phải chờ đến ngày 2 tháng 9, khi chính phủ lâm thời tổ chức buổi lễ tuyên bố độc lập thì ông Hồ Chí Minh mới nổi tiếng vì hàng mấy trăm ngàn người tụ tập để nghe ông đọc tuyên ngôn độc lập. Cậu cũng như nhiều thanh niên khác hăng hái tham gia, dù không biết rõ Việt Minh là gì, dù không biết rõ Cụ Hồ là ai, cũng chẳng biết gốc gác của ông ra sao, chỉ biết họ là lực lượng tranh đấu cho độc lập nước nhà là mình theo thôi.

Nhưng sau đó thì bao nhiêu rắc rối xảy ra. Quân đội Anh vào phía Nam vĩ tuyến 16, quân đội Tàu vào phía Bắc, đó là quân của phe Đồng Minh được phái đến Đông Dương để giải giới quân đội Nhật. Quân Anh cho quân Pháp đi theo, tướng Leclerc của Pháp được Tổng thống Pháp De Gaulle giao nhiệm vụ lập lại nền cai trị của Pháp như xưa trên toàn cõi Đông Dương. Còn quân Tàu là đạo quân của các tỉnh sát biên giới, Vân Nam, Quảng Tây và Quảng Đông, hơn trăm ngàn lính Tàu đói khát tràn vào đất Bắc. Hoàn cảnh miền Bắc thật là bi đát vì người dân đang bị nạn đói hoành hành, nay lại còn phải nuôi thêm một đạo quân đông đảo như thế.

Trong Nam, quân Pháp đánh chiếm lại các cơ sở của Việt Minh và nhanh chóng tái lập nền thống trị của họ. Ở Hà Nội, hai lực lượng quốc gia là Việt Nam Quốc Dân Đảng và Việt Nam Cách Mệnh Đồng Minh Hội, gọi tắt là Việt Quốc và Việt Cách, từ Trung Hoa trở về với sự bảo trợ của các tướng Tàu, lập trụ sở ở Hà Nội công khai chống đối Việt Minh.

Qua đầu năm 46 ông Hồ Chí Minh bị áp lực của các tướng Tàu phải nhượng bộ thành lập chính phủ liên hiệp gồm thành phần của các phe Việt Minh, Việt Quốc và Việt Cách. Ông Nguyễn Tường Tam, một lãnh tụ Việt Quốc làm Bộ trưởng Ngoại giao, chính là nhà văn Nhất Linh đã làm say mê giới trẻ với những tiểu thuyết tân thời hấp dẫn. Ngoài ra người ta được biết thêm ông Nguyễn Hải Thần (Việt Cách) và ông Vũ Hồng Khanh (Việt Quốc) cũng giữ những chực vụ quan trọng trong chính phủ liên hiệp.

Bỗng nhiên một tin động trời như một gáo nước lạnh tạt vào mặt những người đang sôi sục máu nóng như cậu : chính phủ Hồ Chí Minh ký kết với chính phủ Pháp một hiệp định[18] cho phép quân Pháp từ miền Nam đổ bộ lên miền Bắc để thay thế quân Tàu đang đóng phía bắc vĩ tuyến 16 để giải giới quân Nhật. Ký kết với thực dân Pháp ! Nghĩa là đã có thương lượng bí mật từ bao lâu nay rồi ! Mọi người còn nhớ trong ngày tuyên bố độc lập 2 tháng 9, ông Hồ Chí Minh đã được mọi người hoan hô nhiệt liệt khi nói sẽ không điều đình với thực dân Pháp cơ mà ! Thì ra chính trị nó rắc rối thế, cần nói thì cứ nói, cần làm khác thì cứ làm khác đi. Sau đó tìm cách giải thích. Rằng phải tạm thời hòa hoãn với Pháp để thoát khỏi nạn quân Tàu chiếm đóng nước mình. Rằng lịch sử đã cho ta bài học là quân Tàu luôn luôn rình rập để chiếm nước ta. Giải thích thế nào thì giải thích, lòng ái quốc của bao người dân vẫn bị tổn thương nặng nề khi quân Pháp do tướng Leclerc cầm đầu tiến vào Hà Nội và được chính phủ Việt Nam Dân chủ Cộng hòa đón tiếp. Quân Pháp trở lại trên toàn cõi Việt Nam, thế thì còn gì là độc lập nữa !

Dù đã có chính phủ liên hiệp, Việt Minh cộng sản và Việt Quốc Việt Cách quốc gia vẫn không thể sống chung, vẫn tìm cách hại nhau, nên khi quân Tàu rút đi, Việt Quốc và Việt Cách bị yếu thế cũng phải rút sang Tàu để tránh bị Việt Minh tiêu diệt.

Cậu theo phong trào chống Pháp đòi độc lập vì đó là lý tưởng chung của cả dân tộc phải gánh chịu ách thực dân từ bấy lâu nay, nhưng tại sao cùng người Việt với nhau cũng lại giết nhau mà không đoàn kết được để một lòng chống Pháp ? Sau này mới hiểu rằng cái ý thức hệ nó có tác dụng ghê gớm thật, làm con người mù quáng...

Phải chăng yêu nước là phải yêu một chủ nghĩa ? Cậu bắt đầu đánh dấu hỏi...

9. Tản cư - 1946

(Chuyện kể của người cha dượng)

Cậu bắt đầu đặt câu hỏi tại sao cùng là người Việt với nhau mà không đoàn kết được để cùng đấu tranh giành độc lập, mà ngược lại còn dùng đủ mọi thủ đoạn để hãm hại nhau chỉ vì cái nhãn hiệu quốc gia hay cộng sản ? Dần dần cậu xa lánh không khí ngột ngạt ở Hà Nội và về Hà Đông gần quê mình hơn.

Một hôm cậu đi qua làng Vồi và ghé vào quán nước của một bà cụ ở ven chợ, có người con gái giúp bà bán hàng, và đứa cháu ngoại trạc hơn 2 tuổi quanh quẩn bên quán. Cô hàng tươi tắn mời khách, cháu bé xinh xẻo ngoan ngoãn, thấy rõ là lai Tây.

Sau lần đầu đó, lâu lâu cậu trở lại quán và lân la làm quen với mợ con. Con cũng đoán đó chính là quán của bà ngoại con. Càng ngày cậu càng có thêm cảm tình với mợ con, và một hôm bà ngoại con kể chuyện của mợ con trong Sài Gòn như thế nào mà có con lai Pháp. Cậu cũng tâm sự về hoàn cảnh gia đình của cậu, đã có vợ ở quê do mẹ cưới, nhưng cậu dứt khoát không sống với người vợ đó vì không có gì hợp nhau cả. Càng ngày cậu càng thêm thân thiết với gia đình con, có thể nói tình yêu đến lúc nào không biết. Nhưng thời đó đâu có thổ lộ như bây giờ, vả lại mợ con vẫn còn mang vết thương lòng chưa lành hẳn, nên không nghĩ gì đến chuyện làm lại cuộc đời.

Ngày 19 tháng 12 năm 1946, chiến tranh bùng nổ, có lệnh tiêu thổ kháng chiến, người dân trong vùng Pháp kiểm soát phải tản cư đến các vùng Việt Minh kiểm soát, mang theo đồ đạc tối thiểu, những gì còn lại phải giấu kín hoặc tiêu hủy để địch không dùng được. Đối với những gia đình khá giả, đây là một quyết định đau lòng, còn đối với người nghèo thì dễ dàng ra đi chẳng có gì hối tiếc.

Gia đình họ hàng xa gần của ông Phó cả thảy gần ba chục người lớn bé, kể cả trẻ con sẽ đi chung một đoàn, bà ngoại, mợ con và con cũng tháp tùng đi chung với đoàn người đó. Chỉ còn ông Phó và bà Phó già ở lại giữ nhà. Lúc đó cậu đã thương mợ con rồi, không muốn xa mợ nên xin phép bà cho đi cùng. Cảnh gia đình không có đàn ông trong lúc tản cư cũng có nhiều gian nan, nên bà ngoại con bằng lòng cho cậu đi theo.

Thế là thu gọn vài cái quần áo, nồi niêu bát đũa cho vào một cái thúng, cái thúng kia để con ngồi, phía trên thúng khum chiếc chiếu dưới cái quang để che mưa nắng cho con. Và cứ thế, đoàn người đi bộ, mỗi gia đình gánh theo hai cái thúng đựng gạo và ít đồ dùng hay có em bé ngồi. Cậu cũng gánh giúp bà và mợ, nhưng vì không phải người nhà quê gánh quen hằng ngày nên không thể gánh lâu được. Mệt đã đành, nhưng lại còn bị toét cả vai, đau không chịu được. Nên cứ phải thuê người gánh từ làng này sang làng kia, người gánh thuê quay về làng người ta, mình lại thuê người làng mới tới gánh đi tiếp. Phải nói lúc đó tinh thần người dân rất cao, phong trào tản cư ở miền Bắc đâu đâu cũng có.

Nhưng rồi mọi sự cũng không suôn sẻ như mình tưởng. Khi đến vùng Việt Minh, đoàn người phải qua một trạm kiểm soát. Họ cũng sợ có gián điệp trà trộn vào đám người tản cư nên phải làm trạm kiểm soát như thế. Tất cả đoàn người đều qua lọt hết, riêng đến mợ con thì gặp rắc rối. Họ quy cho mợ con là « Việt gian » vì họ thấy con lai Pháp. Thời đó bị quy là Việt gian là ghê lắm, có thể nguy hiểm đến tính mạng.

Mợ con khóc lóc van xin, nhưng họ nhất định bắt giữ lại để điều tra. Họ bắt mợ leo lên một cái chòi cao, phải leo lên bằng cái thang, xong rồi họ rút thang đi. Họ nói chờ đến trưa có cấp trên đến sẽ tra hỏi cho ra nhẽ ! Họ xua tất cả đoàn phải đi trước, không được chờ mình. Thế là cả đoàn phải ra đi, riêng bà và cậu nhất định ở lại chờ, nhưng phải ra ngoài xa xa ngồi đợi dưới một gốc cây.

Chưa khi nào cậu thấy thời gian đi chậm như vậy... Đến gần trưa, thấy có một người đứng tuổi ăn mặc kiểu bộ đội từ xa đến bước vào trong trạm kiểm soát. Người này trông có vẻ chững chạc hơn bọn trẻ kiểm soát sáng nay, chắc là bọn du kích địa phương. Rồi thấy họ bắc thang lên cái chòi cho mợ xuống, dắt vào trong trạm.

Một lúc lâu sau một tên du kích bước ra, đến chỗ cậu ngồi, nói cậu vào trong nhà có việc. Khi vào thì không thấy mợ con đâu cả, chỉ thấy người mặc quần áo bộ đội ngồi sau cái bàn, hỏi cậu *« Anh có phải là chồng của chị có đứa con lai không ? »* Câu hỏi quá bất ngờ, có khi nào cậu lại nghĩ là họ sẽ hỏi vớ vẩn như thế. Nhưng có một sức mạnh thôi thúc cậu trả lời không đắn đo : *« Phải rồi, tôi là chồng. »* Dĩ nhiên là cậu nói dối, nhưng tại sao có thể nói dối dễ dàng, nói dối tự nhiên vậy ? Chắc hẳn là được thôi thúc bởi tình cảm cậu đã có mà chưa dám thổ lộ, cái ước muốn tự đáy lòng mà cậu không dám nói ra, thì bây giờ đây, có cái duyên nào đó đã xui khiến để cho người bộ đội ngồi trước mặt cậu nói ra thay cho cậu.

Người đó gọi mợ từ một căn phòng phía sau ra, trả lại giấy tờ và nói *« Chị đi với chồng con chị đi, tôi thấy chị không phải Việt gian. »*

Con thử tưởng tượng nỗi vui mừng của tất cả, từ bà ngoại con đến mợ, đến cậu và cả con nữa. Chờ đợi mấy tiếng đồng hồ trong hồi hộp, không biết số phận mợ sẽ ra sao ! Mợ con kể là họ nhất định đổ cho mợ là Việt gian, do Tây gài vào vùng giải phóng để làm gián điệp. Mợ phải kể họ nghe câu chuyện của mợ, một câu chuyện phần thì có thật, phần thêm mắm thêm muối, và cũng có phần không thật tí nào. *« Khi tôi sống ở Sài Gòn với gia đình cha mẹ, tôi đã có chồng người Pháp, và kết quả là đứa con lai đang ở ngoài kia với bà ngoại nó. Nhưng tôi đã sớm nhận ra được sai lầm của mình nên đã bỏ chồng Pháp trong Sài Gòn, trở về quê ngoại và nay tôi đã có chồng người Việt đang đợi tôi ngoài kia. »* Mợ con kể là phải nói thế trong cơn nguy khốn, mong cậu thông cảm cho hoàn cảnh đó mà không chê cười.

Nhưng khi mợ con thấy họ gọi cậu vào để đối chứng thì run quá, không biết hậu quả sẽ ra sao nếu cậu trả lời thật rằng cậu không phải là chồng ! Cậu nói đó là trời run rủi cho cậu nhận là chồng, vì thật ra đó cũng là ước muốn thầm kín của cậu từ bấy lâu nay !

Đó chính là cách cậu tỏ tình với mợ con, một cách tỏ tình chẳng giống ai cả, nhưng đó là hoàn cảnh chiến tranh, hoàn cảnh hiểm nguy đến tính mạng. Và cũng là thời buổi cách mạng, thời buổi không có cái gì bình thường cả... Nhưng con người vẫn phải sống, vẫn phải yêu...

Qua giây phút vui mừng vì đã thoát hiểm, đến giây phút lo âu : đi đâu bây giờ ? Đoàn người tản cư gần ba mươi người già trẻ lớn bé đã đi từ lâu rồi, không sao bắt kịp được nữa. Lúc đó mới nghĩ ra cậu có ông chú ruột ở phủ Đoan Hùng trên Phú Thọ, cách hai ngày đường. Ông chú có cái đồn điền, ngày xưa cậu đã lên chơi trên đó rồi, chắc ông sẽ cho mình tá túc. Gọi là đồn điền nhưng không phải bao la bát ngát như những đồn điền trong Nam đâu, chỉ là mảnh đất rộng trồng cây ăn trái thôi.

Thế là lại tiếp tục đi, rẽ về hướng Phú Thọ. Lếch tha lếch thếch, vừa đi vừa hỏi đường. Thật là một thời kỳ lạ lùng, một thời kỳ người ta dám bỏ nhà bỏ cửa ra đi khổ sở đến một nơi bất định, chỉ vì tự đáy lòng mọi người được thôi thúc phải đóng góp gì đó cho cuộc đấu tranh giành độc lập.

Và khi lên tới đồn điền của ông chú, thì chẳng khác gì gặp được thiên đường sau mấy ngày lội bộ vừa mỏi mệt vừa lo lắng không biết có chuyện gì xảy ra nữa không, sau vụ mợ con suýt bị bắt. Ông chú và cả gia đình ông đều mừng rỡ vồn vã đón tiếp cậu và cả nhà. Ngày xưa thời còn trẻ cậu có lên chơi vài lần, ông chú thương cậu lắm, nên bây giờ cậu đến mang theo cả bà ngoại con, mợ con và con, cũng không thành vấn đề. Thời buổi ngày xưa khác bây giờ, vả lại trên vùng nhà quê người ta hiếu khách lắm, nhất là đang thời kỳ loạn ly.

Hơn nữa, ông chú tương đối giàu có so với dân quê trong vùng, nhà cửa rộng rãi, có một cái nhà ngang cho cả gia đình mình ở. Gọi là giàu, nhưng con không thể so sánh với nhà giàu trong Nam bây giờ đâu, không phải « ngồi mát ăn bát vàng » đâu. Cả gia đình phải làm việc vất vả, dù có người giúp đỡ. Có điều ông có dư dả lúa gạo, ăn uống không phải lo bữa no bữa đói, thế đã là tốt lắm rồi. Ngày ấy dân chúng sống khổ lắm.

Sau khi đã tươm tất chỗ ăn chỗ ở, cậu xin ông chú tác thành chồng vợ cho cậu và mợ con. Phong tục xứ mình muốn thành vợ chồng phải qua gia đình hai họ, mặc dù trong trường hợp của cậu và mợ con rất đặc biệt, không phải do gia đình mai mối. Cậu mồ côi cha từ nhỏ nên chú thay cha là chuyện bình thường, mợ con cũng mồ côi cha từ nhỏ nên mẹ thay cha cũng tạm được. Theo tập tục người ta vẫn chuộng một người đàn ông trong gia đình hơn là một người đàn bà, dù là mẹ ruột, nhưng hoàn cảnh gia đình mợ lúc đó thì không có ai khác được.

Sau lần mợ con khai ở trạm kiểm soát rằng cậu là chồng để thoát nạn, cậu được thể thuyết phục mợ con lấy cậu. *« Số phận đã an bài như thế rồi ! »* Đó là lý lẽ cậu đưa ra. Mợ con cũng siêu lòng, nhưng đặt cho cậu nhiều điều kiện. Thứ nhất là mợ không muốn làm vợ lẽ, cũng không muốn làm dâu, cậu phải dứt khoát hẳn người vợ đầu thì mợ mới thuận lấy cậu. Điều này cũng không khó gì cho cậu vì từ trước đến giờ cậu vẫn có ý đó và xem như đã dứt khoát rồi, dù vợ trước của cậu vẫn sống với mẹ của cậu. Coi như cậu đã thoát ly gia đình đi sống cuộc đời phiêu bạt từ nhiều năm rồi. Thứ hai là mợ muốn để bà ngoại con sống với gia đình, vì bà ngoại không còn thân nhân nào khác nữa, ông Phó thì đã trở về nhà sống với bà Phó già. Điều này đối với cậu là hiển nhiên, vả lại cậu vẫn có nhiều cảm tình với bà. Thứ ba và cũng là quan trọng nhất, mợ muốn cậu phải xem con như con ruột, phải thương yêu con giống như những đứa con sau này của cậu. Điều này không cần nói ra cậu cũng đã nghĩ thế rồi.

Thế là đám cưới được « tổ chức » tại đồn điền của ông chú. Có thể gọi là « đám cưới thời loạn » được, vì chẳng có rước dâu, chẳng có « xác pháo nhà ai tả tơi rơi đầy… » ! Đơn giản tối đa, nhưng cũng bày bàn thờ lễ gia tiên, và mời vài người hàng xóm thân thuộc đến chứng kiến và cùng ăn một bữa tiệc cưới đơn giản.

Đám cưới đơn sơ như thế, nhưng hai vợ chồng đã được hưởng thật sự hạnh phúc trong suốt mấy tháng sống ở đấy, ví như một « tuần trăng mật » kéo dài. Hai « vợ chồng mới » giúp ông chú bà thím trong công việc hằng ngày của đồn điền, ít nữa là những công việc không nặng nhọc quá, vì cả cậu cả mợ trước đó đều sống ở thành phố là chính, đâu có quen với công việc ở nhà quê.

Lúc đó con lên 3 rồi, cậu mợ cũng rất mừng là con được sống trong hoàn cảnh thiên nhiên trong lành, con có chỗ tha hồ chạy nhảy trong vườn rộng. Lần đầu trong đời con được nhìn tận mắt con chuồn chuồn ban ngày và con đom đóm ban đêm. Trẻ con lớn lên ở đường phố tấp nập làm sao biết được mấy con vật dễ thương trong thiên nhiên này !

Sau này, bà ngoại và mợ còn nhắc mãi một mẩu chuyện về con lúc sống ở đồn điền đó. Một hôm đến lúc ăn trưa, không thấy con đâu cả. Gọi mãi cũng không thấy trả lời. Mọi người sợ quá chia nhau đi tìm trong vườn cây ăn trái, cuối cùng thấy con trốn sau nhà đang ngồi ăn quả mơ con hái trộm, vì mơ còn xanh chưa được hái. Mọi người không nhịn được cười, mặt con nhăn nhó vì quả mơ chua quá mà con vẫn cố ăn !

Nhưng cuộc đời đẹp đẽ có khi nào kéo dài mãi được đâu ! Chiến tranh dần dần lan rộng, và quân đội Pháp cũng tiến đến gần đồn điền của ông chú. Đã nhiều lần trên đường đi chợ, cậu mợ phải nằm rạp xuống hai bên vệ đường vì máy bay Tây sà xuống thị uy, có khi bắn cả tràng liên thanh. Cũng may cậu mợ không việc gì, và cũng chưa chứng kiến ai bị trúng đạn cả. Mấy tháng sau được lệnh của ủy ban kháng chiến địa phương phải tản cư lần nữa, vì quân đội Pháp đã gần kề. Phải tiếp tục tiêu thổ kháng chiến. Đối với ông chú thì quyết định này rất khó thực hiện, công lao suốt đời gây dựng lên được nhà cửa vườn tược nay phải tự tay mình tiêu hủy đi, khó lắm chứ ! Ông chú bảo gia đình cậu đi trước, rồi ông thu xếp nhà cửa sẽ đi sau…

Nhưng ra đi lần đó là cậu giã biệt với ông chú. Mãi sau này mới được tin là ông đã bị Việt Minh giết vì bị kết án là Việt gian. Ông ở lại đồn điền và khi quân đội Pháp đến, họ đã đóng quân trong đồn điền của ông. Thời buổi đó, người dân sống trong vùng tranh tối tranh sáng thấy mạng sống của mình như chỉ mành treo chuông, không biết lúc nào lãnh viên đạn của Tây hay của Việt Minh. Nếu ông chú không bị giết lúc đó thì sau này cũng khó mà thoát khỏi cảnh bị đấu tố trong cải cách ruộng đất. Mỗi làng xã phải tìm ra vài địa chủ để làm dê tế thần, dù là của cải ruộng đất chưa đáng để liệt vào thành phần địa chủ. Phải có đấu tố, phải có xử tử, mới có thể in sâu vào đầu người dân thế nào là đấu tranh giai cấp, nền tảng của chủ nghĩa cộng sản rập khuôn theo kiểu Tàu.

Thế là con lại được chui vào ngồi trong cái thúng với chiếc chiếu khum khum trên đầu che nắng che mưa. Cả gia đình lại lên đường, lần này với mảnh giấy giới thiệu của ủy ban kháng chiến Phú Thọ. Gia đình mình được chỉ định đến Phúc Yên.

« Tuần trăng mật » của cậu mợ kéo dài được mấy tháng. Mấy tháng đẹp nhất trong cuộc sống vợ chồng thời loạn...

10. Hồi cư – « Dinh tê » – 1948

(Chuyện kể của người cha dượng)

Thế là cả gia đình lại lên đường chạy loạn, nhưng lần này khác với lần trước ở chỗ là cậu mợ đã là vợ chồng.

Đến nơi, một thôn xóm nhỏ trong tỉnh Phúc Yên, toàn nhà tranh vách đất. Cả gia đình được ông trưởng thôn đón tiếp niềm nở và cho ở nhờ chung nhà với ông ấy. Ông có nhà tương đối rộng rãi khang trang hơn mấy nhà kia nên cho mình tá túc ở một chái nhà.

Cậu có giấy giới thiệu của ủy ban kháng chiến ở Phú Thọ đến đây với một nhiệm vụ rõ rệt : dạy học. Gọi là dạy học nhưng thực ra là dạy « i tờ » trong chương trình « bình dân học vụ » để xóa nạn mù chữ. Tất cả người dân trong thôn này, không ai biết đọc biết viết cả. Cậu được gọi là « Anh Giáo ».

Hồi đó chính quyền cách mạng đã hiểu được tầm quan trọng của việc biết đọc biết viết của từng người dân. Nếu không thì đất nước khó phát triển được. Họ đã phát động một chiến dịch rộng lớn xóa bỏ nạn mù chữ cho tất cả mọi người, nhất là ở nhà quê. Có cái may là chữ quốc ngữ rất dễ học, vì chỉ là chữ phiên âm từ tiếng nói mà ra, không như chữ Hán còn gọi là chữ Nho hay chữ « Thánh Hiền » rất khó học, chỉ dành cho một số ít người giỏi và có nhiều thì giờ mới học được. Ngày xưa nước mình cũng đã có chữ Nôm, nhưng chữ này còn khó hơn chữ Hán nữa, vì rắc rối hơn. Phải biết chữ Hán rồi mới học qua chữ Nôm, vì chữ Nôm dựa vào chữ Hán để dùng cho tiếng Việt[19].

Cậu dạy trẻ con ban ngày, và người lớn ban đêm. Ai cũng được khuyến khích đi học. Cậu được trả « lương » bằng gạo. Mợ con thì theo mấy người đàn bà con gái trong thôn đi « mò cua » ngoài ruộng lúa. Họ chỉ cho mợ cách bắt cua đồng, loại cua này màu nâu đen chỉ bé bằng hai ba ngón tay, sống trong hang dọc theo bờ đê, cửa hang nằm dưới mặt nước. Phải thò tay xuống nước lần mò theo bờ đê, khi thấy có cửa hang thì thò ngón tay vào trong hang, tìm cách làm sao cho con cua kẹp ngón tay mình rồi rút thật nhanh lên là bắt được nó. Dĩ nhiên bị cua kẹp tay thì đau lắm, nhưng không đau thì không có mà ăn, đơn giản vậy thôi ! Nghĩ lại khổ thật !

Cua đồng là nguồn chất đạm cho người nghèo không có thịt cá mà ăn, hoặc có nhưng không đủ. Biết cách nấu riêu cua cũng ngon lắm. Phải giã con cua trong cối đá cho nhuyễn, rồi cho nước lã vào quấy lên, chắt nước cho vào nồi, làm như thế vài lần cuối cùng trong cối chỉ còn vỏ cua đem đổ đi. Khi nấu nước sôi lên thì các chất bổ béo của con cua nổi lên và kết lại thành một mảng trông mịn màng, rất ngon. Bây giờ người ta làm món bún riêu với nhiều gia vị, thời xưa ở nhà quê chỉ nấu cua với mấy loại rau hái trong vườn như rau đay, rau dền, rau rút, được bát canh thanh đạm, nhưng vừa ngon vừa bổ !

Con cũng muốn theo mợ con ra đồng chơi, nhưng mợ con sợ nên con phải ở nhà với cậu, khi cậu dạy học con ngồi trong góc học lóm. Con chưa được 4 tuổi mà con đã nhớ mặt chữ nhanh hơn mấy người nhà quê lớn tuổi, phải khổ sở học thuộc mặt chữ vì lớn tuổi rồi học đâu có dễ. Vì vậy mà ở bình dân học vụ, người ta nghĩ ra những câu lục bát cho người học dễ nhớ, kiểu như *« i tờ có móc cả hai, i ngắn có chấm, tờ dài thêm ngang »*. Và thời bấy giờ mấy lớp xóa nạn mù chữ này gọi là « lớp học i tờ ». Sau này còn có câu « i tờ rít »[x] để chỉ mấy người chỉ mới biết đọc biết viết qua các lớp này.

Chỉ mấy tháng sau con đã đánh vần để đọc được chữ quốc ngữ, tuy con chỉ hiểu được nghĩa của ít chữ thông thường. Vì chữ quốc ngữ chỉ dựa vào âm thanh phát ra khi nói tiếng Việt, nên mặc dù không hiểu nghĩa vẫn đọc được, nên rất dễ học theo cách đánh vần.

Ngoài ra, con cũng có khiếu về hát, con rất thích hát, nên mợ dạy con hát thuộc lòng mấy bài của kháng chiến thời đó. Cậu mợ nhớ mãi cảnh mấy anh bộ đội đi qua thôn nghỉ chân, con hát cho họ nghe *« Bao chiến sĩ anh hùng, lạnh lùng vung gươm ra sa trường... »* và *« Bắc Sơn, nơi đó sa trường xưa, Bắc Sơn, đây núi rừng chiến khu... »*[20]. Thật lạ lùng cảnh bộ đội vây quanh đứa bé con 4 tuổi, mặt trông ra Tây hơn Ta, vừa hát những bài chống Tây vừa nhịp chân chẳng thẹn thùng gì cả !

Ngày qua ngày, cuộc sống đơn sơ, vất vả, nhưng đối với cậu mợ là cuộc sống hạnh phúc, vì tình thương trong gia đình giữa bà cậu mợ và con, và tình cảm của người dân trong thôn xóm đối với mình. Các « học trò » của cậu, ngoài gạo ra, cũng hay biếu « Anh Giáo » mớ rau, nải chuối, rổ khoai. Và trên hết, một tin vui đến với gia đình mình : mợ con có thai.

Trong hoàn cảnh bình thường thì đó chỉ đơn giản là một tin mừng, nhưng trong hoàn cảnh tản cư thời đó thì vừa là một tin mừng, vừa là một mối lo. Và mối lo lớn nữa là đằng khác ! Con cũng biết là mợ con đã vào Sài Gòn sống từ năm 17 tuổi, đã được hưởng các tiện nghi của cuộc sống thị thành. Khi mợ con sinh ra con, mợ đến nhà bảo sinh, tuy không có bác sĩ nhưng cũng có bà mụ, nếu có gì bất trắc cũng có thể đưa vào nhà thương. Còn ở thôn xóm này, các bà mẹ phải sinh đẻ trong nhà mình, phải đi rước bà mụ tận ở làng xã nào đó xa lắm, có khi tự đỡ lấy nữa. Nhưng cái mà mợ sợ nhất là mợ không được sinh trong nhà mình ở trọ, mà phải ra bụi chuối mà đẻ. Sở dĩ như vậy vì có một niềm tin ăn sâu trong người dân, tóm tắt trong câu *« sinh dữ tử lành »* : nằm mơ thấy người chửa đẻ là điềm xấu, nằm mơ thấy người chết là điềm tốt, và rộng hơn nữa, có người lạ đến nhà mình chết là hên, còn người lạ đến nhà mình sinh đẻ là xui.

---

[x] « i tờ rít » là một cách nhại tiếng Pháp có ý nhạo báng những người chỉ mới học xong lớp i tờ mà đã ra điều thông thái. Trong Pháp ngữ, « ite » là một tiếp vĩ ngữ (còn gọi là tiếp tố = suffixe) dùng trong nhiều trường hợp, thông dụng nhất là y khoa (appendicite = ruột thừa bị sưng) nhưng cũng dùng trong vài trường hợp khác, thí dụ để chỉ một dân tộc (Annamite = dân xứ Annam). Đặc biệt từ Annamite này chỉ dùng trong thời Pháp thuộc để chỉ người miền Trung (người miền Bắc là Tonkinois, người miền Nam là Cochinchinois). Sau này, người ta dùng chữ « Mít » thay vì « An nam mít » trong cách nói trào phúng để chỉ người Việt nói chung.

Ở đây cậu không bàn đến chuyện dị đoan hay không dị đoan, chỉ biết là « nhập gia tùy tục », mình đến ở nhờ nhà người ta thì phải theo ý của chủ nhà, thế thôi.

Thế là từ đó, bắt đầu gieo vào trong đầu mợ ý tưởng « hồi cư ». Sống hơn một năm trong vùng kháng chiến, những người bỏ nhà bỏ cửa đi tản cư như gia đình mình bắt đầu cảm thấy cuộc sống khó khăn và vô dụng. Chưa thấy dấu hiệu gì là kháng chiến sẽ thành công cả. Nên bắt đầu có những trường hợp bỏ vùng kháng chiến trở về quê cũ hoặc thành phố cũ, gọi là hồi cư hay là « dinh tê »[i]. Mợ bàn với cậu xem có cách nào tìm về Hà Nội được không, mợ nhất quyết là không thể nào sinh đẻ ngoài bụi chuối, mà không biết có mời được bà mụ hay không nữa chứ ! Dĩ nhiên phải nói thầm với nhau thôi, hồi đó những người hồi cư bị Việt Minh xem là phản quốc, là Việt Gian[21]. Họ tuyên truyền rỉ tai là những người về lại vùng Tây kiểm soát, đàn bà con gái bị bắt làm đĩ điếm, đàn ông con trai bị bắt làm lao công vác đạn cho lính Tây. Nhưng mặc cho những lời tuyên truyền và đe dọa đó, càng ngày càng có thêm người bỏ vùng kháng chiến về thành phố. Phải nói là ngoài một số cán bộ trung kiên, phần lớn những người tản cư đều nghĩ rằng thời gian sống tạm bợ chỉ ngắn hạn thôi, bây giờ thời gian kéo dài họ không biết làm gì để sống.

Thêm vào đó, những tin tức từ Hà Nội do những người đi buôn lén lút rỉ tai khác hẳn với những lời tuyên truyền của Việt Minh. Họ thì thầm rằng những người hồi cư về được chính quyền Pháp giúp đỡ tận tình để làm lại cuộc đời.

Ngày qua ngày, bụng mợ lớn dần, và cậu mợ không còn dùng dằng được nữa, phải dứt khoát tìm đường hồi cư. Muốn vậy phải tìm hiểu thật kỹ đường đi nước bước, tìm hiểu đi vào lúc nào và đường nào để tránh trạm kiểm soát của Việt Minh. Và quan trọng không kém là phải có sự đồng tình của người trưởng thôn cho mình tá túc. Một hôm cậu mợ làm liều trình bày với ông này sự thật, là mình có ý định hồi cư, và hồi cư không phải vì một lý do chính trị nào cả, mà chỉ vì mợ con có chửa, bụng đã bắt đầu to, mà tiếp tục ở đây thì mợ con rất sợ phải ra bụi chuối đẻ. Ông trưởng thôn rất thông cảm, và hứa sẽ lờ đi cho cả gia đình mình đi thoát.

Thế là một đêm, sau khi sửa soạn khăn gói, chào giã từ ông trưởng thôn, cả nhà lại lội bộ lên đường. Lần này là lần thứ ba, và cũng là lần nguy hiểm nhất vì phải đi ban đêm, phải tránh các trạm kiểm soát của Việt Minh.

Sau ba đêm phiêu lưu như thế, cả nhà đến trạm kiểm soát đầu tiên của Pháp trước khi vào Hà Nội. Cũng như trạm kiểm soát của Việt Minh trước đây khi tản cư, mục đích để xem có gián điệp của Pháp cài vào trong đám người tản cư hay không, các trạm kiểm soát của Pháp cũng không ngoài mục đích kiểm xem có cán bộ Việt Minh trà trộn vào đám người hồi cư hay không. Công việc này không dễ dàng tí nào, nhất là đa số người hồi cư không có giấy tờ tùy thân gì cả. Đó chính là trường hợp của gia đình mình.

Trong chuyến đi tản cư hơn một năm trước, con đã làm cho mợ con suýt bị nguy vì mặt con thấy rõ là Tây lai. Trong chuyến hồi cư về Hà Nội kỳ này, ngược lại con đã là nguồn mọi sự giúp đỡ của chính quyền Pháp, cũng vì cái mặt Tây lai của con !

---

[i] Câu « dinh tê » lấy từ tiếng Pháp « rentrer » có nghĩa là trở về.

11. Những ngày vui sống ở Hà Nội – 1948-1951

(Chuyện kể của người mẹ)

Mợ đã kể con nghe về trường hợp con ra đời như thế nào, mợ cũng muốn kể tiếp về trường hợp mợ lấy cậu như thế nào, nhưng cậu đã kể rồi, mợ chỉ muốn nói thêm là nghĩ lại thì đúng là vợ chồng phải có duyên số mới thành được. Nếu không có chuyện đi tản cư, nếu trên đường đi không bị rắc rối ở trạm kiểm soát Việt Minh, chắc là mợ đã chẳng lấy cậu. Không phải mợ chê cậu, cậu là người tốt và hiền, nhưng lúc đó mợ vẫn còn vết thương lòng chưa lành hẳn nên chẳng thiết gì đến việc lập gia đình nữa. Vả lại, mợ cũng đâu muốn lấy một người đàn ông đã có vợ.

Nhưng mà ai cũng có số cả, cái số của mợ gian truân thì phải chịu thôi. Nhưng cuối cùng mợ không hối hận đã nhận lời lấy cậu.

Cậu đã kể con nghe những ngày sống vất vả nhưng thật hạnh phúc ở Phú Thọ và Phúc Yên. Cậu đã nhắc đến chuyện mợ tập cách bắt cua đồng như thế nào, mợ cũng chịu khó cho cua kẹp đau nên bắt được khá nhiều. Nhưng cậu chưa kể chuyện mợ lên đồi sim. Mùa sim chín, mợ ăn thỏa thích tại chỗ rồi mang về cả rổ. Lúc đó mợ đang nghén em Vy, ăn cơm không được, nhưng lại rất thích ăn sim. Mợ cứ nghĩ, con mình trong bụng cũng được thưởng thức món sim này, sau này phải gọi nó là « bé Sim » mới phải !

Khi rời Phúc Yên về đến trạm kiểm soát của Pháp ở Hà Nội, mọi sự đều trôi chảy dễ dàng, dù cả gia đình không ai có giấy tờ gì cả. Đó là nhờ mặt con thấy rõ là lai Tây, trong khi lúc ra đi mợ suýt nguy kịch cũng vì cái mặt Tây lai của con, cậu đã kể chuyện này rồi. Trông con lúc đó thật ngộ nghĩnh, một đứa bé 4 tuổi mặc bộ quần áo nâu kiểu người dân quê, nhưng mặt mày thì rõ ràng là một đứa trẻ con Tây chẳng có tí gì là dân quê cả !

Con được một cơ quan xã hội của chính quyền Pháp lo cho con, và cả gia đình cũng được hưởng lây. Sau một thời gian ngắn ở trong một trung tâm dành cho người hồi cư để làm giấy tờ tạm, khám sức khỏe, cho quần áo lương thực, họ tìm cho gia đình mình một chỗ ở tươm tất. Đó là một căn phòng trên lầu ba một ngôi nhà gần hồ Ha-le[i].

Đây là một khu phía nam của trung tâm thành phố Hà Nội, khi ấy còn là ngoại ô, gần khu Khâm Thiên nổi tiếng về cô đầu. Nhưng mới chân ướt chân ráo về mà được ở trong một « nhà tây » ở khu đó là quá sướng rồi. Căn phòng khá rộng với tiện nghi điện nước, mợ như được sống lại những năm thời con gái ở Sài Gòn.

Ngôi nhà có cả một cái sân thượng rộng rãi, vài năm sau có người bạn có máy ảnh đến chụp cho cả gia đình trên sân thượng này, mợ còn giữ được mấy tấm ảnh mờ ảo vì hôm đó trời u ám lại mới tạnh mưa, đó là những hình ảnh duy nhất còn giữ lại của chỗ ấy.

---

[i] Hồi đó tiếng Pháp là hồ Halais, bây giờ là hồ Thiền Quang, nằm giữa bốn đường phố, đặc biệt đường Nguyễn Du có hàng cây hoa sữa ngát thơm vào mùa thu.

Mợ tìm được việc làm nhanh chóng trong cơ quan « anh tăng đăng[i] » của Pháp may quần áo cho quân đội, nhờ giấy giới thiệu của cơ quan xã hội đã đón tiếp gia đình mình lúc mới về. Mợ làm trong một cái xưởng, chỉ là một căn nhà rất rộng có mấy chục cái máy may, mỗi người may một vài thứ đã được cắt sẵn, rồi có người khác ráp lại thành quần áo lính. Làm việc kiểu dây chuyền không có gì hấp dẫn cả, nhưng trong lúc mới hồi cư về Hà Nội mà có được việc làm như thế là quý quá rồi. Vả lại, sau mấy năm sống trôi nổi vô định, có một việc làm như thế làm cho mợ yên tâm mình đã trở lại cuộc sống bình thường.

Mỗi ngày có chiếc xe cam-nhông nhà binh đưa đón mợ đi làm, xe lượn một vòng đón tất cả mọi người vì sở làm cũng khá xa trung tâm thành phố. Xe có bốn hàng ghế, hai hàng hai bên thành xe, hai hàng ở giữa đâu lưng vào nhau, có cầu thang sắt để lên xuống vì xe cao lắm. Cũng nhờ đi xe chung như vậy mà mợ từ từ làm quen với nhiều người cùng hoàn cảnh, về sau có vài người thành bạn thân.

Đó là trường hợp cô N., chắc con còn nhớ. Cô cùng hoàn cảnh với mợ, có đứa con gái cũng lai Pháp, rất xinh, thua con một tuổi. Cô có chồng trong quân đội Pháp, khi chồng về Pháp cô ở lại Hà Nội với con gái, sau này cô lấy một người Việt có hiệu ảnh trong khu trung tâm Hà Nội làm ăn cũng khá lắm. Mợ với cô N. rất thân nhau, đến chơi nhau luôn, và con cũng thích chơi với con gái của cô. Trông hai đứa con trai con gái cùng lai Pháp thật hợp với nhau, mợ và cô N. thì thầm nếu sau này mình thành thông gia thì chắc là thích lắm. Nói thì nói vậy thôi, thời buổi loạn ly nay đây mai đó biết tương lai ra sao mà ước hẹn như thời bình được. Sau này gia đình mình vào Sài Gòn, lúc đầu còn thơ từ qua lại, dần dần mất liên lạc, không biết gia đình cô N. có di cư vào Nam năm 1954 hay không.

Trên sân thượng nhà gần hồ Halais, tác giả và em gái ; hình chụp ngày 16-9-1950

Phần mợ như thế, còn phần cậu con khó tìm việc hơn. Xoay mãi không tìm được việc gì, chẳng lẽ ngồi không mãi, cậu đành theo lời khuyên của hai người bạn cùng làng đã đăng lính Pháp từ ít lâu trước, cậu cũng đăng lính trong ba năm. Quân

[i] Tiếng Pháp là Intendance, cơ quan của quân đội Pháp lo về thức ăn, quần áo, xe cộ, v.v…

đội Pháp thời đó không đủ người từ Pháp qua nên tuyển người Việt để bổ sung. Cậu chẳng đặng đừng mới phải làm như thế vì trước kia, năm 1945 cậu cũng đã từng tham gia « cách mạng mùa thu » rồi. Nhưng với trách nhiệm chủ gia đình 4 miệng ăn, và sắp sửa là 5 khi em con ra đời, thôi cậu cũng đành !

Ba năm trôi qua trong cảnh sống yên bình ở Hà Nội, ba năm phẳng lặng để nghỉ ngơi bù lại ba năm sóng gió lao đao nay đây mai đó. Ba năm thật ngắn ngủi, nhưng là một quãng đời đáng ghi nhớ vì là thời gian gây dựng lại một gia đình trên những đổ vỡ của quá khứ. Mợ sinh em Vy rồi gần hai năm sau sinh em Loan, thế là nhà mình đã tăng lên gấp rưỡi, từ 4 người tăng thành 6 !

Cậu con trong hai năm đầu ít khi phải đi xa, nên hay đưa con đi chơi. Có lần xảy ra một chuyện tuy nhỏ nhặt nhưng mợ giận cậu mãi. Hôm đó chủ nhật cậu mượn được chiếc xe đạp « cuốc » muốn chở con đi chơi một vòng. Mợ không muốn cho đi vì xe không có « poóc-ba-ga » để con ngồi đằng sau, cũng không có « gác-đờ-bu[i] » để che bùn hay nước bắn lên quần áo. Hơn nữa xe « cuốc » là phải phóng nhanh mới đúng kiểu, chở con đi mà phóng nhanh thì nguy hiểm quá. Cậu bảo không sao, đi một vòng cho con nó biết mùi xe « cuốc » thôi mà ! Thế là cậu đặt con ngồi lên thanh ngang phía trước yên xe, hai chân cùng vắt một bên, rồi phóng đi…

Hai anh em ở Hà Nội, 1950

Mợ ở nhà trong lòng nóng như lửa đốt, không biết có chuyện gì xảy ra hay không. Y như rằng, lát sau thấy cậu hớt hải về bế con trên tay, con khóc nức nở, chân máu me be bét ! Mợ hoảng quá, la khóc um sùm, cậu bảo không sao đâu, nó bị kẹt chân vào bánh trước xe đạp, trầy trụa sơ thôi, không có gì trầm trọng cả. Nhưng không phải « trầy trụa sơ » như cậu nói, mà vết thương khá sâu vì bị mấy cây tăm của bánh xe đang quay nhanh nghiền nát da thịt.

[i] « Cuốc » là từ tiếng Pháp « course », có nghĩa là « đua ». Ngày xưa xe đạp loại này bánh to (bánh 700 thay vì 650 của xe đạp thường), và lốp xe rất nhỏ. « Poóc-ba-ga » (porte-bagages) phía sau dùng để chở đồ đạc, nhưng cũng dùng để đèo thêm một người nữa. « Gác-đờ-bu » (garde-boue) là cái vè bọc phía trên bánh xe để ngăn không cho nước trên đường văng lên trên người.

Cả tháng trời, mỗi ngày mợ nấu một thau nước ấm cho thuốc tím vào để con ngâm chân, mỗi lần như thế con khóc ròng vì ngâm như thế vết thương đau lắm. Hồi đó làm gì có trụ sinh để ngăn ngừa nhiễm độc, chỉ có viên Dagenan[i] tán ra thành bột rắc lên vết thương rồi băng bó lại. Cái băng cũng phải giặt để dùng đi dùng lại không biết bao nhiêu lần. Nhưng vết thương không những không lành mà còn càng ngày càng loét sâu thêm. Cuối cùng sợ quá, đành phải đưa con đến nhà thương, bị bác sĩ la rầy là tại sao để lâu như thế mới mang con vào. Ngày xưa có một vấn đề tâm lý trầm trọng là rất sợ phải đưa người thân vào nhà thương, vì cứ nghĩ nếu vào nhà thương là bịnh nặng lắm rồi, nên cứ chữa trị vớ vẩn ở nhà, có khi gần chết rồi mới đưa vào nhà thương. Trường hợp vết thương ở chân con, chỉ đi nhà thương có mấy lần là từ từ khỏi, nhưng hậu quả là con còn giữ một cái sẹo dài phía ngoài bàn chân phải !

Cha dượng và mẹ tác giả, Hà Nội 1950

Ngoài những chuyện như thế, cuộc sống ở Hà Nội thời đó trôi đi nhẹ nhàng, những ngày vui sống ở thủ đô thanh lịch.

Đến mùa nhập học năm 1950, cơ quan xã hội của Pháp lo xin cho con đi học ở trường Sainte Marie là một trường bà sơ[ii]. Mợ cũng không biết tại sao họ lại xin cho con học ở đấy, vì mợ tưởng trường bà sơ dành cho con gái. Nhưng đây là một trường nổi tiếng của Hà Nội nên mợ rất mừng con được học ở đấy.

Khi mợ dắt con đến trường với giấy tờ của cơ quan xã hội, bà sơ hiệu trưởng trách mợ là sao không cho con đi học từ trước, để đến 6 tuổi rồi mới đi học là trễ quá. Thật ra mợ có biết gì đâu, vì cơ quan xã hội lo việc học cho con nên mợ yên tâm để họ lo. Vì đây là năm đầu con đến trường nên được xếp vào lớp 12ème, nhưng

---

[i] Dagenan là tên thương mại của chất sulfapyridine, một loại sulfamide rất thông dụng thời đó. Từ khi có các loại trụ sinh (hay kháng sinh = antibiotiques) thì các loại sulfamides không còn được dùng nữa.

[ii] Trường Sainte Marie HPà Nội là một trường nổi tiếng của các nữ tu dòng Saint Paul de Chartres, sáng lập từ năm 1896 nằm trên Boulevard Rollandes, nay là phố Hai Bà Trưng. Hiện nay là bịnh viện Việt Nam – Cu Ba ở số 37 Hai Bà Trưng. Ở Sài Gòn có trường Saint Paul ở đường Cường Để cũng của dòng nữ tu này.

vì con đã biết đánh vần tiếng Việt, tức là biết nhận mặt chữ rồi, nên được vài tuần thì trường cho con lên lớp 11ème cho đúng với tuổi của con[i].

Chỉ ít lâu sau con bắt đầu được cái « mề-đay » vào cuối tuần, chứng tỏ là con học giỏi. Các bà sơ có cách khuyến khích học trò là khi giỏi về một bài gì đó thì được một « bon point » tức là một « điểm tốt » ghi trên một tấm bìa nhỏ. Cuối tuần, nếu được bao nhiêu điểm tốt như thế thì đổi lấy một cái « mề-đay » giống như huy chương trong quân đội đeo lủng lẳng trước ngực. Cái này chỉ cho mượn vào ngày cuối tuần thôi, thứ hai vào phải trả lại cho bà sơ. Thế là ngày chủ nhật cậu mợ mặc quần áo đẹp cho con, đeo cái huy chương vào ngực rồi đi ra bờ hồ Hoàn Kiếm ăn kem. Thưởng con học giỏi được ăn kem đã đành, nhưng trong thâm tâm mợ cũng muốn khoe với bà con qua lại là con mình học giỏi có cái huy chương đeo trên ngực !

Bà ngoại

Thấm thoát hết ba năm đăng lính của cậu con, cậu không muốn tiếp tục ở trong quân đội Pháp nữa, nhất là từ cuối năm 1950 chiến trận lan tràn, cậu cũng phải tham gia, tuy chỉ với tư cách là hậu cần mà cũng rất nguy hiểm[22].

---

[i] Cấp tiểu học của Pháp thời xưa bắt đầu bằng lớp 12ème tương đương với lớp mẫu giáo, rồi lên 11ème tương đương với lớp 1 hiện nay. Cứ thế các con số thụt lùi, lên bậc trung học khi đến số 1 (lớp Première), vì hết số phải thêm lớp « terminale » có nghĩa là « lớp cuối cùng » chấm dứt bậc trung học, tương đương với lớp 12.

Cậu mợ tính đến chuyện vào Nam để tránh chiến sự ngoài Bắc, càng ngày càng có dấu hiệu quân Pháp kém thế. Ngày xưa bà và mợ đã sống cùng ông Phó trong Sài Gòn nên còn quen biết nhiều người làng ở đấy. Mợ viết thơ cho bà em ruột của ông Phó, có chồng là ông C. làm thầu khoán ở Sài Gòn, nghe nói làm ăn khá giả lắm. May quá ông C. đang cần người tín cẩn để lo sổ sách kế toán cho ông ấy, thế là cậu mợ quyết định hè năm 1951 dọn nhà vào Sài Gòn. Di chuyển vào mùa hè cho con không bị gián đoạn việc học.

Cả gia đình về thăm quê làng Hà Hồi chào ông bà Phó và tất cả người quen ở đấy trước khi ra đi. Và ông Phó cũng lên Hà Nội thăm gia đình mình, và nhất là thăm con vì ông Phó thương con lắm, bồng bế con từ khi con mới sinh ra cho đến khi nhà mình đi tản cư mới không sống chung nữa.

Không ngờ đấy là lần cuối cùng mình gặp ông Phó.

12. Hà Nội 2007

(Trích nhật ký của Long)

Tháng 1-2007

5 giờ sáng, chiếc xe đò Sinh Café đậu lại trước cửa văn phòng của công ty gần trung tâm thành phố, một đặc ân cho hãng xe này, vì là xe chuyên chở du khách. Các loại xe khác phải đậu ở bến xe tận ngoại ô xa. Vợ chồng Vy chọn hãng này vì nhiều lý do, nhưng quan trọng nhất là vì tài xế được tiếng là lái đàng hoàng trong một bối cảnh lái xe hỗn loạn, với con số tai nạn lưu thông vượt tất cả các kỷ lục.

Vy gọi được chiếc tắc-xi còn hiếm hoi vào giờ này. Ba anh em về một khách sạn nhỏ đã giữ chỗ từ trước ở đường Lương Văn Can ngay trong khu phố cổ. Con đường này dẫn ra hồ Hoàn Kiếm, chạy song song với hai phố Hàng Ngang và Hàng Đào nổi tiếng trong khu "băm sáu phố phường" của Hà Nội xưa.

Thế là một ước mơ nuôi dưỡng từ không biết bao lâu nay đã thành sự thật: tôi đã trở lại Hà Nội, tôi đã trở lại nơi tôi đã sống ba năm từ khi chớm có trí khôn, trở lại nơi lần đầu tiên tôi cắp sách đến trường. Thời gian 56 năm đã qua. Hơn nửa thế kỷ. Hai phần ba đời người. Hai phần ba, hay ba phần tư, hay gần hết cả đời người?

Sau khi đất nước thống nhất năm 1975, tôi đã có ngay ý định trở lại thăm Hà Nội. Nhưng cho tới khi đi Pháp cùng vợ con năm 1980, không có cơ hội nào đến với tôi để thực hiện được mộng ước này. Điều kiện vật chất không có, tiền bạc đâu sau những vụ đổi tiền mà đi chơi xa thế. Điều kiện tinh thần cũng không có, tâm trí còn phải tập trung vào việc đối phó với những « thay da đổi thịt » của cuộc sống mới. Điều kiện "chính trị" cũng không có, ai cho tôi đi ra Hà Nội, đi làm gì?

Về thăm quê hương hai lần trước vào năm 1993 và 2002, tôi dành trọn thời gian cho gia đình. Và chỉ lần về thứ ba này, tôi mới có cơ hội đi một vòng thăm đất nước cùng với vợ chồng Vy, người em gái kế.

Xe đò rời Huế vào 5 giờ chiều hôm qua trong một chuyến đi đêm kéo dài 12 tiếng đồng hồ trên đoạn đường gần 700 cây số. Mọi người cố gắng nhắm mắt ngả mình trên chiếc ghế có lưng dựa ngả xuống được, nhưng cũng chẳng ngủ được bao nhiêu. Có mấy cô cậu Tây ba-lô nằm thẳng trên sàn xe vừa cứng vừa xóc mà vẫn ngủ ngon lành, thật là tài!

Xe ngừng lại lúc 7 giờ chiều ở Đông Hà để ăn cơm, rồi 11 giờ khuya ở Hà Tĩnh để ăn cháo. Đông Hà là « tuyến đầu khói lửa » của miền Nam trong thời gian đất nước chia cắt, một thị trấn nằm ngay phía nam của sông Bến Hải. Xe không qua con sông lịch sử này bằng cầu Hiền Lương ngày xưa, mà qua một cây cầu mới xây sau này rộng rãi hơn nhiều. Cầu Hiền Lương chỉ còn được giữ lại để tưởng nhớ một giai đoạn lịch sử đau thương của đất nước.

Và bây giờ thì tôi đã đặt chân đến Hà Nội, đến thủ đô thanh lịch với « băm sáu phố phường » với những Hàng Ngang, Hàng Đào, Hàng Mã... được mẹ tôi nhắc đến mỗi khi nói về Hà Nội. Rồi Chợ Đồng Xuân, Phố Lò Đúc, lại thêm Ô Đông Mác, hồ Ha-Le... những địa danh mẹ tôi nói đến với bao thương nhớ như còn văng vẳng mơ hồ trong ký ức một người đã 56 năm chưa thấy lại thành phố xưa.

Khách sạn nhỏ bé nằm trong khu phố cổ chỉ cách hồ Hoàn Kiếm mấy phút đi bộ.

Hồ Hoàn Kiếm! Địa danh mang bao ý nghĩa lịch sử, nhưng đối với tôi, quan trọng hơn cả, đó là nơi mà cách đây hơn nửa thế kỷ, mẹ tôi đã dắt tôi đến đây cho ăn kem, và cũng để khoe cái mề đay tôi đeo trước ngực...

Ngày đầu tiên ở đây tôi đã dành để đi thăm quê ngoại là làng Hà Hồi, nơi tôi đã gặp lại một bà dì 85 tuổi còn nhớ tôi ngày xưa – như một phép lạ! Chiều về, tôi muốn đi bộ quanh hồ Hoàn Kiếm để xem mình còn nhớ gì không. Cảm giác đầu tiên là cái hồ rất bé so với trí nhớ của tôi. Đối với đứa bé 7 tuổi thì cái gì cũng lớn cả, nhìn ra mặt hồ thấy bao la bát ngát vì bé quá có thấy bờ bên kia đâu! Tôi có cảm giác nó còn nhỏ hơn cả hồ Xuân Hương ở Đà Lạt là một cái hồ nhân tạo do một đập nước ngăn con suối, bề ngang không rộng lắm nhưng bề dài khá dài. Hồ Hoàn Kiếm nhỏ thật, nhưng rất đẹp và có cái lợi là có thể thả bộ đi quanh một vòng ngắm liễu rủ ven hồ mà không thấy mệt.

Tôi cũng muốn tìm lại khu nhà gần hồ Ha-Le nơi tôi sống từ 4 đến 7 tuổi. Hồ này ngày xưa tên Pháp là Halais, nay có tên Việt rất đẹp là hồ Thiền Quang, "ánh sáng của Thiền".

Con đường Nguyễn Du dọc theo bờ phía Bắc có trồng nhiều cây hoa sữa, được nhắc đến trong thi ca vài chục năm gần đây, *« Hoa sữa vẫn ngọt ngào đầu phố đêm đêm*[i]*... »* và *« Hoa sữa thôi rơi, ta bên nhau một chiều tan lớp*[ii]*... »* Điều ngạc nhiên là khi tôi hỏi bạn bè trong giới văn nghệ sỹ sống bên Mỹ lớn tuổi hơn tôi, rời Hà Nội năm 1954 lúc đã khá lớn, không ai biết hoa sữa ở Hà Nội thời đó cả. Vậy là cây hoa sữa mới được trồng sau này chăng?

---

[i] Nhạc phẩm Hoa Sữa của Hồng Đăng. Nhạc sĩ Hồng Đăng viết bản nhạc này cho phim « Hà Nội mùa chim làm tổ » năm 1978, nhưng phải chờ đến hơn chục năm sau bản nhạc mới nổi tiếng với các giọng ca Nhã Phương, Mỹ Linh, Thanh Lam... Hồng Đăng cho biết khi viết bài hát ông không biết hoa sữa là hoa gì, chỉ nghe một người bạn nói là đường Nguyễn Du có cây hoa sữa, thế là ông nổi hứng viết « Hoa sữa vẫn ngọt ngào đầu phố đêm đêm... ». Ông cũng cho hay phải chờ 25 năm sau ông mới nhìn thấy tận mắt cây hoa sữa.

[ii] Nhạc phẩm Hà Nội Mùa Vắng Những Cơn Mưa, thơ Bùi Thanh Tuấn, nhạc Trương Quý Hải, 1993. http://www.youtube.com/watch?v=YNI9eUJ8QrQ

Tôi tò mò ngừng xe trên đường Nguyễn Du hỏi một cặp trai gái đang dắt tay nhau dung dăng dung dẻ, là mấy cây cổ thụ trồng dọc đường ở đây có phải cây hoa sữa không. Họ trả lời đúng là cây hoa sữa, nhưng không biết là cây được trồng vào khoảng thời gian nào[iii].

Phia tây của hồ Thiền Quang là những ngôi nhà từ thời Pháp, tường quét vôi vàng, một khu khá sang trọng. Tôi ngạc nhiên là sao ông bà cụ tôi ngày xưa mới chân ướt chân ráo hồi cư về Hà Nội mà đã ở khu nhà đẹp đẽ thế này?

Chắc có lẽ vì hồi đó khu này còn nằm ngoài thành phố, không khang trang như bây giờ. Năm 1948 bờ hồ Ha-Le chỉ là bùn lầy nước đọng. Con đường bắt đầu từ hồ chạy về phía tây dẫn vào khu Khâm Thiên, hồi đó nổi tiếng là xóm "cô đầu". Thật ra hát cô đầu nguyên thủy là hát điệu ả đào, là một bộ môn nghệ thuật truyền thống đặc biệt của một số vùng ngoài Bắc, với một cô "đào" vừa hát vừa gõ phách, một anh "kép" chơi đàn đáy phụ họa, và một "quan viên" cầm chầu, tức là cầm một cái trống nhỏ lâu lâu dùng một thanh tre gõ vào để chấm câu và cũng là để tỏ ý hài lòng khi đến những đoạn xuất sắc, một cách để khuyến khích đào kép hát. Mấy "phong lưu công tử Hà thành" ngày xưa hay mời đoàn "hát nói" đến nhà trải chiếu cho đào kép ngồi giữa, những người thưởng thức ngồi chung quanh là bạn bè sành điệu được chủ nhà mời đến nghe, kiểu "văn nghệ bỏ túi" bây giờ. Một trò giải trí thật thanh tao.

Hồ Thiền Quang (hồ Ha Le ngày xưa) 2007

Nhưng ở xóm Khâm Thiên thời thập niên 40 và 50 thì "hát cô đầu" diễn ra trong các động mại dâm, những cô đào là gái mại dâm được huấn luyện hát, dĩ nhiên chỉ hát đại khái cho có, tính chất nghệ thuật không cần thiết lắm. Vì vậy mà đi chơi "xóm cô đầu" thời đó có ý nghĩa khác hơn là đi thưởng thức âm nhạc.

[iii] Sau này tác giả có người bạn sống trong khu này trước năm 1954 xác nhận là hồi đó đã có cây hoa sữa rồi, nhưng không ai ca tụng nó trong thi ca vì nó tỏa một mùi mạnh, chính xác hơn phải nói đó là mùi hắc hơn là mùi thơm. Có tài liệu nói người ta phải trồng ven bờ nước để khi đến mùa thu hoa nở li ti nhỏ trắng nhạt như sữa, nhờ có mặt nước mùi nhẹ bớt đi.

Nhưng đó là trong xóm Khâm Thiên. Còn nhà tôi ở ngày trước gần hồ Ha Le cũng khá xa các nơi ăn chơi đó. Mẹ tôi kể là gia đình ở trên lầu 3 một nhà ba tầng, có sân thượng (tôi còn tấm hình chụp trên sân thượng đó). Khi đến khu này nhìn các nhà quanh hồ vẫn còn nhà kiểu Tây thời xưa, thì tôi chắc chắn là ngôi nhà đó vẫn còn, nhưng ở đâu? Đường nào? Phần đông nhà ở đây đều 2 hoặc 3 tầng, đều quét vôi vàng. Tôi đi qua mấy con đường quanh đó với hy vọng sẽ có một chi tiết gì đấy giúp tôi nhận ra căn nhà mình ở xưa kia, nhưng đành thất vọng. Trí nhớ non nớt của một đứa bé 6, 7 tuổi khó mà giữ lại được những gì đã diễn ra 56 năm qua với bao biến động của thời cuộc.

Đến trước một ngôi biệt thự uy nghi có sân rộng, tôi đứng lại ngắm lối kiến trúc kiểu "thuộc địa" xưa thì có một thanh niên mặc bộ đồ tây thắt cà-vạt đến hỏi tôi có cần giúp gì không. Hỏi bằng tiếng Anh. Tôi trả lời tiếng Việt: *« Tôi đang tìm lại nhà tôi ở cách đây hơn nửa thế kỷ. »* Anh chàng ngẩn người, chắc chắn trong đầu nghĩ sao ông Tây già này nói tiếng Việt sõi thế! Tôi tiếp tục câu chuyện và được biết thêm là ngôi nhà sang trọng kia là nhà khách quốc tế của đảng Cộng Sản, hôm nay có một buổi tiếp tân gì đấy, anh chàng tưởng tôi là khách nước ngoài được mời nên mới ngỏ lời hỏi rất lễ phép.

Mỗi lần về thăm quê hương, tôi lại có dịp đóng vai chính trong một trò chơi vui vui khi đi đến những khu có nhiều du khách. Thế nào cũng có một anh chàng chào mời cái gì đó bằng tiếng Anh. Tôi chỉ ừ hử không nói gì cả, để cho anh chàng tán hươu tán vượn đã đời rồi tôi trả lời bằng tiếng Việt là nãy giờ không hiểu anh nói gì!

Xem như đó là trò vui đùa nhưng thật ra trong lòng tôi cũng có chút ngậm ngùi vì những cảnh như thế. Tôi cảm thấy mình không được xem là người Việt Nam trên đất nước Việt Nam. Hồi nhỏ đám trẻ con ngoài đường thấy tôi đi qua thì hét to *"Tây lai ăn khoai cả vỏ ăn chó cả lông ăn hồng cả hột!"* Lớn lên lúc có nhiều lính Mỹ ngoài đường phố, đám trẻ chạy theo tôi nói to *"Ô Kê Salem! Ô Kê Salem![iv]"*. Sau ngày thống nhất đất nước, cũng đám trẻ, dĩ nhiên đã là thế hệ khác, thấy tôi thì xầm xì *"Liên Xô! Liên Xô!"* Tôi được dán nhãn những loại người khác nhau tùy từng thời kỳ, nhưng không lúc nào được là người Việt Nam.

Ngày thứ hai ở Hà Nội, tôi được ông bà thông gia hẹn đến đưa đi chơi. Con dâu tôi qua Paris du học, con trai tôi gặp ở đấy và nên duyên vợ chồng. Ông thông gia tôi là dân Hà Nội chính cống từ ngày xưa, ông thân sinh là họa sĩ Mạnh Quỳnh nổi tiếng một thời, nhà ở phố Hàng Trống. Họa sĩ Mạnh Quỳnh đặc biệt nổi tiếng vì những bức tranh minh họa cho tập thơ ngụ ngôn La Fontaine do Nguyễn Văn Vĩnh dịch ra tiếng Việt.

Không còn gì quý hơn được người Hà Nội sinh ra và lớn lên tại đây từ thời xửa thời xưa hướng dẫn đi thăm trung tâm thủ đô ngàn năm văn vật này[v]. Nhưng ngoài những địa danh quen thuộc du khách không thể bỏ qua, riêng tôi muốn tìm lại ngôi trường đầu tiên trong đời tôi. Khi tôi hỏi ông thông gia có biết trường Sainte Marie ngày xưa ở khu nào không, ông biết ngay, vì thời ông còn nhỏ đó là một ngôi

---

[iv] Salem là tên một loại thuốc lá Mỹ. Mấy bọn trẻ này có tật xấu là chạy theo lính Mỹ xin thuốc lá.

[v] Năm 2010, Hà Nội kỷ niệm 1000 năm từ khi vua Lý Thái Tổ dời đô từ Hoa Lư về thành Đại La được đổi tên là Thăng Long.

trường nổi tiếng của bà sơ, bây giờ đã biến thành bịnh viện Việt Nam - Cuba. Thôi thì cho tôi xem trường đó nằm ở khu nào, nhìn bức tường bao ngoài cũng được vậy. Chính quyền cộng sản không chấp nhận có hoạt động tư nhân, nhất là hoạt động văn hóa, nên tất cả các trường tư nhân đều bị tịch thu, trong đó có các trường nổi tiếng của các dòng tu công giáo. Trường Sainte Marie Hà Nội biến thành bịnh viện, nhưng trường Saint Paul ở Sài Gòn cũng của các nữ tu dòng Saint Paul de Chartres may mắn hơn, vẫn còn là một trường học của nhà nước.

Chúng tôi tản bộ đến đường Hai Bà Trưng song song với phố Tràng Thi ngay trung tâm thành phố. Bước dọc theo một bức tường dài, ông thông gia nói bên trong là bệnh viện, ngày xưa là lớp học trường Sainte Marie. Tôi bắt đầu buồn vì chẳng thấy gì cả bên trong thì đến một cổng sắt rộng mở, và kìa, hiện ra như một phép lạ là một bức tượng Đức Mẹ bồng Chúa Giê-Su ngay trên cái cổng cũ kiến trúc vừa đẹp vừa cổ kính. Và lạ hơn nữa là hàng chữ INSTITUTION Ste MARIE bằng tiếng Pháp vẫn còn nguyên, màu xanh nổi bật trên nền trắng bên trên bức tượng.

Tim tôi đập nhanh hơn, tưởng tượng cậu bé 6 tuổi tay nắm vạt áo dài của mẹ, nước mắt chạy quanh – tôi là đứa bé rất nhút nhát – đứng trước cái cổng uy nghi này, chuẩn bị để lần đầu tiên xa mẹ suốt mấy tiếng đồng hồ ! Đó là ngày tựu trường năm 1950.

Lòng còn bồi hồi với những hình ảnh quá khứ, tôi bước qua cổng sắt, vào phía trong một cái sân nhỏ dẫn đến một cửa lớn vào bên trong. Nơi đây là một hành lang rộng, ngay chính giữa ăn thông với nhà nguyện của dòng tu, cửa mở rộng, bên phải hành lang đi vào phía sau. Còn tần ngần chưa biết làm gì thì một phụ nữ trẻ từ sau nhà bước ra hỏi chúng tôi là có giúp gì được không. Tôi nói cách đây 57 năm tôi đã học lớp Onzième (bây giờ là lớp Một) ở trường này, và đây là lần đầu tôi trở lại ngôi trường cũ, rất vui thấy trường vẫn còn lại một phần nhỏ là cái cổng và nhà nguyện này.

Cổng trường Sainte Marie cũ, Hà Nội 2007

Người phụ nữ trẻ tự giới thiệu là một người đang học tập tại nhà dòng để trở thành nữ tu, và giải thích là sau khi hòa bình lập lại năm 1954, trường Sainte Marie bị chính quyền tịch thu và biến thành bệnh viện, nhưng một phần nhỏ của tu viện vẫn được các nữ tu giữ lại, gồm cái cổng, nhà nguyện và nhà ở của các nữ tu phía sau. Vì dòng tu vẫn tồn tại qua bao năm tháng, hiện còn ba bà sơ còn sống sót từ thời tôi đi học, trong đó có một bà từng là hiệu trưởng năm nay đã 97 tuổi, rất tiếc là bà yếu quá, không tiếp khách được nữa. Gần đây, dòng tu đã tử tử khôi phục lại, và bắt đầu được phép nhà nước nhận những cô gái muốn đi tu dòng này.Tôi lại nghĩ vẩn nghĩ vơ, có thể là bà sơ năm nay 97 tuổi, năm 1950 bà 40 tuổi, phải chăng chính bà đã quở trách mẹ tôi *« Sao con trai đã 6 tuổi rồi bây giờ mới cho nó đi học ? »*

13. Khúc quanh đầu tiên trong đời - 1948

(Chuyện kể của người mẹ)

Long ơi, còn một chuyện quan trọng trong đời con mợ muốn kể đầy đủ một lần cho con nghe. Con cũng đã biết qua rồi, nhưng mợ muốn con biết rõ tất cả chi tiết đầu đuôi câu chuyện này.

Ở nhà ai cũng gọi con là Long, đó là tên mợ đặt cho con lúc lọt lòng. Nhưng ở trường bạn bè vẫn gọi con là Jean Martin. Cái tên này ở đâu ra, ai đặt cho con ? Con cũng biết đó là tên của cha con, nhưng làm sao con có được giấy tờ chính thức để mang tên ấy ?

Khi gia đình mình hồi cư về Hà Nội năm 1948, con được cơ quan xã hội của Pháp lo cho con vì con lai Pháp, và từ đó cả gia đình cũng được hưởng lây.

Quan trọng hơn cả là cả nhà đã làm lại được giấy tờ tùy thân, đặc biệt con có một giấy khai sinh mới, giấy tờ cũ đã mất hết từ khi còn ở Sài Gòn, trong vụ đến ngủ nhờ nhà ông quan năm người Pháp.

Khi từ Phúc Yên lặn lội hồi cư về đến Hà Nội thì cả nhà trong cảnh lôi thôi lếch thếch, riêng con là một đứa bé 4 tuổi mặt mũi xinh xắn, trắng trẻo, trông không ai bảo là người Việt cả. Nhưng con lại mặc bộ quần áo vải nâu mợ may cho con, chân đi guốc, chẳng khác nào một đứa bé quê. Đã thế, con lại không biết nói một tiếng Pháp nào, mà nói tiếng Việt với giọng Hà Nội thì rất sõi. Những người làm việc trong cơ quan xã hội của Pháp thấy thế rất thương, và càng cưng con hơn nữa vì sự tương phản giữa bề ngoài Pháp và bề trong Việt Nam của con. Ngoài quần áo và thực phẩm được phân phát cho những người hồi cư, họ cho con thêm bánh kẹo, sô-cô-la… Lần đầu tiên trong đời con được nếm mùi cái kẹo tây, được biết thế nào là kem cây…

Một người đàn ông lớn tuổi phụ trách cơ quan xã hội ở đấy, đó là một ông Trung tá Pháp đã về hưu, ông này đặc biệt cưng con lắm, mỗi lần mợ mang con đến là ông ôm con vào lòng như con cháu mình vậy. Ông nói với mợ sẽ lo cho con có quốc tịch Pháp, vì theo ông thì với khuôn mặt của con, ông chắc chắn là cha con người Pháp không cần phải đợi mợ nói ra mới biết. Ông nói là mặc dù con không có giấy tờ gì cả, con vẫn có quyền có quốc tịch Pháp theo luật lệ gì đó mợ không biết[23].

Muốn vậy, ông hỏi mợ về cha con tên gì, làm gì, cấp bậc gì, ở đâu, v.v. ông ghi chép rất tỉ mỉ rồi hứa sẽ làm thủ tục hồ sơ đưa lên tòa án để xin giấy tờ hộ tịch cho con. Ông nói vì phải qua tòa án nên việc này khá lâu mới xong, mợ về chờ vài tháng sẽ có tin.

Một hôm, mợ nhận được giấy gọi đến cơ quan xã hội để lấy giấy tờ. Ông Trung tá về hưu đưa cho mợ một tờ giấy viết bằng tiếng Pháp, ông nói phải giữ thật kỹ vì đó vừa là giấy khai sinh của con, vừa là giấy chứng nhận con có quốc tịch Pháp. Đó là một chứng thư[vi] của Tòa Sơ thẩm Sài Gòn ký ngày 29 tháng 5 năm 1948 trong đó tòa *« phán quyết[vii] là Martin Jean sinh ra tại Sài Gòn ngày 20 tháng 11 năm 1944, mẹ là Lê Thị Kim, cha vô danh trên pháp lý nhưng xem như có quốc tịch Pháp, và được xác nhận là công dân Pháp. »*

Thế là từ đó con đã biến thành một công dân Pháp, với một tên Pháp, tên của cha con, không còn mang tên Long với họ của mẹ nữa. Ngay cả ngày sinh của con cũng thay đổi. Và điều này không phải do mợ muốn, mợ cũng không hiểu tại sao họ lại đổi ngày sinh của con. Thật ra sau khi về nhà rồi cậu đọc kỹ văn bản bằng tiếng Pháp mới khám phá ra chỗ sai này. Nhưng đối với người Việt mình, ngày sinh trong dương lịch không quan trọng lắm, ngày tháng năm sinh trong âm lịch mới cần ghi nhớ. Vì vậy mợ cũng chẳng nghĩ đến việc xin sửa đổi lại ngày sinh của con làm gì.

Về sau suy nghĩ lại, chắc là khi nhân viên ở cơ quan xã hội hỏi ngày sinh của con, họ đã ghi sai. Mợ trả lời là con sinh năm 1944, và mợ chỉ nhớ là ngày 20 tháng chạp âm lịch, không nhớ theo dương lịch là ngày nào tháng nào. Người lo giấy tờ không có bảng đối chiếu ngày tây ngày ta, nên ghi là 20 tháng 11, tức là bớt đi một tháng vì âm lịch và dương lịch chênh lệch nhau khoảng một tháng. Nhưng họ lầm ở chỗ là đáng lẽ khi đổi từ âm lịch qua dương lịch phải tăng lên một tháng, tức là 20 tháng giêng, họ lại bớt đi một tháng, thành ra tháng 11 ! Nếu họ ghi là 20 tháng 1 năm 1944 thì cũng không đúng, nhưng chỉ sai có ít ngày, còn trường hợp con họ ghi là 20 tháng 11 nên bị sai 10 tháng !

Nhưng cái tên mới và giấy tờ mới này sẽ chỉ bắt đầu dùng hai năm sau đó, khi con bắt đầu cắp sách đến trường. Ở nhà con vẫn tên là Long, mọi người vẫn gọi con là Long, không ai nhắc đến tên Pháp của con cả. Và cả mãi đến sau này, tên Pháp của con sẽ chỉ được dùng ở trường, và chỉ có bạn học của con nhắc đến mà thôi.

Cũng vào dịp này, cậu mợ làm giấy thế vì khai sinh và hôn thú, vì chạy loạn có còn giấy tờ gì nữa đâu. Nhân cơ hội này cậu rút bớt xuống 7 tuổi, nên trên giấy tờ cậu cũng sinh năm 1921, tức là bằng tuổi mợ. Nhưng thật ra cậu tuổi Dần, tức là sinh năm 1914. Hồi đó ai cũng có khuynh hướng muốn rút tuổi xuống, nhất là trẻ con, vì loạn lạc bị học hành trễ, nên rút tuổi đi cho đúng với lớp học. Còn người

---

[vi] Bản tiếng Pháp ghi là « Jugement », nếu dịch theo từ điển là « Bản án ». Dùng « Bản án » trong giấy tờ hộ tịch như trường hợp của tác giả ở đây nghe… ghê quá !

[vii] Bản tiếng Pháp ghi là « dit et juge », dịch từng chữ là « nói và xử ». Không biết trong tiếng Việt dùng « phán quyết » có chính xác không, xin quý vị trong ngành tư pháp chỉ giáo giùm.

lớn như cậu rút tuổi xuống cũng vì loạn lạc, thời trẻ đâu có làm việc gì cố định để tính vào thâm niên công vụ, nên rút tuổi xuống để khi làm việc có đủ năm mới có hưu trí đầy đủ. Tưởng thế là hay, ai ngờ sau này việc rút tuổi trong trường hợp của cậu lại hóa ra là tai hại, lái hẳn số phận của cả nhà theo một chiều hướng khác !

Nhắc lại chuyện giấy tờ của con, mợ lại nhớ đến một chuyện khác cũng vào lúc đó, chuyện quan trọng đối với mợ, nhưng còn quan trọng hơn nữa đối với con.

Khi ông Trung tá Pháp đã về hưu ở cơ quan xã hội hỏi mợ chi tiết về cha của con để làm giấy tờ, ông cũng hứa sẽ tìm tin tức của cha con xem bây giờ ở đâu, làm gì. Mợ nói là mợ cũng muốn biết vì tò mò thôi, thật ra mợ xem chuyện làm giấy tờ quan trọng hơn là tìm tung tích cha con vì đối với mợ đấy là chuyện ngày xưa, nay mợ đã có chồng Việt Nam rồi, sắp có con với người chồng mới, nên mợ không muốn gợi lại chuyện đó nữa. Ông ấy nói là mợ cũng có lý của mợ, nhưng theo ông thì con cũng nên biết tin tức về cha con hiện nay như thế nào.

Đến ngày có giấy tờ, mợ dắt con theo đến gặp ông ấy thì ông ôm con vào lòng và nói là con mồ côi cha rồi, vì cha con đã tử trận ở Lạng Sơn trong cuộc đảo chính Nhật tháng 3 năm 1945[24].

Nghe tin đó mợ cũng bồi hồi xúc động, vì tuy đã mấy năm xa cách không còn liên lạc gì nữa, nhưng dù sao đó cũng là cha của con. Rồi mợ bỗng nhớ lại một chuyện khác khi con mới sinh ra. Bà ngoại đi xem ông thầy bói mù ở đâu đó, khi bà ngoại cho ông ấy biết ngày giờ tháng năm sinh của con, ông thầy mù bấm độn hay làm gì đó mà phán một câu xanh rờn « thằng nhỏ có số xung khắc cha, hai cha con không thể sống cùng được ! Có cha thì không có con, mà có con thì không có cha. »

Lạng Sơn, cầu Kỳ Lừa trên sông Kỳ Cùng, 2007.
Gần chỗ này, vào đêm 12 rạng ngày 13 tháng 3 năm 1945, vài ngày sau cuộc đảo chính Nhật, quân Nhật đã tàn sát hơn một trăm tù binh Pháp bằng gươm, dao, cuốc, xẻng trước một ngôi chùa (hay đền ?) mới xây thời đó bên bờ sông Kỳ Cùng.

Bà về nói lại với mợ thì mợ không tin tí nào cả, thật ra là không muốn tin nhưng vẫn bị ám ảnh, và mợ cứ lo ngay ngáy vì hồi đó trẻ sơ sinh cũng dễ mất lắm, nhất là trong điều kiện sống khó khăn, ăn uống thiếu thốn, thuốc men không có. Khi thấy con lớn lên khỏe mạnh, mợ quên dần lời ông thầy bói mù kia, không còn nghĩ tới nữa. Không ngờ khi con được 4 tuổi thì được ông Trung tá Pháp về hưu cho biết là cha con đã tử trận lúc con mới được 14 tháng.

Mợ rùng mình… Có tin lời thầy bói được không ?

14. Đi tìm tung tích cha - Hồi 1

(Trích nhật ký của Long)

Tháng 9-2006

Những tia nắng vàng cuối cùng còn lung linh qua lá thông xanh mướt. Dàn nhạc ve sầu vừa dứt bản giao hưởng kéo dài từ sáng sớm, lại trổi thêm một khúc *"bis"* cuối cùng trước khi tắt hẳn… Tôi có cảm tưởng tiếng ve ở đây "vui" chứ không "sầu" như tiếng ve ngày xưa tôi được nghe ở Việt Nam.

Cây thông nghiêng ngả vật vã khi có gió *mistral*[viii] và tiếng ve kêu suốt ngày trong mấy tháng hè là hai nét độc đáo của vùng Provence miền nam nước Pháp. Một vùng nổi tiếng vì nhiều danh họa trên thế giới đã đến đây ghi lại vẻ đẹp hoang sơ với ánh sáng huyền diệu để tạo nên những bức tranh để đời.

Hôm nay hai vợ chồng tôi mời hai người bạn ăn cơm tối ngoài sân dưới tàn thông. Trong vườn rộng chung quanh nhà còn mười mấy cây thông cổ thụ, vì xưa kia nơi này là rừng thông được chia ra thành từng miếng đất khá rộng để xây nhà. Bên kia đường không có nhà cửa gì cả, vẫn còn nguyên rừng thông mênh mông. Lại nhớ đến các vi-la ngày xưa của Pháp ở Đà Lạt trên đường Graffeuil[ix], hồi nhỏ tôi đi qua chỉ biết ngắm nhìn, có khi nào dám mơ tưởng đến một ngày được làm chủ một ngôi nhà như thế!

Hai ông bạn, một người quen từ thời còn đi học cùng ở cư xá sinh viên Đắc Lộ[x] ở Sài Gòn, từ Orléans xuống chơi, một người mới quen sau này ở Aix-en-Provence gần nhà. Cả hai đều dạy đại học, đã về hưu. Cả hai đều hối thúc tôi tiếp tục công

---

[viii] Mistral là tên loại gió đặc biệt của vùng Provence, thổi theo lưu vực sông Rhône từ bắc xuống nam, khi ra cửa biển tỏa ra một vùng rộng lớn. Gió luôn luôn là gió khô, thường là mạnh, đôi khi rất mạnh, thổi hết mây ra ngoài biển nên khi có mistral thì trời rất trong . Mùa nào cũng có mistral, đặc biệt mùa đông thì mistral rất lạnh, lạnh buốt. Mistral cũng là một họ của vùng Provence có nhiều nhân tài, đặc biệt là thi sĩ Frédéric Mistral (1830-1914) giải Nobel văn chương năm 1904.

[ix] Thời Pháp là đường Graffeuil, nay là đường Hùng Vương ở Đà Lạt.

[x] Trung tâm Đắc Lộ của các linh mục dòng Tên nằm ở số 161 đường Yên Đổ (nay là Lý Chính Thắng) khai trương năm 1960. Ngoài phần dành riêng cho chỗ ở của các tu sĩ và nhà nguyện, trung tâm có một thư viện với phòng đọc sách được rất nhiều sinh viên học sinh đến tham khảo và học hỏi, và một cư xá sinh viên phía trong của khu đất, tách biệt hẳn với thư viện phía ngoài. Sau này xây thêm trung tâm truyền hình Đắc Lộ. Sau biến cố năm 1975, các tu sĩ ngoại quốc phải rời khỏi Việt Nam, còn các linh mục Việt Nam sau này bị bắt tù, trung tâm Đắc Lộ trở thành tòa soạn báo Tuổi Trẻ trong một thời gian dài.

việc tìm tài liệu trong văn khố của Pháp để hoàn thành luận án tiến sĩ sử học tôi phải bỏ dở mười năm trước đây khi rời nước Pháp sang định cư ở California bên Mỹ. Nay trở về Pháp *"đã hưu trí, có giờ sao không làm tiếp, bao nhiêu tài liệu ngày xưa đã bỏ công thu thập nay để trong thùng uổng quá"* hai ông bạn bảo thế. Tôi nghĩ bụng đã về hưu rồi, nghỉ ngơi cho khỏe, còn mài miệt kinh sử mà làm gì! Nghĩ thôi chứ không nói ra, lại mất công phân trần...

Mai cũng đồng ý với hai người bạn, đốc thúc chồng, lúc nào cũng muốn đẩy chồng đi lên, đi lên nữa, không biết là chồng cũng phải có lúc mệt mỏi! Ngoài ra, từ khi lấy nhau, Mai vẫn có ý định muốn tôi tìm tung tích của người cha mà tôi chỉ biết tên, biết cấp bậc trong quân đội Pháp, không biết mặt, không biết quê quán ở đâu. Khi còn ở Việt Nam không có điều kiện để thực hiện ý định đó, chỉ khi qua Pháp năm 1980 tôi mới thử xúc tiến việc tìm kiếm này.

Hồi đó chân ướt chân ráo đến Pháp sống ở Clichy ngay sát Paris. Vào những năm 1980 còn nhiều hội từ thiện giúp đỡ người tị nạn như hội *Secours Catholique* của giáo hội Công giáo, hội *Cimade* của giáo hội Tin lành, v.v. Qua các hội này tôi dò hỏi cách thức tìm tung tích của người "cha vô danh" ngày xưa trong quân đội Pháp ở Đông Dương. Họ mách là phải viết thư cho Cơ quan lịch sử quân đội của Bộ Quốc Phòng Pháp. Vài tháng sau tôi nhận được thư trả lời là các dữ kiện tôi cung cấp không đủ để tìm ra hồ sơ trong văn khố. Ít nữa phải có ngày và nơi sinh.

Bẵng đi mấy chục năm không còn nghĩ đến chuyện đó nữa vì bận bịu với việc làm lại cuộc đời "từ con số gần như không" và thích nghi với cuộc sống mới bên Pháp, rồi sau đó bên Mỹ, dần dần tôi cũng bớt quan tâm đến chuyện tìm kiếm này. Cho đến hôm nay...

*

Tháng 10-2006

Lâu đài Vincennes nằm về phía đông của Paris, ngay sát với rừng Vincennes, một trong hai "buồng phổi[xi]" của kinh đô nước Pháp. Gọi là "lâu đài" nhưng thật ra không phải một tòa nhà mà là nhiều dinh thự trong một khuôn viên rộng lớn bao bọc bởi tường thành, với một "vọng lâu" *(donjon)* sừng sững ở trung tâm. Bắt đầu được xây dựng từ thế kỷ thứ 14, công trình kiến trúc đồ sộ này trải qua bao thăng trầm của lịch sử, từng là nơi các vua chúa ở, có lúc chỉ còn là nhà ngục (cái vọng lâu dùng làm nhà ngục thì kiên cố lắm!), rồi lần lượt dùng làm kho súng đạn, làm trại lính... Và cuối cùng, hiện nay là văn khố quan trọng nhất của quân đội Pháp.

Trước tiên tôi vào khu hành chánh điền đơn và được cấp một thẻ tạm. Sau đó băng qua một sân rộng vào ngôi nhà đồ sộ bên trái. Phòng tìm tài liệu *(salle des inventaires)* và phòng nghiên cứu tài liệu nằm trên lầu. Cầu thang rộng mênh mông bằng đá đã mòn vẹt dưới đủ loại gót giầy từ bao thế kỷ qua. Nơi đón tiếp người mới đến là một phòng rộng lớn, chung quanh tường phủ kín những sách là sách, nhưng xem kỹ đó chỉ là những cuốn sổ liệt kê các tài liệu có trong văn khố, với mã số của từng tài liệu. Tìm được mã số rồi mới ghi phiếu để nhân viên đi tìm tài liệu trong kho chứa, nhưng không phải có ngay, mà phải hẹn mấy ngày trước để giữ

[xi] Buồng phổi thứ hai là rừng Boulogne nằm về phía tây của Paris. Cả hai rừng nổi tiếng đẹp và phong phú về thảo vật, và về đêm còn nổi tiếng vì nườm nượp « chị em ta ». Rừng Vincennes đã từng là nơi tổ chức cuộc « đấu xảo thuộc địa » quy mô năm 1931. Vua Khải Định có qua Pháp dự một cuộc đấu xảo tương tự, nhưng đó là năm 1922 ở Marseille.

một chỗ ngồi trong phòng nghiên cứu. Từ khá lâu rồi tôi mới trở lại đây nhưng thủ tục vẫn thế. Vả lại ở đâu cũng tương tự, những nơi tôi đã đi qua như văn khố của Bộ Ngoại giao Pháp, hay Thư viện Quốc gia Pháp, thư viện của trường Chính trị học Paris (Sciences Po)… Trong các văn khố của Mỹ như thư viện của Tổng thống Johnson ở Austin, thủ phủ Texas, hay cơ quan văn khố quốc gia NARA (National Archive and Record Administration) ở College Park sát thủ đô Mỹ, hay Thư viện Quốc Hội Mỹ ở Washington D.C., thủ tục cũng tương tư, nhưng một khác biệt quan trọng là đến nơi là có ngay chỗ ngồi, không phải hẹn trước, và thời gian chờ đợi để tìm ra tài liệu thường là nửa giờ.

Tôi đến gặp một người mặc quân phục cấp bậc thiếu tá ngồi sau cái bàn kiểu xưa, gỗ đã lên nước bóng loáng. Ông hỏi tôi muốn tìm tài liệu về đề tài gì. Tôi nói mục đích là tìm kiếm tung tích của người cha là trung úy Jean Martin có mặt trên đảo Bình Ba ở Đông Dương năm 1943. Ông nghe tôi với vẻ thông cảm, chắc chắn đã có nhiều người đến đây cùng mục đích như tôi. *"Tôi sẽ tìm cho ông một danh sách tất cả những Jean Martin mà chúng tôi có trong văn khố, nhưng muốn xem hồ sơ chi tiết thì phải đợi hết thời hạn 120 năm mới được xem."* Tôi hỏi: *"120 năm kể từ năm nào?" "Kể từ năm sinh. Đó là một luật lệ do quốc hội ban hành để bảo vệ đời tư trong lúc đương sự còn sống."*

Vọng lâu (donjon) là công trình kiến trúc trung tâm của lâu đài Vincennes, cao 52 m, cao nhất trong các lâu đài loại "château fort" ở Châu Âu (château fort là một loại lâu đài thời trung cổ, vừa là nhà ở của vua chúa, vừa là thành lũy chống quân địch). Hình 2008.

Ông thiếu tá vào bên trong và một lúc lâu sau mang ra cho tôi bản chụp một danh sách dài những tên Jean Martin với vài chi tiết cá nhân như cấp bậc và ngày sinh. Tên và họ của cha tôi rất thông dụng bên Pháp. Cũng chẳng khác gì tên Long họ Nguyễn bên mình vậy. Tất cả đều viết tay, ngày xưa người ta có thói quen viết tay trong những sổ bộ như thế này.

Tôi đọc kỹ từng hàng chữ nghiêng nắn nót và mường tượng ra những con người bằng xương bằng thịt sau những hàng chữ vô tri vô giác kia. Nhiều người đã đến nước tôi từ thời tôi chưa sinh ra. Những người này chắc đã đi qua những con đường rợp bóng me mà sau này tôi cũng từng đi. Có lẽ cũng đã ngồi trong mấy toa tàu lắc lư trên con đường sắt xuyên Việt, hay đi trên những chiếc ghe máy dọc các nhánh sông chằng chịt của đồng bằng Cửu Long. Cũng đã vui, đã buồn, cũng đã yêu, đã đau khổ, tóm lại cũng đã sống một phần đời trên đất nước của tôi. Hay là cả đời không chừng, vì có người đã chết tại đây…

Nhưng không có ai trong danh sách có thể là cha tôi cả.

"Ông có chắc cha của ông thuộc Lục quân không?" "Tôi không chắc, nhưng tại sao ông hỏi tôi thế? Văn khố này không có hồ sơ của tất cả quân nhân trong quân đội Pháp sao?" "Không, ở đây chúng tôi chỉ có hồ sơ của Lục quân thôi. Muốn tìm hồ sơ của Không quân hay Hải quân phải đến một ngôi nhà khác, cũng trong khu lâu đài Vincennes này. Nếu cha ông hồi đó đóng quân trên một hòn đảo thì có thể là Hải quân. Ông qua đó xem thử đi."

Tôi như người choàng tỉnh! Điều giản dị như thế sao mình không nghĩ ra… Tự nhiên hy vọng dâng lên tràn trề!

Ông Thiếu tá đầy thiện chí chỉ tôi đường đi đến khu văn khố của Hải quân. Tôi bước đi, tim đập nhanh hơn. Tự nhiên, tôi có linh cảm là kỳ này, tôi gõ cửa đúng chỗ…

15. Đi tìm tung tích cha – Hồi 2

(Trích nhật ký của Long)

Tháng 10-2006

Cửa ra vào ngôi nhà này đồ sộ quá, chẳng khác gì một cái cổng to, phải khỏe lắm mới đẩy nổi cánh cửa nặng nề đã có từ mấy trăm năm trước. Không biết các bà các cô chân yếu tay mềm làm thế nào vào được tòa nhà này để nghiên cứu tài liệu của Hải quân Pháp cho được !

Vừa bước vào trong khách đụng ngay một tấm bảng có mũi tên chỉ khu văn khố nằm trên lầu. Cầu thang bằng đá cũng mòn vẹt như bên Lục quân, dẫn lên lầu 1 rất cao, có một hành lang rộng với lan can cũng bằng đá. Đoạn giữa của hành lang bày một ghế nệm loại ghế phòng khách nhưng dài phải đến ba bốn thước là ít! Sao ngày xưa người ta làm cái gì cũng to thế nhỉ! Đã có bao nhiêu ông hoàng bà chúa ngồi trên cái ghế này rồi?

Cuối hành lang là phòng nghiên cứu tài liệu. Khác với bên Lục quân, đây chỉ là một căn phòng kích thước vừa phải, kê hai hàng bàn theo chiều dọc cho người đến tham khảo tài liệu, mỗi chỗ ngồi đều có đánh số. Ngay cửa vào là hai cái bàn kê trên bục cao. Hai bà ngồi sau bàn mặc thường phục, không biết có phải nữ quân nhân không, tỏ vẻ rất hiếu khách. Bà lớn tuổi hơn hỏi tôi cần giúp chuyện gì, tôi đưa thẻ và giải thích công việc tìm cha của mình.

Bên Hải quân này khác Lục quân ở chỗ cái phòng ngồi đọc tài liệu tuy nhỏ, ít chỗ, nhưng vẫn còn nhiều chỗ trống, nên không cần phải hẹn trước để có chỗ ngồi như bên Lục quân. Hai bà làm việc ở đây rất nhã nhặn, đầu tiên giải thích cho tôi thủ tục là phải bỏ hết đồ đạc vào ngăn tủ ngay cửa vào, chỉ được giữ bút chì, giấy trắng và máy vi tính, một thủ tục chung cho mọi văn khố. Điều khác biệt thứ hai với Lục quân là bà trưởng phòng – tôi đoán thế - sốt sắng tìm ngay tài liệu về cha tôi trên máy vi tính, không phải mất công đi xa xôi đâu cả.

Tôi gợi chuyện, cốt để gây cảm tình *"Bên Hải quân này tiến bộ hơn bên Lục quân, các dữ kiện đã có trong máy tính để tìm cho dễ, bên kia hãy còn phải lục tìm trong những cuốn sổ cũ kỹ ngày xưa!" "Tại vì chúng tôi ít tài liệu hơn bên đó nhiều, nên đã làm xong phần lớn công việc đưa các dữ kiện vào máy tính, bên Lục quân họ cũng đang làm nhưng chưa xong đó thôi."*

Tôi theo dõi nét mặt bà trưởng phòng đang chăm chú tìm tòi trên màn hình. Tim tôi đập nhanh hay chậm tùy theo ánh mắt bà sáng lên hay không. Được một lúc, bà nói với một giọng làm ra vẻ bình thường: *"Tôi thấy có một Jean Martin, có thể là người ông tìm đây."*

Tôi cố gắng giấu nỗi xúc động: *"Ồ nếu quả đúng vậy thì hay quá! Nhưng bà có chắc không?"* Hỏi xong mới thấy câu nói mình vô lý. Làm sao người ta chắc cho được! *"Người này sinh năm 1921, là một sĩ quan hải quân có phục vụ ở Đông Dương. Nhưng tôi phải xem hồ sơ cá nhân mới biết thêm chi tiết được."*

Bà điền mã số của hồ sơ vào tờ phiếu tìm tài liệu và đưa cho một thanh niên mặc quân phục với lon hải quân, tôi không rõ cấp bậc gì, chắc là hạ sĩ quan. Anh chàng đi ra khỏi phòng, bà trưởng phòng giải thích: *"Bên Hải quân chỉ có ít độc giả tham khảo tài liệu, không như bên Lục quân, nên cứ nửa giờ đi lấy tài liệu một lần. Kho lưu trữ nằm trong một tòa nhà khác, cũng phải mất khoảng 15 phút."*

Sao chỉ có 15 phút mà tôi cảm thấy lâu thế!

Cuối cùng người quân nhân cũng trở về phòng với mấy cái hồ sơ dầy cộp trên xe đẩy. Anh đưa cho bà trưởng phòng một hồ sơ dày nhất. *"Ông không có quyền xem hồ sơ này, vì luật 120 năm, chắc ông cũng biết rồi. Nhưng tôi có quyền xem, và tôi có thể giúp ông, cho ông biết những chi tiết cần thiết, những chi tiết không có hại gì cho đương sự."* Bà trưởng phòng nói thế. Tôi lí nhí cám ơn, tim đập mạnh thêm.

Bà trưởng phòng ngồi trên bục mở hồ sơ ra xem, tôi đứng dưới đất có muốn nhìn cũng không được. Bỗng lại nhớ thời học trung học, ông thầy cũng ngồi trên bục như thế này, và khi học trò được gọi lên khảo bài cũng đứng dưới đất như thế này... Thế mà đã hơn nửa thế kỷ trôi qua!

"Ông Jean Martin này sinh ngày 4 tháng giêng năm 1921, ông nhập học Trường Hải quân Toulon năm 1941." Toulon! Tên thành phố này làm tôi bừng tỉnh! Theo lời mẹ tôi kể, cha tôi có bà chị ở Toulon, chắc đúng người rồi; gia đình ở đấy nên cha tôi học ở trường Hải quân Toulon là hợp lý quá còn gì nữa! Bà trưởng phòng từ từ xem tài liệu, từ từ cho tôi biết thêm những chi tiết trong hồ sơ. Tôi nín thở hỏi tiếp: *"Thế năm 1943 ông ấy có mặt ở Đông Dương không?" "Tôi đang xem những nơi ông đi qua và thời gian quân vụ của ông ấy đây. Sau khi tốt nghiệp Trường Hải quân, ông phục vụ trên các chiến hạm ở nhiều nơi, nhưng ông đến Đông Dương năm 1949, không phải 1943."*

Hy vọng vừa lóe lên chợt tắt! Chắc chắn nỗi thất vọng hiện rõ trên mặt tôi, bà trưởng phòng cũng có chút ái ngại: *"Nhưng ông có một 'nghỉ dài hạn đình chiến' cuối năm 1942, và chỉ trở lại quân ngũ năm 1944, khi quân Đồng Minh phản công quân Đức."* Bà chăm chú lật từng trang giấy trong tập hồ sơ, tiếp tục cho tôi biết: *"Ông lấy vợ năm 1951, có con gái đầu lòng năm 1952, sau đó rời khỏi Đông*

Dương... Hồ sơ ông ngưng năm 1968 là năm ông giải ngũ, cấp bậc cuối cùng là Hải quân Trung tá."

Tôi chưa hoàn toàn thất vọng, lại vớ được một cái phao cứu vớt: *"Nghỉ dài hạn đình chiến cuối năm 1942 là cái gì vậy?" "Tôi cũng không rõ lắm, nhưng chắc là lúc đó trường Hải quân cho nghỉ học vì nước Pháp bị quân Đức chiếm đóng.*[25]*"* Hy vọng lại vươn lên: *"Nếu vậy thì có thể nào ông ấy qua Đông Dương trong lúc nghỉ dài hạn đó không?"* Bà trưởng phòng không trả lời ngay, tiếp tục lật các trang tài liệu cố gắng tìm ra một chỉ dấu nào đấy: *"Tôi chưa trả lời câu hỏi đó được, tôi đang tìm thêm đây... À, có một chi tiết quan trọng tôi thấy đây. Cha của ông Jean Martin này là một bác sĩ quân y có mặt ở Đông Dương từ năm 1936, và năm 1943 ông đang làm giám đốc một quân y viện của Pháp ở Đông Dương."*

Lần này thì hy vọng đã lộ ra mặt rồi: *"Nếu vậy thì có thể là ông Jean Martin qua Đông Dương thăm cha trong khi nghỉ dài hạn chăng?"* Tôi năn nỉ bà trưởng phòng tìm kỹ xem có vết tích gì thêm không, nhưng bà cho biết là nếu ông Jean Martin có đi Đông Dương năm 1943 chăng nữa, thì sự kiện đó cũng không ghi trong hồ sơ vì lúc đó ông nghỉ dài hạn, không còn tại ngũ nữa.

Như vậy thì làm cách nào để biết ông Jean Martin này có mặt tại Đông Dương năm 1943 hay không? Chỉ có cách tìm ra tung tích ông ấy ở ngoài đời. Nếu ông còn sống thì năm nay 85 tuổi. Tuy ngày xưa ở Hà Nội, lúc tôi 4 tuổi, ông Trung tá về hưu ở sở xã hội Pháp nói rằng cha tôi đã bị quân Nhật sát hại khi có cuộc đảo chính Nhật tháng 3 năm 1945, nhưng ông không đưa ra một giấy tờ gì rõ rệt làm bằng chứng cả. Lúc đó ở Lạng Sơn có gần 500 người vừa tử trận vừa bị giết sau khi bị bắt làm tù binh, nhiều khi ông chỉ võ đoán là cha tôi cũng là một nạn nhân trong số đó thì sao? Tại sao ông không đưa cho mẹ tôi một tờ giấy gì đó làm bằng, dù không phải là giấy khai tử?

Bà trưởng phòng có vẻ ái ngại giùm tôi, bà nói: *"Ông Jean Martin có hai người con, con gái tên là Régine, con trai tên là Paul, ông có thể tìm trong sổ điện thoại để liên lạc xem sao. Và tôi tặng ông bản sao chụp tài liệu này vì có hình của ông Jean Martin. Tôi thấy cũng có nét giống ông đấy!"*

*

Về nhà, nhìn kỹ tấm hình không rõ lắm, nhưng bà trưởng phòng nói cũng có lý. Trông cũng hơi giông giống! Nhưng chắc ăn là phải liên lạc được với chính ông nếu ông còn sống, hoặc với con trai hoặc con gái ông. Liên lạc nhanh nhất là tìm ra được số điện thoại của những người này, tìm trong sổ điện thoại. Mà việc này thì không dễ tí nào, vì Martin là một trong những họ thông dụng nhất bên Pháp, Jean và Paul cũng là những tên rất thông dụng thời gian năm bảy chục năm trước. Bên Pháp có khoảng 100 tỉnh, mỗi tỉnh có sổ điện thoại riêng.

Cũng may là thời buổi của mạng lưới Internet, các số điện thoại giờ đây có thể tìm thẳng qua mạng, không cần ra một ty bưu điện để tìm trong gần 100 cuốn sổ bằng giấy như ngày xưa. Tôi bắt đầu bằng vùng Paris, nơi tập trung 1 phần 6 dân số của nước Pháp. Vùng này gồm thành phố Paris khoảng 2 triệu dân, bao bọc bởi 6 tỉnh, tổng cộng hơn 10 triệu dân, toàn vùng có tên chính thức là "vùng Ile de France". Người ngoại quốc ít ai biết cái tên này, nên thường người mình sống trong Paris hay trong các tỉnh khác của vùng Ile de France cũng nói với bạn bè trên thế giới là "Tôi sống ở Paris" cho tiện.

Tôi vào trang "Pages blanches[xii]" trên Internet là trang của sổ điện thoại tư nhân và bắt đầu bằng thủ đô Paris (mã số 75). Khi tôi đánh Martin vào chỗ "họ" và Jean vào chỗ "tên", tôi được 174 kết quả. Đó là chưa kể những người không muốn để tên mình trong sổ điện thoại công cộng, bên Pháp gọi là "danh sách đỏ". May mà số người này không nhiều lắm, ngược lại với bên Mỹ, bên đó đa số không muốn cho người lạ biết số điện thoại của mình.

Tôi thử tỉnh Yvelines mã số 78, có 131 Jean Martin. Tỉnh Hauts-de-Seine mã số 92 có 102 Jean Martin... Tìm Paul Martin thì ít hơn so với Jean Martin, nhưng cũng rất nhiều. Nhắc lại nước Pháp có gần 100 tỉnh. Phải gọi điện thoại cho chừng đó người để hỏi « Năm 1943 ông có mặt ở Đông Dương không vậy, thưa ông ? »

Tôi đành quyết định ngưng công việc điên đầu này. Phải tìm con đường khác vậy. Tôi không dễ đầu hàng khi gặp khó khăn như thế này. Việc càng khó, càng kích thích tôi phải nặn óc để tìm giải pháp !

*

Quả thật kỷ nguyên Internet đã làm một cuộc cách mạng xã hội sâu rộng mà có lẽ mình chưa đo lường hết được hiệu quả cũng như hậu quả của nó. Cũng nhờ Internet mà tôi có một phản xạ chợt đến khi đi tìm một con đường mới trong cuộc mò kim đáy biển của mình.

Nếu ông Jean Martin đã học Trường Hải quân là một trường danh tiếng của Pháp, tại sao không tìm đầu dây mối nhợ ở đây ? Tôi vào Google đánh « Ecole Navale » (Trường Hải quân) và được 177000 kết quả. Những trang đầu tiên không giúp gì trong việc tìm kiếm của tôi cả. Lại chợt một sáng kiến lóe lên trong đầu : một trường nổi tiếng như thế, chắc là phải có những hội ái hữu cựu khóa sinh của trường này chứ ! Mà các hội ái hữu đó, chắc chắn họ đều có trang riêng của họ trên mạng Internet. Thế là tôi đánh « Anciens élèves de l'Ecole Navale » (Cựu khóa sinh trường Hải quân) và có ngay kết quả : Hội A.E.N. (Assocaition amicale des anciens élèves de l'Ecole Navale = Hội ái hữu cựu khóa sinh Trường Hải quân) hiện ngay trên hàng đầu, với đầy đủ địa chỉ và điện thoại liên lạc !

Lần này thì tôi bắt đầu tin là vận hên đang đến với mình rồi ! Tôi gọi ngay điện thoại cho A.E.N. để biết giờ giấc mở cửa của văn phòng thường trực, nằm ngay gần nhà ga Saint-Lazare. Ngày xưa trong 15 năm làm việc ở Paris, nơi tôi làm việc cũng thay đổi nhiều lần, nhưng lần cuối và lâu nhất là trên một con đường nhỏ trong khu trung tâm sầm uất gần nhà hát lớn Opéra, gần hai cửa hàng lớn Printemps và La Fayette, gần nhà thờ nổi tiếng Madeleine, và rất gần nhà ga Saint Lazare. Nhà ga này là một trong 6 nhà ga lớn của Paris với hàng triệu khách đi lại mỗi ngày, đa số là dân sống ở ngoại ô vào làm việc trong Paris. Nên địa chỉ của văn phòng A.E.N. nằm trên đường Amsterdam không xa lạ gì với tôi cả.

Thế là một buổi sáng đẹp trời của mùa thu Paris (*« Mùa thu Paris, trời buốt ra đi, hẹn em quán nhỏ... »* [xiii]) tôi lên lầu 1 của ngôi nhà cổ xưa của Pháp với cầu thang gỗ đánh xi nghe cót két dưới đế giầy, với các cửa phòng bằng gỗ có ô kính

---

[xii] Niên giám điện thoại của Pháp ngày xưa có một phần giấy trắng (pages blanches) in số điện thoại và địa chỉ của tư nhân và một phần giấy màu vàng (pages jaunes) dành cho cơ sở thương mại.

[xiii] Ba câu đầu của bài thơ « Mùa Thu Paris » của Cung Trầm Tưởng, Phạm Duy phổ nhạc.

nhỏ, mỗi phòng đều có một lò sưởi con con rất đẹp mắt. Tôi vào phòng đầu tiên có hai người đang đấu láo, họ nói tôi chờ một lát nữa có ông đề đốc[xiv] đến làm việc có thể giúp tôi trong việc tìm kiếm của mình.

Tôi ngồi phòng đợi lật xem mấy tài liệu về Trường Hải quân Brest không bao lâu thì một người bước vào và mời tôi theo ông vào một văn phòng xinh xắn. Đây là một ông tướng hải quân 2 sao đã về hưu, hiện có chức vụ gì đó trong ban chấp hành hội Ái hữu, ông mặc thường phục nhưng tôi biết ông là đề đốc vì hai người kia đã giới thiệu trước với tôi như thế.

Tôi trình bày với ông mục đích tìm tung tích của cha – bây giờ tôi có thể tóm gọn trong vài phút, vì đã quá thành thạo trong việc này rồi. Ông lật cuốn sổ : *« Ông nói là ông Jean Martin nhập học năm 1941 ? Vâng, ông ấy có tên trong danh sách của tôi, ông ấy vẫn còn sống ở miền nam nước Pháp. Nhưng tôi không cho ông địa chỉ được, để tôi viết thơ cho ông ấy, rồi ông ấy muốn liên lạc với ông hay không là tùy ông ấy. »*

Tôi không ngờ gặp hên đến như vậy ! Chỉ trong vài phút, tôi đã biết được người tôi đang tìm vẫn còn sống, có địa chỉ đàng hoàng. Tuy không được liên lạc trực tiếp, nhưng tôi cũng tin tưởng là không có lý do gì ông ấy từ chối liên lạc với tôi.

Tôi rời Paris trở về nhà ở vùng Provence, hồi hộp chờ đợi một cú điện thoại hay một lá thư. Ba ngày sau có lá thư đến, nhưng không phải của ông Jean Martin, mà của ông đề đốc đã tiếp tôi hôm trước. *« Tôi rất tiếc đã làm mất thời giờ của ông, sau khi ông về rồi tôi tìm ra một phụ đính cuốn niên giám của Trường Hải quân, ông Jean Martin đã từ trần vào tháng 6 vừa rồi. Sổ niên giám xuất bản tháng 3, lúc đó ông còn sống nên tôi không biết. »*

Thất vọng não nề ! Cứ tưởng số mình hên, không ngờ cái số đó lại còn trêu ngươi cho mình hy vọng tới phút chót ! Thế là tôi sẽ không khi nào được nghe chính miệng ông Jean Martin này nói ra cho tôi biết ông có phải cha tôi hay không !

Nhưng chắc con của ông có thể cho tôi biết điều đó, ít ra họ cũng có thể cho biết là cha mình có mặt ở Đông Dương năm 1943 hay không chứ !

Tháng 11 – 2006.

Không thể chịu thua dễ dàng như vậy được !

Tôi quay trở lại con đường bỏ dở hôm trước, con đường tìm trong sổ điện thoại trên Internet. Lần này tôi tìm tên con gái của ông Jean Martin là Régine, vì tôi nghĩ đây là một tên ít thông dụng, nên số người trùng tên sẽ giới hạn hơn nhiều so với Jean hoặc Paul. Cũng bắt đầu từ Paris, mã số 75, rồi các tỉnh quanh Paris. Đúng như dự đoán, tổng cộng chỉ có chưa đến hai chục tên như thế trong cả vùng Ile de France.

Tôi bắt đầu gọi điện thoại, trong lòng rất áy náy vì có cảm tưởng mình làm phiền người ta. Ngoài ra tôi còn có tính bẩm sinh là nhút nhát, hồi nhỏ mở mồm

---

[xiv] Trong Hải quân Pháp, cấp bậc của ông này là « Contre-amiral », Tướng hai sao, thời Việt Nam Cộng Hòa gọi là « Đề đốc ». Đây là cấp bậc tướng thấp nhất (không có Tướng 1 sao trong quân đội Pháp) sau đó là Vice-amiral (3 sao), Vice-amiral d'escadre (4 sao) và Amiral (5 sao). Nhưng khi xưng hô thì tất cả đều được gọi là « Amiral » tiếng Việt là « Đô đốc ». Ngày xưa trong triều đình Việt Nam, hai từ « Đô đốc » và « Đề đốc » là những chức vụ trong quân đội, không phải là những chức vụ của Hải quân.

không ra, nói năng lí nhí. Bây giờ thì đã đỡ nhiều rồi, vì suốt đời phải lên bục giảng dạy, phải nói năng trước công chúng, nhưng khi phải gọi điện thoại cho một người xa lạ để hỏi « Tôi xin lỗi, bà hay cô có phải con của ông Jean Martin ngày xưa có sống ở Đông Dương không ? » thì cũng phải mạnh miệng lắm, nhất là mình đang hỏi một người đàn bà, một câu hỏi rất tọc mạch…

Nhưng tôi lại gặp hên. Tất cả những người trả lời tôi đều không lộ vẻ gì là khó chịu, chỉ trả lời là không phải, rồi tôi xin lỗi đã làm phiền, thế thôi. Và lại càng hên hơn nữa khi đã có 10 người trả lời « không phải » người thứ 11 trả lời « phải » !

Khó mà diễn tả được nỗi vui mừng của tôi khi nghe một tiếng đơn giản « phải » như thế ! Tôi quá hên trong việc này, nhất là sau khi nói chuyện mới biết bà Régine không lấy chồng nên vẫn còn giữ họ Martin, nếu không thì đổi ra họ chồng làm sao tôi tìm ra trong sổ điện thoại được ! Bà là giáo sư một trường lớn ở Paris.

Tôi không dám nói là mình đi tìm cha, phải nói trớ ra là bố mẹ tôi ngày xưa quen thân với ông Jean Martin hồi còn ở Đông Dương, sau này mất liên lạc, nay muốn tìm lại tung tích. Bà xác nhận là ông cụ thân sinh ra bà mất đột ngột hồi tháng 6, đang khỏe khoắn không bệnh tật gì, và nay yên nghỉ trong một nghĩa trang trong vùng Provence là nơi ông sống từ khi về hưu. Bà cũng xác nhận là ông nội của bà là bác sĩ quân y, phục vụ tại Đông Dương rất lâu. Ba của bà qua làm việc bên Đông Dương trong ngành Hải quân từ 1949, làm đám cưới với mẹ của bà cũng ở Đông Dương năm 1951, và bà sinh ra tại đấy năm 1952.

Nhưng điều quan trọng nhất mà tôi muốn biết : ba của bà có qua Đông Dương thăm ông nội của bà năm 1943 hay không, thì bà không biết. Bà chưa khi nào nghe ông nói đến chuyện này cả. *« Tôi ra đời năm 1952, chuyện ông hỏi xảy ra 9 năm trước, tôi không biết. Ngay cả mẹ tôi cũng chỉ quen biết cha tôi từ năm 1950, mẹ tôi cũng không nghe nói chuyện này. Cũng có thể nhưng ông không kể lại thì làm sao biết được ! »*

Bà nói chuyện với tôi khá lâu qua điện thoại, tôi cũng không ngờ một người hoàn toàn xa lạ chịu khó tiếp chuyện tôi với một giọng điệu ân cần như thế.

Đúng là tôi quá hên. Nhưng vẫn chưa hên đến độ biết chắc ông Jean Martin này có phải cha mình hay không !

*

Tháng 12-2006.

Một nghĩa trang nhỏ của một thị xã nhỏ trong vùng Provence miền nam nước Pháp. Nghĩa trang này cũng như bao nhiêu nghĩa trang khác trên đất Pháp này, với nhưng cây thánh giá to nhỏ đủ kiểu dựng trên những ngôi mộ cũng đủ kiểu không kém. Tất cả toát ra vẻ được chăm sóc kỹ lưỡng, ngay cả những ngôi mộ đã rêu phong.

Nếu là mùa hè thì tiếng ve sầu trên các cây tùng tháp bút dưới ánh nắng ấm cũng đã làm cho khung cảnh nghĩa trang này không đến nỗi buồn thảm như thế này. Nhưng hôm nay là một buổi sáng mùa đông, ánh nắng yếu ớt chưa đủ làm tan giá những hạt sương còn đọng đông cứng trên phiến đá có ghi hàng chữ « Jean Martin 1921-2006 ».

Tôi đứng lặng trước ngôi mộ còn mới. Thầm đọc một câu kinh.

Và tự hỏi, không biết người nằm yên nghỉ nơi này có phải cha mình hay không…

16. Fréjus : đài tưởng niệm chiến sĩ trận vong ở Đông Dương

(Trích nhật ký của Long)

Tháng 7-2007

Ánh nắng chan hòa trên ngọn đồi ở Fréjus, đứng ngoài nắng thì cũng nóng không thua gì Vũng Tàu hay Nha Trang, nhưng chỉ cần bước vào bóng mát của những cây thông « ô dù[xv] » là cảm thấy mát rượi ngay với làn gió nhẹ thổi từ Địa Trung Hải tới. Thành phố nhỏ Fréjus nằm ở phía nam nước Pháp trong một vùng nổi tiếng thế giới có tên là Côte d'Azur với các thành phố Cannes, Nice, và vương quốc Monaco. Trung tâm Fréjus nằm phía trong đất liền, còn bãi biển của Fréjus nằm giữa ngôi làng Saint-Tropez nổi tiếng từ thập niên 60 với các tài tử điện ảnh – đặc biệt vì có ngôi nhà của nữ minh tinh màn bạc Brigitte Bardot – và thành phố Cannes có festival điện ảnh hằng năm thu hút các danh nhân trong ngành đến từ khắp thế giới.

Đài tưởng niệm chiến sĩ trận vong của Pháp trong các trận chiến ở Đông Dương (Mémorial des guerres en Indochine) nằm trên một ngọn đồi ở ngoại ô thành phố Fréjus. Gọi là « Đài tưởng niệm » theo thói quen, phải nói là « Khu tưởng niệm » thì đúng hơn.

Khu này xưa kia là trại lính của Pháp có từ đệ nhất thế chiến 1914-18, dùng làm "trại chuyển tiếp khí hậu[xvi]" đón nhận binh lính từ các thuộc địa trong đó có binh lính người Việt đến từ Đông Dương. Ngay sát bên khu này là ngôi chùa Hồng Hiên xây cất từ năm 1917 để các binh lính theo đạo Phật có chỗ thờ phượng. Hiện nay ngôi chùa mở mang rộng lớn, và là ngôi chùa Việt Nam xưa nhất của Pháp, và có lẽ của Âu Châu.

Bước vào khu tưởng niệm, ngay sân trước rộng rãi là đài chiến sĩ trận vong với một phù điêu bằng đồng đen, một người lính Việt và một người lính Pháp cùng nâng một bản đồ của Đông Dương gồm ba nước Việt Miên Lào.

Khu tưởng niệm chiến sĩ trận vong ở Fréjus

[xv] Một loại thông có thân thẳng như cái cán dù và có tán lá tỏa rộng thành một vòm trông giống cái dù. Bên Pháp chỉ có các vùng miền nam mới có, gọi là « pin parasol ».

[xvi] Các binh lính đến từ thuộc địa là xứ nóng, đến Fréjus tương đối còn ấm áp, sống một thời gian làm quen dần với cái lạnh trước khi chuyển đi các vùng khác lạnh hơn.

Qua sân trước, chúng tôi bước vào một phòng đón tiếp khách và phòng triển lãm. Tôi đến gặp một bà đứng tuổi ngồi sau cái quầy, trình bày mục đích chính của mình đến đây: *"Theo mẹ tôi nói lại thì cha tôi là một sĩ quan Pháp bị quân đội Nhật sát hại vào lúc đảo chính Nhật tháng 3 năm 1945 ở Đông Dương. Nhưng mẹ tôi cũng chỉ nghe một ông Trung tá đã về hưu làm việc ở Cơ quan xã hội ở Hà Nội ngày xưa nói thế, không có một bằng chứng cụ thể nào cả. Mẹ tôi cũng không có giấy tờ gì xác nhận điều đó. Tôi muốn biết là nếu thật sự cha tôi đã tử trận ở Đông Dương năm 1945 thì ở khu tưởng niệm này có vết tích gì hay không."*

Người đàn bà hỏi tên cha tôi rồi chăm chú vào màn hình của máy vi tính. *"Không có ai tên như vậy trong các hòm đựng hài cốt (ossuaire) ở đây cả. Nhưng có thể là cha của ông có tên trên bức tường tưởng niệm. Ông ra ngoài đó xem thử có hay không."*

Đây là lần đầu tôi đến đây nên chưa biết khu tưởng niệm này tổ chức ra sao, có những gì ngoài đài tưởng niệm chiến sĩ tôi đã thấy ngay phía ngoài. Người đàn bà đưa cho tôi tài liệu hướng dẫn tóm tắt, và giải thích thêm rất cặn kẽ.

Khu tưởng niệm này bắt đầu được xây cất từ năm 1987, sau khi có sự thỏa thuận năm 1986 giữa hai chính phủ Pháp và Việt Nam để đem về Pháp hài cốt của các chiến sĩ và thường dân phục vụ trong quân đội Pháp tử trận ở Đông Dương đã được chôn cất ở Việt Nam[26].

Năm 1954, khi quân đội Pháp chuẩn bị rút khỏi Việt Nam, các nghĩa trang có mồ mả quân nhân Pháp rải rác được tập trung vào mấy địa điểm chính, tất cả hài cốt được dời về các nghĩa trang Tân Sơn Nhứt và Vũng Tàu ở miền Nam, và Ba Huyện ở miền Bắc. Theo thỏa thuận 1986, chính phủ Pháp đem tất cả hài cốt trong 3 nghĩa trang đó về Pháp. Có nhiều gia đình nhận lại hài cốt của người thân mang về chôn cất tại địa phương để được yên nghỉ cùng họ hàng làng nước. Những hài cốt còn lại được mang về khu tưởng niệm Fréjus này. Trong một khu vườn rất rộng, những hài cốt được để trong những hòm nhỏ với tên tuổi và chi tiết về người quá cố. Hơn 20.000 bộ hài cốt yên nghỉ tại đây.

Sau đó, khu tưởng niệm xây thêm một bức tường ghi tên những chiến sĩ trận vong không chôn cất trong khu hài cốt ở đây. Đó là trường hợp những người được gia đình mang về chôn cất ở nghĩa trang gần nhà và những người mất tích không tìm thấy xác. Trên bức tường này có gần 35.000 tên.

Hai vợ chồng tôi bước ra ngoài và đi xuống một cầu thang đến bức tường tưởng niệm. Họ và tên của các quân nhân tử trận được khắc trên những tấm bảng vuông, mỗi tấm có 3 cột, mỗi cột có 28 hàng, vị chi là 84 tên trong mỗi bảng. Các tấm bảng được sắp theo thứ tự năm tử trận, trong mỗi năm lại được sắp theo thứ tự ABC của họ người quá cố. Riêng năm 1945 khi xảy ra cuộc đảo chính Nhật, có tất cả 25 tấm bảng. Sau đó số lượng bảng tăng dần mỗi năm và lên đến 73 tấm trong năm 1954 là năm xảy ra trận Điện Biên Phủ. Sau đó có thêm vài tấm ghi tên những người được khám phá ra sau khi bức tường được xây xong.

Tôi đã có dịp viếng thăm bức tường tưởng niệm ở thủ đô Washington của Mỹ[i], ghi tên hơn 58000 quân nhân Mỹ tử trận tại Việt Nam, khắc trên những tấm đá hoa cương đen. Cũng như bức tường ở Fréjus, chỉ ghi tên họ, không có cấp bậc,

---

[i] Bức tường ở Washington hoàn tất năm 1982, nằm trong khu công viên « Constitution Gardens », gần đài tưởng niệm Tổng thống Abraham Lincoln.

không có đơn vị, không có ngày tháng. Hai bức tường cũng sắp xếp theo thứ tự năm tử trận. Nhưng bên Mỹ, trong mỗi năm như thế không theo thứ tự ABC của tên hay họ và cũng không sắp xếp thành hàng và cột như bên Pháp, mà viết liền tên này tiếp nối tên kia. Người xem có cảm tưởng là các tên được viết không có thứ tự gì cả. Thật ra, người Mỹ muốn làm nổi bật ý niệm về sự bình đẳng của con người trước cái chết, nên không phân biệt cấp bậc, không phân biệt già trẻ, không phân biệt đơn vị, chỉ viết theo thứ tự thời gian tử trận mà thôi. Khách đến đây muốn biết thân nhân mình có tên khắc ở đâu phải tìm trong một bảng riêng với tên được sắp xếp theo thứ tự ABC, mỗi tên kèm theo số thứ tự của tấm đá hoa cương và hàng thứ mấy trong tấm đá đó có ghi tên của người thân.

Bức tường ghi tên chiến sĩ quân đội Pháp tử trận ở Đông Dương trong khu tưởng niệm Fréjus. Phía sau thấp thoáng một cây thông "ô dù".

Ở Fréjus, trên tấm bảng đầu tiên ghi 1914-1938, tấm cuối cùng ghi 1956-57. Ở Washington, tấm đầu tiên ghi 1956 và tấm cuối cùng 1975. Vậy là liên tục từ 1914 đến 1975, người Pháp rồi người Mỹ đã đến Việt Nam và đã bỏ mình tại Việt Nam. Nhiều người. Rất nhiều người. Những con số của chính phủ Pháp và Mỹ đưa ra khá chính xác, vì quân đội của họ quản lý hồ sơ quân nhân rất kỹ. Còn những con số tử vong của người Việt thì sao? Không ai biết chính xác, cả trong quân đội miền Bắc cũng như quân đội miền Nam. Có thể là biết nhưng cũng không muốn công bố rõ ràng. Nhưng chắc chắn là gấp rất nhiều lần những con số của Pháp và Mỹ. Thật khủng khiếp! Bao nhiêu chàng trai trẻ… cả mấy thế hệ bị hy sinh!

Đầu óc còn đang bị ám ảnh bởi những suy nghĩ bi quan như thế thì tôi chợt trở lại với thực tế vì đã thấy cái tên tôi muốn tìm trên một tấm bảng. Mà đúng là tấm bảng 1945. Nhưng tìm thêm tôi thấy tên đó cũng có trên vài tấm bảng khác nữa, tử trận vào những năm khác. Cũng dễ hiểu vì đây là một tên họ rất thông dụng.

Vậy có phải tên trên tấm bảng 1945 là của cha tôi không? Tôi lại nhớ trước đây khi đứng trước ngôi mộ ở vùng Provence với cái tên ghi trên mộ, tôi cũng đã có câu hỏi tương tự: có phải cha tôi đây không?

Năm 1948 ông Trung tá hồi hưu đã cho mẹ tôi biết là cha tôi bị quân Nhật sát hại trong cuộc binh biến ngày 9 tháng 3 năm 1945. Vậy thì có lẽ ông nói đúng?

Tôi đã đọc nhiều tài liệu về cuộc binh biến này, và nhất là những gì đã xảy ra ở Lạng Sơn. Sau khi thành Lạng Sơn do quân Pháp trấn giữ thất thủ trước sức tấn công của quân Nhật, đã xảy ra một cuộc thảm sát các tù binh Pháp chưa từng thấy trong lịch sử các cuộc chiến cận đại. Hai ông lãnh đạo quân đội Pháp và nền hành chánh Pháp ở Lạng Sơn, một ông tướng và một ông công chức cao cấp, cùng với một sĩ quan khác bị đem ra chém đầu trước mọi người. Ngoài ra, gần 500 tù binh khác bị giết trong vài ngày tiếp theo bằng đủ mọi cách, đại liên bắn xối xả rồi bồi thêm dao găm hoặc lưỡi lê, chém đầu, đập đầu bằng cuốc xẻng, xác vứt xuống hố công cộng tẩm xăng đốt trước khi lấp đất… Vài người thoát nạn vì bị thương nhưng giả chết, các đao phủ tưởng đã chết, nhờ vậy sau này mới biết được những hành xử tàn ác vô nhân tính của các đao phủ.

Tôi không dám tưởng tượng cha mình là một trong những người xấu số bị giết một cách dã man này, tuy có tên ông trên tấm bảng chiến sĩ tử vong năm 1945… Tôi vẫn còn bám víu vào hy vọng vì tên ông quá thông dụng, có thể là người khác…

Với hy vọng mong manh đó, tôi trở lại phóng tiếp khách và hỏi bà tiếp tôi lúc nãy: *"Tôi có thấy tên cha tôi trên bức tường, nhưng làm sao để có thêm chi tiết, để biết chắc chắn đó không phải là một người khác trùng tên?"*. Có lẽ bà làm việc ở đây không xa lạ gì với những câu hỏi như thế, nên bà lấy ngay một tấm giấy nhỏ đưa cho tôi: *"Ở đây chúng tôi không có chi tiết gì về những chiến sĩ trận vong có hài cốt ở đây, hay có tên trên bức tường. Ông phải liên lạc với cơ quan này."* Đó chính là Cơ quan lịch sử quân đội của Bộ Quốc Phòng Pháp.

Tôi cám ơn người đàn bà đầy thiện chí. Có điều là tôi biết cái Cơ quan lịch sử này quá rồi, tôi đã từng viết thư, tôi đã từng đến nơi lưu trữ hồ sơ, và cho đến bây giờ chưa ai giúp gì được tôi cả.

Bước ra ngoài, nắng vẫn chan hòa trên ngọn đồi khu tưởng nhớ Fréjus, gió vẫn mát rượi dưới bóng của những cây thông « ô dù », và tôi vẫn phân vân trong lòng… Có phải tên cha mình được ghi khắc trên bức tường tưởng nhớ này không?

17. Sài Gòn, Hòn Ngọc Viễn Đông - 1951

Sài Gòn đầu thập niên 50 vẫn còn xứng đáng với tên gọi « Hòn Ngọc Viễn Đông », một danh xưng không biết có tự lúc nào, chắc do một ông văn sĩ lãng mạn nào đó nghĩ ra ! Sài Gòn trước kia là thủ đô của Nam Kỳ[27], sau đó là thủ đô miền

Nam trong thời gian đất nước chia đôi, và cuối cùng là « thủ đô kinh tế » của nước Việt Nam thống nhất.

Tuy Long sinh ra tại Sài Gòn nhưng phải chờ đến 7 tuổi cậu bé Long mới khám phá ra thành phố này khi theo gia đình từ Hà Nội vào, đặt chân lên Bến Nhà Rồng[28] vào mùa hè năm 1951. Đây là bến tàu thủy quan trọng của cảng Sài Gòn, nằm bên khu Khánh Hội, gần cầu Quay[i].

Chiếc tàu nhỏ mất 3 ngày đi từ Hải Phòng vào Sài Gòn. Một điều lạ là cậu bé Long không nhớ được chi tiết nào về chuyến đi này. Lần đầu tiên được đi tàu thủy, được thấy các bến cảng nhộn nhịp, được ngắm cảnh biển rộng bao la, lẽ ra trí óc còn mới mẻ của đứa trẻ 7 tuổi phải ghi lại những hình ảnh này mới phải, vậy mà Long không nhớ gì cả. Chỉ biết một điều do mẹ nói lại là bị say sóng. Chắc vì vậy mà bộ óc không muốn giữ lại những hình ảnh làm gợi nhớ cái cảm giác khó chịu kia.

Cha dượng và mẹ Long đã quyết định vào Nam phần vì sợ, phần vì trong Nam dễ sống hơn. Phần sợ có lẽ nặng hơn là chuyện công ăn việc làm. Chiến tranh lúc đầu chỉ là những tiếng vang qua báo chí và đài phát, nhưng năm 1951 đã bắt đầu lan dần đến gần Hà Nội. Ông Quy cha dượng của Long đã từng là tự vệ thành ở thủ đô, đã từng tản cư theo kháng chiến, nhưng sau đó lại « dinh-tê » về Hà Nội, lại đăng lính trong quân đội Pháp. Nếu cộng sản thắng thế thì số phận ông sẽ ra sao ? Và thực tế đã cho thấy rằng ông sợ là phải ! Sau 1954 khi chế độ cộng sản áp đặt lên nửa nước phía bắc, những người như ông Quy bị đưa đi cải tạo vô hạn định trong những trại tù khổ sai. Và 21 năm sau, cảnh đó lại tái diễn với một quy mô lớn hơn khi chế độ cộng sản bao trùm lên cả nước dưới mỹ từ « học tập cải tạo ».

Nhưng đó là chuyện sau này. Trở lại mùa hè 1951, gia đình Long 6 người gồm bà ngoại, cha dượng và mẹ, Long và hai em gái 3 và 1 tuổi đặt chân lên bến tàu Sài Gòn, bắt đầu một cuộc sống mới. Trước khi quyết định ra đi, mẹ của Long đã liên lạc với ông C. sống trong Sài Gòn. Ông C. là em rể của ông Phó, hai ông bà vào Sài Gòn từ lâu. Ông làm nghề thầu khoán xây cất nhà cửa, làm ăn phát đạt, gia đình khá giả. Ông tìm một người tín cẩn để lo việc sổ sách kế toán. Ông Quy mới giải ngũ, đang tìm việc, được tiếng là tính tình cẩn thận, và nhất là người « trong gia đình » nên còn ai hơn trong công việc này nữa !

Cả gia đình được hai người con ông C. đón ở bến tàu và đưa về nhà trên Đa Kao. Cậu bé Long lần đầu trong đời thấy một đại lộ với con đường lớn ở giữa được chia hai, lại kèm thêm hai đường nhỏ hai bên với rất nhiều cây to rợp bóng mát, đó là đại lộ Charner sau này là đại lộ Nguyễn Huệ. Rồi con đường Catinat xinh xắn,

---

[i] Cầu Quay là một cây cầu bằng sắt bắc qua kênh Bến Nghé ở khúc sát với sông Sài Gòn, có từ đầu thế kỷ 20. Đây là một cây cầu độc đáo ở Việt Nam, có khúc giữa quay ngang 90 độ trên một trục lớn, mở ra hai bên cho tàu bè qua lại. Cây cầu này được thay bằng một cầu bằng xi măng trong thập niên 60 là cầu Khánh Hội, lúc đó không còn quay nữa, nhưng người dân vẫn quen miệng gọi là cầu Quay. Đến năm 2006, một cầu Khánh Hội mới trên đại lộ Đông Tây được xây thay cho cầu cũ.

Cầu Quay là cầu cuối cùng trên kênh Bến Nghé trước khi con kênh này đổ vào sông Sài Gòn. Những cây cầu khác trên con kênh này ngày xưa được xây cao lên cho tàu bè đi qua như cầu Mống (chỉ dành cho người đi bộ, trên mạng Internet có nơi ghi lầm là cầu Quay), cầu Ông Lãnh, cầu Chữ Y, cầu Chà Và, v.v…

nơi hò hẹn của nam thanh nữ tú Sài Thành năm xưa với các nhà hàng sang trọng của Pháp, sau này sẽ là đường Tự Do, và sau nữa là Đồng Khởi.

Nhà thờ Đức Bà vừa uy nghi sừng sững giữa một khu vực rộng lớn, vừa gần gũi ấm áp với màu gạch hồng tươi[ii] nổi bật sau khu vườn cỏ xanh mướt với bông hoa được chăm sóc kỹ lưỡng[iii]. Sau đó rẽ qua đại lộ Norodom đi từ dinh Toàn quyền đến Sở thú, sau này là đại lộ Thống Nhất bắt đầu từ dinh Độc Lập, và sau nữa trở thành đại lộ Lê Duẩn bắt đầu từ hội trường Thống Nhất. Chỉ có Sở Thú muôn đời vẫn là Sở Thú, không thay tên đổi họ...

Năm 2010, nhà thờ vẫn như xưa không có gì thay đổi, nhưng chung quanh cây cối bớt đi nhiều. Phía sau là tòa nhà mới dùng làm khu thương mại.

Quẹo trái vào đường Albert Premier (sau này là đường Đinh Tiên Hoàng) là đến Đa Kao, một khu xinh xắn của Sài Gòn, thời đó còn xem như một khu tách riêng tuy chỉ cách trung tâm Sài Gòn chưa đến 2 cây số. Xưa là một khu yên tĩnh của giới trung lưu, với những ngôi nhà nhỏ nhưng khang trang, một khu có chợ riêng (chợ Đa Kao), có rạp chiếu bóng riêng (rạp Casino Dakao).

[ii] Gạch dùng để xây nhà thờ Đức Bà Sài Gòn (khởi công vào năm 1877, khánh thành năm 1880) chở từ bên Pháp qua là gạch của vùng Toulouse. Thành phố Toulouse ở miền nam nước Pháp được mệnh danh là « la ville rose », « thành phố hồng » vì đa số các kiến trúc lớn của thành phố đều xây bằng gạch có màu hồng tươi. Trên mạng Wikipedia tiếng Việt ghi gạch của nhà thờ Đức Bà là gạch Marseille là không chính xác, vì gạch không phải là nguyên liệu chính dùng ở thành phố Marseille. Wikipedia tiếng Pháp ghi rõ là gạch của Toulouse.

[iii] Sau này, năm 1959 giữa vườn hoa có bức tượng bằng cẩm thạch trắng đặt từ bên Ý mang qua, đó là tượng « Nữ Vương Hòa Bình », đến nay vẫn còn. Trước năm 1945 là một bức tượng bằng đồng của Giám mục Adran, có tên Việt Nam là Bá Đa Lộc, tay dắt Hoàng tử Cảnh. Mộ của ông có tên là Lăng Cha Cả gần khu Tân Sơn Nhứt.

Ông bà C. có căn nhà lầu rộng rãi trên đường Faucault (sau này là Nguyễn Phi Khanh). Hai ông bà niềm nở đón tiếp cả gia đình Long, sẽ ở tạm đấy trong khi chờ đợi tìm được nhà. Nhắc lại bà C. là em ruột ông Phó nên tận tình giúp đỡ gia đình Long trong bước đầu bỡ ngỡ. Ngay hôm sau ông Quy theo ông C. đến sở làm để nhận công việc mới.

Sau gần 2 tuần tá túc ở Đa Kao, gia đình Long dọn về một căn nhà ở khu Chợ Quán, đường « rue de l'Eglise » (có nghĩa là « đường Nhà thờ » vì có nhà thờ Chợ Quán trên đường này) nay đổi tên là đường Trần Bình Trọng. Khu Chợ Quán này nằm khoảng giữa Sài Gòn và Chợ Lớn, vắt ngang qua « đường xe lửa giữa[iv] » là đường Galliéni nối liền Sài Gòn với Chợ Lớn, tức là đường Trần Hưng Đạo ngày nay.

Đây là một căn nhà nhỏ bằng gỗ mái tôn, nằm trong một dãy nhà giống nhau, vách ngăn hai căn cũng chỉ là ván mỏng nên hàng xóm nói to là nghe rõ mồn một. Cũng may mua được căn bìa nên chỉ có một hàng xóm bên phải. Trước nhà có cái sân nhỏ, ông Quy mua những thanh gỗ mỏng về cắt nhọn một đầu để đóng thành cái hàng rào thấp sơn trắng trông rất đẹp mắt. Rồi làm một cái giàn cho hoa thiên lý, về đêm tỏa hương thơm ngát. Ngày nào đẹp trời, buổi tối mọi người kê ghế ngồi hóng mát dưới giàn hoa thiên lý, vừa đỡ tốn điện thắp đèn trong nhà, vừa thưởng thức mùi thơm ngào ngạt của hoa. Nếu không có gió thì đã có quạt giấy, thời đó quạt máy còn là xa xỉ phẩm đối với đa số người dân Sài Gòn.

Tối tối ngồi hóng mát nhìn ông đi qua bà đi lại ngoài đường là một thú tiêu khiển giản dị để nghỉ ngơi sau một ngày làm việc mệt mỏi. Một buổi tối Long thấy một người đàn bà đứng tuổi dìu một ông cụ già mặc đồ bà ba lụa trắng đi chậm chạp ngoài đường. Ông cụ có dáng vẻ quý phái, rất khác với những người sống trong xóm bình dân này. Bà ngoại nói nhỏ vào tai Long : « Vua Thành Thái[29] đó ! ». Trời ! Trí óc non nớt của Long không hiểu tại sao một ông vua lại đi dạo trong xóm bình dân như xóm này. Nhưng bà ngoại giải thích rằng ngày xưa vua Thành Thái sống trong cung điện ngoài Huế, sau đó bị đi đày ở xa lắm, nay được trở về nước là mừng lắm rồi, tuy phải ở xóm bình dân cũng còn hơn ở nước người tận đâu đâu. Long chưa hiểu được « bị đi đày » là thế nào, nên cũng bán tín bán nghi không biết bà ngoại có nói đùa không. Mà nếu thật thì Long cũng có chút tự hào, đâu phải thằng bé nào cũng được sống cùng xóm với một ông vua đâu ! Dù là ông vua đã bị đi đày chăng nữa !

Bên kia đường là một bãi trống bỏ hoang cỏ dại mọc um tùm, có hàng rào ngăn cách với đường cái. Nghe nói bãi đó kéo dài vào tận phía sau trường Pétrus Ký[30], nhưng Long bé quá có thấy cái trường này bao giờ ! Ngược lại cậu bé 7 tuổi nhớ nhất là chuyện ma người ta kể về cái bãi này. Nhiều ma lắm, ban đêm có ma trơi bay lượn tùm lum, người ta dọa thế. Long chỉ nghe tiếng « ma » cũng đã khiếp vía rồi, không biết ma trơi hình dáng ra sao, nhưng chắc dễ sợ lắm ! Sở dĩ nhiều ma vì có lời đồn rằng nơi đây cả trăm năm trước đã có cả ngàn người già trẻ trai gái lớn bé bị xử tử, thây vùi chôn tại chỗ, sau cuộc nổi loạn của Lê Văn Khôi[31].

[iv] Sở dĩ người bình dân gọi đại lộ Trần Hưng Đạo là đường « xe lửa giữa » vì ngày xưa có đường rầy xe điện đặt giữa đường, trong khi các đường khác có xe điện chạy (như đường Paul Blanchy là Hai Bà Trưng ngày nay) thì đường rầy nằm một bên, gần lề đường.

Trái lại có một bãi khác không có ma nhưng có… chó ! Bãi này Long rất rành – dù là rất sợ chó – không có hàng rào như bãi trước mặt nhà, và chạy từ hông nhà về phía sau, rộng lắm. Xa xa là một xóm nhà thấp thoáng sau hàng me to phủ rợp một khu giống như cảnh làng quê, dù đây vẫn là quận 5 của thành phố Sài Gòn. Những người sống trong xóm này có nghề làm sương sâm. Sở dĩ Long rành cái bãi đó vì những buổi chiều nóng nực, nếu Long có nhà – thí dụ ngày thứ năm được nghỉ học – là mẹ sai mang một cái tô bằng nhôm đi vào trong xóm mua sương sâm về cả nhà ăn. Lần đầu bà ngoại đi mua dắt Long đi theo cho biết, sau đó Long phải đi một mình, mẹ nói phải đi cho dạn dĩ thêm, con trai gì mà nhút nhát quá, mở mồm không ra ! Thật ra Long không sợ phải tới nhà người ta nói năng dài dòng gì cả, vì đã mua một lần người ta biết mặt, tới chỉ cần đưa cái tô nhôm và tiền đã biết trước là bao nhiêu rồi, không khó khăn gì. Nhưng mà sợ chó ! Vì có mấy con chó thấy người lạ là sủa ầm ĩ, mà chó thả rong chứ đâu có dây buộc ! Thật ra loại chó này không dữ lắm, chỉ sủa vậy thôi chứ chưa thấy cắn ai bao giờ, nhưng Long sợ thì vẫn cứ sợ. Mẹ nói sợ thì cầm cây gậy theo, nhưng Long nghe mấy đứa bạn nói chó mà thấy người cầm gậy là nó càng sủa dữ hơn nữa, thấy chó dữ phải ngồi xuống làm như lượm đá liệng thì con chó mới sợ ! Nhưng mà ngồi xuống lỡ nó nhào tới cắn, thì cắn vô mặt là chết rồi !

Qua được cửa ải chó rồi, đến căn nhà vẫn mua quen, có một bà đứng tuổi và một cô bé giúp bà. Lá sương sâm để trong mấy cái thau nhôm to, lần nào Long sang cũng thấy hai bà cháu ngồi vò lá. Long vẫn chưa hiểu làm cách nào mà mấy cái lá hái ở đâu về vò nát trong nước ra một màu xanh thật đẹp, rồi chỉ cần lọc lấy cái nước đó để một thời gian là đông lại thành chất thạch mềm mại trông mát mắt. Có cần phải thêm chất gì cho nó đông lại thì Long không biết, đến đó mua thì chỉ thấy hai bà cháu cặm cụi bóp lá bằng tay thôi.

Về nhà sương sâm được cắt miếng cho vào ly, thêm chút đường cát và nước đá mẹ sai Long đi mua ở quán tạp hóa đầu đường. Quấy đều lên, thạch vỡ thành từng mảnh nhỏ. Trời nóng đang khát nước, mỗi hớp sương sâm mát rượi thấm vào cơ thể là một vài giây hưởng cái thú vui bình dị của con người sống gần gũi với thiên nhiên chưa bị ô nhiễm bởi những hóa chất lan tràn sau này. Thật đáng tiếc khi xã hội tiến lên theo đà văn minh của thế giới, con người lại phải tiêu thụ những món ăn thức uống đóng hộp với bao nhiêu hóa chất bảo quản, chẳng còn ai tự tay chế biến những món bình dân đơn giản mà tinh khiết như thế nữa…

Trong năm đầu tiên sống ở Sài Gòn này, Long còn khám phá học hỏi được rất nhiều điều. Nhưng chuyện thú vị nhất in sâu vào ký ức cậu bé 7 tuổi là những kỷ niệm trên đường đi học…

18. Ngôi trường tường đỏ - 1951

« Tôi sẽ nói với bạn những gì tôi nhớ lại mỗi độ thu về dưới bầu trời vần vũ, những bữa cơm tối đầu tiên dưới ngọn đèn, những chiếc lá bắt đầu vàng trên ngọn cây lay động ; tôi sẽ nói với bạn những gì tôi thấy khi đi qua vườn Luxembourg những ngày đầu tháng mười, phong cảnh hơi buồn và đẹp hơn bao giờ hết vì đó là

mùa lá rụng, từng chiếc lá rơi trên bờ vai trắng của những pho tượng. Cái mà tôi thấy trong khu vườn đó là một cậu bé, tay đút túi quần, cặp đeo trên lưng, trên đường đến trường, tung tăng như một con chim sẻ[v]. »

Đoạn văn tả ngày tựu trường trên đây của văn hào Pháp Anatole France có thể áp dụng cho cậu bé Long trong ngày tựu trường ở Sài Gòn năm 1951. Có thể thôi, nếu chịu khó thay vườn Luxembourg ở Paris bằng vườn Bờ Rô ở Sài Gòn, thay *« từng chiếc lá rơi trên bờ vai trắng của những pho tượng »* bằng *« những chiếc lá me rơi lấm tấm như confetti phủ kín đường đi »*. Và cậu bé không *« tung tăng như một con chim sẻ »* mà nắm chặt tay mẹ vì bản tính nhút nhát, hồi hộp lo không biết thầy cô giáo mới, bạn bè mới, ngôi trường mới ra sao.

Trường tiểu học này mang tên *« Centre Jauréguiberry*[32] *»* là một trường công của Pháp. Đây là một ngôi nhà lớn hai tầng có tường sơn màu đỏ đậm nên người Sài Gòn gọi nôm na là « trường tường đỏ ».

Hình ngôi trường tường đỏ chụp năm 2010 ; năm 1951, đây là trường Jauréguiberry, sau đổi thành Saint-Exupéry.

Trường này không do gia đình của Long chọn, mà do Sở Xã hội *(Service social)* của Pháp làm mọi thủ tục để Long học tại đấy. Cũng như ở Hà Nội trước đây, vì là con lai nên Long được Sở Xã hội Pháp lo cho chuyện học hành, gia đình không phải làm gì cả. Khi còn ở Hà Nội Long học trường Sainte Marie của bà sơ là một trường tư nổi tiếng, học phí chắc cũng khá cao nhưng gia đình Long không biết là bao nhiêu vì tiền học do Sở Xã hội đài thọ. Bây giờ vào Sài Gòn Long học một trường công của Pháp, cũng không rõ tại sao ngoài Hà Nội học trường tư, vào đây

---

[v] *« Je vais vous dire ce que me rappellent, tous les ans, le ciel agité de l'automne, les premiers diners à la lampe et les feuilles qui jaunissent dans les arbres qui frissonnent ; je vais vous dire ce que je vois quand je traverse le Luxembourg dans les premiers jours d'octobre, alors qu'il est un peu triste et plus beau que jamais ; car c'est le temps où les feuilles tombent une à une sur les blanches épaules des statues. Ce que je vois alors dans ce jardin, c'est un petit bonhomme qui, les mains dans les poches et sa gibecière au dos, s'en va au collège en sautillant comme un moineau. »* (Anatole France: Le livre de mon ami - Les humanités).

lại học trường công. Đối với bà ngoại và mẹ của Long, cháu và con mình được đi học là mừng lắm rồi, không thắc mắc gì nữa cả ! Mà lại được học trường Pháp là một chuyện không khi nào bà và mẹ dám nghĩ tới khi Long sinh ra, vì trường Pháp chỉ dành cho người Pháp hoặc giới thượng lưu người Việt có liên hệ gần xa với Pháp.

Trường tiểu học này dạy chương trình giống hệt bên Pháp. Hiệu trưởng cũng như các thầy cô giáo đều từ Pháp sang. Trong những bài học đầu tiên về sử ký có câu « Tổ tiên chúng ta là dân Gaulois » *(« Nos ancêtres sont les Gaulois »)*. Học sinh Việt Nam học trường Pháp cũng phải học thuộc lòng câu này vào một tuổi còn quá nhỏ dại để nghĩ đến chuyện tổ tiên thật của mình là ai.

Trường nằm trên đường Ngô Thời Nhiệm (không nhớ thời Pháp tên là gì[vi]) trong khu tư gia khang trang của Sài Gòn, rất khác với khu bình dân nhà Long ở Chợ Quán. Và rất xa. Nên đi học không phải chuyện đơn giản, một thằng bé 7 tuổi không thể nào đi một mình được.

Thường là bà ngoại đưa Long đi học và đón về. Đầu tiên phải đi bộ từ nhà đến đường Cây Mai (đường Frères Louis, sau này là đường Nguyễn Trãi). Chặng thứ hai là leo lên chiếc xe thổ mộ chạy tới khu gần chợ Bến Thành. Đây là loại xe rẻ tiền nhất thời đó, khách là các bà đi chợ hằng ngày, nhưng cũng có nhiều bà buôn bán lẻ đem hàng ra chợ bán. Xe do một con ngựa kéo, hai bánh xe rất to có bọc lớp cao-su dày cho đỡ xóc. Đặc biệt là xe không có ghế ngồi. Dĩ nhiên là không có chút tiện nghi nào, nhưng đây là chặng thú vị nhất đối với một cậu bé 7 tuổi được bà đưa đi học.

Hành khách leo lên xe bằng một miếng sắt treo lơ lửng sau xe, mỗi lần có ai leo lên là xe lại nghiêng về phía sau, hai cái càng phía trước ngỏng lên nhưng vì buộc vào con ngựa nên được ghì lại. Khách leo lên được rồi ngồi bệt xuống sàn xe bằng gỗ có trải chiếc chiếu nhỏ. Hai bên hông xe có thành gỗ làm chỗ dựa lưng, bên trên là cái mái cong cong che mưa nắng, được chống bởi mấy thanh gỗ đơn giản. Phía trước chỗ người đánh ngựa ngồi có hai cái móc hai bên để treo mấy giỏ cần xé bằng tre đan to tướng của mấy bà chở hàng đi bán. Hai cái móc lớn bằng sắt trông ngộ nghĩnh, có hình thù một cánh tay co lên, bàn tay nắm lại, tư thế sẵn sàng « pạc-co[vii] » với một đấu thủ vô hình !

Mô tả chiếc xe thổ mộ dài giòng như thế, người đọc chắc nghĩ chiếc xe cũng khá lớn, thật ra nó rất nhỏ, vậy mà cũng chồng chất lên đó được cả 5, 7 người. Cũng may những người đàn bà bình dân này không có ai to béo mập mạp cả. Thường Long phải ngồi một bên nép sát vào bà ngoại, bên kia cũng sát không kém với một bà đi buôn, cả hai đều miệng tóm tém nhai trầu… Khi xe chật quá thì ông đánh xe cho Long lên ngồi cạnh ông, chân thõng xuống. Chuyến đi nào được ngồi như thế là Long sướng lắm, vừa được ngắm nhìn thân ngựa bóng loáng mồ hôi

---

[vi] Có độc giả cho biết đường Ngô Thời Nhiệm thời Pháp tên là Jauréguiberry, giống như tên trường. Trên mạng Internet, có nơi nói đường Hồ Xuân Hương (song song với đường Ngô Thời Nhiệm) thời Pháp tên là Jauréguiberry, nơi khác nói là đường Dispensaire.

[vii] Trò chơi đọ sức : hai đối thủ chống tay lên bàn, hai cánh tay móc vào nhau, lấy sức kéo cánh tay đối thủ vật xuống mặt bàn. Thời đó tiếng lóng gọi là « pạc co », tùy thời và tùy địa phương có cách gọi khác nhau.

nhấp nhô lên xuống theo nhịp kéo xe, vừa được nghe tiếng chân ngựa lóc cóc đều đặn trên đường nhựa lẫn với tiếng lục lạc nho nhỏ vui tai !

Tới gần khu chợ Bến Thành phải quẹo trái đi vào vườn Bờ Rô. Long rất thích đi qua khu vườn này, bóng cây rợp mát, nhất là khi buổi chiều về không khí nóng bức. Mãi sau này vẫn nghe người dân Sài Gòn gọi vườn này là vườn Bờ Rô, dù tên chính thức của nó là vườn Tao Đàn, và thời Pháp cũng có tên chính thức là « Parc Maurice Long », không thấy « bờ biếc » hay « rô riếc » ở đâu cả[viii] !

Qua vườn này rồi đâu đã đến nơi, còn phải đi bộ mãi qua mấy ngã tư nữa mới rẽ vào đường có ngôi trường tường đỏ.

Lớp Dixième trường Jauréguiberry niên khóa 1951-52. Tác giả ngồi hàng giữa, thứ sáu kể từ trái qua.

Long còn nhớ mãi ngày tựu trường tháng 9 năm 1951. Năm đó cậu bé vào học lớp Dixième (tương đương với lớp 2 của bậc tiểu học sau này). Hôm đó không phải bà ngoại mà là mẹ đưa đi học ngày đầu tiên, khi đến trước cổng trường đã có đông đảo cha mẹ học trò đưa con đến tụ tập nói chuyện huyên náo, chờ giờ mở cổng. Cậu bé nhút nhát đứng tách riêng bên kia đường nép sát vào mẹ, quan sát các phụ huynh gồm cả người Pháp lẫn người Việt, ai nấy đều quần áo bảnh bao theo kiểu tây phương, chỉ có mẹ mình mới từ Hà Nội vào mặc chiếc áo dài. Long thấy áo dài của mẹ đẹp lắm chứ, nhưng vẫn thấy nó bị lạc lõng giữa đám đông người lạ mặc toàn âu phục. Hơn nữa họ nói chuyện với nhau toàn bằng tiếng Pháp, chứng tỏ họ không phải cùng giới với mình. Long cảm thấy rõ ràng điều này, nhưng cố làm ra vẻ thản nhiên, nghĩ đến lời mẹ dặn : *« Nhà mình nghèo con ạ, không thể đua đòi với người ta được đâu. Con có may mắn được học trường có quy củ của Pháp,*

[viii] Có nhiều giải thích khác nhau, nhưng cùng chung mẫu số là « bờ rô » do người bình dân đọc theo kiểu Việt Nam một từ tiếng Pháp nào đó, chẳng hạn như « Beaux Jeux », « Peugeot », « Préau »... Ông Vương Hồng Sển, một người biết khá nhiều về Sài Gòn xưa (tác giả cuốn Sài Gòn Năm Xưa) cũng không giải thích tại sao người ta gọi vườn này là « Bờ Rô ».

cùng với con cái nhiều gia đình quyền quý, con phải cố gắng học cho giỏi thì không ai có thể khinh con được, dù người ta biết là nhà con nghèo. »

Long nhớ lời mẹ dặn, vượt qua được mặc cảm và chăm chú chuyên cần học hành. Và cũng phải nhớ là trong lớp thì mang tên theo giấy khai sinh là Jean Martin, ở nhà thì vẫn gọi là Long. Đầu năm cậu bé còn bỡ ngỡ và gặp vài khó khăn trong môn học thuộc lòng vì trí nhớ về văn tự hơi kém, nhưng Long giỏi trong các môn khác, nhất là toán, nên cuối năm đứng hạng nhì trong lớp gần bốn mươi học sinh. Long còn nhớ mãi thằng bạn đứng nhất lớp tên là Guy B. hình dáng mảnh khảnh còn nhỏ hơn Long, tính tình hiền lành, nhớ được là nhờ tấm hình chụp chung cả lớp vào cuối năm.

Hết niên học, lễ phát thưởng diễn ra trong nhà chơi (préau) rộng của trường. Một khán đài gỗ được dựng lên ở một đầu nhà, phụ huynh học sinh ngồi chật kín cả phần còn lại. Hôm đó cả bà ngoại, mẹ và cha dượng của Long đều có mặt, ngồi bên cạnh các phụ huynh học sinh khác, rất hãnh diện vì con cháu mình đã biết đọc biết viết tiếng Pháp, ngoài tiếng Việt đã được dạy ở nhà từ lâu. Hãnh diện hơn nữa khi Long được gọi lên lãnh phần thưởng mấy cuốn sách to và nặng ơi là nặng đối với đứa bé 8 tuổi.

Trong thâm tâm mẹ của Long lúc đó chắc cũng cám ơn Trời Phật đã cho mình một đứa con như thế, mặc dù nó chẳng phải là đứa con mà bà mong muốn lúc ban đầu.

19. Cháy nhà

Vẫn tưởng là sau bao nhiêu năm gian nan vất vả do biến động của thời cuộc, nay gia đình về Sài Gòn có nhà cửa tươm tất, ông Hoàng Văn Quy cha dượng của Long có công việc vững chắc, Long có chỗ học đàng hoàng, nào ngờ cái số long đong vẫn tiếp tục phải long đong.

Trong năm 1951, quân đội Quốc Gia Việt Nam[33] bắt đầu lớn mạnh, lệnh tổng động viên được ban hành trong tình hình chiến tranh đang leo thang. Qua năm 1952, đến lượt ông Quy phải nhập ngũ vì trên giấy tờ ông 31 tuổi. Nếu giấy tờ khai đúng thì ông đã 38 tuổi, không bị lệnh tổng động viên chi phối, nhưng khổ nỗi ông đã khai rút đi 7 tuổi khi làm lại giấy thế vì khai sinh ở Hà Nội. Ông không muốn phải trở lại chiến trường trong một cuộc chiến huynh đệ tương tàn, nên ông phải tìm cách « lách ».

Một người quen, cũng là một người làng chỉ cho ông Quy một con đường để lách. Ông này có con trai sống ở Đà Lạt[34] trong lính « Ngự Lâm Quân[35] ». Đây là một đơn vị quân đội đặc biệt có nhiệm vụ bảo vệ vua Bảo Đại, lúc đó không còn làm vua nữa mà làm Quốc Trưởng, những vẫn cứ gọi là vua, và đoàn quân bảo vệ ông vẫn cứ gọi là Ngự Lâm Quân. Dĩ nhiên Ngự Lâm Quân chỉ ở Đà Lạt vì ông Bảo Đại đã chọn nơi này để sống và làm việc trong một biệt điện. Gia nhập Ngự Lâm Quân có nghĩa là không phải đi đánh nhau ở xa.

Có một ông người làng tốt bụng cho ông Quy biết là Ngự Lâm Quân đang cần tuyển mộ nhân viên tài chánh. Thật là một cơ hội bằng vàng, vì ông Quy đang làm kế toán trong hãng thầu của ông C.

Thế là ông Quy vội vàng lên Đà Lạt làm thủ tục đăng vào lính Ngự Lâm. Ông rất tiếc phải rời bỏ công việc trong hãng thầu của ông C., nhất là ông C. là người thân trong gia đình, rất quý tính cần cù và cẩn thận của ông Quy nên đã định sẽ giao cho ông những việc quan trọng hơn. Tiếc thì tiếc, nhưng « gặp thời thế, thế thời phải thế », ông cũng mừng vì không phải đổi đi các đơn vị chiến đấu, nhất là trong các chiến trường ngoài Bắc ngày càng sôi sục.

Vào mùa hè 1952, ông về Sài Gòn đón gia đình sau khi thu xếp bán căn nhà phía sau trường Pétrus Ký đường Trần Bình Trọng. Thế là Long cùng với bà ngoại, mẹ, hai em gái lên Đà Lạt, dọn vào một căn nhà gỗ mái lá trong một trại gia binh ngay phía sau biệt điện của ông Bảo Đại, chung quanh là rừng thông.

Cũng như lần di chuyển trước từ Hà Nội vào Sài Gòn, cả gia đình dọn nhà trong dịp nghỉ hè để Long không phải dở dang năm học. Và cũng như ở Hà Nội, trước khi đi Đà Lạt mẹ của Long đến sở xã hội của Pháp (Service social) ở Sài Gòn để trình bày việc gia đình di chuyển. Rất may cho Long vì Đà Lạt, ngoài các trường công và tư Việt Nam còn có nhiều trường vẫn dạy chương trình Pháp, cả trương công của Pháp (Lycée Yersin[36] là trường trung học, Petit Lycée là trường tiểu học) lẫn trường tư (trường Collège d'Adran[37] của dòng các Sư Huynh La San dành riêng cho con trai, trường Couvent des Oiseaux của các nữ tu dòng Visitandines de Saint Augustin dành riêng cho con gái).

Mẹ của Long được tiếp bởi một nhân viên trong sở xã hội, ông này giải thích là bà có thể chọn một trong hai trường là Lycée Yersin là trường công, hoặc Collège d'Adran là trường tư. Mẹ của Long có biết những trường này như thế nào đâu, làm sao có thể lấy một quyết định dựa vào những tiêu chuẩn chọn lựa chính xác được. Bà chỉ muốn một điều đơn giản là tìm một trường có kỷ luật nghiêm minh vì bà sợ con bà sau này lớn lên có thể chơi bời lêu lổng. Ông nhân viên sở xã hội nói là theo ông nghĩ, chắc là trong các trường dòng thì kỷ luật nghiêm minh hơn là trường công, thế là Long được ghi danh để theo học trường Collège d'Adran, một trường của dòng tu công giáo có tên là « Frères des Ecoles Chrétiennes », do ông thánh Jean-Baptiste de la Salle thành lập bên Pháp từ cuối thế kỷ 17, nên tiếng Việt gọi tắt là Sư huynh dòng La San.

Nếu ngày hôm đó, mẹ của Long gặp một người khác trong sở xã hội có lời khuyên khác, hoặc người ta cứ ghi danh Long vào trường công là Lycée Yersin mà không cần hỏi ý kiến gì của bà (như trước đây ở Hà Nội và Sài Gòn) thì cuộc đời của Long chắc cũng sẽ khác, vì hai tinh thần giáo dục trong một trường công lập Pháp và một trường tư thục công giáo rất khác nhau, tuy về kiến thức vẫn học cùng một chương trình. Nhưng đó là những an bài tinh vi của số phận, không ai có thể lường trước được.

Tháng 9 năm 1952, Long lại một lần nữa tựu trường ở một nơi xa lạ, vào lớp 9ème (tương đương với lớp 3 bậc tiểu học bây giờ) của trường Adran Đà Lạt. Ngôi trường nằm cuối một con đường ngắn, đường Bá Đa Lộc, là tên Việt Nam của giám mục Adran, là người giúp vua Gia Long trong việc gây dựng triều Nguyễn. Trường gồm một tòa nhà 3 tầng phía ngoài tiếp nối với nhiều nhà một tầng bao quanh một cái sân rộng, nằm giữa rừng thông. Sau khi học ở trường Sainte Marie giữa phố chính trung tâm Hà Nội, rồi trường Jauréguiberry cũng trong đường phố Sài Gòn, không còn gì lý tưởng hơn cho việc học hành bằng khung cảnh yên tĩnh của một ngôi trường biệt lập giữa rừng thông.

Long đi học ở đây mất cái thú xe thổ mộ với con ngựa chạy lọc cọc, mất cái thú đi qua vườn Bờ Rô với bóng me rợp mát. Tuy đường từ nhà đến trường không rắc rối như ở Sài Gòn, không cần phải có bà đưa đi, nhưng cũng khá gian nan. Khu nhà nằm phía sau của vòng rào biệt điện, phải theo một con đường mòn men theo rừng thông, đến một quãng gọi là Dốc Nhà Bò có cái dốc dựng đứng phải leo lên rồi đi tiếp con đường mòn mới ra đến đường cái, chính là đường Yersin. Từ đấy, Long chỉ việc rẽ phải theo con đường lớn đẹp đẽ này, đi qua một sân vận động trước mặt tòa thị chính (sau biến thành thư viện thành phố) qua ty cảnh sát đến nhà thờ chính tòa mà dân Đà Lạt gọi là nhà thờ con gà vì có con gà trên đỉnh tháp chuông, gắn ở đầu cột thu lôi.

Tác giả và bạn cùng trường trên đường đi lên Đà Lạt Palace (24-12-1961): Bùi Duy Toàn, Đặng Đức Tôn, Đỗ Đức Hiển, Nguyễn Phan Phát, Liêu Quan Khải. Hình do Nguyễn Tứ Linh chụp, cùng lớp Math Elem với tác giả.

Tiếp tục đi qua bưu điện bên trái, khách sạn Hôtel du Parc bên phải, thêm chút nữa là khách sạn sang trọng nhất Đà Lạt, Langbian Palace, đối diện với một tòa nhà khiêm tốn hơn, đó là Ty Ngân Khố ngày xưa gọi nôm na là Kho Bạc. Đường Bá Đa Lộc dẫn vào trường Adran bắt đầu từ đấy, một con đường nhỏ dễ thương với hoa quỳ dại màu vàng rực rỡ mọc hai ven đường.

Lần đầu tiên Long có một ông thầy giáo thay vì cô giáo, và lại mặc áo thụng đen với một miếng vuông trắng đeo trên cổ trước ngực. Long thấy lạ mắt lắm, nhưng đâu dám nói năng gì. Ngày xưa ở Hà Nội Long học với một bà sơ có cái mũ màu trắng rất đặc biệt, hai bên có hai cánh bằng vải cứng được kẹp vòng lên trên đỉnh đầu. Còn ở Sài Gòn thì học với một bà giáo mặc đồ đầm. Long được cái may mắn gặp hai bà giáo đều hiền lành dễ thương. Bây giờ phải vào lớp với một ông giáo mặc đồ đen làm cho ông trông có vẻ nghiêm trang khó tình, bản tính nhút nhát của Long lại trỗi dậy, trong lòng run rẩy không biết tương lai suốt năm học sẽ ra sao.

Nhưng Long lại gặp may một lần nữa. Thầy giáo mới hiền dịu và ngay từ đầu, Long đã đứng nhất lớp. Trong suốt 10 năm học tại trường này cho tới tú tài, không ai giành được chỗ đứng này cả, vì vậy sau này, cả thầy và bạn học cũ còn nhớ mãi cậu học trò Jean Martin, bản tính nhút nhát thật, nhưng không nhường chỗ số 1 cho ai cả.

Nhưng đó là chuyện sau này. Trở lại năm 1952, gia đình Long sống trong một căn nhà gỗ mái lá, thật ra là cỏ tranh có rất nhiều trong rừng Đà Lạt, được bện thành từng tấm hình chữ nhật dùng để lợp nhà. Khu gia binh này dành cho binh sĩ của Ngự Lâm Quân đã có gia đình sinh sống miễn phí, gồm vài chục căn nhà giống nhau được dựng lên vội vã. Điện câu từ trong biệt điện ra, nước phải dùng một máy nước công cộng cũng mắc từ biệt điện ra. Không có cầu tiêu, phải đi ra ngoài rừng thông ngay sát khu nhà. Khi Long than phiền về cái khoản này, mẹ Long nói : *« Từ trước tới giờ con có may mắn sống có tiện nghi khi gia đình mình về Hà Nội rồi vào Sài Gòn. Nhưng con phải biết là không phải ai cũng được như thế đâu. Ngày xưa mợ sống ở vùng quê cũng phải « đi đồng », bây giờ con phải « đi rừng » cũng thế thôi. Muốn thoát ra khỏi cảnh nghèo khó này con phải ráng học hành cho giỏi. Bây giờ biết chịu khổ, mai kia con mới cảm thấy hạnh phúc khi lại được sống trong tiện nghi ! »*

Làm bếp thì phải đun bằng củi thông, dễ cháy nhưng cũng mau tàn và nhiều khói. Củi thông lấy ngay trong rừng bên cạnh. Một hôm Long thấy có hai người Thượng[ix] đến. Họ mặc cái áo ka-ki vàng nhưng đóng khố chứ không mặc quần, và cũng không có giày dép gì cả. Họ có cái rìu đặc biệt gồm một lưỡi dao thẳng gắn vào một cái cán dài, ngay gần chỗ gắn lưỡi dao, cái cán được uốn cong 90 độ. Nhờ phần cong đó mà móc được cái rìu trên vai, lưỡi dao đưa lên trời, trông rất gọn. Họ nói tiếng địa phương của họ, chỉ biết ít tiếng Việt và khi nói không rõ ràng dấu sắc huyền hỏi ngã nên nghe thành một âm điệu đều đều vui tai. Mẹ của Long thuê họ đến do một bà bạn trong xóm giới thiệu.

Trong lớp Long cũng có một bạn người Thượng tên là K'Bri, cũng thuộc sắc tộc Cơ Ho. Nhưng bạn này mặc quần áo như Long, đi học mang giầy như Long, nói tiếng Việt và tiếng Pháp cũng như Long, và nhất là cơ thể không tỏa ra một mùi đặc biệt như hai người Thượng mà mẹ Long thuê, làm cho người khác không quen mùi này cảm thấy khó chịu.

Bà đưa họ vào rừng thông gần nhà và chỉ cho họ một cây thông to. Họ làm việc hì hục, bắt đầu hạ cây xuống bằng một lưỡi cưa to và dài, hai người kéo. Sau đó cắt bỏ cành lá, rồi thân cây cưa thành từng khúc ngắn, cuối cùng mời bổ ra thành từng thanh nhỏ để làm củi đem chất gọn ghẽ vào phía sau nhà. Họ làm ba ngày mới xong việc. Long không biết mẹ mình trả lương họ bao nhiêu, chắc chắn là không nhiều vì nhà cũng nghèo, tiền đâu mà trả nhiều được. Buổi trưa họ nghỉ tay ăn cơm

---

[ix] « Thượng » là danh từ dùng để chỉ người thiểu số sinh sống trong vùng rừng núi trên cao nguyên miền Trung. Thời Pháp thuộc gọi là « Mọi ». Trong vùng Đà Lạt, họ thuộc sắc dân Cơ Ho (K'Ho).

gạo đỏ với mắm ruốc, cũng bà bạn giới thiệu nói họ thích ăn gạo đỏ « ngọt » hơn gạo trắng, và rất thích mắm ruốc nên bà Quy làm theo thế cho họ ăn.

Không phải chỉ có nhà Long cưa cây thông làm củi, mà các nhà khác trong khu gia binh cũng làm như vậy, và nhiều khu trong thành phố Đà Lạt cũng dùng gỗ thông lấy trong rừng làm củi đốt. Thời đó dân cư thưa thớt, rừng thông bạt ngàn, nên chẳng ai nghĩ rằng có thể có ngày không còn cây thông nào nữa nếu ai cũng cứ tự tiện cưa cây như vậy mà không trồng cây mới. Mãi sau này khi dân số đã tăng gấp mười lần, lúc đó người ta mới thấy hậu quả tai hại của việc đốn cây vô tội vạ !

Một buổi sáng chủ nhật, ông Quy phải cấm trại cùng nhiều người khác để tập dượt thao diễn nhân một lễ gì đó. Đứng trong sân nhà, Long nhìn lên phía sau hàng rào của dinh có đoàn mô-tô đang ôn lại cách biểu diễn trên con đường sát với vòng đai biệt điện. Tất cả lính tráng đều mặc lễ phục trắng với mũ áo chỉnh tề, vai đeo « dây quân công » (fourragères) trông rất oai phong, mấy người lái mô tô biểu diễn các thế đứng ngồi trên xe, Long nhìn không biết chán.

Bỗng có tiếng la thất thanh « Cháy nhà ! Cháy nhà ! ». Long chưa hiểu chuyện gì xảy ra thì thấy bà ngoại từ nhà hớt hải chạy ra tay dắt tay bế hai em gái, giục Long chạy theo ra ngoài bìa rừng. Quay lại nhìn, hồn vía lên mây khi Long thấy ngọn lửa lẫn với khói đen kịt trên mái căn nhà chỉ cách nhà Long có một căn. Chỉ cần làn gió nhẹ là lửa lan qua mái tranh nhà bên cạnh, rồi sẽ đến lượt nhà mình. Lần đầu tiên chứng kiến cảnh cháy nhà ngay gần nhà mình, thật hãi hùng !

Tiếng la hét lẫn với tiếng chân người chạy qua lại… Tất cả lính tráng đang mặc quần áo trắng tập dượt cho ngày đại lễ đồng loạt vượt hàng rào xuống khu gia binh chữa cháy, người thì dùng xô hứng nước máy công cộng tìm cách dập lửa, người thì giúp những người sống chung quanh nhà đang cháy mang đồ đạc ra ngoài. Nhà Long cũng khiêng cái rương đựng quần áo ra chỗ bà ngoại ngồi với mấy đứa nhỏ, rồi cái máy may nặng thế, bình thường phải hai người khiêng vậy mà bây giờ chỉ một người nhấc bổng lên gần như quăng ra ngoài… Nồi niêu xoong chảo, chạy được cái gì thì chạy…

May phước ngày hôm đó đứng gió. Nếu có gió to thì chắc là cả khu gia binh toàn nhà tranh vách gỗ đã thành đống tro tàn, vì dù có đông đảo bao nhiêu người đầy thiện chí giúp chữa cháy, nhưng không có vòi chữa lửa, không có dụng cụ chuyên môn của lính cứu hỏa thì làm sao thắng được thần lửa !

Cuối cùng nhờ công của bao nhiêu lính tráng ra sức dập lửa chung quanh, chỉ căn nhà đầu tiên bị cháy rụi, các nhà khác chỉ bị một phen khiếp vía, và đồ đạc nhà ai cũng bị hư hao ít nhiều vì vội vã khuân ra khuân vào. Dập tắt xong được ngọn lửa, các bộ lễ phục trắng tinh bây giờ lem luốc, nhàu nhĩa, lúc đó mọi người mới thấy vừa thương vừa… buồn cười ! Có ai mặc lễ phục trắng đi chữa cháy bao giờ !

Trong cảnh cháy nhà hôm đó, không phải chỉ có Long sợ run rẩy, mà mẹ Long cũng khiếp vía. Bà nói với chồng phải đi tìm nhà khác, không thể ở đây được nữa. Ông Quy cũng đồng ý rằng đây chỉ là nơi ở tạm lúc ban đầu, không tốn tiền thuê mướn gì cả, và khi ông đã ổn định rồi sẽ tìm nhà sau. Cho đến ngày hôm đó, ông Quy vẫn chưa được bổ nhiệm chính thức vào ban kế toán của đơn vị như ông mong muốn lúc đăng lính.

Rồi đây Long còn phải trải qua nhiều thay đổi khác trong giai đoạn thơ ấu của đời mình.

20. Từ đường Graffeuil đến Hôtel Việt Nam

Vẫn trong năm 1952, một hôm ông Quy về nhà báo một tin mừng không chờ đợi : ông được giao nhiệm vụ điều hành câu lạc bộ sĩ quan của Ngự Lâm Quân. Sau vụ cháy nhà trong khu gia binh phía sau biệt điện, ông đang lo tìm chỗ ở khác để gia đình sống có tiện nghi và an toàn hơn, thì chuyện ông được giao công tác mới này là cái may trên trời rơi xuống. Vì gia đình ông sẽ dọn về ở nơi làm việc mới, không phải đi tìm nhà để thuê mướn nữa.

Câu lạc bộ sĩ quan là nơi gặp gỡ của các sĩ quan trong đơn vị và khách mời của họ, có quầy rượu, có thức ăn nhẹ, và cũng là nơi tổ chức những buổi liên hoan trong các dịp lễ. Thật ra cái câu lạc bộ này chưa thành hình, nhưng địa điểm đã được chọn. Đó là một biệt thự trên đường Graffeuil[x], một con đường nổi tiếng của Đà Lạt với những *villa* đẹp đẽ được các kiến trúc sư Pháp xây cất theo kiểu nhà các vùng khác nhau bên xứ họ, từ những năm đầu thế kỷ 20, lúc Đà Lạt được quy hoạch để dùng làm nơi nghỉ mát cho những quan chức Pháp hay người giàu có từ Sài Gòn lên. Không phải chỉ có đường Graffeuil mới có những biệt thự đẹp của Đà Lạt, nhưng đặc biệt trên con đường này, mỗi biệt thự đều được bao quanh bởi một khu đất rất rộng với nhiều cây thông của rừng ngày xưa còn được giữ lại.

Khi đi từ Sài Gòn lên, hết đèo Prenn sẽ qua một con đường có nhiều nhà đẹp rồi đến một địa danh mà không ai ở Đà Lạt thời đó không biết : cây xăng Kim Cúc. Đặc biệt cây xăng này chung quanh có vườn quanh năm trồng hoa rất đẹp, như một cách chào mừng du khách từ xa đến. Quẹo trái sẽ vào đường Yersin để đi về phía Dalat Palace, bưu điện, nhà thờ con gà… Đi thẳng xuống dốc qua khách sạn Sans Souci sẽ đến bờ hồ rồi vòng lên chợ. Từ cây xăng Kim Cúc quẹo phải từ từ lên dốc, bên trái có trại lính Hiến binh, bên phải có dinh 2 của Bảo Đại. Con đường rất đẹp hai bên là biệt thự trong rừng thông, đi đến một ngã ba có một nhà sửa xe lớn của người Pháp có tên là « Garage Martinette », từ đó bắt đầu đường Graffeuil. Đi thêm một đoạn nữa, nếu quẹo phải sẽ về Trại Hầm, còn đi thẳng đường Graffeuil là hướng đi Trại Mát. Ngay ngã ba Garage Martinette, rẽ phải sẽ vào một con đường đi vào rừng, đã bị bỏ phế từ lâu, gọi là « đường Sài Gòn cũ ».

Địa điểm làm câu lạc bộ là biệt thự số 7, từ ngoài đường cái vào phải theo một con đường lượn quanh trong khu đất riêng của biệt thự xuống tới ngôi nhà thấp thoáng sau rặng thông. Phía sau ngôi biệt thự lớn là một cái nhà ngang với nhiều phòng, ngày xưa là nhà của nhân viên phục vụ cho ngôi biệt thự, giờ đây gia đình Long dọn về ở đấy. So với căn nhà lá trong trại gia binh thì đây là thiên đường, vì tuy là « nhà ngang » nhưng đầy đủ tiện nghi điện nước, và cũng không còn phải nơm nớp lo sợ ngày nào đó thần hỏa đến viếng nhà mình !

Đối với Long và hai em gái Vy và Loan, đây là lần đầu trong đời ba anh em có một sân chơi lý tưởng, so với mảnh đất nhỏ xíu trước nhà trong khu gia binh. Khu đất rộng bao quanh biệt thự với bao nhiêu cây thông rợp bóng mát, chỉ cần làn gió

---

[x] Đường Graffeuil xưa, bây giờ là đường Hùng Vương. Một số biệt thự cổ từ thời Pháp có đất rất rộng bao quanh, trên đường Trần Hưng Đạo (ngày xưa là đường Lý Thái Tổ, là đoạn đầu trước khi đến đường Hùng Vương ngày nay) từ lâu bị bỏ phế nay được trùng tu lại, kể cả vườn hoa trong khu đất quanh biệt thự, dùng làm khu nghỉ dưỡng sang trọng cho du khách.

nhẹ làm rung động những lá thông mềm mại là đã có một làn điệu reo vui độc đáo của thông Đà Lạt.

Một thay đổi khác với Long là bây giờ không thể đi bộ đến trường được nữa vì quá xa. May mắn là Ngự Lâm Quân có tổ chức xe đưa đón học sinh. Chẳng phải như bây giờ giống các xe ca xe buýt, mà hồi đó là một xe cam-nhông nhà binh, có 4 cái ghế dài kê dọc theo thùng xe, hai cái kê sát thành xe, hai cái ở giữa ngồi đâu lưng nhau, có cầu thang bằng sắt với thanh vịn để leo lên leo xuống. Long lại nhớ khi mẹ mình nói đến cái xe đưa đón đi làm của quân đội Pháp ở Hà Nội, chắc cũng giống hệt cái xe này. Ngoài ông tài xế còn có một người ngồi sau với học sinh trông coi bọn trẻ lên xuống và giữ kỷ luật, cả hai người này đều mặc quân phục của Ngự Lâm Quân.

Trong các học sinh đi xe này, chỉ có một mình Long học trường Adran, và cũng chỉ có một mình Long học trường Pháp. Những ngày đầu Long cảm thấy rất khó chịu vì những đứa trẻ khác nhìn mình như nhìn một vật lạ, chỉ vì mặt mũi Long giống Pháp hơn là Việt Nam. Cũng may có ông lính ngồi đấy nên Long không bị chọc ghẹo phá phách gì. Ông lính này ngày nào cũng bắt nhịp cho mọi người hát *« Nhà Việt Nam, Nam Bắc Trung sáng trưng Á Đông...*[xi] *»*, ngày nào cũng chỉ có một bài đó. Long cũng biết nhiều bài hát xưa, nhưng bài này Long chỉ nghe thoáng vậy thôi, không thuộc lời, nên không hát được với mấy đứa khác. Việc ấy lại càng đào sâu thêm cái hố ngăn cách giữa Long và bọn kia. Với bản tính nhút nhát, Long chỉ tìm cách thu mình nhỏ lại trong đám đông trên xe. Bà và mẹ cũng đoán được những hoàn cảnh mà Long sẽ gặp phải nên chỉ một điều dạy Long là tốt nhất không nên gây chuyện với người khác đã đành, mà khi người ta gây sự thì cũng tìm cách lảng tránh là hơn ! Được dạy dỗ như thế nên không lạ gì khi đứa bé lớn lên vẫn giữ nguyên bản tính nhút nhát của mình !

Hồ Xuân Hương không có nước suốt năm 2010. Trong năm này, đập nước ở cầu Ông Đạo phải làm lại vì đã quá cũ, nên trong thời gian xây đập mới, hồ Xuân Hương trở lại tình trạng nguyên thủy từ xưa là một con suối có dòng chảy giữa hồ. Công trình xây đập nước mới kéo dài một năm, một con đường đất được đắp để xe đi qua hồ, tạm thời thay cho cầu Ông Đạo. Đầu năm 2011, công trình hoàn tất, hồ Xuân Hương lấy lại vẻ đẹp ngày xưa. Hình chụp từ bờ phía bắc, nhìn qua nhà Thủy Tạ.

[xi] Ca khúc Nhà Việt Nam của Thẩm Oánh (1916-1996), một nhạc sĩ tiên phong trong nền tân nhạc Việt Nam.

Nhưng rồi chỉ hai tháng sau, Long lại giã biệt chiếc xe cam-nhông chở học sinh và bài hát « Nhà Việt Nam » mà nghe mãi rồi Long cũng thuộc… Ông Quy bị đổi làm việc khác, vì người ta nói ông không có kinh nghiệm để tổ chức một câu lạc bộ sĩ quan. Cũng có lý, nhưng người thay thế ông cũng chẳng có kinh nghiệm gì hơn. Long nghe người lớn nói với nhau là người đó có « tay trong » nên đã hất được ông Quy ra khỏi một công việc xem như quá tốt đối với một quân nhân, chưa kể khung cảnh sinh sống không tốn tiền thuê trong khu đất lý tưởng đó nữa.

Nhưng ngược lại ông Quy cũng được an ủi là ông được đổi qua ngành kế toán là việc mà ông có chút ít kinh nghiệm. Trước khi bắt tay vào việc, ông phải qua một khóa học 3 tháng về cách làm sổ lương trong quân đội, khóa này do người Pháp dạy tại một trung tâm của quân đội Pháp trong một khu vực hẻo lánh gần thị xã Ban Mê Thuột, có tên là « Băng Đông[xii] ». Thế là ông Quy phải khăn gói đến nơi đèo heo hút gió này trong 3 tháng liền.

Cũng may là trước khi lên đường, ông đã tìm thuê được một căn nhà cho gia đình dọn đến ở, vì phải trả lại chỗ ở trong khu biệt thự đường Graffeuil. Căn nhà này trong một khu ngày xưa có tên là « Hôtel Việt Nam » nhưng từ lâu đã không còn là khách sạn đúng nghĩa nữa. Khu này có nhiều nhà trệt hoặc hai tầng, nay được sửa sang lại thành những căn nhà cho thuê tháng. Chỉ còn vài nhà vẫn còn đồ đạc để người Sài Gòn lên thuê một vài tuần nghỉ mát. Chủ nhân là một gia đình cũng sống trong khu đất rộng, ở một ngôi nhà riêng biệt rất đẹp phía trên đồi. Người thuê nhà chỉ biết Cô Bảy là người trực tiếp giao dịch, hằng tháng đi thu tiền thuê nhà. Gọi là « Cô » vì Cô Bảy không có chồng, thật ra cũng lớn tuổi rồi, một người đàn bà hiền lành, ai túng thiếu khất tiền thuê cô cũng cho chịu.Hồi đó ai ở Đà Lạt cũng biết Khách sạn Việt Nam, gần cầu Bá Hộ Chúc. Đây là một cây cầu gỗ, những thanh gỗ làm sàn cầu rất dày, nhưng bắt đầu cũ kỹ, mỗi lần xe đi qua là long lên xòng xọc ! Cầu bắc ngang con suối chảy từ cầu Ông Đạo về, và sẽ đổ vào thác Cam Ly cách đó vài cây số. Đây là con suối chảy ngang thành phố, được đập nước cầu Ông Đạo chặn lại làm thành hồ Xuân Hương. Sau đó chảy qua vườn trồng bắp sú dưới Ấp Ánh Sáng trước khi đến cầu Bá Hộ Chúc[xiii].Căn nhà ông Quy thuê có vị trí đặc biệt khác các căn phòng khác, vì nằm phía sau một ngôi nhà hai tầng. Gọi là « căn nhà », thật ra là một căn phòng lớn, có thể ngày xưa là nhà bếp của khách sạn. Bà Quy kê ba cái giường lớn ở ba góc nhà, dùng màn che coi như ba phòng ngủ, góc thứ tư có cửa ra vào kê cái tủ quần áo lớn và cái rương to với cái bàn thấp và mấy cái ghế để tiếp khách. Sát cạnh căn phòng này là một sàn nước rộng rãi, sát với nhà tắm và cầu tiêu, nhưng phải dùng chung với một gia đình khác. Cũng may là căn phòng quay ra phía sau, có một miếng đất nhỏ, trước khi đến hàng rào của khu khách sạn, sát với rừng thông trên đồi cao. Nhờ vị trí đặc biệt

---

[xii] Tên Băng Đông tiếng Pháp thời đó là Bandon, (và bây giờ có lẽ là « Bản Đôn »). Tình cờ tác giả quen với ông cậu của một người bạn học, ông này cũng từ Sài Gòn lên Băng Đông vào năm 1952, tới nơi thì thấy là « đường lên núi rừng, sao hãi hùng… », bèn sáng tác một bản nhạc sau trở thành nổi tiếng, bài « Đường Lên Sơn Cước » của Lê Bình. Có thể nghe bài này trên YouTube :

http://www.youtube.com/watch?v=ARDoukPJ32w.

[xiii] Cầu Bá Hộ Chúc bây giờ đã xây lại cầu mới trên đường Bà Triệu. Cầu Ông Đạo (bây giờ là đường Lê Đại Hành) là cái đập nước ngăn dòng suối tạo thành hồ Xuân Hương cũng được làm lại trong năm 2010. Vườn rau Ấp Ánh Sáng bây giờ là một công viên.

đó, ông Quy mới có chỗ làm thêm một cái chái bằng gỗ lợp tôn dùng làm bếp, có cái trạn để bát đũa, cái « gác-măng-dê » để thức ăn có lưới ngăn ruồi muỗi và có bốn cái bát đựng nước ở bốn chân để ngăn kiến leo lên. Giữa chái kê cái bàn và mấy cái ghế vừa làm bàn ăn, vừa làm bàn học cho Long. Buổi tối ăn cơm xong, dọn dẹp bàn rồi là chỗ Long ngồi làm bài. Có thể nói trong căn nhà ở đây, Long sống nhiều nhất quanh cái bàn này ! Hồi đó học sinh có nhiều bài vở phải làm ở nhà, nhất là học sinh trường Thầy Dòng lại càng nhiều bài vở hơn nữa !

Phần còn lại của sân cỏ được tận dụng hết mức. Phân nửa sân được ông Quy dựng một cái giàn bằng tre và dây kẽm cho cây su su leo. Phong thổ Đà Lạt trồng su su rất dễ, quả rất nhiều ăn không hết, tiết kiệm được chút ít tiền. Quanh năm có quả để ăn, lại có bóng mát lúc trời nóng. Phần đất còn lại giăng dây phơi quần áo. Chung quanh ông Quy trồng hoa thược dược, hoa cúc, những loại hoa rất dễ mọc mà chẳng phải chăm sóc gì cả. Mảnh đất phía sau nhà như vậy không còn chỗ nào cho bọn con nít chơi nữa.

Trong căn nhà đó, lúc đầu chỉ có 6 người, 3 người lớn, 3 trẻ con. Sau 4 năm, nhân số tăng lên thành 11 người ! Trong năm 1952 thằng Tư ra đời, rồi thằng Năm năm 1954, hai đứa sinh đôi là thằng Sáu và thằng Bảy năm 1955, rồi qua 1956 là thằng Tám ! Làm sao để chừng đó nhân mạng sống trong một không gian nhỏ hẹp như thế, ngày nay nghĩ lại Long cũng không hình dung được !

Tác giả và em trai thứ tư, Đà Lạt 1953

Phải nói là mẹ của Long có đầu óc tổ chức và rất ngăn nắp sạch sẽ. Có lẽ thời gian làm việc may vá trong một gia đình Pháp ở Sài Gòn trong những năm còn con gái đã tập cho bà thói quen này. Hồi đó có câu nói của mấy ông tán dóc với nhau, được truyền tụng đến bây giờ *« Ăn cơm Tàu, ở nhà Tây, lấy vợ Nhật »* để nói lên nếp sống lý tưởng. « Nhà Tây » nổi tiếng là đẹp từ ngoài vào trong, không những thế mà còn ngăn nắp đâu ra đấy. Bà Quy tuy phải sống trong cảnh chật hẹp nhưng cũng biết thu vén cho gọn gàng sạch sẽ cho dễ thở, và nhất là rất kỷ luật với con cái. Bà có cái roi mây treo trên tường ở một chỗ mà đứa nào cũng nhìn thấy, và khi cần bà không ngại dùng nó…

Cũng may là trong khu vực của khách sạn Việt Nam không thiếu sân chơi cho lũ trẻ trong xóm. Chung quanh các ngôi nhà là khoảng đất trống, có chỗ có bóng mát, có chỗ là bìa rừng. Bà Quy cho phép Long và hai em gái được ra ngoài đó chơi với các bạn trong xóm, sau này có mấy đứa em trai cũng mang tụi nó theo. Bà cũng không có cách nào khác hơn, vì trong nhà không có chỗ nào cho trẻ con chơi được.

Trong xóm cũng không nhiều con nít lắm, và con gái nhiều hơn con trai. Long chơi với tất cả tụi nhỏ ở đấy, khi đã quen biết và « cùng xóm » rồi thì Long không bị kỳ thị vì là Tây lai nữa. Long cũng không phân biệt trò chơi của con trai hay con gái. Thông thường nhất là chơi « năm mười » hay « đạp lon », là trò chơi trốn tìm mà trẻ em cả thế giới đều biết. Nhưng mỗi nơi có một kiểu chơi khác nhau trong vài chi tiết nhỏ nhặt. Gọi là « năm mười » vì đứa nào phải đi tìm sẽ úp mặt vào tường nhắm mắt đếm « năm, mười, mười lăm, hai mươi… », phải đếm thật nhanh, đến « một trăm, một hai ba đi tìm » mới được mở mắt ra đi tìm. Một cách để tập nói cho rõ, phát âm vừa nhanh vừa chính xác. Còn « đạp lon » cũng là trò chơi đó, nhưng dùng cái lon sữa bò – thường là lon cũ mèm, đã hoen rỉ, vì lon còn tốt thì đã bán cho bà mua ve chai từ lâu rồi – dùng làm cái mốc để giữa sân, đứa đi tìm hoặc đứa đi trốn phải chạy về đầu tiên đạp lên cái lon là thắng.

Kể ra trò chơi của con nít thời xưa không nhiều lắm, vừa đơn giản, vừa giúp cho vận động cơ thể, vừa luyện thêm trí óc cũng như tập cho chân tay khéo léo hơn. Nhảy cò cò, u mọi… Riêng trò « u mọi » này không biết có phải là tiếng địa phương của Đà Lạt hay không. Đám trẻ chia ra hai phe, đứng hai bên một cái vạch coi như ranh giới hai địa phận, từng đứa trong phe bên này chạy sang bên kia sau khi lấy hơi hết sức mình để kéo dài tiếng « u » không được dứt. Phải ráng đụng vào một đối thủ rồi chạy về được thì đối thủ đó bị tù. Nếu bị đối thủ túm lại không về được trước khi dứt tiếng « u » thì chính mình bị tù… Nếu phe nào có bạn bị tù thì phải chạy sang phe kia cứu về. Cứu tù cũng phải u không được dứt hơi, phải chạm được vào tay bạn tù và chạy về phe mình mà không bị bắt thì tù mới được thả ; nếu người đi cứu mà bị bắt thì cũng bị tù theo ! Nơi khác chắc cũng chơi kiểu này nhưng có thể dùng tên khác « u mọi ». Đây là một trò chơi của con gái là chính, có đứa bị túm áo cố giằng ra bật cả khuy… !

Trò chơi riêng của con trai thì có đánh khăng, đá banh (ngoài Bắc gọi là đá bóng), chơi bi (trong Nam gọi « bi » là « đạn »)… Trong xóm có một cây bưởi, trái to nhưng ăn thì rất dở, mà thật ra cũng rất hiếm có trái chín, vì khi trái bắt đầu đủ lớn là bọn con nít chọc xuống dùng chơi đá banh. Hồi đó trái banh thật bằng da đắt tiền lắm, xóm nghèo đâu đứa nào có… Chơi bi thì dễ dàng hơn, Long nhớ mãi một tay chơi bi rất cừ, gọi là thằng Hấu, không phải tên thật mà là tên gọi ở nhà. Long nhớ rất rõ người bạn này vì nó bị tật gù lưng, lớn hơn Long vài tuổi, và khôn lớn trước tuổi. Trong khi Long còn khù khờ chưa biết gì thì cái gì trên đời này nó cũng giải thích được. Đặc biệt nó cắt nghĩa cho Long tại sao lâu lâu lại thấy có hai con chó « dính lẹo », trông rất buồn cười và cũng rất tội nghiệp, mỗi con quay một bên nhưng hai cái đít dính vào nhau không con nào đi được cả… Một hiện tượng bây giờ không còn thấy nữa ở các xứ Âu Mỹ vì không có chó thả tự do ngoài đường, nhưng thời đó ở Việt Nam chó chạy khắp nơi, nên hiện tượng dính lẹo chẳng có gì lạ, chỉ có cái là con nít không thể nào hiểu tại sao lại như thế, mà người lớn thì không ai giải thích cả. Riêng chỉ có thằng Hấu bạn của Long thì giải thích rất rành rẽ ! Mà Long thì nổi tiếng khù khờ cũng bán tín bán nghi, không biết nó nói thật hay là nó xạo mình…

Cũng có những trò chơi sáng tạo như thả diều hoặc con quay, còn gọi là con vụ. Sáng tạo vì thời đó phải làm lấy con vụ hoặc cái diều, không có chuyện ra chợ mua, tiền đâu ra, mà cũng chẳng thấy ai bán. Long làm diều rất khéo, cái diều nhỏ xíu rất đơn giản nhưng gặp gió bay ngon lành, không chao đảo. Phải dùng hai que tre chuốt cho mỏng (dùng dao bổ cau ăn trầu của bà ngoại là tốt nhất, nhưng mà làm mẻ dao của bà là không được đâu đấy !), một que lấy chỉ buộc hai đầu cong lại như cây cung, que kia buộc thẳng góc như thân cây cung. Giấy làm diều phải là loại giấy nhẹ mà tương đối chắc, không thể dùng giấy vở được, có loại giấy báo tuần của Tây là tốt nhất. Dán bằng hạt cơm còn dính quanh nồi. Khó nhất là tìm đâu ra dây để thả diều, có khi Long phải điều đình với mẹ « mượn » cuộn chỉ loại tốt, lâu lâu diều đang căng gió thì chỉ tốt cũng bị đứt, lại phải chạy theo nhặt về nối dây thả tiếp…

Một hôm ông Quy mang về một món đồ chơi vô cùng quý giá đối với trẻ con thời đó : một chiếc xe đạp bánh nhỏ xíu, nhưng lốp xe rất to, nên đi trên sân đá gập ghềnh cũng khá êm. Mà sang nhất là xe nhập cảng từ Pháp qua ! Xe có hai cái bánh nhỏ kèm hai bên bánh sau để trẻ con tập đi, nhưng Long cũng đã lớn nên không cần bánh kèm, chỉ bị ngã xước đầu gối vài lần là đi được. Phía sau có cả cái « poóc-ba-ga » chẳng phải để chở đồ gì cả, mà để chở mấy đứa em khi nó ngoan, và lâu lâu mấy đứa em của bạn khi muốn tỏ ra đặc biệt thân thiện.

Một ngôi nhà thuộc khách sạn Việt Nam ngày xưa. Ngôi nhà hai tầng bên ngoài vẫn y nguyên như thời 1952 khi tác giả sống 4 năm trong một căn phòng phía sau. Cửa vào phía tay phải của hình, che bởi bức tường với đống gạch vụn. Ngày xưa không có cái cổng sắt, bên hông và phía sau là rừng thông, không có nhà màu trắng phía bên phải của hình. Hình chụp năm 2007.

Lúc trời mưa thì không còn gặp nhau đông đúc ngoài sân được nữa, chỉ còn vài đứa bạn cùng chung trong cái nhà hai tầng với Long, kéo nhau ra phía trước, ngay sau cửa ra vào, chỗ đó hành lang tương đối rộng, nền nhà lót gạch bông sạch sẽ. Chỗ lý tưởng để chơi mấy trò như cờ gánh, ô ăn quan, vẽ ngay trên nền gạch. Và một trò chơi đặc biệt của con gái, nhưng rồi khi Long không có bạn trai cũng có chơi thử, đó là đánh chuyền. Nếu có đũa tre làm chuyền và có quả banh tennis để chơi thì tốt quá, nhưng thường là chỉ có cuống chổi cùn, cái chổi trước khi vứt chọn lấy mấy cái cuống to nhất chơi đánh chuyền cũng tạm được.

Tất cả những kỷ niệm thời thơ ấu đó còn in sâu trong tâm khảm của Long. Hơn nửa thế kỷ sau, một hôm vào năm 2007 Long trở lại khu khách sạn Việt Nam. Khung cảnh đã thay đổi rất nhiều. Long nghĩ chắc chẳng còn gì để nhận lại được cảnh cũ, nhưng khi theo con đường ngày xưa bây giờ đã nhỏ lại vì nhà cửa hai bên lấn ra ngoài, khi đến cuối đường Long bàng hoàng nhìn thấy cái nhà hai tầng ngày xưa vẫn còn nguyên đó, bây giờ là một trường mẫu giáo của tư nhân. Một bức tường xây bao quanh ngôi nhà với cái cổng sắt nên Long không vào được, nhưng bên phải là cái hiên đi vào cánh cửa chính, Long chắc chắn sau cánh cửa đó vẫn là cái hành lang rộng mà hồi đó, cậu bé Long ngồi chơi ô ăn quan với mấy đứa bạn cùng lứa, bên cạnh là hai đứa em gái ngồi xem anh mình chơi, lâu lâu lại thò tay vào định nhặt mấy hòn sỏi, bị anh cản không cho. Trong khi đó thì hạt mưa tiếp tục tí tách trên khung cửa kính, cái mưa dầm dề của Đà Lạt còn mãi làm nao lòng người xa xứ…

21. Cây có ma

Gần bốn năm sống trong căn phòng ở « Hôtel Việt Nam » từ 1952 đến 1956 là thời gian tương đối êm đềm và cũng rất phẳng lặng trong thời thơ ấu của Long. Long chỉ còn nhớ vài đứa bạn chơi với nhau ở đấy, đặc biệt là hai thằng bạn học cùng trường. Đứa lớn cùng lớp với Long, đứa nhỏ thua Long hai lớp. Hai đứa sống với mẹ sát cạnh nhà Long, cũng lai Pháp như Long. Nhưng khác ở chỗ bố chúng nó đã làm giấy tờ để nhìn nhận con, tuy không còn sống chung với mẹ chúng nó nữa. Đó là một đại úy trong quân đội Pháp, chẳng bù với Long không biết rõ bố mình là ai. Hai đứa rất tự hào về bố, hay kể chuyện về sự oai phong của bố như thế nào khi duyệt hàng quân. Nhưng chúng nó nói thì Long nghe vậy thôi chứ trong suốt thời gian ở đấy, chưa khi nào thấy bố chúng nó đến thăm cả.

Hai đứa bạn gái mà Long cũng nhớ là hai chị em sinh đôi, cùng cỡ tuổi với Long, đặc biệt là đứa chị bàn tay phải có tật vì có 6 ngón, ở ngón cái mọc thêm một ngón nữa. Chắc tại vậy mà Long nhớ mãi, trong khi các bạn khác thì không nhớ nhiều. Và dĩ nhiên là thằng Hấu chơi bi giỏi và « cái gì cũng biết » thì Long không thể quên được.

Long cũng có những kỷ niệm – tuy chỉ nhạt nhòa – về những đứa trẻ chỉ gặp trong một thời gian ngắn lúc nghỉ hè hay nghỉ lễ. Đó là con của những gia đình khá giả từ Sài Gòn lên nghỉ mát, thuê phòng có đầy đủ đồ đạc tiện nghi ở mấy căn nhà trệt trong khu đất phía trước. Long còn nhớ mãi hai anh em cũng học trường Pháp ở Sài Gòn, thằng anh bằng tuổi Long và làm thân với Long ngay, con em thua một hai tuổi gì đó, mà sao Long thấy nó dễ thương quá… Khi chúng nó theo bố mẹ trở về Sài Gòn, Long nhớ mãi, nhưng rồi tuổi con nít cũng chẳng quan tâm lâu. Cái ngạc nhiên là sao mấy chục năm qua mà vẫn có mơ hồ hình ảnh đứa con gái xinh xắn trong bộ quần áo đẹp mà mấy đứa trong xóm nghèo của Long không bao giờ có được.

Còn nói về người lớn thì ngoài mẹ và dượng của hai thằng bạn học lai Pháp, có hai trường hợp mà đến giờ này vẫn còn hình ảnh rõ rệt trong ký ức của Long. Người đầu tiên không biết tên gì, được bà ngoại và mẹ của Long gọi là « thằng Tây mắm tôm ». Không hiểu « ông Tây » này sống ở căn nào mà lại phải dùng chung nhà vệ sinh với gia đình của Long, mà mỗi lần như thế là mặt đỏ gay, miệng càu nhàu cái gì không biết, đôi khi gây sự với bà ngoại và mẹ của Long. Nhưng hai vị này không phải dễ dàng để bị bắt nạt, thế là Long được chứng kiến một cảnh lời qua tiếng lại hiếm có, « thằng Tây mắm tôm » tiếng Pháp, mẹ và bà của Long tiếng Việt, tha hồ to tiếng chẳng cần biết đối thủ có hiểu hay không !

Người thứ hai hoàn toàn khác hẳn, hiền dịu, yêu mến chiều chuộng Long hết mình. Đó là cô Lan. Cô sống trong một căn phòng nhỏ nhưng đầy đủ tiện nghi vì là phòng khách sạn ngày trước, cửa mở ra hành lang là nơi Long phải đi qua hằng ngày. Có khi qua đấy cửa nhà cô mở, cô gọi Long vào cho cái bánh cái kẹo, rồi hỏi chuyện Long học hành ra sao, ra vẻ trìu mến lắm.

Có lần mẹ Long thấy, nói là Long không được vào phòng cô Lan như vậy nữa, vì cô ấy không phải là người đứng đắn, hành nghề không lương thiện, cô ấy là « gái tắc-xi ». Long chẳng hiểu tại sao một người dễ thương như cô mà lại hành nghề không lương thiện, mà gái tắc-xi là gì mẹ Long cũng không giải thích, Long tưởng là cô lái xe tắc-xi ! Nhưng một hôm thấy cô đi đâu đó vào chập tối, trang điểm đẹp đẽ, có xe tắc-xi đón, Long mới biết chắc là cô không phải làm nghề lái tắc-xi. Và cuối cùng cũng phải nhờ đến thằng Hấu « cái gì cũng biết », nó nói đó là mấy cô làm việc ở một vũ trường ngoài phố, cô là vũ nữ ở đấy để nhảy đầm với mấy ông khách đến đó chơi một mình, không có vợ hay bạn gái đi theo nên trả tiền cho nhà hàng để nhảy với mấy cô này. Thằng Hấu còn nói là ngoài cô Lan, còn có hai ba cô nữa ở trên lầu cùng nhà với Long, lúc đó Long mới để ý thấy mấy cô này sống ngay trên lầu nhưng rất kín đáo, không làm rộn đến ai cả. Thế tại sao mẹ Long lại nói là « nghề không lương thiện » ? Cũng có vài lần khi Long nghỉ hè, buổi chiều thấy mấy cô ở trên lầu đi lên với những người đàn ông lạ…

Tuy mẹ nói thế, nhưng khi cô Lan gọi vào phòng thì Long vẫn lén vào, không cho mẹ biết, vì cảm thấy cô Lan thương mình như con. Đặc biệt là cô Lan nói chuyện với Long như nói với người lớn, cô kể cô có hai đứa con nhỏ hơn Long vài tuổi, phải để bà ngoại ở dưới Lục tỉnh nuôi, cô ở đây đi làm để có tiền gửi về cho bà ngoại nuôi cháu. Sau này khôn lớn, Long nghĩ lại thấy thương cô Lan, đem tâm sự của mình ra kể với một đứa trẻ mới 10 tuổi đầu, có lẽ cũng là một cách để vơi đi nỗi nhớ con mình…

Một kỷ niệm khác trong thời gian này liên quan đến khứu giác : một mùi thơm rất lạ đôi khi tỏa ra từ một căn nhà trong một dãy « nhà tôn », có vẻ như nhà làm thêm sau này, nhà ván mái tôn rất khác với mấy ngôi nhà xây đẹp đẽ của khách sạn ngày xưa. Mùi này Long chỉ ngửi thấy trong thời gian sống ở đây, sau này không nhớ có còn ngửi thấy nữa không. Khi Long hỏi thằng Hấu « cái gì cũng biết » thì nó nói ngay đó là mùi thơm của khói thuốc phiện, và cái ông sống trong căn nhà đó nghiện thuốc phiện nặng, ngày nào không có thuốc là không chịu được. Nó còn giải thích người ta làm thế nào để hút thuốc phiện, không đơn giản như hút thuốc lá. Thuốc phiện giống như nhựa đặc, phết một ít lên một miếng kim loại gắn trên một cái ống dài gọi là dọc tẩu, rồi dùng một ngọn đèn « nướng » thuốc lên. Khi có khói tỏa ra, người ta hút khói vào bằng cái dọc tẩu đó. Thường người ta phải nằm để hút, nên mới gọi là « nằm bàn đèn ». Long không hiểu sao cái việc rắc rối mà vô bổ như thế mà lại nghiện ! Qua năm sau nghe ông nghiện thuốc phiện chết, không hiểu vì già hay vì thiếu thuốc.

Có một mùi khác nữa cũng rất hấp dẫn, nhưng hiền lành hơn mùi khói thuốc phiện, đó là mùi phở. Trong khu Long ở rất ít hàng quà, có lẽ vào những năm 1953, 54, 55 chưa có nhiều hàng quà như sau này, mà có lẽ xứ lạnh cũng không nhiều hàng quà như Sài Gòn là xứ nóng, người ta sống bên ngoài nhiều hơn nên nhiều hàng quà rong hơn. Nhưng cứ chủ nhật là có một ông phở gánh đến đặt hai thùng hàng ngay trên sân chính trước ngôi nhà Long ở, miệng rao « phở… ớ… » kéo dài. Hai cái thùng hai đầu gánh vuông vức, khung bằng gỗ. Một thùng đựng nồi nước phở to tròn, trong lại có một ngăn tròn nhỏ hơn đựng nước để nhúng bánh, hai thùng lúc nào cũng nóng sôi. Mỗi khi ông mở cái nắp lên thì mùi phở bay ngào ngạt, chỉ muốn ăn ! Nồi đặt trên một lò than đỏ rực.

Thùng bên kia đựng đủ thứ mà Long khi được mẹ sai đi mua bao giờ cũng thích nhìn khi ông hàng phở mở cái khăn (chắc để che cho khỏi ruồi): rổ bánh phở trắng ngần, một cái tô to đựng hai thứ thịt bò chín và tái thái sẵn trông thật hấp dẫn, và bát hành, ngò (ngoài Bắc gọi là rau mùi), bên cạnh là một cái ống tre đựng đũa, một cái khăn treo để sẵn sàng lau tô vv… Tầng thứ hai là những cái bát chiết yêu (một loại tô nhỏ, lưng thắt lại, miệng loe ra) úp ngay ngắn và phía dưới cùng là thau nước rửa tô. Những ai ăn tại chỗ thì ông làm phở trong mấy cái bát chiết yêu này : bánh phở trắng, thịt chín màu sậm, thịt tái đỏ tươi và một nhúm hành ngò xanh rắc lên trên trông thật đẹp mắt. Phở bầy trong đó trông tưởng nhiều, thật ra là ít vì cái bát « chiết yêu », tức là « lưng thắt lại » ! Ăn phở thời đó chỉ là ăn quà, không phải ăn no như thời nay, ăn lấy hương lấy hoa, ăn xong còn thòm thèm, thế mới ngon, mới gọi là ăn quà… !

Nhưng nhà Long cũng như những nhà khác ở đấy mang tô của mình hoặc cái cặp lồng (nếu mẹ cho tiền mua hai tô) ra mua về nhà ăn chứ ít có ai đứng ăn tại chỗ. Long cũng để ý là dù không nói gì nhưng nếu mua bằng cặp lồng thì ông hàng phở bao giờ cũng múc thêm cho một muôi nước dùng và dặn Long đi cẩn thận không thì nước sánh ra ngoài. Ăn ở nhà còn có cái lợi và cũng là một « thủ tục » không biết ai nghĩ ra mà rất phổ biến thời đó, là khi ăn gần hết còn nước phở thì cho cơm nguội vào ăn nốt. Phải nói là ngày xưa nước dùng phở không ai bỏ lại vì nấu toàn bằng thịt và xương, lúc đó người ta chưa chế ra bột ngọt (ngoài Bắc gọi là mì chính). Nước phở cũng quý như bánh phở, quý như thịt chín, thịt tái. Mà cũng chỉ có thịt chín (nạm hay nạc) và tái, chưa có gân, sách, gầu, vè dòn… như bây giờ. Gia vị cũng chỉ có hành và ngò chứ không có húng quế, ngò gai, giá sống, giá trụng gì cả. Muốn mặn thì thêm một chút nước mắm nguyên chất, muốn cay thì có ớt trái, không có tương đen tương đỏ[xiv]. Long cũng nhớ là nhà không ăn phở với chanh !

Cuộc sống 4 năm ở khu khách sạn Việt Nam phẳng lặng như thế cho đến khi một biến cố trầm trọng ập đến quá nhanh khiến cho ông Quy lại phải đi tìm nhà khác. Một hôm thằng em thứ Năm của Long lúc đó 3 tuổi bị bịnh, lúc đầu tưởng là tiêu chảy thông thường, lâu lâu cũng xảy ra không có gì trầm trọng. Thường thì mẹ Long cho uống nước gạo rang, rồi thêm thuốc « cao đơn hoàn tán » bán ở chợ, chỉ vậy là xong. Không đi bác sĩ, tiền đâu mà đi bác sĩ ! Không mua thuốc tây, tiền đâu mà mua thuốc tây ! Nhưng lần này không xong, qua hai ba ngày thằng bé mệt lả đuối sức, vì không phải là tiêu chảy mà là một loại kiết lỵ. Rồi đến phiên hai đứa em sinh đôi cũng bị. Ông bà Quy hoảng quá, phải mời bác sĩ đến nhà, bác sĩ cho toa đi mua Tifomycine[xv], loại thuốc trụ sinh đường ruột thời đó. Qua mấy ngày nữa, thuốc men vẫn không khỏi, đến phiên thằng em thứ Tám, mới có mấy tháng cũng bị. Bác sĩ đã trở lại mấy lần thăm bịnh vẫn không hết. Mấy đứa nhỏ trông thật tiều tụy, mặt mày hốc hác, mắt trũng sâu.

Mẹ của Long khóc sướt mướt chẳng biết làm gì hơn, bà ngoại Long thắp hương khấn vái ông bà ông vải phù hộ cho các cháu. Một bà hàng xóm nói chắc là bị ma quỷ gì đó hành… Biết tin ai, biết làm gì ? Rồi bà hàng xóm sực nhớ ra có cô Simone có thể giúp được, cô ấy hay lên đồng. Cô tên là Simone nhưng là một người Việt Nam đã đứng tuổi, ngày xưa cũng là một cô « gái tắc-xi » đã giải nghệ vì lớn tuổi, cô cũng sống trong một căn phòng gần đấy, mọi người đều quý cô vì tính tình dễ thương. Hôm đó trời đã hơi về chiều, bà ngoại quyết định đến mời cô Simone lại xem có giúp được gì không. Cô Simone vui vẻ đi ngay, khi đến cửa phòng cô đứng lại, rồi người bắt đầu lảo đảo, miệng lẩm nhẩm, mắt nhắm nghiền. Bà hàng xóm nói cô sắp nhập đồng rồi đấy, chú ý xem cô có nói gì không. Mọi người im lặng như tờ, cô Simone lúc đầu còn lẩm bẩm không ai hiểu gì, nhưng sau đó nói rõ ràng hơn. Cô nói trong khu đất này có cây cổ thụ cả trăm năm rồi, ngày xưa có chàng thanh niên thất tình thắt cổ tự tử ở đấy, chết oan nên hồn ma vẫn ám ảnh cây cổ thụ đó. Mấy đứa con nít hay đến đó chơi, lần này hồn ma thấy mấy đứa này kháu khỉnh nên muốn bắt về. Bây giờ phải mang nhang đèn và hoa quả đến gốc cây cầu xin hồn ma tha cho các cháu. Cô Simone nói rất rõ ràng, nhưng với một giọng đặc biệt không giống như giọng bình thường của cô, trong khi nói vẫn nhắm mắt, người vẫn lảo đảo. Long nhìn cô rất sợ nhưng chỉ một lúc sau cô trở lại bình thường, nhưng có vẻ mệt mỏi lắm. Mẹ của Long cám ơn cô, mời cô uống nước trà. Cô về ngay sau đó, bà ngoại đưa cô về, rồi vội vàng chạy đi tìm mua mấy hoa quả bầy trên cái mâm nhỏ, đem hương ra gốc cây để cúng.

Long biết rất rõ cái cây này, nằm xa xa ở đầu bãi đất trống. Tán lá rất lớn, cành cây thấp nhất của nó cũng đủ cao để buộc vào đấy hai sợi dây thừng nối vào tấm ván nhỏ làm cái xích đu, Long với các bạn vẫn thường chơi ở đấy khi trời nắng

[xiv] Nhà văn "Vang Bóng Một Thời" Nguyễn Tuân bây giờ có sống lại mà nhìn thấy tô phở "xe lửa" hay "tàu bay" chắc cũng phải ngã ngửa vì không thể nào nhận ra tô phở trong tùy bút của ông. Cũng bình thường thôi, trên đời này có cái gì không thay đổi theo thời…

[xv] Tifomycine là một tên thương mại của Chloramphénicol, một loại trụ sinh rất thông dụng bắt đầu từ thập niên 50 thế kỷ trước, đặc biệt chống các vi khuẩn đường ruột. Hiện nay không dùng nữa vì những tác dụng phụ của nó có hại về lâu về dài.

đẹp, và mang cả mấy đứa em ra đấy chơi, kể cả đứa út ngồi trong cái « xe mây » làm bằng ống tre và thành đan bằng mây, có bốn cái bánh nhỏ xíu bằng gỗ đẩy đi lọc cọc. Đặc biệt dưới gốc cây ấy có một thân cây cũng rất to ai đặt nằm ở đấy từ bao giờ, gỗ đã nhẵn bóng, con nít hay ngồi chơi hoặc leo lên đi qua đi lại tập lấy thăng bằng.Qua ngày hôm sau bác sĩ lại đến nhà, ông lắc đầu vì thấy bịnh không thuyên giảm, mà cả bốn đứa bé đều kiệt quệ, ông nói phải đưa vào nhà thương gấp, không thể chữa ở nhà được nữa. Thời đó nghe « đưa vào nhà thương » là ai cũng hoảng sợ, có nghĩa là hết thuốc chữa rồi, vì chỉ có bịnh nặng chờ chết mới vào nhà thương. Nhưng cũng phải đưa bốn đứa vào chứ còn biết làm gì khác.

Chiếc xe đạp nhỏ trong khu đất của khách sạn Việt Nam, Đà Lạt 1953. Phía xa bên phải của tấm hình là tàn lá của cây cổ thụ nhắc đến trong bài viết.

Tám anh em ở Đà Lạt, Tết Đinh Dậu 1957

Hồi đó nhà thương Đà Lạt còn hai khu riêng biệt, gọi là « nhà thương Ta » và « nhà thương Tây ». Long cũng không rõ khác nhau như thế nào, nhưng chắc là nhà thương Tây phải hơn nhà thương Ta. Bốn đứa em của Long đưa vào khu nhà thương Ta là khu miễn phí, bà sơ làm việc ở đấy kêu ầm lên là tại sao để mấy đứa bé đến tình trạng kiệt quệ như thế này mới mang vào, bác sĩ khám qua lập tức cho chích nước biển vào bụng. Bà Quy kể lại chích nước biển vào bụng nó phồng lên như quả trứng, một lúc lâu mới từ từ xẹp xuống. Bác sĩ nói đây là một loại kiết lỵ nặng rất dễ lây, nhưng trẻ con sẽ chết không phải vì con vi trùng hoành hành, mà vì mất nước làm cho cơ thể yếu đi không chống trả được nữa. Vì vậy việc ưu tiên hàng đầu là phải cho nước vào lại cơ thể, và cách tốt nhất và nhanh nhất là chích vào bụng.

Qua ngày hôm sau, mấy đứa bắt đầu bớt hốc hác, và chỉ sau một tuần đã được về nhà.

Suốt tuần đó, Long phải nghỉ học. Mẹ ở luôn trong bệnh viện lo cho 4 đứa nhỏ, bà ngoại ở nhà lo đi chợ làm cơm, phải có Long trông nhà và trông mấy đứa em còn lại nữa chứ ! Trưa làm cơm xong bỏ vào cái cặp lồng, Long có nhiệm vụ xách cơm lên cho mẹ trên nhà thương. Đi bộ dĩ nhiên. Qua cầu Bá Hộ Chúc quẹo trái đi dọc theo con suối, qua chỗ nhà đèn quẹo phải rồi quẹo trái để qua cái cầu nhỏ. Từ đó, bỏ qua đường Lò Gạch là bắt đầu lên dốc nhà thương. Con dốc khá dài, leo cũng khá mệt, nhưng Long chẳng nghĩ gì đến mệt cả, mà trong lòng rất vui vì thấy mấy đứa em đã qua cơn hiểm nghèo.

Sau chuyện đó, ông bà Quy vội vàng đi tìm thuê nhà khác. Có phải vì căn phòng đã quá chật với chừng đó người lớn trẻ con sống chen chúc ? Hay vì sợ không muốn ở gần cái cây cổ thụ có con ma muốn bắt con mình ?

22. Lính chữa lửa tí hon

Trường Adran năm 1952 là một trường tiểu học và trung học đệ nhất cấp, từ lớp 12è đến lớp 3è[xvi].

Lớp 9è của Long nằm trong một căn nhà hầm dưới nhà nguyện của trường. Gọi là « nhà hầm » không đúng hẳn vì chỗ đó là cái dốc đồi, nên một bên phải xuống cầu thang như đi xuống hầm, nhưng mặt kia của lớp có một cửa ra vào và một cửa sổ rất lớn, đều là cửa kính, nhìn ra rừng thông thưa thớt nên khá sáng sủa. Sau khu rừng này là sân đá banh, cũng là hết địa phận của trường. Ngôi trường nằm giữa rừng thông, không có bức tường hay hàng rào nào bao bọc cả.

Long học hai năm trong cái nhà hầm đó, vì hai lớp 9è và 7è nằm cạnh nhau. Còn lớp 8è lại nằm trong ngôi nhà chính của trường, cùng với ba lớp nhỏ nhất là 12è, 11è và 10è. Ngôi nhà ba tầng này đón chào học sinh và phụ huynh ở cuối

---

[xvi] Trung học đệ nhất cấp thời xưa (từ lớp đệ thất đến lớp đệ tứ) bây giờ là trung học cơ sở (từ lớp 6 đến lớp 9). Lớp 3è tương đương với lớp đệ tứ thời đó hay lớp 9 bây giờ. Lớp 7è tương đương với lớp nhất thời đó hay lớp 5 bây giờ. Lớp 9è tương đương với lớp ba thời đó hay lớp 3 bây giờ. Còn lớp 12è là một lớp trước lớp năm thời đó hay lớp 1 bây giờ, tương đương với lớp mẫu giáo năm cuối cùng.

đường Bá Đa Lộc, con đường ngắn bắt đầu từ ty Ngân Khố. Lầu 1 là phòng ngủ lớn của học trò nội trú tiểu học, lầu 2 dành riêng cho các sư huynh, học sinh không được bén mảng đến nên không ai biết lầu 2 này có những gì. Còn tầng trệt có 4 lớp học, với phía trước ngay cửa vào là văn phòng của Sư huynh Hiệu trường, phòng tiếp khách, và một phòng của Sư huynh quản lý tài chánh, hồi đó tiếng Pháp gọi là « Procureur », cha mẹ học sinh đến đóng tiền học tại đấy.

Đặc biệt ngay cửa chính vào phòng khách có một con cọp trắng ngồi nhe răng dọa dẫm ai không biết, trông có vẻ oai phong lẫm liệt lắm ! Phụ huynh đến trường ai cũng trầm trồ khen con cọp đẹp, ai cũng vuốt bộ lông trắng có vằn đen thật mịn màng. Đâu phải dễ gì có dịp vuốt lưng cọp, nói chi đến chuyện vuốt râu hùm ! Nhưng niềm tự hào của nhà trường ở chỗ đây là một món quà tặng của vua Bảo Đại, một con cọp do chính ông săn được, tặng làm kỷ niệm cho trường vì có một thời thái tử Bảo Long[38], đã học tiểu học ở đây. Phải nói thêm là cọp trắng thuộc loại rất hiếm, thông thường là cọp vàng, nên món quà này của vua Bảo Đại lại càng thêm giá trị. Khi có dịp lên văn phòng, thế nào Long cũng tìm cách thò ngón tay vào một lỗ nhỏ ở cổ con cọp này, nghe nói đó là lỗ viên đạn xuyên qua cổ đã bắn chết con vật xấu số này.

Con cọp trắng trong văn phòng được mang ra ngoài để chụp hình. Tác giả với Sư huynh Léopold và 3 bạn Trần Quý Minh, Nguyễn Văn Quý và Đỗ Đức Hiển, 1958.

Phải nói trường Adran[39] thời đó có con cái của giới thượng lưu, kể cả con các nhân vật chính trị lẫn các thương gia giàu có. Lợi điểm của trường là có khu nội trú trong khung cảnh mát mẻ của Đà Lạt với kỷ luật nghiêm minh của các sư huynh dòng Lasan. Đó là nói về học sinh nội trú, còn học sinh ngoại trú không nhất thiết là con nhà giàu, nhưng cũng phải có tiền đóng học phí, ngoại trừ những trường hợp như Long, học phí do cơ quan xã hội của chính phủ Pháp đài thọ. Long nghĩ có lẽ gia đình mình nghèo nhất trong đám. Cũng phải biết rằng khi dòng các Sư huynh Lasan được thành lập bên Pháp vào cuối thế kỷ 17, chủ trương của ông thánh Jean-Baptiste de La Salle là mở trường giúp đỡ cho con cái người nghèo có nơi đi học.

Cũng như trường Jauréguiberry ở Sài Gòn trước kia, trường Adran có một nhà chơi rộng, làm cầu nối giữa ngôi nhà ba tầng và một nhà trệt dài làm phòng ngủ cho học sinh nội trú trung học. Nhà chơi có mái, một bên có tường với kính phía trên, bên kia mở ra sân chơi thấp hơn, có tam cấp đi xuống, khi trời mưa học sinh vẫn có chỗ chơi. Trong nhà chơi kê hai cái bàn ping-pong, ngoài ra cũng là nơi lý tưởng để chơi vụ (con quay). Long cũng có con vụ như các bạn khác, vụ nhỏ thì làm bằng lõi chỉ, thời đó cuộn chỉ có lõi bằng gỗ, tiện thành con quay rất dễ. Nhưng vụ lớn hơn phải làm bằng loại gỗ nặng và to hơn lõi chỉ, có thể dùng sợi dây quất cho nó quay liên tục. Và loại vụ này mới dùng trong trò « đá vụ » được : hai cái vụ quất bằng dây cho nó đập vào nhau, cái nào bị nhào đổ trong khi cái kia vẫn tiếp tục quay là thua.

Giống như ở trường Jauréguiberry, nhà chơi trường Adran cũng là nơi tổ chức lễ phát thưởng vào cuối năm học trước khi nghỉ hè. Và Long cũng được lên lãnh thưởng, nhưng bây giờ không còn là hạng nhì nữa mà là hạng nhất trong suốt thời gian học ở đấy. Bà ngoại và mẹ của Long năm nào cũng đến để nhìn tận mắt con cháu mình leo lên khán đài lãnh thưởng, trong lòng rất vui và hãnh diện nhưng ngoài mặt không dám lộ ra vẻ gì với các phụ huynh khác, họ toàn là giới sang trọng cả.

Ngôi nhà chính trường Adran, cuối đường Bá Đa Lộc. Hình chụp ngày 12-12-1961, khi học sinh các lớp lớn diễn hành ra ngoài phố tham dự một buổi lễ quy tụ học sinh các trường ở Đà Lạt.

Nhưng đó là chuyện cuối năm. Hằng ngày cậu bé Long cắp sách đến trường, đi về bốn lần trong ngày vì trưa về nhà ăn cơm. Gọi là « cắp sách » nhưng thật ra bà Quy đính vào cái cặp da của Long hai cái quai vải rất chắc lấy từ một cái ba-lô nhà binh ra, nên Long đeo cạc-táp trên lưng chứ không phải xách nặng vẹo sườn như các bạn khác. Thời đó ở Đà Lạt có lẽ chỉ có Long đeo cái cặp trên lưng như thế. Nhờ vậy mà hai tay rảnh nên nhiều khi Long vừa đi vừa đọc sách, vậy mà chưa khi nào bị đụng cột đèn cả !

Từ khi sống trong khu khách sạn Việt Nam, đi học Long phải băng qua con đường ngay gần cầu Bá Hộ Chúc, bên kia là một bãi trống có cái xe « ủi lô[xvii] » cũ kỹ để đó từ bao giờ, và đặc biệt có một thùng nhựa đường nằm đổ bên cạnh, thùng bằng sắt có cái miệng là một lỗ tròn, nhựa tràn ra theo cái miệng đó. Nhựa đường là một nguồn cảm hứng vô tận cho đám con nít như Long. Đặc biệt có một công dụng mà chỉ mấy đứa chơi đá dế mới có sáng kiến : cậy một miếng nhựa từ cái thùng, vê lại thành một viên nhỏ bằng đầu con dế, rồi bứt sợi tóc cắt ra làm hai khúc ngắn gắn vào viên nhựa như hai cái râu con dế, đầu kia cắm vào cây tăm. Đó là dụng cụ dùng để ngoáy vào đầu con dế lửa cho nó hăng lên trước khi đá với một đấu thủ dế lửa hay dế than thật !

Qua bãi trống đó rồi lại băng qua con đường nữa trước khi lên một con hẻm đi tắt lên tòa thị chính Đà Lạt trên đường Yersin (thời đó là tòa thị chính, về sau ngôi nhà này biến thành thư viện thành phố, còn tòa thị chính dời lên tòa tỉnh cũng đường Yersin, nhưng qua khỏi đường Bá Đa Lộc). Con hẻm này lên dốc, hai bên có nhiều nhà, có cả một dãy nhà cư xá công chức ở đấy. Một hôm đi học buổi trưa, Long thấy người ta tụ tập đông đảo nhìn vào một căn nhà ngay sát hẻm, Long cũng tò mò nhìn vào thì thấy có người mặc quần áo màu lòe loẹt múa may gì đấy, chung quanh có người ngồi đàn hát nghe vui tai lắm. Mấy người chung quanh nói họ đang lên đồng. Long đứng xem mê mẩn màn lên đồng quên cả giờ, sau phải cong đít chạy đến trường thay vì đi thong thả như mọi khi ! Bình thường thì Long luôn đến sớm mươi mười lăm phút cho chắc ăn, và buổi trưa cũng là để leo lên ngọn đồi thông ngay trước khi vào trường. Một ngọn đồi thoai thoải, không có gì đặc biệt nhưng là kỷ niệm ấu thơ của Long khi lang thang lên tới đỉnh đồi, tìm nhặt vài quả thông đẹp nhất về bày ở thành cửa sổ, đứng thơ thẩn nhìn xuống con đường ngoằn ngoèo phía dưới. Rất tiếc là sau này, khi chiến tranh bắt đầu lan tràn đến vùng phụ cận của Đà Lạt, ngọn đồi này bị rào lại bằng giây thép gai rất kiên cố, vì trên đỉnh đồi xây một khu trại giam ngay sau tòa tỉnh.

Buổi sáng trước khi đi học, Long có nhiệm vụ đi mua bánh mì ở tiệm Vĩnh Chấn ngoài phố. Phố không xa lắm, Long chỉ cần qua cầu Bá Hộ Chúc rồi đi thẳng leo lên mấy chục bậc thang rất rộng và rất cao, bên phải là hai dãy nhà của ấp Ánh Sáng nhìn xuống vườn rau dọc theo bờ suối. Hết bậc thang đến con đường đi qua rạp xi-nê Ngọc Lan bên trái, bên phải nhìn xuống hồ Xuân Hương và bến xe Minh Trung (bến xe đò chung nhưng cứ gọi là bến xe Minh Trung vì hãng này có nhiều xe nhất và nổi tiếng với những chiếc xe nhỏ Peugeot 203 chạy đường Sài Gòn Đà Lạt, nhanh hơn xe đò lớn, nhưng phải ngồi chen chúc như cá hộp !). Sau này có xe phở đậu bên phải đường ngay trước cửa rạp xi-nê nên người ta gọi là phở Ngọc Lan, về sau dời xuống phía dưới chỗ bến xe có quán hẳn hoi không còn là xe phở nữa, và trở thành một trong những quán phở nổi tiếng của Đà Lạt. Qua rạp Ngọc Lan bên trái có dãy nhà có lẽ là cư xá công chức, còn bên phải là mấy cái quán vuông vức gọi là « kiosques » be bé xinh xinh, trong đó nổi tiếng là tiệm kem Việt Hưng mà chẳng mấy khi Long được ăn kem ở đấy.

Cuối đường là đến chợ Đà Lạt (sau này là rạp hát Hòa Bình, khi khu chợ mới được thiết lập phía dưới thung lũng). Tiệm Vĩnh Chấn thuộc dãy nhà nhìn ra chợ,

---

[xvii] Loại xe ngày xưa có 3 bánh bằng sắt rất nặng, dùng để cán đường cho bằng phẳng sau khi trải đá. Gọi là "ủi-lô" có lẽ do tiếng Pháp "rouleau compresseur" mà ra.

nổi tiếng vì có lò bánh mì rất ngon. Sáng ra bánh mì nóng hổi, ăn không cũng quá ngon, chẳng cần phải ăn với gì[xviii]...

Cả đi cả về lần mua bánh mất nửa giờ, buổi sáng đi bộ như thế trong không khí trong lành của Đà Lạt nên cậu bé Long sau này khỏe mạnh về thể xác, nhưng lúc đó đâu ai có nghĩ gì về chuyện có lợi cho sức khỏe đâu, việc phải đi thì cứ đi thôi. Nhiều hôm không kịp giờ đi mua bánh mì, mẹ phải cho Long tiền mua đồ ăn sáng trên đường đến trường.

Hàng quà vừa ngon cũng vừa túi tiền của Long là bánh mì xíu mại ở đầu đường Nhà Chung, con đường qua khỏi nhà thờ rẽ phải đi vào trường Trí Đức. Bà bán bánh mì buổi sáng gánh hàng ra ngồi bên lề đường, một bên thúng có cái lò than nhỏ ở giữa, trên đó có nồi xíu mại nóng, chung quanh xếp những ổ bánh mì nhỏ, có cái bao bố vòng quanh phủ lên để giữ cho bánh mì nóng. Bánh mì thơm mùi bánh mì, xíu mại thơm mùi xíu mại, buổi sáng đi qua đó bụng đói thì không còn món gì ngon hơn ! Xíu mại do bà hàng làm lấy từng viên to, mua một ổ bánh và một viên xíu mại, bà hàng cẩn thận xẻ một bên ổ bánh (không bỏ ruột bánh mì như nhiều hàng của người Việt bây giờ hay làm, người Pháp ăn bánh mì không khi nào bỏ ruột), cho viên xíu mại to vào trét đều ra, rưới thêm tí nước sốt... chỉ có thế, không nhiều thứ phụ tùng như bánh mì thịt sau này. Vậy mà sao nó ngon thế ! Hôm nào không có tiền mua xíu mại, chỉ có bánh mì không, bà hàng cũng xẻ bánh mì và rưới cho ít nước sốt ! Chẳng là con bà cũng học trường Adran với Long, trên Long một hai lớp gì đấy.

Long đi bộ ngày bốn lần trên con đường này, đôi khi gặp bạn đi xe đạp đề nghị leo lên cho nó chở. Đặc biệt có một thằng bạn cùng lớp nhưng lớn tuổi hơn, to cao hơn, hay gặp Long khúc đường Bá Đa Lộc sắp đến trường, lần nào cũng rủ « Mày leo lên tao chở », lần nào Long cũng trả lời « Gần tới nơi rồi, mày chạy nhanh tao sợ lắm ». Lần nào nó cũng chê « Sao mày nhát quá, tao chưa thấy đứa con trai nào nhát như mày ». Một hôm buổi trưa trên đường đến trường, Long nghe nó nói mãi cũng thấy mình nhát thật, cho nó chở một lần thì đã sao. Nhưng xe của nó không có poọc-ba-ga đằng sau, phải leo lên ngồi trên thanh ngang phía trước. Buổi trưa để cặp sách ở trường, đi tay không nên leo lên ngồi phía trước không có vấn đề. Thằng khỉ gió biết là Long nhát, nên khúc gần đến trường xuống dốc, đường lại vòng quanh qua trái rồi qua phải, nó thả dốc cho xe phóng thật nhanh, Long sợ quá bám chặt vào ghi-đông, không ngờ ghì cứng quá thằng bạn không lái được, thế là đến khúc quanh xe phóng thẳng vào bụi dứa gai bên lề đường ! May quá mặt mày không sao, nhưng tay chân sứt sẹo chảy máu do bị gai đâm ! Thằng bạn cũng tái mặt, không ngờ muốn hù thằng bạn nhát gan thì chính mình cũng là nạn nhân đầu tiên !

Loại dứa gai ở Đà Lạt mọc khá nhiều bên đường, lá thon dài, cứng và viền gai tua tủa, nhìn xa rất đẹp mắt. Người ta nói lâu lắm, có thể cả chục năm, cây này mới

---

[xviii] Thời thập niên 50 lò bánh mì còn đốt bằng củi (hay than ?), sau này thay bằng lò điện, quảng cáo rầm rộ "bánh mì lò điện", coi như bánh mì lò điện mới là ngon, nhất là ở khu Chợ Cũ Sài Gòn nổi tiếng với những người bán bánh mì lề đường trong gió cần xé. Khi tác giả qua Pháp năm 1980, đa số lò bánh mì đều là lò điện, nhưng cũng còn sót lại ít lò đốt bằng củi, những lò này quảng cáo rầm rộ "bánh mì lò củi, pain au feu de bois", dân sành điệu phải ăn bánh mì lò củi này mới là bánh mì ngon ! Đến nay rất khó còn tìm ra lò củi bên Pháp.

cho một phác hoa cao lên đến 4, 5 thước, nở hoa rất lâu, chỉ một lần thôi, xong là cây chết.

Nói về cây cối thì Đà Lạt có loại hoa giống hoa đào màu hồng phấn, nhưng hình dáng giống hoa mai vàng trưng Tết ở Sài Gòn, sau này người ta gọi là « mai anh đào[xix] ». Cây này ở Việt Nam chỉ có trên cao nguyên Đà Lạt mà thôi. Hoa được trồng dọc theo nhiều con đường, hoa nở vào mùa xuân nhưng sau đó kéo dài nở đều đều khá lâu,

Một loại cây khác cũng đặc trưng của Đà Lạt là mimosa, hoa vàng từng chùm nhỏ, mùi thơm rất nhẹ nhàng. Trên thế giới có rất nhiều loại mimosa, nhưng ở Đà Lạt thời đó người ta chỉ phân biệt hai loại : mimosa lá tròn có ánh bạc rất đẹp, và mimosa lá dài. Hoa không nở rộ trong thời gian ngắn mà nở trong thời gian dài rất lâu, tỏa hương thơm ngát. Vùng bờ biển Địa Trung Hải của Pháp cũng có loại mimosa rất thơm, nhưng chỉ nở rộ trong vòng mấy tuần cuối đông đầu xuân, các hãng nước hoa trong vùng lấy hoa về dùng làm một nguyên liệu để chế biến các loại nước hoa nổi tiếng thế giới.

Nhưng nói đến Đà Lạt phải nói đến cây thông. Thông Đà Lạt thân thẳng đứng, dáng kiêu sa, và đặc biệt là chỉ cần gió nhẹ là reo ngay. Đó là loại thông « ba lá », người ta gọi thế vì mỗi lá thông gồm có ba lá dài, vừa đủ mềm để cọ vào nhau khi có gió, nên phát ra một âm thanh réo rắt, khi vui thì thấy thông reo vui, khi buồn thì nghe thông reo lại càng buồn thêm.

Khí hậu Đà Lạt mát mẻ, không khí trong lành, rừng thông bạt ngàn, rất nhiều loại hoa đẹp mà chỉ ở đây mới có. Thành phố tuy nhỏ nhưng lại có nhiều trường trung học danh tiếng như Bùi Thị Xuân cho con gái, Trần Hưng Đạo cho con trai, những trường dạy chương trình Pháp có nội trú như Lycée Yersin là trường công của Pháp, Couvent des Oiseaux cho con gái (sau này thêm trường Franciscaines), Adran cho con trai. Và nhiều trường tư thục thư Trí Đức, Bồ Đề, Việt Anh, Văn Học[xx]… Sau này có Viện Đại Học Đà Lạt với nhiều phân khoa mà nổi tiếng nhất là phân khoa Chính Trị Kinh Doanh, một bộ môn mới mẻ do các giáo sư du học ở Mỹ mang về. Về quân sự có hai trường Võ Bị Quốc Gia và trường Chiến Tranh Chính Trị. Chính vì thế thành phố này tập trung giới trẻ rất nhiều, và từ xưa Đà Lạt đã nổi tiếng là một thành phố lãng mạn với những mối tình nổi tiếng trên cả nước qua văn chương, thơ phú hay chuyện kể mà sau này lớn lên Long mới biết.

Trở về với thực tại, một nhược điểm của rừng thông là dễ bắt lửa vì gỗ thông có nhựa rất dễ cháy. Vì vậy mà nạn cháy rừng ở Đà Lạt thường xuyên xảy ra trong

---

[xix] Mai anh đào là loại cây hoa đặc biệt của vùng cao nguyên Đà Lạt. Tên khoa học là Prunus cerasoides, họ Rosaceae. Đó là một loại Đào (Prunus), nhưng lại có dáng dấp của Mai (Cerasus là giống Mai, cerasoides có nghĩa là « tương tự như Mai »). Có tài liệu cho rằng vào thập niên 1930, cây Mai Anh Đào được tìm thấy mọc hoang trong rừng Đà Lạt, và được đem về trồng trong thành phố cho đến bây giờ. Các tài liệu khoa học cho biết đây là giống cây phát triển trong phạm vi từ vùng Hy Mã Lạp Sơn đến miền nam Trung Quốc, ở độ cao từ 1200 đến 2400 m.

[xx] Thập niên 60 tại Đà Lạt có cả một trường trung học nội trú của Mỹ, dành riêng cho con em người Mỹ phục vụ tại Việt Nam, nhưng chỉ đến năm 1965 phải đóng cửa vì quân đội Mỹ nhảy vào trực tiếp tham chiến ở Việt Nam, tất cả gia đình vợ con của người Mỹ đang sống ở Việt Nam được lệnh phải rời khỏi ngay vì vấn đề an ninh.

mùa khô. Long nhớ mãi rất nhiều tấm biển đóng vào thân cây thông với hàng chữ « Rừng của toàn dân, toàn dân chống nạn cháy rừng ».

Một buổi chiều nóng, nắng đẹp, Long ngồi học trong phòng học lớp 9è ở dưới nhà hầm nhìn ra rừng thông, bỗng ngửi thấy mùi khói. Lúc đầu chỉ là một mùi thoảng qua, sau bọn con nít bắt đầu xôn xao, Sư huynh đang dạy học vội mở cửa ra ngoài xem có chuyện gì không thì thấy đám cháy rừng đang tiến từ từ về phía lớp. Cũng may chỉ là đám cháy nhỏ, cháy cây cỏ dưới chân các gốc thông, không phải đám cháy lớn, nhưng cũng có làn gió nhẹ thổi về phía lớp học. Thế là thầy giáo lấy sáng kiến kêu học trò ra ngoài chữa cháy, mỗi đứa tìm ra một cành thông hoặc nhổ một cây con dùng làm dụng cụ đập lửa. Cuối cùng đạo quân chữa lửa tí hon gần ba chục lính chưa đến 10 tuổi cũng thắng được đám cháy đe dọa lớp học của mình. Hôm đó học trò được dịp ra chơi trong giờ học, thật là một cơ hội ngàn năm một thuở!

Long nhớ mãi thầy lớp 9è lúc đó, rất trẻ, Sư huynh Noël. Sau đó lên 8è là Sư huynh Daniel, rồi 7è là Sư huynh Guibert, tất cả đều là người Việt có tên thánh khi khấn hứa trở thành thầy dòng chuyên dạy học.

Hơn ba mươi năm sau, ở Ivry-sur-Seine, một ngoại ô sát phía nam Paris, có một ngôi nhà của dòng Lasan, với ba Sư huynh lớn tuổi sống ở đó: Sư huynh Pierre cựu khoa trưởng phân khoa Sư Phạm của Đại Học Đà Lạt, cựu hiệu trưởng trường Adran và nhiều trường Lasan khác, Sư huynh Adrien cựu hiệu trưởng trường Taberd[40] Sài Gòn, Sư huynh Herman cựu hiệu trưởng trường kỹ thuật Lasan Đà Lạt. Các Sư huynh tổ chức các lớp dạy kèm tiếng Pháp cho con em của người Việt mới qua tị nạn bên Pháp, và dạy tiếng Việt cho con em người Việt đã sống lâu năm tại đây. Long thường xuyên đưa hai con đến đấy vào cuối tuần để học tiếng Việt. Một hôm Long đến nơi gặp ngay ở cửa một người mặc thường phục, trông quen quen. Chỉ một giây ngập ngừng, Long nhận ra ngay là thầy dạy mình lớp 9è đã từng chỉ huy đạo quân chữa lửa, reo lên: “Frère Noël!”. Frère Noël đáp lại không cần suy nghĩ: “Con là Jean Martin, đúng không?”

Thật bất ngờ! Long quá cảm động vì không ngờ một người thầy chỉ dạy mình có một năm lúc mình mới 8 tuổi, mà bây giờ đứng trước một người gần 40 tuổi vẫn nhận ra đứa học trò ngày xưa của mình ở Đà Lạt.

Cuộc đời đôi khi dành cho ta những bất ngờ, cho thấy tình người vẫn là nền tảng của một xã hội lành mạnh.

23. Những biến chuyển lớn lao

Trong khi gia đình Long sống yên ổn ở thành phố Đà Lạt thơ mộng thì đất nước trải qua nhưng biến chuyển kinh thiên động địa ảnh hưởng lâu dài đến tương lai dân tộc và ảnh hưởng trước mắt đến cuộc sống hàng triệu người.

Chiến tranh leo thang ác liệt, nhất là ở miền Bắc. Trận Điện Biên Phủ kết thúc ngày 7 tháng 5 năm 1954 với sự đầu hàng của quân Pháp đánh dấu khúc ngoặt quyết định trên bàn cờ chính trị. Hơn hai tháng sau, ngày 20-7 (thật ra là sáng sớm ngày 21), các cường quốc họp ở Genève chứng kiến ký kết hiệp định đình chiến giữa quân đội Liên Hiệp Pháp và quân đội Nhân Dân Việt Nam. Vĩ tuyến 17, cụ thể là con sông Bến Hải được dùng làm lằn ranh ngăn cách giữa hai bên đối địch (lằn ranh tạm, sau hai năm sẽ tổ chức tổng tuyển cử để thống nhất đất nước). Quân đội Nhân Dân Việt Nam rút về phía Bắc sông Bến Hải, quân đội Liên Hiệp Pháp, gồm cả quân đội viễn chinh Pháp và quân đội Quốc Gia Việt Nam rút về phía Nam. Người dân có 300 ngày để chọn nơi mình sinh sống.

Đó là thời gian để gần một triệu người di cư từ Bắc vào Nam, song song với việc tập kết của quân đội cộng sản trong Nam được đưa ra Bắc (thật ra rất nhiều người ở lại miền Nam, sau này là nòng cốt cho Mặt Trận Giải Phóng). Người di cư không phải chỉ có những người công giáo trong các làng mạc đi theo linh mục hướng dẫn của mình vì không thể sống dưới sự cai trị của cộng sản xem tôn giáo như « thuốc phiện của dân », mà còn rất nhiều người sinh sống ở Hà Nội và các tỉnh thành phía Bắc trốn chạy cộng sản vì họ đã biết hoặc nghe về cách cư xử của cộng sản đối với giai cấp « tiểu tư sản » và trí thức không theo họ. Ngoài ra, những ai đã từng nghe đến diễn tiến của chiến dịch cải cách ruộng đất bắt đầu phát động ở một số địa phương từ năm 1953 thì đều bỏ của chạy lấy người.

Người dân Đà Lạt nếu không đọc báo, không nghe đài phát thanh, sẽ không biết gì về những biến chuyển này. Vì thành phố có được cái may mắn là không bị ảnh hưởng trực tiếp của chiến tranh. Long lúc đó 10 tuổi vẫn vô tư lự, ngày 4 buổi trên đường từ nhà đến trường, từ trường về nhà. Một hôm khi qua nhà thờ Đa Minh là một nhà nguyện nhỏ trong tu viện của các linh mục dòng Đa Minh ngay trên đường Bá Đa Lộc là con đường ngắn dẫn đền trường Adran, thấy có đám đông tụ tập ở đấy, và những người trong tu viện phát cho họ những bọc vải to vác về trên vai. Sau đó Long mới biết đó là những người di cư từ miền Bắc vào, được chính quyền tổ chức sống tạm tại một nơi nào đó trong thành phố, chờ đợi được định cư ở những địa phương chung quanh[41]. Họ đến nhà thờ Đa Minh vì ở đây có cơ quan từ thiện của Hồng Thập Tự đã quyên góp được quần áo chăn mền ấm tạm sống qua ngày. Đó là lần duy nhất Long tiếp xúc cụ thể và được thấy tận mắt những người từ miền Bắc vào trong phong trào di cư quan trọng này ! Và cậu bé lúc đó mới thấy mình có may mắn đã di cư từ 3 năm trước, nếu không bây giờ gia đình chắc cũng phải đến những nơi tương tự sắp hàng để được vác về một bao quần áo của cơ quan từ thiện…

Thời gian này gia đình Long đã rời khỏi khách sạn Việt Nam dọn đến một căn nhà gỗ thuê của một người bạn cùng đơn vị với ông Quy. Nhà gỗ lợp tôn, không có tiện nghi của nhà gạch xây kiểu Pháp, nhưng tương đối rộng rãi, và nhất là một căn nhà hẳn hoi, với phòng khách, hai phòng ngủ, nhà bếp, nhà vệ sinh, với cái sân nhỏ phía trước, và chung quanh có hàng rào ngăn với hàng xóm. Tóm lại là một căn nhà đúng nghĩa, khác với căn phòng khách sạn trước kia.

Căn nhà nằm trong con hẻm từ sân đá banh đổ xuống dốc là khu mả thánh phía dưới. Cái sân đá banh này nằm trên đường Yersin, cạnh khu cảnh sát, đối diện với tòa thị chính (sau này là thư viện) và trường tiểu học Nazareth của các bà sơ[xxi]. Gọi là sân đá banh cho oai, phải nói là bãi đất trống cho con nít chơi thì đúng hơn, còn

---

[xxi] Thư viện ngày nay vẫn ở chỗ cũ, nhưng là nhà mới xây sau này. Trường Nazareth nay là trường Trung học phổ thông chuyên Thăng Long. Sân đá banh không còn vết tích gì nữa vì bây giờ là một khu kiến trúc thương mại, nằm gần trụ sở công an thành phố, ngày xưa là ty cảnh sát, hai bên là nhà của ông trưởng ty và ông phó ty.

sân vận động đúng nghĩa có khán đài đàng hoàng nằm dưới bờ hồ. Ở nhà này, đường đi học của Long giảm bớt được một đoạn so với khách sạn Việt Nam.

Long còn nhớ mãi hình ảnh của những con chim én bay lượn trên sân đá banh những buổi chiều đi học về. Chẳng biết chim én này có bay lượn để báo hiệu mùa xuân hay không, nhưng chắc chắn là nó bay lượn để bắt mồi là những con bọ từ sân cỏ bay lên. Có lần Long thấy một con én dưới đất, chắc vì ham mồi quá nên bị sa xuống đất chứ chim én không bao giờ đậu xuống đất cả. Vì nó không bay từ mặt đất lên được, chân nó nhỏ quá hay ngắn quá không biết, nên lỡ vì lý do gì đó mà sa xuống đất là chịu chết, không tự mình bay lên được như các loài chim khác. Hôm đó Long tới gần con chim trong bãi cỏ, nó sợ quá nhưng chỉ cố nhảy mà không bay lên được, nên Long chụp nó dễ dàng. Không thấy nó bị thương gì cả, và khi được tung lên, nó lại bay đi ngon lành. Đó là lần duy nhất Long được kiểm nghiệm nét đặc biệt của chim én. Long nghĩ chắc vì vậy mà chim én hay đậu từng hàng trên dây điện, và cũng thắc mắc là sao nó không bị điện giật, vì đây là dây điện trần mà, đâu có bao bọc gì đâu !

Nhưng từ từ những chuyện vô tư như thế cũng phải nhường chỗ cho những chuyện trầm trọng hơn, khi mà gia đình Long cũng như bao gia đình khác không thoát khỏi ảnh hưởng của những biến động xảy ra trên đất nước mình.

Ảnh hưởng đầu tiên đến với Long dưới dạng một lá thư của Sở xã hội Pháp (Service social). Thư gửi cho bà Quy, mẹ của Long. Đại ý nói là các cơ quan của chính phủ Pháp sẽ rút khỏi Việt Nam, theo các hiệp định đã ký kết giữa hai nước, Pháp trao trả độc lập hoàn toàn cho Việt Nam, quân đội và cơ quan hành chánh của Pháp sẽ rời Việt Nam hạn chót là năm 1956.

Lá thư đại ý nói *« Sở xã hội Pháp sẽ không còn tồn tại ở Việt Nam để lo cho cậu bé Jean Martin được nữa, ngoại trừ bà cho phép chúng tôi mang cậu bé về Pháp tiếp tục lo việc học hành cho đến khi trưởng thành. Nếu muốn, bà cũng có thể theo con cùng đi Pháp, chúng tôi sẽ lo cho cả hai mẹ con*[xxii]*. »*

Thật là gáo nước lạnh dội lên đầu bà Quy. Từ bao năm nay Long được học ở các trường dạy chương trình Pháp là do Sở xã hội Pháp đài thọ học phí, nay họ không lo nữa thì tiền đâu ra cho Long tiếp tục học ở các trường này ? Còn chuyện đi Pháp thì đương nhiên bà gạt ra ngoài tai, bà không khi nào nghĩ là có một ngày người ta lại yêu cầu bà để cho con mình qua Pháp, một thằng bé mới 10 tuổi đầu chưa khi nào xa mẹ, nay lại phải bơ vơ như đứa trẻ mồ côi bên trời Tây xa xôi lạnh lẽo ! Không khi nào có chuyện đó được, con bà đẻ ra chứ có phải mồ côi cha mẹ đâu ! Còn việc bà đi theo Long qua Pháp cũng không một chút thoáng qua trong đầu bà, bởi vì còn chồng và các em của Long thì sao ?

Thế là bà trả lời dứt khoát cho Sở xã hội, bà cám ơn Sở đã lo cho con bà trong những năm qua, từ nay bà sẽ tự lo lấy.

[xxii] Năm 1954, những trẻ con lai được đưa về Pháp thông qua FOEFI (Fédération des Oeuvres pour l'Enfance Française d'Indochine) một cơ quan từ thiện được chính phủ trợ giúp. Qua Pháp, họ được nuôi trong những trung tâm riêng của cơ quan giống như các viện mồ côi cho tới tuổi trưởng thành. Nếu đứa trẻ lai đi với mẹ thì sẽ được đưa vào những "làng" dành riêng cho các gia đình, gọi là CAFI (Centre d'Accueil des Français d'Indochine). Hai trung tâm chính là Noyant (tỉnh Allier miền trung nước Pháp) và Sainte-Livrade (tỉnh Lot-et-Garonne miền tây nam).

Nhưng lo cách nào đây ?

Vài ngày sau, bà Quy vào trường Adran xin gặp Sư huynh Hiệu trưởng, hồi đó là Sư huynh Emilien người Pháp, ông đã lớn tuổi và rất hiền lành, ít thấy một hiệu trưởng nào hiền như ông. Thời đó tại các trường Lasan ở Việt Nam chỉ còn lại rất ít Sư huynh người Pháp, dòng Lasan có tu viện ở Hòn Chồng Nha Trang đã đào tạo được nhiều Sư huynh người Việt nên đa số thầy dạy đều là người Việt.

Bà đem theo lá thư của Sở xã hội, giải thích với Sư huynh Hiệu trưởng là Sở không đài thọ học phí nữa, mà gia đình thì quá nghèo để có khả năng trả học phí cho Long, bà năn nỉ có cách nào trường giúp cho Long được tiếp tục học không. Nếu không bà sẽ phải tìm cách khác để giải quyết và chắc chắn sẽ ảnh hưởng đến việc học và tương lai của con bà. Sư huynh Hiệu trưởng cũng thông cảm hoàn cảnh của gia đình bà, và nhất là Long từ ba năm qua đã chứng tỏ là một học trò giỏi và ngoan. Ông nói là nhà trường cũng có một quỹ học bổng dành cho những đứa trẻ con nhà nghèo mà chịu khó học hành, nên có thể cho Long hưởng cái học bổng đó, thật ra là tiền dùng để đóng học phí. Thế lả Long được tiếp tục học miễn phí.

Mẹ Long quá mừng, cám ơn rối rít Sư huynh Hiệu trưởng. Thế là đột nhiên, Long từ quy chế « con lai được Sở xã hội Pháp chu cấp cho tiền học », nhảy qua quy chế « học trò nghèo được các Sư huynh dòng Lasan cho học miễn phí » ! Đâu đó có ngôi sao may mắn vẫn tiếp tục chiếu vào cung học hành của Long !

Ảnh hưởng thứ hai của thời cuộc trên gia đình Long còn sâu đậm hơn nữa, làm đảo lộn cả cuộc sống không những của Long, mà của toàn gia đình, nhất là việc học hành của các em Long sau này.

Ông Quy cha dượng của Long, đăng lính Ngự Lâm Quân năm 1952 cốt để tránh khỏi bị chi phối bởi lệnh tổng động viên, sẽ phải sung vào các đơn vị chiến đấu trong thời kỳ chiến tranh đang ác liệt. Ngự Lâm Quân là lính « bảo vệ vua », tức là vua Bảo Đại, lúc đó có chức vị là Quốc Trưởng Bảo Đại.

Nhắc lại Hoàng Đế Bảo Đại là vua thứ 13 và cuối cùng của nhà Nguyễn đã thoái vị vào tháng 8 năm 1945 sau khi Việt Minh cướp chính quyền ở Hà Nội, và chấp nhận làm Cố vấn Tối cao cho chính phủ Hồ Chí Minh, nhưng rồi sau đó bị đẩy qua Tàu và lưu vong tại Hồng Kông. Chính phủ Hồ Chí Minh thương thuyết với Pháp để được trao trả độc lập, nhưng Pháp không muốn trả lại Nam Kỳ cho Việt Nam mà lại dựng lên « Cộng hòa Tự trị Nam Kỳ[42] » còn gọi nôm na là « Nam Kỳ quốc », nên hội nghị Fontainebleau[43] thất bại và chiến tranh bùng nổ tháng 12 năm 1946. Qua năm 1947 chính phủ Pháp bắt liên lạc với cựu hoàng Bảo Đại để tìm một giải pháp khác, đi đến hiệp ước Elysées[44] ký kết giữa Tổng Thống Pháp Vincent Auriol và Quốc trưởng Bảo Đại, thành lập Quốc Gia Việt Nam trong khối Liên Hiệp Pháp, trong đó Nam Kỳ được chính thức trao trả cho Việt Nam, điều mà trước đây chính phủ Hồ Chí Minh đã không đòi được.

Ông Bảo Đại về nước năm 1949 làm Quốc trưởng của Quốc Gia Việt Nam. Đầu năm 1954 ông qua Pháp và khi hội nghị Genève đang tiếp diễn, ông trao cho ông Ngô Đình Diệm[45] lúc đó cũng đang lưu vong bên Bỉ chức vụ Thủ Tướng. Ông Diệm về nước chấp chánh ngày 7 tháng 7-1954, gặp sự chống đối của các phe thân Pháp nhưng cuối cùng dẹp được những cuộc nổi loạn tại Sài Gòn để thiết lập một thể chế vững vàng nhờ sự ủng hộ của Mỹ[46]. Khi Bảo Đại nghe theo phe thân Pháp triệu ông Diệm qua Pháp với ý định thay thế ông, ông tổ chức một cuộc trưng cầu dân ý truất phế Bảo Đại năm 1955 và thành lập Việt Nam Cộng Hòa thay cho Quốc

Gia Việt Nam. Qua năm sau, một hiến pháp được công bố ngày 26 tháng 10-1956 thành lập Việt Nam Cộng Hòa mà ông là Tổng thống đầu tiên.

Ông Bảo Đại bị truất phế và lưu vong vĩnh viễn bên Pháp, nên Ngự Lâm Quân không còn lý do tồn tại nữa. Các quân nhân trong Ngự Lâm Quân được sung vào các đơn vị mới thành lập. Ông Quy được đưa vào Trung đoàn 40 thuộc Sư đoàn 22, đổi đến Sa Đéc trong châu thổ sông Cửu Long, đánh nhau với quân của các giáo phái[47] lúc đó vẫn còn thành phần quân sự trong tổ chức tôn giáo của mình.

Thế là bà Quy tự nhiên trở thành bơ vơ một mình ở Đà Lạt với mẹ già và 8 đứa con. 10 miệng ăn, chỉ có lương nhà binh của chồng ! Đã vậy lại còn phải chia hai nơi, làm sao mà sống ?

Từ khi ông Quy đi Sa Đéc, ông chỉ được về phép một lần vào dịp Tết, bà Quy cũng chỉ đi Sa Đéc thăm chồng một lần. Sau khi làm xong nhiệm vụ ở Sa Đéc, đơn vị ông Quy lại phải đổi ra đóng ở quận Phù Cát, phía bắc của thành phố Quy Nhơn ngoài miền Trung. Có những miệng lưỡi xấu xàm xì rằng lính Ngự Lâm trước kia ở Đà Lạt sướng quá bây giờ bị đi đầy cho đáng đời ! Và lần này có dấu hiệu sẽ đóng quân ở Phù Cát lâu dài, không phải chỉ đến đấy để hành quân. Thế là ông bà Quy đành phải quyết định đem cả gia đình rời Đà Lạt ra sống ở Phù Cát.

Để chuẩn bị cho việc cả gia đình di chuyển ra đấy, ông Quy thuê một miếng đất bằng phẳng trước kia là ruộng khoai mì và thuê thợ địa phương cất lên một căn nhà tranh vách đất theo kiểu các nhà của đa số dân chúng nghèo địa phương. Nghe ông nói tuy là nhà tranh vách đất nhưng rộng rãi lắm.

Đang sống ở Đà Lạt, một thành phố du lịch nổi tiếng trong cả nước, với đầy đủ tiện nghi cho đời sống hằng ngày, với đầy đủ trường học cho con cái, bỗng nhiên phải đến một nơi xa lạ sống giữa đồng không mông quạnh, không điện, không nước máy, không trường học… Thật là một cuộc đổi đời mà bà Quy không tưởng tượng được, nhưng biết làm cách nào khác ? Một gia đình mà bố một nơi, mẹ một nẻo, tình trạng kéo dài như thế thì không còn là « mái ấm gia đình » nữa. Ngoài phương diện tình cảm đó, có những chuyện thực tế phũ phàng : làm sao có tiền sinh sống nếu gia đình chia hai như thế ? Bà Quy từ khi rời Hà Nội vào Nam không còn đi làm, đông con quá ở nhà lo cho con không xuể, sao còn giờ để làm gì kiếm ra tiền được ! Cũng may là có bà ngoại luôn bên cạnh giúp đỡ cơm nước.

Nhưng mẹ của Long đã trải qua biết bao đảo lộn quan trọng của đất nước, trải qua biết bao gian nan trong cuộc đời mình, nên vẫn bền chí trước thử thách mới này. Có điều bà lại phải lo làm sao cho Long được tiếp tục học hành trong điều kiện tối ưu mà Long đang được hưởng.

Thế là một ngày đẹp trời bà Quy lại một lần nữa đến trường Adran xin gặp Sư huynh Hiệu trưởng. Đã gần hai năm trôi qua từ lần trước, lần này trường có hiệu trưởng mới là Sư huynh Camille, một người Việt thay cho Sư huynh Emilien người Pháp đã về hưu. Bà trình bày hoàn cảnh gia đình phải rời Đà Lạt để đi Phù Cát là một quận không có trường cho Long tiếp tục học như hiện nay. Nếu Long phải theo gia đình thì chắc chắn việc học sẽ gián đoạn, và tương lai không biết sẽ ra sao. Còn để Long ở lại Đà Lạt thì bà không có bà con thân thuộc nào để gửi con cả. Bà khẩn khoản năn nỉ Sư huynh Hiệu trưởng thương con mình mà tìm một giải pháp. Sư huynh Hiệu trưởng hứa sẽ tìm cách giúp đỡ, còn phải hội ý với các Sư huynh khác.

Trong gần 5 năm học tại trường Adran, tất cả các Sư huynh đều biết Long là một học sinh chăm chỉ và chịu khó nên ai cũng ái ngại nếu Long phải bỏ dở việc học ở Đà Lạt để đến một địa phương xa lạ, tương lai học hành không biết ra sao. Một Sư huynh đã là thầy của Long năm trước, cũng là người trách nhiệm vấn đề ẩm thực của nhà trường, đề nghị để Sư huynh nói với ông đầu bếp của trường cho Long tá túc, nhà của ông ngay gần trường, và ông cũng có con học cùng lớp với Long. Nhưng cuối cùng, Sư huynh Exupère, lúc đó là phó hiệu trưởng đưa ý kiến là nên nhận cho Long vào nội trú trong trường, với một số tiền hàng tháng tượng trưng thôi, vì tiền đóng cho học sinh nội trú rất cao, gia đình Long không thể nào kham nổi.

Mẹ Long mừng quá, tuy phải bỏ ra một số tiền nhỏ cho Long mỗi tháng – gọi là nhỏ nhưng cũng là một khoản chi phí trong ngân sách gia đình – nhưng việc học hành của con không bị gián đoạn.

Thế là Long một lần nữa Long lại chuẩn bị cho một thay đổi quan trọng trong đời mình. Mẹ của Long phải ra chợ mua một cuộn băng vải nhỏ xíu có dệt sẵn cả trăm con số 133. Đó là con số mà nhà trường quy định cho cá nhân Long, dùng để phân biệt quần áo của học sinh nội trú khi đưa giặt ủi. Bà Quy cắt những con số 133 trong cuộn băng này và may vào tất cả quần áo của Long, kể cả đồ lót, vớ, khăn mặt, khăn tay (hồi đó gọi là « mùi-soa », theo từ mouchoir của Pháp, chưa có khăn giấy như bây giờ). Thật ra công việc cũng không mất nhiều thì giờ, vì quần áo của Long chỉ gồm những cái tối thiểu với số lượng tối thiểu.

Học sinh nội trú cũng phải có đồng phục là một bộ com-lê (complet) gồm quần và áo vét (veste) màu xanh dương đậm, thêm cái cà-vạt (cravate) cùng màu có hai vạch trắng xéo ở giữa. Đồng phục này chỉ mặc vào ngày chủ nhật, kể cả lúc ra phố khi có phép. Nhưng bà Quy không có khả năng để sắm cho Long những món đắt tiền như thế, nên Long sẽ là đứa học trò nội trú duy nhất vi phạm thường xuyên kỷ luật nhà trường là không mặc đồng phục ngày chủ nhật ! Về sau, một Sư huynh nào đó có thiện ý đề nghị với nhà trường đài thọ may cho Long một bộ, chắc cũng vì thấy chướng mắt khi trong một đám đông đồng phục như nhau lại nổi bật lên một thành phần... không giống ai !

Một ngày đầu tháng tư năm 1957, cả gia đình Long chồng chất lên một chiếc xe đò nhỏ chạy ra miền Trung. Một mình Long ở lại, mẹ chàng nước mắt như mưa. Lần đầu tiên trong đời bà xa đứa con đầu lòng, cũng là đứa con cưng của bà.

Cùng ngày đó, Long bước vào khu nội trú của nhà trường, trong khi các học sinh nội trú khác về nhà nghỉ hai tuần lễ Phục sinh. Trong nhà ngủ của học sinh trung học, Long được chỉ định một cái giường nệm với chăn gối và đặc biệt có một cái màn chống muỗi, ban ngày kéo về phía đầu giường và thắt lại ở giữa bằng một băng vải đỏ. Đầu giường có một bàn nhỏ xíu có ngăn để đồ lặt vặt. Quần áo được cất trong một cái tủ riêng cho mỗi học sinh, trong một dãy tủ dài chung quanh phòng ngủ.

Lần đầu tiên trong đời, Long sống xa mẹ, xa gia đình, lúc 13 tuổi. Lúc đó Long không nghĩ đến một việc xảy ra từ mấy chục năm trước : cũng đúng vào năm 13 tuổi, mẹ của Long đã phải xa mẹ, khi bà ngoại của Long cùng ông Phó đi qua Lào làm ăn năm 1934.

Một sự trùng hợp lạ lùng !

24. Nội trú

Nói đến nội trú, người ta liên tưởng ngay đến những đứa trẻ thiếu tình thương của cha mẹ vì không được sống thường xuyên trong gia đình, chỉ được về nhà trong dịp nghỉ hè và nghỉ lễ. Có hai trường hợp thông thường nhất: một là cha mẹ quá bận công việc, hay phải đi làm xa không chăm lo được con cái nên phải gửi vào nội trú, hai là cha mẹ sợ con hư vì sống trong một môi trường có nhiều bạn bè rủ rê lêu lổng ăn chơi nên "tống" vào nội trú. Cũng có vài lý do khác ít gặp hơn, thí dụ như gia đình nghĩ rằng cho con vào nội trú để nó rèn luyện bản thân, sớm tập tính tự lập. Mẫu số chung của tất cả những trường hợp trên là các gia đình đều khá giả. Nếu không làm sao có đủ tiền cho con vào nội trú ở một trường trên xứ Đà Lạt mát mẻ lý tưởng cho việc học hành này!

Và vì thế những đứa bé phải vào nội trú thường có tâm lý "bị đi đày"! Nhưng không phải tất cả. Thời gian Long sống trong trường Adran kiểm nghiệm thấy nhiều loại phản ứng khác nhau của các bạn mình khi vào nội trú.

Hình chụp nhân ngày rước lễ trọng thể trong đạo Công giáo, năm 1956, trước khi tác giả vào nội trú. Phong cảnh rừng thông ngay cổng trường Adran.
Trong hình có một bạn học cùng lớp tác giả, năm sau đi tu, sau này trở thành Tổng Giám Mục địa phận Sài Gòn.

Trường hợp của Long không nằm trong một khuôn mẫu nào cả. Cậu bé 13 tuổi biết rõ những khó khăn của gia đình mình, biết rõ là bình thường ra không có cách gì cậu vào được nội trú trong một trường được xem như "trường con nhà giàu" như trường Adran. Nên Long không lo lắng là cuộc sống tập thể rồi đây thế nào, mà chỉ nghĩ đến điều quan trọng hơn cả, đó là mình rất may mắn. Trước mắt là may mắn hơn đàn em của mình giờ đây không biết tương lai học hành sẽ ra sao.

Long nhận thấy quả thật nhiều bạn đi vào nội trú với tâm lý bị bó buộc chứ không muốn thích nghi – hoặc thích nghi một cách khó khăn – với hoàn cảnh sinh hoạt mới này. Đang sống trong gia đình với bố mẹ anh chị em, rời bỏ khung cảnh quen thuộc ấm cúng đó để bước vào một lối sống tập thể, với kỷ luật nghiêm minh của nhà trường, đòi hỏi nhiều thích nghi lắm chứ! Và cũng làm cho đứa trẻ phải rèn luyện tính tình để có thể thích nghi. Nếu như gia đình Long không phải di chuyển ra Phù Cát thì Long sẽ không phải vào sống trong nội trú, và có lẽ cá tính của Long sau này cũng sẽ khác đi phần nào, và như thế có lẽ suốt cuộc đời chàng cũng sẽ khác. "Khác" không có nghĩa là tốt hơn hay xấu hơn, hay hơn hay dở hơn, chỉ là khác thôi…

Các bạn nội trú của Long phần đông ở Sài Gòn lên, cũng có số ít từ các tỉnh khác đến. Ở nhà các bạn ấy có đầy đủ tiện nghi, thường là có phòng riêng, ở nội trú phải nằm trong một phòng ngủ lớn với mấy chục cái giường kê thành dãy dài. Ở nhà chọn bạn mà chơi, trong nội trú phải nằm giữa hai đứa không chọn lựa, hên thì gặp thằng bạn hiền, xui gặp đứa chuyên môn chọc ghẹo hay ăn hiếp cũng phải chịu. Trong phòng học cũng vậy, phòng ăn cũng vậy, các chỗ ngồi được chỉ định nên không thể chọn bạn mình thích để ngồi gần.

Ở nhà sáng ra thức dậy thời gian co giãn, có thể ngủ nướng thêm một chút cũng được, ở đây sáng ra tiếng chuông điện réo lên đinh tai nhức óc, không bật dậy ngay kéo màn về phía đầu giường sẽ bị Sư huynh phụ trách phòng ngủ đến lôi cổ dậy! Thời gian đánh răng rửa mặt thay quần áo làm giường cũng có hạn, đứa nào bản tính lề mề chậm trễ là khổ lắm, cứ phải lôi thôi lếch thếch cuống quýt chạy theo bạn bè vừa đi vừa cài khuy quần! Đà Lạt xứ lạnh nhưng gần phòng ngủ là phòng rửa mặt chỉ có một hàng vòi nước lạnh trên một bồn nước xây dài theo tường, mùa đông sáng ra nước lạnh buốt, rửa mặt thì tỉnh táo ngay, nhưng đánh răng súc miệng thì ê cả răng!

Ở nhà ăn uống những món hợp khẩu vị do bà hay mẹ hay người bếp nấu nướng, vào nội trú nhà bếp cho ăn cái gì phải ăn cái đó, ngon hay dở cũng phải ăn!

Nhưng Long nhớ nhất là nhà tắm. Trường xây cất từ đầu thập niên 1940 nên trang bị rất thô sơ. Suốt tuần trẻ con chơi đùa mồ hôi mồ kê nhễ nhại, nhưng chỉ được tắm vào chiều thứ năm và chiều thứ bảy, vì phải có nước nóng mới tắm được, xứ lạnh mà! Mà nước nóng thì chỉ nấu một tuần hai lần trong lúc tắm thôi. Khu nhà tắm gồm mấy chục cái phòng tắm cá nhân không có cửa, có cái vòi hoa sen trên đầu. Học sinh khá đông nên cũng phải tắm hai hay ba đợt mới xong. Tắm ở đây là một cuộc chạy đua với đồng hồ, chậm thì sẽ còn xà-bông trên người ráng chịu!

Nước không phải do mình vặn ra, mà do một Sư huynh phụ trách phòng tắm vặn một cái khóa cho nước chảy vào các vòi hoa sen đồng loạt. Thật ra là phải vặn hai khóa, một cái nước nóng và một cái nước lạnh. Gặp người không khéo tay thì lúc lạnh quá, lúc nóng quá, bọn trẻ con được dịp làm ồn, la to ơi ới để Sư huynh điều chỉnh lại! Nước được vặn ra lần đầu rất nhanh chỉ để thấm ướt người, sau đó tắt đi để xát xà-bông, lần thứ hai nước để lâu hơn để tắm gội cho hết xà-bông, nhưng đứa nào chậm trễ chưa hết xà bông cũng đành chịu, phải lấy khăn lau đi. Nội kiểu tắm này thôi, nhiều bạn đã cảm thấy sống nội trú là quá khổ, vì ở nhà lúc nào cần thì tắm, đâu phải chờ một tuần hai lần tắm vội vội vàng vàng như thế này!

Riêng chuyện ăn uống thì Long cũng khổ sở như nhiều bạn khác, vì nhà bếp nấu cho cả trăm miệng ăn nên bếp "đại táo" khó có thể ngon được. Lần đầu trong đời Long được "ăn cơm Tây", ngồi bàn với đĩa nông, đĩa sâu, dao ăn, muỗng nĩa, ly uống nước. Thịt, cá, rau, bánh mì, đầy đủ cả, nhưng ăn không ngon miệng. May mà ở tuổi đang lớn, ngon dở gì Long cũng ăn tuốt, không ăn chẳng lẽ chịu đói!

Nhưng có một lần được ăn cháo cá thu. Long còn nhớ như in trong đầu, dù không nhớ chính xác năm nào, khoảng 1958 hay 59 gì đó. Lúc đó có một dịch cúm ở Đà Lạt, trẻ con bị cúm nhiều lắm. Hình như là dịch cúm đầu tiên và khá nặng, lan tràn rất nhanh, các trường học phải đóng cửa ba bốn ngày liền. Học sinh nội trú trường Adran phải ở trong phòng ngủ, giờ ăn nhà bếp đem vào một nồi cháo cá thu nóng hổi thơm phức, mỗi đứa được một tô ngồi ăn ngay trên giường! Thật là khoái, đã không phải đi học còn được ăn cháo cá!

Đó là trường hợp hi hữu không khi nào xảy ra nữa. Mỗi bữa đều phải ăn "cơm Tây" nên Long rất thèm những món bà ngoại nấu nướng ở nhà, theo kiểu ngoài Bắc ngày xưa. Phần nhiều là những món đơn giản mà sao ngon thế! Đậu phụ (đậu hũ) rán (chiên) phồng lên, vớt ra đang nóng nhúng vào chén nước mắm có hành lá cho nước mắm thấm vào và không còn vị nước mắm sống nữa mà có một vị rất đặc biệt. Rau muống luộc chấm tương (tương kiểu ngoài Bắc[xxiii]), nước luộc rau vắt chanh, hoặc đánh cà chua (ngoài Bắc dùng quả sấu nhưng trong Nam không có) ngon tuyệt! Và còn biết bao thứ thịt kho, cá kho, tôm rim, dù các món canh, món xào, gia đình giàu nghèo gì cũng có thể chế biến thật ngon nếu khéo tay một chút.

Nhưng cũng có những món thật cầu kỳ, đòi hỏi kinh nghiệm và khéo léo mới thành công. Long khoái nhất là món tiết canh vịt, bà ngoại làm rất ngon, và Long luôn có tham gia tí chút vào công việc này. Con vịt sống mua về phải cắt tiết, đó là chuyện đầu tiên cần kinh nghiệm. Long có nhiệm vụ tay trái cầm hai cánh con vịt sát với thân, tay phải cầm hai chân dốc ngược con vịt lên, bà ngoại tay trái nắm đầu con vịt, tay phải nhổ một mảng lông tơ trên cổ. Ngay trước khi cắt tiết bằng con dao bài sắc, bà ngoại luôn luôn nói câu "Tao hóa kiếp cho mày" để gỡ tội sát sinh cho mình, coi như việc giết con vịt chỉ là để cho nó được "hóa kiếp", không làm kiếp vịt nữa mà sẽ làm kiếp gì đó hay ho hơn... Những giọt tiết đầu tiên cho vào cái đĩa nhỏ, sau đó mới hứng vào cái bát có sẵn một ít nước mắm. Những giọt tiết cuối cùng cũng cho vào cái đĩa nhỏ, phần tiết đầu và cuối này đông lại ngay.

Sau đó Long có một nhiệm vụ rất đơn giản nhưng có tầm quan trọng "chiến lược"! Làm sai là không có tiết canh ăn. Đó là việc đem bát tiết cất vào trong "gác-măng-dê". Cầm hai tay, đi rón rén, sao cho cái bát đựng tiết có nước mắm phía dưới không được rung rinh. Một cử động mạnh là tiết sẽ bắt đầu đông lại và món tiết canh cũng sẽ chỉ còn là một giấc mơ! Việc "hãm" tiết không cho nó đông có người dùng chanh, có người dùng nước mắm, nói thì đơn giản thế, nhưng phải có kinh nghiệm mới biết bao nhiêu chanh hay bao nhiêu nước mắm là vừa. Và suốt thời gian hãm tiết như thế, không được đụng mạnh và cái tủ để bát tiết.

Thời gian làm xong con vịt để có đĩa tiết canh khá lâu. Phải làm lông, bộ lông để riêng ra bán cho mấy bà chuyên đi mua lông vịt (lông gà thì vứt đi không bán

---

[xxiii] Tương Bắc được chế biến từ đậu tương (còn gọi là đỗ tương) và gạo nếp, qua một quá trình lên men, phải khéo léo mới chế được tương ngon. Trong ca dao có câu « Dưa La, cà Láng, nem Báng, tương Bần, nước mắm Vạn Vân, cá rô đầm Sét » để chỉ các địa danh nổi tiếng về một thức ăn ngon. Trong câu này có làng Bần (Hưng Yên) nổi tiếng về tương. Tương Cự Đà (Thanh Oai) cũng rất nổi tiếng. Riêng về nước mắm Vạn Vân, những người yêu thích nhạc của Đoàn Chuẩn đều biết nhạc sĩ nổi tiếng này là con của ông Đoàn Đức Ban sáng lập ra hãng nước mắm Vạn Vân nổi tiếng từ thập niên 30.

được). Rồi làm lòng, luộc vịt, luộc lòng, thái lòng thật nhỏ ra bày trong một đĩa sâu. Lòng gồm có gan, tim, mề, ruột non, mà phần ruột non làm rất lâu mới sạch được. Riêng gan một phần thái miếng to mỏng để riêng ra sẽ bày lên trên đĩa tiết canh. Sau đó là đến "thời điểm của sự thật" (l'heure de vérité): lấy bát tiết ra xem nó còn lỏng hay không. Nếu nó đông rồi thì tiêu tùng món tiết canh, đĩa lòng đành phải dùng để nấu canh miến. May là ở nhà Long rất ít khi bị thất vọng như vậy. Thông thường là mang bát tiết ra vẫn còn lỏng nguyên như lúc mới cắt tiết, thêm vào một ít nước luộc vịt (gọi là nước dùng hay nước "suýt", nhiều hay ít cũng là do kinh nghiệm), dùng đũa đánh lên trộn đều tiết với nước mắm và nước dùng, rồi đổ ngay lên đĩa lòng đã chờ sẵn. Sau đó bày lên trên mấy miếng gan đã để riêng, mấy lá húng quế và lạc rang (đậu phọng) giã sơ cho vỡ ra thôi. Phải chờ thêm mươi mười lăm phút tiết mới đông hẳn, "long chân" mới ăn được.

Đây là món của người lớn, con nít không được ăn, riêng Long được xem như "lớn" nên cũng được hưởng một miếng to, ngon ơi là ngon!

Nói vậy không có nghĩa là sống nội trú chỉ có những điều bó buộc, những chuyện không vừa ý. Bù lại cũng có nhiều cái hay lắm chứ!

Trước tiên là việc rèn luyện tính tình để thích nghi với cuộc sống tập thể cũng là thích nghi với xã hội sau này.

Ngoài ra còn được hưởng những sinh hoạt rất bổ ích cho cá tính từng người, điển hình là thể thao và văn nghệ. Đó là nói chung cho các trường nội trú, nhưng trường Adran thời Long học thiếu hẳn phần văn nghệ. Ngay lớp nhạc cũng không có, nói chi đến tổ chức biểu diễn văn nghệ. Không có lớp nhạc, dĩ nhiên cũng không có ban nhạc, trong khi ở Sài Gòn, trường Taberd cũng của dòng Lasan lại nổi tiếng về sự phát triển bộ môn này. Lớp nhạc và ban nhạc của Taberd đào tạo được nhiều người sau này dù không phải nhạc sĩ chuyên nghiệp cũng có "nghề tay trái" làm cho cuộc sống phong phú hơn. Phải nói trường Taberd Sài Gòn kỳ cựu (có từ năm 1874) và quan trọng hơn trường Adran Đà Lạt nhiều.

Chỉ đến niên khóa 1959-60 trường Adran mới bắt đầu phôi thai sinh hoạt văn nghệ với một buổi trình diễn có quy mô vào giữa năm học. Sở dĩ có sự thay đổi này là do công lao của Sư huynh Pierre, lúc đó là Bề trên của Scholasticat, một phần của tu viện LaSan từ Nha Trang[xxiv] chuyển lên Đà Lạt, trong đó các "chuẩn Sư

[xxiv] Tu viện Lasan trên đồi Lasan gần Hòn Chồng Nha Trang thời đó có Petit Noviciat và Noviciat cho các thiếu niên và thanh niên đi tu dòng Lasan. Học hết Noviciat được mặc áo dòng tiếp tục học lên Scholasticat trước khi trở thành Sư huynh ra dạy các trường Lasan. Niên khóa 1959-60, phần Scholasticat ở Nha Trang dọn lên Đà Lạt trong một khu nhà gần trường Adran. Lúc đó Bề trên của Scholasticat là Sư huynh Pierre Trần Văn Nghiêm. Sau này Sư huynh Pierre trở thành Khoa trưởng Phân khoa Sư Phạm của Viện Đại Học Đà Lạt

Riêng về nhạc, tuy không có lớp nhưng cũng bắt đầu từ năm Long học Seconde, anh chàng được một thầy dạy Sử địa là Sư huynh Hyacinthe đặc biệt chiếu cố, biết Long thích nhạc và có khiếu, nhưng không có điều kiện học nhạc cụ nên tình nguyện dạy riêng cho Long về hòa âm. Đó là những nền tảng quý báu giúp cho Long sau này phát triển thêm kiến thức trên con đường âm nhạc của mình. Sư huynh Hyacinthe rất nghệ sĩ, ông chơi violon rất hay nhưng ít khi có dịp chơi đàn này, mà chỉ chơi harmonium trong nhà nguyện trong giờ lễ thôi. Thời đó Long được giải thích là trong nhà thờ không được chơi đàn dây như violon, piano, guitare… mà chỉ được chơi nhạc cụ dùng hơi như đàn orgue, đàn harmonium hoặc kèn. May mà nay các cấm đoán đó đã không còn.Long cũng nhờ ở nội trú mà phát

huynh" (được học trò tặng cho danh hiệu "thầy dòng con") học cùng với học sinh khác trong ba lớp cuối cùng bậc trung học (và trên Đại học Đà Lạt). Năm đó Long học lớp Seconde (tương đương lớp 10 hiện nay) cũng tham gia tích cực vào buổi trình diễn trong một vở hài kịch ngắn từ thời trung cổ Pháp. Kịch chỉ có hai diễn viên, một "thầy dòng con" đóng vai một anh chàng và Long đóng vai một... cô nàng! Trường chỉ có con trai học có cái khổ là cứ phải lấy con trai đóng vai con gái!

Sau này khi Long đã rời trường sau khi đậu tú tài năm 1962, trường Adran tiếp tục phát triển rất thành công phần văn nghệ khởi đầu từ buổi trình diễn năm 1960 này.

Hài kịch ngắn « Farce du jambon » trong buổi trình diễn văn nghệ ngày 16-1-1960. Hai diễn viên là « chuẩn Sư huynh » Thế và tác giả.

Long cũng chơi bóng rổ và từ khi vào nội trú cũng tham gia các đội, nhưng chưa đủ kinh nghiệm để chơi trong đội tuyển của trường. Chỉ sau này khi nhà trường mở thêm các lớp đệ nhị cấp[xxv], lúc đó phát triển thêm bộ môn bóng chuyền, Long trở thành một cầu thủ bóng chuyền trong đội tuyển của trường. Và năm học

---

triển thêm một khía cạnh khác mà khi ở nhà chắc chắn không thể thực hiện được, đó là thể thao. Đặc biệt trường Adran có nhiều sân bóng rổ, trong giờ chơi lúc nào cũng đông đúc, kể cả nội trú lẫn ngoại trú. Nhưng giờ chơi chỉ có 20 phút buổi sáng và 20 phút buổi chiều, nên học sinh ngoại trú chỉ chơi cho vui thôi, còn học sinh nội trú sau giờ học buổi sáng và buổi chiều còn giờ chơi khá dài nên có thể tập dượt có quy củ hơn. Từ đó lập thành đội bóng rổ của lớp, và nhiều đội của trường xếp theo tuổi, đi thi đấu với các trường khác, đặc biệt là trường Yersin.

[xxv] Trường Adran cho đến năm 1959 chỉ có tiểu học và trung học đệ nhất cấp (trung học cơ sở). Học sinh sau đó phải qua trường Yersin hoặc một trường khác học tiếp đệ nhị cấp 3 năm để thi tú tài. Bắt đầu từ niên khóa 1959-60, trường mở thêm các lớp đệ nhị cấp. Vừa đúng lúc tác giả học hết đệ nhất cấp nên ở lại học tiếp lên, không phải tìm trường khác học.

lớp Math Elem (lớp 12 ban toán) niên khóa 1961-62, Long tham gia nhiều cuộc thi đấu do thành phố tổ chức với khá nhiều thành công.

Trường cũng tổ chức chiếu phim đêm thứ bảy cho học sinh nội trú và vài học sinh ngoại trú sống ngay gần trường. Phim được chiếu trong nhà chơi (préau) của trường, phải treo một tấm màn bằng vải trắng có đính mấy cái khuyết để gắn vào những cái khuy trên một xà lớn của nhà chơi. Long không nhớ cơ duyên nào khiến cho Long lại lãnh nhiệm vụ gắn cái màn này với hai bạn khác đóng vai phụ. Chẳng là cái xà nhà cao quá, nhà trường chỉ có cái thang không đủ dài để dựa vào cái xà này, nên phải có hai bạn đứng hai bên giữ cái thang thẳng đứng để Long leo lên gắn cái màn này. Chắc có lẽ lúc đó Long nhỏ con và thuộc loại liều, điếc không sợ súng nên mới dám leo lên cái thang lơ lửng giữa trời như thế ! Suốt mấy năm trời leo thang kiểu đó chẳng bị ngã lần nào, sau này khi đã lớn tuổi, Long cũng quen mui điếc không sợ súng như thế, leo thang không cẩn thận bị thang trượt đổ xuống mấy lần, may mà chưa gãy xương !

Đội bóng chuyền Adran 1961. Nguyễn Phan Phát, Nguyễn Thanh Sơn, Phạm Ngọc Lân, Trương Ngọc Phương, Trần Tuấn Kiệt, Nguyễn Chí Thành

Hồi đó Long nhớ nhất là những phim do tài tử nổi tiếng hài hước của Pháp là Fernandel đóng, trong loạt phim về Don Camillo, vai một linh mục ở một giáo sứ bên Ý luôn luôn phải đương đầu với ông thị trưởng Peppone thuộc đảng cộng sản Ý. Đầu thập niên 60 cũng là thời kỳ đang lên của cô đào nóng bỏng Brigitte Bardot, nhưng dĩ nhiên học sinh nội trú không khi nào được nghe nói đến những phim của cô đào này cả, nói gì đến việc xem được thân hình nảy lửa của BB trong « Et Dieu créa la femme[xxvi] » !

[xxvi] Dịch sát nghĩa là "Và Chúa tạo nên người đàn bà", phim ra đời năm 1956 của nhà đạo diễn "đợt sóng mới" Roger Vadim, chồng đầu tiên của Brigitte Bardot.

Nhưng trong các môn giải trí tổ chức cho học sinh nội trú, Long thích hơn cả là các buổi đi picnic sáng đi chiều về. Gần thì có thác Đa Tân La, suối Bồng Lai (không đi thác Prenn hay hồ Than Thở vì ở đấy thường có du khách), xa hơn có Suối Vàng, thác Gougah, Pongour… Hai thác hùng vĩ này trên đường đi Sài Gòn từ đầu thập niên 60 không còn vào đó chơi được nữa vì chiến tranh, hai thác nằm trong khu vực không an toàn. Mỗi lần đi xa như thế, chiều về khi xe ca đến gần cổng trường lại có một đứa khởi xướng « tù… » kéo dài, rồi cả bọn lại tiếp tục « tù, tù… », làm như từ sáng tới giờ được sống tự do, nay lại sắp vào tù !

Đặc biệt nhất là có một lần trường tổ chức đi chơi đến chân núi Langbian, sau đó bạn nào có đủ sức được hướng dẫn leo lên đỉnh cao nhất của dãy núi này. Long phải theo một con đường mòn trong rừng rậm còn ướt đẫm sương, đường lên dốc đều đều, có nơi phải bám vào rễ cây leo lên. Gần đến đỉnh thoát ra khỏi rừng âm u là một cảnh nắng chan hòa, trước mắt là đỉnh núi trọc ở độ cao 2169 mét, ngọn núi cao nhất trong vùng cao nguyên quanh Đà Lạt.

Mấy chục năm sau, trong một chuyến về thăm quê hương năm 2007, Long có dịp trở lại núi Langbian, nghe nói bây giờ có đường xe lên tới tận đỉnh núi. Vào trong khu du lịch, thuê xe loại nhỏ dùng để leo dốc dễ dàng, Long lên tới đỉnh núi và vô cùng ngạc nhiên vì từ cái đỉnh đó, Long có thể chụp hình một đỉnh cao hơn ngay bên cạnh ! Thì ra cái đỉnh 2169 mét vẫn còn nguyên vẹn như xưa, còn cái đỉnh có đường cho xe lên là ngọn núi bên cạnh, chỉ cao hơn 1900 mét thôi. Muốn lên cái đỉnh cao vẫn phải leo trèo qua con đường mòn với người hướng dẫn. Long mừng là ít nữa cũng còn một nơi thiên nhiên vẫn còn được bảo tồn nguyên vẹn, chưa bị khai thác cho nhu cầu du lịch như bao nơi khác.

Trường Adran 1961-62. Du ngoạn suối Bồng Lai ở Đà Lạt ngày 04-03-1962. Ngô Văn Hải, Đỗ Đức Hiển, Đặng Đức Tôn, Nguyễn Thiện Lương, Hoàng Sơn, Phạm Ngọc Lân, Đỗ Thanh Phong, Alain Nguyễn Văn Tất.

Học sinh nội trú còn một thú vui khác là ngày chủ nhật được « đóng bộ » và ra phố từ sáng đến chiều nếu có người do cha mẹ ủy thác con mình (correspondant) đón ra. Long không khi nào được ra ngoài ngày chủ nhật vì không có người nào đón mình cả. Sau này khi lên các lớp lớn không cần ai đón nữa, Long cũng không ra ngoài phố ngày chủ nhật vì không có tiền để ăn uống, thà là chấp nhận sống khắc khổ trong nội trú còn hơn đi ra ngoài nhìn các cửa hiệu mà không mua được gì cả.Những buổi đi ra phố (sortie) ngày chủ nhật này là dịp để các học sinh nội trú ăn uống theo ý thích của mình. Cũng là dịp để gặp bạn bè khác, hay đơn giản là dạo phố cho vui mắt. Những học trò không ra phố ngày chủ nhật thì buổi chiều có tổ chức một buổi đi dạo khoảng hai tiếng đồng hồ, thường là đi qua những đường mòn trong rừng quanh trường. Xa nhất là đi đến suối Cam Ly, đi đường tắt qua làng xóm để tránh không đi ngoài lộ, nhưng cũng phải qua vài khúc đường cái. Trên con đường gần đến Cam Ly (và cũng gần trường Couvent des Oiseaux trên đồi) có một ngôi biệt thự nhỏ, ngoài cổng có vẽ 6 nốt nhạc, đó là các nốt « đô mi si la đô rê ». Nếu đọc lên theo tiếng Pháp sẽ là « domicile adoré » có nghĩa « nhà yêu quý ».

Long vẫn thích đi trong rừng hơn. Hít thở không khí trong lành của thiên nhiên, nghe thông reo vi vu khi có gió thoảng, nghe chim muông ríu rít trên cành. Và khám phá những hoa rừng lạ mắt, có khi nhỏ xíu thật dễ thương. Đặc biệt nhất là có một loại dây leo có trái to bằng quả trứng, vỏ xanh nhưng khi chin thì bắt đầu chuyển qua tím, gọi là trái mác mác, tiếng Pháp thời đó gọi là "pomme-liane" có mùi rất thơm, vị chua hơn ngọt nhưng cũng ngon. Đi dạo lúc nào cũng để ý xem có mác mác không, mà ít khi gặp được quả chín. Hai chục năm sau khi mới qua Pháp, Long thấy trong một siêu thị một trái tím da bắt đầu nhăn nheo, trông giống trái mác mác nhưng Long nghĩ không thể nào có chuyện lạ vậy được, vì giá rất đắt, đắt hơn nho táo nhiều, làm sao có thể là trái cây trong rừng chỉ có trẻ con tìm hái ăn! Bán tín bán nghi, Long cũng mua một trái duy nhất về ăn cho biết, thì anh chàng ngã ngửa vì đúng là trái mác mác thời thơ ấu của minh, mà sao bên Pháp lại đắt thế! Tên Pháp của nó bây giờ là "fruit de la passion", tiếng Anh là "passion fruit" !

25. Cóc Phù Cát

Nghỉ hè 1957, lần đầu tiên Long trở về nhà trong cuộc đời nội trú của mình. "Trở về" không đúng hẳn vì trước đó Long đã ở Phù Cát[48] bao giờ đâu! Nhưng vẫn là trở về, theo nghĩa là về với mái ấm gia đình.

Bà ngoại của Long đích thân từ Phù Cát lên Đà Lạt đón cháu. Thật tình mà nói thì ở tuổi 13, một thằng con trai bình thường cũng có thể xoay xở đi một mình được, nhưng Long được bà và mẹ lo lắng quá sức, sợ con cháu mình bị "bơ vơ giữa chợ đời đen bạc" nên bà ngoại mò lên tận nơi đón cháu về cho chắc ăn!

Hai bà cháu đi xe đò Đà Lạt – Nha Trang, qua Cầu Đất, xuống đèo Đơn Dương đến thị xã Đơn Dương (thời Pháp có tên là D'ran) trước khi đổ dốc đèo Ngoạn Mục (Bellevue) để xuống đến đồng bằng ở Krông Pha. Lúc đó chưa có đập nước Đa Nhim, chưa có hai ống dẫn nước từ trên núi xuống nhà máy thủy điện ở đồng bằng. Đèo Đơn Dương tương đối ngắn, khoảng 5 cây số, còn đèo Ngoạn Mục ngoằn ngoèo trên 20 cây số. Và đúng với cái tên của nó, đèo Ngoạn Mục quả thật đẹp. Nhưng Long cũng chẳng để ý gì đến vẻ đẹp hùng vĩ của thiên nhiên, vì xe đò bắt đầu vòng qua vòng lại trong đèo là ruột gan cũng bắt đầu lộn tùng phèo trong bụng. Long bị cái bệnh bẩm sinh "say sóng" hoành hành, dù chỉ là xe đò, chưa nói gì đến máy bay hay tàu thủy!

Con đường từ chân đèo đi thẳng đến Tháp Chàm và Phan Rang, sau đó quẹo trái theo quốc lộ 1 dọc theo bờ biển về hướng bắc để đến Nha Trang. Đến nơi đã xế chiều, hai bà cháu tìm đến nhà một người cháu của ông Phó sinh sống ở đây từ thời bà ngoại với ông Phó lưu lạc từ bên Lào và Xiêm về. Bà ngoại vẫn kể là hai ông bà phải qua xứ người tìm cách làm ăn, nhưng rồi thất bại đành quay về lại Việt Nam. Đến Nha Trang hai ông bà định ở lại đấy, bà ngoại xoay ra làm bánh dày bánh giò đem đi bán, nhưng rồi cũng không sống nổi lại phải bỏ Nha Trang vào Sài Gòn, may mà ở đấy tìm được công ăn việc làm nên cuộc sống ổn định được một thời gian trước khi quay trở về quê cũ ngoài Bắc.

Hai vợ chồng người cháu ông Phó ở đây cỡ tuổi với mẹ của Long, nhưng thằng bé 13 tuổi phải gọi bằng anh chị vì vai vế sao đó Long không rõ, chỉ biết là người ta lớn mà mình gọi bằng anh, bằng chị ngượng miệng quá! Không biết bà ngoại thân tình thế nào ngày xưa mà được anh chị này đón tiếp rất ân cần, cơm nước thịnh soạn.

Qua sáng hôm sau lại ra bến xe đò lấy vé đi Quy Nhơn. Lần đầu tiên Long đi qua những vùng đất quê hương này, nên rất chăm chú nhìn phong cảnh và nhớ những tên lạ như đèo Rù Rì khi vừa ra khỏi Nha Trang về phía bắc, hay đèo Cù Mông trước khi đến Quy Nhơn. Và những thị xã có tên quen thuộc hơn như Ninh Hòa (xe đò ghé lại ăn nem), Tuy Hòa cát trắng, Sông Cầu nổi tiếng dừa ngon… Phong cảnh dọc theo bờ biển thật nên thơ, lần đầu Long thấy nhiều cây dừa như thế.

Đến Quy Nhơn trời đã tối, ở đây không có ai là bà con cho mình tá túc nên hai bà cháu ăn qua loa ngay bến xe rồi thuê ghế bố có cái màn (mùng) ngủ tại bến luôn. Long còn một hình ảnh in sâu trong ký ức: đêm đó có lúc thức dậy đi tiểu phải ra cái bãi phía sau bến xe, trời tối đen như mực nhưng không xa lắm lại có nguyên một vùng trắng mờ ảo, trông rất ma quái, không biết là cái gì. Chắc vì vậy nên cứ nhớ mãi hình ảnh đó, tuy chẳng có gì quan trọng cả. Sáng ra, hai bà cháu trở lại đó xem thì ra là mặt nước của một con sông rất rộng vì đã chảy đến sát cửa biển.

Phù Cát chỉ cách Quy Nhơn hơn 30 cây số về phía bắc, hai bà cháu leo lên một chiếc xe đò nhỏ chỉ chạy loanh quanh trên đoạn đường này. Gọi là xe chở khách cũng không đúng, mà xe chở hàng cũng không phải. Loại xe thùng, phía sau có hai hàng ghế dài theo hai bên hông, ở giữa là khoảng trống để chất hàng hóa thúng mủng của khách, phần đông là những bà đi buôn bán quanh đấy. Xe chạy một lúc lại ngừng cho khách lên xuống, chẳng cần bến gì cả, ngoại trừ ở Đập Đá, một quận khá lớn nằm khoảng nửa đường đến Phù Cát. Vì vậy mà phải mất gần 2 tiếng đồng hồ để đi hơn 30 cây số. Nếu tính theo đường chim bay thì từ Đà Lạt đến Phù Cát chưa tới 300 cây số, vậy mà bà ngoại và Long phải đi hai ngày hai đêm mới tới nơi! Tình trạng giao thông trong vùng này cuối thập niên 50 là như vậy.

Cuối cùng thì chiếc xe cà rịch cà tàng ngừng lại bên lề quốc lộ 1 dưới một bóng dừa. Chẳng phải bến đậu xe, chỉ là bà ngoại Long la to cho ông tài xế nghe để ông tấp vào lề. Hai bà cháu mới bước xuống đã nghe tiếng reo to từ xa phía trong "Anh Long về!" thế là cả đám em chạy ra xúm xít, mẹ của Long cũng theo ra. Chỉ có ông

Quy đang đi làm không có nhà. Lại có một màn nước mắt của mẹ… Long không hiểu sao lúc chia tay cũng khóc, mới xa con có ba tháng, bây giờ con về, cũng khóc!

Từ ngoài đường phải đi qua sân của người chủ đất cho thuê mới đến sân nhà mình. Long vui mừng thấy khu đất rộng rãi, căn nhà mái lá vách đất còn mới trông cũng khang trang. Quanh nhà chỉ có hai hàng xóm là nhà của bà chủ đất sát quốc lộ, và một căn nhà khác trên một khu đất rộng phía sau. Chung quanh toàn ruộng sắn (khoai mì) trên đất cát khô, ngoại trừ phía trước nhà có một ruộng lúa có nước. Miếng đất ông Quy thuê để cất nhà trước kia cũng là ruộng sắn nên không có cây cối gì cả, trong khi hai nhà hàng xóm có nhiều cây dừa rợp mát. Phải nói là bóng mát rất quan trọng ở vùng này, vì trời nắng nhiều hơn mưa, khí hậu khô và nóng, và khi có gió Lào từ đất liền thổi về phía biển thì lại càng nóng dữ hơn.

Căn nhà không lớn lắm, nhưng ba bề chung quanh nhà làm thêm một hàng ba rộng, có mái lá, không có vách nhưng được che mưa nắng bằng những tấm phên bằng tre đan, treo sát dưới mái. Bình thường trời nắng thì phên được chống lên nên càng thấy cái nhà rộng hơn, ban đêm hoặc khi mưa mới hạ phên xuống. Hàng ba chung quanh nhà có lẽ còn quan trọng cho cuộc sống hằng ngày hơn trong nhà, ở đấy có mắc bốn cái võng để nằm nghỉ và ngủ trưa. Ngoài ra còn hai cái chõng tre, vừa dùng làm nơi ngồi ăn quanh cái mâm đồng to, vừa để nằm nghỉ. Và không thể thiếu một bộ "xa-lông" gồm bốn cái ghế bành và một cái bản tròn, tất cả bằng tre đan trông cũng khá tươm tất.

Lần đầu tiên Long được nhìn tận mắt thế nào là nhà vách đất, thế nào là mái nhà tranh, thế nào là cái chõng tre. Mái nhà gọi là "tranh" nhưng thật ra ở vùng này dùng lá dừa hay lá cọ, trong khi vùng khác dùng rơm rạ hay cỏ tranh được "đánh" thành từng tấm buộc vào kèo bằng tre. Sườn nhà là những cây gỗ chỉ to hơn cổ tay lấy trong rừng trên dãy Trường sơn, nhưng rất chắc. Vách nhìn bề ngoài cũng nhẵn nhụi như tô xi-măng nhưng thật ra chỉ là đất mịn trét lên một cái vách đất bên trong, vách này làm bằng đất bùn trộn với rơm đắp lên cái khung bằng tre đan. Cửa ra vào, cửa sổ cũng bằng tre. Nền nhà là đất nện. Mẹ của Long rất kỹ trong việc giữ gìn sách sẽ, nền nhà lúc nào cũng quét sạch bằng cái chổi xể, có khi phải vẩy nước trước khi quét cho khỏi bụi.

Tất cả nhà toàn làm bằng vật liệu tự nhiên như đất, tre và lá nên khi bước vào nhà, Long cảm thấy mát dịu rất dễ chịu, tuy ngoài trời đang nắng nóng.

Chõng tre thì có khung bằng cây tre già tròn, phía trên có nhiều thanh ngang cũng bằng tre, trên đó trải một tấm làm bằng những thanh tre nhỏ và dài được buộc lại ghép sát vào nhau thành một tấm cuộn lại được. Trên tấm tre này có khi trải thêm chiếc chiếu nằm cho êm hơn, nhưng không cần thiết. Ở Đà Lạt Long nằm nệm quen rồi, nên tưởng tượng nằm cái chõng tre này chắc đau lưng lắm. Nhưng chỉ qua vài ngày nằm quen rồi Long mới thấy là mặt chõng không đến nỗi cứng như mình tưởng, mà ngược lại, rất tốt cho cơ thể.

Điện không có, dùng đèn dầu, đèn dầu nhỏ xíu (gọi là đèn Hoa Kỳ[xxvii]), đèn dầu loại vừa, loại lớn, thêm cái đèn bão cũng dùng dầu lửa, rất hữu ích khi cần xách ra

[xxvii] Đèn Hoa Kỳ được gọi như vậy là do người Mỹ khi đến Trung Quốc trong thế kỷ 19, muốn bán dầu lửa đốt đèn, họ tặng không cho người dân cái đèn dầu nhỏ, sau đó họ làm giàu nhờ bán dầu. Do xuất xứ của nó nên người ta gọi đèn này là dèn Hoa Kỳ.

ngoài vì gió thổi không tắt. Ngoài ra, ông Quy còn sắm được cái đèn "măng-sông" sáng rực, ban đêm treo ngoài sân, phía dưới để thau nước, vừa sáng cả cái sân mọi người bắc ghế ra ngồi hóng mát trước cửa nhà, vừa là một cách để diệt đủ thứ côn trùng bay quanh ngọn đèn rồi nhào xuống chậu nước vì thấy ánh đèn phản chiếu vào đấy. Cái đèn măng-sông này chỉ một mình ông Quy thắp thôi, vì ông nói đèn này phải cẩn thận kẻo nguy hiểm. Phải bơm cho hơi dầu lửa bốc lên, sau đó phải biết cách châm lửa thật khéo, sơ ý đụng vào cái măng-sông (tiếng Pháp là manchon) nó sẽ rách ngay, vì qua lần đốt đầu tiên, nó đã cháy thành tro nhưng vẫn giữ nguyên hình dáng một cái ống nhỏ chụp xuống. Chính cái tro đó sáng lên khi được đốt tới một nhiệt độ nào đó. Cái "măng-sông" nếu cẩn thận dùng được rất lâu, mỗi lần phải thay mua cái mới khá đắt tiền.

Không có điện để chạy cái radio mang theo từ Đà Lạt, nhưng cha dượng của Long thích nghe nhạc nên ông sắm cái máy quay đĩa bằng dây thiều, đĩa dày và nặng loại 78 "tua". Cái đầu thật to có cắm cây kim, hạ cái đầu xuống cho kim chạy trên mấy cái lằn trên đĩa hát, đĩa quay được là nhờ có dây thiều (còn gọi là dây coóc). Đơn sơ như thế, không có điện gì cả, vậy mà sao vẫn phát ra tiếng ca cải lương mùi mẫn của Út Bách Lan, hay là tiếng hát "Ông lái đò" của Hùng Cường, thật là kỳ diệu! Cứ vài bài lại phải thay kim, hà tiện không thay kim luôn thì đầu kim cùn, làm cho đĩa mau bị rè...

Trong hơn hai tháng nghỉ hè, Long có một cuộc sống khác hẳn với cuộc sống nội trú trong trường ở Đà Lạt. Đây là cuộc sống của người dân quê, ít nữa cũng là một phần cuộc sống thật của dân địa phương, vì dù sao gia đình Long cũng đã trải qua những tiện nghi của cuộc sống thành thị. Từ khi Long 4 tuổi, cậu bé sống ở Hà Nội rồi Sài Gòn rồi Đà Lạt. Tuy có sống mấy năm ở quê ngoại là làng Hà Hồi và ở nơi tản cư là Phú Thọ và Phúc Yên, nhưng Long còn bé quá không nhớ gì, chỉ nghe người lớn kể lại thôi. Bây giờ 13 tuổi, chàng trai mới lớn cảm nhận được thế nào là cuộc sống của đa số dân quê Việt Nam. Đối với chàng, sống ở đây là một cách "nghỉ hè" thật sự, theo nghĩa là sống theo một lối khác, như người đi nghỉ hè ngoài biển hay trên núi. Từ trước đến nay, "nghỉ hè" đối với Long chỉ là không đến trường nữa, nhiều giờ rảnh ở nhà chơi, chứ có khi nào đi đâu ra khỏi nhà để biết đến một cách sống khác đâu!

Bây giờ sống trong nhà tranh vách đất, ngủ trưa trên võng, đêm ngủ chõng tre, ăn cơm cũng trên chõng tre, ngồi xếp bằng chung quanh cái mâm đồng, lúc đầu Long thấy rất lạ nhưng chỉ vài ngày là quen dần. Trong sân có đào một giếng nước cách nhà độ mươi thước, giếng mới đào khi cất nhà, không xây, và lạ lùng là xứ khô cằn mà chỉ 4 thước đã có mạch nước rất dồi dào. Trên giếng còn cất một cái chòi mái tranh che mưa nắng. Long lãnh nhiệm vụ mỗi ngày xách nước từ giếng cung cấp cho nhà bếp và nhà tắm. Hai cái thùng sắt tây vuông 20 lít (thùng dầu lửa cũ) có đóng cái thanh ngang bằng gỗ để xách, hai tay hai thùng như thế, một cách tập tạ không cần tạ! Long cũng muốn thử gánh nước như mấy người gánh thuê trong các xóm bình dân ở Sài Gòn, xếp hàng ở vòi nước công cộng rồi gánh về các nhà tư nhân. Nhà Long cũng có đòn gánh và hai cái móc bằng sắt thay cho đôi quang dùng để móc vào tay xách của thùng. Phải thử rồi mới biết là không phải dễ, thứ nhất là phải bước đúng nhịp nhún nhảy của đòn gánh, thứ hai là phải thời gian lâu da của vai mới chai lại, lúc đầu da bị đòn gánh cọ vào xây xước ra, đau lắm.

Cho nên chỉ thử vài lần cho biết, Long quay trở lại lối xách "tập tạ" mỗi tay một thùng.

Gầu để kéo nước giếng cũng đặc biệt, không phải là một thùng sắt tây nhỏ như sau này Long thấy dùng ở các nơi khác, mà là đan bằng tre, có miệng tròn với một thanh ngang để buộc dây kéo nước, nhưng thành của gầu nhỏ dần để hóp lại phía dưới, không có đáy bằng. Đặc biệt là có một lớp dầu rái[xxviii] trét lên tre đan, vừa bảo vệ tre, vừa bịt hết các khe làm cho gầu giữ nước không bị rò rỉ. Loại gầu này rất nhẹ so với thùng sắt tây, đỡ phí sức khi kéo nước, nhưng cũng có cái bất tiện là thả xuống mặt giếng nó nổi trên mặt, phải giật dây khéo léo cho nước tràn vào gầu. Vì vậy cái gầu nhà Long dùng có buộc thêm ở một đầu thanh ngang một cái khóa bấm đồng cũ, đầu đó nặng hơn nên khi xuống đến mặt giếng chiếc gầu sẽ chìm đầu đó xuống để nước vào dễ dàng.

Nước xách từ giếng vào đổ trong mấy cái "ang" bằng đất nung chứa nước trong bếp và nhà tắm. Ở vùng này gọi là "ang" cũng như vùng khác gọi là chum, là vại… Long học được nhiều tiếng địa phương lạ tai, và dần dần cũng quen với giọng nói của người Bình Định.

Và để sống "đúng kiểu" thì ở đây không có nhà vệ sinh như ở thành thị, mà có ruộng khoai mì bao la bát ngát, sẵn sàng nhận mọi loại phân bón thiên nhiên! Long đã từng nghe bà và mẹ nói "đi đồng" ở quê ngoài Bắc, nhưng vẫn thắc mắc là ruộng khoai mì khô ráo thì đã đành, nhưng ruộng lúa có nước thì làm sao? Thắc mắc mà không hỏi nên vẫn hoàn thắc mắc! Dù sao gia đình Long cũng làm một cái "chòi vệ sinh" trên một gò mối cách khá xa nhà. Gọi là "chòi" vì nó đơn giản là một cái chòi mái lá vách phên, cửa cũng phên, bên trong có hai tấm ván bắc trên một cái hố. Vùng này nhiều gò mối, ngày xưa là tổ của loại mối đất, lâu ngày thành một cái gò đất cứng và cao hơn chung quanh, không trồng trọt gì được. Nhưng Long bất đắc dĩ lắm mới dùng cái chòi này, "đi đồng" vẫn gần gũi thiên nhiên hơn…

Long sống trong khung cảnh đó trong 4 lần về, hai lần vào dịp Tết được nghỉ hai tuần, và hai lần vào dịp hè được nghỉ 2 tháng rưỡi. Lần đầu chỉ có chiếc xe đạp bé xíu từ thời còn ở khu khách sạn Việt Nam, Long nâng cái yên và tay lái lên cao hết cỡ, đạp xe đi khám phá làng xóm chung quanh bằng những con đường mòn quanh ruộng khoai mì. Các xóm nhà có cây dừa, ngoài đường có cây gòn, người ta dùng bông gòn làm gối, làm nệm, nếu trái gòn chín trên cây mà không hái thì nó bung ra cả triệu hạt có lông nhẹ bay khắp vùng. Ở đây người ta không sống quy tụ gần nhau thành những thôn lớn như ở ngoài Bắc, mà chỉ vài cái nhà gần nhau thôi. Khi Long đạp xe qua các xóm nhà này, bọn con nít gọi nhau chạy ra xem chuyện lạ, một thằng mặt Tây lai (ở vùng này chắc chưa đứa nào thấy trẻ con lai) cưỡi một chiếc xe đạp có bánh nhỏ xíu, mấy đứa la to với giọng Bình Định "bi lớn mà cỡi xe bi to!" (lớn vậy mà cưỡi xe chỉ to có chừng đó).

Long để ý thấy trong vùng rất ít đàn ông thanh niên, sau này mới biết là thời kỳ trước 1954 vùng này và các vùng chung quanh đều do Việt Minh kiểm soát, nên sau hiệp định Genève rất đông trai tráng trong hàng ngũ Việt Minh tập kết ra Bắc.

[xxviii] Dầu rái là nhựa lấy từ cây dầu rái (Dipterocarpus alatus, Dipterocarpaceae) một cây cao 40-50 mét mọc trong rừng. Nhựa dùng quét lên tàu thuyền để che chở lớp gỗ bên ngoài chịu đựng nắng mưa và nước mặn, rất tốt.

Trong hai nhà hàng xóm của Long, bà chủ nhà sống trong căn nhà gần quốc lộ gọi là Dì Năm không chồng con gì cả, sống với bà mẹ già. Rất có thể chồng dì Năm cũng tập kết ra Bắc, nhưng không ai hỏi nên cũng chẳng biết. Lúc ra đi tập kết, ai cũng nghĩ hai năm sau sẽ trở về đoàn tụ khi có tổng tuyển cử. Nhà phía sau là một trường hợp đặc biệt vì cả hai vợ chồng trẻ vẫn ở đấy với hai đứa con thơ. Chồng tính tình hiền lành, làm ruộng lúa có nước trước mặt nhà gia đình Long. Lần đầu trong đời Long chứng kiến cảnh cày bừa bằng bò (không thấy trâu trong vùng này), nhớ mãi anh chồng điều khiển bò bằng những tiếng "ha! ha!" chẳng biết làm sao mà con bò hiểu, hay thật!

Dì Năm có nghề làm nón lá, gọi là "chằm nón". Phải dùng cái khuôn làm bằng những thanh gỗ nối với nhau trên đỉnh nón, trên các thanh này có đường rãnh để đặt các vòng nhỏ xíu bằng tre vuốt tròn, sau đó đặt lá lên và may lá vào các vòng tre. Long qua ngồi xem Dì Năm may mà phục quá, phục cái khéo léo đã đành, mà phục hơn nữa là tính kiên nhẫn, không biết bao lâu mới may xong một cái nón mà bỏ mối cho những con buôn chẳng được bao nhiêu tiền.

Dì Năm còn có một tài khác hiếm có và làm cho Long càng phúc lăn: dì hát rất hay, không phải hát tân nhạc, cũng không phải hát cải lương, mà là một điệu nhạc riêng của vùng Bình Định nghe cũng mê như cải lương nhưng cũng khác với cải lương miền Nam. Điệu hát này Long nghe nói là hát "bài chòi". Một lần vào dịp Tết, Long dẫn các em ra một bãi trống không xa nhà lắm xem người ta chơi bài chòi. Trong bãi có nhiều cái chòi được dựng lên, giống như chòi canh ruộng. Người chơi leo lên cái thang nhỏ ngồi trên đó. Có người rút quân bài và xướng lên là quân gì, nhưng xướng theo kiểu "hát bài chòi" có bài bản đàng hoàng tùy theo quân bài rút ra là quân gì, có cả ban nhạc cổ truyền phụ họa nghe rất vui tai. Long nghĩ đến kiểu chơi "Loto" của tây phương, nhưng chơi loto đâu có mục hát hay như bài chòi!

Dì Năm cũng hát kiểu đó, và có vài lần Long được nghe dì hát với mấy người nhạc sĩ đến chơi vào buổi tối. Long chắc chắn trước đây dì phải là ca sĩ trong một đoàn ca hát chuyên nghiệp mới hát hay và đúng nhịp phách như thế.

Hàng quà ở đây không có như trong thành phố, dĩ nhiên, nhưng cũng có một món đặc biệt mà Long rất thích, đó là mạch nha. Có những người bán dạo mạch nha đựng trong lon, đến mời tận nhà. Nghe nói đây là mạch nha nổi tiếng mang từ Quảng Ngãi vào. Long bắt đầu quen với những địa danh trong vùng, từ Đập Đá đến Phù Cát rồi lên Phù Mỹ, Bồng Sơn, Tam Quan, Quảng Ngãi, tuy chưa được đến những nơi này bao giờ, nhưng các địa danh đó vẫn tiềm ẩn đâu đó trong ký ức tuổi thơ của mình.

Điều làm cậu bé 13 tuổi ngạc nhiên nhất là nếu có 10 lon sữa bò (lon không, dĩ nhiên) còn sạch sẽ là đổi được một lon mạch nha, khỏi phải mua. Không ngờ ở thời buổi đó và ở địa phương đó, cái lon lại quý đến thế! Vì đối với Long, mạch nha màu óng ả như mật, quấn vào que tre mút ngọt dịu, phải bao nhiêu công trình mới làm ra được từ mầm lúa, vậy mà chỉ tương đương với 10 cái lon, loại lon con nít ở Đà Lạt vẫn dùng để chơi đá lon!

Có một hàng rong khác Long cũng không thấy ở thành phố, đó là ông bán chiếu dạo. Chiếu được xếp lại cẩn thận làm hai bó để đứng, ông bán chiếu có cây đòn đặc biệt xỏ vào hai bó chiếu hai đầu và gánh đi rao bán. Người bán chiếu mang tiếng là người bán hàng nói thách hạng nhất, không ai bằng, không biết lời đồn đại này có đúng không! Ở Việt Nam thời đó ai chẳng nói thách, mua bán phải mặc cả là chuyện bình thường, không những bình thường mà còn "bắt buộc" là đằng khác!

Một kỷ niệm khác với Long là những chuyến xe lửa xuyên Việt đầu tiên chạy qua đường sắt song song với quốc lộ 1, cách quốc lộ khoảng vài trăm thước. Đứng trong nhà thấy rất rõ khi có xe lửa chạy qua vì đường rầy được đắp cao hơn ruộng chung quanh, và không có nhà cửa cây cối gì che lấp cả. Mỗi ngày có vài chuyến tàu ngắn, đầu máy chạy hơi nước nhỏ kéo theo năm ba cái toa cũng nhỏ. Phải chờ đến năm 1959 mới khánh thành đường sắt từ Sài Gòn đến Đông Hà, được tu bổ lại vì trong thời chiến tranh trước 1954, đoạn từ Quy Nhơn về phía bắc bị đứt đoạn từng khúc. Đoàn tàu gọi là "xuyên Việt" này có đầu máy Diesel chạy dầu kéo theo hơn chục cái toa. Đầu máy và toa đều dài chứ không ngắn chủn như mấy cái tàu "chợ" vẫn thấy trước đó. Tất cả nhà Long đổ ra sân xem đoàn xe lửa chạy qua, cả con nít ở trong làng xa quốc lộ cũng chạy ra xem đoàn xe lửa mới này. Đứa nào cũng cố đếm xem có bao nhiêu toa tất cả, sau đó cãi nhau inh ỏi vì đứa nói có 13 toa, đứa nói 12, đứa nói 16… "Đếm toa xe lửa", thật là trò giải trí ngây ngô và lành mạnh chẳng khi nào còn thấy trong các xã hội tân tiến nữa.

Lần đầu tiên về gia đình ở Phù Cát, Long chỉ có chiếc xe đạp nhỏ xíu, là một món đồ chơi mang theo từ Đà Lạt, nhưng về sau ông Quy sắm chiếc xe đạp lớn bình thường, nên Long có dịp đi chơi xa hơn. Dọc quốc lộ 1 cách 5 cây số về phía bắc có một cái cầu bắc qua con sông nhỏ[xxix], ngay sau đó có một cái chợ họp ngay hai bên quốc lộ. Cứ năm ngày lại có một "chợ phiên" họp, tính ngày theo âm lịch. Thí dụ mùng 1, mùng 6, 11, 16 v.v… Tháng thiếu chỉ có 29 ngày thì cuối tháng bốn ngày đã họp lại, thay vì năm. Chợ phiên chỉ họp ở những làng tương đối lớn, người bán hàng đến từ các địa phương trong vùng, không phải chỉ là người trong làng mà thôi. Các làng tổ chức để thay phiên nhau họp chợ phiên, làng này họp mùng 1 thì là kia họp mùng 2, làng nọ mùng 3, v.v… và cứ thế năm ngày họp một lần.

Long lại học được một điều rất quan trọng, đó là vai trò của âm lịch trong cuộc sống ở làng quê. Theo truyền thống của Việt Nam từ xưa, âm lịch dựa vào chu kỳ của mặt trăng là nền tảng cho các công việc của nhà nông. Từ đó, ở thôn quê, các sinh hoạt khác cũng phải theo âm lịch, điển hình là cách tổ chức chợ phiên, cứ 5 ngày họp một lần, bất kể đó là ngày chủ nhật hay thứ năm, thứ bảy… Tuần lễ bảy ngày của phương tây mang đến dùng trong chính quyền, trong thành phố, trong trường học… nhưng nhà nông chẳng cần chú ý đến!

Long rất thích đạp xe đến chợ phiên, chẳng phải để mua gì, mà là để xem tận mắt cách sinh hoạt của người dân, và xem các thức ăn thức uống đồ dùng bày bán ở đây. Và ngược lại, Long cũng là một "con vật lạ" thỏa mãn tính tò mò của dân địa phương, nhiều người từ trước đến giờ chưa thấy một thằng bé tây lai nào cả.

Long rất nhớ cây cầu và con sông nhỏ ở đầu chợ vì có một câu chuyện ngộ nghĩnh, câu chuyện khó tin nhưng hoàn toàn có thật, ngộ nghĩnh đến độ in sâu trong ký ức của Long cho đến mãi sau này.

[xxix] Thời đó tác giả nhớ chính xác con sông cách nhà 5 km về phía bắc, nhưng không nhớ tên con sông. Nay tìm tài liệu trên mạng thấy có con sông La Tinh là ranh giới huyện Phù Cát phía nam và huyện Phù Mỹ phía bắc, với cây cầu trên quốc lộ 1 là cầu Vạn Thiên, xưa có tên là cầu Phù Ly, chắc là con sông này.

Căn nhà tranh vách đất có đặc điểm là không những dùng cho người ở, mà lâu lâu có những khách nho nhỏ không mời vẫn cứ đến. Một hôm mẹ Long khám phá ra là dưới gầm giường trong nhà có mấy con cóc, chắc là muốn tìm chỗ mát mẻ tránh nắng gay gắt trời mùa hè. Mẹ sai Long chui vào bắt vứt đi. Việt Nam có câu ca dao *"Con cóc là cậu Ông Trời, Ai mà đánh nó thì trời đánh cho"*, chắc có lẽ muốn bảo vệ loài cóc vì nó giúp ích ăn mấy thứ côn trùng có hại chăng? Trong khi con ếch thì tha hồ ăn thịt, còn con cóc thì lại "không được đánh"!

Long lấy cán chổi khều mấy con cóc ra, dùng hai ngón tay nắm lấy hai vai từng con cho vào cái hộp giấy, mang ra ngoài ruộng khoai mì, rồi thả cho cóc nhảy đi, trong đầu nhớ câu dọa dẫm "ai mà đánh nó..." Vài hôm sau lại vẫn có cóc trong gầm giường, Long lại phải ra tay một lần nữa. Nhưng rồi vài ngày sau lại vẫn có cóc trong gầm giường. Long suy nghĩ, như vậy chắc là vẫn mấy con cóc hôm trước "ngựa quen đường cũ" trở lại chăng? Lại còn rủ thêm bạn bè nữa chứ! Làm sao nhận ra được cóc nào với cóc nào? Long bèn mang vứt ở cái ruộng xa thật xa.

Lần này nghĩ là chắc ăn rồi, ăn ngon ngủ kỹ. Nhưng vẫn không ăn thua, gầm giường mát mẻ vẫn thu hút đám cóc, lần này tất cả 6 con. Bà Quy nổi giận vì bà quen có uy với đám con đông đúc của bà, thế mà không trị được mấy con cóc này sao? Nhưng bà vẫn nghĩ đến lời dọa dẫm trong ca dao nên nói với Long bắt cóc mang vứt xuống sông tận trên gần chợ, cách đó 5 cây số.

Long khều 6 chú cóc ra, lấy sợi dây đỏ buộc cả 6 con thành một chùm. Dây đỏ này vốn dùng buộc vào lạp xưởng để treo lên từng cặp, khi ăn lạp xưởng thì giữ dây lại có khi cần đến. Và đây là lúc cần đến mấy sợi dây đỏ này, Long buộc xong mấy con cóc treo toòng teng trên tay lái xe đạp, đạp 5 cây số đến chiếc cầu. Chàng ngừng xe đạp giữa cầu, tựa xe vào thành cầu, lấy chùm cóc ra vứt cả chùm xuống dòng nước. Và nhìn nước cuốn đi...

Về nhà báo cáo với mẹ "hoàn thành nhiệm vụ"! Bà Quy thở phào nhẹ nhõm, lần này bà đã trị được đám cóc "cậu ông Trời" này rồi.

Vài tuần sau, một hôm bà lại gọi Long bảo có một con cóc lại nằm trong gầm giường. Long lấy cán chổi khều ra. Lưng nó vẫn còn sợi dây đỏ buộc lạp xưởng!

Từ đó Long suy nghĩ thêm tại sao ông bà mình ngày xưa lại nói "Con cóc là cậu ông Trời...", và càng khâm phục khả năng kỳ diệu của loài vật biết định hướng để tìm về chốn cũ...

26. Xe lửa bò, máy bay bể bánh

Suốt thời gian hơn 5 năm sống nội trú ở trường Adran Đà Lạt, Long về nhà một năm hai lần, vào dịp Tết và lúc nghỉ hè.

Thời đó trường của Pháp và các trường dạy theo chương trình Pháp học giống như bên Pháp, niên học chia làm ba tam cá nguyệt. Tam cá nguyệt đầu tiên từ ngày tựu trường đến nghỉ lễ Giáng Sinh và Tết tây, thứ hai từ đầu năm dương lịch đến nghỉ lễ Phục Sinh vào đầu tháng tư, và cuối cùng từ sau lễ Phục Sinh đến nghỉ hè. Nhưng ở Việt Nam, các trường này phải thêm một kỳ nghỉ nữa cũng hai tuần, đó là nghỉ Tết, chia tam cá nguyệt thứ hai ra làm hai đoạn.

Vào nội trú tại trường Adran đúng vào tam cá nguyệt thứ ba niên khóa 1956-57, lúc đó Long học lớp 5ème (tương đương với lớp đệ ngũ ngày xưa hay lớp 7 bây giờ). Thêm hai năm nữa là hết bậc trung học đệ nhất cấp, thi bằng BEPC (Brevet d'Etudes du Premier Cycle, bằng tốt nghiệp trung học đệ nhất cấp), được tổ chức chung cho tất cả các trường theo học chương trình Pháp. Học trò các trường ở Đà Lạt phải đến trường Lycée Yersin (còn gọi là Grand Lycée)[xxx] là trường trung học công lập của Pháp để thi. Thi viết xong còn phải thi vấn đáp. Thi cầu kỳ như thế mà cái bằng chỉ có « cho vui » thôi, vì dù không đậu cũng vẫn có thể học tiếp bậc trung học đệ nhị cấp, không như bằng tú tài, không đậu thì không học tiếp lên đại học được. Vì vậy mà chỉ vài năm sau bỏ bằng BEPC, vì tổ chức thi đã tốn kém mà chẳng ích lợi gì.

Trường Adran niên khóa 1961-62. Học sinh nội trú bốn lớp 3ème, 2nde, 1ère, Terminales

Bình thường ra thì học xong bậc trung học đệ nhất cấp, trường Adran hết lớp, học sinh phải qua trường khác học, ở Đà Lạt thì qua Lycée Yersin. Nhưng đúng năm Long học xong thì trường Adran mở thêm bậc đệ nhị cấp nên Long tiếp tục học Adran cho tới thi tú tài II năm 1962. Long còn nhớ rất rõ năm đầu tiên có đệ nhị cấp, lớp Seconde (đệ tam, lớp 10) chỉ có 11 học sinh, trong đó đã có đến 5 « thầy dòng con » rồi. Đó là những thanh niên còn trong thời gian tu hành để trở thành Sư huynh, đã qua giai đoạn nhà tập nên đã mặc áo dòng. 6 thằng con trai mới lớn học chung với 5 « chuẩn sư huynh », không phải chuyện thông thường, có lẽ chỉ trường Adran vào thời điểm đó mới có. Và dĩ nhiên những lớp sau đó cho đến

---

[xxx] Đà Lạt thời đó có Petit Lycée (bậc tiểu học) và Grand Lycée (bậc trung học). Hiện nay « lycée » được định nghĩa là trường có 3 cấp lớp cuối của bậc trung học (Seconde, Première, Terminale) tương đương với trường trung học phổ thông ở Việt Nam. Nhưng thời thế kỷ 19 qua đầu thế kỷ 20, bên Pháp có những trường « petit lycée » dành cho các học sinh (thường là thuộc thành phần ưu đãi trong xã hội) học để lên lycée học tiếp đến tú tài (phân biệt với « école primaire », học xong thi bằng tiểu học). Những trường này bị bãi bỏ từ sau đệ nhị thế chiến, và chỉ còn lại trường tiểu học cho tất cả học sinh, nhưng nhiều trường vẫn giữ tên cũ, điển hình là trường Petit Lycée ở Đà Lạt.

tú tài cũng vậy, học sinh học chung với thầy dòng con. Long có liên hệ rất tốt với những chuẩn sư huynh này, có người sau này không tiếp tục đường tu hành nữa, có người nắm giữ chức vụ quan trọng trong các trường Lasan. Một vài người trở thành bạn thân sau này gặp lại,

Qua hai niên khóa sau, số học sinh các lớp đệ nhị cấp tăng lên nhanh chóng, kể cả học sinh nội trú. Nhưng phải đợi đến niên khóa 1961-62 khi Long học lớp Terminale (lớp đệ nhất, 12) mới có hình chụp chung cả lớp để lưu niệm, và phải qua những năm sau nữa mới in cuốn kỷ yếu (palmarès) như trường Lasan Taberd ở Sài Gòn.

Trở lại chuyện học sinh nội trú về nhà mỗi năm bốn lần, riêng Long chỉ về hai lần. Trong hai kỳ nghỉ vào dịp Giáng Sinh và Phục Sinh, Long phải ở lại trường. Cũng may không phải chỉ có Long mà thường có khoảng mươi đứa khác, nhỏ tuổi hơn Long nhiều, cũng không về nhà được nên trường có tổ chức ăn uống cho nhóm nhỏ này. Gia đình mấy đứa này đang đi xa hoặc bận bịu sao đó không đón con về được. Riêng Long thì lý do rất đơn giản : mỗi lần về tốn tiền tàu xe, đối với gia đình Long không phải là món tiền nhỏ, nên Long không về, thế thôi.

Riêng trong dịp nghỉ Phục Sinh năm 1959, thay vì ở lại trường, Long được đi trại ở Nha Trang do hội Thanh Sinh Công trong các trường Lasan tổ chức. Trại viên đến từ các trường Lasan Taberd Sài Gòn, Mossard Thủ Đức, Pellerin Huế, Adran Đà Lạt, v.v… quy tụ trên đồi Lasan phía Hòn Chồng của Nha Trang. Ngọn đồi này có hai nhà tu của dòng Phan-xi-cô và dòng Lasan, đêm lễ Phục Sinh do linh mục Bertin của dòng Phan-xi-cô làm chủ tế, với nghi thức đặc biệt làm « phép lửa » ngoài trời trước khi vào trong nhà thờ, với tiếng hát lễ thánh thiện của các chủng sinh vang cả một góc đồi. Trại còn tổ chức đi chơi đảo Hòn Tre, và xa hơn nữa đi tới biển Đại Lãnh với bãi cát trắng tinh nổi tiếng đẹp ở chân Đèo Cả. Và cũng được xem những đống muối chất thành núi ở Hòn Khói, nơi sản xuất muối biển quy mô lớn.

Biệt thự Thánh Tâm Đà Lạt. Mấy ngày tĩnh tâm với linh mục Gagnon (dòng Chúa Cứu Thế). Hình chụp ngày 20-2-1961. Ngô Văn Hải, Phạm Ngọc Lân, Nguyễn Như Hải, Nguyễn Ngọc Thành, Đỗ Đức Hiền, Đặng Đức Tôn, Huỳnh Kim Chung

Khi ở lại trường trong những kỳ nghỉ Giáng Sinh và Phục Sinh như thế, Long có dịp làm quen với rất nhiều Sư huynh của dòng Lasan từ các nơi về đây nghỉ, vì khí hậu Đà Lạt là nơi lý tưởng cho mọi người đến nghỉ mát. Và vì Long lớn hơn những đứa trẻ khác ở lại trường lúc ấy, nên cuối cùng rất nhiều Sư huynh các nơi khác biết Long, thật ra là biết tên Jean Martin ở trường Adran. Ngược lại, Long không nhớ được tất cả các Sư huynh đến đây nghỉ dưỡng, vì nhiều quá !

Nhưng còn nghỉ hè thì dĩ nhiên phải về nhà hai tháng rưỡi, và nghỉ Tết thì dù thế nào chăng nữa cũng không thể không có mặt cùng với gia đình trong những ngày thiêng liêng nhất trong truyền thống dân tộc.

Ngoại trừ lần đầu được bà ngoại lên Đà Lạt đón về bằng xe đò, những lần sau Long đi một mình và đi xe lửa. Sau hai năm ở Phù Cát, đơn vị của ông Quy cha dượng Long đổi ra Quy Nhơn, và hai năm sau nữa đổi lên Kontum. Ở Kontum phải đi bằng máy bay, vì tuy Đà Lạt và Kontum đều nằm trên cao nguyên, nhưng nếu theo đường bộ thì phải xuống duyên hải, đi dọc bờ biển khá xa rồi mới đi ngược trở lên cao nguyên. Còn ở Phù Cát và Quy Nhơn, Long đi xe lửa. Cũng có một lần đi máy bay khi đã dọn ra Quy Nhơn, và lần đó Long sẽ nhớ suốt đời.

Ga Đà Lạt là một ga nhỏ, nhưng được xem là nhà ga có kiến trúc đẹp nhất của Đông Dương thời Pháp thuộc (cũng như trường Yersin được liệt vào hạng một công trình kiến trúc độc đáo nhất của Pháp thời đó). Đầu máy xe lửa ở đây nhỏ xíu, chạy bằng hơi nước, nước được đun bằng củi đựng trong một cái toa nhỏ kéo sau đầu máy. Sau đó có ba toa chở hành khách, mỗi toa cũng rất ngắn vì đường núi vòng qua vòng lại nhiều, không thể dùng toa dài bình thường được. Đặc biệt hai đầu của toa có chỗ đứng ngắm cảnh cũng là chỗ có bậc thang leo lên leo xuống.

Long luôn luôn lấy chuyến xe lửa buổi chiều, khoảng 6 giờ. Rất ít khách đi chuyến này, nên Long có thể thoải mái đi từ toa này qua toa kia, muốn ngồi chỗ nào cũng được. Nhưng thích nhất vẫn là đứng ngoài đầu toa cuối cùng để ngắm cảnh, hai tay chống vào lan can bằng sắt. Cảnh vật rừng núi thật hùng vĩ, gặp đêm trăng thì không những hùng vĩ mà còn thêm huyền ảo… Đặc biệt là khi qua đèo Ngoạn Mục, hết cái hầm ngắn lại đến cái cầu bắc qua thung lũng sâu thẳm, dưới đáy lấp lánh dòng suối bạc dưới ánh trăng. Con tàu đi thật chậm làm như cố ý cho Long có thì giờ thả hồn vào thiên nhiên bao la bát ngát đẹp mê hồn này[xxxi].

Có những chỗ độ dốc lớn quá, đường sắt phải lắp thêm một đường thứ ba ở giữa hai đường rầy, có răng cưa (crémaillère) để móc vào một bánh xe răng cưa gắn ở đầu máy. Khi đến đoạn đường này, đoàn tàu vốn đã chậm còn phải chậm hẳn lại để cái bánh răng cưa móc vào đường răng cưa một cách êm thấm. Những lúc đó, Long chỉ muốn nghịch ngợm nhấc thanh sắt chặn đường xuống bậc thang ra, nhảy ra khỏi tàu, chạy theo con tàu một đoạn rồi lại nhảy lên lại, chắc chắn không có gì khó khăn. Nhưng muốn là muốn vậy thôi, chứ có khi nào dám thực hiện ý tưởng ngông cuồng đó đâu !

[xxxi] Nhà ga Đà Lạt và các chuyến xe lửa này phải ngưng hoạt động vào cuối thập niên 60 vì chiến tranh. Hơn 40 năm sau, có dự án khôi phục một đoạn đường sắt với một đoàn tàu nhỏ cho du khách đi du ngoạn, giống như nhiều nơi bên Âu Châu, điển hình là « le petit train jaune » (đoàn tàu nhỏ màu vàng) trên núi Pyrénées (biên giới Pháp và Tây Ban Nha) đi từ Prades đến Font-Romeu.

Hết đèo Ngoạn Mục xuống đến đồng bằng, đoàn tàu chạy đến ga Tháp Chàm khoảng 10 giờ đêm. Đây là một ga lớn, cũng là ngã ba đường từ Đà Lạt xuống gặp đường từ Sài Gòn ra. Long phải xuống đây và chờ ở ga đến 1 giờ sáng thì có chuyến xe lửa từ Sài Gòn đi ra Nha Trang và Quy Nhơn. Đây là chuyến tàu với đầu máy chạy dầu, với cả chục toa dài chở hành khách, chưa kể vài toa chở đồ đạc. Một đoàn tàu « thứ thiệt » nghiến đường sắt hùng dũng lao vào đêm đen, chứ không phải mấy cái toa ngắn chủn hì hục mồ hôi mồ kê nhễ nhại trèo đèo băng suối trên cao nguyên !

Nhưng cũng không còn cái hứng thú đứng ngắm cảnh ở đuôi đoàn tàu nữa. Thứ nhất là ở đầu toa loại này không có chỗ đứng ở ngoài như các loại toa ngắn đi chậm. Thứ hai là đoàn tàu này đông khách, nhất là vào dịp Tết, không có chỗ chen chân, nói gì đến chỗ ngồi hay chỗ… ngắm cảnh ! Nhưng chuyện gì cũng có ngoại lệ, một lần Long được tha hồ ngắm các tháp Chàm trên đường từ Tháp Chàm đến Nha Trang trong những điều kiện hi hữu.

Lần đó vào giai đoạn Tết 59 hay 60, 61 gì đó, tàu Sài Gòn ra không còn đi đêm được nữa vì bắt đầu mất an ninh, nên lúc đến Tháp Chàm đã là buổi sáng. Khi đoàn tàu từ từ tiến vào ga, Long đã thấy hỡi ôi vì đông nghẹt người. Dịp Tết ai đi xa cũng về quê hoặc về gia đình ăn Tết, số lượng hành khách tăng lên gấp bội, sở Hỏa xa cũng như các phương tiện giao thông khác không đủ phương tiện đáp ứng nhu cầu. Hành khách đứng tràn ra đến cửa toa, không thể đóng lại được nữa. Long hoảng quá, làm sao về Quy Nhơn được đây ? Sau chỉ một phút chần chừ, Long phải làm như mọi người, nhào tới leo lên bậc thang ở cửa để cố chen vào, vai đeo cái túi xách nhỏ. Những người nhanh chân nhất đã lên được đến cửa dù không vào trong được nữa, sau đó có người phải đứng trên bậc thang, tay nắm cái thanh sắt gắn bên thành toa. Long cố chen lên, nhưng chỉ còn chỗ cho một chân trên bậc thang, mà cũng chưa được nguyên bàn chân ! Chân kia lơ lửng trong không trung, một tay bám chặt thanh sắt. Tha hồ hóng gió mát, tha hồ ngắm cảnh ! Cũng may mà tàu không chạy nhanh vì nguy hiểm quá, tất cả các cửa toa đều có chùm người đeo như thế…

Dù vậy, Long vẫn thích đi xe lửa hơn là đi máy bay, và có một kỷ niệm khó quên về máy bay khi gia đình đã dọn ra ở Quy Nhơn.

Từ Phù Cát ra Quy Nhơn nghĩa là từ quê ra tỉnh. Gọi là tỉnh, nhưng trong những năm 59, 60, thành phố Quy Nhơn chưa phát triển như sau này khi có quân đội Mỹ qua. Và cũng không thể so sánh với thành phố Đà Lạt thơ mộng được.

Gia đình Long thuê căn nhà mặt tiền đường Tăng Bạt Hổ, xế bên kia đường là trường bà sơ, rất tiện cho mấy đứa em Long đi học. Đường Tăng Bạt Hổ tuy nằm trong trung tâm thành phố (con đường chính là đường Gia Long, song song là Phan Bội Châu rồi đến Tăng Bạt Hổ), vậy mà căn nhà thuê này không có nước máy, nhưng trong sân sau có một cái giếng. Giếng này cũng rất khác giếng ở Phù Cát, hẹp hơn nhưng sâu hơn nhiều, vách xây bằng đá ong, trên miệng có xây thành đàng hoàng, chung quanh tráng xi-măng.

Đặc biệt nhất là có một cây nho leo lên một cái giàn nhỏ ngay bên cạnh giếng. Long đã thấy trong sách vở hình ảnh vườn nho bao la bát ngát bên Pháp, được trồng để làm rượu, đâu có thấy giàn gì đâu ! Sau mới biết là nho làm rượu người ta gọt tỉa cho thành những cây thấp ngay hàng thẳng lối để dễ hái trái nho, nếu để mọc tự nhiên thì nó leo lung tung. Và cho tới khi sống trong căn nhà này Long vẫn tưởng Việt Nam không trồng được nho vì phong thổ và khí hậu không thích hợp, không ngờ cái nhà này lại có một cây. Giàn nho này có trái đàng hoàng, nhưng… chua ơi là chua !

Ông Quy là người Bắc, nhưng rất mê cải lương. Ở đây có điện nên ông nghe đài Sài Gòn với cái radio Philips mang theo từ Đà Lạt. Hồi mua ông nhất định phải mua loại Philips Hòa Lan mới tốt, Philips Pháp không bằng, Long vẫn chưa hiểu sao cùng một hãng chế tạo ở hai nước đều tân tiến như nhau mà lại phân biệt như thế ! Mỗi tối thứ bảy có trực tiếp truyền thanh một tuồng cải lương từ một rạp hát nào đó ở Sài Gòn là ông Quy bắc thêm một cái loa ngoài hàng ba nhà, dân chúng chung quanh đến ngồi nghe chật cả hàng ba, tiếng vỗ tay vang rền mỗi khi nghe Út Bạch Lan hay Hữu Phước xuống xề để bắt đầu một đoạn vọng cổ mùi mẫn… Đúng là một món giải trí thật đơn giản và thật lành mạnh của giới bình dân thời bấy giờ.

Quy Nhơn có một rạp hát cũng dùng làm rạp xi-nê. Mỗi tuần đổi phim mới vào ngày thứ bảy, trước đó hai ngày liền có một chiếc xe hơi nhỏ treo hai tấm bảng quảng cáo hai bên, chạy qua các đường phố, trong xe có một người đánh trống tùng tùng, và tiếng loa quảng cáo inh ỏi phim sắp chiếu cuối tuần, lâu lâu ngừng lại chỗ đông người để phát tờ chương trình, thật ra là tờ quảng cáo. Đây là một cảnh lạ mắt đối với Long vì ở Đà Lạt không biết có quảng cáo phim kiểu này hay không, dù có chăng nữa Long cũng chưa có dịp thấy tận mắt.

Mùa hè ở Quy Nhơn cũng nóng không thua gì Phù Cát, nhưng nhờ thành phố ngay bờ biển nên khi có gió biển thì đỡ hơn một chút. Ban đêm có nhiều người ở nhà nóng quá phải ra biển ngủ, họ mang chiếu ra trải trên bãi biển có trồng nhiều phi lao. Nhưng dù trời nóng Long cũng lấy xe đạp đi thăm thú quanh vùng, các đường chính trên phố như Gia Long, Cường Để, con đường dọc theo bờ biển, đi về phía nam đến ghềnh Ráng…

Có một lần Long không nhớ rõ vì lý do gì, Long không đi xe lửa mà đi máy bay từ Đà Lạt về Quy Nhơn. Hãng Air Viet Nam thời đó có nhiều máy bay cánh quạt trước kia dùng trong đệ nhị thế chiến, loại DC3 hai máy (còn gọi là Dakota) và DC4 bốn máy. Đường bay Đà Lạt Quy Nhơn dùng máy bay DC3 và đáp xuống Ban Mê Thuột, Pleiku và Kontum trên cao nguyên trước khi đến Quy Nhơn ngoài duyên hải. Máy bay DC3 có đặc tính là khi đậu thì nghiêng hẳn về phía sau, vì hai bánh trước to cao, sau đuôi chỉ có một bánh nhỏ xíu. Vì vậy khi hành khách lên máy bay bằng cửa phía sau, phải vịn tay vào thành ghế để « leo lên » phía trước nếu ghế của mình ở phía trước.

Chỉ cần bước qua cửa máy bay là Long đã bắt đầu cảm thấy khó chịu rồi. Khi máy bay chạy trên phi đạo của sân bay Liên Khương (hồi đó còn gọi là Liên Khàng) cách Đà Lạt 30 cây số, và nhấc đuôi lên trước khi nhấc cả thân lên để cất cánh là ruột gan Long bắt đầu lộn tùng phèo, và chỉ qua vài cái « lỗ hổng không khí » (trou d'air) nữa là những gì trong bao tử bắt đầu tràn ra ngoài ! Khổ nhất là những lúc máy bay hạ cánh và cất cánh vì áp suất không đồng đều trong vùng rừng núi, nên máy bay nhồi lên nhồi xuống kinh khủng. Mà Long phải chịu đựng cảnh hạ cánh xuống Ban Mê Thuột, rồi lại cất cánh để hạ cánh xuống Pleiku, rồi cất cánh bay đi Kontum chỉ cách đó chưa đầy 50 cây số.

Cô chiêu đãi viên đến hỏi thăm chăm sóc tận tình cho Long nhưng cũng chẳng làm được gì cho đỡ bị say sóng. Long ngồi cạnh một nữ sinh mặc đồng phục xanh của trường Couvent des Oiseaux, trông lớn tuổi hơn Long, chắc cô này cũng ái ngại cho anh chàng trông khỏe mạnh mà sao mặt mày xanh mét…

Khi máy bay bắt đầu hạ thấp để đáp xuống sân bay Kontum thì Long đã không còn gì trong dạ dầy, và bụng bắt đầu đau quặn thắt. Vậy mà vẫn giật mình khi máy bay chạm đất ở phi trường Kontum, vì ngay sau đó máy bay bị xóc lên giống như xe hơi chạy nhanh trên ổ gà. Mọi người chưa có thì giờ hoàng sợ thì may quá, máy bay đã ngưng lại ở giữa phi đạo, rồi tắt máy đứng yên tại chỗ. Và phi công cho biết là rất tiếc máy bay đã bị bể bánh lúc đáp xuống, nhưng xin hành khách yên tâm, kiên nhẫn chờ sẽ có xe buýt ra đón vào nhà ga[xxxii].

Và rồi xe buýt đến đón hành khách tận chân máy bay, và mọi người được dịp ngắm cảnh một bánh máy bay rất lớn phía trước bị xẹp lép trông thật thiểu não ! Long quên cả tình trạng say sóng của mình, nhìn chăm chú vào cảnh tượng có một không hai này, không tưởng tượng được là bánh máy bay có thể bể ! Nhưng rồi nghĩ lại, bánh xe đạp bể được, tại sao bánh máy bay lại không có quyền bể ?

Lúc đó đã xế chiều, phải đợi đến sáng mai mới mang cái bánh máy bay khác đến thay, nên những hành khách chỉ ghé Kontum như Long phải ngủ lại đêm ở đấy đợi hôm sau đi tiếp đến Quy Nhơn, vì không có máy bay nào khác trên tuyến đường hẻo lánh này cả. Kontum thời đó là một thành phố cao nguyên nhỏ xíu, chỉ có một đường phố chính và một khách sạn duy nhứt. Khách sạn không đủ phòng cho mọi người, phải chấp nhận ở chung phòng. Đêm đó, Long ngủ chung phòng với cô chiêu đãi viên hàng không và cô nữ sinh trường Couvent des Oiseaux. Đó là lần đầu trong đời – và cũng là lần cuối cùng – Long trải qua một đêm trong một khách sạn với hai cô gái không quen biết - và cũng sẽ không bao giờ quen biết - nhờ máy bay bể bánh !

27. Bản sắc và giấy tờ

Những biến chuyển chính trị năm 1954 có ảnh hưởng sâu đậm trên cuộc đời của Long sau này, mà ngay lúc đó khó mà hình dung được.

Năm 1954 ông Ngô Đình Diệm đang lưu vong ở Bỉ được ông Bảo Đại lúc đó đang ở Pháp bổ nhiệm làm Thủ Tướng, trong khi hiệp định Genève về đình chiến ở Đông Dương đang tiến hành. Ông Diệm là người chống thực dân Pháp cũng như chống cộng sản, nên khi về nước lập chính phủ, ông phải đương đầu với sự chống đối mãnh liệt của các phe thân Pháp, cầm đầu là tướng Nguyễn Văn Hinh, chưa kể những phe phái có võ trang nổi loạn như Bình Xuyên ở Sài Gòn. Nhưng với sự giúp đỡ của Mỹ, ông bình định được miền Nam, đồng thời tổ chức thành công đón tiếp gần một triệu người di cư trốn chạy cộng sản từ miền Bắc vào. Ông Bảo Đại thấy không điều khiển được ông Diệm theo ý mình, bèn triệu ông qua Pháp với ý định cách chức ông để bổ nhiệm một thủ tướng khác. Nhưng ông Diệm không tuân hành mà ngược lại, còn tổ chức trưng cầu dân ý trong nước truất phế ông Bảo Đại

---

[xxxii] Năm 2007, Long trở lại thăm Kontum, thành phố đã phát triển lớn hơn trước nhiều, nhưng riêng phi trường Kontum không còn nữa, lúc đó dân chúng phơi sắn (khoai mì) trên phi đạo.

và lập ra chính thể Việt Nam Cộng Hòa mà ông làm Tổng thống, thay cho chính thể Quốc Gia Việt Nam do ông Bảo Đại làm Quốc trưởng.

Ông Ngô Đình Diệm khuyến khích những người Việt có quốc tịch Pháp lấy lại quốc tịch Việt Nam để tỏ lòng yêu nước. Đồng thời ông cũng ra đạo luật cấm người mang quốc tịch ngoại quốc không được hành một số nghề. Đạo luật này thật ra chỉ nhắm vào người Hoa, vì lúc đó Hoa kiều ở Chợ Lớn nắm tất cả nền kinh tế của Việt Nam trong tay họ. Vì vậy ở thời điểm này rất đông người Hoa phải nhập tịch Việt Nam để được tiếp tục hành nghề như trước đây.

Bà Quy mẹ của Long thấy là những luật lệ này có thể ảnh hưởng đến đời sống con mình sau này, vì Long có quốc tịch Pháp. Bà quyết định làm thủ tục nhập tịch Việt Nam cho Long. Bà lý luận là quốc tịch Pháp trước đây đã giúp cho Long được chính phủ Pháp lo chuyện học hành là một chuyện rất tốt. Nay Pháp đã rút và trả lại độc lập cho Việt Nam, Long cũng không theo họ qua Pháp để được tiếp tục giúp đỡ, như vậy quốc tịch Pháp chẳng còn giúp ích gì được nữa, mà có thể là nguồn của những rắc rối trong tương lai.

Thế là cậu bé vị thành niên theo mẹ đến tòa án trên đường Yersin Đà Lạt, khoảng gần trường Petit Lycée, để làm thủ tục nhập tịch Việt Nam. Và sau hơn một năm chờ đợi, khi cả nhà đã dọn đi Phù Cát và Long đã vào nội trú, bà Quy nhận được sắc lệnh số 475-TP ngày 16 tháng 11 năm 1957 của Tổng Thống Việt Nam Cộng Hòa với chữ ký "Ngô Đình Diệm", nội dung chính như sau:

"Nay cho phép vị thành niên Martin Jean, quốc tịch Pháp, sinh ngày 20 tháng 11 năm 1944 tại Sài Gòn (Nam Phần), mẹ là bà Lê Thị Kim, nhập quốc tịch Việt Nam. Đương sự được phép lấy tên họ Việt Nam là: Hoàng Kim Long."

Tại sao lại tên là Hoàng Kim Long mà không phải Lê Kim Long như khi cậu bé mới chào đời? Vì mẹ của Long muốn xóa bỏ quá khứ, bà không muốn cho Long cảm thấy mình khác với mấy đứa em, bà muốn là trên giấy tờ, Long là anh cùng cha cùng mẹ với đàn em. Nhưng cuối cùng bà không đạt được điều mong muốn vì giấy tờ chỉ nói Long có mẹ là Lê Thị Kim, mà không nhắc gì đến cha là ai cả. Như vậy là Long vẫn tiếp tục có "cha vô danh".

Cuộc đời Long biến hóa về bản sắc như thế. Khởi đầu là một đứa bé sinh ra có tên là Lê Kim Long, đến năm 4 tuổi trở thành Jean Martin với quốc tịch Pháp, rồi năm 13 tuổi hóa thành Hoàng Kim Long với quốc tịch Việt Nam.

Nhưng chưa hết!

Trong dịp nghỉ hè 1958, khi Long về Phù Cát với gia đình, bà Quy quyết định làm lại giấy tờ cho Long, lần này sẽ là một tờ giấy vĩnh viễn! Thời đó, giấy thế vì khai sanh rất dễ làm, vì qua thời chiến tranh, biết bao nhiêu địa phương bị mất sổ bộ, không còn cách nào trích lục giấy khai sanh gốc được nữa, chưa kể là ngày xưa ở các vùng quê, chuyện cha mẹ sanh con trong mấy năm đầu không khai báo gì cả với chính quyền xảy ra thường xuyên. Vì vậy mới có thủ tục đơn giản giúp người dân làm tờ "thế vì khai sanh" để mọi người có giấy tờ hộ thân trong xã hội mới. Theo thủ tục này, chỉ cần ba người làm chứng ra tòa khai biết rõ đương sự là đủ.

Nghĩ cho cùng thì không phải dễ mà tìm ra ba người thực sự biết rõ đương sự từ mười mấy năm trước, nhưng tìm ra ba người bạn cùng đơn vị sẵn sàng giúp làm lại giấy tờ thì không khó tí nào cả. Vì là chuyện "giấy tờ" nên chẳng có gì trầm trọng nếu không biết gì cũng cứ nói là "biết rõ"! Truyền thống Ta khác với truyền thống Tây là thế, giấy tờ trong văn hóa Tây phương rất quan trọng, còn trong văn hóa xứ mình thì chỉ là... giấy! Nên giấy tờ không đúng lắm cũng chẳng sao, miễn là giúp ích được cho đương sự mà không có hại gì cho người khác.

Từ khi ông Quy về Phù Cát đã có thêm nhiều bạn bè trong quân đội, nên ông nhờ ba người đứng ra làm chứng trước tòa để làm giấy thế vì khai sanh cho Long. Và ngày 26 tháng 8 năm 1958, Tòa Hòa giải Phù Cát cấp một Chứng thư thay giấy khai sanh, nội dung chính như sau:

"Trước mặt chúng tôi, N. Quận Trưởng kiêm Thẩm phán Tòa Hòa Giải Quận Phù Cát, có ông M. Lục sự ngồi giúp việc. Có đến trình diện [kể tên tuổi ba nhân chứng]. Các nhân chứng nói trên, đều đã trưởng thành, sau khi thề nói sự thật, nói toàn sự thật đã lần lượt khai và chứng nhận biết đích thực:

Hoàng Kim Long (con trai), Quốc tịch Việt Nam, đã sanh ngày 20 tháng 11 năm 1944 tại Sài Gòn (Nam Phần), hiện trú quán tại xã Cát Trinh, quận Phú Cát, tỉnh Bình Định, là con của ông Hoàng Văn Quy [...] và bà Lê Thị Kim [...]."

Vậy là kể từ năm 14 tuổi, trên giấy tờ Long trở thành một đứa trẻ có cha có mẹ như triệu đứa trẻ khác. Có thể nói tờ chứng thư thay giấy khai sanh này xác định cho Long một bản sắc mới, bản sắc thứ tư trong cuộc đời của Long. Và nó sẽ theo Long suốt đời.

Hai mươi hai năm sau, khi Long cùng vợ con đến Pháp một ngày tháng 7 năm 1980, Long được chính phủ Pháp cấp cho một "Carte de Séjour provisoire" hiệu lực một năm (tạm dịch là Thẻ tạm trú) với tên Hoàng Kim Long, giống như mọi người Việt Nam đến tị nạn cộng sản tại Pháp vào lúc đó.

Một ngày đẹp trời, Long tò mò đến Tòa án ở Clichy là nơi Long đang ở, một ngoại ô sát với thủ đô Paris. Long trình bày với người có thẩm quyền ở đấy về trường hợp của mình, đã có một thời mang tên Jean Martin với quốc tịch Pháp. Người này thấy câu chuyện cũng khá hi hữu, muốn biết hư thực ra sao, bèn lấy lời khai của Long và gửi hồ sơ về Nantes là nơi có cơ quan hộ tịch giữ giấy tờ của những người Pháp sinh ở ngoài nước Pháp.

Vài tháng sau, Long nhận được giấy gọi của ông lục sự tòa án. Đến nơi, ông này trao cho Long một tờ giấy và nói: "Tôi rất hân hoan báo tin ông biết rằng ông vẫn là một công dân Pháp." Tờ giấy này là một *"Chứng thư quốc tịch Pháp"* mang số 414, đề ngày 5 tháng 10 năm 1981, đoạn chính khẳng định: *"Ông Jean Martin là một công dân Pháp chiếu theo..."* và giải thích là *"Việc ông lấy quốc tịch Việt Nam không làm ông mất quốc tịch Pháp vì chuyện này xảy ra lúc ông còn vị thành niên. Khi đã trưởng thành, ông đã không làm thủ tục chọn quốc tích Việt Nam. Việc ông lấy tên Việt Nam khi nhập tịch Việt Nam không làm cản trở gì cả (n'est pas opposable). Vậy nên ông được tiếp tục mang tên Jean Martin."*

Cùng với Chứng thư quốc tịch Pháp này, ông lục sự trao cho Long một tài liệu thứ hai, đó là giấy khai sinh của Jean Martin, con bà Lê Thị Kim, cha vô danh.

Vậy là năm 37 tuổi, Long lại có giấy tờ xác nhận mình có quốc tịch Pháp, có tên Pháp, và cha vô danh!

Long hỏi ông lục sự thủ tục tiếp theo phải làm gì, ông này trả lời: *"Mời ông qua ty cảnh sát ngay bên cạnh đây, với hai tờ giấy này, người ta sẽ làm cho ông thẻ căn cước vì ông là công dân Pháp mà!"*

Đầu óc Long vẫn còn choáng váng vì mọi sự xảy đến quá đột ngột. Chàng vẫn chưa tưởng tượng là sao có thể dễ dàng biến hóa từ Hoàng Kim Long trở lại Jean Martin như vậy! Sau mấy chục năm trời! Chàng mới có thẻ tạm trú với tên Hoàng

Kim Long, và qua nhiều thủ tục phức tạp mới có được thẻ tị nạn của cơ quan OFPRA (Office Français Pour les Réfugiés et les Apatrides, Cơ quan Pháp quốc lo cho người tị nạn và người không có quốc tịch).

Chàng cám ơn ông lục sự tòa án và đi về, không qua ty cảnh sát như ông dặn.

Càng suy nghĩ, Long càng cảm thấy tất cả sự phức tạp mà cũng ngộ nghĩnh của giấy tờ hộ tịch của mình. Từ lúc 14 tuổi, Long đã sống với một tờ khai sinh tên Hoàng Kim Long. Tờ khai sinh này có được là do mấy người chứng "làm chứng đại cho có" nhưng nó đã trung thành theo Long suốt đời… Tất cả bằng cấp của Long, từ bằng BEPC (trung học đệ nhất cấp) đến bằng Tú Tài, rồi các bằng Đại học sau này đều tên Hoàng Kim Long. Khi lấy vợ, trong hôn thú cũng tên Hoàng Kim Long. Và rồi đến đời con cũng có cha là Hoàng Kim Long. Đâu thấy Jean Martin ở chỗ nào đâu? Không lẽ xóa bỏ hết quá khứ đó?

Về nhà, Long cất kỹ vào thùng tồn trữ hồ sơ những giấy tờ ông lục sự ân cần trao, và tiếp tục cuộc sống như không có chuyện gì xảy ra.

Vài năm sau, theo những thủ tục quy định của Pháp, Long làm đơn xin nhập tịch và được chấp thuận. Giấy tờ ghi là "hồi tịch (réintégration)" thay vì "nhập tịch (naturalisation)". Cũng không có lời giải thích chính thức nào về cách dùng từ này, nhưng khi tìm hiểu thêm thì được biết Long « hồi tịch » vì sinh năm 1944 ở Sài Gòn, tức là ở Nam Kỳ trong thời kỳ vùng đất này còn là một thuộc địa của Pháp.

Một lần nữa, Long trở thành công dân Pháp, nhưng lần này như một người Việt Nam xin vào quốc tịch Pháp với tên Hoàng Kim Long, với tên cha và tên mẹ trên giấy tờ, không còn là « cha vô danh » nữa.

Phần II : Trong cơn lốc của lịch sử (1962-1975)

28. Những ống nghiệm đầu tiên

- Con không làm nghề đó được đâu ! Từ trước tới giờ con vẫn ước mong sau này làm việc gì có liên quan đến nghiên cứu và dạy học. Con thích nhất là vật lý. Con không tưởng tượng được có ngày con đứng bán thuốc trong một tiệm thuốc tây !

Long ngồi nói chuyện với Sư huynh Antonin, một người thầy cũ của mình ở trường Adran. Thời gian : mùa hè 1962. Không gian : sân trước của trường Taberd Sài Gòn, đường Nguyễn Du, ngay gần nhà thờ Đức Bà. Đang lúc nghỉ hè nên trường vắng tanh, hai thầy trò ngồi trên một ghế đá dưới tán lá những cây cổ thụ trong sân rộng thênh thang. Bóng mát làm dịu hẳn cái nóng bức của mùa hè Sài Gòn. Tiếng xe cộ tấp nập trên đường Hai Bà Trưng bên hông trường cũng chỉ còn là một âm thanh văng vẳng đâu đây. Giữa trung tâm một thành phố náo nhiệt như thế mà có được một khoảng yên bình như vậy thật không ngờ.

Long mới đậu tú tài tháng sáu vừa rồi. Có bằng cấp trong tay, chàng thanh niên 18 tuổi vẫn chưa biết lên đại học phải chọn ngành gì. Suốt 10 năm học ở Đà Lạt từ 1952 đến giờ, chàng sống vô tư lự, khép mình trong cái vỏ bọc che chở của ngôi trường nội trú. Giờ đây chàng như con bướm chui ra khỏi cái kén, nhìn đời với con mắt tò mò thích thú, thích thú nhưng vẫn không giấu được vẻ ngô nghê của thằng con trai chưa biết gì về đời.

- Nhưng con thừa biết là ở Việt Nam hiện nay, con không có hy vọng làm được gì gọi là nghiên cứu khoa học cả, vì đất nước còn nghèo, làm sao có phương tiện cho con nghiên cứu ! Nếu con đi Pháp thì họa may, mà ngay bên Pháp cũng không phải dễ sống bằng nghề nghiên cứu đâu.

Sư huynh Antonin là thầy dạy môn Lý Hóa, có cảm tình đặc biệt với Long từ vài năm qua. Trong khi Long chưa biết phải học gì sau khi có bằng tú tài, thì chính Sư huynh đề nghị lo cho Long bước đầu ở Sài Gòn. Chàng xuống ở tạm vài ngày trong trường Taberd cùng với thầy cũ trong một phòng dành cho khách vãng lai. Người thầy cũ ưu ái nhắc nhở Long phải biết thức thời, và đề nghị Long theo học ngành Dược.

Long đã hai lần bỏ qua cơ hội đi Pháp, vì không thể bỏ mẹ và đàn em ở lại để chỉ lo cho thân mình. Lần đầu vào năm 1954, khi Sở xã hội Pháp đề nghị đưa cậu bé Long 10 tuổi đi Pháp nuôi cho ăn học đến khi trưởng thành. Cả hai mẹ con đều biết chắc là đi như thế sẽ coi như vĩnh viễn không gặp lại nhau nữa. Và quyết định không đi, không chút luyến tiếc.

Lần thứ hai gần đây hơn, trong thời gian Long đang học lớp Math-Elem (lớp 12 ban Toán) nội trú trong trường Adran, một hôm có Sư huynh Cyprien trước đây là Giám tỉnh[i] dòng Lasan gặp riêng Long và đưa cho một bao thơ lớn dầy cộm,

---

[i] Chức Giám tỉnh (Visiteur) trong dòng Lasan là chức đứng đầu một tỉnh dòng, thời đó tỉnh dòng Việt Nam bao trùm cả Cambốt. Sư huynh Cyprien làm Giám tỉnh 10 năm từ 1951 đến 1960, sau đó là Sư huynh Bernard Bường từ 1960 đến 1969. Sư huynh Cyprien cũng từng là hiệu trưởng nhiều trường Lasan, trong đó có trường Taberd. Ông là người Việt Nam đầu tiên nắm những chức vụ quan trọng này, trước kia do các Sư huynh người Pháp đảm trách.

nói : *« Con muốn đi Pháp học sau khi đậu tú tài thì con điền vào đơn trong hồ sơ này, tất cả mọi thủ tục sẽ có người lo hết cho con. »* Sư huynh giải thích thêm là sang Pháp Long sẽ có học bổng để theo học một ngành mình chọn trong một trường kỹ sư của các Sư huynh dòng Lasan ở thành phố Lyon, trường ECAM[i] (Ecole Catholique des Arts et Métiers = Trường Công giáo đào tạo kỹ sư Công nghệ). Còn chuyện giấy tờ xin xuất ngoại về phía Việt Nam thì đã có người lo tất cả từ đầu đến cuối, đó là những cựu học sinh của các trường Lasan nay làm những chức vụ cao cấp trong chính quyền. Phải nói Sư huynh Cyprien giữ những chức vụ quan trọng trong dòng nhưng cũng rất thân thiện với học trò nên được mọi người quý mến. Vả lại Long cũng vô cùng ngạc nhiên khi được Sư huynh tỏ lòng ưu ái lo cho tương lai học hành của mình như vậy.

Mẹ Long khi biết chuyện này vừa nói vừa khóc *« Con sang Pháp thì chắc chắn con học thành tài, rồi con lấy cô vợ đầm, con sống sung sướng bên đó, con còn muốn trở về đất nước nghèo khổ đang có chiến tranh này nữa không? »* Nếu Long sinh ra trong một gia đình « bình thường » thì chắc sẽ không bỏ qua cơ hội đi Pháp này, nhưng Long đã có cuộc sống « không bình thường » từ bé. Nên Long cám ơn Sư huynh Cyprien đã thương mà lo cho mình như thế, nhưng đành phụ lòng ân nhân thôi. Bao thơ dầy cộm được xếp vào đáy tủ giữ làm kỷ niệm.

Cũng như Sư huynh Cyprien, Sư huynh Antonin biết rõ hoàn cảnh gia đình Long, vì vậy ông khuyên Long theo học ngành Dược.

- Dù con không có tiền để làm chủ một nhà thuốc tây, con vẫn có thể hùn hạp với người có tiền để mở tiệm thuốc, và như vậy con sẽ sống sung túc mà có thể giúp đỡ cho gia đình được.

- Nhưng con nghĩ con sẽ không đủ kiên nhẫn đứng tám tiếng một ngày trong một cửa hàng để bán thuốc cho khách hàng...

- Long ơi ! Nghề Dược sĩ không nhất thiết phải mở nhà thuốc tây đứng bán thuốc, còn nhiều công việc khác trong ngành Dược. Con có thể làm việc trong một viện bào chế thuốc, hoặc làm trong một phòng thử nghiệm y khoa...

Ông nói ngày mai sẽ đưa Long đến viện bào chế Roussel, ở đấy có một học trò cũ của ông bây giờ làm giám đốc kỹ thuật, ông muốn cho Long thấy là công việc ở đấy không nhàm chán chút nào.

Anh chàng mới lớn có đầu óc mơ mộng trên mây hơn là hai chân đứng vững trên mặt đất. Long thích môn vật lý, không phải vật lý nói chung mà là vật lý vũ trụ. Trong hai năm cuối cùng nội trú ở Đà Lạt, chàng được chính Sư huynh Antonin gieo vào đầu chàng niềm đam mê ngành vật lý này khi đêm đêm chỉ cho chàng những chùm sao trên bầu trời trong vắt của Đà Lạt khi không bị mây mù bao phủ. Đà Lạt thuở đó không khí chưa bị ô nhiễm, trường Adran nằm giữa rừng thông nên ban đêm không bị ánh đèn thành phố làm lu mờ các vì sao. Giải ngân hà vắt qua nền trời đen thẫm, đúng là « con sông bạc » đẹp mê hồn mà dân thị thành không khi nào thấy được. Trên dòng sông đó và chung quanh cả bầu trời đêm nổi lên những ngôi sao lấp lánh mà dần dần Long thuộc lòng tên tiếng Pháp của các vì

---

[i] Trường ECAM do các Sư huynh dòng Lasan bên Pháp thành lập năm 1900 ở thành phố Reims. Trong đệ nhất thế chiến 1914-18, thành phố bị bom và trường bị tiêu hủy. Sau đó trường chuyển về Lyon, phát triển mạnh và tồn tại đến bây giờ. Từ 1977, dòng Lasan chuyển nhượng trường cho một "Fondation ECAM" quản lý.

sao chính cũng như tên các chùm sao. Nào là Sirius lấp lánh xanh được xem như hoa khôi của bầu trời, nào là Aldebaran là con mắt đỏ của con bò mộng (Taureau). Rồi sao này to cỡ nào, sao kia xa bao nhiêu năm ánh sáng… Long mượn sách về khoa học vũ trụ để nghiền ngẫm và bắt đầu làm quen với những khám phá mới của ngành học này, những danh từ lạ lẫm như « pulsar », « quasar », « lỗ đen »… làm quen với những lý thuyết về sự hình thành của vũ trụ, của các thiên thể… Từ đó ước mơ suốt đời mình được làm công việc nghiên cứu trong ngành vật lý vũ trụ, theo gót các nhà bác học tiên phong đã để lại tên tuổi cho hậu thế. Thật là giấc mộng lớn !

Nhưng thực tế phũ phàng hơn nhiều, và dần dần anh chàng có đầu óc mơ mộng lãng mạn cũng biết đó chỉ là giấc mơ, và sẽ mãi mãi là một giấc mơ…

Long nghĩ đến việc theo học ngành Vật lý ở Đại học Khoa học Sài Gòn, như vậy cho đúng sở thích của mình. Nhưng cũng chính Sư huynh Antonin – thầy cũ dạy Long môn vật lý ở trung học, và biết rõ Long rất giỏi về môn này – là người khuyên chàng không nên. *« Con học ở Đại học Khoa học ra, cuối cùng cũng chỉ dạy học là cùng, lương chỉ đủ ăn. Con có nhiều khả năng, muốn học cái gì cũng sẽ thành công, nhưng con nên nghĩ đến thực tế là sau này ra đi làm phải kiếm được khá tiền vì nhà con nghèo, con còn phải giúp đỡ gia đình nữa. »*

Thời đó, rất nhiều học sinh giỏi theo học y khoa, nhiều khi theo sở thích, nhiều khi không. Ngành y xưa nay vẫn được trọng vọng vì là nghề giúp ích thiết thực cho từng cá nhân con người, vì ai chẳng có lúc bệnh hoạn. Gia đình nào cũng muốn có một bác sĩ trong đám con cái của mình, và gia đình của Long cũng thế. Nhưng Long chưa khi nào nghĩ đến học Y khoa cả. Lúc đó chàng không thắc mắc tại sao chàng không muốn học ngành y, sau này suy nghĩ mãi, có lẽ vì chàng sợ phải hằng ngày tiếp xúc với sự đau khổ và bệnh tật của con người. Làm thầy thuốc cốt để xoa dịu những đau khổ đó, sao lại sợ ? Chàng khám phá ra là vì chàng có tâm hồn quá nhạy cảm, không những sợ phải tiếp xúc với nỗi khổ đau của đồng loại, mà sợ hơn nữa là phải đối đầu với tình huống của người bác sĩ bó tay trước một con bệnh hiểm nghèo.

Cuối cùng thì đuối lý, Long đồng ý theo thầy cũ của mình đến gặp người học trò cũ của ông nay là dược sĩ giám đốc kỹ thuật một viện bào chế lớn.

Sáng hôm sau, hai thầy trò đi bách bộ xuống bờ sông Sài Gòn, nơi có viện bào chế Roussel trên đại lộ Nguyễn Huệ. Ra khỏi công trường Taberd rẽ trái đường Nguyễn Du, đi chút xíu đến công viên lớn trước nhà thờ Đức Bà với tượng Nữ Vương Hòa Bình trắng toát giữa vườn hoa xanh tươi. Rẽ trái lần nữa đi vào con đường Tự Do nổi tiếng của trung tâm Hòn Ngọc Viễn Đông, một con đường không rộng như các đại lộ khác, nhưng rất sang trọng từ thời Pháp với cái tên Catinat quen thuộc, với những khách sạn lớn như Continental, Caravelle, Majestic, những quán ăn nổi tiếng như Givral, Brodard, những cửa hàng bán đồ đắt tiền…

Thời đó, không phải chỉ có *« con đường Duy Tân, cây dài bóng mát[i] »* mà đường nào ở trung tâm Sài Gòn cũng *« cây dài bóng mát »* cả. Hai thầy trò thả bộ xuống đường Tự Do, đến tòa nhà Quốc Hội rẽ phải vào đại lộ Lê Lợi, rồi rẽ trái xuống đại lộ Nguyễn Huệ, đi qua mấy cái « kiosques » bán hoa, với tiệm hình Provence nổi tiếng. Viện bào chế Roussel nằm ở cuối đại lộ này, gần đến bờ sông.

---

[i] Lời trong ca khúc "Trả Lại Em Yêu" của Phạm Duy

Ông Ph. dược sĩ học trò cũ của Sư huynh Antonin tiếp đón hai thầy trò thật niềm nở trong văn phòng sang trọng của một giám đốc kỹ thuật trong một viện bào chế thuốc của Pháp. Sau phần giới thiệu và hỏi thăm giữa thầy trò cũ lâu ngày không gặp, ông hướng dẫn mọi người xuống thăm phòng thí nghiệm nơi các nhân viên làm việc. Lần đầu Long thấy tận mắt những dụng cụ đơn giản như ống nghiệm, dụng cụ thủy tinh lấp lánh, đồng thời cũng khám phá ra những máy móc tân kỳ mà dĩ nhiên anh chàng mù tịt chẳng biết để làm gì. Đây là lần đầu Long vào một phòng thí nghiệm, vì khi học môn lý hóa ở bậc trung học, chàng chỉ được học lý thuyết suông, trường không có phương tiện để trang bị phòng thí nghiệm.

Ông Ph. là người đi trước và thành công trong ngành Dược nên cũng cố thuyết phục Long theo con đường mình đi. Cũng như Sư huynh Antonin thầy chung của hai người, ông nói khi học xong Đại học Dược khoa, người dược sĩ có thể hành nghề trong nhiều lãnh vực, mở nhà thuốc tây dĩ nhiên, nhưng cũng có thể làm nhiều công việc khác nhau trong viện bào chế. Bằng chứng là ông đã trở thành giám đốc kỹ thuật của một viện bào chế nổi tiếng của Pháp.

Và cuối cùng, ông đưa ra một lý lẽ làm cho Long không thể nào cưỡng lại được : ông hứa sẽ dẫn đến giới thiệu với người bạn học của ông là một dược sĩ người Pháp hiện làm trưởng phòng dược phẩm và bào chế thuốc của bệnh viện Grall[i], mà dân Sài Gòn cũng gọi là bệnh viện Đồn Đất. Ông nói thêm là muốn học Dược phải qua một thời gian tập sự ở một dược phòng, tập sự xong phải qua kỳ thi tổ chức ở đại học để lên năm thứ hai. Mà thời gian tập sự đó, nếu làm ở bệnh viện Grall là không đâu bằng vì dược phòng ở đấy có nhiều phương tiện, đầy đủ thuốc men và mỗi ngày phải bào chế rất nhiều theo toa của bác sĩ trong các trại bệnh. Cuộc thi sau thời gian tập sự này khá gay go, nên được hướng dẫn tập sự đúng mức là điều rất quan trọng cho tương lai sau này.

Ông nói thêm là ở đây chỉ nhận đúng 20 sinh viên tập sự nên xin vào rất khó nếu không có người giới thiệu. Hơn nữa đây là một bệnh viện của Pháp, ông dược sĩ là người Pháp nên học trò cũng phải thông thạo tiếng Pháp mới được nhận. Ngoài ra ông dược sĩ Pháp này có khuynh hướng nhận nữ sinh viên hơn là nam sinh viên nên càng không phải dễ mà xin vào, nếu Long được học ở đấy thì không gì hơn. Thật Long không ngờ sao mình lại được « thánh nhân đãi kẻ khù khờ » như vậy !

Thường thì trong các ngành học khác, nếu có tập sự cũng phải đợi sau vài năm học có đủ kiến thức rồi mới đi tập sự, hoặc là tập sự trước khi ra trường. Riêng ngành dược có tổ chức khác hẳn, phải qua một năm tập sự trong một dược phòng bào chế và phân phối thuốc để xem mình có khả năng và có ý chí theo học ngành dược hay không, rồi qua một kỳ thi sát hạch khó khăn, mới được vào đại học để tiếp tục học ngành này. Đến niên khóa 1962-63 thì có một cải tổ quan trọng, thời gian tập sự chỉ còn lại 6 tháng thay vì một năm, thi đậu tập sự rồi học thêm 4 tháng

---

[i] Bệnh viện Grall là hậu thân của một bệnh viện quân sự của Pháp, từ thế kỷ 19 khi Pháp chiếm Nam kỳ. Qua đầu thế kỷ 20, bệnh viện bắt đầu nhận bệnh nhân dân sự, dù vẫn do quân đội quản lý. Các bác sĩ, nha sĩ, dược sĩ đều là sĩ quan của quân đội Pháp. Grall là tên của một bác sĩ có công mở mang bệnh viện này. Năm 1978, bệnh viện Grall trở thành bệnh viện Nhi Đồng 2.

cuối cùng của năm thứ nhất các môn hóa vô cơ, hóa hữu cơ và vật lý, để có kiến thức nền tảng cho những môn học chuyên ngành sau này.

Ông Ph. hẹn ngày hôm sau đưa Long đến bệnh viện Grall. Mọi sự diễn ra ổn thỏa, Long được nhận vào tập sự tại đấy.

Cổng chính bệnh viện Grall thời xưa, đường Gia Long, hồi đó là đường Lagrandière (hình lấy từ Internet)

Và thế là vào một buổi sáng đẹp trời đầu tháng 8 năm 1962, Long đạp xe đến cổng bệnh viện Grall, xuống xe đạp nói với người gác cổng là sinh viên đến tập sự trong dược phòng. Bệnh viện rất rộng, đường đi nhiều cây cao bóng mát, dược phòng nằm phía sau nên phải đạp xe vào khá xa. Và lần đầu trong đời Long xúng xính chiếc áo « bờ lu » trắng tinh cùng với 17 nữ sinh viên và 2 nam sinh viên khác, trong một buổi họp đầu tiên với Dược sĩ Đại úy C., trưởng phòng dược của bệnh viện, và hai người phụ tá, một Việt một Pháp sẽ theo sát hướng dẫn sinh viên trong 6 tháng tập sự tại đây.

Long vừa thực hiện một bước ngoặt quan trọng của đời mình.

29. Một cuộc sống mới

Long cảm thấy tim mình đập nhanh hơn. Chàng cầm cây dù của Thu che cho hai người chạy từ phòng họp qua ngôi nhà lớn là nơi có phòng bào chế của bệnh viện Grall, nơi sinh viên tập sự. Chạy qua cái sân rộng, trời mưa to, cái dù nhỏ, hai người phải nép sát vào nhau, cánh tay cầm dù của Long chạm vào vai Thu qua nhịp chạy của hai người. Cử chỉ đơn giản, nhưng hai làn da đụng nhau qua lớp vải mỏng làm chàng trai mới lớn cảm thấy như có một luồng điện chạy qua toàn thân, và tim đập dồn dập…

Quả thật chàng trai 18 tuổi này, cho tới nay chỉ có bạn học là con trai, sống trong nội trú cũng toàn con trai, nay bỗng nhiên mỗi ngày học và làm việc trong một lớp đa số là phái nữ. Mỗi buổi sáng là công việc bào chế thuốc trong dược phòng của bệnh viện Grall dưới sự hướng dẫn của hai người phụ tá của ông dược sĩ trưởng phòng. Buổi chiều chỉ phải đến khi có học lý thuyết. Làm công việc bào chế, có những việc đơn giản cũng tương tự như làm bếp, chỉ khác là phải cân đo liều lượng thật chính xác vì đấy là những thuốc dùng trong các trại bệnh, không phải chỉ bào chế để học mà thôi. Vì vậy nên các sinh viên tập sự trao đổi và làm việc chung với nhau trong bầu không khí thân mật chẳng khác gì một gia đình.

Trong bối cảnh có 17 cô con gái mà chỉ có 3 thằng con trai, « cán cân lực lượng » thấy rõ ngả về bên nào rồi. Long dĩ nhiên bị lép vế, hơn nữa chàng nhỏ tuổi nhất trong đám, nên đối với các bạn nữ sinh viên, chàng chỉ là đứa em út trong nhà. Mà thật vậy, mọi người đều có cảm tình với anh chàng vừa nhút nhát, nhưng cũng vừa sẵn sàng giúp đỡ mọi người khi cần. Đặc biệt là khi phải đụng đến môn toán thì Long thật hữu ích, giảng giải cặn kẽ cho các bạn khi có điều gì khó hiểu ; thí dụ nói về pH mà không có căn bản để hiểu rõ logarit thì cũng khó ! Vả lại nhiều người thắc mắc tại sao một anh chàng có tú tài toán mà theo học ngành dược ?

Long cũng đủ sáng suốt để biết địa vị « em út » của mình trong lớp học, nhưng chàng cũng không thể cưỡng lại được những rung động của con tim lần đầu biết thế nào là sống thực. Ở tuổi của chàng, được tiếp xúc hằng ngày với phái nữ, làm sao tránh khỏi tình cảm nảy nở, dù chỉ là tình cảm một chiều ! Và người mà Long cảm thấy tim đập loạn xạ mỗi khi nói chuyện chính là Thu, với dáng điệu mảnh dẻ của người con gái Việt Nam, và với giọng nói dịu dàng của cô gái Huế. Thu là một trong vài sinh viên trước đây là nữ sinh trường Couvent des Oiseaux, trong khi đa số các bạn khác đều học trường Marie Curie[i]. Có lẽ Thu cũng đoán được anh chàng này có cảm tình đặc biệt với mình, nhưng vẫn giữ được vẻ tự nhiên của « kẻ cả ». Vì thế chẳng ngại ngùng khi thấy trời mưa to mà Long không có dù, tình nguyện cho mượn dù để cùng nhau chạy qua sân nước bắn tung tóe !

Long cũng được mọi người chú ý vì chàng không giống ai ở điểm… chàng là Tây lai. Chú ý chỉ vì chàng có diện mạo khác mọi người, không phải vì có cái gì hay hơn hay đặc biệt hơn người khác. Sau này, suốt bao nhiêu năm học ở đại học, có thể nói đây là điều làm cho Long vui buồn lẫn lộn. Tại sao mình lại phải « được » hay « bị » người khác chú ý ? Và Long cũng nhận ra một điều là suốt trong những năm dài đại học, Long chỉ biết có một bạn khác cũng có diện mạo lai Pháp như mình. Mà con lai Pháp thời đó ở Việt Nam đâu có ít ! Chứng tỏ những trẻ con lai rất ít có điều kiện để học hành lên đến đại học…

Trong thời gian tập sự ở bệnh viện Grall, có một điểm hiển nhiên là Long khác biệt hẳn với mọi người, không liên quan gì đến chuyện dòng máu Pháp cả. Đó là việc chàng là người duy nhất đi xe đạp. Chàng cũng là người duy nhất ăn mặc xuề xòa, lúc nào cũng vài cái quần kaki thay đổi, vài cái áo sơ mi cộc tay may lấy chẳng giống ai. Nhưng Long chẳng phiền lòng gì về hoàn cảnh của mình, vì đã từ lâu khi còn ở trung học sống nội trú chàng đã như thế, luôn là đứa trẻ con nhà nghèo sống giữa các bạn khác gia đình sung túc hơn, nên quen rồi.

---

[i] Trường Couvent des Oiseaux của dòng các bà mẹ Visitandines de Saint Augustin, ở Sài Gòn có tên là Regina Mundi, ở Đà Lạt có tên là Notre Dame du Langbian, nhưng thường gọi là Couvent des Oiseaux. Nữ sinh được các chàng gọi là « Couventine ». Trường Marie Curie là trường nữ trung học công lập của Pháp ở Sài Gòn.

Long đạp xe từ đường Trần Quang Diệu xuống đến nhà thương Grall cũng khá xa, khi trời nóng thì mồ hôi ướt hết áo. Căn nhà chàng ở trọ cũng do Sư huynh Antonin – người thầy đã hướng dẫn Long học Dược khoa – giới thiệu. Đây là nhà của một người cháu của Sư huynh, chú Th. là một quân nhân làm việc ở Tổng Tham Mưu, có vợ và 6 con, đứa lớn nhất 8 tuổi, đứa nhỏ nhất 1 tuổi. Ngay từ đầu Long đã nghĩ đến chuyện sống trong một cư xá sinh viên, và có người bạn đã mách nước để xin vào cư xá Đắc Lộ của các cha dòng Tên ở đường Yên Đổ. Thời đó ở Sài Gòn nam sinh viên có cư xá Minh Mạng của chính phủ, và hai cư xá tư nhân được biết nhiều nhất là cư xá Phục Hưng của các linh mục dòng Đa Minh và cư xá Đắc Lộ ; nữ sinh viên có cư xá Trần Quý Cáp của chính phủ và cư xá Thanh Quan của một dòng nữ tu Công giáo. Nhưng ông thầy cũ đang lo mọi việc cho Long không muốn, ông nói *« Con sống lâu ngày nội trú ở Đà Lạt trong một môi trường bảo vệ cho con về đạo đức, nay con được thả ra về sống ở Sài Gòn, vào cư xá nếu gặp bạn bè xấu con sẽ dễ dàng hư hỏng. Con nên sống trong một gia đình đạo đức như gia đình chú Th. là tốt hơn. »*

Gia đình chú Th. đạo đức thật, chỉ có cái là chú rất độc tài với thím. Nhưng Long cũng nghĩ chuyện gia đình người ta, mình đâu có ăn đời ở kiếp đâu mà lo cho mệt xác, chỉ nghĩ thương cho người đàn bà an phận suốt ngày lo cho chồng và 6 đứa con mà chẳng dám hó hé tiếng nào với chồng khi có chuyện không vừa ý. Cùng với Long có một sinh viên khác cũng do Sư huynh Antonin giới thiệu. Anh này gốc người Nùng, chất phác và dễ thương vô cùng, học văn khoa, sau này mất liên lạc, Long tiếc mãi một người bạn tốt.

Nhà của chú Th. mới xây ở mặt tiền đường Trần Quang Diệu nối dài. Năm 1962 có đường Trương Tấn Bửu cắt ngang đường Ngô Đình Khôi và đường Trương Minh Giảng, đến gần Trương Minh Giảng đổi tên là Trần Quang Diệu, và qua bên kia Trương Minh Giảng có tên là « Trần Quang Diệu nối dài ». Khúc nối dài này hồi đó chỉ có vài trăm mét là hết đường vì bắt đầu là xóm sình lầy chung quanh con kênh Nhiêu Lộc[ii] chảy qua cầu Trương Minh Giảng, thời đó nổi tiếng là hôi thối vì bùn lầy nước đọng và bao nhiêu gia đình phải sống tạm bợ trên những nhà sàn ở đấy.

Nhà xây đàng hoàng, trông bề ngoài khang trang, nền nhà lót gạch bông, có lầu nhưng không phải « lầu đúc » mà chỉ lót ván, mái tôn không có trần. Long và anh bạn sống trên lầu, thật ra chỉ dùng để đêm có chỗ ngủ, vì ban ngày nóng không chịu nổi. Ban ngày Long đi học hoặc đi dạy, đến thư viện hoặc chơi thể thao ở sân Phan Đình Phùng, đến nhà bạn học chung hoặc đi lang thang đâu đó…

Khu nhà này mới mở nên có nước máy nhưng là nước câu từ một nhà hàng xóm, có điện nhưng cũng là điện câu. Những nhà hiếm hoi có đồng hồ điện hay đồng hồ nước (chắc là phải quen biết lớn !) là có thêm lợi tức vì cho hàng xóm câu điện, câu nước. Nước câu thì phải có thùng phuy chứa vì không phải lúc nào vòi

---

[ii] Xóm sình ngày xưa nay đã thành khu phố bình thường. Đường Trần Quang Diệu « nối dài » ngày xưa, nay tiếp tục mở thêm xuống phía nam, băng qua con kênh Nhiêu Lộc. Đường Trương Tấn Bửu nay là Trần Huy Liệu, đường Trương Minh Giảng nay là Lê Văn Sỹ, đường Ngô Đình Khôi (là đường Công Lý nối dài lên Tân Sơn Nhứt sau cầu Công Lý) sau cuộc đảo chính 1963 đổi thành Cách Mạng 1-11. Từ năm 1975 đổi thành Nam Kỳ Khởi Nghĩa, đến năm 1985 đổi tên là Nguyễn Văn Trỗi.

nước cũng chảy. Thường là ban đêm phải canh để hứng nước cho đầy thùng phuy dùng trong ngày. Điện câu thì phải có cái « xuyệc-vôn-tơ » (survolteur = máy tăng điện thế) nếu không thì ngọn đèn 100 watts cũng chỉ sáng như đèn dầu là cùng. Nhà nào cũng phải có cái máy đó, mà cái máy này thì cũng hao điện như mọi thứ khác, nên có cái nghịch lý mà không ai giải quyết được : vì điện yếu nên cần survolteur, nhưng chỉ hữu hiệu nếu nhà mình có survolteur mà chung quanh hàng xóm không ai có, như vậy nhà mình sẽ có điện mạnh hơn và các nhà chung quanh bị yếu đi. Nhưng vì trong 10 nhà, có 10 cái survolteurs thì điện vốn đã yếu lại càng yếu hơn nữa, vì phải dùng để chạy 10 cái survolteurs đó, bằng chứng là cái máy nóng lên chứng tỏ là hao điện, dù là bên trong chỉ là những cuộn dây đồng !

Có vài nhà « chơi bạo » hơn người, lấy hai sợi dây điện cứng leo lên nóc nhà móc vào hai sợi dây điện đường. Đã có lần báo đăng có người bị điện giật chết vì đứng trên mái tôn lúc trời mới tạnh mưa, loay hoay móc sợi dây điện mới bị sút ra.

Nhưng « nét đặc thù » đáng nói nhất của khu nhà này là không có nhà vệ sinh riêng. Hồi đó muốn có phải đào hầm cầu, mà nhà ở đây không có chỗ nào để đào, và nếu có cũng không đào được vì ngày xưa là đầm lầy. Nhưng có cầu tiêu công cộng trong xóm sình phía trong, và Long lại có dịp khám phá ra một phát minh của người mình đi trước nhân loại trong việc « chế biến chất thải », « gọn, nhẹ, không phung phí ! » Đó là một cái sàn gỗ dài có những lỗ thủng, có mái tôn che mưa, có ván ngăn các lỗ thủng với nhau tạo thành một dãy cầu tiêu, khi có gió thì cũng mát. Cái sàn gỗ nằm trên những cái cọc cắm xuống một cái ao người ta đào để nuôi cá tra. Khi đến mùa tát nước bắt cá đem bán thì nhà cầu phải đóng cửa cả tuần lễ trước để cá tiêu hóa hết thức ăn trong bụng trước khi mang ra chợ. Cá tra nổi tiếng là béo ngậy, nhưng Long chưa dám thưởng thức bao giờ !

Long đã từng được « đi rừng » khi sống trong khu gia binh sau biệt điện của Bảo Đại ở Đà Lạt, đã từng được « đi đồng » giữa những cây khoai mì lớn rợp bóng mát ở Phù Cát, nên cũng chẳng ngại ngùng gì khi phải « đi cầu cá tra » ở xóm sình lầy vùng kênh Nhiêu Lộc. Nhưng cái mà Long không quen là bên phải bên trái mình đều có người chỉ cách tấm ván ngăn « cho có lệ »… Cho nên trong 5 tháng sống ở đấy, chàng chỉ đến đó rất ít lần, trong những trường hợp « tối khẩn cấp ». Cũng may là ở nơi làm việc, ở trường, ở thư viện, nơi nào cũng có những tiện nghi tối thiểu.

Sau 5 tháng ở trọ trên gác lầu của căn nhà đường Trần Quang Diệu nối dài, dù có cảm tình với gia đình hai vợ chồng chú thím Th. và 6 đứa con, Long cũng dứt khoát quyết định xin vào cư xá Đắc Lộ ở số 161 đường Yên Đổ. Đây là một cư xá mới khánh thành năm 1960 của các linh mục công giáo dòng Tên[49] (Jésuites). Từ thế kỷ 17 đã có các linh mục dòng này sang Việt Nam truyền giáo, sau đó dòng bị Giáo hoàng giải tán. Khi dòng được tái lập, các linh mục dòng Tên không trở lại Việt Nam nhưng phát triển mạnh bên Tàu, cho đến năm 1949 khi Mao Trạch Đông làm chủ lục địa, các linh mục dòng Tên bị trục xuất phân tán ra các nước chung quanh, và cuối cùng trở lại Việt Nam sau mấy trăm năm vắng bóng. Tại Sài Gòn, dòng Tên có một khu đất đường Yên Đổ một phần làm tu viện cho các linh mục sinh sống, một phần làm một thư viện với phòng đọc sách và phòng học, và một phần là cư xá sinh viên Đắc Lộ.

Giám đốc cư xá là linh mục Henri Forest, người Canada, trước kia cũng làm việc ở Trung Quốc và bị cộng sản trục xuất. Ông giỏi tiếng Hoa, nhưng không biết tiếng Việt, cũng không có giờ học tiếng Việt có lẽ vì đã lớn tuổi, nên trong cư xá phải dùng tiếng Pháp để đối thoại với linh mục giám đốc. Và vì vậy nên đa số các sinh viên trú ngụ ở đây đều xuất thân từ các trường Pháp ra.

Long phải nhờ Sư huynh Camille là Thầy Hiệu trưởng trường Adran trong 6 năm cuối Long học tại đấy viết một lá thư giới thiệu kèm với đơn xin. Sư huynh biết rõ Long nên giới thiệu rất nhiệt tình. Nhưng quan trọng không phải là thư giới thiệu, dù bắt buộc phải có, mà là cuộc gặp gỡ riêng với linh mục Giám đốc. Phải làm sao để thuyết phục được cha Forest (có tiếng là khó tính) rằng mình sẽ là một thành phần tốt trong cư xá.

Số chỗ giới hạn có hơn 60, mà mỗi năm cả trăm cái đơn xin vào, nên không phải chuyện dễ. Hơn nữa, sinh viên đã được nhận vào đầu năm học lúc tháng 9 năm 1962, nhưng khi Long xin đã là tháng giêng năm 1963. Vì vậy nên Long rất mừng và càng tin vào « quý nhân phù trợ » khi được nhận vào cư xá Đắc Lộ ngày mùng 2 Tết Quý Mão[iii] 1963. Cùng với Long có một bạn khác sinh viên y khoa, cả hai được nhận vào giữa niên khóa đại học vì có hai sinh viên mới ra khỏi cư xá vì được xuất ngoại.

Từ khi vào cư xá Long có điều kiện vật chất học hành dễ dàng hơn. Sau 6 tháng tập sự ở bệnh viện Grall chàng qua kỳ thi cuối tập sự một cách dễ dàng và bắt đầu học lý thuyết tại Đại học Dược khoa lúc đó nằm ở trong một cái vi-la có đất rất rộng giữa đường Công Lý, Hiền Vương và Lê Quý Đôn[iv].

Chàng thanh niên mới lớn rất hăng hái trong cuộc sống mới, không những học Dược mà còn tìm cách học thêm chứng chỉ Toán Lý Hóa bên đại học Khoa học (MPC = Maths, Physique, Chimie) vì nhất định muốn học « cái gì mình thích ». Chàng cũng thường xuyên đến sân vận động Phan Đình Phưng tập dượt trong đội tuyển bóng rổ của Viện Đại học Sài Gòn. Và quan trọng hơn cả, chàng đi dạy kèm toán lý hóa tại tư gia để có tiền trang trải chi phí ăn ở, và để dành tiền, tính mua chiếc xe gắn máy thay cho chiếc xe đạp hiện tại. Thời đó những sinh viên dạy kèm toán lý hóa cho học sinh các lớp 10, 11 và 12 của chương trình Pháp rất có giá, vì lý do đơn giản là… hiếm ! Muốn dạy như thế chính mình đã phải học chương trình Pháp, mà sinh viên học ban Toán như Long phần đông đã đi Pháp sau khi đậu tú tài. Vì vậy Long kiếm tiền khá dễ dàng, thường là dạy một nhóm 3, 4 đứa bạn với nhau để chia tiền học.

Lần đầu tiên trong đời, chàng cảm thấy mình sống tự lập vì đã tự túc được về tài chánh, không còn phải nương tựa vào gia đình và học bổng của các Sư huynh, mà ngược lại còn giúp đỡ được gia đình chút ít.

Long từ từ lao mình một cách tự nhiên vào cuộc sống bận rộn của cư dân một thành phố lớn. Sau này nghĩ lại thấy chóng mặt vì không biết trong một ngày chỉ có 24 tiếng mà sao chạy xuôi chạy ngược làm nhiều thứ như thế mà không biết mệt.

[iii] Francis X. Winters là một nhà sử học người Mỹ, tác giả cuốn sách « The year of the hare. America in Vietnam, January 25, 1963 – February 15, 1964 » (Athens & London, University of Georgia Press, 1997) kể lại các biến cố chính trị xảy ra tại Việt Nam trong năm Quý Mão 1963. “Hare” là con thỏ rừng. Tại sao năm Con Mèo lại thành năm Con Thỏ Rừng ? Tại vì tác giả dùng âm lịch của Trung Hoa, tưởng là âm lịch Việt Nam cũng thế. Ông không biết là có hai con giáp khác nhau trong hai lịch. Con thỏ của Trung Hoa qua Việt Nam thành con mèo, và con bò thành con trâu.

[iv] Bây giờ là Nhà Văn hóa Thiếu nhi Thành phố.

Nhưng dù bận rộn đến đâu, lâu lâu chàng cũng được hưởng vài khoảnh khắc êm đềm trong những lần hiếm hoi chàng đến nhà thăm Thu vào chiều chủ nhật. Có một lần Thu lấy đàn tranh ra chơi cho chàng nghe. Thu nói tất cả các bạn cô đều học piano, chỉ có cô học đàn tranh, Long có thấy như vậy rồi chê cô không ? Không, chê sao được khi chàng được người bạn gái ngồi chơi đàn tranh cho một mình mình nghe ! Tim chàng đập mạnh, muốn nói mà chẳng ra lời, chỉ nói thầm trong lòng là bản nhạc đàn tranh Thu vừa chơi cũng đẹp như đôi mắt nhung huyền của người chơi đàn.

Cuối năm đó, Thu qua Pháp du học và Long không khi nào gặp lại đôi mắt nhung huyền ấy nữa.

30. Cư xá sinh viên Đắc Lộ

Ngày thứ bảy mùng 2 Tết năm con Mèo 1963, Long dắt xe đạp đi qua cổng trung tâm Đắc Lộ số 161 đường Yên Đổ[v] Sài Gòn.

Qua một cái sân rộng, ngay bên phải là tòa nhà dùng làm thư viện, đi hết sân đến một vườn cỏ có mấy tấm rào cản bằng gỗ sơn trắng ngăn chia ranh giới của cư xá với phần còn lại của trung tâm. Ở đấy đã đợi sẵn hai sinh viên đàn anh, là chủ tịch và tổng thư ký của tập thể sinh viên cư xá. Sau phút hân hoan chào mừng và thân mật thăm hỏi, Long được dắt ra phía sau chỗ nhà xe cất xe đạp, sau đó được phụ khuân đồ đạc – chẳng có gì nhiều, cái va-li nhỏ và cái cạc-táp cũ – lên lầu 1. Ghé qua phòng làm việc của cha Giám đốc Henri Forest chào trình diện, rồi dẫn đến phòng của Long đầu hành lang. Phòng 3 người, mỗi người một cái giường, một cái bàn, một cái ghế và một cái tủ. Lầu 2 cũng tương tự. Có phòng 3 người và phòng 2 người, « lính mới tò te » ở phòng 3 người, từ từ « lên » phòng 2 người. Nhà tắm chung, nhà vệ sinh chung ở giữa ngôi nhà vừa khánh thành 3 năm trước, nên tất cả còn mới, gây cảm giác thoải mái cho chàng sinh viên chân ướt chân ráo bắt đầu cuộc sống trong một môi trường hoàn toàn mới lạ.

Cư xá sinh viên Đắc Lộ của các linh mục dòng Tên, một dòng nổi tiếng về kỷ luật. Ngay trong buổi gặp gỡ đầu tiên với Cha giám đốc khi xin vào cư xá, ông đã nhấn mạnh đến điểm này. Kỷ luật tự giác, mình phải tự chấp nhận để rèn luyện bản thân, không ai theo dõi để phạt mình cả. Trên lầu 1 và 2 phải tuyệt đối im lặng, đó là nơi để ngủ và học, không đàn đúm tâm sự ăn uống nhậu nhẹt trong phòng. Đã có nhà ăn riêng, và một cái « bar » mở cửa suốt ngày để ngồi uống nước, nghe nhạc, tán dóc. Tầng trệt có một phòng lớn với ghế bành vừa làm chỗ ngồi đọc sách báo, tán gẫu, vừa làm phòng họp khi cần.

Mỗi tối chủ nhật có buổi họp lúc 8 giờ, không ai được vắng mặt ngoại trừ lý do bất khả kháng như sinh viên y khoa phải trực bịnh viện. Mỗi ngày phải về trước 10 giờ đêm, trừ thứ bảy 12 giờ đêm và chủ nhật 8 giờ tối vì phải có mặt trong buổi họp.

Lỡ về trễ thì sao ? Cổng trung tâm ở ngoài đường đã khóa, phải bấm chuông (leo rào không được đâu, tường cao lắm !) bác già gác cổng ra mở và đưa cho một

[v] Đường Yên Đổ sau này đổi thành Lý Chính Thắng.

cái thẻ đỏ. Qua hôm sau phải tìm cách gặp Cha Forest trong phòng làm việc của ông trên lầu 1 ngay cầu thang lên để giải thích tại sao về trễ. Không có trừng phạt gì cả, nhưng phải giải thích… và nghe khuyên răn. Có thể nói đa số đều ớn cái thẻ đỏ này lắm !

Trung tâm Đắc Lộ 161 Yên Đổ Sài Gòn, thập niên 60 (hình lấy trên mạng Internet). Ngôi nhà trong hình là khu vực của thư viện Đắc Lộ, cổng vào trung tâm ngay bên trái của ngôi nhà này. Cư xá sinh viên Đắc Lộ nằm sâu phía trong trung tâm.

Buổi họp tối chủ nhật rất quan trọng vì chủ trương của dòng Tên khi lập ra cư xá sinh viên không phải chỉ để giúp cho họ có nơi ăn ngủ học hành, mà còn có mục đích đào tạo ra một tầng lớp trí thức có tinh thần lãnh đạo (leadership). Châm ngôn của sinh viên cư xá là « Esto vir », một câu tiếng la-tinh tạm dịch là « hãy là người », nói cho văn hoa có thể dùng chữ Hán « Thành nhân ». Dòng Tên vẫn có truyền thống như thế xưa nay, ở mọi nơi mọi chốn họ hiện diện. Ở Vatican có nhiều linh mục, giám mục dòng Tên nắm giữ những chức vụ quan trọng trong « chính phủ » Vatican. Các trường trung học của dòng Tên ở các nước chỉ nhận những học sinh giỏi.

Buổi họp bắt đầu bằng những « nhận xét của Cha Giám đốc », nói nôm na là bị ông « chỉnh » những hành vi không tốt trong tuần. Không khi nào kể tên ai ra, nhưng tên nào có vi phạm thì cảm thấy chột dạ, thế thôi. Rồi đến một buổi thuyết trình về một đề tài liên quan đến rèn luyện cá tính, kèm theo sau là trao đổi của sinh viên về đề tài đó. Đến 10 giờ tối buổi họp chấm dứt, mọi người kéo nhau ra bar uống nước (chỉ có nước ngọt, không có rượu bia), kể cả Cha Giám đốc, và cùng nhau hàn huyên rất thân mật và thường là có đàn hát. Khi có sinh viên mới vào thì bắt buộc phải có một tiết mục gì đấy để « ra mắt ».

Rèn luyện bản thân còn thể hiện qua những việc nhỏ nhặt nhưng xảy ra thường ngày nên không kém quan trọng. Thí dụ việc ăn cơm trưa và tối. Bàn ăn 4 người, phải đủ 4 người nhà bếp mới dọn một mâm cơm Việt Nam. Bản kỷ luật ghi rõ là phải đến phòng ăn và ngồi vào bàn cho đủ 4 người, không chọn người ngồi ăn với mình, không rủ bạn trước khi vào phòng ăn. Cốt để luyện tính hòa đồng với mọi người, dù là người mình không hợp tính. Tương tự như thế, mỗi đầu năm học mới có mục đổi phòng, Cha Giám đốc lập sẵn một danh sách các phòng, không ai được quyền chọn bạn cùng phòng với mình.

Cư xá còn là nơi của riêng sinh viên trú ngụ, có nghĩa là người ngoài không ai được vào. Mỗi năm chỉ có một ngày gọi là « Lễ Phụ Huynh » là sinh viên được mời phụ huynh và bạn bè vào thăm nơi ăn chốn ở của mình. 364 ngày còn lại, nếu có khách đến thăm phải tiếp ở phòng khách nằm ngoài khu cư xá. Đối diện với thư viện, có một dãy phòng dùng để tiếp khách, và cũng dùng để sinh viên dạy kèm học sinh, kiếm chút tiền còm.

Sinh viên cư xá Đắc Lộ niên khóa 1963-64 (hình chụp trong ngày Lễ Phụ Huynh 18-1-1964). Cha Forest và Thầy Tremblay áo trắng.

Sân bóng chuyền cư xá sinh viên Đắc Lộ, 28-03-1965. Đấu giao hữu với sinh viên cư xá Phục Hưng. Đội Đắc Lộ áo trắng : Hà Văn Khánh, Robert Phạm Ngọc Thuần, Hoàng Trọng Mộng, Phạm Ngọc Lân, Huỳnh Kim Chung, Bùi Quang Hiền, Nguyễn Ngọc Long. Bên phải là linh mục Henri Forest, giám đốc cư xá Đắc Lộ, bên trái là một linh mục Dòng Tên.

Giải trí của sinh viên cũng được chú trọng đúng mức. Sân phía ngoài dùng cho bóng chuyền và bóng rổ, phía trong bên cạnh bar có một phòng rộng một bên mở ra vườn, kê một bàn bi-da (billard) và hai bàn ping-pong (bóng bàn). Trên lầu của bar và nhà bếp là phòng chơi nhạc, trong những giờ quy định được phép chơi nhạc thì cũng ồn ào lắm !Long đang ở trọ đường Trần Quang Diệu nối dài, nay vào cư xá dĩ nhiên cảm thấy quá thoải mái so với trước kia. Đối với chàng, chấp hành kỷ luật tự giác là chuyện hiển nhiên vì chàng đã quen với lối sống tập thể trong hơn 5 năm nội trú ở Đà Lạt rồi. Chàng cũng nhanh chóng hòa đồng với mọi người, có thể nói sau này những bạn thân nhất đều xuất thân từ thời gian sống chung ở đây. Người bạn cùng phòng đầu tiên tên là K. có máu đam mê xe gắn máy, hồi đó chưa có Honda của Nhật, chỉ có Mobylette của Pháp, xe Sachs của Đức, hay xe Puch của Áo, chưa nói đến Vespa hay Lambretta thuộc loại « cao cấp » hơn mà rất ít tên trong cư xá có được. K. đưa Long đến giới thiệu với anh Chín sửa xe gắn máy ở khu Chợ Đũi, anh này lâu lâu có người gửi xe cũ nhờ bán giùm. Mà Long thì đang dành dụm để tìm mua một chiếc xe gắn máy thay cho xe đạp. Chàng không ngại đạp xe, nhưng có cái phiền là trời Sài Gòn lúc nào cũng nóng nên đạp đến nơi nào cũng bị mồ hôi ướt áo, đôi khi cũng phiền người đối diện !Sáng ngày thứ ba 11 tháng 6 năm 1963, Long trên đường đến chỗ anh Chín vì K. cho biết có cái xe gắn máy của ai đó gửi bán. Khu Chợ Đũi nằm ở khúc đường Lê Văn Duyệt và Hồng Thập Tự, Long đi từ đường Phan Đình Phùng đến, tính gặp Lê Văn Duyệt quẹo trái, trước khi đụng Hồng Thập Tự[vi] là đến tiệm sửa xe nằm sâu trong con hẻm bên trái đường.

Đạp xe chầm chậm trên đường Phan Đình Phùng dưới bóng mát của tán lá hai hàng cây lớn, đến ngã tư Bà Huyện Thanh Quan thì phải ngừng lại vì kẹt xe. Xa xa phía trước thấp thoáng có màu vàng của áo cà sa. Chàng nghĩ bụng chắc kẹt xe vì có biểu tình của Phật Giáo. Dân Sài Gòn bắt đầu làm quen với những cuộc biểu tình trên đường phố, gọi nôm na là « xuống đường » của các phe tranh đấu Phật Giáo chống chính quyền của Tổng Thống Ngô Đình Diệm.

Long vừa chân ướt chân ráo về Sài Gòn, bù đầu học hành và tạo dựng cho mình cuộc sống mới, nên chẳng để ý gì đến những cuộc xuống đường này, và mù tịt về những biến chuyển chính trị. Nhưng dù muốn dù không cũng có nghe nói về những cuộc tranh đấu của Phật Giáo xảy ra từ tháng 5-1963, bắt đầu từ Huế, lan qua các tỉnh miền Trung, và nay vào đến Sài Gòn.

Tổng Thống Ngô Đình Diệm theo đạo Công Giáo và rất sùng đạo. Lại thêm ông anh cả là Tổng Giám mục Ngô Đình Thục có ảnh hưởng lớn trên cả gia đình, theo truyền thống đại gia đình ở Việt Nam. Giáo dân Công Giáo chưa đến 10% dân số, nhưng Giáo hội Công Giáo có tổ chức chặt chẽ nên có những buổi lễ được tổ chức rầm rộ, có khi với sự tiếp tay của chính quyền địa phương.

Long còn nhớ một buổi lễ khó quên ở Đà Lạt năm 1959, lúc đó Long 15 tuổi đang học lớp 3è (tương đương lớp 9) trong trường Adran. Trong suốt thời gian hơn 5 năm sống nội trú ở đây, duy nhất một lần đó có một « biến cố lạ » nên Long nhớ mãi. Các học sinh nội trú các lớp lớn trong trường ban đêm được chở ra khu đồi Cù bên bờ hồ Xuân Hương để dự một buổi lễ kính Đức Mẹ Maria, trong dịp Đại hội

---

[vi] Đường Phan Đình Phùng bây giờ là Nguyễn Đình Chiểu, Hồng Thập Tự là Nguyễn Thị Minh Khai, Lê Văn Duyệt là Cách Mạng Tháng Tám.

Thánh Mẫu toàn quốc. « Đồi Cù » là mấy ngọn đồi thấp cỏ xanh mướt có điểm vài khóm thông đây đó, ngay bên bờ hồ Xuân Hương thơ mộng, có lẽ ngày xưa dùng làm sân đánh golf nên gọi là đồi Cù. Thập niên 50 và 60 không còn là sân golf nữa mà là một thắng cảnh nên thơ ngay trung tâm thành phố, nơi hò hẹn của trai thanh gái lịch Đà Lạt dắt tay nhau đi dạo trong thiên nhiên[vii].

Đêm đó đồi Cù đông nghẹt người, ngoài các đoàn thể Công Giáo còn dân chúng tò mò đi xem một quang cảnh chưa từng có ở Đà Lạt. Mỗi người cầm một ngọn nến lung linh, tiếng đọc kinh và tiếng hát vang lên trong đêm thanh vắng dưới ánh sao tạo nên một khung cảnh vừa thánh thiện vừa huyền ảo[50].

Nhưng hình ảnh in sâu trong ký ức của Long là những nữ sinh trường các bà mẹ Couvent des Oiseaux, mà ban tổ chức xếp đặt đứng ngay bên cạnh học sinh của trường Adran. Trong đêm thanh vắng, dưới ánh nến bập bùng, chàng có cảm tưởng đang được chiêm ngưỡng các thiên thần giáng thế ! Sẽ chẳng khi nào lại có dịp ban đêm được đứng cạnh những cô bé dễ thương như thế nữa. Long vừa ngắm nhìn, vừa thấy thương hại vì trời tháng hai ban đêm ở Đà Lạt khá lạnh mà bộ đồng phục của trường Couvent là chiếc váy đầm màu xanh đậm, các nàng bắt đầu run rẩy…

Long trở về với thực tế cảnh kẹt xe trên đường phố Sài Gòn thật khác với cảnh đồi cù dưới ánh sao trong ký ức của mình. Chàng mang xe đạp lên lề đường tiến gần thêm tới ngã tư Lê Văn Duyệt định quẹo trái về phía Hồng Thập Tự thì thấy rõ hơn các áo cà sa vàng đang quây thành vòng tròn ở ngã tư, tiếng tụng niệm đều đều vang lên át cả tiếng ồn ào của thành phố.

Các nhà sư tham gia biểu tình thuộc thành phần bất mãn với chính quyền vì họ xem như Phật Giáo bị phân biệt đối xử với Công Giáo. Giọt nước làm tràn ly là lệnh gỡ những cờ Phật Giáo đã treo trước cửa nhà và ngoài đường phố Huế trong mấy ngày chuẩn bị đại lễ Phật Đản ngày 8 tháng 5 vừa qua, nghe nói là theo lệnh của chính Tổng thống Ngô Đình Diệm, do lời yêu cầu của Tổng Giám mục Ngô Đình Thục, để áp dụng một nghị định nào đó cấm treo cờ tôn giáo và đảng phái ở nơi công cộng[51].

Nhưng trầm trọng hơn cả là vụ nổ buổi tối ngày 8 tháng 5 trước đài phát thanh Huế ngay đầu cầu Trường Tiền khi có cuộc tập họp của Phật tử trước cửa đài phát thanh. Vụ nổ làm 8 người thiệt mạng[52]. Theo chính quyền thì vụ nổ do Việt Cộng khủng bố, phe Phật Giáo thì quả quyết là vụ nổ gây ra do quân đội mang lính tráng và xe bọc sắt đến đàn áp biểu tình. Cũng có nguồn dư luận cho rằng vụ nổ là do CIA đang tìm cách phá hoại chế độ của ông Diệm mà Mỹ bắt đầu không muốn ủng hộ nữa. Giải thích này thuộc loại « dễ dãi », có chuyện gì chưa tìm ra sự thật thì cứ đổ cho « xịa » là chắc ăn, chẳng phải CIA toàn năng, muốn làm gì cũng được đó sao ! Long cũng như đa số dân chúng thầm lặng bị đắm chìm trong hỏa mù của tuyên truyền từ mọi phía, chẳng biết đâu mà mò, nên cũng chỉ nghe cho biết mà thôi.

Các cuộc biểu tình bắt đầu từ Huế, tên tuổi của Thượng Tọa Thích Trí Quang được các phương tiện truyền thông trong nước cũng như ngoại quốc đưa lên hàng

---

[vii] Sau này, trong thập niên 90, chính quyền địa phương cho một công ty nước ngoài thuê khu đồi cù này để làm sân đánh golf, mặc cho người dân Đà Lạt phản đối vì họ mất đi một thắng cảnh thiên nhiên ngay trung tâm thành phố. Thật vậy, khu vực này được rào kín và chỉ có hội viên chơi golf mới được vào.

đầu các bài báo như một khuôn mặt nổi lãnh đạo phe tranh đấu. Biểu tình từ từ lan qua các tỉnh miền Trung rồi đến Sài Gòn, với yêu sách 5 điểm, mà điểm quan trọng nhất là Phật Giáo phải được đối xử giống như Công Giáo, quy định trong dụ số 10, là một dụ còn sót lại từ thời Pháp thuộc[53].

Long còn đang dắt xe từ từ tiến tới trong đám đông kẹt xe, phía trước vẫn thấy các áo cà sa vàng với tiếng tụng niệm đều đều, bỗng nhiên tiếng tụng niệm biến thành một tiếng hét thất thanh hoảng sợ đồng loạt phát ra từ cả trăm người đứng thành vòng, đồng thời một cột khói đen bốc lên từ giữa vòng tròn các nhà sư. Long đã đến khá gần để thấy thấp thoáng một dáng người ngồi im đang ngùn ngụt bốc cháy ngay ngã tư, cùng lúc với một mùi khét kinh hoàng bốc lên làm Long hoảng sợ vội quay xe lại và đạp thật nhanh để thoát khỏi cảnh tượng hãi hùng đó.

Ngày hôm sau, cả thế giới được xem tấm hình của ký giả Malcolm Browne chụp cảnh tự thiêu của Thượng tọa Thích Quảng Đức[54].

*

- Mày có đọc báo về vụ tự thiêu hôm qua không ? Kinh hoàng quá !

- Tao không đọc gì cả, nhưng tình cờ tao qua gần đó và có thoáng thấy...

- Ủa vậy hả ? Chuyện xảy ra như thế nào, kể tụi tao nghe đi. Báo chí nhiều khi không tin được...

Long đang ngồi với ba bạn Linh, Ánh và Tuấn trên ghế đá dưới gốc cây đa ngay cửa vào ngôi nhà chính của cư xá Đắc Lộ. Cây đa này còn tương đối nhỏ, cũng không biết có phải cây đa, hay cây sung, hay cây đề, cũng không quan trọng lắm. Quan trọng hơn là nó cho bóng mát, và sống trong cây này có con tắc kè (chắc là cả một gia đình tắc kè chứ không phải một con) lâu lâu lại cất lên tiếng kêu rất đặc biệt vang dội cả mấy tầng lầu, tên nào đang ngủ trưa mà nghe nó kêu chắc chắn phải bật dậy như nghe tiếng đồng hồ báo thức !

Linh học Dự bị Y khoa, hồi đó gọi là APM (Année Préparatoire en Médecine) trong khi Long học năm thứ nhất Dược khoa. Hai bạn kia « lão thành » hơn, Ánh học Luật năm thứ hai, và Tuấn sắp xong cử nhân Văn khoa. Tuấn người Quảng Nam, Ánh người Huế, cả hai đều học trung học ngoài Trung, lên Đại học mới vào Sài Gòn. Cả hai theo dõi thời cuộc và chú ý đến chính trị hơn phần đông các bạn khác trong cư xá. Linh quê ở Cần Thơ, chẳng để ý gì đến chính trị, hình như người miền Nam sống dễ dãi trong cảnh thiên nhiên ưu đãi, nên ít thắc mắc chuyện thiên hạ ! Còn Long thì suốt tuổi thơ ấu của mình sống trong môi trường khép kín, chẳng biết gì về những rắc rối của cuộc đời...

Dù vậy 4 người vẫn thân nhau, đó là một ưu điểm trong cuộc sống chung trong một cư xá như Đắc Lộ, không phải chỉ là nơi ăn ngủ mà còn là nơi mỗi người có dịp cọ xát và tìm hiểu về các bạn khác. Họ có thể rất khác nhau về điểm này điểm nọ, nhưng vẫn có cái gì đó vô hình làm cho họ trở thành thân thiết.

Cư xá Đắc Lộ của dòng Tên, đương nhiên là có khuynh hướng chung là ủng hộ Tổng Thống Ngô Đình Diệm. Long được các bạn vào trước kể là đã có lần đích thân ông Diệm đến dự thánh lễ ngày chủ nhật trong nhà nguyện của cư xá. Nhưng dòng Tên có tinh thần đào tạo con người bằng cách cho họ có cơ hội tiếp xúc và tìm hiểu những luồng tư tưởng khác nhau. Vì vậy sinh viên Công Giáo trong cư xá chỉ là thiểu số. Và sinh viên có những khuynh hướng chính trị khác nhau. Sau này sẽ thấy có người trong các phong trào chống đối chính quyền, có người còn bí mật theo Mặt Trận Giải Phóng, mãi sau này mới biết.

Như nói trên, hai bạn lớn tuổi hơn Long là Tuấn và Ánh đều không thờ ơ với chính trị. Cả hai đều lớn lên trong một môi trường gia đình dấn thân vào chính trị và cách mạng. Nhưng họ có suy nghĩ khác nhau về những gì đang xảy ra.

Đối với Ánh, ông Diệm là cứu tinh của những người Việt Nam không chấp nhận sống dưới chế độ cộng sản. Về nước chấp chánh năm 1954 trong tình thế vô cùng bi đát, ông đã dẹp được loạn và biến miền Nam thành một vùng trù phú. Dĩ nhiên ông phải nhờ vào viện trợ của Mỹ, nhưng không thể phủ nhận công trình của ông tái thiệt đất nước. Chưa kể sự thành công của việc định cư gần một triệu người di cư trốn chạy cộng sản từ miền Bắc vào. Từ 1955 đến 1960 có thể nói là thời gian thanh bình rất hiếm hoi của miền Nam. Nếu năm 1959 miền Bắc không lấy quyết định thống nhất đất nước bằng vũ lực, bắt đầu đưa quân vào miền Nam và thành lập Mặt Trận Giải Phóng năm 1960 thì chắc chắn miền Nam sẽ phát triển về mọi mặt không thua gì các nước láng giềng sau này.

Nhắc tới Mặt Trận Giải Phóng, Long kể cho các bạn nghe chuyện xe đò chàng đi trên đường Sài Gòn – Ban Mê Thuột bị lùa vào rừng nghe diễn thuyết vào mùa hè năm 1961. Chuyện này khá hi hữu, làm các bạn ngạc nhiên sao anh chàng khù khờ này lại có một kinh nghiệm hiếm hoi là tiếp xúc trực tiếp với du kích. Thật vậy, sau này ít thấy những cảnh lùa vào rừng quy mô như thế nữa, có lẽ chiến thuật của Mặt Trận Giải Phóng đã thay đổi.

Theo Ánh thì miền Nam cần một chính quyền mạnh mới có thể đối phó được với miền Bắc có tham vọng áp đặt chính sách cộng sản toàn trị lên cả nước. Nhưng « chính quyền mạnh » cũng có nghĩa là dân chủ sẽ bị giới hạn, và đó là điểm yếu mà các phe chống đối – kể cả cộng sản – triệt để khai thác, và truyền thông thế giới loan truyền rộng rãi, nhất là từ khi có phong trào chống đối của Phật Giáo, và nay là vụ tự thiêu của Thượng tọa Thích Quảng Đức. Vẫn theo Ánh, chính quyền bị phe tranh đấu Phật Giáo trách là ưu đãi Công Giáo hơn Phật Giáo, điều này thật ra là do vụng về trong cách đối xử nhiều hơn là do dụng ý phân biệt tôn giáo, và Ánh còn nghi là có bàn tay của CIA đằng sau những dư luận chống đối này vì chính phủ Mỹ bắt đầu không muốn ủng hộ ông Diệm nữa, vì ông không muốn Mỹ can thiệp quá sâu vào chính trường Việt Nam. Thêm vào đó lại có tin đồn là ông Nhu còn bí mật tiếp xúc với miền Bắc để mong tìm một giải pháp hòa bình cho cuộc tranh chấp[55].

Tuấn có lý luận khác hẳn. Chính quyền miền Nam muốn đương đầu với chính quyền toàn trị miền Bắc thì phải có sự hậu thuẫn của đa số dân chúng miền Nam, phải làm cách nào để dân chúng ủng hộ hết mình. Đằng này ông Diệm chỉ tin vào gia đình mình và một số người thân cận, điển hình là ông anh Ngô Đình Thục làm Tổng giám mục Huế, ông em Ngô Đình Nhu là cố vấn sống bên cạnh ông, xem như đầu não của gia đình, và ông em áp út Ngô Đình Cẩn làm « vua một cõi » ở miền Trung. Ông Diệm cũng tin dùng người Công Giáo hơn, vì ông nghĩ người Công Giáo có truyền thống chống cộng dứt khoát, nhất là người Công Giáo di cư từ miền Bắc vào, đã trốn chạy cộng sản rồi nên càng chống cộng triệt để hơn nữa.

Đối với Tuấn, chỉ tin tưởng vào gia đình mình và chỉ tin dùng một thiểu số thì đương nhiên là sẽ có bất mãn nảy sinh trong đa số còn lại. Bằng chứng từ đầu thập niên 60 đến giờ, đã có mấy biến cố nghiêm trọng xảy ra mà ông Diệm không rút kinh nghiệm vì ông có đầu óc cổ lỗ sĩ là « cha mẹ của dân » nên không biết uyển chuyển. Đầu tiên là vụ « nhóm Caravelle » đưa ra một bản kiến nghị với 18 chữ ký.

Trong một nước dân chủ thì sự kiện này cũng chỉ là một cách hành xử bình thường trong vòng hợp pháp, nhưng lúc đó những người ký tên bị xem như « làm loạn », bị cảnh sát mật vụ hạch hỏi, có người bị giam giữ[56]. Rồi đến cuộc đảo chính hụt ngày 11 tháng 11-1960 của Lực lượng Nhảy Dù với Đại tá Nguyễn Chánh Thi và Trung tá Vương Văn Đông[57]. Qua năm 1962, hai phi công của Quân đội Việt Nam Cộng Hòa là Phạm Phú Quốc và Nguyễn Văn Cử dội bom dinh Độc Lập, là dinh Tổng thống đồng thời là nơi ông Diệm và hai vợ chồng ông Nhu sinh sống. Cả ba người đều thoát nạn, trong khi dinh bị thiệt hại nặng phải xây cất một dinh mới.

« Và bây giờ đến vụ tranh đấu của Phật Giáo, từ hơn tháng nay chính quyền không tìm cách tìm hiểu và giải quyết một cách ổn thỏa, mà chỉ xem phe tranh đấu như một nhóm quá khích bị Việt Cộng giật dây. Dĩ nhiên là Việt Cộng sẽ lợi dụng phong trào này để làm suy yếu thêm chính quyền, nhưng chính quyền cũng phải tự xét mình xem có cần sửa đổi gì không để giải quyết chứ ! » Đó là câu kết luận của Tuấn.

Đây là lần đầu Long được nghe những chuyện như thế này, lần đầu tiên nghe những luồng dư luận trái ngược nhau. Trước kia sống nội trú trên Đà Lạt, chàng chẳng biết gì về « nhóm Caravelle », còn đảo chính năm 1960 và dội bom dinh Độc Lập năm 1962, Long cũng chỉ nghe nói qua vậy thôi, có để ý gì đến chính trị đâu. Nên cũng chẳng nghĩ là tình hình đang có những biến chuyển nguy kịch.

Nhưng từ giờ trở đi, dù muốn dù không, là một sinh viên ở Sài Gòn, chàng đang bị và sẽ còn bị ít nhiều cuốn hút vào những cơn lốc của lịch sử.

31. Kontum, sông Dak Bla "nước chảy ngược dòng"

Mái tóc Colette tung bay trước gió, vài sợi mỏng mảnh lòa xòa vào mặt Long. Năm 1963 chưa có luật phải đội mũ an toàn khi đi xe hai bánh có gắn máy, và cũng chưa ai nghĩ ra chuyện bịt mặt khi ra đường vì chưa biết ô nhiễm là gì cả! Chạy xe hai bánh ngoài đường hồi đó còn là một thú vui, nhất là với thanh niên nam nữ chở nhau đi chơi.

Chiếc Lambretta băng qua cầu Dak Bla chạy ra ngoài thành phố đến vườn bắp ngay gần đấy. Mua bắp non tại vườn về nấu chè bắp, ngon khỏi chê! Người ta nói bắp qua sông sẽ nhạt đi, chẳng biết có đúng không, nhưng đối với chàng thanh niên 19 tuổi lúc này, nhạt hay không nhạt có quan trọng gì khi mà chàng đang cầm tay lái chiếc xe hai bánh, với cô bạn gái ngồi nép phía trước, vì cô bé tinh nghịch muốn tập lái xe Lambretta, dù biết chắc là không thể nào có sức để dựng nổi chiếc xe nặng nề này khi đậu lại!

Tháng 7 năm 1963, Long về Kontum nghỉ hè với gia đình. Ông Quy cha dượng của Long sau hai năm ở Phù Cát, rồi hai năm ở Quy Nhơn, năm 1961 phải đổi lên Kontum. Bà Quy lại phải một phen dọn nhà, bà đã quá chán ngán chuyện dọn đồ dọn đạc cực nhọc, chưa kể là câu châm ngôn "ba lần dọn nhà bằng một lần nhà cháy" cũng không quá đáng lắm! Nhưng bà không còn than phiền gì nữa, vì bà bắt đầu cam chịu với số phận của vợ một quân nhân phải tha cả đàn con theo cuộc đời phiêu bạt của chồng. Mà đàn con thì càng ngày càng đông, khi từ giã Đà Lạt có tất cả 8 đứa, ở Phù Cát thêm hai đứa nữa là 10, ra Quy Nhơn thêm đứa nữa là 11. Ngày xưa các cụ cứ nghĩ gia đình đông con là nhà có phúc, nhưng đến thế hệ cha mẹ Long thì đã nghi ngờ nguyên tắc này rồi, dù cũng chẳng biết phải làm gì cụ thể để "kế hoạch hóa gia đình" như sau này.

Thật ra ông Quy không phải bị đổi đi đơn vị khác, mà ông chỉ theo đơn vị của mình là Trung đoàn 40 Sư đoàn 22 lên trấn giữ thành phố cao nguyên có tầm quan trọng chiến lược này vì tỉnh Kontum nằm ngay trong vùng gọi là "ba biên giới" giữa Việt Nam, Lào và Cam-Bốt. Đường mòn Hồ Chí Minh dọc dãy Trường Sơn dùng để chuyển binh lính và quân trang quân dụng từ miền Bắc vào trong Nam đi theo biên giới Lào-Việt, đến gần thành phố Kontum quẹo phải dọc theo biên giới Lào – Cam-Bốt, dẫn tới các căn cứ trong địa phận Cam-Bốt. Những căn cứ này được dùng làm hậu phương cho các đơn vị bộ đội miền Bắc xâm nhập vào miền Nam Việt Nam.

Những địa danh như Dak Tô, Tân Cảnh, đồi Charlie, sau này sẽ đi vào lịch sử chiến tranh vì những trận đánh ác liệt diễn ra ở những vùng đất này. Tháng 11 năm 1967 là chiến dịch Dak Tô Tân Cảnh kéo dài mấy tuần lễ, một cuộc đụng độ quan trọng với sự tham gia cấp sư đoàn của bộ đội miền Bắc chuyển vào chạm trán với quân đội Hoa Kỳ cùng với quân đội Việt Nam Cộng Hòa. Sau cuộc đọ sức, cả hai bên đều ca bài chiến thắng vì cả hai bên đều đã giết được một con số lớn binh lính đối phương. Hàng ngàn thanh niên cả hai bên gục ngã trên các ngọn đồi hoang vu, để rồi sau đó những ngọn đồi đẫm máu này lại trở về với thiên nhiên không một bóng người. Đánh nhau không phải để tiến chiếm lãnh thổ, mà chỉ để giết địch.

Tháng 4 năm 1972, một chiến dịch lớn trong vùng Kontum, đồng thời với Quảng Trị và An Lộc, lần này không còn lục quân Hoa Kỳ tham chiến nữa, nhưng không quân Hoa Kỳ vẫn còn yểm trợ các trận đánh cũng ác liệt không kém năm 1967. Quân miền Bắc tiến chiếm vùng Dak Tô Tân Cảnh và đánh thẳng vào thành phố Kontum, có lúc đã chiếm một phần của thành phố, nhưng cuối cùng đã phải rút khỏi thành phố trước sức phản công mãnh liệt của quân miền Nam. Chính tại thời điểm này mà địa danh "Charlie" được biết đến qua bản nhạc nổi tiếng của Trần Thiện Thanh "Người ở lại Charlie" tôn vinh sĩ quan chỉ huy trưởng đơn vị Nhảy dù đã bỏ mình trên ngọn đồi Charlie án ngữ vùng Dak Tô này. Charlie chỉ là tên được đặt ra trong trận chiến để chỉ một ngọn đồi, theo thứ tự A, B, C (như Alpha, Bravo, Charlie…) cho dễ nhớ. Nếu không có bài hát thì sau trận chiến sẽ không còn ai biết đến Charlie ở chỗ nào, có chăng cái tên này chỉ còn nằm trong ký ức của những người lính từng vào sinh ra tử ở đấy.

Nhưng đó là chuyện sau này. Năm 1963 chưa có những trận đánh lớn trong vùng nên cuộc sống ở thành phố Kontum thật thanh bình, nhất là đối với Long chỉ về đây nghỉ hè sau thời gian bù đầu với học hành và cuộc sống hối hả ở Sài Gòn. Thành phố bé xíu, nhỏ nhất trong ba thành phố cao nguyên là Ban Mê Thuột, Pleiku và Kontum. Pleiku nổi tiếng với câu *"đi dăm phút đã về chốn cũ…"* trong một bài hát[viii], mà Kontum còn nhỏ hơn Pleiku nhiều! Nhỏ xíu và thật dễ thương. Và khác với hai thành phố kia đất đỏ, Kontum đất cát trắng nên không có cảnh "bụi đỏ phủ kín màu xanh lá" như Ban Mê Thuột và Pleiku. Thành phố nhỏ nhưng có từ

[viii] Ca khúc "Còn Chút Gì Để Nhớ" của Phạm Duy phổ thơ của Vũ Hữu Định: http://www.youtube.com/watch?v=1g8uLtZbRX0

lâu đời, từ thời Pháp thuộc đã có tòa Giám mục, có Đại chủng viện, và có một nhà thờ gỗ rất đẹp vẫn còn tồn tại đến bây giờ.

Về đây Long gặp lại H., một bạn học ở trường Adran Đà Lạt trước kia và bây giờ cùng sống trong cư xá Đắc Lộ Sài Gòn. Gia đình H. sinh sống lâu đời ở Kontum, nhưng vì từ nhỏ H. đi học xa như Long nên cũng không có bạn trong tỉnh này. Hai tên gặp nhau mừng quá, ngày nào cũng hẹn đi chơi chỗ này chỗ nọ. Và chính H. là người đưa Long đến nhà Colette giới thiệu với hai chị em học nội trú trường bà sơ Franciscaines ở Đà Lạt, cũng chỉ về Kontum nghỉ hè. Ba của hai cô này là một sĩ quan cùng đơn vị với cha dượng của Long, và cũng có hai dòng máu Pháp Việt như Long. Ông có đầu óc theo Tây học nên không cấm đoán việc hai cô con gái mình giao du với hai chàng trai cùng chung hoàn cảnh là ở xa về không có bạn bè tại chỗ. Ông cũng biết rằng cuộc giao du giữa mấy đứa trẻ mới lớn rất hồn nhiên, vì cùng chịu ảnh hưởng của lối sống Tây Âu, không e dè, cũng không có hậu ý.

Cầu Dak Bla được xây lại năm 1992. Hình chụp năm 2007.

Long và H. thường xuyên đến nhà Colette chơi. Thường là nghe nhạc rồi tập đàn hát theo. Lúc đó cả hai tên con trai đều mới tập tễnh biết từng tưng trên cây tây ban cầm cũ kỹ, cũng ráng đệm đàn cho cả đám hát. Long còn nhớ mãi những bài ướt át như Nửa Đêm Ngoài Phố, Hai Lối Mộng, Chiều Cuối Tuần[ix]… rất được ưa chuộng trong các quán cà phê tỉnh lẻ thời đó, ban đêm nghe văng vẳng giọng Thanh Thúy trong thành phố Kontum đìu hiu buồn, mới thấy thật thấm thía! Ngược lại là những bản nhạc Pháp của ca sĩ trẻ "yé-yé" rất thịnh hành bên Pháp thời đó, cũng lan qua giới trẻ ở các thành phố miền Nam. Phải kể đến những ca sĩ như

[ix] Tác giả có hát lại mấy bài này của nhạc sĩ Trúc Phương:
"Nửa Đêm Ngoài Phố": http://youtu.be/stldfyGgoYQ
"Chiều Cuối Tuần" và "Hai Lối Mộng":
http://www.youtube.com/watch?v=LUD114OOkAc

Françoise Hardy ("Tous les garçons et les filles[x]" do chính cô sáng tác và thu đĩa năm 18 tuổi), Sylvie Vartan ("Tous les copains"), Richard Anthony ("J'entends siffler le train") Adamo ("Tombe la neige[xi]")…

Lâu lâu cả bọn rủ nhau đi ra ngoài phạm vi thành phố, đến các bản làng của người thiểu số, vùng này nhiều nhất là người Ba-na[xii].

Kontum đặc biệt có sông Dak Bla "nước chảy ngược dòng[xiii]" uốn khúc bao bọc hai phía đông và nam thành phố, chỉ cần đi ra khỏi Kontum vài cây số là đã có cảnh thiên nhiên hữu tình. Đặc biệt có một nơi có bãi cát ven sông nước trong suốt, tắm rất thích, có tên từ thời Pháp là bãi "Paradis" có nghĩa là "Thiên đường".Long chỉ có chiếc xe đạp, nhưng khi cần thì chàng mượn xe Lambretta của cha dượng. Ông Quy cũng rất "chịu chơi" với Long, sáng Long chở ông đến nơi làm việc rồi lấy xe đi chơi, chiều đến đón ông về.Một lần có xe Lambretta, Colette đòi tập lái nên mới có cảnh Long ngồi sau phải vòng tay ra phía trước giữ tay lái cho chắc ăn. Trong thành phố Kontum nhỏ bé vào thập niên 60 này, đây là một cảnh "trêu ngươi" trong một xã hội thấm nhuần nguyên tắc "nam nữ thụ thụ bất thân" của Khổng Mạnh! Nhưng hai bạn trẻ này chẳng đếm xỉa gì đến dư luận dèm pha, vì dù sao thành phố này cũng chỉ là nơi nghỉ hè thoáng qua, chẳng sống lâu dài để phải sợ dư luận.

Long với bản chất lãng mạn tự nhiên, nên cũng thầm kín có tình cảm đặc biệt với người bạn gái, nhưng trong cách giáo dục mà chàng được hấp thụ, và với bản tính nhút nhát, chàng không khi nào vượt quá ranh giới của quan hệ bạn bè, mà tự hài lòng với câu *"và như thế tôi sống vui từng ngày"* trong một bài hát nổi tiếng sau này[xiv].

Rồi cũng đến lúc phải chia tay mỗi người một ngả, mang theo kỷ niệm êm đềm của những ngày vui đùa thảnh thơi của tuổi trẻ vô tư lự. Dòng thời gian cứ thế cuốn đi những mảnh đời đã có lúc tụ lại với nhau vui đùa, để rồi chẳng còn khi nào gặp lại nhau nữa.

---

[x] Bài "Tous les garçons et les filles" được trích một đoạn trong ca khúc "Bài Ca Năm Cũ" của Phạm Ngọc Lân:
http://www.youtube.com/watch?v=GlSLw88_izo

[xi] "Tombe la neige" của Adamo, lời Việt "Tuyết Rơi Rơi" của Phạm Ngọc Lân:
http://www.youtube.com/watch?v=vjGWiKUsNeA

[xii] Người Ba-na là một trong số 54 dân tộc tại Việt Nam, sinh sống trên vùng Gia Lai Kontum là chính, dân số trên hai trăm ngàn người. Ở mỗi làng có một nhà công cộng là "nhà rông" cao lớn, đứng nổi bật giữa làng. Một nhân vật nổi tiếng người Ba-na là ca sĩ Siu Black được giới mộ điệu âm nhạc biết đến từ thập niên 90.

[xiii] Từ Pleiku đi theo quốc lộ 14 về phía bắc phải qua cầu Dak Bla để vào thành phố Kontum. Có câu "Sông Dak Bla nước chảy ngược dòng" vì nước chảy về phía tây. Đa số các con sông của Việt Nam đều chảy ra biển Đông, tức là phía đông. Sông Dak Bla không chảy ra biển mà chảy ngược lại vào đất liền, nên mới có câu "chảy ngược". Thành phố Kontum nằm trên cao, con sông Dak Bla chảy về phía tây, đổ vào con sông Sesan, rồi con sông này đổ vào sông Mekong bên Cam-Bốt.

[xiv] Ca khúc "Mỗi ngày tôi chọn một niềm vui" của Trịnh Công Sơn:
https://www.youtube.com/watch?v=4k1QFpm77L4

32. Xuống đường... Bãi khóa... Đảo chánh... Chỉnh lý...

Sau những ngày nghỉ hè chóng qua ở Kontum với nhiều kỷ niệm êm đềm, Long trở lại với cuộc sống hối hả nơi xứ Sài Gòn phồn hoa tấp nập. Và cũng trở lại với những biến cố chính trị khuấy động thủ đô miền Nam trong niên học 1963-64, một giai đoạn chứng kiến bước ngoặt quan trọng trong số phận của Việt Nam Cộng Hòa.

Sau vụ tự thiêu của Thượng tọa Thích Quảng Đức tháng 6-1963, nhiều biến cố dồn dập xảy đến cùng với những cuộc "xuống đường", "bãi khóa"... Người dân Sài Gòn bắt đầu nếm mùi lựu đạn cay, bắt đầu làm quen với quân phục rằn ri của cảnh sát dã chiến. Tin đồn đảo chánh là đầu câu chuyện từ những cà phê vỉa hè đến các tiệm ăn sang trọng trên đường Tự Do, nơi tụ tập các chính khách Sài Gòn cũng như các phóng viên ngoại quốc. Những tin đồn được nuôi dưỡng bởi một số báo chí Mỹ với những bài báo nảy lửa lên án thái độ không khoan nhượng của chính phủ đối với đòi hỏi của phe tranh đấu Phật Giáo. Người ta xầm xì là Mỹ muốn lợi dụng cuộc khủng hoảng này để thay thế những người cầm quyền hiện nay vì họ không "dễ bảo" như ta tưởng[58].

Mà chính quyền của ông Ngô Đình Diệm không "dễ bảo" thật. Phản ứng lại với những tin đồn đảo chánh và những chỉ trích của báo chí Mỹ, chính quyền ra tay bằng những cuộc bố ráp các chùa chiền đầu não của phe tranh đấu Phật Giáo. Đêm 20 rạng ngày 21 tháng 8-1963, quân đội tấn công chùa Xá Lợi, bắt giữ mấy trăm tăng ni phật tử trong ngôi chùa này, ngôi chùa quan trọng nhất tại Sài Gòn[59]. Chùa Ấn Quang cùng chịu chung số phận, các chùa ở tỉnh cũng thế, đặc biệt là chùa Từ Đàm ở Huế. Có thể nói là sau chiến dịch này của chính quyền, phe tranh đấu Phật Giáo kể như bị tê liệt hoàn toàn. Gương mặt nổi nhất là Thượng tọa Thích Trí Quang có mặt ở chùa Xá Lợi cũng bị bắt với mấy trăm người khác, nhưng cuối cùng thoát nạn và phải đến Tòa Đại sứ Mỹ xin tị nạn chính trị[60].

Phong trào đấu tranh lan qua môi trường đại học. Ba ngày sau vụ bố ráp chùa chiền, ngày thứ bảy 24 tháng 8, một cuộc tụ tập sinh viên tại Đại Học Luật Khoa Sài Gòn hoan hô Giáo Sư Vũ Văn Mẫu, lúc đó là Bộ Trưởng Ngoại Giao, vì ông này cạo trọc đầu để phản đối chính phủ đàn áp phe tranh đấu Phật Giáo. Qua hôm sau chủ nhật 25 tháng 8, một cuộc biểu tình lớn được tổ chức ngay bùng binh trước chợ Bến Thành. Cuộc biểu tình bị đàn áp thẳng tay làm một người thiệt mạng, đó là cô học sinh trung học tên Quách Thị Trang, sau này nổi tiếng vì công trường được đặt tên cô, cùng với một bức tượng bán thân đặt ngay tại đó[61]. Đồng thời mấy trăm sinh viên học sinh bị bắt trong dịp này, mở đầu một đợt đàn áp mới nhắm vào đối tượng thanh niên.

Hơn lúc nào hết, những tin đồn đảo chánh lại càng được thể mọc lên như nấm. Đặc biệt lần này, người ta còn xầm xì rằng có "bàn tay lông lá" trực tiếp giật dây[62].

Tháng 8 rồi cũng qua đi mà không thấy đảo chánh đâu cả. Qua tháng 9 tựu trường, chỉ có các trường tiểu học và dạy nghề được phép mở cửa, các trường trung học và đại học vẫn còn đóng để ngăn ngừa các cuộc biểu tình và bãi khóa của sinh viên học sinh. Nhưng rồi tình hình cũng lắng dịu dần, và tất cả các trường lần lượt được hoạt động trở lại. Long nhập học năm thứ hai Đại học Dược khoa.

Báo chí Mỹ vẫn không ngừng chỉ trích chế độ của ông Diệm về thái độ cứng rắn đối với phe tranh đấu Phật Giáo và đối với sinh viên học sinh xuống đường. Để đối phó lại với các bộ máy truyền thông đồ sộ này, chính quyền gửi một phái đoàn qua các nước Tây phương để "giải độc", cầm đầu là bà dân biểu Ngô Đình Nhu, em dâu Tổng Thống Diệm cùng với cô con gái lớn là Ngô Đình Lệ Thủy[63]. Qua tháng 10, một phái đoàn điều tra quốc tế của Liên Hiệp Quốc được mời đến Sài Gòn để chứng tỏ cho thế giới rằng chính quyền không có gì phải giấu giếm cả[64].

Cuối tháng 10, ngày 26 là lễ quốc khánh đánh dấu ngày ban hành hiến pháp Việt Nam Cộng Hòa 26-10-1956. Để ngăn ngừa những biến động có thể xảy ra trong các buổi lễ, tất cả các trường lại phải đóng cửa "cho tới khi có lệnh mới".

Long bắt đầu chán nản kiểu học hành "nhát gừng" lúc học lúc không này, bèn quyết định về gia đình ở Kontum nghỉ ngơi.

Và chính tại thành phố cao nguyên này, Long nghe tin cuộc đảo chánh bùng nổ lúc trưa ngày 1 tháng 11-1963 do tướng Dương Văn Minh cầm đầu, cùng với các tướng Trần Văn Đôn, Lê Văn Kim và nhiều tướng lãnh khác. Ngày hôm sau, phe đảo chánh đã hoàn toàn làm chủ tình thế, và đài phát thanh loan tin hai anh em ông Ngô Đình Diệm và Ngô Đình Nhu đã tự sát[65].

Nhưng không ai tin chuyện "tự sát" này cả. Chẳng bao lâu sau, sự thật được chương trình Việt Ngữ của các đài BBC và VOA tường thuật. Cuộc đảo chánh nổ ra vào lúc 13giờ 30 trưa ngày 1-11-1963, lúc đó hai ông Diệm và Nhu đang ở dinh Gia Long vì dinh Độc Lập bị dội bom đầu năm 1962 đang được xây cất lại. Đến chiều tối, phe đảo chánh đã làm chủ tình hình, hai ông phải dùng xe hơi nhỏ thoát bằng cửa sau của dinh đi về Chợ Lớn tá túc ở nhà Mã Tuyên, một người Hoa thân cận, rồi qua đêm tại nhà thờ Cha Tam cũng ở Chợ Lớn. Sáng mùng 2, thấy không còn hy vọng gì, hai ông gọi điện thoại đến các tướng cầm đầu đảo chánh đang ở trong Tổng Tham Mưu, chấp nhận đến gặp họ trao quyền lại để tránh tiếp tục đổ máu. Các tướng lãnh cử một đoàn xe đến nhà thờ Cha Tam đón hai ông Diệm và Nhu. Trong đoàn có nhiều chiếc xe bọc thép M113 và xe Jeep. Hai ông được đưa lên một chiếc xe bọc thép bịt bùng lấy cớ là để bảo vệ hai ông khi đi qua đường phố Sài Gòn. Khi đến Tổng Tham Mưu mở cửa xe ra thì chỉ còn hai cái xác. Hai ông đã bị sát hại trong khi di chuyển.

Chỉ 20 ngày sau, Tổng Thống Mỹ Kennedy bị bắn trong chiếc xe mui trần khi đi thăm thành phố Dallas ngày 22 tháng 11 năm 1963. Có người nói "Trời quả báo" vì nghĩ là ông Kennedy ra lệnh giết hai anh em ông Diệm và ông Nhu. Thật ra, theo các tài liệu mật của Hoa Kỳ được công bố mấy chục năm sau thì ông Kennedy được tin về cái chết của hai ông Diệm và Nhu trong khi đang tiến hành một buổi họp trong Tòa Bạch Ốc. Biên bản buổi họp ghi lại là ông Kennedy đã bị choáng (shock) vì tin này, vì ông không ngờ hai ông Diệm Nhu lại bị sát hại như thế, mặc dù chính ông là người đã bật đèn xanh cho ông Đại Sứ Cabot Lodge ở Sài Gòn tìm người khác thay thế hai ông Diệm và Nhu.

Ít lâu sau các trường đại học mở cửa lại, Long từ Kontum về Sài Gòn tiếp tục việc học hành. Không khí và khung cảnh Sài Gòn vẫn mang hơi hướng cuộc đảo chánh. Khu thành Cộng Hòa[xv] là nơi đồn trú của Lữ Đoàn Phòng Vệ Phủ Tổng

---

[xv] Thành Cộng Hòa trước kia gọi nôm na là thành "Ông Dem" của Pháp (phiên âm từ "Onzième = thứ 11" vì là nơi đồn trú của trung đoàn 11 bộ binh thuộc địa (11è RIC =

Thống nơi giao tranh giữa hai phe đảo chánh và chống đảo chánh mang vết đạn bom tàn phá, qua năm sau sẽ sửa sang lại và biến thành 4 cơ quan riêng biệt giữa hai đường Hồng Thập Tự và Thống Nhất, cách nhau bởi khúc đường Cường Để được nối liền với đường Đinh Tiên Hoàng. Đó là đài Truyền hình Sài Gòn, các trường Đại học Văn Khoa, Đại học Dược Khoa và Cao Đẳng Nông Lâm Súc.Dưới bờ sông, tượng Hai Bà Trưng bị kéo đổ[xvi], không phải vì phe đảo chánh ghét Hai Bà Trưng, mà vì họ quả quyết tượng Hai Bà giống hệt bà Ngô Đình Nhu và con gái là Ngô Đình Lệ Thủy. Cũng may cho hai mẹ con lúc đó đang trên đường "giải độc" thế giới, nếu lúc đó có mặt tại Sài Gòn thì không biết số phận sẽ ra sao[66].

Đại Học Dược Khoa dọn về đây từ niên khóa 1964-65.
Ngôi nhà trong hình là một trong các nhà của trại lính Pháp thời xưa (thành "Ông Dem", tức là 11è RIC), sau là thành Cộng Hòa nơi trú đóng của Lữ Đoàn Phòng Vệ Phủ Tổng Thống thời ông Ngô Đình Diệm

Sinh viên trong cư xá Đắc Lộ nơi Long cư trú cũng không tránh khỏi tác động của cuộc thay đổi quá lớn lao cho miền Nam. Long lại được nghe những lời bàn luận của mấy bạn có suy nghĩ về tình hình chính trị, đa số nghi ngờ tài lãnh đạo của các tướng lãnh mới lên cầm quyền.

« Mấy ông tướng lãnh này chỉ là những tay lợi dụng thời cơ, chẳng có tài cán gì về chính trị cả. Cứ tiếp tục với mấy ông này thì rồi đây các bạn sẽ thấy tầng lớp lãnh đạo đất nước sẽ không còn thể thống gì nữa. Không biết rồi cuộc chiến sẽ xoay chiều như thế nào. Mới đảo chánh xong là các ấp chiến lược dùng để tách Việt Cộng ra khỏi người dân làng đã bắt đầu bị Việt Cộng phá bỏ, vì họ biết đó là một chiến lược hữu hiệu trong cuộc chiến chống du kích. »

Lập tức có người không đồng ý : *« Nhưng người dân quê có ai ủng hộ chính sách ấp chiến lược không ? Phải bỏ nhà cửa ông cha để lại để vào sống trong*

Régiment d'Infanterie Coloniale). Các đường Hồng Thập Tự, Thống Nhất và Cường Để ngày nay là Nguyễn Thị Minh Khai, Lê Duẩn và Tôn Đức Thắng.

[xvi] Sau này sẽ có tượng của Trần Hưng Đạo thay thế và tồn tại tới bây giờ.

những ấp có hàng rào bao bọc, có ai thích như vậy không? Cuộc chiến chống du kích chỉ thành công nếu được lòng dân quê, nếu dân quê chỉ miễn cưỡng thi hành thì không thể thành công được. »

Một bạn khác nhắc đến một khía cạnh mới sau đảo chánh : *« Dù sao thì không khí cũng dễ thở hơn trước, các phòng trà ca hát và nhảy đầm được mở cửa lại, không còn những luật lệ khắt khe dưới thời bà Ngô Đình Nhu... »*

« Nhưng đó là bạn nói những gì mình thấy ở Sài Gòn thôi. Trong cuộc chiến này, thôn quê mới là nơi quyết định thắng bại. »

Long chỉ biết dựa cột mà nghe, nhưng cũng có một thắc mắc: *« Nhưng tại sao phe đảo chánh lại phải giết hai ông Diệm Nhu một cách dã man như thế? »*

« Tại vì mấy ông tướng lãnh suy nghĩ và làm theo câu châm ngôn của các cụ mình ngày xưa: nhổ có phải nhổ tận rễ! » Long không đồng tình với lập luận đó, nhưng cũng không biết tranh cãi gì hơn.

Chính quyền cách mạng chưa được ba tháng thì bị tướng Nguyễn Khánh mang xe tăng ra "chỉnh lý". Năm ông tướng Đôn, Kim, Đính, Xuân, Vỹ bị bắt, được báo chị gọi là "tướng Đà Lạt" vì bị quản thúc trên thành phố thơ mộng này. Lý do đưa ra là mấy ông này có ý đồ "trung lập", câu kết với "thực dân". Ông Nguyễn Khánh trở thành một "người hùng" (homme fort) được Mỹ ủng hộ[67].

Khái niệm "trung lập" do Tổng Thống Pháp De Gaulle đưa ra và trở thành một lý cớ để các tướng loại trừ nhau. De Gaulle đã gửi phái đoàn quốc hội Pháp đến Bắc Kinh, Hà Nội và Nam Vang để thăm dò ý kiến trung lập hóa Đông Nam Á của ông. Nhưng sự việc quan trọng nhất của De Gaulle trong vùng là ông đã công nhận chính quyền cộng sản Bắc Kinh. Ông đổ dầu thêm vào lửa khi tuyên bố *"Giải pháp trung lập hóa các quốc gia Đông Nam Á đương nhiên phải có sự tham gia của Trung Quốc."*

Phản ứng lại là một chiến dịch ồ ạt trong làng báo Sài Gòn lên án chủ trương trung lập hóa của De Gaulle, lên án "sự can thiệp thô bạo của tàn dư thực dân Pháp" vào nội tình Việt Nam. Các cuộc biểu tình chống "trung lập và thực dân" được tổ chức trước tòa Đại sứ Pháp, các trường trung học Pháp Jean-Jacques Rousseau và Marie Curie, Trung tâm Văn hóa Pháp, và cả trên đường Tự Do ngay trung tâm thành phố. Vào tháng 7-1964, tòa Đại sứ Pháp bị phá phách bởi một số thanh niên leo tường vào bên trong.

Rồi đến phiên các lực lượng tranh đấu Công Giáo xuống đường. Ngày chủ nhật 7 tháng 6-1964, khoảng một trăm ngàn người Công Giáo từ Sài Gòn và nhất là các vùng phụ cận như Hố Nai tuần hành trong trật tự và im lặng, kéo dài gần hai tiếng đồng hồ, với rất nhiều biểu ngữ đòi bình đẳng tôn giáo và nói lên sự liên đới với đồng bào Công Giáo miền Trung bị chèn ép từ sau cuộc đảo chánh. Ngoài ra là những khẩu hiệu chống cộng sản và chống trung lập.

Trong bối cảnh đó, thật khó lòng cho đa số các sinh viên thầm lặng có thể tiếp tục chú tâm vào việc học hành. Các trường đại học cũng phải khổ tâm mới giữ được đầy đủ chương trình học và thi vào cuối niên khóa. Long cũng chịu ảnh hưởng của nỗi hoang mang chung, may mà lướt qua được để tập trung vào kỳ thi tháng 6, cuối năm thứ hai lên năm thứ ba Dược Khoa.

Mùa hè 1964, giới sinh viên chứng kiến một cuộc thay đổi chính sách bất ngờ. Trước đó, việc xuất ngoại sau khi đậu tú tài rất khó khăn, chỉ dành cho sinh viên thật xuất sắc được học bổng, hoặc con cháu những gia đình có thế lực lớn. Nhưng năm 1964 chính quyền mới của tướng Nguyễn Khánh "mở cửa" cho sinh viên đi du học dễ dàng, nhất là đi Pháp. Long lại được dịp tiễn đưa một số bạn bè ra đi, và ngay trong cư xá Đắc Lộ, bạn cùng phòng với chàng cũng đi Pháp du học vào mùa hè đó. Đây là một trong các bạn mà Long rất quý, vì tính nghệ sĩ của anh chàng cũng có, nhưng nhất là vì tình bạn chân thật giữa hai người. Bạn này thuộc một gia đình bình thường, không giàu có gì, năm đó cũng đã đi được, chứng tỏ không phải chỉ có "con nhà giàu" mới được du học.

Trên chính trường lộn xộn của miền Nam lúc đó, lần đầu tiên xuất hiện một nhân vật sẽ rất nổi tiếng sau này, đó là tướng Không quân Nguyễn Cao Kỳ. Ông Kỳ "bật mí" cho báo chí biết miền Nam đã bí mật đưa ra miền Bắc những toán quân biệt kích với mục đích phá hoại các cơ sở quân sự. Và cũng lần đầu tiên, câu "Bắc tiến" được chính thức đưa ra[68].

Một sự kiện quan trọng hơn nhiều là vụ "vịnh Bắc Bộ" vào đầu tháng 8-1964. Chiếc tàu Maddox của Mỹ bị tàu của miền Bắc tấn công, một bên nói là ở hải phận quốc tế, một bên nói là trong hải phận Việt Nam[69]. Đây là một sự kiện đánh dấu việc quân Mỹ chuẩn bị trực tiếp nhảy vào chiến trường Việt Nam.

Cũng trong tháng 8 này, sinh viên Sài Gòn lại được dịp xuống đường cùng với các phe chống đối tướng Nguyễn Khánh khi ông này ban hành "Hiến chương Vũng Tàu" ngày 16 tháng 8-1964, một loại "hiến pháp tạm thời" dành cho người lãnh đạo quốc gia (lúc đó chẳng ai xa lạ, chính là ông Khánh) quá nhiều quyền hành. Lần đầu tiên áp lực của đường phố thắng thế khi ông Khánh phải mau chóng rút lại bản hiến chương này.

Sài Gòn thì rối tung như thế, còn thành phố Huế lại một lần nữa là nơi xuất phát một phong trào chống đối sẽ là mầm mống cho các xáo trộn trầm trọng những năm sau này. Một "Hội đồng Nhân dân Cứu quốc" được thành lập, do bác sĩ Lê Khắc Quyến, khoa trưởng Đại học Y khoa Huế, cầm đầu[70], chống lại sự can thiệp của Mỹ vào nội bộ của Việt Nam.

Trong khi đó các thành phần tranh đấu Phật Giáo và Công Giáo đụng độ đẫm máu tại làng Công Giáo Thanh Bồ gần Đà Nẵng, rồi tại Sài Gòn[71].

Qua tháng 9 lại đảo chánh, lần này là của các tướng Lâm Văn Phát và Dương Văn Đức mang quân từ miền Tây lên. Nhưng không thành. Rồi đến việc một nhóm "tướng trẻ" cùng nhau nhảy vào chính trường, nổi bật là hai tướng Nguyễn Văn Thiệu và Nguyễn Cao Kỳ. Một "Thượng Hội Đồng Quốc Gia" được thành lập vào tháng 10 có nhiệm vụ đặt nền móng cho chính quyền dân chủ trong tương lai. Một chính phủ dân sự đầu tiên được thành lập với ông Phan Khắc Sửu làm Quốc trưởng và ông Trần Văn Hương làm Thủ tướng.

Và gần như một thông lệ từ khi đảo chánh thành công, chính phủ chưa thành lập xong đã bị chống đối qua các cuộc biểu tình, kể cả trong các phân khoa đại học. Ngày 30 tháng 11-1964, trong một cuộc họp báo, Thượng tọa Thích Tâm Châu tuyên bố thẳng thừng *« Phật Giáo đã quyết định chống chính phủ Trần Văn Hương bằng mọi phương tiện bất bạo động và bất hợp tác »* và *« Phật tử sẽ không phản đối nếu toàn thể dân chúng muốn chấm dứt chiến tranh. »*

Trong hoàn cảnh rối ren về chính trị như thế, chuyện đương nhiên phải xảy ra trên chiến trường là quân Mặt trận Giải phóng cùng với bộ đội miền Bắc vào mỗi ngày chiếm thêm ưu thế. Ngày 1 tháng 11-1964, căn cứ không quân Biên Hòa bị tấn công. Lần đầu tiên một căn cứ quân sự Mỹ chỉ cách Sài Gòn có ba chục cây số phải chịu một cuộc tấn công quy mô với nhiều tổn thất.

Nhưng các rối ren về chính trị vẫn cứ tiếp tục. Ngày 20 tháng 12, tướng Nguyễn Khánh cùng nhóm "tướng trẻ" quyết định giải tán Thượng Hội Đồng Quốc Gia và bắt giữ 10 thành viên của cơ cấu này. Đại sứ Mỹ Taylor (thay thế Đại sứ Cabot Lodge về nước chuẩn bị tranh cử), một cựu tướng lãnh Hoa Kỳ đến Sài Gòn để "sai bảo" các tướng lãnh Việt Nam theo ý mình, giận sôi lên: *« Làm sao có được một chính quyền ổn định với những con người như thế này? »* Căng thẳng giữa tòa Đại sứ Mỹ và nhóm tướng lãnh cầm quyền lên đến tột độ. Cần nhắc lại là chỉ mấy tháng trước đấy thôi, Bộ trưởng Quốc phóng Mỹ McNamara khi qua thăm Việt Nam còn nắm tay tướng Khánh giơ lên trước đám đông để chứng tỏ sự ủng hộ của Hoa Kỳ với "người hùng" này[72]!

Cuối cùng, năm 1964 chấm dứt bằng một cuộc khủng bố của Cộng Sản ngay trung tâm Sài Gòn. Tòa nhà Brinks nằm trên đường Hai Bà Trưng sau lưng Quốc hội, nơi trú ngụ của quân nhân Mỹ, bị phá hoại nặng khi một chiếc xe lớn đậu trước cửa tòa nhà nổ tung làm hai quân nhân Mỹ thiệt mạng và trên 60 người bị thương, cả Mỹ lẫn Việt Nam.

Năm Con Rồng Giáp Thìn 1964 quả là một năm "rồng quậy", và là một năm chứng kiến bước ngoặt quan trọng trong lịch sử ngắn ngủi của Việt Nam Cộng Hòa, một chế độ không chấp nhận cộng sản vì muốn được sống tự do.

33. 1965 : Một bước ngoặt của miền Nam

Những xáo trộn về chính trị từ năm 1963 ảnh hưởng đến tương lai đất nước như thế nào, sau này ai cũng thấy rõ. Nhưng cũng may là con người có một nhu cầu rất mạnh, đó là nhu cầu sống còn. Trong hoàn cảnh nào chăng nữa người ta thường vẫn phải ăn, phải uống, phải ngủ, phải làm việc, phải nghỉ ngơi... Đối với truyền thống Việt Nam từ ngàn xưa, thời gian nghỉ ngơi bắt buộc (và có khi là duy nhất trong năm) là dịp Tết Nguyên Đán.

Mỗi năm Long đều về ăn Tết với gia đình. Từ nhỏ chàng vẫn làm thế, chưa khi nào vắng nhà vào dịp Tết, mặc dù đã sống xa gia đình từ năm 13 tuổi, sống nội trú ở trường trung học Đà Lạt, sau đó về học đại học ở Sài Gòn, trong khi gia đình lang thang hết Phù Cát, đến Quy Nhơn, rồi Kontum.

Đặc biệt năm đó, Long về Kontum và bất đắc dĩ phải trổ tài gói bánh chưng, tuy chưa làm bao giờ cả ! Chuẩn bị cho ngày Tết phải quét dọn nhà cửa, sửa soạn bàn thờ ông bà, mua sắm hoa quả, làm mứt (năm nào cũng làm mứt bí, mứt gừng, có lẽ vì dễ làm, còn mứt sen thì bắt buộc phải mua), v.v... Và không thể thiếu món bánh chưng. Gia đình Long gốc miền Bắc nên truyền thống là bánh chưng, trong khi miền Nam có bánh tét cũng tương tự, chỉ khác về hình thức là những « đòn » thay vì những chiếc bánh vuông vức.

Bình thường bà ngoại của Long là người « chủ trì » việc gói bánh chưng, mọi người trong gia đình cùng phụ vào. Nhưng năm đó bà ngoại của Long cận ngày Tết lại đi Sài Gòn, còn mẹ của Long có bầu thằng Út sắp tới ngày sanh. Lá dong mua về đã rửa và lau khô, chặt đầu chặt đuôi và tước sống lá rồi, lạt giang đã chẻ, gạo nếp đã vo, đậu xanh đã đãi, thịt đã thái sẵn miếng to bản ướp muối tiêu. Đúng lúc đó mẹ của Long trở dạ phải vào bảo sanh viện. Cha dượng của Long phải cấm trại không thể nghỉ nhà được. Thế là chỉ còn 12 anh em ở nhà, Long lớn nhất phải đứng ra xốc vác việc gói bánh chưng. Trong đời chưa khi nào gói, nhưng năm nào cũng chú ý xem bà ngoại làm thế nào, bây giờ phải loay hoay bắt chước thôi. Đậu xanh nấu chín rồi cho vào cối giã, xong rồi nắm lại từng nắm tròn to bằng quả cam, rồi dùng dao thái thật mỏng. Bây giờ có máy xay đỡ phải làm nhiêu khê như thế, nhưng không biết kết quả có giống không.

Cái khó nhất là gói bánh. Bà ngoại gói bằng tay, không có khuôn, bà nói gói tay không đẹp bằng gói khuôn, nhưng chặt hơn, bánh sẽ rền hơn. Và nhất là công việc nhanh hơn, vì ngày xưa đã có thời bà gói bánh chưng bán để kiếm sống. Long cũng bắt chước bà gói không có khuôn : để một cái lạt dưới cùng, xếp hai lá dong lớn song song với nhau (lá ngoài gấp mép cho đẹp), rồi hai lá dong nhỏ hơn xếp hình chữ thập, để gạo nếp đã xóc chút muối, rồi đậu xanh, rồi thịt, rồi lại đậu xanh, rồi lại gạo nếp. Bắt đầu xếp hai lá phía trong lại để gói gọn tất cả nhân bánh, rồi dùng hai lá phía ngoài gói sao cho vuông vắn, cuối cùng dùng cái lạt để sẵn dưới lá buộc lại để tạm giữ cho tất cả ngay ngắn. Sau đó mới dùng 4 cái lạt buộc cho đẹp, và tháo bỏ cái lạt đầu tiên ra. Buộc bánh bằng lạt giang chỉ cần một tay, tay kia vẫn giữ cho cái bánh còn nguyên hình, vì chỉ cần dùng mấy ngón tay xoắn cái lạt lại và cài đầu lạt vào là xong. Bây giờ buộc bằng dây ni-lông đỏ chắc rắc rối hơn nhiều !

Gói xong cho vào thùng, nhà Long dùng thùng sắt tây 20 lít (nguyên thủy là thùng dầu lửa), cho cuống lá dong lót dưới đáy, xếp bánh để đứng trong thùng, đổ nước cho ngập, nấu trên bếp lửa ngoài sân. Đây là lúc trẻ con thích nhất vì ngồi « canh bánh chưng », nhất là nếu có bạn trai gái tới tán gẫu, nhâm nhi trái bắp nướng nóng hổi hay ăn củ khoai lang nhỏ xíu lùi trong than hồng, còn gì thú bằng !

Sau lần châm nước (phải châm bằng nước sôi), luộc đủ 12 tiếng đồng hồ rồi phải vớt bánh ra và ép ngay cho ra hết nước thì bánh mới rền ngon được. Lấy tấm ván đặt dưới đất, bánh chưng xếp lên đó từng cặp, rồi tấm ván thứ hai úp lên, xong rồi để cái gì nặng lên trên. Đơn giản nhất là gỡ cánh cửa thay cho tấm ván, lấy thùng sắt tây để lên trên rồi đổ nước vào cho nó nặng, ép bánh rất tốt.

Năm đó bánh chưng không được vuông vức như của bà ngoại gói, nhưng bên trong cũng ngon chẳng thua gì ! Ăn với dưa món không gì bằng. Dưa món thời đó bà ngoại chỉ thái củ cải phơi khô, thêm chút ít cà–rốt cho có lác đác màu đỏ cho đẹp, nấu nước mắm với đường, chờ nguội cho củ cải vào ngâm, phải làm lâu trước Tết để củ cải phơi khô thấm nước ngâm mà vẫn dòn. Cũng như hành nén, dưa chua, bà ngoại làm những món đó rất ngon.

Năm đó là Quý Mão, mẹ của Long sinh con thứ 13 hai tiếng đồng hồ trước giao thừa. Có nghĩa là chỉ hai tiếng sau khi lọt lòng mẹ, thằng Út đã « lên hai ! ». Trong truyền thống tính tuổi của Việt Nam, lúc lọt lòng mẹ đứa trẻ sống trong năm Quý Mão, đó là năm thứ nhất trong đời của nó. Hai tiếng đồng hồ sau nó được sống trong năm Giáp Thìn, đó là năm thứ hai trong cuộc đời nên người mình dùng câu « lên hai ». Và cứ thế, mỗi lần Tết đến là tất cả mọi người Việt Nam đều được « lên » một tuổi. Cũng chính vì thế mà ngày xưa theo truyền thống không có tổ chức « mừng sinh nhật ». Ngày Tết mới là ngày « lên một tuổi » không phải ngày mình sinh ra. Khó mà giải thích điều này cho người Tây phương – và có khi cả cho giới trẻ Việt Nam ngày nay – vì hai quan niệm về « tuổi » quá khác nhau.

Trở lại những biến động của đất nước trong thời kỳ này, năm 1964 lộn xộn về chính trị như thế nào đã nói trong đoạn trước, qua năm 1965 vẫn tiếp tục những bất ổn đó, nhưng thêm một biến cố đánh dấu một khúc ngoặt quan trọng hơn nhiều, đó là việc người Mỹ đem quân đội vào miền Nam trực tiếp lãnh đạo cuộc chiến.

Đầu năm 1965 đánh dấu bởi trận Bình Giã[73] đã khởi sự từ những ngày cuối năm 1964. Bài hát « Kỷ Vật Cho Em » của Phạm Duy phổ nhạc bài thơ của Linh Phương cũng nhắc đến chiến thắng Bình Giã. Vì nhu cầu tuyên truyền nên trong cuộc chiến tương tàn của thập niên 60 và 70, không có trận nào là « chiến bại » cả, dù là phía Việt Nam Cộng Hòa hay phía Mặt Trận Giải Phóng và Hà Nội. Nhưng đối với chính phủ Mỹ, họ nhận định rất rõ và quyết định mang binh lính vào miền Nam trực tiếp chiến đấu nếu không muốn phần đất tự do còn lại này của Việt Nam mau chóng rơi vào tay cộng sản.

Trong khi đó thì các cuộc biểu tình chống chính phủ vẫn tiếp diễn, nhất là ở các thành phố miền Trung : Huế, Đà Nẵng, lan vào Quy Nhơn, Nha Trang, và cả đến Đà Lạt là nơi xưa nay vẫn nổi tiếng là nơi yên bình không ai biết xuống đường là gì. Người ta đồn là chính Tướng Nguyễn Khánh bí mật khuyến khích các cuộc biểu tình này vì ông muốn lật đổ chính phủ Trần Văn Hương. Và quả thật, sau Tết Ất Tỵ 1965, một cuộc đảo chánh « nhẹ » lật đổ chính phủ này.

Phe cộng sản lợi dụng tình thế để phát triển lực lượng và mở rộng vùng kiểm soát của họ. Ngày 7 tháng 2-1965, lúc 2 giờ sáng, các trận pháo kích dữ dội nhắm vào khu người Mỹ tại căn cứ không quân ở Pleiku và Tuy Hòa. Ngày hôm sau, để trả đũa, lần đầu tiên 24 phi cơ chiến đấu của Việt Nam Cộng Hòa do tướng Nguyễn Cao Kỳ cầm đầu vượt vĩ tuyến 17 ra dội bom Vĩnh Linh, với sự yểm trợ của chiến đấu cơ Hoa Kỳ.

Những biến cố quân sự này đồng bộ với hai biến cố chính trị quan trọng. Một là tại Hà Nội, một phái đoàn Liên Xô do Phó Thủ Tướng Kossyguine cầm đầu đến viếng thăm chính thức để nói lên sự ủng hộ hết mình của Liên Bang Xô-Viết đối với Việt Nam Dân Chủ Cộng Hòa, làm thay đổi hẳn bộ mặt cuộc chiến ở miền Nam. Hai là đồng thời tại Sài Gòn, một phái đoàn Hoa Kỳ do ông McGeorge Bundy cầm đầu đến thẩm định tại chỗ tình hình nguy ngập tại miền Nam. Ông này là Cố Vấn An Ninh Quốc Gia trong chính phủ của Tổng Thống Johnson, một chức vụ rất quan trọng, một người cận kề với Tổng Thống Mỹ, và chỉ có trong chính quyền Mỹ mới có chức vụ này. Ông qua Sài Gòn từ ngày 4 đến ngày 7 tháng 2-1965 theo mệnh lệnh của chính Tổng Thống Mỹ. Dịp này, Tướng Khánh có hỏi ông Bundy về chuyện « Bắc tiến », và được ông trả lời là Mỹ giúp miền Nam chống âm mưu thôn tính của cộng sản tại miền Nam, nhưng không hề có ý định « giải phóng miền Bắc ».

Sau cuộc viếng thăm này, tất cả gia đình của người Mỹ phục vụ tại Việt Nam được lệnh di tản ngay ra khỏi nước, chứng tỏ tình hình nguy ngập đến mức nào. Long còn nhớ rõ khi còn học trung học ở Đà Lạt, đầu năm 1962 có chơi một trận giao hữu bóng chuyền với đội bóng của trường trung học Hoa Kỳ.

Đây là một trường nội trú của Mỹ mới mở dành cho con em các gia đình Mỹ phục vụ tại Việt Nam, phần đông là các gia đình nhân viên dân sự, thường là trong ngành ngoại giao. Long nhớ rõ trận đấu này vì là lần đầu được thấy tận mắt các

« cheerleaders », các nữ sinh người Mỹ mặc đồng phục quần cụt áo ngắn màu sặc sỡ cầm những « pom pom » múa may theo điệu hát trong sân vào lúc nghỉ để ủng hộ gà nhà, một phong cách rất dễ thương của thanh niên Mỹ. Khi có lệnh các gia đình Mỹ phải rời khỏi Việt Nam năm 1965, ngôi trường này đành phải đóng cửa.

Đấu bóng chuyền giao hữu giữa trường trung học Adran và trường trung học Hoa Kỳ Đà Lạt, ngày 27 tháng 1-1962. Tác giả cùng các bạn Trần Tuấn Kiệt, Nguyễn Phan Phát, Nguyễn Thanh Sơn, Phạm Chí Thành và Nguyễn Anh Tân.

Trở lại chuyện năm 1965, vào khoảng tháng tư hay tháng năm gì đó, Long có việc phải đi xe đò từ Sài Gòn lên Đà Lạt. Khi qua khỏi Định Quán trên quốc lộ 20, đến đoạn gọi là cây số 125, xe đò đi vào một khu rừng, có tấm vải băng-đơ-rôn chăng ngang đường « Mặt Trận Giải Phóng Miền Nam chào mừng đồng bào ». Đi thêm vài cây số, xe đò ngừng lại và đóng tiền cho mấy người mặc đồ bà ba đen ôm súng AK, mũ tai bèo, kê cái bàn với cái ghế bên lề đường viết biên nhận thu thuế của xe đò đã đóng thuế. Sau đó đi thêm vài cây số lại có cái băng-đờ-rôn khác cho biết xe đã ra khỏi khu vực do MTGP kiểm soát.

Nhớ lại hè 1961, Long đi xe đò trên quốc lộ 14, khi qua Đồng Xoài đã bị mấy người mặc đồ bà ba đen lùa vào rừng tre tuyên truyền cho MTGP. Nhưng đó là quốc lộ 14 đi Ban Mê Thuột, xưa nay vẫn là khu có mặt của du kích MTGP, sau này xe đò không còn chạy trên con đường này nữa. Còn quốc lộ 20 là đường Sài Gòn đi Đà Lạt nổi tiếng là « an toàn », có khi nào thấy bóng dáng ai mặc đồ bà ba đen ôm súng AK đâu ! Vậy mà chỉ 4 năm sau, họ đã kiểm soát một đoạn đường trên quốc lộ 20 này, ngang nhiên mang bàn ghế bày ra đường làm trạm thu thuế !

Và các cuộc tấn công vào nơi đồn trú của người Mỹ cũng tăng cường mạnh. Phái đoàn Bundy rời Sài Gòn được một ngày thì một khách sạn Mỹ ở Quy Nhơn nổ tung làm 23 người Mỹ thiệt mạng. Đây là tổn thất nặng nhất về nhân mạng của Hoa Kỳ tại Việt Nam từ trước đến nay. Ngay hôm sau, máy bay Việt Mỹ ném bom mục tiêu quân sự phía bắc vĩ tuyến 17 để trả đũa.

Về mặt quân sự thì như thế, về mặt chính trị các xáo trộn vẫn tiếp tục. Giữa tháng 2, một chính quyền dân sự đầu tiên từ sau đảo chánh 1963 được thành hình, với ông Phan Huy Quát làm Thủ Tướng. Chỉ ba ngày sau, lại đảo chánh ! Lần này người chủ trương đảo chánh là Đại Tá Phạm Ngọc Thảo[74] cùng với Tướng Lâm Văn Phát, nhưng việc không thành.

Một sự kiện chưa hề có trước đây cũng xảy ra trong cái năm 1965 đủ thứ chuyện này ! Ngày 25 tháng 2-1965 tại Sài Gòn, một cuộc họp báo do Phong Trào Bảo Vệ Hòa Bình tổ chức, phân phát cho báo chí một bản tuyên ngôn với 471 chữ ký. Cảnh sát bố ráp, các nhân vật chính yếu bị bắt và ngày 19 tháng 3-1965, ba ông Phạm Văn Huyến, Cao Minh Chiếm và Tôn Thất Dương Kỵ bị trục xuất ra ngoài Bắc qua cầu Hiền Lương bắc qua sông Bến Hải. Có lẽ đây là lần duy nhất trong hơn 20 năm chia cắt đất nước, có người xách hành lý đi bộ qua cầu Hiền Lương một cách an toàn !

Phải nói là học hành trong khung cảnh xáo trộn như thế thật không dễ tí nào. Long cũng bị ảnh hưởng như nhiều bạn khác, sao nhãng việc học hành, và dù không muốn tham gia vào các hoạt động chính trị của sinh viên, cũng không thể che tai bịt mắt được. Ngày 26 tháng 2, Long theo người bạn rủ đến trụ sở của Tổng Hội Sinh Viên ở số 4 Duy Tân dự một cuộc hội thảo. Cuối buổi họp này, đúc kết lại là một lời kêu gọi các phe phái lâm chiến tìm một giải pháp hòa bình cho miền Nam, và đòi hỏi các lực lượng quân sự nước ngoài rút khỏi Việt Nam. Chưa khi nào có một lời kêu gọi công khai đòi Mỹ rút ra khỏi Việt Nam như thế, nên cũng chẳng lạ gì khi Long cùng các bạn phải chạy có cờ vì bị cảnh sát bố ráp, lấy cớ là hội thảo mà không có giấy phép.

Người Mỹ, trong khung cảnh chiến tranh lạnh lúc đó, dĩ nhiên không thể chấp nhận bỏ miền Nam cho cộng sản thôn tính, và phải lấy quyết định nhảy vào chiến trường Việt Nam để trực tiếp đối đầu với làn sóng đỏ. Quyết định có sáng suốt hay không, thời gian sẽ trả lời, nhưng lúc đó, chính quyền Mỹ không có chọn lựa nào khác.

Ngày 2 tháng 3-1965, chiến dịch Rolling Thunder (Sấm Rền) khởi đầu với 104 phi cơ Hoa Kỳ (B-57, F-100 et F-105) và 19 phi cơ của miền Nam (Skyraiders) dội bom kho đạn ở Xóm Bảng và căn cứ hải quân Quảng Khê trên lãnh thổ miền Bắc Việt Nam. Chiến dịch Rolling Thunder này sẽ kéo dài đến 1968.

Sáu ngày sau, 8 tháng 3-1965, một sự kiện tuy nhỏ nhưng lại rất quan trọng vì nó đánh dấu ngày Hoa Kỳ chính thức tham chiến tại Việt Nam. Đó là việc hai tiểu đoàn Thủy Quân Lục Chiến Mỹ do Tướng Frederick J. Karch chỉ huy đổ bộ lên Đà Nẵng để bảo vệ căn cứ không quân Hoa Kỳ tại đây. Họ được nghênh đón bởi Tướng Nguyễn Chánh Thi, Tư Lệnh vùng 1 Chiến Thuật, và ông Thị Trưởng Đà Nẵng. Có một chi tiết ít khi được nhắc đến, đó là chính phủ dân sự của ông Phan Huy Quát tại Sài Gòn không hề được hỏi ý kiến về sự kiện quan trọng này. Thủ Tướng Phan Huy Quát bị đặt trước một « sự đã rồi », dù đó là một việc rất quan trọng, ảnh hưởng lâu dài đến tương lai đất nước.

Phản ứng đầu tiên của phe cộng sản là một vụ tấn công bằng bom vào cơ sở đầu não của Mỹ. Ngày 30 tháng 3, một chiếc xe nổ tung trước tòa Đại Sứ Mỹ ở Sài Gòn, làm thiệt mạng 2 người Mỹ và 20 người Việt, và làm bị thương hơn 200 người, trong đó có ông Alexis Johnson tạm thay đại sứ Taylor đang về Washington. Tướng Westmoreland, tư lệnh lực lượng Mỹ tại Việt Nam lúc đó đang trên đường đến tòa Đại Sứ, thoát nạn vì chưa đến nơi.

Để thích ứng với tình hình mới, các « tướng lãnh trẻ » (« trẻ » để đối với thế hệ các tướng lãnh làm đảo chánh ông Diệm như Dương Văn Minh, Trần Văn Đôn, v.v…) quyết định lên nắm quyền chính trị. Tháng 6-1965, có sự « thỏa thuận » để chính quyền dân sự của Thủ Tướng Phan Huy Quát nhường chỗ lại cho quân đội lên cầm quyền. Ngày 19 tháng 6-1965, một « Nội Các Chiến Tranh » chính thức ra mắt, với Tướng Nguyễn Văn Thiệu làm Chủ Tịch Ủy Ban Lãnh Đạo Quốc Gia (tương đương Quốc Trưởng) và Tướng Nguyễn Cao Kỳ làm Chủ Tịch Ủy Ban Hành Pháp Trung Ương (tương đương Thủ Tướng). Dĩ nhiên với sự thúc đẩy của Hoa Kỳ đang cần một chính phủ mới dồn mọi nỗ lực cho chiến tranh[75]. Từ đó trở đi, tại miền Nam ngày 19 tháng 6 được dùng làm « Ngày Quân Lực ».

Chỉ vài ngày sau, nội các mới lấy một quyết định ngoạn mục và rất quan trọng về mặt quốc tế : cắt đứt quan hệ ngoại giao với Pháp. Người ta có thể nghĩ quyết định này do Mỹ xúi giục, nhưng các tài liệu được giải mật sau này cho thấy không phải như vậy, mà đây là một quyết định của các « tướng lãnh trẻ » mới lên cầm quyền[76].

Hai cuộc khủng bố ngay trung tâm Sài Gòn càng làm cho tình hình căng thẳng hơn. Tối thứ sáu 25 tháng 6-1965, nhà hàng nổi Mỹ Cảnh trên sông Sài Gòn bị hai trái bom lần lượt nổ làm số thương vong rất nặng nề. Nhật báo Le Monde của Pháp đưa ra con số 43 người tử thương và 80 người bị thương, nguồn tin của Mỹ cho biết có 44 người tử thương trong đó có 13 công dân Mỹ. Cuối năm, ngày 4 tháng 12, khách sạn Métropole trên đường Trần Hưng Đạo nối liền Sài Gòn với Chợ Lớn, nơi trú ngụ của quân nhân Mỹ bị một chiếc xe nổ tung ngay trước mặt tiền nhà làm 9 người tử thương (một quân nhân Mỹ, một quân nhân Tân Tây Lan và 7 người Việt) và 137 người bị thương, trong đó có 62 thường dân.

Chiến tranh leo thang nhanh chóng với quyết định của Mỹ đem quân ồ ạt vào miền Nam[77]. Cuối năm 1965, số quân nhân Hoa Kỳ có mặt tại Việt Nam lên đến gần 200.000, so với hơn 20.000 vào cuối năm 1964. Đồng thời, các nước đồng minh cũng gửi đến một số binh sĩ tượng trưng : Đại Hàn, Úc, Tân Tây Lan, Phi Luật Tân, Thái Lan. Cuộc đụng độ lớn đầu tiên giữa quân đội Mỹ (sát cánh với các đơn vị thiện chiến của Việt Nam Cộng Hòa) với quân đội Bắc Việt (mà họ gọi là liên minh Quân Giải phóng miền Nam Việt Nam-Quân đội Nhân dân Việt Nam) là trận Ia Drang mang tên con sông Drang gần dãy núi Chu Prông trong chiến dịch Plei-Me sát biên giới Việt – Cam-bốt, vào tháng 11-1965[xvii].

Những hậu quả về xã hội tại miền Nam do việc lính Mỹ ồ ạt đổ bộ thật quan trọng và lâu dài. Nếp sống của người dân bị đảo lộn, nhất là dân thành thị.

Lần đầu tiên người Sài Gòn biết đến truyền hình. Lúc đầu chỉ có đài của Mỹ phát hình vài tiếng vào buổi chiều tối, được phát sóng từ một chiếc máy bay lượn vòng tròn trên không phận Sài Gòn. Rồi nhanh chóng có đài phát sóng thay thế cho máy bay, rồi có đài truyền hình Việt Nam băng tần số 9 ở Sài Gòn. Long còn nhớ rõ trên truyền hình Mỹ - thời đó còn đen trắng - có hai chương trình nhiều người ưa thích, đó là Bonanza (phim cao bồi loại nhiều tập) và The Ed Sullivan Show (chương trình ca nhạc nổi tiếng của Mỹ thời đó).

Nhưng điều đáng nói nhất làm đảo lộn cả xã hội là sự xuất hiện của một tầng lớp « giàu mới », gồm những người biết chụp thời cơ và biết khéo léo làm ăn với Mỹ. Đường phố tự nhiên mọc lên những tấm bảng « For rent » (cho thuê), đó là những căn nhà hoặc phòng cho Mỹ thuê với giá cả « theo kiểu Mỹ ». Các quán

---

[xvii] Trận đánh này là đề tài cho cuốn phim của Mỹ năm 2002 tựa đề « We were soldiers » với tài tử Mel Gibson thủ vai chính. Tài tử nổi tiếng của Việt Nam là Đơn Dương (1957-2011), đóng vai chỉ huy trưởng quân đội Bắc Việt.

rượu gọi là « Bar Mỹ » mọc lên như nấm, với những « chiêu đãi viên » sẵn sàng phục vụ mọi bề. Những cơ quan Mỹ, trại lính Mỹ cần nhân công giúp việc, tạo ra nhiều công việc phục vụ với đồng lương hơn hẳn những quân nhân công chức trong guồng máy của Việt Nam. Ngoài ra còn một sinh hoạt thịnh hành nữa là buôn bán đồ Mỹ, còn gọi là đồ PX. PX (Post Exchange) là tên của các « siêu thị quân đội » dành cho quân nhân Mỹ, không khác gì những siêu thị lớn bây giờ, bán đủ thứ đồ. Đồ PX mua đi bán lại trên vỉa hè đường phố, đặc biệt là đường Nguyễn Thông. Từ những thứ máy móc đắt tiền như giàn máy Akai nghe nhạc, ti-vi, tủ lạnh, cho đến những loại thông thường hơn như radio-cassettes. Thức ăn thì đủ loại, đồ hộp có, đồ tươi có (cam Sunkist từ California mang qua), đồ chế biến có (cheddar cheese là một loại phó-mát màu cam)…

Hậu quả là vật giá leo thang, những người không biết xoay sở, chỉ sống với đồng lương cố định (quân nhân, công chức) điêu đứng, phải thắt lưng buộc bụng. Đó là trường hợp của gia đình Long, từ hè 1965 đã dọn về Sài Gòn vì ông Quy đổi về một đơn vị gần đấy. Long không sống trong cư xá Đắc Lộ nữa mà về nhà ở với gia đình, phụ giúp thêm bằng tiền dạy kèm, nhưng cũng vẫn túng thiếu, phải thắt lưng buộc bụng.

Đối với chàng thanh niên 21 tuổi vừa mới chập chững ra đời, năm 1965 quả là một năm đánh dấu một bước ngoặt quan trọng. Số phận chàng cũng như bao trai trẻ thời đó chỉ biết nổi trôi theo số phận thăng trầm của đất nước.

Tuy vậy, bước ngoặt năm 1965 này quan trọng thật đấy, nhưng cũng chưa thấm vào đâu với cuộc đổi đời 10 năm sau. Nhưng đó là chuyện tương lai, sẽ nói đến sau này.

Cuối đời nghĩ lại, nếu năm ấy Mỹ không ồ ạt đổ bộ vào miền Nam và giành phần chủ động lãnh đạo trực tiếp cuộc chiến thì chuyện gì sẽ xảy ra ? Chắc chắn là chỉ thêm một vài năm là Việt Nam Cộng Hòa sẽ bị xóa sổ, cũng như đã bị xóa sổ 10 năm sau. Chỉ khác là sẽ tiết kiệm được biết bao xương máu của người Việt qua 10 năm bắn giết nhau. Nước Mỹ cũng đã phải trả giá rất đắt vì quyết định này, nhưng họ hành động trên cương vị một cường quốc trong tư thế lãnh đạo thế giới tự do chống lại sự bành trướng của khối cộng sản. Hai khối đối địch chỉ dùng địa bàn Việt Nam như một điểm nóng trong cái gọi là « chiến tranh lạnh » thời đó. Nhưng còn về phần nước Việt Nam, tại sao phải chịu đọa đầy trong cảnh chiến tranh tương tàn khốc liệt như thế ?

Có người cho rằng đó là « số phận » của đất nước, di sản của một thời xa xưa nào đó… Giải thích như thế có quá dễ dãi chăng ? Tại sao không dám nhìn thẳng vào những thế hệ gần đây để thấy rằng mình thiếu lãnh đạo, thiếu một « tầng lớp lãnh đạo » ? Hay có lãnh đạo mà không ra lãnh đạo ? Hay lãnh đạo mà không biết nhìn xa ? Hay lãnh đạo mà bị vướng mắc vào một chủ nghĩa để rồi không gỡ ra được ? Hay lãnh đạo chỉ để được ăn trên ngồi trốc ?

Nhưng lịch sử đã diễn tiến như thế, không thể dùng những chữ « nếu » để làm lại lịch sử được.

34. Từ « Đường Sáng » đến « Nguồn Sống »

Đường Sáng là tên của một ban văn nghệ trong chương trình công tác xã hội của sinh viên học sinh Sài Gòn trong kỳ nghỉ hè năm 1965[78]. Chương trình này có mục đích huy động sinh viên học sinh ở thành phố tham gia công tác xã hội trong các vùng quê xa xôi hẻo lánh, đồng thời cũng là một cách để giới trẻ tiếp xúc với cuộc sống hằng ngày của người dân trong lúc chiến tranh đang leo thang. Và cũng muốn cho giới trẻ hiểu là có những công tác hữu ích cho đất nước hơn là xuống đường và bãi khóa. Chương trình có thành công trong mục tiêu này hay không lại là chuyện khác, có vẻ như thanh niên tham gia công tác xã hội và thanh niên tham gia biểu tình thuộc hai giới riêng biệt.

Trong chương trình này, ngoài những công tác chính như dựng những căn nhà thô sơ cho đồng bào tị nạn chiến tranh, xây cất trường học, bệnh xá bằng vật liệu nhẹ, sửa chữa đường làng, cầu gỗ... còn có công tác văn nghệ tuy là phụ nhưng lại rất thành công. Đoàn văn nghệ Đường Sáng gồm khoảng 40 thành viên, đa số lấy từ các ban văn nghệ của các trường trung học. Đặc biệt có ban nhạc cổ truyền và ban kịch xuất thân từ Trường Quốc Gia Âm Nhạc. Riêng ban nhạc là một nhóm bạn đã sinh hoạt từ một hai năm trước, có tên là Trùng Dương. Long là một thành viên của ban nhạc này.

Để tìm hiểu trong hoàn cảnh nào Long tham gia ban Trùng Dương, phải trở lại đầu năm 1963 khi anh chàng sinh viên 19 tuổi chân ướt chân ráo bước vào cư xá sinh viên Đắc Lộ như đã nói trong một đoạn trước đây.

Từ bé Long vẫn thích đàn hát, mẹ của Long còn nhắc chuyện lúc tản cư đến Phúc Yên, thằng bé Tây lai 4 tuổi đứng ngoài sân vừa nhịp chân vừa hát *« Bao chiến sĩ anh hùng, lạnh lùng vung gươm ra sa trường... »* cho các chú bộ đội đứng quây thành vòng tròn nghe. Nhưng thích là một chuyện, thực tế chẳng bao giờ thằng bé có cơ hội được sờ vào một cây đàn. Cho tới khi lên đại học, cho tới khi vào sống trong cư xá Đắc Lộ. Lúc đó năng khiếu văn nghệ tiềm ẩn từ lúc cha sinh mẹ đẻ mới có cơ hội phát triển.

Một buổi văn nghệ đáng ghi nhớ trong Ngày Truyền Thống của cư xá sinh viên Phục Hưng ngày 18-12-1965. Tổ chức ngoài trời, không ngờ trời mưa ! Tác giả (trống) với Lương Định Bảo (trompette) và Nguyễn Ngọc Long (guitare).

Cư xá Đắc Lộ có một dàn nhạc gồm một bộ trống, ba cây kèn (trompette, clarinette và saxo tenor), đàn guitare thùng, guitare điện, guitare basse… Long làm thân ngay với anh bạn trưởng ban nhạc tên L. tự là L. Kèn vì bạn này thổi clarinette rất hay. Đó là nhạc cụ chính, nhưng L. Kèn cũng chơi được tất cả các nhạc cụ khác có trong dàn nhạc này, nên nghiễm nhiên trở thành người đầu tiên dẫn dắt Long vào con đường đàn hát. Lúc đó Long chưa biết chơi gì cả, anh bạn L. Kèn nói ban nhạc có người chơi trống nhưng cuối năm ra trường nên đang cần tay trống. Long xung phong ngay, mặc dù chưa khi nào có dịp rờ đến cặp dùi để đánh trống cả.

Thế là sau khi anh bạn chỉ cho vài đường trống căn bản, Long « dùi mài » để trở thành tay trống trong suốt thời gian học đại học. Thật ra cũng chỉ chơi những điệu nhạc thông thường bằng cách tự học, nghe đĩa, đi xem các tay trống chuyên nghiệp biểu diễn… Đồng thời L. Kèn cũng chỉ vẽ thêm guitare và kèn saxo, nhưng thời gian này, nhạc cụ chính của Long vẫn là trống.

Và chàng nghiễm nhiên trở thành một thành phần của ban nhạc cư xá Đắc Lộ. Ban nhạc này phải tập dượt rất công phu để mỗi năm một lần chơi trong ngày « Lễ Phụ Huynh ». Đó là dịp duy nhất trong năm cư xá mở cửa mời thân nhân đến viếng thăm nơi ăn chốn ở, thưởng thức tiệc trà và một buổi trình diễn văn nghệ do chính sinh viên cư xá đảm trách (Cha Giám Đốc rất khắt khe trong việc không được mời người ngoài vào giúp cho buổi văn nghệ này, phải hoàn toàn « cây nhà lá vườn » !).

Ban nhạc cư xá sinh viên Đắc Lộ niên khóa 1964-65. Hình chụp nhân ngày lễ Phụ Huynh của cư xá. Linh mục Giám Đốc Henri Forest và các thành viên của ban nhạc, gồm tác giả và các bạn : Robert Phạm Ngọc Thuần, Nguyễn Đức Phương, Nguyễn Ngọc Long, Nguyễn Tùng Lâm, Trương Bửu Hoa, Huỳnh Kim Chung và Trần Đình Thi.

Cuối năm 1964, miền Trung bị một nạn lụt trầm trọng. Bình thường năm nào miền Trung cũng bị lũ lụt, nhưng năm Con Rồng này miền Trung bị rất nặng. Sinh viên học sinh Sài Gòn cũng như mọi giới ở mọi nơi miền Nam lúc đó huy động làm công tác cứu lụt. Sinh viên cư xá Đắc Lộ cũng hăng hái tham gia công tác quy mô này. Ngoài việc đi từng nhà quyên góp quần áo thực phẩm, các bạn trong ban văn nghệ của cư xá còn tổ chức cùng với nữ sinh viên cư xá Thanh Quan và các cô dạy vườn trẻ Caritas (đường Đoàn Thị Điểm) một buổi văn nghệ gây quỹ cứu lụt. Mượn được nơi trình diễn là « Salle Lamartine » trong Trung Tâm Văn Hóa Pháp, một rạp hát nhỏ rất đẹp khoảng 300 chỗ, huy động bán vé được đầy rạp, các tiết mục xuất sắc rất được hoan nghênh. Đã từ lâu giữa cư xá Đắc Lộ với các cư xá bạn vẫn có mối quan hệ rất tốt, nên sau công tác chung đầu năm 1965 này, tình thân hữu càng thắt chặt hơn và sau này sẽ có mấy đám cưới chứng minh hùng hồn cho tình thân này.

Buổi văn nghệ gây quỹ cứu lụt miền Trung ngày 17 tháng 1-1965, do sinh viên cư xá Đắc Lộ hợp tác với các nữ sinh viên cư xá Thanh Quan và vườn trẻ Caritas. Hình chụp trước cổng vào Trung Tâm Văn Hóa Pháp, sau buổi trình diễn rất thành công trong « Salle Lamartine » một rạp hát nhỏ cũng dùng để chiếu phim của Trung Tâm này.

Trở lại với hoạt động âm nhạc của Long, trong niên khóa 1963-64, bạn L. Kèn rủ anh chàng lính mới tò te trong lãnh vực văn nghệ này tham gia một ban nhạc ngoài phạm vi của cư xá Đắc Lộ. Người chủ xướng ban nhạc này là một sinh viên kỹ sư Phú Thọ tên Ph. chơi piano. Ngoài Long và L. Kèn, còn có B. chơi trompette nên cũng được gọi là B. Kèn, T. chơi guitare bass, H. chơi guitare đệm, tất cả đều là sinh viên, ngoại trừ ca sĩ chính là một nữ sinh trường trung học Pháp Marie Curie. Sau này cô nữ sinh đó sẽ trở thành một ca sĩ nổi tiếng, đó là Thanh Lan.

Ban nhạc lấy tên là ban Trùng Dương, tập dợt mỗi chiều chủ nhật tại nhà ông anh của Ph. đường Phạm Đăng Hưng, cách nhà Thanh Lan vài căn. Lúc đó Thanh Lan còn học lớp Seconde (tương đương lớp 10), hát nhạc Pháp rất hay, nhưng hát các ca khúc Việt Nam cũng không thua gì ca sĩ chuyên nghiệp. Sau này cô bé nữ sinh nhảy một lớp học thi tú tài rồi vào theo học tại Đại Học Văn Khoa. Dần dần cô ca sĩ học sinh rồi sinh viên đi theo nghiệp hát, và các bạn trong ban Trùng Dương không ai ngạc nhiên khi Thanh Lan về sau nổi danh là « Nữ hoàng nhạc Pháp » và được giới trẻ đặc biệt mến mộ. Có lẽ ít ai biết là cô ca sĩ nổi tiếng này đã bắt đầu nghiệp hát của mình với một ban nhạc sinh viên có tên là Trùng Dương.

Ngoài những lần trình diễn cho các buổi lễ trong các đại học, ban Trùng Dương còn chơi hàng tháng vào chiều chủ nhật đầu tháng tại Hội Việt Mỹ (nằm giữa hai đường Mạc Đĩnh Chi và Phùng Khắc Khoan), nên cũng có được chút đỉnh tiền dùng cho chi phí mua sắm dụng cụ.Khi chương trình Công Tác Hè 1965 được phát động, ban Trùng Dương nghiễm nhiên trở thành ban nhạc nòng cốt của đoàn Văn Nghệ Đường Sáng, vì Ph. là bạn thân với các sinh viên khởi xướng chương trình này.

Ban Đường Sáng mượn được một ngôi trường trung học vào buổi tối và cuối tuần để tập dợt ráo riết trước khi đi lưu diễn trong mùa hè 1965. Long nhớ mãi một buổi tối trình diễn ở một nơi hẻo lánh miền Trung trong tỉnh Bình Định, sân khấu được dựng lên giữa đồng không mông quạnh, chỉ là mấy tấm ván bắc trên mấy con ngựa, phía sau có tấm vải trắng bay phất phơ trước gió làm « phông ». Vậy mà cũng có đồng bào địa phương lặn lội từ tận đâu đâu đến xem, thật là xúc động đối với đám sinh viên học sinh từ Sài Gòn ra. Hôm đó Long còn nhớ mội chi tiết lý thú : cũng nơi ấy ngày hôm trước, ca sĩ Elvis Phương cũng hát trên cái sân khấu giữa đồng không mông quạnh đó. Lúc đó chàng ca sĩ nổi tiếng này đang phục vụ trong quân đội (vì trong hạn tuổi quân dịch) trong ban văn nghệ Hoa Tình Thương thuộc Tổng Cục Chiến Tranh Chính Trị, một ban văn nghệ nổi tiếng với rất nhiều nghệ sĩ chuyên nghiệp tài năng.

Sinh hoạt hè 1965 cho thấy rõ thêm tình hình chiến sự không mấy tốt đẹp cho Việt Nam Cộng Hòa. Đi đâu cũng có vấn đề an ninh được đặt ra, cuối cùng ban Đường Sáng ít có cơ hội thật sự về các làng mạc xa xôi hẻo lánh như dự trù lúc đầu, mà chỉ trình diễn ở các tỉnh nhỏ là chính.

Hết hè cũng là lúc chương trình kết thúc, và ban văn nghệ Đường Sáng cũng tự giải tán. Một số bạn thấy tiếc công trình tập dượt các tiết mục, và nhất là cơ hội đã quy tụ được một số sinh viên học sinh thích văn nghệ thành một nhóm có gắn bó với nhau, nên đề nghị lập ra một đoàn văn nghệ mới, hoàn toàn độc lập về tổ chức cũng như tài chánh. Đoàn Văn Nghệ Sinh Viên Học Sinh Nguồn Sống ra đời từ ý kiến đó.

Đoàn Nguồn Sống quy tụ hơn phân nửa thành viên của Đường Sáng, và dần dần có thêm các bạn mới gia nhập, trở nên một đoàn văn nghệ hùng hậu. Đoàn trưởng đầu tiên chính là Ph., anh trưởng ban nhạc Trùng Dương.

Đoàn xin được một ngôi nhà trong khu đất rộng rãi của khu Đại Học Văn Khoa cũ đường Gia Long ngay trung tâm thành phố[i] (thời Pháp thuộc, nơi đó là khám

[i] Trường Đại Học Văn Khoa từ năm 1964 dọn về đường Cường Để trước mặt trường Đại Học Dược Khoa. Trước đó trường tọa lạc tại khu đất ngày xưa là Khám Lớn Sài Gòn (giữa 4 đường Nguyễn Trung Trực, Gia Long, Công Lý và Lê Thánh Tôn). Từ năm 1965 khu này trở thành một bãi hoang cỏ dại mọc, trong khi chờ đợi xây cất dinh thự mới. Đoàn

lớn Sài Gòn đã bị phá bỏ). Đó là nơi sinh hoạt thường xuyên của đoàn, rất tấp nập vào ngày chủ nhật là ngày tập dượt các tiết mục. So với Đường Sáng trước kia chỉ sinh hoạt rất ngắn hạn trong hai tháng hè 1965, Nguồn Sống có ước vọng sẽ đi đường dài nên tổ chức quy mô hơn nhiều, dù không có nguồn tài trợ ban đầu. Ngoài ban nhạc Trùng Dương và ban nhạc cổ truyền, ban ca, ban vũ, ban kịch, ban hội họa, còn có cả ban báo chí. Trái với ban ca của Đường Sáng chỉ có giờ tâp dượt các bài đơn ca là chính, nay ban ca của Nguồn Sống có thêm một ban hợp xướng, đòi hỏi rất nhiều thời gian và công phu luyện tập. Bài đầu tiên được trình diễn là Sông Mẹ, một trong bốn phần của trường ca Mẹ Việt Nam[i]. Tuyệt tác này của Phạm Duy mới trình làng được ít lâu, nên có thể nói Nguồn Sống đã đi tiên phong trong việc phổ biến trường ca này.

Hình chụp năm 1967 trước trụ sở của đoàn Nguồn Sống (phía trên cửa sổ có thấy một phần huy hiệu của đoàn), nhân dịp tiếp đón phái đoàn sinh viên học sinh Lào qua viếng thăm. Trong hình, một số thành viên của đoàn chụp với hai nữ sinh viên Lào đứng giữa, bên cạnh là ca sĩ Thanh Lan mặc áo dài.

Nguồn Sống được phép sinh hoạt trong khu này và được dùng một ngôi nhà khá rộng bằng gỗ.

Cũng trên khu đất này và vào cùng thời điểm, một nhóm sinh viên lập ra Quán Văn. Cuối năm 1966 có Trịnh Công Sơn đến đàn hát tại đây, và qua năm 1967, Quán Văn nổi tiếng với nhạc Trịnh Công Sơn qua tiếng hát Khánh Ly.

[i] Trường ca Mẹ Việt Nam của Phạm Duy viết từ cuối năm 1963 qua 1964 mới xong. Trường ca gồm 4 phần: Đất mẹ, Núi mẹ, Sông mẹ, Biển mẹ, tổng cộng 21 ca khúc, thêm một chung khúc mang tên "Việt Nam! Việt Nam" kết thúc trường ca. Chung khúc này rất phổ biến tại miền Nam trước đây và ở hải ngoại sau này.

Phần 3 Sông Mẹ gồm 5 ca khúc Muôn về quê mẹ, Sông còn mải mê, Sông vùi chôn mẹ, Sông không đường về, Những dòng sông chia rẽ.

Phạm Duy viết trong lời tựa: "Mẹ Việt Nam là một âu ca, ca tụng Mẹ Tổ Quốc và những Mẹ điển hình trong truyền kỳ lịch sử nước nhà, đề tài và cảm hứng nhắm dựa vào tình thương yêu và tính hiếu hoà, tính tình này đã sinh tồn mạnh mẽ trên đất ta và phải được truyền đi trong thế giới tàn nhẫn hiện tại".

Phạm Duy cũng tâm sự ông rất tâm đắc bài "Những dòng sông chia rẽ":
http://www.youtube.com/watch?v=J_-ayr87GlM

Giọng ca Thanh Lan lúc đó tỏ ra không chỉ thích hợp với nhạc Pháp như nhiều người tưởng, mà còn xuất sắc trong các điệu dân ca mà Phạm Duy dùng trong trường ca Mẹ Việt Nam của mình. Nguồn Sống chủ trương « về nguồn » nên dù đang là thời kỳ của nhạc ngoại quốc, của kích động nhạc, nhưng trong chương trình của Nguồn Sống chỉ có nhạc Việt Nam, cả tân nhạc lẫn cổ nhạc. Long còn nhớ mãi Thanh Lan hát rất đạt bài Giấc Mơ Hồi Hương của Vũ Thành.

Chính vì ý thức « về nguồn », đi ngược chiều với xu hướng « Mỹ hóa » từ năm 1965 khi quân đội Hoa Kỳ ồ ạt đổ vào miền Nam nên đoàn Nguồn Sống có sắc thái đặc biệt và được giới sinh viên học sinh ủng hộ hết mình. Điển hình là đoàn có một ban nhạc cổ truyền hùng hậu do chị Thúy Hoan đảm trách (lúc đó chị mới tốt nghiệp hay sắp tốt nghiệp trường Quốc Gia Âm Nhạc, sau này chị là giáo sư nổi tiếng tại đấy). Các bạn trong ban tân nhạc được khuyến khích học thêm một nhạc cụ cổ truyền, và đó là cơ hội để Long học thêm đàn bầu. Sau này ở Paris có Phương Oanh (ban Phượng Ca Dân Ca Quốc Nhạc) và Quỳnh Hạnh là hai người nổi tiếng về dân ca và nhạc cụ cổ truyền, đều có tham gia trong đoàn Nguồn Sống ngày xưa.

Tác giả chơi đàn bầu trong một buổi trình diễn của đoàn Nguồn Sống tại hội Việt Mỹ ngày 30-4-1966.

Đối với Long, những sinh hoạt văn nghệ từ lúc đầu trong cư xá Đắc Lộ, rồi đến ban Trùng Dương, qua Đường Sáng và cuối cùng là đoàn Nguồn Sống đã ảnh hưởng nhiều trên cá tính của chàng thanh niên vốn nhút nhát và thiếu tự tin này. Chàng khám phá ra là mình cũng có vài khả năng văn nghệ giúp cho đời thêm vui, và từ đó thêm tự tin để sau này có thêm yếu tố thành công trong cuộc đời.

Ngoài ra, từ những ngày đầu tập sự ngành Dược trong phòng bào chế thuốc của bịnh viện Grall, chàng cũng nhận ra mình là con người đa cảm, con tim dễ dàng đập nhanh hơn khi tiếp xúc với một bóng hồng nào đó. Và quả thật, trong suốt cuộc đời sinh viên, đã nhiều lần chàng cảm thấy tình cảm của mình đối với một đối tượng phái nữ có gì đó khác lạ. Và cũng có khi có sự đáp ứng, thúc đẩy tình cảm kia nảy nở thêm. Nhưng chưa khi nào chàng vượt qua ranh giới của tình bạn cả.

Điều này chắc chắn có một phần lớn ảnh hưởng của mẹ chàng, bà luôn nhắc nhở là một người con trai phải biết tôn trọng người con gái và phải giữ khoảng cách khi mà mình chưa thể nghĩ đến chuyện hôn nhân. Điều này vào thời điểm thập niên 60 ở Việt Nam xem là hiển nhiên, tuy rằng không phải dễ mà theo được những nguyên tắc luân lý đó, nhất là với những anh chàng có trái tim dễ đập loạn xạ như Long… Nghĩ lại, so với những phong tục tập quán mới của các nước phương Tây bây giờ, thật là quá khác biệt !

Nhưng cuối cùng rồi cũng có duyên số cả…

35. Vẫn tiếp tục xáo trộn…

Và cứ thế, xáo trộn nối tiếp xáo trộn trong những năm kế tiếp cuộc đảo chánh 1963.

Chiến tranh tiếp tục leo thang, sinh viên tiếp tục xuống đường. Nhất là sinh viên Đại Học Huế. Năm 1963 xuống đường chống chính quyền của Tổng Thống Ngô Đình Diệm. Năm 1965-66, xuống đường để chống nội các chiến tranh của Tướng Nguyễn Cao Kỳ, đồng thời chống việc Mỹ mang quân ồ ạt vào miền Nam trực tiếp lãnh đạo cuộc chiến chống cộng sản.

Trước kia dưới thời Tổng Thống Ngô Đình Diệm, Hoa Kỳ đã viện trợ kinh tế tái thiết miền Nam trở thành trù phú và viện trợ quân sự để miền Nam ngăn chặn mộng bành trướng của khối cộng sản do Liên Xô lãnh đạo. Quân nhân Mỹ đã có mặt tại miền Nam, nhưng với tính cách cố vấn quân sự, càng ngày càng đông đảo, từ 900 thời Tổng Thống Eisenhower lên đến 16.000 thời Tổng Thống Kennedy vào cuối năm 1963, lúc xảy ra cuộc đảo chánh Tổng Thống Ngô Đình Diệm. Thời gian này, chính quyền Hà Nội đã ra rả tuyên truyền *« Mỹ áp dụng chiến tranh xâm lược thực dân kiểu mới »* và đang tiến hành *« chiến tranh đặc biệt*[79] *»*. Cách tuyên truyền này nhắm vào người dân miền Bắc là chính, và tương đối có hiệu quả vì trong xã hội toàn trị người ta không có nguồn thông tin nào khác để so sánh. Đối với thế giới thì kiểu tuyên truyền này không có tác dụng gì nhiều, vì ai cũng biết Việt Nam lúc đó là một lằn ranh trong chiến tranh lạnh giữa hai khối đối đầu nhau trên thế giới, nên sự hiện diện của quân nhân Mỹ với tính cách cố vấn tại miền Nam cũng là điều bình thường.

Nhưng giờ đây, không chỉ có cố vấn Mỹ nữa mà cả quân đội Mỹ đã ồ ạt đổ vào miền Nam và trực tiếp đánh nhau với quân đội cộng sản. Hà Nội gọi giai đoạn này là *« chiến tranh cục bộ »*. Rồi miền Bắc bị máy bay Mỹ dội bom ác liệt nhằm ngăn chặn sự xâm nhập của quân miền Bắc vào trong Nam, kể cả người lẫn quân trang quân dụng. Hậu quả là chính quyền Hà Nội chẳng cần tuyên truyền gì thêm nữa, người dân miền Bắc cũng đã tin rằng Mỹ đang xâm lược Việt Nam, và khẩu hiệu « chống Mỹ cứu nước » dễ dàng trở thành quốc sách. Và rồi trên thế giới, qua sự tuyên truyền hữu hiệu của Hà Nội và khối cộng sản, hành động can thiệp quân sự của Mỹ vào Việt Nam bị lên án. Ngay trong nước Mỹ, các phong trào phản chiến càng ngày càng lớn mạnh. Điều này cũng dễ hiểu, vì cho dù mục đích sự can thiệp của Hoa Kỳ là để ngăn chặn làn sóng đỏ, nhưng trước mắt người ta không biết có ngăn được hay không, chỉ thấy chết chóc thảm khốc vì bom đạn và môi trường bị hủy hoại vì thuốc khai quang.

Long cũng như các bạn sinh viên, và người dân nói chung sống ở Sài Gòn những năm đó chịu ảnh hưởng nặng nề của những biến chuyển chính trị và của sự gia tăng đột ngột số lính Mỹ tại đây. Đối với Long, ảnh hưởng về mặt tâm lý sâu đậm đến độ chàng sao lãng việc học hành. Chàng đã chán đến trường khi mà khuôn viên đại học thường xuyên dùng làm nơi hội họp bãi khóa và xuất phát các cuộc xuống đường. Thêm vào đó, phản ứng của chính quyền là đóng cửa các trường *« cho đến khi có lệnh mới »* khi các phong trào chống đối lên cao. Năm thứ ba Dược Khoa Long gần như bỏ học, không còn thiết gì đến bài vở nữa. Sau này nghĩ lại, quả là một thái độ vô ý thức, vì bỏ học tức là sẽ phải nhập ngũ, vì sinh viên chỉ được hoãn dịch với điều kiện là mỗi năm phải lên lớp. Nhưng lúc đó có lẽ Long đang trải qua một cuộc khủng hoảng của thanh niên mới lớn nên mới có thái độ buông xuôi như thế. Cũng may năm đó Long còn học sớm được một năm, nên chưa bị chi phối bởi lệnh động viên.

Hè 1965, ông Quy cha dượng của Long được đổi từ Kontum về Củ Chi, rồi sau đó là Thành Cổ Loa gần Sài Gòn. Sau 4 năm sống ở Kontum, gia đình dọn về sống ở Sài Gòn, mua một căn nhà trong khu gọi là « Cư Xá Kiến Thiết » trên đường Trương Minh Ký gần nhà thờ Ba Chuông. Căn nhà bề ngang 3 thước, bề sâu hơn 10 thước, làm thêm một gác xép lát ván trên lầu để có chỗ ngủ cho một gia đình lúc đó là 16 người ! Long rời cư xá Đắc Lộ về nhà sống với gia đình. Mẹ của Long khóc hết nước mắt khi biết con mình đã buông xuôi không muốn học Dược nữa, vì bà cũng biết là sẽ phải đi lính, tương lai không biết sẽ ra sao. Lúc đó Long cũng biết nghĩ lại, thôi thì không thích cũng phải ráng tiếp tục học để ra trường, nên tháng 9 năm 1965 ghi tên học lại năm thứ ba Dược Khoa.

Nhưng xáo trộn ở các trường đại học ở Sài Gòn chỉ là chuyện nhỏ so với những gì xảy ra ở Huế năm 1966. Trong vòng 3 tháng, có thể nói Huế và Đà Nẵng đã « ly khai » với chính quyền của Tướng Nguyễn Cao Kỳ ở Sài Gòn. Chủ xướng cuộc ly khai này là Phật Giáo và sinh viên, nhưng được chính quyền địa phương hỗ trợ, kể cả một phần của quân đội và cảnh sát. Mẫu số chung của các xáo trộn này là chống việc Mỹ mang quân ồ ạt vào Việt Nam, và chống « nội các chiến tranh » của ông Kỳ.

Cuộc khủng hoảng trầm trọng này bắt đầu từ tháng 3 khi Tướng Nguyễn Chánh Thi bị Hội Đồng Tướng Lãnh loại khỏi chức vụ Tư Lệnh Quân Đoàn 1 và Vùng 1 Chiến Thuật gồm 5 tỉnh phía bắc, sát với lằn ranh vĩ tuyến 17. Ông Thi và ông Kỳ vốn không ưa gì nhau, nay ông Kỳ làm thủ tướng, viện cớ ông Thi muốn trở thành lãnh chúa cát cứ Vùng 1, không thi hành lệnh của trung ương, nên vận động Hội Đồng Tướng Lãnh (cả hai ông đều là thành viên của hội đồng này) để loại bỏ ông Thi khỏi chính trường trong một cuộc họp ở Sài Gòn.

Khi Tướng Nguyễn Chánh Thi trở về Đà Nẵng và Huế, các phe chống đối chính phủ của ông Kỳ chụp lấy cơ hội bằng vàng này để đón tiếp ông Thi như một người hùng và tổ chức các cuộc biểu tình khổng lồ phản đối quyết định cách chức Tướng Thi[80].

Nhưng đó chỉ là cái cớ để làm bùng lên một cuộc khủng hoảng kéo dài 3 tháng. Chỉ ít lâu sau Tướng Thi không còn được nhắc đến nữa. Đài phát thanh bị các lực lượng tranh đấu chiếm cứ[81]. Một phần lớn quân nhân Vùng 1 hưởng ứng phong trào[82]. Sinh viên cũng có phong trào tranh đấu mạnh mẽ cùng sát cánh với phong trào của Phật Giáo, và tổ chức ở Huế « Đoàn Sinh Viên Quyết Tử » đi vận động các tỉnh khác của miền Trung (sau này khi em gái của Long lấy chồng, chàng mới biết em rể của mình là một thành viên trong ban lãnh đạo Đoàn Sinh Viên Quyết Tử này).

Phong trào càng ngày càng lên cao, lan ra các tỉnh khác và xuống đến cả Sài Gòn. Các trường đại học lại bị tạm đóng cửa. Đặc biệt phong trào chống sự can thiệp quân sự của Mỹ lên cao[83].

Phe cộng sản lợi dụng những xáo trộn nội bộ của chính quyền để gia tăng các cuộc tấn công chung quanh các đô thị lên đến một cường độ chưa từng thấy[84].

Những xáo trộn nội bộ đó làm dư luận ít chú ý đến một bước ngoặt quan trọng về phía Hà Nội. Nhật báo Le Monde phát hành ngày 1 tháng 4-1966 ở Paris loan tin về đại hội lần thứ 23 của Đảng Cộng Sản Liên Xô, có đoạn ghi lại phát biểu của Tổng Bí Thư Lê Duẩn cám ơn không ngớt các nhà lãnh đạo Liên Xô, và tuyên bố là từ đây ông có hai tổ quốc là Việt Nam và Liên Xô. Đây là bước ngoặt quan trọng trong chiến tranh Việt Nam, Hà Nội ngả hẳn về phía Liên Xô trong cuộc tranh chấp giữa Liên Xô và Trung Quốc. Kể từ đây, Việt Nam sẽ là điểm nóng cho một cuộc đối đầu trực tiếp giữa Hoa Kỳ và Liên Xô. Hà Nội sẽ có được máy bay, hỏa tiễn, xe tăng, các loại cơ giới tối tân hàng đầu của Liên Xô và khối cộng sản quốc tế.

Trong bối cảnh chiến tranh leo thang như thế, chính quyền của ông Nguyễn Cao Kỳ quyết định dùng biện pháp mạnh để vãn hồi trật tự trong cuộc khủng hoảng miền Trung. Giữa tháng 5, các đội quân tinh nhuệ Thủy Quân Lục Chiến và Nhảy Dù được chuyển ra Đà Nẵng và sau một tuần đụng độ căng thẳng, có cả xe thiết giáp và máy bay, phe tranh đấu bị dẹp và Đà Nẵng lấy lại sinh hoạt bình thường[85].

Nhưng phe tranh đấu cũng trả đũa bằng những hoạt động mạnh bạo hơn. Các cuộc tự thiêu nối tiếp nhau[86]. Tại Huế, cơ quan USIS của Mỹ (United States Information Service, thường gọi là phòng thông tin Hoa Kỳ) bị đốt cháy. Rồi đến tòa Lãnh Sự Mỹ ở Huế cũng bị đốt luôn[87].

Khi các tiểu đoàn từ Sài Gòn ra tiến vào Huế đầu tháng 6, Thượng Tọa Thích Trí Quang ra lệnh cho Phật Tử cản trở bước tiến của quân đội bằng cách đem bàn thờ Phật bày ra ngoài đường, sau này báo chí gọi cảnh này là « bàn thờ Phật xuống đường[88] ». Cách chống trả độc đáo này hữu hiệu trong vòng mấy tuần liền vì xe thiết giáp và xe chở binh lính không dám đụng đến các đồ vật thờ phượng này. Nhưng đến hạ tuần tháng 6-1966, quân Nhảy Dù và Lực Lượng Cảnh Sát Đặc Biệt dưới sự chỉ huy của Đại Tá Nguyễn Ngọc Loan được lệnh khiêng các bàn thờ vào lề đường, không đụng chạm gì đến các tượng Phật và đồ thờ phượng để ở trên, và quân đội đi qua. Sau những trận giao tranh ác liệt, phe tranh đấu hoàn toàn tan vỡ[89].

Thượng Tọa Thích Trí Quang bị bắt đưa về Sài Gòn. Các người cầm đầu cuộc nổi loạn bị bắt rất nhiều, trong đó có cả các lãnh tụ sinh viên. Dịp này, một vài sinh viên có khuynh hướng thân cộng được phe cộng sản đưa vào bưng, và hoạt động tuyên truyền cho họ. Phần đông sinh viên còn lại bị bắt, bị cầm tù một thời gian ngắn rồi được trả tự do nếu không phải là thành phần cộng sản. Trong số đó có Hoài, sau này là em rể của Long, bị mấy tháng tù, sau đó trở về tiếp tục học Đại

Học Sư Phạm và qua năm 1967 tốt nghiệp và được đổi đi dạy học ở Ban Mê Thuột, nên đến Tết Mậu Thân 1968 không có mặt tại Huế khi quân đội cộng sản chiếm cứ Huế trong hơn một tháng, với những thảm họa sẽ nói đến sau này (vào dịp này, vài sinh viên trước đây được đưa vào bưng đã được cộng sản đưa trở về Huế làm việc cho họ trong thời gian ngắn họ làm chủ tình hình ở Huế).

Cuộc khủng hoảng trầm trọng ở miền Trung năm 1966 cho thấy trong dân chúng có nhiều người không chấp nhận chuyện Mỹ đổ quân vào miền Nam, kể cả những thành phần chống cộng. Những người này muốn tự họ chiến đấu chống lại cộng sản với sự giúp đỡ của Hoa Kỳ, nhưng không muốn có sự hiện diện của quân đội Mỹ trên đất nước mình. Sự hiện diện này đã làm lợi cho phe cộng sản vì họ đã hun đúc được ý chí của quân đội của họ, và khẩu hiệu « chống Mỹ cứu nước » được tuyên truyền trở thành một lý tưởng để họ dấn thân.

Trong hoàn cảnh đất nước đảo điên vì chiến tranh và xáo trộn về chính trị như thế, người Việt ở nước ngoài hay sau này các thế hệ con cháu đặt câu hỏi làm cách nào người dân sinh sống được ? Nhưng phải có sống trong môi trường đó mới hiểu được một điều : con người có sức chịu đựng ghê gớm, cũng như có một khả năng thích nghi ngoại hạng. Nói về quá khứ lâu dài thì các khả năng đó đã giúp loài người tồn tại qua mấy trăm ngàn năm thích nghi và biến đổi để hình thành nhân loại hôm nay mà không bị thiên nhiên đôi khi rất khắc nghiệt quật ngã. Còn nói về lịch sử ngắn hạn thì ai cũng thấy là, mặc dù trải qua các cuộc chiến tranh tàn khốc với bao nhiêu chết chóc, cuối cùng con người vẫn ngoi lên để sống còn.

Những năm xáo trộn trong thập niên 60 đó, Long không có những suy nghĩ sâu xa về chuyện này, chỉ biết là khi cần sống thì phải phấn đấu mà sống, thế thôi. Chàng có may mắn còn được tiếp tục sống trong một thành phố tương đối an toàn, còn được đi học dù trong hoàn cảnh chật vật, và chàng cũng đã có được bài học mất một năm học chỉ vì chán nản, thiếu ý chí, thiếu quyết tâm vươn lên. Phản ứng lại thất bại đó, chàng cương quyết dùng hết khả năng của mình để tiến lên. Và kết quả trước mắt là đến cuối niên học 1965-66, chàng thi lên lớp dễ dàng và tháng 9 năm 1966, chàng ghi danh học năm thứ tư Dược Khoa.

Và đang có đà tiến lên như thế nên chàng qua Đại Học Khoa Học ghi tên học thêm hai chứng chỉ Điện và Quang, mục đích để lấy bằng Cử Nhân Giáo Khoa Vật Lý, lúc đó cần 6 chứng chỉ (Điện, Quang, Cơ Nhiệt, Vật Lý Lý Thuyết, Toán Thuật Trong Vật Lý, và một chứng chỉ nhiệm ý chọn trong vài chứng chỉ khác của ngành Vật Lý, như Điện Tử). Trong thời kỳ này, giữa Đại Học Khoa Học và các Đại Học Y, Nha, Dược có thỏa thuận là sinh viên bắt đầu từ năm thứ ba Y Nha Dược có thể qua học các chứng chỉ bên Khoa Học mà không cần phải qua chứng chỉ Dự Bị của năm thứ nhất Đại Học Khoa Học là một cửa ải rất khó khăn vì sinh viên năm thứ nhất quá đông. Các sinh viên Dược từ năm thứ ba phần đông học thêm bên Khoa Học các chứng chỉ về Hóa Học hoặc Thực Vật để bổ túc thêm cho kiến thức của ngành Dược, nhưng Long không làm như thế. Chàng vẫn thích Vật Lý từ khi còn học trung học, nên nhất định học những chứng chỉ về Vật Lý dù biết rằng học như thế sẽ mất rất nhiều công sức vì hai ngành Dược và Vật Lý gần như biệt lập với nhau. Chàng chỉ có thể thực hiện được việc học đồng thời cả hai bên bằng cách « cúp cua » khá nhiều bên trường Dược khi thời khóa biểu hai bên trùng nhau. Vì bên Dược Khoa, có thể học trên bản in ronéo do ban đại diện sinh viên tổ chức in ra, còn bên Khoa Học, nếu nghỉ một buổi học, qua buổi sau sẽ bị hụt hẫng vì bài học sau luôn cần đến những kiến thức được giảng trong bài học trước.

Ngoài ra chàng vẫn chơi thể thao, đặc biệt trong đội tuyển bóng rổ của Viện Đại Học Sài Gòn (bao gồm tất cả các phân khoa). Và chàng vẫn còn phải dạy học kèm tại tư gia để có tiền, thêm vào chi tiêu trong gia đình đang điêu đứng vì vật giá leo thang, mà không có ai biết buôn bán với Mỹ hoặc đi làm cho Mỹ cả. Lúc đó Long đã là anh lớn của 12 đứa em, tất cả đều còn đang đi học.

Đội bóng rổ sinh viên Đại học Sài Gòn, niên khóa 1967-68. Hình chụp ngày 19-10-1967, đấu với đội Phi Luật Tân. Tấn (đội trưởng) Đệ, Chí, Lân, (bạn không nhớ tên), huấn luyện viên (quân nhân Mỹ), Hùng, Đỉnh, Minh, Quang, Đức, Tâm.

Một kỷ niệm vui khi Long bắt đầu qua học bên Đại Học Khoa Học với hai chứng chỉ Điện và Quang. Chứng chỉ Quang Học do Giáo Sư Nguyễn Chung Tú[i] (sau này sẽ là Khoa Trưởng Đại Học Khoa Học) đảm trách, học tại đại giảng đường 1 gần cổng vào (đại giảng đường 2 lớn hơn, nằm sâu phía trong). Chứng chỉ này rất đông sinh viên, giảng đường khoảng 300 ghế vẫn không đủ chỗ, phải đứng hai bên tường hoặc ngồi bệt xuống đất ngay trước hàng ghế đầu. Qua vài tuần lễ đầu học với thầy Tú, Long mới bắt đầu làm quen với các thuật ngữ khoa học tiếng Việt (vì trước đây Long chỉ biết những từ này bằng tiếng Pháp, từ thời học trung học). Một hôm sau khi giảng bài, lúc còn nửa giờ sau, thầy Tú hỏi có ai tình nguyện lên bảng làm bài tập không. Chẳng thấy ai giơ tay tình nguyện – bản chất của sinh viên thời đó ít có chuyện « tình nguyện » lắm ! – ông đảo mắt một vòng rồi chỉ vào một góc giảng đường nói « Anh kia, lên bảng đi ! ». Ông chỉ đúng vào chỗ Long ngồi, chàng sinh viên vốn nhút nhát này vẫn chưa hiểu, tại sao ông thầy lại gọi mình lên bảng, một tên sinh viên chỉ « học ké » bên Khoa Học, trong khi có mấy trăm tên khác là sinh viên « cơ hữu » của trường này, sao ông không gọi ?

---

[i] Giáo sư Nguyễn Chung Tú (1922-2014) tốt nghiệp Cử Nhân Toán Lý Hóa tại Hà Nội rồi dạy học tại đây trước khi đi Pháp lấy bằng Tiến Sĩ Quốc Gia tại Đại Học Rennes. Về nước năm 1960, ông dạy tại Khoa Học Đại Học Đường Sài Gòn, và giữ chức vụ Khoa Trưởng từ 1966 đến 1973. Ông mất tại Sài Gòn năm 2014, thọ 92 tuổi.

Long cố làm như không biết mình bị gọi, nhìn qua nhìn lại chung quanh xem có phải ai khác không, nhưng thầy Tú nhắc lại « Tôi gọi anh mặc áo sơ-mi xanh kia kìa ». Mọi người cười ồ làm Long, hôm đó mặc áo màu xanh lơ nhạt, đỏ mặt từ từ tiến lên bảng, cố nén không cho mọi người thấy mình run rẩy như thế nào !

Nhưng chẳng phải thầy Tú muốn « khảo bài » mà thật ra chỉ muốn đưa ra một bài tập và chỉ dẫn cách giải bài tập đó. Long đứng trên bảng theo hướng dẫn của thầy Tú cầm phấn viết chữ to và rõ ràng, vì dù sao chàng cũng đã từng quen lên bảng thời học trung học, và khi dạy kèm học trò tại tư gia cũng phải giảng bài trên bảng nên chuyện viết bảng là « nghề của chàng » rồi. Thế là từ hôm đó, mỗi khi cần một sinh viên lên bảng làm bài tập là thầy Tú lại gọi đến Long, vì vẫn không có ai tình nguyện cả. Cuối năm đó Long đậu cao chứng chỉ này, và nhiều năm sau gặp lại Giáo Sư Nguyễn Chung Tú, ông vẫn còn nhớ tên sinh viên được ông gọi lên bảng rất nhiều lần trong năm học, với những kỷ niệm êm đềm của thời sinh viên.

Sau này khi Long dạy môn Toán Thống Kê từ năm 1976 ở các trường Đại Học Dược, rồi Y và Nha, chàng cũng áp dụng cách gọi lên bảng làm bài tập của thầy Tú, nhưng khác ở chỗ là chàng có danh sách tên sinh viên, và chấm vào một tên nào đó trong danh sách để gọi đích danh lên bảng (chả biết sinh viên của chàng có run như chàng hồi đó ?), không như thầy Tú suốt năm cứ bắt chàng lên bảng đều đều !

Và rồi chàng sẽ còn biết ơn Giáo Sư Nguyễn Chung Tú nữa khi nhiều năm sau chàng được thầy giúp cho một việc thật quan trọng cho tương lai chàng sau này.

36. Mậu Thân và lính "Babylac"

Sáng ngày mùng 2 Tết Mậu Thân (31 tháng 1-1968 dương lịch), ông Quy cha dượng của Long mặc quân phục lên đường đến đơn vị của ông đóng ở thành Cổ Loa phía bắc Sài Gòn. Trong đêm đã nghe tiếng súng và sáng ra đài phát thanh Sài Gòn có loan tin là Việt Cộng đã vi phạm lệnh hưu chiến mà họ đã công bố để tấn công vào các thành phố của miền Nam, kể cả thủ đô Sài Gòn. Khu Nhà Thờ Ba Chuông nơi gia đình Long sinh sống không trực tiếp là bãi chiến trường nên dù biết tin là Sài Gòn đang "đánh nhau to", ông Quy, lúc đó đeo lon đại úy, vẫn phải lên đường đến đơn vị thay thế cho những đồng đội khác phải ứng chiến ngày mùng 1 Tết. Vì có lệnh hưu chiến nên các đơn vị trong quân đội Việt Nam Cộng Hòa trong dịp Tết năm đó chỉ phải cấm trại 50% thay vì 100%. Ông Quy được nghỉ ngày mùng 1, nay phải đến đơn vị ứng chiến để những người cấm trại ngày mùng 1 được về nhà ăn Tết.

Bà Quy và các con nhỏ rất lo lắng khi ông Quy mặc quân phục ra đi như thế trong tình cảnh đang có giao tranh tại một vài khu phố ngay trong Sài Gòn. Nhưng chỉ ít lâu sau, gia đình lại thấy ông quay về: đường lên thành Cổ Loa không đi được, có đoạn đang giao tranh dữ dội. Người ta nói ông tạm về nhà, và phải nghe đài phát thanh để đợi lệnh mới.

Thật là một bất ngờ cho người dân thường, họ không thể tưởng tượng có chuyện quân cộng sản tấn công quy mô vào Sài Gòn và các thành phố lớn nhỏ của miền

Nam vào đúng dịp Tết được xem như những ngày thiêng liêng nhất trong năm, phải kiêng làm chuyện xấu, huống gì là chuyện bắn giết nhau. Cũng bất ngờ vì năm 1967 đã là một năm tương đối ổn định so với những năm trước đó.

Quả vậy, sau những cuộc đấu tranh của Phật Giáo và đảo chánh lật đổ chế độ của Tổng Thống Ngô Đình Diệm năm 1963, sau những màn bi hài của đảo chánh và chỉnh lý kế tiếp nhau diễn ra trong năm 1964, sau những xáo trộn về kinh tế cũng như chính trị khi quân đội Mỹ ồ ạt đổ bộ vào miền Nam năm 1965, sau những cuộc đấu tranh có tính cách ly khai ở Huế và Đà Nẵng năm 1966, năm 1967 đã là một năm ít xáo trộn nhất. Về phương diện chính trị, một bản hiến pháp mới được ban hành ngày 1 tháng 4-1967[90], thiết lập nền Đệ Nhị Cộng Hòa, rồi một cuộc bầu Tổng Thống diễn ra sau đó, vào ngày 3 tháng 9-1967. Hai tướng Nguyễn Văn Thiệu và Nguyễn Cao Kỳ chính thức trở thành Tổng Thống và Phó Tổng Thống của Việt Nam Cộng Hòa. Vẫn có những chống đối, vẫn có biểu tình, vẫn có tự thiêu, nhưng không trên quy mô rộng lớn như các cuộc tranh đấu trong suốt bốn năm trước đó.

Riêng đối với Long, năm Đinh Mùi 1967 (năm tuổi của chàng) đã là một năm nhiều thành công, tuy là một năm rất vất vả trong việc học hành cũng như mưu sinh, dạy học liên tục tại tư gia để kiếm tiền phụ thêm chi tiêu trong gia đình. Và năm tuổi cũng lại là một năm "hên". Ngay đầu năm, dịp Tết Đinh Mùi, chàng ngạc nhiên thích thú khi ông Quy cha dượng của chàng tặng một chiếc xe Vespa Super mới toanh! Hai em gái là Vy và Loan cũng được tặng chung một chiếc Velosolex, loại xe của Pháp nổi tiếng một thời, giống như một chiếc xe đạp có gắn thêm cái máy phía trước, nhưng cách dùng không dễ dàng chút nào, và khi trời mưa lại còn nguy hiểm nữa là đằng khác. Nhưng lúc đó rất là thời thượng, các cô mặc áo dài đi cái Velosolex trông lả lướt lắm! Long không hiểu ông Quy lấy tiền đâu ra để sắm một lúc hai chiếc xe cho con cái như thế, chắc chắn ông phải có bổng lộc gì đó (thời nay bên Mỹ gọi là "bonus"!) mà ông không nói ra. Trong đời sinh viên của Long, năm đầu đi chiếc xe đạp cũ, sau đó chàng dạy học kiếm được tiền mua chiếc xe gắn máy hiệu Puch, sau bốn năm lăn lộn với chiếc xe Puch đó, nay chàng lại được "nâng cấp" để đi Vespa là loại xe hai bánh được coi như "bảnh" nhất thời bấy giờ. Chiếc Vespa này, Long sẽ dùng nó trong 10 năm, và nó sẽ chứng kiến biết bao kỷ niệm vui buồn của chàng qua những thăng trầm, và nhất là chứng kiến mối tình rất đẹp của chàng với Mai và cuộc đổi đời bi thảm năm 1975.

Trở lại năm 1967, vào tháng 6 là cuối niên học Long thi đậu lên năm thứ 5 cũng là năm chót của Đại Học Dược Khoa. Sau đó chàng thi đậu cả hai chứng chỉ Điện và Quang bên Đại Học Khoa Học. Thừa thắng xông lên, đến tháng 9 tựu trường, chàng ghi danh tiếp 4 chứng chỉ còn lại bên Khoa Học (Vật Lý Lý Thuyết, Toán Thuật Trong Vật Lý, Cơ Nhiệt và Điện Tử) để lấy bằng Cử Nhân Giáo Khoa Vật Lý. Không biết có học nổi hết chừng đó thứ không, nhưng kinh nghiệm cho thấy nên ghi tên tối đa rồi khi học nếu cần sẽ có thể chọn những chứng chỉ có thời khóa biểu ăn khớp nhất. Khác với hai chứng chỉ Điện và Quang có tới mấy trăm sinh viên học, 4 chứng chỉ mới này chỉ dành riêng cho Cử Nhân Vật Lý nên chỉ có vài chục sinh viên. Đặc biệt chứng chỉ Cơ Nhiệt, phần Cơ không có thầy cơ hữu của trường, phải nhờ đến một giáo sư người Pháp là bà Marchand, còn phần Nhiệt trao cho ông Nguyễn Tư Bân, lúc đó là Thượng Nghị Sĩ. Bà Marchand dạy bằng tiếng Pháp, thật là một trở ngại lớn cho đa số sinh viên, nên chứng chỉ này chỉ có khoảng hai chục sinh viên theo học. Tự nhiên Long nổi tiếng trong lớp vì chàng rành tiếng Pháp, nên các bạn học thường nhờ đến chàng để hiểu rõ bài vở hơn. Và chàng cũng trở thành học trò cưng của bà Marchand cũng chỉ vì chàng là sinh viên duy nhất đối thoại lưu loát với bà giáo bằng tiếng Pháp.

Thời đó con trai học hành gian truân hơn con gái nhiều vì đang lúc chiến tranh, các nam sinh viên chỉ được "hoãn dịch vì lý do học vấn" với điều kiện phải đậu các kỳ thi lên lớp, nếu thi rớt là nhận ngay giấy gọi nhập ngũ theo lệnh động viên, phải lên trình diện Trung Tâm 3 Nhập Ngũ. Hồi đó ở miền Nam, ai có tú tài 1 trở lên có thể theo học các trường đào tạo sĩ quan, nếu không muốn thi tuyển vào các trường sĩ quan hiện dịch như Võ Bị Đà Lạt, hay Không Quân, Hải Quân, v.v... thì có thể theo học trường sĩ quan trừ bị Thủ Đức, ra trường đeo lon chuẩn úy. Năm 1967 số quân nhân trong quân đội Việt Nam Cộng Hòa đã lên rất cao, đồng thời với con số lính Mỹ có mặt tại Việt Nam đã lên đến con số gần nửa triệu người vào cuối năm. Và tướng Westmoreland Tổng Tư Lệnh quân đội Mỹ tại Việt Nam rất lạc quan về tình hình chiến sự. Trong tình hình như thế, có ai nghĩ là ngày Tết sẽ có tiếng súng nổ ngay trong các thành phố, ngay tại thủ đô miền Nam, và chính tòa Đại Sứ Mỹ ở Sài Gòn cũng bị tấn công?

Thật ra sau này người ta được biết các nguồn tin tình báo đều nhất loạt báo động là quân đội cộng sản đang chuẩn bị một cuộc tổng tấn công vào các thành phố, nhưng các nhà lãnh đạo Việt - Mỹ không tin là quân cộng sản có đủ lực lượng để làm chuyện này, mà nếu có cũng sẽ là một hành động tự sát mà thôi. Phía Mỹ thì tin rằng đây là kế hoạch "điệu hổ ly sơn" của Hà Nội, mục đích chính của họ là Khe Sanh trong tỉnh Quảng Trị chứ không phải các thành phố. Khe Sanh gần biên giới Lào và đường ranh vĩ tuyến 17 là một nút chặn của Mỹ ngăn cản quân đội cộng sản từ miền Bắc xâm nhập vào miền Nam qua đường mòn Hồ Chí Minh. Khe Sanh được so sánh với Điện Biên Phủ trước kia: cũng là một tiền đồn giữa đồng không mông quạnh chỉ dùng làm nút chặn, cũng là một cái chốt phòng thủ kiên cố dùng để thu hút địch quân đến vây đánh để diệt địch, với cái rủi là có thể sẽ bị đánh thua như Pháp ngày xưa ở Điện Biên Phủ. Nhưng cuối cùng thì Mỹ đã không thua như ở Điện Biên Phủ. Sau nhiều tháng giao tranh ác liệt với mấy sư đoàn thiện chiến của quân đội miền Bắc bao vây Khe Sanh (trong đó có sư đoàn 304 nổi tiếng ở Điện Biên Phủ ngày trước) trang bị khí giới tối tân của Liên Xô, phía Mỹ quyết định rút bỏ Khe Sanh. Dù sao phía Hà Nội cũng xem đấy như một chiến thắng lớn của họ vì đã cắm được lá cờ trên căn cứ này sau khi Mỹ rút. Và cũng như bao nhiêu cái vô lý khác của chiến tranh, hai bên đến đây để bắn giết nhau, không biết bao nhiêu xương máu đã đổ ra, sau đó mọi người lại rút đi, trả lại Khe Sanh cho thiên nhiên, cây cỏ[ii]...

Trận chiến Khe Sanh khởi sự ác liệt từ ngày 21 tháng 1-1968, cuộc tổng tấn công vào các đô thị bắt đầu 10 ngày sau đó, đêm mùng 1 rạng ngày mùng 2 Tết Mậu Thân[91]. Vì vậy nên các nhà phân tích thời cuộc lúc đó mới nói đến kế hoạch "điệu hổ ly sơn" của Hà Nội. Nhưng mục tiêu chính là Khe Sanh hay là các thành phố?

[ii] Từ khi Việt Nam có chính sách « đổi mới » cuối thập niên 1980, mở cửa phát triển về du lịch, Khe Sanh trở thành một điểm thu hút du khách, phần đông là cựu chiến binh Hoa Kỳ đã từng chiến đấu tại đây.

Tin tức chiến sự ở Khe Sanh dồn dập trong những ngày áp Tết, nhưng từ mấy năm qua, dân chúng bắt đầu quá quen với tin tức hằng ngày về chiến tranh, nên cũng chẳng chú ý lắm. Đài phát thanh Giải Phóng tuyên bố hưu chiến 7 ngày vào dịp Tết, còn chính phủ Việt Nam Cộng Hòa tuyên bố hưu chiến 48 giờ đồng hồ.

Người dân Sài Gòn lo chuẩn bị cho ngày Tết sắp đến, dù có phải thắt lưng buộc bụng đến đâu cũng phải mua sắm chút ít cho có không khí Tết trong gia đình. Theo truyền thống lâu đời vẫn tiếp tục cho đến ngày nay, chợ búa vào dịp Tết rất tấp nập so với ngày thường, lượng hàng hóa từ quê lên tỉnh, từ tỉnh về quê tăng lên gấp bội. Dịp Tết đúng là lúc có thể xâm nhập vũ khí đạn dược và cả quân đặc công vào thành phố dễ dàng hơn lúc bình thường. Xe đò chuyển hàng hóa và người dân về quê hoặc lên tỉnh quá nhiều, cảnh sát không thể nào kiểm soát được vũ khí đạn dược cất giấu trong những giỏ cần xé chở hàng Tết, hay kiểm soát giấy tờ của từng hành khách được. Nhờ vậy mà cuộc tổng tấn công vào các thành phố được chuẩn bị tương đối dễ dàng.

Trong cuộc tấn công vào Sài Gòn, đài phát thanh đương nhiên là một mục tiêu hàng đầu vì sẽ được dùng để dấy động cuộc "tổng nổi dậy". Sau này người ta được biết là ngay trong những giờ đầu, quân cộng sản đã chiếm được đài phát thanh, và đã chuẩn bị sẵn cuốn băng kêu gọi dân chúng nổi dậy cướp chính quyền. Nhưng cơ quan phát sóng nằm ngoài Sài Gòn vẫn còn trong tay của chính phủ, nên đài phát thanh không loan được một lời nào của phe cộng sản cả.

Trong mấy ngày giao tranh, có những khu phố đánh nhau ác liệt, nhưng Sài Gòn - Gia Định rộng lớn lắm, khu nào đánh nhau vẫn đánh, những khu khác vẫn tiếp tục sinh hoạt. Có nhiều người rủ nhau đi xem đánh nhau như đi xem xi-nê, chỉ khác là khi bị đạn lạc thì chết thật chứ không chết giả như trong phim. Còn bên Mỹ, người ta không cần ra đường, chỉ ngồi trong nhà cũng được xem trực tiếp trên truyền hình các hình ảnh đánh nhau do phóng viên của họ lúc đó đang rất đông ở Sài Gòn gửi về. Có thể nói, chưa khi nào phương tiện truyền thông lại hữu hiệu như thế trong việc dấy động người Mỹ chống chiến tranh, và chống lại việc chính phủ Mỹ can thiệp vào Việt Nam.

Đặc biệt một đoạn phim nổi tiếng đã đi vòng quanh thế giới, và mãi đến sau này khi nhắc đến chiến tranh Việt Nam các hãng thông tấn quốc tế vẫn còn đưa đoạn phim này ra. Đó là hình ảnh Đại Tá Nguyễn Ngọc Loan Tư Lệnh Cảnh Sát bắn vào đầu một người mặc thường phục tay bị trói quặt sau lưng. Đây là một cách hành xử không thể chấp nhận trong thế giới phương Tây, nhất là đối với người Mỹ. Con em của họ qua Việt Nam chịu gian khổ, bị thương vong chết chóc để bảo vệ một chế độ có những con người công khai bắn vào đầu một tù nhân hay sao? Người ta giải thích là người bị bắn đó là một đặc công Việt Cộng vừa bị bắt sau khi giết chết cả gia đình của một cảnh sát viên, nhưng trên truyền hình, không ai thấy cảnh đó, mà chỉ thấy cảnh ông Loan cầm súng lục dí sát thái dương người đó và bấm cò.

Sau vài ngày Sài Gòn và vùng phụ cận trở lại yên tĩnh, các quân nhân được nghỉ ngày mùng 1 Tết và kẹt lại nhà được lệnh đến đơn vị trình diện. Khi ông Quy lên đến thành Cổ Loa mới biết là số mạng ông còn lớn lắm, vì thành Cổ Loa đã là một bãi chiến trường quan trọng, bị tràn ngập sau mấy giờ giao tranh và tất cả 50% sĩ quan trực trại đêm mùng 1 Tết đều tử trận…

Trận chiến Tết Mậu Thân đã làm cho người dân miền Nam thấy rõ hơn những tàn ác của chiến tranh vì nó xảy ra trong các đô thị đông đúc người sinh sống. Và nói đến Tết Mậu Thân không thể không nhắc đến các cuộc thảm sát tập thể xảy ra tại Huế, là nơi mà quân đội miền Bắc đã chiếm đóng trong vòng 25 ngày. Tại Huế, quân đội Hoa Kỳ đã tiếp tay với quân đội Việt Nam Cộng Hòa đánh chiếm lại thành phố, khác với Sài Gòn và nhiều đô thị khác chỉ có quân của Việt Nam Cộng Hòa đánh nhau với quân cộng sản xâm nhập mà thôi.

Sau khi quân cộng sản rút lui khỏi Huế, người ta khám phá ra các mồ chôn tập thể thường dân bị thảm sát tại đây trong thời gian 25 ngày chiếm đóng. Các hố chôn tập thể trong thành phố bên tả ngạn sông Hương cũng có, bên ngoài thành phố cách Huế hàng chục cây số cũng có. Có nơi khám phá ra nhanh chóng, có nơi mấy tháng sau, hoặc cả năm sau mới khám phá ra. Xác người bị trói quặt sau lưng, bị bắn, bị đập vào đầu, hay không có thương tích gì cả, tức là bị chôn sống. Sau này qua các tin tức từ người sống sót, kể cả người ngoại quốc, kể cả từ bộ đội chiêu hồi, người ta biết được là trong khi Huế lọt vào tay cộng sản, đã có những quân nhân, công chức, cảnh sát, nhân viên sở Mỹ, các thành phần đảng phái, v.v. bị xem như "thành phần ác ôn", bị bắt và bị giết ngay trong thời gian này. Danh sách những người này được lập sẵn trong chiến khu nhờ các thành phần tham gia tranh đấu ly khai năm 1966 theo cộng sản ra bưng. Số còn lại bị bắt là những thân nhân trong gia đình các "thành phần ác ôn" này, trong đó có nhiều người sống ở xa về Huế ăn Tết với gia đình. Họ không bị giết ngay mà bị đem theo làm tù binh khi quân cộng sản rút khỏi Huế. Cuối cùng, không thể đem theo tù nhân trên đường rút vào bưng, họ bị giết tập thể một cách dã man và vùi nông trong những hố đào vội vã.

Những con số về cuộc thảm sát ở Huế không chính xác, chính quyền miền Nam đưa ra con số hơn 4000 xác tìm thấy trong các mồ tập thể, nhiều nguồn khác đưa ra những con số từ 2000 đến 6000 người bị giết trong cuộc tắm máu này. Riêng Long cũng biết rõ hai trường hợp là nạn nhân của cuộc thảm sát tại Huế. Đó là hai thanh niên mất tích khi từ Sài Gòn về Huế ăn Tết với gia đình. Một người là sinh viên Dược Khoa, em trai một người bạn, người thứ hai là một sinh viên sống trong cư xá Đắc Lộ sau Long vài năm. Gia đình mong mỏi tin tức trong mấy tháng liền, cuối cùng xác của hai bạn này tìm thấy trong mồ chôn tập thể trên đường rút lui của quân cộng sản từ Huế về căn cứ quân sự của họ trong rừng.

Chính quyền cộng sản Hà Nội không khi nào xác nhận những cuộc thảm sát này, ngay cả sau khi chiến tranh chấm dứt. Về phía chính quyền Việt Nam Cộng Hòa, đã có rất nhiều cố gắng để tố cáo trước dư luận quốc tế những vụ giết thường dân hàng loạt không gớm tay tại Huế trong Tết Mậu Thân, nhưng thế giới còn nhiều chuyện khác để lo âu hơn là chú ý đến chuyện người Việt tàn sát lẫn nhau trên đất nước của họ[92].

Trở lại cuộc sống ở Sài Gòn, sau khi tình hình lắng dịu trở lại, các trường học mở cửa tiếp tục sinh hoạt bình thường. Đến tháng 3-1968, chính phủ quyết định tất cả nam sinh viên ở Sài Gòn sẽ phải qua một thời gian hai tuần huấn luyện quân sự để có thể tham gia vào việc bảo vệ thành phố nếu một cuộc tấn công tương tự như hồi Tết Mậu Thân tái diễn. Những đô thị khác không biết ra sao, riêng tại Đà Lạt Long được biết là nam sinh viên cũng học quân sự và nữ sinh viên được đưa sang trường Chiến Tranh Chính Trị học cứu thương.

Thế là sinh viên Sài Gòn lại được dịp nghỉ học để đi tập quân sự từ ngày 17 đến ngày 31 tháng 3-1968. Long cũng như các bạn được phát một bộ quần áo bằng vải kaki vàng, thêm một cái mũ "ca-lô" có lẽ từ thời Pháp để lại trong kho. Giầy thì tự túc. Sau những ngày tập trung tại sân vận động Hoa Lư đường Đinh Tiên Hoàng để học sơ qua về những cơ bản của quân sự, đến ngày 29, xe GMC (xe vận tải của quân đội) chở sinh viên lên Trung Tâm Huấn Luyện Quang Trung phía bắc Sài Gòn để tập bắn.

Lần đầu tiên trong đời Long cầm một khẩu súng "carbin" có lẽ từ thời Pháp để lại, nặng ơi là nặng, chỉ có súng thôi, không có đạn. Lên đến Quang Trung, cũng như đa số các bạn khác, chàng cũng chẳng bắn phát nào, vì chỉ có mấy người tình nguyện được bắn thử mà thôi. Lý do là phải tiết kiệm đạn. Sau đó là lễ mãn khóa đồng thời cũng là trình diện "trung đoàn sinh viên bảo vệ Đô thành" tại một sân lớn trong vườn Tao Đàn. Long còn nhớ 17 năm về trước khi chàng được bà ngoại dắt tay đi qua cũng vườn Tao Đàn này (hồi đó là năm 1951, còn gọi là vườn Bờ Rô) trên đường đến trường học. Nghĩ lại thời gian đi nhanh quá, thằng bé nhút nhát nắm tay bà mới đó nay đã là một thanh niên trưởng thành. Với vóc dáng khá cao lớn, chàng còn bị chỉ định làm một nhiệm vụ nặng nề là cầm cờ của đơn vị Dược Khoa. Nặng nề cả nghĩa đen lẫn nghĩa bóng.

Với cách ăn mặc chẳng giống lính nào (thời đó quân nhân tùy binh chủng mặc đồ trận khác nhau, nhưng không ai mặc đồ màu kaki vàng cả), với cách huấn luyện quân sự sơ sài như thế, sinh viên tự gọi mình là "lính Babylac" với ý nghĩa tự trào. Babylac là một hiệu sữa bột thời đó, với hình một em bé bụ bẫm hai má phúng phính. Tự xem mình như là "lính sữa" cũng chẳng phải là quá đáng, so với người lính dày dạn sương gió vào sinh ra tử ngoài chiến trường.

Và rồi cơ hội đến để lính "Babylac" được trổ tài bảo vệ đô thành. Tháng 5-1968, quân cộng sản mở ra vụ tấn công đợt 2 vào Sài Gòn. Lần này không còn yếu tố bất ngờ nữa, họ tấn công vào Sài Gòn theo nhiều hướng, một mũi dùi quan trọng đến từ phía tây, tấn công vào khu Chợ Lớn. Sinh viên lại phải nghỉ học, lại đóng bộ quần áo lính Babylac, buổi sáng lại lãnh khẩu carbin cũ rích không có đạn. Trao đạn cho lính sữa nguy hiểm quá, không ai dám nhận trách nhiệm lỡ có chuyện lạc đạn xảy ra!

Tiểu đội của Long 10 người được đưa đến bến Lê Quang Liêm trong khu Chợ Lớn, toàn người gốc Hoa sinh sống. Tiểu đội đóng chốt trên sân thượng một căn nhà 3 tầng của một thương gia, tầng trệt là kho hàng hóa, gia đình họ sống trên hai tầng lầu, sinh viên lên sân thượng canh gác. Cũng may là có mấy chậu cây khá lớn nên có chút bóng mát, nếu không tháng 5 trời Sài Gòn đã nóng lắm rồi. Suốt ngày làm gì? Long không nhớ, nhưng riêng chàng mang theo bài vở để học ôn, vì chỉ còn hơn tháng nữa là chàng phải thi cả bên Dược Khoa lẫn bên Khoa Học nên không thể để mất thời giờ được. Có lẽ một phần nhờ canh gác như thế mà trong các kỳ thi cuối năm chàng lại đậu cao!

Sau ba ngày canh gác như thế, lúc đầu xa xa nghe vọng tiếng súng chứng tỏ đang có giao tranh nhưng còn khá xa, về sau càng ngày càng gần. Khi đã rõ ràng là chiến trận sẽ lan đến nơi tiểu đội của Long canh gác, có lệnh di chuyển về gác tại trường Đại Học Y Khoa, gần trung tâm thành phố hơn. Nhiệm vụ mới là bảo vệ trường Đại Học này nếu bị tấn công. Bảo vệ bằng súng không có đạn, dĩ nhiên!

Mục đích của chiến dịch "lính Babylac" cốt để sinh viên là những thành phần ưu tú và được ưu đãi chạm trán với thực tế của đất nước trong thời chiến, cọ xát với những gian khổ của người lính chiến đấu để ngăn chặn việc phe cộng sản muốn nhuộm đỏ cả miền Nam. Không biết mục đích này đạt được đến mức nào, nhưng ít ra sinh viên cũng có một chút ý niệm về cuộc sống gian lao của người lính ngoài chiến trường.

Tết Mậu Thân đã là một khúc quanh quan trọng khác trong chiến tranh Việt Nam.

Sân Tao Đàn ngày 31-03-1968. Lễ mãn khóa quân sự học đường của sinh viên Sài Gòn

Đúng như dự đoán, về mặt quân sự, đây là một cuộc tự sát của quân đội cộng sản. Họ được học tập là chỉ cần quân chính quy từ Bắc vào nổ súng là các cơ sở nằm vùng địa phương sẽ hô hào dân chúng nổi dậy cướp chính quyền. Nhưng sau đợt tấn công đầu tiên trong đêm có sự bất ngờ là lợi thế cho phe cộng sản, các lực lượng của Việt Nam Cộng Hòa phản ứng lại mạnh mẽ. Quân từ miền Bắc vào không rành địa thế, lạc trong những con hẻm ngoằn ngoèo của Sài Gòn, các cơ sở nằm vùng của Mặt Trận Giải Phóng trước đây hoạt động bí mật nay ra mặt hô hào dân chúng nổi dậy, nhưng chẳng thấy ai nổi dậy theo họ cả. Sau nhiều ngày giao tranh trong thành phố, quân đội miền Bắc phải rút tàn quân ra chiến khu, còn các cơ sở bí mật nằm vùng đã tốn bao nhiêu thời gian và công sức mới xây dựng được nay bị lộ, bị phá vỡ gần hết.

Nhưng về mặt tuyên truyền, đây là một thành công lớn của Hà Nội, một bước ngoặt trong cuộc chiến dai dẳng từ nhiều năm. Thành công vì dư luận Mỹ không còn tin vào chính quyền Mỹ nữa. Cho tới lúc đó, họ vẫn nghĩ rằng Mỹ đang làm chủ tình hình, chiến tranh sắp đến giai đoạn kết thúc, tin tức mà họ xem hằng ngày trên truyền hình do các phóng viên chiến trường gửi về cũng nói lên phần nào sự ác liệt của chiến tranh. Nhưng trong những ngày Tết Mậu Thân này, họ được trực tiếp xem những cuộc giao tranh ngay trên đường phố Sài Gòn. Không những trên đường phố của thủ đô miền Nam, mà còn ngay tại tòa Đại Sứ của nước họ, cho đến nay vẫn được xem như rất mực an toàn. Như vậy là thế nào? Họ vẫn nghe chính quyền của họ loan tin phe cộng sản đã hoàn toàn trong tình thế "bị động" cơ mà! Sao "bị động" mà nay lại có thể tấn công vào thủ đô miền Nam và hơn 40 thành phố khác, và có thể đến tận Tòa Đại Sứ Mỹ tấn công? Vậy là chính quyền Mỹ lừa dối dư luận chăng?

Và cứ thế, các phong trào chống chiến tranh càng ngày càng lên cao buộc chính phủ Mỹ phải xét lại chiến lược của họ ở Việt Nam. Tình hình trầm trọng đến độ Tổng Thống Mỹ Johnson tuyên bố không ra ứng cử nhiệm kỳ 2, và tạm ngưng dội bom miền Bắc để đề nghị Hà Nội đến bàn hội nghị ở Paris, thương thuyết việc chấm dứt chiến tranh. Cuối năm 1968, Tổng Thống Nixon đắc cử với lời hứa là sẽ làm mọi cách để rút quân Mỹ về. Cuộc thương thuyết sẽ kéo dài hơn 4 năm trong khi quân Mỹ từ từ rút chân ra khỏi chiến trường Việt Nam để mặc cho hai bên Nam Bắc, cùng người Việt với nhau, tiếp tục chém giết nhau với vũ khí của Mỹ và của Liên Xô.

37. Duyên số

(Tùy bút của Long)

Nhà nàng ở cạnh nhà tôi
Cách nhau cái giậu mồng tơi xanh rờn...

Không! Nhà nàng không ở cạnh nhà tôi như "Người Hàng Xóm" của Nguyễn Bính, mà cách nhau 300 cây số. Nên cũng chẳng có *"giậu mồng tơi xanh"*, và làm gì ra *"con bươm bướm trắng"*...

Nàng sinh ra ở Hà Nội, tôi sinh ra ở Sài Gòn. Được hơn một tuổi, tôi được mẹ và bà ngoại bồng bế về quê ở làng Hà Hồi gần Hà Nội. Thế là tôi bắt đầu mon men xích lại gần nàng!

Cuối năm 1946, theo lời kêu gọi toàn quốc kháng chiến, tôi và nàng cùng theo gia đình "tản cư". Mới ra đời được ba tuần, nàng được mẹ bế trên tay chạy loạn lên Thái Nguyên, còn tôi được ngồi trong thúng gánh lên Phú Thọ. Trên đường tản cư có đoạn nào hai con đường giao nhau không, tôi không biết! Theo lời bà nội nàng kể thì mẹ nàng là dân Hà Nội, không quen đi trên bờ đê trơn trợt, chẳng may trượt chân và nàng bi rơi xuống ruộng nước. Từ đó nàng yếu ớt, hay đau ốm, may mà bà giấu được vàng mang theo, bao nhiêu tiền đổ vào thuốc men nhưng cả nhà vẫn rất sợ không biết đứa bé sơ sinh có chịu nổi cảnh cơ cực trong lúc tản cư không.

Nhưng rồi nàng vượt qua được thử thách đầu đời đó. Và ở Thái Nguyên hai ông bà dạy học, được dân thương, cứ xót xa cho "cô giáo Hà Nội". Rồi mẹ nàng có thêm cô em kế. Trong khi đó thì tôi theo gia đình từ Phú Thọ về Phúc Yên vì có tin Pháp sắp đánh đến vùng nhà ông chú ở Phú Thọ. Ở Phúc Yên mẹ tôi cũng có bầu đứa em gái kế, nhưng không dám sinh con ở đấy vì chẳng có bác sĩ đã đành mà cô mụ cũng phải đi tận đẩu tận đâu mới tìm ra. Thế là đành bỏ trốn về Hà Nội, đó là năm 1948, trốn về như thế gọi là "dinh tê".

Gia đình nàng cũng "dinh tê" về Hà Nội nhưng trễ hơn, vào năm 1950. Nhà của ông nội rất khá giả ở phố Lò Đúc, bị bắn phá tan hoang không còn gì, cha mẹ nàng gạt nước mắt bỏ vào Nam, vì gia đình nàng có các bác bên nội sống tại Sài Gòn và ngoài ra có ông bà ngoại và dì cậu sống tại Đà Lạt. Gia đình tôi về Hà Nội sống 3 năm, tôi đã học được một năm tiểu học ở trường Sainte Marie thì gia đình cũng quyết định vào Sài Gòn, vì ngày xưa bà ngoại và mẹ tôi đã từng sống ở thành phố sung túc này, và nay vẫn còn họ hàng sẵn sàng giúp đỡ bước đầu vào Nam lập nghiệp. Đó là năm 1951. Tôi vào Sài Gòn sau nàng một năm, bắt đầu một "kế hoạch đuổi bắt" được thành hình đâu đó trong cái mông lung của số mệnh.

Khi gia đình nàng vào Sài Gòn, không ở lại đấy mà lên Đà Lạt ngay, khi thành phố cao nguyên này còn được mệnh danh là Hoàng Triều cương thổ. Hai năm sau, năm 1952, gia đình tôi cũng lên Đà Lạt vì cha dượng tôi bị động viên nên đăng vào Ngự Lâm Quân để tránh phải đi đánh nhau. "Kế hoạch đuổi bắt" có vẻ hiệu nghiệm.

Gia đình nàng ở nhà ông ngoại được một thời gian ngắn thì phải đi tìm nhà thuê vì ông ngoại đi kháng chiến mãi không thấy về, nhà bị chính phủ tịch thu. Còn một mình bà ngoại và hai người con nhỏ nên không giữ được nhà. Trong mấy năm đầu gia đình nàng phải dọn nhà nhiều lần. Gia đình tôi cũng thế. Có lúc nàng ở đường Hùng Vương, có lúc tôi cũng ở con đường này, hai nhà chỉ cách nhau vài trăm thước. Nhưng vẫn chưa biết nhau.

Cuối cùng gia đình nàng về ở căn nhà do chính ông thân sinh thuê người xây cất trên một lô đất nằm sát con đường đi vào trường Adran. Đường này tên là Bá Đa Lộc, từ đường Yersin quẹo vào ngay chỗ có ty Ngân Khố đối diện với khách sạn Dalat Palace.

Tôi học trường Adran từ năm 1952 đến 1962. Năm năm đầu mỗi ngày đi bộ đi học, 5 năm sau vào sống nội trú không còn đi lại hằng ngày nữa. Thời gian ở ngoại trú, để đến trường tôi phải đi trên con đường Bá Đa Lộc, có đoạn với rất nhiều hoa quỳ vàng, 4 lần một ngày. Lúc đó nàng học trường Trí Đức là một tư thục công giáo, nơi bà cụ dạy học nằm ở đường Nhà Chung phía sau nhà thờ "Con gà", cũng phải theo con đường đó, cũng 4 lần một ngày, nhưng ngược chiều nhau. Có khi nào tôi và nàng "chạm trán" nhau không? Nếu có – và chắc là có – tôi cũng không biết… "Kế hoạch đuổi bắt" chưa tới hồi quyết định!

Đậu tú tài xong tôi về Sài Gòn học. Nàng đậu tú tài sau tôi vài năm, vẫn ở nhà theo học Đại Học Đà Lạt, phân khoa Sư Phạm.

Một hôm tôi nhớ là còn học năm thứ 3 Đại Học Dược Khoa, một anh bạn học cùng lớp trung học ngày xưa, rồi cũng theo học Dược Khoa sau này, giới thiệu với tôi cô bạn gái mà anh chàng đang theo đuổi. Nàng từ Đà Lạt về Sài Gòn chơi, ở nhà bà dì. Lúc đó dĩ nhiên tôi chưa biết là nàng, chỉ mừng cho anh bạn có cô bạn gái rất xinh. Người bạn của tôi là hàng xóm của nàng trên Đà Lạt, quen với nàng từ nhỏ, và đã để ý đến nàng từ thời đó. Nhưng rồi sau đi học xa nên mất liên lạc.

Anh bạn tôi kể là trong khi mất liên lạc như thế thì nàng đã đính hôn từ năm 17 tuổi với một chàng trai trưởng thành, con nhà giàu. Sở dĩ đính hôn sớm như vậy vì gia đình nàng có 6 chị em gái, nàng là chị cả, gia đình theo truyền thống xưa là sớm lo gả chồng cho con gái lớn, để các em gái sau này cũng dễ dàng theo con đường vạch sẵn. Nhưng hai năm sau khi đàng trai tính đến chuyện đám cưới thì nàng đã biết suy nghĩ hơn và quyết định không muốn lấy một người do gia đình xếp đặt mà mình không yêu. Thế là chuyện cưới xin không thành, nàng tiếp tục việc học trên Đại Học Đà Lạt. Vừa lúc đó anh bạn học cũ của tôi trở về, và quyết chí theo đuổi "cô láng giềng" xưa với nhiều hy vọng thành công.

Hai năm sau, tôi học năm thứ 5, dạy kèm một học sinh trong con hẻm đường Trần Bình Trọng Sài Gòn. Lúc về dắt xe qua cửa một nhà gần đấy thì gặp nàng trong nhà đi ra hàng ba làm gì đó. Tôi vẫn còn nhớ nàng, và nàng cũng nhớ ra tôi, dù đã hai năm không gặp. Nàng mời vào nhà chơi, đó là nhà bà dì, nàng từ Đà Lạt về Sài Gòn thăm. Hỏi thăm chuyện hai năm trước, nàng cho biết gia đình người bạn tôi đã đến dạm ngõ và gia đình nàng đã ưng thuận, nhưng rồi sau đó việc không thành. Lần này không phải vì nàng còn quá nhỏ, mà vì nàng thấy tính tình không hợp nhau.

Hôm đó tôi thấy nàng đẹp, và con tim cũng đập nhanh hơn khi nói chuyện với nàng. Khi ra về tôi ngỏ ý muốn giữ liên lạc bằng cách viết thơ cho nàng khi nàng về lại Đà Lạt. Nàng cho tôi địa chỉ.

Thơ từ qua lại, càng ngày càng nhiều.

Một năm rưỡi sau, chúng tôi lấy nhau.

Nói vắn tắt như thế, nghe có vẻ dễ dàng, thật ra là chúng tôi đã gặp rất nhiều trở ngại do "người lớn" gây ra. Nhưng một khi duyên số đã định, có ai ngăn cản được!

Thật vậy, không tin là có duyên số thì cũng khó giải thích tại sao qua mấy chục năm hai con đường lúc nào cũng gần nhau, mà hình như chỉ song song thôi nên chẳng khi nào gặp được nhau. Đến lúc duyên số đã đến thì sống cách nhau 300 cây số, việc vẫn thành.

Các bạn học của tôi ở trường Adran Đà Lạt ngày xưa, khi biết chúng tôi lấy nhau, cứ tưởng hai chúng tôi đã quen biết nhau từ khi tôi học trên ấy, khi mà nhà nàng chỉ cách cổng trường của tôi có mấy trăm thước. Khi tôi kể là ngày xưa không quen biết gì cả, phải đợi đến khi tôi sống ở Sài Gòn, nàng sống ở Đà Lạt, lúc đó mới có dịp gặp nhau, thì các bạn tôi đều chê tôi là "cù lần". *"Hồi đó trên Đà Lạt tụi tao đứa nào mà không biết hai chị em bà xã mày, nổi tiếng đẹp khi học Bùi Thị Xuân, chỉ có mày sao mà cù lần quá! Vậy mà cuối cùng mày lại đá văng mấy thằng trên Đà Lạt đeo đuổi bà ấy... sao mày tài thế!" "Tài cán gì, duyên số nó đến thì nó đến thôi!"*

Thật vậy, mười năm ròng rã tôi học ở trường Adran không khi nào gặp nàng cả. Về phía nàng thì hỏi ra mới biết là cũng chả bao giờ thấy tôi!

Nhưng cũng có một chuyện vui nho nhỏ tôi muốn kể ra đây. Đó là trong niên học 1961-62, thành phố Đà Lạt tổ chức giải thể thao giữa các trường trung học gọi là "Giải Cao Nguyên Trung Phần".

Tôi chơi trong đội bóng chuyền của trường Adran, và tôi là một trong hai "tay đập" của đội. Sau nhiều trận rất hào hứng, cuối cùng đội trường Adran vào chung kết đấu với đội trường Trí Đức, chơi trên sân của Viện Đại Học Đà Lạt. Cả hai trường mượn được xe GMC nhà binh chở cầu thủ và rất nhiều học sinh đi theo ủng hộ. Trường Trí Đức có cả nam và nữ học sinh đến rất đông để cổ võ "gà nhà". Tôi còn giữ hai tấm hình của ban tổ chức chụp cầu thủ trong lúc thi đấu, phía sau thấy thấp thoáng có bóng nữ sinh trường Trí Đức.

Sau này khi đã lấy nhau, nàng thấy hai tấm hình "có vẻ quen quen", và khi tôi kể lại chuyện thi đấu năm 1962 thì nàng reo lên *"Hôm đó em cũng được nghỉ học, được xe GMC chở đến ủng hộ đội banh trường Trí Đức, lúc đó sao em thấy ghét mấy cầu thủ trường Adran quá!"* Dĩ nhiên nàng phải ghét vì hôm đó trường của nàng thua! Ghét đội Adran nhưng có ghét anh chàng tây lai chuyên viên đập banh này không?

Đã bảo là duyên số mà!

38. 300 cây số bằng Vespa

Phần đông những người may mắn chưa khi nào phải nếm mùi bom đạn thường tự hỏi làm cách nào người dân Việt Nam có thể sống được trong thập niên 60 với tình trạng chiến tranh liên tục như thế. Có thể trả lời là họ không « sống » bình thường, mà chỉ « sống còn », nghĩa là cố gắng làm thế nào để « không chết » thôi ! Một cách trả lời khác, có thể mượn một câu tiếng Pháp trong một bài hát nổi tiếng năm 1961, *« On s'habitue, c'est tout...! », « Người ta phải quen dần, thế thôi... ! »*[i]

Đó cũng là câu trả lời của Long khi được phỏng vấn năm 1985 tại Paris trong một cuốn phim tài liệu về chiến tranh của Yves Montand, một trong những ca sĩ và tài tử điện ảnh hàng đầu của Pháp. Mục đích cuốn phim này là đánh động dư luận Pháp về hiểm họa một cuộc chiến có thể xảy ra tại Âu Châu lúc đó giữa hai khối đối nghịch nhau, một bên là các nước tây phương sống trong cảnh tự do có khuynh hướng quên đi là ngay cạnh mình có khối cộng sản do Liên Xô cầm đầu đang tăng cường trang bị vũ khí, lúc nào cũng sẵn sàng để áp đặt chủ nghĩa cộng sản lên toàn thế giới bằng bạo lực nếu cần.

Và mở đầu cho cuốn phim dài hơn một tiếng đồng hồ này là một cuộc phỏng vấn hai nhân chứng 40 tuổi, một người sống 40 năm trong hòa bình (một người Pháp) và một người sống 40 năm trong chiến tranh (một người Việt Nam)[93].

Thật là cay đắng khi phải nói là người ta có thể làm quen với cảnh chiến tranh lửa đạn chết chóc hằng ngày, nhưng đó là sự thật phũ phàng. Nếu không « quen » thì làm sao « sống » ? Con người muốn sống không phải chỉ có nhu cầu vật chất như ăn, như uống, như ngủ... mà phải quên đi chiến tranh vì cũng có vui, có buồn, có ghét, có yêu... Và Long đã yêu.

Năm Mậu Thân 1968 là năm chiến tranh tràn về thành phố, kể cả Sài Gòn là thủ đô miền Nam, nhưng người Sài Gòn vẫn có khả năng hàn gắn vết thương, rồi vẫn tiếp tục « phải sống ». Long vẫn tiếp tục học hành dù là có nhiều xáo trộn vì trường ốc có lúc phải tạm đóng cửa, như lúc sinh viên phải qua một khóa huấn luyện quân sự vào tháng 3, và lại đóng cửa vài tuần vào tháng 5 khi có cuộc tấn công đợt hai của quân cộng sản. Rồi sau đó Long gặp Mai cũng là do định mệnh an bài, một người ở Sài Gòn, một người ở Đà Lạt, *« một người về đỉnh cao, một người về vực sâu »* như lời một bài hát thịnh hành thời đó[ii].

Thư từ trao đổi qua lại, mối tình nảy nở một cách tự nhiên giữa hai tâm hồn đồng cảm. Thư càng ngày càng nhiều, dần dần mỗi ngày mỗi viết, đôi khi nhiều lần trong ngày, dồn lại mấy ngày hay một tuần gửi một lần. Sau này đọc lại, tập thư giống như một loại nhật ký, vì bên cạnh những tâm sự riêng tư, thư còn nói đến bạn bè, gia đình, cuộc sống... Và khi đi Pháp, chồng thư cũ được sắp xếp lại, lá thư lấy ra khỏi bao và đóng lại thành 6 tập theo thứ tự thời gian đem theo vừa là một kỷ

---

[i] Câu hát lặp đi lặp lại trong ca khúc "On n'oublie rien" (« Không quên gì cả ») của Jacques Brel, một ca nhạc sĩ rất nổi tiếng người Bỉ hát tiếng Pháp.

[ii] Tình Nhớ của Trịnh Công Sơn : http://www.youtube.com/watch?v=n6GEVAFRP5c

niệm vô giá của hai vợ chồng, vừa là một tài liệu ghi lại nhiều sự kiện xảy ra trong một quá khứ nhiều gay go thử thách.

Tháng 6-1968, Long thi ra trường Dược Khoa, thời đó còn theo lối thi cử của Pháp, thi vấn đáp hai đợt gọi nôm na là « Def. 1 » và « Def. 2 » (viết tắt của « Définitif » nghĩa là « tối hậu »), giám khảo xét lại tất cả kiến thức thu thập được trong 5 năm học. Và ngày 16 tháng 8, Long chính thức trở thành một dược sĩ khi kết quả được công bố, rồi đến ngày 31-8-1968 là lễ phát bằng. Tất cả những chi tiết về ngày tháng đều có trong tập thư trao đổi với Mai.

Tuy đã tốt nghiệp, Long cũng chưa được nghỉ ngơi vì còn các chứng chỉ bên Đại Học Khoa Học phải thi, nên mùa hè năm đó là lúc thời gian bù đầu với chuyện học hành thi cử. Trong suốt thời gian này Mai là chất xúc tác rất hiệu nghiệm của Long. Ba chứng chỉ Toán Thuật Trong Vật Lý, Vật Lý Lý Thuyết và Điện Tử, chàng đều đậu không khó khăn lắm, và qua thư Long cảm thấy Mai rất hãnh diện về người yêu! Riêng Cơ Nhiệt là chứng chỉ Long « chắc ăn » nhất, nên để qua kỳ 2 vào tháng 9 mới thi, vì không thể ôm đồm thi tất cả trong kỳ 1 tháng 6 được. Không ngờ bà Marchand dạy phần Cơ về nghỉ hè bên Pháp, tháng 9 không qua kịp để cho thi, ông thầy dạy Nhiệt cho đề thi, chắc là không liên lạc với bà thầy dạy Cơ nên cho cái đề chẳng ăn nhập gì đến những điều bà ấy dạy trong năm. Cuối cùng Long rớt, và không xong được cái Cử Nhân Giáo Khoa Vật Lý như mong đợi, dù đã đậu tất cả các chứng chỉ khác.

Đây là lần đầu trong đời Long bị một « cú đau » như thế, vì trong năm học chứng chỉ Cơ Nhiệt chàng là sinh viên xuất sắc nhất, bà thầy dạy tiếng Pháp nên chàng còn giúp các bạn khác khi họ có vấn đề không thông hiểu Pháp văn. Vậy mà vẫn rớt! « Học tài thi phận » chăng ? Cho đến lúc đó chàng không tin như thế, chỉ tin vào sức mình và công mình bỏ ra để chuẩn bị cho kỳ thi, nhưng lần này lòng tin bắt đầu chao đảo. Hơn nữa rớt kỳ này thì không biết chừng nào mới học và thi lại được, vì đã học xong bên Đại Học Dược Khoa là không còn được hoãn dịch nữa, qua năm sau đã phải nhập ngũ vì lệnh động viên có từ khi bắt đầu chiến tranh lan rộng.

Lễ phát bằng Dược Sĩ 31-8-1968 – Thầy Nguyễn Văn Trang trao bằng

Không phải lần đầu Long thất bại trong việc học hành, nhưng những lần trước chàng biết rõ là do chính mình gây ra, và đã chuẩn bị tinh thần theo chiều hướng đó. Như khi thi tú tài 2, chàng chỉ đậu mà không có thứ hạng gì cả, làm cho nhà trường thất vọng vì vẫn tin tưởng vào chàng, nhưng suốt năm chàng trải qua một cơn khủng hoảng, chẳng còn thiết làm gì nữa, nên đối với chàng, đậu được là may rồi. Khi lên đại học, hai năm đầu còn hăng hái vì bước vào một cuộc sống mới hoàn toàn khác lạ với cuộc sống trong nội trú của một trường dòng, nhưng qua năm thứ ba, phần vì chàng phải học những môn mà chàng không ưa thích, nhưng quan trọng hơn là phần vì xáo trộn chính trị làm nản chí những ai muốn học hành tới nơi tới chốn, chàng đã buông xuôi định bỏ học luôn, may mà sau nghĩ lại thương mẹ cần chàng giúp gia đình nên mới học lại năm thứ ba cho tới khi ra trường.

Nhưng những cái không hay đến trong đời thường là những bài học quý giá nếu mình biết tỉnh táo để nhận diện ra nó. Bài học mà Long rút ra được khi lần đầu bị thi rớt một cách bất ngờ là trong đời không thể nào mãi mãi thành công. Với tuổi tác thì chuyện này xem như đương nhiên, nhưng khi còn trẻ thì phải bị « đau » mới « ngộ » ra được điều này!

Tất cả những vui buồn này, Long đều tâm sự với Mai trong những lá thư lên Đà Lạt xuống Sài Gòn. Từ đó tình yêu nảy nở một cách tự nhiên, nhưng khi hai người thực sự nghĩ đến chuyện xây dựng một tương lai chung thì không còn « tự nhiên » được nữa, vì cái « tương lai chung » đó chẳng phải dễ dàng mà xây dựng, vì còn liên hệ đến bao nhiêu người khác.

Đầu tiên là mẹ Long, bà vẫn mong con trai lớn của mình học thành tài rồi đi làm có tiền giúp đỡ gia đình, một gia đình nghèo vì quá đông con. Nên Long cũng hiểu là bà buồn khi Long cho biết đã yêu một người và có ý định lấy người đó làm vợ. Bà biết là Long theo tây học, thấm nhuần quan niệm tây phương về gia đình là khi đã khôn lớn phải tự tạo cuộc sống riêng với vợ con, không còn lệ thuộc vào cha mẹ, không để vợ mình phải làm dâu như trong tập tục Việt Nam. Bà biết là con bà rất cứng cỏi trong chuyện này, dù có thương mẹ đến đâu cũng sẽ làm theo ý mình mà thôi.

Trước nỗi buồn của mẹ, Long chỉ biết nói là sẽ cố gắng chờ thêm vài năm nữa trước khi lập gia đình. Nhưng nói là một chuyện. Khi tình yêu đến có phải do mình quyết định không? Mà khi hai người đã thực sự yêu nhau thì có thể nào kéo dài thời gian trước khi lấy nhau không? Trong trường hợp của Mai, chuyện này lại càng khó hơn nữa. Nàng là con gái lớn trong gia đình, cha mẹ mong sớm gả chồng để cho các em theo gương chị, Long có thể nào bắt Mai chờ nhiều năm nữa không?

Thật là khó để Long lấy một quyết định.

Về phía gia đình của Mai, trở ngại mang một sắc thái đặc biệt hơn, và cũng khó vượt qua hơn. Gia đình cả hai bên nội ngoại của Mai phần đông đã đi kháng chiến chống Pháp, dù sau này nhiều người trở về thành phố vì khám phá ra là đảng cộng sản Việt Nam càng ngày càng chịu thêm sự chi phối nặng nề của đảng cộng sản Trung Quốc để áp đặt chế độ cộng sản lên đất nước Việt Nam, song song với việc kháng chiến chống Pháp. Bằng cớ là các cố vấn Tàu đã có mặt để chỉ đạo cuộc Cải Cách Ruộng Đất đẫm máu bắt đầu từ năm 1953 tại các vùng do Việt Minh kiểm soát, nghĩa là trước khi chiến tranh chấm dứt và đất nước bị chia cắt năm 1954.

Theo tuyên truyền của Việt Minh thời đó, tụi con trai lai Pháp là những thành phần nguy hiểm nhất, vì thường hoạt động trong ngành mật thám Pháp, nếu không thì cũng là những tai mắt chỉ điểm của Pháp chống lại kháng chiến. Vẫn theo tuyên truyền này thì càng phải tránh xa bọn Tây lai vì chúng nó chuyên đi dụ dỗ con gái nhà lành để cuối cùng chỉ muốn phá hoại đời người ta mà thôi. Tuyên truyền này dựa vào những chuyện có thật, nhưng từ đó tổng quát hóa ra tất cả thành phần con lai Pháp đều như thế thì thật là vô căn cứ, rất oan uổng vì đa số những người con lai như Long chỉ muốn tìm một cuộc sống bình thường, nhưng không phải dễ mà được sống bình thường trong một xã hội đầy kỳ thị.

Dĩ nhiên chuyện Việt Minh tuyên truyền là trong thập niên 40 và 50 cho tới năm 1954 là lúc không còn người Pháp cai trị nữa, nên thế hệ của Long cũng đã bớt phải chịu ảnh hưởng của tuyên truyền đó. Nhưng những người như ông cụ thân sinh của Mai đã từng tham gia kháng chiến thì vẫn còn trong đáy lòng một ấn tượng không tốt đẹp về con lai Pháp. Ông không hiểu được tại sao ở Đà Lạt có nhiều người đàng hoàng tử tế thương con mình, những người này có gia đình sống ở ngay Đà Lạt mình biết rõ, mà con mình lại đi thương một tên Tây lai ở tận Sài Gòn, chẳng biết gia đình ra sao ! Làm sao biết nó có thực tâm không, hay chỉ muốn dụ dỗ con mình ? Làm sao biết nó không có bồ bịch ở Sài Gòn hay con rơi con rớt đâu đó?

Long nhớ lại những người con gái chàng đã gặp trong suốt thời gian học đại học, bạn học cũng có, bạn văn nghệ cũng có. Nhiều người thuộc gia đình danh giá, phần đông gia đình cũng « thường thường bậc trung », nhưng tất cả đều là « con nhà lành ». Đã nhiều lần chàng nghe con tim rạo rực khi tiếp xúc với một người nào đó, và đôi khi chàng cũng cảm thấy có sự đáp ứng, nhưng vẫn chỉ là tình cảm thầm kín của chàng mà thôi. Chàng tự hỏi nếu chàng tỏ tình và ngỏ ý đi đến hôn nhân thì kết quả sẽ ra sao ? Chắc chắn sẽ thất bại ê chề vì gia đình những người con gái đó sẽ không chấp nhận một tên Tây lai, hơn nữa lại là « cha vô danh » như chàng. Ký ức chàng còn in sâu câu chuyện đau lòng của mẹ chàng không lấy được người mình yêu, dù hai người yêu nhau tha thiết, chỉ vì gia đình bên kia chê gia đình của mẹ chàng. Việc cưới hỏi trong thế hệ của Long vẫn còn mang nặng yếu tố gia đình, nên chàng không khi nào mơ tưởng viển vông, dù biết mình cũng có những đức tính để gây dựng một cuộc sống hạnh phúc với vợ con.

Và bây giờ với gia đình của Mai, chàng nghiệm lại được là những dè dặt của chàng trước đây là đúng. Chỉ có điều là trong trường hợp cụ thể này, chàng có « quý nhân phù trợ » - và có lẽ vì duyên số đã đến – nên dần dần vượt qua được các rào cản của thành kiến. Đầu tiên mẹ của Mai lúc đó làm thư ký của trường Adran là nơi chàng học ngày xưa, nên có dịp để « điều tra » về quá khứ thời học sinh của chàng. Hồ sơ giấy tờ bà tìm lại được để thấy là một học trò chuyên cần, và những thầy cũ của Long bà còn gặp được đều khen hạnh kiểm của chàng. Đặc biệt lời khuyên của một người thầy cũ đã có « sức nặng ngàn cân », đó là Sư Huynh Pierre Trần Văn Nghiêm trước kia là Hiệu Trưởng trường Adran, sau đó là Khoa Trưởng Sư Phạm của Đại Học Đà Lạt. Ông là thầy của Long trước kia và của Mai bây giờ, vì Mai là sinh viên Sư Phạm. Ông hết lời khen ngợi hạnh kiểm của Long,

Nhưng có lẽ yếu tố quyết định làm cho cha mẹ của Mai phải chấp nhận là câu tuyên bố « xanh rờn » của nàng : không cho lấy người nàng yêu thì nàng sẽ không lấy ai nữa. Sau hai lần đính hôn không thành vì cá tính mạnh của Mai, cha mẹ nàng không nghĩ là nàng chỉ dọa suông mà thôi…

Tất cả những giằng co này đều có trong các lá thư trao đổi giữa Long và Mai. Nhưng dĩ nhiên nội dung chính của các lá thư là những tâm tình sâu kín khi yêu nhau mà không được gần nhau. Trích một lá thư của Mai :

Mùng 3 Tết (thứ tư 19 tháng 2-1969)

[...]

Hôm nào em cũng viết cho anh, chả biết anh có như thế không hay Tết vui quá quên em mất rồi? Vừa đọc lại 5 cái thư gần nhất của anh, cái sau cùng từ ngày 12 mà nay đã 19 chưa có thư mới. Mai mốt có ai lên nhớ gửi cho em thật nhiều đấy nhé!

Năm nay chả biết ra sao chứ từ hôm mùng 1 đến nay em hay buồn lắm, chung quy cũng chỉ tại anh, anh không lên được làm em chẳng thiết chuyện gì hết. Lúc nào đông vui cả nhà thì thôi chứ hễ có một mình là em khóc, tủi thân ghê anh ạ. Em thấy như tất cả mọi người đều sung sướng chỉ hai đứa mình là khổ thôi.

[...]

Thư cũng ghi lại những câu chuyện vụn vặt liên quan đến mối tình của hai người. Trích thư của Long :

Thứ ba 4-3-69)

Em của anh,

Bờ ao lộng gió trong khu đất của cha Trọng[i]*, với ghế đá, với bóng dừa, với mặt trời đã gần sát ngọn cây, với một người rất yêu đời vì đang ngồi viết cho người yêu, nghĩ đến ngày mai người yêu sẽ vui khi nhận được những tâm tư của mình gửi vào trang giấy, gửi vào tiếng đàn vụng về, gửi vào tiếng hát cũng vụng về không kém... Vụng về nhưng có còn hơn không phải không em! Anh nghĩ vậy nên mới quyết định thu vào băng và gửi cho em nghe. Tự nhiên anh có ý định đó ngày hôm qua, đắn đo suy nghĩ mãi vì từ trước đến giờ chưa khi nào anh thu tiếng hát của mình cả. Vì thu vào sẽ vỡ mộng khi nghe lại tất cả những cái dở của mình, ngược lại khi mình hát ở ngoài thì chỉ thoảng nghe thôi và trong đầu chỉ giữ lại những cái hay mà quên đi những cái dở. Nhưng thôi kệ, anh làm cho em mà...*

Thế là sáng nay khi đi dạy học, anh ghé mua cuốn băng cassette, rồi cả buổi chiều hì hục mãi mới thu xong một mặt. Cái máy thu anh mượn của anh L. trong cư xá Đắc Lộ, hẹn đến nhà người bà con anh ấy để thu. Và chiều nay anh vác cây guitare mượn của anh H., đi cùng anh L. đến căn nhà trong hẻm, lên cái gác xép trên lầu đóng hết cửa lại – thế mà vẫn còn nghe tiếng ồn ở dưới, lâu lâu lại có cả tiếng máy bay xa xa – thành ra nóng kinh khủng, phải cởi hết quần áo chỉ mặc quần xà lỏn mà vẫn mồ hôi ướt đẫm! Thu đi thu lại vì cứ bị hỏng, hát khản cả tiếng, hết hơi luôn! Xong chạy đến cha Trọng, cha sắp đi lại bắt cha đợi để anh viết thêm mấy chữ này[ii].

[...]

Các bức thư chỉ gửi bằng bưu điện khi không làm khác được, vì thời gian chuyển thư của bưu điện lúc đó đôi khi tùy hứng của nhân viên. Thường thì Long và Mai đều tìm cách gửi tay cho người quen đi từ Sài Gòn lên Đà Lạt hay ngược

---

[i] Cha Trọng là thầy dạy Mai môn Tâm Lý trong Khoa Sư Phạm, cũng là người Mai đưa tất cả thư của Long để hỏi ý kiến xem có nên yêu hay không! Năm 1993, tác giả về Sài Gòn lần đầu có đến thăm cha vẫn khỏe mạnh dù tuổi đã rất cao. Năm 2010, hai vợ chồng về đến thăm nhưng cha đã mất.

[ii] Cuốn băng cassette ghi lại tiếng đàn và tiếng hát của tác giả vẫn còn giữ được gần nửa thế kỷ sau, nghe lại thì quả là vụng về, nhưng là một kỷ niệm vô giá.

lại, điển hình là cha Trọng là một giáo sư dạy ở Đại Học Đà Lạt nhưng sống ở Sài Gòn, chỉ lên Đà Lạt định kỳ khi có giờ dạy. Mai là sinh viên của cha nên rất tiện cho việc đưa thư. Ngoài ra nhiều bạn của Long cũng như của Mai đều đã đóng vai "con én đưa thư" vào lúc đó.

Viết hằng ngày như thế nên có khi thư cũng ghi lại những biến cố hãi hùng do chiến tranh gây ra. Trích thư của Mai:

Tối mùng 6 tháng 3-1969, 10 giờ 15

Vừa pháo kích xong, chỉ cách nhà mình có một nhà, có một gia đình bị đạn trúng vào nhà, hình như có bà cụ chết và một đứa bé không biết chết hay bị thương, một người đàn ông gẫy chân. Người ta kêu khóc ầm ĩ thương quá anh ạ. Lúc đó hãy còn sớm, nhà vừa ăn cơm xong, vừa lên đến nhà trên thì nghe tiếng nổ thật khủng khiếp, rồi bao nhiêu đất đá mảnh vụn rơi trên mái nhà nghe rào rào. Tự nhiên em khóc thương cho số phận của con người...

[...]

Long rất muốn lên Đà Lạt thăm Mai, nhưng thật là khó khăn chỉ vì vấn đề tài chánh. Gia đình Long thiếu thốn, Long đi dạy kèm cũng kiếm được chút ít nhưng phải phụ giúp cho việc chi tiêu cho cả nhà. Đi Đà Lạt bằng máy bay thì đắt quá, đi xe đò rẻ hơn nhưng lúc đó quốc lộ 20 hay có giao tranh nguy hiểm. Vậy mà có một lúc Long đã dám mạo hiểm. Trích thư của Long:

Cây số 103, 11 giờ kém 15 ngày thứ năm 27-3-1969

Em của anh,

Viết cho em trong một khung cảnh thật đặc biệt. Hông của một nhà thờ, phía trước mặt là một nông trại, bên trái là cây cầu Là Ngà với một dãy xe dài vô tận bên kia cầu, bên phải là... mặt trận.

Anh sang cầu lúc hơn 10 giờ, lúc đó tất cả xe cộ đều bị chặn. Vì anh đi xe Vespa nên len lỏi được đến sát cầu và năn nỉ người lính gác cho đi qua. Họ cho anh qua vì anh là người duy nhất đi xe hai bánh, và họ tưởng là anh ở gần đâu đây. Qua rồi chạy phom phom một mình thật sung sướng, đường không có một xe nào cả.

Nhưng chạy được gần một cây số thì gặp một toán lính chặn lại, một người quát: "Anh điên à, anh có nghe gì không?" Lúc đó mới thấy mấy người lính đang nạp đạn vào một khẩu súng cối nhỏ đặt giữa đường rồi nghe tiếng đạn bắn ra, hòa với nhiều tiếng súng khác xa gần... Sao đang đánh nhau tiếng súng nổ như thế mà anh không đếm xỉa gì đến, vẫn cứ chạy phom phom? Thế mới biết khi trong đầu mình đã có một mục tiêu nhất định rồi thì mọi chuyện khác đều có thể bỏ ngoài tai!

Chắc em cũng tưởng tượng ra cảnh anh vội vã quay xe lại và phóng nhanh như thế nào để tránh cảnh lửa đạn. Trở lại đến gần cầu Là Ngà, thấy ngôi nhà thờ mới, mừng quá! Anh chạy vào dựng xe dưới bóng mát một cây to (trời nóng kinh khủng, em ạ) rồi đi tìm nước rửa mặt. Vào một căn nhà ở gần đấy, gặp một bà nói là bà bếp của cha xứ cho nước rửa mặt và mời anh ly nước trà nóng. Thật chưa khi nào ly trà lại quý như thế! Bà bếp nói cha xứ đi Sài Gòn, chẳng còn ai cả, nhà thờ đóng cửa. Đường bị cắt từ hôm qua vì đánh nhau. Trong lúc nói chuyện, anh thấy trực thăng bắn rocket về phía Định Quán (còn 10 cây số nữa thì đến Định Quán). Rốt cuộc mình vẫn còn hên, vì bên kia cầu cả ngàn người phải ngồi chờ giữa đường nắng chang chang...

Tiếng trực thăng đã dứt, chỉ còn lại tiếng đại bác xa xa vọng về. Hy vọng sắp sửa mở đường cho mình đi, nếu không phải ngủ lại đây thì phiền lắm.

Anh kể em nghe đầu đuôi về cuộc hành trình này nhé.

Tối chủ nhật trước anh xuống gặp D. vì hôm thứ bảy nó tìm anh hai lần, rủ anh lên Đà Lạt bằng Vespa. Anh nói để anh về suy nghĩ kỹ có thể sắp xếp công việc được không, sẽ trả lời sau. Trong ngày thứ hai anh phải chạy lung tung để thứ nhất là dồn các giờ dạy vào ba ngày thứ hai, ba, tư, thứ nhì là lo xoay tiền, thứ ba là lo tìm cách nói dối mợ anh, vì nếu nói đi từ Sài Gòn lên Đà Lạt bằng Vespa, 300 cây số đường xấu mà nghe nói thường xuyên có đánh nhau thì mợ anh sẽ quá lo lắng trong suốt mấy ngày anh vắng nhà. Cuối cùng anh phải bịa ra là đi Vũng Tàu bốn ngày với mấy người bạn (thật tình anh chưa khi nào đi Vũng Tàu lâu như vậy cả!). Gặp lại D., đồng ý thứ năm đi, chủ nhật về.

Qua ngày thứ ba, D. đến gửi thư cho vợ (để anh nhờ cha Trọng mang lên Đà Lạt như mọi khi), lúc đó anh không có nhà. D. nhắn lại là không đi Đà Lạt nữa vì vợ viết thư nói là sắp xuống Sài Gòn rồi. Được tin, anh chạy tới gặp D. và quả quyết là anh nhất định đi vì đã chuẩn bị mọi việc, một mình anh cũng đi. Anh chàng dùng kế hoãn binh, hẹn tối thứ tư (tối hôm qua) sẽ trả lời. Rốt cuộc anh đi một mình, D. có vẻ... ngán!

Ngày hôm qua anh dạy học 4 tiếng đồng hồ, lại phải chạy bao nhiêu chuyện nữa, tối 12 giờ khuya mới ngủ mà sáng nay 4 giờ rưỡi đã thức giấc, nằm trằn trọc mãi đến 6 giờ dậy. Mệt kinh khủng vì đêm hôm trước ngủ có 3 tiếng (viết đến đây lại nghe tiếng đại bác vang rền, cả tiếng máy bay nữa). 7 giờ ở nhà chở Y. đi, ghé anh H. mượn mũ và găng tay, qua chợ Tân Định mua bánh mì thịt, củ đậu và thuốc Ascorban, rồi đưa Y. đến trường. Ra đến cầu xa lộ là 8 giờ kém 20, chạy thật ngon lành đến ngã ba Dầu Dây rẽ qua quốc lộ 20 là bắt đầu vào biển bụi. Đang quãng đường xấu thì gặp một người chạy Honda từ Sài Gòn lên Gia Kiệm (cách Sài Gòn 85 cây số) dạy học ở đấy. Đến nơi anh ta mời anh vào nhà rửa mặt uống nước nghỉ ngơi, 5 phút sau anh lại lên đường, đường từ Gia Kiệm đến Là Ngà rất xấu. Một điều ngạc nhiên là anh gặp nhiều xe Minh Trung ở Đà Lạt về, ngạc nhiên vì dù có đi từ sáng sớm cũng không thể tới đoạn đường này sớm như vậy. Đến cầu Là Ngà hỏi thăm tài xế xe đò mới biết là những xe đó đêm qua phải ngủ lại ở Định Quán vì hôm qua cũng đánh nhau ở đây, đến sáng sớm yên tĩnh mới qua cầu về Sài Gòn, nhưng rồi lại đánh nhau tiếp nên cầu lại bị chặn...

Thật là khổ!

[...]

Sau 4 ngày thăm Mai ở Đà Lạt, lúc về nghỉ ăn trưa ở Định Quán, Long lại tiếp tục viết thư:

Định Quán, 1 giờ 15 chủ nhật 30-3-69

Em của anh,

Đọc xong thư em, cảm động hết sức, anh quên cả mệt. Anh định chạy về đến ngã ba Dầu Dây mới nghỉ ăn (nghĩa là qua hết đoạn đường xấu) nhưng sợ bị say nắng vì nóng quá mà đường xấu không chạy nhanh được. Nên phải nghỉ lại ở Định Quán, rửa mặt, gọi ly nước đá chanh và ngồi đọc thư em (nói thật là đọc thư anh cảm động muốn khóc luôn đó!)

Sáng nay khi đến gần Di Linh thì gặp một dãy dài xe, cũng như hôm lên ở cầu Là Ngà. Nhưng khác ở chỗ là anh vừa đến nơi thì dãy xe bắt đầu chuyển bánh. Hỏi ra mới biết đường bị đắp mô vào ban đêm, sáng nay phải chờ lính đến gỡ mô mới đi được. Chẳng biết mô có chôn mìn ở trong không, nhiều khi gỡ mô ra chẳng có gì. Nghe nói sáng nay lính Mỹ đến gỡ mô, không phải lính mình.

[...]

Sài Gòn, 31-3-69

Em của anh,

Hôm nay là ngày chót của anh ở tình trạng dân sự, vì sáng sớm mai anh phải đi trình diện để vào quân đội rồi.

[...]

Chiều qua viết thư cho em ở Định Quán rồi đi được một khúc thì có anh thiếu úy xin quá giang đến Ngã Ba Dầu Dây. Trong lúc đi đường anh ta kể nghe vừa sợ, vừa thương những người lính ngày đêm phải ngủ ở ven đường để gác cho mình đi. Anh ta bảo hôm thứ sáu lúc 4 giờ chiều, nguyên một chi đoàn thiết giáp bị một tiểu đoàn Việt Cộng đánh ngay ở chỗ anh đi qua, anh ta chỉ xác một xe thiết giáp cháy vẫn còn nằm đó. Trong lúc đó trung đội của anh ta nằm gần đó mà không bị tấn công, "chắc tụi họ chê tụi này là tép riu nên không thèm đánh, dồn lực lượng đánh úp chi đoàn thiết giáp..." Anh ta nói khúc đường đó ngày nào cũng có đụng độ, đến chiều thì họ ra đường một cách công khai.

Còn lúc anh mới đi đến đèo Prenn cũng có một ông quá giang, ông này nói sáng thứ bảy cầu Prenn bị pháo kích, thành ra xe bị chặn đến hơn 8 giờ mới cho đi.

Đến Dầu Dây lúc 3 giờ, ghé vào một quán nước rửa mặt mũi sạch sẽ rồi ăn uống và nói chuyện với anh thiếu úy. Anh ta trẻ hơn anh, nhập ngũ từ hai năm nay vì bị động viên vào trường sĩ quan trừ bị Thủ Đức.

Càng biết thêm về anh ta, anh càng cảm thấy sự bất công trong số phận của con người... Hai người cùng lứa tuổi, cùng hoàn cảnh gia đình, cùng được học hành, sao một người chạy Vespa phom phom trên đường đi thăm người yêu, người kia phải nằm bờ nằm bụi với cây súng hộ thân, không biết sống chết lúc nào?

39. Đám cưới thời loạn

Ngày 1 tháng 4 (không, không phải cá tháng tư!) năm 1969, Long đến trình diện ở Cục Quân Y Quân Lực Việt Nam Cộng Hòa theo lệnh trưng tập các Y Nha Dược và Thú Y sĩ mới có bằng cấp. Khóa năm 1969 mang số thứ tự 11, « Khóa 11 Trưng Tập ».

Trong thời chiến của những năm 60 và 70, lệnh tổng động viên áp dụng cho mọi người trong lứa tuổi luật định và có đủ tiêu chuẩn sức khỏe. Có bằng tú tài 1 trở lên có thể theo học các khóa sĩ quan. Muốn làm sĩ quan trừ bị thì có trường Sĩ Quan Thủ Đức, muốn theo binh nghiệp (sĩ quan hiện dịch) thì có trường Võ Bị Đà Lạt, các trường Sĩ Quan Không Quân, Sĩ Quan Hải Quân, v.v. Riêng sinh viên được hoãn dịch vì lý do học vấn cho đến khi ra trường, với điều kiện phải thi đậu lên lớp đều đều.

Sinh viên các trường Y, Nha, Dược và Thú Y có quy chế riêng (do người Pháp để lại) được ưu đãi hơn sinh viên các trường khác. Sau khi tốt nghiệp họ được gọi vào quân đội theo chế độ « trưng tập »: ngày đầu tiên đi trình diện đã mang lon trung úy, trong khi các thanh niên khác tốt nghiệp các trường sĩ quan ra chỉ mang lon thiếu úy, hoặc chuẩn úy như sĩ quan trừ bị Thủ Đức. Sau một thời gian mấy tháng huấn luyện quân sự và hành chánh quân y, các trung úy trưng tập chỉ phục vụ trong các bịnh viện của quân đội hoặc các đại đội quân y của các đơn vị tác chiến, trong khi các sinh viên các trường khác có thể đổi đi bất cứ đơn vị nào.

Long còn nhớ mãi một thủ tục đầu tiên và cũng buồn cười là phải chụp tấm hình căn cước mặc quần áo lính và đeo lon trung úy để dán vào giấy tờ gì đó trong ngày trình diện ở Cục Quân Y. Buồn cười ở chỗ là trước ngày trình diện 1 tháng 4 thì đã ai là trung úy đâu mà đeo lon trung úy?

Trích thư của Long ngày 31-3-1969:

[...]

Quên nói em là lúc trưa đến tiệm hình quen chụp ảnh căn cước nhà binh. Anh phải mượn bộ quần áo nhà binh của cậu anh, rồi ra tiệm Phước Hùng ở trung tâm Sài Gòn chuyên bán lon, huy chương và những thứ lỉnh kỉnh khác của quân đội để mua cặp lon trung úy (hai bông mai vàng, chắc em cũng biết). Đến tiệm chụp hình, gắn lon lên cổ áo, mặc áo vào để chụp hình xong lại cởi áo ra, rồi cởi lon ra trước khi rời tiệm! Chắc trông ngoáo ộp lắm vì mặt mũi đen thui (mới đi 600 cây số Vespa "khứ hồi" Sài Gòn Đà Lạt thăm người yêu mà lị!), râu chưa cạo, mặt hốc hác, mà ông chụp hình cũng chụp đại cho có (căn cước nhà binh mà, cần gì đẹp!)

[...]

Chương trình huấn luyện có một phần về hành chánh quân y, và một phần thuần túy quân sự. Phần hành chánh quân y học tại Trường Quân Y ở Gia Định, sáng đi chiều về, còn phần huấn luyện quân sự phải vào một trung tâm huấn luyện ở luôn trong đó suốt thời gian thụ huấn. Thường thì các khóa trưng tập được gửi lên trường Sĩ Quan Trừ Bị Thủ Đức, riêng khóa 10 năm 1968 được gửi lên trường Võ Bị Đà Lạt. Các quân trường này rất kỷ luật, đặc biệt là trường Võ Bị Đà Lạt, nên không sốt sắng lắm khi phải nhận các khóa trưng tập không phải lính chuyên nghiệp nên vào quân trường rất « lè phè », khó mà áp dụng với họ kỷ luật khắt khe của nhà binh.

Long học ở Trường Quân Y cả tháng rồi vẫn chưa biết sẽ học quân sự ở đâu. Chàng chỉ mong được học ở Đà Lạt để có Mai vào thăm, Mai cũng chỉ mong có thế, và xem như chắc ăn là học ở Đà Lạt rồi. Khóa 10 đã học ở đấy, chắc khóa 11 cũng thế chứ gì! Trích thư của Mai:

Thứ bảy 26-4-69,

Anh của em,

9giờ30 tối, chắc anh đã nhận được thư em từ chiều. Em hỏi anh D. về vụ trường Võ Bị rồi, ngán nhất là phương tiện từ nhà vào trường thăm anh, xa kinh khủng mà chỉ có taxi thôi. Anh ấy hứa là bao giờ anh lên sẽ đưa hai đứa mình đi xem cảnh trong ấy đẹp lắm, có cả một cái thung lũng trồng nhiều hoa cho sinh viên (+ ai...) đi dạo cơ. Bao giờ anh lên cứ tìm anh D. A23 anh ấy sẽ chỉ cho những phương cách để khỏi bỡ ngỡ khi sống thực thụ là một người lính. Anh ấy còn đòi xui anh « dù » ra đấy, nhưng em không chịu đâu, lỡ bị bắt ở tù khổ lắm!

[...]

Cuối cùng không phải đi Đà Lạt, mà cũng chẳng đi Thủ Đức. Trích thư của Long ngày thứ hai 5 tháng 5-1969:

[...]

Tối qua anh đi dạy về trễ, đã mệt rồi, sáng nay lại phải thức dậy từ 5 giờ rưỡi để 6 giờ rưỡi có mặt ở trường Quân Y dự lễ chào cờ. Mỗi thứ hai đều phải như vậy cả, tất cả trường từ sinh viên đến sĩ quan, binh sĩ đều phải có mặt. 7 giờ đúng Y Sĩ Trung Tá Chỉ Huy Trưởng[1] *đến làm lễ chào cờ, rồi ông duyệt qua hàng quân. Sau đó khóa trưng tập của anh được vào một phòng học để trình diện Trung Tá. Đây là lần đầu tiên tiếp xúc, và được ông báo một tin sốt dẻo: đầu tháng 6 sẽ học quân sự ở Trung Tâm Huấn Luyện Quang Trung, và sẽ học 9 tuần như tất cả các binh chủng khác, chứ không phải 6 tuần như năm ngoái ở Đà Lạt nữa. Trong thời gian chờ đợi sẽ được học đại khái về quân y, và đi thăm các đơn vị quân y quanh Sài Gòn, v.v. Tính ra còn phải học hành chánh nữa thì chắc đến cuối năm 69 mới ra đơn vị!*

[...]

Thế là vỡ mộng học ở Đà Lạt, vỡ mộng dắt tay người yêu đi thăm vườn hoa của trường Võ Bị! Bạn bè bàn lui bàn tới, học ở Quang Trung chắc là phải cực hơn Thủ Đức hay Đà Lạt rồi, vì đó là nơi huấn luyện căn bản quân sự cho tân binh quân dịch cũng như cho khóa sinh trường sĩ quan các binh chủng, trước khi về trường sĩ quan học phải qua 9 tuần ở Quang Trung trước đã. Nhiều người ra vẻ « biết chuyện » nói các khóa trước lè phè quá nên hai trường sĩ quan Thủ Đức và Đà Lạt không muốn nhận khóa sinh trưng tập nữa, nên mình phải đi Quang Trung là vì vậy!

Trở lại chuyện lấy vợ của Long, trong thời gian mấy tháng trước ngày nhập ngũ, Long phải suy nghĩ thật nhiều về chuyện này. Càng suy nghĩ, chàng càng thấy những lời khuyên của mấy người bạn thân là hợp lý. Những lời khuyên đó chung quy có thể tóm tắt được là « ở thời buổi này, nếu đã yêu nhau và quyết định lấy nhau thì không nên kéo dài thời gian chờ đợi. » Nên mặc dù chàng biết là mẹ chàng sẽ buồn nếu chàng lấy vợ ngay bây giờ thay vì đợi thêm dăm ba năm nữa, chàng vẫn phải nhất quyết nói với mẹ là chàng không thể để người yêu của mình chờ lâu như thế được. Chàng tính sẽ làm đám cưới ngay sau khi huấn luyện quân sự và bổ nhiệm đến làm việc ở một đơn vị nào đó. Mẹ chàng cũng không thể cưỡng lại ý định của con nên bà đích thân lên Đà Lạt cùng với một bà bạn quen biết gia đình Mai, đến nhà cha mẹ của Mai để « dạm ngõ » cho con trai.

Thế là Long trút được một mối lo lớn, và trình diện nhập ngũ với lòng thơ thới hân hoan. Chàng kể cho các bạn cùng khóa về dự tính sẽ làm đám cưới khi xong phần huấn luyện ở Trường Quân Y và nhận nhiệm sở ở đơn vị mới. Có người rành chuyện kêu lên: *« Như vậy là mày không biết thủ tục cho một sĩ quan lấy vợ rồi.*

---

[1] Thời gian này, Chỉ Huy Trưởng Trường Quân Y là Y Sĩ Trung Tá Trần Minh Tùng (1930-2008), ít lâu sau ông chuyển sang làm chính trị với chức vụ Tổng Trưởng Y Tế.

Mày sẽ phải xin phép lấy vợ, rồi phải chờ rất lâu mới có giấy phép kết hôn vì họ sẽ mở một cuộc điều tra rất kỹ về người vợ tương lai của mày xem có làm việc cho cộng sản hay có liên hệ gì với cộng sản hay không. » Long ngã ngửa: *« Có nghĩa là tao không lấy được vợ như tao muốn ? » « Chứ còn gì nữa! Mày là sĩ quan, đâu còn là dân sự nữa mà muốn làm gì thì làm. Sĩ quan lấy vợ không phải chuyện đùa, lỡ mày lấy vợ là Việt Cộng thì sao? Dĩ nhiên mày muốn làm đám cưới thì cứ làm, nhưng mày sẽ không làm được giấy hôn thú để trở thành vợ chồng theo pháp lý. » « Thế tao phải làm sao bây giờ? » « Đáng lẽ mày đã quyết định lấy vợ thì phải làm hôn thú trước khi gia nhập quân đội, tức là trước ngày 1 tháng 4, còn đám cưới theo truyền thống gia đình thì mày làm khi ra đơn vị cũng được. Như vậy khi mày trình diện, mày đã có tờ hôn thú nộp vào hồ sơ quân nhân, không phải lo lắng gì nữa, mà lại còn được thêm lương vợ. »*

Thật là gáo nước lạnh dội vào đầu Long! Sao chàng cứ phải gặp những trở ngại quái dị không lường trước được như thế này? Nhưng chàng không chịu thua, lại nặn óc để tìm một giải pháp. Và nghĩ ra một cách đơn giản là làm một tờ hôn thú bây giờ nhưng đề ngày tháng lùi lại trước ngày 1 tháng 4, rồi bổ túc vào hồ sơ quân nhân cũng được chứ gì! Chàng hội ý với Mai và với gia đình hai bên, mọi người thấy là chỉ có cách đó mới tránh được cảnh chờ đợi hàng tháng, có khi hàng năm mới có giấy phép cưới vợ.

Đúng là đơn giản, nhưng không dễ thực hiện. Làm sao tìm được một cơ quan hành chánh chịu làm cho mình giấy tờ với ngày tháng giả? Và khó hơn nữa là tại cơ quan hành chánh đó, phải không có ai làm hôn thú sau ngày 1 tháng 4. Vì phải ghi hôn thú vào sổ bộ theo thứ tự ngày tháng, không thể muốn viết cái nào trước cái nào sau cũng được. Trích thư của Mai ngày 14 tháng 5-69:

[...]

Hôm nọ mợ anh nói với cậu mợ em là anh muốn làm hôn thú trước. Lúc đầu cậu mợ em không bằng lòng vì sợ người ngoài họ thấy tự nhiên không có cưới xin gì cả mà lại làm hôn thú, sợ họ cho rằng chắc hai đứa mình « làm sao rồi...! ». Nhưng trước hôm mợ về Sài Gòn có đề cập lại việc ấy và nói rõ tất cả những khó khăn của anh nên cậu mợ em bằng lòng rồi.

Cậu đã đi hỏi ở khu phố VII (nhà mình) nhưng sổ của họ đã quá ngày tháng, vì mình phải đề ngày trước 1 tháng 4 là ngày anh nhập ngũ, mà từ đó đến nay biết bao đám cưới rồi. Vì vậy chắc chiều nay cậu đi hỏi ở một khu phố khác đấy. Cậu mợ cưng anh quá trời!

[...]

May mắn cho Long – chàng vẫn nghe người ta nói số chàng có quý nhân phù trợ – mẹ của Mai từng dạy học rồi sau làm thư ký trường Trí Đức trước kia, rồi trường Adran sau này, nên quen biết rất nhiều phụ huynh học sinh ở Đà Lạt. Bà tìm ra được một xã ngoài thành phố Đà Lạt, xã nhỏ xíu nên không có ai làm hôn thú ở đấy từ tháng 3. Ông xã trưởng cũng là một phụ huynh học sinh bà quen biết, thế là hẹn ngày 19-5 đến làm hôn thú, tức là đám cưới theo thủ tục hành chánh.

Lúc đó Long đã là quân nhân gần hai tháng rồi. Chàng làm thế nào để điều chỉnh được giấy tờ? Đầu tiên là phải xin phép đơn vị chàng lúc đó là Trường Quân Y để lên Đà Lạt và có mặt vào ngày 19. Trích thư của Long đề ngày thứ bảy 17 tháng 5-1969:

[...]

Anh vào gặp Đại Úy Tường, ông này chịu chơi lắm nên anh nói thật để nhờ ông giúp. Đó là sáng hôm qua thứ sáu. Ông ấy nói đi xa thì phải có giấy phép, mà giấy phép thì do ông Trung Tá cấp. Ông ấy chỉ cách là về đánh điện tín mẹ đau nặng phải về gấp thì xin phép mới dễ. Nhưng anh nghĩ phải viết thư cho em nói em đánh điện tín về, như vậy lâu quá, nên anh lại năn nỉ xin ông chỉ cho cách khác. Vừa lúc đó có ông Đại Úy Bình vào, ông này là tiểu đoàn trưởng, cũng chịu chơi lắm, ông nói cứ làm đơn rồi ông Tường dẫn lên Trung Tá chỉ huy phó Trường Quân Y trình bày thật để xin nghỉ mấy ngày[ii]. Anh làm đơn xong ông Bình ký rồi anh mang đến phòng ông Trung Tá, anh cũng ngán quá vì ông này có vẻ rất nghiêm. Ông nói nếu anh xin điều chỉnh hồ sơ từ « độc thân » đổi thành « có vợ » tức là đã khai man lúc đầu làm hồ sơ nhập ngũ, tội này đáng 30 ngày trọng cấm. Anh nói trọng cấm cũng không sao, còn hơn không lấy được vợ! Ông cười rồi ký giấy cho anh nghỉ một ngày thứ hai, thêm hai ngày đi đường là chủ nhật đi, thứ ba về, thứ tư phải có mặt. Mừng quá, lại được voi đòi tiên: anh cầm giấy đến xin Đại Úy Tường cho đi ngày hôm nay thứ bảy, ông cũng dễ dãi cho luôn, nhưng nói « nếu có gì rắc rối thì anh chịu lấy một mình, đừng nói là tôi cho anh đi sớm hơn đấy! »

[...]

Ngày thứ bảy 17-5 Long lên Đà Lạt, qua ngày thứ hai 19 cùng với Mai, cha mẹ của Mai và hai thanh niên quen đến xã làm chứng cho cuộc hôn nhân « trên giấy tờ » của Long và Mai. Tất cả thủ tục đều hoàn toàn hợp lệ, duy có ngày cưới thay vì ngày 19 tháng 5-69 thì ghi là ngày 26 tháng 3-69!

Đã bảo đám cưới thời loạn ly mà!

Cô dâu mới (cô dâu trên giấy tờ) lúc đó là cô giáo trường Adran, ngôi trường cũ của chú rể mới (cũng chỉ mới là chú rể trên giấy tờ thôi!) Đường vào trường Adran.

---

ii Chỉ Huy Phó Trường Quân Y trong giai đoạn này là Y Sĩ Trung Tá Hải Quân Phạm Vận (1925-2011). Ít lâu sau (cũng năm 1969) ông lên làm Chỉ Huy Trưởng thay cho ông Trần Minh Tùng, rồi thăng chức Đại Tá.

Hồi tưởng lại những chuyện cũ đã gần nửa thế kỷ qua, Long còn nhớ như in những chi tiết của câu chuyện này, và vẫn còn nhớ ơn các vị sĩ quan – đặc biệt là Trung Tá Phạm Vận – đã giúp chàng để mọi việc được suông sẻ. Chắc hẳn mấy ông ấy cười thầm nhưng cũng thông cảm cho anh chàng dược sĩ vừa học xong, mặt còn non choẹt mà bằng mọi giá nhất định đòi cưới vợ! Tiếc là đã không khi nào gặp lại những vị này để nói lên một lời cảm tạ sau khi đã con đàn cháu đống.

Và cũng không quên ơn ông xã trưởng của cái xã xa xôi đã giúp cho đôi trẻ sớm giải quyết được thủ tục giấy tờ.

40. Quân trường Quang Trung

Ngày thứ hai mùng 2 tháng 6 năm 1969, khóa 11 Trưng Tập được đưa lên học quân sự tại Trung Tâm Huấn Luyện Quang Trung. Suốt thời gian thụ huấn tại đây, Long viết đều đều cho Mai, gần như một nhật ký ghi lại những sinh hoạt trong trại lính. Những chuyện vui buồn đáng ghi lại làm kỷ niệm, vì nó rất khác với sinh hoạt ngoài đời sống dân sự.

Hơn 200 Y, Nha, Dược, Thú Y sĩ trình diện tại Trường Quân Y từ 7 giờ rưỡi với ba-lô trên lưng và túi vải nhà binh đựng đồ dùng (từ thời lính Pháp đã có loại túi này, gọi là « sac marin »), leo lên tám chiếc GMC. Đoàn xe chuyển bánh hướng về Hóc Môn phía tây bắc Sài Gòn. Sau khi vào vòng đai Quang Trung, đoàn xe chạy thẳng đến trại Võ Tánh, liên đoàn A, tiểu đoàn Nguyễn Huệ. Trung Tâm Huấn Luyện Quang Trung là cả một thành phố với nhiều đường sá, nhưng không có nhà ở mà chỉ có doanh trại.

Đến nơi gặp ngay chuyện không vui đầu tiên: có lệnh ở đâu không biết chuyền miệng nhau nói phải cởi bỏ lon trung úy trên cổ áo rồi mới xuống xe. Sau này được giải thích là các khóa sinh học ở Quang Trung không ai có cấp bậc gì cả, sau khi học xong có người có cấp bậc binh nhì, có người sẽ chuyển qua các trường khác và sẽ trở thành hạ sĩ quan hoặc sĩ quan sau khi tốt nghiệp các trường đó. Không ai đeo lon trung úy vào đây thụ huấn cả, các huấn luyện viên người là hạ sĩ quan, người là sĩ quan cấp dưới, làm sao ra lệnh được? Mọi người đều khó chịu vì phải đứng trên xe tháo lon trước khi xuống, bực mình với cấp lãnh đạo ở Trường Quân Y không nói trước điều này. Chỉ việc gỡ lon ra trước khi leo lên xe ở trường Quân Y, có phải tránh được cái việc quái dị là đến nơi không cho xuống này không?

Xuống xe rồi có thủ tục « chào đón » của « khóa đàn anh » theo đúng kiểu quân trường, được Long tả lại tỉ mỉ trong thư viết cho Mai:

Trung Tâm Huấn Luyện Quang Trung, ngày I (02-06-69)

[...]

Các khóa sinh của khóa 3/69 ra đón tiếp vui vẻ, họ mãn khóa hôm thứ bảy, đến hôm nay đợi phép để về. Họ là khóa đàn anh, tập họp tất cả lại, rồi một người nói vài lời chào mừng, đồng thời giới thiệu "tiểu đoàn Nguyễn Huệ là tiểu đoàn kỷ luật nhất Quang Trung!" Lúc đi xe anh đã nghe phong thanh chuyện này rồi, và bây giờ thì thành sự thật, có nghĩa là có quyền sửa soạn để hít đất dài dài rồi đó!

Và công việc đầu tiên là thủ tục chào mừng. Một đại đội của khóa 3 xếp hàng tư, rồi các tân khóa sinh mới lên phải vác tất cả đồ đạc của mình rồi cũng xếp hàng tư tiếp theo và bắt đầu chạy chung quanh doanh trại. Các khóa sinh khóa 3 chạy rất thẳng hàng, vừa chạy vừa đếm nhịp và hô to: "Khóa sinh tiểu đoàn Nguyễn Huệ khóa 3/69 chào mừng khóa sinh tiểu đoàn Nguyễn Huệ khóa 4/69!". Một cảnh tượng khá cảm động trong lúc các ông bác sĩ, dược sĩ, nha sĩ đeo ba-lô và vác túi đồ đạc trên vai ì ạch chạy theo sau, dần dần chẳng còn hàng lối gì nữa cả. Mới được nửa vòng đã có người ngã ra bỏ cuộc, các khóa sinh 3/69 (những người không chạy đứng quanh làm khán giả) ra đỡ họ đem đồ đạc vào. Anh chạy dần dần lên đến hàng đầu, bám sát các khóa sinh cũ chạy đủ hai vòng quy định, tim đập hơi mạnh nhưng chưa sao. Khóa sinh khóa 3/69 chạy thêm 3 vòng nữa mới ngưng, sau đó phải ra tìm 4 ông bác sĩ còn khỏe để săn sóc mấy người bị xỉu!

[...]

Sau màn chào đón đúng kiểu quân trường này, đến màn xếp hàng theo thứ tự cao thấp để chia trung đội và cho mỗi người một danh số. Đại đội trưng tập được chia làm 4 trung đội, trung đội 1 có ngay hỗn danh là "trung đội ruồi" gồm toàn các bạn dưới 1 thước 60, trung đội 4 cũng có hỗn danh là "trung đội voi". Long thuộc loại cao nhất trong đám nên thuộc "voi" và mang danh số B-205. B là tên của đại đội (sau này sẽ đổi thành F) còn 205 là số thứ tự cao thấp, sau Long còn 3 hay 4 bạn cao hơn mang danh số B-206, B-207, v.v. Danh số được viết thẳng trên mũ của mỗi người bằng phấn cho chắc ăn, sau này phải may danh số này trên túi áo, bên trái là số, bên phải là tên.

Tiếp đến các tân khóa sinh được hướng dẫn vào phòng với các dãy giường sắt chồng lên nhau, hai phòng cho hơn hai trăm người. Nhiều người biết chuyện nói giường chỉ để làm kiểng vì sẽ phải ngủ ngoài giao thông hào để tránh pháo kích.

Đến chiều ngày đầu tiên, nhiều điều bất mãn từ khi đến quân trường này được dịp bùng ra khi cả đại đội họp lại và bầu ra một ban đại diện để "tranh đấu"! Chắc hẳn những người theo binh nghiệp không thể hình dung được sao trong quân đội lại có chuyện "tranh đấu", vì sức mạnh của quân đội là kỷ luật và tuân lệnh, cấp dưới phải tuân lệnh cấp trên, "thi hành trước, khiếu nại sau". Nhưng đây là trường hợp đặc biệt các trung úy vào thụ huấn trong một quân trường dành cho những người chưa có cấp bậc gì cả, nên có những trái khoáy sinh ra bất mãn. Đầu tiên là màn "lột lon" khi mới đến, rồi đến màn chạy biểu diễn làm trò cười cho thiên hạ. Quan trọng hơn là sự đồng hóa khóa Y Nha Dược Thú Y Sĩ Trưng Tập 11 với khóa 4/69 là khóa chuẩn bị cho các sĩ quan trừ bị sau đó sẽ đi học trường Thủ Đức. Bằng cớ là cách gọi "khóa sinh dự bị sĩ quan trừ bị". Ngoài ra còn khám phá ra một chuyện khó tưởng tượng là cả đám bị đưa lên Quang Trung sớm một tuần lễ, các khóa sinh 4/69 tuần sau mới bắt đầu nhập khóa, như vậy là sẽ phải sống ở đây 10 tuần chứ không phải 9, và tuần lễ đầu sẽ là thời gian uổng phí, chẳng làm gì cả. Thật ra, sau này Long mới biết là người ta luôn nghĩ ra những chuyện vớ vẩn bắt mình làm, thông thường nhất là "tạp dịch".

Long viết lúc 10 giờ đêm ngày thứ nhất ở Quang Trung:

[...]

Ban đại diện sau khi được bầu, họp hành xong vào gặp Thiếu Tá Tiểu Đoàn Trưởng trình bày thỉnh nguyện. Đến 6 giờ được lệnh tập họp để sinh hoạt. Vào phòng họp rồi, lần đầu ra mắt ông Thiếu Tá, ông tên Trần Văn Hiến, có vẻ thuộc loại người sắt đá lộ ra mặt. Ông chỉ nói vài câu rồi để thì giờ trả lời thắc mắc. Đại ý ông ta giới thiệu tiểu đoàn Nguyễn Huệ là kỷ luật nhất ở Quang Trung (điều này đã nghe dọa dẫm rồi!), và biết bao khóa sinh dự bị sĩ quan đã trải qua, trong đó có cả tổng giám đốc, chánh án, thứ trưởng, mà vẫn phải làm các công tác tạp dịch như lau chùi cầu tiêu chẳng hạn. Nghĩa là khóa này cũng sẽ được đối xử giống hệt như các khóa sinh khác. "Trai thời nay không có quyền trốn tránh gian khổ" ông nói rất cương quyết và trả lời gọn gàng các thắc mắc. Chuyện thứ nhất là việc lột lon, ông minh định rằng không phải là "lột" mà là "tự động bỏ lon xuống", đáng lẽ ông Đại Úy hướng dẫn của Trường Quân Y phải giải thích rõ ràng chuyện này. Còn việc danh xưng thì sẽ được gọi là "sĩ quan khóa sinh" thay vì "khóa sinh dự bị sĩ quan trừ bị". Ngoài ra tuần này vẫn phải học, nhưng kể như bỏ vì ngoài chương trình, và đại đội này sẽ được đối xử giống hệt các đại đội khác để "khi ra trường các anh còn tự hào là đã không bỏ phí 9 tuần luyện tập ở Quang Trung". Ông bồi thêm "Khóa sinh sẽ phải làm việc 24 trên 24, nghĩa là không có giờ để làm gì khác cả."

[...]

Câu nói này của ông Thiếu Tá Tiểu Đoàn Trưởng tiểu đoàn Nguyễn Huệ làm Long lo, vì chàng đang học ôn để thi chứng chỉ Cơ Nhiệt bên Đại Học Khoa Học, thi viết là ngày thứ ba 10 tháng 6. Thật ra trong tuần lễ đầu tiên chưa bận 24 trên 24 như ông Thiếu Tá dọa, nên Long cũng tìm ra được giờ ôn bài giữa những công tác tạp dịch:

TTHLQT ngày IV (thứ năm 05-06-69)

Mình yêu của anh,

6 giờ 30 sáng, anh vừa xong công tác tạp dịch, nghĩa là vệ sinh trong trại, và hôm nay tiểu đội anh được giao phó cầu tiêu. Em tưởng tượng một tiểu đội 12 ông Y, Nha, Dược, Thú Y sĩ, tay cầm gầu nước, tay cầm chổi, xếp hàng trực chỉ cầu tiêu để công tác, trong khi đó những anh không phận sự đứng chờ ở ngoài để dùng cầu tiêu ngay sau khi làm công tác xong, vì lúc đó là lúc sạch nhất!

[...]

1 giờ rưỡi trưa,

Sáng nay cả đại đội được thưởng thức món "chà láng". Chung quanh trại toàn là giao thông hào và hố cá nhân, trời mưa xuống là ngập nước và trôi đất ở thành vách xuống đáy, bây giờ phải moi bùn lên trét vào vách rồi dùng cái gà-men bằng nhôm (kiểu của Pháp ngày xưa dùng để ăn cơm, có cái quai xếp lại dùng làm tay cầm) như cái bay chà vào vách cho nó láng. Mỗi lần mưa xong lại phải chà láng lại. Vì từ hôm lên đây chưa khi nào chà nên công việc nặng nhọc, suốt 2 tiếng đồng hồ mọi người hì hục làm mà chưa xong, chắc chiều nay phải chà tiếp...

[...]

Tuần lễ đầu, tuy có dọa dẫm nhưng cuối cùng ông Thiếu Tá cũng xả hơi cho các khóa sinh Trưng Tập 11 được đi phép 24 giờ, chia làm 3 toán, toán 1 từ 6 giờ chiều thứ tư đến 6 giờ chiều thứ năm, toán 2 từ 6 giờ chiều thứ năm đến 6 giờ chiều thứ sáu, và toán 3 từ thứ sáu đến thứ bảy. Long thuộc toán 3, khi trở lại Quang Trung chiều thứ bảy được tin cả đại đội được nghỉ thêm 24 tiếng đến 6 giờ chiều chủ nhật, thế là đến nơi trả giấy phép cũ lấy giấy phép mới rồi lại đi về. Phải có nếm mùi quân trường rồi mới thưởng thức được cái khoái cảm khi cầm tờ giấy phép trong tay. Lại nhớ đến bài hát *"24 giờ phép"* của Trúc Phương: *"Bốn giờ đi dài thêm bốn giờ về, thời gian còn lại anh cho em tất cả em ơi..."*

Riêng Long xin được nghỉ hai ngày thứ hai 9 và thứ ba 10-6 để thi viết chứng chỉ Cơ Nhiệt bên Đại Học Khoa Học. Ngày thi là thứ ba, nhưng Long xin được nghỉ thêm ngày thứ hai để học ôn chuẩn bị cho thi, nhưng phép chỉ có 12 tiếng thay vì 24, nghĩa là sáng đi tối phải vào lại Quang Trung để... ngủ! Cũng may năm nay không bị bất ngờ trong thi cử như năm ngoái, Long đậu thi viết, rồi phải thi thực tập. Chàng cũng được phép hai ngày thứ hai 16 và thứ ba 17 tháng 6 để thi thực tập, và cuối cùng Long đậu xong chứng chỉ Cơ Nhiệt. Và như vậy là chàng cũng đã đoạt được mảnh bằng Cử Nhân Giáo Khoa Vật Lý của Đại Học Khoa Học Sài Gòn, một năm sau mảnh bằng Dược Sĩ.

9 giờ tối, 10-06-69

Mình yêu,

"Cố vấn lại viết thư cho bà xã rồi". Bây giờ trong phòng ai cũng gọi anh là cố vấn (nghĩa là cố vấn Mỹ) vì mặc quần áo lính trông anh giống Mẽo thật, nhất là khi đội nón sắt. Và ai cũng biết anh viết thư cho vợ.

[...]

Sau này cả trại ai cũng gọi Long với cái biệt danh "cố vấn", không biết có phải do anh bạn bác sĩ đồng khóa Ngô Thế Vinh[iii] đặt ra không. Anh Vinh là đại đội trưởng khóa sinh, phải vô cùng vất vả vì những cuộc đối đầu với thành phần lãnh đạo của trại.

Bất mãn đầu tiên đến với cả đại đội khi một công lệnh được phổ biến sáng thứ tư 11 tháng 6, là chủ nhật tới sẽ chỉ được nghỉ phép 10 tiếng đồng hồ thay vì 24 tiếng từ chiều thứ bảy đến chiều chủ nhật. Thứ hai là có một người trung sĩ đưa lệnh kêu mấy chục người phải đi khuân đồ đạc dọn trại cho ai đó. Trước đó, ngày thứ ba và thứ tư các khóa sinh ở lại trực phòng đều bị khiển trách nặng nề vì phòng ngủ không được sạch sẽ, tuy các bạn này cũng đã cố gắng làm hết sức mình. Rồi còn bị dẫn qua các phòng của các đại đội khác để cho thấy người ta giữ sạch sẽ ra làm sao.

Thế là đến 11 giờ trưa trong giờ nghỉ học, cả đại đội tập họp để ủng hộ anh Vinh đại đội trưởng đến trình bày vấn đề với Thiếu Tá tiểu đoàn trưởng. Sau đó cả đại đội biểu quyết sẽ phản đối bằng cách không về phép chủ nhật nếu chỉ được phép 10 tiếng đồng hồ, không tuân lệnh đi khiêng đồ đạc vì đó không phải là cách

---

[iii] Bác sĩ Ngô Thế Vinh còn được biết đến như một nhà văn. Ngay từ thời sinh viên đã làm Tổng Thư Ký rồi Chủ Nhiệm nguyệt san Tình Thương từ 1963 đến khi bị đình bản năm 1967. Tình Thương là "Diễn đàn tranh đấu của sinh viên thanh niên do sinh viên Y Khoa chủ trương" (trong khóa 11 Trưng Tập còn hai bác sĩ khác cộng tác với Tình Thương là Đường Thiện Đồng và Trương Thìn). Ngô Thế Vinh là tác giả nhiều tác phẩm văn học, được biết nhiều nhất là Vòng Đai Xanh (1971). Qua Mỹ năm 1983, Ngô Thế Vinh hành nghề bác sĩ trong một bịnh viện ở Nam Cali và tiếp tục viết rất nhiều bài vở, đặc biệt nhiều bài có mục đích đánh động dư luận về hiểm họa đe dọa tương lai của sông Cửu Long do việc các quốc gia ở thượng nguồn xây cất những đập nước trên con sông này gây ra.

cư xử với những sĩ quan khóa sinh, và không hợp tác trong một chương trình văn nghệ của tiểu đoàn.

Đến trưa lại có công lệnh đọc trước đại đội, cảnh cáo đại đội 45 vì đêm thứ ba không ra ngủ ngoài trời. Lời cảnh cáo rất gay gắt, kèm thêm lời đe dọa là nếu tái phạm thì cả đại đội sẽ bị phạt cúp phép, các cấp trưởng (trung đội trưởng, đại đội trưởng) sẽ bị nghiêm phạt. Điều bực bội nhất cho các khóa sinh là công lệnh được đọc cho tất cả 6 đại đội của tiểu đoàn Nguyễn Huệ nghe, sẽ đọc trong hai ngày liền, mỗi ngày hai lần! Sở dĩ đêm thứ ba không ra ngủ bên ngoài vì trời mưa, lại không có dụng cụ để dựng lều nên phải ngủ trong nhà, nhưng trong tư thế sẵn sàng, quần áo trận vẫn mặc, không giăng mùng mà chỉ trùm đầu bằng cái lưới muỗi thôi.

Không khí căng thẳng tiếp tục lên cao và qua ngày hôm sau thứ năm 12 tháng 6, đại đội quyết định phản ứng mạnh hơn. Buổi trưa tất cả tập họp ngoài sân, lấy lon trung úy ra đeo lại trên cổ áo, hàng ngũ nghiêm chỉnh trong khi anh Ngô Thế Vinh đại đội trưởng vào "làm việc" với Thiếu tá tiểu đoàn trưởng. Chiều cùng ngày, Vinh lên gặp Thiếu Tá liên đoàn phó, ông này hứa sẽ đưa việc này lên cấp trên giải quyết. Đến tối, có lệnh từ liên đoàn xuống tách riêng đại đội F-45 ra một trại riêng biệt, chỉ cách trại cũ hơn 200 thước, và từ nay đại đội này sẽ tự quản lý lấy doanh trại của mình, còn việc học tập quân sự vẫn tiếp tục trong khuôn khổ tiểu đoàn Nguyễn Huệ như cũ. Thế là lúc 9 giờ tối, mọi người lục đục dọn nhà, khiêng các giường sắt qua hai căn nhà rộng của doanh trại mới, kê làm hai hàng giường hai tầng chồng lên nhau, trung đội 1 và 4 ngủ trong một căn, hai trung đội 2 và 3 trong căn còn lại.

TTHL Quang Trung, ngày XII (thứ sáu 13-06-69)

Mình yêu,

Nhớ mình kinh khủng, đang viết cho mình lúc 8 giờ sáng, nghĩa là sau một giờ học được nghỉ 15 phút. Bụng đói cồn cào vì phải nhịn ăn sáng. Đêm qua mệt quá vì dọn nhà, lại ngủ trễ nên sáng nay dậy trễ không có giờ ăn sáng, tất cả đại đội phải nhịn đói ra ngoài bãi học.

Đêm qua anh ngủ ngoài trời cũng ngon lành, đánh một giấc đến 5 giờ rưỡi mới dậy, chưa kịp đánh răng rửa mặt đã phải lo làm tạp dịch. Trại mới này không dùng đến từ lâu nên bê bối lắm, quét dọn mệt ơi là mệt! Quét dọn chưa xong đã phải lấy mũ sắt để đi học bãi rồi, còn giờ đâu ăn sáng nữa...

[...]

Vài ngày sau, đại đội có lệnh triệu tập đặc biệt lên hội trường, ra mắt Trung Tá liên đoàn trưởng. Sau các thủ tục chào đón nghiêm nghỉ của nhà binh, mọi người ngồi xuống và ông Trung Tá, một người mặt mũi sáng sủa ngồi trên bàn chủ tọa, rút trong túi ra một cái thẻ vàng (chẳng khác gì trọng tài trong trận đá banh quốc tế) và hỏi to "Các anh nói tấm thẻ này màu gì?" Mọi người trả lời đồng loạt "màu vàng". Ông Trung Tá nói "nhưng trong quân ngũ, tôi nói tấm thẻ này màu đỏ, các anh cũng phải nói nó là màu đỏ; quân đội khác với xã hội bên ngoài ở chỗ đó." Anh Ngô Thế Vinh giơ tay xin phát biểu: "Chúng tôi là những người được đào tạo trong môi trường đại học, và chúng tôi được học hỏi một điều quan trọng. Đó là muốn trở thành người trí thức thì đầu tiên phải biết tôn trọng sự thật trong mọi tình huống, vì thế nên chúng tôi không thể nói tấm thẻ kia màu đỏ trong khi thật ra nó là màu vàng!" Mọi người ngồi im phăng phắc xem ông Trung Tá phản ứng ra sao, nhưng ông này chỉ nói cho qua chuyện, rồi sang một đề tài khác: "Khóa 11 Trưng Tập đến Trung Tâm Huấn Luyện Quang Trung để học 9 tuần quân sự căn bản, nên cũng phải theo kỷ luật chung của Trung Tâm, nhưng vì các anh đã là những sĩ quan đeo lon trung úy, nên liên đoàn đã quyết định để đại đội F-45 được tách ra sống riêng trong một doanh trại mà các anh phải tự quản."

Trung Tâm Huấn Luyện Quang Trung, ngày 2 tháng 7-69. Trên đường về trại (đeo máy truyền tin PRC10 nặng như cái cùm, chỉ đeo làm kiểng, vì nó có chạy nữa đâu!).

Từ đó về sau, đại đội sống biệt lập với 5 đại đội còn lại của tiểu đoàn Nguyễn Huệ, không còn va chạm với Thiếu Tá tiểu đoàn trưởng nữa, mà ngược lại, dần dần ông Thiếu Tá nổi tiếng kỷ luật và có thành kiến không tốt với giới quân y (vì một lý do bí ẩn nào đó trong quá khứ của ông ta) trở thành người có cảm tình với khóa 11 Trưng Tập, nhất là sau buổi trình diễn văn nghệ của đại đội đêm thứ sáu 4 tháng 7-69.

Văn nghệ do các sĩ quan khóa sinh tự làm từ đầu đến cuối, không mời ca sĩ hay ban nhạc ở ngoài vào. Đầy đủ hợp ca, tam ca, đơn ca, với ban nhạc cây nhà lá vườn (Long phụ trách ban nhạc, phải về Trường Quân Y mượn nhạc cụ, kể cả bộ trống là nhạc cụ chính của Long) đệm cho ca sĩ gà nhà hát. Đặc biệt có màn trình tấu tây ban cầm cổ điển của bác sĩ Nguyễn Tự Hào và màn biểu diễn đàn bầu của chính Long (học đàn bầu từ thời tham gia đoàn văn nghệ Nguồn Sống). Các sĩ quan của trại Quang Trung được mời tham dự buổi văn nghệ đều đồng loạt cho rằng chưa khi nào trong trung tâm huấn luyện có một buổi văn nghệ có giá trị như thế. Ông Thiếu Tá tiểu đoàn trưởng là người đầu tiên khen ngợi một cách thực lòng.

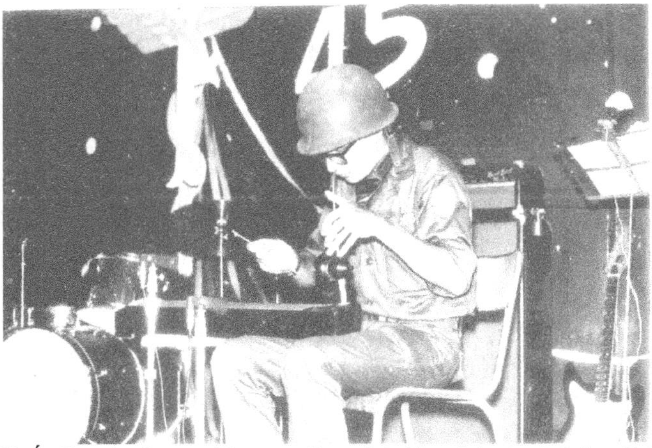

Trung Tâm Huấn Luyện Quang Trung, văn nghệ đêm thứ sáu 4 tháng 7-69. Khóa sinh F-205 chơi đàn bầu

Đời sống ở quân trường lắm chuyện cực nhọc, mệt mỏi, buồn chán, nhưng phải thuộc nằm lòng câu hát "Quân trường đổ mồ hôi, sa trường bớt đổ máu" để lướt qua những chuyện ấy.

Nhưng bên cạnh đó cũng có những cái vui trong cuộc sống tập thể, những lúc tắm mưa dưới giọt gianh (tháng 6 trời mưa... trời mưa không dứt...[iv]), những buổi tối dăm ba đứa bạn thân đem mũ sắt ra mua xí-oách ở câu lạc bộ, 1 mũ sắt đựng đầy xương còn tủy và gân dính tí thịt thơm phức, một mũ sắt đựng tương đen tương đỏ, nhấm nháp với chai la-de... không còn gì thú vị hơn sau một ngày mệt mỏi rã rời.

Bác sĩ Ngô Thế Vinh và tác giả tại Westminster, nam California, 6 tháng 10-2016

Riêng đối với Long còn có một kỷ niệm khó quên, và chắc cũng khó xảy ra ở quân trường. Một hôm đang tập ở ngoài bãi, tới giờ nghỉ giải lao thì chuyện lạ xảy

---

[iv] Bài hát "Tháng Sáu Trời Mưa" của Hoàng Thanh Tâm phổ thơ Nguyên Sa) http://www.youtube.com/watch?v=1UYDG_bJM7k

ra, Long được gọi ra một bãi cỏ khác ngay gần đấy thì thấy Mai đang đứng chờ với một ông Thiếu Tá. Chàng Long cảm động quá, không ngờ người vợ "đã có hôn thú mà chưa cưới" lại có thể đến thăm mình ở Quang Trung, mà không phải gặp nhau ở chỗ thăm nuôi bình thường mà ra tận ngoài bãi tập để tìm chàng. Sở dĩ được như thế vì người đưa Mai ra ngoài bãi bằng xe Jeep là Thiếu Tá T., một người bạn thân của gia đình Long đang phục vụ trong quân trường Quang Trung. Chỉ gặp mặt nhau không được bao lâu nên chàng còn bịn rịn khi có tiếng còi ra lệnh tập họp để đi tập ở bãi khác. Trở lại với đại đội bị trễ vài phút, anh đại đội trưởng khóa sinh Ngô Thế Vinh phạt anh chàng khóa sinh F-205 20 cái hít đất!

Gặp lại nhau 47 năm sau, bác sĩ Vinh vẫn nhớ giai thoại này. Long nói "May mà ông bắt tôi hít có 20 cái, chứ nếu phải hít hơn nữa tôi sẽ mất mặt bầu cua với bà xã tôi lúc đó đứng xa nhìn theo, vì tôi sẽ...sụm bà chè!"

41. Đêm kinh hoàng

Đêm thứ năm 24 tháng 7, Long thức rất khuya viết thư cho Mai. Chàng mới nhận được thư của Mai lúc chiều, sau hai tuần mong ngóng cổ dài ra. Mai đã về lại Đà Lạt sau 3 tuần lễ ở Sài Gòn lo sắm sửa chuẩn bị cho ngày cưới. Gần 1 giờ sáng chàng mới ngủ.

Chỉ vài tiếng đồng hồ sau, lúc 4 giờ kém 20 ngày thứ sáu 25 tháng 7 năm 1969, một biến cố hãi hùng đã xảy ra, gây tang tóc cho khóa 11 Trưng Tập Y Nha Dược và Thú Y sĩ tại Trung Tâm Huấn Luyện Quang Trung.

Trang thư sau đây được Long viết trên giường bịnh của Tổng Y Viện Cộng Hòa, bịnh viện quân đội quan trọng nhất tại Sài Gòn.

Tổng Y Viện Cộng Hòa, thứ sáu 25-07-69

Mình yêu của anh,

Chắc mình ngạc nhiên lắm, vì mới tối hôm qua anh còn viết thư cho mình ở Quang Trung, mà sáng nay lại viết trong nhà thương Cộng Hòa.

Anh đi ngủ lúc gần 1 giờ, rồi tự nhiên giật mình thức dậy, nửa tỉnh nửa mê, bò lổm ngổm dưới một đống mảnh ván đầy bụi bẩn, mũi hít một mùi khó chịu làm anh buồn nôn kinh khủng, tai nghe la ơi ới, tiếng la thất thanh. Vẫn còn nửa tỉnh nửa mê, không biết làm sao mà anh chui qua được cái cửa sổ nhỏ xíu ở đầu giường (có cánh cửa bật lên bật xuống) và lọt ra ngoài trời còn đen kịt. Lúc đó mới bắt đầu hít thở được bình thường, nhưng vẫn chưa tỉnh táo để nhận định chuyện gì xảy ra. Có bóng người chạy tán loạn, anh cũng chạy, chạy tới rồi lại chạy lui, chẳng biết chạy đi đâu, làm gì...

[...]

Trong lúc hoảng loạn đó thì Long gặp một bạn cao lớn tay cầm đèn pin, kêu chàng theo bạn đó vào trong nhà để xem có ai bị thương thì khiêng ra ngoài để cấp cứu. Long bắt đầu tỉnh trí lại, nhận ra bạn đó là bác sĩ Bùi Thế Khải cùng trung đội với Long, có danh số lớn nhất vì là cao nhất khóa, nằm cách Long có một giường. Khải nổi tiếng tháo vát và không nề hà giúp đỡ mọi người khi cần đến. Khải vén chiếc mùng ra, thấy anh Hiếu nằm im, máu lênh láng chảy ra từ cổ, từ ngực, từ bụng, Khải nói anh Hiếu chết rồi, để đó tính sau, bây giờ phải lo cho những bạn bị thương trước đã. Leo lên giường trên là một bạn khác bị thương bất tỉnh, Long cũng leo lên và hai người hì hục khiêng bạn đó xuống và mang ra ngoài, tập trung vào một chỗ bên trong nhà ngủ thứ hai của trại, nhà này vẫn còn nguyên. Rồi rủ thêm mấy bạn khác trở lại khiêng thêm nhiều người khác bị thương. Lúc đó Long mới cảm thấy đau dưới chân trái phải đi khập khiễng, và nách phía bên phải cũng rát vô cùng. Người chàng bê bết máu, nhưng đó là máu của các bạn bị thương dính vào mình khi khiêng các bạn này đi. Các bác sĩ không bị thương lo việc cấp cứu đầu tiên cho các bạn bị nặng trong khi chờ đợi xe cứu thương, lúc đó Long mới khám phá ra mình cũng bị thương dưới ống chân trái, máu vẫn còn rỉ ra.

Bùi Thế Khải trước đây tham gia nhiều công tác xã hội, đặc biệt làm chủ tịch đoàn công tác xã hội của hội từ thiện YMCA[v], khám bệnh, chữa răng, phát thuốc miễn phí cho dân nghèo. Hội này của người Mỹ nên có nhiều phương tiện vật chất, thuốc men bông băng cấp cứu dồi dào, bạn Khải khi lên Quang Trung mang theo một túi cấp cứu đầy đủ, phòng khi hữu sự, nên đến lúc cần cấp cứu các bạn bị thương có ngay phương tiện tại chỗ.

Sau khi được cấp cứu tại chỗ, Long cùng nhập bọn với 14 người khác bị thương nặng nhẹ được xe cứu thương đưa lên bệnh xá của Quang Trung. Ngay sau đó có lệnh đưa mọi người vào Tổng Y Viện Cộng Hòa.

Sau này điều tra ra được biết một quả mìn định hướng (kiểu mìn Claymore chống biển người của Mỹ) đặt ở một lỗ thông hơi trong vách tường ở đầu nhà ngủ. Căn nhà dài có nhiều cửa sổ nhỏ hai bên, còn hai đầu là hai cửa ra vào ở giữa. Hai bên cửa ra vào là hai cái lỗ thông hơi. Thật ra không phải là một cái « lỗ » tròn, mà là một khoảng hở hình chữ nhật bề ngang khoảng nửa thước, bề cao khoảng 15 phân, ngang tầm với cái giường dưới của giường hai tầng. Khi mìn nổ thì cái giường sát đó hứng gần hết các mảnh nên anh Hiếu thiệt mạng, còn các bạn nằm cùng dãy phía trong thì được che chắn nên không ai bị nặng cả. Ngược lại các bạn nằm tầng trên bị các mảnh bay xéo lên nên mấy người bị thương nặng.

Đó là dãy giường của trung đội 1. Long nằm bên dãy giường của trung đội 4, song song với dãy giường kia, và cũng chỉ cách vách tường 3 cái giường. Nhưng vì hướng đã chếch đi nhiều nên chỉ có ít mảnh qua dãy giường bên này. Long nằm tầng trên, đầu quay ra cửa sổ, chân về phía hành lang, bị 2 mảnh vào ngón chân và vào bắp chân. Người nằm dưới là anh bạn dược sĩ L. quay đầu về phía hành lang, bị một mảnh nhỏ vào mắt, sau này hỏng con mắt đó luôn.

Sức mạnh của chất nổ làm sập trần nhà sát với mái tôn. Trần làm bằng tấm bìa dày hồi đó gọi là « cạc-tông Isorel » đóng lên khung gỗ nhẹ, Long nằm tầng trên không có mùng nên khi giật mình thức giấc nửa tỉnh nửa mê bị các tấm trên trần rơi xuống đè lên người, cùng với tất cả bụi bặm mạng nhện chất chứa từ bao lâu, vừa bẩn thỉu vừa mùi khó chịu, hòa với mùi khét của thuốc nổ, thật chưa khi nào chàng sống những giây phút hãi hùng trong cơn nửa tỉnh nửa mê như thế.

---

[v] YMCA là Youth Man Christian Association, một hội từ thiện của một giáo hội Tin Lành Hoa Kỳ.

Những người điều tra kết luận đây là một loại mìn định hướng nội hóa, nếu là mìn định hướng Claymore của Mỹ mà nổ trong một nhà ngủ như thế thì số thương vong và tử vong sẽ cao hơn nhiều.

Trích thư Long:

Chiều thứ sáu 25-07-69

[...]

Chân anh bắt đầu nhức nhối hơn sáng nay nhiều, và người bắt đầu thấm mệt, bụng lại đói nữa, vì trưa nay cơm nhà thương dở quá, còn thua cơm ở Quang Trung, không thể nuốt nổi, ông y tá trưởng bảo phải mang cơm nhà vào ăn mới được! Anh Th. cũng vậy, anh ấy nằm cạnh anh, cũng vừa mệt vừa đói, chắc chiều nay có chị mang đồ ăn đến. Anh Th. sống với chị Hai và anh rể, được cưng chiều lắm, chẳng lo lắng gì cả. Số sướng thì được nhờ, số vất vả như anh thì phải chịu thôi...

7 giờ 20 tối,

Hồi chiều viết đến đó thì cậu mợ anh và L. đến thăm. Mặt mợ tái xanh, vì bác T. sai con đến báo tin chỉ nói là anh bị thương phải vào Cộng Hòa nằm, mà không nói là nặng nhẹ thế nào vì nó cũng không biết. Cả nhà hoảng hồn, mợ chẳng thay quần áo gì cả, cứ thế mặc thêm chiếc áo len rồi bảo L. đèo xe ngay lên trại cậu, cậu mượn xe Jeep chở tất cả vào đây. Mới vào phòng có mấy chục cái giường, chưa thấy anh mợ đã khóc rồi. Mỗi lần như vậy mợ lại già đi một tí, hết chồng rồi lại đến con. Đông con quá nên lúc nào cũng có chuyện lo, chuyện khổ... thật tội nghiệp!

[...]

TYV Cộng Hòa, thứ bảy 26-07-69

[...]

10 giờ 20. Anh mới được thay băng, thay băng cũng đau kinh khủng mình ạ. Vết thương ở ống chân trái khá sâu và làm sưng lên nên hôm qua lúc ở phòng tiểu giải phẫu, bác sĩ đã phải đặt một cái « sonde » là một miếng cao su mềm dài độ 5, 6 phân, rộng khoảng 1 phân, nhét vào vết thương để lòi đầu ra ngoài cho máu mủ theo đó chảy ra. Sáng nay rút bỏ miếng đó đi và thay bằng miếng khác bằng vải thưa (gaze). Lúc nhét vào đau kinh luôn!

Thay băng dưới ngón chân cũng đau lắm, có một mảnh mìn làm đứt một vết dài ở hai ngón chân, phải may ba mũi. Còn lúc đầu anh cảm thấy đau nhức dưới nách bên phải, tưởng có mảnh gì ghim vào đấy, nhưng rút cục chỉ là trầy da ở ngoài thôi, nhưng chỗ đó có vẻ dễ đau hơn các chỗ khác. Có lẽ vết trầy là lúc anh trên giường còn nửa tỉnh nửa mê ráng nhoài mình chui qua cái cửa sổ nhỏ xíu nên bị trầy da chỗ đó.

[...]

Sáng nay có anh bạn ở Quang Trung về ghé thăm, anh ta về để gác xác anh Hiếu, có 12 người về để luân phiên gác theo đúng lễ nghi quân cách. Anh Hiếu thật ra không phải cùng khóa y khoa với các bạn khác, vì anh đã ra trường từ hai năm trước, nhưng được hoãn dịch vì lý do gì đó, năm nay mới phải trình diện. Hôm lên Quang Trung anh lại trễ nên không đứng xếp hàng cao thấp để nhận danh số như tất cả các bạn khác. Nếu anh trình diện đúng ngày, với tầm vóc của anh, anh sẽ thuộc trung đội 2 hoặc 3 và sẽ nằm ở trong nhà ngủ không bị nổ. Với danh số

« đến trễ » của anh, anh phải qua nằm cùng nhà với trung đội 4 còn gọi là Trung Đội Voi. Đúng ra chỗ nằm của anh không phải sát tường, nhưng anh đã đổi chỗ nằm sát tường gần lỗ thông hơi cho có gió mát. Nên lẽ ra anh không có mặt sát bức tường này vào lúc đó, nhưng cuối cùng anh vẫn có mặt đúng lúc đó và nằm đúng chỗ đó để chết thảm. Với tất cả những chuyện như vậy, dù không tin vào định mệnh chăng nữa, người ta cũng phải đặt câu hỏi...

Anh bạn cũng cho biết trên Quang Trung đã bắt đầu sinh hoạt bình thường lại rồi, ngày hôm qua lo dọn dẹp nhà cửa, anh ta nói máu me dễ sợ lắm... Lỗ ở tường đã được lấp lại, trần nhà bị sập sẽ được sửa trong ngày hôm nay, và chương trình học vẫn được duy trì như cũ, anh không biết những người còn lại còn tinh thần nào mà học được không nữa!

Sáng nay lúc khám bệnh có cả 5, 6 bác sĩ đi, có cả Thiếu Tá Thành – là bác sĩ trưởng khu thì phải – đến xem đúng lúc anh đang nhăn nhó... Rồi có Thiếu Tá Tường ở trường Quân Y lên thăm, ông nói « Moa sẽ lo cho tụi toa được chiến thương bội tinh[vi]! » Nghĩ cũng tức cười, chưa thụ huấn quân sự xong đã có bội tinh!

[...]

11 giờ 15, anh vừa được chuyển qua khu ngoại thương ở dãy nhà mới. 15 người bị thương này chắc đã trứ danh lắm rồi, được ở khu nhà mới này là nhất! Và từ lúc chuyển sang đến giờ đã có Đại Tá Chỉ Huy Trưởng Tổng Y Viện đến thăm, rồi đến Chuẩn Tướng Vũ Ngọc Hoàn Cục Trưởng Cục Quân Y, Trung Tá Trần Minh Tùng Chỉ Huy Trưởng Trường Quân Y. Bạn Ngô Thế Vinh, đại đội trưởng khóa 11 Trưng Tập cũng đã đến, vì trên Quang Trung anh em rất lo âu cho số phận các bạn bị thương. Anh Vinh cho biết là ở Quang Trung, Chuẩn Tướng Chỉ Huy Trưởng Trung Tâm Huấn Luyện cũng đã xuống thăm đại đội 11 Trưng Tập, vì chuyện này có tầm quan trọng rộng lớn chứ không phải đùa. Anh quên nói em là có cả Viện Trưởng Viện Đại Học Sài Gòn là Bác Sĩ Trần Quang Đệ cũng lên Cộng Hòa thăm anh em bị thương.

[...]

5 giờ 15. Nãy giờ cả đại đội kéo vào thăm. Mỗi người một tiếng nói cũng đủ mệt, nhưng cũng vui lắm. Và cảm động...

[...]

Long tìm cách gửi thư nhanh nhất lên Đà Lạt cho Mai, mong Mai có thể thu xếp về thăm mình. Nhưng mấy ngày này lại rơi đúng vào lúc trời mưa bão, hình như bão rớt từ đâu đó.

Tổng Y Viện Cộng Hòa, chủ nhật 27-07-69

Mình yêu của anh,

[vi] Thiếu Tá Tường đã giữ lời hứa, sau này tất cả những người bị thương đều được Chiến Thương Bội Tinh. Long vẫn nghĩ thấy tức cười vì chưa ra trận bao giờ mà lại có huy chương này. Sau tháng 4 năm 75, lúc phải khai lý lịch trong trại cải tạo, luôn luôn tờ khai có mục "Huy Chương" phải khai, và Long luôn luôn ghi rõ ràng là đã được trao tặng "Chiến Thương Bội Tinh" và "Công Vụ Bội Tinh" (là một huy chương không quan trọng như Chiến Thương, chỉ là kiểu sống lâu mà không bị phạt thì "lên lão làng" vậy thôi). Cũng may là chẳng có anh cán bộ cộng sản nào thắc mắc, hỏi vặn là sao anh khai chỉ làm việc trong bịnh viện mà lại có được "Chiến Thương Bội Tinh?"

Lại một chủ nhật trôi qua, một ngày u ám, bầu trời ảm đạm chia sẻ nỗi buồn những người xa nhau. Nghe nói rớt bão đâu đó, chắc trên Đà Lạt em còn buồn hơn nữa...

Chủ nhật đầu tiên trong bịnh viện, một ngày giống hệt những ngày khác, vì ở trong này sinh hoạt không có gì khác ngày thường cả. Chỉ có tiếng radio vọng lại, văng vẳng giọng hát một nữ ca sĩ trong buổi truyền thanh tuyển lựa ca sĩ là nhắc đến ngày chủ nhật thôi. Ngoài ra vẫn ngủ dậy, vẫn ăn sáng, vẫn có bác sĩ đến khám, vẫn có thay băng – giờ mà anh sợ nhất – rồi giờ chích thuốc, v.v.

[...]

3 giờ chiều, giờ viếng thăm. Phòng bịnh hôm nay chủ nhật nên tràn ngập màu đỏ, xanh, tím, vàng... những tà áo màu đến thăm những người khác. Anh Th. và anh chỉ biết nằm nhìn bạn mình. Nhớ mình quá đi, chắc mình nhận thư anh rồi...

Hôm nay anh lại què hơn hôm qua một tí, vết thương ở ống chân trái sưng to hơn nên đau hơn, thành ra anh cũng đi cà nhắc nhiều hơn!

Cũng ngày chủ nhật này Mai nhận được thư Long, nàng rụng rời tay chân dù Long kể rõ mình chỉ bị một mảnh nhỏ ở chân. Trong lòng như lửa đốt chỉ muốn bay xuống ngay thăm chàng, nhưng nhiều trở ngại quá.

Thứ hai, 28-7-69

Mình yêu của em,

Sáng nay trời mưa bão lớn quá, 10 giờ rưỡi rồi mà gió rít, thông ngả nghiêng. Hôm nọ mới có hai vợ chồng chở nhau trên đường sau sở em bị cây đổ đè chết cả hai, tội quá mình ơi.

Mình của em hôm nay đã khá chưa? Em buồn quá đi, phải mà trời đỡ một chút em đi vay tiền và xin máy bay quân sự hoặc mua vé Air VN về thăm mình, nhưng trời này sao mà đi bộ ra khỏi nhà đây? Mình ngủ được không hả mình? Em ở bên mình thì em sẽ xoa vết thương cho mình đỡ đau những khi mình nhăn nhó vì vết thương hành, em sẽ ôm mình, mình nhé. Em kệ thiên hạ, chả thèm sợ ai cười nữa, em là vợ mình cơ mà, mình ơi em thương mình quá!

Sao mình đã chịu bao nhiêu cay đắng tinh thần lại còn đau đớn thể xác nữa, mình ơi Chúa bắt em xa mình như để thử thách hai đứa phải không mình? Chúa trên trời nhìn xem chúng mình yêu nhau đến đâu đấy, chứ còn dù là cậu mợ em hay cậu mợ mình cũng khó mà hiểu nổi tình yêu của mình cho em hay em cho mình, mình nhỉ! Chồng của em ơi, em yêu mình hết sức em rồi, mình hiểu em không?

[...]

Tổng Y Viện Cộng Hòa, thứ hai 28-07-69

Mình yêu của anh,

Nhàm chán bắt đầu gặm nhấm, giờ, phút dài lê thê. Lúc mới vào đây thì khoái lắm, vì ở Quang Trung chỉ mong được nghỉ, bây giờ được nghỉ vô hạn định thì sướng quá rồi còn gì nữa, nhất là được ngủ giường nệm, drap trải giường trắng, không phải trùm cái mùng vào đầu, sáng ra không có tiếng chuông kéo giật dậy, đánh răng rửa mặt khỏi phải lo thiếu nước, và nhất là không còn tiếng còi tập hợp, tiếng còi quái ác lúc nào cũng cắt ngang những giây phút thoải mái nhất.

Một nếp sống mới thành hình, 6 giờ thức dậy ngủ nướng tới 7 giờ, dậy đánh răng rửa mặt xong cũng khoảng 8 giờ, tất cả công việc đều phải làm một cách hết sức thong thả, vì nếu làm nhanh thì thời gian còn lại vứt đi đâu cho hết! Quay qua quay lại rồi kéo nhau ra hành lang, hành lang này nhìn xuống đường, có kê nhiều bàn vuông để ăn uống cho tiện, anh nào có bánh trái gì cũng bỏ ra hết, thế là ăn sáng kiểu « picnic ». Rồi tà tà vào nằm nghỉ chờ bác sĩ đi qua khám, hết giờ khám đến giờ thay băng, giờ hãi hùng nhất của anh...

[...]

Trưa nay vào giờ thăm viếng, anh ngóng chờ bóng dáng mình, lòng tràn đầy hy vọng. Nhưng rồi anh lại bị kéo trở về thực tế khi thấy cậu mợ đến mà không có em. Lý trí bảo anh một đàng, nhưng con tim lại đi tìm nẻo khác. Anh cũng biết mình xuống Sài Gòn là cả một vấn đề, rắc rối bao nhiêu chuyện, nhưng ai cấm được anh hy vọng mình nhỉ! Chính mình đã nói với anh câu đó.

Một câu chuyện vui kể em nghe. Lúc cậu mợ vào thăm, tình cờ mợ nhìn lên đầu giường rồi tái mặt: « Sao con lại nằm giường số 13? » Lúc đó anh mới nhìn lại và thấy là mình nằm giường số 13 thật. Mà trong nhà thương thì số 13 ngán lắm, người ta nói nằm giường số 13 thì đau nhẹ cũng thành đau nặng, mà đau nặng thì chỉ có... thác! Để anh gan lì một lần thử xem sao mình nhé. Mình có tin dị đoan không? Mợ thì tin lắm!

[...]

Chiều nay có bạn ở Quang Trung về kể lại đám ma anh Hiếu lúc sáng nay. Tất cả đại đội đều về đi đưa, quần áo chỉnh tề đeo lon Trung Úy, mang theo súng ống đàng hoàng. Đám tang diễn ra rất trọng thể, đi bộ từ nhà ở khu Bàn Cờ đến nghĩa trang Mạc Đĩnh Chi. Tội nghiệp hai cháu bé ngây thơ chưa biết gì đã phải chít khăn tang, còn chị Hiếu thì ngất xỉu bên bờ huyệt.

[...]

Báo chí loan tin vụ nổ ở Quang Trung là do pháo kích của Việt Cộng, một quả đạn rớt trúng một trong hai nhà ngủ của Khóa 11 Trưng Tập làm một người chết và 15 người bị thương. Dĩ nhiên đây không phải là nhà báo loan tin sai vì không biết, mà chỉ đăng lại thông cáo báo chí của chính quyền bóp méo sự thật. Nếu loan tin trung thực là vụ nổ gây ra do một quả mìn định hướng đặt tại lỗ thông hơi trong tường một nhà ngủ thì hóa ra là vấn đề an ninh phòng thủ của Quang Trung không thực hiện đến nơi đến chốn, để cho đặc công Việt Cộng ban đêm lẻn vào đặt mìn mà không ai hay biết. Còn loan tin là Việt Cộng pháo kích thì bề nào cũng ít trách nhiệm hơn. Ngay hôm đầu sau khi xảy ra vụ nổ, trong trại đã nghe đồn các bạn bị thương ghi trong giấy tờ là « nạn thương » thay vì « chiến thương », ám chỉ vụ nổ là do một tai nạn trong lúc thụ huấn. Nhưng không phải dễ dàng mà các Y Nha Dược Sĩ chấp nhận một sự bóp méo trắng trợn như vậy, nên cuối cùng cấp lãnh đạo phải ghi là « chiến thương ». Nhưng không ngờ khi đưa ra báo chí thì vẫn bóp méo sự thật thành « pháo kích ».

Long cũng tức giận như các bạn khác khi biết tin này, nhưng rồi cũng quên đi khi hôm sau có Mai vào thăm. Cuối cùng thì nàng đã xoay xở được để bay từ Đà Lạt xuống Sài Gòn thăm Long, đến chủ nhật về lại Đà Lạt. Mỗi lần hai người gặp nhau thì chồng thư lại có chỗ trống, vì đương nhiên là đã gần nhau còn viết thư làm gì! Chỉ biết chắc rằng đó là những giây phút sung sướng của cặp vợ chồng sắp cưới, dù đã là vợ chồng trên giấy tờ.

Sau gần hai tuần nằm trong Tổng Y Viện Cộng Hòa, Long và các bạn bị thương được trả về đơn vị cũ là Trung Tâm Huấn Luyện Quang Trung với đề nghị là cho nghỉ phép hai tuần. Long thừa dịp đó lên với Mai mấy ngày.

Sau đợt nghỉ phép, ngày thứ tư 6 tháng 8-1969, Long trở lên Quang Trung tham gia buổi văn nghệ tạm biệt sau 10 tuần lễ vui, buồn, sóng gió, tang tóc, đáng ghi nhớ tại đây.

42. Vào đời

Thông thường ra, mốc « vào đời » là lúc mà con cái có đủ lông cánh để tự mình bay nhảy, tạo dựng một cuộc sống riêng, không phải nương tựa vào cha mẹ nữa. Bên trời Âu Mỹ, đã từ lâu các thanh niên thiếu nữ đến tuổi trưởng thành đều tìm cách để « vào đời » như thế, dù rằng tuổi 18 cũng chưa chắc đã có đủ lông cánh. Nhưng bên Việt Nam cách đây nửa thế kỷ, chuyện vào đời phức tạp hơn vì tùy thuộc nhiều yếu tố mà phương tây không có, trong đó phải kể đến tập quán đại gia đình là yếu tố quan trọng nhất.

Chàng thanh niên Long lúc mười ba tuổi đã bắt đầu vào sống nội trú trong trường trung học ở Đà Lạt, chỉ về nhà hai tuần lễ Tết và một tháng hè. Mười tám tuổi về Sài Gòn bắt đầu tự túc trong cuộc sống sinh viên xa gia đình, bằng cách dạy kèm toán lý hóa cho học sinh chuẩn bị thi tú tài. Hai mươi mốt tuổi trở lại sống với gia đình khi người cha dượng trong quân đội được đổi từ Kontum về làm việc gần Sài Gòn. Trong thời gian 4 năm sau đó, Long đã có dịp sống cùng nhà với bà ngoại, mẹ và các em, còn người cha dượng vẫn phải xa gia đình, sống trong một doanh trại xa thành phố nên chỉ về vào cuối tuần khi không bị cấm trại. Ngoài chuyện sống quây quần bên người thân, Long về ở chung nhà cũng là một cách để phụ giúp vào tài chánh eo hẹp của gia đình, vì con đông mà chỉ có một đầu lương thì làm sao xoay xở trong nền kinh tế « kiệm ước[vii] » thời buổi đó ?

Nên có thể nói là Long đã « vào đời » rất sớm. Nhưng đối với chàng, cái mốc thật sự vào đời, chàng vẫn nghĩ là lúc mình tạo lập được một gia đình riêng. Và việc này đã đến ngay sau khi chàng kết thúc mấy tháng huấn luyện quân sự ở Quang Trung và thụ huấn hành chánh quân y ở Trường Quân Y.

Sau ngày mãn khóa tổ chức rất đơn giản – có lẽ vì cái tang đến với đơn vị khi ở Quang Trung nên không ai còn bụng dạ nào để tổ chức rình rang nữa – các khóa sinh trưng tập phải qua một thủ tục rất quan trọng, đó là việc chọn đơn vị. Đơn vị trong quân đội có ảnh hưởng lớn đến tương lai của một quân nhân nên không thể coi thường việc chọn đơn vị được. Y Nha Dược sĩ trưng tập sẽ phục vụ trong một bịnh viện lớn có, nhỡ có, nhỏ có. Cũng có thể phục vụ trong những đơn vị quân y trực thuộc các sư đoàn. Các đơn vị này có thể thuộc Không Quân, Hải Quân, đông nhất là Lục Quân với Bộ Binh, hay những đơn vị đặc biệt hơn như Nhảy Dù, Thủy Quân Lục Chiến, Biệt Động Quân, Lực Lượng Đặc Biệt, v.v.

[vii] "Kiệm ước" là tên một loại thuế mới do Tổng Trưởng Kinh Tế Phạm Kim Ngọc đề nghị làm cho vật giá leo thang thêm một bậc nữa, kéo theo nhiều cuộc biểu tình phản đối. Báo chí Sài Gòn thời đó hay nhắc đến "kinh tế kiệm ước của Tổng Ngọc".

Dược sĩ có một ngày chọn đơn vị riêng, không liên quan gì đến các ngành khác. Khóa sinh khoảng hơn một trăm người đã được xếp hạng theo kết quả các kỳ thi huấn luyện quân sự ở Quang Trung và hành chánh quân y tại Trường Quân Y. Danh sách các đơn vị được phân phát trước để mọi người nghiên cứu, đến ngày chọn, mọi người phải có mặt trong hội trường. Ban tổ chức gọi tên người đậu thủ khoa, anh này chọn một đơn vị xong, gọi đến tên người thứ hai chọn trong những đơn vị còn lại. Cứ thế cho đến người cuối cùng chẳng phải chọn lựa gì nữa vì chỉ còn một đơn vị duy nhất!

Trường hợp của Long và mấy người bạn bị thương trong vụ nổ, lúc phải thi quân sự trước khi mãn khóa ở Quang Trung thì còn nằm bịnh viện, do đó không có điểm quân sự thì làm sao xếp hạng chung với các bạn khác được? Bộ chỉ huy nghĩ ra một giải pháp là dành ra mấy đơn vị riêng cho những người bị thương, những đơn vị này đều là những bịnh viện tiểu khu ở các tỉnh nhỏ, không phải là các quân y viện quan trọng ở các thành phố lớn (được xem là những chỗ « tốt »), nhưng cũng không phải là các đơn vị quân y trực thuộc các sư đoàn tác chiến (được xem là những chỗ nguy hiểm).

Và thế là Long được chọn trong một danh sách chỉ có 4 đơn vị (vì có 4 dược sĩ bị thương), trong đó có bịnh viện tiểu khu Lâm Đồng nằm ở Bảo Lộc. Bảo Lộc là tỉnh lỵ của tỉnh Lâm Đồng, nằm trên quốc lộ 20 là đường đi Đà Lạt[viii]. Long chọn Bảo Lộc vì đó là đơn vị tiện lợi nhất cho mình, nằm trên trục giao thông nối liền Sài Gòn (gia đình của Long) và Đà Lạt (gia đình của Mai, vợ tương lai của chàng). Bảo Lộc chỉ cách Sài Gòn 182 cây số và cách Đà Lạt 118 cây số.

Đám cưới tại Viện Đại Học Đà Lạt 28-9-1969, nhà nguyện Năng Tĩnh.

Cuối tháng 9 chàng Dược Sĩ Trung Úy mới mãn khóa đến trình diện đơn vị trưởng của bịnh viện tiểu khu Lâm Đồng. Bịnh viện này nằm ngay trên quốc lộ 20

[viii] Thời đó Đà Lạt thuộc tỉnh Tuyên Đức, Bảo Lộc thuộc tỉnh Lâm Đồng. Sau 1975 hai tỉnh sáp nhập làm một, lấy tên là Lâm Đồng, Đà Lạt là tỉnh lỵ của Lâm Đồng, Bảo Lộc chỉ còn là một huyện. Dần dần cả Đà Lạt và Bảo Lộc đều được nâng cấp về mặt hành chánh, và hiện nay cả hai đều là thành phố trực thuộc tỉnh Lâm Đồng.

là con đường chính chạy qua thị xã Bảo Lộc, đơn vị trưởng là Bác Sĩ N. cũng là một Trung Úy ra trường trước Long hai khóa. Sau khi nhận chức vụ Trưởng phòng thí nghiệm y khoa (một bạn dược sĩ cùng khóa là anh Q. nhận chức vụ Trưởng phòng tiếp liệu, lo về thuốc men và dụng cụ y khoa), việc đầu tiên của Long là xin hai tuần lễ nghỉ phép đi cưới vợ. Chưa làm việc ngày nào đã xin nghỉ phép! Bác sĩ N. rất thông cảm, cưới vợ thì không thể nào không cho phép được!Đám cưới tổ chức trên Viện Đại Học Đà Lạt là trường Mai học, Cha Viện Trưởng Nguyễn Văn Lập cử hành lễ cưới trong nhà nguyện Năng Tĩnh của viện, sau đó xuống tiếp tân thân mật tại giảng đường Spellman thuộc phân khoa Chính Trị Kinh Doanh là giảng đường lớn nhất của đại học này.

Hình chụp với Sư Huynh Bernard Bường, Giám Tỉnh dòng La San và Sư Huynh Pierre Trần Văn Nghiêm, Khoa Trưởng phân khoa Sư Phạm Đại Học Đà Lạt.

Hình chụp với Linh Mục Viện Trưởng Viện Đại Học Đà Lạt Nguyễn Văn Lập. --- Cô dâu mới bên hồ Xuân Hương.

Cuộc sống mới tại Bảo Lộc có thể xem là một tuần trăng mật kéo dài, gọi là « năm trăng mật » có lẽ chính xác hơn. Hai vợ chồng mới cưới thuê căn nhà nhỏ sát với hai căn của hai anh em bác sĩ H. (cùng khóa với Long) và nha sĩ C. (trước một khóa). Mai tìm được một chỗ dạy trong trường Cộng Hòa, một trường trung học tư thục do Linh Mục Đỗ Quang Biên[ix] làm hiệu trưởng. Thật tình cờ vì cha Biên không xa lạ gì với Mai khi còn ở Đà Lạt, chính là người đã hướng dẫn Mai theo đạo Công Giáo 5 năm trước.Long mới ra trường nên nghe người ta gọi mình là « Dược sĩ » còn lạ tai, còn Mai được gọi là « Cô Giáo », có người gọi là « bà Dược sĩ » lại càng lạ tai hơn nữa. Hai vợ chồng dần dần nhận ra là bây giờ mình đã trở thành những « chức sắc » trong cái thị xã nhỏ bé này. Nhưng thật ra bản chất của Long cũng như của Mai không quan tâm lắm đến chuyện chức sắc hay không chức sắc, vẫn còn sống với phảng phất phong thái của hai sinh viên. Trong nhà đồ đạc tối thiểu, ăn cơm ở nhà hai vợ chồng già chuyên môn nấu cơm tháng cho mấy ông độc thân trong tỉnh. Và cứ đến trưa thứ bảy – hồi đó làm việc sáng thứ bảy, chiều nghỉ – là hai vợ chồng đèo nhau bằng Vespa lên Đà Lạt hoặc xuống Sài Gòn, đi lên nhiều hơn đi xuống vì gần hơn.

Long nhớ lại thời chàng đi Vespa một mình trên con đường này lên thăm Mai ở Đà Lạt, bị chặn ở cầu Là Ngà vì đang có giao tranh. Nay hai vợ chồng cùng đi, thật thú vị khi chàng cảm thấy hơi ấm của nàng sát lưng mình. Xe Vespa bánh nhỏ, không phải loại xe chạy đường trường nên không đi nhanh được, đổi lại có cái thú được nhẩn nha ngắm cảnh đẹp. Và thích đâu thì ngừng đó, khi gặp quán ăn hay nhà ven đường bày bán trái cây mới hái trong vườn. Thật là thoải mái so với cảnh ngồi xếp cá mòi trên xe đò, chưa kể đi qua đèo Chuối, đèo Bảo Lộc, đèo Prenn còn bị say xe thật khó chịu. Thoải mái, miễn là trời đừng… mưa!

Đi xe hai bánh trên đường trường như thế không khỏi gặp những chuyện đáng ghi nhớ. Một chiều chủ nhật, hai vợ chồng chạy từ Đà Lạt về Bảo Lộc, còn cách tỉnh lỵ chưa đến mười cây số có cây cầu Đại Nga bằng sắt làm từ thời Pháp nay đã bắt đầu hoen rỉ. Gần cây cầu là một đồn điền nhỏ (hình như trồng cà-phê) cũng có từ thời Pháp thuộc, lúc đó không biết người chủ Pháp còn sống ở đấy hay không. Người ta đồn là các đồn điền này đều phải đóng thuế cho Mặt Trận Giải Phóng, vì nằm xa các thị xã nên ban ngày thuộc vùng chính quyền quốc gia kiểm soát, nhưng ban đêm lại do quân của Mặt Trận làm chủ tình hình, nên phải đóng thuế cho được yên thân.

Hôm đó Long chở Mai chạy Vespa phom phom trên con đường chiều vắng vẻ, trước sau không có một xe nào khác. Sau một khúc quanh là đến con sông Đại Nga quen thuộc thì một cảnh hãi hùng hiện ra ngay trước mắt: cây cầu sắt không còn nữa! Long vội đạp thắng hết sức mình theo phản xạ tự nhiên, và cũng may là chàng chạy không nhanh quá nếu không có thể đã lao cả xe lẫn người xuống con sông tuy nhỏ nhưng khá sâu này!

Định thần lại, hai vợ chồng nhìn cảnh tượng hiếm có trước mặt. Một chiếc xe cam-nhông khổng lồ chở một xe ủi đất (gọi là bulldozer) khổng lồ không kém, đầu xe đâm xuống lòng sông, đuôi xe cùng với cái xe ủi đất vẫn còn nằm trên nền cầu chúc xuống một góc 45 độ. Thì ra chiếc xe nặng nề lúc bắt đầu lên cầu còn chưa sao, nhưng khi đã hoàn toàn trên cầu rồi thì chiếc cầu cũ kỹ hoen rỉ không chịu nổi trọng lượng của hai chiếc xe quá nặng, thế là đầu bên kia bị sụp xuống, lôi theo chiếc xe cam-nhông đâm đầu xuống nước, đuôi vẫn nằm trên nền cầu! Người tài xế

[ix] Sau biến cố 1975, Cha Biên di tản qua Mỹ, phụ trách một giáo xứ trong vùng San Diego, tiểu bang California, và mất tại đây trong thập niên 2010.

chắc là không bị gì nặng, vì thấy đã leo được lên bờ bên kia ngồi chờ xe cứu thương... Chiếc cầu có ghi rõ ràng sức nặng tối đa chịu đựng được là 8 tấn, mà tổng cộng chiếc xe cam-nhông với xe ủi đất nặng phải vài chục tấn là ít!

Chắc là tai nạn cũng vừa xảy ra vì khi Long đến chưa có xe nào khác cả, một lúc sau mới có thêm vài chiếc xe đò chạy muộn đến nơi.

Hai vợ chồng đành quay trở lại thị xã Di Linh (cách Bảo Lộc hơn 30 cây số), ngay đầu tỉnh có một xóm nhà nhỏ, lúc đó trời đã nhá nhem tối. Một gia đình hai vợ chồng trẻ với đứa con thơ sống trong một căn nhà gỗ đã cho Long và Mai tá túc qua đêm chủ nhật, sáng hôm sau dậy sớm, gửi lại xe Vespa ở nhà này rồi ra đường cái đón xe đò đi Bảo Lộc. Dĩ nhiên xe chỉ đến cầu Đại Nga phải cho hành khách xuống, mọi người phải men theo bờ sông để xuống dòng nước lúc đó rất cạn, xắn quần lội qua bên kia bờ rồi lại leo dốc khá cao lên mặt đường. Bên kia có xe đò từ Bảo Lộc đến cũng cho hành khách xuống lội sông ngược qua bờ bên này. Hai vợ chồng về tới Bảo Lộc kịp giờ đi làm và đi dạy học sáng thứ hai.

Hai vợ chồng tại Định Quán (cây số 113) trên đường Bảo Lộc về Sài Gòn

Long lại nhớ bà ngoại kể chuyện khi chàng mới được 14 tháng vào đầu năm 1945, cả nhà từ Sài Gòn về quê làng Hà Hồi gần Hà Nội, lúc đó máy bay Mỹ đang ném bom các đường giao thông để cản trở quân Nhật đóng ở Đông Dương, cũng có những cây cầu bị bom phá sập, xe lửa đến nơi cũng phải cho hành khách xuống, rồi mọi người phải đi bộ đến bờ sông lấy đò ngang để qua bên kia, đi bộ thêm một quãng khá xa mới đến chỗ có xe lửa leo lên để đi tiếp. Bà ngoại Long gọi đó là « tăng bo » (do tiếng Pháp « transbordement » mà ra). Thời đó khổ là thế, các thế hệ sống bên trời Tây ngày nay đi xe lửa vận tốc nhanh TGV chạy hơn 300 cây số/giờ chắc không hiểu được ông bà mình làm cách nào để sống trong cảnh thiếu thốn vất vả như thế!

Đúng ba ngày sau, giao thông được khôi phục. Chỉ trong ba ngày, toán lính thuộc đơn vị công binh Mỹ đến kéo chiếc xe cam-nhông chở xe ủi đất lên (Long không tưởng tượng nổi cái cần cẩu phải mạnh như thế nào!), tháo gỡ chiếc cầu Đại Nga cũ vứt đi để thay vào đó một chiếc cầu sắt khác, loại cầu dã chiến của quân đội Hoa Kỳ, trông thì thô sơ nhưng thật vững chắc.

Long và Mai lại lấy xe đò lên Di Linh đến nhà người cho tá túc hôm trước để lấy Vespa trở về Bảo Lộc. Chàng cám ơn hai vợ chồng quá tử tế, và tặng món quà tượng trưng cho đứa con còn bé xíu của họ. Hai vợ chồng nghèo sống trong căn nhà nhỏ, nhưng lòng tử tế, hiếu khách của họ thì không nhỏ tí nào. Ngày ấy người Việt Nam thật thà, đôn hậu là thế!

Một chuyện như thế dĩ nhiên để lại kỷ niệm nhớ đời. Nhưng cũng có những chuyện khác ít tưởng tượng được mà lại còn nguy hiểm nữa khi chạy Vespa trên đường trường. Các cụ ngày xưa nói « đi đêm lắm có ngày gặp ma », thời nay có thể nói « đi xe hai bánh đường xa lắm có ngày gặp tai nạn ». Hôm đó đi từ Bảo Lộc về Sài Gòn vào ngày thứ bảy sau khi ăn cơm trưa. Đến Tân Bùi[x] bắt đầu mưa to, hai vợ chồng cũng đã chuẩn bị áo mưa nên vẫn tiếp tục đi, đường vắng không một chiếc xe nào khác. Bỗng nhiên xe lảo đảo rồi bánh sau kẹt cứng lại giống như thắng gấp, nhưng thật ra Long đâu có thắng! May quá chàng kềm xe lại được, nếu không cả hai vợ chồng ngã lăn ra đường thì còn chết nữa! Xuống xe thì thấy cái bánh sau không còn gắn vào trục xe nữa mà nằm kẹt trong cái hốc của thùng xe, nhìn kỹ thì ra là ba cái bù-loong gắn bánh xe đã không cánh mà bay, còn một cái cũng đã lỏng sắp rơi ra ngoài, chính cái bù-loong thứ tư này giữ cho cái bánh không sút hẳn ra. Sở dĩ có thể xảy ra chuyện này vì bánh xe Vespa được gắn vào thân xe bằng bù-loong giống như bánh xe hơi, nên khi xe bị bể bánh tháo ra thay rất dễ, vì xe Vespa có bánh phòng hờ (gọi nôm na là bánh xơ-cua do tiếng Pháp secours), khác với xe gắn máy không có, bể bánh phải tìm cách vá thôi. Có lẽ lần thay cuối cùng các bù-loong không được siết đủ chặt nên chạy lâu ngày lỏng dần và đến lúc đó bay mất luôn.

May quá ngay đấy còn vài căn nhà nhỏ trước khi đến khúc đường hoang vu chuẩn bị xuống đèo Bảo Lộc. Long dắt xe vào hàng hiên một nhà ven đường để tránh mưa, người chủ nhà ra mời Mai vào ngồi nghỉ, trong khi đó Long đi ngược lại con đường quốc lộ 20 để tìm lại ba cái bù-loong đã rơi đâu đó. Thật là công việc « mò kim đáy biển », nhưng ví như thế cũng hơi quá vì cái bù-loong to hơn cây kim, và con đường nhựa dưới cơn mưa tầm tã sạch trơn nên nếu có cái gì trên mặt đường cũng dễ thấy. Hơn nữa, đường vẫn vắng hoe không một chiếc xe, nên Long đi giữa đường lom khom tìm, vừa đi vừa khấn vái ông bà ông vải để tìm lại được ba cái bù-loong quái ác này. Nếu không thì làm sao đi tiếp? Trong xe làm gì có loại bù-loong đặc biệt này để thay thế! Khúc đường này làm gì có tiệm sửa xe!

---

[x] Thời kỳ di cư gần một triệu người từ Bắc vào Nam năm 1954-55, Bảo Lộc là một trong những địa điểm được chọn để định cư những người đến từ các làng Công Giáo ngoài Bắc để tránh họa cộng sản. Những xã tân lập ở Bảo Lộc thời đó mang tên Tân Phát (Phát đây là Phát Diệm), Tân Thanh (Thanh Hóa), Tân Bùi (Bùi Chu), v.v.

Tình trạng bi đát như thế, vậy mà phép lạ đã xảy ra. Long lần mò mãi dưới cơn mưa tầm tã, tưởng đã vô vọng thì bắt gặp cái bù-loong đầu tiên nằm chỏng gọng giữa đường nhựa. Vững tin hơn vào ngôi sao soi đường dẫn lối của mình, chàng tiếp tục đi ngược lại con đường quốc lộ, mò thêm vài chục thước tìm được cái bù-loong thứ hai, và cuối cùng, sau một quãng khá xa, tìm lại được cái thứ ba. Thế là chàng trở lại xe lòng thơ thới hân hoan, lắp bánh vào và đi tiếp xuống đèo… Không biết lúc đó chàng có nhớ mà thầm cám ơn ông bà ông vải không! Nhưng về đến Sài Gòn, Mai đến nhà thờ của dòng kín Carmel (đường Cường Để ngày xưa, nay là đường Tôn Đức Thắng) để tạ ơn Đức Mẹ, vì nàng đã cầu khấn để được tai qua nạn khỏi.

Bà Quy mẹ của Long giờ đây đã lấy quyết định phải làm gì đó để kiếm thêm tiền cho gia đình. Từ khi bà rời Hà Nội vào Sài Gòn từ năm 1951, bà đã không còn đi làm nữa, lo cho 12 đứa em của Long làm sao còn có giờ để làm gì khác. Nay tới lúc vật giá leo thang, đứa con út cũng đã 5 tuổi, bà nghĩ ra việc mở một quán bán bánh cuốn ngay tại nhà. Phía trước nhà được dọn dẹp bỏ hết đồ đạc, bầy cái bếp tráng bánh cuốn, vài cái bàn với mấy cái ghế đẩu thấp. Bà đi tìm hiểu kinh nghiệm của một người quen dưới Sài Gòn để biết cách làm sao cho bánh cuốn ngon. Trước hết phải dùng gạo loại gì, mỗi ngày phải ngâm gạo rồi mang ra chỗ xay bột gần nhà. Cái bếp đặt nồi nước sôi to có căng tấm vải, dùng cái gáo sọ dừa đổ bột lên tráng, đậy vung nồi cho bánh chín rồi dùng cây que dẹp bằng tre để vớt bánh ra. Cho nhân vào (nhân gồm thịt heo băm, mộc nhĩ (nấm mèo), hành củ, hành lá, hạt tiêu…) cuốn lại, cắt thành mấy khúc nóng hổi, chấm nước mắm chanh, không gì ngon hơn! Chỉ có điều là nhà nằm trong đường nhỏ, dù có tấm bảng ngoài đường lớn chỉ vào, nhưng cũng chỉ có khách quen là chính.

Mỗi lần hai vợ chồng Long về thăm lại được thưởng thức món bánh cuốn mà sau này Long không còn được ăn ở đâu ngon như thế!

Ngoài những chuyến đi Đà Lạt hay Sài Gòn vào cuối tuần, hai vợ chồng còn liều lĩnh đi xa hơn nữa, vẫn bằng chiếc Vespa với bốn con ốc vặn thật chặt để bánh xe không còn cơ hội sút ra nữa! Đó là lần đi Ban Mê Thuột[xi] vào tháng 2 năm 1970 thăm Vy là em kế của Long mới lấy Hoài dạy học trên thành phố cao nguyên này. Thật ra, nếu xem bản đồ thì Đà Lạt và Ban Mê Thuột gần nhau, đường chim bay khoảng 300 cây số, nhưng vì cùng nằm trên núi nên không có đường giao thông trực tiếp[xii], mà phải đi vòng xuống biển rồi vòng lại lên núi. Từ Đà Lạt phải xuống Tháp Chàm, Phan Rang, đi dọc bờ biển ngược lên Nha Trang, đến Ninh Hòa mới rẽ trái lên núi trở lại để đến Ban Mê Thuột.

Nhưng hai vợ chồng mới lấy nhau, đi đâu cũng đi, nào có sợ gì! Sáng sớm đèo nhau lên đường đi về phía Đà Lạt, nhưng khi đến ngã ba Đức Trọng còn cách Đà Lạt khoảng 30 cây số thì quẹo phải đi Đơn Dương (thời Pháp gọi là D'ran) rồi xuống đèo Ngoạn Mục (thời Pháp là đèo Bellevue). Trên đèo có đập nước Đa

---

[xi] Trước năm 1975, tên thành phố này là Ban Mê Thuột, sau này có tên là Buôn Ma Thuột.

[xii] Thật ra thời Pháp thuộc đã có con đường nối liền Đà Lạt với Ban Mê Thuột, nhưng đường ít dùng nên rất thô sơ. Trong chiến tranh, con đường băng rừng này hoàn toàn bị bỏ phế. Sau này đường được khôi phục. Năm 2007, tác giả có dịp đi xe đò từ Ban Mê Thuột về Đà Lạt bằng con đường này, lúc đó còn rất xấu.

Nhim, hai ống dẫn nước xuống nhà máy thủy điện ở Sông Pha nằm dưới chân đèo. Thời gian chiến tranh này ống nước bị quân cộng sản phá vỡ nên nhà máy điện không chạy.

Đèo Ngoạn Mục nổi tiếng đẹp, cái đẹp hùng vĩ của thiên nhiên hoang dã. Đường ngoằn ngoèo trên 20 cây số, một kỳ công của các kỹ sư cầu cống thời Pháp thuộc. Chiếc Vespa chạy chậm rãi vì đường nguy hiểm đã đành, mà cũng cố ý vừa đi vừa nghênh ngó cảnh thiên nhiên tuyệt diệu. Khi đến một khúc quanh bên phải là vực không có cái rào cản nào ngăn chặn cả, bỗng nghe tiếng động ngầm từ dưới đất, lúc đầu còn nhỏ, rồi càng ngày càng lớn dần, lúc đó mới nhận ra là có đoàn xe lớn đang tới gần nên đất mới rung chuyển như thế. Long vội vàng ngừng xe lại bên đường sát bờ vực, hai vợ chồng xuống đứng chờ sau chiếc Vespa đã được dựng lên.

Rồi quả nhiên xuất hiện chiếc xe đầu tiên là một chiếc Jeep nhà binh, có gắn khẩu đại liên phía sau xe với một dây đạn dài trông ghê rợn. Một người lính Mỹ đứng phía sau ghì chặt khẩu đại liên chĩa về phía bên phải, chỗ hai vợ chồng đứng. Mai sợ quá nép sát vào người Long, nhưng chiếc xe chạy rất nhanh nên vụt một cái đã qua rồi, dù là đường vòng vèo xuống dốc. Ngay sau đó là cả một đoàn xe cam-nhông GMC của Mỹ bịt kín mui, chắc là chở đồ tiếp liệu, Long đếm không biết mấy chục chiếc vì nó chạy nhanh như vũ bão, không hiểu tại sao đường đèo nguy hiểm thế mà đoàn xe này chạy bạt mạng như vậy! Giải thích duy nhất mà Long nghĩ ra là họ chạy nhanh để nếu có phục kích của quân cộng sản thì dễ tránh hơn. Các đường đèo vẫn là những nơi dễ bị phục kích nhất.

Cứ thế, mỗi chiếc cam-nhông khổng lồ phóng qua chỗ chiếc Vespa dựng bên bờ vực là một lần hai vợ chồng muốn đứng tim vì sợ, chỉ biết đứng chịu trận, làm gì khác được! Nhưng rồi cơn nguy hiểm cũng qua khi đoàn xe kết thúc bằng một chiếc Jeep cũng giống như chiếc đầu, gắn khẩu đại liên với một tay súng sẵn sàng bấm cò. Tiếng ầm ĩ xa dần trả lại sự tĩnh lặng cho rừng núi thiên nhiên, và bắt đầu lại có tiếng chim rụt rè gọi đàn đâu đấy. Hai vợ chồng lúc đó mới hoàn hồn, cứ tưởng tượng có một chiếc cam-nhông nào đó lúc quẹo với vận tốc nhanh như thế bị sát vào lề bên phải là có thể hất cả chiếc Vespa lẫn hai vợ chồng xuống vực như chơi!

Qua được đèo Ngoạn Mục rồi thì phần đường còn lại đến Nha Trang quá thảnh thơi! Xuống Phan Rang, rồi theo quốc lộ 1 lên phía bắc qua Cam Ranh trước khi đến Nha Trang. Con đường từ ngã ba Thành vào Nha Trang hai bên ruộng lúa xanh rì, lần đầu Long thấy trâu thả ngoài đồng, đặc biệt là mỗi con trâu có một con cò trắng đậu trên lưng, trông cảnh quê hương thanh bình thật vui mắt.

Nghỉ lại Nha Trang một đêm, sáng hôm sau hai vợ chồng lại tiếp tục cưỡi chiếc Vespa theo quốc lộ 1 vượt đèo Rù Rì rồi đến Ninh Hòa. Long cũng đã nghe nem Ninh Hòa nổi tiếng nên hai vợ chồng không bỏ lỡ cơ hội vào một quán ven đường thưởng thức món ăn này. Quả thật danh bất hư truyền.

Bắt đầu từ Ninh Hòa, phải rời bỏ quốc lộ 1 và quẹo trái lên quốc lộ 21[i] đi ngược lên cao nguyên. Các quốc lộ nối liền ven biển với cao nguyên đều nguy

---

[i] Quốc lộ từ Ninh Hòa đi Ban Mê Thuột qua Dục Mỹ, nơi đây trước kia có Trung Tâm Huấn Luyện Biệt Động Quân của Việt Nam Cộng Hòa. Hồi đó mang tên quốc Lộ 21, hiện nay là quốc lộ 26.

hiểm vì có thể gặp giao tranh, nhưng lần đó Long và Mai đang lúc hên nên được bình yên vô sự, gần trưa đã đến Ban Mê Thuột chỉ cách Ninh Hòa có hơn 150 cây số. Vô sự thật, nhưng không dễ dàng vì qua nhiều đoạn đường dài đang làm lại. Công binh Mỹ nới rộng con đường cũ, những đoạn mới còn nguyên đất đỏ bụi mù khi có xe khác đi qua, chiếc xe hai bánh phải chạy thật chậm.

Vào thành phố Ban Mê Thuột rồi, Long hỏi thăm tìm đến trường trung học nơi Hoài dạy. Nơi đây văn phòng cho biết hôm đó Hoài không có giờ dạy, và cho địa chỉ nhà của hai vợ chồng. Đến nơi, Long tạo ra cho Hoài và nhất là Vy ngạc nhiên thích thú, vì chuyến đi ngẫu hứng, không tính trước nên cũng không báo trước. Riêng Vy rất cảm động khi gặp lại ông anh. Ngày trước khi Long còn ở nhà hai anh em rất hợp nhau.

Hoài trước kia là sinh viên Đại Học Sư Phạm Huế. Trong cuộc biến động miền Trung năm 1966, chàng tham gia phong trào đấu tranh của sinh viên (song song với cuộc đấu tranh của Phật Giáo do Thượng Tọa Thích Trí Quang lãnh đạo) và bị bắt khi phong trào bị chính phủ trung ương của Tướng Nguyễn Cao Kỳ sai quân ra dẹp. Sau vài tháng tù, chàng được trả tự do và tiếp tục học, tốt nghiệp năm 1967 và được bổ nhiệm dạy văn tại trường trung học Ban Mê Thuột. Cũng may là đã rời Huế trước năm 1968 nên Hoài không bị rơi vào thảm cảnh tại đó khi quân cộng sản chiếm đóng thành phố này trong cuộc tấn công Tết Mậu Thân.

Ban Mê Thuột nổi tiếng về các đồn điền có từ thời Pháp thuộc, nhất là đồn điền cao su. Cà phê cũng trồng nhiều trong vùng, nhưng không nhiều bằng những đồn điền cao su ngay hàng thẳng lối bạt ngàn. Long và Mai được Hoài và Vy hướng dẫn đi chơi trong vùng, lần đầu đến vùng cao nguyên đất đỏ.

Hai vợ chồng trong một đồn điền cao su tại Ban Mê Thuột, tháng 2-1970

Đây là lần đầu Long gặp người em rể mà sau này sẽ còn nhiều cơ hội gặp lại nhau và chia sẻ những vui buồn của cuộc đổi đời sau biến cố 1975.

43. Viện Thí Nghiệm Trung Ương

Mấy tháng sau khi Long làm việc tại bệnh viện tiểu khu Lâm Đồng thì có việc sáp nhập hai bệnh viện dân y và quân y, trở thành Bệnh Viện Phối Hợp Dân Quân Y Bảo Lộc, theo một đường lối chung cho các bệnh viện tiểu khu trong những thị xã nhỏ. Việc kết hợp nhân sự và thiết bị của hai bệnh viện rất có lợi cho công việc chung là chữa trị bệnh nhân, dù là quân nhân hay dân chúng. Bất lợi duy nhất là các chức vụ bớt đi, nên phải làm sao cho đừng phật lòng ai. Nhưng trong trường hợp của một thị xã nhỏ như Bảo Lộc, vấn đề này không đặt ra. Bác sĩ giám đốc bệnh viện dân y cũ trở thành giám đốc bệnh viện mới vì ông có thâm niên hơn bác sĩ đơn vị trưởng bệnh viện tiểu khu, ông này trở thành phó giám đốc. Long vẫn là trưởng phòng thí nghiệm y khoa vì người dược sĩ của bệnh viện dân y đã xin đổi về một bệnh viện khác, thuận tiện hơn.

Vả lại, Long cũng chỉ nghĩ đến việc tìm cách đổi về Sài Gòn. Làm dược sĩ trong một tỉnh nhỏ có cái lợi là công việc thì nhàn hạ, mà lại được trọng vọng như là một « chức sắc » trong tỉnh. Nhưng lối sống này không thích hợp với Long, đã quen với cách sống năng động hơn, tuy có vất vả nhưng thích hợp với cá tính của mình. Từ nhỏ chàng đã thích dạy học, chàng cũng may mắn có khả năng học hành dễ dàng nên có bằng cấp đại học cả trong ngành dược lẫn bên khoa học, nên mộng của chàng là được dạy đại học vì chàng cảm thấy mình sẽ giúp ích được nhiều hơn cho xã hội, đồng thời lại được làm một nghề mà mình yêu thích. Muốn như thế, chỉ có cách là tìm một chỗ làm tại Sài Gòn là nơi tập trung các đại học, từ đó mới có thể học hỏi thêm và có cơ hội có một chỗ đứng trong thành phần giảng dạy tại các đại học này.

Nhưng không dễ gì mà tìm được một nhiệm sở ở Sài Gòn. Cung ít, cầu nhiều. Không phải tất cả dược sĩ đều muốn về làm việc tại thành phố lớn này, nhưng nếu nói « đa số » chắc cũng không ngoa. Hơn nữa vẫn có thành kiến là nếu không quen biết để được nâng đỡ thì cũng khó lòng.

Tuy biết là không dễ, Long vẫn quyết tâm tìm kiếm. Sau gần một năm không có cơ hội nào, một hôm Long đọc được một thông cáo của Viện Thí Nghiệm Trung Ương tổ chức một khóa đặc biệt đào tạo chuyên viên thí nghiệm y khoa[i] dành cho dược sĩ. Thật ra thì một dược sĩ mới ra trường cũng đã có kiến thức tổng quát để có thể làm công việc thí nghiệm y khoa, nhưng khóa học này nhằm cung cấp cho các trưởng phòng những kiến thức sâu rộng hơn trong các ngành huyết học, huyết thanh học, vi trùng học, ký sinh trùng học, v.v., với trình độ hậu đại học. Khóa đào tạo kéo dài 12 tháng, công việc toàn thời gian, khóa sinh vừa học lý thuyết vừa thực tập trong Tổng Y Viện Cộng Hòa là bệnh viện quân đội quan trọng nhất tại Sài Gòn.

Thế là Long nộp đơn ghi danh, với sự đồng ý của đơn vị trưởng. Nhưng thông cáo ghi rõ khóa này chỉ nhận có 6 người, mà dược sĩ cùng lớp với Long và trên nữa thì có cả hơn trăm người! Tuy cơ hội mong manh, nhưng Long cũng tin vào vận hên của mình. Và quả là chàng hên thật: chàng được nhận cùng với hai bạn khác cùng khóa đang phục vụ ở những bệnh viện lớn hơn Bảo Lộc, còn ba người kia ra

---

[i] Thời đó gọi là "thí nghiệm y khoa", sau này gọi là " xét nghiệm y học".

trường năm 1967, trên Long một khóa. Chàng cũng phải ký một tờ giấy cam đoan sẽ trở lại đơn vị cũ sau khi mãn khóa. Ký thì ký, chàng hy vọng về học một năm sẽ có cơ hội để tìm một nhiệm sở khác ngay tại Sài Gòn để không phải trở lên Bảo Lộc.

Tháng 7 năm 1970, Long và Mai dọn nhà về Sài Gòn, chàng tìm được một căn nhà nhỏ nhưng với đầy đủ tiện nghi (trước đây cho Mỹ thuê) gần Ngã Ba Ông Tạ trong một con đường nhỏ gọi là đường Nhà Thờ Chí Hòa. Đồ đạc chẳng có bao nhiêu, tất cả chất lên chiếc xe nhà binh « Dodge 4 » của bệnh viện cho mượn cùng với tài xế và một người trung sĩ nhân viên của chàng trong phòng thí nghiệm đi theo giúp khuân vác. Cả hai người này đi theo giúp « Dược sĩ trưởng phòng » nhưng cũng là dịp được nghỉ phép mấy ngày về thăm nhà ở vùng quanh Sài Gòn.

Chính tại căn nhà nhỏ này, Long có con trai đầu lòng, Mai đi sanh ở bảo sanh viện Hùng Vương do bác sĩ Phạm Tu Chính làm giám đốc. Niềm vui lớn đầu tiên của cặp vợ chồng mới cưới.

Lớp huấn luyện tổ chức thật chu đáo tại Viện Thí Nghiệm Trung Ương do Y Sĩ[ii] Thiếu Tá Bạch Toàn Vinh làm chỉ huy trưởng. Chu đáo và bận rộn. Buổi sáng 4 giờ học lý thuyết với các chuyên viên từng ngành, buổi chiều 4 tiếng thực tập thí nghiệm y khoa cho các thương bệnh binh của Tổng Y Viện Cộng Hòa. Vì tuy Viện Thí Nghiệm Trung Ương là một đơn vị quân đội biệt lập với Tổng Y Viện Cộng Hòa, nhưng vào cùng một cổng, nằm ngay phía sau Tổng Y Viện, và dĩ nhiên phục vụ cho Tổng Y Viện là chính.

Mỗi lần chạy xe Vespa qua chiếc cổng đồ sộ của khu bệnh viện rộng lớn này, Long lại nhớ thời kỳ mới hơn một năm trước, sau vụ nổ ở Quang Trung, chàng cũng đã qua chiếc cổng này, nhưng là vào ban đêm và ngồi trong một chiếc xe cứu thương.

Tác giả với Tôn Thất Nguyên (bạn học cùng lớp tại Đại Học Dược Khoa khóa 1968) và Phạm Đức Tú (trên một lớp, khóa 1967). Cùng theo học khóa Thí Nghiệm Y Khoa tại VTNTƯ còn 3 Dược Sĩ khác (xem hình tiếp). Hình chụp năm 1971.

[ii] Tại miền Nam thời trước 1975, "Y sĩ" được dùng chính thức trên giấy tờ quân đội để chỉ người tốt nghiệp đại học Y khoa, trong khi ngoài đời người ta vẫn gọi là "Bác sĩ". "Y sĩ" không phải là một cấp thua kém "Bác sĩ", Y sĩ và Bác sĩ chỉ là một. Cấp thấp hơn trong ngành Y là "Y tá".

Trong suốt thời gian học như thế, chàng luôn nghĩ đến việc tìm cách để ở lại Sài Gòn, nhưng đã gần hết năm học mà vẫn chẳng thấy một tia hy vọng nào. Chẳng lẽ học xong một năm như vậy, hấp thụ được biết bao nhiêu điều hay ho mà lại phải trở về Bảo Lộc để « được nhàn hạ », nói trắng ra là chẳng có gì quan trọng để làm vì bệnh viện nhỏ, không có dụng cụ máy móc trang thiết bị đầy đủ để làm những thử nghiệm cần thiết, thì thật là uổng phí! Các bạn khác cùng khóa với Long không có vấn đề đó, vì cả 5 người này đều đến từ những quân y viện quan trọng của các thành phố lớn.

Không ngờ cuối khóa học Long lại có dịp để thấy là số mình có « quý nhân phù trợ ».

Ngay trước khi mãn khóa, 6 dược sĩ có cơ hội thực tập hai tuần lễ tại Long Bình cách Sài Gòn khoảng hai chục cây số trên đường đi Biên Hòa, nơi có căn cứ quân sự khổng lồ của Mỹ. Tại đây, quân đội Hoa Kỳ có một bệnh viện dã chiến quan trọng, kèm theo một phòng thí nghiệm y khoa với máy móc dụng cụ tối tân hàng đầu lúc bấy giờ.

Người phụ trách chương trình thực tập này là một bác sĩ Mỹ khá lớn tuổi, cấp bậc Thiếu Tá, là cố vấn của trường Quân Y. Mỗi sáng ông này đem xe đến chở 6 dược sĩ lên Long Bình, chiều lại mang xe đến đón về. Trưa mọi người ăn trong câu lạc bộ sĩ quan của bệnh viện. Lần đầu tiên trong đời Long ăn theo kiểu Mỹ, đúng như lời đồn đại là lượng thì nhiều nhưng còn ngon hay không thì khó mà khen vì không thể hợp khẩu vị của người Việt Nam.

Qua vài ngày Long trở thành thân thiết với ông bác sĩ Mỹ này, lý do đơn giản là trong 6 bạn học, Long là người dạn dĩ nhất khi cần nói chuyện bằng tiếng Anh. Cũng phải nói là ngoài vốn liếng căn bản có từ thời trung học, chàng cũng chịu khó trau dồi tiếng Anh trong suốt những năm đại học. Từ các lớp thực hành ở Trung Tâm Đắc Lộ đến các lớp lý thuyết « học ké » bên đại học Văn Khoa và đại học Vạn Hạnh, chàng còn học lớp luyện thi và đậu bằng Michigan là một văn bằng về tiếng Anh dành cho người ngoại quốc, do đại học Michigan của Mỹ tổ chức thi và cấp bằng.

Trong lúc di chuyển mỗi buổi sáng và chiều như thế trên đường Sài Gòn - Long Bình, Long có dịp trò chuyện nhiều với người bác sĩ Mỹ này vì ông cũng muốn tìm hiểu thêm về đời sống của người Việt Nam. Dần dà Long cũng nói cho ông biết là chàng đang cố tìm một chỗ làm tại Sài Gòn để tiếp tục việc học hậu đại học, nhưng thấy khó quá. Ông nói để xem ông có giúp gì được không.

Qua hôm sau, ông cho Long biết là ông đã nói chuyện với Y Sĩ Trung Tá Phạm Vận là Chỉ Huy Trưởng trường Quân Y, nơi ông làm cố vấn, và được biết là người dược sĩ làm việc tại đây đã xin đổi đi chỗ khác và vẫn chưa có ai thay thế. Nếu Long muốn thì ông giới thiệu chàng với vị Chỉ Huy Trưởng để làm việc tại đấy.

Thật là một phép lạ đối với Long! Bỗng dưng có một chỗ làm ngay tại Sài Gòn từ trên trời rơi xuống cho mình! Mà một cố vấn Mỹ đã sốt sắng giới thiệu thì ông chỉ huy trưởng cũng chẳng có lý do gì để từ chối, dù sao chỗ đó vẫn còn trống, có ai tranh giành với Long đâu! Thế là ông cố vấn làm trung gian lấy hẹn để Long gặp ông chỉ huy trưởng. Buổi gặp gỡ ngắn ngủi và thân tình, Trung Tá Phạm Vận hứa sẽ xin đích danh với Y Sĩ Thiếu Tướng Vũ Ngọc Hoàn là Cục Trưởng Cục Quân Y để Long về làm tại phòng thí nghiệm của Trường Quân Y.

Long về báo tin cho Mai biết, cả nhà vui mừng nghĩ đến một tương lai mới đang chờ đón hai vợ chồng trẻ. Các bạn dược sĩ cùng lớp cũng chúc mừng Long, đồng thời cũng ngạc nhiên vô cùng vì thấy sao số anh chàng này hên quá!

Rồi đến ngày mãn khóa sau 12 tháng học tại Viện Thí Nghiệm Trung Ương, một buổi lễ mãn khóa đơn giản với những diễn văn cám ơn qua lại, trong đó có mấy lời Long được đề cử đứng ra nói bằng tiếng Anh để cám ơn ông Bác sĩ Mỹ đã chăm sóc 6 dược sĩ trong hai tuần tập sự ở Long Bình. Và kết thúc bằng một buổi tiệc trà thân mật.

Trong giờ nghỉ trưa, văn nghệ đàn hát với các bạn Mỹ cùng làm việc trong phòng thí nghiệm y khoa Long Bình (Ninth Med Lab). Tác giả và các bạn đồng khóa, từ trái qua phải: Trịnh Văn Nương (DK67), Tôn Thất Nguyên, Ninh (quên họ, DK67), Trương Minh Hân và Phạm Đức Tú (ngồi quay lại, chỉ thấy đầu tóc, DK67).

Qua hôm sau mọi người đến lấy sự vụ lệnh để nhận công tác mới, thì hỡi ôi! Long ngã ngửa khi thấy nhiệm sở mới của mình là… Bảo Lộc! Chàng như trên trời rơi xuống! Có thể nào là một nhầm lẫn không? Chính đơn vị trưởng Trường Quân Y đã trực tiếp nhận chàng làm việc tại phòng thí nghiệm của trường rồi, ai có thể chống lại quyết định đó? Chỉ có cấp trên của Trung Tá Phạm Vận là Thiếu Tướng Vũ Ngọc Hoàn mới có quyền đó.

Long vội chạy qua trường Quân Y và xin gặp Trung Tá Phạm Vận để tìm hiểu nguyên nhân của sự thay đổi lạ lùng này. Ông giải thích là đã giữ lời hứa với Long xin đích danh chàng về làm việc, nhưng giờ chót bên Cục Quân Y trả lời không chấp thuận vì Long đã ký giấy cam đoan trở lại nhiệm sở cũ, do đó phải trở về Bảo Lộc. Ông khuyên Long nên qua Cục Quân Y xin gặp Thiếu Tướng Vũ Ngọc Hoàn xem có giải quyết được vấn đề không. Long một lần nữa cám ơn vị Chỉ Huy Trưởng trường Quân Y đã sốt sắng đối với chàng. Chàng còn nhớ vào tháng 5 năm 1969, mới hơn hai năm trước, chàng cũng đã có dịp cám ơn Trung Tá Phạm Vận lúc đó là Chỉ Huy Phó, khi ông cho phép chàng đi Đà Lạt vài ngày để làm giấy giá thú (chỉ làm giấy thôi!) và điều chỉnh trong hồ sơ quân nhân của chàng đang là « độc thân » biến thành « có vợ ».

Long qua bên Cục Quân Y và xin gặp Thiếu Tướng Cục Trưởng là Bác Sĩ Vũ Ngọc Hoàn. Lần đầu đến Cục Quân Y, lần đầu được một vị tướng lãnh tiếp chuyện trong văn phòng của ông, Long cũng hồi hộp lắm nhưng vẫn hùng hồn trình bày vấn đề của mình, đưa ra những lý lẽ mạch lạc. Chàng đồng ý là đã ký giấy trở về nhiệm sở cũ là Bảo Lộc thì nay phải trở về là đúng nguyên tắc, nhưng nếu áp dụng nguyên tắc một cách máy móc như thế thì thật là uổng phí công lao dạy dỗ của Viện Thí Nghiệm Trung Ương, công lao học hành của chàng, uổng phí tiền bạc quân đội đã đầu tư để đào tạo một dược sĩ với đầy đủ kiến thức để điều khiển một phòng thí nghiệm y khoa tại một đơn vị có đầy đủ dụng cụ máy móc để làm việc. Nay trở lại một bệnh viện tại một thị xã nhỏ bé, phương tiện thô sơ, chàng sẽ chẳng áp dụng được mảy may gì những điều mới học hỏi được. Chàng đi thêm vào chi tiết: « Công việc chính của tôi ở đấy chỉ là dùng kính hiển vi tìm con Plasmodium là con ký sinh trùng sốt rét vì khu rừng núi chung quanh tỉnh lỵ Bảo Lộc vẫn còn nhiều sốt rét, rồi đếm hồng cầu, bạch cầu, tìm đường trong nước tiểu bằng cách nhúng giấy, ngoài ra không có máy móc để làm gì khác cả!»

Vị Cục Trưởng chú ý lắng nghe và trả lời là ông rất thông cảm những lý lẽ của Long trình bày, nhưng ông không thể làm khác được vì sẽ bị mang tiếng là thiên vị, tất cả 6 dược sĩ đều trở về đơn vị cũ, không phải chỉ riêng Long. Chàng nói 5 người kia đang phục vụ tại những Quân Y Viện lớn, chỉ có một mình chàng là đi từ một bệnh viện tiểu khu, không thể so sánh công việc ở hai nơi này được. Bác sĩ Vũ Ngọc Hoàn tỏ ra thông cảm lắm, cuối cùng ông nói « Thôi anh cứ về Bảo Lộc làm việc vài tháng rồi xem có chỗ nào ở Sài Gòn xin về, tôi sẽ ưu tiên cho anh. Tôi không muốn người ta hiểu lầm là tôi thiên vị anh, có khi họ còn đồn là tôi tham những nữa là khác. »

Trên đường về Long nghĩ lại, thầm trách mình đã mừng quá sớm để bây giờ thất vọng não nề. Thôi cũng ráng chịu vậy…

Về nhà chàng báo tin buồn cho Mai về thất bại của chàng không thuyết phục được ông Tướng Quân Y đổi ý, đành đổ thừa cho… số phận! Nhưng cũng bàn với vợ là nếu có hy vọng – dù mong manh – lên Bảo Lộc vài tháng rồi tìm chỗ xin đổi về lại Sài Gòn thì hai mẹ con không nên theo lên Bảo Lộc vì sẽ phải dọn nhà rất lích kích. Nhưng cũng không thể sống một mình ở Sài Gòn được. Cuối cùng lấy giải pháp trung dung là Mai và con đầu lòng lúc đó được 7 tháng tạm thời lên Đà Lạt sống với gia đình bên ngoại, chàng lên Bảo Lộc tiếp tục công việc tại bệnh viện trong khi chờ đợi tìm được chỗ về lại Sài Gòn.

Thế là vào mùa hè 1971, Long trở lại làm việc tại bệnh viện cũ trong thị xã nhỏ bé vùng cao nguyên. Trước kia, cuối tuần nào hai vợ chồng cũng phóng Vespa lên Đà Lạt hoặc về Sài Gòn, nay chàng cũng phóng Vespa nhưng chỉ một thân một mình lên Đà Lạt thăm vợ con.

Trở lại Bảo Lộc lần này, Long được một ngạc nhiên thích thú: hai vợ chồng em gái của chàng là Vy và Hoài được đổi từ Ban Mê Thuột về Bảo Lộc dạy tại trường trung học công lập tại đây. Một sự trùng hợp lạ lùng là hai vợ chồng thuê chính căn nhà chàng thuê trước đây. Khi mới tới Bảo Lộc, Long thuê một căn nhà nhỏ xíu nhưng chỉ vài tháng sau hai vợ chồng tìm được một căn khác khang trang rộng rãi ngay mặt tiền con đường chính đi từ chợ lên tòa tỉnh trưởng. Bây giờ chàng về có một mình và hy vọng sớm tìm được chỗ đổi về lại Sài Gòn nên đề nghị chia phòng với vợ chồng Vy trong căn nhà lớn này. Thật ra hai vợ chồng cô em lúc đó chưa có con đã chia căn nhà này với Thanh là một bạn thân của Hoài cũng là giáo sư Việt văn cùng trường, trước kia cũng học Đại Học Sư Phạm Huế.

Hoài và Thanh đều từng tham gia các phong trào đấu tranh khi còn là sinh viên ở Huế và đều đã trải qua nhà tù khi phong trào bị Đại Tá Nguyễn Ngọc Loan từ Sài Gòn ra dẹp theo lệnh của Tướng Nguyễn Cao Kỳ. Khi Long sống chung nhà như thế, hai người cũng không che giấu thái độ chính trị của mình. Lần đầu tiên Long được nghe những lập luận chống việc Mỹ can thiệp vào Việt Nam. Mỗi khi trên trời có vệt của pháo đài bay B52 đi dội bom ở đâu đó là Long lại được nghe hai bạn than thở cho số phận của đất nước mình phải hứng chịu cảnh bom đạn do một cường quốc đến ném bừa bãi. Chàng cũng được nghe những lời tố cáo chính phủ Việt Nam Cộng Hòa tham nhũng và bất tài. Thời điểm đó đang chuẩn bị cho cuộc bầu cử « độc diễn » của ông Nguyễn Văn Thiệu vào chức vụ Tổng Thống ở nhiệm kỳ 2 năm 1971, chuyện này đã như đổ dầu vào lửa tăng thêm những bất mãn có sẵn. Dù sao Long cũng chỉ biết nghe – và nghe cho biết – chàng không tham gia bàn luận chính trị vì nghĩ mình còn quá khờ khạo về những chuyện này.

Nhưng không vì thế mà chàng thờ ơ với các biến chuyển của chiến sự từ sau cuộc tổng tấn công mùa xuân 1968. Biến cố Tết Mậu Thân đã làm cho Mặt Trận Giải Phóng và bộ đội xâm nhập từ miền Bắc thiệt hại nặng nề về quân sự, nhưng Hà Nội đạt được thắng lợi lớn về mặt tuyên truyền, làm cho phong trào chống chiến tranh ngay trong nước Mỹ lên cao đến mức chưa từng thấy. Tổng Thống Johnson tuyên bố không ra tranh cử nhiệm kỳ 2, và kêu gọi Việt Nam Dân Chủ Cộng Hòa ngồi vào bàn hội nghị ở Paris sau khi ra lệnh ngưng dội bom phía bắc vĩ tuyến 20[94]. Hội nghị Paris rất có lợi cho Hà Nội vì đó là một diễn đàn tuyên truyền ngay tại một thủ đô quan trọng của khối tự do.

Qua đầu năm 1969, ông Richard Nixon thắng cử lên làm Tổng Thống Hoa Kỳ với chủ trương « Việt Nam hóa chiến tranh[95] » và bắt đầu rút quân Mỹ về, nhưng đồng thời ông ra lệnh tấn công các căn cứ của quân cộng sản nằm sâu trong lãnh thổ Cam-Bốt[96] năm 1970. Qua năm 1971, chiến tranh lan qua Lào với chiến dịch « Lam Sơn 719 », còn gọi là « Đường 9 Nam Lào », tùy theo cách gọi của hai phe đối nghịch. Trận chiến qua Cam-Bốt năm 1970 gây thiệt hại quan trọng cho quân đội miền Bắc vì nhiều hậu cứ bị phá hủy, ngược lại chiến dịch đánh qua Lào là một thất bại lớn của Việt Nam Cộng Hòa[97], gây nhiều thương vong cho các đơn vị thiện chiến như Nhảy Dù, Thủy Quân Lục Chiến, v.v. Chiến dịch này cũng đánh dấu một khúc quanh mới của cuộc chiến, những chạm trán lớn giữa quân đội chính quy của hai miền Nam Bắc, không còn chiến tranh du kích như lúc đầu, cũng không còn sự tham chiến trực tiếp của các đơn vị bộ binh Mỹ mà chỉ còn yểm trợ của không quân Hoa Kỳ.

Tình hình chiến sự leo thang như thế nhưng cũng may là vẫn còn rất nhiều vùng chỉ bị ảnh hưởng gián tiếp, hoặc chỉ có những đánh phá lẻ tẻ, không phải chịu cảnh bom đạn tàn phá. Vùng Bảo Lộc tương đối yên tĩnh, mặc dù quốc lộ 20 vẫn thường xuyên bị đắp mô.

Trở lại Bảo Lộc lần thứ hai này, ngoài chức vụ dược sĩ trưởng phòng thí nghiệm trong bệnh viện, Long còn được thử nghiệm một công việc thứ hai khá đặc biệt. Vốn là trong nhiều năm trước đó, trường trung học công tại đây thiếu thầy dạy toán cho lớp 12, xin bộ giáo dục giải quyết mãi không được, năm nào cũng phải nhờ thầy dạy toán tại trường trung học Di Linh cách đó hơn ba chục cây số về dạy. Trong kỳ hè 1971, ông hiệu trưởng nghe nói có Long là dược sĩ làm việc trong bệnh viện nhưng cũng có bằng cử nhân của Đại Học Khoa Học Sài Gòn nên ông tiếp xúc mời Long phụ trách môn toán cho hai lớp 12A (ban khoa học thực nghiệm) và 12B (ban toán), không phải mời người thầy từ Di Linh đến dạy nữa, nhất là ông này chỉ miễn cưỡng nhận lời thôi, vì dạy cả hai nơi nhiều giờ quá. Long nói chàng có bằng Cử Nhân Giáo Khoa Vật Lý, không phải Toán, ông hiệu trưởng nói « Nhưng tôi nghe ông từng dạy toán lý hóa nhiều năm rồi, dù là chỉ dạy kèm thôi, tôi chắc chắn ông thừa khả năng dạy hai lớp 12 chuẩn bị cho học sinh thi tú tài. » Long nhận là chàng không gặp khó khăn gì để dạy toán lớp 12, nhưng chàng làm việc bên bệnh viện, làm sao có thể kiêm thêm dạy 12 giờ một tuần trong một trường trung học công lập được? Ông hiệu trưởng nói chuyện đó ông lo dàn xếp với bác sĩ giám đốc để Long có thể làm hai việc cùng một lúc, ông cũng biết là công việc hiện tại của Long nhàn hạ nên có thể dễ dàng dạy thêm bên trường trung học.

Thế là trong niên khóa 1971-72, Long nghiễm nhiên trở thành đồng nghiệp của Hoài (dạy Việt Văn) và Vy (dạy Pháp Văn) trong cùng trường trung học Bảo Lộc. Thật là một chuyện tình cờ hi hữu vì chỉ hai năm trước, cả ba anh em có ai biết trường trung học Bảo Lộc ở đâu, có ai nghĩ là cả 3 sẽ cùng dạy tại trường này!

Dạy 12 giờ một tuần, 4 giờ cho lớp 12A và 8 giờ cho lớp 12B không phải là công việc « nhàn hạ » như nhiều người nghĩ vì thời gian chuẩn bị bài vở và thời gian chấm bài rất nhiều so với thời gian có mặt tại lớp học. Nhưng cuối cùng Long vẫn làm công việc này với tất cả trách nhiệm của người thầy với học trò, nhất là học trò lớp 12 phải chuẩn bị thi tú tài là một ngưỡng cửa bắt buộc để có thể học lên đại học. Hơn nữa, dạy học vẫn là một công việc mà chàng ưa thích từ trước đến giờ.

Ba bố con, anh trai 1 tuổi rưỡi ôm em gái mới đầy tháng. Hình chụp năm 1972 trước cửa nhà (số 8 đường Cách Mạng Bảo Lộc, bây giờ là đường Lê Hồng Phong)

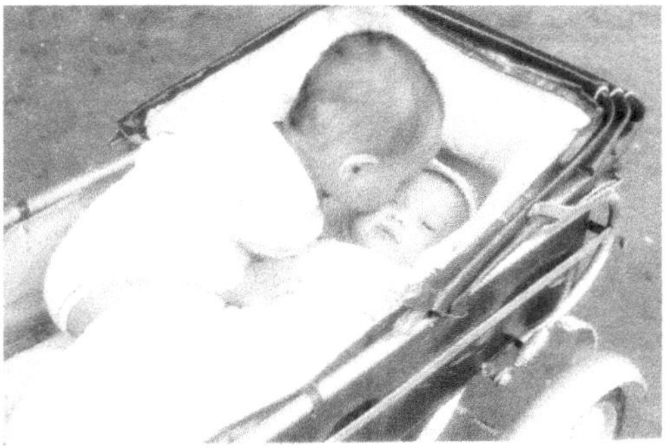

Anh trèo vào xe mi em.

Thời gian thấm thoát trôi qua, Long không thấy một hy vọng nào để tìm ra một đơn vị ở Sài Gòn trong vài tháng được, vả lại chàng đã nhận dạy trong một trường trung học thì phải chu toàn nhiệm vụ đến hết năm học. Thế là sau hai tháng tuần nào cũng chạy Vespa lên thăm vợ con ở Đà Lạt, chàng lấy quyết định đưa hai mẹ con Mai lúc đó đã có bầu đứa thứ hai về sống ở Bảo Lộc như trước đây. Cùng lúc đó Hoài và Vy tìm thuê được một căn nhà có vườn ở gần trường, và Thanh bạn của Hoài cũng thuê được một căn nhà khác, nên gia đình Long lại sống trong căn nhà đã thuê trước khi về Sài Gòn. Qua tháng giêng năm 1972, con gái của Long và Mai chào đời tại bệnh viện Bảo Lộc nơi Long làm việc, đem thêm hạnh phúc đầm ấm đến gia đình cặp vợ chồng trẻ. Hai vợ chồng dự tính sẽ có 4 đứa con. Sau này thì gia đình 4 con đã được kể là gia đình đông con, nhưng so với 8 chị em nhà Mai hay 13 anh em nhà Long thì 4 con là quá ít!

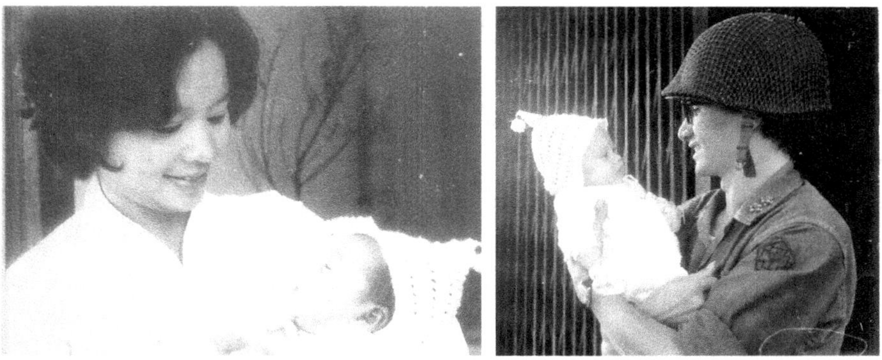

Hình con gái được 1 tháng, chụp năm 1972 trước cửa nhà

Cuối niên học 1971-72, Long nhận được một công vụ lệnh của Bộ Giáo Dục chỉ định chàng làm « giám thị hành lang[iii] » cho kỳ thi tú tài 2 tại trường Phan Chu Trinh Đà Nẵng. Chàng ngẩn người khi nhận được công vụ lệnh này, vì chàng đang là sĩ quan thuộc quân đội phục vụ trong ngành quân y, chỉ giúp dạy toán ở trường trung học Bảo Lộc một cách không chính thức, vậy mà nay chàng được xem như một công chức của bộ giáo dục, được điều động đi công tác ở xa. May mà tại bệnh viện công việc không nhiều, và tất cả đồng nghiệp đều thông cảm nên chàng được giấy phép để đi Đà Nẵng. Thật ra được đi Đà Nẵng do chính phủ đài thọ mọi chi phí, lại thêm tiền thù lao làm giám thị, nên Long chẳng có gì phải than phiền cả, nhất là lần đầu chàng được « thưởng thức » món máy bay phản lực bay « êm như mơ » so với mấy chiếc DC3 mà chàng vẫn còn hãi hùng khi nhớ lại kinh nghiệm thuở nhỏ. Quả vậy, năm 1972, Hàng Không Việt Nam đã có hai chiếc Boeing 727 trên lộ trình Sài Gòn – Đà Nẵng[iv].

[iii] "Giám thị hành lang" là một giám thị đi lại ngoài hành lang, có mặt để tăng cường kiểm soát, ngăn ngừa gian lận (trong phòng thi đã có các giám thị trực tiếp kiểm soát). Các giám thị này đều được điều từ xa đến, như vậy không quen biết học trò địa phương và sẽ "thẳng thắn" hơn trong công việc kiểm soát gian lận.

[iv] Hãng Hàng Không Việt Nam trước kia là Air Vietnam có từ thời Pháp, lúc đầu chỉ có những máy bay cánh quạt cũ như DC3 (2 động cơ), DC4 (4 động cơ), v.v. Sau này có thêm máy bay phản lực Caravelle của Pháp và 2 chiếc Boeing 727 của Mỹ. Ngày 15 tháng 9-

Sau đó Long còn nhận một công vụ lệnh về Sài Gòn chấm thi môn Toán, kéo dài cả tuần lễ. Mỗi ngày Long phải đến trường Gia Long, vào một lớp cùng với hai mươi giám khảo khác, nhận bài thi môn toán đã rọc phách để không biết bài của ai, chiều về chấm xong trả hết lại cho một giám khảo làm trưởng phòng có trách nhiệm cất kỹ trong tủ khóa lại. Long thấy công việc chấm bài như thế rất nghiêm túc, vậy mà vẫn có lời đồn đại là có thể chạy chọt để có mảnh bằng tú tài, Long cũng chẳng biết thực hư ra sao.

Kỳ đi Đà Nẵng lần này không phải lần đầu, từ khi tốt nghiệp trường Dược cuối năm 68 đầu năm 69 chàng đã ra đây mấy lần rồi. Nhưng từ mùa xuân 1972 không khí chiến tranh ở đây trở nên căng thẳng thêm từ khi Hà Nội phát động « Chiến dịch Xuân – Hè 1972 », trong Nam gọi là « Mùa Hè Đỏ Lửa[98] » đánh nhau to ở Quảng Trị. Trong một chuyến ra Đà Nẵng (thành phố này là một căn cứ quân sự quan trọng của quân đội Mỹ) chàng chứng kiến một vụ nổ kéo dài suốt một ngày. Đó là một kho đạn lớn nằm trong khu quân sự ngay phi trường không xa trung tâm lắm, từ thành phố nghe rõ tiếng nổ và thấy khói đen tỏa lên cao như những đám mây đen hãi hùng…

Thời kỳ này các biện pháp an ninh được tăng cường, ban đêm giới nghiêm tăng thêm bắt đầu từ 10 giờ tối thay vì 12 giờ khuya như trước kia. Tất cả quân nhân dù không tác chiến như trường hợp của Long cũng phải trong tư thế sẵn sàng, cụ thể là trong khi di chuyển từ nhà đến nơi làm việc cũng phải đội nón sắt hai lớp.

Và thế là tại Bảo Lộc xuất hiện một « cố vấn Mỹ » mới, đặc biệt là không đi xe Jeep nhà binh mà lại đi Vespa. Đó chính là Long, khi mặc bộ quân phục tác chiến lại có thêm chiếc mũ sắt thì chẳng khác gì một quân nhân Mỹ cả!

44. Một tương lai những tưởng nhiều hứa hẹn

Sau khi hoàn tất một năm học chuyên môn tại Viện Thí Nghiệm Trung Ương Sài Gòn, rồi trở lại Bảo Lộc làm việc một năm trong bệnh viện, đồng thời dạy thêm môn toán ở trường trung học của tỉnh, cuối cùng nguyện vọng của Long tìm một đơn vị ở Sài Gòn cũng được toại nguyện. Mùa hè 1972, hai vợ chồng lại dọn nhà một lần nữa từ Bảo Lộc về Sài Gòn, nhưng khác với hai năm trước, lần này gia đình đã có 4 thành viên « cân đối » : bố, mẹ, con trai, con gái.

Một khúc ngoặt quan trọng đối với những cặp vợ chồng trẻ là mua được nhà thay vì phải đi thuê! Long và Mai đã đến khúc ngoặt đó trong lần về Sài Gòn này, mua được một căn nhà nhỏ trên lầu 3 là lầu cao nhất của một chung cư trong khu Minh Mạng vừa xây cất xong. Trước kia đây là một khu bình dân với nhiều ngõ ngách, trong biến cố Tết Mậu Thân 1968 đã trở thành bãi chiến trường khi quân đội cộng sản đột nhập và bám trụ trong khu này. Hai bên đánh nhau xong thì xóm bình dân hoàn toàn đổ nát, chính quyền không muốn trở lại tình trạng nhà cửa hỗn độn như xưa nên xin viện trợ nhân đạo của nhiều nước bạn xây dựng lại một khu hoàn toàn mới, với đường xá khang trang, và nhiều dãy nhà kiểu chung cư bốn

---

1974, một trong 2 chiếc Boeing này bị rơi tại Phan Rang trên đường từ Đà Nẵng vào Sài Gòn, do khủng bố. Tất cả 75 hành khách và phi hành đoàn đều thiệt mạng.

tầng, dành để cấp cho những nạn nhân của chiến cuộc trước kia sinh sống tại đây. Trên nguyên tắc những người được cấp nhà không được bán lại trong một khoảng thời gian bao nhiêu năm đó, nhưng « phép vua thua lệ làng », người ta vẫn cứ « mua bán tay » với nhau không cần giấy tờ chính thức gì cả, chỉ có giấy tay hai bên ký vào là xong. Long cũng theo « lệ làng » này để mua một căn trong cái chung cư mới nhất vừa hoàn tất, nằm ngay sau trường Sương Nguyệt Anh cũng mới khai trương được ít lâu trên đường Hòa Hảo. Dãy nhà này do Nhật Bản viện trợ xây cất rất khang trang.

Khu này nằm ở quận 10, tương đối xa nơi làm việc mới của Long nằm bên Khánh Hội gần kho 5 trên đường đi đến cầu Tân Thuận. Đơn vị này có tên Trung Ương Quân Dược Viện là một viện bào chế dược phẩm của quân đội. Tại miền Nam thời đó các viện bào chế thuốc tây đều của tư nhân, đặc biệt chỉ có viện bào chế này là của quân đội, do các dược sĩ trong quân đội đảm trách, và sản xuất thuốc cũng chỉ dùng cho quân đội mà thôi. Chỉ huy trưởng là Dược Sĩ Thiếu Tá Trần Tấn Thông. Long làm phòng kiểm nghiệm dược phẩm phụ tá cho Dược Sĩ Thiếu Tá Thiệt làm trưởng phòng. Long vẫn giữ hình ảnh tốt đẹp về người đàn anh nhiều khả năng và hiền lành này mà Long rất cảm mến.

Làm được vài tháng chàng nhận được giấy thăng chức từ trung úy lên đại úy. Lại phải chạy ra tiệm Phước Hùng ở trung tâm Sài Gòn mua cái lon với 3 bông mai vàng đeo lên cổ áo, chẳng cần lễ lạc gì, cũng chẳng có ông lớn nào gắn lon cho mình cả. Vì chàng có phải là dân « nhà binh thứ thiệt » đâu, và lên lon cũng chẳng phải vì do thành tích gì, mà chỉ vì đã đủ 3 năm trung úy mà trong hồ sơ không có vết tích vi phạm kỷ luật là được lên đại úy thôi.

Tóm lại, đã được « an cư », đã tạm « lạc nghiệp », nhưng Long vẫn không quên mục đích chính của chàng về Sài Gòn là để học thêm ở đại học. Ngay đầu niên học tháng 9-1972, chàng về trường cũ ghi danh chứng chỉ Đệ tam cấp Dược Khoa có tên là Kỹ Thuật Lý Hóa do hai giáo sư Đặng Vũ Biền và Tô Đồng chủ trì. Đây là năm đầu của chu trình hậu đại học, sau khi đậu chứng chỉ này sẽ bỏ ra vài năm làm luận án để lấy bằng Tiến sĩ đệ tam cấp Dược Khoa. Các bằng cấp này dựa theo tổ chức đại học của Pháp vẫn còn dấu ấn ở miền Nam, bên Pháp có thêm bậc Tiến sĩ quốc gia nhưng ở Sài Gòn lúc đó chưa có[v].

Các giờ học lý thuyết và thực hành đều được tổ chức vào buổi chiều sau giờ làm việc vì tất cả các sinh viên đều đang có việc làm. Long trở lại với cuộc sống như thời còn sinh viên, phải hối hả chạy ngược chạy xuôi vì phải vừa đi học vừa đi làm, chưa kể sau này còn dạy thêm chỗ này chỗ kia nữa.

Đối với Long, chàng đã « tái ghi danh » học bậc đệ tam cấp thì đúng hơn vì tháng 9 năm 1968 chàng đã ghi danh học chứng chỉ Kỹ Thuật Lý Hóa rồi, nhưng qua tháng 4 năm 1969 phải nhập ngũ nên đành bỏ ngang, 4 năm sau mới có dịp trở lại học với hai giáo sư chính là thầy Biền và thầy Đồng. Chàng đã học với hai giáo sư này từ những năm đầu Dược Khoa, nhưng lớp lúc đó với hơn 300 sinh viên, thầy trò chỉ biết mặt nhau là cùng. Nay học trong một lớp chỉ có hơn 10 người, các giáo sư biết rõ từng sinh viên nên mối liên hệ thầy trò khắng khít hơn nhiều. Long

---

[v] Bên Pháp sau cuộc cải tổ vào năm 1984, hiện nay chỉ còn một bằng cấp Tiến sĩ (tương đương với PhD bên Mỹ), không còn "Tiến sĩ đệ tam cấp" (2 hoặc 3 năm) hay "Tiến sĩ quốc gia" (có thể kéo dài 5, 7 năm hoặc hơn nữa).

cũng nhận được tình cảm đặc biệt của hai vị giáo sư này có lẽ do cùng một nguồn gốc đào tạo: cả hai đều có tú tài ban toán, cả hai ngoài bằng cấp dược sĩ còn có thêm bằng cử nhân bên khoa học, sau đó cả hai đều được học bổng qua Pháp học lấy bằng Tiến sĩ quốc gia trước khi về Sài Gòn vào đầu thập niên 60[vi].

Long chẳng có lá số tử vi để có thể nói là tin hay không tin, nhưng nghiệm lại thì phải nói là hai năm 1973 và 74 là những năm có nhiều thay đổi theo chiều hướng tốt cho cả hai vợ chồng.

Đầu tiên là Long được « biệt phái » qua Bộ Y tế. Làm việc chưa được 1 năm ở Trung Ương Quân Dược Viện, chàng làm đơn xin biệt phái. Đây là một thủ tục thông thường dành cho các Y Nha Dược sĩ trưng tập sau 4 năm phục vụ trong quân đội (nếu là hiện dịch, xuất thân từ Trường Quân Y ra thì thời gian phục vụ trong quân đội lâu hơn nhiều). « Biệt phái » nhưng không « giải ngũ », gốc gác vẫn là quân đội, có nghĩa là có thể phải trở lại quân ngũ bất cứ lúc nào khi quân đội cần đến. Đó là vì trong thời chiến lệnh tổng động viên vẫn còn hiệu lực, nhưng nếu không có thủ tục biệt phái này thì lấy ai làm việc trong các bệnh viện và các cơ sở y tế dân sự?

Thế là Long trút bỏ bộ quân phục đã mặc từ 4 năm nay và cái lon đại úy mới đeo được 1 năm để trở lại với chiếc quần « jean » và cái áo sơ mi cộc tay kèm theo đôi giầy « Bata » rất phù hợp với không khí nóng bức Sài Gòn và cũng phù hợp với phong thái sống của chàng.

Và chàng lại gặp hên vì đúng lúc đó có trường Cán sự Thí nghiệm y khoa thuộc Bộ Y tế đang tìm nhân viên giảng huấn. Trường tương đối mới, nằm trên đường Trần Hoàng Quân rất gần nhà của Long, giám đốc (Dược sĩ Tự) và phó giám đốc (Dược sĩ Thự) đều là chỗ quen biết, là những đồng nghiệp ra trường trước Long vài năm. Về dạy học ở đây, chàng mới có dịp dùng những kiến thức thu thập được trong một năm tu nghiệp ở Viện Thí Nghiệm Trung Ương trong việc dạy cho cán sự thí nghiệm y khoa. Cùng vào làm với chàng có Lê Hồng Thanh bạn cùng lớp cũng mới xin biệt phái, anh chàng cao nhất lớp nên khi có cuộc « mãn khóa lính Babylac » năm 1968 ở sân Tao Đàn, Long còn tấm hình Thanh cùng đứng hàng đầu bên cạnh Long cầm cờ.

Năm 1973 cũng là năm Mai gặp khúc ngoặt quan trọng trong sự nghiệp của nàng sau này. Nàng tốt nghiệp Đại học Sư phạm ở Đà Lạt, ra trường dạy học tại Adran là trường cũ của Long trước kia. Sau khi lấy chồng về Bảo Lộc dạy học được một năm thì phải nghỉ vì khi mang thai con đầu lòng, nàng hay bị choáng váng và có lúc xỉu trong lớp. Khi về Sài Gòn lần này đã có hai con, con gái được hơn một tuổi, nhà phải nuôi một người làm để giúp đỡ. Một hôm Mai xem báo Chính Luận thấy có thông báo của Đài Truyền Hình Sài Gòn băng tần số 9 tổ chức thi tuyển 3 nữ xướng ngôn viên với trình độ học vấn tối thiểu là tú tài.

[vi] Giáo sư Đặng Vũ Biền làm Phụ tá khoa trưởng Đại Học Dược khoa, có lúc làm Đổng Lý Văn Phòng Bộ Giáo Dục. Giáo sư Tô Đồng đầu năm 1975 được bầu vào chức vụ Khoa trưởng thay Giáo sư Nguyễn Vĩnh Niên giữ chức vụ này từ năm 1963 (trước đó là ông Trương Văn Chôm). Nhưng chưa kịp bàn giao chức vụ thì ngày 30 tháng 4-1975 ập đến, GS Tô Đồng di tản qua Mỹ và mất tại đây năm 2012, GS Đặng Vũ Biền qua Pháp và mất năm 2013. Tác giả sau khi qua Pháp năm 1980 đã gặp lại hai người thầy cũ của mình và giữ được mối tình cảm thầy trò rất khắng khít.

Khi Long đi làm về nàng nói muốn ghi tên dự thi cho vui. Long khuyến khích nàng nên đi cho có kinh nghiệm thêm về đời sống ở Sài Gòn vì cho đến nay nàng sống khép kín trong khung cảnh gia đình, trước cũng như sau khi lấy chồng, nhất là cuộc sống bình lặng ở Đà Lạt và Bảo Lộc rất thích hợp với tâm hồn Mai.

Buổi sáng ngày thi, Long chở Mai đến số 9 đường Hồng Thập Tự (nhưng cửa ra vào là đường Cường Để) và đi dạy học tại trường Dược tức là chỉ cần sang bên kia đường.

Chiều về Mai kể cho Long nghe:

« *Sau khi người gác cổng hỏi tên và mục đích vào đài, ông ấy để em vào trong sân nhưng em không biết phim trường A ở đâu (là nơi ghi trên giấy mời) thì có một ông đến hỏi em tìm ai. Nhìn kỹ hóa ra là ông kịch sĩ Thanh Hoài! Ông ấy ngạo em là ở Sài Gòn mà không biết phim trường A ở đâu (!) nhưng ông rất tử tế đưa em vào tận nơi. Trong phim trường A hiện ra một cảnh chưa từng thấy, như lạc vào chốn bồng lai, một bầy tiên nữ mới giáng trần. Cô nào cũng đẹp, mặc quần áo đẹp, trang điểm đẹp, đi qua đi lại, nói cười vui vẻ vì hình như họ quen biết nhau từ trước. Em cứ theo mấy người đẹp đi qua chỗ này chỗ kia nhìn họ không chán, người đánh son, kẻ đánh phấn, cô kẻ mắt, cô vẽ lông mày... trong không khí vui nhộn.*

Khi mọi người đã đi gần hết chợt một tiếng gọi: "Ê nhỏ kia, sao chưa maquiller gì hết vậy? Tới đây chị làm cho!". Hóa ra đó là chị Mai Liên mà mình vẫn thấy đọc tin tức lúc 8 giờ, một trong những xướng ngôn viên kỳ cựu của đài mà bất cứ ai từng xem Đài Truyền Hình Sài Gòn đều biết và thích chị!

Chị hỏi em sao đến thi mà không trang điểm gì hết!

Chị hỏi em có chồng chưa?

Có chồng thì đã có con chưa?

Chồng làm nghề gì?

"Trời! Có con, có chồng dạy bên trường Dược mà còn thi vào đây làm gì?"

Sau khi được chị Mai Liên trang điểm, em trở lại phim trường A và rất vui khi thấy các bà, các cô mấy trăm người như một bầy tiên nga đứng đối diện với một cái bàn với mấy người đang lăng xăng sắp xếp micro, kéo dây điện, bao nhiêu là đèn, cái cao cái thấp chung quanh bàn...

Rồi bỗng nhiên một giọng nói vang lên "Cô kia lên thử micro". Em còn đang ngơ ngác thì từ phía cái bàn một ông ra hiệu cho em lên bàn ngồi và bảo em thử nói một câu gì đó. Nói xong ông ấy cám ơn và tự giới thiệu tên là Nguyễn Đình Khánh và hỏi em nếu muốn xem hình các cô thì lên phòng đạo diễn để xem.

Em theo lên thì thấy rất lạ vì nhiều cô nhìn xa rất đẹp nhưng khi camera "close up" vào thì da lỗ chỗ, trông rất kỳ, chả đẹp tí nào hết! Em hết hồn khi anh ấy bảo có cô nghệ sĩ, kỳ nữ, lên hình rất đẹp, lấy nước mắt của rất nhiều khán giả nhờ các cameramen và đạo diễn "dễ thương" chứ nếu ai làm họ ghét mà lấy hình thật rõ nét thì... coi vậy mà không phải vậy!".

Rồi Mai quên đi cuộc thi và chỉ cho là mình đã "vào xem Đài Truyền Hình" như một kỷ niệm, hằng ngày vẫn dắt con trai, chị người làm đẩy xe con gái ra chơi ở công viên gần nhà. Độ hai tuần sau, một buổi sáng khi đang chuẩn bị đi dạo với các con thì có một nhân viên của đài đến đưa thư mời đến đài thi tiếp. Mai đưa thư cho Long xem và cả hai vợ chồng thích thú vì Mai đã qua kỳ sơ khảo mà chả hay biết gì! Mai cũng chả biết đó là kỳ thi sơ khảo để xem giọng đọc của thí sinh có truyền cảm, có thu hút không.

Lần thứ hai này thì chỉ còn 30 người thay vì 300 như kỳ thi đầu. Mai gặp lại anh Khánh được anh cho biết lần trước chỉ thi giọng đọc, lần này phải đi qua đi lại để giám khảo xem nhân dáng sau khi đọc một đoạn tin ngắn để ông chánh chủ khảo xem cách đọc của thí sinh. Ví dụ đọc tin chiến sự với bao nhiêu người chết thì không thể tươi cười được.

Lại cũng khoảng hai tuần sau, Mai nhận được giấy mời thi "kiến thức tổng quát", kiểm lại xem trình độ văn hóa của thí sinh có tương ứng với lời khai trong đơn dự thi hay không?

Lần thứ 3 này chỉ còn 10 thí sinh. Vì không có chủ đích phải thi đậu như kỳ thi tú tài hay trên đại học, do đó Mai cứ an nhiên tự tại, chả lo lắng gì. Nhưng Mai kể lần thi này rất khác hai lần đầu vì 10 thí sinh phải qua một kỳ "khảo hạch" về nhiều bộ môn khác nhau với "dàn giám khảo" thật là hùng hậu, gồm các ông Chánh sở như Bùi Tiến Hoàng, Nguyễn Tiến Thịnh, Nguyễn Phước Thế, Quản Hùng, Cao Đắc Tuyên v.v. nói chung là Ban Lãnh Đạo của đài mà Mai chỉ biết tên sau khi làm việc một thời gian.

Các giám khảo ngồi đó, các thí sinh lần lượt gặp từng vị một, mỗi vị tùy theo vai trò của mình đặt những câu hỏi hoặc yêu cầu dịch một đoạn báo từ tiếng Anh, tiếng Pháp sang tiếng Việt, người thì hỏi về văn chương Pháp, về những vấn đề thời sự... Tác giả chương trình Quê Hương Mến Yêu đặt câu hỏi về địa dư bất ngờ nhất là: cô họ Quản vậy cô có biết tỉnh lỵ Quản Long ở đâu không? Dù Mai đã tốt nghiệp đại học lại là người ham đọc sách báo, trả lời hầu như thông suốt những câu hỏi khác nhưng câu hỏi này thì Mai bí! Mãi sau này Mai mới tìm hiểu ra Quản Long[vii] là 1 trong 6 quận thuộc tỉnh An Xuyên, tức là Cà Mau, tỉnh lỵ cũng tên Quản Long. Câu hỏi này ghi khắc vào trí Mai đến mấy mươi năm sau vẫn còn nhớ! Sau này nàng mới biết người đó họ Quản, tuy không hề quen biết nhưng có cùng họ với Mai, nên tinh nghịch hỏi nàng một câu cắc cớ như thế!

Sau kỳ thi này về nhà Mai suy nghĩ : về kiến thức tổng quát nàng chắc là không thua 9 người còn lại, vì mấy cô kia phần đông còn là sinh viên, trong khi nàng đã tốt nghiệp đại học từ 4 năm trước. Quả nhiên, mấy ngày sau, Mai nhận được giấy mời đến đài để qua một « cửa ải » cuối cùng, đó là một cuộc nói chuyện với đích thân ông Hoàng Đức Nhã lúc đó là Tổng trưởng Thông tin và Chiêu hồi. Ông Nhã là bà con với Tổng Thống Nguyễn Văn Thiệu, là một thành phần trẻ mới du học bên Mỹ về, có đầu óc muốn hữu hiệu hóa guồng máy quốc gia nên chính ông là người chỉ thị cho Đài Truyền Hình tổ chức tuyển lựa xướng ngôn viên một cách công khai như vậy. Trước kia khi cần nhân viên thì người ta tìm trong những giới quen biết mà thôi.

Trong 10 người qua kỳ khảo hạch chung kết, 5 người bị loại, còn 5 người đến gặp nói chuyện trực tiếp với ông Tổng trưởng rất trẻ này. Kết quả 3 người được trúng tuyển chính thức, trong đó có Mai, 2 người còn lại trúng tuyển dự khuyết.

Nhưng khi bắt đầu làm việc thì cuối cùng cả 5 đều trở thành xướng ngôn viên chính thức của Đài Truyền Hình Sài Gòn băng tần số 9. Một điểm đáng chú ý: Mai

---

[vii] Thời Việt Nam Cộng Hòa, tỉnh Cà Mau mang tên là An Xuyên, tỉnh lỵ là Quản Long. Hiện nay, tỉnh Cà Mau lấy lại tên cũ và tỉnh lỵ là thành phố Cà Mau.

là người duy nhất nói giọng Bắc trong các xướng ngôn viên đài Sài Gòn thời bấy giờ, tất cả đều nói giọng Nam. Sau này mới có thêm một cô nói giọng Huế. Đây là kỳ thi tuyển xướng ngôn viên quy mô duy nhất của Đài Truyền Hình Sài Gòn kể từ ngày thành lập năm 1966 cho đến ngày Việt Nam Cộng Hòa cáo chung năm 1975.

Hình chụp thời làm xướng ngôn viên Đài Truyền Hình Sài Gòn

Một cảnh trong Đài Truyền Hình Sài Gòn băng tần 9

Khi Mai bắt đầu làm việc thì miền Nam có một đài truyền hình tại Sài Gòn băng tần số 9, hoạt động từ năm 1966 và hai đài khác ở Huế và Cần Thơ (sau này thêm đài Nha Trang và Quy Nhơn). Đài Sài Gòn phát hình từ 6 giờ chiều đến 12 giờ khuya, nên các xướng ngôn viên chỉ phải có mặt vào giờ phát hình để đọc tin tức, điểm báo, bình luận, tin khí tượng, v.v. Mỗi xướng ngôn viên chỉ làm việc một tối, nghỉ hai tối, có thời khóa biểu định trước hằng tháng. Sở dĩ thời gian làm việc ít như thế vì có lúc sĩ số xướng ngôn viên lên đến 17 người cả nam và nữ. Buổi chiều có xe hơi của đài đến đón đi làm, tối khuya đưa về.

Có xe đưa đón là do sự quan tâm của ông Tổng Cục Trưởng Trung tá Lê Vĩnh Hòa; ông sợ các cô đi ngoài đường một mình lại ăn mặc đẹp, trang điểm từ ở nhà nếu người dân nhận ra các cô thì có thể gây phiền nhiễu (không xướng ngôn viên nào không nhận được thư tán tỉnh!). Mai cũng nhớ có khi ông Hòa đi cùng tài xế để đưa mọi người về; những lần như thế ông bảo xe chờ cho đến khi người xướng ngôn viên vào đến tận cửa, ra hiệu ông mới bảo tài xế lái xe đi. Những cử chỉ ấy tuy nhỏ nhoi nhưng đã để lại sự quý mến trong lòng những người từng cộng tác với ông.

Công việc tại Đài Truyền Hình tương đối nhàn hạ, và Mai vẫn có giờ để chăm sóc hai con. Nàng không ngờ có ngày lại làm một công việc chưa khi nào nàng nghĩ tới, và cũng không ngờ ý định tò mò ghi danh dự thi cho biết bên trong một cái đài truyền hình ra sao lại là điểm khởi đầu cho một sự nghiệp rất hứng thú của nàng sau này.

Về phần Long, tháng 6 năm 1973, chàng đậu chứng chỉ Kỹ Thuật Lý Hóa và được Thầy Tô Đồng nhận làm giáo sư hướng dẫn để chuẩn bị luận án tiến sĩ đệ tam cấp. Vài tháng sau, chàng lại tiếp tục gặp hên khi Đại Học Dược Khoa ra thông cáo tuyển 8 giảng nghiệm viên chính thức. Thông thường thì một năm trường được tuyển một giảng nghiệm viên đã là may rồi, chưa khi nào có chuyện trường đủ ngân sách để tuyển 8 người một lúc. Giảng nghiệm viên chỉ làm công việc hướng dẫn thực tập cho sinh viên, không dạy lý thuyết trên giảng đường. Vì thiếu người nên bên cạnh một số ít giảng nghiệm viên chính thức, có rất nhiều giảng nghiệm viên « dạy giờ », không phải nhân viên cơ hữu của đại học, tuy công việc giống hệt nhau nhưng chỉ ăn lương theo giờ giảng dạy thay vì lương tháng, và nếu không có việc nữa thì nghỉ nhà không lương. Các dược sĩ làm công việc dạy giờ như thế đều đã có việc khác để kiếm sống (dược phòng hoặc viện bào chế), họ chỉ dạy giờ để mong có ngày được tuyển vào làm giảng nghiệm viên cơ hữu của đại học mà thôi. Mỗi khi có ngân sách để tuyển một giảng nghiệm viên chính thức, trường phải họp hội đồng khoa xét xem bộ môn nào có nhu cầu nhiều nhất, và khi đã quyết định rồi thì ông hay bà giáo sư trưởng bộ môn tự chọn lấy người, dĩ nhiên là trong số những người dạy giờ thâm niên nhất của bộ môn, vì họ đã có kinh nghiệm trong việc giảng dạy thực tập này.

Cách làm việc đó nhìn qua là hợp lý về mặt thực tiễn, nhưng lại không công bình cho các nam dược sĩ vì đại đa số phải nhập ngũ đổi đi làm ở xa, không thể có mặt ở Sài Gòn để dạy giờ được và như thế cũng không khi nào trở thành giảng nghiệm viên chính thức của Đại học được.

Năm 1973 đã có một thay đổi sâu rộng trong việc tuyển lựa nhân viên giảng huấn. Đầu tiên là có đến 8 chỗ cùng một lúc, thứ hai là cuộc thi tuyển được tổ chức công khai cho tất cả những dược sĩ có đủ điều kiện, không phải chỉ do giáo sư trưởng bộ môn giới thiệu, và thứ ba là trong 8 chỗ như thế, có 2 chỗ dành riêng cho sĩ quan biệt phái. Điểm thứ ba này là để quân bình lại thành phần giảng huấn, trước đây các giảng nghiệm viên phái nữ nhiều hơn phái nam chính vì các nam dược sĩ bị động viên vào quân đội phải đi phục vụ ở xa Sài Gòn.

Long ghi danh thi tuyển vào phòng Dược Khoa Kỹ Nghệ, và chàng trúng tuyển dễ dàng. Thí sinh phải qua một kỳ sát hạch « 10 phút giảng bài » trong đó chàng nhận được một đề tài, có 30 phút để chuẩn bị rồi lên bục giảng trong 10 phút cho các giám khảo (đóng vai sinh viên) nghe. Chàng qua kỳ sát hạch không gặp khó khăn nào vì đã nhiều năm kinh nghiệm dạy học bậc trung học, nhưng điểm hơn hẳn các thí sinh khác là chàng có thêm bằng cấp bên Đại Học Khoa Học và chứng chỉ Đệ tam cấp mới đậu gần đây.

Thế là chỉ trong vòng hơn một năm từ khi rời Bảo Lộc về Sài Gòn, chàng đã thực hiện được mơ ước của mình ấp ủ từ lâu : dạy đại học. Nhìn lại quãng đời của mình, chàng không tưởng tượng được từ lúc sinh ra được nuôi nấng trong một gia đình không có cha, có bà ngoại không biết đọc biết viết, có mẹ chưa học hết bậc tiểu học, có người cha dượng chưa học hết trung học, vậy mà giờ đây chàng đã có một chân vững vàng trong ngành đại học. Chàng ghi lòng tạc dạ công ơn của mẹ và gia đình lo hết sức cho chàng tiếp tục học hành dù hoàn cảnh khó khăn, chàng cũng không quên cơ quan xã hội thời Pháp lo chu toàn việc học cho chàng, và nhất là không quên ơn các thầy dòng La San đã giúp cho chàng có cơ hội học hành đến nơi đến chốn hết bậc tú tài, dù gia đình không có tiền trang trải học phí rất cao thời đó.

Lại một lần nữa, Long đổi nhiệm sở, từ trường Cán sự thuộc Bộ Y tế chuyển qua Đại Học Dược Khoa thuộc Bộ Giáo dục. Và lại một lần nữa, chàng hụt một chuyến xuất ngoại du học, lần này chỉ là đi tu nghiệp 6 tháng trong một trường đại học của Bỉ, nhưng đối với ai chưa khi nào ra khỏi nước, đây cũng là một dịp may hiếm có. Học bổng ngắn hạn này cấp cho một nhân viên giảng huấn của trường Cán Sự Thí Nghiệm, và Long đã được chọn để đi, nhưng sau khi đã lo giấy tờ thủ tục, chàng mới biết tin Đại Học Dược Khoa tuyển người. Chàng nhất quyết chọn con đường dạy ở đại học, mặc dù trước mắt phải hy sinh chuyến đi Bỉ. Sau đó anh bạn đồng nghiệp Lê Hồng Thanh đi thay Long, sau này gặp lại anh bạn kể chuyến đi rất vui vì « học ít chơi nhiều », từ Bỉ chạy qua Paris chơi hoài!

Đầu niên khóa 1973-74, Long về trường đại học nhận nhiệm vụ mới. Bộ môn Dược Khoa Kỹ Nghệ trước kia chưa có, Long là người có trách nhiệm tổ chức từ đầu. Đúng ra đây chưa phải là một bộ môn, mà chỉ là một phòng thí nghiệm được ghép vào bộ môn Dược học Ga-liêng do Giáo sư Nguyễn Hiệp chủ trì, cũng là một người thầy của chàng trước kia. Thầy Hiệp cũng như nhiều giáo sư khác đều có công việc riêng trong các viện bào chế tư nhân nên rất bận, do đó Long lãnh hoàn toàn trách nhiệm để xây dựng phòng thí nghiệm mới này.

Chàng được giao cho một phòng ốc mới toanh, một căn nhà vừa xây xong ở cuối trường gần một giảng đường rất quen thuộc với Long trước kia khi còn là sinh viên. Chàng được ba dược sĩ mới ra trường làm phụ tá (với tư cách giảng nghiệm viên dạy giờ) đó là các chị Vũ Thị Trâm (con của Giáo sư Vũ Ngọc Trân), Vũ Thị Dung (em dâu của Giáo sư Trương Mạnh Khải) và Nguyễn Thị Như Hằng (em của Giáo sư Nguyễn Đại Dzương). Đặc biệt còn được một thương phế binh giải ngũ giúp các việc khác trong phòng. Chàng có một năm để sửa soạn phòng ốc, mua sắm máy móc và chuẩn bị các bài thực tập cho sinh viên.

Công việc ở trường đại học không cần có mặt 8 tiếng một ngày như trong quân đội trước kia, nên Long nghĩ đến chuyện tìm thêm một việc khác để có thêm tiền. Có thể nói tất cả các giáo sư hay giảng nghiệm viên đều có thêm việc làm khác bên ngoài đại học, vì lương của bộ giáo dục rất thấp so với lương trong các viện bào chế, hoặc thu nhập của các dược phòng.

Với kinh nghiệm dạy học và với bằng cử nhân giáo khoa bên Đại học Khoa học, chàng nghĩ đến việc tìm một chỗ dạy trong một trường trung học lớn ở Sài Gòn. Nơi đầu tiên chàng nghĩ tới là trường Taberd thuộc dòng Lasan, vì chàng xuất thân từ trường Adran Đà Lạt cũng thuộc dòng Lasan. Trong trường Taberd năm 1973, chàng có vài thầy cũ và cả bạn học cũ (hồi đó ở Đà Lạt Long học chung với « thầy dòng con » còn đang tu, bây giờ đã là những giáo sư và có người còn có chức vụ trong trường nữa) nên với những quen biết đó, chàng nghĩ sẽ dễ dàng để tìm một chỗ dạy tại đây. Nhưng cuối cùng, có lẽ « không có duyên » với Taberd nên việc không thành.

Tượng Galien (một thầy thuốc thời cổ Hy Lạp thế kỷ thứ 2, là ông tổ ngành Dược ở Tây phương) trong sân Đại Học Dược Khoa ngay cổng vào. Tòa nhà chính 3 tầng bên phải của hình chụp năm 1993 sau này bị hỏa hoạn bỏ phế nhiều năm, chỉ phá bỏ sau năm 2000.

Một hôm tình cờ gặp lại một anh bạn làm giảng nghiệm viên bộ môn vật lý bên Khoa học, đồng thời đang dạy thêm lý hóa trong trường Marie Curie là trường trung học công lập của Pháp ở Sài Gòn[99]. Chàng ngỏ ý đang tìm chỗ dạy thêm, và hỏi anh bạn làm cách nào mà vào được trong ban giảng huấn của một trường Pháp. Anh bạn nói đại đa số các thầy ở trường Marie Curie từ Pháp qua dạy, nhưng họ vẫn thiếu người nên cũng có vài người Việt Nam trong ban giảng huấn, dĩ nhiên là phải thông thạo Pháp văn vì phải dạy bằng tiếng Pháp. Anh bạn nói nếu Long có quen biết Giáo sư Nguyễn Chung Tú lúc đó là Khoa trưởng Đại học Khoa học thì đến xin ông viết lá thư giới thiệu với ông Hiệu trưởng trường Marie Curie, hai người là bạn quen biết từ thời Giáo sư Tú du học bên Pháp.

Giáo sư Nguyễn Chung Tú là thầy dạy chàng trong chứng chỉ Quang học 7 năm về trước. Long nhớ mãi vì bị thầy Tú gọi lên bảng đều đều trong một giảng đường hơn 300 sinh viên, nhưng không biết ông còn nhớ chuyện này không. Khi chàng đến xin gặp ông trong văn phòng khoa trưởng, chàng không ngờ ông vẫn nhớ như in người học trò cũ, và rất niềm nở hỏi thăm công ăn việc làm cùng gia đình chàng.

Khi biết chàng muốn ông giới thiệu với ông Hiệu trưởng trường Marie Curie, ông lấy ngay giấy bút ra và viết một lá thư rất nồng nhiệt.

Long về viết một lá thư cho ông Hiệu trưởng Marie Curie nói rõ ý muốn của mình, kèm theo thư giới thiệu của Giáo sư Nguyễn Chung Tú và bản sao bằng cấp, và đến trường Marie Curie xin gặp ông Hiệu trưởng. Khi đọc qua thư giới thiệu, ông vui vẻ nói ngay « Giáo sư Tú giới thiệu nồng nhiệt thế này thì tôi rất vui nếu anh vào dạy ở trường này, nhưng chỉ còn một tuần nữa là nhập học, và dĩ nhiên là chúng tôi đã phải sắp xếp tất cả rồi, đâu còn chỗ trống để nhận anh nữa, nhưng tôi cứ giữ hồ sơ ở đây, nếu sang năm có chỗ trống thì anh sẽ được ưu tiên. »

Long cũng đoán trước kết quả sẽ là như thế, nên cũng chỉ thoáng một chút thất vọng mà thôi. Vì vậy chàng rất ngạc nhiên khi 10 ngày sau nhận được thư của trường Marie Curie mời chàng đến gặp ông Giám học, cũng là một người Pháp, hồi đó gọi là « Censeur ». Đến nơi, ông Giám học này – mà chàng chưa gặp bao giờ – nói : « Chúng tôi đang có một vấn đề vì trường đã khai giảng mấy ngày rồi mà có một giáo sư lý hóa chờ đợi từ bên Pháp sang, đến giờ này vẫn chưa qua. Đây là một « coopérant[viii] » đã được bổ nhiệm trong lúc nghỉ hè, các giờ dạy đã sắp xếp xong cả rồi mà không thấy đến. Trong khi chờ đợi ông có thể giúp chúng tôi dạy thay người này trong vòng hai tuần không? » Long nhận lời ngay, công việc chỉ là tạm thời nhưng cũng là một cách để có một bước đầu đi vào ban giảng huấn của một trường nổi tiếng của Pháp ở Sài Gòn, không dễ gì chen chân vào được.

Sau hai tuần, vẫn không thấy tăm hơi của anh chàng kia đâu cả, thế là Long nghiễm nhiên trở thành giáo sư lý hóa của trường Marie Curie trong suốt năm học đó và cả về sau này nữa. Chàng vào đây mới thấy là có khá nhiều giáo sư người Việt dạy ở đây, nhưng đại đa số là dạy Việt ngữ, vì bộ Giáo dục cho phép các học sinh người Việt theo học trường Pháp, nhưng trong chương trình giảng dạy bắt buộc các học sinh Việt Nam phải học môn Việt văn và Việt sử, dạy thay vào giờ sinh ngữ chính (sinh ngữ phụ sẽ là Anh văn). Ngoài ra cũng có vài giáo sư lý hóa và vạn vật là người Việt như Long, nhưng rất ít.

Người Việt Nam dạy trong trường Pháp ở Sài Gòn thời đó theo một quy chế đặc biệt « giao kèo tại chỗ » có giá trị một năm, được trả lương bằng tiền Việt Nam, trong khi giáo sư từ Pháp qua trả lương bằng tiền Pháp. Lương của Long dạy toàn thời gian ở đây gấp hai lần lương của Long ở Đại Học Dược Khoa nên không có gì phải than phiền cả. Sau này quen thân với vài giáo sư từ Pháp qua cùng dạy lý hóa với chàng, các bạn này nói thật là thấy bất công vì « mình cùng làm việc giống hệt nhau, vậy mà lương của tôi tính ra gấp 10 lần lương của bạn ! » Long nghe thì biết vậy thôi, chẳng khi nào có ý nghĩ ganh tị. Từ nhỏ chàng đã được nhồi nhét tư tưởng mình là dân nước nhược tiểu thì phải chịu thua kém, muốn khá lên thì chỉ có cách là làm sao cho nước mình tiến lên thôi…

[viii] « Coopérant » dịch sát nghĩa là « người hợp tác », đó là một quy chế đặc biệt bên Pháp dành cho những sinh viên mới tốt nghiệp thay vì phải phục vụ trong quân đội 12 tháng (tức là quân dịch hay nghĩa vụ quân sự), có thể xin làm việc trong lãnh vực chuyên môn của mình trong vòng 16 tháng ở một nước xa xôi với một mức lương tối thiểu. Nhiều thanh niên trong ngành giáo dục xin đi dạy ở các trường Pháp trong các nước xa xôi là để hưởng quy chế này, thay vì phải đi lính.

Ngoài ra khi có dịp chàng vẫn nhận dạy kèm toán lý hóa ở nhà, là công việc chính trong suốt thời sinh viên của chàng, và do truyền miệng vẫn có người tìm đến nhờ dạy giúp cho con cháu họ chuẩn bị thi tú tài. Một hôm được một người quen nhắn có một gia đình tìm chàng đến dạy cho con gái đang du học ở Pháp về thăm nhà trong hai tháng hè. Hỏi ra thì là gia đình của bác sĩ Vũ Ngọc Hoàn, năm 1969 là Chuẩn tướng Cục trưởng Cục Quân y, người đã « tống » Long trở lại Bảo Lộc dù đã có chỗ sẵn sàng nhận chàng làm việc ở trường Quân Y. Thật là quả đất tròn, Long dự tính đến gặp xem ông Tướng này còn nhớ mình không. Nhưng đến nhà chỉ gặp vợ ông là một người đàn bà Pháp rất lịch thiệp, bà nói con gái bà đang học Đại Học Dược Khoa ở Paris, kỳ thi cuối năm đậu tất cả các môn ngoại trừ môn toán thống kê phải thi lại kỳ hai vào cuối mùa hè trước khi nhập học niên khóa mới. Bà nghe người bạn giới thiệu Long là một người có nhiều kinh nghiệm dạy toán, và lại thông thạo tiếng Pháp, nên bà muốn nhờ chàng giúp làm sao cho con gái bà hiểu được cái môn toán thống kê rất khó nhai này.

Sau này trong hai tháng đến nhà dạy kèm cô con gái lai Pháp, chàng có dịp gặp ông Hoàn một lần và không quên nhắc chuyện cũ, trách ông sao hồi đó ông giữ nguyên tắc một cách quá cứng như thế làm chàng phải mất đi một năm trở lại Bảo Lộc. Ông nói tại vì lúc đó đang có dư luận xầm xì về chuyện tham nhũng nên ông phải thật nghiêm khắc để khỏi bị nghi ngờ. Ông mời chàng ly rượu để « làm hòa… ». Sau đó con gái ông trở qua Paris và thi đậu môn toán thống kê, Long cũng vui vì đã giúp ích hữu hiệu được cho một gia đình.

Làm việc cật lực như thế, cuối cùng Long có tiền để mua một căn nhà khác, căn trong chung cư Minh Mạng bán đi (cũng bán kiểu « giấy tay » như lúc mua), vì càng ngày khu này càng quá ồn ào tấp nập, làm cho Mai bị thường xuyên mất ngủ. Lúc đó hai vợ chồng cùng làm gần khu Đa Kao (Đài Truyền Hình nơi Mai làm việc cùng đường Cường Để nay là Đinh Tiên Hoàng, và gần như đối diện với trường Đại Học Dược Khoa nơi Long dạy học). Điều hợp lý nhất là tìm nhà trong khu Đa Kao, nhưng khu này dù không phải là khu nhà tây sang trọng ngày xưa, nhưng cũng được xem như khu rất tốt nên nhà quá đắt, ngân sách gia đình chàng không kham nổi. Cuối cùng hai vợ chồng tìm được một căn nhà trong con đường nhỏ nằm trong khu vực giữa Đa Kao và ngã tư Hàng Xanh. Khu này chỉ cách cầu Phan Thanh Giản là một cửa vào Sài Gòn (lúc đó bên ngoài còn là tỉnh Gia Định) chưa đến một cây số, tuy nằm trên đường ra xa lộ rất đông xe nhưng vì nằm sâu trong một khu có nhiều cây cối nên gần như cảnh đồng quê thật yên tĩnh.

Căn nhà đúc, có gác gỗ, có bao lơn (ban-công), trước nhà bên kia con đường nhỏ là một cái ao lớn thả rau muống, sau nhà là một cái ao khác nuôi cá, những ao này của chủ đất từ xưa, lâu lâu vẫn đến hái rau bắt cá đem bán. Nhà không có vườn, nhưng Long cũng tìm cách trồng bên kia đường hai cây bông giấy màu cánh sen và trắng và một cây huỳnh anh vàng cho leo lên lan can trên lầu nhà mình, qua một cái giàn thô sơ giống như cái mái phủ qua đường đi. Hai loại cây này mọc rất dễ trong khí hậu của Sài Gòn, quanh năm trước nhà có bông giấy trắng và đỏ quyện với màu vàng của bông huỳnh anh, làm mát mắt và tâm hồn dịu lại khi hai vợ chồng đi làm về mệt mỏi…

Nhưng căn nhà này có một nhược điểm lớn – mà khi mua vợ chồng Long không hề biết – vì nằm trong một khu trũng thấp và bị ảnh hưởng của thủy triều. Khi « nước lớn » thì con hẻm bị ngập nước, lúc « nước ròng » thì đường đi lại khô ráo.

Lúc đầu Long lấy làm lạ vì có ở gần biển gần sông đâu mà ảnh hưởng của thủy triều, về sau mới biết là nguyên vùng đó trước kia là đầm lầy, mạch nước vẫn ăn thông ra sông Sài Gòn, mà đoạn sông này cũng có mực nước lên xuống theo thủy triều. Mỗi tháng bị mấy ngày con hẻm ngập nước sáng và chiều, ngập nhiều hay ít tùy thuộc vào từng mùa trong năm. Tuy nhiên lúc nước ngập cao nhất cũng chưa khi nào vào trong nhà vì nền nhà đắp khá cao, và cũng chưa bao giờ bị cảnh nước làm chết máy xe Vespa.

Hoa huỳnh anh vàng và bông giấy đỏ cánh sen trên bao lơn căn nhà trong khu đường Phan Thanh Giản nối dài, Gia Định

Dù sao chăng nữa Long và Mai vẫn rất thích căn nhà này, vì đó là căn nhà đầu tiên thực sự biệt lập của hai vợ chồng, không phải chung vách với hàng xóm. Và cũng là căn nhà mà Long bỏ nhiều công sức tu bổ sau khi mua. Trước khi dọn vào chàng thuê thợ lát gạch bông từ trong ra ngoài. Rồi chàng tự tay đóng lại cái trần sát mái tôn, tự tay làm lại hoàn toàn hệ thống điện. Thời đó còn làm theo kiểu cổ xưa với cầu chì có cái nắp rút ra, còn dây điện phải chạy hàng hai theo mép tường, các nút bật hay ổ cắm đều bằng sành gắn trên tấm bảng gỗ nhỏ. Chàng cũng lên ngã tư Bảy Hiền mua ván bằng gỗ thông gỡ ra từ các thùng đạn đại bác, những tấm ván này có cái lợi là kích thước giống hệt nhau, bằng gỗ thông nhẹ được bào sơ sài, dùng để đóng kệ sách hay tủ đựng đồ dùng lặt vặt rất tiện. Phủ lên một lớp sơn trông cũng đẹp mắt! Dụng cụ thời đó thô sơ chỉ có cưa (cùn), búa (lỏng cán), kìm (long sòng sọc), tuốc-nơ-vít (mòn hết đầu), thế mà cũng làm được nhiều việc…!

Kể đến đây mà không nhắc đến chuyện âm nhạc thì cũng thiếu sót. Từ khi Long lên đại học sống trong cư xá Đắc Lộ đã bắt đầu chơi nhạc với bạn bè, rồi qua ban nhạc Trùng Dương và đoàn văn nghệ Nguồn Sống chàng chơi trống là chính, nhưng cũng thích từng tưng trên cây đàn ghi-ta. Đến khi ra trường không còn cơ hội chơi trong một ban nhạc nữa, chàng nghĩ đến việc học tây ban cầm cổ điển, vừa không còn lệ thuộc vào một ban nhạc, vừa thích hợp với bản tính cầu toàn của chàng. Trong lần về Sài Gòn hè 1970, chàng « tầm thầy học đạo » với nhạc sĩ Đỗ Đình Phương lúc đó được xem như một « Segovia Việt Nam », vừa đi lưu diễn nước ngoài về, đang dạy tại trường Quốc gia Âm nhạc, và cũng dạy riêng ở nhà tại số 15 đường Huỳnh Khương Ninh Đa Kao. Tuy đã chơi từ lâu, Long vẫn bắt đầu học lại từ đầu, từ bài số 1 trong cuốn Carulli. Nhờ cố gắng tập đều đặn và theo học lâu dài với thầy giỏi nên chàng tiến bộ nhanh chóng và đến hè năm 1974 chàng trình tấu lần đầu tại Hội Việt Mỹ Sài Gòn.

Hội Việt Mỹ thời đó nằm giữa hai đường Mạc Đĩnh Chi và Phùng Khắc Khoan được biết đến nhiều nhất qua các lớp Anh văn, nhưng cũng có những sinh hoạt văn hóa như tổ chức các buổi trình tấu nhạc cổ điển, trưng bày hội họa, v.v. Bộ môn tây ban cầm cũng được chiếu cố vì đó là cây đàn rất thông dụng trong giới trẻ, dù không phải ai cũng chơi kiểu cổ điển. Long được mời trình diễn trong nhà hát của hội có gần 400 chỗ, vẫn không đủ chỗ cho tất cả mọi người. Chương trình hơn một tiếng đồng hồ độc tấu (thêm phần nghỉ giải lao ở giữa chương trình) được một bài báo trên tờ Chính Luận khen ngợi, dù Long chỉ là một nhạc sĩ nghiệp dư. Phải nói Long được Mai hỗ trợ hết mình trong việc liên lạc với bà Jackie Bông là người trách nhiệm về các sinh hoạt văn hóa của Hội Việt Mỹ, và với ký giả Phạm Kim Vinh thời đó đã nổi tiếng trên tờ Chính Luận là một tờ báo lớn của miền Nam.

Tờ quảng cáo buổi trình tấu tây ban cầm cổ điển ngày 10 tháng 8-1974 lúc 8 giờ tối tại Hội Việt Mỹ Sài Gòn (VAA là Vietnam America Association). Hình do nhiếp ảnh gia của hội chụp, tờ quảng cáo in cả trăm bản khổ lớn 40x50cm, dán nhiều nơi ở Sài Gòn thời đó. Tác giả còn giữ được một bản.

Tiếp theo buổi trình tấu thành công ở Sài Gòn, Long được Hội Việt Mỹ mời đi trình diễn ở Cần Thơ, Đà Lạt và Nha Trang vào cuối năm 1974.

Thừa thắng xông lên, Mai lúc đó đang làm xướng ngôn viên trong Đài Truyền Hình gặp thẳng ông Giám đốc của đài là Trung tá Lê Vĩnh Hòa đề nghị làm một chương trình tây ban cầm cổ điển trên đài. Ông Hòa chấp thuận dành ra một chương trình đặc biệt cho Long trình tấu, nhưng chàng có ước vọng cao hơn, muốn lập một chương trình thường xuyên về tây ban cầm cổ điển trên Đài Truyền Hình, thay vì chỉ một chương trình đặc biệt cho chàng. Phải nói là từ khi có truyền hình năm 1966 chưa có chương trình nào về tây ban cầm cả. Chàng đề nghị mỗi tháng có một chương trình một giờ để các nhạc sĩ tây ban cầm có dịp phô diễn tài năng cống hiến người mộ điệu với các tiết mục độc tấu, song tấu,v.v.

Chương trình đầu tiên vào tháng 1-1975 là một thành công lớn vì rất được giới trẻ theo dõi và viết thư ủng hộ, nên Long được khuyến khích tiếp tục qua chương trình thứ hai vào tháng 2-1975. Trong cả hai chương trình, Long mời 5, 6 « tây ban cầm thủ », kể cả thầy mình là Đỗ Đình Phương độc tấu và song tấu những bản nhạc nổi tiếng thịnh hành thời đó. Chương trình tháng 3-1975 đã chuẩn bị xong phải hủy bỏ vì tình hình chiến sự bột phát và Đài Truyền Hình phải tập trung chương trình phục vụ thời cuộc sôi bỏng.Trở lại công việc giảng dạy của Long ở Đại Học Dược Khoa, phòng thực tập thực sự hoạt động từ tháng 9 năm 1974 khi bắt đầu niên khóa mới. Số sinh viên theo học là 20 người mới lên năm thứ 5, tức là năm cuối trước khi ra trường. Niên khóa 1974-75 bắt đầu áp dụng một cải tổ nhỏ trong chương trình học, đó là sinh viên năm thứ 5 chia ra làm 3 chuyên ngành, Dược Khoa Kỹ Nghệ, Dược Liệu và Dược phòng bán lẻ. Các sinh viên chọn theo tiêu chuẩn điểm đậu cuối năm thứ tư lên năm thứ năm, theo thứ tự đậu cao nhất được chọn trước. Cuối cùng thì 20 sinh viên thực tập với Long thuộc thành phần ưu tú nhất, vì chuyên ngành Dược Khoa Kỹ Nghệ được chiếu cố nhất trong ba chuyên ngành, nên các sinh viên đậu cao trong năm thứ tư đều chọn ngành này.

Và rồi hình như cái số hên của Long vẫn còn theo chàng mãi. Cuối năm 1974 có thông cáo chính phủ Pháp cấp cho Bộ giáo dục Việt Nam một số học bổng dành cho các giảng nghiệm viên qua Pháp học. Đại Học Dược khoa được một học bổng dành cho một giảng nghiệm viên du học 4 năm để lấy bằng Tiến sĩ Quốc gia. Được tin này, Long cũng lập hồ sơ ghi danh, dù biết mình ít hy vọng vì mới có thâm niên một năm, nhiều đồng nghiệp thâm niên hơn nhiều cũng muốn được hưởng học bổng này. Và quả như thế, có 6 giảng nghiệm viên nộp đơn. Qua một thời gian biết thêm một điều kiện là phía Pháp chỉ cấp cho một người « trẻ », họ quy định mức tuổi tối đa là 35. Thế là có 2 người bị loại. Một thời gian nữa lại có thêm điều kiện về phía Việt Nam, phải có gia đình mới được đi, sợ độc thân đi rồi ở lại luôn không chịu về. Lại thêm 2 người nữa bị loại. Chỉ còn Long và một đồng nghiệp trên Long mấy lớp, đã làm việc từ khi ra trường, rất có uy tín, và hội đủ điều kiện dưới 35 tuổi và đã có gia đình. Vậy mà bất ngờ, Long lại được chọn vì người kia vừa được đi du học ngắn hạn về, nên trường đã chọn Long là người chưa khi nào được đi đâu cả!

Thật là không thể nào hên hơn được nữa! Hết chuyện được tuyển vào đại học, đến chuyện tìm thêm được việc dạy ở trường Pháp, rồi bây giờ lại được học bổng đi Pháp lấy bằng tiến sĩ! Chàng làm thủ tục ghi danh tại 3 trường Đại Học Dược Khoa bên Pháp ở các thành phố Paris, Montpellier và Bordeaux, sẽ chọn một nếu được nhận cả ba nơi. Rồi làm thủ tục bên phía Việt Nam qua các bộ Giáo Dục, bộ Quốc Phòng (vì chàng vẫn còn gốc quân nhân, chỉ biệt phái thôi). Mọi sự hanh thông, chẳng phải « chạy chọt » gì cả, chàng chỉ còn chờ đến kỳ nhập học tháng 9 năm 1975 sẽ lên đường đi Pháp du học…

Có khác gì giấc mơ đẹp. Giấc mơ càng đẹp, lúc choàng tỉnh càng ngỡ ngàng. Long đã choàng tỉnh trong kinh hoàng vào tháng 4 năm 1975, cũng như hàng triệu người dân miền Nam đã như trên trời rơi xuống vì cứ tưởng « cuộc đời là một dòng sông dài lặng lẽ[ix]… »

[ix] « Cuộc đời là một dòng sông dài lặng lẽ » dịch từ tiếng Pháp « La vie est un long fleuve tranquille » là tên một cuốn phim nổi tiếng của Pháp được nhiều giải thưởng. Tựa đề cuốn phim này thường được người Pháp nhắc khi nói đến những câu chuyện thường tình của cuộc sống.

Phần III : Cuộc đổi đời (1975-1980)

45. Bức điện tín

« tr. tử trận stop xác mang về biên hòa stop mợ »

Long rụng rời tay chân khi nhận được bức điện tín vào ngày 20 tháng 3 năm 1975. Điện tín do mẹ chàng đánh đi từ Bảo Lộc, là nơi ông bà Quy đã dọn lên sống từ đầu năm 1974.

Tr. là em thứ 8 trong gia đình, chưa đầy 19 tuổi. Mới 9 tháng trước, Tr. ghé thăm Long và Mai ở Sài Gòn, ở lại chơi hai tuần. Chuyện lạ là chưa khi nào nó đến thăm anh chị nó như thế cả! Nó nói nhận được giấy gọi nhập ngũ, sẵn phải về trình diện nên muốn đi sớm hơn để ở chơi với anh chị và các cháu ít lâu trước khi lên đường. 18 tuổi, học đệ nhị, chưa có tú tài 1, phải đi học khóa đào tạo hạ sĩ quan ở trường Đồng Đế. Tr. trắng trẻo đẹp trai, hiền lành, học hành không đến nỗi nào, nhưng bị trễ học vì bố mẹ dọn nhà hết nơi này đến nơi kia, nên giờ phải nhập ngũ vì đáng lẽ tuổi của nó phải có tú tài 1 mới được hoãn dịch để học tiếp. Thời gian hai tuần sống với Long và Mai, Tr. phụ giúp Long quét vôi lại toàn bộ trong ngoài căn nhà mới mua ở gần Ngã Tư Hàng Xanh. Long còn nhớ mãi hình ảnh nó đội chiếc mũ xanh dính đầy vôi trắng, vì quét vôi trần nhà không phải dễ như sau này có loại sơn đặc biệt để sơn trần mà không bị văng lung tung như khi quét vôi.

Long có 12 em cùng mẹ khác cha, 8 trai và 4 gái. Ngoài Long đã phục vụ trong quân đội nhưng không phải ra mặt trận, kế đó là hai em gái không phải lo chuyện lính tráng, đến lượt em trai thứ tư đến tuổi nhập ngũ, nhưng khi nhận được giấy thì nó bướng bỉnh không chịu đi và cuối cùng bị bắt và phải đi binh nhì trong một trung đoàn kỷ luật, đổi tuốt ra ngoài Trung trong tỉnh Quảng Trị đã là bãi chiến trường triền miên trong trận chiến năm 1972. Cả năm rồi, không có tin tức thư từ gì của nó cả. Em thứ năm cũng con trai đang học đại học luật nên còn được hoãn dịch. Hai em kế sinh đôi, cũng con trai, một đứa được hoãn vì lý do sức khỏe, một đứa đã đi hạ sĩ quan và hiện phục vụ trong ngành không quân ở phi trường Tân Sơn Nhứt ngay sát Sài Gòn. Đến phiên Tr. là thứ tám phải lên đường nhập ngũ năm ngoái, rồi đến em kế nó cũng mới lên đường vài tháng trước đây.

Một gia đình đông con trai như vậy mà vẫn còn nguyên vẹn dù đã có 5 đứa trong quân ngũ là một cái phúc lớn, mẹ Long vẫn thầm nghĩ như thế. Thật ra cả nhà rất lo cho thằng thứ tư ở ngoài Quảng Trị đã từ lâu không biết sống chết ra sao, không ngờ hôm nay lại được tin dữ là Tr. đã gục ngã ngoài chiến trường.

Sau những trận đánh lớn của « mùa hè đỏ lửa » 1972, các cuộc hòa đàm bí mật tại Paris giữa Lê Đức Thọ và Kissinger đã đi đến thỏa thuận giữa Hà Nội và Washington. Tháng 10-1972 Kissinger đến Sài Gòn trình bày bản dự thảo hiệp định Paris cho Tổng Thống Nguyễn Văn Thiệu. Ông cương quyết không chịu ký vì trong bản dự thảo không có điều khoản quân miền Bắc phải rút về Bắc. Sau áp lực của Mỹ lên cả Sài Gòn (nếu ông Thiệu không chịu ký thì Hoa Kỳ vẫn đơn phương ký và bỏ rơi miền Nam) lẫn Hà Nội (dội bom 12 ngày đêm vào cuối năm 1972, được Hà Nội gọi là « trận Điện Biên Phủ trên không »), hiệp định Paris được ký ngày 27 tháng 1-1973[100]. Nhưng hiệp định này chỉ cốt để Mỹ rút khỏi miền Nam với tất cả tù binh của mình, còn cuộc chiến tại chỗ vẫn tiếp tục giữa người Việt Nam với nhau, vì phe cộng sản nhất quyết thống nhất đất nước dưới chế độ cộng sản, còn phe quốc gia nhất quyết không chịu sống dưới chế độ độc đoán này nên muốn duy trì một miền Nam không cộng sản, giữ nguyên tình trạng hai miền Nam Bắc có hai thể chế khác nhau.

Vì vậy nên chỉ vài ngày sau khi ký hiệp định, trên nguyên tắc là ngưng bắn, nhưng trong thực tế đụng độ vẫn liên tục xảy ra vì cả hai phe đều muốn « lấn đất giành dân ». Vì vậy lệnh tổng động viên trong Quân Lực Việt Nam Cộng Hòa vẫn có hiệu lực, và các em của Long vẫn tiếp tục phải nhập ngũ.

Từ ngày Tr. ra đi từ Bảo Lộc, ghé thăm anh chị ở Sài Gòn rồi ra học trường hạ sĩ quan ở Đồng Đế gần Nha Trang, chẳng có tin tức gì của nó cả. Ra trường trung sĩ, cũng chẳng được về phép thăm nhà trước khi ra đơn vị. Đơn vị là một tiền đồn hẻo lánh ở miền Tây trong vùng Cần Thơ.

Giấy báo tử gửi về Bảo Lộc, Long không dám hình dung ra cảnh mẹ chàng lúc nhận được tờ giấy này đau khổ nhường nào… Đã có biết bao bà mẹ Việt Nam từ mấy chục năm qua đã « được báo tử » như thế, đến phiên mẹ chàng cũng phải chung số phận với cả triệu bà mẹ khác trên đất nước Việt Nam khốn khổ này. Các bà mẹ miền Bắc có con đi bộ đội « sinh Bắc tử Nam », các bà mẹ miền Nam có con đi lính cộng hòa « ngăn chặn làn sóng đỏ », chắc là nhận được giấy báo tử có hình thức khác nhau, nhưng nội dung chắc chắn không thể khác. Nội dung chỉ đơn thuần là những mũi kim nhọn đâm vào trái tim tan nát của người mẹ mất con, những mũi kim không phân biệt con bà nằm trong chiến tuyến nào…

Long bàng hoàng nhận ra mình là người thân gặp Tr. sau cùng. Trước đây, khi Long còn ở nhà, Tr. còn nhỏ nên không thể nói là hai anh em thực sự thân thiết vì Tr. kém Long 12 tuổi. Long thương tất cả đàn em nhỏ cùng mẹ khác cha, nhưng chỉ thân thiết với hai em gái kế Vy và Loan vì tuổi không xa nhau lắm. Đối với các em khác nhỏ tuổi hơn mình nhiều, Long xót xa cho hoàn cảnh tụi nó không có cơ hội học hành và cũng không có dịp may mắn để phát triển tài năng như chàng. Nhưng trong hai tuần Tr. đến thăm anh chị, sống chung một mái nhà, đã có tình anh em gắn bó hơn nhiều và Mai cũng thương Tr. Không ngờ lần đó lại là lần cuối cùng gặp gỡ.

Giữa tháng 3-1975, con đường từ Bảo Lộc về Sài Gòn đã bị cắt đứt bởi chiến trận lan tràn. Giấy báo tử gửi về cho gia đình ở Bảo Lộc cho biết Tr. tử trận ngày 15 tháng 3, và xác sẽ được đưa về nghĩa trang của quân đội ở gần Biên Hòa. Nhưng làm sao về được để nhận xác con khi đường đã bị cắt, nên mẹ của Long đánh bức điện khẩn để Long thay mình đi nhận xác và lo chuyện chôn cất.

Ngay hôm sau, hai vợ chồng Long và Loan là em gái thứ ba (đang tập sự làm cô giáo vườn trẻ ở Sài Gòn) lên Nghĩa Trang Quân Đội Biên Hòa, nơi có bức tượng một người lính ngồi khóc bạn đồng ngũ tử trận, bức tượng đồng nổi tiếng có tên là Thương Tiếc[101] của điêu khắc gia Nguyễn Thanh Thu.

Đi qua bức tượng đến con đường dẫn lên sườn đồi nơi có nhà quàn. Lần đầu tiên Long đến đây, quang cảnh trước mắt làm chàng bàng hoàng. Một dãy quan tài gần hai chục cái đặt thành hàng, mỗi quan tài phủ lá cờ vàng ba sọc đỏ của Việt Nam Cộng Hòa. Tiếng khóc nức nở lẫn với tiếng kêu gào thất thanh của thân nhân. Phía ngoài nhà quàn bên gốc cây có tiếng một người đàn ông dáng vẻ nông dân la hét, lôi tên ông Thiệu ra chửi rủa vì đã bắt con ông đi lính để nó phải chết tức tưởi. Long không ngờ có những phản ứng của người dân như thế.

Tượng *Thương Tiếc* tại Nghĩa Trang Quân Đội Biên Hòa trước ngày 30 tháng 4-1975

Long, Mai và Loan được đưa đến trước một quan tài với tên của Tr. ghi trên một tấm bảng nhỏ. Quan tài phủ cờ giống như bao quan tài của người lính Việt Nam Cộng Hòa khác. Long chỉ thấy quan tài, có thấy mặt em mình đâu, không biết nó chết trong hoàn cảnh nào, cũng chẳng có bạn đồng đội nào của nó để hỏi thăm. Chiến tranh đang đi đến giai đoạn cuối, và cũng như ngọn lửa trước khi tắt hẳn còn bùng lên lần sau cùng, gây thêm bao nhiêu chết chóc tang thương. Phải nói là lúc đó, đưa được xác về đây chôn cất đã là may lắm rồi, chỉ thêm ít ngày nữa với tình trạng hỗn loạn trên các trục giao thông, thân nhân sẽ chỉ biết là con em mình mất tích, không biết sống chết ở đâu, nếu chết cũng không biết xác vất vưởng nơi nào.

Người ta hỏi Long là Tr. theo đạo gì, nếu theo đạo Phật có ông sư đọc kinh, nếu theo đạo Công giáo có ông cha đọc kinh (đạo khác thì không biết có ai đọc kinh không). Long nói Tr. đạo Công giáo, thế là có vị linh mục (chắc là Tuyên úy quân đội) đến đọc kinh ngắn gọn trước quan tài. Sau đó quan tài được chở ra ngoài nghĩa trang ngay gần đó, đã đào sẵn một dãy huyệt. Hạ huyệt xong, hai người lính thuộc đơn vị Chung Sự Vụ nhanh chóng lấp đất lên và cắm cây thánh giá có tấm bảng viết tên cùng năm sinh năm tử để đánh dấu. Lá cờ phủ quan tài được xếp lại đưa cho gia đình chỉ có ba người, Loan nhận lá cờ mang về. Ba anh em buồn thảm rời Nghĩa Trang Quân Đội Biên Hòa, ngậm ngùi nhìn lần cuối bức tượng Thương Tiếc.

Trong thoáng chốc tiếng hát ai kia vọng về *« Hỡi người chiến sĩ đã để lại cái nón sắt trên bờ lau sậy này. Bây giờ anh ở đâu, bây giờ anh ở đâu? Còn trên đời này, đang xông pha đèo cao dốc thẳm hay đã về bên kia, phương trời miên viễn chiêm bao*[x] *»*. Tr, đứa em hiền lành của Long đã về bên kia của phương trời miên viễn chiêm bao.

Tr. đã hy sinh chỉ một tháng rưỡi trước khi chiến tranh chấm dứt. Nhưng rồi mẹ của Long sẽ còn phải khóc con nhiều lần nữa.

46. Rã hàng

Tối ngày 30 tháng 3 năm 1975, Long nghe tiếng gõ cửa và tiếng người gọi tên mình. Mở cửa ra thì siết bao vui mừng, chẳng ai xa lạ mà chính là S., em thứ tư mà mọi người lo lắng mong ngóng tin tức vì đơn vị nó ở ngoài Quảng Trị, vùng hỏa tuyến dầu sôi lửa bỏng mà không có tin tức gì cả năm nay rồi.

Mặc mỗi bộ đồ trận bạc phếch, không đồ đạc gì ngoài cái bi-đông nước, mặt mày hốc hác, trông già hẳn so với tuổi 23 của nó. Tắm rửa xong nó vừa ăn vừa kể cách nào mà từ Quảng Trị về được đến Sài Gòn.

Đơn vị của S. đóng bên hữu ngạn sông Thạch Hãn (gọi là bờ phía nam, nhưng thực ra sông Thạch Hãn khúc đó chảy theo hướng nam-bắc, nên phải gọi là bờ phía đông thì chính xác hơn), bờ bên kia là các đơn vị quân cộng sản xâm nhập từ miền Bắc vào từ năm 1972. Năm đó Việt Nam Cộng Hòa mất thành phố Quảng Trị, sau vài tháng đã phản công lấy lại được và đẩy lui quân đội cộng sản qua bên kia sông Thạch Hãn ở phía tây của thành phố, với một cổ thành đã hoàn toàn đổ nát sau chiến trận. Kể từ đó, con sông Thạch Hãn tạm dùng làm lằn ranh giữa hai quân đội đối địch. S. kể là hằng ngày hai bên nhìn thấy sinh hoạt của nhau, nhưng án binh bất động, không hề có đụng độ.

S. đang học lớp đệ nhị (lớp 11 bây giờ) thì bị « bắt » lính vào năm 1971 vì nó không chịu trình diện khi nhận được giấy gọi nhập ngũ, và phải đi binh nhì trong một « đơn vị kỷ luật » thuộc Sư đoàn 3 Bộ binh Quân Lực Việt Nam Cộng Hòa mới thành lập, trấn đóng vùng tuyến đầu Quảng Trị tăng cường cho Sư đoàn 1 đã lâu đời trấn giữ vùng này. Nó kể đã phải vào sinh ra tử không biết bao lần dù chỉ là lính bộ binh, cuối cùng mới được nghỉ ngơi khi đơn vị của nó chốt bên bờ sông Thạch Hãn. Trong 5 anh em phục vụ trong quân đội, nó là đứa duy nhất thật sự nếm mùi lửa đạn, vậy mà cuối cùng vẫn bình yên trở về nhà, trong khi Tr. em nó chỉ đóng đồn ở miền Tây là nơi không có những trận đánh lớn, vậy mà đã tử trận chỉ sau vài tháng ra đơn vị.

S. cũng như đa số dân miền Nam đều chịu khó nghe tin tức trong chương trình Việt ngữ của đài BBC (British Broadcasting Corporation, đài phát thanh của Anh quốc phát đi từ thủ đô nước Anh) cũng như của đài VOA (Voice of America, đài của chính phủ Hoa Kỳ phát đi từ thủ đô nước Mỹ) để biết những tin chiến sự chính xác. Vì nếu chỉ nghe đài Sài Gòn thì « phe ta » luôn luôn thắng, không bao giờ thua cả.

---

[x] Nhạc phẩm "Người Tình Không Chân Dung" của Hoàng Trọng và Dạ Chung (tức Hoàng Vĩnh Lộc), qua tiếng hát nữ ca sĩ Lệ Thu:
https://www.youtube.com/watch?v=c5YZTtnkllA

Mà chiến sự đã thực sự đi đến một khúc ngoặt quan trọng từ đầu năm 1975 khi tỉnh Phước Long rơi vào tay cộng sản ngày 6 tháng 1-1975 sau hơn ba tuần chống cự. Đây chỉ là một tỉnh nhỏ với dân cư thưa thớt, nhưng biến cố này quan trọng vì lần đầu tiên nguyên một tỉnh bị thất thủ, gồm cả tỉnh ly, tức thị xã quan trọng nhất của tỉnh, nơi đặt các cơ quan đầu não, cả về hành chánh lẫn quân sự. Hơn nữa Phước Long chỉ cách Sài Gòn hơn 100 cây số. Hà Nội cho quân tiến chiếm Phước Long vừa dùng làm bàn đạp cho các cuộc tấn công sau này, vừa có mục đích dò xét phản ứng của Hoa Kỳ.

Nhắc lại là khi Tổng Thống Nguyễn Văn Thiệu không chịu ký hiệp định Paris vào đầu năm 1973, Tổng Thống Richard Nixon đã đưa ra tối hậu thư « Nếu Việt Nam Cộng Hòa không ký thì Hoa Kỳ vẫn ký và sẽ bỏ rơi miền Nam ». Nhưng ông Nixon cũng kèm thêm lời cam kết để trấn an « nếu ông Thiệu chịu ký thì ông Nixon cam kết là Hoa Kỳ sẽ trả đũa nếu quân Bắc Việt đe dọa sự sống còn của Việt Nam Cộng Hòa ». Tổng Thống Nixon viết thư riêng gửi cho Tổng Thống Thiệu cam kết như thế, nhưng ông Thiệu đâu ngờ được là ông Nixon đã phải từ chức vào tháng 8-1974 vì vụ Watergate. Phó Tổng Thống Gerald Ford lên thay ông Nixon, ông Ford không muốn Hoa Kỳ phải dính líu đến Việt Nam nữa nên hoàn toàn không phản ứng gì khi tỉnh Phước Long rơi vào tay cộng sản.

Sau trận đánh thăm dò đó, Hà Nội biết chắc Hoa Kỳ sẽ không can thiệp vào chiến sự ở Việt Nam nữa nên quyết định phát động chiến dịch mùa xuân năm 1975 với tên gọi chính thức là « Tổng tiến công và nổi dậy mùa xuân 1975, giải phóng hoàn toàn miền Nam. »

Chiến dịch bắt đầu bằng cuộc tấn công thị xã Ban Mê Thuột ngày 10 tháng 3-1975[102]. Chỉ hai ngày sau Ban Mê Thuột thất thủ vì lực lượng chính của Việt Nam Cộng Hòa tập trung tại Pleiku, không tiếp cứu kịp thời cho thị xã này vì nghĩ rằng cuộc tấn công Ban Mê Thuột chỉ là kế « điệu hổ ly sơn » của quân cộng sản, tưởng rằng mục tiêu chính sẽ là Pleiku nơi tập trung đầu não của Quân Đoàn 2.

Trước tình hình đó, Tổng Thống Nguyễn Văn Thiệu lấy một quyết định vô cùng tai hại, khởi đầu cho sự sụp đổ nhanh chóng của Việt Nam Cộng Hòa. Ông ra lệnh cho Bộ Tư Lệnh Quân Đoàn 2 ở Pleiku triệt thoái về miền duyên hải, tức là bỏ hẳn vùng cao nguyên vào tay cộng sản, để tập trung lực lượng bảo vệ các thành phố ven biển và miền Tây.

Trên nguyên tắc, đoàn quân phải rút trong vòng bí mật và cấp tốc, nhưng trên thực tế, các gia đình quân nhân cũng như thường dân của hai thị xã Kontum và Pleiku khi biết quân đội rút đi thì cũng bám sát đi theo, nên cuộc « triệt thoái trong trật tự » trở thành một cuộc « quân dân di tản trong hỗn loạn ». Thêm vào đó, con đường rút quân được chọn là liên tỉnh lộ 7B đi từ Pleiku qua Phú Bổn[xi] xuống Tuy Hòa, tỉnh ly của tỉnh Phú Yên. Đây là một con đường băng rừng đã không dùng từ lâu, công binh phải vừa đi vừa tái thiết, bắc cầu. Chưa kể là còn bị địch quân truy

---

[xi] Phú Bổn là một tỉnh thời Việt Nam Cộng Hòa, giáp ranh Pleiku, Bình Định và Phú Yên, tỉnh ly là Hậu Bổn (xưa gọi là Cheo Reo), dân cư thưa thớt, đa số thuộc các sắc tộc thiểu số Jarai và Bahnar. Hiện nay tỉnh này cắt ra một phần sáp nhập vào Đắc Lắc, một phần vào Gia Lai Kontum. Con đường 7B hiện nay là Quốc lộ 25.

kích, nên đã phải mất 12 ngày đêm lặn lội trong « hỏa ngục » để băng qua vài trăm cây số đường rừng về đến duyên hải[xii].

Xuống đến Phú Yên thì Quân đoàn 2 chỉ còn lại một phần ba quân số, hai phần ba kia hoặc chết, hoặc mất tích, hoặc bỏ trốn về gia đình vì cảm thấy cuộc chiến đã đến ngày tàn[103].

Trong khi vùng cao nguyên di tản về miền duyên hải trong hỗn độn như thế, tại phía hữu ngạn sông Thạch Hãn ngoài Quảng Trị tình hình vẫn yên tĩnh, chỗ S. đóng đồn vẫn án binh bất động. Nhưng vào một ngày giữa tháng 3, trong một cuộc tuần tiễu xuống núi, S. thấy trại đóng quân của lực lượng Nhảy Dù trống trơn, đoàn quân thiện chiến này đã được lệnh rút êm trong chính sách triệt thoái miền Trung của ông Thiệu. Thế là S. hiểu là đơn vị mình đã bị bỏ rơi, vì không có lực lượng Nhảy Dù yểm trợ thì khó mà cầm cự nếu quân cộng sản tấn công. S. bèn lẳng lặng một thân một mình với cây súng M16 và bi-đông nước lần mò xuống bờ biển.

Khi xuống được đến đường cái thì S. thấy là linh tính đã thúc giục nó hành động đúng lúc. Trên con đường quốc lộ dân chúng hớt hải đổ về xuôi, cùng với lính tráng bỏ đơn vị tìm cách đổ ra bờ biển tìm đường thoát thân về miền Nam. Ngay các đơn vị thiện chiến được lệnh bí mật rút về trấn giữ miền Nam cũng có những đơn vị không rút được an toàn[xiii]...

Cứ thế, theo đoàn người di tản hỗn loạn, S. đến được Huế đúng lúc thành phố cổ kính này cũng lên cơn sốt di tản. S. tìm được chỗ trên một xe cam-nhông vượt đèo Hải Vân vào đến Đà Nẵng thì cảnh hỗn loạn ở đây còn khủng khiếp hơn ở Huế gấp bội. Những chuyến bay cuối cùng của Hàng Không Việt Nam, rồi của Không Quân tràn ngập người trước khi phi trường không còn dùng được nữa. Dân chúng đổ xô lên tàu bè làm xảy ra bao thảm cảnh tang thương. S. may mắn leo lên được một chiếc thuyền nhỏ và hai ngày sau đến được cảng Cam Ranh, để thấy rằng cảnh náo loạn ở đây cũng không khác gì các tỉnh phía bắc. Lại một phen chen chân lên được một chiếc tàu vào đến Vũng Tàu, rồi từ Vũng Tàu nhanh chân nhảy lên được một xe chở hàng về đến Sài Gòn.

S. kể những chuyện mắt thấy tai nghe tang thương, những chuyện mà Mai và Long cũng từng nghe trên đài BBC và đài VOA, nhưng khi có một chứng nhân sống – lại chính là em mình – kể lại thì các thảm cảnh đó còn thấm thía gấp bội...

S. chỉ ở với hai vợ chồng Long vài ngày rồi đi tìm mấy đứa bạn cùng hoàn cảnh rủ nhau đi trình diện một nơi nào đó trong Sài Gòn. Hồi đó Long được biết các binh sĩ bỏ đơn vị như thế rất đông, và có chính sách quy tụ họ lại và bổ sung vào các đơn vị bảo vệ vùng Sài Gòn Gia Định. Long không còn tin tức gì của S. nữa cho tới khi chiến tranh chấm dứt, lúc đó mới biết nó đã về lại Bảo Lộc và vẫn an toàn dù đã trở lại quân ngũ trong những ngày cuối của cuộc chiến.

[xii] Có nhiều tài liệu về cuộc triệt thoái hãi hùng này, trong đó cuốn sách "Ngày N+" của Hoàng Khởi Phong (Nhà xuất bản Văn Nghệ, California, Hoa Kỳ, 1988) có giá trị sống động của một nhân chứng trong cuộc. Năm 1975, tác giả là Đại úy Quân Cảnh ở Pleiku nên cùng đơn vị rút lui trong cuộc triệt thoái này và ghi lại các thảm cảnh diễn ra từng ngày từng giờ.

[xiii] Trung Úy Thủy Quân Lục Chiến Cao Xuân Huy (1947-2010) có viết cuốn hồi ký "Tháng Ba Gãy Súng" (nhà xuất bản Văn Khoa, California 1986) kể lại những ngày cuối cùng của đơn vị ông trong cuộc triệt thoái miền Trung tháng 3-1975.

Ít ngày sau gia đình Long lại có thêm một đứa em khác chạy loạn về tá túc. Lần này Long không ngạc nhiên vì vẫn cầu mong nó về, đó là Th., em thứ chín, em trai kế của Tr. mới tử trận tháng trước. Nó cũng về trong bộ đồ trận đã lâu không giặt, nhưng khác với anh S. của nó là còn mang theo được cái ba-lô. Nó kể có giấy gọi nhập ngũ sáu tháng trước, lên đường đi học hạ sĩ quan ở Đồng Đế gần Nha Trang giống như Tr. một năm trước đó, nhưng khóa học chưa xong thì tình hình chiến sự sôi động, tất cả khóa sinh phải đi đóng chốt trên quốc lộ 21 từ Ninh Hòa lên Ban Mê Thuột, chính là con đường Long và Mai đã thong dong đi qua bằng Vespa mới 5 năm trước đây.

Đơn vị của Th. có nhiệm vụ đóng chốt giữ một cây cầu trên quốc lộ này, không xa Ninh Hòa lắm. Phía trước là đơn vị Nhảy Dù. Khi đơn vị Dù được lệnh rút về bảo vệ những điểm trọng yếu hơn, đơn vị của Th. tan hàng vì chỉ là khóa sinh chưa học xong, và cuối cùng Th. phải theo đoàn người di tản lần mò dần về đến Sài Gòn, cũng giống hệt trường hợp anh nó mới đây.

Thời gian này, biết bao gia đình miền Nam sống trong cảnh lo âu tột cùng vì có người thân ở xa mà không có tin tức. Gia đình của bố mẹ Mai lúc đó vẫn sống ở Đà Lạt cũng không tránh khỏi tình trạng này. Ngoài Mai và cô em kế sống với chồng con ở Sài Gòn, tương đối an toàn, Mai có cô em thứ ba ra trường Đại Học Sư Phạm Đà Lạt và được bổ nhiệm dạy học ở trường Trung Học Quy Nhơn. Khoảng giữa tháng 3 ngay trước khi đường Đà Lạt Sài Gòn bị cắt đứt, và các tỉnh miền Trung đã lần lượt di tản trong hỗn loạn tột cùng, gia đình Mai ở Đà Lạt phải lấy quyết định cho 5 đứa em nhỏ về Sài Gòn ở tạm nhà chị, ông cụ ở lại Đà Lạt để giữ nhà, còn bà cụ quyết định đi ra Quy Nhơn tìm con gái dạy học ngoài đó mà không có tin tức gì. Thật là một cuộc phiêu lưu nguy hiểm không tả xiết, vì các trục giao thông tắc nghẽn do xe hơi lớn nhỏ, xe hai bánh, người đi bộ, không còn luật lệ nào cả, lính tráng bỏ ngũ mang theo súng uy hiếp dân thường, cũng may là phần đông chỉ dùng súng để bảo vệ thân nhân trong cuộc di tản lôi thôi lếch thếch này.

Lòng mẹ như lửa đốt, dù cả nhà lo sợ nhưng bà cụ vẫn nhất định một thân một mình đi từ Đà Lạt xuống Phan Rang theo dòng người đi về duyên hải. Đến được Phan Rang thì dòng người chạy loạn về phía nam, nhưng bà cụ phải đi ngược lên phía bắc để mong ra tới Quy Nhơn tìm con. Vì từng dạy học, và sau này làm thư ký tại các trường Trí Đức, rồi Adran (nơi Long học ngày trước và Mai dạy học trước khi lập gia đình) nên bà cụ quen rất nhiều phụ huynh học sinh hoặc học trò cũ ngày xưa và được họ giúp đỡ nên bà lần mò đến được Cam Ranh thì dòng người báo cho biết là không thể đi tiếp được nữa vì thành phố Nha Trang đã bỏ ngỏ rồi, nhưng bà cụ vẫn tìm cách vượt thêm mấy chục cây số đến được Nha Trang. Và đúng như lời người ở Cam Ranh nói, từ Nha Trang không có cách nào đi thêm về phía bắc được nữa, nên làm sao có thể ra đến Quy Nhơn cách đó hơn 200 cây số?

Cũng may bà cụ gặp một người quen là phụ huynh học sinh trường Adran Đà Lạt, gia đình này có tàu nhỏ đang chuẩn bị di tản vào Vũng Tàu, cho bà cụ quá giang. Ngày hôm sau tàu cập bến Vũng Tàu, rồi lại tìm xe quá giang về đến Sài Gòn. Về đến nơi an toàn là một chuyện, nhưng mục đích tìm con gái vẫn không đạt được, trong lòng vừa sợ hãi vừa lo âu vì không biết số phận con gái mình dạy học ngoài Quy Nhơn ra sao… Có người quen làm việc tại đài Phát Thanh Sài Gòn, Mai cũng tìm em qua mục nhắn tin nhưng chẳng còn ai để trả lời cho những mục này nữa.

May phước là chỉ ba ngày sau, cô con gái lần mò về được tới Sài Gòn bình yên vô sự sau bao gian truân thử thách trên đường di tản cũng nhờ gặp được gia đình của một người học trò cũ của mẹ đã nhận ra con gái của cô giáo mình nên hết sức giúp đỡ.

Long không trải qua thử thách của cuộc di tản hỗn loạn của cả triệu người đổ về phía nam, chỉ nghe đài phát thanh và xem tin tức trên đài truyền hình, cũng đã tưởng tượng ra bao cảnh tang thương trong cuộc chạy loạn lịch sử này. Rất nhiều lần Long thấy Mai khóc nức nở trước máy truyền hình khi thấy những đứa trẻ trạc tuổi con mình còn bé tí nhưng bị thương, bị lạc mất cha mẹ vừa đi vừa gào khóc thảm thiết. Mai vốn rất thương trẻ con nên không chịu nổi cảnh những em bé hai chân quấn những mảnh vải hay chiếc áo rách đầy những vết máu, nước mắt đầm đìa, miệng mếu máo lê lết theo chân cha mẹ trên những con đường đất gập ghềnh hay những đoạn đường nhựa rát bỏng… những cảnh mà các đồng nghiệp của Mai đã lặn lội đi làm phóng sự tại những vùng đám dân khốn khổ tìm mọi cách trốn chạy cộng sản trên đường di tản theo đoàn quân đang rã hàng.

Đã có bao nhiêu nạn nhân chết, mất tích, bị thương, bao gia đình tan nát trong giờ thứ 25 của cuộc chiến tương tàn bi thương này?

47. Những dòng cuối cùng của một trang sử

Cũng như cả triệu người dân Sài Gòn, cũng như cả chục triệu người dân miền Nam, Long và Mai sống những ngày cuối tháng 4-1975 trong cảnh hoang mang cùng cực.

Đầu tháng tư xảy ra một thảm cảnh báo hiệu cho các thảm cảnh nối tiếp sau này trong cơn hấp hối của chính thể miền Nam. Ngày 4 tháng tư, một chiếc phi cơ khổng lồ Galaxy C5 của quân đội Hoa Kỳ (dùng để chuyên chở vật liệu nặng của quân đội như xe vận tải, súng đại bác) chở các cháu bé trong một số cô nhi viện di tản khỏi Việt Nam trong một phi vụ nhân đạo bị rớt gần Tân Sơn Nhứt. Lúc đó có tin đồn phi cơ bị hỏa tiễn bắn hạ, nhưng sau này khi mọi sự được công bố rõ ràng, máy bay không rớt vì bị tấn công. Chiếc phi cơ bị trục trặc kỹ thuật ít lâu sau khi cất cánh, đã bay ra đến biển Đông rồi lại phải quay gấp về Tân Sơn Nhứt để hạ cánh, nhưng gần đến nơi thì bị rớt, gây thiệt mạng cho hơn phân nửa trong số 311 nhân mạng. Chuyến bay này nằm trong khuôn khổ một chương trình của chính phủ Hoa Kỳ gọi là Babylift, mục đích di tản các trẻ em mồ côi lai Mỹ đưa về Hoa Kỳ. Riêng chính phủ Pháp cũng có thỏa thuận với Hoa Kỳ để thêm vào số trẻ lai Mỹ một số bé mồ côi Việt Nam đang làm hồ sơ cho các gia đình Pháp nhận làm con nuôi. Các em bé cùng chung số phận với các nhân viên đi kèm trong công việc từ thiện này, là những nạn nhân oan uổng trong những ngày tàn của một chế độ.

Nhưng ai chết coi như cái số phải chết, còn người sống vẫn phải tiếp tục vẫy vùng để sống còn.

Đối với Long, việc đầu tiên trong tháng tư này là chàng phải biến phòng ăn bên trong nhà thành một hầm trú ẩn, theo khuyến cáo của chính phủ qua các đài truyền thanh truyền hình, phòng khi có pháo kích và tấn công vào thủ đô miền Nam. Hỏa tiễn 122 ly của quân cộng sản pháo kích vào Sài Gòn từ trước đến giờ vẫn có, nhưng mỗi đêm chỉ bắn vài quả vào thành phố trúng nhà ai nấy chịu. Còn bây giờ với tình hình chiến sự suy sụp, nếu có tấn công quy mô thì sẽ là pháo kích đêm ngày như mưa chứ không phải chỉ có vài quả đạn mỗi đêm như trước đây.

Gọi là « hầm trú ẩn » cho oai, thật ra chỉ rất sơ sài vì làm sao đào hầm trong nhà được? Long để một tấm nệm mỏng của giường lớn vào một góc của phòng ăn, rồi dùng bao cát chất bốn bề cao lên khoảng một thước rưỡi, hai bề sát vào tường, mặt trước chừa một cái cửa nhỏ vừa đủ chui ra chui vào. Phía trên lót ván rồi chất bao cát lên trên ván. Đêm đêm cả nhà vợ chồng con cái chui vào cái « lô-cốt » đó ngủ. Khỏi nói cũng đoán được là hai đứa nhỏ 5 tuổi và 3 tuổi rất khoái cái « hầm » này, như một trò chơi lạ ngay trong nhà!

Trong khi đó thì bố mẹ chúng hồi hộp nghe ngóng tin tức. Cũng như hàng triệu người dân miền Nam, Long và Mai ngày nào sáng chiều cũng đón nghe hai đài BBC và VOA để theo dõi thời cuộc, để từng ngày hãi hùng nghe tin dân chúng bỏ các thành phố miền Trung chạy về phía nam trong hoảng loạn… Những tin tức ấy lại được các phóng viên của đài Truyền Hình Sài Gòn đi theo những đoàn quân dân chạy loạn qua những hình ảnh đưa lên TV làm cho Mai càng hãi hùng hơn. Long vẫn hằng ngày đi dạy tại Đại Học Dược Khoa, Mai vẫn đi làm tại đài Truyền Hình nhưng những tối được nghỉ không ít lần Long thấy Mai ngồi khóc âm thầm trước máy truyền hình khi thấy đồng bào miền Trung bỏ cả nhà cửa bồng bế nhau chạy hướng về miền Nam. Dân chúng bỏ chạy khỏi những thành phố khi thấy quân đội di tản và họ nghĩ là các thành phố này sẽ lần lượt « mất » vào tay cộng quân. Nói chung thì phần đông các thành phố, tỉnh ly chỉ là bỏ ngỏ, rồi sau đó bộ đội cộng sản cứ việc đến chiếm đóng chẳng cần đánh đấm gì cả!

Ngoại trừ một trận đụng độ cuối cùng và đẫm máu nhất xảy ra ở Long Khánh, chỉ cách Sài Gòn chưa đầy một trăm cây số. Bắt đầu từ ngày 9 tháng tư, trận chiến ác liệt kéo dài đến ngày 20 tháng tư, cả hai bên đều thiệt hại nặng nề, những người lính của cả hai miền đã phải hy sinh vào những ngày cuối cùng của cuộc chiến. Qua ngày 21 tháng tư, bộ Tư lệnh Sư đoàn 18 và Lữ đoàn 1 Nhảy Dù được lệnh bỏ tỉnh ly Xuân Lộc của Long Khánh, rút về gần Sài Gòn hơn để tập trung lực lượng còn lại bảo vệ thủ đô miền Nam.

Tỉnh Long Khánh không còn là nút chặn nữa, đường về Sài Gòn trở thành thênh thang cho các đoàn xe Molotova tiến dũng mãnh đến thắng lợi cuối cùng …

Long Khánh thất thủ mở đầu cho giai đoạn hấp hối của chính thể miền Nam. Không khí hoảng loạn ở Sài Gòn đang như ngọn lửa âm ỉ bỗng bùng lên dữ dội. Các chuyến bay quốc tế đầy ắp những người có phương tiện chạy ra ngoại quốc, trong đó có gia đình vợ con một số các quan chức cao cấp trong chính quyền.

Đang lúc dầu sôi lửa bỏng như thế, một chuyện lạ lùng xảy đến với Long. Ngày 20 tháng 4-1975, bỗng dưng một người bạn học từ thời xa xưa, hồi còn ở nội trú trường trung học Adran Đà Lạt đến nhà gặp Long và đề nghị gia đình Long đến ở nhà mình. Người bạn này tên Hinh, trước kia học dưới Long một lớp, sau này cũng tốt nghiệp Dược sĩ, nhưng ít liên lạc với nhau, không hiểu do đâu Hinh biết nhà Long mà tìm đến. Thời còn sống nội trú ở Đà Lạt, ai cũng biết mẹ của Hinh là một thương gia giàu có ở Sài Gòn. Long cũng từng giúp đỡ Hinh bằng cách giảng giải vài chỗ rắc rối trong hai môn toán và vật lý, nên được mẹ của Hinh mời đến chơi nhà và tỏ vẻ rất quý mến. Từ đó đến khi gặp lại Long, Hinh vẫn chưa lập gia đình, vẫn sống với mẹ và mấy đứa em.

Hinh trình bày là với tình hình chiến sự lan tràn đến gần Sài Gòn, gia đình Hinh sẽ tạm lánh qua Hồng Kông, nên nhờ Long đem cả gia đình đến ở ngôi biệt thự của mẹ chàng trong Sài Gòn, vì sợ nhà không chủ sẽ bị phá phách và hôi của trong lúc dầu sôi lửa bỏng. Anh chàng hy vọng có ngày trở về nhà khi đã qua thời kỳ hỗn loạn của những ngày cuối của cuộc chiến. Lúc đó có vài dư luận cho rằng có thể sẽ trung lập hóa miền Nam theo một đề nghị của chính phủ Pháp vẫn có chủ trương này từ thời Tướng De Gaulle còn làm Tổng Thống trong thập niên 60. Thật tình mà nói, Long không có một mơ tưởng hão huyền nào về việc này cả, vì Hà Nội đang thắng thế trên chiến trường, tại sao lại phải chấp nhận một giải pháp trung lập khi họ sắp sửa chiếm trọn cả nước?

Theo lời mời của Hinh, hôm sau Long và Mai đến ngôi biệt thự trong khu Đa Kao, cách nhà Long chưa đầy một cây số. Đi ngoài đường chỉ thấy bức tường cao và cánh cổng sắt rộng kín bưng. Vào trong là một cái sân rất rộng tráng xi-măng, có thể đậu nhiều chiếc xe hơi. Ngôi nhà lớn hai tầng, kiến trúc đẹp, kiểu nhà Tây ngày xưa, nhưng Long được biết là nhà mới xây cất sau này. Tầng lầu mở ra một cái sân thượng rộng, dưới sân thượng là nhà để xe. Trước đây ngôi biệt thự này không phải nhà chính của gia đình Hinh ở, mà dùng cho Mỹ thuê. Khi quân Mỹ rút năm 1973, gia đình Hinh mới lấy lại về đây ở. Thời gian nhiều lính Mỹ từ 1965 đến 1973, rất nhiều nhà nhỏ có lớn có, xây cất mới hoặc sửa sang lại để cho Mỹ thuê rất có lợi, nhưng đa số chỉ là lính Mỹ thường thôi. Còn ngôi biệt thự của gia đình Hinh kín cổng cao tường trong một khu yên tĩnh như thế, người Mỹ sống ở đây là những viên chức dân sự cao cấp trong guồng máy của Hoa Kỳ.

Bà mẹ của Hinh đón tiếp hai vợ chồng Long rất niềm nở, tỏ vẻ quý mến Long như thời xưa. Bà nói tin tưởng Long là người đàng hoàng nên giao cả ngôi nhà với đồ đạc bàn ghế giường tủ, có cả một chiếc xe hơi LaDalat[xiv] và một chiếc xe gắn máy Honda. Bà đưa đi xem tất cả các phòng trên lầu dưới nhà, phòng nào cũng đầy đủ đồ đạc tiện nghi. Bà nhờ gia đình Long đến ở để giữ giùm nhà, cho nhà có vẻ vẫn có chủ, tránh cướp bóc hôi của trong khi loạn lạc. Bà nói hai vợ chồng không phải làm gì vì vẫn còn chị giúp việc sống luôn trong nhà, bà đã trả trước ba tháng lương để chị này tiếp tục làm việc dọn dẹp trông nom.

Một ngôi biệt thự trên một mảnh đất rộng lớn như thế ngay trong thành phố Sài Gòn, so với căn nhà của Long hiện tại thì thật là một trời một vực. Long nghĩ mình có đi làm suốt đời cũng không thể nào có tiền tậu được một cơ ngơi như thế, và cũng chẳng khi nào chàng mơ tưởng có ngày sống trong một biệt thự như thế này. Vậy mà bây giờ có người « mời » chàng và gia đình đến ở. Tình hình chiến tranh loạn lạc, chàng vẫn tưởng sẽ chẳng còn gì có thể gọi là bất ngờ được nữa! Nhưng chàng lầm, cái bất ngờ vẫn có, và vẫn đến với gia đình chàng!

Ngoài câu chuyện lạ lùng này, công việc dạy học của Long vẫn tiếp tục nhưng dĩ nhiên chỉ tiếp tục để trấn an mọi người và tự trấn an mình. Tại trường Marie Curie của Pháp nơi chàng dạy Lý Hóa cho mấy lớp chuẩn bị thi tú tài, có kế hoạch phải tổ chức thi sớm hơn dự trù phòng khi phải đóng cửa trường sớm. Tại Đại Học

---

[xiv] Đây là loại xe hơi có máy và sườn là của hãng Citroen (xe 2CV nổi tiếng của Pháp), nhưng phần còn lại làm tại Việt Nam.

Dược Khoa không khí rất căng thẳng, thầy cô cũng như sinh viên đều hoang mang trước tình thế dầu sôi lửa bỏng. Một hôm, một vị Giáo Sư là thầy của Long trước đây, gặp riêng chàng ngoài sân trường, nói bên Đại Học Y Khoa đang lập một danh sách các thành phần trong ban giảng huấn muốn di tản qua Mỹ trong trường hợp Sài Gòn thất thủ. Bên trường Y có phái đoàn Y Khoa Hoa Kỳ làm việc chung nên họ tìm cách giúp các đồng nghiệp đang dạy học tại đấy. Ban giảng huấn bên trường Dược cũng được ghi tên « ké » vào danh sách này, nên vị Giáo Sư kia hỏi riêng một số người thân cận có muốn ghi tên không. Long chỉ biết trả lời « Vâng ! », dù chẳng biết gì khác hơn về cách tổ chức di tản này cả.

Về phía Đài Truyền Hình nơi Mai vẫn tiếp tục làm việc, một hôm ông Giám Đốc nói với Mai là ban đêm có thể mang chồng con vào ngủ trong đài, nếu bất thình lình đài có phương tiện di tản thì xướng ngôn viên sẽ được đi cùng với các thành phần khác, những người được xem là có thể bị nguy hiểm đến tính mạng khi cộng sản thắng thế. Long và Mai có hai con nhỏ 5 và 3 tuổi, đã thấy các thảm cảnh di tản từ miền Trung vào Sài Gòn nhất là đối với trẻ con, nên chỉ biết cám ơn lòng tốt của ông nhưng không trông đợi gì lắm với đề nghị đó, vì chính ông cũng không biết cụ thể sẽ tổ chức di tản như thế nào.

Các biến cố càng dồn dập hơn khi Tổng Thống Nguyễn Văn Thiệu tuyên bố từ chức trong một một bài diễn văn đọc lúc 19 giờ 30 ngày 21 tháng 4-1975 được trực tiếp truyền thanh và truyền hình. Trong vòng hai giờ đồng hồ, trước một cử tọa gồm thành phần chính phủ, quân đội và quốc hội, và trước một số người kỷ lục theo dõi trước máy truyền hình, ông Thiệu trình bày thành quả mười năm cầm quyền của mình, với một giọng cay đắng đối với « người bạn đồng minh Hoa Kỳ » đã quyết định bỏ rơi Việt Nam Cộng Hòa khi Quốc Hội Mỹ cắt giảm viện trợ đang từ hàng tỉ xuống còn ba trăm triệu đô-la cho năm 1975, trong khi miền Bắc vẫn nhận được viện trợ dồi dào của khối cộng sản quốc tế để đánh chiếm miền Nam.

Ông Thiệu phải từ chức Tổng Thống vì sức ép từ nhiều phía, vì chiến cuộc đã đành, mà còn có những thế lực chính trị tin tưởng là nếu thay ông Thiệu bằng một khuôn mặt khác « chống cộng ít cứng rắn hơn » thì hy vọng có thể thương thuyết với Hà Nội về một giải pháp ôn hòa. Khuôn mặt đó là Tướng Dương Văn Minh[104], người đã cầm đầu đảo chánh Tổng Thống Ngô Đình Diệm năm 1963.

Nhưng việc từ chức Tổng Thống phải được tiến hành theo Hiến Pháp, nên người lên thay là Phó Tổng Thống Trần Văn Hương, một cụ già 71 tuổi sức khỏe yếu ớt. Chờ làm xong các thủ tục mất gần một tuần lễ, đến tối ngày 28 tháng 4 Tướng Dương Văn Minh mới chính thức lên làm Tổng Thống. Trong khi đó, ông Thiệu được Mỹ tổ chức đưa qua Đài Loan từ ngày 25, nhưng ông không qua tị nạn ở Hoa Kỳ mà xin tị nạn ở Anh Quốc[105].

Từ hôm ông Thiệu từ chúc, không còn ai ảo tưởng gì về tương lai của thể chế Việt Nam Cộng Hòa nữa, và những ai có thể bay ra khỏi nước một cách chính thức đều vội vã ra đi hoặc không đi cũng tìm cách cho gia đình đi. Riêng người Mỹ đã bắt đầu tổ chức cho các thân nhân người Việt của họ di tản bằng máy bay của Hoa Kỳ. Trong gia đình Mai, cô em kế cùng chồng con cũng ra đi theo đường này, vì chồng của cô có em gái lấy một người Mỹ, người Mỹ này đã tổ chức được cho cả gia đình bên vợ ra đi. Phải hiểu là không phải ai có thân nhân lấy Mỹ cũng có thể ra đi như vậy, đơn giản là vì số chỗ trong các chuyến bay có hạn, các chuyến bay cũng chỉ có hạn, mà số người muốn ra đi thì quá nhiều, nên rất nhiều thảm cảnh kẻ ở người đi xảy ra cho nhiều gia đình. Một cậu con trai sau này là em cột chèo của Long hụt chuyến đi vì đang bận đi đâu đó không có mặt ở nhà khi người cố vấn Mỹ của ông bố cậu đến đón cả nhà vào ngay phi trường…

Trở lại câu chuyện riêng của Long, ngày 25 tháng tư, Hinh đến nhà Long báo tin gia đình chàng sẽ lấy máy bay qua Hồng Kông lánh nạn và giao cho Long chùm chìa khóa, nhờ chàng mang cả gia đình đến ở ngay hôm đó để có người trong nhà.

Đêm đó Long đem Mai và hai con đến ngủ trong ngôi nhà rộng lớn và kiên cố này. Cảm giác Long còn nhớ mãi là đêm đó ngủ yên giấc hơn vì ít lo hơn. Dù sao nói dại nếu có rơi vào nhà quả đạn đại bác 122 ly của quân đội cộng sản đang tiến sát đến bao vây Sài Gòn thì cũng có hai lớp bê-tông cốt sắt bảo vệ phần nào, một lớp là cái trần nhà, lớp thứ hai là cái sàn của lầu trên cũng là trần của tầng trệt. Dù không bảo đảm an toàn 100% nhưng cũng đỡ hơn là cái sàn gỗ và cái trần các-tông nhà của Long, dù có tăng cường thêm mấy bao cát che trên cái « hầm trú ẩn ».

Nhưng gia đình Long chỉ được cảm giác an toàn đó trong hai đêm mà thôi. Qua ngày thứ ba, khi Long dùng Vespa chở cả gia đình vào Đa Kao là nơi tọa lạc ngôi nhà kiên cố kia thì cầu Phan Thanh Giản đã có kẽm gai và bao cát dựng lên làm một hàng rào kiên cố, với nhiều khẩu đại liên chĩa họng súng đe dọa người đến gần. Chàng đi vòng Ngã Tư Hàng Xanh qua Thị Nghè thì cầu này cũng có nút chặn tương tự, nội bất xuất khỏi Sài Gòn, ngoại bất nhập vào Sài Gòn. Tình hình chiến sự đã đến lúc căng thẳng tột độ, « trận chiến Sài Gòn » không biết sẽ nổ ra lúc nào, sẽ gây ra bao tang thương đổ nát trong một thành phố đông nghẹt hàng mấy triệu con người.

Lệnh giới nghiêm 24/24 được ban hành, nhưng ngoài đường xe cộ vẫn chằng chịt, người ta chạy lui chạy tới như những con ruồi bay loạn xạ trong cái hộp bẫy. Chứng tỏ không còn ai tuân lệnh một chính quyền sắp tan rã. Người ta chỉ biết tìm đường « chạy loạn » !

Đối với Long, bị cô lập bên ngoài Sài Gòn cũng có cái hay về mặt tâm lý. Nếu có mặt trong thành phố vào những ngày cuối cùng của tháng tư thì thế nào chàng cũng sẽ bị lôi cuốn theo dòng người hoảng loạn chạy xuống bến tàu tìm đường trốn chạy. Sau này chàng được người quen kể lại cảnh leo lên tàu, rồi lại leo xuống vì khám phá ra còn thiếu ai đó trong gia đình, hoặc leo lên rồi mới biết chiếc tàu đó chẳng có ai định lái đi đâu cả… Tàu rời bến rồi trên đường ra biển lại bị đạn pháo của quân cộng sản nã theo… Cảnh kẻ ở người đi, vợ lạc chồng, con thơ lạc cha mẹ… Nhưng vì sống bên ngoài Sài Gòn, dù không xa cái không khí nóng bỏng hỗn loạn của một thủ đô miền Nam đang lên cơn sốt, nên chàng còn đủ tỉnh táo để nghĩ rằng cái số mình không phải chịu cảnh chạy loạn như thế có khi lại là may!

Tình hình đang sôi sục như thế thì ngay gần nhà Long xảy ra một sự kiện bất ngờ. Trong khi chợ búa không còn họp hay chỉ có lơ thơ vài bó rau, vài nải chuối, bỗng nhiên hai bên bờ đường Phan Thanh Giản nối dài (là con đường chính đi ra xa lộ Biên Hòa và quốc lộ 1) bao nhiêu người ngồi la liệt bày bán hàng hóa của… Mỹ ! Từ đồ hộp đủ loại đến cam tươi Sunkiss của California, phó-mát Cheddar cheese đặc biệt của Hoa Kỳ… với giá rẻ mạt. Hỏi ra mới biết, ngay Tân Cảng ở chân cầu xa lộ có một kho hàng PX[xv] lớn của Mỹ không còn ai quản lý, bị dân chúng phá cửa vào lấy đồ đạc mang ra bán. Long nghe đồn cũng chạy Vespa đến

---

[xv] PX là tên những siêu thị của Mỹ dành riêng cho quân nhân Hoa Kỳ.

nơi xem thực hư ra sao thì thấy lũ lượt người lớn trẻ con vác bị trên vai, lội nước bùn bì bõm đến ngang bụng để vào được cái kho bị phá để hôi của. Phía cửa bị phá quay ra sông nên người ta cũng phải lội nước bùn khổ cực lắm mới lấy được hàng cho vào bị mang về bán chứ không dễ dàng gì.

Đúng là « của Trời cho », đang lo nếu đánh nhau to thì đồ ăn thức uống tìm đâu ra, bỗng dưng vừa có nhiều lại vừa rẻ! Đi mua đồ hộp Mỹ để trữ cũng là một cách dùng những công việc nhỏ nhặt để quên đi phần nào những chuyện to tát gấp bội…

Chuyện to tát có thể xảy ra bất cứ lúc nào là một cuộc tấn công quy mô vào Sài Gòn từ nhiều phía. Từ ngày Long Khánh thất thủ, một trong những con đường tiến thẳng vào Sài Gòn chính là đường đi qua khu nhà Long, nếu có giao tranh thì căn nhà này chắc chắn sẽ nằm trong vùng giao tranh ác liệt nhất.

Nhưng may mắn cho người dân Sài Gòn, sự việc đã không xảy ra như thế. Đã không có giao tranh đẫm máu, vì ngày 28 tháng 4, Tướng Dương Văn Minh lên làm Tổng Thống với một nội các do ông Vũ Văn Mẫu cầm đầu, gồm những khuôn mặt « mềm dẻo » hơn những người chống cộng cứng rắn trong chính phủ của ông Thiệu trước đây. Việc làm đầu tiên của Thủ Tướng Vũ Văn Mẫu là phổ biến trên đài phát thanh một thông cáo yêu cầu tất cả nhân viên Hoa Kỳ, dân sự cũng như quân sự, phải rời khỏi Việt Nam trong vòng 24 tiếng đồng hồ để người Việt Nam « dàn xếp công việc » với nhau. Thật ra việc di tản người Mỹ khỏi Việt Nam đã được chính phủ Hoa Kỳ ở Washington quyết định trước đó rồi, chỉ còn vấn đề thời điểm chính xác để thực hiện cuộc di tản này, và cách tổ chức ra sao cho khỏi rơi vào cảnh hỗn loạn. Nhưng thật khó mà tránh được hỗn loạn khi có cả mấy trăm ngàn người Việt Nam sống tại Sài Gòn đang cố tìm cách được di tản với Mỹ trong đợt này.

Tảng sáng ngày 29, phi trường Tân Sơn Nhứt bắt đầu bị pháo kích nặng nề, phi đạo không còn dùng được nữa, chỉ còn hai phương tiện để rời Sài Gòn là tàu thủy và trực thăng. Bến tàu Sài Gòn đông nghẹt người tranh nhau leo lên các tàu neo bến, nhiều khi không biết tàu có đi hay không, chỉ nghe đồn là có tàu chỗ nào là chạy đến tìm cách leo lên thôi. Long có bạn sau này gặp lại cho biết leo lên một chiếc tàu ở Kho Năm cùng với bao nhiêu người khác, rốt cuộc tàu đó không đi, trong khi cái tàu bên cạnh lại rời bến. Thế là… lỡ tàu!

Riêng người Mỹ và một số ít người Việt còn một cách thoát cuối cùng là trực thăng. Số người Việt này hoặc có liên hệ gia đình (vợ con của người Mỹ và thân nhân của họ), hoặc là những người có chức vụ trong chính quyền Việt Nam Cộng Hòa, nếu ở lại có thể nguy hiểm đến tính mạng, đã được người Mỹ liên lạc từ trước cho biết điểm hẹn khi phải di tản.

Ngày 29, trên bầu trời nhà hai vợ chồng Long ở gần Ngã Tư Hàng Xanh là một cảnh ngoạn mục có một không hai đối với người dân Sài Gòn. Từng đoàn trực thăng bay từ hướng đông vào, từ từ khuất sau các mái nhà về phía cầu Phan Thanh Giản. Lúc đầu chỉ là con đường một chiều từ biển Đông vào thành phố, ít lâu sau trở thành xa lộ hai chiều với đoàn trực thăng bay ngược từ thành phố ra biển Đông. Và cứ thế, hai dòng trực thăng vẽ lên bầu trời trong xanh của Sài Gòn một cảnh tượng chẳng khác gì trong những phim nổi tiếng nhất của Hollywood…

Nhưng không như đoàn trực thăng bay rầm rộ đi « tiễu trừ phiến loạn » kèm theo tiếng nhạc oai hùng của Wagner trong phim Apocalypse Now, đoàn trực thăng này bay lặng lẽ từng toán 3 chiếc một, chỉ nghe tiếng cánh quạt phành phạch đều đặn, đều đặn… Long tưởng tượng tâm trạng của những người Việt Nam ngồi trong đó, chắc là khôn xiết vui mừng vì mới leo lên được một cái « phao » thoát hiểm. Nhưng không biết trong sâu thẳm của tâm hồn, đã có ai bắt đầu cảm thấy cái cảm giác tê tái của một người từ biệt quê hương mình mà không biết có ngày nào trở về hay không[xvi]…

Cuộc di tản trên không này kéo dài qua đến sáng ngày 30 mà không có phản ứng quân sự nào của phe cộng sản, có lẽ do một sự thỏa thuận ngầm giữa Hà Nội và Washington để những người Mỹ cuối cùng rút ra khỏi Việt Nam một cách an toàn. Vì phải hiểu là dù đa số những người được di tản bằng trực thăng này là người Việt, nhưng toàn bộ kế hoạch được dự trù để di tản người Mỹ là chính, để không một người Mỹ nào còn bị sót lại để bị bắt làm tù binh khi Sài Gòn thất thủ, kể cả ông Đại Sứ Martin. Ông Đại Sứ đã nhất định không nghe lời thúc giục của thượng cấp từ Washington là phải đi ngay từ đầu, ông đã ở lại để điều hành cuộc di tản với cấp thừa hành để giữ vững tinh thần cho họ. Ông chỉ rời khỏi Sài Gòn vào sáng sớm ngày 30 theo lịnh của Ngoại trưởng Mỹ Kissinger, trên một trong các trực thăng cuối cùng đưa những người Mỹ cuối cùng ra khỏi miền Nam Việt Nam[106].

Cuộc di tản phải chấm dứt mặc dù còn rất nhiều người Việt tụ tập ngoài hàng rào của tòa đại sứ Mỹ cũng như các điểm hẹn. Chấm dứt vì giờ lịch sử đã điểm.

10 giờ 15 sáng ngày 30 tháng tư 1975, Long nghe trên đài phát thanh lời kêu gọi của Tổng Thống Dương Văn Minh mới nhậm chức chưa được hai ngày. Ông Minh ra lệnh cho các binh sĩ của Quân Lực Việt Nam Cộng Hòa buông súng, đồng thời cũng kêu gọi phe cộng sản ngưng bắn để tiết kiệm xương máu của đồng bào. Ông nói thêm là toàn bộ chính phủ của ông đang ở dinh Độc Lập, chờ đợi đại diện của Chính Phủ Cách Mạng Lâm Thời Cộng Hòa Miền Nam Việt Nam đến để bàn giao quyền lực trong ôn hòa.

Long và Mai vẫn ở nhà lắng nghe tin tức trên các đài phát thanh, bỗng có tiếng súng rất gần, lúc đầu còn rời rạc, sau đó càng ngày càng nhiều, cuối cùng liên tục như pháo Tết đêm Giao Thừa, kéo dài không biết bao lâu, có lẽ cả giờ… Sau này Long mới biết là tiếng súng không phải đến từ một trận đụng độ cuối cùng ở đâu đó, mà chỉ là những người lính Việt Nam Cộng Hòa từ xa rút về Sài Gòn theo ngả xa lộ Biên Hòa, khi nghe lệnh ngưng bắn của Tổng Thống cuối cùng của miền Nam, đã bắn chỉ thiên cho đến khi hết đạn, rồi đa số quăng súng, trút bỏ quân phục bên lề đường, trở lại hình dáng của một người dân thường để hy vọng được sống lại cuộc đời bình thường trong cảnh thái bình. Tương lai của họ sẽ như thế nào, sau này mới rõ…

[xvi] Apocalypse Now là bộ phim của Mỹ do đạo diễn Francis Ford Coppola thực hiện năm 1979, với tài tử Marlon Brando. Trong phim có cảnh đoàn trực thăng Mỹ bay rợp trời theo tiếng nhạc bài "Chevauchée des Walkiries" trích trong vở nhạc kịch nổi tiếng của nhạc sĩ Đức Richard Wagner (1813-1883). Tác giả được xem phim này năm 1980 khi mới đến Paris, đã rất thất vọng vì không thấy được cái thật trong những cảnh về chiến tranh Việt Nam. Một người bạn sống lâu năm bên Pháp cho biết đây là một phim rất thành công về mặt điện ảnh, được nhiều giải thưởng quốc tế, nhưng chủ đề không phải là chiến tranh Việt Nam, cũng không phải là phim tài liệu về chiến tranh Việt Nam. Chỉ dùng chiến tranh Việt Nam làm cái khung cho truyện phim mà thôi, nên đối với người ngoại quốc, họ không quan tâm đến những chi tiết "không thật" chỉ có người Việt Nam mới chú ý.

Trong khi đó, chuyện gì đã xảy ra trong dinh Độc Lập? Tổng Thống Dương Văn Minh, Thủ Tướng Vũ Văn Mẫu cùng toàn thể nội các đều có mặt, chờ đợi một cuộc « bàn giao quyền lực trong ôn hòa ». Nhưng đó chỉ là mơ ước hão huyền, tỉnh giấc chỉ thấy xe tăng T54 của phe thắng cuộc xông vào sân dinh Độc Lập, bộ đội cầm súng tiến vào phòng nơi mọi người tụ tập. Ông Minh lên tiếng sẵn sàng bàn giao thì được trả lời thẳng thừng là các anh không còn gì để bàn giao nữa cả, phải đầu hàng vô điều kiện mà thôi[107]. Toàn bộ nội các bị bắt làm tù binh, riêng ông Dương Văn Minh bị giải đến đài phát thanh để đọc một bản văn đầu hàng do phe thắng cuộc thảo ra.

Chính thể miền Nam Việt Nam đã chết yểu khi chưa đầy 20 tuổi. Nếu kể từ ngày 26 tháng 10 năm 1956 là ngày ban hành hiến pháp khai sinh nền Đệ Nhất Cộng Hòa đến ngày 30 tháng tư năm 1975 là ngày khai tử nền Đệ Nhị Cộng Hòa, chính thể Việt Nam Cộng Hòa đã tồn tại được 18 năm 6 tháng 4 ngày, tổng cộng 6760 ngày.

48. Bắt đầu cuộc đổi đời

Sau bữa cơm trưa ngày 30 tháng 4-1975, Long lấy Vespa đi một vòng « cho biết sự tình ». Mai rất sợ, nàng nói mới đó súng còn nổ liên hồi, ra đường biết thế nào mà lường, nguy hiểm lắm. Nhưng nàng cản thế nào cũng không được, chàng nói sống chết có số, đất nước đang trải qua một cuộc thay đổi long trời lở đất, không thể bỏ qua cơ hội chứng kiến tận mắt những gì đang xảy đến cho mình, cho dân mình, cho nước mình. Chàng muốn ghi lại trong ký ức cảm giác của một nhân chứng trong những giờ đầu của cuộc đổi đời này.

Từ trong nhà theo con đường nhỏ ra đường cái Phan Thanh Giản nối dài, cảnh tượng đầu tiên đập vào mắt Long là hai bên đường quần áo lính lẫn với mũ sắt và giầy nhà binh quăng vứt bừa bãi. Những vết tích cuối cùng của một đạo quân hùng hậu, một đạo quân mà chính chàng cũng đã từng là một thành phần… Lòng chợt quặn thắt, sao phải thê thảm đến mức này?

Cảnh tượng thứ hai Long không thể quên được là đã lác đác thấy trước một số nhà bên lề đường cắm hai lá cờ của phe thắng cuộc : cờ đỏ sao vàng của Việt Nam Dân Chủ Cộng Hòa và cờ nửa đỏ nửa xanh da trời với sao vàng ở giữa của Chính Phủ Cách Mạng Lâm Thời Cộng Hòa Miền Nam Việt Nam. Long ngạc nhiên hết sức vì mới có mấy tiếng đồng hồ, họ tìm đâu ra cờ mà cắm lên trước nhà nhanh như thế?

Đường vào Sài Gòn đến cầu Phan Thanh Giản vẫn còn bao cát và giây thép gai được dẹp qua một bên, vết tích của nút chặn mới sáng nay còn nằm đó với các họng đại liên trấn giữ cửa vào thủ đô miền Nam.

Băng qua cầu rẽ trái vào đường Nguyễn Bỉnh Khiêm rợp mát, đến cổng sở thú quẹo phải theo đại lộ Thống Nhất tiến thẳng đến dinh Độc Lập là nơi mới vài giờ trước đây toàn bộ chính phủ Việt Nam Cộng Hòa đã bị phe thắng cuộc bắt làm tù binh. Dinh này bao quanh bằng hàng rào khung sắt kiểu Pháp ngày xưa trông rất thanh nhã, nhưng chiếc cổng sắt rất đẹp không còn nữa vì bị xe tăng ủi xuống và cán lên để tiến vào sân cỏ của dinh. Phấp phới trên cao là cờ nửa đỏ nửa xanh ở giữa sao vàng, mới thay lá cờ vàng ba sọc đỏ chỉ vài tiếng đồng hồ trước đó[108].

Ngay phía ngoài dinh Độc Lập, nơi có bãi cỏ với bóng cây rợp mát trước cổng Bộ Ngoại Giao trên đường Alexandre de Rhodes, mấy chiếc xe tăng T54 đậu dưới bóng mát, dân chúng khá đông tò mò đến gần, một số lân la hỏi chuyện mấy chú bộ đội đứng quanh xe tăng.

Long lái xe chầm chậm để ghi vào ký ức quang cảnh này, những hình ảnh đầu tiên tiêu biểu cho cuộc ngưng chiến, ngưng một cuộc chiến đã kéo dài mấy chục năm trường với biết bao đau thương chia lìa…

Nhưng chàng không ngừng lại mà tiếp tục cho xe chạy qua các đường phố quen thuộc. Nhiều xe hai bánh vẫn chạy lăng xăng đông đúc, có lẽ nhiều người như Long muốn đi xem không khí của ngày Sài Gòn thất thủ như thế nào, cũng có thể nhiều người vẫn còn chạy lên chạy xuống bến tàu tìm đường thoát thân trước khi tấm lưới sắt bao phủ hoàn toàn lên thành phố sắp mất tên… Tại vài ngã tư, có những thanh niên mang băng đỏ trên cánh tay đứng chỉ đường giữ trật tự, thay chỗ cho những người lính cảnh sát trước đây có mặt ở mọi nẻo đường tìm cách giải quyết nạn kẹt xe. Vài chiếc xe Jeep nhà binh chạy vùn vụt, bấm còi inh ỏi, chở mấy thanh niên cũng mang băng đỏ. Sau này sẽ có những thành phần được gọi là « cách mạng 30 », có thể cuộc « cách mạng 30 » này đã bắt đầu ngay từ trưa ngày 30 tháng 4-1975, và cũng có thể bắt đầu ngay trên những chiếc xe Jeep này không chừng…

Trên đường Hồng Thập Tự, Long chạy xe về hướng Thị Nghè thì gặp một toán quân đi ngược lại phía bên kia lề đường. Những người bé nhỏ mặc quần áo bộ đội, nhưng không đeo lon, chân đi dép râu, đầu đội nón cối, đi hàng một, im lặng, trông rất mệt mỏi. Nói là « lầm lũi đi » chắc cũng không ngoa! Phần đông đeo súng AK, có người vác trên vai những vật nặng, chắc là súng cối hay súng phóng lựu, đặc biệt có vài người gánh trên vai cái đòn gánh hai đầu nặng trĩu những quả đạn dài. Tất cả đi hàng một như những nông dân đi trên bờ đê về nhà sau một ngày làm việc mệt nhọc. Có thể nào tưởng tượng họ là thành phần của một đoàn quân chiến thắng đang tiến chiếm thành lũy cuối cùng của một chính thể mới cáo chung? Làm cách nào mà những người lính này đã làm rã hàng cả một đoàn quân hùng hậu trong một thời gian kỷ lục như thế ?

Long chưa hết ngạc nhiên khi xe chàng chạy ngang toán quân chiến thắng mệt mỏi đi bộ vào thủ đô Sài Gòn, thì một sự kiện khác làm chàng không thể quên buổi chiều ngày 30 tháng tư trên đường phố Sài Gòn này. Chàng đang chạy chiếc Vespa chầm chậm nhìn quang cảnh thành phố đổi chủ như thế nào thì có một bộ đội đứng bên đường ngoắc chàng lại. Người bộ đội này cũng mặc quần áo lính, cũng không đeo lon, không có bảng tên, chân cũng đi dép râu, đầu cũng đội nón cối, nhưng đeo một khẩu súng lục bên hông, và đặc biệt có một cái túi vải đeo chéo trên vai. Sau này Long được biết súng lục và túi vải chỉ có sĩ quan mới có, có thể là chính ủy không chừng.

Người bộ đội này trạc khoảng bốn mươi, nói với Long có thể cho anh ta quá giang một đoạn đường được không. Giọng nói chững chạc và lịch sự. Long trả lời được, "Tôi cũng đi về hướng đó". Anh chàng leo lên phía sau của cái yên đôi trên chiếc Vespa.

Cuộc gặp gỡ bất ngờ này, và nhất là sự va chạm của hai thân thể gần kề trên cái yên đôi của chiếc Vespa làm cho Long không thể quên sự kiện này. Cứ tưởng tượng mới sáng nay thôi, khi mà ông Dương Văn Minh chưa tuyên bố đầu hàng vô điều kiện, không thể có chuyện gặp gỡ như thế này. Long và anh chàng bộ đội này thuộc hai chiến tuyến, gặp nhau chỉ có thể tiêu diệt nhau hoặc người này bắt người kia làm tù binh. Không thể khác được. Vậy mà giờ đây, Long đang chở người này phía sau mình, như Long đã từng chở bao bạn bè của chàng trước đây… Lịch sử có những lúc sang trang một cách đột ngột và kỳ lạ như thế!

Người bộ đội ngồi sau lưng Long hỏi chàng về thân thế, gia đình, công việc của chàng. Sau này Long sẽ biết là người miền Bắc vào thời đó có thói quen hỏi một người lạ mới nói chuyện lần đầu như thế là để chứng tỏ sự thân tình, không phải là chuyện tò mò bất lịch sự. Và Long cũng hỏi lại anh chàng bộ đội này một câu mà chàng xem là vô thưởng vô phạt: “Anh vào Sài Gòn bằng phương tiện nào?”. Chàng chờ đợi câu trả lời như “đi từ phía bắc vào trên một chiếc xe tăng” hoặc “đi thẳng từ Biên Hòa đến đây trên một chiếc xe chỉ huy” hoặc “đi xe cam-nhông Molotova cùng đoàn quân”, v.v.

Nhưng câu trả lời đến tức khắc, không cần thời gian suy nghĩ: “Tôi đi thẳng từ ngoài Bắc vào bằng tàu ngầm, tàu đến Vũng Tàu hôm qua, sáng nay đi xe về Sài Gòn.”

Long chưng hửng, không biết nói gì hơn, lúc sau phải nói lảng qua chuyện khác. Miền Bắc có tàu ngầm? Sao hồi nào đến giờ không nghe nói? Chàng không biết miền Bắc như thế nào, nhưng chàng biết chắc chắn miền Nam không có tàu ngầm[109]. Chẳng lẽ miền Bắc tiến bộ về Hải quân hơn hẳn miền Nam như thế? Nhưng chỉ qua một thoáng suy nghĩ, chàng tìm ra chân lý: anh chàng bộ đội này “nói xạo” (theo tiếng miền Nam) hay “nói phét” (theo tiếng miền Bắc) “như hít thở không khí” (theo kiểu người Pháp “il ment comme il respire”). Rất tự nhiên, như một phản xạ. Nhưng xạo để làm gì? Trông mặt mũi cũng sáng sủa mà sao nói xạo tỉnh bơ vậy? Hay anh chàng nghĩ dân miền Nam dốt nát cả, nói khoác lác đến đâu họ cũng tin?

Long chợt nhớ hồi còn nhỏ xíu đã nghe câu “nói dối như Vẹm”… Vẹm là tiếng lóng để chỉ Việt Minh. Thời đó vì nhu cầu tuyên truyền, những cán bộ Việt Minh có thói quen thổi phồng chiến thắng, tâng bốc quá lố các chiến sĩ có công ngoài mặt trận, chưa kể đôi khi còn dựng đứng lên những tên tuổi anh hùng chỉ có trong trí tưởng tượng của họ[110]. Không ngờ qua 30 năm, thói quen đó đã thấm sâu trong vô thức của họ đến độ thế hệ con cháu vẫn tiếp tục “nói phét” mà không ngượng miệng.

Về đến nhà, Long kể Mai nghe những gì mắt thấy tai nghe, cốt để cho Mai yên chí là tình hình ngoài đường phố không có gì phải lo sợ cả. Thế là hai vợ chồng quyết định vào xem tình trạng nhà của Hinh trong Đakao như thế nào. Đã mấy ngày rồi không đến ngôi biệt thự này, từ khi cầu Phan Thanh Giản bị chặn.

Cuộc ngưng chiến mới được nửa ngày mà trong mấy khu nhà giàu, đã xảy ra chuyện hôi của tại những ngôi nhà chủ nhân bỏ ra đi. Cũng may là nhà của Hinh kín cổng cao tường vẫn còn nguyên, chị người làm vẫn ở đấy chào đón vợ chồng Long đến. Chị nói hai vợ chồng nên dọn đến ở luôn đây vì với tình hình này, chắc chắn gia đình của bà chủ không thể trở lại Việt Nam được nữa. Chị cũng xin phép ngày mai về quê vài ngày thăm gia đình ở miền Tây, sau đó sẽ trở lên vì bà chủ đã trả lương trước ba tháng rồi.

Mai và Long rất phân vân về việc có nên đến ở luôn ngôi biệt thự này không. Dọn từ căn nhà bé nhỏ của mình đến sống trong cái nhà to trong khu Đa Kao thị tứ này, còn gì bằng nữa! Nhưng khổ nỗi cái nhà to kia có phải của mình đâu! Dù người chủ đã ân cần mời gia đình chàng đến ở, nhưng không có giấy tờ gì chứng minh điều này cả. Rồi tương lai, với chính quyền mới này, chính sách của họ đối với những nhà có chủ bỏ ra đi sẽ ra sao?

Hai vợ chồng lấy quyết định đi đi về về giữa hai nơi chỉ cách nhau chưa đến 10 phút Vespa, để dò xét tình hình ra sao, rồi sẽ tính. Mai cho chị người làm về quê thăm gia đình, trong lòng cũng không mấy hy vọng chị ta trở lại. Quả vậy, sẽ không khi nào gặp lại chị người làm này nữa.

Ngay chiều tối ngày 30, đài phát thanh lặp đi lặp lại lời kêu gọi mọi người làm việc trong các công sở ngày mai mùng 1 tháng 5 phải đến trình diện tại nhiệm sở của mình.

Sáng hôm sau Long đến trường Đại Học Dược Khoa. Trong sân gặp lác đác mấy vị giáo sư lớn tuổi cũng như các giảng nghiệm viên trẻ như Long, hỏi thăm nhau "ai ở ai đi", là một đề tài sẽ còn được nêu lên hàng đầu trong các cuộc trao đổi nhỏ to nhiều năm sau này. Trên một bảng yết thị gắn trên tường ngôi nhà cổ ngay cổng vào, một tờ thông cáo yêu cầu tất cả ban giảng huấn cũng như nhân viên của trường có mặt tại giảng đường 2 lúc 3 giờ chiều.

Long về nhà cho Mai biết tại Đại Học Dược Khoa không có gì phải lo sợ, và khi đi qua Đài Truyền Hình nơi Mai làm việc, chàng cũng không thấy có gì lạ cả. Thế là Mai cũng quyết định buổi chiều sẽ đến đài trình diện như lời kêu gọi trên đài phát thanh.

Buổi chiều Long chở Mai đến trước cửa Đài Truyền Hình rồi vào trường Dược ngay xế bên kia đường. Trong giảng đường, chàng gặp lại những khuôn mặt quen thuộc, trong đó có Giáo Sư Nguyễn Vĩnh Niên từng là khoa trưởng trong 12 năm. Chàng cũng nhận thấy vắng nhiều khuôn mặt quen thuộc khác, điển hình là hai Giáo Sư Tô Đồng và Đặng Vụ Biền là hai người thầy khi chàng học chứng chỉ đệ tam cấp, cũng như Giáo Sư Nguyễn Hiệp chủ trì bộ môn mà chàng đang làm giảng nghiệm viên.

Đúng 3 giờ, ba người mặc quần áo bộ đội, không biết cấp bậc là gì vì không ai đeo lon, bước lên bục giảng. Người lớn tuổi nhất tóc đã bạc với khuôn mặt khắc khổ tự giới thiệu mình và hai người kia với giọng của người miền Nam. Ông nói được cách mạng giao cho nhiệm vụ "tiếp quản" trường Đại Học Dược Khoa. Ông là một dược sĩ tốt nghiệp từ thời Pháp thuộc, sau đó theo kháng chiến, năm 1954 tập kết ra Bắc và trở vào Nam theo đoàn quân từ mấy năm trước.

Người thứ hai là một trung niên ăn nói nhỏ nhẹ với giọng Hà Nội, mặt mày sáng sủa, là một dược sĩ đang dạy tại trường Đại Học Dược Khoa Hà Nội. Sau này mọi người được biết người này không phải là một bộ đội, chỉ bị trưng dụng bay vào Nam để tiếp quản trường Dược, mươi ngày sau lại trở về nhiệm sở của mình ngoài Bắc. Sở dĩ phải mặc quần áo bộ đội vì thời gian đầu mọi việc tiếp quản các cơ quan ở Sài Gòn là do Ủy Ban Quân Quản đảm trách, tức là quân đội.

Người thứ ba là một thanh niên mới tốt nghiệp dược sĩ ngoài Hà Nội, bị động viên vào quân đội, theo đoàn quân tiến về Sài Gòn trong những ngày cuối cùng của cuộc chiến. Anh bộ đội này trông thư sinh, chẳng có vẻ gì là một người cách mạng nằm gai nếm mật trong rừng cả.

Người lớn tuổi nhất bây giờ là "Hiệu Trưởng" của trường Dược, tên gọi mới thay vì "Khoa Trưởng" như trước kia. Ông nói để trấn an mọi người, đại khái "Chiến tranh đã chấm dứt, giữa người Việt Nam với nhau không có kẻ thắng người thua, chỉ có Đế Quốc Mỹ là thua đã phải cút khỏi đất nước mình. Trong cảnh hòa bình lập lại, giờ đây đất nước rất cần tất cả các bàn tay, các khối óc và các con tim để xây dựng lại trên đổ nát của chiến tranh. Người cán bộ giảng dạy là những "kỹ sư tâm hồn" có nhiệm vụ cao cả và trọng yếu trong công cuộc xây dựng lại đất nước." Ông cũng nói nói thêm "Mọi người đều thấy rõ đã không có tắm máu như lời tuyên truyền của các thế lực phản động trước đây, mà rõ ràng chủ trương của cách mạng là động viên mọi người xây dựng một tương lai tươi đẹp cho quê hương."

Quả thật sau 24 giờ Sài Gòn thất thủ, nhiều người dân miền Nam đã thở ra nhẹ nhõm vì đã không có cuộc "tắm máu" như có lời đồn đại trước đây. Riêng cá nhân Long không hề nghĩ đến chuyện tắm máu này, có lẽ do bản tính lạc quan của mình. Nhưng phải hiểu là lời đồn này không phải là vô căn cứ, với những gì xảy ra tại thủ đô Phnom Penh của nước láng giềng Cam-Bốt. Khi phe Khmer đỏ chiếm đóng Nam Vang ngày 17 tháng 4-1975 (hai tuần trước ngày Sài Gòn thất thủ), chỉ trong vòng mấy ngày, đa số người dân thành thị bị đuổi ra khỏi thủ đô để tập trung về những vùng quê hoang dã, sống trong những trại tập thể, chịu cảnh lao động khổ sai. Số người chết vì bị giết dã man, vì bệnh tật, vì đói khổ, đã lên đến gần 3 triệu người chỉ trong 3 năm, hơn một phần ba dân số của Cam-Bốt. Tất cả tội ác đó được tiến hành nhân danh một cuộc cách mạng triệt để, với cách tuyên truyền nhồi sọ cuồng tín là sẽ trở lại thời "cộng sản nguyên thủy" chưa có giai cấp, để không còn cảnh "người bóc lột người"…

Tại Sài Gòn còn quá sớm để có thể biết được cuộc cách mạng cộng sản Việt Nam sẽ đi tới đâu, nhưng trước mắt người dân phải lo sống qua ngày, và ngày đầu tiên như thế cũng làm mọi người phần nào yên tâm. Long cũng chung tâm lý này, và khi chàng đón Mai về, những gì xảy ra trong Đài Truyền Hình tuy không có gì vui nhưng cũng làm cho hai vợ chồng yên lòng thêm.

Mai kể là khi bước vào đài chiều nay, nàng rất buồn khi gặp lại nhiều cô thư ký, nhiều nữ xướng ngôn viên đồng nghiệp đến trình diện, trước đây rất diện nhưng bây giờ đa số mặc quần đen với áo bà ba, không trang điểm gì cả. Còn Mai vẫn mặc áo dài như khi đi làm, vẫn trang điểm như khi xuất hiện trên màn hình. Nàng muốn cho những người mới từ Hà Nội vào hoặc từ trong rừng ra thấy người xướng ngôn viên miền Nam như thế nào. Trong khi đó thì đa số các đồng nghiệp của nàng lại sợ rằng chiếc áo dài sang trọng bị xem là biểu tượng của giai cấp tiểu tư sản, sẽ gây ra sự ghen ghét của những người mới, và sẽ có hại cho mình chăng. Mai nói với Long trong lúc trang điểm trước khi đi : « Họ giết mình là cùng ! Nhưng nếu chết em vẫn muốn chết trong đẹp đẽ ». Tánh Mai là thế ! Rất lo sợ lúc đầu nhưng khi đến đường cùng thì không còn sợ gì nữa ! Mai nhớ lại chỉ vài ngày trước ông Lê Vĩnh Hòa, Giám Đốc đài, một Trung Tá Không Quân của Quân Lực Việt Nam Cộng Hòa, Tổng Cục Trưởng Tổng Cục Truyền Thanh, Truyền Hình và Điện Ảnh đã gọi Mai lên và khuyên Mai phải đi, mang Long và hai con vào đài để nếu có dịp, ông sẽ dàn xếp cho gia đình Mai di tản. Ông nói đã bắt được tài liệu của Việt

Cộng trong đó có danh sách « đen » gồm tất cả tên của các xướng ngôn viên Đài Truyền Hình Sài Gòn trong đó có tên Mai. Mai rất lo sợ nhưng hỏi lại : « Trung Tá bảo tôi đi sao Trung Tá không đi ? ». « Tôi không thể đi vì tôi không thể bỏ anh em, tôi đi thì đài như rắn mất đầu, không biết chuyện gì sẽ xảy ra cho anh em. Ngoài ra tôi cuốc được 3 năm, cô không cuốc được 3 năm ». Câu nói đầy trách nhiệm khiến Mai xúc động. Nhưng khi về bàn với Long, chàng không muốn đưa vợ con vào đài khi không có kế hoạch gì rõ rệt chắc chắn cả.

Ông giám đốc mới của đài từ Hà Nội vào tên là Huỳnh Văn Tiểng. Ông là một nhạc sĩ gốc miền Nam được biết đến trong những năm 1940, cùng với hai nhạc sĩ bạn là Lưu Hữu Phước và Mai Văn Bộ. Nhiều bản nhạc yêu nước thời đó ký tên Huỳnh Mai Lưu là bút hiệu chung của ba người này.

Cuối cùng thì gia đình Mai vẫn còn đó, và ông Trung Tá Giám Đốc cũng còn đó. Ông còn được ông Giám Đốc mới cám ơn vì đã giữ nguyên máy móc của đài nên đã có thể tiếp tục phát hình không gián đoạn ngày nào, một điểm son trong buổi giao thời. Dù mới chỉ là những bước tiếp xúc đầu tiên, chưa biết tương lai sẽ ra sao, nhưng cũng làm cho những người trong phe thua trận được trấn an phần nào.

Đài Truyền Hình là một cơ quan đầu não của thông tin tuyên truyền, vậy mà cũng như bên Đại Học Dược Khoa, cuộc tiếp xúc đầu tiên giữa "người cũ" và "người mới" xảy ra nhẹ nhàng. Một phần có lẽ do những người đến tiếp quản hai cơ quan này đều gốc miền Nam. Sau này Long sẽ thấy là những nhận định đầu tiên của chàng là đúng, cách cư xử của những người cộng sản gốc miền Nam thường không có tính cách cứng rắn và kỳ thị như những cán bộ cộng sản đến từ miền Bắc.

Bên hệ thống truyền thanh, câu chuyện xảy ra hoàn toàn khác. Tất cả nhân viên cũ đều bị cho nghỉ việc tức khắc. Những người chủ nhân mới đến có đủ nhân viên để điều hành các đài phát thanh, nên không cần nhân viên cũ như bên truyền hình. Kỹ thuật phát hình tại Hà Nội còn rất sơ khai, máy móc, kỹ thuật tại Miền Nam quá mới đối với họ, các kỹ sư đào tạo từ Đông Đức, Tiệp Khắc, v.v. không có khả năng vận hành máy móc của tư bản nên họ bắt buộc phải dùng nhân viên kỹ thuật cũ để tiếp tục duy trì chương trình phát hình của đài Sài Gòn. Chính vì vậy mà toàn bộ nhân viên truyền hình, kể cả ông Giám đốc, được giữ lại để tiếp tục điều hành công việc phức tạp này. Được giữ lại đến bao lâu là câu hỏi mọi người đặt ra, nhưng chỉ đặt ra trong đầu mình hoặc nói với người thật thân thiết mà thôi.

Đó cũng là câu hỏi Long và Mai tự đặt ra cho mình, dù cả hai vợ chồng cảm thấy mình quá may mắn trong hoàn cảnh mới, vẫn giữ được công việc làm trong khi biết bao người khác chỉ trong vài ngày đã bị thất nghiệp, bất ngờ bị đẩy ra ngoài xã hội…

Tương lai với "cách mạng" chưa biết như thế nào, nhưng chắc chắn là cuộc đổi đời đã bắt đầu.

49. Một tháng rưỡi để trấn an

Chiến tranh đã chấm dứt. Như ngay sau mọi cuộc chiến, với các gia đình ly tán, đó là thời gian tìm lại người thân xem ai còn ai mất.

Về phía Long có 4 người em trong Quân Lực Việt Nam Cộng Hòa, Tr. là em thứ 8 tử trận một tháng rưỡi trước khi chiến tranh chấm dứt, S. là em thứ 4 đã từ Quảng Trị lần về được nhà Long, cũng như Th. em thứ 9 chạy từ Ninh Hòa về. Sau đó S. đi trình diện lại và sau ngày chấm dứt chiến tranh, may quá vẫn bình yên trở về nhà Long rồi cả hai anh em S. và Th. trở về với gia đình ở Bảo Lộc.

Nhưng còn H. là em thứ 6 không có tin tức gì cả. Nó nhập ngũ từ 2 năm trước và làm công việc bảo trì máy bay quân sự trong phi trường Tân Sơn Nhứt, tức là một đơn vị tương đối an toàn so với 3 anh em của nó. Nhưng vào những ngày cuối tháng 4-75, phi trường bị pháo kích dữ dội, và cuối cùng hoàn toàn thất thủ, nên nếu nó bị tử thương như em Tr. của nó thì có thể gia đình sẽ không bao giờ biết, vì lúc đó là những ngày cuối của một quân đội đang tan rã, chẳng còn ai để lo cho người chết nữa. Nhưng trước khi bị pháo kích, rất nhiều máy bay quân sự còn trong Tân Sơn Nhứt đã bay thoát qua các phi trường các nước lân cận như Thái Lan, Phi Luật Tân… và riêng các trực thăng còn có thể bay ra biển tìm cách đáp xuống các tàu chiến của hạm đội 7 của Hoa Kỳ lúc đó đậu ngay ngoài khơi đón người tị nạn[111]. Cả nhà đều hy vọng H. có mặt trong Tân Sơn Nhứt lúc đó, có thể đã thoát được trên một chiếc máy bay hay trực thăng, nhưng khi chưa có tin tức của nó thì không thể biết được số phận nó ra sao.

Bên phía gia đình Mai chỉ có hai cậu con trai út sinh đôi mới 14 tuổi nên không có vấn nạn này. Ngoài việc bà cụ một thân một mình liều lĩnh đi ngược dòng người tị nạn định ra Quy Nhơn tìm cô con gái thứ 3 đang dạy học ngoài đó, và cuối cùng cũng về được Sài Gòn, ông cụ và bà cô ở lại Đà Lạt để giữ nhà vẫn bình yên vô sự. Người em gái kế của Mai cùng với chồng và hai con rời khỏi Sài Gòn bằng máy bay vào ngày 25 tháng 4, nhờ vào một người Mỹ là chồng của cô em chồng đã tìm cách làm giấy tờ cho cả gia đình họ hàng của vợ di tản qua Mỹ. Còn lại bà cụ và 6 người em kia của Mai từ Đà Lạt về từ cuối tháng 3 quyết định không trở về Đà Lạt nữa mà tiếp tục sống trong căn nhà của cô em đã di tản.

Chỉ vài ngày sau khi chiến tranh chấm dứt, ông cụ của Mai ở Đà Lạt được một người đến thăm thật bất ngờ. Đó là một người cháu gái đến từ Hà Nội, con của bà bác cả, đã gần ba mươi năm không gặp nhau. Người này vai chị của Mai, nhưng lớn tuổi hơn nhiều, tên là T. Làm sao chị T. biết địa chỉ của ông cụ mà đến? Và làm cách nào mà đến Đà Lạt nhanh như thế? Thì ra sau ngày 30 tháng 4, chị T. đã bay vào Sài Gòn thăm người em đã vào Nam từ năm 1954, và do đó mà hỏi ra địa chỉ của ông cụ ở Đà Lạt. Điểm đặc biệt là chị T. dùng máy bay « chuyên cơ » là những máy bay dùng cho các cán bộ cao cấp nhất ở trung ương, chứng tỏ chị có chức vụ rất cao, và chồng của chị cũng là một nhân vật cao cấp trong Bộ Chính Trị.

Ông cụ của Mai tiếp chị T. không được nồng nhiệt cho lắm. Chị T. mừng cho ông cụ được bình yên qua các biến cố, chị nói đại khái giờ đây đế quốc Mỹ đã thua phải cuốn cờ bỏ chạy, ngụy quyền không còn nữa, toàn dân có thể xây dựng lại quê hương. Nghe những lời đó, ông cụ cảm thấy có một hố sâu ngăn cách hai cậu cháu, ông cám ơn người cháu có nhã ý đến thăm ông, nhưng ông cũng nói cậu là một công chức nhỏ trong một chế độ đã bị xóa bỏ, còn cháu giữ một chức vụ quan trọng trong một chế độ mới thắng trận, khó có thể thông cảm nhau.

Thái độ của ông cũng khá đặc biệt vì cháu của ông làm lớn ngoài Bắc, thường thì những gặp gỡ như thế xảy ra bình thường hơn. Sau hiệp định Genève năm 1954, biết bao gia đình bị chia đôi vì kẻ ở người đi trong cuộc di cư gần một triệu người ngay sau đó. Trong thời gian đầu sau ngày thống nhất đất nước 1975, nhiều người ở lại miền Bắc có điều kiện để vào thăm thân nhân trong Nam thường được đón tiếp rất nồng nhiệt, với nhiều cảnh đoàn tụ thật cảm động. Nhiều người ngoài Bắc vào rất ngạc nhiên về mức sống cao của bà con mình trong Nam, vì họ được tuyên truyền là phải giải phóng miền Nam vì người dân ở đây bị bóc lột bởi chính sách « thực dân kiểu mới », phải sống quằn quại dưới « gót giầy của đế quốc Mỹ và bọn tay sai ngụy quyền. »

Tiếc là sau những phút mừng mừng tủi tủi ban đầu, cũng đã xảy ra nhiều trường hợp tình cảm bị nhạt dần, thường là vì cảnh « nhận họ hàng » biến thành « người Nam nhận họ, ngươi Bắc nhận hàng » theo kiểu ví von mới – càng ngày càng trở thành thời thượng – của người dân miền Nam.

Và cũng có những chuyện bất ngờ chỉ xảy ra sau một cuộc chiến tranh huynh đệ tương tàn như cuộc chiến ở Việt Nam. Đó là chuyện khám phá ra một người quen, hay một người bạn, hay một người trong gia đình, đã bí mật làm việc cho « bên kia », nói nôm na ra là « nằm vùng ». Đó là trường hợp của Hoài, chồng của Vy. Vy là em kế của Long, hai anh em rất gần gũi nhau khi còn ở nhà. Khi lập gia đình, Vy và Hoài lại có dịp gần gũi với Long và Mai khi cùng sống ở Bảo Lộc trong năm 1971-72.

Khi Bảo Lộc được « giải phóng » ba tuần trước khi Sài Gòn thất thủ, Vy mới khám phá ra chồng mình là một đảng viên Đảng Cộng Sản hoạt động tuyên truyền bí mật trong giới học sinh và thanh niên. Vy biết chồng mình không ưa gì chính quyền miền Nam và kịch liệt chống lại việc Mỹ can thiệp vào Việt Nam. Nhưng không phải ai có những tư tưởng tương tự cũng là người cộng sản. Sau này Long được biết Hoài được kết nạp đảng năm 1974 qua ảnh hưởng của người bạn thân từ thời sinh viên, cùng dạy ở Bảo Lộc và đã là đảng viên từ lâu. Một bất ngờ ngay cả đối với Vy, vì trở thành một cán bộ cộng sản hoạt động bí mật – dù trong môi trường học đường chăng nữa – là một việc rất nguy hiểm, vì có thể bị bắt bất cứ lúc nào. Nhưng Hoài đã may mắn thoát lưới của cảnh sát đặc biệt, và ra khỏi bí mật trong tháng 4-1975 để trực tiếp trách nhiệm Đoàn Thanh Niên Cộng Sản Hồ Chí Minh ở Bảo Lộc. Hoài sẽ dần dần thất vọng về chính quyền mới, cũng như phần đông trí thức miền Nam theo cộng sản vì bị ảo tưởng là xã hội sẽ công bằng hơn. Nhưng đó là chuyện sẽ nói đến sau này.

Trong thời gian đầu, không khí chung vẫn còn trong chiều hướng « hồ hởi phấn khởi », một cụm từ nghe lạ tai với người dân miền Nam, cũng như nhiều từ ngữ khác do người ngoài Bắc đem vào. Không phải là những từ ngữ mới, nhưng cái mới là cách dùng những từ Hán Việt trong những hoàn cảnh không cần đến từ Hán Việt, điển hình là « Khẩn trương lên ! » thay vì « Nhanh lên ! » hay « Mau lên ! » hay « Lẹ lên ! ».

Nhưng được nghe nhiều nhất vẫn là « Cách mạng », và đối lại là « Ngụy ». Chính quyền cách mạng, gia đình cách mạng… Ngụy quân, ngụy quyền… Cái đẹp đẽ, cái xấu xa. Cái tinh hoa, cái tồi tệ. Cái tiến bộ, cái phản động. Nhưng dần dần, phản ứng lại với chính sách kỳ thị này, chính người dân miền Nam sẽ tự xưng mình là « dân ngụy » một cách tự hào.

Công việc đầu tiên của phe cách mạng là làm sao để có thể « tiếp quản » – thêm một cụm từ mới rất thời thượng – tất cả các công tư sở của miền Nam. Các cơ quan chính quyền như các bộ, các nha, các ty, các cơ quan quân sự, các cơ quan y tế, các cơ quan giáo dục, các cơ quan thông tin… Nhưng trong một nước xã hội chủ nghĩa thì tư nhân không thể làm chủ « tư liệu sản xuất », nên cũng cần phải tiếp quản các trường học tư, bệnh viện tư, hãng xưởng tư, v.v. và v.v. Làm sao có đủ người để hoàn thành một công việc khổng lồ như thế ? Giải pháp là tìm một vài người « cách mạng », có chút ít chữ nghĩa, nếu thêm được chút kinh nghiệm thì càng tốt, đứng đầu một ủy ban tiếp quản, và giữ nguyên nhân viên cũ của cơ quan để tiếp tục làm việc hoặc nếu không làm gì cả thì ít nữa cũng không xảy ra chuyện phá hoại. Những người « lãnh đạo » mới này không cần phải « rành nghề », miễn là « cách mạng » là được, theo đúng phương châm « hồng hơn chuyên ». Sau này, khi phe cách mạng đã có đủ người, và đã học được nghề, họ sẽ dần dần thay thế người cũ, chưa nói đến những trường hợp sa thải một cách trắng trợn. Hậu quả tai hại của chính sách đó, mọi người sẽ phải hứng chịu trong những năm sau này.

Trở lại địa hạt giáo dục, trong thời gian giao thời ban đầu, tất cả các trường đại học, trung học, tiểu học đều tạm ngưng công việc dạy học, nhưng tất cả thầy cô giáo cũng như nhân viên khác đều phải đến nhiệm sở trong giờ làm việc để làm quen với nhân sự mới cũng như cách làm việc của « cách mạng ». Tại trường Đại Học Dược Khoa, ba người trong ban tiếp quản lúc đầu đã được thay thế bằng những khuôn mặt mới, không ai biết tại sao, vì chuyện bổ nhiệm nhân viên là chuyện « bí mật » của một bộ phận có quyền hạn rất lớn với cái tên gọi thật khiêm nhường là « phòng tổ chức », gồm những đảng viên trung kiên nhất. Từ từ rồi người dân miền Nam sẽ nhận ra là « bí mật » và « cách mạng » luôn luôn đi đôi với nhau.

Ông Hiệu Trưởng mới có tên là Ba Phát, không phải tên thật của ông, cũng như đa số các cán bộ hoạt động thời bí mật không khi nào dùng tên thật. Ông là một dược sĩ tốt nghiệp từ thời Pháp thuộc, và là người miền Nam. Sau này Long cũng như các đồng nghiệp thở phào nhẹ nhõm vì ông Ba Phát không có suy nghĩ giáo điều, và tỏ vẻ cởi mở với mọi người như phần đông các cán bộ gốc miền Nam. Tiếp sau đó, có thêm ba cán bộ ngoài Bắc vào, nhưng không ai là cán bộ giảng dạy, mà lo về quản lý, trong đó có người trách nhiệm phòng tổ chức. Nghe nói phòng tổ chức là nơi nắm trong tay lý lịch của nhân viên, có nghĩa là nắm quyền sinh sát. Cũng nghe đồn rằng người trưởng phòng tổ chức là bí thư đảng, tức là người cao cấp nhất trong hệ thống đảng. Nghe đồn thế, và chắc là như thế, nhưng tất cả những chuyện như thế vẫn nằm trong vòng « bí mật » cố hữu của tổ chức đảng.

Lúc đầu ông Ba Phát cũng mặc quần áo bộ đội, cho phù hợp với nhiệm vụ của ông trong « Ủy Ban Quân Quản », tức là một ủy ban do quân đội đảm trách. Dần dần thấy ông mặc thường phục, không biết như thế là có gì thay đổi trong đường lối hay không. Có nhiều chuyện thay đổi như thế, người dân thường chẳng hiểu gì, thật ra cũng chẳng ai quan tâm.

Một thí dụ điển hình là việc treo cờ. Trong những ngày đầu của tháng 5, Long cũng bắt chước hàng xóm ra khu vực quanh chợ Bến Thành mua hai lá cờ bán đầy rẫy hai bên lề đường. Cờ đỏ sao vàng của Việt Nam Dân Chủ Cộng Hòa và cờ nửa đỏ nửa xanh sao vàng của Chính Phủ Cách Mạng Lâm Thời Cộng Hòa Miền Nam Việt Nam. Không hiểu làm cách nào mà cờ được may nhanh thế, cũng không hiểu vải xanh, vải đỏ, vải vàng tìm đâu ra mà nhiều thế… Nhà nào cũng cắm hai lá cờ, thấy người ta cắm mình cũng cắm « cho chắc ăn », chẳng có lệnh nào bắt phải cắm cờ cả! Dần dần thấy có nhà chỉ còn cắm lá cờ đỏ sao vàng, lá kia biến mất, thế là nhà nào cũng nhìn qua nhìn lại rồi cũng bỏ bớt một lá cờ đi. Cũng chẳng còn thấy báo đài nhắc gì đến cái tên dài thoòng « Chính Phủ Cách Mạng Lâm Thời Cộng Hòa Miền Nam Việt Nam » nữa. Nó từ từ tiêu tan không trống không kèn như mây khói lan tỏa ra không gian sau khi đã đóng vai trò hỏa mù đối với thế giới[112].

Đối với Long và Mai, cả tháng 5 trôi qua với các cuộc họp hành, học tập, kiểm kê tài sản của cơ quan. Và lần đầu được nếm mùi « sơ yếu lý lịch ».

Sơ yếu lý lịch phải viết trên giấy trắng, không có mẫu để người khai điền vào. Gọi là « sơ yếu » nhưng thật ra rất chi tiết, bằng chứng là phải cần một tài liệu nhiều trang để liệt kê và giải thích rất chi tiết những điều bắt buộc phải khai.

Đầu tiên Long ngạc nhiên vì có hai chi tiết bắt buộc là « dân tộc » và « tôn giáo ». Sau này sẽ càng ngạc nhiên hơn nữa khi thấy hai chi tiết này xuất hiện trên thẻ Chứng Minh Nhân Dân, tương đương với Thẻ Căn Cước của miền Nam trước kia. Dân tộc « Kinh », hay « Thái », hay « Rha-đê »… Tôn giáo « Phật Giáo » hay « Thiên Chúa Giáo » hay « Không »… Ngày xưa Long vẫn tưởng tín ngưỡng là chuyện riêng của cá nhân, nhưng dưới chế độ xã hội chủ nghĩa, nhà nước cần biết để « quản lý », đó là giải thích của một cán bộ phòng tổ chức khi Long đặt câu hỏi.

Đến phần gia đình, Long lại khám phá ra là phải khai từ đời ông bà nội ngoại, còn sống hay đã mất cũng phải khai, với đầy đủ chi tiết về trình độ học vấn, làm nghề gì, có hoạt động gì đặc biệt trong suốt cuộc đời. Cha mẹ, chú bác cô cậu dì chú cũng phải khai hết với đầy đủ chi tiết như ông bà. Chế độ cộng sản dựa trên một nguyên tắc căn bản là « đấu tranh giai cấp », nên mỗi người phải được xếp hạng vào một giai cấp nào đó. Mà muốn thế, phải biết gốc gác của người đó ít nữa là từ ba đời mới có thể xếp hạng chính xác được.

Đó mới chỉ là gia đình, còn mục « bạn bè » nữa mới khó xử. Làm sao chọn ai để khai ? Không thể nào để trống, ghi « không có » là không thể được. Chỉ còn cách ghi tên vài người biết chắc đã di tản ra khỏi nước trong những ngày giờ cuối của cuộc chiến.

Và dĩ nhiên mục « bản thân » vẫn là trọng tâm của tờ khai. Qua các giai đoạn của cuộc đời, từ khi học tiểu học, rồi trung học, rồi đại học, rồi công tác ở đâu, nếu có trong quân đội thì cấp bậc gì, lên lon năm nào, được huy chương gì,v.v. thôi thì trăm thứ phải khai.

Rất may cho Long là được một người bạn mới quen chỉ vẽ đường đi nước bước trong việc khai lý lịch này. Anh chàng này mới ngoài Bắc vào, nhưng cũng là gốc miền Nam, năm 1954 còn bé, theo cha tập kết ra Bắc, và như nhiều người tập kết khác, ra ngoài đó không hợp với cách suy nghĩ và cách sống của người cộng sản miền Bắc nên gặp nhiều « mâu thuẫn ». Anh chàng thân với Long vì cùng có máu văn nghệ như nhau, tuy được điều về công tác tại Đại Học Dược Khoa nhưng có sinh hoạt khác trong ngành nhạc cổ truyền và kịch nghệ. Anh chàng nói trước kia ngoài Bắc cứ 6 tháng lại phải khai lý lịch một lần, nên ai cũng viết vào một cuốn vở và khi khai cứ chép trong cuốn vở đó ra rồi thêm vào những gì mình làm trong 6 tháng kể từ kỳ khai trước. Như thế mới chắc ăn là nếu mình có giấu bớt điều gì, hay có nói khác đi điều gì, thì lần sau cũng sẽ viết giống hệt. Không phải những người phụ trách về lý lịch không biết điều đó, và sau này trong một hoàn cảnh khác, Long sẽ được nếm mùi một cách khai lý lịch khác, khai tại chỗ, không được giữ lại một tài liệu viết nào cả.

Nhưng đó là chuyện về sau, sẽ kể sau. Chuyện hiện tại là phải làm quen với cách tổ chức mới trong khu mình ở. Làm quen dần với những tiếng lạ tai như « hộ khẩu », « tổ dân phố », « công an khu vực », v.v.

Sổ hộ khẩu là tên mới của sổ gia đình trước kia, nhưng giá trị của nó thì lớn lắm, sổ gia đình không thể so sánh được. Các « hộ » trong một khu phố được tập họp lại thành một tổ dân phố, khoảng vài chục nhà một tổ, có một tổ trưởng dân phố bị chỉ định. « Bị » chứ không phải « Được » vì ông hay bà tổ trưởng dân phố phải lên phường nhận chỉ thị, về tổ báo cho bà con biết ngày giờ nào thì được đi mua gạo, tối nào phải đi họp tổ, v.v. tóm lại là những việc hành chánh chẳng đem lại lợi lộc gì cho mình, mà có khi lại bị bà con lối xóm nhìn với con mắt nghi ngờ… Phải nói là cũng có những người hăng hái quá, cảm thấy mình như là người của « cách mạng » đến nơi rồi nên đâm ra quá đà, nhưng phần đông chỉ làm việc vì bị bắt buộc mà thôi.

Còn công an khu vực thì phải chờ đến nhiều tháng sau mới thấy xuất hiện, vì lúc đầu làm sao có đủ nhân sự để kiểm soát hang cùng ngõ hẻm như thế. Công an khu vực là một anh chàng đến « thăm » gia đình một cách đều đặn, coi như « người nhà » đến hỏi thăm sức khỏe và sinh hoạt của gia đình ra sao. Hên thì gặp một người ăn nói bình thường, xui thì gặp một người có giọng hạch hỏi, nhưng dù có gặp hên hay xui thì mục đích của họ vẫn là để « nắm » rõ từng gia đình trong phạm vi khu vực của họ. Công an phải biết rõ từng hành vi của gia đình, nhưng đó cũng chỉ là lý thuyết. Trong một thành phố đông đúc như Sài Gòn, với những con người quen tự do như dân Sài Gòn, người ta vẫn có trăm phương nghìn kế để qua mặt công an khu vực.

Với cách tổ chức kiểm soát dân chúng chặt chẽ như vậy, Long không dám đến sống luôn trong ngôi biệt thự của bạn mình để lại nữa. Mà bỏ đi để cho phường lấy thì phí quá. Chàng bèn nghĩ ra một giải pháp vừa có lợi cho những cán bộ mới vào phục vụ ở trường Đại Học Dược Khoa, vừa gián tiếp có lợi cho chàng sau này.

Với số lượng cán bộ từ ngoài Bắc vào hay từ trong rừng ra, việc cung cấp nhà ở cho họ là một nhu cầu cấp thiết của Ủy Ban Quân Quản (trong chế độ xã hội chủ nghĩa, nhà nước có bổn phận lo mọi chuyện cho cán bộ, kể cả chỗ ở). Thời gian đầu những nhà có chủ đã di tản bị trưng dụng làm nơi tạm trú cho cán bộ (sau này có thể sẽ trở thành thường trú, và sau này nữa có thể trở thành chủ nhân khi có chính sách « đổi mới » » và « hóa giá » trong thập niên 90), nếu còn một vài người trong gia đình ở lại thì cho họ ở một góc nào đó trong nhà – cái nhà trước đây là của họ. Sau này sẽ có chiến dịch « đi kinh tế mới », rồi có chuyện « vượt biên », sẽ có thêm nhiều nhà để cấp cho cán bộ, nhưng đó là chuyện về sau.

Chuyện trước mắt là Long gặp riêng ông Ba Phát, Khoa Trưởng mới của Đại Học Dược Khoa, ông này đã có nhà được cấp, chẳng đâu xa lạ, chính là nhà của Giáo Sư Tô Đồng (đã di tản vào những ngày cuối tháng tư) ở khu Đa Kao. Khi chàng trình bày hoàn cảnh của mình là có bạn giao lại một ngôi biệt thự cho chàng ở, nhưng vì chàng đã có nhà rồi, và không muốn lôi thôi với phường hay với công an khu vực nên muốn giao nhà đó lại cho Đại Học Dược Khoa, ông Ba Phát rất mừng vì cũng đang lo tìm nhà cho cán bộ mới chưa có nơi ở tươm tất. Ông nói là trong lúc còn Ủy Ban Quân Quản, một cơ quan như Đại Học Dược Khoa cũng có quyền quản lý nhà để cấp cho nhân viên của mình. Long đưa ông và mấy người nữa trong ban lãnh đạo của trường đến xem nhà, mọi người đều không ngờ Long lại cầm chìa khóa của một ngôi biệt thự bề thế như vậy.

Thế là mấy ngày sau, ngôi nhà được giao cho ba hay bốn gia đình cán bộ của Đại Học Dược Khoa chia nhau ở. Những người này không quên cử chỉ của Long và chàng sẽ được cảm tình của nhiều cán bộ trong suốt thời gian chàng dạy học tại đây.

Qua tháng 6 có một quyết định quan trọng của chính quyền mới. Đó là 3 trường Đại Học Y, Nha và Dược sẽ tiếp tục việc giảng dạy bị gián đoạn từ cuối tháng tư, và sẽ tổ chức thi cuối năm như thường lệ, trong khi tất cả các trường khác, tiểu học, trung học, đại học, vẫn chưa trở lại sinh hoạt bình thường. Chế độ mới muốn cho dư luận trong nước cũng như quốc tế thấy là đã nhanh chóng « bình thường hóa » được sinh hoạt tại miền Nam chỉ sau hơn một tháng quân quản.

Trước đây Long chỉ đảm nhiệm việc thực tập của sinh viên, với tư cách là Giảng Nghiệm Viên. Giờ đây, vì Giáo Sư trách nhiệm bộ môn đã di tản, ông Khoa Trưởng mới yêu cầu Long dạy thay môn Dược Học Ga-Liêng. Chàng đành phải chuẩn bị « giáo trình » để « lên lớp » (cũng lại những từ mới phải làm quen). Mỗi tuần chàng có hai buổi dạy, mỗi buổi 2 tiếng đồng hồ, cho gần 300 sinh viên của năm thứ tư.

Nhưng chàng chỉ dạy được vỏn vẹn ba lần.

50. Làm cách nào để người ta ngoan ngoãn bước vào trại tù mặc dù không biết trước ngày về ?

Đó là câu hỏi mà nhiều người không bị nếm mùi « học tập cải tạo » thường đặt ra khi biết là có hàng trăm ngàn người « tự nguyện » đi học tập cải tạo.

Câu trả lời là những người đó đã bị lừa, tưởng rằng chỉ đi học tập cải tạo một tháng (cho sĩ quan cấp tướng tá và nhân viên cao cấp trong chính quyền) hay 10 ngày (cho sĩ quan cấp úy và nhân viên trung cấp trong chính quyền), không ngờ là đã sa vào cái bẫy sập là vào tù mà không biết ngày về.

Điều đó đúng.

Nhưng phân tích rành mạch ra, thì kế hoạch lừa đảo đó như thế nào ? Lừa một số ít người còn hiểu được, lừa cả trăm ngàn người đâu phải dễ ! Vậy mà « cách mạng » vẫn làm được, không những chỉ lừa hàng trăm ngàn người miền Nam từ trình độ trung bình đến những người trình độ học vấn rất cao mà còn lừa được cả dư luận thế giới !

Nhắc lại là qua tháng 6, trường Đại Học Dược Khoa đã trở lại sinh hoạt bình thường, tiếp tục chương trình giảng dạy bị gián đoạn vì những biến cố cuối tháng 4-1975. Long phải lên giảng đường dạy lý thuyết thay cho Giáo Sư trưởng ban đã di tản. Bên đài Truyền Hình, sau 15 ngày đọc tin tức nhưng không xuất hiện trên màn ảnh, Mai không còn làm xướng ngôn viên nữa – phải thay những khuôn mặt quen thuộc của chế độ cũ bằng những người mới, phần đông từ trong rừng ra, từ ngoài Bắc vào – nhưng vẫn tiếp tục làm việc trong một bộ phận khác của đài và được chọn vào làm việc tại phòng Chuyên Mục phụ trách thực hiện các bộ phim tài liệu, những phóng sự dài. Tình hình có vẻ tạm ổn định cho hai vợ chồng.

Phải nói là cả Long và Mai đều rất may mắn vì làm việc tại hai cơ quan vẫn còn cần người cũ, nên nghiễm nhiên trở thành « cán bộ công nhân viên ». Sau này mới thấy là cái « mác » cán bộ công nhân viên quan trọng như thế nào, nhất là trong việc « quản lý » đời sống. Cán bộ sẽ thuộc quyền quản lý của cơ quan, dù sao cũng là nơi quen biết. Không là cán bộ thì sẽ do địa phương quản lý, với tất cả cái phiền nhiễu khi phải tiếp xúc với những « ông quan i-tờ-rít » trong các ủy ban nhân dân địa phương nơi mình cư ngụ.

Nhưng dù bản tính lạc quan đến đâu chăng nữa, Long cũng vẫn nghĩ rằng đây chỉ là giai đoạn đầu, giai đoạn mà phe « cách mạng » chưa đủ người để áp đặt một khuôn phép mới trong một xã hội mới đang thực hiện « một cuộc thay da đổi thịt » như vẫn được nói hằng ngày trên các phương tiện truyền thông !

Và quả đúng như thế.

Ngày thứ ba 10 tháng 6-1975, đài phát thanh và đài truyền hình cho đọc một *« Lời kêu gọi »* và một *« Thông cáo »* ký tên Thượng Tướng Trần Văn Trà[113], Chủ Tịch Ủy Ban Quân Quản thành phố Sài Gòn – Gia Định.

Nhật báo *« Sài Gòn Giải Phóng – tiếng nói của nhân dân Sài Gòn – Gia Định »* đề ngày 11 tháng 6-1975 cũng đăng hai tài liệu trên.

SÀI GÒN GIẢI PHÓNG
LẦN ĐẦU TIÊN 1.800 CÔNG NHÂN MỞ HỘI TƯNG BỪNG
RA THÚ TỘI VỚI NHÂN DÂN VỚI CÁCH MẠNG SẼ ĐƯỢC XEM XÉT ÂN GIẢM
NGOAN CỐ LẨN TRỐN, TIẾP TỤC CHỐNG LẠI NHÂN DÂN, CHỐNG LẠI CÁCH MẠNG SẼ BỊ TRỪNG TRỊ KIÊN QUYẾT
THÔNG CÁO
21/08/2007

Tờ báo đăng *« Lời kêu gọi của Ủy Ban Quân Quản Sài Gòn Gia Định gởi binh lính, sĩ quan ngụy quân và nhân viên ngụy quyền »* với tựa đề chữ to *« Ra thú tội với nhân dân với cách mạng sẽ được xem xét ân giảm. Ngoan cố lẩn trốn, tiếp tục chống lại nhân dân, chống lại cách mạng sẽ bị trừng trị kiên quyết. »*

Mào đầu bằng những từ ngữ hoa mỹ *« khoan hồng, nhân đạo,... »* trực tiếp nhắm vào *« binh lính, sĩ quan, cảnh sát, nhân viên ngụy quyền. »* nhưng nội dung 4 điểm sau đó hoàn toàn có tính cách răn đe và hăm dọa.

Điểm 1 có lẽ quan trọng nhất, tóm tắt trong câu văn : *« Ai sớm tiến bộ được chính quyền cách mạng xem xét sẽ được xóa bỏ tội lỗi và phục hồi quyền công dân cho họ. »* Đọc đến đây Long và Mai mới khám phá ra là mình đã có nhiều tội lỗi và đã mất quyền công dân vì đã là « nhân viên ngụy quyền », bây giờ phải làm sao « sớm tiến bộ » để được xem xét xóa bỏ tội lỗi và phục hồi quyền công dân đã đánh mất…

Điểm 2 và 3 kêu gọi đồng bào *« ra sức chỉ dạy khuyên răn con em, chồng vợ, cha, anh mình kiên quyết từ bỏ con đường tội lỗi »* và đồng thời kêu gọi đồng bào *« tham gia vào các nhiệm vụ cách mạng địa phương, vạch mặt chỉ tên bọn phản dân hại nước còn lẩn trốn rắp tâm lôi kéo con em mình trở lại con đường đen tối. »*

Điểm 4 kết thúc lời kêu gọi bằng một phán quyết : *« Chính quyền cách mạng kiên quyết trừng trị bọn ác ôn ngoan cố còn lẩn trốn tiếp tục chống lại nhân dân, phá hoại trật tự trị an, chống lại cách mạng. »*

Đọc những dòng chữ này trên tờ Sài Gòn Giải Phóng, Long bắt đầu hiểu ra, lời kêu gọi này đánh dấu một giai đoạn mới trong cuộc đổi đời. Giai đoạn 40 ngày "dễ thở" đã qua, giai đoạn "bạo lực cách mạng" bắt đầu.

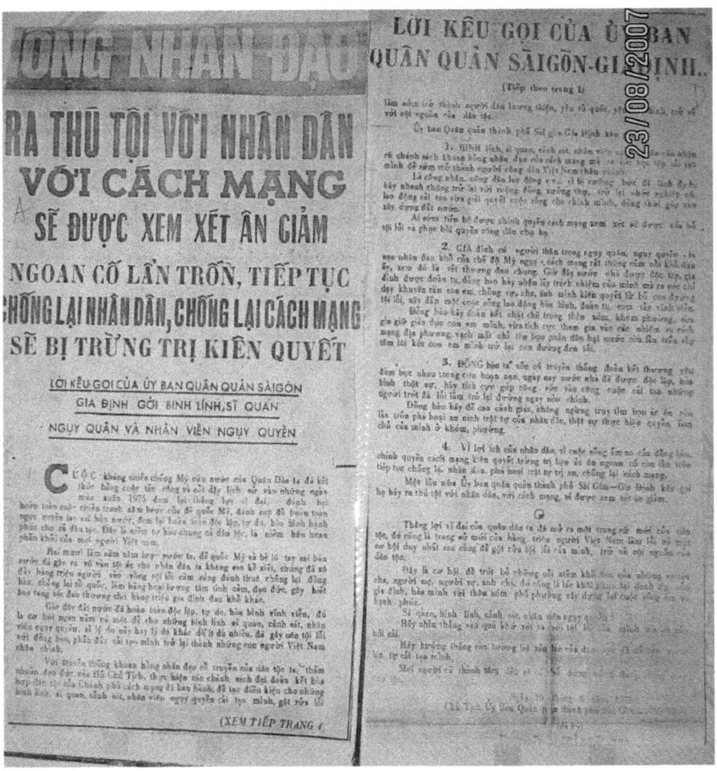

Cũng trên trang nhất của tờ báo này, một *"Thông Cáo"* với hai đề tài trông có vẻ tương tự nhưng thật ra rất khác nhau được đăng thành hai cột. Cột bên trái đề tài là *"Về việc học tập cải tạo sĩ quan quân đội ngụy, cảnh sát, tình báo, cán bộ ngụy quyền và đảng phái chính trị phản động đã trình diện đăng ký"*, cột bên phải đề tài là *"Về việc học tập cải tạo hạ sĩ quan, binh lính và nhân viên quân đội ngụy, tình báo, cảnh sát và ngụy quyền đã trình diện đăng ký"*.

Sở dĩ có câu *"đã trình diện đăng ký"* vì trong những ngày đầu sau ngày 30 tháng 4-1975, đã có lệnh buộc tất cả các thành phần "ngụy quân, ngụy quyền" phải trình diện đăng ký với Ủy Ban Quân Quản. Đại đa số đã trình diện, số ít không tuân hành lệnh này phải lẩn trốn để tìm cách vượt biên hoặc đến một địa phương khác thay tên đổi dạng để mong xóa bỏ quá khứ của mình.

Trở lại với thông cáo đăng trên tờ Sài Gòn Giải Phóng, cả hai cột đều bắt đầu bằng câu *"Thực hiện chánh sách khoan hồng của Chánh phủ cách mạng lâm thời Cộng hòa miền Nam Việt Nam"* giúp cho những người thuộc ngụy quân ngụy quyền *"được cải tạo trở thành người công dân chân chính"*.

"Chánh sách khoan hồng" được nhắc đi nhắc lại từ ngày 30 tháng tư đến giờ cũng có phần nào ảnh hưởng đến tâm lý những người bị gọi đi học tập cải tạo, làm cho người ta bớt sợ và dễ dàng đi trình diện hơn, nhưng chưa đủ để đánh lừa được người ta đi vào tù. Phải có cái gì "cụ thể" để người ta tin, và cái cụ thể đó chính là hai cột trong thông cáo: dùng cột bên phải (đối tượng là hạ sĩ quan, binh lính, nhân viên dân sự…) để đưa vào rọ các đối tượng cột bên trái (là sĩ quan, viên chức cao cấp).

Trước hết phải đọc kỹ cột bên phải, đăng phần "quy định" rất chi tiết:

1. Tất cả hạ sĩ quan, binh lính và nhân viên quân đội ngụy thuộc các quân binh chủng tại Sài Gòn – Gia Định, tình báo, cảnh sát và nhân viên ngụy quyền quận, phường, khóm, xã ấp đã trình diện đăng ký đều ***phải đi học tập cải tạo trong ba ngày kể từ ngày 11 tháng 06 năm 1975 đến ngày 13 tháng 06 năm 1975 tại các đia điểm Ủy ban Nhân dân Cách mạng phường*** *mà mình đã đăng ký. Nhân viên ngụy quyền (từ Trưởng phòng trở xuống) thuộc các Phủ, Bộ, Vụ, Viện, Nha, Sở, Ty cấp Trung ương thành phố Sài Gòn và tỉnh Gia Định, các xí nghiệp công quản, các bệnh viện công, các trường học công lập đã đăng ký và trình diện tại các cơ quan trên sẽ học tập cải tạo tại cơ quan từ 18-06 đến 20-06-1975.*

2. Thời gian học tập liên tục ***từ 7 giờ đến 16 giờ*** *(giờ Đông Dương) trưa nghỉ 1 giờ.* ***Người đi học tự mang thức ăn trưa và chiều, sau khi học về nhà nghỉ.***

3. Lịnh học tập này phải được tuyệt đối chấp hành. Ai không đi học tập cải tạo đúng thời hạn coi như phạm pháp.

Ngày 10 tháng 6 năm 1975
Chủ tịch Ủy ban Quân quản thành phố Sài Gòn – Gia Định
(đã ký)
Thượng Tướng Trần Văn Trà

Sáng sớm ngày thứ tư 11 tháng 6-1975, người ta thấy tại các nơi bị trưng dụng để học tập cải tạo – phần đông là các trường tiểu học vẫn còn đóng cửa – rất đông người đến trình diện. Họ phải mang theo cơm để ăn trong giờ nghỉ trưa, ngồi suốt ngày nghe giảng giải về tội ác của Đế quốc Mỹ và tay sai là ngụy quân ngụy quyền, về công lao của Đảng Cộng Sản, v.v. Chiều đến mọi người về nhà. Sau ba ngày như thế, mỗi người được cấp tờ giấy chứng nhận mình đã học tập cải tạo và được trả quyền công dân.

Mọi người thở phào! Học tập cải tạo như thế có gì là ghê gớm? Đúng là suốt ngày phải nghe lải nhải những điều có ai muốn nghe đâu, nhưng đổi lại được cấp tờ giấy về quyền công dân thì cái giá phải trả như thế là quá rẻ. Từ giờ trở đi mình sẽ là một "công dân chân chính" như tất cả các công dân khác… Quả thật có sự "khoan hồng" trong cách xử sự của cách mạng!

Bắt đầu từ ngày 13 và trong 3 ngày 13, 14 và 15-6-1975, đến phiên các sĩ quan cao cấp và cán bộ cao cấp phải trình diện học tập, được ghi trong cột bên trái của thông cáo. Phần quy định ghi rõ:

1. Đối tượng nêu trên *"phải đi học tập cải tạo tại các địa điểm sau đây"*. Sau đó thông cáo liệt kê địa chỉ các địa điểm dành cho:

a. *"Sĩ quan quân đội ngụy" "cấp tướng và đại tá", "cấp trung tá", "cấp thiếu tá"*

b. *"Sĩ quan cảnh sát ngụy từ cấp thiếu tá đến cấp tướng"*

c. *"Sĩ quan và cán bộ tình báo Mỹ ngụy"*

d. *"Nhân viên ngụy quyền" "từ quận phó đến tổng thống", "từ phó giám đốc, trưởng phó ty đến Tổng bộ trưởng", "từ nghị sĩ, dân biểu đến chủ tịch thượng viện, hạ viện"*

e. *"Đảng viên các đảng phái chính trị phản động" "từ phó bí thư quận huyện đến chủ tịch, tổng bí thư, tổng thư ký đảng"*

*"2. **Những người đến tập trung học tập phải mang theo giấy bút, quần áo, mùng màn, các vật dụng cá nhân, lương thực thực phẩm (hiện vật hoặc tiền) đủ dùng trong một tháng kể từ ngày đến tập trung.***

*3. Thời hạn phải có mặt từ ngày **13, 14 và 15-6-1975** ở những địa điểm quy định trên đây. Quá thời hạn 3 ngày quy định trên đây, ai không có mặt ở các địa điểm tập trung thì xem như không thi hành mệnh lệnh.*

4. Giờ tiếp nhận người đến tập trung tại các địa điểm ghi ở điều 1, hàng ngày từ 8 giờ đến 17 giờ (giờ Đông Dương)."

XÃ LONG THẠNH MỸ
THÀNH PHỐ CẦN THƠ
21/08/2007

Người đọc thông cáo này ngoại suy ra: hạ sĩ quan, binh lính, v.v. học tập cải tạo 3 ngày, mình là sĩ quan cao cấp, v.v. học tập 1 tháng, lâu gấp 10 lần thành phần hạ sĩ quan, binh lính cũng là hợp lý. Với trình độ của mình phải học tập nhiều hơn, nên phải lâu hơn chứ! Ngoài ra, muốn học cho có kết quả, người ta tổ chức để mình sống chung với nhau như khi đi "cấm phòng", chỉ tập trung vào việc học, không bị chia trí về chuyện khác. Nghe đồn có thể sẽ học ở Trung tâm huấn luyện Quang Trung là nơi Long đã từng học quân sự 9 tuần, vì nơi này chứa được cả chục ngàn người… Tin đồn này có thể cũng bắt nguồn từ "cách mạng" không chừng, để cho các đối tượng yên tâm đi vào bẫy sập.

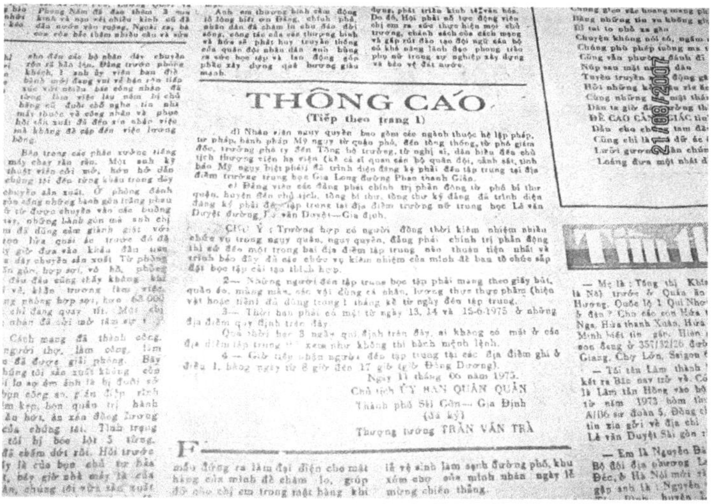

THÔNG CÁO

(Tiếp theo trang 1)

d) Nhân viên ngụy quyền bao gồm các ngành thuộc hệ lập pháp, tư pháp, hành pháp Mỹ ngụy từ quận phó, đến tổng thống, từ phó giám đốc, trưởng phó ty đến Tổng bộ trưởng, từ nghị sĩ, dân biểu đến chủ tịch thượng viện hạ viện (kể cả sĩ quan cán bộ quân đội, cảnh sát, tình báo Mỹ ngụy biệt phái) đã trình diện đăng ký phải đến tập trung tại địa điểm trường trung học Gia Long đường Phan thanh Giản.

e) Đảng viên các đảng phái chính trị phản động từ phó bí thư quận, huyện đến chủ tịch, tổng bí thư, tổng thư ký đảng đã trình diện đăng ký phải đến tập trung tại địa điểm trường nữ trung học Lê văn Duyệt đường Lê văn Duyệt—Gia định.

CHÚ Ý: Trường hợp có người đồng thời kiêm nhiệm nhiều chức vụ trong ngụy quân, ngụy quyền, đảng phái chính trị phản động thì sẽ đến một trong hai địa điểm tập trung nào thuận tiện nhất và trình báo đầy đủ các chức vụ kiêm nhiệm của mình để ban tổ chức sắp đặt học tập cải tạo thích hợp.

2— Những người đến tập trung học tập phải mang theo giấy bút, quần áo, mùng mền, các vật dùng cá nhân, lương thực thực phẩm (hiện vật hoặc tiền) đủ dùng trong 1 tháng kể từ ngày đến tập trung.

3— Thời hạn phải có mặt từ ngày 13, 14 và 15-6-1975 ở những địa điểm quy định trên đây.

Quá thời hạn 3 ngày qui định trên đây, ai không có mặt ở các địa điểm tập trung thì xem như không thi hành mệnh lệnh.

4— Giờ tiếp nhận người đến tập trung tại các địa điểm ghi ở điều 1, hàng ngày từ 8 giờ đến 17 giờ (giờ Đông Dương).

Ngày 11 tháng 06 năm 1975.
Chủ tịch ỦY BAN QUÂN QUẢN
Thành phố Sài Gòn— Gia Định
(đã ký)
Thượng tướng TRẦN VĂN TRÀ

Người ta chờ đến hết ngày 13 để thấy tận mắt các đối tượng học 3 ngày đã học xong, và đã được cấp giấy chứng nhận trả quyền công dân. Như vậy là cách mạng đã giữ đúng lời hứa! Thế là mọi người lũ lượt tay xách nách mang đến trình diện tại các nơi quy định, thường là những trường trung học lớn vẫn chưa mở cửa dạy học lại. Chịu khó khổ cực trong vòng 1 tháng, đổi lấy cái giấy chứng nhận trả quyền công dân để sống lại cuộc sống bình thường, thôi thì cũng ráng…

Có một điều lạ là trong thông cáo ngày 10 tháng 6 không thấy đề cập gì đến đại đa số sĩ quan còn lại, đó là những người cấp úy, Thiếu úy, Trung úy, Đại úy. Sau này sẽ thấy rõ là người ta cố ý sắp xếp thời gian sao cho ăn khớp để cái bẫy sập có hiệu lực tối đa cho tất cả các đối tượng.

Và quả vậy, ngày 20 tháng 6-1975, sau khi hạ sĩ quan và binh lính đã học 3 ngày và được cấp giấy chứng nhận, sau khi sĩ quan cao cấp đã trình diện và được đưa đến một nơi nào đó – được giữ bí mật, nhưng với cách mạng, cái gì cũng bí mật nên cũng chẳng ai thắc mắc – các phương tiện truyền thông phổ biến một thông cáo mới về việc học tập cải tạo của thành phần sĩ quan và viên chức còn lại.

Và đây là cái mà Long chờ đợi, vì chàng là một Đại úy biệt phái về Bộ Giáo Dục để dạy học. Ở đây cũng nên nói thêm về hai cách hiểu thế nào là "biệt phái". Trong Nam chỉ đơn giản là một quân nhân thay vì làm việc trong quân đội được biệt phái qua làm việc bên dân sự vì bên đó cần người. Ngoài Bắc lại hiểu khác, người được "biệt phái" có một nhiệm vụ đặc biệt quan trọng, thường là về tình báo. Do hai cách hiểu khác nhau đó mà các quân nhân biệt phái bị nghi ngờ làm cho CIA. Cũng may chỉ một thời gian sau, sự hiểu lầm này cũng tan biến dần.

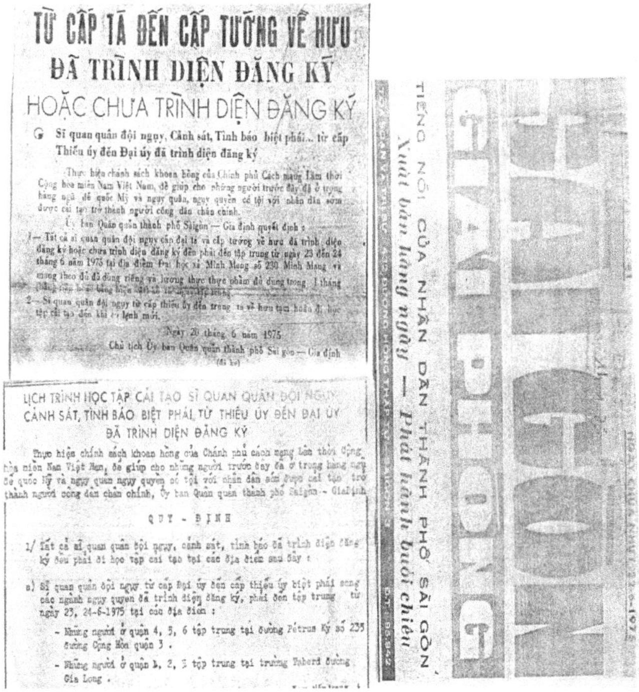

TỪ CẤP TÁ ĐẾN CẤP TƯỚNG VỀ HƯU
ĐÃ TRÌNH DIỆN ĐĂNG KÝ
HOẶC CHƯA TRÌNH DIỆN ĐĂNG KÝ

Sĩ quan quân đội ngụy, Cảnh sát, Tình báo biệt phái... từ cấp Thiếu úy đến Đại úy đã trình diện đăng ký

Thực hiện chánh sách khoan hồng của Chính phủ Cách mạng lâm thời Cộng hòa miền Nam Việt Nam, để giúp cho những người trước đây đã ở trong hàng ngũ đế quốc Mỹ và ngụy quân, ngụy quyền có tội với nhân dân sớm được cải tạo trở thành người công dân chân chính.

Ủy ban Quân quản thành phố Saigòn — Gia định quyết định:

1— Tất cả sĩ quan quân đội ngụy cấp đại tá và cấp tướng về hưu đã trình diện đăng ký hoặc chưa trình diện đăng ký đều phải đến tập trung từ ngày 23 đến 24 tháng 6 năm 1975 tại địa điểm Đại học xá Minh Mạng số 230 Minh Mạng và mang theo đủ đồ dùng riêng và lương thực thực phẩm đủ dùng trong 1 tháng [illegible]

2— Sĩ quan quân đội ngụy từ cấp thiếu úy đến trung tá về hưu tạm hoãn đi học tập cải tạo đến khi [illegible] lệnh mới.

Ngày 20 tháng 6 năm 1975
Chủ tịch Ủy ban Quân quản thành phố Sài gòn — Gia định
(đã ký)

LỊCH TRÌNH HỌC TẬP CẢI TẠO SĨ QUAN QUÂN ĐỘI NGỤY CẢNH SÁT, TÌNH BÁO BIỆT PHÁI TỪ THIẾU ÚY ĐẾN ĐẠI ÚY
ĐÃ TRÌNH DIỆN ĐĂNG KÝ

Thực hiện chính sách khoan hồng của Chánh phủ cách mạng lâm thời Cộng hòa miền Nam Việt Nam, để giúp cho những người trước đây đã ở trong hàng ngũ đế quốc Mỹ và ngụy quân ngụy quyền có tội với nhân dân sớm được cải tạo trở thành người công dân chân chính, Ủy ban Quân quản thành phố Saigòn - GiaĐịnh

QUY - ĐỊNH

1/ Tất cả sĩ quan quân đội ngụy, cảnh sát, tình báo đã trình diện đăng ký đều phải đi học tập cải tạo tại các địa điểm sau đây:

a) Sĩ quan quân đội ngụy từ cấp Đại úy đến cấp thiếu úy biệt phái sang các ngành ngụy quyền đã trình diện đăng ký, phải đến tập trung từ ngày 23, 24-6-1975 tại các địa điểm:

- Những người ở quận 4, 5, 6 tập trung tại đường Pétrus Ký số 235 đường Cộng Hòa quận 3.
- Những người ở quận 1, 2, [illegible] tập trung tại trường Taberd đường Gia Long.

TIẾNG NÓI CỦA NHÂN DÂN THÀNH PHỐ SÀI GÒN
Xuất bản hàng ngày — Phát hành buổi chiều
SÀI GÒN GIẢI PHÓNG

Tờ báo Sài Gòn Giải Phóng đề ngày thứ bảy 21 và chủ nhật 22-6-1975 đăng thông cáo này. Một phần của thông cáo nói về trường hợp các sĩ quan *"từ cấp tá đến cấp tướng về hưu"*. Phần còn lại rất dài liên quan đến sĩ quan cấp úy, với một *"Lịch trình học tập cải tạo sĩ quan quân đội ngụy, cảnh sát, tình báo biệt phái, từ Thiếu úy đến Đại úy đã trình diện đăng ký"*. Sau phần mào đầu *"Thực hiện chánh sách khoan hồng, v.v."*, đến phần quy định:

"1. Tất cả sĩ quan quân đội ngụy, cảnh sát, tình báo đã trình diện đăng ký đều phải đi học tập cải tạo tại các địa điểm sau đây:

a. Sĩ quan quân đội ngụy từ cấp Đại úy đến cấp Thiếu úy biệt phái sang các ngành ngụy quyền đã trình diện đăng ký, phải đến tập trung từ ngày 23, 24-6-1975 tại các địa điểm: (sau đó liệt kê các đia điểm tùy nơi cư ngụ của đương sự) [...].

b. Sĩ quan quân đội ngụy cấp Đại úy đã trình diện đăng ký, phải đến tập trung từ ngày 23, 24-6-1975 tại các địa điểm: [...]

c. Sĩ quan quân đội ngụy cấp Trung úy đã trình diện đăng ký, phải đến tập trung từ ngày 25 và 26-6-1975 tại các địa điểm: [...]

d. Sĩ quan quân đội ngụy cấp Thiếu úy, sĩ quan cảnh sát ngụy từ Chuẩn úy đến Đại úy và cán bộ sơ cấp tình báo ngụy đã trình diện đăng ký, phải đến tập trung từ ngày 27 và 28-6-1975 tại các địa điểm: [...]

*2. **Những người đến tập trung học tập phải mang theo giấy bút, quần áo, mùng màn, các vật dụng cá nhân, lương thực thực phẩm (hiện vật hoặc tiền) đủ dùng trong mười ngày kể từ ngày đến tập trung.***

3. Quá thời hạn quy định trên đây, ai không có mặt ở các địa điểm tập trung thì xem như không thi hành mệnh lệnh.

4. Giờ tiếp nhận người đến tập trung tại các điểm nói trên, hàng ngày từ 8 giờ đến 17 giờ (giờ Đông Dương).

Ngày 20 tháng 6 năm 1975

Chủ tịch Ủy ban Quân quản thành phố Sài Gòn – Gia Định

(đã ký)

Thượng Tướng Trần Văn Trà

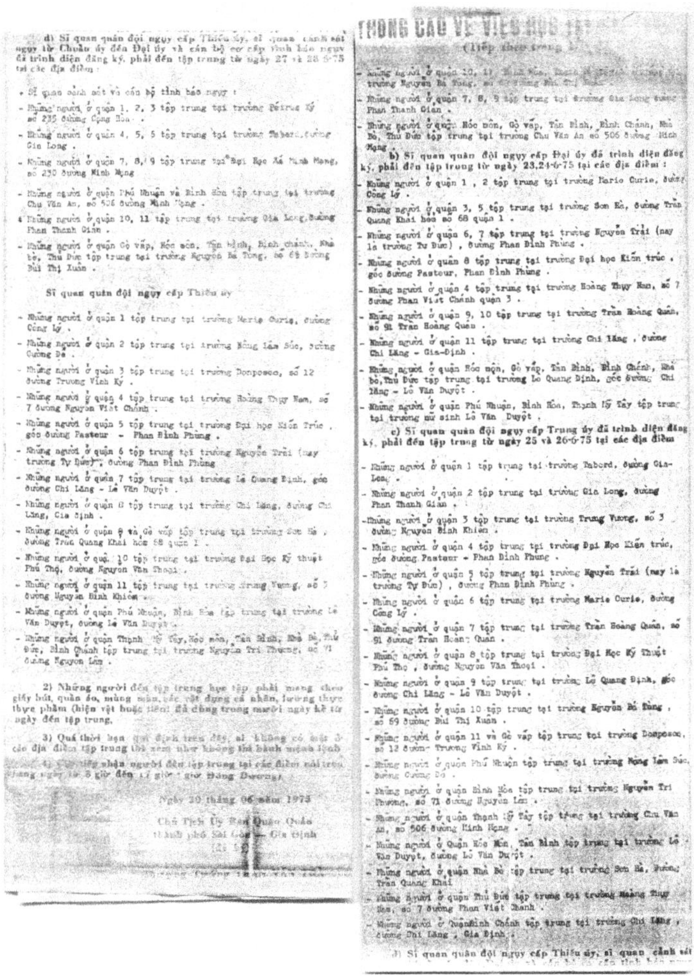

THÔNG CÁO VỀ VIỆC HỌC TẬP

(Tiếp theo trang [illegible])

- Những người ở quận 10, 11 [illegible] trường Nguyễn Bá Tòng, số [illegible]
- Những người ở quận 7, 8, 9 tập trung tại trường Gia Long đường Phan Thanh Giản.
- Những người ở quận Hóc môn, Gò vấp, Tân Bình, Bình Chánh, Nhà Bè, Thủ Đức tập trung tại trường Chu Văn An số 506 đường Minh Mạng.

b) Sĩ quan quân đội ngụy cấp Đại úy đã trình diện đăng ký, phải đến tập trung từ ngày 23,24-6-75 tại các địa điểm:

- Những người ở quận 1, 2 tập trung tại trường Mario Curie, đường Công Lý.
- Những người ở quận 3, 5 tập trung tại trường Sơn Kà, đường Trần Quang Khải hẻm số 68 quận 1.
- Những người ở quận 6, 7 tập trung tại trường Nguyễn Trãi (nay là trường Tư Đức), đường Phan Đình Phùng.
- Những người ở quận 8 tập trung tại trường Đại học Kiến trúc, góc đường Pasteur, Phan Đình Phùng.
- Những người ở quận 4 tập trung tại trường Hoàng Thụy Nam, số 7 đường Phan Viết Chánh quận 3.
- Những người ở quận 9, 10 tập trung tại trường Trần Hoàng Quân, số 91 Trần Hoàng Quân.
- Những người ở quận 11 tập trung tại trường Chi Lăng, đường Chi Lăng - Gia-Định.
- Những người ở quận Hóc môn, Gò vấp, Tân Bình, Bình Chánh, Nhà bè, Thủ Đức tập trung tại trường Lê Quang Định, góc đường Chi Lăng - Lê Văn Duyệt.
- Những người ở quận Phú Nhuận, Bình Hòa, Thạnh Mỹ Tây tập trung tại trường nữ sinh Lê Văn Duyệt.

c) Sĩ quan quân đội ngụy cấp Trung úy đã trình diện đăng ký, phải đến tập trung từ ngày 25 và 26-6-75 tại các địa điểm

- Những người ở quận 1 tập trung tại trường Tabord, đường Gia-Long.
- Những người ở quận 2 tập trung tại trường Gia Long, đường Phan Thanh Giản.
- Những người ở quận 3 tập trung tại trường Trưng Vương, số 3 đường Nguyễn Bỉnh Khiêm.
- Những người ở quận 4 tập trung tại trường Đại Học Kiến trúc, góc đường Pasteur - Phan Đình Phùng.
- Những người ở quận 5 tập trung tại trường Nguyễn Trãi (nay là trường Tự Đức), đường Phan Đình Phùng.
- Những người ở quận 6 tập trung tại trường Marie Curie, đường Công Lý.
- Những người ở quận 7 tập trung tại trường Trần Hoàng Quân, số 91 đường Trần Hoàng Quân.
- Những người ở quận 8 tập trung tại trường Đại Học Kỹ Thuật Phú Thọ, đường Nguyễn Văn Thoại.
- Những người ở quận 9 tập trung tại trường Lê Quang Định, góc đường Chi Lăng - Lê Văn Duyệt.
- Những người ở quận 10 tập trung tại trường Nguyễn Bá Tòng, số 69 đường Bùi Thị Xuân.
- Những người ở quận 11 và Gò vấp tập trung tại trường Donposco, số 12 đường Trương Vĩnh Ký.
- Những người ở quận Phú Nhuận tập trung tại trường Nông Lâm Súc, đường Cường Để.
- Những người ở quận Bình Hòa tập trung tại trường Nguyễn Tri Phương, số 71 đường Nguyễn Lâm.
- Những người ở quận Thạnh Mỹ Tây tập trung tại trường Chu Văn An, số 506 đường Minh Mạng.
- Những người ở Quận Hóc Môn, Tân Bình tập trung tại trường Lê Văn Duyệt, đường Lê Văn Duyệt.
- Những người ở quận Nhà Bè tập trung tại trường Sơn Kà, đường Trần Quang Khải
- Những người ở quận Thủ Đức tập trung tại trường Hoàng Thụy Nam, số 7 đường Phan Viết Chánh.
- Những người ở Quận Bình Chánh tập trung tại trường Chi Lăng, đường Chi Lăng, Gia Định.

d) Sĩ quan quân đội ngụy cấp Thiếu úy, sĩ quan cảnh sát ngụy từ Chuẩn úy đến Đại úy và cán bộ cơ cấp tình báo ngụy đã trình diện đăng ký, phải đến tập trung từ ngày 27 và 28-6-75 tại các địa điểm:

* Sĩ quan cảnh sát và cán bộ tình báo ngụy:

- Những người ở quận 1, 2, 3 tập trung tại trường Pétrus Ký số 235 đường Cộng Hòa.
- Những người ở quận 4, 5, 5 tập trung tại trường Taberd, đường Gia Long.
- Những người ở quận 7, 8, 9 tập trung tại Đại Học Xá Minh Mạng, số 230 đường Minh Mạng
- Những người ở quận Phú Nhuận và Bình Hòa tập trung tại trường Chu Văn An, số 506 đường Minh Mạng.
- Những người ở quận 10, 11 tập trung tại trường Gia Long, đường Phan Thanh Giản.
- Những người ở quận Gò vấp, Hóc môn, Tân bình, Bình chánh, Nhà bè, Thủ Đức tập trung tại trường Nguyễn Bá Tòng, số 69 đường Bùi Thị Xuân.

Sĩ quan quân đội ngụy cấp Thiếu úy

- Những người ở quận 1 tập trung tại trường Marie Curie, đường Công Lý.
- Những người ở quận 2 tập trung tại trường Nông Lâm Súc, đường Cường Để.
- Những người ở quận 3 tập trung tại trường Donposco, số 12 đường Trương Vĩnh Ký.
- Những người ở quận 4 tập trung tại trường Hoàng Thụy Nam, số 7 đường Nguyễn Viết Chánh.
- Những người ở quận 5 tập trung tại trường Đại học Kiến Trúc, góc đường Pasteur - Phan Đình Phùng.
- Những người ở quận 6 tập trung tại trường Nguyễn Trãi (nay trường Tự Đức), đường Phan Đình Phùng
- Những người ở quận 7 tập trung tại trường Lê Quang Định, góc đường Chi Lăng - Lê Văn Duyệt.
- Những người ở quận 8 tập trung tại trường Chi Lăng, đường Chi Lăng, Gia Định.
- Những người ở quận 9 và Gò vấp tập trung tại trường Sơn Kà, đường Trần Quang Khải hẻm 68 quận 1.
- Những người ở quận 10 tập trung tại trường Đại Học Kỹ thuật Phú Thọ, đường Nguyễn Văn Thoại.
- Những người ở quận 11 tập trung tại trường Trưng Vương, số 3 đường Nguyễn Bỉnh Khiêm.
- Những người ở quận Phú Nhuận, Bình Hòa tập trung tại trường Lê Văn Duyệt, đường Lê Văn Duyệt.
- Những người ở quận Thạnh Mỹ Tây, Hóc môn, Tân Bình, Nhà Bè, Thủ Đức, Bình Chánh tập trung tại trường Nguyễn Tri Phương, số 71 đường Nguyễn Lâm.

2) Những người đến tập trung học tập phải mang theo giấy bút, quần áo, mùng màn, các vật dụng cá nhân, lương thực thực phẩm (hiện vật hoặc tiền) đủ dùng trong mười ngày kể từ ngày đến tập trung.

3) Quá thời hạn quy định trên đây, ai không có mặt ở các địa điểm tập trung thì xem như không thi hành mệnh lệnh.

4) [illegible] tiếp nhận người đến tập trung tại các điểm nói trên hàng ngày từ 8 giờ đến 17 giờ (giờ Đông Dương).

Ngày 20 tháng 06 năm 1975

Chủ Tịch Ủy Ban Quân Quản thành phố Sài Gòn – Gia Định

[illegible]

Thế là quá rõ ràng: hạ sĩ quan 3 ngày, cấp tá 30 ngày, cấp úy 10 ngày, còn gì "logic" hơn, nói theo kiểu "logic" mới của cách mạng! Hạ sĩ quan đã học xong, cấp tá đi chưa về vì chưa hết 30 ngày, cấp úy ùn ùn đi trình diện tại các địa điểm quy định. Ráng 10 ngày, xong cho rảnh nợ!

Long cũng có tâm trạng như đại đa số những người bị lùa vào cái rọ của trại tù cải tạo thời đó. Trước khi đi, chàng hỏi ông Ba Phát là khoa trưởng mới của trường Đại Học Dược Khoa: "Tôi mới dạy được 3 lần, trong khi vắng mặt có ai dạy thay tôi không?" Ông Ba Phát trả lời: "Làm sao tìm ra ai dạy thay bây giờ, anh cứ đi, 10 ngày nữa anh về ráng dạy bù vài buổi vậy."

Buổi chiều ngày thứ hai 23 tháng 6-1975, Long đeo ba-lô đến trường Taberd trên đường Nguyễn Du trình diện học tập cải tạo. Trong ba-lô chàng có đồ đạc đủ dùng cho 10 ngày.

Đúng như bản thông cáo đã quy định.

51. Mười ngày đầu tiên của chương trình học tập cải tạo mười ngày

Trường Taberd vào một buổi chiều hè oi ả gợi cho Long nhớ đến một buổi chiều oi ả khác 13 năm về trước, khi chàng vừa tập tễnh những bước đầu trong cuộc đời sinh viên của mình. Đậu tú tài ở Đà Lạt, chàng thanh niên 18 tuổi tràn đầy nhựa sống về Sài Gòn ghi danh Đại Học với bao nhiêu ước vọng về tương lai. Một vị Sư Huynh Lasan là thầy cũ ở Đà Lạt cho chàng ở tạm vài ngày cũng trong trường Taberd này trước khi tìm ra chỗ ở trọ.

Năm đó trường cũng vắng vẻ như bây giờ vì nghỉ hè, học sinh nội trú đã về nhà hết. Hôm nay trở lại đây trình diện học tập cải tạo, trong một thoáng Long quên cái phũ phàng của hiện tại để đắm mình trong khung cảnh của thời tuổi trẻ ngây thơ đó, làm như thời gian đã ngưng đọng từ 13 năm qua. Vẫn hàng cây cổ thụ rợp bóng mát trên đường Nguyễn Du, vẫn dãy nhà đồ sộ với lối kiến trúc xưa của người Pháp để lại. Vẫn cái cổng sắt lớn cho xe hơi, cổng sắt nhỏ cho người đi bộ…

Nhưng cảm giác lâng lâng nhẹ nhàng đó tan biến ngay khi Long bước qua cổng nhỏ vào trong trường. Người gác cổng xưa không còn nữa, thay vào đó là mấy người bộ đội đầu đội nón cối, chân đi dép râu.

Một cái bàn bày chắn lối đi, người bộ đội ngồi sau bàn ghi tên Long vào một cuốn sổ, rồi hỏi Long giấy tờ tùy thân. Chàng đưa thẻ kiểm tra. Người bộ đội ghi chi tiết vào sổ, cất thẻ vào trong ngăn kéo và nói « Từ giờ trở đi anh không cần giấy tờ của ngụy cấp cho anh nữa. Anh còn giấy tờ gì khác không ? » Chàng không mang theo giấy tờ gì khác, bằng lái xe chàng cố ý để ở nhà. « Anh có đem theo vũ khí, hay dao kéo, vật dụng sắc nhọn không ? » Dĩ nhiên Long chẳng dại đem theo những thứ « quốc cấm » đó theo làm gì.

Chàng chợt khám phá ra là giờ đây mình không còn bất cứ giấy tờ gì trong người nữa cả. Long trở thành một « sinh vật vô danh » trong cái xã hội mới này. Chàng nghĩ thầm, cái quan trọng là quyền công dân mình còn bị tước đoạt, sá chi ba cái giấy tờ lẻ tẻ ! Nghĩ vậy nhưng lòng vẫn gợn lên một chút quặn thắt.

Xong thủ tục ghi tên – mà bây giờ gọi là « đăng ký », Long bắt đầu làm quen với những từ ngữ mới – chàng vác ba-lô đi vòng qua bàn kiểm soát bước vào sân trường Taberd, sau khi vẫy tay chào cậu em của Mai còn đứng ngoài đường nhìn vào. Long chở cậu em này đến đây bằng chiếc xe đạp mi-ni để có người đem xe về. Lúc ở nhà Mai muốn đi theo nhưng chàng không cho, bảo ở nhà trông con, Quân chưa đầy 5 tuổi, Quyên mới hơn 3 tuổi. Khi thấy Mai bắt đầu nước mắt chạy quanh, chàng nói "Em đừng lo, đi như đi cắm trại chứ có gì đâu, em ráng một mình lo cho con, 10 ngày anh lại về!" Chàng không muốn có cảnh chia tay bịn rịn ở trường Taberd nên không muốn Mai đến tận nơi tiễn chân mình.

Nàng năn nỉ chàng mang theo lọ dầu cù-là và ít thuốc nhức đầu, đau bụng, nhưng chàng cũng không chịu, "Em không sợ các bạn anh tụi nó cười cho à! Đi như đi cắm trại mà mang theo thuốc men lỉnh kỉnh!". Nhưng trái lại chàng có mang theo một món đồ chắc không ai có, đó là một cái túi ngủ màu xanh nước biển có hoa nhỏ li ti rất đẹp, loại túi chỉ dùng ở xứ lạnh, ở Sài Gòn có ai dùng nó làm gì! Cái túi được cuốn thật chặt cho nhỏ lại nhưng cũng không thể bỏ trong ba-lô, phải buộc bên ngoài. Tuy chỉ là loại mỏng nhưng khi trời lạnh có thể dùng làm chăn đắp, còn bình thường lót nằm như tấm nệm mỏng rất tốt. Chính cái túi ngủ này mới là đề tài để các bạn chế diễu, "đi học tập cải tạo mà còn mang theo đồ dùng tiểu tư sản"!

Nhưng đó là chuyện về sau. Còn vào buổi chiều ngày thứ hai 23-6 này, Long đang lững thững trong sân trường Taberd. Đây là sân trước cũng là sân « danh dự », dùng cho các buổi lễ, sân sau mới dùng làm sân chơi cho học sinh. Sân trước vuông vắn, có cây to rợp mát, có thảm cỏ xanh mướt, có ghế đá dọc lối đi. 13 năm trước chàng cũng đã ngồi trên một ghế đá này, bên cạnh người thầy cũ, phân tích cho chàng những lợi điểm của ngành Dược. Chàng ngắm nhìn cảnh vật quen thuộc, không thấy gì khác cả. Hình như cuộc « đổi đời » vẫn chưa thấm được qua các bức tường kiên cố của khu nhà cổ này.

Trong sân có từng nhóm người túm năm tụm ba nói chuyện xầm xì, càng ngày càng đông thêm với những người mới từ ngoài cổng vào. Cũng có những tay lững thững một mình như Long. Nhiều người nhìn chàng chăm chú. Chắc họ nghĩ « Sao lại có tên trông chẳng phải Việt Nam tí nào mà cũng vào đây trình diện học tập cải tạo ? » Chàng lại nhớ mới hôm trước, khi đi vào một con hẻm ở Thị Nghè thăm người bạn, mấy đứa con nít xầm xì « Liên Xô ! Liên Xô ! » Thì ra chàng bây giờ đã thành cố vấn Nga, sau khi đã là cố vấn Mỹ, và trước đó nữa là « Tây lai ăn khoai cả vỏ… »

Đang còn mải mê suy ngẫm về thân phận mình, muốn được yên thân làm người Việt Nam mà không được, bỗng chàng nghe gọi « Martin ! ». Không phải gọi tên Việt Nam là « Long ! » mà gọi tên Tây « Martin ! » rõ ràng. Quay lại, Long xiết bao vui mừng khi nhận ra Vinh đang đi cùng với một bạn khác. Khi còn sinh viên Vinh cùng ở cư xá Đắc Lộ như Long, thời đó trong cư xá có vài bạn cùng học với Long ở Đà Lạt nên biết tên Tây và gọi Long bằng tên đó nên các bạn khác bắt chước gọi theo nghe cho « lạ tai » !

Giờ đây Vinh là bác sĩ, cũng biệt phái như Long, làm việc tại bịnh viện Cảnh Sát. Vinh giới thiệu với Long người bạn cũng vừa gặp lại trong sân trường Taberd này, tên là Hòa, cũng là cựu sinh viên Đắc Lộ. Nhưng Long không biết vì Hòa lấy vợ sớm nên ra khỏi cư xá trước khi Long vào. Hòa là bác sĩ biệt phái làm việc tại bịnh viện Nhi Đồng.

Cả ba đều mừng rỡ gặp lại nhau trong hoàn cảnh khó khăn này, giữa bao nhiêu khuôn mặt xa lạ. Ý tưởng đầu tiên đến với cả ba người là phải ráng làm sao sống gắn bó với nhau trong thời gian học tập cải tạo này. Vì đã từng biết nhau từ thời sinh viên, và đã được hấp thụ cùng một đường hướng giáo dục cũng như trình độ học vấn nên cả ba người bạn nghĩ đó là những yếu tố căn bản vững chắc để sống hòa hợp trong môi trường xa lạ này. Hòa lớn tuổi nhất trong ba anh em nói lên điều này trước tiên, Long và Vinh đồng ý ngay, phải tìm cách cùng chung một đội khi bắt đầu có tổ chức.

Và chỉ lát sau có lệnh tập họp trong sân. Hai bộ đội ra lệnh mọi người xếp hàng, mỗi hàng dọc 10 người : « Các anh được sắp xếp theo tổ chức của Quân Đội Nhân Dân Việt Nam : 10 người họp thành một A, bốn A họp lại là một B gồm 40 người, ba B họp thành một C gồm 120 người. » Long, Vinh và Hòa đứng vào chung một hàng dọc 10 người, được đặt tên là A7.

Sau đó mọi người di chuyển vào trong một nhà chơi rộng để nghe những lời đầu tiên của một bộ đội mà sau này sẽ gọi là « quản giáo ». « Các anh đều tự nguyện đến đây để học tập cải tạo. Cách mạng sẽ xem xét khoan hồng với các anh vì sự tự nguyện này. Trong suốt thời gian dài sống dưới chế độ Mỹ ngụy, đầu óc các anh đã bị méo mó vì những tuyên truyền láo khoét của ngụy quyền. Các anh đã có tội với nhân dân – có thể là tội tày trời nữa là khác – mà có khi các anh không biết. Nhưng Cách mạng luôn luôn chủ trương khoan hồng với những ai trót lầm đường lạc lối nhưng giờ đây biết thực tâm hối cải, và vì vậy các anh đến đây học tập cải tạo để trở thành những công dân có ích cho xã hội. » Và cứ thế tiếp tục trong gần nửa giờ đồng hồ. Sau cùng người quản giáo hỏi có ai có câu hỏi gì không, mọi người im phăng phắc. Long thở phào nhẹ nhõm vì không ai thắc mắc gì cả. Kinh nghiệm trong một đám đông như thế, thường có một vài phần tử « không giống ai » cứ phải đặt câu hỏi, kéo dài thời gian chịu đựng lải nhải của mấy cái máy nói… Nhiều khi chẳng có gì cần phải hỏi cũng cứ hỏi !

Sau « diễn văn mở đầu », mỗi A phải tìm ra một A trưởng. Nếu không có ai tình nguyện thì một người sẽ bị chỉ định. Vinh và Long đề nghị Hòa làm A trưởng, Vinh giới thiệu với 7 người còn lại bác sĩ Hòa tương đối lớn tuổi hơn trung bình các thành viên khác của A. Mọi người chấp nhận, và Hòa cũng nhận lãnh trách nhiệm mặc dù biết trước là những chức vụ như thế chỉ gây phiền toái cho cá nhân mình, nhưng cũng là một cách giúp ích cho cả 10 người trong A nếu mình khéo léo trong cách điều hành.

Sau đó các A được đưa lên lầu, vào các lớp học của trường Taberd, mỗi người tìm cái ghế dài hay cái góc phòng để ngủ qua đêm. Rồi các A trưởng được gọi lên cho biết nếu ai cần mua bánh mì thịt thì đưa tiền sẽ có người đi mua về ăn tối.

Qua một đêm.

Ngày hôm sau thứ ba 24-6, số người tiếp tục đến trình diện đông hơn ngày đầu, và cũng được hàng ngũ hóa thành những A 10 người. Đêm hôm đó, khoảng 3 giờ sáng, có tiếng xe cam-nhông ngoài đường rồi tiếng người nhốn nháo dưới sân. Long thức giấc ra ngoài hành lang nhìn xuống thì thấy rất đông người mới vào sân.

Sáng hôm sau được biết đó là những sĩ quan cấp úy biệt phái như Long, trình diện ở trường Nguyễn Bá Tòng, sau 2 ngày ở đấy nay tập trung về trường Taberd. Nhân số tại đây bây giờ đông gấp bội, các quản giáo quyết định tổ chức lại các A.

Cũng may là Long vẫn chung một A với Vinh và Hòa, và lại có dịp làm quen thêm một bác sĩ mới đến là Môn, cùng rủ chung vào một A.

Môn có chung với Long một đặc điểm hiếm thấy trong môi trường này : cả hai đều là « Tây lai ». Nhưng ngoài ra, hai người không có gì giống nhau nữa cả. Môn xuất thân từ một gia đình danh giá và giàu có, học Y khoa bên Pháp về, dáng người bệ vệ, cùng chiều cao như Long nhưng chắc phải tám chục ký là ít, trong khi Long chỉ có sáu mươi…

Thấm thoát 3 ngày trôi qua ở trường Taberd.

Chưa thấy đả động gì đến « học tập cải tạo » cả, mọi người đều sốt ruột và bắt đầu đặt câu hỏi. Người ta nói mình phải chờ. Nhưng chờ gì ? « Các anh đừng lo, cách mạng lo cho các anh. » Rồi câu hỏi mọi người đều đặt ra : thế 3 ngày này có kể vào 10 ngày không ? Đa số nghĩ là không, vì đã bắt đầu học tập gì đâu !

Qua hôm sau thì không khí ngột ngạt đã lên đến độ không thể làm ngơ được nữa, nên các A trưởng và B trưởng được gọi lên bộ chỉ huy để giải thích. « Có sự chậm trễ là do gặp khó khăn trong tổ chức, các anh đừng lo gì cả, phải tin tưởng tuyệt đối vào cách mạng. »

Cuối cùng thì sau 4 ngày ở trường Taberd, vào đêm ngày 26 rạng ngày 27-6, lúc 2 giờ sáng, mọi người bị đánh thức dậy và được lệnh mang theo đồ đạc xuống dưới sân tập họp theo đội ngũ của mình. Các A trưởng được lệnh phải kiểm soát đầy đủ túc số của A mình. Sau đó mọi người lần lượt được hướng dẫn ra ngoài bằng cổng sau của trường Taberd mở ra đường Gia Long. Từ đó quẹo trái đến đường Hai Bà Trưng đã có một dãy xe cam-nhông Molotova chờ sẵn, dãy xe dài đến độ không thấy đầu đuôi đoàn xe đâu cả. Một khung cảnh đặc biệt trên đường Hai Bà Trưng, bình thường con đường này rất sầm uất, nay chỉ có những chiếc xe cam-nhông đen ngòm im lặng nối đuôi nhau trên đường phố vắng tanh vì lệnh giới nghiêm ban đêm vẫn có hiệu lực. Những chiếc xe trước kia chở quân từ Bắc vào Nam nay dùng để chở những người thua trận, chở đi đâu chưa biết.

Long và các bạn trong cùng A được hướng dẫn đến một chiếc xe, cùng với hai A khác. Mỗi chiếc xe 30 người được lệnh leo lên, sau cùng một bộ đội cầm súng AK cũng leo lên ngồi sát phía sau. Trong ca-bin cạnh người lái là một bộ đội khác. Bạt xe được kéo xuống cài lại kín bưng. Người bộ đội ra lệnh không được nói chuyện, không được hút thuốc. Thời gian chờ đợi kéo dài cả giờ để hàng mấy ngàn người bị chất lên đoàn xe dài dằng dặc. Rồi cũng đến lúc xe nổ máy và chuyển bánh, đi đến một nơi không ai biết trước.

Nhưng dù ngồi bịt bùng trong xe kín bưng, những người dân Sài Gòn như Long đã thuộc lòng đường phố cũng nhận ra dễ dàng các đường đi qua, nhất là đoàn xe dài như thế phải đi rất chậm. Đường Hai Bà Trưng về phía tây bắc, rồi quẹo trái. Chỉ có thể là đường Hiền Vương với những tiệm phở gà nổi tiếng. Sau khi qua nhiều đường mà mọi người thầm nhận ra dù không thấy gì bên ngoài – Pasteur, Công Lý, Trương Minh Giảng… – đoàn xe quẹo phải và từ đó cứ đi thẳng mãi không đổi hướng nữa. Đúng là đường Lê Văn Duyệt đi qua Hòa Hưng, Chí Hòa, Ngã Ba Ông Tạ, Ngã Tư Bảy Hiền và như thế là trực chỉ Tây Ninh và biên giới Cam-Bốt theo quốc lộ 1.

Khoảng 6 giờ sáng, xe ngừng lại, người bộ đội leo xuống và nói mọi người phải ngồi tại chỗ, giữ im lặng. Vài tiếng nói cất lên yêu cầu mở tấm bạt, vì không khí kín bưng, mọi người bắt đầu ngộp thở, người bộ đội ra phía trước nói gì đó với người ngồi trong ca-bin rồi trở lại hé mở tấm bạt, và dặn mọi người tiếp tục ngồi im. Nhìn ra ngoài thì thấy xe ngừng trên đường giữa đồng không mông quạnh, không hiểu vì lý do gì. Khi đoàn xe chuyển bánh lại, Long chăm chú nhìn ra ngoài qua kẽ hở của tấm bạt và thấy một chiếc xe bị lật ngang nằm dưới hố bên đường. Không hiểu bằng cách nào đoàn xe chạy chậm như vậy mà có thể xảy ra tai nạn ? Chắc là tài xế ngủ gục… Dù sao thì chẳng ai có lời giải thích về tai nạn này, và nếu Long không thấy tận mắt chiếc xe nằm nghiêng bên đường thì cũng không thể biết được. Mãi về sau có tin đồn là tai nạn làm cho một người chết và nhiều người bị thương, nhưng cũng chỉ là tin đồn, không có một nguồn tin chính thức nào để xác nhận hoặc phủ nhận tin đồn này cả.

Đến 8 giờ, xe đi chậm lại, rồi vòng vào chỗ đậu. Bạt mở ra, mọi người được lệnh xuống xe và sắp hàng theo đội ngũ của mình. Long đếm được khoảng 30 chiếc xe đậu ngay hàng thẳng lối trên một bãi đất trống, như vậy là có khoảng 1000 người trên khoảng đất trống này. Nhìn quanh quất thì thấy một khu đất rộng, cỏ hoang mọc nhiều, bao quanh là hàng rào kẽm gai, có một cái cổng lớn khung gỗ và kẽm gai, chắc lúc nãy xe vào bằng cổng này. Trông như một doanh trại của quân đội, với nhiều nhà mái tôn vẻ tiêu điều.

Một bộ đội, chắc là người chỉ huy trại, lên tiếng trước hàng ngũ những người « tình nguyện học tập cải tạo », cho biết là mọi người sẽ ở đây để học tập cải tạo. *« Việc trước mắt là phải ổn định chỗ ăn chỗ ở đã. »* Nghe đến đây Long bắt đầu toát mồ hôi lạnh, và chắc nhiều người khác cũng có cảm giác tương tự. « Ổn định chỗ ăn chỗ ở » có nghĩa là sẽ ở đây lâu dài chứ đâu phải chỉ 10 ngày !

Và sự thật phũ phàng cứ tiếp tục phũ phàng. Mỗi A 10 người được hướng dẫn đến một chỗ sẽ là nơi ăn ngủ của mình. Long và các bạn được đưa vào một cái nhà rộng – không biết có thể gọi là nhà hay không, vì chỉ có mái tôn lủng nhiều lỗ chắc là do vết đạn, không có tường, sàn nhà chỉ là đất lồi lõm, cột nhà là những thân cây tròn lột vỏ thô sơ. A của Long được chỉ định một khoảng đất dài khoảng sáu bảy thước là chiều ngang của nhà, rộng khoảng 2 thước. Như vậy, mỗi người có một chỗ ngủ chiều dài 2 thước, chiều rộng khoảng sáu, bảy tấc. Đặc biệt chỗ của Long và của hai bạn hai bên đất bị trũng xuống và nước mưa đọng lại làm thành một bãi sình nho nhỏ… Tháng 6 trời mưa mà !

Tới đây thì mọi người đã hiểu là mình bị lừa rồi, không phải chỉ đi học tập cải tạo 10 ngày như mình tưởng. Nhưng phản ứng của từng người khác nhau. Có những người đã phải sống lăn lộn và quen với phấn đấu để sống còn, có những người khác may mắn sống trong tiện nghi và được cuộc đời ưu đãi. Có những người bản tính lạc quan, tinh thần vững chắc, tin tưởng mình sẽ lướt qua được và « ngày mai trời lại sáng », có những người khác bi quan, không đủ nghị lực để vượt qua hoàn cảnh khó khăn. Cũng may là sống chung cả ngàn người cùng hoàn cảnh, con người biết nương tựa nhau để cùng sống còn. Riêng Môn, con người từ nhỏ đến lớn chắc chỉ sống trong nhung lụa, thầm thì với các bạn « Chỗ này làm sao sống được, chắc họ cho mình ở tạm đây rồi đưa đến nơi đàng hoàng tiện nghi hơn mới học được chứ ! » Các bạn của Môn sẽ còn được nghe câu này lặp đi lặp lại nhiều lần nữa…

Nhưng rồi cũng phải « thích nghi » với hoàn cảnh. Long học thêm được một điều quý giá : khi sống chung cả ngàn người trong một trại như thế này, thế nào cũng có ít nhất một người có câu trả lời cho rất nhiều câu hỏi đặt ra. Thí dụ cụ thể :

trả lời cho câu hỏi « nơi này là nơi nào ? » câu trả lời đến từ đâu không biết nhưng loan đi rất nhanh. Đây là một vùng gần Tây Ninh có tên là Trảng Lớn, trại này là một phần của doanh trại của Sư Đoàn 25 bộ binh trước kia.

May là trại rộng lớn, cỏ dại đang mùa mưa mọc tràn lan. Long bắt chước các bạn đi tìm vật liệu trong bãi cỏ gần hàng rào kẽm gai, may quá vớ được tấm tôn đã hoen rỉ đặt lên trên vũng sình để lót tạm làm chỗ nằm.

Sau đó một bộ đội đến, ra lệnh mỗi B (gồm 4 A, tức là 40 người) phải cử 3 người theo lên ban chỉ huy trại. Lát sau ba bạn đó về vác một bao gạo 50 ký, một bao muối 10 ký, một cái nồi to và một cái chảo to, nồi và chảo đều có hai quai. Hãi hùng nhất là ba bạn đó thông báo : « Họ nói mình phải tự lo liệu cơm nước. »

Anh bạn Môn lại càng vững tin vào nhận định ban đầu của mình : Chỗ này làm sao sống được ?

Cả đội 40 người nhìn nhau không biết làm sao để « lo liệu cơm nước », nhưng ai cũng còn mang theo cái gì đó nên ngày đầu tiên còn có cái mà ăn. Long và các bạn cùng A lúc còn ở trường Taberd đưa tiền cho bộ đội ra ngoài mua bánh mì, giờ này còn lấy ra « nhá » cho đỡ đói.

Nhưng qua ngày hôm sau không còn gì để ăn, « đói đầu gối phải bò ». Phải có bếp để nấu cơm và để nấu nước sôi để nguội uống. Làm cách nào có bếp ? Một lần nữa, Long được dịp nghiệm lại chân lý về đám đông : thế nào cũng có ít nhất một người trong số một ngàn người biết cách phải làm bếp như thế nào. Quả đúng như vậy, không biết bài học từ đâu ra, nhưng người này bảo người kia, cuối cùng ai cũng biết cách làm bếp. Lấy ba cây cọc sắt, loại cọc dùng cho hàng rào kẽm gai, đóng xuống đất, đặt cái nồi và cái chảo lên làm sao cho vững, chưa vững thì phải nhổ cọc lên đóng lại. Sau đó đào đất sét, lấy nước trộn thành bùn đặc – cũng may là trong trại có 5 cái giếng nước không sâu lắm, không biết tên nào đó tìm được cái thùng và dây làm gầu múc nước. Trộn thêm với cỏ khô thay vì rơm, rồi trét chung quanh ba cái cột sắt và chung quanh chảo và nồi thành cái lò. Phía trước lò chừa một cái cửa nhỏ để cho củi vào đốt, và để cho không khí vào trong lò, phía sau phải làm một ống khói, dùng ống sắt đựng đạn đại bác của Mỹ, ba bốn cái nối vào nhau thành một cái ống cắm vào sau lò và đưa lên cao. Chung quanh bếp phải tạo một cái chòi để che mưa nắng và làm điểm tựa cho ống khói.

Nói nguyên tắc thì như thế, nhưng khi thực hiện thì dĩ nhiên phải làm đi làm lại, chỉnh qua chỉnh về không biết bao nhiêu lần mới có cái bếp dùng được… Tất cả do mình tự làm lấy, không có ai canh gác, cũng chẳng có ai hướng dẫn.

Vật liệu nhặt nhạnh trong các bãi cỏ chung quanh trại, ngoại trừ ống sắt đựng đạn đại bác. Đây cũng là một cái may « trời cho », một người nào đó tìm ra một cái hầm lớn chứa rất nhiều đạn đại bác loại 155 ly. Mỗi quả đạn đựng trong cái ống sắt, bên ngoài lại có một thùng bằng gỗ thông. Trong một ngàn người, thế nào cũng có những người trước kia trong ngành pháo binh, nên rất rành về loại đạn này. Chứ những người như Long chắc chắn không dám rờ tới, lỡ nó nổ thì sao ? Nhưng mấy người cựu pháo binh giải thích là đạn đại bác tự nhiên không nổ được, trước khi bắn phải gắn một đầu đạn dùng làm ngòi nổ. Thế là mọi người xuống hầm khuân thùng đạn lên, tháo gỡ thùng gỗ, tháo ống sắt và xếp viên đạn khổng lồ vào một góc. Làm chuyện này có xin phép ban quản giáo hay không, Long không biết, nhưng chẳng thấy bóng dáng một bộ đội nào từ trên bộ chỉ huy xuống xem xét chuyện này cả.

Làm xong cái bếp là một chuyện, nhưng củi đun bếp ở đâu ra ? Sau này các B được cấp phát củi là những khúc thân cây to còn tươi, nhưng những ngày đầu tiên chưa có gì, phải tự lo liệu. Trong một góc trại lẫn trong cỏ dại có một đống cột điện là những thân cây gỗ thông thẳng tắp. Tưởng thế là dùng làm củi được ? Nhưng các cột này được tẩm một loại dầu hóa học màu đậm, thấm sâu vào trong lõi để chống mối mọt và giữ cho gỗ khỏi mục, nên khi đốt thì khói đen có mùi khét lẹt thấm vào cơm làm sao ăn ? Nhưng cũng phải chịu, ăn cơm ám khói còn hơn nhịn đói. Vấn đề là không thể chẻ củi bằng tay không được. Tới đây, nhận thấy vấn đề ăn uống là ưu tiên số một nên ban chỉ huy trại mua cái cưa to và cái rìu chẻ củi cung cấp cho trại để dùng.

Cuối cùng thì cũng có được nồi cơm, khét lẹt vì ám khói chất dầu trong củi, và có nước đun sôi để uống.

Qua những ngày sau, mọi người tiếp tục « ổn định chỗ ăn chỗ ở » bằng cách khai thác các tấm ván gỡ ra từ các thùng đựng đạn. Mạnh ai nấy lấy ván lát xuống nền đất làm « giường », sau đó trong cùng một A bàn nhau làm một tấm phản chung cho 10 người cao hơn mặt đất để tránh ẩm thấp và nằm thoải mái hơn. Mỗi người vẫn giữ phần dành cho mình trên tấm phản tập thể này.

Nhưng dụng cụ hoàn toàn không có, làm sao đóng phản ?

Đặt câu hỏi như thế là coi thường óc sáng tạo vô biên của một tập thể một ngàn người bắt buộc phải sống chung trong một trại lớn. Đinh được chế biến từ dây kẽm gai, những cái « gai » cuốn chặt vào sợi dây kẽm, phải gỡ từ từ ra, đập cho thẳng lại, rồi bẻ thành hình chữ U có hai đầu nhọn. Dĩ nhiên ngón tay không làm sao bẻ kẽm gai được, nên phải đi tìm trong đám cỏ xem có mảnh sắt (hiếm có), hoặc mảnh đá (có nhiều) thích hợp, mảnh nhỏ dùng để cậy, cục đá lớn hơn dùng làm búa. Phải tập dượt khá lâu mới có thể dùng cái búa đá đóng cái đinh hai đầu như thế vào tấm ván. May phước là gỗ thông rất mềm.

Anh bạn Môn nói, có phải mình trở lại sống như người thời đồ đá không ? Long không đồng ý. Thời đồ đá phải dùng đá làm dụng cụ, nhưng trong đầu họ chưa có những tri thức và kinh nghiệm của con người sống ở thế kỷ 20, nên con người bây giờ dù chỉ có dụng cụ bằng đá cũng thích nghi được với hoàn cảnh dễ dàng hơn vì đã thừa hưởng được mấy ngàn năm kinh nghiệm của nhân loại.

Long còn nhớ mãi một trường hợp khác điển hình về óc sáng tạo vô biên của con người. Có một anh chàng không cùng nhà với Long, vớ được đâu đó một lốp xe cam-nhông to tướng còn mới toanh, có cả ruột nữa – ngoài Bắc gọi là lốp và săm (săm là do tiếng Pháp « chambre à air), trong Nam gọi là vỏ và ruột. Anh chàng quyết định làm dép râu. Muốn vậy phải có dụng cụ cắt được lớp cao-su vừa dày vừa cứng của cái lốp. Thoạt nhìn thì thấy là vô phương, vậy mà anh chàng vẫn làm được ! Đầu tiên anh chàng tìm được mấy cái đai sắt dùng để ràng quanh thùng gỗ đựng đạn, loại sắt tầm thường vì chỉ dùng làm đai, đâu phải thép tốt. Nhưng vẫn kiên nhẫn cắt nó ra làm lưỡi dao (gọi là cắt nhưng không có dụng cụ, phải bẻ qua bẻ lại không biết bao nhiêu lần, rồi sắt cũng phải đứt), một đầu cắt xéo để có mũi nhọn, xong rồi mài vào đá cho đến khi nó sắc như dao, dĩ nhiên phải mài lâu lắm. Dùng cái lưỡi mới mài đó cứa vào lốp xe, người ngoài trông thấy như là « trứng chọi đá », làm sao con dao như thế cắt được lốp xe cam-nhông to dầy thế kia ? Vậy mà với kiên nhẫn và có giờ để tỉ mỉ làm việc, vẫn được. Lưỡi sắt chỉ rạch được tí xíu là cùn rồi. Cùn thì mài lại. Cứ thế, cắt chút xíu, rồi mài, rồi lại cắt, cuối cùng Long đã chứng kiến anh chàng làm xong đôi dép râu… Và phục sát đất !

Mười ngày lặng lẽ trôi qua với công việc « ổn định chỗ ăn chỗ ở ». Hằng ngày các B trưởng phải lên ban chỉ huy để nhận chỉ thị, và ngày nào câu hỏi cũng được đặt ra : chừng nào thì bắt đầu « học » ? Không ai trả lời được câu hỏi này, vì chính những người trông coi trại cũng chẳng biết gì. Họ chỉ là những bộ đội trong quân ngũ, chẳng phải là những cai tù chuyên nghiệp. Họ được lệnh giữ những người tù cải tạo trong trại, được lệnh phát cho họ gạo, muối, một chút rau, để họ đừng chết đói. Thế thôi. Làm sao họ biết chừng nào bắt đầu học, chừng nào thì được về ?

Vẫn có người lạc quan : họ chưa tổ chức được cho mình học, chắc khi bắt đầu học mới bắt đầu đếm đủ 10 ngày rồi cho về, cũng như binh lính và hạ sĩ quan học đủ 3 ngày rồi cho giấy chứng nhận để phục hồi quyền công dân là gì !

Trong A của Long có một anh cũng Đại úy như các bạn khác, nhưng biệt phái về Xây Dựng Nông Thôn. Anh này kinh nghiệm đầy mình với cộng sản, lẩm bẩm cho ai muốn nghe thì nghe : « Giá chót 3 niên ! »

Long làm lơ như không nghe, nhưng chợt rùng mình…

52. Khai lý lịch

Qua ngày thứ 11, cả trại lóe lên một tia hy vọng : mỗi người được phát 3 cuốn vở học trò 100 trang và 1 cây bút bi. Mọi người hớn hở ra mặt vì rõ ràng sắp sửa « được học », nếu không học thì phát vở phát bút làm gì ? Đã bao nhiêu năm rồi Long mới thấy lại cuốn vở bìa trước có hình 3 cô gái mặc áo dài tượng trưng 3 miền Bắc, Trung, Nam, và bìa sau có bản cửu chương phải học thuộc lòng khi còn ở bậc tiểu học (khó nhớ nhất là bảy lần tám năm mươi sáu !). Từ xưa đã dùng loại vở giống hệt, Long không ngờ lại được cầm cuốn vở trong một hoàn cảnh éo le không liên quan gì đến học đường !

Nhưng rồi một ngày lại qua, rồi hai ngày, chẳng thấy nói gì đến học tập cả ! Mỗi ngày vẫn cứ được lệnh tiếp tục « ổn định chỗ ăn chỗ ở ».

Đến đây thì Long nổi hứng lấy một quyết định quan trọng. Bắt đầu từ ngày thứ 13, chàng dùng một cuốn vở được phân phát để viết nhật ký, nhưng dưới dạng viết thư cho vợ. « Ngày thứ 13, thứ bảy 5 tháng 7-1975 ». Mỗi ngày đều bắt đầu như thế, cũng là một cách để còn nhớ là tuần lễ vẫn có 7 ngày, vẫn có ngày chủ nhật, có ngày thứ hai… Đây là một quyết định táo bạo vì nếu quản giáo đọc được nhật ký này thì chắc Long sẽ không yên với họ. Nhưng chàng vốn thuộc loại « điếc không sợ súng », vả lại thời gian đầu chẳng có kiểm soát chặt chẽ gì cả nên Long cũng liều. Chàng rất cẩn thận chỉ mô tả chi tiết cuộc sống hằng ngày một cách khách quan, hoàn toàn không phê bình hoặc nói lên tình cảm riêng tư của mình. Chàng không tâm sự chuyện này với ai, nhưng từ từ các bạn trong A đều biết khi thấy chàng lúi húi viết mỗi khi rảnh rỗi.

Công việc quan trọng nhất mỗi ngày là của ban làm bếp. Mỗi B gồm 40 người có một bếp, tự túc lo nấu ăn. B của Long dùng giải pháp là tất cả đều luân phiên nhau làm bếp, mỗi ngày lo nhúm lửa để nấu nước uống và thổi cơm. Trong trại có vài người ngày xưa trong ngành pháo binh tìm ra được trong hầm chứa đạn đại bác nhiều bịch thuốc bồi dùng làm mồi để nhúm bếp rất tốt. Đó là những viên nhỏ đựng trong cái bao vải, bao hình trụ có đường kính bằng với đường kính của viên đạn đại bác, chiều cao khoảng 15 phân, được cho vào nòng súng phía dưới viên đạn để bắn được xa hơn. Những viên nhỏ đó là một loại chất nổ, nhưng nếu cẩn thận chỉ dùng vài viên cho vào bếp rồi châm lửa thì nó không nổ mà chỉ cháy như pháo bông và cháy khá lâu, đủ thời giờ cho củi bắt lửa.

Nhắc đến củi, sau thời gian phải dùng cột điện có tẩm dầu khi cháy tỏa ra khói đen kịt và độc hại, một hôm xe cam-nhông Molotova chở vào trại một xe đầy những thân cây to đã được cưa thành khúc ngắn, phải dùng rìu bổ ra làm củi. Long là một trong những tay xung phong làm công việc nặng nhọc này, vì thân cây có nhiều mấu, cũng không biết loại gỗ gì mà không dễ bổ tí nào. Từ khi có củi này đun bếp ăn cơm đỡ bị mùi khói khét lẹt của chất dầu tẩm vào mấy cái cột điện bằng gỗ thông.

Một hôm được phân phát cá khô, lần đầu tiên có một « nguồn chất đạm » vì từ khi vào trại này chỉ có gạo, muối và một ít rau. Cá gọi là khô nhưng không được khô lắm nên trong bụng có giòi. Có giòi thì rửa nó đi, rồi nướng cá ăn còn hơn không có gì.

Rồi lại có một sự kiện khác làm tinh thần mọi người đã thấp lại càng xuống thấp hơn, đó là « hột rau muống ». Một sáng đẹp trời, các B trưởng đi họp mang về hột rau muống, giải thích là ban chỉ huy cung cấp để mình trồng « cải thiện » bữa ăn. Đất Trảng Lớn là đất cát, khô cằn, may mà có giếng nước, nhưng làm sao gieo hột rau muống cho nó mọc được, và nó có mọc rồi thì đến khi nào mới được ăn ? Giờ đây thì ai cũng hiểu là mình bị lừa chuyện 10 ngày để đưa mình vào tù một cách êm thấm… Không còn ai mơ tưởng gì đến chuyện 10 ngày nữa. Phải lo trồng rau để tính chuyện cầm cự dài ngày, có chút chất tươi mà ăn thôi !

Nhưng rồi vào một buổi sáng đẹp trời, cả trại như có một làn sóng ngầm làm chấn động bầu không khí hoang mang ảm đạm, một làn sóng hy vọng do các B trưởng đi họp mang về, một thông tin làm những bạn bi quan nhất cũng phải cảm thấy một chút phấn khởi. Tin cả trại được về ngay ? Không phải ! Tin báo trước gần đây sẽ có một ngày được về ? Cũng không phải ! Tin bắt đầu học tập ? Cũng không phải nốt ! Đó là tin « phải làm hội trường » !

« Hồ hởi phấn khởi » cũng phải, vì hội trường dùng làm gì nếu không phải để học tập ? Và đã có học tập thì cái hy vọng rất mong manh của chuyện 10 ngày tưởng đã tắt ngúm lại bắt đầu mon men vươn lên. Học xong rồi về, chứ người ta giữ mình trong trại này làm gì ? Vừa tốn cơm nuôi, lại phải trả lương cho bao nhiêu người canh gác, trong khi xã hội bên ngoài đang « cần tất cả khối óc, tất cả bàn tay để xây dựng lại một tương lai tươi sáng hơn » như người ta vẫn nói ra rả từ khi chiến tranh chấm dứt là gì !

Có một vấn đề kỹ thuật cần khắc phục, đó là không thể làm một hội trường cho cả ngàn người trong toàn trại nên phải chia ra nhiều hội trường nhỏ. Nhà ở của Long tương đối rộng nên được chỉ định làm một hội trường cho 6 B, tức là 240 người. Trước đây mạnh ai nấy lấy ván gỡ ra từ thùng đạn để chế ra làm giường ngủ, nay có lệnh tất cả nhà phải hội ý với nhau dùng những tấm gỗ làm giường đó đóng thành một tấm phản khổng lồ có kích thước của cả cái nhà lớn, cách mặt đất khoảng nửa thước. Mỗi người vẫn giữ phần dành cho mình để ngủ như trước, nhưng ban ngày tấm phản khổng lồ này dùng làm hội trường khi mỗi người ngồi vào vị trí của mình thay vì nằm. Công việc có vẻ phức tạp, vậy mà với tinh thần hăng hái của hy vọng, chỉ trong một ngày đã hoàn thành.

Sáng hôm sau, mọi người ngóng đợi các B trưởng đi họp về, và quả nhiên mọi người lại hớn hở ra mặt vì « sẽ bắt đầu học tập trong hai ngày nữa, buổi sáng từ 8 giờ đến 12 giờ, buổi chiều từ 1 giờ rưỡi đến 5 giờ rưỡi ; mỗi hội trường phải chỉ định một ban lo làm bếp cho hai bữa ăn trưa và chiều ». Hai ngày này chứng kiến cảnh những người tù cải tạo mặt mày tươi tắn hơn, nói năng hoạt bát hơn…

Và rồi « ngày vui đã đến » ! 8 giờ kém 15, mọi người ngồi xếp bằng nơi chỗ ngủ của mình, hướng về một đầu nhà có kê một cái bàn và một cái ghế, chắc là lấy từ ban chi hủy về. Long lại nhớ cảnh tựu trường ngày xưa khi đi học, ngày đầu hồi hộp chờ đợi để biết mặt thầy cô mới của mình.

Đúng 8 giờ, hai người mặc quần áo bộ đội, vai đeo chéo túi vải, bước vào hội trường. Hai người này chưa khi nào thấy trong trại, chắc mới ở xa đến và chắc đây là cán bộ giảng dạy chứ còn gì nữa ! Nhưng bộ mặt hớn hở của tất cả mọi người biến thành tiu nghỉu ngay khi một người lên tiếng trình bày chương trình. *« Các anh sẽ khai chi tiết lý lịch của mình. Công việc này đòi hỏi ba ngày làm việc trên hội trường vì tầm quan trọng đặc biệt của tờ khai lý lịch, quan trọng đối với các anh cũng như đối với Cách Mạng. Mỗi tiết làm việc kéo dài 55 phút, sau đó nghỉ 5 phút. Vì công việc cần phải thật nghiêm túc, các anh không được nói chuyện với người chung quanh, trong 5 phút nghỉ các anh sẽ ra ngoài cho giãn gân giãn cốt, nhưng cấm không được nói chuyện với người khác, giấy viết phải để lại trong hội trường. Buổi trưa khi nghỉ để ăn trưa phải góp tất cả giấy tờ giao cho ban giảng huấn, sẽ được phát lại khi trở lại hội trường buổi chiều. Cuối ngày trước khi về cũng phải góp giấy tờ, sáng hôm sau sẽ phát lại. »* Nói xong anh ta rút trong túi vải ra giấy khổ A4 để phân phát cho mọi người. *« Bước đầu mỗi người được phát 4 tờ, tức là 8 trang, nhưng sau đó cần thêm bao nhiêu cũng được. »*

Long ngỡ ngàng… Khai lý lịch mà sao phải ba ngày ? Mà viết gì cho đủ 8 trang ? Và sao phải kỷ luật như trong phòng thi tú tài vậy ? Thắc mắc thì cứ thắc mắc, sự thật vẫn là sự thật : khai lý lịch kéo dài đúng ba ngày, và kỷ luật không khác gì trong phòng thi tú tài.

Buổi sáng đầu tiên dành riêng để nghe giảng giải phải khai những gì, và khai như thế nào. Được lặp đi lặp lại nhiều nhất là 4 chữ *« thành khẩn khai báo »* mà sau này sẽ được « dân ngụy » dùng trong những hoàn cảnh không liên quan gì đến lý lịch, dĩ nhiên với mục đích chế nhạo.

Người đứng trên bục giảng thao thao bất tuyệt : *« Cách mạng ở mọi nơi mọi chỗ, nhân dân ở mọi nơi mọi chỗ, cách mạng biết hết, nhân dân biết hết, các anh không thể giấu giếm chuyện gì được. »* Long nghĩ bụng, đã biết hết rồi còn bắt người ta khai làm gì, nhưng câu trả lời có ngay : *« Cách mạng biết hết nhưng muốn các anh khai ra để chứng tỏ là mình đã thực sự ăn năn hối cải. Nên nhớ là các anh tự nguyện vào đây để học tập cải tạo để trở thành công dân tốt có ich cho xã hội. Như vậy thì các anh phải thành khẩn khai báo. Nếu các anh không khai hết, sớm muộn gì cách mạng và nhân dân cũng sẽ biết, và lúc đó các anh sẽ bị trừng phạt đúng mức. Bởi vì các anh thấy đó, tuy các anh phạm tội với nhân dân, với cách mạng, nhưng cách mạng vẫn khoan hồng, mở ra cho các anh một lối thoát, đó là thành khẩn khai báo tội lỗi của mình với nhân dân, với cách mạng. »*

Và cứ thế, suốt buổi sáng mấy tiếng đồng hồ phải ngồi im nghe lải nhải nhắc đi nhắc lại những câu nhàm chán, lẫn vào những chỉ dẫn về các chi tiết phải khai. Trước tiên về bản thân, khai tên họ, ngày sinh, quê quán (Long biết thêm một điều là họ không chú trọng đến « nơi sinh », mà chỉ muốn biết « quê quán » ở đâu thôi), học tiểu học ở đâu, trung học ở đâu, đại học ở đâu, tên các thầy cô, công tác trong ngành nào, công việc cụ thể là gì, công việc chính, công việc phụ… Rồi tới gia đình, phải khai về cha mẹ, ông bà nội ngoại, chú bác dì cô, anh chị em, vợ, con… Rồi tới bạn bè là điểm tế nhị vì họ muốn mình làm công việc chỉ điểm… Và cuối cùng, rất quan trọng là các việc làm « chống phá cách mạng ». Vì tất cả mọi người đều thuộc thành phần ngụy quân hay ngụy quyền, nên bắt buộc phải có hành vi chống phá cách mạng, không thể nói là không có được !

Long nhớ lại việc khai « sơ yếu lý lịch » một tháng trước tại trường Đại học Dược khoa, lúc đó đã thấy là phiền toái rồi, nhưng so với chuyện khai lý lịch trong cái trại cải tạo này thì chẳng thấm vào đâu !

Buổi chiều trở lại hội trường sau khi ăn trưa – không được trao đổi với nhau trong suốt giờ nghỉ ăn trưa ! – mọi người chờ đợi lệnh bắt đầu viết lời khai. Lầm to ! Người quản giáo chờ mọi người ngồi vào vị trí của mình rồi nói : *« Sáng nay các anh đã thấu triệt cách khai lý lịch như thế nào, chiều nay các anh dành tất cả thời gian để suy nghĩ và nhớ lại tất cả những gì các anh sẽ viết ra, vì sau bao nhiêu năm sống dưới chế độ Mỹ-Ngụy, các anh đã phạm biết bao tội ác với nhân dân, với cách mạng, các anh phải tập trung suy nghĩ để nhớ lại những tội ác đó. Nhắc lại là các anh phải thành khẩn khai báo, vì nhân dân biết hết, cách mạng biết hết… »* Và cũng chỉ nhai đi nhai lại những câu thuộc lòng đã nói khi sáng. Long lại một lần nữa bị… chưng hửng ! Phải ngồi im lặng suốt mấy tiếng đồng hồ buổi chiều chỉ để nặn óc nhớ lại tội ác của mình ! Thật là hãi hùng, có lẽ giai đoạn này thích hợp với những ai đã từng tập ngồi thiền, còn với những tay như Long không ngồi yên được năm ba phút, mà bây giờ phải ngồi im trong vòng 55 phút, ra ngoài đi lại 5 phút cho giãn gân giãn cốt, rồi lại vào ngồi 55 phút, bốn lần như thế trong buổi chiều, quả là một cực hình !

Qua ngày hôm sau, cả hai buổi sáng chiều được dành để viết nháp trên những tờ giấy đã phát. Và ngày thứ ba dùng để viết tờ khai lý lịch chính thức. Các tờ nháp cũng như tờ khai chính thức phải để lại trong hội trường khi ra ngoài nghỉ 5 phút, và cuối buổi phải nộp tất cả cho quản giáo. Không ai được giữ bất kỳ tờ giấy nào.

Long nhớ lại lời khuyên của người đồng nghiệp tại trường Đại Học Dược Khoa. Người này từ ngoài Bắc vào, dặn là phải viết « sơ yếu lý lịch » vào cuốn vở và mỗi khi phải khai lại, lấy cuốn vở ra chép cho chắc ăn. Nhưng trong trại cải tạo này, không có cách nào làm như thế được, bắt buộc phải học thuộc lòng những gì mình khai để lần sau vẫn khai như cũ. Nhất là nếu có điểm nào cần phải giấu đi, hoặc điểm nào cố ý thêm vào, phải học thuộc lòng những điểm đó. Cũng may là đối với Long chẳng có gì phải thêm bớt, cái tội rõ ràng nhất của chàng là đã làm việc cho cả ngụy quân lẫn ngụy quyền, thay vì đi theo cách mạng !

« Tôi thú nhận đã phạm tội đối với nhân dân, đối với cách mạng vì đã phục vụ cho ngụy quân ngụy quyền. Tôi thành khẩn khai báo để xin được hưởng sự khoan hồng của nhân dân, của cách mạng. Tôi hoàn toàn tin tưởng vào nhân dân, vào cách mạng, và hứa sẽ ăn năn hối cải, từ bỏ con đường tội lỗi để sớm trở thành một công dân lương thiện, có ích cho xã hội. »

Đó là đoạn kết luận trong tờ khai lý lịch của Long, đoạn này được quản giáo « mớm » cho từ ngày đầu, nó phải hiện diện trong mọi tờ khai lý lịch « tốt ». Long viết ra câu này không một chút suy nghĩ hay ngượng nghịu. Chàng đã thấm nhuần nguyên tắc là khi viết ra một câu trong hoàn cảnh không có tự do để viết, thì câu viết đó chẳng có nghĩa lý gì cả !

53. Bốn mươi mốt ngày ổn định chỗ ăn chỗ ở

Sau ba ngày « rất quan trọng » dành cho việc khai lý lịch, đời sống trong trại cải tạo lại trở về mức « bình thường ». Có nghĩa là tiếp tục « ổn định chỗ ăn chỗ ở ». Mỗi buổi sáng các B trưởng lên bộ chỉ huy nhận chỉ thị. Mỗi ngày vẫn có người ngóng họ về, hy vọng có một tin mừng nào đó. Và mỗi ngày đều thất vọng. Phải công nhận niềm tin giúp cho người ta dễ sống hơn nên mặc dù câu hỏi « chừng nào bắt đầu học ? » đã từ lâu trở thành lỗi thời, vẫn có người đặt nó ra.

Long tiếp tục viết nhật ký mỗi khi rảnh rỗi. Viết đều đặn. Chữ nhỏ li ti, xuống hàng không theo vạch kẻ sẵn trong vở mà gần nhau hơn để tiết kiệm giấy. Vì lúc đó mỗi người chỉ có 3 cuốn vở được phát từ những ngày đầu.

Chuyện hằng ngày chẳng có gì đáng để « chạy tít hàng đầu », nhưng cuộc sống bất bình thường trong một trại cải tạo có những chuyện lặt vặt cũng đáng ghi lại. Chẳng hạn chuyện ba anh chàng tới giờ cơm đến bếp lấy phần cơm của mình như mọi người, nhưng đặc biệt luôn luôn xin thêm miếng cơm cháy, cũng là một món « quý » của nhà bếp. Ba chàng mặt mũi sáng sủa, cao ráo, nhưng mặc quần đùi bạc phếch và áo may-ô đã bắt đầu rách (cũng như đa số các bạn tù khác), đặc biệt là luôn luôn đi với nhau nên được gọi là « ba chàng Ngự Lâm Pháo Thủ ». Không ai có thể tưởng tượng ngoài đời thường, đó là ba vị bác sĩ trẻ có phòng mạch nổi tiếng đông khách, trong đó có một vị dạy Đại Học Y Khoa.

Có lẽ không đến nỗi nói ngoa khi bảo rằng các trại cải tạo ở Trảng Lớn – riêng vùng này chắc có đến cả chục trại– có một mật độ bác sĩ, dược sĩ và nha sĩ cao nhất thế giới ! Vì những trại này dành riêng cho quân nhân biệt phái, mà biệt phái nhiều nhất là các ngành y tế và giáo dục. Trong trại của Long khoảng một ngàn người, chắc phải đếm được cả trăm bác sĩ !

Một ngày nào đó mỗi trại không còn « vô danh » nữa mà được gán cho một mã số. Trại của Long có tên là L9T1. Nghe nói L là chữ đầu của « Lán », T là chữ đầu của « Trại », L9T1 : lán số 9, trại số 1. Lần đầu trong đời Long nghe nói đến « Lán », tra từ điển thấy ghi là « nhà dựng tạm, sơ sài, thường bằng tre nứa », chẳng hiểu như vậy chữ L có đúng là lán hay không…

Trại của Long tiếp giáp với một trại khác, chỉ cách một hàng rào kẽm gai. Có lệnh nghiêm cấm các tù cải tạo trong trại này tiếp xúc với trại kia, nhưng tối đến vẫn có người mon men đến hàng rào hỏi thăm tin tức trại kế bên xem có gì mới lạ không. Và Long khám phá ra trại hàng xóm này có 4 bạn học thời cư xá sinh viên Đắc Lộ, trong đó có 3 bác sĩ. Một trại khác không sát cạnh trại L9T1 nhưng cách một bãi trống khá rộng, nhìn từ xa thấp thoáng thấy bóng nhiều phụ nữ, chắc hẳn là một trại dành cho nữ quân nhân. Đàn ông con trai sống trong cảnh tù đày thiếu thốn đủ mọi thứ, về tâm lý thì hoang mang tột độ vì không biết tương lai ra sao, không biết chừng nào về, suy ra đàn bà con gái chân yếu tay mềm, có chịu đựng nổi cuộc sống quá khổ cực này không …

Trong thành phần quân nhân biệt phái, ngoài hai ngành y tế và giáo dục còn có những người biệt phái về các ngành khác, đặc biệt là Bộ Nội Vụ (sĩ quan cảnh sát) và Bộ Xây Dựng Nông Thôn (cán bộ XDNT). Những người này được huấn luyện trong việc lùng tìm cán bộ cộng sản nằm vùng, nên có nhiều kinh nghiệm với cộng sản hơn. Họ được quản giáo trong trại gọi là « quan cai trị », và sau này số phận của họ sẽ rất khác với các thành phần thuần túy về chuyên môn.

Nhật ký của Long cũng có nhiều chuyện lặt vặt về ăn uống. Sống bên Tây bên Mỹ thời nay đi đâu cũng nghe lời khuyên « không nên ăn béo quá, không nên ăn ngọt quá, không nên ăn mặn quá ». Lời khuyên rất chí lý trong những xã hội tiêu thụ thái quá, cái gì cũng phải « nhiều ». Có nhiều người nghe thế không dám đụng đến dầu mỡ (nhưng vẫn phải dùng những sản phẩm do pha trộn nhiều chất béo hóa học khác nhau), không dám đụng đến đường (nhưng vẫn phải dùng đường hóa học), thịt kho cá kho cũng nhạt phèo vì sợ mặn ! Nhưng đã sống trong các trại cải tạo rồi thì sẽ thấm thía là các chất béo, chất ngọt, chất mặn cần thiết cho cơ thể đến chừng nào !

Đối với Long và các bạn tù, chất béo thì chẳng khi nào thấy đã đành, mà chất ngọt cũng thế. Long bỗng thèm ngọt một cách khó tả, như chưa khi nào thèm thế. Nhìn quanh mình thì ra… ai cũng thèm, không phải chỉ riêng mình « hảo ngọt » ! May mà ở Trảng Lớn vùng Tây Ninh có sản xuất đường thẻ là một loại đường mía đóng khuôn thành từng thẻ, nhâm nhi cũng khá ngon ! Có một anh chàng bộ đội nhận đi mua đường thẻ về cho tù cải tạo, ai cũng thầm biết ơn, anh chàng có ăn lời nhiều hay ít cũng không ai để ý đến chuyện nhỏ nhặt đó.

Một hôm trời về chiều, Long ngồi một mình một góc viết nhật ký thì thấy có một người bạn ở nhà bên cạnh đang đi lững thững ngoài sân, bỗng ngừng lại và cúi xuống nhặt một cái gì nhỏ xíu giữa đám cỏ. Anh bạn đó cầm nó lên, lấy ngón tay phủi phủi rồi đưa vào miệng, nét mặt tươi rói ! Long không thấy nó là cái gì, nhưng đoán chắc chỉ có thể là một miếng đường thẻ của ai đó làm rơi vãi. Chàng nghĩ nếu mình đang đi mà gặp được miếng đường như thế trong cỏ, chắc chắn cũng sẽ làm như anh bạn, chẳng sợ bẩn cũng chẳng ngượng ngùng gì ! Miếng đường thẻ nó quý như vậy đó !

Đã nói chuyện đường thì cũng phải có chuyện muối cho đủ bộ ! Muối được cung cấp trong một bao tải vài chục ký, chưa khi nào Long thấy loại muối to hạt và lẫn với đất cát như thế. Chắc là muối vét dưới đáy của ruộng muối nên mới bẩn như vậy. Muối này được chia cho từng A 10 người để dùng nấu thức ăn. Trong A của Long, một phần muối để làm bếp chung, phần còn lại chia đều cho 10 người. Long phải nghĩ ra một cách để có muối trắng, chàng dùng cái « gô » hòa tan muối trong nước, càng ít nước càng tốt, rồi dùng khăn mùi-soa vải (thời đó còn dùng khăn vải, chưa dùng khăn giấy) lọc phần đất cát bỏ đi, chỉ còn lại nước muối trong. Rồi phơi cái gô ngoài nắng nóng như thiêu của tháng 7 cho tới khi nước bốc hơi hết, chỉ còn lại hạt muối trắng tinh. Đúng là Long đã làm lại quy trình sản xuất muối trong các ruộng muối dọc bờ biển, đặc biệt là ở Hòn Khói mà chàng đã đến xem khi còn là học trò.

Cái gọi là « gô » là một lon sữa bột hiệu Guigoz, được gọi tắt là « gô » cho tiện. Loại sữa này nhập cảng từ Âu châu (nguyên thủy sữa Guigoz ra đời năm 1908 ở Thụy Sĩ). Khác với lon sữa bò, lon sữa Guigoz lớn hơn, bằng nguyên liệu nhẹ hơn, không hoen rỉ, và quý nhất là có cái nắp đậy rất kín. Lon này bán ve chai có giá hơn lon sữa bò nhiều, vì rất thông dụng. Đựng đường, đựng bột, đựng đồ khô làm bếp... Đặc biệt người lao động dùng để đựng cơm mang theo ăn trưa. Long có linh tính thế nào không biết mà đã bỏ một cái « gô » vào ba-lô của mình khi đi trình diện ở trường Taberd, vào trại cải tạo mới thấy nó quý vô cùng. Và chàng ngạc nhiên là rất nhiều bạn tù cũng mang theo cái gô như thế !

Chuyện vui trong trại cải tạo phải nói là hiếm có, nhưng người ta cũng không bỏ dịp nào để « giải trí », và Long cũng không bỏ lỡ dịp ghi lại trong cuốn vở của chàng. Một hôm có anh chàng thấy một con ếch nhỏ bằng hai ngón tay trong đường mương chạy quanh nhà, dùng cho nước mưa chảy thẳng từ mái tôn xuống đó vì không có ống máng. Anh chàng vồ con ếch, nhưng hụt, thế là nó chui vào trốn dưới cái cầu gỗ bắc qua đường mương để đi vào nhà, gọi là cầu thật ra chỉ là những tấm ván (lấy từ thùng đạn) bắc từ sân vào nhà cho dễ đi.

Tin đồn có con ếch loan đi rất nhanh trong trại, hứa hẹn một bữa thịt ếch nướng, ngon phải biết, dù nó chỉ to bằng hai ngón tay chập lại ! Nhưng loay hoay mãi không làm sao cho nó ra khỏi chỗ ẩn nấp dưới cái cầu gỗ. Bỗng có một anh chàng nói hồi còn nhỏ ở dưới quê chuyên môn câu ếch bằng bông dâm bụt màu đỏ, hình như con ếch thích màu đỏ. Thế là anh chàng tìm được một sợi chỉ và một miếng ni-lông màu đỏ (tìm đâu ra cái này trong trại cải tạo, giỏi thật !) và trổ tài cho mấy chục con mắt đứng quanh nín thở chờ kết quả. Tưởng nói đùa, vậy mà hóa thật, sau nhiều phút hồi hộp, con ếch nhào ra đớp miếng nhựa đỏ, và nhanh như cắt anh chàng chuyên câu ếch từ bé vồ lấy nó không xẩy đi đâu được, giữa tiếng ồ thích thú của khán thính giả ! Đấy, một trò giải trí đơn sơ và lành mạnh trong trại cải tạo !

Nhưng không phải chỉ có những mẩu chuyện lặt vặt đó. Một hôm xảy ra một tai nạn sẽ biến thành một thảm họa.

Vào một buổi sáng khoảng 8 giờ, cái bếp gần nhà Long bỗng có lửa phừng lên rất nhanh nhưng dập tắt được ngay. Nhắc lại mỗi B 40 người có một cái bếp để nấu cơm và đun nước sôi. Khi nước sôi trong cái nồi to, nhà bếp kêu mọi người đến lấy về để nguội để uống, thường là dùng cái « gô » dự trữ nước để uống trong ngày. Đó là cách duy nhất để khử trùng trong nước uống lấy từ mấy cái giếng. Sáng hôm đó, cái bếp của B bên cạnh nhà Long có 5, 7 người xúm quanh nồi nước sôi để múc nước cho vào gô, bỗng nhiên ở cửa bếp bùng lên một ngọn lửa lớn làm anh B. bị phỏng từ dưới đùi lên đến bụng. Thì ra khi nhúm bếp, phải dùng vài viên thuốc bồi của pháo binh cho củi dễ bắt lửa, hôm đó thay vì phải cẩn thận cất cái túi vải đựng thuốc bồi xa bếp lửa sau khi dùng, thì bao thuốc bồi bị bỏ quên ngay trước cửa bếp. Khi mọi người cúi xuống lấy nước sôi trong nồi, chân một người nào đó vô tình đẩy cái bao thuốc bồi vào trong cửa lò nên nó phừng lên một ngọn lửa lớn làm phỏng người đứng ngay trước cửa lò.

Các bác sĩ xúm lại xem xét vết phỏng khá nặng của anh B., nhưng không có phương tiện thuốc men gì để cứu chữa, vội vàng báo lên ban chỉ huy trại. Anh B. được mấy bộ đội đưa lên bệnh xá của trại, cũng không biết ở đâu. Bác sĩ rất đông trong trại, nhưng không ai được phép lên bệnh xá để chăm sóc anh B. cả.

Ba ngày sau, cũng vào buổi sáng, một anh bộ đội trên ban chỉ huy xuống yêu cầu hai người tình nguyện lên ban chỉ huy để công tác. Đây là chuyện thường ngày, có những việc tạp dịch cần làm ở ngoài trại, ban chỉ huy dùng đến vài người tù cải tạo tình nguyện. Công việc có thể nặng nhọc hay không, không biết trước, nhưng vẫn có nhiều bạn tình nguyện vì đi làm như thế được ra khỏi trại là một điều bổ ích về mặt tâm lý. Hôm đó hai người tình nguyện là hai người bạn khá thân của Long mới làm quen trong trại.

Đến trưa họ về, Long là người đón họ đầu tiên hỏi về công tác sáng hôm đó. Họ kể lên ban chỉ huy đưa cho hai người cuốc xẻng và ra lệnh đào một cái hố khá to và sâu. Đào cũng mệt lắm mới xong. Sau đó ban chỉ huy khiêng ra một cái gì đó bó trong tấm ni-lông buộc chằng kín, rõ ràng là một thi thể cuốn trong bao ni-lông. Hai người được lệnh đặt thi thể vào trong hố và lấp đất lại. Họ không hề được cho biết đó là ai, cũng không biết là sau đó có ai cắm tấm bia để đánh dấu nơi chôn cất người quá cố hay không. Nhưng hai anh bạn làm công tác này chắc chắn đó là thi thể anh B. bị phỏng đưa xuống bệnh xá 3 ngày trước.

Tin dữ loan ra rất nhanh. Mọi người bàng hoàng. Các bác sĩ xem xét vết thương của anh B. ba ngày trước khẳng định là tuy vết phỏng khá nặng, nhưng trong điều kiện chữa trị bình thường thì không đến nỗi phải thiệt mạng. Nhưng trong các xứ nhiệt đới, vết phỏng không chăm sóc kỹ lưỡng rất dễ nhiễm trùng, mà không có thuốc kháng sinh để chống vi trùng thì con người rất dễ gục ngã, nhất là khi cơ thể đã yếu đuối vì thiếu dinh dưỡng trong điều kiện sống của trại cải tạo… Trong bệnh xá này chắc chẳng có thuốc men đầy đủ, và nếu có, cũng không biết anh B. có được chăm sóc đúng mức không…

Không ai biết anh B. đã trải qua ba ngày cuối cùng của đời mình như thế nào, và cũng không ai có cách nào để báo cho gia đình anh B biết. Anh B. lớn tuổi hơn Long nhiều, sống ngay nhà bên cạnh nên chàng cũng làm quen và chuyện trò qua lại. Long còn nhớ dáng người gầy ốm, dong dỏng cao, ăn nói từ tốn, đặc biệt là tóc đã trắng xóa mặc dù chưa đến tuổi già.

Cái chết của anh B. đánh dấu một giai đoạn mới trong tâm tư của người tù cải tạo. Trong một cái trại đông đúc như thế này, với điều kiện ăn uống thiếu thốn như thế này, với điều kiện vệ sinh tối thiểu như thế này, với sự thiếu thốn thuốc men như thế này, nếu có một bệnh truyền nhiễm bột phát thì chuyện gì sẽ xảy ra ? Sẽ có bao nhiêu người thiệt mạng ?

Hoang mang vì đã bị lừa về chuyện 10 ngày, hoang mang không biết ngày nào về, bây giờ lại hoang mang vì cái chết có thể đến quá dễ dàng…

Để chống lại cái hoang mang tập thể đó, Long càng chú tâm hơn vào chuyện viết nhật ký, như một liều thuốc an thần giữ cho mình niềm tin có ngày trở về với gia đình. Đó là những lúc chàng tập trung nghĩ đến vợ vì là thư viết cho vợ, nghĩ đến hai đứa con thơ lúc nào cũng hiện diện trong trí não. Thấm thoát chàng đã viết kín cả một cuốn vở 100 trang, bắt đầu sang cuốn thứ hai.

Viết nhật ký cũng là một cách « xé lịch » vì mỗi ngày chàng đều bắt đầu bằng « Ngày... tháng... năm... » kèm theo ngày thứ mấy trong tuần bảy ngày, và quan trọng hơn nữa là ngày thứ mấy kể từ ngày đầu tiên bước chân vào nơi trình diện là trường Taberd. Cuốn nhật ký giúp chàng đếm chính xác từng ngày trong tù.

Vào ngày thứ 41, một sự kiện quan trọng đến với các người tù trại cải tạo L9T1.

54. Trại cải tạo Long Khánh

Buổi chiều ngày thứ 41 trong trại cải tạo L9T1 ở Trảng Lớn, có lệnh tất cả tập họp ngoài sân, đứng theo đội ngũ của mình.

Suốt ngày hôm đó, không khí như có một cái gì bất thường, mọi người ngong ngóng xem có biến cố gì sẽ xảy ra hay không. Có lẽ do có tiếng xe cam-nhông nổ máy từ xa vọng lại, tiếng rì rầm của cả một đoàn xe chứ không phải tiếng máy nổ của một chiếc xe chạy qua đường.

Sau khi tất cả các tù cải tạo đã xếp hàng ngay ngắn theo từng A, một bộ đội đứng tuổi, ra dáng cấp chỉ huy dù không ai biết cấp bậc gì, bước ra trước hàng ngũ, tay cầm tờ giấy. *« Ngày hôm nay có lệnh trên biên chế lại thành phần trình diện học tập cải tạo. Yêu cầu những người tôi gọi tên bước ra khỏi hàng ngũ và tập họp phía sau tôi. »*

« Biên chế » là một tiếng được dùng nhiều từ ngày có chế độ mới. Long tra từ điển thấy đó có thể là động từ, có nghĩa là « sắp xếp lực lượng theo một đội ngũ nhất định », cũng có thể là danh từ, có nghĩa là « số người chính thức làm việc trong một cơ quan nhà nước. » Sau này ai cũng biết câu « được vào biên chế » vì nó có nghĩa là được tuyển dụng chính thức vào làm cho nhà nước.

Nhưng trong buổi tập họp ngoài trời này, « biên chế » rõ ràng là sắp xếp lại thành phần của các A. Sắp xếp theo tiêu chuẩn nào thì chưa ai biết, vì cách mạng vẫn làm việc kiểu bí mật như thế. Chỉ có thể đoán thôi[xvii].

Và hồi hộp chờ đợi xem mình có « được » hay « bị » gọi tên hay không. Đến phiên A của Long, chỉ có một mình Vinh bị gọi. Vẫn không ai biết tại sao anh bác sĩ Vinh, bạn Long từ thời cư xá sinh viên Đắc Lộ, lại có tên trong « bảng vàng » hay « sổ đen » này. Nhưng dần dần mọi người vỡ lẽ : những người bị gọi đều thuộc thành phần biệt phái về ngành cảnh sát, hoặc ngành xây dựng nông thôn bị cách mạng gọi mỉa mai là « quan cai trị » để « đàn áp nhân dân » ! Như vậy rõ ràng chuyện biên chế này là để tách các thành phần mà họ xem là « ác ôn », « có nợ máu » ra khỏi những người tù cải tạo khác.

Vinh biệt phái về làm bác sĩ trong bịnh viện cảnh sát ở Sài Gòn. Không phải anh muốn về ngành cảnh sát, mà thật ra chỉ muốn được đổi về Sài Gòn. Trước kia anh phục vụ trong một bịnh viện của quân đội ở tỉnh lẻ, khi xin biệt phái anh muốn được về Sài Gòn, cũng như Long và nhiều bạn khác. Lúc đó chỉ có một chỗ trong bịnh viện cảnh sát nên anh không có chọn lựa nào khác.

Khi nghe gọi tên mình, Vinh lẳng lặng bước ra khỏi hàng ngũ. Long nhìn bạn mình đi mà lòng vô cùng ái ngại, nhưng chẳng biết làm gì khác hơn là trông theo… Rồi đây số phận bạn sẽ ra sao ?

Trong khi đó thì người bộ đội vẫn tiếp túc gọi tên, đám người tập trung phía sau anh ta càng ngày càng đông thêm. Khi hết danh sách, anh ta ra lệnh số người còn

---

[xvii] Sau này, "biên chế" trong trại cải tạo đồng nghĩa với "dọn nhà", đổi qua trại khác. Nên nghe nói "biên chế" là hãi hùng vì đến trại mới lại phải "ổn định chỗ ăn chỗ ở" không biết bao lâu mới xong…

lại vào nhà lấy hết đồ dùng cá nhân và 10 phút sau phải ra tập hợp lại ngoài sân, còn những người bị gọi ra đứng riêng thì được đưa đi đâu không biết.

Ra đến nơi tập họp mới, A của Long được bổ sung thêm một người cho đủ 10 người. Chàng nhớ lại cảnh ở trường Taberd 41 ngày trước : một đoàn xe cam-nhông Molotova lần lượt vào đậu trong sân trại, cứ 3 A gồm 30 người lên một chiếc, một bộ đội ôm súng AK ngồi canh chừng, mui bỏ xuống bịt bùng. Đến 8 giờ tối đoàn xe bắt đầu chuyển bánh. Long bùi ngùi nghĩ đến Vinh, không biết số phận của những người bị gọi ra khỏi hàng sẽ ra sao. Với chính quyền cách mạng, chuyện gì cũng có thể xảy ra…

Đoàn xe chạy suốt đêm, tờ mờ sáng đến nơi. Trại này hoàn toàn khác trại ở Trảng Lớn. Đất đỏ thay vì đất cát, nhà gạch có tường, có cửa ra vào, cửa sổ, có nền xi-măng chứ không phải nhà chỉ có mái và cột với nền đất như ở Trảng Lớn. Ngược lại, trại rất nhỏ so với trại cũ, và chỉ có một cái giếng cho cả ngàn người !

Cũng như khi đến Trảng Lớn, trong cả ngàn người tù luôn luôn có người biết rõ đây là đâu. Nơi này trước đây là căn cứ của Sư Đoàn 18 Quân Lực Việt Nam Cộng Hòa, đóng ở Long Khánh, cách Sài Gòn chưa đến một trăm cây số về phía đông. Căn cứ này rộng lớn nhưng được chia thành những trại nhỏ ngăn cách nhau bằng hàng rào kẽm gai. Trại L9T1 của Long nằm trên khu đất trước kia thuộc Tiểu Đoàn Quân Y Sư Đoàn 18, trong số các bạn tù có người đã từng phục vụ tại đây.

Long Khánh nổi tiếng trong tháng 4-1975 trước khi chiến tranh chấm dứt vì nơi đây diễn ra trận chiến ác liệt cuối cùng trước khi miền Nam thất thủ. Chính xác hơn phải nói là « trận chiến ác liệt duy nhất » từ khi miền Bắc quyết định dứt điểm miền Nam vào đầu tháng 3-1975. Trong trận Long Khánh đã có rất nhiều người chết, những người bị hy sinh vào giờ chót. Trong trận này, tất cả xác chết đều là người Việt Nam, có người đến từ ngoài Bắc, có người sống ngay trong Nam. Không có xác một người Mỹ nào cả, vì các binh đoàn lính Mỹ đã rút về từ năm 1973 sau hiệp định Paris.

Trong trại Long Khánh này, cũng như ở Trảng Lớn, các B trưởng cũng phải lên bộ chỉ huy họp hằng ngày để nhận chỉ thị. Và chỉ thị thường ngày vẫn là « ổn định chỗ ăn chỗ ở ». Người tù cải tạo giờ đây đã quá quen thuộc với khẩu hiệu này, và cũng đã từ lâu không còn nhắc đến chuyện « 10 ngày » hoặc chuyện « học xong thì về » nữa. Mỗi khi đến một trại mới là phải « ổn định chỗ ăn chỗ ở » xem như mình sẽ sống lâu dài tại đây. Lâu dài là bao lâu ? Không ai biết.

Trong trại này, A của Long nằm trong một cái phòng có nền xi-măng, nằm thẳng trên nền nhà, không có ván lát làm giường như ở Trảng Lớn. Và chật chội hơn nhiều. Cái khổ nhất ở đây là vấn đề nước. Cả ngàn người mà chỉ có một cái giếng lớn giữa sân. Giếng có vách đất, không xây nên khi kéo nước lên bằng tay, cái gầu đụng vào thành và đất đỏ rơi xuống làm nước đục ngầu, phải mấy tiếng đồng hồ mới lắng được. Nên muốn có nước trong phải kéo nước từ sáng sớm khi chưa có ai dùng, chỉ một lúc sau là nước bắt đầu đục, và dần dần biến thành nước đỏ ngầu !

Cũng may là vào mùa mưa, nên mỗi lần mưa là mọi người hứng nước mưa từ giọt gianh trên mái tôn chảy xuống, và thú vị nhất là được tắm mưa ! Long khám phá ra cái thú này vì hồi nhỏ chàng sống ở Đà Lạt là xứ lạnh đâu biết tắm mưa là gì !

Vùng Long Khánh rất trù phú vì đất tốt lại mưa nhiều, nên quang cảnh xanh tươi không như ở Trảng Lớn nắng cháy. Long Khánh cung cấp rau quả cho Sài Gòn, đặc biệt là chuối. Mọi người hy vọng ở đây sẽ được ăn nhiều chất tươi hơn, và quả thật, lâu lâu có được cái bắp cải. Nhưng không khi nào có một trái cây gì, kể cả chuối là trái cây thông thường và rẻ tiền nhất mọc ngay trong vùng. Còn gạo thì còn tệ hơn ở Trảng Lớn. Các bao gạo có in chữ Tàu chẳng ai hiểu là gì, chỉ chứng tỏ gạo đến từ Trung Quốc từ thời chiến tranh, chắc đã tích trữ từ lâu trong rừng nên bị ẩm ướt và bị mục, nhiều hạt đã bị ăn trống rỗng chỉ còn vỏ. Gạo như thế dĩ nhiên chẳng còn một chất sinh tố nào nữa cả. Sau vài tháng ăn uống kiểu đó, ít nữa có đến một phần tư thành phần tù cải tạo bị phù thũng vì thiếu sinh tố B1 có trong vỏ gạo. Long cũng bắt đầu thấy mặt mình phình lên. Các bác sĩ khuyên mọi người phải bớt ăn mặn, nhưng ăn gạo mục lại thêm không có chất tươi thì làm sao tránh khỏi các bệnh do suy dinh dưỡng !

Ngày Quốc Khánh 2 tháng 9 năm 1975 nghe đồn sẽ có thịt để « cải thiện » bữa ăn. Quả đúng như thế, ngày hôm đó mỗi B được chia một phần thịt, chia đều ra cho từng A, mỗi A được hơn một lạng cho 10 người. A của Long bàn lui tính tới, chắc ăn nhất là thái nhỏ nấu cháo với muối, như vậy sẽ không mất đi một tí nào, mọi người lại được húp cháo thịt mừng ngày Quốc Khánh ! Muốn thái thịt phải có dao, mà đâu có ai được mang dao theo vào trại tù ! Nhưng cuối cùng thì ai cũng có cái lưỡi dao chế bằng miếng sắt niềng thùng đạn có rất nhiều ở Trảng Lớn, mài đi cho sắc dùng làm dao cũng tạm được.

Một lần khác, không biết có dịp gì đặc biệt hay không, mỗi A được một hộp sữa bò, sữa đặc có đường hiệu Ông Thọ. Cả A họp lại bàn lui tính tới xem phải dùng hộp sữa kiểu nào cho được « tối ưu », có nên để dành ăn từ từ hay là thanh toán ngay một lúc. Rút cuộc qua một cuộc « trưng cầu dân ý », đa số chấp nhận giải pháp « một phút huy hoàng rồi thôi », đổ cả hộp sữa vào với gạo nấu cháo sữa, mỗi người được húp một ít, vừa ngọt vùa bổ. Riêng Long chưa khi nào ăn cháo sữa cả, vì cứ tưởng tượng là đã ngán rồi, vậy mà lần này húp vẫn thấy ngon ơi là ngon !

Tại trại Long Khánh này, Long khám phá ra một cái thú mới : thuốc lào ! Cho đến hết trung học, chàng sống nội trú trong trường dòng Adran ở Đà Lạt nên không hút thuốc lá cũng là điều dễ hiểu. Về Sài Gòn học đại học, bạn bè rất nhiều người hút thuốc, thời đó là một cái « mốt », kể cả sinh viên trong cư xá Đắc Lộ phần đông đều hút, chính linh mục giám đốc cư xá người Canada cũng hút. Bạn bè thân thiết mời nhau hút là chuyện thường ngày, nên Long cũng đôi khi thử hút trong những lúc tán gẫu, nhưng chàng chưa khi nào mua bao thuốc lá vì chàng rất sợ bị nghiện, vì cũng biết tính mình dễ đam mê.

Mãi đến sau này khi đã lập gia đình và dạy học từ năm 1973, không biết « ma đưa lối quỷ dẫn đường » thế nào mà chàng lại bắt đầu nghiện hút « píp » mặc dù nhiều khi bị Mai cằn nhằn. Píp là một từ phiên âm từ tiếng Pháp « pipe » là cái tẩu (trong Nam còn gọi là ống vố) do người Pháp đem theo họ khi vào Việt Nam, cùng với loại thuốc hút đặc biệt « Caporal » (còn có hỗn danh là « Le Gros Cul ») dùng cho píp, có mùi rất mạnh so với thuốc là điếu. Thời kỳ lính Mỹ đến Việt Nam có hai hiệu thuốc píp là « Half and Half » và « Mixture No 79 » rất thơm, do các siêu thị PX của Mỹ bán ra. Sau này còn có hiệu Amphora của Hòa Lan trình bày bằng bao giấy với nhiều màu, mỗi màu một độ nặng nhẹ và hương thơm khác nhau.

Khi đi trình diện tại trường Taberd, Long mang theo cái píp của mình và một bao Half and Half; vào trại cải tạo chàng hút rất tằn tiện, nhưng rồi cũng đến lúc hết thuốc. Khi còn ở Trảng Lớn, những tay nghiện thuốc lá nhờ bộ đội mua « thuốc rê » trong vùng, về cuốn hút thay thuốc lá. Thuốc rê đối với ai không quen thì khó hút vì nặng hơn thuốc lá nhiều, nhưng trong trại cải tạo thì chẳng chê cái gì cả, có để hút là may rồi. Cái khó là phải tìm ra giấy cuốn thuốc để hút. Long dùng thuốc rê nhét vào tẩu để hút, cũng « đỡ ghiền ! »

Khi lên Long Khánh, không biết ai đâu đó trong trại nhờ được bộ đội mua thuốc lào, loại thuốc lào của người di cư vùng Xóm Mới Gò Vấp rất ngon. Thế là bỗng nhiên nảy sinh ra « dịch thuốc lào », nhiều người thi nhau làm điếu cày với những vật liệu nhặt nhạnh trong trại. Điếu cày tương đối đơn giản, chỉ cần cái ống tre hay ống nhôm chứa nước phía dưới, đục cái lỗ để cắm vào cái nõ là chỗ dùng nhét viên thuốc vào để đốt. Cái khéo léo là ở chỗ chế tạo cái nõ này, đầu phía trong nhúng vào nước làm sao cho khi hút tiếng kêu nghe vang ro ro… Thuốc lào là một loại cây thuốc tương tự như thuốc lá, nhưng khi hút nặng hơn nhiều. Long cũng đã từng thử như các bạn khác khi sáng sớm bụng còn đói hút một điếu thuốc lào xong là ngã ngửa ra vì say ! Nhưng dần dần rồi quen và… ghiền !

Có thể nói hút thuốc là thú tiêu khiển duy nhất trong cuộc sống của người tù không có bất cứ một thú vui nào. Long biết nhiều bạn trước kia chưa từng đụng tới điếu thuốc lá, vậy mà cuối cùng cũng trở thành nghiện thuốc lào sau một thời gian sống trong cảnh tù đày.

Những tháng đầu trong trại cải tạo có thể nói là gian khổ nhất, vừa về thể xác – thay đổi đột ngột từ nếp sống bình thường ở bên ngoài qua nếp sống khắc khổ cùng cực ở bên trong – lẫn tinh thần. Cái khổ về tinh thần quan trọng hơn nhiều, vì không biết sẽ còn phải sống như thế bao lâu nữa, không thấy tia hy vọng gì của một ngày về, và cũng rất sợ nếu có bịnh truyền nhiễm thì sẽ có bao nhiêu nạn nhân bỏ mạng trong trại… Một người tù bị kết án còn biết trước ngày về, dù bị kết án 6 tháng hay 5 năm hay 10 năm, còn người tù cải tạo đã « tình nguyện » vào trại nên không biết khi nào mới được ra. Và bị hoàn toàn cắt đứt liên lạc với gia đình, không có tin tức gì về mình lọt ra ngoài, cũng không có tin tức gì của gia đình lọt vào trong. Vợ con không biết mình còn sống hay đã chết, còn sống thì ở đâu, trong Nam, ngoài Bắc, có ở nơi rừng thiêng nước độc nào đó không ? Cứ nghĩ đến gia đình vợ con anh B. qua đời ở Trảng Lớn vì vết phỏng không được chữa trị đúng mức, đến giờ này chắc vẫn không có tin tức gì về cái chết của chồng mình, của cha mình… gia đình vẫn tưởng đang sống trong một trại nào đó. Trong môi trường sống như thế, đã có những anh em bắt đầu có dấu hiệu quẫn trí.

Một buổi chiều đẹp trời vào cuối tháng thứ ba kể từ ngày trình diện ở Sài Gòn, các B trưởng họp trên bộ chỉ huy về báo một tin sốt dẻo : mọi người sẽ được trao đổi thư từ với gia đình. Tin vui vì ít nữa gia đình mình cũng biết mình còn sống đâu đó. Tin dữ vì nó có nghĩa là sẽ phải chịu đựng cảnh tù đày này lâu dài.

Quy định rất nghiêm ngặt. Mỗi tháng được viết một lá thư và được nhận một lá thư. Thư phải viết trên một trang giấy, nội dung tuyệt đối không được tiết lộ một chi tiết nào về cuộc sống trong trại cải tạo, nhất là không được cho biết mình đang ở đâu, và phải viết với tinh thần « tích cực », có nghĩa là chỉ nói những điều tốt mà thôi, và phải động viên gia đình « chấp hành tốt các quy định của nhà nước », để không ảnh hưởng xấu đến việc học tập cải tạo của chồng mình, cha mình, con mình.

Giấy và phong bì được các B trưởng đem về phân phát. Long viết : « Anh vẫn mạnh khỏe, vẫn học tập tốt lao động tốt để sớm được về với gia đình, em và các con đừng lo lắng gì cả… » Đại khái nội dung các lá thư đều là như thế, quan trọng là vợ nhận được thư có chữ của chồng mình, thế thôi. Viết hết một trang giấy, bỏ vào phong bì, viết địa chỉ, không dán phong bì lại, nộp cho các B trưởng để đưa lên ban chỉ huy. Giống như khi học trung học làm bài luận văn theo chủ đề được thầy cô nêu ra. Làm xong cũng nộp bài, thay vì nộp cho thầy cô, thì bây giờ nộp cho quản giáo qua trung gian của các B trưởng.

Không biết thư có được gửi đi ngay không, mà cả tháng sau, khi được phép viết cái thứ hai theo quy định mỗi tháng một cái, vẫn chưa ai nhận được thư trả lời của gia đình cả !

Cứ thế, cuộc sống vẫn tiếp tục, dù trong điều kiện khó khăn nào chăng nữa bản năng sinh tồn của con người vẫn mạnh hơn hết các nhu cầu khác. Bản năng này mạnh mẽ nhiều hay ít còn tùy cá tính của mỗi người được phơi bày trần trụi trong hoàn cảnh sống không còn quần là áo lượt, không còn phân biệt giàu nghèo, không còn chức tước địa vị xã hội. Ông Giáo Sư Đại Học nằm gần anh cựu sinh viên của ông phải đi lính vì thi rớt. Ông cựu Thống Đốc Ngân Hàng phải xếp hàng như mọi người trước nhà bếp để lấy cơm ăn cho đỡ đói. Long khám phá ra là trong hoàn cảnh cùng cực của sự sống còn, con người để lộ ra bản chất của mình với tất cả các tính tốt cũng như tính xấu, vì không còn gì để che đậy nữa.

Một nguồn giải trí của phần đông các bạn chung quanh Long là « đài phát thanh CBD », nhái theo đài BBC Luân Đôn là đài mọi người đón nghe khi còn ở nhà để biết tin tức chính xác về thời cuộc. CBD là viết tắt của « cây bã đậu ». Sở dĩ có cái tên đó vì trong sân của trại nắng chói chang có một cây bã đậu[xviii] duy nhất tỏa bóng mát, là nơi tụ tập của một số « phóng viên » hằng ngày mon men ra đấy « lấy tin tức ». Chẳng ai biết nguồn tin từ đâu ra, và dĩ nhiên tin đồn thất thiệt là chính. Nhưng vẫn là đề tài để giải trí, cứ đến giờ trưa lại có phóng viên thu thập tin tức của đài CBD về báo lại cho các bạn khác, bàn ra tán vào xem cái tin đó khả tín đến mức nào, v.v. cũng qua được thời giờ « đấu láo ». Một cách để nuôi dưỡng chút hy vọng, dù hy vọng có mong manh đến mấy chăng nữa, một chút còn hơn không.

Vậy mà cũng có khi tin CBD không đến nỗi thất thiệt lắm. Đó là trường hợp tin một người sắp được về, đài CBD loan tin hai ngày trước. Hai ngày sau, quả nhiên có một chiếc xe hơi dân sự lái vào trong bộ chỉ huy trại, ngăn cách với trại của Long bằng hàng rào kẽm gai nhưng nhìn qua thấy được. Ít lâu sau một người tù cùng trại nhưng ở khá xa Long ôm ba-lô qua bên đó, rồi leo lên xe đi. Đó là thời gian đúng hai tháng sau ngày trình diện ở trường Taberd. Chưa ai học tập chính trị một ngày nào cả.

Vẫn theo nguồn tin của CBD thì anh chàng này có « gia đình cách mạng » là « cán bộ cao cấp » bảo lãnh cho đương sự được về sớm, cam đoan sẽ được « học

---

[xviii] Cây bã đậu còn gọi là cây vông đồng có tên khoa học là Hura crepitans, họ Euphorbiaceae. Đặc biệt thân có rất nhiều gai cứng. Khi thụ huấn 9 tuần quân sự năm 1969 ở Trung Tâm Huấn Luyện Quang Trung, tác giả lần đầu thấy loại cây này, trồng rất nhiều dọc theo đường đi ở đấy để có bóng mát.

tập cải tạo ngay trong gia đình cách mạng ». Chẳng biết tin chính xác đến mức nào, có thêm mắm thêm muối nhiều ít cũng chẳng ai biết đấy là đâu !

Trong mấy ngày sau đó, thêm vài người nữa được thả về, rồi bẵng đi một tháng, CBD loan toàn tin thất thiệt. Cuối tháng thứ ba có thêm hai trường hợp đặc biệt nữa. Cũng như mấy người được về trước đó, hai người này chưa học chính trị một chữ nào cả.

Trở lại với sinh hoạt « ổn định chỗ ăn chỗ ở », một hôm có tin một số B sẽ dọn nhà. Không phải chuyển đi trại khác, mà chỉ là mở rộng trại cũ vì quá chật chội. Phía ngoài trại của Long có cái dốc thoai thoải xuống một cái suối, trước đây không ai được xuống đấy. Gần suối có một dãy nhà gạch bỏ hoang từ lâu, nay sẽ dùng làm chỗ ở cho tù cải tạo.

Trong số các đơn vị sẽ dọn nhà, có A của Long. Được tin này chàng một mình lén đi thăm dò trước chỗ ở mới của mình xem sao.

Dãy nhà được chia thành từng căn, có lẽ dành cho gia đình binh sĩ trước đây. Mỗi căn đủ chỗ nằm cho 10 người của một A, có một cái sân nhỏ phía sau rồi đến một cái trái nhỏ chia ra một phần làm nhà bếp, một phần là cầu tiêu có hệ thống dội nước đàng hoàng. Đây là một « tiện nghi siêu việt » không ngờ được trong trại cải tạo, vì cho đến bây giờ cầu tiêu chỉ là những cái hố gần bờ rào do người tù đào lấy, bắc ván lên làm chỗ ngồi. Không cần đi vào chi tiết, ai cũng mường tượng được những chỗ như thế bẩn thỉu hôi thối như thế nào. Nên dãy nhà này mỗi căn có cái « cầu tiên máy » thì quả là ngoài sự mơ tưởng của người tù cải tạo !

Nhưng ngoài ưu điểm đó, những căn nhà này không có nền xi-măng mà chỉ là nền đất cỏ mọc um tùm, cửa ra vào và cửa sổ không còn cánh cửa. Cũng may là mái tôn không bị lủng và tường gạch vẫn còn nguyên. Nhưng đối với người tù cải tạo thì như thế cũng là « tươm tất » lắm rồi.

Trong khi thăm thú chỗ ở tương lai của mình, vào một căn nhà Long thấy trong đám cỏ dại có mấy cái lá khoai mì (tiếng Bắc là cây sắn). Vạch cỏ ra xem, đúng là một cây khoai mì non, thân bị đạp đổ từ hồi nào nằm dài theo mặt đất nhưng đầu vẫn cố ngửng lên sống mạnh sống hùng. Chàng nhổ lên thì được hai củ nhỏ bằng ngón tay cái, ngắn cỡ nửa gang tay. Nhưng mà quý lắm. Từ ngày bước chân vào trại tù cải tạo, đây là lần đầu chàng tìm thấy một thức ăn tươi. Chàng lưỡng lự, trong A của chàng mọi người đã thân thiết nhau, cái gì cũng chia đều, thế hai củ khoai mì bé tí này có đem về chia cho mọi người ăn chung không ? Chia ra thì mỗi người chẳng được bao nhiêu, chàng nghĩ thế. Nghĩ lại thì thấy ăn một mình cũng ích kỷ, nhưng mà lâu quá không được ăn một cái gì tươi cả... Chàng đem về tìm cách luộc mà không cho ai biết, rồi ăn ngấu nghiến, chưa khi nào củ khoai mì lại ngon như thế ! Trước đây ở nhà chàng đã từng ăn những củ khoai to, hoặc ăn khoai mì có thêm dừa nạo, muối mè và đường cũng đặc biệt lắm chứ, nhưng mà chưa khi nào chàng cảm nhận được cái ngon đặc biệt của hai củ khoai mì này ! Ăn xong rồi, trong lòng vẫn áy náy vì đã không chia cho các bạn khác.

Và mấy chục năm sau, chính cái áy náy đó đã làm Long vẫn còn nhớ câu chuyện hai củ khoai mì bé tí tẹo kia. Mỗi lần nhớ lại, chàng phải nại ra một cái cớ để gọi là được « trường hợp giảm khinh » : lúc đó chàng đói, đói lắm !

55. Mười bài học chính trị

Công việc dọn nhà được tổ chức sau vài ngày chuẩn bị chỗ ở mới. Làm cỏ sạch sẽ trong ngoài, rồi dùng ván đóng tấm phản theo chiều dài của căn nhà, đủ chỗ cho 10 người nằm, mỗi người được gần một thước chiều ngang. Khu nhà cũ có nền xi-măng, nằm thẳng lên nền cho mát, khu này chỉ có nền đất nên cần phản gỗ. Trong cảnh tù đày này, thế cũng là tươm tất lắm rồi !

Buổi sáng dọn nhà, mỗi người lo đồ dùng cá nhân của mình, nhưng còn một số đồ đạc chung của A nhặt nhạnh từ hai tháng qua, Long và một bạn nữa khỏe mạnh nhất đám tình nguyện khuân xuống chỗ ở mới, chỉ cách nơi cũ khoảng hơn trăm thước. Tất cả đồ chất lên một tấm tôn hai người khiêng, cũng không có gì là nặng lắm. Thế mà đang trên đường đi, bỗng nhiên Long bị đau điếng ngang lưng, đau đến nỗi chàng phải buông tay khiêng đồ ra và ngã quỵ xuống. Hai bạn đang cùng trên đường dọn nhà vội vàng đỡ chàng dậy, nhưng cuối cùng phải dìu hai bên mới lết được tới nhà mới cho chàng nằm lên chỗ của mình trên phản.

Hai bác sĩ bạn trong cùng A là Hòa và Môn đều dễ dàng định bệnh : Long bị « cụp » xương sống ngang lưng. Vấn đề là định bệnh thì dễ, chữa bệnh thì khó, vì chẳng có thuốc men gì cả, thuốc chống viêm không có, thuốc giảm đau cũng không. Chỉ có cách phải nằm tĩnh dưỡng thôi. Long nằm như thế 7 ngày liền không đi đâu được, mỗi lần phải gượng dậy đi ra nhà vệ sinh là cả một cực hình, nhích từng bước, từng bước, vẫn đau nhói.

Đau thể xác đã đành, Long còn bị xuống tinh thần vì nghĩ mình mới 31 tuổi đã có đốt xương sống bị hỏng như thế thì sau này về già sẽ ra sao ? Chàng đã làm việc quá sức mình mà không để ý, và trong tình trạng ăn uống thiếu thốn của một trại cải tạo thì cơ thể bị suy yếu trầm trọng, không thể cố gắng như trong đời thường được. Chàng được xem là một người khỏe trong trại, tuy chàng chỉ nặng có 60 kí với một thước bảy mươi tư chiều cao, nên chàng nhận những công tác chung cần người có sức, điển hình là bổ củi. Những thân cây to có nhiều mắt khẳng khiu, phải bổ bằng một cái rìu không được sắc lắm, đã làm cho cột sống của chàng phải làm việc quá sức, nhất là một công việc mà chàng không quen làm, vì sống bên ngoài có khi nào phải bổ củi đâu ! Bù lại chàng cũng có niềm an ủi là được nhiều bạn gần xa trong trại đến thăm, trong đó có một người chuyên nghề xoa bóp ra tay giúp chàng, nhưng cũng chỉ có tác dụng bớt đau nhất thời thôi.

Trong những ngày phải chịu đựng nằm liệt một chỗ như thế, Long có thì giờ ngẫm nghĩ về đủ thứ chuyện. Nhớ vợ con hơn bao giờ hết, bình thường cũng đã nhớ, giờ đây nằm một chỗ, tưởng tượng vợ chàng phải xoay xở ra sao, lần đầu từ khi lấy nhau phải một mình vừa đi làm vừa lo cho hai con. Không những xa chồng mà còn không biết chồng sống chết thế nào…

Chàng cũng cố gắng nuôi dưỡng những ý nghĩ tích cực, chẳng hạn nghĩ đến cảm tình của các bạn tù đối với chàng, nhất là của 9 người bạn trong cùng A, trong số đó có 7 người tuy cũng là Đại Úy biệt phái nhưng đã có quá trình làm việc và cách sống rất khác nhau, nay cũng trở thành thân thiết, chia sẻ từ bát cơm đến miếng đường thẻ. Hai người kia là bác sĩ cùng thế hệ với chàng, anh Hòa trước kia cùng ở cư xá sinh viên Đắc Lộ, và anh Môn cũng tây lai như Long, nhưng học bên Pháp về, lúc mới vào thuộc loại « béo tốt » hiếm thấy, nay đã trở thành « thon thả » nhẹ nhõm, cũng vì anh không quen ăn uống khổ cực, nên thường xuyên… nhịn ! Anh không còn nhắc lại câu nói lúc mới đến Trảng Lớn « làm sao sống ở đây được… » vì cuối cùng đã học được bài học là trong điều kiện tối thiểu như thế, con người vẫn phải sống và chính bản thân anh cũng vẫn sống được.

Sau 7 ngày Long bắt đầu gượng được dậy đi lại trong phòng cho quen, rồi từ từ trở lại sinh hoạt bình thường, nhưng phải tránh việc nặng, và phải rất cẩn thận khi cần dùng đến cái lưng của mình.

Cuối tháng thứ ba, cả trại lóe lên tia hy vọng mới. Có lệnh phải sửa soạn một hội trường lớn. Đã một lần mừng hụt ở Trảng Lớn khi sửa soạn hội trường xong chỉ để khai lý lịch 3 ngày, nhưng hy vọng vẫn cứ hy vọng. Hy vọng lần này « được » học ! Không học thì sao đã được về ?

Trong trại có một khoảng đất rộng có mái che nhưng không có tường, không biết ngày xưa dùng làm gì, nền đất gồ ghề chỗ cao chỗ trũng nước đọng. Có lệnh từ bộ chỉ huy đưa tù cải tạo ra ngoài trại đến một phi đạo gần đó lấy vỉ sắt mang về lót khoảng đất trống để có chỗ ngồi dùng làm hội trường.

Phi đạo này có từ thời Mỹ dùng cho máy bay quân sự phục vụ cho Sư Đoàn 18. Loại phi đạo dã chiến nên không làm bằng bê-tông cốt sắt hoặc tráng nhựa mà chỉ lát vỉ sắt lên một dải đất được san bằng. Loại vỉ sắt gọi là PSP (Pierced Steel Planking) rất thông dụng trong quân đội Mỹ. Mỗi tấm dài vài thước, bề rộng khoảng hai gang tay, có 3 hàng lỗ to cho bớt nặng, có rãnh nước chảy, chung quanh có một hàng móc. Móc các tấm vỉ vào nhau sẽ có được một cái sân lót vỉ sắt, rộng bao nhiêu cũng được. Khi cần vững chắc hơn như trường hợp phi đạo cho máy bay, các móc sắt được hàn lại với nhau.

Công việc của các bạn thay phiên nhau ra làm việc ngoài phi đạo là đục các vảy hàn đó ra, gỡ rời từng tấm rồi khiêng về chỗ làm hội trường. Phải hai người mới khiêng được một tấm, muốn nhẹ nhõm phải bốn người. Còn các bạn làm việc trong hội trường lo san bằng mặt đất cho bằng phẳng rồi lát các tấm vỉ lên, móc lại với nhau. Long không tham gia công việc nặng nhọc đó, được phép nghỉ tại nhà để dưỡng các đốt xương sống ở lưng chưa lành hẳn. Chàng không biết các bạn ngoài phi đạo làm cách nào để đục bỏ được những vảy hàn vững chắc. Làm gì có dụng cụ thích hợp, cái gì cũng phải chế.

Vậy mà cuối cùng công tác thiết kế hội trường vẫn « đạt chỉ tiêu », lại còn « đúng thời hạn » !. Hội trường đủ chỗ cho một ngàn người ngồi. Mỗi người phải tự chế tạo một cái « ghế » thấp khoảng 20-30 phân, trong Nam gọi là cái « đòn ngồi » rất thông dụng trong nhà bếp và sàn nước để ngồi nhặt rau, rửa chén bát, giặt quần áo. Long tìm được mấy miếng « móp » (polixtiren xốp, expanded polystyrene) buộc vào nhau, có cái lợi là rất nhẹ mà ngồi lại êm hơn là cái ghế đóng bằng gỗ.

Khu nhà gần suối nơi Long ở, từ trước vẫn không có điện, nay các B trưởng đi họp về báo tin mừng : sẽ phải giăng dây điện để mỗi nhà có một bóng đèn. Vật liệu được cung cấp gồm dây điện, « đui » đèn và bóng đèn. Còn việc giăng dây bắt điện phải làm lấy. Dãy nhà có cả chục căn ngăn nhau bằng vách tường gạch, không có trần. Có lệnh phải đục tường gần mái nhà rồi luồn dây điện qua, thay vì cho dây vòng qua cửa sẽ tốn rất nhiều dây. Và cuối cùng mỗi căn có một bóng đèn lơ lửng giữa nhà, không có nút bật gì cả. Tối đến, điện được bật lên từ đâu đó trên bộ chỉ huy, và đến giờ ngủ cũng được tắt đồng loạt như vậy.

Ngay sau khi hoàn tất những công việc chuẩn bị đó, tin vui chờ đợi từ ba tháng nay được công bố : ngày mai sẽ bắt đầu học tập chính trị ! Tập vở và bút bi được phát thêm cho mọi người. Như vậy là lần này sẽ không bị thất vọng như ở Trảng Lớn !

Sáng ngày đầu tiên, mọi người được lệnh xếp hàng theo đội ngũ của mình, đem theo vở, bút và ghế ngồi. Rồi tuần tự đi lên phía hội trường, chẳng khác gì đám học trò tiểu học xếp hàng vào lớp trong ngày tựu trường, hồi hộp xem mặt thầy cô mới của mình.

Và đúng là « thầy » mới. Hai người mặc quân phục, chưa khi nào gặp trong trại, chắc là chuyên viên đi giảng bài học tập cải tạo từ trại này qua trại kia. Giờ đầu giới thiệu chương trình làm việc mỗi ngày như thế nào. Buổi sáng 4 tiếng học trên hội trường, mỗi tiết 55 phút, nghỉ 5 phút. Buổi chiều họp tổ, mỗi tổ hai hoặc ba A, tức 20 hoặc 30 người. Buổi tối « thu hoạch », vì vậy khu nhà Long phải mắc đèn điện để có ánh sáng làm việc buổi tối.

Chương trình gồm 10 bài học, bài thứ nhất nói về tội ác của Đế Quốc Mỹ và tay sai, bài cuối cùng có tựa đề « Lao động là vinh quang ». 8 bài kia xoay quanh Đảng Cộng Sản Việt Nam, từ lịch sử đảng, qua các chiến thắng do đảng lãnh đạo, đến các cuộc cách mạng do đảng thực hiện, v.v. Giảng viên đứng trên bục nói như đọc chính tả, mỗi câu lặp lại hai ba lần. Long có cảm tưởng họ cố ý không nói một câu nào chệch ra khỏi bài đã soạn sẵn, cho « chắc ăn » là không bị hớ !

Buổi chiều họp tổ ở nhà, tổ của Long gồm 20 người trong A mình và một A bên cạnh, họp ngồi vòng tròn trên tấm phản lớn làm giường ngủ. Mỗi tổ có một quản giáo hướng dẫn, nhiệm vụ là tìm cách để các tổ viên « liên hệ thực tế » của bản thân mình với đề tài của bài học trên hội trường buổi sáng. Mỗi người phải phát biểu, nhưng mọi người đều hiểu là muốn yên thân, chỉ nên nhai lại như con vẹt những gì đã ghi chép buổi sáng, không khi nào có chuyện « liên hệ thực tế » cả, dù quản giáo có nhắc nhở chăng nữa. Quản giáo tổ của Long chắc phải lo hai ba tổ nên không có mặt thường xuyên, nên không khí họp tổ cũng không đến nỗi căng thẳng quá. Chỉ nhàm chán thôi, nhưng trong hoàn cảnh của người tù cải tạo, nhàm chán là chuyện thường tình, xem như hình phạt nhẹ nhàng nhất.

Anh chàng quản giáo trong tổ của Long là một bộ đội tương đối trẻ, và trình độ thì dĩ nhiên không thể so với mấy người tù đa số đã tốt nghiệp đại học. Một cách để mình tránh phải « phát biểu » nhiều là gợi hỏi anh chàng về chuyện này chuyện nọ, mấy người quản giáo lại thích nói nên hay bị rơi vào cái bẫy này. Lâu lâu lại thích kể chuyện kiểu « giai thoại về Bác ». Một hôm, hứng chí thế nào anh chàng kể về đồng chí Fi-đen khi nghe tin Bác sắp mất, vội vàng bay từ Cuba sang để được gặp mặt hỏi Bác về đường lối cách mạng thế giới, khi máy bay vào vùng trời Hà Nội thì đồng chí Fi-đen sợ không kịp gặp mặt Bác lúc còn sống, bèn nhảy dù xuống cho nhanh hơn. Long đã từng nghe câu chuyện này trước khi vào trại cải tạo, dĩ nhiên là một chuyện tiếu lâm để cười cho vui, không ngờ anh chàng quản giáo này lại kể một cách rất là trang trọng ! Không biết anh chàng có tin vào những lời mình nói không, hay cũng chỉ kể chuyện tiếu lâm nhưng lại đóng kịch ra vẻ đạo mạo trước mấy người tù cải tạo ! Nhưng mọi người chỉ cười thầm trong bụng, chẳng ai hó hé lời bàn nào cả !

Buổi tối mới là cực hình. Suốt ngày đã phải nhức đầu nghe giảng như vẹt vào buổi sáng, rồi phải nói lại cũng như vẹt vào buổi chiều, mệt đứ đừ rồi đến tối lại phải ngồi suy nghĩ để « thu hoạch ». Cũng là một từ mới để chỉ giai đoạn chót trong chu trình học tập : viết ra một cách cụ thể mình đã hấp thụ được những gì qua bài học trong ngày. Dưới ngọn đèn điện lủng lẳng trên đầu, đã buồn ngủ thì chớ lại còn phải bóp trán suy nghĩ phải viết gì đây để sáng mai nộp cho quản giáo… « Thu hoạch » cũng như « thảo luận », mọi người được quản giáo nhắc nhở là phải « cụ thể », phải « liên hệ thực tế » để nói lên những điều mình lám trong quá khứ tội lỗi của mình… Nhưng chẳng ai dại gì !

Một hôm vào buổi tối, thay vì ngồi thu hoạch thì mọi người được lệnh đi xem phim chiếu ngoài trời. Không phải là xem phim để giải trí, mà bắt buộc phải đi xem để về viết bản thu hoạch ! Đến giờ mỗi người mang theo cái ghế tự làm, xếp hàng theo đội ngũ và ra chỗ sân rộng có căng tấm màn bằng vải trắng. Long lại nhớ cảnh xem xi-nê vào tối thứ bảy khi chàng học nội trú ở trường Adran, phim cũng chiếu trên tấm màn vải trắng, nhưng căng trong nhà chơi (tiếng Pháp là préau). Thời cuối thập niên 50, trường cho xem toàn phim do tài tử nổi tiếng hài hước của Pháp là Fernandel đóng vai ông cha xứ Don Camillo suốt ngày phải đối đầu với Peppone là ông thị trưởng của thị xã, một người cộng sản vô thần chính cống !

Còn phim Long « bị » xem trong trại cải tạo này chẳng có gì là hài hước cả, mà là một phim sau này được nhắc đến nhiều có lẽ vì cái tựa « Trẻ mãi không già » của một nước « xã hội chủ nghỉa anh em » nào đó, không biết có phải Tiệp Khắc hay Ru-ma-ni… Long chẳng nhớ nội dung nó như thế nào, chỉ nhớ là ngày hôm sau phải nộp bài thu hoạch về cuốn phim. Ngày xưa xem phim nói tiếng Pháp hay tiếng Anh có phụ đề Việt ngữ, âm thanh còn nguyên vẹn, bây giờ xem phim gần như câm vì có người đọc « thuyết minh » bằng tiêng Việt nên âm thanh nguyên thủy bị vặn nhỏ hẳn lại, kể cả nhạc. Về đến nhà còn phải nặn óc ra để viết thu hoạch, với lời nhắc nhở cố hữu phải « liên hệ thực tế ». Chẳng biết có ai đủ kiên nhẫn ngồi đọc một ngàn bản thu hoạch đó không, nhưng bắt viết, vẫn phải viết.

Mười bài học tập căn bản kéo dài đúng một tháng, và chấm dứt bằng một « tổng thu hoạch ». Mỗi người lại phải viết ra mình đã lãnh nhận được những gì sau một tháng học tập cải tạo. Và như thường lệ, Long cũng chỉ nhắc lại như vẹt những gì đã nói trong suốt một tháng qua. Nhưng rồi sau đó phải nói là ai cũng thở phào nhẹ nhõm vì đã trút được một gánh nặng lớn.

Ngày hôm sau được nghỉ xả hơi buổi sáng, nhưng có lệnh buổi chiều 1 giờ sẽ có buổi học tập đặc biệt.

Khi mọi người đã hàng ngũ chỉnh tề lúc 1 giờ kém 15 sửa soạn khởi hành đi lên hội trường, bỗng nhiên có hai bộ đội từ đâu đến, tay cầm tờ giấy, ra lệnh đoàn người ngưng lại và nói ngắn gọn *« Yêu cầu những người tôi đọc tên bước ra khỏi hàng. »* Và bắt đầu đọc. Chậm rãi đọc. Hồi hộp và căng thẳng đến tột cùng. Long lại nhớ hôm chuyển trại từ Trảng Lớn về đây. Cũng xếp hàng, cũng đọc tên, cũng bước ra khỏi hàng, cũng không nói trước là bước ra rồi làm gì. Nhưng có hai điểm khác biệt rất quan trọng. Một là, hồi ở Trảng Lớn chưa học chính trị, còn bây giờ đã học xong 10 bài căn bản kéo dài một tháng. Hai là ở Trảng Lớn những người được gọi ra là thành phần « quan cai trị », còn giờ đây những người được gọi phần đông trong ngành y tế, dược sĩ, nha sĩ, nhiều nhất là bác sĩ.

Trong thời gian học chính trị, đài phát thanh CBD (Cây Bã Đậu) vẫn tiếp tục hoạt động, còn mạnh hơn trước khi học nữa là khác ! Rất nhiều tin, nhưng « giật gân » nhất vẫn là tin học xong sẽ có một đợt rất đông « chuyên viên » được về. Tin tức của CBD phần nhiều là thất thiệt, chẳng biết nguồn từ đâu ra. Nhưng mà tin vui thì vẫn cứ tin, nuôi một chút hy vọng còn hơn là chẳng có gì.

Thế là trong tuần lễ trước khi học xong chính trị, có một « sinh hoạt » mới trong trại, một sinh hoạt được giữ kín. Một số bạn được liệt vào thành phần « có nhiều triển vọng được về » trở thành những hộp thư bí mật. Những bạn khác viết thư và đưa cho những thành phần « triển vọng » này giấu vào đồ đạc để mang về cho gia đình vợ con, vì đã 4 tháng rồi mà không nhận được thư từ gì, dù đã gửi đi hai lá thư theo quy định của trại. Dĩ nhiên là công tác này trái với luật lệ của trại, và có thể nguy hiểm là nếu khám phá ra sẽ bị kiếm chuyện không cho về, nhưng một số người vẫn chấp nhận rủi ro để giúp bạn. Trong tù hay có những sợi dây tình cảm đặc biệt như thế.

Long cũng thuộc thành phần « triển vọng » và cũng nhận gần hai chục mẩu giấy nhỏ xíu, do chính nhân sự viết tay tên vợ con, địa chỉ và ký tên kèm theo vài chữ, kiểu như « anh nhớ em ». Mỗi mẩu giấy chỉ nhỏ bằng hai ngón tay, Long để trong bóp, bóp để trong túi quần sau như thường lệ, trong khi có nhiều bạn khác tìm cách giấu thư trong đồ đạc. Long làm thế vì nghĩ là ba-lô đựng đồ đạc sẽ bị xét khi ra trại, còn cái bóp trong túi sau có thể là quản giáo không nghĩ tới, hy vọng họ không có thói quen dùng bóp và cất bóp như thế. Dù sao, nếu có bị khám phá ra thì Long cũng sẽ nói là chỉ muốn giúp bạn bằng cách đến nhà cho vợ con hay tin về chồng mình, thế thôi. Long đã từng bị liệt kê vào loại « điếc không sợ súng » mà !

Giờ đây trên đường lên hội trường, quản giáo đến gọi tên từng người trong hàng bước ra ngoài, ai cũng đoan chắc đó là những người được về.

Long hồi hộp chờ đợi đến phiên tên mình được gọi. Chàng càng hy vọng hơn khi anh H., một bạn thân cùng dạy ở Đại Học Dược Khoa đã được gọi. Rồi đến anh bạn thân khác là bác sĩ Hòa làm A trưởng của chàng. Nhưng rồi cuối cùng người bộ đội đọc xong danh sách và ra lệnh cho đội ngũ đi lên hội trường. Long cũng đành lết bước cùng các bạn khác.

Mọi người lầm lũi bước đi trong im lặng, nhưng cũng không quên vẫy tay chào những người may mắn đứng ngoài nhìn bạn mình tiếp tục cuộc sống tù đày. Tổng cộng 40 người.

Long lặng lặng bước đi mà lòng chùng hẳn xuống. Hy vọng bao nhiêu thì thất vọng bấy nhiêu…

56. Trại Sóng Thần Thủ Đức

Chiều hôm đó, trên đường về trại sau buổi học tập, Long lủi thủi cùng tám bạn còn lại trong A. Anh Hòa A trưởng được về, mọi người đều mừng cho bạn, nhưng đồng thời khoảng trống anh để lại cũng quá lớn trong không gian chật hẹp của căn nhà. Anh bạn Môn – vốn con người dễ dàng xuống tinh thần – còn lủi thủi hơn Long, vì anh Hòa cũng là bác sĩ như anh mà được về, còn anh thì không. Bảy người còn lại có thái độ cam phận hơn vì thấy rõ là lần này chỉ có một số bác sĩ, dược sĩ, nha sĩ được về, không hy vọng gì đến phiên mình. Con số 40 kể ra cũng nhiều thật, so với vài lần ra trại nhỏ giọt mỗi lần một người trước đây, nhưng thật ra chẳng là bao so với con số gần một ngàn người trong cái trại L9T1 này. Còn các trại khác thì sao, có đợt « thả tù chuyên viên » như trại này không ? Đặt câu hỏi để mà đặt, chứ ai biết được…

Ngày hôm sau cũng có lệnh phải lên hội trường vào lúc 1 giờ, cũng xếp hàng lúc 1 giờ kém 15, mọi người hồi hộp chờ đợi một cảnh tương tự như hôm qua… Nhưng phép lạ đã không xảy ra !

Rồi lại một ngày qua. Lại đến lúc xếp hàng lên hội trường sau ăn trưa. Vẫn cảnh cũ người cũ, chỉ khác là hy vọng đã tiêu tan nhiều. Nhưng khi sắp sửa tiến bước lên hội trường thì thấy hai quản giáo từ xa tiến tới ra lệnh cho đoàn người ngưng lại. *« Yêu cầu những người tôi đọc tên bước ra khỏi hàng. »* Bao con tim lại được dịp đập mạnh hơn. Thêm một đợt chuyên viên nữa đươc về chăng ? Nhưng chưa có thời giờ cho « hy vọng vươn lên » thì người bộ đội đã ra lệnh cho cả đoàn đi lên hội trường sau khi đọc tên của hai người. Chỉ có hai người. Người thứ nhất là một anh nha sĩ, người thứ hai là… Long !

Khỏi nói cũng đoán được Long bước ra khỏi hàng lòng mừng khấp khởi như thế nào, nhưng chàng ráng không để lộ nỗi vui mừng ra mặt khi các bạn khác kém may mắn hơn mình đang nhìn chàng và vẫy tay chào. Chàng kín đáo vẫy tay chào lại. Có thể chẳng khi nào gặp lại nhau nữa. Toàn là những người trước đây chưa hề quen biết, nhưng trong cảnh tù đày đã kết thân nhau, cùng chia cay sẻ đắng ròng rã 4 tháng trường. Nay lại phải chia tay không một lời từ giã…

Nhưng cũng chẳng có giờ để bịn rịn vì người quản giáo đã thúc giục : *« Hai anh có 5 phút để thu xếp đồ dùng cá nhân, rồi tôi dẫn các anh lên bộ chỉ huy để chuyển trại. »*

Thì ra Long sẽ được « chuyển trại » chứ không phải được « ra trại ». Chàng không thất vọng vì chuyện này. Đài CBD đã từng tung tin là sẽ qua trại Sóng Thần ở Thủ Đức là một trại chuyển tiếp trước khi được về nhà. Trước kia đài CBD loan nhiều tin thất thiệt, nhưng gần đây những tin tức về chuyện một số chuyên viên được về lại rất chính xác nên chàng vững lòng tin.

Năm phút cũng thừa để thu gọn mấy cái lỉnh kỉnh nhét vào ba-lô. Vài quần áo đã tả tơi vì dự trù cho 10 ngày chứ đâu nghĩ là sẽ 4 tháng ! Mùng mền cũng chung số phận. Một hộp đô-mi-nô tự chế, các quân bài bằng gỗ Long đã mài nhẵn trên đá rồi dùng đầu vỏ đạn M16 đóng những vết tròn để ghi số. Quân 1 và 4 sơn đỏ, các quân khác sơn đen, chàng không nhớ tìm đâu ra sơn ; bộ đô-mi-nô này đã được dùng đến mòn trong các giờ rảnh để giải trí quên đi trong chốc lát cảnh tù đày. Một đôi guốc to và dày, làm bằng gỗ nhẹ lượm từ trại Trảng Lớn ; quai to, bằng cao su lấy từ ruột xe cam-nhông, đóng bằng những chiếc đinh hình chữ U chế ra từ những cái « gai » nhọn của dây kẽm gai. Để trang điểm cho đôi guốc tự chế đó, Long dùng đầu vỏ đạn đục những lỗ tròn trên quai đen, các lỗ được sắp xếp để một bên thành hình chữ M, một bên là chữ L, hai chữ đầu của tên hai vợ chồng. Đôi guốc được dùng từ khi còn ở trại Trảng Lớn, và hai chữ M và L trên quai guốc đã trở thành « thương hiệu » cho bản tính lãng mạn của Long ngay cả khi nhớ vợ trong tù.

Nhưng quan trọng nhất trong việc xếp dọn đồ đạc là hai món đồ cần phải giấu. Món đầu là gần hai chục mẩu giấy nhỏ của các bạn gửi, đã cất kỹ trong bóp rồi, bóp để trong túi quần sau. Món thứ hai là 3 cuốn vở 100 trang nhật ký Long viết dưới dạng thư cho vợ. Chàng để lẫn vào các cuốn vở khác, tất cả chục cuốn vở được phân phát trước đây để dùng cho việc học chính trị, ghi chép bài học khi lên hội trường. Các cuốn vở được xếp gọn ghẽ vào ba-lô.

Long và anh bạn nha sĩ vác ba-lô theo người quản giáo lên bộ chỉ huy ở khu bên cạnh trại. Hai người được hướng dẫn vào một căn nhà, ngồi đợi ở hành lang. Đợi cũng khá lâu. Rồi một người bộ đội trung niên có vẻ là cấp lãnh đạo dù không đeo quân hàm gì cả gọi Long vào một văn phòng, mời Long ngồi ghế trước cái bàn giấy. Trong nửa tiếng đồng hồ, anh chàng kiểm lại tên tuổi lý lịch của Long, rồi nói Long sẽ chuyển trại, và cũng không quên thêm « đó là một dấu hiệu tốt vì anh đã học tập tốt, lao động tốt ». Dù không đả động gì đến chuyện về với gia đình, nhưng Long vẫn vững tin là sẽ được về. Lý do được về vì « học tập tốt, lao động tốt » chỉ là cái cớ, đó là những câu có tính cách khẩu hiệu được nhắc đi nhắc lại như con vẹt mà thôi. Chàng tự hỏi trong số hơn 900 bạn tù trong trại còn chưa được về, có ai là không « học tập tột, lao động tốt » không ?

Lý do thật sự cho một người tù cải tạo được về vào thời điểm này chỉ có thể là do các cơ quan thiếu chuyên viên, đặc biệt đợt này là các bịnh viện thiếu bác sĩ, nha sĩ, dược sĩ. Nhưng vẫn chỉ có một số rất ít trong thành phần này được về, thế thì tiêu chuẩn chọn lựa là gì ? Có một tiêu chuẩn rõ rệt nhất là « có gia đình cách mạng bảo lãnh », nhưng chắc chắn không phải tiêu chuẩn duy nhất. Trường hợp của Long chẳng hạn, chàng sẽ không khi nào biết chính xác vì sao chàng được về sớm, ngoài việc là trường Đại Học Dược Khoa can thiệp cho về. Nhưng ở trường có 7 người cả giảng sư lẫn giảng nghiệm viên, giảng nghiệm trưởng bị đi học tập, sao chỉ có 2 người là anh bạn H. và Long được về ?

Người bộ đội tiếp tục giảng giải về chính sách khoan hồng của nhà nước, những điều Long đã nghe quá nhiều nên chỉ để ngoài tai. Nhưng rồi đến một đề tài làm cho Long phải chú ý và nhớ mãi : *« Anh cũng biết là các anh đã tự nguyện vào đây để học tập cải tạo, mong trở thành những công dân tốt trong xã hội mới. Riêng anh đã học tập tốt, nhưng anh cũng có bổn phận giúp các bạn khác để mọi người cùng trở thành công dân tốt. Vậy nếu có ai trong số những người trong trại này có những tư tưởng hay hành vi chưa được tốt, anh cho chúng tôi biết, đó là cách tích cực nhất để giúp đỡ họ trong lúc này. »*

Đây là cách nói hoa mỹ để du dỗ Long tố cáo bạn tù của mình, một cách dụ dỗ thường thấy trong các trại cải tạo. Long đã chuẩn bị tinh thần về chuyện này nên trả lời không cần suy nghĩ : *« Các anh cũng biết là những người bạn của tôi đều thuộc thành phần chuyên viên, ai cũng chỉ mong sớm về với gia đình và làm việc trong phạm vi của mình giúp ích cho dân cho nước, đâu có ai dại gì mà có tư tưởng hay hành vi phản động để phải chịu tiếp tục cuộc sống lâu dài trong cái trại này ! »*

Người quản giáo không nói thêm gì về chuyện này nữa. Long có cảm tưởng là anh ta cũng chỉ làm bổn phận cho có lệ, hỏi thì phải hỏi, thế thôi, không tìm cách soi mói như người cai tù chuyên nghiệp. Chàng cũng đã từng nghe một bạn tù kể lại chuyện một anh quản giáo trong những buổi học tập tổ ở một nhà bên cạnh, phàn nàn là « tại các anh mà chúng tôi vẫn còn phải ở đây để quản lý các anh, đáng lẽ hết chiến tranh chúng tôi được giải ngũ về với gia đình từ lâu rồi. » Quả vậy, họ là những người lính trong quân đội, không phải là những công an được huấn luyện trong ngành nhà tù, nên trong trại không có kỷ luật khắt khe của nhà tù, và cách đối xử của quản giáo hoàn toàn tùy thuộc vào bản tính cá nhân của họ, khó khăn hay dễ dãi, hoạnh họe soi mói hay lờ đi cho qua chuyện…

Đến mục quan trọng nhất đối với Long : xét đồ đạc. Chàng bỏ từng món đồ trong ba-lô ra bàn, kể cả chục cuốn vở trong đó có 3 cuốn là nhật ký chàng viết. Trong đầu chàng cầu khấn ông bà ông vải để không bị phát hiện 3 cuốn vở này, và cố nén hồi hộp nhưng tim vẫn đập thình thịch khi người quản giáo cầm các cuốn vở lên lật qua lật lại. Nhưng chẳng đọc gì cả, chỉ lật vài trang cho có rồi trả lại cho Long. Sau này nghĩ lại chàng thấy mình quá hên, dù làm những chuyện không nên làm vì « điếc không sợ súng », nhưng rồi vẫn qua được yên lành. Và đúng như chàng đoán trước, người quản giáo không hỏi gì đến cái bóp trong túi quần sau của Long, trong đó có gần hai chục mẩu giấy của các bạn nhắn tin về gia đình.

Long ôm ba-lô ra ngoài thở phào nhẹ nhõm. Chàng nhắm mắt tận hưởng giây phút khoan khoái khó tả của tự do tìm lại, dù mới chỉ là tự do trong tâm tưởng.

Đến phiên anh bạn nha sĩ vào phòng làm việc của quản giáo, ít lâu sau cũng trở ra mặt mày vui vẻ, chứng tỏ mọi sự đều trôi chảy. Hai người ngồi trên chiếc ghế dài ngoài hành lang chờ đợi, trao đổi vài điều tâm sự về gia đình vợ con sắp được gặp lại. Và ngậm ngùi nhắc đến các bạn còn phải tiếp tục kiếp sống tù đày.

Khoảng 4 giờ một bộ đội đến gọi hai người đi theo ra một chiếc xe cam-nhông Molotova. Cũng giống như chiếc Molotova chở Long từ trường Taberd lên Trảng Lớn, rồi từ Trảng Lớn về Long Khánh. Hai người cũng vác ba-lô leo lên sau xe như hai lần trước, nhưng lần này chỉ có 2 người thay vì 30 người, xe không có mui thay vì mui bịt trùm kín mít, và không có bộ đội cầm súng ngồi canh gác mà chỉ có người tài xế với một bộ đội ngồi bên cạnh phía trước. Xe chuyển bánh ra khỏi trại, đến quốc lộ chuyển hướng về phía Sài Gòn. Long đứng sát vào ca-bin hứng ngọn gió lồng lộng, ngọn gió của tự do tìm lại sau 4 tháng tắt lịm. Lần đầu sau 4 tháng chàng nhìn thấy những người không phải bạn tù cũng không phải quản giáo, mà là những người bình thường qua lại hai bên đường, hoặc ngồi trước cửa nhà hút điếu thuốc lá, hoặc ngủ gà ngủ gật trong những chiếc xe đò đi ngang qua. Chàng gần như đã quên là bên ngoài trại tù, cuộc sống vẫn tiếp tục bình thường kia mà ! Chàng nhớ đến vợ chàng, đến hai con chàng, không biết cuộc sống 4 tháng qua ra sao, nhưng chắc chắn sẽ rất vui mừng khi thấy chồng mình, cha mình về, tiếp tục cuộc sống gia đình đầm ấm.

Xe chạy đến ngã tư Thủ Đức thì rẽ phải, đi một quãng nữa rẽ vào cổng của một doanh trại. Chính là trại Sóng Thần của Thủy Quân Lục Chiến trước kia. Đài phát thanh CBD quả đã loan tin rất chính xác !

Xe vào trong sân rộng, cổng thép gai đóng lại. Trong sân thấy có nhiều người, khi xe ngưng thì Long nhận ra các bạn trong nhóm 40 người được về từ hai ngày trước. Mọi người vui mừng đón tiếp hỏi thăm hai bạn mới được về, đồng thời cũng rất buồn vì lần này chỉ có hai người ! Ai cũng chờ mong một đợt mới cũng đông như họ. Có lẽ Long và anh bạn nha sĩ chỉ là bổ túc cho danh sách 40 người hôm trước mà thôi.

Sau vài phút hàn huyên, hai người mới đến được lệnh mang ba-lô đi theo một bộ đội đến một khu khác sâu phía trong của trại, hoàn toàn biệt lập với nhóm 40 người trước đây. Trong khu này đã có sẵn chục người được về từ các trại khác vài ngày trước. Như vậy là nhóm 40 người kia được tách rời ra, chắc cũng có dụng ý gì đấy.

Đài phát thanh CBD trong trại Long Khánh loan tin về trại Sóng Thần như là một trại chuyển tiếp để « vỗ béo » tù cải tạo trước khi cho họ về nhà. Chẳng biết cái đài này lấy tin ở đâu ra mà tin thật chính xác, so với những tin trước đó toàn là thất thiệt. Long được ăn uống khá hơn, ít nữa cũng có cơm đầy đủ, có nhiều rau tươi và tí thịt cá.

Ở đó được hai ngày thì buổi sáng thứ ba nghe phía ngoài có tiếng ồn ào bất thường, âm thanh của một buổi sinh hoạt huyên náo. Sau này mới biết là nhóm 40 người đi trước Long « làm lễ mãn khóa học tập cải tạo tập trung ». Trong nhóm có anh bạn H. cùng dạy Đại Học Dược Khoa với Long sau này kể lại diễn tiến của buổi lễ đó.

Ngoài sân rộng phía trước trại được dựng lên một sân khấu, có ghế ngồi xếp đặt cho quan khách và thân nhân. Có rất đông cơ quan truyền thông, báo chí, truyền thanh, truyền hình. Quan khách là các cấp lãnh đạo của Ủy Ban Quân Quản. Gia đình những người sắp được về đã được báo trước nên có mặt đông đảo. Nhiều phát biểu – dĩ nhiên là phải nhiều, phát biểu là môn giải trí thịnh hành nhất trong xã hội mới mà ! – trong đó có một phát biểu đáng chú ý nhất là của một đại diện những người tù cải tạo được về đoàn tụ với gia đình. Anh chàng này chẳng « khoái phát biểu » tí nào cả, nhưng bị chỉ định làm đại diện thì cũng đành phải làm thôi. Bài diễn văn được soạn ra dưới sự chỉ đạo của một cán bộ chính trị, nội dung ai cũng đã biết trước : cám ơn cách mạng đã khoan hồng cho chúng tôi được học tập cải tạo để trở thành người công dân lương thiện, v.v. và v.v. Và không quên tiết mục cười ra nước mắt, đó là màn hợp ca của tù cải tạo, đã phải tập dợt để hát mấy bài ca tụng cách mạng.

Nhưng ai cũng làm cho có lệ, người ta bắt làm thì làm thôi, chẳng hơi đâu mà nghĩ ngợi vẩn vơ, cuối cùng buổi lễ chấm dứt tốt đẹp. Đài phát thanh làm thiên phóng sự ngay trong ngày, và tối hôm đó người ta được xem trên đài truyền hình cảnh tượng những người « học tập tốt, lao động tốt » sum họp với gia đình vợ con lên trại Sóng Thần đón chồng mình, cha mình, ai cũng tươi cười hớn hở. Chính quyền muốn cho dư luận trong nước cũng như thế giới thấy rằng họ đã bình thường hóa được xã hội miền Nam, rằng chính sách học tập cải tạo là « nhân đạo nhất », v.v. Có ai tin hay không lại là chuyện khác, tuyên truyền thì cứ tuyên truyền !

Nhóm của Long ở trong khu biệt lập phía sau trại, không có mặt trong buổi lễ này. Lúc đầu nhóm chỉ có 10 người, sau đó mỗi ngày thêm một hay hai người từ các trại khác nhau về. Long có cơ hội tiếp xúc với những người này để tìm hiểu cách sống trong các trại khác như thế nào. Điểm giống nhau là tất cả đều đã học chính trị 10 bài căn bản từ bài 1 « Tội ác Mỹ Ngụy » đến bài 10 « Lao động là vinh quang ». Còn về đời sống thì mỗi trại mỗi khác, tùy cơ ứng biến.

Long chú ý nhất là một anh bạn về từ trại Katum, là một trại trong rừng gần biên giới Việt Miên. Anh này kể khi đến nơi không có nhà cửa gì cả, mỗi người được phát một tấm ni-lông của bộ đội dùng làm võng, tìm hai cây mắc võng lên để ngủ. Tấm ni-lông này người bộ đội không phải chỉ làm võng mà thôi, mà còn làm áo mưa, làm tấm bạt che nắng gió… và cuối cùng dùng để cuốn xác mình khi tử trận.

Cũng như các trại khác, công việc đầu tiên là « ổn định chỗ ăn chỗ ở », nhưng ở Katum có nghĩa là phải vào rừng đốn tre về dựng trại, cắt cỏ tranh về lợp mái, « biến không thành có » nói theo kiểu cách mạng ! So với Katum thì việc « ổn định chỗ ăn chỗ ở » tại hai trại mà Long đã trải qua chỉ là trò chơi !

Anh bạn ở Katum này cho biết trong trại anh cũng có một anh bác sĩ trẻ chết vì sốt rét ác tính. Rất nhiều người bị sốt rét nhưng không đến nỗi chết, riêng anh này bị một dạng sốt rét nặng, cơ thể không chịu nổi nên đã lìa đời trong cảnh rừng thiêng nước độc, xa gia đình vợ con. Cũng như anh B. ở trại Trảng Lớn trước đây, anh bác sĩ trẻ này được chôn ngay bên cạnh trại, quấn trong tấm ni-lông làm võng của anh. Và cũng như trường hợp anh B., gia đình không hay biết gì cả về cái chết của chồng mình, cha mình.

Qua ngày thứ năm ở trại Sóng Thần, một buổi sáng Long được gọi lên bộ chỉ huy. Tưởng lại có một màn « động viên » gì đấy, nhưng không phải. Khi đi gần đên văn phòng làm việc, chàng thấy từ xa có ba người từ ngoài đi vào, một người là trưởng trại Long đã biết mặt, người thứ hai là một thanh niên lạ, người thứ ba là… Mai, vợ chàng !

Khó lòng mà diễn tả được cảm giác của một người chồng bất ngờ thấy mặt vợ thương yêu của mình sau 4 tháng dài đằng đẵng không tin tức ! Nhưng chàng cố nén xúc động trước mặt hai người kia, những người thuộc về phe gây ra thảm cảnh chia cắt gia đình chàng.

Sau này Mai kể chi tiết bằng cách nào nàng lại được lên thăm chàng ở trại Sóng Thần này.

Có một tay công an trẻ tên là T. người miền Nam, trước kia hoạt động trong rừng nay về thành phố và được cấp một căn nhà chủ đã di tản trước ngày 30 tháng tư, ngay gần nhà của gia đình Mai gồm bà cụ và mấy người em từ Đà Lạt về ở. Anh chàng T. này mê mẩn một cô em của Mai, nên hay đến nhà thăm hỏi và tỏ ý sẵn lòng giúp đỡ khi có việc cần, mặc dù chẳng được cô em đáp lại chút tình cảm nào cả. Riêng Mai tìm cách dò hỏi anh chàng này về tin tức chồng mình, vì trong suốt 4 tháng nàng không có tin gì của Long, hai lá thư Long được phép viết cũng không nhận được. Đã thế lại còn có những tin đồn về tai nạn lưu thông lúc chuyển trại có nhiều người chết hoặc bị thương làm cho Mai càng lo lắng thêm, không biết chồng mình sống chết thế nào, có sống cũng không biết đang ở chân trời góc biển nào.

Khi Long còn ở trại Trảng Lớn và Long Khánh, anh chàng T. không giúp gì được, mặc dù anh chàng có chức vụ khá quan trọng trên « công an thành », có nhiều liên hệ hơn công an phường khóm. Nhưng đến khi Long được về Sóng Thần thì T. biết tin qua hệ thống công an thành phố (những người sắp về có danh sách đưa cho công an để « quản lý chặt chẽ ») nên báo ngay cho Mai biết, và cũng giải thích là trại Sóng Thần ở Thủ Đức là một trại chuyển tiếp, nên chỉ một hay hai tuần nữa là Long được về thôi.

Mai cũng như cả nhà mừng khấp khởi khi được tin này, nhưng Mai nóng lòng muốn gặp chồng trước khi chàng được về đoàn tụ với gia đình, nên hỏi T. có cách nào lên thăm Long ở trại Sòng Thần không. Suy đi nghĩ lại mãi, không phải chuyện dễ vì trại Sóng Thần được dùng làm trại tù, không thể cho người ngoài vào được. Rốt cuộc T. bày mưu hiến kế là Mai đang làm cho Đài Truyền Hình, có thể bịa ra là lên trại Sóng Thần « liên hệ » trước để trong tương lai làm một thiên phóng sự truyền hình về trại này. Thế là anh chàng lên trại Sóng Thần nói thật với người sĩ quan trại trưởng ở đấy rằng Mai là vợ của một người học tập cải tạo mới chuyển về đây muốn lên thăm chồng nên nhờ anh chàng giúp, và anh chàng nghĩ ra việc nhân viên đài truyền hình lên đây liên hệ là như thế. Người trại trưởng cũng nể nang công an nên bằng lòng cho Mai lên trại, dĩ nhiên là phải kín đáo khi gặp riêng chồng !

Dần dần Long sẽ khám phá thêm là trong chế độ này, công an có rất nhiều quyền lực, luật lệ chỉ áp dụng cho người dân thấp cổ bé miệng, còn những ai có quyền lực, có quen biết, có dây mơ rễ má với quyền lực, hoặc có khả năng và biết chạy chọt thì vẫn có thể luồn lách qua mọi luật lệ.

Và thế là hôm sau, T. đưa Mai lên trại Sóng Thần gặp người trưởng trại « liên hệ công tác ». Khi gặp nhau rồi, người trưởng trại cho anh bộ đội xuống gọi Long lên bộ chỉ huy, đồng thời đưa Mai đi vào trong. Sau cuộc gặp gỡ ngoài sân, tất cả vào một phòng nhỏ có cái bàn và hai cái ghế, rồi hai người đi ra để cho Mai và Long ngồi đối diện nhau nói chuyện. Cuộc gặp gỡ kéo dài gần nửa giờ, nói chẳng được bao nhiêu vì Mai khóc là chính. Khi thấy Long từ xa đi đến, nàng đã không nhận ngay ra chồng, vì da chàng xạm lại, và nhất là mặt chàng bị phù thũng do thiếu chất tươi, nhất là thiếu sinh tố B1.

Nàng cho Long biết các con vẫn khỏe mạnh, vẫn đi học mẫu giáo, vẫn thường nhắc đến bố, có khi ba mẹ con ôm nhau khóc nhớ bố. Nàng cho biết vẫn làm biên tập viên trong đài Truyền Hình Sài Gòn, cũng là cái may lớn, vì nhiều người vợ bị cho nghỉ việc khi chồng đi học tập cải tạo. Chàng nói sơ qua về hai trại Trảng Lớn và Long Khánh, và nhất là cái may mắn được về trong kỳ này, chỉ có vài chục « chuyên viên » được về, còn lại không biết bao nhiêu người vẫn chịu cảnh tù đày.

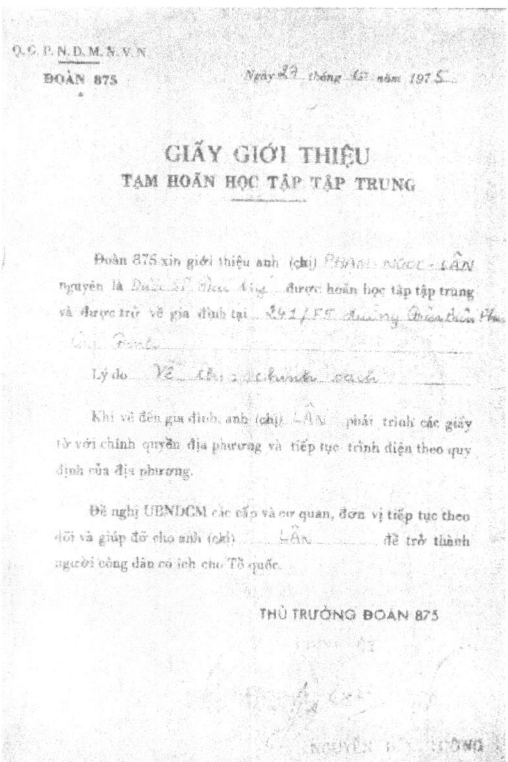

Q.Đ.N.D.M.N.V.N

ĐOÀN 875

Ngày 27 tháng [illegible] năm 1975

GIẤY GIỚI THIỆU

TẠM HOÃN HỌC TẬP TẬP TRUNG

Đoàn 875 xin giới thiệu anh (chị) [illegible] LÂN nguyên là [illegible] được hoãn học tập tập trung và được trở về gia đình tại [illegible]

Lý do [illegible]

Khi về đến gia đình, anh (chị) LÂN phải trình các giấy tờ với chính quyền địa phương và tiếp tục trình diện theo quy định của địa phương.

Đề nghị UBNDCM các cấp và cơ quan, đơn vị tiếp tục theo dõi và giúp đỡ cho anh (chị) LÂN để trở thành người công dân có ích cho Tổ quốc.

THỦ TRƯỞNG ĐOÀN 875

Giấy tùy thân của tác giả nhận được lúc ra khỏi trại Sóng Thần ngày 28-10-1975

Ba ngày sau buổi gặp gỡ bất ngờ đó, tất cả nhóm của Long gần hai chục người được cho biết sẽ được ra về ngày hôm sau, lúc 9 giờ sáng. Gia đình đã được họ báo trước, ai muốn lên đón thân nhân thì lên. Lần này không có lễ lạc rùm beng, không có báo chí truyền thanh truyền hình như với 40 người đợt trước, mọi người sẽ đi ra cổng, có gia đình chờ ở ngoài.

Sáng ngày thứ ba 28 tháng 10 năm 1975, Long cùng các bạn mang đồ đạc lên bộ chỉ huy lãnh nhận một tờ giấy giới thiệu. Tờ giấy của *« Quân Giải Phóng Nhân Dân Miền Nam Việt Nam »*, do một *« Thủ trưởng đoàn 875 »* có tên Nguyễn Bằng Tường ký, có tiêu đề là *« Giấy giới thiệu tạm hoãn học tập tập trung »*. Không phải giấy ra trại, không phải giấy chứng nhận đã học tập xong, không phải chứng chỉ « học tập tốt, lao động tốt ». Chỉ là một giấy « tạm hoãn ». Tạm hoãn gì ? Tạm hoãn « học tập tập trung ». Tức là không phải ở trong « trại tập trung » nữa, nhưng còn học tập « không tập trung », tức là tại nhà, hay tại phường khóm, hay tại cơ quan thì vẫn phải tiếp tục. Vả lại giấy cũng nói rõ : *« Đề nghị Ủy Ban Nhân Dân Cách Mạng các cấp và cơ quan, đơn vị tiếp tục theo dõi và giúp đỡ cho anh (chị) ... để trở thành người công dân có ích cho Tổ quốc. »*

Phải hiểu là nếu Long về mà không chịu tiếp tục « học tập tốt, lao động tốt » thì có thể phải trở vào « trại tập trung » bất cứ lúc nào. Nhưng trong lúc này Long chẳng thèm nghĩ tới những chuyện đen tối đó. Chàng vác ba-lô đi thật nhanh ra cổng trại, lòng thơ thới hân hoan vì gặp lại Mai và hai con 5 tuổi và 3 tuổi được mẹ cho ăn mặc đẹp đẽ đi đón bố. Bồng cả hai đứa lên, mỗi tay một đứa, lòng rạt rào yêu thương.

Chàng đã xa vợ con đúng 128 ngày. Có ghi rõ trong nhật ký.

57. Tâm sự một người vợ tù cải tạo

(Chuyện kể của Mai, vợ Long)

Long bước vào căn nhà ấm cúng của gia đình chàng, cùng lúc với ba người thân yêu nhất là vợ và hai con, bước vào mà đầu óc vẫn còn mơ màng, mình có đang nằm mê không ? Không, không phải giấc mộng mà chàng về nhà thật. Một phép lạ !

Buổi tối nằm gọn trong tay chồng, Mai thì thầm...

Anh về rồi! Em mừng quá, từ sáng đến giờ em cứ bàng hoàng không biết mơ hay thực ? Hơn bốn tháng trời không có anh ở nhà, thật là kinh khủng, đi làm thì thôi về nhà đầu óc em lắm khi như tê dại, lúc thì hoang mang không biết anh ở đâu, lúc thì lo sợ không biết anh sống chết thế nào. Nhất là khi hay tin có xe chở tù cải tạo bị lật có người chết làm em như điên lên…

Để em kể anh nghe từ những ngày đầu xa anh. Chắc anh không thể tưởng tượng được em bị khủng hoảng như thế nào khi anh bảo đi 10 ngày, mà 10 ngày qua rồi không thấy về, cũng chẳng có tin tức gì …

Đến ngày thứ 7 hay thứ 8 gì đó, em qua tìm ông Khoa Trưởng mới của trường Dược, nay gọi là Hiệu Trưởng, là ông Ba Phát, người có nhiều cảm tình với anh vì chuyện anh mách cho ông ấy ngôi nhà to lớn của gia đình anh Hinh để cán bộ của trường có chỗ ở. Ban đầu ông ấy bảo chưa đến ngày thì chưa về thôi, cứ yên tâm Cách Mạng nói là chắc chắn như thế, binh sĩ đi học 3 ngày chả về hết là gì !

Nhưng đến ngày thứ 10, em hỏi tại sao nhà nước nói đi học tập cải tạo 10 ngày mà giờ này không thấy anh về. Ông cũng trả lời một cách gượng gạo là ông cũng không hiểu tại sao, vì trường đang thiếu thầy dạy, phân nửa ban giảng huấn cũ đã di tản trước ngày 30 tháng tư, bây giờ lại thêm 7 người phải đi học tập cải tạo, ông không có cách nào điều hành công việc giảng dạy tiếp tục một cách bình thường được nữa. Ông nói sẽ cố gắng xin cho những người đi cải tạo được sớm về, nhưng ông cũng không hứa hẹn gì cụ thể, vì ông nói chính sách học tập cải tạo này là chủ trương đến từ rất cao, ở vị thế của ông không biết gì và cũng không có quyền hành gì. Ông cũng chả được người ta thông báo gì cả. Tóm lại ông cũng trong tình trạng mù tịt về tin của những người đi cải tạo như em thôi.

Em chắc là ông ấy nói thật, vì không phải chỉ mình anh ở trường Dược, mà không biết bao nhiêu người ở các cơ quan khác cũng không thấy ai về. Ngay cả anh N., bác sĩ chồng của H. bạn em cũng đi học tập như anh và cũng không có tin tức. Một bức màn bí mật bao trùm lên chuyện « học tập cải tạo ». Nhưng em cũng không buông xuôi, cứ buổi trưa sau khi ăn cơm là em qua bên trường của anh, chỉ đi bộ có vài phút từ đài truyền hình bên này đường qua Đại Học Dược Khoa xế bên kia đường. Có khi gặp ông Ba Phát, có khi không, em cứ ngồi ở cái ghế dài ngoài hành lang mà khóc. Lâu dần tất cả ban giảng huấn còn lại đều biết em là vợ anh, đến ngồi « ăn vạ đòi chồng về ! »

Còn chuyện đi du học của anh, em nói với ông Ba Phát mọi việc giấy tờ đã xong xuôi, anh đã ghi danh ở Đại Học Dược Khoa Paris và Montpellier và anh sẽ đi vào tháng 9 để kịp nhập học. Em hỏi ông ấy thì ban đầu ông ta quả quyết là anh sẽ về để đi Pháp chứ, mọi việc sẽ bình thường, học bổng của Pháp mà, chính phủ ta đâu có tốn kém gì mà không cho đi. Sau tháng 9 vẫn không thấy anh về, em sang hỏi nữa thì ông ấy bảo chắc anh sẽ phải nhập học trễ thôi ! Hóa ra thay vì đi Pháp học anh lại vào rừng học tập cải tạo !

Cũng may em còn hai con nên an ủi được phần nào. Phải lo chăm sóc cho hai đứa nên em rất bận rộn, nhất là sau này em là Biên Tập Viên phải làm việc 8 tiếng một ngày (gọi là làm thông tầm) chứ không còn là Xướng Ngôn Viên chỉ làm một tối, nghỉ hai tối và có xe của Đài đưa rước như ngày trước. Nhờ có các con, lo cho các con chứ nếu không cứ gặm nhấm nỗi buồn xa anh thì chắc em sẽ bịnh mất. Hai đứa cứ hỏi mẹ hoài sao bố không về. Thương con còn bé quá chưa hiểu những chuyện phi lý xảy ra cho gia đình mình em không biết trả lời thế nào ! Không có anh ở nhà, em phải thuê xe xích-lô để đi làm, mỗi buổi sáng trước khi đến đài truyền hình làm việc em đưa hai con đến vườn trẻ[i] như khi anh còn ở nhà. Trường của các bà sơ, không biết còn giữ được đến bao giờ, vì các trường tư trước sau gì rồi cũng bị chính quyền tịch thu mà thôi.

Em ở nhà với hai con và chị Diệu[ii], thỉnh thoảng mợ hoặc các em chạy đến thăm chừng. Não lòng nhất là mỗi chủ nhật cuối tuần cả ba mẹ con ở nhà, hai đứa

---

[i] Vườn trẻ Caritas ở góc đường Đoàn Thị Điểm và Hiền Vương.

[ii] Người giúp việc từ trước 75, sau 30 tháng tư phải nói là bà con.

bé mới 4 tuổi rưỡi và 3 tuổi cứ hỏi mẹ là bố đâu ? Bao giờ bố về ? Mỗi ngày đi làm, đi học về ba mẹ con chơi với nhau chờ ăn cơm và em hay ngồi bên cửa sổ hy vọng thấy anh về từ xa. Một hôm, em vẫn ngồi chỗ cũ nhưng sao tự nhiên thấy nhà im ắng quá, em gọi con không thấy trả lời, chạy vội vào nhà trong, thấy hai con ngồi trên cầu thang khóc. Hai đứa mếu máo nói: « Bi nhớ bố », « Bé nhớ bố ». Lời con làm lòng em như dao cắt, ba mẹ con ôm nhau khóc. Chị Diệu chạy ra thấy thế cũng khóc theo…

Từ lúc anh về đến giờ, anh thấy tụi nó vui không! Nhắc đến con, thời nay dạy con cũng sợ lắm anh ạ, chả biết phải làm sao vì bạn em con lớn hơn con mình, đã lên tiểu học, nó kể cô giáo bắt làm toán toàn kiểu như: có 5 thằng giặc lái ngụy, bộ đội ta bắn rơi 3 thằng, hỏi còn lại mấy thằng? Bài tập đọc thì chị bộ đội gái dắt thằng giặc lái Mỹ diễu phố bị nhân dân ném đá! Em nghĩ nếu mình dạy con theo mình thì đến trường chúng sẽ bị lạc lõng mà dạy con theo chủ trương, đường lối cách mạng thì sau này sẽ không phải là con mình nữa. Em lo lắm.

Ở đài truyền hình em gặp hằng ngày những người trước kia mình vẫn gọi là Việt Cộng nhưng dần dần em mới biết là có nhiều thứ Việt Cộng: VC nằm vùng ở ngay Sài Gòn, VC trong rừng ra gọi là VC trong Rờ, VC từ miền Bắc vào. Ngoài Bắc vào lại có hai loại là người gốc miền Bắc và người miền Nam tập kết ra Bắc từ năm 1954-55 bây giờ trở về. Mỗi thứ VC lại có thái độ, cách cư xử khác nhau đối với bọn Ngụy tụi em. Ngoài ra còn một số rất lớn loại gia-đình-cách-mạng. Đài em trước kia phát hình mỗi ngày từ 6 giờ chiều đến 12 giờ khuya hay 1 giờ sáng nhưng nhân viên chỉ có khoảng 250 người. Sau 30 tháng tư, số giờ phát hình rút xuống nhưng số nhân viên phình ra tới 800 người. Không kể những người đã di tản vào cận ngày 30 tháng tư hoặc bị bắt tại đài, bị đi học tập như anh thì số nhân viên mới mẻ này từ ngoài Bắc vào, loại con ông cháu cha hoặc thuộc bà con gia đình cách mạng do các cán bộ mang vào.

Em buồn cười nhất là một buổi sáng đi làm, trước khi vào đến văn phòng, em thấy một cái bảng to tướng có hàng chữ ghi bằng phấn: "Mời các đồng chí có mức lương từ… (mấy chục) đến họp tại…" Nhưng có những chuyện phải nói là cười ra nước mắt, điển hình là một buổi sáng, cổng đài bị ngăn lại, nhân viên phải qua một đường vòng để đi ngang một chị bác sĩ, không biết có đúng là bác sĩ không nhưng mấy người hiểu chuyện nói chị này trước kia là y tá của miền Nam nhưng theo cách mạng vào bưng nay trở về thành bác sĩ. Chị bác sĩ bắt mọi người ngừng lại, ngửa mặt lên trời rồi nhỏ vào mũi mỗi người mấy giọt… nước tỏi! Thế là suốt ngày hôm ấy cả đài có mùi tỏi! Họ bảo để ngừa cúm! Hóa ra người chả khác gì gà! Em nhớ hồi nhỏ có thấy bà nội nhỏ nước tỏi vào mũi gà khi thấy con nào hơi khúc khắc!

Em làm việc (chắc là giỏi?) mấy tháng liền được bảng « Tiên Tiến » nhưng đến tháng thứ tư khi họ biết em đi làm bằng xích lô thì họ không cho em Tiên Tiến nữa. Anh Trưởng Phòng gọi em đến nói rằng "Tháng này đáng lẽ cô được Tiên Tiến vì làm việc tốt (chữ tốt sau này không phải là phản nghĩa với xấu) nhưng vì cô thuê xe xích lô đi làm, nghĩa là vẫn giữ tác phong tiểu tư sản, lợi dụng sức lao động của người khác nên "trên" không đồng ý cho cô Tiên Tiến nữa!"

Những ngày đầu có lần em đến đài thấy mấy xe cam-nhông đậu trong sân, em lấy làm lạ nên đi ngang liếc vào trong cái bạt còn vén lên thì thấy đầy nhóc xe Honda, Suzuki… không hiểu chở đi đâu mà lại đậu trong sân của đài. Sau đó mấy bạn cho biết là họ lấy ở những tiệm nhập cảng xe, tiệm bán xe hoặc tịch thu của những người đã di tản, thu gom hết để chở về Bắc! Trong đài mấy bạn phóng viên phòng Thời Sự đi làm tin về kể nghe tức cười là tầu thủy của Trung Hoa cập bến trước tầu của Liên Xô nhưng khi dựng phim thì phải cho tin tức về tầu Nga trước rồi mới đến tầu Trung Quốc! Có lần đi quay phim cảnh các bộ đội lên tàu về Bắc, từ xa các bạn ấy lấy làm lạ là hết chiến tranh rồi mà mấy người đó vẫn mặc đồ bộ đội, vẫn mỗi người lưng đeo ba lô và một cái súng sáng loáng mà vai thì khoác giỏ, tay xách nách mang. Đến gần hóa ra không phải súng mà là… đèn nê-ông (néon)! Còn tay xách nách mang lỉnh kỉnh những gói những bọc không hiểu là những gì trong đó nhưng mỗi người đều có một con búp bê nhựa rẻ tiền chắc mang về làm quà cho con.

Anh biết em không phải là người tin bói toán nhưng trong lúc tuyệt vọng, sau 10 ngày không thấy anh về, em đã mang hình của anh đến hỏi thầy Tr. thầy cũ của em trên Đại Học, ông có khả năng tìm người bằng một quả lắc. Trải cái bản đồ Việt Nam trên bàn, một tay ông đặt trên tấm hình của anh, một tay ông cầm quả lắc di chuyển trên bản đồ. « Thầy thấy chồng của con đang ở không xa Sài Gòn nhưng trong rừng ! ». Câu nói của thầy làm em choáng váng ! Lạ quá, rõ ràng em Nhân nói chở anh đến trường Taberd để học tập, nay tại Taberd không còn ai mà thầy lại bảo anh ở trong rừng ! Cầm cái hình anh về mà em khóc quá chừng, lòng hoang mang tột độ mà không biết phải làm gì!

Nhưng biến cố làm em nhớ đời vì một mình em phải đối phó rất vất vả là chuyện đổi tiền. Biến cố này không có gì là bất ngờ, ai cũng chờ đợi sẽ đến ngày phải đổi tiền, chỉ không biết ngày nào thôi.

Như anh biết đấy đồng tiền Việt Nam Cộng Hòa bị xuống giá khủng khiếp vào thời kỳ cuối cùng của chế độ. Cuối năm 1974, phải 700 đồng mới đổi được một đô-la Mỹ. Qua đầu năm 1975, tiền mất giá thêm một cách đều đặn, và đến những ngày cuối tháng tư 1975, không còn biết tỷ suất là bao nhiêu nữa vì nó thay đổi từng ngày, rồi từng giờ vào những ngày cuối cùng. Cũng dễ hiểu vì những người giàu có đổi tiền lấy vàng và đô-la trước khi di tản ra ngoại quốc, nên đồng tiền xuống giá một cách thê thảm.

Nhưng đó chỉ là một thiểu số rất ít người giàu có chạy được mang theo ít nhiều vàng và đô-la, còn đại đa số quân nhân công chức mất hết tiền để dành nếu không biết « thủ » từ trước. Thí dụ điển hình là cậu em bị trắng tay. Là công chức mới về hưu vào đầu năm 1975, cậu em chọn lãnh tất cả lương hưu một lần duy nhất, rồi cho tất cả vào quỹ tiết kiệm ngân hàng để sau này mỗi tháng rút tiền lời ra để sinh sống. Không ngờ ngày 30 tháng tư ập đến, nhà nước quản lý tất cả các ngân hàng, các trương mục cũ xem như không còn nữa, vì hệ thống ngân hàng trong xã hội mới không vận hành theo kiểu tư bản !

Trở lại chuyện đổi tiền vào tháng 9 vừa rồi. Sau ngày Quốc Khánh 2 tháng 9 đã có tin đồn sắp đổi tiền, nhưng tin đồn vẫn chỉ mơ hồ, không ai biết chính xác chừng nào đổi, đổi cách nào, tổ chức ra sao… Đến giữa tháng 9, tin đồn trở nên dồn dập hơn. Dù tất cả những gì chung quanh việc đổi tiền được giữ bí mật, nhưng làm sao bí mật hoàn toàn được khi mà cuộc đổi tiền phải diễn ra cùng một ngày trên cả miền Nam,

có nghĩa là phải huấn luyện cả chục ngàn người phụ trách công việc này. Một bí mật như thế, trong một nước có tự do báo chí, tự do truyền thông, sẽ chẳng giữ được một ngày, nhưng ở xứ mình tất cả phương tiện truyền thông từ báo chí đến truyền thanh truyền hình đều thuộc nhà nước, chỉ còn một tự do duy nhất là tự do… phao tin đồn ! Mà tin đồn thì cũng do những người "nghe hơi nồi chõ" từ gia đình, bà con những cán bộ cao cấp họ báo cho nhau để tìm cách mua vàng, mua đô-la ào ạt những ngày cận vụ đổi tiền. Riêng em thì chỉ được một người bạn cho biết tin vào tối hôm trước, làm sao em xoay xở được!

Và cuối cùng tin đồn trở thành sự thực vào sáng ngày thứ hai 22 tháng 9-75.

Hôm đó tất cả sinh hoạt bình thường phải dẹp hết để tập trung vào việc đổi tiền. Không chợ búa, trường học, công sở đóng cửa, chỉ có các địa điểm đổi tiền là đông đúc người xếp hàng. Không phải ai muốn đổi ở đâu cũng được, mỗi tổ dân phố được chỉ định một địa điểm trong phường của mình. Muốn đổi tiền phải trình sổ hộ khẩu, nghĩa là những người sống ngoài lề xã hội không được đổi. 500 đồng tiền cũ đổi lấy 1 đồng tiền mới. Mỗi hộ được đổi tối đa là 100.000 tiền cũ, tức là 200 đồng tiền mới, người độc thân chỉ được đổi 100 đồng mới. Đến hết ngày 22-9, tiền cũ hoàn toàn vô giá trị, không còn dùng được nữa.

Những gia đình có trên 100.000 đồng cũ có thể gửi số còn lại vào ngân hàng, khi « cần » có thể « xin phép » rút ra. « Cần » có nghĩa là phải có đám ma, đám cưới, v.v. có giấy chứng nhận của phường, xã hẳn hoi… Dĩ nhiên những người khôn ngoan chẳng ai dại gì mà gửi tiền vào ngân hàng. Những người giàu có đã lo từ trước chuyển tiền thành vàng, một số ít cần phải giữ tiền vì buôn bán hằng ngày (buôn bán tư nhân bị cấm, nhưng ai cấm được chợ đen ?) đến ngày đổi tiền họ tìm các gia đình nghèo không có đủ 100.000 giao cho đổi giùm, dĩ nhiên cũng có tiền lời quy định rõ ràng.

Tiền mới nhiều người tưởng là đồng tiền của nước Việt Nam mới, nhưng không phải, đó chỉ là tiền của miền Nam, tiền của miền Bắc vẫn dùng cho miền Bắc, và có giá hơn. Một đồng tiền Nam chỉ có giá trị 80 xu tiền Bắc[i] !

Hôm đó, như mọi người, em để con ở nhà với chị Diệu, gom hết tiền trong nhà bỏ vào một cái xắc đi đến địa điểm quy định. Em phải xếp hàng cả mấy giờ đồng hồ, đứng chờ dưới cái nắng chang chang, trong lòng hồi hộp không biết công việc sẽ ra sao, vì với mấy ông cách mạng này thì không thể tin những gì các ông hứa hẹn. Chỉ lúc cầm được tiền mới trong tay rồi em mới chắc ăn là mình vẫn còn ít tiền để tiêu dùng.

Vụ đổi tiền kéo dài đến 11 giờ đêm. Trong một ngày, họ đã xóa tan dấu tích của nền kinh tế Việt Nam Cộng Hòa. Bỗng nhiên em bị hụt hẫng vì lúc đó mới cảm nhận được một cách cụ thể và sâu xa tất cả những gì xảy đến cho đời sống của gia đình mình và cho người dân toàn Miền Nam từ mấy tháng qua ! Cầm 200 đồng tiền mới trong tay và cái giấy mỏng teng ghi số tiền em bắt buộc phải gửi vào ngân hàng nhà nước, em muốn khóc, không biết chừng ấy tiền thì ba mẹ con sống được trong bao lâu…

Anh nhớ cô G. ở đầu đường nhà mình không? Cô ấy nghèo nên em sang nhờ cô ấy đổi giúp cho một số tiền cho đủ 100.000 đồng, hy vọng là được tổng cộng hơn 300 cũng đỡ. Đến chiều tối, em sang định lấy lại số tiền nhờ cô ấy đổi hộ thì thấy

---

[i] Vì vậy đến năm 1978 (ngày 3 tháng 5) sẽ có một cuộc đổi tiền thứ hai để thống nhất hai loại tiền Nam và Bắc.

cửa khóa. Hôm sau, hôm sau nữa em sang vẫn thấy cửa khóa… Vài ngày sau em lại sang thì gặp cô ấy nhưng cô ta không đưa lại tiền cho em mà còn bảo là đổi giùm như thế là phạm luật, công an mà biết được thì đi tù cả lũ! Mặt cô ấy cứ trơ ra sau cùng cô ấy đuổi khéo em bảo là cần phải đi đâu đó, em về chỉ biết ngán ngẩm cho tình đời! Thế là cô ấy lấy hết số tiền em gửi đổi giùm! Con người thế mà gian quá, em không ngờ cô ấy ghê gớm đến thế!

Nhưng không phải chỉ một mình cô ấy ghê gớm đâu. Vì sau 75, lòng dạ người ta đổi khác lắm. Một trong những người quen của em có chồng làm hàng vàng, em mang một ít đưa cô ấy nhờ bán hộ, hai hôm sau cô ấy đưa em 50 đồng! Thật là bàng hoàng vì khi đưa cho cô ấy xem thì nói chắc được khoảng 1000 đồng thế mà cô ấy chỉ đưa lại chừng đó! Em bực quá đòi lại thì hôm sau cô ấy bảo chồng đã bán hết rồi, không thể lấy lại được! Em chỉ biết khóc!

Tin đồn thì khủng khiếp mà em chỉ có một mình nên cái gì cũng sợ! Cái xe Honda thì một tay bộ đội đến nhà bảo là tại sao trong nhà có cả xe Vespa và Honda… Hắn gạ mua Vespa nhưng em bảo không thể bán vì khi anh về phải dùng. Hắn lại gạ cái Honda bảo là dưới chế độ này một gia đình không thể có 2 cái xe như thế ngoài ra sẽ không có xăng chạy xe vì xăng chỉ bán cho các cơ quan nhà nước và nếu không bán cho hắn thì sau này sẽ bị nhà nước tịch thu. Em sợ mất nên chẳng thà bán cho hắn còn thêm được ít tiền mua thức ăn cho con hơn là bị tịch thu! Bán xong cái Honda thì hắn còn đến gạ mua cái tủ lạnh. Em nhất định không bán vì bán sẽ không biết để sữa của con ở đâu.

Đi làm cả ngày nên em mệt tưởng ngủ được dễ dàng nhưng không, mỗi đêm em cứ trằn trọc lo cho anh và nhất là khi có tiếng chó sủa từ xa, em vừa sợ vừa ao ước hay là mình về… Đến khi chó sủa gần lại rồi xa dần em mới hết hy vọng. Nhớ lại chuyện ông Tổng Nhỡn ở Đà lạt trước kia, một người từng chịu ơn ông nội và vẫn đến thăm bà nội cho đến khi bị VC giết. Vợ ông Tổng kể rằng, buổi tối hôm ấy nghe tiếng chó sủa càng ngày càng gần nhà, sau đó có tiếng gọi cửa đúng tên ông ấy nên tưởng người quen, mở cửa ra thì một toán người súng ống ập vào nhà trói ké ông ấy, dắt ra cánh đồng gần nhà giết ông ta và ghim lên ngực áo bản án tử hình vì tội giết Việt Minh từ ngày ông ấy còn ở ngoài Bắc!

Lại nhớ một buổi sáng đến đài em thấy mấy người đang bắc thang gỡ tấm vải rất to vẫn treo ở bức tường mặt tiền, kẻ khẩu hiệu câu nói của Tổng Thống Thiệu: "Đừng nghe những gì Cộng Sản nói, hãy nhìn kỹ những gì Cộng Sản làm". Thấy em đứng lại nhìn anh chàng 7T. nói với em: "Thiệu nói gì cũng sai trừ câu này ! Rồi chị sẽ thấy những gì người Cộng Sản chúng tôi làm cho đất nước ta"! Chuyện Cộng Sản sẽ làm gì cho đất nước thì chưa biết nhưng vụ học tập cải tạo này thì em thấy họ lừa được cả nước và cả quốc tế!

Còn tuần trước tại trại Sóng Thần, ban đầu em không nhận ra anh vì anh bị phù thũng, mặt phình ra! Một tuần ở Sóng Thần hôm nay trông anh đã khá hơn.

Khi em đưa cho anh hộp đường cát, hộp chè và kẹo thì anh trách sao không mua đường thẻ làm em ngạc nhiên quá! Tại sao anh lại muốn đường thẻ? Em cứ tưởng mang đường cát lên cho anh pha cà phê chứ anh lại hỏi đường thẻ là loại đường nhà mình có ăn bao giờ đâu! Trên đường về em hỏi anh chàng T. tại sao anh lại hỏi em đường thẻ, T. mới nói là những người đi học tập cải tạo họ thèm đường lắm, họ cắn đường thẻ nhấm nháp vì trong trại cải tạo không có chất ngọt! Ngồi sau xe anh ta mà nước mắt em cứ rơi! Thương anh quá, anh có bao giờ phải ăn uống thiếu thốn đâu mà bây giờ thèm cục đường thẻ! Một ông dược sĩ thèm cục đường thẻ! Nghĩ sao mà thảm hại quá!

Còn kẹo là trên đường đi khi nghe T. hỏi là em mang đường và chè nhưng có mang kẹo cho anh không nên em ghé vào một cái quán bên đường mua. Xui một cái là vì vội quá, T. đến là em đi ngay nên quên mang bóp. Em nói thật với bà chủ quán là em mua cho chồng học tập cải tạo, mai mốt em sẽ mang tiền đến trả. Bà ấy vui vẻ nói em cứ lấy kẹo, khi nào trả cũng được, không trả cũng không sao. Hôm sau đi làm về em mang tiền đến, bà ấy hơi ngạc nhiên nói là kể như kẹo ấy cho em để em mang cho "mấy ông học tập" chứ đâu có nghĩ là em sẽ mang đến trả thật! Bà ấy nói cũng có con đi học tập nên thông cảm và mừng cho em là được gặp chồng chứ con bà ấy không có tin tức gì!

Sống trong xã hội mới với nhan nhản những chuyện đảo điên lừa lọc, may mà vẫn còn những tâm hồn biết thông cảm như bà hàng kẹo này!

Những lời thì thầm của Mai làm lòng chàng chùng xuống, Long siết vai Mai trong vòng tay nghĩ thương vợ, thương con, thương mình, thương các bạn đồng tù và thương cho cả người dân Miền Nam.

58. Tiếp tục cuộc đổi đời

Long vắng mặt đúng 128 ngày – hơn 4 tháng. Một thời gian dài đằng đẵng đối với chàng và vợ con chàng. « Nhất nhật tại tù, thiên thu tại ngoại ». Không phải « nhất nhật » mà « 128 nhật », thế thì còn hơn « thiên thu » nữa ! Nhưng rồi sau này Long mới biết là chàng được về sau thời gian 4 tháng là một phép lạ ! Hơn 90% bạn bè cùng trường hợp như chàng – thành phần « chuyên viên không nợ máu » – phải nằm trong tù cải tạo thường là từ 1 đến 3 năm. Còn những thành phần khác, 5, 7 năm là thường, 10 năm không phải hiếm. Lâu nhất là 17 năm[114].

Nếu chàng phải ở lâu hơn 4 tháng, chắc chàng không thể giữ được mấy cuốn vở nhật ký của mình. Vì càng về sau, kỷ luật càng gắt gao hơn, lục soát xảy ra thường xuyên và bất ngờ, mỗi lần chuyển trại cũng bị xét đồ đạc rất kỹ. Nếu còn ở lại, có lẽ chàng sẽ phải tìm cách chôn giấu mấy cuốn vở ở đâu đó để hy vọng sau này có cơ hội đi đào lên tìm lại.

Chàng cũng không phải chịu cảnh bị đưa ra Bắc, không phải bị lênh đênh mấy ngày trên biển cả, chen chúc trong hầm tàu thủy như dân nô lệ ngày xưa bị buôn từ Phi Châu qua Mỹ Châu. Chàng chưa phải chịu cảnh tù ngục của công an vì sau 3 năm, những người chưa được về bị chuyển qua các trại của công an với kỷ luật của nhà tù, ban đêm nhốt trong nhà ngủ cửa khóa bên ngoài. Chàng chưa chịu cảnh lao động khổ sai trong rừng sâu « chém tre đẵn gỗ trên ngàn, hữu thân hữu khổ phàn nàn cùng ai ? », chưa bị nhốt trong connex bằng kim loại dưới trời nắng chang chang như đổ lửa, chưa chứng kiến cảnh bạn tù bị hành hạ khi trốn trại bị bắt, hay bị giết chết như những con thú vì quá phẫn uất chửi rủa lãnh tụ.

Chàng hên thật !

Có lẽ cũng do cái số. Có người số hên trốn không trình diện cải tạo, mà cuối cùng không bị bắt, sau này vượt biên an toàn. Có người số xui đáng lẽ không phải đi cải tạo mà cứ trình diện « cho chắc ăn » để rồi phải « xé mấy tấm lịch ». Long biết rõ trường hợp bạn T. cùng là dược sĩ, cùng ra trường năm 1968, cùng đi khóa 11 trưng tập ở Quang Trung, nhưng sau thời gian ngắn được giải ngũ vì lý do sức khỏe. Năm 75 T. còn độc thân, có lúc nhà gần nhà Long. Khi tháng 6 năm 75 có lệnh trình diện học tập cải tạo, ở Sài Gòn chỉ quy định những sĩ quan còn trong quân đội hoặc đã biệt phái phải trình diện, không nhắc gì đến sĩ quan cấp úy đã giải ngũ. Sau này gặp lại T., bạn kể bị đi tù cải tạo gần 3 năm, Long sửng sốt vì biết rõ bạn mình đã giải ngũ sao còn bị tù ! Anh chàng nói « Nghe nó nói đi học tập 10 ngày, tao thấy thôi đi cho chắc ăn cho rồi, không đi sau này nó kiếm chuyện còn mệt hơn nữa. Ai ngờ 10 ngày thành ra 3 năm, mà tao lỡ vô trong cái rọ rồi, làm sao thoát được nữa, đành đổ thừa cho cái số bị tù thì làm gì cũng không thoát ! »

Quy định mỗi địa phương cũng khác nhau, ở Sài Gòn thì báo chí đăng thông báo của Ủy Ban Quân Quản rất rõ ràng, còn ở tỉnh thường là tùy tiện. Người cha dượng của Long lúc đó đã cùng gia đình lên sống ở Bảo Lộc, đã giải ngũ từ năm 1973, năm 1975 đã 61 tuổi, vẫn bị tù cải tạo một năm rưỡi. Nếu còn ở Sài Gòn thì đâu phải đi !

Một hôm trên đường phố, chàng gặp lại Môn, anh bác sĩ cùng A với chàng khi còn trong trại, được về sau hơn một năm. Gặp lại trong cảnh tự do ngoài đường xe chạy rầm rộ thật khác với cảnh cùng ngồi vòng tròn trên sàn gỗ nghe quản giáo lải nhải… Mừng quá ! Kéo nhau vào quán cà-phê gần đấy hàn huyên. Đặc biệt có hai sự kiện xảy ra khi Long đã về in sâu vào ký ức các bạn học tập ở trại L9T1, Môn kể lại cho Long nghe.

Sự kiện đầu tiên là anh bạn G., dược sĩ trên Long một lớp, trong trại Long Khánh ở một nhà cùng khu vực gần suối, sát cạnh A của Long. Trong một dịp có người được về, bạn G. viết một lá thư ngắn gửi cho vợ nhờ bạn này mang về, không ngờ lá thư bị tịch thu khi quản giáo khám đồ đạc của người được về. Vài hôm sau, trong một buổi lên lớp ở hội trường, lá thư được quản giáo đọc cho cả trại nghe, đại khái nội dung có câu « em nhớ cầu xin Chúa và Đức Mẹ cho anh chóng được về » (bạn G. theo đạo Công Giáo). Đọc xong quản giáo nói cho cả trại nghe, với chủ đích đưa anh G. ra bêu xấu : « Không lo học tập tốt, lao động tốt để chóng được về đoàn tụ với gia đình, lại bảo vợ cầu xin thần thánh cho về sớm. Chẳng có thần thánh nào có quyền cho về sớm cả, chỉ có cách mạng mới có quyền đó thôi, mong vào thần thánh thì sẽ mục xương trong trại cải tạo này ! »

Trước đây khi còn trong trại cải tạo, Long quen với anh G. khá thân, vì học cùng trường và cùng thời, nên cũng biết anh là người có cá tính đặc biệt, dễ bị dao động, dễ bị xuống tinh thần, và cũng dễ có phản ứng rất mạnh ít ai ngờ tới. Vì vậy Long không ngạc nhiên khi bạn Môn kể lại là anh G. tuyên bố với mọi người, anh sẽ tự kết liễu đời mình để chứng tỏ cho bọn quản giáo biết là cách mạng không có quyền định đoạt gì trên cuộc đời của anh, chỉ chính anh mới có quyền tự định đoạt mà thôi.

Các bạn cùng A với G. nghe anh nói vậy rất lo vì biết là anh không nói vu vơ, nên anh em phải tổ chức thay phiên nhau canh chừng anh, kể cả ban đêm. Nhưng rồi một đêm người canh ngủ gục, tỉnh dậy thấy anh đã thắt cổ tự vẫn trên xà nhà của nhà bếp. Cái mái nhà bếp này rất thấp, anh phải cố gắng co chân lên và đã thành công trong dự tính tự kết liễu đời mình.

Khi báo cho quản giáo biết, họ giận dữ không cho các bạn tháo gỡ anh xuống ngay, « để làm gương » trong suốt một buổi. Cuối cùng, anh cũng được mai táng đàng hoàng hơn anh B. ở Trảng Lớn, vì các bạn đã tìm được ván đóng thành hòm để khâm liệm anh, không như anh B. xác thân chỉ quấn trong miếng ni-lông. Anh được các bạn chôn cất với tất cả tấm lòng ưu ái của những người cùng chung cảnh ngục tù, không như anh B. chẳng ai được có mặt lúc chôn cất. Điểm giống nhau giữa hai người là cả hai gia đình đều không hay biết gì về cái chết của chồng mình, cha mình, cho tới khi mấy tháng sau chính sách cho thăm nuôi được ban hành, lúc đó hai bà vợ mới biết chồng mình đã không còn nữa.

Sự kiện thứ hai là một vụ nổ kho đạn có thể nói là kinh khủng chưa từng thấy, kéo dài suốt buổi, xảy ra hai tháng sau khi Long được về. Môn nhớ chính xác là ngày 24 tháng 12-1975. Đây là kho đạn nằm trong căn cứ của Sư Đoàn 18 ngày xưa, bây giờ dùng cho nhiều trại cải tạo, trại L9T1 chỉ là một. Kho đạn có từ thời Mỹ, chứa rất nhiều loại đạn khác nhau, trong đó có nhiều đạn đại bác bị tung lên trời rồi rơi lung tung xuống cả trại. Bạn Môn kể lại bầu không khí kinh hoàng trong ngày hôm đó, cả tù cải tạo lẫn bộ đội chạy tán loạn tìm nơi ẩn núp, có người hoảng quá nhảy cả xuống giếng, may mà giếng nước không sâu lắm. Chính bản thân Môn cùng vài người nữa tìm được một chỗ núp sát vào bức tường của một căn nhà, bỗng một viên đạn đại bác rơi thủng mái tôn cắm vào đất chỉ cách đầu của Môn vài gang tay ! May mà nó không nổ vì ngòi nổ và đạn đại bác chỉ được ráp lại trước khi cho vào súng bắn đi. Nếu nó nổ thì tất cả mấy người đã tan xác rồi, nhưng dù không nổ mà rơi trúng vào người nào thì người đó cũng chỉ có chết !

Khi vụ nổ chấm dứt, trại L9T1 là trại xa nơi nổ nhất vì sát với con suối và phi đạo dùng cho máy bay quân sự lúc trước, cũng có 4 người chết và nhiều người bị thương. Các trại khác gần kho đạn hơn chắc chắn là con số thương vong lớn hơn nhiều, nhưng chỉ những người cùng trại mới biết mà thôi, vì chẳng có thông báo chính thức nào về vụ nổ cả, và con số thương vong tổng cộng cũng không ai nói ra[ii]. Cũng như nguồn gốc của vụ nổ, hoàn toàn bí mật, chỉ có lời đồn đại là nhiều. Người ta đồn có lẽ do bộ đội cẩu thả khi muốn khai thác kho đạn của Mỹ để lại. Có người cho rằng có sự phá hoại từ đâu đấy. Hoặc do chính người Mỹ trước khi rút đi đã gài bẫy… Nhưng tất cả vẫn chỉ là tin đồn, và chỉ có giá trị của tin đồn !

Càng về sau Long càng thấy mình may mắn đến nhường nào ! Một phép lạ khi chàng chỉ ở tù có hơn 4 tháng. Nhưng phép lạ đến từ đâu ? Chàng không biết. Chàng chẳng có ai là « gia đình cách mạng » bảo lãnh để « gia đình tiếp tục giáo dục giúp thân nhân cải tạo » cả ! Đối với Mai cũng là phép lạ vì sau 4 tháng mòn mỏi chờ đợi, đôi khi tuyệt vọng, rồi lại hy vọng… rồi đùng một cái chồng được về !

Sau khi về đến nhà Long quyết định làm ngay một việc quan trọng như đã hứa với những bạn tù đã đưa cho mình mẩu giấy chàng giấu trong bóp. Long nghiên cứu kỹ gần 20 địa chỉ và lập kế hoạch đi một vòng từ nhà này đến nhà kia sao cho đỡ mất thời gian di chuyển. Nơi đâu chàng cũng nhận được phần thưởng quý báu là

[ii] Sau này một người bạn tù cải tạo ở trại T3 gần kho đạn hơn T1 cho biết trong trại anh có 12 người chết.

ánh mắt biết ơn của những người vợ lần đầu được tin chồng mình vẫn bình yên, lần đầu được đọc vài chữ trên mẩu giấy bé xíu do chính tay chồng mình viết. Tất cả cũng như Mai, chưa ai nhận được thư chồng.

Mỗi nơi Long đều nói sơ qua về điều kiện sinh sống trong trại, luôn luôn bớt đi những cái khổ cực, nhục nhằn, và nhấn mạnh tới tinh thần giúp đỡ lẫn nhau của người tù cải tạo để lên tinh thần cho gia đình. Chàng được vợ, con, cha, mẹ… của bạn tù đón nhận như một người thân trong gia đình, dù rằng đây là lần đầu chàng gặp những người này. Ai cũng hỏi chàng một câu quan trọng nhất, « chừng nào được về », và luôn luôn chàng đành đau lòng mà trả lời rằng « không ai biết ».

Long bị ám ảnh mãi bởi một trường hợp thương tâm. Theo địa chỉ trong mẩu giấy, chàng đến một căn chung cư trên lầu 1. Căn nhà trống trơn, một người đàn bà còn trẻ ôm đứa con nhỏ với ba đứa bé sàn sàn tuổi nhau ngồi trên một chiếc chiếu trải ngay trên sàn, trần nhà còn duy nhất một cái bóng đèn ! Người vợ mặt mày thất thần ngơ ngác như chịu đựng số phận hẩm hiu của mình, nói đã phải bán dần bán mòn tất cả đồ đạc để có tiền ăn, và tương lai nếu chồng không về thì 5 mẹ con không biết sẽ phải sống như thế nào… Long biết nói năng gì trong hoàn cảnh này ? Càng ngày chàng càng cảm thấy mình và gia đình mình quá may mắn so với biết bao hoàn cảnh đáng thương như gia đình này. Cả hai vợ chồng chàng đều là « ngụy quân ngụy quyền » mà vẫn giữ được chỗ làm là một chuyện hiếm có.

Ngay ngày hôm đó chàng đến trình diện Đại Học Dược Khoa, gặp lại ông Khoa Trưởng mới, ông này rất mừng thấy Long được về, và nói chàng vẫn được giữ chức vụ và công việc cũ, không có gì thay đổi cả. Long nhớ mãi câu chàng hỏi ông trước khi đi trình diện học tập cải tạo ở trường Taberd : *« Tôi mới dạy được 3 lần, trong khi vắng mặt có ai dạy thay tôi không ? »*, và cũng nhớ như in câu trả lời : *« Làm sao tìm ra ai dạy thay bây giờ, anh cứ đi, 10 ngày nữa anh về ráng dạy bù vài buổi vậy. »*

Long không nhắc lại với ông cuộc đối thoại này nữa, chàng tin và cả Mai sau này cũng tin ông thành thật khi trả lời như vậy. Thời Pháp thuộc ông có bằng cấp dược sĩ, sau đó theo kháng chiến trong Nam, gia nhập Đảng Cộng Sản rồi tập kết ra Bắc. Ông là người miền Nam nên với quá trình của ông, được cử về làm Khoa Trưởng Đại Học Dược Khoa. Long tin là ở vị trí của ông trong Đảng, ông không biết chuyện đi học tập 10 ngày chỉ là cái bẫy để lùa thành phần bị xem là nguy hiểm vào trại tù. Vì chuyện này phải được giữ bí mật nên chỉ có các cấp lãnh đạo trung ương thảo ra kế hoạch mới biết mà thôi.

Trong 4 tháng vắng mặt, Long không bị xóa sổ biên chế trong trường, Mai vẫn lãnh lương thay chàng. Có 3 người nữa cũng tình trạng tương tự như Long, không bị cho nghỉ việc. Một người là anh bạn H. được về trước Long ít ngày, trong nhóm 40 người ở trại Sóng Thần. Người thứ hai được về sau 6 tháng, người thứ ba sau 8 tháng. Ngược lại, còn 3 người khác (tổng cộng có 7 người trong ban giảng huấn của Đại Học Dược Khoa phải đi học tập cải tạo) chỉ được về sau một vài năm, đều bị cho nghỉ việc. Tất cả đều « theo chính sách ».

Long về đúng lúc sắp mãn khóa 2 tháng học chính trị dành riêng cho « cán bộ giảng dạy » (tiếng mới để chỉ ban giảng huấn) của Đại Học Sài Gòn. Khi chàng lên đường vào trại cải tạo vào gần cuối tháng 6, ba trường Đại Học Y, Nha và Dược được lệnh tiếp tục học nốt chương trình để thi, nhưng rồi phải hủy bỏ kế hoạch đó vì quá thiếu thầy, phần đã di tản, phần khác phải đi học tập cải tạo, do đó sinh viên toàn bộ các khoa của Đại Học Sài Gòn và các Viện Đại Học khác của toàn Miền Nam đều bị mất một năm học, mất niên khóa 1974-75. Tội nghiệp nhất là những sinh viên năm cuối của học trình ; họ không được thi tốt nghiệp nên kể như đã học xong nhưng không có bằng !

Niên khóa mới 1975-76 mở đầu bằng 2 tháng học chính trị của giáo chức tất cả các khoa. Nhà giáo được cách mạng gọi với mỹ từ « kỹ sư tâm hồn » nên đương nhiên phải thấm nhuần đường lối của nhà nước để khi lên bục giảng không bị chút nào « chệch hướng ».

Buổi sáng « lên lớp » ở rạp Thống Nhất (trước kia ai cũng biết tên rạp này vì mỗi tuần có cuộc xổ số kiến thiết quốc gia mở đầu bằng bài hát nổi tiếng của nghệ sĩ Trần Văn Trạch) trên đại lộ Thống Nhất, buổi chiều ai về trường nấy họp tổ. Long tham gia hai tuần lễ cuối, và chàng có dịp so sánh học chính trị trong trại cải tạo và học chính trị của các giáo chức dạy đại học. Điểm giống nhau đầu tiên là về hình thức, cũng buổi sáng lên lớp, buổi chiều họp tổ, chỉ thiếu ban đêm phải thu hoạch. Điểm giống thứ hai về đề tài học tập, cũng tội ác của đế quốc Mỹ và ngụy quyền tay sai, cũng công lao giành độc lập của Đảng Cộng Sản Việt Nam chiến thắng thực dân Pháp, phát xít Nhật và đế quốc Mỹ, v.v. Khác nhau căn bản là thành phần giảng dạy nghe nói từ trường Nguyễn Ái Quốc ở Hà Nội vào, trường này còn được gọi là « Trường Đảng » nên cách giảng bài có khá hơn, không đến nỗi nói như con vẹt như trong trại cải tạo, nhưng nội dung thì vẫn là « khổ lắm biết rồi nói mãi » ! Họp tổ cũng có điểm khác là không có « quản giáo » mà có một tổ trưởng cũng là một học viên nhưng thuộc loại « tiến bộ » vì trước kia là cảm tình viên của cách mạng, hoặc có hoạt động bí mật cho cách mạng. Tuy vậy những người này đa số cũng bị chỉ định làm tổ trưởng chứ ít ai chịu xung phong làm cái công việc chẳng được ăn giải gì mà còn bị mang tiếng với đồng nghiệp vì phải đốc thúc mọi người phát biểu.

Và cũng như trong trại cải tạo, hai tháng học tập chính trị kết thúc bằng một bản « tổng thu hoạch ». Long cùng các bạn phải đến trường, vào ngồi trong một giảng đường giống như thí sinh đi thi, và suy nghĩ viết tổng thu hoạch, xong rồi « nộp bài ». Long đã có kinh nghiệm trong công việc này, và cũng được một người bạn đồng nghiệp gốc miền Nam tập kết ra Bắc này trở vào Sài Gòn, dặn dò kỹ lưỡng : « Ông nhớ khi viết tổng thu hoạch cứ trả bài như con vẹt những gì ông được nghe khi lên lớp, chớ có dại viết cảm tưởng riêng tư, sau này có thể sẽ rất có hại cho ông đó ! »

Long bắt đầu hiểu lờ mờ thế nào là « chuyên chính vô sản » !

59. Bộ đội trên ghế giảng đường đại học

Long được nghe nói đến « bộ đội » từ khi còn bé xíu, cuối năm 1946 khi gia đình dắt díu nhau tản cư lên Phú Thọ rồi Phúc Yên. Bà ngoại và mẹ chàng vẫn kể là mới 4 tuổi, chàng đã « trơ » lắm, đứng giữa sân vừa dậm chân vừa hát *« Bao chiến sĩ anh hùng, lạnh lùng vung gươm ra sa trường...*[iii] » cho các chú bộ đội đứng vây quanh nghe, chẳng sợ sệt thẹn thùng gì cả !

Nhưng phải mấy chục năm sau Long mới nhìn thấy tận mắt người bộ đội với nón cối dép râu, lần đầu ngay chiều ngày 30 tháng 4-1975. Rồi bộ đội đến tiếp quản Đại Học Dược Khoa, nhưng sau này chàng mới biết những người này là cán bộ dân sự mặc quần áo bộ đội vì lúc đó cả miền Nam được tiếp quản bởi những Ủy Ban Quân Quản, mà quân nhân không đủ để tiếp quản nên phải tăng cường bằng những cán bộ dân sự. Sau đó Long lại phải hằng ngày tiếp xúc với bộ đội làm quản giáo trong trại cải tạo. Tóm lại, bộ đội lúc đó là biểu tượng của thành phần cai trị mới.

Khi các trường Đại Học Sài Gòn khai giảng niên khóa 1975-76, Long lại một lần nữa có dịp tiếp xúc với bộ đội. Nhưng vai trò đã khác hẳn. Giờ đây chàng là thầy giáo, bộ đội là học trò.

Muốn hiểu rõ sự kiện này hơn, phải trở lại kỳ thi tuyển vào năm thứ nhất Đại Học Dược Khoa của niên khóa 1975-76, bây giờ gọi là « tuyển sinh ». Từ nguyên thủy, theo truyền thống xa xưa của Pháp, đại học là nơi mở rộng cửa cho mọi người có bằng tú tài muốn tiếp tục học. Nhưng sau này một số khoa thuộc Viện Đại Học Sài Gòn mỗi năm đều có tổ chức thi tuyển vào năm thứ nhất, điển hình là các khoa Y, Nha và Dược, vì sinh viên đông quá, nếu nhận hết không đủ phương tiện nhân sự cũng như vật chất để đào tạo chu đáo được. Với chế độ mới từ niên khóa 1975-76, tất cả học sinh muốn học đại học đều phải qua kỳ thi tuyển, theo thông lệ ngoài Bắc, không phải vì lý do sinh viên đông quá, mà vì một lý do quan trọng hơn nhiều, đó là vì phải xét lý lịch. « Hồng hơn chuyên » là câu đầu môi chót lưỡi trong môi trường đại học xã hội chủ nghĩa. Chế độ cần người « hồng » trung thành vời Đảng hơn là người « chuyên » giỏi về kiến thức, về kỹ thuật, nhưng không biết có cảm tình với Đảng hay không.

Long là cán bộ giảng dạy, cũng tham gia vào công việc tuyển sinh này. Trước kia, mỗi kỳ thi sẽ có một ban giám khảo chịu hoàn toàn trách nhiệm về tổ chức cũng như quyết định ai đậu ai rớt tùy theo số điểm thí sinh đạt được. Giờ đây, dưới mái trường xã hội chủ nghĩa, những người như Long chỉ có bổn phận gác thi, chấm bài, cho điểm, nhưng hoàn toàn không có thẩm quyền quyết định ai đậu ai rớt. Ai là người quyết định, điều này thuộc phạm vi bí mật ! Nhưng chắc chắn đó là những đảng viên làm việc trong trường, thường là trong phòng tổ chức, một phòng nắm quyền sinh sát của cán bộ công nhân viên trong tay.

Niên khóa 1975-76 trường Dược tuyển 200 sinh viên. Kết quả có hơn 120 sinh viên là bộ đội, còn lại phần lớn là con em gia đình cách mạng. Gia đình « ngụy », Long không biết có ai không, chàng không dám quả quyết. Nhưng chàng biết rõ trường hợp cậu em họ của Mai học giỏi, thi được điểm cao nhưng không trúng tuyển vì bố là Thiếu Tá đang trong trại tù cải tạo.

Bộ đội muốn dự thi phải tốt nghiệp trung học ngoài Bắc (tương đương với tú tài, nhưng theo hệ 10 năm thay vì 12 năm như trong Nam) và phải có ít nhất 5 năm

---

[iii] Câu đầu của bài hát *Chiến Sĩ Việt Nam* của Văn Cao (1923-1995) rất phổ biến trong thời kỳ kháng chiến.

quân ngũ. Khi được tuyển vào đại học, họ được giải ngũ và chuyển qua chế độ sinh viên, được ở nhà tập thể và cấp học bổng suốt thời gian học.

Có người sẽ thắc mắc, như thế thì tổ chức thi tuyển làm gì, cứ việc xét lý lịch của thi sinh rồi chọn lựa có phải bớt được công việc không. Thật ra mất công tổ chức thi cũng có lý do của nó. Đầu tiên là để có một hình thức « công bằng ». Hai nữa là có chính sách về « thành phần » theo học đại học, mỗi thành phần tùy giai đoạn được quy định có bao nhiêu sinh viên, con số này do những cơ quan đầu não trong Đảng đưa ra. Tùy theo quy định đó, mỗi thành phần sẽ được cứu xét riêng. Thí dụ thành phần bộ đội, nếu quy định sẽ lấy 120 sinh viên trên tổng số 200 được tuyển, giả sử có 150 bộ đội ghi tên, thi tuyển sẽ loại bỏ 30 để chỉ giữ 120. Thí dụ khác, nếu thành phần con em của « nhân dân » được quy định là có 10 sinh viên (« nhân dân » phải hiểu là thành phần không phải « gia đình cách mạng », nhưng cũng không thuộc « gia đình ngụy quân ngụy quyền »), mà có 500 thí sinh ghi tên, thì thi tuyển sẽ chọn 10 tên xuất sắc nhất trong số 500 dự thi – trên nguyên tắc ! Do đó bài thi giống nhau, chấm điểm giống nhau, nhưng tiêu chuẩn trúng tuyển khác nhau tùy theo thành phần, nên sẽ có thí sinh điểm rất thấp vẫn trúng tuyển, ngược lại cũng có thí sinh điểm rất cao nhưng vẫn rớt. « Học tài thi lý lịch » mà !

Có nhiều người cho rằng như vậy là bất công. Nhưng « công bình » qua lăng kính của Đảng khác với công bình « chung chung ». Thật ra chế độ này bắt buộc phải áp dụng những biện pháp bất công đó để phù hợp với chủ trương « Đảng lãnh đạo ». Lãnh đạo về mọi mặt, nên phải bằng mọi cách nâng cao trình độ của đảng viên và con em của họ.

Long bắt đầu công việc giảng dạy tại Đại Học Dược Khoa từ năm 1973 khi chàng được tuyển vào làm giảng nghiệm viên phòng Dược Khoa Kỹ Nghệ. Chàng dạy thực tập cho 20 sinh viên năm thứ 5 (cũng là năm cuối cùng) của chuyên ngành Dược Khoa Kỹ Nghệ. Nhưng niên khóa 1974-75 không kết thúc bình thường, chưa thi cử gì cả (cũng như tất cả sinh viên tại miền Nam lúc đó) nên các sinh viên này phải học lại năm thứ 5 trong niên khóa 1975-76. Có một điểm khác biệt là bây giờ, không những họ được làm thực tập trên các máy tí hon của phòng thí nghiệm của trường, mà thêm vào đó còn được đi tập sự ở một viện bào chế thuốc tây, được sử dụng các máy móc dùng trong sản xuất. Đó là viện bào chế nhỏ tên là Thái Vân, chủ nhân đã di tản ra nước ngoài, nhà nước tịch thu và giao cho Đại Học Dược Khoa quản lý, vì nằm không xa trường lắm. Viện vẫn tiếp tục sản xuất với một ít nguyên liệu còn lại và sinh viên được dịp tập sự làm những công việc cụ thể trong một công ty bào chế thuốc.

Nhưng rồi ngoài công việc hướng dẫn sinh viên thực tập ở trường và đưa sinh viên qua tập sự bên Thái Vân, Long sẽ còn nhận thêm một trách nhiệm khác không kém quan trọng.

Một hôm ông Khoa Trưởng gọi Long lên văn phòng và nói trường đang cần người dạy môn toán thống kê. Môn này chỉ là một môn phụ trong ngành Dược, nhưng lại cần thiết trong công việc nghiên cứu, cũng như trong nhiều ngành khoa học khác. Sinh viên Dược không hân hoan gì lắm khi phải học môn này vì nó là môn « khó nhai », nhất là cho những sinh viên không chuyên toán khi học trung học. Toán thống kê cần những khái niệm căn bản của bộ môn xác suất nổi tiếng là khó trong toán học, ngoài ra cũng cần những hiểu biết về toán được dạy ở trung học. Trước đây, môn học này phải nhờ đến những giáo sư dạy toán của Đại Học

Khoa Học qua thỉnh giảng, nhưng lúc khai giảng năm 1975 không còn thể nhờ vả ai được nữa vì ở đâu cũng thiếu thầy, do một phần di tản ra nước ngoài, một phần bị nhốt trong trại cải tạo. Chỉ còn cách là tìm ra một « giải pháp nội bộ ». Giải pháp nội bộ đó chính là… Long !

Ông Khoa Trưởng mào đầu với Long bằng những lời khen về khả năng thích ứng của chàng với mọi hoàn cảnh, rồi vào đề : *« Nghe nói anh có tú tài toán và trước kia vẫn có nghề tay trái là dạy toán để kiếm sống. » « Vâng, tôi có dạy toán thời trước đây. » « Hơn nữa anh có bằng Cử Nhân Giáo Khoa Vật Lý, trong đó có những chứng chỉ cần nhiều đến toán. » « Vâng, đặc biệt có một chứng chỉ tên TMP (Techniques Mathématiques de la Physique), Toán Thuật Trong Vật Lý. » « Và trong vật lý, cũng cần đến toán thống kê. » « Vâng, trong chứng chỉ Nhiệt Động Lực Học, có một phần dùng đến toán thống kê. » « Năm nay bên Đại Học Khoa Học không có người qua đây dạy môn toán thống kê, tôi nghĩ trong trường mình chỉ có anh có thể đảm nhiệm được môn này, yêu cầu anh nhận lời. »*

Long bỗng có ý nghĩ khôi hài là đứng lên giơ tay hô to khẩu hiệu *« Đâu cần thanh niên có, đâu khó có thanh niên ! »*, nhưng chàng chỉ cười thầm và trả lời đơn giản : *« Vâng, tôi sẽ cố gắng. »*. Nói gì khác bây giờ ?

Thế là chàng kiêm dạy hai bộ môn hoàn toàn khác biệt trong ngành dược là Công Nghiệp Dược (tên mới của Kỹ Nghệ Dược Khoa) và Toán Thống Kê. Công Nghiệp Dược chỉ có 20 sinh viên năm thứ 5 thực tập, còn toán sẽ có hai lớp. Long sẽ phải dạy ôn một phần toán giải tích đã học ở trung học cho năm thứ nhất, và toán thống kê cho năm thứ tư. Cả hai đều được dạy vào học kỳ 2 để Long có thời giờ chuẩn bị « giáo trình giáo án » theo kiểu nói mới của cách mạng. Soạn phần ôn toán giải tích thì chẳng khó khăn gì vì chàng đã dạy bao nhiêu năm rồi, chỉ mất thời giờ viết ra thôi. Ngược lại soạn phần toán thống kê không phải dễ. May mà trong thư viện của trường có vài cuốn sách bằng tiếng Pháp về toán thống kê, trong đó có một cuốn là giáo trình của Đại Học Dược Khoa Paris. Long dựa theo đó soạn ra giáo trình của mình, lý thuyết không có gì phải thay đổi, nhưng các ứng dụng và bài tập phải dựa vào thực tế của Việt Nam. Chàng cũng phải qua Khoa Toán của Đại Học Khoa Học gặp vài người bạn dạy bên đó để tham khảo về từ ngữ của toán thống kê trong tiếng Việt, để cho việc dùng từ được thống nhất với cách dùng bên Đại Học Khoa Học.

Chuẩn bị xong xuôi chàng hồi hộp chờ ngày đầu tiên « lên lớp » – một kiểu nói mới khi giảng viên lên bục giảng. Dạy toán thống kê cho năm thứ tư chẳng có gì hồi hộp vì đó là sinh viên từ thời chế độ cũ, và chuyện « lên lớp » chàng đã có nhiều kinh nghiệm rồi. Nhưng dạy toán giải tích cho năm thứ nhất thì hồi hộp vì trong số 200 sinh viên mới tuyển, có hơn 120 là bộ đội. Họ sẽ đón nhận như thế nào một người thầy đã từng là « ngụy quân ngụy quyền », đã từng đi tù cải tạo về, hơn nữa lại là một « ông Tây lai » vẫn bị cách mạng xem như một thành phần « cần cảnh giác » từ thời còn mặt trận Việt Minh ?

Buổi đầu tiên lên lớp, chàng bước vào giảng đường 2 của Đại Học Dược Khoa mặc áo sơ-mi xanh ngắn tay bỏ trong quần « jeans » (sau này gọi là quần bò) đã bạc phếch, chân đi giầy vải thể thao. Trước kia các giáo sư lên bục giảng luôn luôn quần áo chỉnh tề, ít nữa là thắt cà-vạt vì Sài Gòn trời nóng nên ít ai mặc áo « vét (veste) ». Nhưng từ ngày 30 tháng 4-75, cái « mốt » thịnh hành nhất là phải mặc cái quần nào trông cũ cũ một tí, với cái áo sơ-mi trắng ngắn tay phải bỏ ngoài quần, chân phải đi dép, để hòa mình với các đồng nghiệp từ ngoài Bắc vào. Long từ chối chạy theo « thời thế thế thời phải thế », chàng vẫn ăn mặc như trước kia, lúc chàng là một giảng nghiệm viên trẻ chỉ dạy thực tập. Chắc chắn có nhiều người không hài lòng về cách ăn mặc này, vì cái quần « jeans » còn là biểu tượng của « tư bản sa đọa dẫy chết », nhưng chàng đã thuộc loại « điếc không sợ súng » nên mặc kệ !

Chàng bước vào giảng đường đã đầy đủ 200 sinh viên năm thứ nhất. Mọi người đứng dậy, im phăng phắc. Chàng bước lên bục, chào mọi người và mời ngồi. Sau đó tự giới thiệu, viết tên mình lên bảng, và bắt đầu bài giảng bằng giới thiệu tóm tắt chương trình học trong năm. Buổi đầu tiên tiếp xúc với sinh viên mới, trong đó đa số là bộ đội, xảy ra tốt đẹp. Thật ra phải nói là sinh viên « mặc quần áo bộ đội » mới chính xác, vì họ không còn là bộ đội nữa vì đã được giải ngũ sau khi trúng tuyển. Sở dĩ họ vẫn mặc quần áo bộ đội đi học chỉ vì không có quần áo dân sự để mặc, hoặc nếu có được một vài bộ thì để dành khi có dịp đi chơi mới mặc.

Có những điểm chàng dạy « ôn » toán giải tích của chương trình trung học, nhưng đối với các sinh viên cựu bộ đội này, không thể gọi là ôn mà hoàn toàn mới lạ vì trước đây ngoài Bắc họ học hệ 10 năm chương trình thấp hơn hệ 12 năm, và tất cả đều đã nghỉ học ít nhất là 5 năm là thời gian trong quân ngũ, sao còn nhớ được thế nào là đường tiệm cận, còn nhớ được lô-ga-rít dùng để làm gì ?

Thế là Long lại phải cáng đáng thêm chương trình « phụ đạo ». Có nghĩa là ngoài 4 giờ mỗi tuần, chàng phải thêm 2 giờ « dạy kèm » (gọi là phụ đạo) cho các sinh viên cựu bộ đội, theo yêu cầu của ông Khoa Trưởng. Nhưng thời khóa biểu chung của cả trường đã dầy đặc, mà số giảng đường và phòng học có giới hạn, nên 2 tiếng đồng hồ này đành phải nhét vào lúc nghỉ trưa, từ 1 giờ đến 3 giờ. Trời Sài Gòn buổi trưa nóng bức, dạy vào giờ đó vừa buồn ngủ vừa mồ hôi nhễ nhại, vài cái quạt trần quay uể oải chẳng ăn thua gì !

Nhưng khi Long vào lớp phụ đạo lần đầu thì chàng ngạc nhiên thấy lớp vẫn đầy, dù giờ phụ đạo không bắt buộc, ai cảm thấy yếu kém cần học hỏi thêm mới đến thôi.

Và dần dần Long được cảm tình của lớp sinh viên năm thứ nhất này, đặc biệt là của các sinh viên cựu bộ đội. Có lẽ vì chàng quen việc giảng dạy toán qua kinh nghiệm dạy học từ thời chàng còn đi học, nên biết tìm hiểu đối tượng mình dạy hấp thụ được tới đâu để tìm cách thích ứng phương pháp cho phù hợp với nhu cầu. Chàng cũng học được cách làm của Giáo Sư Nguyễn Chung Tú khi gọi chàng lên bảng hướng dẫn làm bài tập, chàng cũng gọi sinh viên lên bảng với mục đích hướng dẫn như thế, làm cho họ thấy môn toán không khó nuốt như họ nghĩ.

Hơn nữa, Long cũng được cảm tình của sinh viên vì ngoài việc dạy học, chàng tham gia các sinh hoạt văn nghệ và thể thao của trường, hòa đồng với mọi người. Buổi trưa chàng ăn trưa trong nhà ăn tập thể của trường, cùng với vài giáo sư trẻ khác, ăn khảm khổ không khác gì sinh viên, tuy ngồi bàn riêng nhưng cùng phòng ăn dưới mấy cái quạt máy quay lờ đờ, kêu kẽo kẹt. Tất cả sinh viên cựu bộ đội đều ăn trưa ở đấy vì các sinh viên khác còn có gia đình có thể về nhà ăn, bộ đội ở tập thể chỉ có thể ăn ở đây, đâu có tiền để ra quán đầu đường ăn cơm đĩa ! Dịp này Long cũng khám phá ra là ở ngoài Bắc có một món rất quý và rất được ưa chuộng, đó là « mì chính », trong Nam gọi là « bột ngọt » dùng để nêm thức ăn. Nhưng ngoài Bắc, tốt nhất là luôn luôn có một lọ mì chính nhỏ trong túi, lúc ăn rắc thẳng vào bát canh hay chén nước mắm của mình, thế là bữa cơm ngon hẳn lên !

Về sau, ngoài giờ học, chàng có dịp trò chuyện với một số sinh viên cựu bộ đội để tìm hiểu thêm về họ, đặc biệt là với người trưởng lớp. Chàng đoán trưởng lớp cũng là người có vai vế quan trọng trong đảng – vì trong số sinh viên này cũng có nhiều đảng viên, nhưng ai là đảng viên ai không, đó là chuyện bí mật Long không thể biết được và cũng không muốn biết làm gì. Nói chuyện với Long, họ gọi « Thầy » xưng « Em » rất lễ độ. Lúc đó Long mới 32 tuổi, các sinh viên này không còn là thanh niên mới lớn như sinh viên thường, nhìn vẻ phong sương của họ Long đoán có thể có người không thua mình bao nhiêu tuổi hoặc có thể hơn là khác !

Họ kể là ngày đầu tiên thấy Long vào lớp, đúng là đã có người sửng sốt vì thấy một người giống Mỹ hơn giống Việt Nam vào giảng đường. Họ mới vừa « đánh cho Mỹ cút » kia mà ! Rồi sau đó lại được nghe người này nói tiếng Việt chẳng khác gì người Việt, giảng giải về những cái hóc búa của môn toán mà nhiều người đã quên hẳn từ lâu !

Phần đông các bộ đội này đến từ các thành phố nhỏ ngoài Bắc, đã học xong trung học. Sau một thời gian huấn luyện, họ tham gia các đơn vị lần theo đường Trường Sơn vào miền Nam. Họ kể những cực khổ trên đường đi, kể chuyện đồng đội bị rơi rớt vì chết hay bị thương hay bị bịnh nặng. Bom B52 trên đầu, muỗi mòng đỉa vắt dưới đất. Tai hại nhất là sốt rét. Nhưng họ vẫn hăng hái lên đường « đi B » vì được tuyên truyền vào giải phóng miền Nam đang bị Mỹ ngụy bóc lột tàn nhẫn. Sau ngày 30 tháng 4-75, họ mới khám phá ra là cuộc sống của dân miền Nam gọi là bị bóc lột, lại vẫn sung túc hơn miền Bắc rất nhiều.

Sau những đoạn trường và tủi nhục Long phải hứng chịu trong trại cải tạo, giờ đây chàng cảm thấy tâm hồn nhẹ nhõm hơn trước cảm tình của những sinh viên cựu bộ đội này, những người đã được huấn luyện là phải phân biệt rõ rệt « ta và địch » và phải luôn cảnh giác đối với những kẻ đã từng phục vụ trong phe địch.

Chàng nghĩ việc làm của mình đã đem lại một điều gì đó tích cực hơn cho những người này.

60. Thống nhất đất nước và ba dòng thác cách mạng

Nước Việt Nam đã trải qua nhiều lần bị chia cắt nên ước muốn thống nhất đất nước là một khát vọng tự nhiên của người dân Việt.

Chia cắt lâu dài nhất là thời kỳ Trịnh Nguyễn phân tranh kéo dài từ đầu thế kỷ 17 đến cuối thế kỷ 18. Hai nhà Chúa, Trịnh và Nguyễn, cả hai cùng lấy tiếng phò vua Lê nhưng không đội trời chung nên lãnh thổ bị chia đôi, mỗi Chúa cát cứ một phần, đồng thời gây nhiều đợt nội chiến tương tàn. Con sông Gianh thời đó – cũng như con sông Bến Hải sau này – đã chứng kiến bao cảnh tang tóc chia ly. Tình trạng chia cắt này chấm dứt khi có cuộc dấy binh của ba anh em nhà Tây Sơn, nổi tiếng nhất là Bắc Bình Vương Nguyễn Huệ đánh dẹp cả hai nhà Chúa, rồi lên ngôi Quang Trung Hoàng Đế và đánh đuổi quân Thanh ra khỏi bờ cõi. Ông chẳng may mất sớm, nên Nguyễn Ánh là hậu duệ của các Chúa Nguyễn trước kia thừa cơ vùng lên tiêu diệt nhà Tây Sơn. Nguyễn Ánh lập nên nhà Nguyễn, lấy niên hiệu Gia

Long. Đó là đầu thế kỷ 19, đất nước được thống nhất liền một giải từ ải Nam Quan đến mũi Cà Mau và được đặt tên là Việt Nam.

Sau Gia Long đến Minh Mạng, Thiệu Trị rồi Tự Đức. Nhưng nhà Nguyễn mới trị vì được hơn nửa thế kỷ đã bị quân Pháp xâm lăng, chiếm miền Nam trước rồi từ từ lấn về phía Bắc. Khi cuộc xâm lăng hoàn tất thì nước Việt Nam bị chia làm ba theo chính sách chia để trị của thực dân Pháp. Nam Kỳ trở thành thuộc địa, một phần đất mất hẳn vào tay Pháp, còn Trung Kỳ và Bắc Kỳ là hai « kỳ » được người Pháp « bảo hộ », mỗi kỳ với một quy chế bảo hộ riêng. Nhà Nguyễn vẫn trị vì trên hai phần đất này nhưng người Pháp lấn lướt dần và từ từ tất cả quyền hành lọt vào tay họ. Thời đó người Pháp đặt tên « Đông Dương (Indochine française) » cho một vùng đất gồm ba nước Việt Miên Lào, nhưng đối với họ không phải là 3 nước mà là 5 thực thể riêng rẽ là Bắc Kỳ, Trung Kỳ, Nam Kỳ, Cao Miên và Ai Lao, coi như 5 nước khác nhau !

Chính phủ Pháp chỉ chính thức trả lại Nam Kỳ cho Việt Nam năm 1949 sau khi thành lập Quốc Gia Việt Nam, đứng đầu là Quốc Trưởng Bảo Đại. Trước đó đã có hai lần Việt Nam đơn phương tuyên bố độc lập và thống nhất, lần đầu ngày 11 tháng 3-1945 khi Hoàng Đế Bảo Đại tuyên bố độc lập tại Huế sau khi Nhật « đảo chính » người Pháp, lần thứ hai là ngày 2 tháng 9-1945 khi ông Hồ Chí Minh tuyên bố độc lập tại Hà Nội sau khi Việt Minh cướp chính quyền vào ngày 19 tháng 8-1945. Nhưng cả hai tuyên bố độc lập này đều không được quốc tế công nhận, và chính quyền Pháp cũng xem như không có. Tướng De Gaulle cầm đầu chính phủ lâm thời Pháp sau khi Paris được giải phóng tháng 8 năm 1944 quyết tâm lập lại chính quyền thuộc địa đã bị Nhật lật đổ vào ngày 9 tháng 3-1945. Quân Pháp theo chân quân Anh trở lại tái lập chế độ thuộc địa cũ. Chính phủ Hồ Chí Minh phải bỏ Hà Nội rút lên chiến khu phía bắc, và kêu gọi toàn quốc kháng chiến. Chiến tranh bùng nổ, những năm đầu là một cuộc kháng chiến chống Pháp, nhưng từ năm 1950 trở đi, Liên Xô, Trung Quốc và các nước xã hội chủ nghĩa công nhận Việt Nam Dân Chủ Cộng Hoà, còn Mỹ và các nước phương tây công nhận Quốc Gia Việt Nam, thế là cuộc kháng chiến chống Pháp biến thành cuộc chiến tranh ý thức hệ với sự giúp đỡ của quốc tế cộng sản một bên, và của Hoa Kỳ một bên.

Hiệp định Genève 1954 lại một lần nữa chia cắt đất nước làm hai miền với con sông Bến Hải làm ranh giới. Lúc đầu chỉ là lằn ranh đình chiến cho quân đội hai bên tập kết, nhưng sau hai năm con sông đó trở thành ranh giới giữa hai thể chế, Việt Nam Dân Chủ Cộng Hòa với thủ đô Hà Nội và Việt Nam Cộng Hòa với thủ đô Sài Gòn, cả hai đều được một số quốc gia trên thế giới công nhận. Hà Nội không thể chấp nhận chỉ cai trị có phân nửa lãnh thổ. Sài Gòn cũng không thể chấp nhận cả nước phải sống dưới ách chuyên chính vô sản của cộng sản. Mâu thuẫn dẫn đến một cuộc chiến tàn khốc, với sự tham chiến trực tiếp của quân đội Hoa Kỳ. Việt Nam biến thành điểm « nóng » trong « chiến tranh lạnh » giữa hai khối cộng sản và tự do, hoặc nói theo kiểu cộng sản là hai khối « xã hội chủ nghĩa » và « tư bản chủ nghĩa ». Vừa là chiến tranh ý thức hệ, vừa là nội chiến tương tàn. Ít nhất ba triệu người chết. Hận thù chồng chất, chia rẽ kéo dài…

Chiến tranh chấm dứt vào ngày 30 tháng 4 năm 1975 với sự sụp đổ của chế độ miền Nam, thống nhất đất nước là chuyện đương nhiên. Người dân từng sống trong chế độ Việt Nam Cộng Hòa đã thua trận chẳng để ý gì đến chuyện thống nhất này, vì đối với họ ngày 30 tháng 4-75 đã là ngày thống nhất trên thực tế rồi. Ngược lại những người miền Nam đã phục vụ trong chính phủ Cách Mạng Lâm Thời Cộng Hòa Miền Nam Việt Nam thì hoàn toàn vỡ mộng, vì ngay từ những ngày đầu, họ đã chẳng còn có chỗ đứng nào trong bộ máy quyền lực mới. Họ nhẹ dạ tin rằng mình đã nắm được chính nghĩa, mưu cầu cho sự độc lập, tự do của đất nước, giờ đây bẽ bàng khi Hà Nội quyết định vứt bỏ một công cụ đã làm xong nhiệm vụ nhất thời. Một ngày đẹp trời nào đó cái chính phủ do Hà Nội dựng lên trước kia, giờ đây bị Hà Nội giải tán không kèn không trống. Người dân chẳng ai biết giải tán như thế nào, giải tán vào lúc nào…

Nhưng dù sao Hà Nội cũng muốn có một thủ tục thống nhất nào đó cho « phải phép ». Từ đó mới có quyết định bầu ra một quốc hội chung cho cả nước, sau đó Quốc hội mới này sẽ quyết định thống nhất hay không, khi nào thống nhất, thống nhất bằng cách nào, v.v.

Ngày bầu quốc hội được định vào chủ nhật 25 tháng 4 năm 1976.

Gần đến ngày bầu cử, Long và Mai được cái « hân hạnh » là « trả quyền công dân ». Sở dĩ có chuyện « trả » là vì trước đó, cái quyền công dân – mà hai vợ chồng chẳng khi nào nghĩ tới từ ngày cha sinh mẹ đẻ – đã bị cách mạng « tước bỏ » vì chàng và nàng đều thuộc thành phần « ngụy quân, ngụy quyền ». Nhưng với chính sách « khoan hồng độ lượng vô biên » của cách mạng, hai vợ chồng đã được « tạo cơ hội để học tập cải tạo », đã được cách mạng chỉ ra con đường « ăn năn hối cải để xứng đáng được trả lại quyền công dân ». Long đã trải qua học tập cải tạo tập trung trong trại tù cải tạo, còn Mai không phải vào trại tập trung nhưng cũng phải học tập tại cơ quan làm việc trong vòng 6 tháng.

Việc đầu tiên của một công dân tốt, nhất là khi mình mới được « phục hồi quyền công dân » là phải đi bầu quốc hội, hiển nhiên là như thế rồi !

Long nhớ như in từng chi tiết cuộc bầu cử này, vì nó quá đặc biệt so với những gì chàng biết về bầu cử trước đó. Và có lẽ không ngoa lắm nếu nói rằng cách tổ chức bầu cử này có một không hai trên thế giới !

Mỗi đơn vị bầu cử sẽ bầu một số đại biểu, thường khoảng trên dưới 10 người. Tổng số đại biểu là 492. Muốn ra ứng cử phải thông qua Mặt Trận Tổ Quốc[115], một tổ chức quy tụ các hiệp hội và quy tụ cả « Đảng ». Đã có Đảng thì đương nhiên là Đảng phải lãnh đạo Mặt Trận, vì câu khẩu hiệu « Đảng lãnh đạo, nhà nước quản lý, nhân dân làm chủ » áp dụng cho mọi trường hợp. Trên lý thuyết là phải « thông qua Mặt Trận Tổ Quốc », trên thực tế là « thông qua Đảng ». Nói trắng ra là chỉ có Đảng mới có quyền đưa người ra ứng cử. Không thể có chuyện « tự do ứng cử » được.

Cả tháng trước, các tổ dân phố phải học tập rất kỹ về cuộc bầu cử này. Họp vào buổi tối, mỗi « hộ » phải có ít nhất một đại diện đến họp, không thể thoái thác vì bất cứ lý do gì. Các tổ trưởng dân phố đã nhận chỉ thị và phải học tập trước trên phường, về giải thích lại cho các cử tri của tổ mình về ý nghĩa của cuộc bầu cử cũng như về cách thức bầu bán ra sao. Cũng chính các tổ trưởng phổ biến danh sách các ứng cử viên. Mỗi đơn vị luôn luôn có số ứng cử viên nhiều hơn một hai người so với số đại biểu. Cũng trong các buổi họp tổ buổi tối như thế, các tổ trưởng đọc bản tiểu sử của mỗi ứng cử viên, trong đó nhấn mạnh đến những thành đạt của từng người. Coi như tương đương một cuộc tranh cử, chỉ khác là tranh cử mà không cần có mặt của ứng cử viên, cử tri không thấy mặt cũng không được nghe tiếng, tổ trưởng dân phố đọc tiểu sử và thành tích là đủ rồi. Đỡ mất thời giờ của ứng cử viên phải đi đến từng tổ dân phố.

Cách thức bầu được giải thích cặn kẽ. Đến phòng phiếu mỗi người sẽ được phát một danh sách có tên tất cả ứng cử viên của đơn vị. Trường hợp đơn vị của Long là 12 người, sẽ chỉ bầu cho 10 người. Cử tri cầm tờ giấy vào phòng kín, trong đó có cái kệ để viết, và có cây bút. Cử tri phải gạch bỏ 2 tên trong danh sách 12 người đó. Ban tổ chức sợ cử tri băn khoăn không biết phải gạch tên ai vì chẳng biết ai với ai nên trong các buổi họp ban đêm ở tổ dân phố, tổ trưởng cũng đã cho biết là nên gạch 2 tên nào rồi. Đảng rất chu đáo trong việc tổ chức bầu cử, không những chọn sẵn ứng cử viên, mà còn chọn luôn cả hai người « làm vì » để cử tri gạch tên cho ra vẻ là có chọn lựa !

Đến ngày đi bầu không khí mới thật là bất thường. Giữa ban ngày nhưng có lệnh giới nghiêm ! Chợ không họp, quán tiệm không mở, nhà thờ nhà chùa không có lễ. Cứ tưởng tượng một ngày chủ nhật ở Sài Gòn nhộn nhịp như thế nào mà hôm đó đường xá vắng tanh, lâu lâu có xe của ban tổ chức bầu cử hay của công an chạy vụt qua. Long lại nhớ thời còn sinh viên, trong những năm từ 1963 đến 67, ở Sài Gòn đảo chính liên miên, mỗi lần như thế lại giới nghiêm 24 trên 24, nhưng riết rồi người dân cũng đâm ra « lờn » nên thành phố cũng không đến nỗi vắng tanh như ngày bầu cử này.

Nhưng ở các tổ dân phố thì không khí nhộn nhịp lắm, vì không phải ai muốn đi bầu lúc nào cũng được. Cũng không phải ai muốn bầu thì bầu, không bầu thì thôi. Không ! Mỗi tổ dân phố được chỉ định một nơi để bầu, điều này là dĩ nhiên rồi, và một giờ để bầu, điều này thì trước đây Long chưa thấy bao giờ. Tổ của Long được thông báo trước sẽ bầu lúc 10 giờ, tổ trưởng dặn mọi người tập họp lúc 10 giờ kém 15 ở đầu ngõ. Tổ trưởng dân phố cũng là một người sống trong tổ, bị chỉ định làm tổ trưởng, « ăn cơm nhà vác ngà voi » chứ chẳng có quyền hành gì, chỉ có nhiệm vụ làm sợi dây liên lạc giữa các hộ trong tổ của mình với phường và công an, là những cơ quan thực sự có quyền lực.

Đúng giờ, tất cả cử tri không ốm liệt giường đều có mặt ở đầu ngõ, tổ trưởng điểm danh xem có đầy đủ không, rồi mọi người xếp hàng hai đi bộ đến phòng phiếu. Phải xếp hàng cho có trật tự, không thể đi như đàn bò « vào thành phố[iv] » được, tổ trưởng nhắc lại chỉ thị của phường là thế. Trên đường đi, gặp những tổ dân phố khác cũng xếp hàng rồng rắn đi về, hoặc đi đến một phòng phiếu nào đó.

Long và Mai làm bổn phận công dân như mọi người, vào phòng kín lấy bút gạch hai tên như đã được dặn trước. Bỏ phiếu vào thùng rồi ra ngoài sân chờ mọi người trong tổ bầu xong, lại xếp hàng hai rồng rắn đi về.

Buổi chiều khi tất cả các tổ đã làm xong bổn phận công dân, có một toán cầm thùng phiếu lưu động đến từng nhà có cử tri « ốm liệt giường » để những người này cũng được bầu như người khỏe mạnh. Chính quyền chăm sóc đến thế thì còn ai có thể phàn nàn là không có dân chủ cơ chứ !

Điều Long ngạc nhiên là tại sao làm việc chu đáo như thế mà tỷ lệ người đi bầu không đạt 100% mà chỉ được khoảng từ 98 đến 99% thôi ? Sau này Long được giải thích là luôn luôn có những cán bộ công nhân viên có « công tác đột xuất » không

---

[iv] Lời của bài Du Mục, một bài hát nổi tiếng của Trịnh Công Sơn "Đàn bò vào thành phố, đêm buồn vắng buồn hơn, đàn bò vào thành phố, không còn ai hỏi thăm…"

có mặt ở đơn vị bầu cử ngày hôm đó, và vì là công tác vào giờ chót nên không kịp làm thủ tục đổi đơn vị bầu cử. Khi được giải thích như thế Long mới vỡ lẽ ra, vì trong chế độ « xã hội chủ nghĩa nghìn lần dân chủ hơn chế độ tư bản chủ nghĩa » này, có ai lại dại dột cố ý từ khước quyền bầu cử của mình ? Từ khước như thế là chưa « thấm nhuần tính ưu việt của chủ nghĩa xã hội », và cần phải được đưa đi học tập trong các trại cải tạo để hy vọng có ngày sẽ « trở thành người công dân tốt trong xã hội mới » như Long vừa mới chớm được thưởng thức mấy tháng trước gọi là « vài món ăn chơi » trong hai trại tù Trảng Lớn và Long Khánh !

Quốc hội sẽ nhóm họp vào ngày nào, sẽ làm gì, Long – cũng như đa số người dân bình thường – chẳng quan tâm vì ai cũng biết tất cả quyền lực nằm trong tay của Đảng (chỉ cần một chữ viết hoa vì ai ai cũng hiểu là đảng nào rồi), đúng ra là trong tay của Ban Chấp Hành Trung Ương Đảng, chính xác hơn nữa là trong tay của Bộ Chính Trị, và thật sự là chỉ trong tay vài nhân vật chủ chốt trong cái Bộ Chính Trị đó. Quốc hội một năm họp vài lần chỉ có nhiệm vụ giơ tay hợp thức hóa những gì Đảng đưa ra.

Nhưng đối với những « công nhân viên » như Long và Mai thì dù không quan tâm cũng không thể không biết những tin tức về chính trị, vì mỗi buổi sáng vào làm việc có nửa giờ bắt buộc đọc báo chung. Mọi người vào một phòng dùng làm chỗ đọc báo và một người đọc to những tin tức trên báo Nhân Dân hay Quân Đội Nhân Dân hay Sài Gòn Giải Phóng cho mọi người nghe. Không muốn nghe cũng không được !

Nhờ vậy mà Long biết được là Quốc Hội mới đã nhóm phiên họp đầu tiên vào tháng 6-1976, đổi tên nước thành Cộng Hoà Xã Hội Chủ Nghĩa Việt Nam, với thủ đô là Hà Nội, và đổi tên Sài Gòn ra là Thành Phố Hồ Chí Minh (thường được kèm thêm bốn chữ « rực rỡ tên vàng ! »).

Nhưng quan trọng hơn nhiều là Đại Hội IV của Đảng Lao Động Việt Nam nhóm họp vào tháng 12-1976, lấy lại tên cũ là Đảng Cộng Sản Việt Nam, và ra nghị quyết « tiến nhanh, tiến mạnh, tiến vững chắc lên chủ nghĩa xã hội »[116].

Nhưng không thể tiến nhanh, tiến mạnh, tiến vững chắc nếu chưa thông qua một « thời kỳ quá độ », một câu lạ tai đối với người dân miền Nam nhưng nghe đi nghe lại cả ngàn lần rồi cũng phải quen thôi !. Muốn đi từ « xã hội tư bản chủ nghĩa lên xã hội xã hội chủ nghĩa » thì phải có một giai đoạn chuyển tiếp, chính là cái « thời kỳ quá độ » này !

Đó là thời kỳ mà miền Nam được tắm mát trong « ba dòng thác cách mạng ». Đây là một khẩu hiệu được nhắc đi nhắc lại trong các buổi học tập chính trị : « Ba dòng thác cách mạng là cách mạng quan hệ sản xuất, cách mạng khoa học kỹ thuật, cách mạng văn hoá tư tưởng, trong đó cách mạng khoa học kỹ thuật LÀ THEN CHỐT ». Mỗi lần người giảng viên chính trị nói đến ba tiếng cuối cùng « là then chốt », thế nào cũng phải nhấn mạnh từng chữ để mọi người chú ý đến vai trò then chốt của dòng thác cách mạng thứ hai này.

Như vậy phải chăng là trong ba dòng thác đó, phải thực hiện đầu tiên là « cách mạng khoa học kỹ thuật », nếu không thì không thể « mở cửa » cho hai dòng thác kia ? Lý thuyết là như thế, nhưng thực tế đó chỉ là khẩu hiệu. Thực tế thì cuộc « cách mạng quan hệ sản xuất » mới là dòng thác đầu tiên phải được thực hiện ngay, thực hiện gấp rút. Hậu quả cũng nhanh chóng không kém là nền kinh tế cả nước suy sụp. Người dân miền Nam diễn nôm chữ viết tắt XHCN là « Xuống Hố

Cả Nước », cũng như trước đó đã có câu sát với thực tế hơn là « Xếp Hàng Cả Ngày » !

Muốn hiểu « cách mạng quan hệ sản xuất » là gì mà hậu quả lại ghê gớm như thế, phải học qua vài điều căn bản của chủ nghĩa Marx, theo đó loài người đi từ cộng sản nguyên thủy (khi con người còn sống bằng săn bắt và hái lượm, chỉ chung sống trong những nhóm nhỏ nên dễ dàng cùng chia sẻ mọi của cải). Đến khi con người biết định canh định cư, tổ chức xã hội càng ngày càng lớn thì – vẫn theo Marx – xã hội trên toàn thế giới đã qua nhiều thời kỳ, bắt đầu bằng chế độ nô lệ, rồi đến chế độ phong kiến, cuối cùng là chế độ tư bản, trong đó tư liệu sản xuất thuộc về một thiểu số là giai cấp tư sản, còn đại đa số thuộc giai cấp vô sản bị giai cấp tư sản bóc lột tận xương tủy. Muốn không còn cảnh « người bóc lột người », phải có một xã hội không còn giai cấp. Muốn vậy phải xóa bỏ giai cấp tư sản, và các phương tiện sản xuất phải nằm trong tay toàn dân. Đồng thời cũng phải xóa bỏ việc buôn bán bị xem là những nghề phi sản xuất, « ngồi mát ăn bát vàng ».

Tất cả những lý thuyết này đều nằm trong các bài giảng chính trị mà Long và các cán bộ giảng dạy khác đều phải học. Học nhiều thứ lắm !

« Cách mạng quan hệ sản xuất » sẽ dùng « bạo lực cách mạng » để tước đoạt tư liệu sản xuất (cơ xưởng, máy móc, ruộng đất) từ tay của thiểu số tư sản để trao lại cho đa số là giai cấp vô sản. Tinh hoa của giai cấp vô sản chính là Đảng Cộng Sản lãnh đạo cuộc cách mạng thông qua chính quyền của giai cấp vô sản. Đó chính là cốt lõi của nền « chuyên chính vô sản », được người cộng sản xem là « dân chủ nhất » vì là chuyên chính của đa số (vô sản) đối với thiểu số (tư sản), dân chủ gấp ngàn lần « chuyên chính tư sản » là chuyên chính của thiểu số (tư sản) đối với đa số (vô sản). Hậu quả là không còn tư nhân nào được sản xuất hay buôn bán gì nữa, tất cả phải tập trung vào tay nhà nước, đưa đến nền kinh tế gọi là « bao cấp ». Hơn 10 năm sau, Đảng phải công nhận là nền kinh tế bao cấp đã thực sự đưa « cả nước xuống hố » và hối hả chủ trương đổi mới, chuyển qua nền « kinh tế thị trường » nhưng thòng thêm câu « theo định hướng xã hội chủ nghĩa ».

Nhưng đó là chuyện sau này. Trở lại những năm đầu sau ngày thống nhất đất nước, thực hiện cuộc « cách mạng quan hệ sản xuất » này tại miền Nam chính là giai đoạn « đánh tư sản » trong những năm cuối của thập niên 70.

Để chuẩn bị cho việc đánh tư sản này, phải tiến hành « kiểm kê tài sản » của tất cả các hãng xưởng và các tiệm buôn bán lớn nhỏ. Các đội thanh niên thiếu nữ được huấn luyện cấp tốc để làm công việc kiểm kê này. Họ được tổ chức thành từng đội kiểm kê, mỗi đội đặt dưới quyền điều khiển của một cán bộ kinh tế. Cũng như ngày đổi tiền, ngày khởi điểm chiến dịch kiểm kê được giữ bí mật, nhưng làm sao bí mật được khi phải vận dụng một lực lượng thanh niên lớn lao như thế, nên cuối cùng các nhà còn nhiều tiền của cũng biết trước và nhanh chân tẩu tán phần lớn của cải của mình.

Sau kiểm kê, đến phần « hiến » nếu chủ nhà máy, chủ hãng buôn còn có mặt. Vấn đề của nhà nước là muốn tịch thu tất cả nhưng lại không đủ người để quản lý. Thông thường thì người chủ sẽ được làm phó giám đốc để tiếp tục điều hành, còn giám đốc là một đảng viên có nhiệm vụ « lãnh đạo », dù có mù tịt về chuyên môn chăng nữa. Người đảng viên lãnh đạo này sau một thời gian học việc, có thể tự mình điều khiển, sẽ cho người chủ cũ « ngồi chơi xơi nước » và dần dần mời ra khỏi cái hãng xưởng mà có khi họ đã bỏ cả đời ra để xây dựng !

Long có kinh nghiệm cụ thể về trường hợp của viện bào chế thuốc tây Thái Vân, vì là nơi Long đưa sinh viên đến thực tập. Người chủ hãng Thái Vân đã di tản trước ngày 30 tháng tư, nhân viên còn lại vẫn tiếp tục đến làm việc như lời kêu gọi của chính quyền mới. Nhưng vì là hãng nhỏ, không quan trọng, mà cách mạng thiếu người nên mấy tháng đầu không có ai của chính quyền được cử đến điều khiển hãng này. Mãi về sau mới có hai cán bộ trẻ, một nam một nữ trước đây phục vụ trong « Rờ ». Người nữ cán bộ là nhân vật chính. Cả hai đều có tính tình dễ mến, nhưng không biết gì về sản xuất thuốc tây. Cả hai chỉ là « dược sĩ trung cấp » được đào tạo cấp tốc ngoài Bắc và gửi vào chiến trường miền Nam. Nhưng họ vẫn phải « lãnh đạo » một viện bào chế thuốc tây. Dưới quyền lãnh đạo của 2 dược sĩ trung cấp này có 3 dược sĩ tốt nghiệp đại học Dược Khoa Sài Gòn, trong đó có một người cùng lớp với Long, và nhiều chuyên viên bào chế có nhiều năm kinh nghiệm. Phần đông các hãng xưởng thuộc mọi ngành đều rơi vào tình trạng tương tự.

Trở về chuyện ba dòng thác cách mạng, dòng thác thứ ba là cách mạng văn hóa tư tưởng làm cho những người có học thức và trước đây có ít nhiều cảm tình với cách mạng, bị hoàn toàn vỡ mộng.

Cuộc cách mạng này bắt đầu bằng chiến dịch diệt trừ « văn hóa đồi trụy ». Rất nhiều thứ bị xem là đồi trụy. Sách báo tiếng Việt xuất bản trước đây ở miền Nam đa số bị xem là đồi trụy, còn sách báo tiếng Anh tiếng Pháp, dù là sách giáo khoa, cũng bị tịch thu hết vì không hiểu bọn tư bản Anh Pháp viết gì trong đó, nên cứ tịch thu « cho chắc ăn ». Thi hành việc này, phần đông thuộc tiểu đoàn 304, còn gọi là « cách mạng ba mươi » – tiếng dùng để chỉ bọn hùa theo cách mạng vào ngày 30 tháng tư. Từng toán đi vào các tổ dân phố kêu gọi đồng bào nộp sách báo đồi trụy. Có nơi họ xông vào nhà lục lọi tìm kiếm. Trong chiến dịch này, tại các trụ sở phường, tổ chức ngoài trời cảnh đốt từng đống to sách đồi trụy. Lại liên tưởng đến chuyện ngày xưa Tần Thủy Hoàng đốt sách « thánh hiền », không biết có giống cảnh ở đây không.

Nhưng chuyện đốt sách chỉ làm cho có lệ, làm một vài lần, thật ra đa số sách tịch thu đã lọt vào tay con buôn. Chỉ ít lâu sau, mọc lên ở ngay trung tâm Sài Gòn một chợ trời sách, người mua người bán người đi xem tấp nập. Có người dở khóc dở cười khi thấy sách của mình bị tịch thu nay bày bán ở đấy, muốn lấy lại sách chỉ việc bỏ tiền ra…

Còn dòng thác « là then chốt » trong khẩu hiệu ba dòng thác, tức là cách mạng khoa học kỹ thuật thì vẫn chỉ là khẩu hiệu nói cho sướng miệng, bất kể hậu quả ! Một khẩu hiệu được mọi cơ quan dùng làm kim chỉ nam trong một thời gian khá dài, được nói ra rả hàng ngày trên các cơ quan truyền thông, đó là « phát huy sáng kiến, cải tiến kỹ thuật ». Và luôn luôn kèm theo thành tích « đã làm lợi cho nhà nước hàng chục vạn đồng ! ». Hỡi ôi, có những « phát huy tối kiến, giật lùi kỹ thuật » làm cho cả nhà nước lẫn nhân dân phải dở khóc dở cười…

61. Bao cấp

« Bao cấp », hai chữ nghe lạ tai đối với những ai không sống ở nước Cộng Hòa Xã Hội Chủ Nghĩa Việt Nam trong thời gian hơn chục năm sau 1975[117]. Bao cấp có nghĩa là cái gì Đảng cũng lãnh đạo, cái gì nhà nước cũng quản lý, cái gì nhân dân cũng làm chủ. Hai vế đầu, « đảng lãnh đạo » và « nhà nước quản lý » là thật, còn vế thứ ba « nhân dân làm chủ » là ảo, vì « làm chủ » ở đây phải hiểu là « làm chủ tập thể », nghĩa là mọi người đều làm chủ, nhưng từng cá nhân thì không ai làm chủ gì cả. Không ai có quyền có nhà máy riêng, có hãng xưởng riêng, có tiệm buôn riêng, có ruộng đất riêng. Tất cả đều là « công nhân » hoặc « nhân viên » cho nhà nước, gọi chung là « công nhân viên ».

Long và Mai đều là công nhân viên. Sở dĩ hai vợ chồng tuy là gốc « ngụy quân ngụy quyền » mà vẫn được tiếp tục làm việc trong chế độ mới, là vì chế độ này còn rất thiếu chuyên viên. Cả hai vợ chồng đều là « công nhân viên trong biên chế » của nhà nước, Mai là « biên tập viên » của Đài Truyền Hình, Long là « cán bộ giảng dạy » ở Đại Học Dược Khoa.

Nhắc lại một chút lý thuyết cộng sản : trong một xã hội xã hội chủ nghĩa, mọi người sẽ « làm theo khả năng, hưởng theo kết quả », trong khi chờ đợi tiến lên xã hội cộng sản, lúc đó sẽ được « làm theo khả năng, hưởng theo nhu cầu » (cần gì có nấy !). Nhưng thời kỳ sau 1975 mới chỉ là « thời kỳ quá độ » để tiến lên xã hội xã hội chủ nghĩa, nên « hưởng theo kết quả » cũng mới chỉ là một khẩu hiệu. Hơn nữa, trong thời kỳ quá độ này, chỉ một phần người dân là công nhân viên, rất nhiều người còn phải sống bên lề xã hội. Đó là những điều căn bản Long và Mai được học tập về nếp sống mới.

Điểm quan trọng nhất khi làm công nhân viên là được ở lại thành phố, không bị đuổi đi vùng kinh tế mới. Chính thức là « thuyết phục » chứ không « đuổi », nhưng người dân vẫn nói là « đuổi », nghe nôm na hơn và cũng chính xác hơn.

Thời gian chiến tranh, rất đông dân chúng phải bỏ làng mạc về sống ở thành thị, thường là tạm bợ trong những khu thiếu thốn mọi tiện nghi. Nay hòa bình rồi cần tạo điều kiện cho họ trở về quê cũ hoặc những vùng kinh tế mới. Khái niệm « vùng kinh tế mới » không có gì là mới mẻ. Năm 1954 khi có đợt gần một triệu người di cư từ Bắc vào Nam, chính phủ miền Nam lúc đó đã định cư phần lớn những người này trong những khu kinh tế mới. Thời đó thành công vì sự cần cù của đồng bào di cư, vì tổ chức quy củ của chính phủ, vì có viện trợ dồi dào của Mỹ. Và những vùng trước kia hoang dã đã trở nên trù phú.

Năm 1976 cũng phát động chiến dịch đi vùng kinh tế mới, không chỉ nhắm vào người dân tị nạn chiến tranh sống tạm bợ, mà là cơ hội để đuổi ra khỏi thành phố những thành phần bị xem là ăn bám xã hội như thương gia, cựu quân nhân, công chức nay thất nghiệp, trong đó có gia đình những người bị đi học tập cải tạo[118]. Tổ chức hấp tấp, làm cho có, cốt để báo cáo đã « vượt chỉ tiêu », cuối cùng nhiều nơi không thể sống được, và rất nhiều người bị đưa lên những vùng này chẳng bao lâu lại đành trốn về thành phố sống vất vưởng, có khi trên vỉa hè ngay trước nhà cũ của mình nay đã bị tịch thu.

So với những thảm cảnh đó, phải nói là Long và Mai quá may mắn !

Long được hưởng 60 đồng lương hàng tháng. Mai đã tốt nghiệp đại học và theo chức vụ và công việc của nàng (thực hiện những phim tài liệu cho truyền hình) đáng lẽ cũng được 60 đồng, nhưng thực tế chỉ được 20 đồng. Họ giải thích là trước kia Mai là xướng ngôn viên, đáng lẽ bị đuổi việc, nay được « lưu dụng[119] » là tốt lắm rồi !

Thời buổi đó, quả thật được nằm trong « biên chế nhà nước » – đại khái tương đương với công chức chính ngạch thời trước – là một lợi điểm lớn, xem như « ưu đãi » vì cuộc sống sẽ dễ thở hơn. Có lương hàng tháng cũng quan trọng nhưng không phải là quan trọng nhất, đồng lương của cả hai vợ chồng gộp lại chỉ đủ ăn một tuần, giỏi lắm 10 ngày là cùng, còn lại phải xoay xở. Quan trọng hơn nhiều là không phải chịu sự « quản lý của địa phương », mà được hưởng sự « quản lý của cơ quan ». Trong chế độ mới này, ai cũng phải « được quản lý ». Một cán bộ lãnh đạo cao cấp đã từng tuyên bố một câu xanh rờn « mọi công dân đều cần được quản lý, quản lý tại nơi cư trú, quản lý tại nơi làm việc, và quản lý trên đường từ nơi cư trú đến nơi làm việc ».

Một thí dụ điển hình so sánh hai cách quản lý do cơ quan hay do địa phương : có lần Mai và Long cần lên Đà Lạt thăm ông cụ của Mai vẫn sống một mình giữ căn nhà trên đó, giấy phép đi đường được cơ quan cấp. Dĩ nhiên cũng phải làm đơn xin phòng tổ chức của cơ quan, kèm theo giấy giới thiệu của xếp (chủ nhiệm bộ môn), nhưng dầu sao trong cùng cơ quan cũng quen biết nhau cả, chạy qua chạy lại từ phòng này qua phòng kia cũng không xa lắm. Nếu là « địa phương quản lý » thì phải lên công an phường làm thủ tục, chầu chực nộp đơn, rồi về chờ mấy ngày cho « trên » xét đơn, rồi công an khu vực đến nhà thăm hỏi tại sao cần đi Đà Lạt, đi thăm ông cụ có chuyện gì quan trọng không, v.v. và v.v. Đó là thủ tục bình thường, chưa kể đến đôi khi phải qua thủ tục « đầu tiên » nếu muốn cho mọi chuyện được giải quyết nhanh chóng ("đầu tiên" nói lái là "tiền đâu?", ám chỉ chuyện hối lộ).

Rõ ràng là được « cơ quan quản lý » là một lợi điểm về phương diện giấy tờ thủ tục, nhưng còn đồng lương thì không thể đủ sống được. Tại sao một nhà nước mang danh « xã hội chủ nghĩa » lại trả lương quá ít như thế ? Tại vì cái gì cũng chỉ có trên lý thuyết. Theo lý thuyết thì phương tiện sản xuất nằm trong tay « nhân dân làm chủ » nhưng do « nhà nước quản lý » và được « đảng lãnh đạo ». Đảng lãnh đạo đề ra kế hoạch 5 năm phải sản xuất ra bao nhiêu gạo, bao nhiêu xe đạp, bao nhiêu giầy dép, v.v. Các sản phẩm đó được bán ra cho nhân dân với giá do nhà nước quy định. Những cán bộ công nhân viên như Long và Mai với số lương 60 đồng một người trên lý thuyết sẽ đủ sống một tháng nếu được mua tất cả những thứ cần dùng theo giá của nhà nước bán ra. Nhưng thực tế khác xa với lý thuyết. Hàng bán ra quá ít (đường, sữa…) hoặc không có (nước mắm, thức ăn tươi…), hơn nữa phẩm chất lại quá tồi, đôi khi lại bán những thứ không thiết thực (đá lửa, giấy cuốn thuốc lá…). Nên phải mua hàng chợ đen. Gọi là « chợ đen » là theo thói quen, phải gọi theo các nước Tây phương là « chợ song song » (marché parallèle) thì đúng hơn. Vì chợ đen nhưng công khai bày bán, sao gọi là « đen » được nữa ?

Nhắc lại lương tháng của Long và Mai chỉ đủ ăn một tuần hay 10 ngày, còn đâu phải xoay xở. Nhưng xoay xở cách nào ? Có những người xoay xở rất giỏi trong nghề buôn bán chợ đen, họ chẳng cần gì phải làm công nhân viên. Có những công nhân viên cũng biết xoay xở kiếm thêm tiền bằng lao động của mình, như Long có chị bạn đồng nghiệp cũng là dược sĩ buổi tối nấu chè đem bán ở đầu hẻm. Nhiều dược sĩ phải buôn bán chợ đen thuốc tây. Một số may mắn hơn có thân nhân ở nước ngoài gửi quà về, gọn nhất là một gói thuốc tây, về đến nơi có người đến tận nhà mua lại với giá cao, vì thuốc ở ngoại quốc gửi về bảo đảm là thuốc thật, còn thuốc trong nước sản xuất thì không biết cái nào giả cái nào thật.

Vấn đề của hai vợ chồng Long và Mai là không biết buôn bán, cũng không có thân nhân ở nước ngoài giúp đỡ, chỉ còn một cách rất thịnh hành hồi đó là « chà đồ nhôm », tiếng nói lái của « chôm đồ nhà ». « Chôm » là tiếng lóng để chỉ hành động ăn cắp, nhưng đã là « đồ nhà » do chính mình lấy sao gọi là « chôm » được ? Tại vì lấy bán đi rồi tiền cũng ăn hết nên nhà càng ngày càng trống bớt đi, giống như bị trộm vậy !

Trên « thị trường song song » này, cái gì cũng bán được. Đồ lặt vặt thì bán cho mấy bà « ve chai ». Trước kia cũng có người gánh hai cái thúng đi mua ve chai, nhưng sau 75 số người này tăng mạnh, và ngoài chai, lon, giấy… còn mua những thứ lỉnh kỉnh khác, đặc biệt là bao ni-lông. Bao ni-lông không vứt đi nữa, trở thành quý giá vì nguồn sản xuất không còn nhiều nữa. Đi chợ mua đồ lúc đó đựng trong những bao ni-lông màu rất đậm, không biết phải gọi là màu gì, có lẽ « màu bẩn » là chính xác nhất ! Giấy in sách cũng cùng một màu như vậy, soi lên còn thấy cả cọng rơm sợi cỏ. Phải nói nước Việt Nam thời đó đi tiên phong trên thế giới trong công cuộc giải quyết đồ phế thải, không có gì phải vứt đi cả.

Công nhân viên cũng được mua « nhu yếu phẩm » – cũng như quân nhân Việt Nam Cộng Hòa thời trước được mua đồ « quân tiếp vụ ». Mỗi tháng được một ký đường (về sau xuống còn nửa ký), mấy gói mì ăn liền, mấy bao thuốc lá… và chắc chắn phải có một món không thể thiếu là vài chục gam mì chính (trong Nam gọi là bột ngọt). Mỗi năm được mua vài thứ khác, điển hình là vải (mỗi người một vài thước gì đó, tùy năm).

Đối với Long và Mai, nhu yếu phẩm được bán ngay tại cơ quan. Mỗi tháng có một ngày bỗng rộ lên một bầu không khí vui tươi, mọi người hớn hở ra mặt, đó là ngày bán nhu yếu phẩm. Mọi người ơi ới rủ nhau đến « căng-tin[120] » là nơi phân phối bán hàng theo giá nhà nước (rất rẻ so với giá thị trường), lăng xăng phê bình phẩm chất món này xấu hơn tháng trước, món này cùng tên nhưng khác trước… nói tóm lại, không khí của một ngày hội !

Chiều về, hai vợ chồng đèo nhau chạy thẳng ra lề đường ngay chợ Đa Kao gần nhà bán mấy bao thuốc lá và vài món khác không dùng đến, giá cả gấp 5 gấp 10 lần giá mua của nhà nước. Phải mà có mấy « cạc-tút » (một « cartouche » có 10 bao thuốc lá) thì đỡ khổ biết mấy, nhưng chỉ có hai ba bao thôi !

Ngoài những nhu yếu phẩm quy định đó, những người phụ trách « căng tin » còn lo đi lùng tìm ở các cơ quan sản xuất (gọi là đi « liên hệ ») có bất cứ thứ gì có thể mua được mang về phân phối cho cán bộ công nhân viên, từ con cá, quả trứng, bó rau, đầu tôm (mình tôm đóng hộp đông lạnh xuất khẩu, còn đầu tôm bán cho công nhân viên), lâu lâu lại có vỏ ruột (săm lốp) xe đạp và những thứ lỉnh kỉnh tương tự. Cơ quan nào có mấy bà liên hệ giỏi thì được hưởng nhiều, những cơ quan khác ráng chịu. Được phân phối bất cứ món hàng nào cũng mua, không dùng mang ra vỉa hè bán lại có lời ngay lập tức.

Buổi chiều về thấy vị giáo sư đại học ngày xưa com-lê cà-vạt đi xe hơi nay đi xe đạp có cái giỏ gắn trước ghi-đông, trong đó có bó rau muống là chuyện thường tình. Cách mạng gọi là « thay da đổi thịt » là thế !

Nhưng đó là các cách xoay xở vặt, cũng không thể đủ ăn trong tháng được. Hai vợ chồng Long và Mai phải bán dần đồ dùng trong nhà, những chiếc áo dài, những bộ bát đĩa đẹp lần lượt ra đi, mà đứt ruột nhất là bán chiếc xe Vespa mua từ năm 1967, đến lúc bán đã chẵn 10 năm. Chiếc xe chứng kiến bao kỷ niệm vui buồn của hai vợ chồng từ khi mới quen nhau, bao phen chở nhau xông pha mưa gió trên quốc lộ 20 Sài Gòn Đà Lạt, băng qua đèo Chuối, đèo Bảo Lộc, đèo Prenn, rồi đèo Ngoạn Mục xuống Nha Trang, rồi bụi đỏ Ban Mê Thuột trên những đoạn đường đang làm lại chưa kịp trải nhựa… Cho tới lúc phải bán nó đi thì đã có hai con, đứa 7 tuổi, đứa 5 tuổi. Cũng được một an ủi nhỏ là xe mua từ 10 năm trước mà bán vẫn được giá vì xe Vespa nổi tiếng bền. Sẽ có người thắc mắc trong hoàn cảnh ai cũng túng thiếu như thế thì ai mua ? Câu trả lời là không phải « ai cũng túng thiếu » mà « vẫn có người sống ung dung ». Và sau này Long khám phá ra là đặc biệt công an rất thích Vespa, không nhớ hồi bán chiếc xe đó có phải một người công an mua hay không.

Long dùng một phần tiền mua lại một chiếc xe « PC » cũ kỹ nhưng còn chạy tốt, đó là một loại xe gắn máy hiệu Honda nhưng máy nhỏ 50cc, có thể đạp như xe đạp và không cần sang số, kiểu như xe Mô-bi-lét (Mobylette) của Pháp thời xưa. Tốn rất ít xăng nên rất quý vào thời điểm đó. Các cây xăng trước kia của tư nhân bây giờ đều thuộc nhà nước, nhưng đóng cửa gần hết vì xăng đâu ra mà bán cho dân chúng ! Vài cây xăng còn mở cửa chỉ bán theo tiêu chuẩn cho cơ quan, dân thường không thể mua được.

Nhưng quân đội vẫn có xăng dồi dào, nên người dân vẫn mua được xăng, dĩ nhiên là rất đắt so với đồng lương tháng của công nhân viên. Trên các lề đường vắng, thỉnh thoảng lại thấy có cái chai nước đặt trên cục gạch vỡ, đó là « bảng hiệu » ám chỉ nơi đây có bán xăng. Nhưng việc mua bán này bị nghiêm cấm nên người bán xăng không ngồi ngay đấy mà nấp ở đâu đó, có ai ngưng xe lại có vẻ là khách hàng mua xăng chứ không phải công an mặc thường phục đi lùng bắt xăng bán lậu, thì sẽ có một người chạy ra, giá cả thỏa thuận xong người đó đi vào chỗ giấu xăng mang ra một chai đổ vào bình xe. Về sau mấy chai đựng nước bày bên lề đường cũng bị tịch thu, người bán xăng bèn thay bằng mấy cục gạch vỡ chồng lên nhau, tạo ra một « bảng hiệu » kiểu mới !

Xăng ở đâu ra ? Vài năm sau, Long quen một đồng nghiệp người Pháp dạy trường Pháp sống trong một chung cư của Pháp có cổng và sân khá rộng, một hôm đến chơi thấy có chiếc xe của quân đội đậu trong sân, đang hút xăng ra bình của người giúp việc trong chung cư. Long vẫn được nghe chuyện các bộ đội lái xe bán xăng kiểu đó, nhưng được nghe không bằng được chứng kiến tận mắt.

Mỗi lần Long chỉ mua 1 chai xăng 1 lít. Và chiếc PC chỉ dùng vào những dịp thật cần thiết, cả gia đình vợ chồng con cái ngồi trên chiếc xe « gia đình » này. Còn hằng ngày phải dùng xe đạp.

Long tìm mua được một chiếc xe đạp rất cũ của Pháp, loại xe đua bánh 700 (bình thường là 650), cũ nhưng có vẻ còn tốt, và rất nhẹ, hồi xưa chàng vẫn nghe nói xe đạp « đuy-ra » (tiếng Pháp là duralumin, một hợp kim của nhôm), bây giờ mới thấy tận mắt một chiếc. Hiệu xe là Campagnolo[121], sau này có người sành điệu cho chàng biết hiệu này chuyên làm xe đua nổi tiếng. Chàng chế ra một cái yên dài gắn trên thanh ngang phía trước, đủ chỗ cho hai đứa con ngồi, mua thêm cái « pọc-ba-ga » có gắn nệm cho vợ ngồi, thế là cũng được chiếc « xe đạp gia đình » mỗi ngày chở cả vợ con sáng đi chiều về. Một hôm trên đường về buổi chiều mưa tầm tã, Mai ngồi sau mặc áo mưa, còn chàng trùm chiếc « pông-sô » nhà binh chàng còn giữ từ thời trong quân đội, phủ lên hai đứa con ngồi phía trước. Bình thường chàng đã cẩn thận đi rất chậm rồi, vì xe đạp 4 người đâu dễ lái, hôm đó mưa nên còn đi chậm hơn nữa. Đang đi trên cầu Phan Thanh Giản bỗng nhiên cả nhà ngã lăn quay xuống đất, lồm cồm bò dậy lúng túng trong cái pông-sô mãi mới hiểu được tại sao mình ngã. Thì ra cái bánh trước bị gãy làm hai ! Xe đạp « cuốc » bánh rất nhẹ làm bằng hợp kim nhôm đâu phải dùng để chịu sức nặng của hai người lớn (dù Mai chỉ nặng 34, 35 ký) cộng thêm hai con nít ! May quá không ai bị thương trầm trọng, chỉ trầy trụa sơ thôi, nhưng bị một mẻ hú vía !

Sau tai nạn xe đạp đó Long không dám chở cả nhà trên cái « xe gia đình » nữa mà phải tập cho Mai đi làm bằng xe PC, chàng chỉ chở 2 con đi học thôi. Chuyện Mai tự đi làm bằng xe PC cũng là một giai thoại ở đài truyền hình, vì khi đến nơi, vào nơi giữ xe ngoài cổng đài, nàng không dựng xe lên được vì nặng quá đối với nàng, nên luôn có một chàng « ga-lăng » nào đó dựng lên giùm, rồi lúc đi về, cũng phải có một chàng « ga-lăng » nào khác đạp cho máy nổ vì nàng không đủ sức đạp. Về nhà thì không thành vấn đề vì đã có Long làm hai việc đó. Mai được bạn bè đồng nghiệp từ miền Bắc vào tặng cho biệt hiệu người « nắng không ưa, mưa không chịu, ngại gió, sợ mù sương ! »

Trở về chuyện nhu yếu phẩm, có một thứ cần thiết trên tất cả các thứ khác, đó là gạo. Vì nó cần thiết như thế nên không phân phối ở cơ quan như nhu yếu phẩm thường, mà phải có sổ gạo mới được mua. Sổ gạo được cấp cho các gia đình có « hộ khẩu », tức là được phép chính thức sống ở một nơi nào đó. Sổ gạo cũng như sổ hộ khẩu (tương đương với sổ gia đình trước kia) là hai thứ giấy tờ phải giữ gìn rất cẩn thận, vì nó quý hơn tất cả mọi thứ giấy tờ khác.

Gạo được bán mỗi tháng một lần tại địa phương, gọi là « gạo phân phối ». Cán bộ công nhân viên hay không cũng đều phải mua tại địa phương. Mỗi tháng tổ trưởng dân phố là người báo tin cho các hộ của mình biết ngày giờ đi mua gạo. Địa điểm bán gạo ở phường nơi Long ở cách nhà khoảng nửa cây số, là một căn nhà có chủ đã di tản nay dùng làm nơi phân phối. Phải mang bao tải đi từ sớm, đến nơi xếp hàng có khi cả giờ, mua xong vác bao gạo lên vai đi về. Dù có giờ dạy chăng nữa, Long cũng phải bỏ. Dạy học có thể dạy bù vào lúc khác, còn mua gạo không thể mua bù vào lúc khác được !

Nhưng ngay cả gạo phân phối dần dần cũng không đủ để phân phối nữa, vì cha chung không ai khóc, ruộng chung không ai làm tới nơi tới chốn, nên năng suất xuống thê thảm. Nhà nước đành phải nhập cảng, nhưng không nhập cảng gạo mà nhập cảng lúa mì của một nước xã hội chủ nghĩa anh em nào đó. Lúc đầu lúa mì còn xay ra làm bột mì. Tiêu chuẩn của Long là 15 ký gạo mỗi tháng, nay còn 11 ký, thay vào đó là 4 ký bột mì. Bột mì có thể mang đến một nơi chế biến bột mì, đổi bột mì lấy mì sợi. Mì sợi mang về luộc ăn thay cơm. Về sau không phân phối bột mì nữa, mà phân phối thẳng hạt mì. Lúc đầu cũng 11 ký gạo 4 ký hạt mì, sau gạo bớt dần, hạt mì tăng lên, có lúc chỉ còn 4 ký gạo 11 ký hạt mì. Trước năm 1975, có ai thấy hạt mì đâu, bây giờ người dân gọi hạt mì này là « bo bo », trong khi đó ngày xưa « bo bo » là hạt ý dĩ trắng mà ai ăn chè sâm bổ lượng đều biết. Các nước có truyền thống ăn lúa mì đều xay hạt mì ra thành bột, từ đó làm ra bánh mì, bánh bao, mì sợi, v.v. nhưng ở Việt Nam hạt mì dùng để độn với gạo nấu cơm, hoặc luộc lên ăn thay cơm. Nó vừa dở, vừa khó tiêu, nhiều người ăn vào bị đau bao tử.

Cũng có tháng bán khoai mì khoai lang thay một phần gạo phân phối, cũng dùng để ăn độn với cơm. Trong lịch sử chưa khi nào người dân miền Nam đất đai phì nhiêu, vốn là vựa lúa của Đông Nam Á, phải ăn độn khổ sở như thế !

Gia đình Long lúc đầu còn ráng ăn gạo phân phối, nhưng chỉ sau vài lần đành chịu thua phải mang ra chợ trời bán (cũng như bo bo sau này), và mua gạo chợ đen, dĩ nhiên là đắt hơn nhiều. Gạo phân phối không ngon là một chuyện, hơn nữa phải bỏ quá nhiều thì giờ ngồi nhặt sạn nhặt thóc, đối với hai vợ chồng cùng đi làm như Long và Mai không có đủ giờ để làm chuyện đó. Sở dĩ như thế vì gạo này là loại cung cấp cho nhà nước, nông dân phải nộp cho đủ, hơi đâu mà sàng sẩy kỹ lưỡng. Còn gạo chợ đen là loại gạo chuyển lậu từ dưới quê lên Sài Gòn, phải giấu kỹ để khỏi bị công an bắt, bán với giá rất cao, đương nhiên phẩm chất khá hơn nhiều.

Có người hàng xóm mách cho Long và Mai lên xa cảng miền Tây ở mạn Phú Lâm mua gạo rẻ hơn ở các chợ gần nhà. Cũng là gạo chợ đen, nhưng chở lậu từ miền Tây (là vựa gạo của miền Nam), mang ra bán ngay trước khi vào xa cảng Phú Lâm là trạm kiểm soát đầu tiên trước khi vào thành phố. Người hàng xóm đó cũng cho biết phải coi chừng những mánh lới lừa lọc khách hàng ở khu chợ gạo này, đặc biệt gạo đong bằng những ống lon trên nguyên tắc là một lít, nhưng có nhiều cách để ăn gian. Long và Mai được nghe tả tỉ mỉ một cách ăn gian tinh vi của những đứa nhỏ mười mấy tuổi bán gạo trong khu đó.

Một ngày chủ nhật đẹp trời, hai vợ chồng quyết định chở nhau vào Phú Lâm, vừa để mua gạo, vừa để biết sự tình như thế nào trong cái xa cảng miền Tây nổi tiếng này. Dù mang tiếng sống ở Sài Gòn khá lâu, nhưng Long mới chỉ đến Phú Lâm có một vài lần vì khu này nằm ở đầu tỉnh phía tây, trong khi Long sống ở đầu tỉnh phía đông, cách nhau hơn 10 cây số. Đến nơi khung cảnh nhộn nhịp khác thường, bến xe đò miền Tây vẫn tấp nập dù vào thời điểm đó tất cả đã phải vào quốc doanh. Cách bến xe một con đường, có một bãi trống, đó chính là chợ bán gạo và nhiều thứ khác mang từ miền Tây lên. Ngay sau chợ là đất ruộng bao la hai bên quốc lộ 4 về miền Tây[122]. Gọi là « chợ đen » nhưng buôn bán công khai, ngay bên kia đường là xa cảng có nhiều công an làm việc.

Mai đi một vòng khảo giá, cuối cùng thuận mua của một thằng bé khoảng 14, 15 tuổi, đi cùng với một đám đông trẻ con, có đứa chỉ 7, 8 tuổi. Nó thuộc loại « bán gạo di động » nên giá có nới hơn mấy người bán có chỗ cố định hẳn hoi. Trên vai vác một bao gạo vơi, nó nói đi ra ngoài bìa khu đông đúc cho được rộng rãi hơn. Nó đặt bao gạo bằng cói xuống đất, cuốn miệng bao ra ngoài cho thấy hạt gạo trắng tinh trong bao, cùng với một cái lon lớn một lít bằng kim loại. Mai cũng ngồi xuống đặt cái bao vải của mình mở ra trước bao cói để thằng bé đong gạo từ bao này qua bao kia.

Long đứng quan sát. Chàng đã được người hàng xóm mô tả chi tiết cách lừa đảo ở cái chợ này nên chàng vững tin không sợ bị lừa, và cũng tò mò muốn xem mấy đứa trẻ này có thật thà hay không.

Việc đầu tiên là thằng bé đưa chàng khám xét cái lon đong gạo có bình thường không. Có khi cái đáy có thể chạy lên chạy xuống làm giảm lượng gạo được đong. Nhưng không, cái lon này rất « thật thà ». Thằng bé bắt đầu đong gạo, nó úp cái lon xuống bao gạo múc lên một lon vung, lấy một thanh tre gạt cho mặt gạo bằng phẳng rồi đổ gạo vào bao của Mai. Đổ xong nó đem cái lon về bao của nó đong lon thứ hai, cái lon lúc nào cũng úp xuống. Sau khi đổ lon thứ hai vào bao của Mai, nó cần xốc lại cái bao của nó cho dễ đong tiếp, muốn vậy nó phải kẹp cái lon vào nách để có hai tay rảnh nắm lấy thành bao gạo xốc lên. Sau đó nó lại lấy cái lon kẹp trong nách úp xuống đong tiếp lon thứ ba. Mai đã nói với nó là mua 20 lít.

Nhưng xui cho thằng bé hôm đó, vì Long đã được biết trước « trò ảo thuật » của nó rồi. Trong khi thằng bé ngồi đong gạo như thế thì các bạn của nó cả chục đứa đứng vây quanh phía sau. Khi nó kẹp cái lon vào nách để xốc bao gạo, Long liếc nhìn thấy tất cả diễn ra đúng như người hàng xóm mô tả nên khi nó úp cái lon xuống để đong lon thứ ba, chàng chụp lên tay cầm lon của nó và nói « Khám lon ! ». Nhanh như cắt, một đứa bé khoảng 8 tuổi đứng sau thằng bé bán gạo nhào tới bao gạo và giật cái lon chạy biến vào đồng ruộng phía trong. Khi giật cái lon như vậy, nó vô tình làm rơi ra một miếng « mút » tròn đường kính bằng cái lon, dầy cỡ một phần ba chiều cao của lon. Mánh lới là khi thằng bé bán gạo kẹp cái lon vào nách, nó quay miệng lon về phía sau, thằng nhỏ đứng sẵn ở đó, lẫn trong đám đông con nít, tay cầm miếng « mút » nhét vào, như vậy là mỗi lít sẽ chỉ còn hai phần ba lít thôi. Nếu Long không phát hiện, khi đến lít thứ 18, 19 gì đó, thằng bé bán gạo lại kẹp lon vào nách để xốc bao gạo, thằng nhỏ sẽ nhẹ nhàng rút miếng mút ra, thế là khi đong xong 20 lít gạo, cái lon được để ngửa lên mọi người thấy là vẫn bình thường !

Khi thằng nhỏ cướp cái lon chạy vào trong ruộng, thằng bé bán gạo còn nói một câu theo bài bản hẳn hoi : « Thằng nhỏ này kỳ quá, sao tự nhiên nó lại giựt mất lon làm sao bán tiếp được ? ».

Long chỉ thấy thương hại cho cả một thế hệ, mới chừng đó tuổi đã học cách lừa đảo người khác, xem như là một điều tự nhiên để sống còn trong cái xã hội đảo điên này. Đã có thói quen lừa đảo, còn nhỏ lừa đảo chuyện nhỏ, lớn lên sẽ lừa đảo chuyện gì lớn hơn ?

62. Một chuyến đi nhớ đời

Đã mấy năm rồi Long và Mai chưa trở lại Đà Lạt. Chàng và nàng đều nhớ thành phố này, nơi cả hai đã có biết bao kỷ niệm của tuổi học trò, của thời thanh xuân, của mối tình đẹp trong khung cảnh mộng mơ của cao nguyên sương mù.

Cũng đã lâu không thăm ông cụ của Mai sống một mình trên đó, giữ căn nhà do chính ông thuê người xây cất hơn hai mươi năm trước. Tám người con ông, tất cả đã lớn lên trong căn nhà này, có người sinh ra tại đây, có người đã trưởng thành cất cánh bay xa. Một mình ông sống trong căn nhà này vì mẹ và sáu người em của Mai đều về Sài Gòn vào tháng 3 năm 1975 ngay trước khi đường Sài Gòn Đà Lạt bị cắt. Giờ đây bảy mẹ con sống trong căn nhà của người em kế của Mai đã theo chồng di tản vào những ngày cuối cùng của cuộc chiến. Bảy người trong căn nhà nhỏ có chật chội thật, nhưng không ai nghĩ đến chuyện trở về Đà Lạt cả. Lý do là trong thời buổi tranh tối tranh sáng, chính quyền chưa ổn định, mấy ông mấy bà « cách mạng » là vua một cõi ở những nơi hẻo lánh hay trong các thành phố nhỏ. Tại những thành phố lớn như Sài Gòn dù sao cũng có những luật lệ, người ta cũng phải ít nhiều tôn trọng các luật lệ đó.

Thế là hai vợ chồng quyết định lên Đà Lạt trong vài ngày cuối tuần, hai con để lại nhà nhờ mấy dì qua trông nom hộ.

Muốn đi như thế không phải cứ việc leo lên chiếc Vespa đi như đã bao lần hai vợ chồng đi trước đây, cũng không phải ra bến xe đò hay ra Hàng Không Việt Nam mua vé là đi ! Không, đầu tiên phải xin giấy phép đi đường. Nhắc lại là trong « chế độ xã hội chủ nghĩa của ta nghìn lần dân chủ hơn chế độ tư bản », người dân được chăm sóc kỹ lưỡng, từ cái ăn cái mặc cho đến cái đi cái đứng. Ngày nào ở đâu, đi đâu, về đâu, nhà nước phải biết rõ mới chăm sóc được chứ !

Long có mấy người bạn người Pháp cùng dạy trường trung học Pháp với Long, muốn đi chơi Vũng Tàu sáng đi chiều về cũng phải xin phép trước mấy ngày. Chàng tự an ủi khi nghĩ đến mấy bạn đó vì dù sao chàng còn được thoải mái hơn họ, nếu muốn đi Vũng Tàu mà không ngủ lại đêm thì không phải xin phép.

Đối với Long và Mai giấy phép này xin ở phòng tổ chức của cơ quan vì cả hai là công nhân viên, thuộc « diện cơ quan quản lý ». Xin ở cơ quan như thế dễ dàng và nhanh chóng hơn là xin ở phường nếu thuộc « diện địa phương quản lý ». Nhưng dù sao cũng phải qua phường để trình với công an phường là « cơ quan tôi đã cho phép tôi đi Đà Lạt 3 ngày, vậy tôi sẽ vắng mặt 3 ngày đấy nhé » và đưa giấy phép ra cho họ sao ra và giữ một bản.

Mục tiếp theo là mua vé xe đò theo giá chính thức, nếu không, mua giá chợ đen sẽ đắt hơn nhiều, nhưng mua lúc nào cũng có, chẳng cần giấy tờ, chẳng cần xếp hàng. Tiếng thời thượng lúc đó là « chui », mua chui, bán chui, buôn chui, đi chui… Long đã được bạn bè nhắc là phải đi thật sớm vì xếp hàng dài lắm. Cái gì nhà nước quản lý cũng phải xếp hàng. Chế độ Xã Hội Chủ Nghĩa bị nhạo là Xếp Hàng Cả Ngày quả không ngoa. Xe đò ngày xưa của tư nhân bây giờ cũng thuộc nhà nước quản lý.

6 giờ sáng Long đến bến xe miền Đông ở Ngã Bảy (thời đó bến xe vẫn còn ở đấy chưa dọn ra ngoài) thì vô cùng ngạc nhiên vì đã có người xếp hàng rất dài. Mà phòng bán vé đã mở cửa đâu ! Hỏi ra thì có người ngủ đêm ở đây luôn cho chắc ăn !

Mua được vé rồi, nhưng phải chờ đến giờ khởi hành là 10 giờ sáng. Xe chạy về phía xa lộ qua Thủ Đức, Biên Hòa, theo quốc lộ 1 đến ngã ba Dầu Dây thì rẽ trái qua quốc lộ 20. Chàng bồi hồi nhớ lại trên đoạn quốc lộ 1 này, đã có lần chàng cùng một bạn tù khác đứng trên chiếc cam-nhông Molotova lần đầu được hít thở không khí tự do khi rời trại tù Long Khánh để về trại Sóng Thần ở Thủ Đức trước khi được về với gia đình.

Quốc lộ 20 qua những địa danh quen thuộc, Gia Kiệm, Túc Trưng, La Ngà, Định Quán… rồi đèo Chuối, Ma Đa Gui, đèo Bảo Lộc trước khi đến thị xã Bảo Lộc là nơi chàng đã làm việc trong bịnh viện, đã dạy học trong trường trung học. Vẫn quang cảnh xưa như khi chàng đã bao lần đi Vespa hoặc đi xe đò lên xuống con đường này, nhưng giờ đây cái khác đập vào mắt chàng nhất là nơi nào cũng có các bảng khẩu hiệu nền đỏ chữ vàng tôn vinh lãnh tụ, tôn vinh đảng cộng sản.

Nhưng cái làm Long chú ý nhất là các trạm kiểm soát mọc lên như nấm, gọi là « kiểm soát kinh tế », nói nôm na là trạm « bắt hàng lậu ». Hàng phải buôn bán lén lút vì tư nhân không được buôn bán gì cả với chính sách « ngăn sông cấm chợ » vì con buôn bị xem là « thành phần phi sản xuất, ăn bám xã hội ». Nếu không có buôn bán tự do thì cái gì cũng thiếu, mọi người đều biết vậy, nhưng nhà nước cứ ra luật lệ như thế vì chủ nghĩa đã dạy như thế.

Và cứ dựa vào luật lệ, mỗi địa phương tự động đặt ra trạm kiểm soát để bắt hàng lậu. Nhưng có thực sự bắt không ? Không ! Thực tế là người lơ xe nhảy xuống, vào trình giấy tờ đi đường, kèm theo những tờ « Bác ngó nghiêng » hay « Bác ngó ngay » kẹp trong giấy tờ, với giá cả đã thỏa thuận từ trước, vì xe đò chạy hằng ngày mà ! Hàng hóa chất đầy trên mui, nhét dưới ghế ngồi, để cả trên đường đi giữa hai hàng ghế, con buôn đã trả tiền cước rồi, xe phải làm sao để không ai lên kiểm soát thì mới tiếp tục làm ăn được chứ !

Đến Đà Lạt trời đã sẩm tối. Bến xe đò vẫn còn ở chỗ cũ, ngay cuối dốc từ rạp Hòa Bình xuống cầu Ông Đạo, trên một bãi trống nhìn lên rạp xi-nê Ngọc Lan. Ông cụ của Mai đã chờ sẵn ở đấy để đón con gái và con rể đã mấy năm không gặp. Tay bắt mặt mừng, hỏi thăm sức khỏe, lúc đó Long mới chú ý vài thay đổi tại bến xe so với ngày xưa.

Đà Lạt không có xích-lô vì đường dốc nhiều. Trước kia có nhiều xe Lam ba bánh, phía sau có hai ghế dài, có mui che mưa nắng, ngồi chen chúc cũng được 8 người. Ngoài ra có xe taxi, và vài chiếc « xe đò » chạy theo tuyến đường nhất định, điển hình là xe đi Trại Hầm. Bây giờ ở bến xe lúc sẩm tối chỉ thấy vài chiếc xe ôm, và đặc biệt có người đứng vác đòn gánh với dây thừng. Long không hiểu những người này làm gì thì ông cụ của Mai giải thích là bây giờ dân chúng nghèo quá, cả khách đi xe đò lẫn dân địa phương đều nghèo nên không còn taxi hay xe Lam nữa, mà phần đông là đi bộ về nhà. Nhưng nếu có hành lý nặng thì thuê mấy người vác đòn gánh, họ lấy dây thừng buộc hành lý vào hai đầu đòn gánh và gánh bộ theo mình về nhà. Long lại nhớ lời mẹ kể lúc tản cư năm 1946 cũng phải thuê người gánh, nhưng lúc đó có hai cái thúng, Long chưa được 3 tuổi ngồi trong một thúng, thúng kia để quần áo bát đũa nồi niêu… Không ngờ ba chục năm sau, tại thành phố Đà Lạt nổi tiếng về du lịch lại tái xuất nghề gánh thuê !

Long và Mai không cần thuê người gánh hành lý vì chỉ có hai cái ba-lô đựng vài quần áo và vài món quà cho ông cụ, quà cũng chỉ là những thứ để ăn thôi. Trong thời gian đầu sau ngày 30 tháng tư 75, Long nghe nói ở ngoài Bắc cha mẹ ở quê lên thăm con ở Hà Nội thường mang gạo theo làm quà cho con, chàng nghĩ chắc là người ta đồn thế, đến nỗi nào phải mang theo gạo, vì trong Nam trước kia gạo mua chỗ nào chả có. Về sau mới biết đó chuyện có thật. Nay hai vợ chồng chàng lên thăm ông cụ cũng chẳng mang theo thức ăn là gì !

Đi bộ về đến nhà cũng mất nửa giờ đồng hồ, đi qua cầu Ông Đạo rồi lên dốc nhà thờ, đến đường Yersin trước cửa nhà thờ quẹo trái đi qua khách sạn Hotel du Parc, thêm khúc nữa đến LangBian Palace bên trái, bên phải là Kho Bạc quẹo vào đường Bá Đa Lộc. Nhưng Đà Lạt mát mẻ nên đi không thấy mỏi mệt gì cả, nhất là lâu ngày không gặp ông cụ vừa đi vừa hàn huyên quên cả mệt.

Và rồi đến căn nhà Mai đã sống ở đấy từ năm 6 tuổi đến lúc lấy chồng và theo Long về Bảo Lộc rồi Sài Gòn. Cũng là căn nhà Long đã bao lần đến thăm nàng khi ở Sài Gòn lên, hưởng với nhau những giây phút êm đềm hạnh phúc nhất…

Vừa đến nơi nghỉ ngơi chút xíu ông cụ Mai đã nói Long phải đi ngay với ông đến công an phường trình giấy. Chàng nói để sáng mai khỏe khoắn rồi đi, ông cụ nói không được đâu, khi đi từ bến xe về có thể họ thấy mình rồi, nếu không đến trình giấy mà đêm nay họ đến khám nhà thì phiền lắm.

Thế là Long mang hai tờ giấy phép của cơ quan hai vợ chồng cấp, đi theo ông cụ đến phòng công an, nằm khá xa trên đường đi xuống cầu Bá Hộ Chúc. Chàng bỗng khám phá ra là mình đang đi lại những con đường mà chàng đã đi hằng ngày hơn hai chục năm trước, lúc gia đình chàng thuê căn nhà trong khu khách sạn Việt Nam. Trường Adran nằm ở cuối đường Bá Đa Lộc chỉ cách nhà của Mai có hai trăm thước, còn phòng công an hiện nay cũng cách khách sạn Việt Nam khoảng hai trăm thước. Long đi với ông cụ ra tới Kho Bạc quẹo trái đường Yersin, đi theo đường này qua nhà thờ, qua tòa thị chính cũ sau trở thành thư viện, đến ngã ba quẹo phải xuống dốc, ngay trước cầu Bá Hộ Chúc bên trái là khu rộng lớn của khách sạn Việt Nam ngày xưa. Chàng vẫn còn trong ký ức hình ảnh của đứa bé chín mười tuổi hằng ngày cuốc bộ 4 lần trên con đường này với chiếc cặp sách đeo trên lưng, thời Đà Lạt còn thuộc « Hoàng Triều Cương Thổ ». Nay chàng trai ngoài 30 tuổi lại có cơ hội đếm bước trên những con đường quen thuộc của tuổi thơ…

Đã bao nhiêu nước chảy qua cầu ! Hoàng Triều Cương Thổ đã hòa tan trong một nước Việt Nam thống nhất, thống nhất chẳng được bao lâu lại chia hai, rồi chiến tranh tàn phá, rồi bao biến cố chính trị qua những nền cộng hòa khác nhau, Việt Nam Dân Chủ Cộng Hòa, Việt Nam Cộng Hòa, và bây giờ Cộng Hòa Xã Hội Chủ Nghĩa Việt Nam. Chỉ có hơn hai thập kỷ chứ mấy… Làm sao người dân có được cuộc sống thanh bình hạnh phúc trong hoàn cảnh ly loạn như thế ?

Long nghĩ ngợi miên man trong khi trò chuyện với ông nhạc trên con đường đêm tới phòng công an. Trình giấy tờ, rồi ông cụ điền đơn xin phép cho con gái và con rể ở nhà mình, ghi rõ ngày nào đến, ngày nào đi, lý do ở lại nhà…

Sau 3 ngày nghỉ ngơi thăm ông cụ, trên đường về Long và Mai được chứng kiến một cảnh tượng lạ lùng đáng được ghi vào nhật ký. Khi xe đò đã qua thị xã Bảo Lộc bắt đầu xuống đèo, xe ngưng lại giữa đường ngay đầu đèo Bảo Lộc và khoảng chục hành khách xuống xe, người nào cũng vác bao vải trên vai. Thật là cảnh tượng lạ lùng vì khúc đường này hoang vu, mấy người này xuống làm gì ? Thấy hai vợ chồng có vẻ ngơ ngác không hiểu, một bà ngồi gần đó là dân đi buôn rất rành chuyện, giải thích đó là những người buôn trà. Bảo Lộc từ rất lâu đã nổi tiếng là nơi sản xuất trà của miền Nam, ngày trước xe đò đi ngang Bảo Lộc luôn ngưng lại cho khách mua trà trong các tiệm ngay trên quốc lộ 20, Long còn nhớ mãi trà Đỗ Hữu. Nhưng từ sau ngày 30 tháng tư 75, trà không còn được buôn bán tự do nữa mà do nhà nước quản lý sản xuất và phân phối. Và dĩ nhiên có « quản lý » là có « buôn lậu », cũng như tất cả các món hàng khác. Nhưng đặc biệt trà bị xem là món hàng quốc cấm nên kiểm soát rất gắt gao, trong đèo Bảo Lộc dài 10 cây số luôn luôn có những xe jeep với đội ngũ công an kinh tế chặn xe khám bắt trà. Khác với những trạm kiểm soát cố định dưới đồng bằng, nhận tiền hối lộ nên mọi sự trôi chảy, các đội kiểm soát lưu động này không ăn hối lộ. Vì vậy mà những người buôn trà lậu đến đầu đèo phải xuống và phải đi bộ theo đường mòn trong rừng để xuống chân đèo, mới thoát được đội kiểm soát lưu động.

Và đúng như vậy, đến chân đèo, xe lại ngưng và một đám người vác bị leo lên. Nhưng không phải những người xuống xe lúc nãy, vì đi bộ làm sao đến cùng lúc với xe được. Đó là những người đi những chuyến sớm hơn, họ được những chuyến xe đò trước thả họ ở đầu đèo từ rất sớm. Đấy, tổ chức có quy mô như thế, chuyên nghiệp lắm chứ !

Nhưng có phải buôn lậu khí giới không ? Buôn lậu thuốc phiện không ? Buôn lậu ma túy không ? Không, buôn lậu… trà !

63. Thêm hai cái tang

Một hôm Long đi làm về thấy mẹ mình trong nhà. Bà mới từ Bảo Lộc xuống. Bà nói : « Bà ngoại con mất rồi. »

Lòng chàng quặn thắt, mặc dù đây không phải là một tin đột ngột. Bà ngoại chàng 82 tuổi, thời đó xem như đã thọ, và mấy tháng qua bà rất yếu và không còn nhận ra con cháu nữa. Nhưng dù sao một người thân như thế ra đi làm sao không cảm thấy nỗi mất mát lớn trong cuộc đời mình. Hơn nữa chàng rất buồn vì đã không được nhìn bà lần cuối, cũng không được đưa bà đến nơi an nghỉ cuối cùng. Mẹ chàng nói bà mất ở nhà, hai ngày sau phải chôn cất rồi, đánh điện tín cho Long tốn tiền quá, thôi để mẹ xuống thăm con, cho con biết tin luôn. Thời buổi đảo điên, cái khó nó bó cái khôn…

Bà ngoại cùng với mẹ là hai người đàn bà đã nâng niu chàng từ lúc lọt lòng, càng nâng niu hơn nữa vì là đứa bé không cha. Riêng bà thương yêu chàng như con, cũng dễ hiểu vì bà chỉ có một mụn con gái, mong mỏi mãi một đứa con trai mà không được, nay có cháu trai để bồng bế còn gì bằng !

Từ hai năm trước, bà đã bị lẫn nặng, người thân có lúc nhận ra có lúc không, có lúc nhầm người này với người khác. Hồi đó ở Việt Nam chưa ai nói đến bệnh Alzheimer, bây giờ Long nghĩ lại chắc bà bị bệnh đó. Trong hoàn cảnh sống eo hẹp, nhà cửa chật chội, mẹ chàng phải nhờ người quen biết giới thiệu cho bà một chỗ trong Viện Dưỡng Lão Thị Nghè là một viện dưỡng lão lớn do các nữ tu Công Giáo dòng thánh Phao Lô điều hành[123].

Mỗi lần Long vào thăm bà, mặt bà tươi tỉnh hẳn, có vẻ nhận ra đứa cháu cưng của mình, rồi bà lại kể một câu chuyện nào đó từ nửa thế kỷ trước đã kể cho chàng nghe không biết bao nhiêu lần rồi. Mấy bà sơ chăm sóc người già ở đây nói thông thường bà chẳng nói năng gì. Cách đây vài tháng, mẹ chàng đã đón bà về nhà ở Bảo Lộc vì thấy tình trạng sức khỏe của bà quá sa sút, không biết còn sống được bao lâu…

Tối hôm đó, chàng ngồi thầm khóc trong một góc nhà. Bà mất rồi, chàng càng thấy thương bà hơn. Lúc chàng mới lập gia đình bà có sống với vợ chồng chàng một thời gian ở Bảo Lộc và bà cũng có mặt trong gia đình khi Mai sinh cháu trai đầu lòng. Bà rất thích trẻ nhỏ, cũng dễ hiểu đối với một người hiếm muộn như bà.

Suốt từ khi Long có trí khôn, chàng thấy lúc nào bà cũng vất vả. Ông ngoại chàng mất lúc mẹ chàng mới 13 tuổi, bà tái giá làm lẽ ông Phó, sống với nhau được hơn 10 năm, qua Lào, sang Xiêm rồi về Sài Gòn. Ông Phó không có con trai với vợ cả nên hy vọng bà ngoại Long sinh cho đứa con trai, nhưng rồi cũng không được. Năm 1945 không sống ở Sài Gòn được nữa phải quay trở về quê cũ là làng Hà Hồi và ông trở lại sống với vợ cả. Từ đó bà ngoại Long suốt đời sống với con gái.

Trong ký ức của Long, ngày nào như ngày nấy, buổi sáng bà lo đi chợ, về nhà lo nấu nướng bữa ăn trưa, nghỉ ngơi được chút ít lại quay ra lo bữa cơm chiều. Bảy ngày trên bảy. Suốt đời Long được ăn ngon do tài nấu nướng của bà. Ngon không phải vì những món ăn đắt tiền, mà vì bà khéo léo nên các món ăn dù đơn giản vẫn được nêm nếm làm cho ngon miệng. Ngoài ra bà cũng còn phải giúp mẹ chàng chăm sóc một đàn con nhỏ sinh năm một.

Long tự hỏi có khi nào bà biết giải trí là gì không ? Có khi nào bà có được niềm vui riêng của mình, hay công việc hàng ngày như thế chính là niềm vui của bà ? Chàng còn nhớ lúc 7 tuổi bà đưa chàng đi học bằng xe thổ mộ từ khu Chợ Quán đến Chợ Bến Thành, rồi đi bộ mãi qua cả vườn Bờ Rô mới đến trường tiểu học Jauréguiberry của Pháp. Và càng nhớ hơn nữa khi cuối năm bà đến dự lễ phát thưởng, ở Sài Gòn rồi sau đó ở Đà Lạt, để thấy cháu mình được xướng tên lên lãnh thưởng trên sân khấu. Không lẽ niềm vui của bà chỉ có chừng đó thôi sao ?

Lâu lâu bà cũng thoát ra cuộc sống vất vả hằng ngày đó để về Sài Gòn tìm đến chơi mấy bà bạn cũ từ thời bà còn son trẻ sống với ông Phó ở Sài Gòn. Lúc Long đã là sinh viên, chàng nhớ có lần chở bà đến khu Lăng Ông Bà Chiểu thăm một bà bạn, bà nói đó chính là người đã giới thiệu người sĩ quan Pháp sau này sẽ là cha của Long. Bà nói với Long « Không có bà bạn này thì không có cháu đâu ! »

Sau cái tang của bà ngoại, một cái tang khác ập đến lúc không ai chờ đợi. Đó là cái chết đột ngột của L., em trai thứ 5 của Long. Ngày 30 tháng tư 1975 L. đang học Đại Học Luật Khoa. Trong chế độ mới, khoa Luật bị bỏ hẳn, Đại Học Luật Khoa ở đường Duy Tân biến thành Đại Học Kinh Tế. Sinh viên luật trước đây được phép chuyển qua học về kinh tế, và sau hai năm đào tạo ngắn hạn, L. tốt nghiệp như một chuyên viên kinh tế. Vô cùng may mắn là L. được bổ nhiệm ở quận 5 ngay khu Chợ Lớn cũ, không phải đi đâu xa cả.

Ngày đầu tiên đi nhận nhiệm sở về, L. lái xe đạp chở vợ đến nhà Long khoe là không khí làm việc có vẻ cởi mở, mấy người cán bộ điều hành cơ sở này gốc miền Nam nên thông cảm nhau dễ dàng. L. lấy vợ được gần một năm, thời điểm đó dám lấy vợ là cả một sự liều lĩnh, nhưng gặp nhà vợ khá giả, có nhà trong khu cư xá sĩ quan Chí Hòa, hai vợ chồng có được một phòng riêng ở đó. Bố vợ là một sĩ quan cấp tá vẫn còn trong trại tù cải tạo, sự có mặt của một người đàn ông trong nhà cũng thêm phần an tâm, nhất là bây giờ L. cũng là một công nhân viên của nhà nước. Thêm vào đó, vợ L. đang có bầu được 5 tháng, nên L. cảm thấy tương lai của mình rất sáng sủa.

Nhưng ngay hôm sau, vợ L. đạp xe đến nhà Long khóc sướt mướt, kể lại tối hôm qua chồng than nhức đầu dữ dội, vợ tìm được viên thuốc nhức đầu cho uống. Nhưng sáng ra L. không dậy được nữa, đã bắt đầu hôn mê. Vợ hốt hoảng kêu cứu, không biết phải làm gì, may có người hàng xóm đưa vào bệnh xá gần nhà, để họ giới thiệu đi nhà thương nào thích hợp với L. Thời đó có những nhà thương dành riêng cho cán bộ cấp cao, cấp trung, cấp thấp, có nhà thương dành riêng cho quân đội, và nhà thương cho nhân dân. Thuốc men thiếu thốn đã đành, tiêu chuẩn chăm sóc cũng khác nhau tùy bệnh viện.

Vợ L. tìm đến nhà Long vì biết Mai làm đài truyền hình quen biết nhiều, nhờ Mai giới thiệu cho L. vào chữa trị trong một bệnh viện tốt. Và thật may, Mai mới đi làm một phóng sự truyền hình tại bệnh viện Vì Dân là một bệnh viện tương đối mới khánh thành năm 1971 và nổi tiếng là tối tân, sau 1975 trở thành một quân y viện[124]. Long vội vàng chở Mai đến bệnh viện này, may quá Mai gặp ngay ông bác sĩ giám đốc mà nàng đã tiếp xúc nhiều lần khi làm bộ phim tài liệu, ông này sốt sắng nhận cho L. vào chữa trị. Đây là một quân y viện trên nguyên tắc chỉ dành cho cán bộ cao và trung cấp, nhưng vẫn có ngoại lệ với chỗ quen biết.

Long và Mai về đưa L. đến bệnh viện này, các bác sĩ săn sóc tận tình và chẩn bệnh ngay một cách dễ dàng : đây là một trường hợp sốt rét cấp tính, con ký sinh trùng sốt rét đã lên mạch máu não hoành hành khiến cho bệnh nhân bị hôn mê. Các bác sĩ ở đây rất quen thuộc với dạng sốt rét nguy hiểm này, vì trước kia khi bộ đội theo đường mòn Hồ Chí Minh từ Bắc vào Nam, trong rừng sâu nước độc đã có nhiều bộ đội bị tử vong vì căn bệnh hiểm nghèo này. Có người cho rằng số người chết vì sốt rét còn cao hơn số người chết vì bom máy bay B52 của Mỹ.

Thời gian Long làm trưởng phòng thí nghiệm y khoa tại bệnh viện Bảo Lộc, chàng đã bao lần nhìn qua kính hiển vi cái vòng xanh xanh có cái chấm đỏ giống như cái nhẫn nằm trong hồng cầu của bệnh nhân, hình ảnh quá quen thuộc của con Plasmodium falciparum là loại ký sinh trùng sốt rét nguy hiểm nhất, nhưng cũng chưa bao giờ gặp trường hợp sốt rét cấp tính chết người cả. Người dân thị xã Bảo Lộc không bị sốt rét, nhưng vùng rừng núi chung quanh đều có sốt rét, nên binh lính đồn trú trong những vùng đó hầu như ai cũng bị bệnh này. Trường hợp nặng mới phải đưa về điều trị ở bệnh viện Bảo Lộc nơi Long làm việc, nhưng chàng chưa thấy ai chết vì sốt rét cấp tính cả.

Chàng cũng biết chắc trong thành phố Sài Gòn không có sốt rét. Từ sau ngày 30 tháng tư 75 bộ đội trong rừng ra mang theo ký sinh trùng trong máu là đương nhiên, nhưng vì trong thành phố không có muỗi loại Anophèle cho con ký sinh trùng phát triển và truyền từ người này qua người khác nên bệnh không lây. Vậy tại sao L. lại bị sốt rét cấp tính nguy hiểm như thế ?

Sau này chàng mới nghĩ ra. Thời gian đó sinh viên cũng như cán bộ công nhân viên phải đi « lao động thực tế », cụ thể là đến một công trường nào đó ở lại một hai tuần làm lao động chân tay. Điển hình là công tác đào kinh làm thủy lợi. L. có kể cho Long nghe chuyện đi công tác trong hai tuần ở một công trường, hình như Lê Minh Xuân thì phải, một công trường lớn, nổi tiếng thời đó. Mai cũng đã phải đi đào kinh một tuần tại đấy, còn Long may mắn không phải đi vì Đại Học Dược Khoa có một miếng đất khá rộng trồng cây ăn trái cách Sài Gòn gần 100 cây số, trên nguyên tắc các cán bộ giảng dạy cũng phải thay phiên nhau lên đó « lao động xã hội chủ nghĩa » nhưng ông Khoa Trưởng lấy cớ là thiếu giáo sư nên báo cáo với cấp trên là không thể tổ chức cho các thầy cô đi làm lao động như thế được, nên giao mảnh đất đó cho mấy người chuyên môn chăm sóc. Đáng lẽ ra Mai có con còn nhỏ, theo tiêu chuẩn thì không phải đi thủy lợi, nhưng các cán bộ tại đài giải thích rằng nàng phải đi vì « xướng ngôn viên sung sướng quá rồi, giờ phải đi để biết lao động với người ta ! ».

Long suy ra là cậu em chỉ có thể bị muỗi Anophèle chích và truyền con ký sinh trùng quái ác trong thời gian đi lao động thôi.

L. nằm điều trị trong bệnh viện Vì Dân 5 ngày, rồi tắt thở mà không một lần ra khỏi hôn mê. Năm đó L. 23 tuổi. Mẹ Long về chôn con, khóc hết nước mắt. Đây là đứa con thứ hai bà mất trong vòng vài năm, đứa trước mất lúc 19 tuổi, hy sinh trên chiến trường ngày 15 tháng 3-1975. Một đứa thứ ba không biết sống chết ra sao, nó là một trong hai đứa sinh đôi, em của L., tháng tư 75 làm việc trong phi trường Tân

Sơn Nhứt, rồi biệt tin từ đó. Bà tin là nó cũng chết rồi, nếu thoát được thì đã thư từ cho gia đình biết chứ !

Bốn tháng sau vợ L. sinh con trai. Một đứa bé mồ côi cha từ khi chưa lọt lòng mẹ.

64. Một « thị thực định cư »

Thông thường người ta vẫn nghe nói thị thực nhập cảnh (visa d'entrée), thị thực xuất cảnh (visa de sortie), thị thực quá cảnh (visa de transit), v.v. có ai nghe thị thực định cư (visa d'établissement) bao giờ đâu ! Không nghe, đúng hơn là chưa nghe, không có nghĩa là không có. Bằng chứng là Long đã từng cầm trong tay một tờ giấy viết bằng tiếng Pháp với đầu đề là « Visa d'établissement », « Thị thực định cư », chẳng biết dịch là « thị thực » trong trường hợp này có chính xác hay không, cứ coi như tạm dịch đi !

Làm cách nào mà tờ giấy lạ lùng đó lại lọt vào tay Long ?

Muốn cho câu chuyện có đầu có đuôi có xuôi có ngược, phải quay trở lại những ngày đầu Long được ra khỏi trại tù cải tạo. Ngay hôm sau chàng đến trường Đại Học Dược Khoa và may mắn cho chàng là được tiếp tục dạy học tại đây.

Nhắc lại năm 1973 chàng qua kỳ thi tuyển vào làm giảng nhiệm viên đại học, sau đó chàng tìm được một công việc thứ hai là dạy môn lý hóa tại trường trung học Marie Curie của Pháp. Niên khóa 1973-74 trôi qua lặng lẽ, nhưng niên khóa 1974-75 bị đứt quãng vào tháng tư. Sau đó chính quyền cách mạng lấy trường Marie Curie để lập ra một trường trung học Việt Nam, nhưng vẫn giữ tên trường là Marie Curie, tên một nữ khoa học gia Pháp gốc Ba Lan có đóng góp quan trọng trong ngành vật lý nguyên tử. Đây là một trường hợp rất đặc biệt, một tên Pháp được dùng cho một trường Việt, có lẽ độc nhất vô nhị tại Việt Nam vào thời điểm 1975.

Nhưng hệ thống giáo dục của Pháp tại miền Nam vẫn được phép tồn tại ở một mức tối thiểu, chỉ dành riêng cho học sinh có quốc tịch Pháp mà thôi. Thời Pháp thuộc, Pháp có nhiều trường trung học và tiểu học rải rác trên toàn cõi Đông Dương. Riêng Việt Nam có các trường trung học Albert Sarraut ở Hà Nội, Blaise Pascal ở Đà Nẵng, Yersin ở Đà Lạt, Chasseloup Laubat và Marie Curie ở Sài Gòn. Sau năm 1954, trường Chasseloup Laubat đổi tên thành Jean-Jacques Rousseau, đến năm 1967 chính phủ Việt Nam Cộng Hòa lấy trường này đổi thành một trường trung học Việt Nam có tên là Lê Quý Đôn. Từ đó trường Marie Curie, trước kia dành riêng cho con gái vì con trai học bên Jean-Jacques Rousseau, trở thành trường trung học duy nhất của Pháp ở Sài Gòn cho cả trai lẫn gái.

Ngoài ra tại Sài Gòn trước biến cố 1975 còn hai trường tiểu học và trung học đệ nhất cấp của chính phủ Pháp là Colette và Saint-Exupéry. Trường Saint-Exupéry trước 1954 có tên là Jauréguiberry, là nơi Long đã theo học lớp 10è (tương đương lớp 2 hiện nay) trong niên khóa 1951-52, lúc đó chàng 7 tuổi.

Ngay sau biến cố 1975, tất cả các trường của ngoại quốc cũng như của các giáo hội hoặc tư nhân đều bị chính quyền cách mạng tịch thu, ngoại trừ trường Colette được gia hạn thêm một năm.

Pháp muốn giữ một chân đứng văn hóa tại Việt Nam nên đã thương thuyết để có được tại Sài Gòn một trường duy nhất với tất cả các lớp từ tiểu học đến tú tài dạy theo chương trình của Pháp. Trường này dùng ngôi nhà của trường tiểu học Colette trước đây, nên cũng lấy tên là Colette.

Khi Long từ trại cải tạo về vào cuối tháng 10 năm 1975, chàng hỏi thăm bạn bè và được biết học sinh trường Marie Curie trước đây nay qua học ở trường Colette, nhưng chỉ học sinh có quốc tịch Pháp mới được tiếp tục học mà thôi (trước đây trường của Pháp nhưng học sinh Việt Nam vẫn có thể theo học). Đến trường Colette, chàng gặp người hiệu trưởng mới là một giáo viên trẻ có vợ Việt Nam nên chưa muốn hồi hương ngay như những người Pháp khác, và được giữ chức xử lý thường vụ hiệu trưởng. Khi biết Long dạy Lý Hóa trước kia ở trường Marie Curie và giờ đây muốn tiếp tục công việc này, người hiệu trưởng mừng quá vì đang thiếu thầy trầm trọng. Thế là Long lại tiếp tục hai công việc dạy học cùng một lúc, tại Đại Học Dược Khoa và tại trường Colette.

Nhưng trường Colette chỉ được dùng ngôi nhà rộng lớn ở đường Hồ Xuân Hương có một niên khóa 1975-76, qua niên khóa sau phải dọn về một cư xá trước kia là nhà ở dành cho người Pháp công tác ở Việt Nam, nằm trong một khuôn viên trên đường Bà Huyện Thanh Quan. Đường này thời Pháp thuộc có tên là đường Larégnère, nên cư xá này cũng có tên là « Cité Larégnère ».

Trường tiểu học của Pháp ngày xưa có tên là Colette (trên đường Hồ Xuân Hương), năm 2010 trở thành một trường trung học cơ sở vẫn mang tên Colette. Như vậy là Sài Gòn 2010 có 2 trường tên Colette, một của Việt Nam (trong hình) và một của Pháp.

Cư xá gồm nhiều cao ốc 4 tầng, là những căn nhà dùng để ở, nay muốn biến thành lớp học phải sửa lại các phòng cho thích hợp, và dĩ nhiên là phòng học ở đây rất nhỏ so với một trường học bình thường. Nhưng lúc đó cũng không cần phải có phòng ốc rộng rãi vì số học sinh còn lại rất ít. Thí dụ Long dạy các lớp Seconde, Première và Terminales (tương đương với lớp 10, 11, 12) mỗi lớp chỉ có 3, 4, 5 học sinh.

Lý do là học sinh phải có quốc tịch Pháp mới được học, mà thời gian đó không có một học sinh nào là người Pháp cả, chỉ có học sinh người Việt mang quốc tịch Pháp. Nhưng các gia đình người Việt mang quốc tịch Pháp đều được chính phủ

Pháp đưa về Pháp – với sự thỏa thuận của chính phủ Việt Nam – trong năm 1976, nên niên khóa 1976-77 chỉ còn rất ít học sinh. Những học sinh này phần đông có mẹ là người Việt có quốc tịch Pháp, còn cha cũng người Việt đang bị tù cải tạo vì trước kia có chức vụ gì đó trong chính quyền cũ, nên vợ muốn ở lại chờ chồng ở tù về rồi mới đi Pháp sau. Trong mấy năm liền, có cảnh lạ lùng chưa từng thấy là trong những kỳ thi tú tài Pháp (vẫn tổ chức tại Sài Gòn dù chỉ có năm bảy thí sinh gì đó) số giáo sư trong ban giám khảo (phải mời thêm từ xa đến) nhiều hơn số thí sinh !

Qua niên khóa 1977-78, trường Colette lại phải dọn nhà một lần nữa, lần này vào khuôn viên của « Institut Français », trước kia có tên là « Mission Culturelle Française », « Trung Tâm Văn Hóa Pháp » ở đường Đồn Đất ngay trước bệnh viện Grall ngày xưa. Trước năm 1975 trung tâm này nổi tiếng vì các lớp dạy tiếng Pháp rất được ưa chuộng. Thời đó học tiếng Anh có Hội Việt Mỹ, học tiếng Pháp có Trung Tâm Văn Hóa Pháp. Trung tâm còn có một thư viện lớn với phòng đọc sách khang trang, là nơi lui tới của sinh viên, nhất là lúc gần thi. Long có nhiều kỷ niệm với khu này, đầu tiên là năm 1962 khi chàng tập sự trong dược phòng của bệnh viện Grall, rồi sau này khi học Vật Lý bên Đại Học Khoa Học, chàng và một bạn thân cùng học Vật Lý thường đến một thư viện nhỏ dành riêng cho sinh viên khoa học để tìm sách tham khảo thêm.

Trung tâm cũng có một nhà hát xinh xắn vài trăm chỗ ngồi tên là « Salle Lamartine », dùng cho các buổi trình tấu nhạc, diễn kịch, diễn thuyết… Đặc biệt là thứ bảy chủ nhật có chiếu miễn phí các phim của Pháp, thường là phim tương đối mới. Long cũng từng đi xi-nê ở đây thường xuyên, vì tuy miễn phí nhưng cũng không đông khách vì phim không có phụ đề Việt ngữ như các phim chiếu ở các rạp ngoài phố, nên chỉ có những ai hiểu thông thạo tiếng Pháp mới đến xem thôi.

Nhắc đến phim chiếu tại Trung Tâm Văn Hóa Pháp, Long lại nhớ một kỷ niệm khó quên khi chàng bất đắc dĩ làm « thuyết minh viên » cho một phim nói tiếng Pháp. Trước biến cố 1975, các phim ngoại quốc đều có phụ đề Việt ngữ, nhưng với chế độ mới, người dân miền Nam được làm quen với một hình thức mới là « thuyết minh ». Thay vì phụ đề Việt ngữ, trong khi chiếu phim sẽ có một người đọc bằng tiếng Việt những lời đối thoại trong phim và dù diễn viên già trẻ, lớn bé, nam nữ gì thì cũng chỉ có một giọng đọc của người thuyết minh mà thôi. Đương nhiên là âm thanh nguyên thủy phải vặn nhỏ hẳn đi mới hiểu được lời người đọc tiếng Việt. Có một lần Long đi xem một phim của một nước xã hội chủ nghĩa, phim tên là « The Concert » trong đó có trình diễn nhiều nhạc phẩm cổ điển. Nhưng khi xem phim thì chẳng được nghe nhạc gì cả vì âm thanh nguyên thủy bị giảm xuống rất nhỏ để chỉ còn nghe người thuyết minh đọc lời đối thoại dịch ra tiếng Việt ! Đáng lẽ khi có dàn nhạc giao hưởng chơi thì âm thanh phải mở lớn lên cho khán giả thưởng thức nhạc, nhưng mấy người phụ trách chuyện này chẳng cần theo dõi làm gì cho mệt xác, cứ vặn nhỏ âm thanh toàn bộ cuốn phim cho… khỏe ! Long cố ý đi xem phim này để được nghe nhạc cổ điển… Thất vọng não nề ! Đó là lần đầu và cũng là lần cuối Long xem xi-nê có thuyết minh ở rạp xi-nê Sài Gòn.

Một ngày đẹp trời Giáo Sư Nguyễn Vĩnh Niên, trước kia là Khoa Trưởng Đại Học Dược Khoa cho tới đầu năm 1975, nói riêng với Long là thử hỏi mượn Trung Tâm Văn Hóa Pháp một bộ phim nào đó của Pháp « hấp dẫn » mang về trường chiếu cho sinh viên xem, vì từ sau biến cố 75 không còn ai được xem phim của

Pháp nữa. Sở dĩ ông hỏi Long vì ông biết chàng đang dạy trường Colette nằm trong khuôn viên của Trung Tâm Văn Hóa Pháp, hơn nữa trước kia chàng cũng đã xem nhiều phim chiếu tại đây. Long thấy cũng khó mà tìm được một phim nào của Pháp thích hợp với hoàn cảnh, vì phần đông là những phim thiên về tâm lý, khó có thể gọi là « hấp dẫn » cho khán giả không rành tiếng Pháp.

Cuối cùng chàng sực nhớ ra một phim khá nổi tiếng ra đời từ năm 1967 chàng đã được xem tại Trung Tâm, với hai nam tài tử hàng đầu của Pháp là Alain Delon và Lino Ventura, cùng một ca sĩ nổi tiếng kiêm tài tử là Serge Reggiani, với một vai nữ là Joanna Shimkus người Canada xinh đẹp và dễ thương. Tên bộ phim là « Les Aventuriers », « Những kẻ phiêu lưu », nội cái tên nghe đã có vẻ hấp dẫn, gợi óc tò mò của người hiếu kỳ. Giáo Sư Niên đồng ý ngay, hơn nữa ông nói với Long là thời gian ông học bên Pháp ông rất thích ca sĩ Reggiani. Thế là trường làm thủ tục mượn phim, chỗ quen biết không khó khăn gì. Nhưng cái khó nằm ở chỗ khác : phim nói tiếng Pháp, phải có người thuyết minh chứ ! « Thì anh phải lo thuyết minh chứ còn ai vô đây làm được việc này bây giờ ? Anh giỏi tiếng Pháp, anh cũng đã xem phim rồi, bây giờ mình xem lại lần nữa rồi anh lựa lời mà nói ! » Thầy Niên vừa cười vừa nói với Long như vậy. Một lần nữa Long lại cười thầm nghĩ đến khẩu hiệu « Đâu cần thanh niên có, đâu khó có thanh niên ! ». Chàng mới ngoài 30 tuổi, cái gì chẳng làm được !

Phim được chiếu trong giảng đường 2 lớn nhất của trường, vào một buổi chiều nắng chói chang, phải lấy màn màu xanh đen đậm giăng lên các cửa sổ (không biết màn này tìm đâu ra !). Giảng đường đông nghẹt, không đủ chỗ ngồi phải đứng, tất cả sinh viên đã đành, thêm cả các thầy cô và nhân viên. Đã mấy năm rồi chưa được xem lại một phim của « tư bản giẫy chết », nhất là phim có tài tử nổi tiếng đẹp trai nhất trời Tây là Alain Delon thì phải xem cho bằng được chứ ! Hơn nữa còn một thành phần chưa được xem phim Pháp bao giờ, đó là các sinh viên cựu bộ đội, rất háo hức muốn xem phim tư bản nó « hấp dẫn » tới mức nào… Máy chiếu phim đặt trên một cái bàn cao ngay giữa giảng đường, Thầy Niên và Long hai người ngồi hai bên. Trước khi bắt đầu, Long cầm micro giới thiệu qua về cuốn phim, và cũng nói rõ chàng sẽ không làm công việc « thuyết minh » theo nghĩa thông thường vì làm gì có bản viết sẵn tất cả các đối thoại bằng tiếng Việt để đọc, chàng sẽ chỉ dịch tại chỗ những gì chàng nghe được thôi, thêm vào đó có thể giải thích thêm những gì đang diễn ra.

Thật là một công việc hi hữu, trong vòng 2 giờ đồng hồ, phải chăm chú nghe tiếng Pháp để nói lại bằng tiếng Việt, đôi lúc mệt quá nói không kịp có tiếng la lớn đâu đó trong khán giả « Thuyết minh, thuyết minh ! » Nhưng cuối cùng mọi người ra về « thơ thới hân hoan » đã được xem một phim quá hấp dẫn, và dù mệt nhừ, Long cũng được an ủi vì đám sinh viên lại có thêm cảm tình với chàng.

Long dạy ở Trung Tâm Văn Hóa có một năm, niên khóa sau trường Colette lại một lần nữa dọn nhà, càng ngày càng thu nhỏ lại. Lần này về một ngôi biệt thự nhỏ ở góc đường Cách Mạng Tháng 8 (Lê Văn Duyệt cũ) và Tú Xương.

Ngôi nhà không lớn lắm, nhưng sân chung quanh khá rộng, và có thêm nhà ngang nên cũng đủ chỗ cho tất cả các lớp, mỗi lớp chỉ có vài học trò. Long dạy ở trường nhưng chẳng khác gì ngày xưa kèm học sinh sửa soạn thi tú tài tại nhà. Ngôi biệt thự trước kia là nhà ở của Tùy Viên Thương Mại (Attaché Commercial) của Tổng Lãnh Sự Pháp, Long va Mai đã từng đến chơi nhiều lần vì ông Tùy Viên này rất thích có bạn người Việt, và hay mời bạn đến nhà.

Một điều lạ lùng là trong một chế độ mà người Việt Nam đi ngoài đường không dám nói chuyện với người ngoại quốc vì sau đó sẽ bị công an « hỏi giấy[125] », chưa khi nào Long lại có nhiều bạn Pháp như thế, đồng nghiệp ở trường Colette đã đành, còn thêm bạn làm trong Tòa Tổng Lãnh Sự, kể cả ông Phó Tổng Lãnh Sự. Và chưa khi nào vợ chồng Long được bạn Pháp mời ăn uống thường xuyên, và nhất là uống nhiều « sâm-banh » (Champagne) như thế (mấy người bạn Pháp tâm sự là bên Pháp họ chỉ uống Champagne trong những dịp lễ hay có tin vui thật quan trọng, nhưng ở Sài Gòn thời đó họ uống thường xuyên vì mua được ở Singapore rượu miễn thuế rất rẻ). Cũng là một nghịch lý ngộ nghĩnh !

Bên cạnh công việc dạy Toán Thống Kê ở Đại Học Dược Khoa, rồi sau này dạy luôn bên Y Khoa và Nha Khoa, công việc dạy học của Long ở trường Colette như vậy là khá ổn định, dù trường ốc có thay đổi địa chỉ liên tục.

Nhưng trong chế độ mới, không thể có tình trạng một cá nhân làm việc khơi khơi với một cơ quan ngoại quốc như thế được. Qua một vài năm gì đó Long không nhớ rõ, sau khi chính quyền cách mạng đã có thời gian củng cố và đã có tổ chức để quản lý những trường hợp này, Long và tất cả các đồng nghiệp cùng dạy học ở Colette được mời đến họp tại một cơ quan mới thành lập của Việt Nam. Cơ quan này giải thích là không công dân Việt Nam nào có quyền làm việc trực tiếp với cơ quan hay tư nhân nước ngoài, mà phải do một cơ quan của nhà nước giới thiệu. Các thầy cô đang dạy ở Colette sẽ trở thành công nhân viên của cơ quan nhà nước, và sẽ được gửi đến trường Colette để dạy học.

Chính phủ Pháp sẽ trả tiền cho cơ quan này, và cơ quan sẽ trả lương cho các thầy cô như một nhân viên bình thường của chính phủ Việt Nam. Cơ quan này đã thỏa thuận với phía Pháp để lương hiện nay của các thầy cô vẫn giữ nguyên như cũ. Phải hiểu là như thế phía Pháp sẽ phải tốn kém nhiều hơn trước, vì phải trả cho cơ quan này một số tiền gấp rưỡi hay gấp đôi tiền lương của các thầy cô, vì cơ quan sẽ giữ lại một phần làm chi phí điều hành.

Không phải chỉ có các thầy cô, mà tất cả người Việt Nam làm việc cho người nước ngoài đều phải qua cơ quan này, dù là người giúp việc trong gia đình, hay tài xế, hay lao công… và dĩ nhiên phải qua xét lý lịch, và phải có sinh hoạt thường xuyên với cơ quan để báo cáo những gì được nghe được thấy trong khi làm việc. Các thầy cô của trường Colette là một ngoại lệ vì là những người đã làm việc với Pháp từ trước, với những chuyên môn đặc biệt trong ngành giáo dục không thể tìm người khác có lý lịch « tốt hơn » để thay thế được, nên công việc dạy học vẫn như cũ không có gì thay đổi.

Trở lại chuyện « thị thực định cư », một buổi sáng Long đạp xe đạp đến trường Colette, lúc đó là niên khóa 1977-78, trường còn nằm trong Trung Tâm Văn Hóa Pháp. Cất xe xong, chàng tiến vào phòng giáo sư thì gặp anh chàng hiệu trưởng đi ngược lại bắt tay chào như mọi khi, nhưng hôm đó giữ Long lại và hỏi : « Tu veux partir en France ? » « Anh có muốn đi Pháp không ? » Câu hỏi làm Long chưng hửng ! Từ khi có chế độ mới áp đặt lên miền Nam, những người như Long đã từng sống trong một xã hội bình thường có nhiều tự do không thể nào chấp nhận một xã hội bất bình thường như hiện nay, và vì họ không thấy một chút hy vọng nào để có thể thay đổi chế độ nên đều tìm cách ra đi, đi chính thức được thì tốt, nếu không cũng tìm đường vượt biên.

Trường Colette của Pháp nơi tác giả dạy học trước khi đi Pháp. Hình chụp với ông hiệu trưởng mới năm 2010 khi tác giả về thăm lại trường sau 30 năm. Vẫn ngôi nhà cũ số 124 đường Cách Mạng Tháng Tám (Lê Văn Duyệt cũ), góc đường Tú Xương. Nhưng năm 2010 đã có dự án xây ngôi trường mới ở Long Bình, ngôi trường này được khánh thành năm 2011 và mang tên Trường Quốc Tế Pháp Marguerite Duras (Lycée Français International Marguerite Duras), tên của một nữ văn sĩ nổi tiếng của Pháp sinh ra ở Gia Định và lớn lên tại Đông Dương trong thời kỳ Pháp thuộc. Bà theo học trường Chasseloup-Laubat ở Sài Gòn, đậu Tú Tài xong về Pháp tiếp tục học Đại Học. Trường Marguerite Duras năm 2018 có hơn 900 học sinh. Có thể nói trường này là hậu thân của trường Colette, cũng là hậu thân của trường Marie Curie.

Không chờ Long trả lời vì cũng hiểu là chỉ hỏi cho vui thôi, anh chàng hiệu trưởng mỉm cười lấy một tờ giấy trong tập hồ sơ ra và đưa cho Long. Đó là tấm giấy « Visa d'établissement en France », « Thị thực định cư trên đất Pháp » của chính phủ Pháp ghi rõ tên của 4 người là hai vợ chồng Long cùng hai đứa con, ghi rõ là chính phủ Pháp sẵn sàng nhận 4 người đó định cư trên đất Pháp nếu được chính phủ Việt Nam cho phép xuất cảnh. Giấy không ghi có hạn đến ngày nào, như vậy là một thị thực « vô hạn định ». Anh chàng nói thêm : « Chính phủ Pháp nhận cho gia đình anh qua định cư bên Pháp rồi đó, bây giờ anh về lo ngay giấy tờ phía Việt Nam, có giấy xuất cảnh là đi thôi. »

Tim Long đập mạnh, chàng không ngờ có chuyện được đi Pháp dễ dàng như vậy, chàng có làm thủ tục gì về phía chính phủ Pháp đâu ! Trong đầu Long nhảy múa lung tung những hình ảnh của một cuộc sống mới trong một nước mà chàng sẽ không phải xin phép để đến sống ở một nơi nào đó, chàng có thể đi từ một thành phố này đến một thành phố khác không phải xin giấy phép của phòng tổ chức, chàng có thể mời bạn đến chơi vài ngày trong nhà mình không phải ra công an phường trình giấy tờ. Các con chàng sẽ có thể theo học Đại Học nếu chúng có khả năng, không bị rớt trong kỳ thi tuyển vì lý lịch xấu, vì bố mẹ thuộc thành phần ngụy quân ngụy quyền... Và quay cuồng trong đầu chàng bao nhiêu điều nữa chàng sẽ thực hiện trước viễn ảnh một cuộc sống mới trong một nước tự do !

Ngay hôm đó Long được biết tất cả các thầy cô đang dạy học ở Colette đều nhận được tờ giấy tương tự. Không những các thầy cô đang dạy, mà những người đã từng dạy trước kia nay không còn dạy nữa cũng được cấp tờ giấy này. Và sau này Long được biết tất cả những ai đã từng làm việc ít nhiều với một cơ quan Pháp như Tòa Đại Sứ, Tòa Tổng Lãnh Sự, bệnh viện Grall, Trung Tâm Văn Hóa Pháp, v.v. đều nhận được văn bản « Thị thực định cư » này.

Theo những « nguồn tin đáng tin cậy » thì hiện tượng lạ lùng này là kết quả của một sự thỏa thuận nào đó giữa hai chính phủ Việt Pháp nhân chuyến công du qua Paris của Thủ Tướng Phạm Văn Đồng[126] vào tháng tư năm 1977[127]. Người ta đồn là phía Việt Nam đã đồng ý cấp xuất cảnh và phía Pháp đã đồng ý nhận cho định cư hai thành phần : một là những người đã làm việc với một cơ quan của Pháp, hai là những người Việt lai Pháp.

Trưa hôm đó, sau khi dạy xong, Long đến tìm Mai ở Đài Truyền Hình để báo tin mừng. Mai cũng không ngờ lại có một may mắn trên trời rơi xuống như vậy. Hai vợ chồng quyết định phải « ăn mừng » và kéo nhau đến đường Hiền Vương (bây giờ là Võ Thị Sáu) có hai chị em người Huế nấu bún bò rất ngon, nhưng vẫn phải nấu « chui » trong nhà, không bảng hiệu gì cả, dù trong đám khách không thiếu gì cán bộ.

Những ngày sau đó, Long dành thời gian đi hỏi thăm làm cách nào để xin giấy xuất cảnh. Đầu tiên chàng tới cơ quan xuất nhập cảnh ở đường Nguyễn Du gần ngã ba Lê Văn Duyệt. Không dễ gì gặp được ai để hỏi thăm ở đây, vì những người tới cơ quan này đều có giấy gọi. Nhưng sau khi trổ hết tài vừa kiên nhẫn vừa xông xáo, cuối cùng Long cũng gặp được một nhân vật có thẩm quyền trả lời là muốn xin xuất cảnh phải qua thủ tục từ dưới lên trên, tức là đầu tiên phải qua phường nơi mình cư ngụ chính thức có hộ khẩu. Lúc đó chàng mới sực tỉnh, trong cơn hăng hái vì có tin vui chàng đã quên bẵng đi là mình đang « được quản lý chặt chẽ từ nơi cư trú đến nơi làm việc » cơ mà !

Hôm sau Long đến cơ quan địa phương gần nhà nhất là Ủy Ban Nhân Dân Phường, ở đây không ai biết phải làm gì. Cuối cùng một nhân viên khuyên chàng trở lại ngày mai có ông chủ tịch có thể giải quyết được, hôm đó ông đi vắng.

Hôm sau trở lại phường, Long gặp ông chủ tịch, đưa bản sao của tờ giấy « Thị thực nhập cảnh » của Pháp cấp, và hỏi bây giờ muốn xin xuất cảnh phải làm thủ tục gì, vì ở đường Nguyễn Du cho biết phải thông qua phường. Ông này nói thật ra chúng tôi không có thẩm quyền về chuyện xin xuất cảnh, và mách cho Long biết là phải lên một cơ quan cấp quận (là cấp trên của phường), có thể có nhân viên công an phụ trách về việc xin xuất cảnh.

Long đang sống gần ngã tư Hàng Xanh trong quận Bình Thạnh (một quận mới rất lớn, thuộc tỉnh Gia Định xưa). Theo chỉ dẫn của ông chủ tịch phường thì cơ quan hành chánh quận nằm khá xa, trên đường Chi Lăng Gia Định (giờ đây đổi tên là đường Phan Đăng Lưu).

Long đạp xe đến Ủy Ban Nhân Dân Quận Bình Thạnh. Sau thời gian dò hỏi và chờ đợi, cuối cùng có một nhân viên « hảo tâm » cho biết việc xuất cảnh đúng là phải xin ở cấp quận, nhưng không phải ngay tại đấy mà phải đến một cơ quan riêng của công an cũng nằm trên đường Chi Lăng này. Long đến nơi thì may quá gặp một thanh niên trẻ, bặt thiệp, nói là Long đã đến gõ đúng cửa rồi, chính anh ta là người nhận hồ sơ xin xuất cảnh cho những công dân sống trong quận Bình Thạnh.

Long trình bày trường hợp của mình đã có giấy « thị thực định cư » của Pháp, có nghĩa là nước Pháp đã cho phép nhập cảnh, bây giờ muốn xin xuất cảnh phải lập hồ sơ như thế nào.

Người nhân viên cho biết là ở cấp quận không có chỉ thị nào nhận hồ sơ xin xuất cảnh vì lý do « đã làm việc cho một cơ quan của Pháp » cả. Long nói là tôi và gia đình đã có giấy nhập cảnh vào Pháp, bây giờ tôi tới đây để làm thủ tục xin xuất cảnh, sao cơ quan ở đây lại không nhận hồ sơ ? Người nhân viên vẫn ôn tồn giải thích là trong « chế độ ta », muốn xuất cảnh phải thuộc một « diện » nào đó được phép xuất cảnh, lúc đó cơ quan của anh ta mới có thể lập hồ sơ, trường hợp của Long không thuộc một diện nào cả, nên không thể nộp đơn được.

Quá thất vọng vì « đoạn đường chiến binh » mấy ngày liền chỉ dẫn đến bế tắc, càng thất vọng hơn nữa vì từ trước đến giờ chàng chưa phải chạm trán với thực tế hãi hùng của các cơ quan « cha mẹ dân » này. Cả hai vợ chồng đều do « cơ quan quản lý » nên chuyện giấy tờ đâu cần phải ra phường hay quận bao giờ đâu !

Chàng về trường Colette dò hỏi các đồng nghiệp khác có nộp đơn được không, thì tất cả đều gặp trở ngại giống hệt như chàng. Không nơi đâu nhận đơn xin xuất cảnh vì không có « diện » nào như thế cả. Tuy nhiên mọi người vẫn còn chút lạc quan, nghĩ rằng dùng câu « không có diện » là không đúng, phải nói là « chưa có diện » có lẽ sát với thực tế hơn !

Cùng thời gian này, có nhiều lời đồn đại về chuyện Pháp nhận « con lai ». Long muốn tìm hiểu thêm, dò hỏi nơi này nơi kia và một hôm chàng đến một ngôi nhà nhỏ có sân rộng ở ngay trung tâm Sài Gòn, là trụ sở của một hội từ thiện của Pháp có tên là FOEFI (Fédération des Œuvres pour l'Enfance Française de l'Indochine – Hiệp hội các cơ quan từ thiện giúp trẻ con Pháp tại Đông Dương)[128]. Bước vào phòng chính của ngôi nhà là một văn phòng làm việc, chàng vô cùng ngạc nhiên khi gặp một ông già người Pháp nói tiếng Việt không khác gì người Việt. Ông tự giới thiệu tên là Georges Bazé, là người trách nhiệm tại Sài Gòn của hội từ thiện này. Ông là em của ông William Bazé là người sáng lập ra hội từ năm 1939, đã về Pháp từ lâu. Hội được lập ra để lo cho con lai Pháp trên toàn cõi Đông Dương. Cả hai anh em ông Bazé đều sinh trưởng ở Việt Nam từ đầu thế kỷ, riêng ông Georges có vợ Việt Nam nên nói tiếng Việt rất rành.

Ông Georges Bazé rất vui khi gặp Long vì cũng đã lâu rồi ông không còn gặp ai người Việt nói tiếng Pháp cả. Khi Long thắc mắc sao một hội từ thiện của Pháp vẫn còn được hoạt động tại Sài Gòn, vẫn còn giữ được trụ sở, ông nói tại vì con lai Pháp còn khá nhiều, chính quyền cách mạng biết là hội lo cho những người này nên họ còn cho phép hội ở lại thêm một thời gian, nhưng ông nghĩ khi con lai đi Pháp hết trong một hai năm nữa ông cũng sẽ phải « hiến » cái trụ sở này và về Pháp thôi.

Long hỏi thêm về chuyện Pháp nhận con lai thực hư ra sao, ông Bazé xác nhận qua chuyến đi Pháp của Thủ Tướng Phạm Văn Đồng, đã có sự thỏa thuận để Pháp nhận con lai Pháp và Việt Nam cấp xuất cảnh cho họ. Công việc đã tiến hành và mỗi tuần có một buổi họp giữa hai bên Việt Pháp xét hồ sơ những con lai đã nộp đơn xin đi Pháp. Nhưng hàng tuần chỉ có khoảng mười trường hợp được xét cho đi, không biết phải bao nhiêu năm mới giải quyết được cho tất cả mọi người.

Long trình bày trường hợp của mình có một « Thị thực định cư » của Pháp cấp, giờ đây muốn xin xuất cảnh nhưng về phía Việt Nam chưa nhận đơn, ông Bazé khuyên Long nên nộp đơn theo « diện » con lai.

Long về lập hồ sơ và trở lại phòng xuất cảnh của quận Bình Thạnh nơi chàng đã đến hôm trước. Gặp lại người công an trẻ ở đấy, lần này anh ta nhận ngay hồ sơ của Long và giải thích là « chúng tôi có chỉ thị nhận đơn của con lai nên hôm nay tôi nhận hồ sơ của anh, còn hôm trước anh muốn nộp hồ sơ theo diện làm việc cho Pháp thì tôi không nhận được vì chưa có chỉ thị nào cho cái diện đó cả. »

Long bắt đầu hiểu ra cách làm việc của chính quyền cách mạng nên không muốn thắc mắc gì thêm nữa về các « diện ». Chàng về nhà báo tin mừng cho Mai và hai con là đã nộp được đơn xin xuất cảnh rồi, còn nhập cảnh vào Pháp đã có sẵn trong tay. Như vậy cầm chắc là sắp được đi Pháp, và hai vợ chồng trong giây phút lạc quan tràn ngập đã tưởng tượng cảnh cả gia đình dắt tay nhau dung dăng dung dẻ trên đại lộ Champs Elysées ở Paris, một đại lộ được người Pháp coi là đẹp nhất thế giới !

Hôm sau Long vào trường Dược gặp riêng ông Khoa Trưởng trình bày vấn đề. Chàng đã nộp đơn xin xuất cảnh « theo chính sách », nay đến báo cáo với ông, và nếu cần, xin nghỉ làm để khi có giấy xuất cảnh không làm trở ngại công tác. Ông Khoa Trưởng này vẫn có cảm tình với Long vì chàng làm việc hết lòng, và nhất là vì chàng đã có sáng kiến mách cho ông ngôi biệt thự của người bạn, giúp cho mấy gia đình cán bộ của trường có nhà ở tươm tất trong buổi đầu. Ông nói Long cứ tiếp tục công tác ở trường, khi nào được phép xuất cảnh ông hứa sẽ không làm khó dễ giữ Long ở lại trường. Thời gian này có nhiều cơ quan không cho trí thức nghỉ việc để xuất cảnh, nên Long cũng lo, và ông Khoa Trưởng cũng hiểu như vậy nên hứa chắc với Long là chàng sẽ có giấy nghỉ việc của trường cấp khi chàng có giấy xuất cảnh của chính quyền.

Long yên tâm tiếp tục dạy học ở trường Dược, nay đã trở thành một Khoa của Trường Đại Học Y Dược gồm ba khoa là Y, Nha và Dược. Giờ đây chàng dạy môn Toán Thống Kê cho cả ba khoa, ngược lại chàng không còn dạy thực tập môn Công Nghiệp Dược nữa vì bộ môn này bị dẹp, lý do là đã có bộ môn này ở Hà Nội, cung cấp đủ dược sĩ chuyên về kỹ nghệ bào chế thuốc cho cả nước, nên không cần bộ môn này trong Nam nữa. Ngoài ra Long cũng tiếp tục dạy ở trường Colette, càng ngày càng ít học trò nhưng vẫn giữ tất cả các lớp từ mẫu giáo lên đến lớp cuối cùng (Terminales) của bậc trung học, cuối năm vẫn tổ chức thi tú tài.

Đối với chàng, giờ đây chỉ còn là vấn đề xét hồ sơ, lâu lắm chắc cũng vài tháng là cùng !

Chàng lầm to…

65. Vượt biên

Một buổi sáng đẹp trời, Long đang loay hoay khóa chiếc xe đạp trong nhà để xe hai bánh của trường Dược thì gặp anh bạn thân trước đây cùng trại cải tạo và được về 2 ngày trước Long. Anh H. tốt nghiệp trước Long mấy năm và dạy ở trường khá lâu rồi, tính tình bặt thiệp dễ mến nên quen biết hầu như tất cả mọi người cũ cũng như mới trong trường. Anh ghé tai Long nói nhỏ : « Bà B. đi thoát rồi ! »

B. cũng thuộc « đội ngũ cán bộ giảng dạy » của trường Dược, chị có tiếng là « thân cách mạng », ngược lại với đa số thờ ơ với chính quyền mới, nếu không phải là ngấm ngầm chê trách. Chị nghỉ bệnh từ một tuần nay, và bây giờ thì có lời đồn đại to nhỏ là chị đã « đến được bến bờ tự do » rồi. Chị đã vượt biên thành công. Không biết cái mác « thân cách mạng » của chị là thật hay chỉ là đóng kịch để dễ thực hiện ý định vượt biên của mình, chỉ biết chị là người đầu tiên trong trường Dược thành công trong ý định này.

Và chị cũng sẽ không phải là người cuối cùng. Trong năm 1977 còn hiếm, qua 78 và 79 rất nhiều người trong ban giảng huấn cũ của trường Dược cũng lần lượt ra đi, kể cả anh bạn H. của Long. Vào trường, ngày nào Long cũng chứng kiến cảnh các đồng nghiệp xầm xì nhỏ to, ông X xin phép về quê ba ngày rồi, không biết có « kẹt » hay « thoát », bà Y nghỉ bệnh mà không ai biết dưỡng bệnh ở đâu, Rạch Giá hay Vũng Tàu… Người ta xin nghỉ phép đi thăm người thân ở xa, nếu về lại trường đúng ngày thì « chắc là giờ chót bị trục trặc không đi được vì đã hối lộ cho công an xã này rồi nhưng lại bị công an xã bên cạnh phá », đâu biết là người đó đi thăm bà con thật ! Nếu hết phép không thấy về thì « chắc là thoát rồi ». Phòng tổ chức xóa sổ người đó trong biên chế. Có khi biết chắc là thoát vì đã có điện tín báo về cho người thân hoặc bạn thân còn ở lại, có khi vài tháng sau lại thấy người đó phất phơ trên đường phố Sài Gòn, thì ra bị công an gài bẫy bắt ngay tại chỗ hẹn để lên tàu ! Thế là nằm tù vượt biên, rồi nếu có người thân còn tiền thì chạy chọt để được về lại. Về rồi lại phải lo tìm đường khác để đi, vì đã lỡ một lần rồi khó mà trở lại làm công nhân viên nhà nước.

Hiện tượng vượt biên có từ những ngày đầu sau khi Sài Gòn thất thủ. Nhiều người đã tìm cách chạy trước ngày 30 tháng 4 không thành công, sau đó tiếp tục tìm đường khác, nhưng số này rất ít so với số người ra đi những năm sau đó. Phong trào vượt biên chỉ bùng lên khi người dân phải chịu đựng những biện pháp khắc nghiệt của chính quyền mới. Đầu tiên là người ta thấy những người đi trình diện học tập cải tạo bị lừa vì tưởng là đi học tập một tháng cho cấp cao và 10 ngày cho cấp trung bình, thực chất là bị ở tù vô hạn định. Rồi đến chiến dịch đánh tư sản làm tê liệt tất cả nên kinh tế miền Nam phồn thịnh trước kia, bị tuyên truyền là « phồn vinh giả tạo », thay vào đó là một chế độ bao cấp khiến cho đời sống cơ cực, cái gì cũng thiếu thốn, cái gì cũng phải « lậu », phải « chui », kể cả gạo ăn hằng ngày.

Rồi ai cũng thấy rõ là những người miền Nam từng tham gia Mặt Trận Giải Phóng trước kia giờ đây được cho ngồi chơi xơi nước để những thành phần trung kiên của Đảng từ miền Bắc vào áp đặt « ba dòng thác cách mạng » lên toàn thể miền Nam. Những người đã tham gia cách mạng còn bị đối xử như thế thì số phận của phe thua trận ai cũng biết trước rồi. Dù có thiện chí muốn « xây dựng đất nước bằng năm bằng mười ngày xưa » cũng chẳng ai cho mình chỗ đứng xứng đáng để cống hiến hiểu biết và khả năng của mình. Đành phải đi thôi…

Có nhiều đường để vượt biên. Đa số là những « thuyền nhân » đi đường biển, hy vọng cặp bến Thái Lan, hoặc Mã Lai, hoặc Indonesia, hay xa hơn nữa Phi Luật Tân hoặc Hồng Kông, và cả Úc Châu nữa, dù rất hiếm. Đầu tiên là « đi chui », người ta tìm mua lại tàu đánh cá biển, hoặc tự đóng tàu và tổ chức hoàn toàn bí mật, phải tính toán làm sao để qua mặt được công an. Rồi đến giai đoạn phải « mua bãi », tức là hối lộ công an địa phương tại một làng xã nào đó ven biển, công an sẽ làm ngơ cho tàu đến đón người vượt biên tập trung trên một bãi. Sau nữa là đi « bán chính thức », người Việt phải làm giấy tờ giả là người Hoa[129], công an tổ chức từ đầu đến cuối nên không sợ bị bắt. Ngoài ra còn có vượt biên bằng đường bộ, băng qua Campuchia để đến trại tị nạn ở Thái Lan.

Đó là chỉ nói ở miền Nam, còn miền Bắc sẽ có đợt vượt biên do chuyện Trung Quốc tố cáo Việt Nam « xua đuổi bài xích người Hoa ». Tình hình căng thẳng giữa Bắc Kinh và Hà Nội dẫn đến hai cuộc chiến tranh mới. Thứ nhất là mặt trận Campuchia cuối năm 1978 khi Việt Nam mang quân đến tận thủ đô Nam Vang đánh đuổi quân Khmer đỏ của Pol Pot và ở lại lâu dài[130]. Thứ hai là chiến tranh biên giới phía Bắc vào đầu năm 1979 khi Trung Quốc đem quân tràn qua hơn một ngàn cây số chiều dài, vào sâu mấy chục cây số tàn phá trong mấy tuần lễ, rút cuộc phải rút vì gặp sự chống trả mãnh liệt của Việt Nam[131].

Trở lại chuyện vượt biên bằng đường biển, thảm cảnh của thuyền nhân không bút nào tả xiết, cuối cùng đã đánh động lương tâm của thế giới. Trong năm 1978, cơ quan UNHCR (United Nations High Commissioner for Refugees, Cao Ủy Tị Nạn Liên Hiệp Quốc) đã tổ chức những trại tiếp đón người tị nạn ở các nước lân cận, như trại Songkhla ở Thái Lan, đảo Pulau Bidong ở Malaysia, đảo Galang ở Indonesia, v.v. Ngoài ra các cơ quan từ thiện quốc tế cũng phát động chiến dịch giúp người tị nạn, nổi tiếng nhất là hai chiếc tàu Ile de Lumière[132] (Đảo Ánh Sáng) của Pháp và Cap Anamur[133] của Đức, là hai tàu bệnh viện đồng thời cũng cứu vớt được nhiều thuyền nhân trên biển Đông trong giai đoạn cao điểm 1978-79.

Tàu Ile De Lumière (Đảo Ánh Sáng), một tàu bệnh viện treo cờ Pháp cứu giúp thuyền nhân Việt Nam (hình Internet).

Đã có rất nhiều tài liệu và sách vở viết về thảm cảnh vượt biên, về tất cả những khổ cực và nhục nhằn mà thuyền nhân đã phải gánh chịu. Con số thương vong trên đường vượt biên không ai biết chính xác, nhưng chắc chắn là nhiều, nhiều lắm. Có người đưa ra con số 30%, 40%, có khi lên đến 50%... Nếu chỉ tính một tỷ lệ tối thiểu là 10% đi nữa, thì cũng có nghĩa là đã có mấy chục ngàn người thiệt mạng, vì số lượng người vượt biên lên đến hàng trăm ngàn người.

Riêng Long cũng biết rõ một số nạn nhân là bạn bè và người quen. Người đầu tiên Long được nghe kể là Hòa, anh bác sĩ trước kia thời sinh viên ở cư xá Đắc Lộ, sau cùng chung trại cải tạo với Long nên rất thân nhau và được thả trước Long hai ngày. Anh Hòa cùng với con trai vượt biên đường bộ qua Campuchia đến được trại tị nạn Thái Lan thì chết trong trại vì bị bệnh do cơ thể yếu quá sau cả tháng cơ cực trên đường băng rừng. Một người nữa là đàn anh của Long trong ban giảng huấn của trường Dược đi theo diện bán chính thức, chiếc tàu nhỏ chất cả mấy trăm người, người quen đi cùng tàu kể lại một buổi sáng anh đi trên boong tàu chật ních người, lảo đảo thế nào không biết mà ngã xuống biển mất xác. Một người khác cũng là bác sĩ, thân với Long từ thời cư xá sinh viên Đắc Lộ, các bạn cùng thời đều nhớ vì là người điều khiển ban hợp xướng của cư xá, đi vượt biên một mình. Một hôm xác trôi giạt vào bờ biển Rạch Giá, người dân địa phương chôn ngay gần đấy. Có thể là tàu chìm vì bão táp, có thể là bị tàu của công an biên phòng phát hiện và đuổi bắn như đã có nhiều trường hợp như thế xảy ra, hay vì lý do gì khác, không ai biết được. Người vợ mà Long cũng quen được báo tin xuống tận nơi để nhận đúng là chồng mình. Thật là một phép lạ, làm cách nào để người vợ ở Sài Gòn biết được là xác chồng mình trôi giạt vào Rạch Giá ? Sau này bên Pháp Long có gặp lại người vợ kể lại câu chuyện cảm động này.

Những câu chuyện chết chóc trên đường vượt biên nhiều lắm, Long cũng được nghe rất nhiều trong những năm 78, 79, 80. Đặc biệt có hai trường hợp thương tâm chàng không thể quên vì là hai người bạn thân của chàng. Thứ nhất là một chị bạn học trường Dược cùng khóa, có hai con trai, chồng bị tù cải tạo đã 4 năm rồi không thấy một hy vọng nào được về. Chị mang hai con vào thăm chồng trong trại tù (trong 4 tháng đầu Long còn trong trại cải tạo, chưa có chuyện cho gia đình vào « thăm nuôi », mãi về sau mới có chính sách này) và ngỏ ý với chồng muốn mang con vượt biên, chồng đồng ý. Chị lên tàu mang theo một đứa con lên 7 tuổi, cùng với cô em mang theo cả hai đứa con của mình. Không ai biết số phận chiếc tàu ra sao, chỉ biết tất cả đều mất tích trên đại dương. Trường hợp thứ hai cũng tương tự, nhưng Long là bạn của chồng bị tù cải tạo. Vợ mang hai con trai 6 và 4 tuổi vào trại thăm, cũng ngỏ ý vượt biên, chồng thấy tương lai của mình không biết có sống sót ra khỏi tù hay không, nghĩ đến tương lai của con nên đồng ý. Khi chồng ra khỏi tù mới biết tin cả ba mẹ con đã mất tích trên đường vượt biên. Suốt thời gian anh còn trong tù, cha mẹ anh chị em giấu không cho biết tin. Mãi sau này Long gặp lại bên Mỹ, thấy bạn mình đã trở lại cuộc sống bình thường, chứ anh kể thời gian đầu anh đau khổ điên cuồng gần như người mất trí.

Ngoài ra những chuyện « đi hụt » Long được nghe bạn bè « đi rồi lại về » kể cho nghe thì nhiều vô số ! Có thể bị người tổ chức lừa lấy tiền, đúng ngày hẹn đến bãi chẳng thấy ghe thuyền đâu, ban đêm tối mò mò bỗng có tin truyền miệng nhau « Chạy, chạy, bị công an phát hiện rồi ! » thế là mạnh ai nấy chạy, về đến nhà mừng quá không bị tù, dĩ nhiên tiền đặt cọc mất hết ! Có thể đã mua bãi, hối lộ công an địa phương, cuối cùng vẫn bị bắt bỏ tù, chẳng hiểu vì lý do gì, làm sao khiếu nại, khiếu nại với ai ? Vào tù nhiều quá không có chỗ chứa cũng sẽ được thả ra, nhưng ai có tiền chạy chọt thì ra sớm hơn, nếu không thì phải ở lâu hơn. Có trường hợp đau hơn là đã ra khơi rồi còn bị tàu công an rượt đuổi bắt lại. Đau hơn nữa là đã tới được một nước lân cận rồi bị chính quyền địa phương đuổi ra, cuối cùng không biết đi đâu đành… quay về. Về đến một bãi nào đó, nếu không tránh được công an thì đương nhiên vào tù, mà loại tù này trầm trọng hơn vì bị nghi là quay về để làm gián điệp. Tháng 10 năm 1975 có chiếc tàu Việt Nam Thương Tín chở khoảng 1600 người từ đảo Guam trở về, đến nơi vào thẳng trại giam luôn[134] !

Với tất cả những nguy hiểm và rủi ro trên đường vượt biên như thế, tại sao người ta vẫn đi ? Long suy nghĩ nhiều về chuyện này, chàng thấy lý do chính là vì người ta không thấy một tương lai nào cho cuộc sống của mình và của con cháu mình trên chính đất nước của mình. Con người sống dù khổ cực đến đâu cũng phải được nuôi một hy vọng nào đó vào tương lai, hy vọng đời mình sau này sẽ khá hơn, và nhất là hy vọng đời con cháu mình sẽ khá hơn. Nếu không có một tia hy vọng nào thì cuộc sống chẳng còn ý nghĩa gì nữa. Mà theo chính sách phân chia giai cấp của chính quyền cộng sản, những thành phần mang nhãn hiệu « Ngụy » đừng hòng có một chân đứng xứng đáng trong xã hội mới, con cái của họ càng không biết tương lai sẽ ra sao. Vì vậy họ quyết định ra đi, nếu không có đường nào khác thì đành phải vượt biên dù biết có thể sẽ bỏ mình trên biển cả.

Đó cũng là cách suy nghĩ của gia đình Mai. Khi hai người em trai sinh đôi của nàng đến tuổi đi nghĩa vụ quân sự thì suy nghĩ đã biến thành hành động.

Một buổi sáng đẹp trời, công an đến tận nhà các em của Mai đưa giấy triệu tập hai cậu em đi nghĩa vụ quân sự. Hai cậu em đã biết trước sẽ đến phiên mình bị gọi nên từ cả tuần trước đã qua trú ẩn bên nhà Mai là chị cả, gia đình phải thay mặt người vắng mặt ký nhận giấy triệu tập. Lúc đó vừa xảy ra vụ đánh đuổi Pol Pot bên Campuchia, và những thanh niên ở miền Nam được gọi đi nghĩa vụ quân sự phần đông phải tham gia vào việc « bình định quân phiến loạn Khmer đỏ » trên mặt trận này. Cả nhà quyết định hai đứa em không trình diện, phải ẩn tránh cho tới khi tìm được đường vượt biên.

Mai là chị cả trong 8 chị em, hơn nữa nàng làm việc tại Đài Truyền Hình có giao thiệp rộng nên cả nhà tin tưởng nàng sẽ tìm ra « mối ». Thật ra mối cũng nhiều, cái khó là phải làm sao biết chắc là không bị lừa, và biết là tổ chức đàng hoàng để tránh bị công an vây bắt. Một trở ngại khác là giá cả. Thời điểm 1979, trung bình từ 10 đến 12 « cây » vàng một người để vượt biên (không hiểu sao lúc đó không ai gọi là « lạng vàng » như trước mà ai cũng gọi là « cây » !). Ông cụ của Mai nghỉ hưu đầu năm 1975 lãnh tất cả tiền hưu một lúc và cho vào ngân hàng, thế là mất hết, tiền đâu mà có được 20 cây vàng cho hai cậu con trai vượt biên.

Nhưng trước khi lo chuyện tìm mối, việc cấp bách trước mắt là phải tìm gấp một nơi ẩn náu cho tới ngày vượt biên, vì không thể tiếp tục ở nhà hai vợ chồng Mai-Long, thế nào công an khu vực cũng đến tìm kiếm hai cậu em đã bị gọi đi nghĩa vụ quân sự. May phước có một nhà hàng xóm chỉ có hai chị em sống với nhau, lại là chỗ thân tình với Mai. Mai đề nghị ban đêm cho hai cậu em qua ngủ trên gác xép, hai chị em vui vẻ nhận lời ngay. Thật là một thái độ can đảm đùm bọc lẫn nhau, vì nếu bị phát hiện hai chị em sẽ bị rất phiền toái.

Nhưng hai chị em cũng biết là tuy việc « quản lý » con người chặt chẽ như thế nào, vẫn có kẽ hở, và trong một thành phố rộng lớn như Sài Gòn, những kẽ hở này rất lớn. Hai cậu em có sổ hộ khẩu bên quận 10, trên đường vào Chợ Lớn, gia đình Long và Mai sống ở quận Bình Thạnh trên đường ra xa lộ Biên Hòa. Hai cậu em không trình diện để đi nghĩa vụ quân sự thì có giấy truy nã trong quận 10, quận Bình Thạnh không biết chuyện đó. Dân chúng đông như vậy, làm sao kiểm soát hết ? Tuy vậy Mai vẫn lo xa nên nàng đã nhờ thêm một cô bạn thân cho hai em trú ngụ tạm, do đó hai cậu nay ở chỗ này, mai ở chỗ khác và trước ngày lên tàu thì trốn tại nhà người quen khác gần với gia đình người tổ chức nên bất cứ lúc nào cũng sẵn sàng ra đi. Mỗi khi nhớ tới chuyện này Mai đều mang ơn những bạn bè đã thương mình mà giúp hai em, những người thật can đảm. Thử hỏi nếu có chuyện không may xảy ra, công an bắt được hai cậu thì người chứa chấp không khỏi mang họa lớn. Gần 40 năm qua rồi, mỗi khi nhớ lại Mai đều thấy mình có phước có những người bạn đáng quý như thế.

Yên tâm được một chuyện, qua đến chuyện chính là tìm mối vượt biên. Mai có một đồng nghiệp trong Đài Truyền Hình tên Cang, nhưng trước 1975 hầu như chưa quen biết nhau, thế mà sau 1975 hai gia đình trở thành rất thân có lẽ vì cùng khổ như nhau. Năm 1977 anh Cang xin nghỉ làm ở đài để về miền Tây chuyển qua nghề… đánh cá, mặc dù trước kia anh thuộc gia đình khá giả chưa bao giờ phải « lao động chân tay » cả ! Anh mua lại một chiếc tàu đánh cá, chính thức đăng ký đi đánh cá và cùng với hai người em vợ ra khơi mỗi ngày, thường là phải mua lại cá của các ngư dân để khi về khỏi bị nghi ngờ. Tuy vậy, mọi người đều biết là mấy người này từ Sài Gòn xuống tỉnh là để tìm đường vượt biên, vì lúc đó phong trào vượt biên đang lên mạnh. Sau một thời gian dò đường đi nước bước, thủy triều lên xuống vào lúc nào, đồn công an canh gác ra sao, mùa nào biển lặng, đêm nào không trăng, v.v. Và cuối cùng thay vì đi đánh cá thì mang cả gia đình đi vượt biên. Nhưng… bị lộ, thế là phải vào tù, tàu bị tịch thu. Cũng phải chạy chọt mới được thả ra.

Đã có kinh nghiệm, lần sau anh Cang quyết định không về tỉnh nữa, mà tổ chức đi ngay từ Sài Gòn, và thuê người đóng tàu mới. Sài Gòn rất đông người, ghe thuyền tấp nập trên sông và các con kinh, dễ len lỏi hơn là ở tỉnh. Vừa lúc đó Mai đang tìm đường cho hai cậu em vượt biên, nên đề nghị góp tiền vào việc đóng tàu và tổ chức để gửi hai em đi chuyến ấy.

Gọi là tàu, có lẽ gọi là ghe thì đúng hơn, nhưng là loại ghe đi biển, dài 8 thước, gắn chiếc máy hai « lốc » (do tiếng Pháp « bloc » có nghĩa là khối). Đóng tàu xong cũng chính thức đăng ký ra biển đánh cá, anh Cang và mấy người em vợ tiếp tục đóng vai ngư dân, chính một người em lo lái tàu. Lần này anh Cang chỉ đứng ra tổ chức nhưng không đi vì còn ở lại lo tổ chức chuyến khác.

Đến ngày khởi hành, những người vượt biên (khoảng 15 người, toàn người trong gia đình, thêm hai cậu em của Mai và hai người bạn thân của hai cậu) lần lượt lên ghe trong đêm tối và ẩn núp trong khoang, sáng sớm chiếc ghe rời bến đi đánh cá như mọi ngày, nhưng trực chỉ hải phận quốc tế sau khi qua được các trạm kiểm soát của công an dọc theo sông mà không bị phát hiện.

Suốt tuần lễ sau đó, nỗi lo âu của hai gia đình căng thẳng đến mức nào, người ngoài cuộc khó thể tưởng tượng. Mai lo cho em đến mất ăn mất ngủ, có đêm bị ác mộng, khóc trong mơ và ngày nào Mai cũng đến nhà anh chị Cang nghe ngóng tin tức. Và cuối cùng điện tín đánh về vỏn vẹn vài chữ « Khỏi bệnh, đã xuất viện », mật hiệu cho biết là mọi người đã đến được trại tị nạn. Hai gia đình mừng quá, việc đầu tiên là cúng vái bàn thờ tổ tiên đã phù hộ cho con cháu tai qua nạn khỏi. Quả thật là may mắn khi đi « hoàn toàn chui » mà trót lọt được như thế.

Sau này được biết chuyến đi cũng đã gặp nguy biến cùng cực ngay khi ra khơi được ít lâu, không phải vì bão táp (lúc đó là « tháng ba bà già đi biển » tức là biển lặng) cũng không phải vì gặp cướp biển vì chưa đến hải phận quốc tế, mà vì bị công an đuổi theo, cố tiếp tục chạy nên bị công an bắn làm một người em vợ của anh Cang, là người lái tàu bị thương ở tay. Chiếc ghe phải ngừng lại, công an lên ghe lấy mất la bàn, lục soát lấy vàng và tiền, dù chẳng có bao nhiêu. Sau đó họ không bắt ghe quay trở về mà thả cho đi tiếp. Rõ ràng là một kiểu ăn cướp công khai. Ghe không còn la bàn, vẫn tiếp tục theo hướng mặt trời và sao mà đi, sau hai ngày may quá gặp một giàn khoan dầu, họ cứu lên giàn khoan sau khi đục chìm ghe (phải đục chìm ghe giàn khoan mới có cớ để cứu người bị nạn). Sau đó tất cả được đưa đến trại tị nạn của HCR trên đảo Pulau Bidong thuộc Mã Lai. Lên đảo rồi nhờ đánh điện tín qua Pháp cho bà cô sống ở Paris, rồi bà cô đánh điện tín từ bên Pháp về, dùng mật hiệu đã định trước.

Năm đó là 1979, trại tị nạn trên hòn đảo Pulau Bidong nhỏ bé chứa tới hơn 40.000 người tị nạn, nên cuộc sống rất vất vả vì đông quá, không đủ chỗ ở cho tất cả mọi người. Hai em trai của Mai sống trên đảo gần 10 tháng trước khi được định cư ở Texas bên Mỹ, do cô em kế của Mai ra đi trước ngày 30 tháng 4-75, đã ổn định cuộc sống ở đấy bảo lãnh.

Sau đó đến cô em gái thứ 5 của Mai ra đi với chồng mới cưới được một năm. Hai vợ chồng đi theo diện bán chính thức, phải làm giấy tờ giả là người Hoa, và giá cả rất đắt, 12 cây một người. Cũng may là gia đình chồng đã di tản qua Mỹ trong những ngày cuối tháng tư 75, lúc đó đã có đủ tài chánh để lo cho con trai ra đi cùng với vợ. Trường hợp anh con trai này cũng khá đặc biệt, khi cả gia đình được Mỹ tổ chức cho di tản bằng máy bay vào những ngày cuối của tháng tư 75, lúc phải cấp tốc lên xe đi đến điểm hẹn thì anh con trai không có nhà, gia đình đành phải bỏ anh ở lại, gần 5 năm sau mới có dịp ra đi. Lúc vượt biên, em gái của Mai đã có bầu, khi đến trại tị nạn ở đảo Galang của Indonesia thì sinh con trong trại này, sau đó cũng qua Mỹ định cư.

Rồi đến hai người em gái thứ 4 và thứ 6 của Mai cũng ra đi « hoàn toàn chui » do anh Cang tổ chức, lần này chiếc ghe lớn hơn một chút và đông người đi hơn, nên cách ra đi cũng phức tạp hơn. Ngày khởi hành, chiếc ghe cũng ra khơi đánh cá nhưng không trở về bến ở Sài Gòn mà tấp vào đâu đó trên một nhánh sông gần cửa biển dùng làm điểm hẹn. Những người vượt biên khoảng 30 người phải dùng « taxi » đi từ Sài Gòn ra chỗ hẹn lúc sáng sớm còn tối đen. « Taxi » là tiếng lóng để chỉ những chiếc thuyền nhỏ của ngư dân chuyên chở người vượt biên từ bến Sài Gòn ra tới điểm hẹn, mỗi thuyền chỉ chở vài người. Sau khi tất cả taxi đến điểm hẹn chuyển khách xong, tàu trực chỉ ra khơi.

Lần trước đã đi thoát, có kinh nghiệm rồi nên lần thứ hai cũng suôn sẻ thoát được lưới kiểm soát của công an. Nhưng khi ra hải phận quốc tế thì bị cướp biển lên tàu lục soát lấy hết vàng và tiền, may là phụ nữ không bị hãm hiếp và không ai thương vong. Cuối cùng đến được trại tị nạn ở Galang, rồi cũng vào định cư ở Texas cùng với hai em trai đi trước.

Và sau cùng, chỉ còn người em gái thứ 3 của Mai, lúc đó đã lấy chồng và mới có con hai tháng, hai vợ chồng ôm đứa con bé bỏng đi chui cùng với hai bà mẹ vợ, mẹ chồng của bạn Mai, cũng đến được trại tị nạn an toàn và định cư ở California.

Thế là trong vòng hai năm 1979 và 1980, tất cả 6 người em của Mai, cùng với 2 người chồng và một đứa con mới hai tháng, đều vượt biên. Rất may mắn là chỉ vượt biên có một lần là thoát ngay, trong khi biết bao người phải trầy vi tróc vẩy, hụt lên hụt xuống, chưa nói đến cảnh bị tù đày, thậm chí chết chóc hoặc bi thảm như cảnh những người vợ, người con, người em bị hãm hiếp trước mặt chồng hoặc cha anh[135]. Có trường hợp các cô gái bị bắt theo bọn cướp để rồi sau đó bị bán cho những ổ điếm ở các nước chung quanh. Trên các phương tiện truyền thông của người Việt đến mãi sau này vẫn còn những tin nhắn cha mẹ tìm con gái đã bị bắt cóc trong những chuyến vượt biên kinh hoàng này.

Long nghĩ là khi biết tổ chức chu đáo, và gặp người lương thiện thì có nhiều hy vọng thành công hơn. Nhưng cũng không thể không tin vào cái « số » của mình, của bạn mình và tin vào phúc đức của ông bà để lại.

66. Thẩm vấn

Căn nhà ngoại ô nằm trong một khu yên tĩnh. Chung quanh nhà có ao của người chủ đất thả rau muống và nuôi cá. Con hẻm từ lộ chính vào nhà có bóng mát của hàng dừa và vài cây trứng cá, chẳng khác gì cảnh đồng quê. Tuy khu nhà nằm ngay sát Sài Gòn ồn ào tấp nập trên con đường Phan Thanh Giản nối dài chạy từ Đa Kao ra Hàng Xanh, nay đổi tên là Điện Biên Phủ, nhưng tiếng xe ngoài đường lớn chỉ văng vẳng như lọc qua một màn chắn vô hình, vừa đủ để nhắc nhở mình đang sống rất gần nơi đô hội.

Chiều ngày 24 tháng 12 năm 1979, Long, Mai và hai con, trai 9 tuổi và gái 7 tuổi, cả gia đình sốt sắng bắt tay vào làm cái hang đá trong dịp lễ Giáng Sinh. Những cái tượng nhỏ xíu của Chúa Hài Đồng, Mẹ Maria và Thánh Giuse, cùng với những người chăn chiên, ba vua, con bò, con lừa, con cừu… được Long gói cẩn thận trong giấy bao xi-măng cất trong một cái hộp các-tông từ cả chục năm nay, cứ mỗi mùa Giáng Sinh lại lấy ra bày biện trong cái « công trình » hình thù như một hang đá bằng giấy ngay trên bàn góc phòng khách. Giấy bao xi-măng trong hộp được lấy ra rắc thêm bột màu trông cho có vẻ rêu phong, rồi vò lại làm giả những hòn đá lớn xếp lại thành một cái núi với một khoảng trống phía dưới, chính là cái hang có máng cỏ ở giữa. Năm nào cũng làm như thế, nhưng luôn luôn có sáng tạo vì hang đá mỗi năm đều khác nhau, và mỗi năm lại tìm ra một vài thứ gì đó trang hoàng thêm cho « công trình nghệ thuật » của gia đình nhỏ bé này.

Công việc sau đó, cũng là công việc mất thời giờ nhất là gắn hai dây đèn màu, nhét các bóng đèn vào các kẽ « đá » sao cho đừng thấy dây điện. Sở dĩ mất nhiều thời giờ với hai cái dây này vì nó cũ lắm rồi, và luôn luôn có một vài bóng đèn bị hỏng. Có khoảng hai chục bóng trong một dây đèn, chỉ cần một bóng bị « đứt » là cả dây không sáng nữa, không phải như các dây đèn hiện đại sau này, một bóng bị hỏng không ảnh hưởng gì đến các bóng khác. Long phải tháo từng cái bóng ra, bóng đủ màu vàng xanh tím đỏ, dùng một cục pin và một sợi kẽm tự chế thành một dụng cụ để thử từng cái bóng đèn một.

Chàng đang cặm cụi thử các bóng của dây đèn thứ hai trong khi hai con đang loay hoay giăng dây đèn thứ nhất đã sửa xong vào hang đá thì thấy hai thanh niên đi xe Honda đậu ngay trước nhà. Nhìn qua cửa sổ, Long thấy người ngồi sau xuống xe mở cổng nhỏ vào trong hàng ba rồi gõ cửa chính. Chàng bỏ dở công việc ra mở cửa, người thanh niên hỏi có phải nhà của Hoàng Kim Long không. Khi được xác nhận đúng nhà, người đó đưa cho Long một mảnh giấy nhỏ xíu bằng bàn tay. Đó là một tờ giấy của công an, không phải công an phường hay quận mà là công an thành phố. Tờ giấy có tên của Long được viết tay điền vào chỗ trống trong tờ giấy in, có chữ ký đàng hoàng và một con dấu to đỏ chót. Nội dung yêu cầu Long đến trụ sở công an thành phố trên đường Trần Hưng Đạo, lý do « sẽ cho biết sau » cũng viết tay. Long hỏi chừng nào đi, người thanh niên trả lời phải đi ngay bây giờ, rồi leo lên Honda chạy thẳng, không nói gì thêm. Hai thanh niên này không mặc quần áo công an, có vẻ hấp tấp làm cho xong việc để về cho nhanh…

Đây là buổi chiều ngày 24 tháng 12, đêm nay các nhà thờ làm lễ đêm. Chính quyền cộng sản không thích tí nào cảnh nhà thờ nào cũng đông nghẹt giáo dân, chưa kể cảnh thanh niên nam nữ kéo nhau ra đường chung quanh các nhà thờ, ăn mặc đẹp đẽ, vui như ngày hội. Một truyền thống từ lâu đời đã như vậy, bây giờ vẫn vậy, chính quyền mới muốn ngăn cấm cũng chẳng được ! Hai thanh niên mang giấy đến nhà Long chắc cũng hối hả làm xong việc để về « đóng bộ » đi chơi đêm Giáng Sinh.

Long đã sống gần 5 năm trong chế độ mới, đã trải qua nhiều lớp học chính trị, nhiều lần khai lý lịch, đã phải qua tù cải tạo, nhưng đây là lần đầu Long bị công an gọi. Tuy chàng cũng đã có kinh nghiệm cọ xát với thực tế của cuộc sống trong một xã hội « công an trị », mảnh giấy chàng cầm trong tay cũng làm chàng chột dạ. Mai cũng lo lắng lộ ra mặt, hai vợ chồng không nghĩ ra mình đã làm điều gì mà công an cấp thành phố phải chiếu cố đến mình ?

Nhưng lo hay không cũng phải đi ngay. Giấy gọi Long, không gọi Mai, nhưng nàng nhất định đòi đi theo, ở nhà nóng ruột nàng không chịu nổi. Lỡ ra chàng có bị công an giữ lại thì nàng cũng còn biết ngay để tìm cách đối phó, chứ ngồi nhà thì trong trường hợp đó phải chờ đến bao giờ mới biết tin ?

Thế là Long lấy chiếc Honda PC chở vợ đi, để hai con ở nhà, nhắn với hai chị em người hàng xóm mình đi có việc gấp, nếu về trễ quá nhờ hai cô trông cháu giùm. Bình thường chiếc PC chỉ dùng để đi chơi đâu cả gia đình, con trai ngồi trước, con gái và mẹ ngồi sau. Xăng mua chợ đen rất đắt. Bình thường đi hai vợ chồng chỉ dùng xe đạp. Nhưng hôm nay không bình thường chút nào cả, vả lại tính ra vừa đi vừa về hơn 10 cây số nên phải dùng chiếc PC vậy.

Trụ sở Công An Thành Phố nằm trên đường Trần Hưng Đạo, số 274, trước 1975 là Nha Cảnh Sát Đô Thành. Đến nơi chàng gặp người công an gác cổng, chàng nói có giấy gọi đến làm việc, người gác cổng chỉ chỗ gửi xe phía ngoài tường rào. Hai vợ chồng đến đó gửi xe xong, Long dặn Mai chờ ở đấy, chàng trở lại cổng, người gác cho chàng vào trong, chỉ một cái phòng ngay phía trong cổng sắt lớn. Chàng vào đưa giấy gọi cho một nhân viên tại đó, người này đọc xong, hỏi xẵng tiếng tại sao giờ này mới đến. Long trả lời có hai người mang giấy đến tận nhà, lúc đó đã 3 giờ rưỡi, tôi phải bỏ dở công việc đến đây ngay, làm sao sớm hơn được ? Người kia nói chàng chờ rồi vào phòng trong, chắc là để điện thoại cho cấp trên. Năm phút sau trở ra nói với Long : *« Hôm nay trễ quá rồi, anh về sáng ngày 26 trở lại đây lúc 9 giờ. »*

Long trở ra ngoài chỗ gửi xe, Mai thấy chồng ra mừng quá, tưởng là đã xong xuôi mọi chuyện trong thời gian ngắn như thế, không ngờ lại phải trở lại hai ngày sau. Nhưng Long tìm cách trấn an vợ, cũng là để trấn an mình : *« Ít nữa nó không bắt mình là điều quan trọng nhất, hơn nữa không phải là chuyện gấp gáp gì, bằng chứng nó để cho mình nghỉ ngày mai lễ Giáng Sinh, ngày mốt mới phải trở lại, anh nghĩ không có gì đáng lo đâu ! »*

Nghĩ vậy nên ra về « lòng thơ thới hân hoan », chạy xe trên Đại Lộ Trần Hưng Đạo, lúc qua rạp Đại Nam hai vợ chồng còn nhắc lại kỷ niệm lần đầu đi xem xi-nê với nhau lúc mới quen, phim Bonnie and Clyde của Mỹ với hai tài tử nổi tiếng Warren Beatty và Faye Dunaway, mỗi lần có cảnh bắn nhau là Mai sợ co rúm người lại… Rồi qua bùng binh chợ Bến Thành, đại lộ Lê Lợi, quẹo trái đường Tự Do nay là Đồng Khởi. Lại nhớ mấy câu vè thật dí dỏm và ý nghĩa người dân Sài Gòn nghĩ ra khi đa số đường phố Sài Gòn bị đổi tên, Tự Do biến thành Đồng Khởi, Công Lý biến thành Nam Kỳ Khởi Nghĩa :

Nam Kỳ Khởi Nghĩa tiêu Công Lý
Đồng Khởi vùng lên mất Tự Do

Đến trước nhà thờ Đức Bà quẹo phải vào đường Nguyễn Du, khi qua trước cổng trường Taberd xưa, bao kỷ niệm vui buồn lại tràn về, những bước đầu khi chàng 18 tuổi từ Đà Lạt về Sài Gòn tập tễnh bước vào cuộc sống tự lập, rồi lúc 31 tuổi, mới 4 năm trước, khi chàng đến đây trình diện để « được học tập cải tạo »…

Về đến nhà, hai con mừng quá thấy bố mẹ về sớm, vì khi đi vẻ lo lắng lộ ra nét mặt hai vợ chồng làm hai đứa cũng sợ không biết có chuyện gì trầm trọng mà để chúng nó ở nhà một mình như thế. Nhưng Long cũng trấn an con như đã trấn an vợ, cố quên đi tờ giấy quái ác để vui vẻ mừng lễ Giáng Sinh cùng gia đình.

Rồi sáng ngày 26 cũng đến, lần này Long thuyết phục được Mai để chàng đi một mình, vì biết chắc là không có chuyện bắt bớ gì cả. Chàng lấy xe đạp đi thay vì PC, hà tiện xăng là chuyện đương nhiên. Đến nơi, sau những thủ tục giống như hai ngày trước, lần này chàng được hướng dẫn đến ngôi nhà chính, vào một căn phòng nhỏ xíu có một cái bàn và hai cái ghế đối diện nhau. Chờ một lát, một người bước vào cầm một tập hồ sơ dày cộm. Anh chàng gầy gò, mặt xương xương, mặc áo sơ-mi cộc tay màu trắng hơi ngà ngà, bỏ ngoài chiếc quần kaki cũ, mang đôi dép nhựa trong, kiểu dép của cán bộ thay cho dép râu. Đúng là một cán bộ cách mạng điển hình. Càng điển hình hơn nữa khi anh chàng bắt đầu nói, giọng miền Trung của khu 4, có lẽ là gốc Quảng Bình.

« Anh thường đến đường Nguyễn Du chỗ mấy người con lai Pháp hay tụ tập trước sở xuất nhập cảnh, rồi đến cả trước tòa Tổng Lãnh Sự Pháp nơi họ đã gây phiền phức, leo tường vào trong tòa Tổng Lãnh Sự. Chúng tôi biết rõ anh là người lãnh đạo họ, là người đứng sau họ xúi giục làm những việc phi pháp như thế, anh có biết như vậy là phạm pháp không ? »

Long chưng hửng ! Chàng không biết sẽ bị hạch hỏi về chuyện gì, nhưng hoàn toàn không ngờ lại là chuyện « phạm pháp » lạ lùng này !

Từ năm 1977, Long đã nộp đơn xin xuất cảnh theo diện con lai sau khi đã có giấy « thị thực định cư » của chính phủ Pháp. Lúc đó mừng hí hửng, tưởng vài tuần hay vài tháng là đã có thể leo lên máy bay qua Paris, nổi tiếng thế giới với danh hiệu « kinh đô ánh sáng » ! Nhưng đã hơn hai năm trôi qua vẫn chưa có một dấu hiệu nào là có ai ghé mắt đến hồ sơ của mình.

Vài lần trong một tuần, một cách đều đặn, chàng ra đường Nguyễn Du gần ngã ba Lê Văn Duyệt (nay là Cách Mạng Tháng Tám) để nghe ngóng tin tức « vỉa hè ». Đây là nơi tụ tập những người Việt lai Pháp như chàng, đã nộp đơn xin xuất cảnh đi Pháp theo diện « con lai », đến để nghe ngóng tin tức. *« Tuần này chỉ có 9 trường hợp có giấy xuất cảnh, trong khi tuần trước có 14 người. Đi nhỏ giọt kiểu này phải bao nhiêu năm mới đi hết mấy ngàn người ? »* Đại khái những trao đổi vỉa hè đường Nguyễn Du là như thế. Mỗi tuần có một cuộc họp giữa cơ quan xuất cảnh của Việt Nam và đại diện tòa Tổng Lãnh Sự Pháp để quyết định danh sách được xuất cảnh trong tuần tới, rồi danh sách được công bố tại cơ quan ở đường Nguyễn Du này. Lúc đó mỗi tuần chỉ có một chuyến bay của hãng Air France.

Ngoài tin tức chính xác về danh sách những người được giấy xuất cảnh trong tuần, còn có rất nhiều tin đồn. Cũng như mọi tin đồn từ xưa đến nay, thường chỉ là « vô căn cứ », nhưng vẫn được loan truyền rộng rãi, vì ai cũng nuôi hy vọng. Có một lúc nhiều người háo hức chờ đợi chính quyền Pháp cử một chiếc tàu thủy lớn đến Sài Gòn chở hết con lai và gia đình họ qua Pháp. Đó là tin đồn dai dẳng nhất trong suốt hơn hai năm Long đến đường Nguyễn Du ngóng tin !

Tại đây, người được nhắc tên nhiều nhất, ai cũng biết, đó là ông Năm Thạch. Chẳng ai biết ông tên thật là gì, chức vụ chính thức là gì, nhưng chắc chắn là con người quyền uy nhất ở cơ quan công an lo về xuất cảnh trên đường Nguyễn Du này. Nhiều lần ông ra cửa cơ quan giải thích với đám con lai đến ngóng tin tức, nêu thắc mắc sao chỉ cho đi nhỏ giọt mỗi tuần mươi người thì đến 10 năm nữa cũng chưa đi hết. Ông giải thích : *« Chúng tôi không làm khó dễ các anh chị, nhưng phía Pháp chỉ nhận mỗi tuần chừng đó người. Chúng tôi giữ anh chị lại để làm gì ? Chỉ mong cho tất cả ra đi càng sớm càng tốt thôi ! »*

Không biết thực hư ra sao, nhưng nghĩ cho kỹ thì cách giải thích này hợp lý. Chính quyền cộng sản chỉ muốn tống khứ đám con lai đi cho rảnh mắt, giữ họ lại để làm gì ? Nếu nói kéo dài ra để tìm cách ăn tiền hối lộ thì chắc chắn không đúng, vì đại đa số con lai đều sống trong cảnh vất vưởng, đủ ăn là mừng lắm rồi, tiền đâu ra để hối lộ ? Nhiều người không hiểu tại sao nước Pháp giàu có như thế, đã có lòng nhân đạo nhận con lai, sao không nhận nhanh chóng mà kéo dài ra thế ? Sau này Long qua Pháp rồi mới hiểu là vấn đề xã hội của một nước tây phương không đơn giản tí nào. Thời điểm đó phong trào vượt biên đang lên, nước Pháp cũng như các nước phương tây khác, đứng đầu là Hoa Kỳ, đang tiếp nhận người tị nạn khá nhiều. Phải làm sao cho họ hội nhập được vào một xã hội rất khác với xã hội mà họ sống trước kia, không phải chuyện dễ. Phải có thời gian để học tiếng Pháp, thời gian để học một nghề mới nếu nghề nghiệp hay bằng cấp trước kia ở Việt Nam không dùng được bên Pháp, v.v. Nên chính phủ Pháp không muốn nhận một lúc hàng ngàn người. Điều này cũng còn tùy thuộc vào chính sách của Pháp, thay đổi mỗi lần có chính phủ mới, phe tả hay phe hữu.

Khi được ông Năm Thạch cho biết sở dĩ con lai chỉ được đi nhỏ giọt là do phía Pháp kìm hãm, nhiều người làm đơn gửi đến Tòa Tổng Lãnh Sự Pháp, xin cứu xét sớm trường hợp của mình, vì sau khi nộp đơn có nhiều người bị mất việc làm tại địa phương, sống vất vưởng. Có một lúc, có cả một số thanh niên rủ nhau leo tường vào trong Tòa Tổng Lãnh Sự trên đường Hồng Thập Tự, với hy vọng làm áp lực với chính phủ Pháp sớm giải quyết trường hợp của họ. Nhưng dĩ nhiên họ bị nhân viên an ninh của Pháp tống ra ngoài và lập tức bị công an Việt Nam bắt.

Trong những lần ông Năm Thạch ra ngoài cửa tiếp xúc với đám đông, Long cũng có dịp trình bày trường hợp của mình : *« Tôi đã có thị thực nhập cảnh vào Pháp, tức là về phía Pháp đã nhận tôi rồi, bây giờ chỉ còn chờ xuất cảnh của Việt Nam, sao tôi vẫn không được giấy xuất cảnh ? »* Khi được hỏi và Long giải thích thêm là « thị thực nhập cảnh của Pháp là vì tôi dạy trường Pháp », chàng được trả lời ngay là hiện nay chỉ xét diện con lai, chưa xét đến diện của Long[136].

Khi Long dò hỏi phía Pháp qua các bạn người Pháp cùng dạy trường Colette, chàng được trả lời là phía Pháp chỉ nhận những con lai trong thời kỳ có « quân đội viễn chinh Pháp qua Đông Dương », tức là từ năm 1945 đến 1956. Chàng sinh năm 1944, không nằm trong diện này. Thật là trớ trêu ! Long nằm trong 2 « diện » được đi Pháp, nhưng nó tréo cẳng ngỗng nên chàng cứ phải ngồi chờ. Một đằng là làm việc cho Pháp, phía Pháp nhận nhưng phía Việt Nam chưa giải quyết. Một đằng là con lai, phía Việt Nam nhận đơn nhưng phía Pháp lại bảo « Không được ! » Đành cho là cái số chưa được đi thì ráng chờ thôi !

Trở lại buổi sáng ngày 26-12-1979, người công an thẩm vấn Long nói thêm : *« Chính anh là người giúp họ viết đơn tiếng Pháp để khiếu nại, anh có xác nhận điều này không ? Chính anh là người xúi giục họ leo tường trái phép vào trong Tòa Tổng Lãnh Sự, anh nghĩ sao về hành vi phạm pháp này ? »*

Tới đây thì Long trong bụng thở phào ra nhẹ nhõm, vì chàng biết chắc công an chẳng biết thấu đáo những gì xảy ra ở lề đường Nguyễn Du cũng như trước cổng Tòa Tổng Lãnh Sự Pháp đường Hồng Thập Tự. Họ chỉ « bắt nọn » theo kiểu đàn áp người yếu bóng vía thôi.

Biết vậy nên Long bình tĩnh trả lời : *« Dĩ nhiên là tôi giúp họ viết đơn bằng tiếng Pháp khi họ nhờ tôi, có khi họ phải thuê người khác viết vì chưa quen tôi, đến khi đưa bản đó cho tôi xem, tôi lại phải sửa nhiều chỗ viết không đúng văn phạm. Có thể nói trong đám con lai hay ra tụ tập ở đường Nguyễn Du nghe ngóng tin tức, tôi là người có học nhất và thành thạo Pháp ngữ, tôi giúp người khác viết một lá đơn, tôi xem đó là một bổn phận giúp người ít học. Nội dung hoàn toàn chỉ là để tả khổ và xin được cứu xét sớm, có gì gọi là sai trái ? Còn về chuyện leo tường vào bên trong Tòa Tổng Lãnh Sự, tôi hoàn toàn không biết trước khi sự việc xảy ra. Khi nó xảy ra rồi tôi còn khuyên mọi người không nên có những hành vi trái phép như vậy, vì không có lợi gì cả. Đừng tưởng nhảy vào trong thì được người ta bảo vệ như những người phản kháng về chính trị, mà họ sẽ tống mình ra và sẽ bị công an bắt, có khi phải vào tù, biết chừng nào mới được đi ? »*

Cuộc thẩm vấn càng đi vào chi tiết, Long càng cảm thấy yên tâm, vì chàng dần dần nhận ra lý do công an gọi chàng đến : họ đã bắt đầu xét đến hồ sơ của chàng.

Và chàng chắc chắn mình đoán đúng, khi sau những cáo buộc vu vơ, thật ra chỉ là « mấy món ăn chơi » của buổi thẩm vấn này, người công an chuyển đề tài : *« Anh là một trí thức, anh đang dạy ở trường Đại Học, sao anh lại muốn đi Pháp ? Anh có biết là hiện nay đang cần những người trí thức như anh để xây dựng lại đất nước đã bao lâu bị tàn phá bởi chiến tranh do bọn Mỹ Ngụy gây ra không ? »*

« Đất nước cần đến những trí thức như mình ! » Đó là điều mà Long cũng đã nghĩ đến vào những ngày đầu tháng 5 năm 1975. Nhưng qua gần 5 năm cọ xát với thực tế, điều rõ ràng là người ta cần chuyên viên, kể cả trí thức, để xây dựng lại đất nước, nhưng là một đất nước « theo kiểu của người ta ». Điều này có thể tóm lược trong câu « hồng hơn chuyên ». Nghĩa là người đảng viên cần hơn người chuyên viên. Tại mọi nơi mọi chốn, phải là đảng viên mới được nằm trong hàng ngũ lãnh đạo, người chuyên viên dù có giỏi cách mấy cũng phải làm việc dưới quyền của đảng viên, đúng với chủ trương « Đảng lãnh đạo, nhà nước quản lý, nhân dân làm chủ ». Cảnh diễn ra nhan nhản là trong nhiều cơ quan, người đứng đầu chẳng biết gì về chuyên môn cả, hoặc chỉ biết những điều sơ đẳng, nhưng vì không đủ đảng viên có trình độ nên vẫn phải tìm những người như thế để lãnh đạo.

Quan trọng hơn nữa, tương lai con cái của giai cấp « ngụy quân ngụy quyền » không biết sẽ ra sao, trước mắt thấy rõ ràng là chúng có giỏi đến đâu cũng không qua được các kỳ thi tuyển vào đại học, vì là thi theo kiểu « học tài thi lý lịch ».

Nhưng Long không thể trả lời thẳng thừng là chàng phải ra đi vì chàng không chấp nhận chế độ toàn trị của cộng sản, không chấp nhận trong một nước chỉ có một đảng áp đặt lên mọi người chính sách mà họ cho là « dân chủ nhất », không chấp nhận người dân bị tước đoạt mọi quyền tự do, không chấp nhận chế độ cấm đoán mọi hoạt động kinh tế tư nhân đang đưa đất nước lụn bại về mọi mặt... Không, chàng không thể trả lời như thế, dù ai cũng biết bao nhiêu người tìm cách ra đi, kể cả liều mình vượt biển, là vì những lý do như thế. Mọi người đều biết, kể cả người công an đang thẩm vấn chàng. Biết nhưng không nói. Trong chế độ này, mọi người đều có hai cách nói, một để dùng « chính thức » khi phải nói công khai, một để dùng « trong riêng tư ». Hai cách nói thường trái ngược hẳn nhau. Con người không ai còn dám nói thật lòng mình, dần dần thành một tập quán, xem như chuyện đó là bình thường, cần « sống còn » nên phải « giả dại qua ải » cho xong chuyện ! Hậu quả của tập quán này là cả một xã hội xây dựng trên dối trá, đến bao lâu mới tẩy xóa được cái tập quán tai hại đó ?

Biết vậy, nhưng Long cũng phải dùng « lưỡi gỗ » để trả lời khi bị hạch hỏi về chuyện tại sao không ở lại xây dựng đất nước mà lại muốn ra đi : *« Cha tôi là người Pháp, nay chính phủ có lòng nhân đạo cho tôi qua Pháp để tôi có phương tiện tìm lại gia đình bên nội, tôi cám ơn chính phủ về chuyện này. Còn việc xây dựng đất nước, tôi nghĩ qua Pháp tôi có điều kiện để phát huy khả năng của tôi nhiều hơn, và như thế tôi có thể còn giúp xây dựng đất nước Việt Nam hiệu quả hơn là ở trong nước. Tất cả tùy thuộc vào tấm lòng của mình thôi. »*

Đại khái chất vấn và đối đáp kiểu lưỡi gỗ như thế, Long không hề chùn chân. Cuộc thẩm vấn kéo dài gần hai giờ đồng hồ, một bên đặt câu hỏi càng ngày càng hóc búa, một bên dùng lưỡi gỗ để trả lời. Long chắc chắn là người công an ngồi trước mặt chàng cũng hiểu là chàng trả lời cho qua chuyện, không thực lòng mình, nhưng công việc họ phải làm thì cứ làm, vậy thôi...

Cuối cùng cuộc thẩm vấn cũng chấm dứt, anh chàng công an đứng lên, và lần đầu tiên nét mặt khó đăm đăm bỗng nở một nụ cười : *« Anh không biết tôi nhưng tôi biết anh từ lâu rồi, từ khi anh còn làm dược sĩ trong bệnh viện Bảo Lộc. Niên khóa 1971-72 anh có thêm công việc thứ hai là dạy toán ở trường trung học Bảo Lộc. Lúc đó tôi là đồng nghiệp của anh, tôi dạy văn cùng trường với anh. »*

Thật là một bất ngờ quá sức tưởng tượng của Long. Anh chàng công an này đã có lúc là đồng nghiệp của mình ? Vậy là anh chàng đã hoạt động nằm vùng từ thời đó, vì theo chàng hiểu, làm công an ở cấp thành phố phải có một quá trình công tác lâu dài và phải có khá nhiều tuổi đảng. Long chưa biết trả lời ra sao thì anh chàng nói tiếp :

« Cũng nói thật cho anh mừng, sở dĩ có buổi làm việc hôm nay vì hồ sơ của anh bắt đầu được cứu xét rồi đó. »

67. Ra đi chẳng biết ngày về

Chiều ngày 17 tháng 7 năm 1980, Long, Mai và hai con đáp máy bay của hãng Air France từ Tân Sơn Nhứt đi Paris. Hôm đó nhằm ngày thứ năm. Một buổi chiều hè, nắng oi ả.

Trước đó hai tuần, chàng nhận được giấy tờ để đi Pháp.

Sau buổi thẩm vấn của một công-an-cựu-đồng-nghiệp ở trụ sở Công An Thành Phố vào ngày 26 tháng 12 năm trước, Long tin tưởng hồ sơ mình đã bắt đầu « nhúc nhích » và hy vọng ngày lên đường không còn xa lắm. Chàng đến cơ quan xuất cảnh ở đường Nguyễn Du một cách đều đặn hơn, nghe ngóng kỹ lưỡng hơn. Nhất là chàng liên lạc mật thiết hơn với phía Pháp, nhờ những đồng nghiệp người Pháp cùng dạy trường Colette với chàng.

Trong 7 năm dạy Lý Hóa tại trường trung học của Pháp ở Sài Gòn từ 1973 đến 1980, lúc đầu là trường Marie Curie, sau đó là Colette, Long được cảm tình của nhiều đồng nghiệp, và trở thành bạn thân với vài ba người. Từ đó chàng mở rộng vòng quen biết trong giới người Pháp làm việc tại những cơ quan khác, đặc biệt là nhân viên trong tòa Tổng Lãnh Sự.

Năm 1977 có một cặp vợ chồng dạy môn toán từ Pháp qua bắt đầu thời gian công tác 3 năm tại Sài Gòn, cặp này có một con trai trạc tuổi con của Long. Tính tình thích hợp với Long và Mai, lại có con cùng lứa tuổi con mình nên B. và C. (tên của hai vợ chồng) nhanh chóng trở thành bạn thân. Gia đình Long được mời nhiều lần vào ngày chủ nhật đến ăn trưa ở nhà của B. và C.. Đôi khi chỉ có hai gia đình ăn uống trong vòng thân mật. Thường thì có nhiều bạn họp mặt cuối tuần, một dịp để Long giao thiệp rộng thêm. Trong những buổi họp mặt như thế, luôn luôn có rượu sâm-banh (Champagne). Chủ nhà tâm sự với Long là bên Pháp chỉ uống sâm-banh trong những dịp lễ lạc quan trọng mà thôi, vì là rượu đắt tiền. Nhưng bên này vì không có giải trí gì khác nên ngày chủ nhật gặp nhau cũng xem như « dịp quan trọng ». Vả lại rượu Champagne mua bên Singapore miễn thuế giá rẻ hơn bên Pháp.

Qua gần 3 năm như thế, các bạn Pháp biết rõ hoàn cảnh của Long đã nộp đơn xin đi, và nóng lòng muốn đi càng sớm càng tốt, nhưng không ai giúp được gì cho Long cả, vì hồ sơ nằm bên phía Việt Nam, nếu họ chưa đưa ra để xét trong cuộc họp hằng tuần thì phía Pháp chẳng làm gì được. Còn về phía Việt Nam, có tiếng đồn đại là phải đút lót mới có thể nhanh được. Long không quen chuyện đút lót, vả cũng rất ghét chuyện này. Mà muốn đút cũng chẳng được vì tiền đâu ra ! Hơn nữa, đút lót là phải qua trung gian, mà trung gian « thật » thì ít, trung gian « giả » chuyên đi lừa người thì lại quá nhiều ! Sống quá thiếu thốn trong một xã hội đảo điên làm cho con người xem chuyện lừa đảo là thường tình… Chuyện gì cũng có thể lừa được, nhất là chuyện tổ chức vượt biên, muôn hình vạn trạng.

Sống trong tình trạng chờ đợi mà không biết ngày nào đi, và sẽ được đi hay không, quả là không dễ dàng chút nào về mặt tâm lý. Nhưng chỉ qua vài tháng đầu, Long quyết định phải sống bình thường, không thể để cho cuộc sống bị chi phối vì tình trạng bấp bênh như thế. Cũng may là cả hai vợ chồng vẫn còn đi làm, không phải nghỉ việc vì đã nộp đơn xin xuất cảnh, nên không đến nỗi sốt ruột ngồi mong ngóng từng ngày…

Công việc của Mai trước 1975 là xướng ngôn viên đài Truyền Hình Sài Gòn, sau 1975, nàng chuyển qua làm phim tài liệu trong phòng Chuyên Mục. Nàng ghi lại cho chồng những kỷ niệm thời đó :

Trong những ngày đầu sau ngày 30 tháng 4-1975, em vẫn đọc tin nhưng không xuất hiện trước màn ảnh nữa. Cùng ngồi đọc tin là một cô từ trong R (đọc là Rờ, tức là trong chiến khu) ra, giọng cô the thé đến nỗi ngồi cạnh nhau mà mỗi lần cô lên tiếng là em nổi da gà ! Trong một lần đọc tin, ông Tố Hữu vào thăm đài và đã bắt tay gọi em là đồng chí ! Em tưởng ông ấy hiểu lầm nên đính chính thì ông ta nói « không, tất cả các anh chị đều là đồng chí cả vì nay đất nước hoàn toàn giải phóng rồi, chúng ta đều là đồng chí » !

Hai tuần lễ sau tất cả nhóm xướng ngôn viên còn ở lại được chọn một việc làm thích hợp vì « tuy chị không xuất hiện nhưng khán thính giả vẫn nhận ra giọng nói của chị và họ phản đối (???) ». Ban Giám đốc đề nghị em nói giọng Nam thì sẽ tiếp tục đọc nhưng em từ chối. Sau khi đi thăm các phòng, em được chọn về làm biên tập viên tại phòng Chuyên Mục, phụ trách làm những phim tài liệu. Đề tài do em chọn nên công việc tuy vất vả vì phải đi đây đi đó nhiều nhưng thích hợp với năng khiếu của mình. Lúc đầu em chọn viết về thiếu nhi tưởng là để tránh phải dính dáng đến chuyện chính trị nhưng khi thấy một đồng nghiệp bị « có vấn đề » khi thực hiện một chương trình theo kiểu « Đố Vui Để Học » giữa hai đội thiếu nhi như ngày trước. Anh đã quay trung thực khi đội Hoa Mai thắng đội Ngôi Sao nhưng vì « ai đó » đã suy luận rằng Hoa Mai là biểu tượng của Quân Lực Việt Nam Cộng Hòa mà Ngôi Sao là bộ đội Bắc Việt, như vậy người thực hiện chương trình và nhóm làm phim đã « có ý đồ » ! Khi biết điều đó em xin quay trở lại làm việc tại trụ sở chính của đài ở đường Hồng Thập Tự, không làm việc tại bộ phận thiếu nhi tại trụ sở cũ của Truyền Hình Đắc Lộ tại đường Yên Đổ nữa.

Phim tài liệu đầu tiên em làm và được giải « bác Hồ » là phim « Thế Giới Màu Xanh » vừa có tính cách khoa học đơn giản vừa có tính cách giáo dục lại là dịp để trình bày về các loại thực vật phong phú của miền Nam. Em làm việc rất hợp với một người cameraman có đầu óc thẩm mỹ và chịu khó, anh NVN tự « Nghĩa đầu bạc ». Vai trò của em khá phức tạp vừa là biên tập viên, chọn đề tài (và phải được « trên » chấp nhận !), viết kịch bản, đi liên hệ với những nơi mình muốn quay phim, lo nơi ăn chốn ở cho đoàn (khi mà cả nước đói !) vừa làm công việc như đạo diễn, sau đó làm việc với bên dựng phim, xong đâu đấy viết lại kịch bản cho thật khớp với hình ảnh, tiếp theo là chọn nhạc và cuối cùng là đọc thuyết minh cho phim của mình. Là một phụ nữ chưa đầy 30 tuổi chân ướt chân ráo vào nghề mà phải điều khiển các ông quay phim, âm thanh, ánh sáng « lão làng », các bà, các cô dựng phim mươi mười lăm năm kinh nghiệm... quả là không dễ chút nào nhưng đó là thời kỳ làm việc hứng khởi nhất vì đối với em sáng tạo là đam mê. Lâu lâu nếu có cảnh bến Nhà Rồng thì cũng phải nói « nơi Bác đã ra đi tìm đường cứu nước » hoặc ca ngợi các đại học, các công nhân làm chi chi đó đã « phát huy sáng kiến cải tiến kỹ thuật, làm lợi cho nhà nước hàng chục vạn đồng »...

Em nhận được nhiều giấy « Tiên tiến » nhưng lương thì vẫn dậm chân tại chỗ vì một anh từ trường Nguyễn Ái Quốc Hà Nội vào dạy chính trị cho đám « trí thức » trong đài đã nói thẳng « nhờ đảng khoan hồng chứ đáng lẽ Xướng Ngôn Viên là giết ngay » !!! Chưa bị giết ngay là may rồi, đòi chi tăng lương lôi thôi như bọn tư bản dẫy chết !

Trong khi đó Long vẫn tiếp tục dạy Lý Hóa trường Colette của Pháp, đồng thời với công việc chính là dạy ở Đại Học Dược Khoa. Niên khóa 1975-76 chàng còn dạy thực tập bộ môn Dược Khoa Kỹ Nghệ, sau đó bộ môn này bị bỏ, chàng chỉ còn dạy Toán Giải Tích và Thống Kê. Thế là phòng thực tập Dược Khoa Kỹ Nghệ được bàn giao cho bộ môn Nghiên Cứu (đặc biệt có bộ phận nghiên cứu « Sâm K5 », K5 là Khu 5 trong thời chiến tranh gồm tỉnh Bình Định và các tỉnh chung quanh). Long « dọn nhà » lên Phòng Vật Lý trên lầu 3 của ngôi nhà chính, nay trở thành bộ môn Toán Lý.

Một thời gian dài chàng sinh hoạt với các đồng nghiệp bên Vật Lý nhưng chỉ có một mình chàng dạy Toán nên xem như hoàn toàn độc lập. Theo cách làm việc mới của nhà trường xã hội chủ nghĩa, giáo viên phải soạn giáo trình giáo án, rồi thông qua tập thể xem có đúng chủ trương của Đảng và nhà nước không, nhưng vì Long « một mình làm vua một cõi » nên soạn giáo trình theo ý mình, rồi tự mình… thông qua mình ! Bài giảng Toán Thống Kê được soạn kỹ lưỡng dựa trên những cuốn sách Thống Kê tiếng Pháp của thư viện trường. Sau đó đưa cho phòng ấn loát đánh máy « stencil » (loại giấy đặc biệt dùng để in ronéo), rồi phải sửa thật kỹ (các ký hiệu toán học rất dễ đánh máy lầm) trước khi in ra và phát cho sinh viên. Giấy in thời đó gần giống như giấy bản ngày xưa, màu đậm, lâu lâu còn thấy vết cọng rơm cọng cỏ trong bề dày của tờ giấy trông rất ngoạn mục[137].

Có một lúc phòng Toán Lý được thêm một thầy thứ hai dạy Toán, là một người tốt nghiệp bên Đại Học Khoa Học rồi học thêm Dược. Nhưng chẳng bao lâu một ngày đẹp trời đồng nghiệp này biến mất, cũng theo chân nhiều đồng nghiệp miền Nam cũ tìm đường vượt biên, và may mắn thành công.

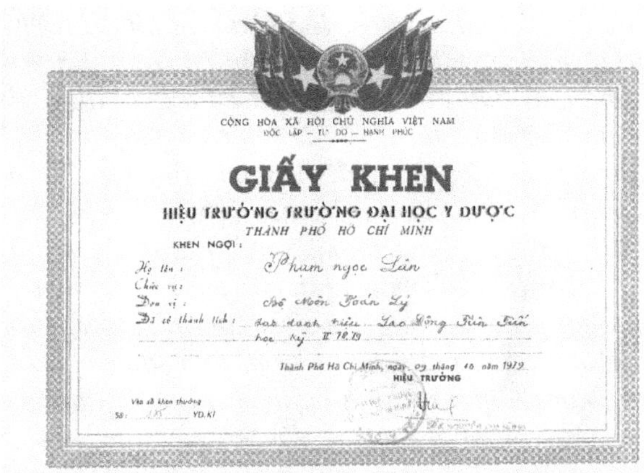
CỘNG HÒA XÃ HỘI CHỦ NGHĨA VIỆT NAM
ĐỘC LẬP – TỰ DO – HẠNH PHÚC

GIẤY KHEN

HIỆU TRƯỞNG TRƯỜNG ĐẠI HỌC Y DƯỢC
THÀNH PHỐ HỒ CHÍ MINH

KHEN NGỢI:

Họ tên: Phạm ngọc Lân
Chức vụ:
Đơn vị: Bộ Môn Toán Lý
Đã có thành tích: đạt danh hiệu Lao Động Tiên Tiến học kỳ II 78.79

Thành Phố Hồ Chí Minh, ngày 09 tháng 10 năm 1979
HIỆU TRƯỞNG

Vào sổ khen thưởng
Số: 135 YD.KT

Một trong những tờ giấy khen của Hiệu Trưởng trường Đại Học Y Dược cấp cho tác giả. Chữ ký là của Khoa Trưởng Khoa Dược Nguyễn Kim Hùng, lúc mới vào năm 1975 còn giữ bí danh là Ba Phát.

Thời đó còn có chuyện bình bầu « lao động tiên tiến », dạy học được xem là « lao động trí óc », cũng là lao động nên mỗi năm cũng 2 lần « bình bầu ». Long không nhớ rõ thủ tục bình bầu như thế nào, phòng tổ chức của trường có « chỉ đạo » hay không (vì muốn được giấy khen lao động tiên tiến không phải chỉ dựa vào công việc mình làm, mà còn xét tới « đạo đức cách mạng » nữa), nhưng chàng luôn luôn được « Giấy khen », ngay cả sau khi chàng đã nộp đơn xin xuất cảnh. Chắc chắn là chàng được « điểm tốt » của đám sinh viên cựu bộ đội, phần đông là đảng viên và đương nhiên là rất nặng ký trong việc đánh giá thành phần cán bộ giảng dạy là thầy mình. Nên nhớ câu châm ngôn « Đảng lãnh đạo… » áp dụng trong mọi trường hợp, mọi nơi mọi chốn… trường Đại Học không thể là một ngoại lệ.

Hai vợ chồng tương đối ổn định trong công việc, còn hai con học hết mẫu giáo phải lo tìm trường, cũng may trường Võ Trường Toản gần nhà và gần nơi làm việc, trước 1975 là một trong những trường trung học lớn của Sài Gòn, nhưng sau này đổi thành trường tiểu học. Có lẽ vì chủ trương của chính quyền mới là đảo lộn tất cả cái gì cũ, kể cả trường học, cho nó đúng kiểu « cách mạng » !

Trường Võ Trường Toản nằm ngay trước cổng Sở Thú, đường Nguyễn Bỉnh Khiêm, trước khi đến trường Trưng Vương. Giờ học từ 13 giờ đến 17 giờ. Cả hai vợ chồng đều đi làm, như vậy buổi sáng ai lo cho con ?

May quá, hai vợ chồng tìm ra được một giải pháp tốt đẹp. Đường Cường Để (nay là Tôn Đức Thắng) nối tiếp đường Đinh Tiên Hoàng xuống đến bờ sông Sài Gòn, có một khu rộng lớn của dòng nữ tu Thánh Phao-Lô, trước 1975 một phần là trường Saint-Paul nổi tiếng dành cho con gái, một phần là nhà dòng của các nữ tu, có nhà nguyện lớn và nhà dùng làm nơi sinh sống của các nữ tu. Sau 1975, cũng như các trường khác của các giáo hội và của tư nhân, trường Saint Paul bị tịch thu và chuyển thành một trường đào tạo giáo viên, nhưng phần dòng tu vẫn để lại cho các nữ tu tiếp tục sống ở đấy. Một số nữ tu trẻ tham gia vào một hợp tác xã sản xuất đồ dùng bằng lá dừa. Các nữ tu này lãnh lá tươi đem về sân của dòng tu khá rộng, phơi trên dây cho khô, rồi rọc thành những miếng lá dài và hẹp, giao lại cho hợp tác xã có người khác đan thành vật dụng.

Trong các nữ tu có hai bà « sơ » đứng tuổi nghĩ ra một sinh hoạt khác gần gũi với công việc của dòng tu hơn là phơi và tước lá dừa. Hai bà tổ chức giữ trẻ, nhưng giữ… « chui » ! Tức là không được phép của nhà nước. Khoảng ba chục cháu bé học các lớp tiểu học bên trường Võ Trường Toản được bố mẹ đưa đến vào buổi sáng trước khi đi làm. Các bà lo chăm sóc, dạy dỗ, dạy giáo lý, cho chúng ra chơi trong sân rộng có bóng mát, buổi trưa ăn cơm xong các bà đưa tất cả qua trường Võ Trường Toản chỉ cách đó khoảng hai trăm thước. Xong nhiệm vụ. Chiều bố mẹ đến trường Võ Trường Toản đón về.

Có điều lạ là tổ chức « chui » nhưng lại chẳng có vẻ gì là chui cả. Buổi sáng mấy chục gia đình đưa con đến, phải đi vào con đường nhỏ trước khi tới cổng, con đường này giống như cái hẻm rộng hai bên nhà ở, có cả quán nữa, làm sao mà chính quyền không biết ? Nhất là kéo dài từ năm này qua năm kia. Càng về sau càng nhiều bố mẹ muốn gửi con ở đấy, nhưng số chỗ có hạn nên đành phải có… danh sách chờ ! Chính cán bộ cũng có nhu cầu gửi con nên… cấm để làm gì ? Trong một chế độ cái gì của tư nhân làm cũng cấm, giữa lý thuyết và thực hành luôn có mâu thuẫn như thế, và nhờ đó mà xã hội vẫn tiếp tục sinh hoạt tương đối bình thường.

Sau ba năm chờ đợi nhưng vẫn tiếp tục cuộc sống « bình thường » như thế, cuối cùng tin vui cũng đến. Đầu tháng 7 năm 1980, sáu tháng sau cuộc thẩm vấn của công an, Long được ông Phó Lãnh Sự Pháp, một người trẻ cũng trong đám bạn bè người Pháp gặp nhau ở nhà B. và C. trao tận tay tờ giấy gọi là « Laissez-passer », tạm dịch là « Thông Hành » của chính phủ Pháp cho phép Long cùng vợ con nhập cảnh vào Pháp. Ông cho biết là giấy tờ phía Việt Nam cũng đã sẵn sàng.

Khi Long ra cơ quan xuất cảnh của ông Năm Thạch đường Nguyễn Du thì quả thật trong danh sách chuyến bay sắp tới có tên Long cùng vợ và hai con. Chàng nhận được hai tờ « Giấy Phép Xuất Cảnh », một tờ tên chàng, tờ thứ hai tên Mai và hai con đi kèm. Trong giấy xuất cảnh của Mai, trong mục « Quốc Tịch », có viết tay « Việt Nam », còn trong giấy xuất cảnh của Long, mục « Quốc Tịch » bỏ trống. Như vậy phải hiểu như thế nào ? Phải chăng « diện con lai » thì không có quốc tịch ? Không hiểu lúc đó những người thừa hành nhận được chỉ thị từ cấp trên như thế nào mà hành động như thế, vì rất lâu sau này khi Long trở về thăm gia đình và phải « làm việc » với công an vì có « vấn đề », công an xác định là chàng vẫn còn quốc tịch Việt Nam, nên nếu phải ra tòa, chàng sẽ bị xét xử theo luật lệ của Việt Nam.

Ngoài ra Long cũng nhận được vé máy bay của hãng Air France, ghi chuyến bay số 199 ngày 17 tháng 7 lúc 19 giờ đi Paris quá cảnh ở Bangkok. Giá vé là 1500 FF (tiền franc của Pháp) một người, do quỹ của HCR (Cao Ủy Tị Nạn Liên Hiệp Quốc) ứng trước, sau này đến Pháp Long sẽ trả góp mỗi tháng một ít.

Trong hai tuần chuẩn bị lên đường, chàng không còn nhớ chính xác đã làm những gì. Ký ức bị nhòe nhoẹt vì quá nhiều cảm xúc, những cảm xúc trái ngược nhau. Mừng vì sau ba năm chờ đợi nay đã có kết quả. Nhưng chợt cảm thấy hụt hẫng vì đi cùng với vợ con nhưng bỏ lại tất cả những người thân khác, cả hai bên nội ngoại, chưa kể bạn bè thân thiết. Không biết đến khi nào mới gặp lại…

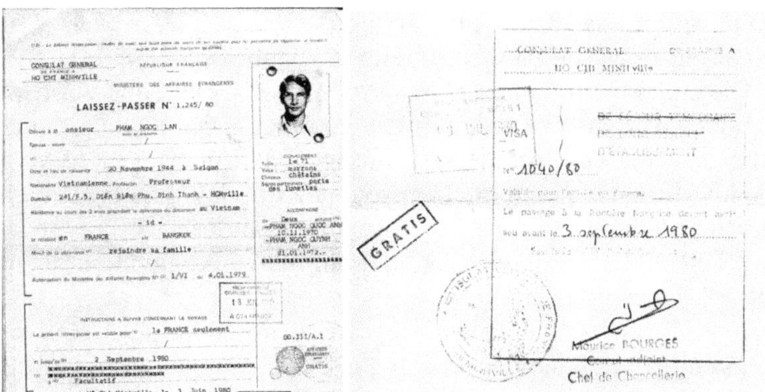

CONSULAT GENERAL
HO CHI MINHVILLE
RÉPUBLIQUE FRANÇAISE
MINISTÈRE DES AFFAIRES ÉTRANGÈRES
LAISSEZ-PASSER N° 1.245/80
onsieur PHAM NGOC LAN
20 Novembre 1944 à Saigon
Vietnamienne Professeur
241/F.5, Diên Biên Phu, Binh Thanh - HCMville
au Vietnam
- id -
en FRANCE BANGKOK
rejoindre sa famille
1/VI 4.01.1979
le 71
marrons
châtains
porte des lunettes
Deux
-PHAM NGOC QUOC ANH 10.11.1970
-PHAM NGOC QUYNH ANH 21.01.1972.-
la FRANCE seulement
2 Septembre 1980
Facultatif
Hô Chi Minhville, le 3 Juin 1980
80.331/A.1
GRATIS

CONSULAT GENERAL
HO CHI MINHville
VISA
D'ÉTABLISSEMENT
N° 1040/80
3 septembre 1980
GRATIS
Maurice BOURGES
Chef de Chancellerie

Giấy « thông hành » của chính phủ Pháp cấp cho những người được « thị thực định cư » (visa d'établissement)

Nhưng có hai việc mà chàng không thể quên.

Một là phải có giấy cho nghỉ việc của cơ quan. Thời đó trường Dược chỉ còn là một khoa của trường Đại Học Y Dược, và giấy cho nghỉ việc phải xin ở phòng Tổ Chức của trường, nằm bên khoa Y. Long qua bên đó vào gặp người trưởng phòng, dĩ nhiên không quen biết gì cả, ông này nói hiện nay chính sách của nhà nước là không cho các trí thức đang công tác nghỉ việc để xuất cảnh. Thật là một gáo nước lạnh dội lên đầu Long ! Chàng vội vàng về gặp ông Khoa trưởng là người ba năm trước đã từng hứa với chàng sẽ không giữ chàng lại khi có giấy xuất cảnh, ông này nói đúng là chủ trương chung hiện nay của nhà nước là như thế, nhưng « tôi đã hứa với anh thì tôi giữ lời hứa, có điều không phải tôi quyết định mà do phòng tổ chức của trường, tôi sẽ nói với anh phụ trách phòng tổ chức về trường hợp đặc biệt của anh ». Rồi ông hẹn ba ngày sau gặp lại. Người « phụ trách phòng tổ chức » này không phải là người mà Long đến gặp hôm trước, mà là một bác sĩ lớn tuổi từ ngoài Bắc vào, là bí thư đảng ủy của trường. Long gặp cả hai người, ông khoa trưởng tươi cười vui vẻ với Long như mọi khi, còn ông bí thư đảng ủy mặt mày lầm lì ra dáng « lãnh đạo », nói « tôi được anh Ba Hùng báo cáo anh công tác tốt trong mấy năm qua, nay được nhà nước cho xuất cảnh, tuy có chủ trương không cho giới trí thức ngưng công tác nhưng tôi đặc biệt xét trường hợp anh như một ngoại lệ ». Long thở phào nhẹ nhõm !

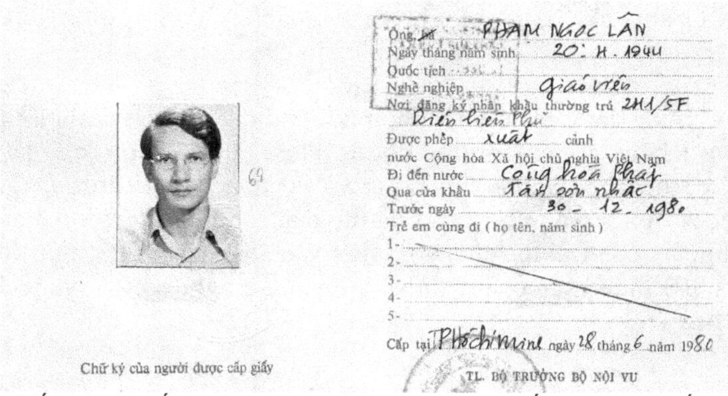
Ông, bà PHAM NGOC LÂN
Ngày tháng năm sinh 20 - 4 - 1944
Quốc tịch
Nghề nghiệp giáo viên
Nơi đăng ký nhân khẩu thường trú 241/5F Điện Biên Phủ
Được phép xuất cảnh
nước Cộng hòa Xã hội chủ nghĩa Việt Nam
Đi đến nước Cộng hòa Pháp
Qua cửa khẩu Tân Sơn Nhất
Trước ngày 30 - 12 - 1980
Trẻ em cùng đi (họ tên, năm sinh)
1-
2-
3-
4-
5-
Cấp tại TP Hồ Chí Minh ngày 28 tháng 6 năm 1980
Chữ ký của người được cấp giấy
TL. BỘ TRƯỞNG BỘ NỘI VỤ

Giấy phép xuất cảnh của tác giả, với mục « Quốc tịch » bỏ trống

Việc thứ hai là kiểm soát « văn hóa phẩm », nói chung là sách vở, hình ảnh… Những thứ đó muốn mang ra khỏi nước phải qua môt cơ quan đặc biệt, không thể nào bỏ vào va-li hay xách tay rồi lên phi trường khám. Không ! Cơ quan lo về chuyện này cũng biết ở phi trường không thể nào có giờ để xem xét chi tiết văn hóa phẩm, nên đặt ra một thủ tục là phải nộp những món muốn mang theo người một tuần trước ngày ra phi trường, sau khi xét ba bốn ngày gì đó đương sự trở lại lấy gói đồ của mình đã được cơ quan xét văn hóa phẩm niêm phong kỹ lưỡng, có chứng thực đàng hoàng, khi lên phi trường sẽ được qua hải quan không cần xét nữa.

Long thu nhặt tất cả giấy tờ tùy thân, bằng cấp của hai vợ chồng, tất cả hình ảnh kể cả hình đám cưới, gỡ từ trong album ra (phải để album lại nếu không thì nặng quá), tất cả thư từ trao đổi trong lúc chưa cưới, người ở Đà Lạt người ở Sài Gòn, đóng lại thành 6 tập dày cộm !

Nhưng Long còn một món rất quý mà chàng không dám đưa cho cơ quan kiểm duyệt, đó là 3 cuốn vở 100 trang chàng viết trong trại tù cải tạo. Hình thức là thư viết cho vợ, nội dung là nhật ký trong tù. Sau này chàng được đọc nhiều cuốn hồi ký về các trại tù cải tạo, nhưng không thấy ai xuất bản nhật ký cả. Nhật ký có tác dụng đặc biệt là ghi lại những sự kiện đôi khi chỉ vụn vặt, nhưng lại rất sống động. Một cuốn nhật ký nổi tiếng thế giới là của cô bé 13 tuổi Anne Frank viết trong hơn hai năm trời, thời gian phải sống lẩn trốn vì là người Do Thái bị Đức Quốc Xã truy lùng. Sau đó cả nhà bị bắt và cô chết trong tù.

May mắn là cùng thời điểm này, hai vợ chồng bạn người Pháp B. và C. cũng đáp máy bay về Pháp trước Long một tuần. Hai vợ chồng đã dạy ở trường Colette 3 năm là thời gian công tác quy định, nay trở về Pháp để nhận công tác tại một nước khác. Khi Long ngỏ ý nhờ B. và C. đem hộ 3 cuốn vở về Pháp trước, hai người bạn thân này hoan hỉ nhận lời ngay.

Ngoài hai việc quan trọng đó, còn lại là những buổi gặp gỡ tiễn đưa, trong gia đình nội ngoại, với bạn bè thân thiết… Tất cả lẫn lộn trong một tâm trạng căng thẳng tột độ, làm đầu óc chẳng còn sáng suốt để ghi vào ký ức của mình. Riêng chàng còn nhớ mơ hồ buổi tiễn đưa trong bộ môn Toán Lý, hôm đó chàng mang đến một chai Champagne hiệu Taittinger. Thời buổi năm 1980 mà có chai rượu này là một thứ xa xỉ khó tưởng tượng, nhưng chai Champagne này của hai vợ chồng B. và C. tặng. Chàng cố ý dành cho bộ môn Toán Lý thưởng thức chai rượu này vì chàng biết đa số chỉ nghe nói đến « sâm banh của đế quốc » chứ chưa bao giờ được nếm thử xem nó ra sao…

Và ký ức Long càng nhòe nhoẹt hơn nữa khi cảnh chia tay diễn ra trong sân trụ sở của Hàng Không Việt Nam trên đường Phan Đình Phùng (nay là Nguyễn Đình Chiểu) trước khi chiếc xe ca chở Long và vợ con lên phi trường Tân Sơn Nhứt. Nhòe nhoẹt vì bị hòa vào nước mắt bà mẹ của Long. Bà khóc chẳng khác nào lần đầu phải chia tay con trai lúc chàng 13 tuổi vào sống nội trú trong trường.

Lúc đó chỉ 3 tháng sau chàng đã về lại nhà lúc nghỉ hè. Lần này chàng ra đi mà chẳng biết ngày trở lại.

Hình chụp tháng 7-1980 trong hành lang trước phòng Toán Lý, lầu 3 của ngôi nhà chính, trong dịp tiễn đưa tác giả đi Pháp. Trong hình có chị Trâm, anh Phước, chị Sinh, chị Nhung, anh Tùng, chị Minh và tác giả. Thiếu vài người.

Phần IV : Tìm về nguồn cuội (sau 1980)

68. Những bước chân đầu trên miền đất tự do

Máy bay đáp xuống phi trường Paris Charles de Gaulle lúc 6 giờ sáng ngày 18 tháng 7 năm 1980.

Gần 18 tiếng đồng hồ ngồi trên máy bay, nhưng mấy chục người cùng hoàn cảnh với Long, đáp máy bay do cơ quan HCR ứng tiền mua vé trong chương trình tị nạn của Liên Hiệp Quốc, không ai than thở gì cả. Được đặt chân lên một miền đất tự do, không còn gì sung sướng hơn chẳng lẽ còn than mệt !

Tất cả đều được xếp ngồi tập trung phía đuôi chiếc Boeing 747 của hãng Air France, biệt lập với các hành khách khác. Đến Bangkok thủ đô Thái Lan máy bay đáp xuống lần thứ nhất. Hành khách lần lượt đi ra, riêng đám người Việt của HCR được yêu cầu ngồi lại trên máy bay. Không nói lý do tại sao, cũng không ai thắc mắc. Đây là trạm nghỉ « kỹ thuật » khá lâu, nhân viên lên dọn dẹp, có lẽ họ ngạc nhiên vì thấy sao còn hành khách ngồi lại phía đuôi máy bay như thế ? Sau đó còn thêm 4 trạm nữa, Long không nhớ hết, có Karachi của Pakistan, Dubai của mấy ông hoàng Ả-rập… cũng không được bước ra khỏi phi cơ.

Đến phi trường Charles de Gaulle mọi người xuống sau tất cả các hành khách khác. Tay xách nách mang, dắt díu nhau chui vào mấy cái ống nhựa trong suốt chằng chịt, tưởng chừng như cảnh một phim khoa học giả tưởng. Đứng trên thang lăn mặt mày phờ phạc… nhưng nét vui lộ rõ !

Người hướng dẫn – hình như của hội Hồng Thập Tự – đưa tất cả vào ngồi chờ trong một phòng rộng, không theo các hành khách khác qua trạm kiểm soát hộ chiếu (passport), vì có ai có hộ chiếu đâu ! Được giải thích là phải chờ đến 8 giờ sáng nhân viên di trú mới bắt đầu làm việc.

Phòng chờ thông ra ngoài một hành lang sáng trưng. Tuy còn rất mệt nhưng Long muốn ghi lại trong ký ức những cảm giác đầu tiên khi đặt chân lên nước Pháp nên chàng tò mò « đi thăm cho biết sự tình », trong khi Mai ngồi với hai con vẫn còn nửa thức nửa ngủ.

Khu tràn ngập ánh sáng đó là những cửa hàng lộng lẫy bán đồ miễn thuế, giờ đó còn đóng cửa nhưng Long vẫn có thể « dán mũi tủ kính » để ngắm nhìn các món hàng được trưng bày. Đang còn loay hoay nhìn giá mấy món hàng sau tấm kính dầy cộm, bỗng có tiếng người chào mình. Chàng quay lại thấy một người đàn ông đứng tuổi hỏi chàng một cách thân thiện, có phải chàng trong nhóm mấy chục người Việt Nam đang ngồi chờ trong phòng bên cạnh không. Chắc hẳn ông này thấy cách ăn mặc « không giống ai » cũng như vẻ mặt của Long như một trẻ nít khám phá đồ chơi lạ nên đoán ra là dân tị nạn lần đầu tiên đến đây. Thấy chàng trả lời bằng tiếng Pháp lưu loát, người đàn ông tự giới thiệu là một linh mục đang chờ đáp máy bay qua một nước Phi Châu, lúc đó Long mới để ý cổ áo của người này đúng là loại cổ đặc biệt của linh mục. Ông nói rất quan tâm đến những gì xảy ra ở Việt Nam, và rất vui gặp một người vừa mới từ Việt Nam đến Pháp. « Tôi thấy ông mới từ một nước cộng sản ra đi, tôi muốn giới thiệu với ông những cái xa xỉ của thế giới tư bản được trưng bày ở tất cả các phi trường lớn trên thế giới này. » Thế rồi ông đưa Long qua các cửa hàng bán rượu, thuốc là, đồ mỹ phẩm, đồ trang sức… Trước một tủ kính trưng bày đồng hồ, Long ngẩn người khi thấy giá cả các đồng hồ đeo tay mang những hiệu nổi tiếng, chàng tính nhẩm với đồng lương dạy đại học của mình ở Sài Gòn, phải làm việc mấy chục năm cũng chưa chắc để dành đủ tiền để mua được một cái đồng hồ như thế !

Đến 8 giờ nhân viên sở di trú bắt đầu làm việc. Xong thủ tục giấy tờ tất cả được hướng dẫn ra ngoài phi trường, nơi có một xe ca lớn chờ sẵn. Xe ca loại dùng cho du khách, ghế ngồi trên cao, phía dưới có khoang rộng để đồ đạc. Không ngờ Long có một cái rương mây chiều cao quá khổ không vào lọt trong xe ca. Rương mây to nhưng rất nhẹ, Long đặt làm tại Sài Gòn để đựng cái đàn bầu chàng chơi từ thời sinh viên, cái đàn tranh của Mai do chị Thúy Hoan của trường Quốc Gia Âm Nhạc giới thiệu người làm đàn và chọn mua hộ từ khi sinh con trai đầu lòng, và hai chiếc tây ban cầm, một chiếc hiệu Thanh Tâm chàng đặt làm cho mình trước khi đi và một chiếc đàn nhỏ cho con. (Cho tới khi viết những dòng này, những chiếc đàn đó vẫn được giữ gìn cẩn thận như những kỷ vật của tuổi thanh xuân nơi quê nhà.) Cuối cùng ban tổ chức phải để cái rương đó lại phi trường, sẽ chở về sau bằng phương tiện khác.

Nhưng vô cùng ngạc nhiên và cảm động nhất là Long thấy hai vợ chồng người bạn Pháp là B. và C. đến đón mừng gia đình chàng ngay tại chỗ xe ca đậu. Hai vợ chồng cùng dạy học với Long ở Sài Gòn, đã về Pháp bằng chuyến bay tuần trước, nhà ở tận Perpignan sát biên giới Tây Ban Nha. Hai vợ chồng lái xe từ dưới đó lên Paris gần 900 cây số, vừa có việc giấy tờ phải làm tại thủ đô, vừa để ra phi trường đón bạn. Thật vui khi gặp lại nhau tay bắt mặt mừng trên đất Pháp, trong khi mới tuần trước mọi người còn ăn uống đàn địch tại nhà của hai vợ chồng ở Sài Gòn. Và Long cũng nóng lòng lấy lại 3 cuốn vở nhật ký trong tù cải tạo chàng đưa cho hai vợ chồng cầm giùm để tránh kiểm soát của cơ quan văn hóa. Chàng háo hức hỏi bạn có mang theo 3 cuốn vở đó cho chàng không, để rồi thất vọng khi được trả lời là không. B. và C. giải thích là biết rõ tài liệu đó rất quý đối với Long, nên giờ chót khi soạn va-li lại sợ là nếu bị hải quan lục soát ở phi trường thì 3 cuốn vở sẽ bị tịch thu, nên nghĩ ra một giải pháp an toàn hơn. Hai người giao tài liệu đó cho một người bạn Pháp làm việc trong tòa Tổng Lãnh Sự, người này thuộc ngành ngoại giao nên có « valise diplomatique », tức là được quyền miễn khám xét đồ đạc khi qua hải quan, trong khi hai vợ chồng B. và C. không có quyền này vì là giáo sư, thuộc ngành giáo dục không trong ngành ngoại giao. Long nghĩ hai vợ chồng rất có lý vì nếu công an khám phá ra đó là nhật ký trong tù của Long thì việc ra đi của gia dình chàng sẽ ra sao không ai biết được. Vả lại Long cũng quen biết người đó nên yên tâm phần nào. Chàng cám ơn hai vợ chồng đã có sáng kiến gửi tài liệu « cho chắc ăn », nhưng trong thâm tâm chàng hơi lo không biết tương lai 3 cuốn vở này sẽ ra sao[138].

Khi xe ca chuyển bánh ra khỏi phi trường, hai vợ chồng B. và C. lái xe nhà theo sau. Xe bắt đầu vào xa lộ A1 thấy có bảng đề hướng Paris, Long bỗng thấy trong lòng rạo rực vì lần đầu tiên trong đời đi trên một con đường có bảng chỉ Paris, một thành phố chàng ao ước được đặt chân đến từ thời xa xưa. Đã nhiều lần chàng có dịp đi Pháp nhưng đều hụt, không ngờ bây giờ lại ra đi cả gia đình trong một hoàn cảnh không ngờ được ! Dù chàng biết trước hôm nay xe ca sẽ đến một trại tị nạn chuyển tiếp chứ không vào Paris, nhưng tấm bảng trên xa lộ có chữ « Paris » cũng làm chàng mơ tưởng đến lúc vợ chồng con cái thênh thang đi dạo trên đại lộ Champs Elysées !

Sau khi chuyển xa lộ mấy lần, xe đi vào một con đường nhỏ dẫn đến thị xã Achères nằm phía tây bắc của Paris, và đến một ngã tư đầu tiên có bảng « Stop ». Khi xe ngừng lại đầu đường Long giật nảy mình vì chàng đọc thấy tên con đường chàng đang đi là « Avenue Lénine ». Trời ! Tưởng là tránh xa xứ cộng sản rồi sao mình lại đi vào một thị xã trên đất Pháp với con đường mang tên Lê-nin ? Sau này Long mới hiểu là Pháp quốc là một nước dân chủ, các đảng phái được tự do hoạt động, trong đó có đảng Cộng Sản Pháp. Tuy đảng này chưa khi nào lên cầm quyền ở trung ương nhưng có một số thị xã có đa số cử tri ủng hộ đảng cộng sản, nên chính quyền địa phương gồm ông thị trưởng và những cộng sự viên đều là đảng viên, và khi họ nắm quyền thì có thể đổi tên đường trong thị xã theo ý của họ. Vì vậy mới có tên « đường Lê-Nin ». Nhưng nếu thị xã này ngày nào đó rơi vào tay một đảng khác, có thể tên đường lại bị thay đổi không chừng, dù chuyện này ít xảy ra vì người dân cũng không thích những xáo trộn khi đổi tên đường như thế.

Xe ca đến một khu rộng thuộc ngoại ô thị xã Achères, có một tòa nhà lớn cao 7, 8 tầng gì đó, gia đình chàng được hướng dẫn lên lầu 3, được chia 2 phòng ngủ vì có 4 người. Hai vợ chồng B. và C. cùng lên theo, thật là mối thâm tình vì lần đầu đến nơi đất lạ, « tứ cố vô thân », không bà con xa gần, chưa quen biết ai cả, có bạn quen từ Việt Nam lại là người bản xứ đến tận nơi để hai vợ chồng đỡ cảm thấy cô đơn, còn gì quý hơn ! Mà quả vậy, khi lên đến phòng rồi Mai từ từ thấm nỗi buồn xa xứ, đột ngột xa cha mẹ và các em, bắt đầu khóc sướt mướt được C. ôm vào lòng dỗ dành mãi…

Sau đó Mai tâm sự :

« Sau khi từ giã gia đình và bạn bè ở trạm hàng không đường Phan Đình Phùng, trong lòng em vui buồn lẫn lộn. Vui vì sắp thoát được cuộc sống khổ sở về vật chất và gò bó về tinh thần. Sống không thấy được viễn ảnh của ngày mai và nhất là cái giấy "hoãn học tập cải tạo" của anh luôn luôn như thanh kiếm treo sợi chỉ mành, không biết lúc nào rơi xuống. Đêm đêm nằm ngủ mà nghe tiếng chó sủa là em lại hốt hoảng, nằm thao thức không biết có phải công an sắp đến gõ cửa nhà mình.

Nay nằm trên chiếc giường xa lạ, trong một căn phòng xa lạ, tại một xứ sở xa lạ, tự do có rồi sau 24 tiếng đồng hồ xa nhà nhưng giờ phút này em mới ý thức được là mình đã mất hết, chỉ trong một ngày thôi! Nhà cửa không có, công ăn việc làm cũng không. Rồi cái bát, đôi đũa cũng không có ! Những cái tưởng như nhỏ bé nhưng vô cùng thân thiết ấy đã mất hết, không còn gì.

Nhưng điều quan trọng hơn cả là cha mẹ, họ hàng, bạn bè, quê hương... không biết bao giờ gặp lại. Hai con không biết sẽ học chỗ nào, chúng có theo nổi chương trình không, v.v. Mình thoát rồi nhưng bỏ lại sau lưng những người bạn thân thích và họ sẽ tiếp tục sống trong khổ ải mà mình không làm gì giúp họ được.

Em nằm nghĩ miên man rồi những giọt nước mắt cứ tuôn ra, không cách gì ngăn được dù có mặt hai vợ chồng B. và C. Cả hai đều biết những suy nghĩ của em ngay từ khi còn ở Sài Gòn nên B. nói : "Tôi biết cô buồn nhưng từ nay cô có tự do, một điều quý giá vì có tự do là có tất cả. Nếu nước Pháp bị thống trị bởi cộng sản như tại Việt Nam, tôi sẽ ở lại đây để chống họ tới cùng. Cô đã chọn ra đi thì đừng buồn nữa, hãy làm những điều hợp với lương tâm mình". C. thì ôm đầu em đặt trên đùi vừa dỗ dành vừa bảo: "Tôi tin rằng với khối óc và bàn tay của hai vợ chồng, các bạn sẽ làm nên tất cả, đừng buồn nữa mà hãy nghĩ đến ngày mai, hãy gây dựng lại từ đầu".

Lời nói chí tình của hai người bạn thân như soi rõ và thấm vào lòng em, đã gần 40 năm trôi nay vẫn còn y như mới. »

Gia đình Long ở hai tuần trong trạm chuyển tiếp Achères do cơ quan từ thiện « France Terre d'Asile » (« Nước Pháp, đất trú ngụ ») cai quản. Tất cả những người cùng đi chuyến máy bay được làm giấy tờ, được đi khám sức khỏe, thử máu, chụp hình phổi. Đặc biệt là ai cũng phải uống thuốc Mintezol để diệt trừ sán lải, không cần biết người đó có sán lải hay không, vì theo kinh nghiệm người Việt nào trong nước ra cũng có một loại sán lải nào đó trong ruột ! (Mintezol là một thương hiệu của chất Thiabendazole rất công hiệu để diệt sán lải, nhưng cũng có nhiều tác dụng phụ độc hại nên sau này không được dùng nữa).

Trong hai tuần ăn ở miễn phí trong trại chuyển tiếp Achères, mỗi người lớn được tặng số tiền 200 francs để tiêu vặt. Thời giờ rảnh rất nhiều, Long và Mai dùng tiền 200 francs đó mua vé xe lửa và Métro (xe điện ngầm) để vào Paris. Nơi đầu tiên hai vợ chồng đến là công viên Luxembourg bên tả ngạn sông Seine, được ca tụng nhiều trong văn học, nổi tiếng nhất là bài viết về ngày tựu trường của Anatole France mà chàng đã nhắc đến khi mô tả đường đến trường qua vườn Bờ Rô ở Sài Gòn lúc chàng 7 tuổi. Đi qua khu công viên thơ mộng này, ra khỏi vườn bằng cửa Nam là đến Đại Học Dược Khoa cổ kính của Paris nằm trên « Avenue de l'Observatoire ». Long cố ý đến đây tìm gặp thầy cũ của chàng trước kia là Giáo sư Đặng Vũ Biền, hiện đang dạy tại đây từ khi thầy ra đi năm 1975. Thật là may mắn, không hẹn trước mà gặp được người thầy trước kia nâng đỡ chàng rất nhiều, và chỉ ngày hôm sau là ông đi nghỉ hè cả tháng. Những lời khuyên nhủ của ông trong những ngày đầu tiên nơi xứ lạ quê người thật là quý báu, Long nhớ ơn mãi, sau này sẽ còn tiếp xúc nhiều với thầy.

Sau khi thầy trò mừng mừng tủi tủi hàn huyên, thầy Biền mời hai vợ chồng Long đến một nhà hàng sang trọng của cô em gái thầy không xa trường lắm. Mới hôm trước còn ăn cơm tây với dao muỗng nĩa ở Achères, hôm nay lại được cầm đũa, ăn những món ăn Việt Nam như khi còn ở nhà làm hai vợ chồng vui buồn lẫn lộn. Nhưng cảm giác ăn sâu trong lòng Mai là hôm đó trên bàn ăn trải khăn trắng muốt có một bình hoa hồng đỏ thắm. Màu đỏ rực rỡ của hoa hồng nổi bật bên những cành gypsophile dịu dàng như những bông tuyết ! Là dân Đà Lạt của ngàn hoa lại là người mê hoa nên ấn tượng đó ăn sâu trong lòng Mai.

Và dĩ nhiên trong hai tuần đó, cũng không thể nào quên giấc mơ « đi dạo trên đại lộ Champs Elysées » được ấp ủ từ bao lâu nay ! Chưa kể tháp Eiffel sừng sững bên dòng sông Seine tàu thuyền tấp nập du khách mùa hè.

Nhưng trong thời gian ở Achères, có một chuyện quan trọng nhất cho tương lai của những người như Long và Mai, không có thân nhân bảo lãnh, là phải chọn một trong số những trại tị nạn rải rác trên nước Pháp. Năm 1980 không có trại nào trong vùng ngoại ô của Paris cả, chỉ có ở các tỉnh xa. Các trại này nuôi ăn ở trong vòng 4 tháng, gửi đến các lớp học tiếng Pháp cho những ai chưa biết hoặc cần trau dồi thêm. Trẻ em được đi học các trường địa phương, người lớn tùy khả năng được gửi đi học một ngành nghề thích hợp. Thường thì qua 4 tháng hầu như không ai tìm được việc làm, phải ở lâu hơn. Nhưng rất nhiều gia đình sau thời gian trong trại lại tìm cách về vùng Paris vì nơi đây có nhiều việc làm, và nhất là trong một vùng rộng lớn như Paris, có cơ may gặp lại người đồng hương hoặc bạn bè cũ nâng đỡ nhau, ít nhất là về mặt tinh thần.

Đầu tuần thứ hai ở Achères, mỗi gia đình được phát một danh sách các trại tiếp nhận, và phải chọn ba nơi theo ưu tiên 1, 2, 3. Long ghi Montpellier, Bordeaux và Toulouse[139] là những thành phố lớn ở miền nam nước Pháp. Sở dĩ chọn miền nam vì khí hậu ở đây mùa đông đỡ lạnh hơn miền bắc nhiều. Qua vài ngày sau một tờ giấy quan trọng được ghim trên bảng niêm yết. Đó là danh sách chỉ định các địa phương cho từng gia đình. Long thấy ghi gia đình chàng sẽ đi Brest, thay vì 3 thành phố chàng chọn. Brest là thành phố lớn của vùng Bretagne, một vùng phía tây của nước Pháp. Đó là thành phố cảng quan trọng nằm ngay mỏm xa nhất về phía tây, nơi đây có trường Hải Quân nổi tiếng của quân đội Pháp, mà không ít sĩ quan hải quân Việt Nam Cộng Hòa đã tốt nghiệp tại đây. Nhưng Bretagne khí hậu lạnh lẽo và nổi tiếng là mưa nhiều. Chàng hơi thất vọng vì không được xuống miền nam nắng ấm như chàng chọn.

Còn 4 ngày sẽ lên đường đi Brest, Long và Mai lại một lần nữa vào Paris thăm hai vợ chồng người bạn, vợ là đồng nghiệp cùng dạy ở Đại Học Dược Khoa, chồng là bác sĩ. Cả hai rất dễ thương, lớn tuổi hơn Long, ngày xưa đều học bên Pháp, và mới xoay xở để đi Pháp trước Long 2 năm. Khi Long than là muốn ở lại vùng Paris để học lại mà không có trại tị nạn, bây giờ được chỉ định phải đi Brest. Hai vợ chồng chị bạn sực nhớ ra có người quen mới đi Mỹ, trước kia sống ở một trung tâm tị nạn ở thị xã Clichy ngay sát Paris. Lục lại sổ địa chỉ cũ, may quá tìm ra được số 51bis, đường Alsace ở Clichy. Hai vợ chồng nói nghe phong phanh trung tâm đó là của Công Giáo, do một linh mục là Cha Hảo điều khiển. « Không biết bây giờ còn không, nhưng cứ đến thử xem sao, đâu có mất mát gì ! » Lấy bản đồ ra tìm đường, hai vợ chồng khuyên tốt nhất là đi Métro đến ga Saint-Lazare, rồi đi xe lửa về phía tây bắc xuống ga Clichy-Levallois. Đến đó hỏi thăm tiếp… Long và Mai cám ơn hai bạn và lên đường đi ngay, dù trong bụng cũng không hy vọng gì nhiều. Nhưng « đâu có mất mát gì ! »

Hôm đó là chiều chủ nhật, Long và Mai phải chờ Métro và xe lửa khá lâu vì ít người đi nên cũng ít chuyến hơn ngày thường. Xuống ga Clichy-Levallois, Long xem bảng « Plan du quartier » (« Bản đồ khu vực »), một tấm bảng rất hữu ích, có trong tất cả các trạm xe lửa và Métro ở đây. Sau 10 ngày ra vào Paris bằng những phương tiện công cộng, chàng đã rành rẽ cách đổi tàu ở đâu, đến nơi tìm đường như thế nào… Hôm đó thật là may, đường Alsace chỉ cách nhà ga vài trăm thước, nên hai vợ chồng đi bộ tìm đến đúng đường Alsace rồi vừa đi vừa nhìn số nhà tăng dần, tăng dần… Nhưng khi đến số 49, thì hỡi ôi ! Đó là số nhà cuối cùng trên đường này, không có số tiếp theo 51, nên cũng chẳng thể nào có 51bis được !

Nhà số 49 ở ngay góc đường là một cái « bistrot » (tiệm cà-phê vừa là quán rượu và có thức ăn nhẹ, rất thịnh hành bên Pháp), tuy là chủ nhật nhưng vẫn mở cửa. Long vào hỏi thăm, người chủ quán vui vẻ trả lời « tôi ở đây hơn hai chục năm rồi, số nhà 49 của tôi là số chót, không có số 51 đâu, ông có ghi lầm địa chỉ không ? » Long nói « tôi có người bạn cho địa chỉ và dặn xuống ga Clichy-Levallois, thế đây có phải là thị xã Clichy-Levallois không ? » Người chủ quán biết là dân ở xa đến chân ướt chân ráo chưa biết gì nên cũng không dám cười to mà chỉ vui vẻ nói « Ông ơi, không có thị xã nào tên là Clichy-Levallois cả ! » « Rõ ràng nhà ga ghi tên là Clichy-Levallois mà ! » « Đúng rồi, vì nhà ga dùng chung cho hai thị xã là Clichy và Levallois nên có tên như thế. Nhưng địa chỉ của ông trên đường Alsace của Clichy hay của Levallois ? » Long lấy mẩu giấy ghi địa chỉ ra đọc cho chủ quán nghe, 51bis, rue d'Alsace, Clichy. « Như vậy không có số 51 ở đây là phải rồi, vì đây là thị xã Levallois, thị xã Clichy ngay sát bên cạnh cũng có đường Alsace, ông phải qua bên đó tìm. » Rồi ông lấy một bản đồ đường xe buýt ra xem và hướng dẫn Long lấy xe buýt số mấy. « Ông may mắn lắm, trạm xe buýt gần đây, và chỉ có 3 hay 4 trạm là đến đường Alsace bên Clichy. Ông nhớ nói với người tài xế là ông muốn xuống đường Alsace, người ta sẽ chỉ trạm nào gần đó nhất. »

Thật là số may, hai vợ chồng đi lầm đường nhưng lại gặp người tử tế chỉ dẫn tường tận. Sau này Long càng thấy mình hên như thế nào vì ngày chủ nhật, ngoại trừ những nơi đông du khách, thường chẳng có tiệm nào mở cửa cả.

Lại chờ xe buýt, và chỉ qua có 4 trạm, người tài xế nói phải xuống đây rồi đi bộ đến ngã tư quẹo trái là bắt đầu đường Alsace. Kỳ này hai vợ chồng vững tin là không còn lầm vào đâu được nữa. Và quả thật, sau mươi phút đi bộ, Long và Mai đến trước số 51bis là một căn nhà cũ kỹ có 5 tầng lầu, trên vỉa hè có mấy trẻ em người Việt đang chơi đùa. Tấm bảng nhỏ ghi « Centre Ricci » (« Trung tâm Ricci ») gắn trên tường gần cửa vào. Chắc ăn quá rồi ! Long hỏi một bé trai kháu khỉnh « Có Cha Hảo ở nhà không con ? ». Đứa bé trả lời « Con không biết Cha Hảo, mà ở đây đâu có cha nào đâu. » Đang bắt đầu thất vọng thì thằng bé nói tiếp : « Có Tonton Hảo hôm nay ở nhà, bác vô trong hỏi Tonton thử coi. » Long mới đặt chân lên ngưỡng cửa để vào một hành lang hơi tối thì thấy một người trong đó đi ra, thấy Long bất chợt ngưng lại và gọi to tên mình, không phải tên Việt Nam mà tên Pháp mới lạ lùng chứ ! Rồi khi người đó tiến tới gần, Long chợt nhận ra người bạn từ thời sinh viên trong cư xá Đắc Lộ tên Nguyễn Thái Hảo, ngày xưa học Văn Khoa, sau vào ngành Ngoại Giao và qua Pháp trong phái đoàn tham dự hội nghị Paris 1968-1973. Khi Long vào cư xá ngày mùng 2 Tết Quý Mão 1963, bạn Hảo sắp ra trường và đang làm chủ tịch ban điều hành cư xá (ban này mỗi năm được bầu lại, và không ai được ứng cử vào chức vụ cũ). Không ngờ hôm nay gặp lại bạn cũ ở ngưỡng cửa của một trung tâm tị nạn trên đất Pháp !

Tay bắt mặt mừng, bạn Hảo hỏi « Hai vợ chồng qua Pháp hồi nào vậy, nghe đồn tụi toa qua đây mấy năm rồi, moa tìm hoài hôm nay mới gặp ! » Khi biết Long và gia đình mới qua được 10 ngày, anh chàng ngạc nhiên quá vì đinh ninh Long có quốc tịch Pháp và như thế là đã « hồi hương » từ năm 1976. Vào trong phòng khách uống nước hàn huyên, biết bao nhiêu chuyện kể cho nhau nghe, lúc đó Long mới hiểu vì sao có « huyền thoại Cha Hảo. » Thì ra bạn Hảo công tác tại bộ Ngoại Giao Việt Nam Cộng Hòa, đi Pháp dự hội đàm Paris, sau 1975 ở lại Pháp và làm việc từ thiện giúp người Việt tị nạn mới qua. Ngày xưa ở Sài Gòn, cư xá sinh viên Đắc Lộ là của các linh mục dòng Tên, trong đó có Cha Larre người Pháp, sinh viên trong cư xá đều quen biết.

Sau 1975 Cha Larre cũng như các linh mục ngoại quốc khác bị trục xuất khỏi Việt Nam, Cha về Pháp lập một hội từ thiện giúp người tị nạn, Cha quyên tiền của tư nhân và cũng được chính phủ trợ giúp thuê được căn nhà này xây cất từ cuối thế kỷ 19, là một khách sạn xưa, với 5 tầng lầu có 15 phòng nhỏ xíu, tầng trệt là văn phòng, nhà ăn, nhà bếp. Bạn Hảo được Cha giao cho trách nhiệm làm Giám Đốc điều hành căn nhà biến thành « Trung tâm Ricci » tiếp đón người tị nạn Việt Nam.

Vì là một trung tâm của Công Giáo do một linh mục lập ra, người điều hành là anh Hảo nên có người ở xa không biết tưởng Nguyễn Thái Hảo cũng là một linh mục.

Long kể tóm tắt hoàn cảnh hiện thời của gia đình mình, hai vợ chồng rất muốn ở vùng Paris để tiện bề học hành cũng như tìm việc dễ dàng. Nếu không tìm ra một trung tâm nào ở đây thì 4 ngày nữa sẽ lên đường đi Brest theo chương trình của hội France Terre d'Asile như đã dự trù.

Bạn Hảo nói thật ra ở đây gọi là Trung Tâm Tị Nạn nhưng chỉ có 15 phòng, chỉ nhận được 30 người, ăn ở miễn phí, ngày thường có người Việt nấu ăn cơm Việt Nam, thứ bảy chủ nhật thì phát tiền cho mỗi gia đình tự túc. Thời gian ở trung tâm là 6 tháng, nhưng tùy hoàn cảnh có thể ít hơn hay nhiều hơn. Và đơn xin vào trung tâm nhiều lắm, hiện nay cũng có danh sách chờ khá dài. Dĩ nhiên đối với Long và gia đình, có mối thâm tình từ thời sinh viên sống dưới một mái nhà, sẽ cố gắng hết sức tìm cách giải quyết trường hợp của bạn, nhưng không dám hứa chắc.

Long và Mai ra về « thơ thới hân hoan ». Không ngờ câu chuyện lại có bước ngoặt kỳ diệu như thế !

Trong trại Achères, ngay tối hôm trước khi mọi người chia tay nhau để mỗi gia đình đi về một hướng, Long và Mai tổ chức một buổi « văn nghệ bỏ túi » đầu tiên trên đất Pháp. Long với cây đàn guitare, đàn bầu và Mai đàn tranh trình diễn những bản nhạc Việt Nam để nhớ về một quê hương nay đã xa, và ghi lại kỷ niệm hai tuần sống nơi một xứ sở xa lạ với những người chỉ gặp nhau tình cờ trên một chuyến bay, để rồi suốt đời chắc không bao giờ gặp lại nhau nữa !

Và sáng hôm sau, thay vì lên xe ca cùng vài gia đình khác cũng được chỉ định đi Brest, Long, Mai và hai con leo lên một chiếc xe chở hàng nhỏ hiệu Renault, y hệt mấy chiếc xe đò ở Đà Lạt ngày xưa đi Saint-Benoit và Trại Hầm. Đó là chiếc xe cũ kỹ của Trung tâm Ricci, bạn Hảo đến đón gia đình Long về đấy, trong thị xã Clichy sát với quận 17 của Paris, chỉ cách đại lộ Champs Elysées có 10 phút lái xe !

Làm cách nào để không tin là có số mệnh ?

69. Mười ba năm xa cách

Tháng 2 năm 1993.

Chiếc Boeing 747 của hãng Air France bắt đầu hạ thấp dần, chuẩn bị đáp xuống sân bay Tân Sơn Nhứt. Long ngồi sát cửa sổ nhìn lớp mây dày đặc dưới phi cơ từ từ loãng ra, bắt đầu thấp thoáng một màu xanh lá mạ. Và cuối cùng hiện ra cả một miền xanh tươi bao la bát ngát. Màu xanh non của cánh đồng, màu xanh đậm của cây cối bao quanh những căn nhà nhỏ xíu rải rác đó đây. Vài điểm nâu đậm tương phản với màu sắc hiền dịu thiên nhiên, màu của những mái tôn hoen rỉ. Một dòng nước với cây cối xanh tươi hai bên bờ, lúc đầu nhỏ xíu như sợi chỉ, từ từ lớn dần để rồi đổ vào một con sông uốn khúc trong khung cảnh tĩnh lặng hiền hòa. Chắc là một nhánh của dòng Cửu Long đang tìm đường ra biển.

Long dán trán vào tấm kính bé xíu của phi cơ. Lần đầu tiên trong đời chàng thấy cảnh thanh bình của đất nước trong lưu vực sông Cửu Long. Và rồi không biết bằng cách nào, không biết từ bao giờ, nước mắt cứ từ từ tràn ra, càng ngày càng nhiều, không cưỡng lại được. Không ngờ đến nay đã 49 tuổi chàng còn khóc dễ dàng như thế. Cố gắng để ghìm cảm xúc đã giấu kín trong tâm khảm từ 13 năm nay, nhưng nước mắt cứ tiếp tục trào ra, dần dần cả người chàng run lên, kéo dài như thế cho đến lúc phi cơ ngừng hẳn và tắt máy. Chàng ngồi yên tiếp tục nhìn qua cửa sổ cho ráo lệ, chờ cho hành khách xuống hết, phần đông là người Á Châu – chắc hẳn có người tò mò sao người khách này lại ngồi yên không nhúc nhích như vậy ! Chàng là người cuối cùng bước ra khỏi phi cơ. Ở chân thang có hai thiếu nữ mặc áo dài Hàng Không Việt Nam đứng đón khách, tươi cười mời lên chiếc xe buýt chở khách vào phi cảng.

Đó là buổi chiều ngày thứ năm 25 tháng 2 năm 1993.

Cách dăm năm trước, một cuộc trở về thăm quê hương như thế đối với Long là một chuyện không tưởng. Trong hơn 10 năm kể từ ngày chế độ cộng sản áp đặt lên cả nước, những người ra đi như Long, dù ra đi chính thức hay vượt biên, đều bị xem như những thành phần « phản quốc », « ôm chân đế quốc », đừng hòng có ngày về.

Nhưng nền chuyên chính vô sản đã làm cho đất nước kiệt quệ, khiến cho Đại Hội 6 của Đảng Cộng Sản Việt Nam đành phải đề ra chính sách « đổi mới ». Loáng thoáng đâu đấy được nghe một câu châm ngôn giật gân : « Đổi mới hay là chết ! » Đó là năm 1986. Một năm trước đó, lãnh tụ mới của Liên Xô là Gorbachev đã nhận ra bế tắc của chế độ cộng sản nên đề ra chủ trương « Glasnost » (trong suốt) và « Perestroika » (đổi mới). « Trong suốt » cho phép người dân được nói những điều mình muốn nói. « Đổi mới » là thay đổi hẳn chính sách kinh tế, ngả theo kinh tế thị trường. Đảng Cộng Sản Việt Nam cũng theo cách đổi mới này, bỏ chế độ bao cấp, thiết lập nền kinh tế thị trường, nhưng thòng thêm một câu nghe cho… lạ tai «… theo định hướng xã hội chủ nghĩa ».

Sau vài năm mò mẫm trên con đường đổi mới, sau những biến cố kinh thiên động địa trong thế giới cộng sản như sự phá bỏ của bức tường Berlin năm 1989 và sự sụp đổ của cả hệ thống Liên Bang Xô Viết và các nước cộng sản Đông Âu, Đảng Cộng Sản Việt Nam quyết định mở cửa cho du lịch, và những « tên phản quốc ôm chân đế quốc » ngày nào trở thành những « khúc ruột ngàn dặm » được mời về thăm quê cha đất tổ, vì chắc chắn là về như thế thì phải mang theo một mớ đô-la, rất cần thiết trong chủ trương mới.

Long và Mai cũng nằm trong thành phần « xưa ôm chân đế quốc, nay khúc ruột ngàn dặm » này. Hai vợ chồng đến nước Pháp hai bàn tay trắng, vốn liếng chỉ là những kiến thức hấp thụ được từ nền giáo dục thời trước, và qua kinh nghiệm sống dưới chế độ miền Nam, rồi dưới chế độ cộng sản. May mắn là hai vợ chồng đã nhanh chóng thành công trong việc ổn định cuộc sống. Mai có ngay việc làm trong một hãng lớn về điện tử, nàng vừa đi làm vừa đi học thêm buổi tối về tin học ở CNAM (Conservatoire National des Arts et Métiers) là một cơ quan độc đáo của hệ thống giáo dục đại học Pháp giúp cho nhiều người đã đi làm có cơ hội học thêm cấp đại học để có dịp vươn lên trong sự nghiệp của mình. Hai năm sau nàng chuyển qua làm việc trong ngành tin học. Long không học lại ngành Dược (trường hợp của chàng muốn học lại chỉ cần theo học 2 năm cuối) mà chuyển qua học tại Đại Học Paris 6 Pierre et Marie Curie (hậu thân của Đại Học Khoa Học Paris trước kia) ngành tin học. Cũng vừa đi làm vừa đi học, sau khi lấy được bằng « Maitrise d'Informatique » thì tìm việc dễ dàng vì trong thập niên 1980, ngành này còn mới mẻ và số người tốt nghiệp đại học chưa nhiều lắm.

Hình vợ tác giả trong thời gian sống trong vùng Paris

Ba năm sau hai vợ chồng mua được căn nhà đầu tiên, dĩ nhiên phải trả góp tiền lời rất nhiều vì chưa có tiền để trả trước một phần giá nhà, nên phải vay nhiều nơi cho đủ. Nhưng dù sao có được một mái ấm của riêng mình vẫn hơn là đi ở thuê như những năm đầu ở Clichy, sau thời gian sống trong trung tâm tị nạn Ricci.

Căn nhà nhỏ nằm phía đông nam của Paris, gần bờ sông Seine, ngày nào đi làm Long cũng đi bộ ra ga dọc theo bờ sông. Làm trong Paris phải lấy xe lửa vào thành phố rồi đổi qua hệ thống Métro tức xe điện ngầm. Đoạn sông Seine này cây cỏ xanh tươi hai bên bờ, cảnh thiên nhiên hiền hòa rất dễ chịu. Đặc biệt có một cặp thiên nga làm tổ đâu đó, mấy năm sau thấy một đàn thiên nga con lông xám bơi theo bố mẹ lông trắng tinh, vừa dễ thương vừa lạ mắt. Sao thiên nga lông trắng đẹp thế là con nó lại lông xám nhỉ ? Sau này đàn thiên nga đó đã là cảm hứng để Long sáng tác ca khúc Hai Con Thiên Nga (tác giả đàn hát đăng trên YouTube : http://www.youtube.com/watch?v=mrRFotx1fp4).

Căn nhà có mảnh vườn nhỏ phía sau, đó là giang san của Mai vì nàng rất thích trồng hoa, một thú vui từ thời thơ ấu khi nàng sống ở Đà Lạt, thành phố của muôn hoa. Bên Pháp là vùng ôn đới có những loại hoa khác với Việt Nam là xứ nhiệt đới, nhưng đặc biệt thành phố Đà Lạt ở cao độ 1500 có khí hậu mát mẻ nên có thể trồng được vài loại hoa của xứ ôn đới, như hoa hồng, hoa lay-ơn (glaïeul), hoa mimosa…

Hai con cũng mau chóng thích hợp với cuộc sống mới, năm đầu tiên vào lớp học còn ngỡ ngàng vì tiếng Pháp nghe chưa hiểu nói chưa được, nhưng chỉ ba tháng sau đã có thể theo đuổi chương trình và cuối cùng thì trở thành những học sinh đứng đầu lớp. Thật ra cái khó đối với cha mẹ không phải là làm sao cho con mình thông thạo tiếng Pháp, mà là làm sao cho chúng không quên tiếng mẹ đẻ. Muốn vậy phải có ý chí mạnh mẽ duy trì văn hóa Việt Nam, không phải chuyện dễ. Ở nhà phải nói tiếng Việt đã đành, cuối tuần Long và Mai đưa hai con đi sinh hoạt với đoàn hướng đạo Việt Nam. Sau này khi học lên cấp 3, cuối tuần phải theo học thêm lớp tiếng Việt luyện thi Tú tài để lấy thêm điểm khi chọn tiếng Việt làm ngoại ngữ thứ ba.

Mai còn ông bà cụ ở Sài Gòn, ngoài ra các em tất cả đều đã qua Mỹ. Chỉ có một cô em kế Mai ra đi bằng máy bay trước ngày 30 tháng 4-75, 6 người em còn lại đều vượt biên an toàn và được chị ruột hay gia đình chồng bảo lãnh vào Mỹ.

Về phía Long tất cả vẫn sống ở Việt Nam, nhưng chàng chỉ thư từ qua lại với Vy là em gái kế để biết tin tức của tất cả mọi người. Lâu lâu mẹ chàng cũng viết kèm theo thư của con gái. Phải mất mấy tuần thư mới đến nơi, và chắc thư chàng gửi đi cũng rùa bò như thế.

Một hôm chàng nhận được một tin sét đánh : vào đầu tháng 4-1981, em thứ bảy của chàng vào rừng làm củi bị tử nạn vì đạp trúng bom mìn còn lại từ thời chiến tranh. Long có 12 người em cùng mẹ khác cha, 8 trai 4 gái. Em thứ chín tử trận lúc 19 tuổi, một tháng rưỡi trước khi chiến tranh chấm dứt. Em thứ năm chết năm 1977 vì bị sốt rét ác tính khi đi làm thủy lợi trong lúc còn là sinh viên kinh tế, lúc 23 tuổi. Và bây giờ em thứ bảy tên C. cũng chết thảm do hậu quả của chiến tranh. C. là em sinh đôi của H., trước kia H. đi lính không quân, năm 1975 làm về kỹ thuật trong phi trường Tân Sơn Nhứt. Từ đó đến khi em nó mất năm 1981, không có tin tức gì. Lúc đầu còn hy vọng H. theo một chiếc phi cơ quân sự nào đó rời khỏi Tân Sơn Nhứt trong những ngày giờ cuối của cuộc chiến, nhưng qua thời gian dài không tin tức, mọi người đành chấp nhận giả thiết là H. đã tử thương trong giờ phút cuối hoặc mất tích đâu đó rồi. Với cái chết tức tưởi của C., mẹ Long càng tin tưởng là hai anh em sinh đôi có cùng số mạng nên bà tin chắc là H. cũng đã chết và không ngần ngại đưa hình nó lên bàn thờ. Năm đó C. 26 tuổi, mới lấy vợ và sắp có con. Một tuần sau, vợ của C. sinh cháu gái, chưa ra đời đã mồ côi bố.

Ngoài tin dữ này, các lá thư cho biết tình hình kinh tế càng ngày càng khó khăn hơn. Thời kỳ này, đối với những người sống bên Pháp, cách tốt nhất để giúp đỡ gia đình bên Việt Nam là gửi những thùng thuốc tây, vì thuốc tây « thứ thiệt » bên nhà rất đắt. Ngoài ra thuốc tây lại rất nhẹ so với các món hàng khác nên chỉ cần một thùng nhỏ 1 ký cũng đã là món quà rất quý cho thân nhân. Long cũng theo cách làm này của mọi người, đã trở thành một « dịch vụ » không chính thức nhưng rất thịnh hành. Bên Pháp có những tiệm thuốc tây của người Việt có sẵn nhiều danh sách các loại thuốc tiêu thụ dễ dàng ở Việt Nam do kinh nghiệm bên nhà. Long chỉ cần gọi điện thoại muốn mua danh sách số mấy, sau khi tiệm thuốc tây soạn các thứ thuốc rồi, chàng đến trả tiền và mang thuốc về nhà cho vào cái thùng nhỏ gửi đi. Bên Việt Nam có những người cũng sống bằng dịch vụ này, đến tận nhà mua tất cả thuốc và mang ra chợ trời phân phối lại cho người bán lẻ.

Từ khi có chính sách đổi mới và phát triển du lịch đầu thập niên 90, bên Pháp bắt đầu có những người tị nạn trở về thăm gia đình. Long cũng rất muốn về nhưng còn ngại vì hai vợ chồng lúc đó đang có những hoạt động bị chính quyền Việt Nam lên án. Năm 1980 khi Long mới qua Pháp, bên Mỹ cũng như bên Âu Châu đang nở rộ những phong trào chống cộng, phần đông là những tổ chức chủ trương kháng chiến lật đổ chế độ cộng sản trong nước. Long và Mai không gia nhập những tổ chức này vì tính cách không tưởng của chủ trương dùng võ lực lật đổ cộng sản.

Ngược lại hai vợ chồng tham gia một nhóm trí thức âm thầm tìm một phương thức bất bạo động để dân chủ hóa đất nước. Sau vài năm họp hành để suy nghĩ và thảo luận, nhóm này cho xuất bản năm 1988 một nguyệt san thông tin và nghị luận để phổ biến những tư tưởng của mình. Tất cả các bài viết đều ký tên thật, trong đó có nhiều bài của Long và Mai. Khi bức tường Bá Linh sụp đổ kéo theo sự tan rã của khối Liên Xô và các nước cộng sản Đông Âu, một tia hy vọng vươn lên vì sự tan rã này không phải do kháng chiến hay võ lực đến từ bên ngoài mà do chính những thành phần trong các đảng cộng sản gây ra. Vậy thì tại sao trong Đảng Cộng Sản Việt Nam không có những thành phần thấy được điều này ? Tại sao không thể có một Gorbachev Việt Nam ? Rất tiếc là nhiều người « thấy », nhưng không ai dám « làm ».

Chính trong giai đoạn này, có sự chao đảo trong nội bộ đảng, nên để phản ứng lại, các phương tiện báo chí kịch liệt đả kích các tổ chức chính trị hải ngoại. Đặc biệt Long và Mai cũng như vài người khác trong nhóm trí thức ở Paris bị lên án nặng nề, tên của hai vợ chồng được nêu đích danh trong các bài báo trên hai tờ Quân Đội Nhân Dân và An Ninh Thế Giới.

Vì vậy dù rất muốn về thăm mẹ và gia đình, Long không dám vì không biết phản ứng của chính quyền sẽ như thế nào. Nhưng tháng 2 năm 1993, một sự kiện bất ngờ làm chàng phải lấy quyết định nhanh chóng. Đó là một bức điện tín của Vy, lúc đó đã từ Bảo Lộc dọn nhà lên sống ở Đà Lạt, báo tin « mẹ bị tai biến mạch máu não nặng, đang điều trị tại bệnh viện Bảo Lộc ».

Đã 13 năm xa cách, bà cụ đã lớn tuổi, nay bị tai biến như thế không biết sống chết ra sao, Long bàn với Mai dù sao cũng phải về, ít nhất gặp mẹ một lần cuối. Nhưng chàng sẽ về một mình để nếu có bị chính quyền làm khó dễ hay có bị bắt bớ thì còn có Mai bên Pháp lo cho con, và đồng thời tìm cách lo cho chồng thoát được tù tội.

Và kết quả là chàng đang đứng trong chiếc xe buýt chạy từ chân thang máy bay vào cửa phi cảng Tân Sơn Nhứt. Chàng là người cuối cùng xuống máy bay, và khi xe buýt ngưng lại, chàng cũng là người cuối cùng bước ra khỏi xe.

Thì lạ lùng thay, Long thấy em gái chàng là Vy đứng ngay trước cửa vào phi cảng. Chẳng nói chẳng rằng, chàng chạy đến ôm chầm lấy Vy và nước mắt lại bắt đầu tuôn rơi. Cả hai anh em đều khóc. Không nói được lời nào, làm như 13 năm xa cách đã làm tắt tiếng nói của cả hai người. Đây là lần đầu tiên trong đời chàng ôm em gái mình, vì sống ở Việt Nam, « nam nữ thụ thụ bất thân », có khi nào anh em lại ôm nhau !

Sau những phút đầu óc quay cuồng vì xúc động, Long trở lại thực tế khi thấy một nhân viên mặc quân phục đứng sau Vy, hỏi chàng có visa không. Chàng không hiểu sao lại có một công an đứng hỏi visa của hành khách khi vừa bước chân trên xe buýt xuống ! Nhưng Vy vội vàng giải thích, anh chàng này không phải công an phi cảng xét hộ chiếu của hành khách, mà là một nhân viên hải quan, đúng hơn là một nhân viên phụ trách hải quan tại đây. Nhưng anh chàng đứng đó không phải để làm nhiệm vụ của mình, mà là để giúp Vy vì là một học trò cũ của Hoài, chồng của Vy. Nhờ chức vụ trong phi trường, anh chàng đã đưa Vy vào phía trong phi cảng để đón ông anh, thay vì phải chờ ngoài đường cho ông anh qua các thủ tục công an và hải quan như mọi người.

Sở dĩ anh chàng hỏi Long có visa hay không vì sợ khi ở bên Pháp nhận được điện tín về gấp không kịp xin visa chăng, nếu vậy thì anh chàng lo làm ngay visa ở phi trường cho Long. Nhưng Long nói đã có visa rồi và đưa hộ chiếu (passeport) cho người thanh niên này.

Anh chàng nói hai anh em Long và Vy theo mình, đến nơi có nhiều cái đuôi dài hành khách xếp hàng chờ công an phi cảng xét hộ chiếu. Nhưng anh chàng không xếp hàng mà đưa hai anh em đi thẳng lên một ghi-sê, chờ cho người công an trong ghi-sê tiếp xong người khách ở đấy, anh chàng đến đưa hộ chiếu của Long và giới thiệu đây là ông anh bà con của tôi bên Pháp về, thế là con dấu được đóng ngay vào hộ chiếu và Long qua ngay. Chẳng thấy ai xếp hàng trong cái đuôi dài phản đối gì cả !

Rồi cái màn « cắt đuôi » tái diễn một lần nữa ở chỗ hải quan khám hành lý, anh chàng đến nói nhỏ với một nhân viên câu gì đó, rồi nói với Long là khi nào lấy xong hành lý thì đến người này, sẽ không phải khám xét gì cả. Thời đó ở Tân Sơn Nhứt tất cả hành lý đều phải qua khám xét, không có một cái cổng riêng « Không có gì để khai báo (Nothing to declare) » như các phi trường quốc tế trên thế giới.

Phải nói là Long chưng hửng ! Lần đầu về, trong đầu lo ngại không biết có bị làm khó dễ gì không, bạn bè còn nói muốn cho mọi chuyện hanh thông tại phi trường thì phải kẹp một tờ đô-la kha khá vào cái passeport của mình… Không ngờ chàng lại qua các cửa ải như một VIP, chỉ vì hai vợ chồng cô em có học trò cũ nay có chức vụ quan trọng trong hải quan của phi trường. Có thể nào nói đấy là một đặc tính của văn hóa Á Đông không ?

Và chẳng bao lâu sau, Long tìm lại được bầu khí nóng ẩm quen thuộc với chàng trong suốt thời tuổi trẻ. Chàng lại đắm mình trong tiếng ồn ào náo nhiệt của đường phố Sài Gòn, tìm lại con đường Công Lý quen thuộc đã mấy lần bị đổi tên theo vận nước.

Chàng đã về lại thành phố chôn nhau cắt rốn của chàng, sau 13 năm xa cách, tưởng chừng như không bao giờ còn ngày về. Chàng đang tìm về nguồn cội.

70. Nhà xưa trường cũ

(trích nhật ký của Long)

Sài Gòn, thứ sáu 26 tháng 2-1993.

« Bánh mì đây, bánh mì đây ! » Tiếng rao văng vẳng như vọng lại từ thuở xa xưa nào đó… Thời thơ ấu sống ở Đà Lạt cũng có tiếng rao như thế, thằng bé bán bánh mì vác cái bao tải trên lưng, trong đựng những ổ bánh thơm phức nóng giòn mới từ lò Vĩnh Chấn lấy ra. Nửa thức nửa ngủ… Mơ hay thật ?

Nhưng khi có tiếng gà gáy rất to rót vào tai thì tôi tỉnh hẳn, và sực nhớ ra mình đang ở Sài Gòn ! Mình vừa ngủ đêm đầu tiên ở thành phố nơi mình sinh ra, mình vừa được đánh thức bởi những âm thanh quen thuộc suốt quãng đời thanh niên đầy hứng thú vui buồn của mình. Đúng rồi, không phải mơ ! Mình đã thực sự trở lại thành phố này sau 13 năm xa cách.

Ngọn đèn nê-ông 6 tấc, cái bàn formica, cánh cửa sổ được chống lên bằng khúc cây, nhìn ra sân có cây xương rồng, vách nhà bên cạnh bằng gạch đỏ không tô, một khung trời bé xíu với hai cái ăng-ten ti-vi trên nền trời hừng sáng. Vài tiếng xe gắn máy chạy qua đầu hẻm. Một giọng cải lương văng vẳng từ xa, chắc là cát-xét của quán hủ tiếu đầu đường.

Chưa tới 6 giờ sáng mà khu bình dân gần chợ Thị Nghè đã bắt đầu cuộc sống náo nhiệt của một ngày mới.

Ngày hôm qua, đến đón tôi ở phi trường là Vy, cô em kế thua tôi 4 tuổi, từ Đà Lạt về Sài Gòn để đón ông anh. Vy đưa tôi về nhà anh Đông, một người bạn thân từ xưa của Hoài, chồng Vy. Anh này sống một mình trong căn nhà nhỏ, vợ con đã vượt biên sống ở ngoại quốc. Ngôi nhà nằm trong một con hẻm rộng ngay bên kia chợ Thị Nghè, phía trước có cái sân dưới bóng mát một cây ổi. Khu này quá quen thuộc với tôi vì trước kia tôi sống không xa đây lắm, trên đường Phan Thanh Giản nối dài ra xa lộ, trước khi tới ngã tư Hàng Xanh. Tới Hàng Xanh rẽ phải đi qua nhà thờ rồi đến chợ Thị Nghè, ngay sau đó qua cầu là vào Sài Gòn với Sở Thú nằm bên trái. Thời đó bên này cầu là Gia Định, bên kia cầu mới là Sài Gòn. Ngay bên kia cầu, sát với Sở Thú có một hồ bơi lớn của thành phố, hằng tuần tôi vẫn đưa hai con đến học bơi ở đó. Qua khỏi Sở Thú không xa là Đài Truyền Hình Sài Gòn nơi Mai từng là Xướng Ngôn Viên, rồi Biên Tập Viên. Từ đó quẹo trái đến trường Đại Học Dược Khoa, nơi tôi gắn bó hơn 10 năm trời !

Trên đường từ phi trường về Vy cho biết sẽ ngủ lại đêm ở nhà anh Đông rồi ngày mai lấy xe đò lên Bảo Lộc thăm bà cụ vẫn còn nằm trong bịnh viện nhưng đã tỉnh táo hơn trước, và rất may là không bị á khẩu cũng như không bị liệt nặng, chỉ có chân bị yếu chưa đi được thôi.

Bước vào ngôi nhà nhỏ, tôi cảm thấy quá quen thuộc dù chỉ là lần đầu. Chắc là cách bố trí trong nhà, chẳng khác mấy với nhà tôi ngày xưa. Hay là cây ổi với cái xích đu ngoài hè. Tôi có cảm tưởng khoảng thời gian 13 năm xa cách không hề có, cảm giác như mình chưa khi nào rời khỏi thành phố ồn ào náo nhiệt này… Chỉ việc đầu tiên đơn giản nhất là tắm cho mát cũng kéo tôi về quá khứ, vì nhà tắm có cái bể nước lớn, và cũng có cái gáo nhựa màu đỏ. Trời nóng bức không gì bằng được « tắm xối », múc nước trong bể xối ào ào lên đầu… cảm giác mát rượi khoan khoái !

Buổi tối anh bạn chủ nhà rủ đi ăn ngoài, tôi muốn ăn nhẹ nên mượn chiếc xe đạp cùng anh Đông và Vy đi ăn phở Pasteur. Đường Pasteur sau 1975 bị đổi tên như đa số các con đường khác, nhưng gần đây đã lấy lại tên cũ. Mấy nhà cách mạng cuối cùng đã nhận ra ông Pasteur là một nhà khoa học có công lớn trong y khoa, đâu phải một ông Tây nào đó « quan cai trị » Đông Dương đâu ! Mấy xe phở ở khúc đường Pasteur (gần nhà may áo dài Thiết Lập xưa) vẫn còn đó, phải nói là « đã trở lại sinh hoạt » thì đúng hơn, vì trước khi tôi đi Pháp năm 1980 tôi không nhớ còn những xe phở ở khu này nữa. Thời bao cấp cái gì cũng phải « chui » mới được, « chui » mới ngon, nên các xe phở Pasteur cũng đã « chui » vào đâu đó. Phải chờ « đổi mới » người dân mới lại được ăn phở không cần chui mà vẫn ngon !

Sau đó ba anh em đi một vòng « Sài Gòn by night » bằng xe đạp. Quang cảnh náo nhiệt như thời trước 75, không như thời tôi ra đi năm 1980. Nhất là các nơi ăn uống, từ các tiệm sang trọng đến các quán vỉa hè đã trở lại sinh hoạt thật năng động trong không khí mát mẻ dễ chịu của ban đêm.

Sáng nay ba anh em ngồi nhâm nhi ly cà-phê sữa ở quán cà-phê đầu hẻm. Đã lâu lắm tôi mới lại được ngồi trên chiếc ghế thấp chủn nhìn cà-phê nhỏ giọt từ cái « phin » xuống lớp sữa trắng trong ly thủy tinh nhỏ (« cái nồi ngồi trên cái cốc »). Và cũng lâu lắm tôi mới được thưởng thức món xôi đậu xanh và xôi bắp của một bà bán xôi có cái thúng đựng 4 loại xôi màu sắc khác nhau. Lại nhớ thời hàn vi, sáng ra ăn xôi là món quà rẻ nhất. Mà vẫn ngon miệng !

Trước khi đi Bảo Lộc, tôi còn hai việc phải làm. Một là đến Tòa Tổng Lãnh Sự Pháp khai báo thời gian mình có mặt tại Việt Nam. Tôi đã lấy quốc tịch Pháp sau 5 năm sống bên đó, việc khai báo tuy không bắt buộc nhưng mọi người đều khuyên nên làm để nếu có chuyện gì bất trắc xảy ra, chính quyền Pháp còn biết để can thiệp nếu cần. Tòa Tổng Lãnh Sự Pháp vẫn nằm chỗ cũ, trong 3 năm chờ đợi giấy tờ đi Pháp tôi vẫn ghé qua đây thăm dò tin tức, lúc đó chỉ đứng bên kia đường gặp mấy người cùng hoàn cảnh rỉ tai nhau những tin phần nhiều là thất thiệt. Bây giờ hoàn cảnh đã khác hẳn, tôi đi thẳng đến cổng đưa hộ chiếu Pháp cho nhân viên gác cổng và vào trong.

Việc thứ hai là đến thăm ông bà cụ thân sinh của một người bạn bên Pháp. Người bạn này không về được vì lý do chính trị, nhờ tôi đến thăm vì được biết tình trạng sức khỏe của bà cụ đã suy thoái nhiều. Tuy nhà trên đường đến Chợ Lớn cũng khá xa nhưng tôi vẫn đạp xe để tìm lại cảm giác của thời xưa phải đạp xe giữa trưa nóng bức vào tận Đại Học Y Khoa Sài Gòn dạy môn Toán Thống Kê.

Căn nhà tôi đến giống hệt căn nhà ngày xưa tôi sống với gia đình ở Cư Xá Kiến Thiết gần Nhà Thờ Ba Chuông. Một ông cụ mặc bộ quần áo nâu theo kiểu người miền Bắc, trông rất quắc thước dù tuổi đã ngoài 90. Lần đầu được diện kiến một người đã từng tranh đấu trong hàng ngũ Việt Nam Quốc Dân Đảng từ thời xa xưa nên gây cho tôi thật nhiều xúc cảm. Ông cụ tiếp đón niềm nở với nụ cười lộ rõ niềm vui được gặp một người tiếp xúc thường xuyên với con trai mình đã hơn chục năm không gặp. Sau khi thăm hỏi, ông cụ đưa tôi vào nhà trong, kê một cái giường có buông màn chống muỗi, trong màn thấp thoáng bóng người đàn bà nhỏ bé nằm nghiêng không động đậy. Ông cụ nói « Nhà tôi từ nhiều năm nay không còn biết gì nữa, từ sau khi bị tai biến mạch máu não, anh về kể với con tôi những gì anh mắt thấy tai nghe nhé ». Tôi bùi ngùi lí nhí lời gì đó không nhớ. Tôi liên tưởng đến bà cụ tôi đang nằm bệnh viện ở Bảo Lộc… Và nhận ra mình đã làm một việc thật đơn giản với mình, nhưng quan trọng như thế nào đối với một người đã gần đất xa trời không còn hy vọng gì thấy mặt con trai trước khi nhắm mắt.

Bảo Lộc, chủ nhật 28 tháng 2-1993.

Hôm nay mới có giờ rảnh viết tiếp…

Trưa hôm thứ sáu đi xích lô với Vy đến bến xe đò gần cầu Văn Thánh (nằm giữa Ngã Tư Hàng Xanh và cầu xa lộ, ngày xưa có phiên chợ chiều nhỏ xíu họp tại đây), tôi lại được sống lại cảnh bến xe đò thời trước 75. Chẳng phải xếp hàng từ sáng sớm mua vé như khi đi Đà Lạt vào năm 1977 hay 78 gì đó, mà ngược lại, những người « lơ » xe lăng xăng chạy đến mời khách lên xe mình. Cảnh tượng này là một dấu ấn cho tôi tin chắc là thời bao cấp đã thật sự chấm dứt.

Đường đi Bảo Lộc vẫn thế, vẫn còn nhiều đoạn cần sửa chữa, nhưng xe cộ đông đúc hơn nhiều, và nhất là nhà cửa san sát, nhiều gấp bội thời tôi còn đi Vespa trên quốc lộ 20 này. Một nét độc đáo so với bên Tây, từ xưa đến nay vẫn thế, là tài xế vẫn bấm còi liên tục khi đi ngang những khu đông dân cư, vẫn tìm cách chạy nhanh luồn lách rất nguy hiểm ở những chỗ đông người.

Tôi sẽ không viết nhiều về cuộc hội ngộ với ông bà cụ và các em ở Bảo Lộc, đơn giản là vì rất khó để diễn tả bằng bút mực sự xúc động trong lòng mình khi gặp lại người thân sau 13 năm xa cách. Chỉ ghi lại đây các sự kiện để giữ làm kỷ niệm một chuyến đi khó quên.

Đầu tiên Vy đưa tôi về cất hành lý ở nhà của Th. là em thứ chín (có nhắc đến trong đoạn 46 : Rã hàng, Th. chạy từ Trung Tâm Huấn Luyện Đồng Đế về Sài Gòn vào giữa tháng 4-75), nay đã có vợ và 3 con. Nhà của Th. ở dưới thung lũng, chung quanh là đồi trà, đường vào nhà chỉ là một con đường mòn xuống dốc, trơn trợt vì cơn mưa đầu mùa, xe hai bánh cũng phải khéo lắm mới đi được. Bước vào nhà gặp ngay cha dượng tôi, ông cụ trông già yếu hẳn, dáng điệu chậm chạp nhưng đầu óc vẫn minh mẫn, rất vui mừng gặp lại tôi. Rồi cô em dâu lần đầu biết mặt, cùng ba cháu gái còn bé thật dễ thương.

Thăm hỏi xong Vy lại kéo tôi đi ngay lên bệnh viện Bảo Lộc gặp bà cụ đã nằm tại đây từ hơn hai tuần rồi. Đến nơi thấy mẹ đã tỉnh táo nhận ra tôi, hai mẹ con chẳng nói được mấy lời, nước mắt là chính… Th. túc trực bên giường bệnh. Có cả L. là em gái thứ 3 và M. là em gái thứ 12. M. không có chồng, về sống với anh Th. giúp đỡ lo cho cha mẹ.

Các em kể lại bà cụ đang đêm bị tai biến mạch máu não, ngất xỉu. Th. là chủ nhà đang đi làm ở Sài Gòn không có nhà, M. phải chạy bộ đến nhà của anh nó là T. (em trai thứ 11) đánh thức dậy, cậu em này lại chạy sang nhà bạn gần đó nhờ nó chở bằng Honda về nhà Th.. T. cõng được mẹ từ trong nhà ra đặt lên yên xe, để bà cụ vẫn ngất xỉu ngồi kẹp giữa hai thanh niên. Xe chạy từ từ đến bệnh viện.

Tưởng tượng mất bao nhiêu thì giờ cho một tai biến cần phải cấp cứu ! Vậy mà bà cụ cũng tỉnh lại ngày hôm sau, nhưng sau đó lại bị một tai biến mạch máu não thứ hai, có vẻ trầm trọng hơn lần đầu. Thế là các em vội báo tin cho hai chị lớn là Vy ở Đà Lạt và L. ở Sài Gòn, đồng thời anh thứ tư là S. ở Di Linh, và Th. đang làm việc ở Sài Gòn. Tất cả hối hả về Bảo Lộc trước tình trạng nguy kịch của bà cụ. Sau đó Vy quyết định đánh điện tín cho tôi bên Pháp, dù biết tôi đang có hoạt động chính trị bị nhà nước để ý, không biết có về được không (trong các em của tôi, chỉ một mình Vy biết chuyện này).

Nhưng may mắn số bà cụ còn thọ nên dần dần hồi phục. Thật là một phép lạ ! Và khi các em báo tin tôi sắp từ Pháp về, bà cụ vui mừng ra mặt và chắc đã ảnh hưởng tốt đến việc bình phục.

Hôm qua thứ bảy bà cụ được cho xuất viện. Đã nói được gần như bình thường, hai tay cử động được, chỉ có hai chân là chưa đi được thôi. Th. cõng bà cụ từ trong bệnh viện ra…

Đà Lạt, thứ năm 4 tháng 3-1993.

12 giờ trưa, trời nắng, cái nắng trong vắt của Đà Lạt. Xa xa vọng lại tiếng hát Châu Hà *« Tình là một chuyện muôn màu, tình là mình thành vui thật mau... »*, bài Tình của Văn Phụng, lẫn với tiếng chẻ củi của hàng xóm. Đây là nhà của hai vợ chồng Vy và Hoài.

Sau mấy ngày ở Bảo Lộc (không có lúc nào rảnh để viết tiếp nhật ký này), tôi lên Đà Lạt với Vy. Hôm nay nhất quyết phải bỏ giờ ra để ghi tiếp cuộc về thăm quê hương đầu tiên đáng ghi nhớ này.

Phải chờ đến lúc tôi về, tất cả 9 anh em mới lại có dịp gặp nhau, chụp tấm hình ngoài sân nhà của Th. Cậu em này thích trồng hoa, lại có đầu óc mỹ thuật tự làm một hòn non bộ rất đẹp.

Trong số 13 anh em, ba đứa đã chết: em thứ 8 tử trận lúc 19 tuổi, hai em thứ 5 và thứ 7 mất, gián tiếp do hậu quả chiến tranh. Em thứ 6 mất tích từ 1975, bà cụ tin là nó cũng chết rồi nên để hình trên bàn thờ cùng với hình mấy đứa kia. Bà cụ có 9 con trai giờ còn 5. Bốn người em gái, có Vy ở Đà Lạt, L. ở Sài Gòn, TT và M. ở Bảo Lộc. TT là em gái thứ 10, mọi người tin là trong một gia đình đông con thế nào cũng có đứa phải gánh chịu những cái không may thay cho tất cả các anh chị em: TT bị bệnh polio lúc 3 tuổi, cố chữa chạy không bị bại liệt hẳn hai chân nhưng cũng tàn tật suốt đời, lại gặp nhiều chuyện không may, sống khổ cực một mình nuôi đứa con gái. Tôi không tin có cái số mạng oái oăm như thế, nhưng sau này nghiệm lại, có lẽ phải nói như thế để an ủi phần nào cho TT chăng? Còn TA là em trai út, cũng sống ở Bảo Lộc, thua tôi đúng 20 tuổi, đã có vợ con.

Thăm mộ bà ngoại và mộ em thứ 7, hai ngôi mộ này vẫn còn vì nằm ở Bảo Lộc. Còn mộ của em thứ 8 ở nghĩa trang Quân Đội Biên Hòa, mấy đứa em đã cải táng vì nghĩa trang này sau 1975 phần bị phá phách, phần bị bỏ phế hoang tàn. Mộ em thứ 5 ở một nghĩa trang ngoại ô Sài Gòn cũng được cải táng vì nhà nước lấy đất dùng vào việc khác. Nhiều nơi xảy ra hiện tượng này, tiêu biểu nhất là nghiã trang Mạc Đĩnh Chi ngay trung tâm Sài Gòn bị dẹp để làm công viên.

Hình chụp 9 anh em trong vườn nhà của Th. (em thứ 9) ở Bảo Lộc, tháng 2-1993 Tác giả đứng giữa TA là em trai út và TT là em gái thứ 10.

Hai ngày thứ bảy và chủ nhật, ăn uống hết nhà này đến nhà kia. Và đàn hát. Tôi nhớ chưa khi nào 9 anh em thêm dâu rể và các cháu cùng họp mặt đông đủ đàn hát như thế, có cả ông bà cụ ngồi nghe. Tất cả đều có máu văn nghệ, đều thích đàn hát, nên kéo dài tới khuya thứ bảy, may mà nhà giữa vườn trà không có láng giềng gần, không làm phiền ai. Có lúc bà cụ yêu cầu tôi hát bài Lòng Mẹ, không khí đang vui nhộn bỗng chùng xuống vì tôi mới hát được hai câu thì cảm động quá, giọng nghẹn ngào không hát được nữa, thế là bà cụ lại khóc. Mấy đứa nhỏ nhao nhao lên đòi hát bài vui để "thay đổi không khí và chương trình"!

Ở Bảo Lộc cũng là dịp vào thăm nơi làm việc cũ khi tôi mới ra trường đổi lên đây làm trưởng phòng thí nghiệm hơn 20 năm trước. Bệnh viện đã mở rộng nhiều so với thời 1969. Người dược sĩ trẻ rất vui khi gặp một đàn anh đã từng làm việc tại đây, hướng dẫn tôi thăm các phòng ốc mới, giới thiệu tôi thật nồng nhiệt với tất cả mọi người.

Một chuyện nhỏ nhưng đáng ghi lại ở đây vì có lẽ chỉ xảy ra vào thời điểm có nhiều thương phế binh ở Cam-Bốt về. Chuyện trên một chuyến xe đò từ Di Linh về Bảo Lộc. S. là em thứ tư (trước kia đi lính Sư đoàn 3 đóng ở bờ sông Thạch Hãn, may chạy thoát về được Sài Gòn tháng 4-1975) sống ở Di Linh cách Bảo Lộc hơn 30 cây số, mở quán karaoke, vợ làm bánh cưới cho khách hàng. S. mời cả mấy anh chị em lên thăm nhà. Karaoke toàn hát nhạc "vàng", nhạc "cấm" kiểu "Anh ở lại Charlie", oang oang ngoài đường nghe rõ, chuyện cấm đoán coi như "pha"! Khi về lúc xế chiều, ra trước nhà trên quốc lộ 20 vẫy xe đò. Một chiếc dừng lại, leo lên, thấy hình Đức Mẹ Hằng Cứu Giúp gắn trước mặt tài xế với hàng chữ "Nữ Vương Ban Sự Bình An". Nhớ lại sau 75, khi khai lý lịch có mục "Tôn giáo", trên tấm thẻ chứng minh nhân dân (trước kia là thẻ căn cước) cũng có mục này, nhiều người ghi "Không" cho qua chuyện, vì ai cũng biết nhà nước Cộng Sản không thích tôn giáo.

Chiếc xe cũ rích xộc xệch, chiếc thùng máy bên cạnh tài xế long lên sòng sọc, rú lên đau khổ mỗi khi leo dốc. Vậy mà chiếc xe đò này chạy tuyến đường từ Bảo Lộc ra tới… Hà Nội! Hỏi ra mới biết chung quanh Bảo Lộc có vùng kinh tế mới đưa người từ miền Bắc vào lập nghiệp (năm 1954 đã có nhiều đồng bào di cư từ Bắc vào được định cư tại đây, lập nên những khu trù phú quanh Bảo Lộc mang tên Tân Thanh, Tân Phát, Tân Bùi, Tân Hà, v.v.). Do đó mới có chuyến xe đò chạy thẳng từ Bảo Lộc ra Hà Nội như thế.

Khi xe gần đến Bảo Lộc, qua một đoạn đường có đông người, bỗng nhiên ngưng lại giữa đường, rồi ông tài xế thò đầu ra ngoài la lối om sòm. Người đàn bà ngồi thu tiền xe gần cửa lên xuống chồm ra ngoài và biến thành con hổ dữ: "Mày muốn chết thì nói đi, tao cho mày chết!" Có tiếng người dưới đường vọng lên, tiếng hành khách can, cuối cùng rồi xe cũng chạy được. Hỏi ra thì đó là một thương phế binh ra đứng chặn đầu xe xin tiền, nghe nói chuyện này xảy ra thường xuyên vào lúc này.

Đến thứ hai 1 tháng 3 đi cùng Vy lên Đà Lạt. Trước đây hai vợ chồng Hoài và Vy dạy học ở trường trung học Bảo Lộc, chính tôi cũng đã "tình cờ" dạy ở đấy một năm, niên khóa 1971-72. Sau này Hoài đổi lên Đà Lạt, hai vợ chồng mua được căn nhà trong một con hẻm khu Cô Giang xưa. Nhà gỗ cũ, ọp ẹp, nhưng vườn rất rộng, là một vườn trước đây trồng cây hồng ăn trái (không phải bông hồng), nhưng giờ cằn cỗi, chẳng còn cho bao nhiêu quả nữa.

Vào thăm trường cũ, trường Adran nơi tôi đã mài đũng quần suốt 10 năm từ thời thơ ấu đến tuổi thanh niên và Mai cũng đã dạy học tại đây trước khi đám cưới. Vẫn những ngôi nhà đó, nhưng đã hoen màu thời gian, có lẽ chưa được sơn phết lại lần nào. Bây giờ phân nửa là trường tiểu học, phân nửa là ty giáo dục tỉnh. Nhìn cảnh cũ điêu tàn mà buồn…

Trường Yersin (ngày xưa còn gọi là « Grand Lycée » vì trường Yersin có hai địa điểm, « Grand Lycée » là trường trung học và ký túc xá nam, còn « Petit

Lycée » nằm ở đầu kia của thành phố là trường tiểu học và ký túc xá nữ) trông xa vẫn oai nghiêm với tháp chuông và tòa nhà chính hình vòng cung, được xem là một công trình kiến trúc hàng đầu của Đông Nam Á thời Pháp thuộc. Tiếc là khi đến gần mới thấy cửa kính vỡ không được thay, tường nhiều nơi lở lói... Nơi đây tôi đã bao phen thi thố tài năng trong các cuộc thi trung học đệ nhất cấp, rồi tú tài 1, tú tài 2. Chưa kể bao trận thư hùng thể thao giao hữu với các đội của Yersin...

Một góc trường Adran xưa, năm 1993 là ty giáo dục tỉnh. Trong hình thấy một cái bệ trắng, trước kia có tượng Đức Mẹ Maria trên cái bệ này.

Tháp chuông trường Yersin xưa, với tòa nhà chính hình vòng cung, năm 1993 là trường sư phạm.

Trường Bùi Thị Xuân là nơi Mai và năm cô em học hết bậc trung học, cổng trường có vẻ được chỉnh trang lại tươm tất. Đi thêm vài trăm thước là đến Đại Học Đà Lạt, ở đây Mai và một cô em đã học khoa Sư Phạm, một cô học Chính Trị Kinh Doanh, một cô nữa học Văn Khoa và cũng chính ở đây, tại nhà nguyện Năng Tĩnh, chúng tôi đã làm đám cưới năm 1969. Linh mục Viện Trưởng Nguyễn Văn Lập đã làm lễ cưới cho chúng tôi (sau này Tòa Thánh Vatican đã phong cho cha Lập chức Đức Ông). Cả hai trường đều may mắn không bị đổi tên và không bị dùng trong một lãnh vực khác.

Đại Học Đà Lạt thời trước 1954 là trường Thiếu Sinh Quân Pháp (trường Thiếu Sinh Quân Việt Nam sau này ở Vũng Tàu). Sau đó chính phủ Việt Nam Cộng Hòa thu hồi, sửa chữa và xây cất thêm thành Viện Đại Học trong một khung cảnh yên tĩnh và thật nên thơ. Năm 1993 có điểm mới lạ là tại cổng trường có người gác xét giấy, nếu không là sinh viên thì phải mua vé, xem như vào thăm một thắng cảnh của thành phố !

Tôi cũng tìm đến nhà của gia đình Mai ngày xưa, căn nhà gỗ vẫn nguyên như cũ, cùng chung số phận với rất nhiều nhà khác : chủ nhà không có khả năng tài chánh để sơn phết chăm sóc, nên trông thật cũ kỹ. Tôi được mời vào nhà, gặp bà chủ rất vui khi biết tôi là con rể của người chủ cũ. Ngồi trong phòng khách, tôi giật mình khi thấy trên khung cửa sổ có một bức tranh vẽ lại hình của ban nhạc Beatles, bức tranh này tôi đã thấy từ năm 1968 khi lần đầu tiên bước chân vào nhà này, 25 năm sau màu sắc đen trắng đã mờ nhạt, nhưng chủ nhân vẫn để nguyên !

Nhưng đối với tôi, buồn nhất là khi đi qua bên kia hồ Xuân Hương, Đồi Cù thơ mộng ngày nào đã bị rào kín, đào xới, phía trong xe ủi đất làm việc liên tục, trời mưa đất đỏ tràn xuống đường nhựa phủ một lớp bùn lầy lội. Người dân Đà Lạt phản đối chuyện nhà nước cho một công ty ngoại quốc thuê dài hạn cả mấy ngọn đồi ngay trung tâm thành phố để làm sân chơi golf, nhưng nhà nước vẫn làm. Nhà nước cho rằng làm xong thì cái Đồi Cù mới sẽ rất đẹp, nhưng nhà nước không nhắc đến một chi tiết « nhỏ » là chỉ có tỷ phú hay ít ra triệu phú mới có tiền vào đó chơi golf ! Còn trước đây Đồi Cù là một thắng cảnh thiên nhiên mọi người đều được hưởng, và là nơi hò hẹn, dạo chơi của những người yêu nhau đến từ mọi tỉnh thành của Miền Nam.

Sài Gòn, thứ hai 8 tháng 3-1993.

Từ Đà Lạt ghé Bảo Lộc chào ông bà cụ trước khi xuống Sài Gòn để về Pháp.

Tình cờ gặp lại anh Đông (người bạn mới quen cho đã tôi tá túc ở Thị Nghè) đang có mặt tại Bảo Lộc, anh đi từ Sài Gòn lên bằng chiếc Honda 400, xe rất to so với tạng người bé nhỏ của anh. Sau này nghe anh nói bây giờ Việt Nam nhiều xe mô-tô loại này lắm, đó là những xe cũ từ các nước lân cận (đặc biệt là Singapore) nhập vào Việt Nam (không biết có phải nhập lậu không !), được tân trang lại, thường là xe còn rất tốt. Anh Đông về lại Sài Gòn sáng hôm sau nên đề nghị chở tôi về luôn. Được lời như cởi tấm lòng, còn gì thích thú hơn được đi xe hai bánh thay vì phải ngồi chịu trận mấy tiếng đồng hồ chật cứng trong chiếc xe đò.

Ngày xưa tôi từng đi Vespa từ Sài Gòn lên Đà Lạt thăm Mai vào một ngày mùa xuân năm 1969, rồi sau khi lấy nhau, đã bao lần hai vợ chồng chở nhau bằng Vespa từ Bảo Lộc lên Đà Lạt thăm bên ngoại và từ Bảo Lộc xuống Sài Gòn thăm bên nội. Nhớ tới lần cầu Đại Nga bị gẫy chúng tôi phải ngủ nhờ nhà người dân ven quốc lộ, gửi lại chiếc Vespa mấy hôm sau trở lại lấy. Nhớ lần bánh xe bị sút 3 con ốc chỉ còn 1 mà tìm lại được trên đường mưa như trút nước… Nghiệm ra khi người ta còn trẻ và nhất là khi người ta yêu nhau thì không có gì để sợ và mọi cuộc phiêu lưu đều trở thành thú vị.

Đi qua đèo Bảo Lộc đường ngoằn ngoèo trên 20 cây số, giữa đèo vẫn còn miếu Ba Cô, nơi đây có 3 cô gái tử nạn từ thời Pháp thuộc, nghe nói thiêng lắm nên dân chúng lập miếu thờ. Hết đèo đến một địa điểm du lịch mới là Suối Tiên, tiếc là không có giờ ghé vào. Rồi đèo Chuối, cầu Đại Quay và Ma-đa-gui ngày xưa tôi phải đi thanh tra khi còn là Dược Sĩ Trung Úy ở Bảo Lộc.

Một cảnh lạ mắt là cầu La Ngà, giờ đây con sông đã biến thành cái hồ dài theo dòng nước, do đập nước Trị An tạo nên, trên mặt hồ là một « làng nổi » với nhiều nhà lá đặt trên những cái bè nổi trên mặt nước. Ngồi xe mô-tô của anh Đông lại nhớ năm 1969 lúc tôi đi Vespa lên Đà Lạt, tới cầu La Ngà này đã phải chờ mấy tiếng đồng hồ vì có chiến trận gần Định Quán, tiếng súng nổ liên tục ngay trên quốc lộ cách đó không xa.

Lần này ở Sài Gòn, Hoài là người hướng dẫn, Vy ở lại Đà Lạt trông nhà. Hai anh em hai chiếc xe đạp đi đủ hang cùng ngõ hẻm.

Trước hết tìm lại nhà cũ, tìm mãi mới ra. Đường từ cầu Phan Thanh Giản cũ ra Hàng Xanh đã làm lại khang trang, con hẻm nơi tôi sống trước đây bị khuất sau một dãy « kiosque » xinh xắn gọn ghẽ. May mà cái bảng Thái Hòa khuất sau dãy kiosque vẫn còn ở đầu hẻm, nên mới nhận ra đường vào nhà cũ. Căn nhà phía trước vẫn thế, nhưng đã phá bỏ cái hàng ba hẹp vì con hẻm được mở rộng thêm. Chủ nhân mời tôi vào nhà, rất vui vẻ niềm nở. Nói cái ao phía sau ngày xưa nuôi cá nay đã lấp, phía trước con hẻm mở rộng thêm và đắp cao thêm, nhưng mùa nước lớn vẫn bị ngập đều đặn, và chuyện nước tràn vào nhà là thường xuyên. Ngày xưa con hẻm thấp hơn, cũng bị ngập nước đều đặn theo thủy triều, nhưng chưa khi nào bị nước vào trong nhà. Ghé qua mấy người hàng xóm cũ còn ở đấy, tất cả đều tay bắt mặt mừng, ai cũng rất vui gặp lại, mời vào uống nước kể chuyện xưa thời bao cấp, chuyện đi họp tổ buổi tối, chuyện xếp hàng mua gạo…

Cư xá sinh viên Đắc Lộ nay đã trở thành tòa soạn báo Tuổi Trẻ. Anh Đông làm việc ở đấy nên đưa Hoài và tôi vào thăm chốn cũ. Lên chỗ phòng mình ngày xưa trên lầu 1, nay vách tường ngăn phòng được phá bớt nên ba bốn phòng ngủ nay thành một phòng lớn, nơi làm việc của biên tập viên. Một điểm ngộ nghĩnh là tại một bàn làm việc, nói chuyện với một thanh niên tại đấy, khi anh biết tôi từ Pháp về, anh nói ngay « Tôi đang lên khuôn báo Đoàn Kết ở Paris của anh đây nè ! » Từ vài năm nay, nhóm biên tập báo Đoàn Kết ở Paris đã phải trả lại tờ báo cho nhà nước vì không theo đúng đường lối chủ trương của Đảng nữa, và tách ra lập tờ Diễn Đàn Forum. Tờ Đoàn Kết vẫn tiếp tục xuất bản ở Paris hàng tháng, nhưng ít người biết tờ báo được thực hiện trong nước, hôm nay tôi được chứng kiến tận mắt chuyện này.

Bức tượng Alexandre de Rhodes, cha đẻ của chữ Quốc ngữ, trong khuôn viên của cư xá sinh viên Đắc Lộ xưa, năm 1993 là tòa soạn báo Tuổi Trẻ.

Bên trong ngôi nhà trước kia là cư xá nay đã thay đổi nhiều, nhưng bên ngoài vẫn còn nguyên cây sung rất to ngay cửa vào, với hai cái ghế đá tôi đã từng bao lần ngồi « tán dóc » hay « tán thật » với mấy tên thích nói chuyện chính trị. Mấy con tắc kè trên cây sung này nổi tiếng vì mình bé xíu mà tiếng kêu inh ỏi, luôn cất tiếng để phá giấc ngủ trưa của mấy chàng sinh viên lười biếng ! Đặc biệt nhất là giữa sân vẫn còn nguyên bức tượng của Alexandre de Rhodes, linh mục dòng Tên người Pháp đã soạn cuốn từ điển Việt Bồ La đầu tiên (tiếng Việt dịch ra tiếng Bồ Đào Nha và tiếng La Tinh) vào thế kỷ 17, được xem như cha đẻ của chữ Quốc Ngữ, tuy chữ viết này đã được các linh mục người Bồ Đào Nha sáng tác ra vài chục năm trước ông.

Cũng như trường Adran Đà Lạt, trường Đại Học Dược Khoa Sài Gòn là nơi tôi có nhiều gắn bó, trước hết là thời gian sinh viên, sau đến thời gian tôi giảng dạy tại đấy, tổng cộng hơn mười năm. Nên bước chân qua cổng trường sau 13 năm vắng bóng cho tôi một cảm giác là lạ… Các tòa nhà cũ vẫn còn nguyên, chỉ có thêm một nhà mới sát mặt đường Đinh Tiên Hoàng dùng làm văn phòng hành chánh.

Hình chụp tại Đại Học Dược Khoa năm 1993. Bên trái là Giáo Sư Nguyễn Vĩnh Niên, bên phải là Giáo Sư Nguyễn Kim Hùng, hai khoa trưởng trước và sau 1975. Đứng giữa là chị Sinh và anh Phước cùng thời với tác giả trước kia, dạy Vật Lý.

Gặp ba vị Khoa Trưởng kế tiếp nhau, trước 75 là Giáo Sư Nguyễn Vĩnh Niên, sau 75 thời gian tôi còn dạy ở đó là Giáo Sư Nguyễn Kim Hùng nay cũng đã về hưu, và bây giờ là một vị khác tôi cũng được giới thiệu. Gặp lại mấy đồng nghiệp cũ, và ba sinh viên học với tôi ngày xưa nhận ra thầy cũ, bây giờ cũng thuộc ban giảng huấn tại đây. Tất cả đều tay bắt mặt mừng.

Một ngạc nhiên thích thú khi tôi lên phòng Toán Lý trên lầu 2 của tòa nhà chính, gặp một người trẻ dạy Vật Lý, bạn này đưa tôi đi thăm một vòng, hình như không có gì thay đổi. Ngạc nhiên tôi muốn nói ở đây là trong một tủ sách, cuốn giáo trình Toán Thống Kê in ronéo mà tôi soạn từ 16 năm trước vẫn nằm đó, và bạn trẻ cho tôi biết là hiện nay vẫn được dùng làm tài liệu giảng dạy !

Tôi mơ mơ màng màng… cảm giác như thời gian 13 năm vắng bóng không hề có…

71. Đấu tranh cho dân chủ

Trong hai tuần lễ về thăm gia đình lần đầu sau 13 năm xa cách, Long cố gắng ghi lại trong một cuốn vở học trò 100 trang những chi tiết và cảm nghĩ về chuyến đi đáng ghi nhớ này. Nhưng chàng quá chủ quan. Tìm đâu ra thời giờ để viết tất cả mọi chuyện ? Cũng có những chuyện chàng không muốn viết tại chỗ, chỉ bắt đầu ghi lại khi đã ngồi trong máy bay, và máy bay đã cất cánh rời khỏi Tân Sơn Nhứt.

Trong những ngày cuối ở Sài Gòn trước khi về lại Pháp, Long đến gặp chị Trần Thị Thức, vợ anh Đoàn Viết Hoạt đang bị bắt, sắp đem ra xử. Nhà anh chị Hoạt ở số 18 đường Lê Văn Sỹ, trước kia là đường Trương Minh Ký nối tiếp đường Trương Minh Giảng lên tới Lăng Cha Cả. Long đến một lần vào chiều chủ nhật 7-3, nhưng không gặp, người nhà nói chị Thức bận dạy học và nhiều việc khác, nên hẹn trước chắc ăn hơn. Long hẹn tối thứ ba. Đến hẹn chàng đi xe đạp chở theo em gái thứ hai là Loan, đến nơi chị Thức ngồi trên ghế đẩu trước nhà chờ sẵn. Hai anh em mang xe đạp vào nhà, Long nói Loan ngồi chờ và theo chị Thức lên lầu nói chuyện, không muốn cho Loan biết lý do chàng đến gặp về chuyện gì.

Đây là lần đầu gặp chị Thức, mục đích chính là để chị lên tinh thần khi biết các nhóm tranh đấu cho dân chủ ở hải ngoại đều theo dõi rất kỹ và lên tiếng mạnh mẽ bênh vực trường hợp của anh Hoạt, một Giáo Sư Đại Học bị bắt chỉ vì chủ trương tập san Diễn Đàn Tự Do mới ra được vài số, đăng những bài trong chiều hướng dân chủ hóa đất nước. Chị Thức cho biết chính quyền đã định ngày xử « Vụ án Diễn Đàn Tự Do » là 29 tháng 3-1993, tức là trong vài tuần tới. Chị cũng nói anh Hoạt không nhận luật sư biện hộ, vì kinh nghiệm của những lần xử trước, luật sư chẳng bênh vực gì cả mà chỉ « xin khoan hồng ». Anh Hoạt nói sẽ chỉ chấp nhận cho luật sư biện hộ nếu luật sư cãi là nhà nước sai[140].

Trước đó mấy ngày, Long chứng kiến một hiện tượng lạ : bộ đội ôm súng canh gác những địa điểm trọng yếu ngay trung tâm Sài Gòn. Long ở nhà anh Đông làm việc trong báo Tuổi Trẻ nên được anh cho biết là trong nội bộ Đảng được phổ biến nguồn tin về một « âm mưu bạo loạn » của Việt Kiều nước ngoài kết hợp với trong nước đặt chất nổ nhiều nơi để gây tiếng vang. Nhưng nội vụ bị phát giác từ thứ năm 4 tháng 3 khi một người phụ nữ từ nước ngoài về làm tiền trạm bị bắt, người phụ nữ này bị bắt buộc phải gửi fax cho tổ chức ở hải ngoại là mọi chuyện êm xuôi, nên khi những người chủ lực về đến nơi đều bị bắt ngay. Tổng cộng có 60 người cả trong lẫn ngoài nước bị bắt trong vụ này.

Khi Long đến thăm Giáo Sư Nguyễn Vĩnh Niên tại tư gia, ông cũng kể là trong các đại học cũng được phổ biến tin tức về một vụ âm mưu bạo loạn. Chính quyền cho biết có 10 Việt Kiều từ Mỹ và 1 từ Canada về bị bắt. Ngày thứ sáu 5 tháng 3, các trường đại học (và chắc là các công sở khác cũng thế) nhận được chỉ thị phải tăng cường an ninh tối đa, không cho người lạ mặt vào trường. Người dân ngoài đường lại xì xầm theo một chiều hướng khác, họ nói chắc trong nội bộ có âm mưu đảo chánh, chứ Việt Kiều làm gì có tổ chức mạnh để chính quyền phải đối phó tới mức độ đó ! Chẳng biết đâu mà lần !

Trở lại thời gian bốn ngày ở Đà Lạt với Vy và Hoài, có nhiều chuyện thật đặc biệt bên cạnh những hàn huyên gia đình. Những chuyện này, Long chờ khi đã bình tâm trong căn nhà bên Pháp rồi mới ghi chép lại mọi chi tiết để giữ lại như một tài liệu.

Câu chuyện đầu tiên là việc Vy đưa chàng lên trụ sở công an để khai báo.

Vài năm sau cuộc « đổi mới » 1986, nhà nước bắt đầu chính sách mở cửa cho du lịch, đặc biệt cho người Việt hải ngoại – giờ đây được âu yếm gọi là « khúc ruột ngàn dặm », không còn là những « kẻ phản quốc ôm chân đế quốc » nữa – những người trước đây không có hy vọng gì trở lại nơi chôn nhau cắt rốn của mình. Với số lượng càng ngày càng đông người về thăm gia đình, thăm quê hương, việc khai báo khi có thân nhân đến ở nhà trở nên lỏng lẻo, nhất là tại các thành phố lớn. Có người tưởng như thế là không còn bắt buộc phải ra công an khai báo nữa, nhưng thật ra không phải vậy. Luật vẫn không thay đổi, nhưng áp dụng lỏng lẻo hơn, thế thôi !

Khi Long về Bảo Lộc ở nhà của một trong mấy người em, cậu này phải đưa ngay chàng ra công an thị xã trước khi về nhà, « cho chắc ăn ». Lên Đà Lạt thủ tục cũng vậy, nhưng thay vì khai báo ngay ngày đầu tiên như luật định, Vy và Hoài đã quyết định chờ đến ngày thứ ba, một ngày trước khi chàng về lại Sài Gòn.

Để hiểu tại sao, cần phải nhắc vài chuyện cũ. Năm học 1971-72 ở Bảo Lộc, Long cũng như Hoài và Vy cùng dạy một trường (trong khi Long vẫn làm việc ở bệnh viện), hơn nữa hai anh em Long và Vy thân nhau từ bé nên hai gia đình qua lại rất thân tình. Sau đó Mai và Long cùng hai con rời Bảo Lộc về sống ở Sài Gòn, chàng ít có cơ hội gặp lại Vy và Hoài, lúc đó cũng đã có hai con trai. Đến sau 75, trong hoàn cảnh khó khăn thiếu thốn mọi mặt, càng ít cơ hội hơn nữa. Thêm vào đó, chàng cũng như cả gia đình bàng hoàng khi biết Hoài đã bí mật là đảng viên cộng sản từ năm 1974, và sau ngày 30 tháng 4-75, lãnh trách nhiệm tổ chức Đoàn Thanh Niên Cộng Sản Hồ Chí Minh của thị xã Bảo Lộc. Hai chí hướng khác nhau, Long lo tìm đường thoát khỏi một chế độ đang đưa đất nước xuống vực thẳm, Hoài sống trong lòng chế độ đó với lý tưởng là sẽ xóa được cảnh « người bóc lột người » như lý thuyết cộng sản tuyên truyền.

Mười tám năm trôi qua, biết bao nước chảy qua cầu…

Giờ đây gặp lại nhau, Hoài tỏ vẻ gần gũi và quý mến Long, ngược lại Long cũng có những tình cảm lẫn lộn thân thiết và cảm phục. Long giờ đây không còn là một thanh niên lánh xa chính trị, vì trong 5 năm sống trong chế độ cộng sản, chàng đã vỡ lẽ ra một điều đơn giản là nếu mình không muốn « dính » đến chính trị nói chung thì mình sẽ phải « dính » vào một loại chính trị của kẻ khác áp đặt lên mình. Về phía Hoài, chàng không còn là một thanh niên hăng say cuồng nhiệt với lý tưởng đấu tranh cho một xã hội công bằng, mà đã vỡ mộng khi thấy chế độ mà chàng cố công xây dựng lại trở thành một môi trường lý tưởng cho lạm quyền và tham nhũng.

Bên Pháp Long và Mai tham gia một nhóm trí thức cùng nhau suy nghĩ về một phương thức ôn hòa để đưa đất nước thoát khỏi đói nghèo và lạc hậu vì những chủ trương phi lý của chế độ « bao cấp » của một đảng toàn trị. Từ đầu năm 1988, nhóm này ra một tờ nguyệt san nói lên các suy nghĩ đó, tờ báo phổ biến trong cộng đồng Việt Nam hải ngoại là chính, nhưng cũng cố gắng phổ biến trong nước, dù rất khó khăn. Mọi người viết bài đều ký tên thật, kể cả Mai và Long. Hoài và Vy có dịp đọc được những bài này, nên biết các hoạt động của ông anh bà chị, từ đó hiểu thêm cách suy nghĩ của hai người về tình trạng đất nước.

Hoài cho biết công an có một ngành đặc biệt mang tên A25, có hệ thống dọc từ trung ương đến các địa phương, phụ trách các hoạt động văn hóa cũng như theo dõi trí thức sống trong nước cũng như ở hải ngoại. Tại Đà Lạt, một sĩ quan công an phụ trách xuất nhập cảnh nhưng lại được đặc biệt phân công theo dõi Hoài vì anh ta chính là một học trò cũ của Hoài ở Bảo Lộc trước kia. Ngoài mặt lễ độ với thầy cũ, nhưng bên trong vẫn làm công việc đắc lực của một công an, theo dõi rất kỹ những hành vi và thái độ của một người « đang chao đảo ».

Hoài cũng cho biết là người học trò cũ này có đọc các bài viết của Long và Mai trên tờ nguyệt san, từ đó biết rõ việc hai người hoạt động như thế nào bên Pháp. Vì vậy chàng đề nghị không nên ra công an khai báo ngay ngày đầu vì có thể họ làm khó dễ trong những ngày kế tiếp. Chờ trước khi về Sài Gòn một ngày mới đi khai báo, thì chắc ăn là được yên ổn mấy ngày.

Khi đưa Long đến trụ sở công an, trong lúc ngồi chờ, Vy đưa mắt quan sát rồi nói *« em mới thấy thằng học trò cũ trong phòng kia, chắc là phải qua tay nó rồi »*. Thật vậy, mấy phút sau khi hai anh em được đưa vào phòng, chính người học trò cũ này là trưởng phòng đứng lên chào hỏi Vy, vợ của thầy cũ. Khi Vy giới thiệu *« Hôm nay tôi đưa ông anh đến khai báo, ông ấy từ bên Pháp về ở nhà tôi »* thì lập tức được trả lời *« Ồ, chắc đây là anh Long ở Pháp về thăm gia đình ! Tôi có được đọc vài bài anh viết trên tờ báo bên Pháp »*. Tuy đã được biết trước về chuyện này, Long vẫn thoáng giật mình về phản ứng nhanh chóng của người công an khi gặp chàng lần đầu !

Sau khi làm thủ tục giấy tờ – có mục đóng lệ phí 5 đô-la Mỹ – và sau khi nhắc nhẹ là đáng ra phải khai báo ngay ngày đầu tiên, có một màn « giải thích và động viên » : *« Anh về đây thấy tình hình đất nước đã đổi thay so với lúc anh ra đi, đổi thay rất nhiều, nhất từ hai ba năm nay sau khi chính sách Đổi Mới được ban hành. Khi anh qua bên đó anh chỉ cần phản ảnh trên báo chí những gì anh mắt thấy tai nghe ở đây là đồng bào mình bên đó sẽ có một khái niệm trung thực về đất nước hiện tại như thế nào »*. Long trả lời lấy lệ, trong lòng cũng yên tâm vì chàng cảm thấy chỉ bị « nhẹ nhàng động viên » cho phải phép thôi !

Trước đó 5 năm, Hoài đã không được đối xử « nhẹ nhàng » như thế, mà đã phải trải qua những thử thách và trừng phạt nặng nề cả về vật chất lẫn tinh thần. Khi còn phụ trách Đoàn Thanh Niên ở Bảo Lộc, chàng đã dần dần khám phá ra là những lời hay ý đẹp về một xã hội « không có người bóc lột người » trong lý thuyết cộng sản chỉ có trên giấy tờ và trong các lời phát biểu, từ cấp lãnh đạo cao nhất xuống đến cán bộ thấp nhất. Trên thực tế khác hẳn. Vì đảng viên nắm tất cả các mấu chốt trong guồng máy của chế độ đúng với câu « Đảng lãnh đạo, nhà nước quản lý, nhân dân làm chủ », mà không có một lực lượng nào đối trọng nên đa số đã lợi dụng chức quyền của mình để hưởng thụ. Dần dần Hoài trở thành một cái gai trong guồng máy lãnh đạo địa phương vì chàng thẳng thắn lên tiếng tố cáo những hành vi lạm quyền và tham nhũng của các quan chức chung quanh mình.

Theo lời Hoài tâm sự, từ 30 tháng 4-75 chàng không còn dạy học nữa mà được Đảng phân công phụ trách công tác đoàn thể. Sau hơn 10 năm hoạt động trong lĩnh vực này Hoài nhận ra mình không còn được tin cậy vì nhiều lý do : tinh thần và những phát biểu mang tính phê phán đường lối chính sách, xuất thân là trí thức tiểu tư sản, không tham gia bè phái để tranh giành quyền lực. Người ta chỉ còn lợi dụng năng lực của Hoài cho việc phục vụ các mục tiêu của chế độ mà những người khác không đủ khả năng làm. Nhân có việc một số văn nghệ sĩ của tỉnh yêu cầu thành lập Hội Văn Học Nghệ Thuật vì Lâm Đồng là một trong những tỉnh cuối cùng trong cả nước chưa có Hội này, Hoài đã chủ động viết văn bản chính thức đề nghị thành lập Hội và tình nguyện sẽ chuyển về làm công tác thường trực cho Hội. Tỉnh ủy chấp thuận đề nghị này của Hoài, cùng với việc mời nhà thơ Bùi Minh Quốc từ Đà Nẵng vào và điều một ông Phó ban Tuyên huấn Tỉnh ủy qua, hình thành một chi bộ đảng gồm 3 đảng viên để lãnh đạo Hội và làm bộ phận thường trực chuyên trách của Hội.

Nhắc lại là trong chế độ toàn trị này, không cá nhân nào có quyền lập hội cả, tất cả các hội đều phải nằm trong Mặt Trận Tổ Quốc, và chỉ được thành lập và điều hành theo sự chỉ đạo của Đảng, và phải do đảng viên cầm đầu.

Hội Văn Nghệ Lâm Đồng (bây giờ Đà Lạt nằm trong tỉnh Lâm Đồng, không còn tỉnh Tuyên Đức như thời trước 1975) ra đời không lâu sau chính sách đổi mới năm 1986. Năm 1987 ông Nguyễn Văn Linh Tổng Bí Thư Đảng với bút danh N.V.L. và loạt bài « Những Việc Cần Làm Ngay » chủ trương « cởi trói văn nghệ sĩ », mở màn cho một hình thức « trăm hoa đua nở » với những bài báo và truyện ngắn truyện dài nói lên thực chất của xã hội, tố cáo các lạm quyền tham nhũng. Ở Đà Lạt tạp chí LangBian của Hội Văn Nghệ mới thành lập cũng đi tiên phong trong phong trào này, đăng những bài viết theo chiều hướng dân chủ hóa đất nước. Không ngờ báo mới ra được 3 số thì bị mấy ông lãnh đạo Đảng của Lâm Đồng quyết định đình bản bằng cách không cấp giấy phép xuất bản nữa.

Đó là năm 1988, tạp chí LangBian bị đình bản đúng vào lúc văn nghệ sĩ sau một năm được « đua nở » lại bị « trói lại » vì Đảng hoảng hốt thấy là không thể nào « quản lý » văn nghệ sĩ nữa nếu cứ để họ tự do nói lên những điều cần nói.

Nhưng Hoài đã quen phản kháng và đấu tranh trong thập niên 60 khi còn là sinh viên ở Viện Đại Học Huế. Chàng không chịu bó tay chấp nhận bị dễ dàng « treo bút » như thế. Sau này chàng viết cuốn « Hành Trình Cuối Đông » ghi lại chi tiết những chuyện xảy ra vào thời kỳ này, tóm tắt lại như sau.

Tỉnh ủy Lâm Đồng không cho tạp chí LangBian của Hội Văn Nghệ xuất bản là đi ngược lại với nghị quyết 5 của Đảng. Tướng Trần Độ[141] *là nhân vật chính soạn thảo nghị quyết này, còn gọi nôm na là « nghị quyết cởi trói », không đặt nặng vấn đề đảng lãnh đạo văn nghệ mà còn khuyến khích văn nghệ sĩ nói lên những gì xảy ra quanh mình, mục đích để cải tiến xã hội theo chiều hướng dân chủ. Không lâu sau, nghị quyết này cũng bị vô hiệu hóa và tướng Trần Độ cũng bắt đầu bị trù dập.*

Để phản kháng quyết định đình bản tạp chí LangBian cũng như đấu tranh cho quyền tự do báo chí, tự do xuất bản, Hoài và Bùi Minh Quốc quyết định tổ chức một chuyến đi xuyên Việt, qua các tỉnh, vận động các Hội bạn cùng tham gia, ra đến Hà Nội gặp lãnh đạo của Đảng và Nhà nước. Chuyến đi có sự tham dự của nhà thơ Hữu Loan, tác giả của bài thơ « Mầu tím hoa sim » nổi tiếng năm xưa, lúc đó là khách của Hội, đang trong thời gian ngao du phương Nam sau 30 năm phải chôn chân thồ đá kiếm sống ở quê nhà Nga Sơn, Thanh Hóa vì phản kháng vụ Nhân Văn Giai phẩm. Cả đoàn đi bằng chiếc xe Lada cũ kỹ của Hội, phải mang theo mấy thùng xăng và đi đến đâu xin thêm xăng đến đó vì thời điểm này chưa có các trạm xăng như sau này.

Chuyến đi trở thành một cuộc vận động rộng lớn không những cho tự do báo chí mà còn cho các quyền tự do dân chủ nói chung trong cuộc đổi mới đất nước. Ngoài các kiến nghị do các Hội ký chung, đặc biệt còn có một bản « Tuyên bố của những người hoạt động, yêu thích văn học nghệ thuật và hưởng ứng đổi mới về một số vấn đề thời sự văn nghệ và chính trị hiện nay » thu thập được 128 chữ ký trực tiếp của trí thức, văn nghệ sĩ ở các tỉnh miền Trung và Hà Nội. Đây là một bản Tuyên bố mạnh mẽ, trong đó có yêu cầu cách chức Bộ trưởng Văn hóa và Trưởng ban Văn hóa Văn nghệ Trung Ương. Có thể đây là bản Tuyên bố mang tính phản kháng đầu tiên ký với tính cách tập thể trong chế độ độc tài toàn trị, từ trước đến nay chưa ai dám làm. Vì thế chuyến đi bị đánh giá như một cuộc « biểu tình chạy », tập dượt đấu tranh dân chủ, thậm chí âm mưu lật đổ chế độ.

Kết quả sau chuyến đi Hoài và Bùi Minh Quốc bị kiểm điểm suốt 6 tháng trời, cuối cùng hai người đều bị kỷ luật cách chức, khai trừ đảng, riêng Hoài còn bị đưa ra khỏi biên chế Hội Văn Nghệ chờ bố trí công tác khác. Sau hai năm chờ đợi và không có cơ quan nào nhận, lương tháng có tháng không, Hoài quyết định chính thức nghỉ việc. Tiền « chế độ » cho thôi việc của Hoài sau chừng ấy năm « cống hiến » chỉ đủ mua một cái TV trắng đen và 30 con gà công nghiệp.

Sống bằng gì bây giờ ? Vy vẫn dạy học, nhưng với đồng lương ít ỏi, làm sao sống được ? Vy phải đi học đan len bằng máy, và nhận đan áo vào giờ rảnh và ban đêm cung cấp cho vài cửa hàng ngoài chợ, nhưng công thì nhiều mà lợi tức chẳng bao nhiêu. Hoài nghe lời mách của bạn bè nuôi gà đẻ, trứng mang ra chợ bỏ mối cho người bán hàng. Một ngày đẹp trời gà bắt đầu bị toi, phải vội vàng bán tống bán tháo đi tất cả ! Chàng quay ra nuôi thỏ, cũng thất bại, cuối cùng trồng hoa loa kèn (arum), mỗi ngày cắt hoa chở bằng xe đạp mang ra chợ bỏ mối cho hàng hoa.

Nhưng trước hết Hoài là một nhà văn, nên thời gian rảnh rỗi, chàng dùng để viết hồi ký kể lại trường hợp nào chàng được bí mật kết nạp Đảng, và những trăn trở trong suốt quãng đời 14 năm đảng viên cho đến lúc bị khai trừ. Chàng có một máy đánh chữ nhỏ từ xưa, được giấu kỹ vì nếu có máy đánh chữ phải khai báo, và phải có giấy phép mới được giữ. Chàng cũng có giấy mỏng (giấy « pơ-luya » do chữ Pháp « pelure ») và giấy các-bon (tiếng Pháp là « papier carbone » dùng để có bản sao lúc đánh máy), được tích lũy dần dần từ lâu, phòng có khi dùng đến, vì cả hai thứ này cũng là đồ « quốc cấm » như máy đánh chữ. Vy là người đánh máy, chồng viết tới đâu nàng đánh tới đó, đánh máy kiểu thời xưa, xếp 4 tờ các-bon giữa 5 tờ giấy mỏng, đánh một lần được 5 bản. Cuốn hồi ký được viết dưới dạng tiểu thuyết, hai nhân vật chính là Hoài và Vy, bút hiệu tác giả là Tiêu Dao Bảo Cự. Cuốn sách hoàn tất sau hơn hai năm lén lút làm việc như thế, dài 300 trang đánh máy. Hai vợ chồng hì hục dùng kim chỉ đóng lại thành 5 bản, một bản được luân lưu trong mấy người bạn văn thân thiết, 4 bản còn lại giấu ở những chỗ khác nhau, kể cả ở nhà vài người bạn thân tín nhất.

Khi Long gặp Hoài tháng 3 năm 1993, đã hai năm trường ròng rã bản thảo ngủ kỹ ở những nơi cất giấu đó. Hai anh em thức thâu đêm suốt sáng kể cho nhau nghe những hoạt động của mình trong suốt thời gian dài đầy biến cố quan trọng trên thế giới cũng như trong nước. Hàn huyên rồi hiểu nhau hơn, cuối cùng cả hai cùng thấy là có chung một chí hướng : phải tiến đến dân chủ để mọi người cùng chung sức góp công xây dựng đất nước, vì đất nước không của riêng một đảng phái nào.

Hoài kể cho Long nghe về ba người bạn thân ở Đà Lạt cùng suy nghĩ như mình. Đầu tiên là Bùi Minh Quốc, người cùng Hoài lập ra Hội Văn Nghệ Lâm Đồng, cùng đi ra Hà Nội đưa kiến nghị cho cấp lãnh đạo Trung Ương Đảng, cùng bị kỷ luật khai trừ Đảng. Thời kỳ chiến tranh, Bùi Minh Quốc là một nhà thơ trẻ ở Hà Nội, hăng say cùng vợ là nhà văn Dương Thị Xuân Quý nhập ngũ tình nguyện « đi B » trong những năm trận chiến ác liệt nhất, để lại con thơ cho ông bà ở Hà Nội. Chẳng may vợ tử trận ở Quảng Nam, chồng may mắn hơn sống sót, sau 1975 ở lại miền Nam tiếp tục làm công tác văn nghệ ở nhiều nơi, cuối cùng là Đà Lạt.

Hai người bạn kia là Nguyễn Xuân Tụ và Mai Thái Lĩnh, cả hai đều không phải đảng viên. Hoài kết thân với hai bạn này từ năm 1988 vì đều dùng ngòi bút để đóng góp cho việc dân chủ hóa đất nước. Mai Thái Lĩnh học Triết tại Đại Học Văn Khoa Đà Lạt, ra trường làm phụ khảo khoa Triết. Sau 1975 làm hiệu phó một trường trung học. Mai Thái Lĩnh tham gia vào phong trào trí thức, sinh viên học sinh miền Nam có cảm tình với Mặt Trận Giải Phóng, và vào thời kỳ cuối chiến tranh đã có dịp « nhảy núi » (được MTGP đưa vào trong chiến khu hoạt động trí vận). Sau 1975, Mai Thái Lĩnh trở về sống ở Đà Lạt, có lúc là đại biểu của Hội Đồng Nhân Dân Tỉnh Lâm Đồng và Thành phố Đà Lạt. Từ khi có đổi mới, Mai Thái Lĩnh đã có những bài viết sâu sắc về tình hình đất nước, và tích cực ủng hộ cuộc tranh đấu của Hội Văn Nghệ Lâm Đồng.

Nguyễn Xuân Tụ là một nhà khảo cứu vi sinh học từ ngoài Bắc vào sau 1975, đồng thời viết văn làm thơ và thông hiểu Hán văn, bút hiệu Hà Sĩ Phu (« thế nào là sĩ phu ? ») Năm 1988, khi có phong trào « cởi trói văn nghệ sĩ » Hà Sĩ Phu viết một bài dài 5 trang đánh máy tựa đề *« Dắt tay nhau, đi dưới những tấm biển chỉ đường của trí tuệ ».* Bài viết vạch ra nguồn gốc của những khó khăn trong nước chính là do sự áp đặt chủ nghĩa Mác-Lênin lên xã hội Việt Nam. Hà Sĩ Phu gửi bài này cho các nhà lãnh đạo, các báo và tạp chí, dù biết trước sẽ không nơi nào đăng. Nhưng bài viết vẫn được luân lưu rộng rãi trong bạn bè và những người quan tâm, kể cả công an văn hóa. Và ngạc nhiên thay, dù bài viết không được đăng ở đâu cả, nhưng trong mấy tháng liền đã có 12 bài đả kích bài của Hà Sĩ Phu đăng trên các báo lý luận và nghiên cứu của Đảng ! Chứng tỏ các nhà lãnh đạo văn hóa trong Đảng lo sợ ảnh hưởng của bài « Dắt tay nhau… » sẽ to lớn như thế nào đối với giới trí thức trong nước. Mặc dù chỉ được lén lút phổ biến nhưng hầu hết mọi trí thức đều tìm đọc, bài viết được sao chụp và truyền tay nhau một cách bí mật. Nếu Hà Sĩ Phu viết bài này trước thời điểm đổi mới và cởi trói văn nghệ sĩ thì chắc chắn sẽ bị đi tù cải tạo không biết bao giờ về. Nhưng giờ đây đã lỡ ban hành chính sách cởi trói nên hình thức trừng phạt chỉ là cho nghỉ việc trong Viện Nghiên Cứu Khoa Học ở Đà Lạt. Cũng là một biện pháp « bao vây kinh tế » như trường hợp của Hoài và Bùi Minh Quốc. Hà Sĩ Phu đành ở nhà giúp vợ có cái quán nhỏ bày ra trước cửa nhà bán phở.

Hoài muốn giới thiệu những người bạn này với Long, chàng mời Mai Thái Lĩnh và Hà Sĩ Phu đến nhà vào một buổi chiều. Bùi Minh Quốc lúc đó đang về thăm quê ngoài Bắc nên không có mặt. Tuy mới gặp lần đầu, Long đã có ngay cảm tình với Hà Sĩ Phu và Mai Thái Lĩnh vì cá tính của mỗi người rất hợp với mình. Hơn nữa chàng còn cảm phục lòng can đảm của những người dám nói lên tiếng nói của lương tri trong một xã hội còn đầy rẫy cấm đoán, sẵn sàng gánh chịu những hậu quả khó lường. Sau mấy tiếng đồng hồ trao đổi, biết được Long tham gia một nhóm trí thức bên Pháp có tiếng nói qua một tờ nguyệt san, nhóm bạn mới quen đề nghị Long mang những bài viết của họ phổ biến ở hải ngoại, nếu mang được về Pháp. Lúc đó chưa có mạng lưới Internet để trao đổi tài liệu qua điện thư như sau này, nên các chính quyền độc tài còn kiểm soát được bằng cách khám xét kỹ lưỡng ở phi trường.

Long rất vui khi thấy các bạn tin tưởng ở mình như thế. Nhưng chàng phân tích : *« Tôi biết khi mang các tài liệu này ra phi trường, nếu họ khám phá ra, tôi sẽ bị làm phiền. Nhưng cái phiền của tôi không thấm vào đâu so với những gì các bạn sẽ phải chịu đựng. Công an sẽ tra hỏi các bạn, có thể các bạn sẽ bị bắt, có thể bị cầm tù, có thể bị đi cải tạo, có thể mạng sống bị đe dọa nữa là khác. Các bạn đã suy nghĩ chín chắn chưa ? » « Chúng tôi suy nghĩ kỹ rồi, sẵn sàng chấp nhận các biện pháp trả đũa của công an. Chúng tôi là những công dân yêu nước, lo cho vận nước sẽ ra sao nếu cứ tiếp tục chế độ hiện nay. Chúng tôi đã lấy cả tâm huyết để suy nghĩ và viết ra trên giấy trắng mực đen các suy nghĩ đó, nhưng những bài viết vẫn nằm nguyên trong ngăn kéo, như vậy viết để làm gì ? Nay có anh về đây chấp nhận giúp mang các tư tưởng đó ra nước ngoài phổ biến, như vậy là công việc làm của chúng tôi không uổng phí. Thú thật là chúng tôi đã bị dồn đến chân tường rồi, chẳng còn gì để mất cả. » « Các bạn sẽ mất tự do. » « Chúng tôi đã mất tự do từ lâu rồi, hiện nay chúng tôi chỉ cố gắng sống qua ngày. Cuộc sống như vậy còn ý nghĩa gì không đối với những người trăn trở với đất nước ? »*

Thế là Long xếp trong đáy va-li cuốn truyện 300 trang giấy pơ-luya của Tiêu Dao Bảo Cự và gần 100 trang các bài viết của Hà Sĩ Phu cùng các bài đả kích bài « Dắt tay nhau… », với hy vọng là sẽ qua được lưới công an ở phi trường. Thời đó chưa có nhiều Việt Kiều về như sau này, công an có thời giờ khám xét va-li gửi cũng như hành lý xách tay. Long vẫn mang tiếng « điếc không sợ súng » nên vẫn chẳng chút sợ sệt, không biết cái va-li của mình có bị khám hay không nhưng về đến Pháp các tài liệu vẫn còn nguyên dưới đống quần áo. Chắc có ông bà tổ tiên phù hộ !

Bài *« Dắt tay nhau, đi dưới những tấm biển chỉ đường của trí tuệ »* của Hà Sĩ Phu được đăng đầu tiên trên tờ nguyệt san của nhóm ở Paris, sau đó Long gửi cho các báo bạn bên Mỹ. Bài được phổ biến rộng rãi trong cộng đồng Việt Nam bên Âu Châu cũng như bên Mỹ vì các báo và tạp chí đồng loạt đăng lại.

Hè 1993, Mai cũng về nước trong phái đoàn của một hội từ thiện gồm nhiều bác sĩ và nha sĩ, về để phát thuốc, khám bệnh và khánh thành một cô nhi viện và phòng khám bệnh ở miền quê đồng bằng sông Cửu Long. Phái đoàn gồm phân nửa người Pháp và phân nửa người Việt cũng được hướng dẫn đi thăm những địa điểm du lịch, trong đó có Đà Lạt. Tại đây, Mai đã tách đoàn về ở nhà Vy và Hoài hai ngày, và cũng như với Long 6 tháng trước, Hoài tổ chức nàng gặp gỡ 3 người bạn đấu tranh ở Đà Lạt. Dịp này, nàng cũng nhận mang về nhiều bài viết, trong đó có bài *« Đôi điều suy nghĩ của một công dân »* rất nổi tiếng sau này của Hà Sĩ Phu, một quyển thơ của Bùi Minh Quốc, một số bài viết của Tiêu Dao Bảo Cự và Mai Thái Lĩnh.

Sau này Mai kể lại giai đoạn đó cho Long nghe :

Hôm sau từ Đà Lạt về lại Sài Gòn tại nhà bạn, em đã thức suốt đêm để đọc những tài liệu này và thấy giá trị của chúng nên quyết định mang chúng về Pháp cho dù biết rằng việc làm này rất liều lĩnh và có thể có những hậu quả khó lường.

Dịp này em cũng được ông bà giáo sư Nguyễn Ngọc Lan mời ăn cơm và may mắn gặp được linh mục Chân Tín, hai người nổi tiếng là phản tỉnh mạnh mẽ với những bài viết gây nhiều nhức nhối cho nhà cầm quyền. Khi chị Thanh Vân, phu nhân giáo sư Lan vừa đón em về đến nhà thì đồng thời Hà Sĩ Phu cũng đạp xe đến nơi ! Nghĩa là ông cũng về Sài Gòn khi em rời Đà Lạt ! Cuộc hội ngộ thích thú vô cùng vì không dễ từ hải ngoại về mà gặp được những người như nhóm Đà Lạt và hai vị đấu tranh cho dân chủ ở Sài Gòn như thế. Tấm hình năm người do cháu gái con của giáo sư Lan chụp đã được cha Chân Tín bảo đó là 4 thế hệ chống Cộng ! Bức hình này đã được Hà Sĩ Phu đăng lại trên Blog Bauxit khi giáo sư Nguyễn Ngọc Lan qua đời và hình như một người khác đăng lại khi linh mục Chân Tín gần đây hơn cũng vĩnh viễn ra đi.

Hình chụp tại nhà Giáo sư Nguyễn Ngọc Lan tháng 8 năm 1993. Từ trái qua phải : Chị Thanh Vân (vợ GS Lan), GS Lan, Linh mục Chân Tín, vợ tác giả, Hà Sĩ Phu

Một ngày trước khi trở về Pháp, em tâm sự với một người bạn Pháp cùng đi trong đoàn, anh ta rất thông cảm vì đã thấy sự thật sau khi đi từ Bắc xuống Nam và tình nguyện cầm hộ những tài liệu của các bạn ở Đà Lạt. Hai vợ chồng này rất thương Việt Nam, họ giúp Việt Nam rất nhiều nhưng đã thất vọng vô cùng trước những gì họ thấy trước mắt. Em rất mừng nhưng khi ra phi trường thì sự việc không diễn ra tốt đẹp như mong đợi ! Ở trạm kiểm soát đầu tiên vì em không mua đồ cổ, không mua nữ trang, tranh hay băng nhạc (đã được sang lậu) nên sau khi kiểm soát bằng máy, cái va-li của em đã đi qua dễ dàng. Trong khi đó người bạn Pháp tình nguyện mang hộ số tài liệu mãi không qua được hải quan. Em đứng bên trong nhìn qua dãy bàn cao ngăn cách mà lo lắng. Nếu cái túi xách bị giữ lại thì em phải nhận của mình chứ không thể để bạn gặp khó khăn với công an.

Nhưng rồi một « phép lạ » đã xảy ra : một người bạn khác đã cầm được số tài liệu « quốc cấm » ấy lên máy bay an toàn. Ở trạm kiểm soát thứ hai, em bị chặn lại rất lâu, mãi mới đi qua được. Tưởng đã xong nhưng đang trên đường đi lên phi cơ, có 6 công an nam và một nữ chặn em lại. Một mình đứng giữa một « rừng cọp » nhưng em không lo lắng gì nữa vì biết rằng số tài liệu đã thoát ! 6 người nam công an lục từng li từng tí cái xắc tay của em, họ kiểm soát từng thứ một, vạch ra xem xắc có 2 đáy hay không, có nhét gì vào hai cái quai không ? Họ lấy hết những danh thiếp mà những người em đã tiếp xúc muốn giữ liên lạc, thư của những người nhờ em bỏ bưu điện tại Paris... Trong khi họ vừa làm lăng xăng vừa quát tháo trông buồn cười thì em lại rất bình tĩnh vì biết mình không có gì phải sợ cả. Em hỏi họ là ai mà lại chặn mình sau hai lần kiểm soát như mọi người, trong khi tất cả đã lên máy bay ? Lúc đó họ mới nói họ là công an văn hóa (nhưng làm việc một cách vô văn hóa !), họ chỉ tìm tài liệu mà thôi ! Hết nam đến nữ, cuối cùng người nữ công an đưa em vào một cái phòng nhỏ gần đấy thì chị ta « thô bạo » hơn, sờ sịt từ đầu đến chân, vạch tay áo, gấu quần xem có giấu giếm gì trong những lớp may !

Cuối cùng người hướng dẫn đoàn phải từ máy bay quay trở lại tìm em vì máy bay chỉ chờ người khách cuối cùng để cất cánh !

Cho đến nay hơn 25 năm sau, khi nhắc lại Mai vẫn thầm cảm ơn người đã xuất hiện vào phút chót giúp nàng và người ân nhân thứ hai đã nhận mang số tài liệu ấy lên máy bay. Mai rất buồn khi người tổ chức du lịch bên Pháp, khi tổ chức chuyến sau trở về, đã cho nàng biết rằng nhà của những người mình tiếp xúc đã bị lục soát và không ít người hướng dẫn du lịch trong chuyến đi đó đã bị đuổi việc.

Sau này giáo sư Đỗ Mạnh Tri của báo Tin Nhà ở Paris đã in lại tất cả những bài viết của Hà Sĩ Phu.

Về cuốn sách của Hoài thì đã được chính tay Long đánh vào máy Macintosh lúc đó là một loại máy vi tính rất mới của hãng Apple. Sau đó chàng dùng máy đó « lên khuôn » thành một bản sẵn sàng in. Chàng gửi bản đó qua Mỹ cho người bạn là anh Lê Đình Điểu lúc đó điều hành nhà xuất bản Thế Kỷ. Cuốn sách Nửa Đời Nhìn Lại của Tiêu Dao Bảo Cự ra đời đầu năm 1994, thành công tức khắc và sau này được nhà xuất bản Văn Nghệ tái bản. Không ai biết cuốn sách đó do Long mang ra.

« Không ai biết » là nói ở hải ngoại. Trong nước, khi cuốn sách ra đời, công an văn hóa theo dõi Hoài ở Đà Lạt biết ngay, chỉ có Long về tiếp xúc với Hoài mới có cơ hội mang ra nước ngoài xuất bản. Còn ai vào đấy nữa !

Nhưng đã đến lúc mà những người ở Đà Lạt tranh đấu cho dân chủ quyết định ra công khai. Họ là những người sống trong nước đi tiên phong trong cuộc đấu tranh cho dân chủ, những người dám nói lên tiếng nói của lương tri, nên được cộng đồng Việt Nam ở hải ngoại ủng hộ hết mình. Hà Sĩ Phu, Bùi Minh Quốc và Tiêu Dao Bảo Cự được các phương tiện truyền thông bên Mỹ gọi điện thoại phỏng vấn, ngoài việc đăng các bài văn, bài thơ của 3 người. Chỉ có Mai Thái Lĩnh vẫn âm thầm trong bóng tối để hỗ trợ phòng khi ba người bạn bị công an làm khó dễ.

Và ngày đó không phải chờ đợi lâu. Bắt đầu cuộc thử thách mới cho cả 4 người ở Đà Lạt, kết thúc bằng những hình phạt nặng nề : 2 năm quản chế cho Tiêu Dao Bảo Cự và Bùi Minh Quốc, một năm tù ngoài Hà Nội cho Hà Sĩ Phu kèm thêm 2 năm quản chế. Sau đó Hà Sĩ Phu và Mai Thái Lĩnh còn bị truy tố vì tội « phản bội tổ quốc » do liên lạc trao đổi với một số người hoạt động chính trị chống đối Đảng ở nước ngoài, bị thẩm vấn trong 9 tháng liền nhưng cuối cùng phải hủy bỏ quyết định truy tố vì không đủ bằng chứng.

Sau này Hoài kể tóm tắt về giai đoạn đó như sau :

Đầu tiên Hà Sĩ Phu ra Hà Nội thăm gia đình và bạn bè. Công an theo dõi biết anh vừa lấy một tài liệu chính trị ở nhà một người bạn (chỉ là thư của thủ tướng Võ Văn Kiệt gởi Bộ Chính Trị trong đó có những quan điểm cấp tiến, lúc này đang được nhiều người chuyền tay), công an đã ngụy tạo một vụ tông xe rồi bắt ngay vào đồn khám xét, vu ngay thành tội « chiếm đoạt, làm lộ bí mật nhà nước ». Anh bị bắt giam và đưa ra tòa cùng với Nguyễn Kiến Giang và Lê Hồng Hà trong cùng một vụ án.

Bùi Minh Quốc chỉ vì cầm cuốn sách « Đêm giữa ban ngày » của Vũ Thư Hiên tặng, bị bắt ngay ở bến xe trên đường từ Sài Gòn về Đà Lạt. Tiêu Dao Bảo Cự bị công an triệu tập thẩm vấn vì « những bài viết ký tên ông đăng trên Internet và báo chí nước ngoài ». Cả ba người, sau này thêm Mai Thái Lĩnh, đều bị thẩm vấn triền miên tháng này qua tháng khác, năm này qua năm khác. Kết hợp là những biện pháp tổng lực như khám nhà tịch thu tất cả tài liệu, giám sát nhà ở không cho khách ra vào, đưa ra họp tổ dân phố để lên án, tố cáo ; viết bài trên báo Đảng để phê phán, bôi nhọ và quy kết ; gây khó khăn không cho gia đình làm ăn, sinh hoạt bình thường, cuối cùng là quản chế hay kết án tù.

Đây là một cuộc đấu vô cùng căng thẳng giữa một bên là người trí thức chỉ có tư duy và cây bút, một bên là bộ máy cai trị với đầy đủ công cụ bạo lực trấn áp. Tuy nhiên người cầm quyền chỉ có thể cầm tù thân xác chứ không thể khuất phục được người trí thức chân chính. Sau nhiều năm tháng bị trù dập họ vẫn giữ vững quan điểm của mình, tiếp tục làm những người bất đồng chính kiến chứ không chịu cúi đầu.

Hình chụp ngày 24-1-2007 trước nhà hàng Thủy Tạ trên hồ Xuân Hương, Đà Lạt. Từ trái qua phải : Bùi Minh Quốc, tác giả, Hà Sĩ Phu, Mai Thái Lĩnh, Tiêu Dao Bảo Cự

Riêng phần Long, chàng cũng bị một hình phạt từ chính quyền Việt Nam, tuy chẳng đáng gì so với những hình phạt của các bạn ở Đà Lạt : năm 1994 khi chàng xin visa về nước, chàng bị từ chối. Và chàng sẽ còn tiếp tục bị từ chối trong 9 năm liền.

72. Nghĩa tử là nghĩa tận

Trong 9 năm liền, Long không được visa về Việt Nam, dù lâu lâu chàng vẫn thử làm thủ tục xem chính quyền có thay đổi chính sách không.

Sau lần chàng về đầu năm 1993, và Mai về hè 1993, cuối năm đó Long được tin người cha dượng qua đời, hưởng thọ 79 tuổi. Người mà Long vẫn gọi bằng « cậu » cũng như gọi mẹ bằng « mợ » theo kiểu người Hà Nội thời đó, đã ra đi êm ái trong đêm. Sáng ra không thức dậy nữa. Không có bệnh tật gì đặc biệt ngoài đau khớp xương do tuổi già, không làm phiền con cháu, vẫn sáng suốt đến phút cuối cùng. Vẫn biết không ai thoát khỏi « sinh lão bệnh tử », nhưng sự ra đi vĩnh viễn của một người thân vẫn là một nỗi đau lớn cho người ở lại. Long suốt đời mang ơn người cha dượng đã cưu mang mẹ con chàng lúc lận đận nhất, đã nhận chàng là con về mặt pháp lý, đã đối xử với chàng không khác gì con ruột…

Đầu năm 1994 một sự kiện khác xảy ra như một phép lạ.

Có người gọi Long qua điện thoại, Long không quen, nhưng người đó tự nhận biết Long vì 10 năm trước có con cùng đi Hướng Đạo Việt Nam ở Paris với hai con của Long. Người này tìm ra số điện thoại của Long trong niên giám, nói có ông bạn già từ xứ Texas qua chơi. Ông này cho biết sống ở thành phố San Antonio, từ Việt Nam qua Mỹ vài năm trước. Khi đến thành phố này thì được một người trẻ giúp làm giấy tờ và giao dịch vì tiếng Anh chưa thạo lắm. Sau đó trở thành bạn, tuy không cùng thế hệ. Người giúp ông là một thanh niên trạc 40 tuổi, nói có ông anh là Dược Sĩ có lẽ sống bên Pháp, muốn tìm kiếm từ lâu mà chưa được. Nay ông bạn vong niên qua Pháp chơi, người đó nhờ hỏi xem có ai biết ông anh ở đâu không, cho số điện thoại để liên lạc. Ông anh đó chính là Long.

Long bàng hoàng khi nghe tin này, vừa vui mừng vừa không tin có chuyện lạ như thế. Đó chính là cậu em thứ sáu, từ 19 năm nay cả gia đình không tin tức gì nên cha mẹ và cả anh chị em đều tin là đã chết vào những ngày cuối cùng của trận chiến ở Tân Sơn Nhứt. Không ngờ giờ đây Long cầm trong tay số điện thoại của cậu em này, ở tận bên Texas, Hoa Kỳ ! Chàng vội vàng gọi ngay sang Mỹ. Tim đập mạnh khi điện thoại reo… nhưng rồi không ai trả lời. Chàng gửi lại lời nhắn và cho số điện thoại của mình.

Hai giờ sáng đêm hôm đó, điện thoại reo làm Long giật mình choàng tỉnh. Đúng là giọng của đứa em 19 năm biệt tăm tích ! Vẫn cách phát âm có chút ngọng nghịu từ thuở còn bé. Long cố nén xúc cảm, chàng vừa hỏi vừa nói dồn dập : *« Sao em không liên lạc gì với gia đình ? Em có biết mợ đưa hình em lên bàn thờ cùng với hình em C. đã mất cách đây 13 năm rồi không ? Và cậu cũng mới mất cách đây vài tháng. Còn bà và anh L. mất trong mấy năm đầu sau ngày 30 tháng tư, lúc anh chị chưa đi Pháp. »* Và cứ thế, cậu em tên H. cũng lắp bắp, không biết nói gì cho rõ ràng. Hai anh em đều quá cảm động.

Sau đêm đó, Long báo tin về cho gia đình ở Việt Nam. Rồi H. liên lạc với chị và mẹ bằng điện thoại, viết thư cũng nhiều, kể lể cuộc sống bôn ba bao nhiêu năm trời, cách đây bảy tám năm gì đó mới lấy vợ định cư ở San Antonio, nay đã có 3 con, sống bằng nghề dạy đàn guitar và piano ở ngay nhà.

Ít lâu sau Long có dịp qua Mỹ gặp tận mặt cậu em để tìm hiểu thêm và rủ cùng về Việt Nam, lúc đó chàng chưa biết là sẽ không được cấp visa nhập cảnh.

H. kể là vài ngày trước ngày 30 tháng 4-75, lúc đó đang là một hạ sĩ quan Không Quân làm việc bảo trì phi cơ trong căn cứ Tân Sơn Nhứt. Khi bắt đầu tình trạng hoảng loạn, H. theo mấy đứa bạn leo lên một chiếc phi cơ quân sự rời khỏi Việt Nam đến một căn cứ Mỹ ở Thái Lan, từ đó được đưa đến đảo Guam thuộc lãnh thổ Hoa Kỳ giữa Thái Bình Dương, rồi vào lục địa Mỹ sống tạm trong trại tị nạn Pendleton[142] phía nam tiểu bang California. Vài tháng sau, H. được một gia đình Mỹ ở Boston, tiểu bang Massachussetts bảo lãnh. Đây là một cặp vợ chồng khá giả đã lớn tuổi, thương H. như con, giúp H. mọi mặt.

Đối với người tị nạn đến Hoa Kỳ trong thời kỳ đầu này, H. thật may mắn, sống trong một gia đình khá giả, nền nếp, trong một thành phố nổi tiếng cổ kính của miền đông Hoa Kỳ. Nhưng H. như một cây bị bứng rễ đem trồng chỗ khác một cách quá đột ngột, không có thời gian chuyển tiếp để thích hợp với lối sống mới. Hai năm sau, H. từ giã hai ông bà ra đi không định hướng, dù cũng rất thương và biết ơn gia đình này. Làm đủ thứ nghề, học đủ thứ kiểu, lang thang hết tiểu bang này đến tiểu bang kia. Có lúc vào sống mấy năm trong tu viện Phan-xi-cô của Công giáo. Cuối cùng đến Texas, thành phố San Antonio gần biên giới Mexico. Có lẽ H. đã tìm lại được bình tâm nhờ yêu thích nhạc. Từ lúc còn ở Việt Nam, H. cũng như mấy đứa em khác đều rất thích đàn vì thấy Long chơi đàn và được chàng hướng dẫn những bước đầu. Trong thời gian lang bạt qua các tiểu bang, H. lại có dịp học hỏi thêm tây ban cầm, nhất là khi đến San Antonio. Và cuối cùng, H. gặp được người tâm đầu ý hợp, thế là lập gia đình và định cư tại đấy.

Khi Long hỏi tại sao không tìm cách liên lạc về gia đình, H. nói muốn lắm nhưng không biết làm cách nào để liên lạc, viết thư không được vì không biết địa chỉ nhà cha mẹ bên Việt Nam. Chuyện này cũng dễ hiểu vì khi gia đình rời Sài Gòn lên sống ở Bảo Lộc, chính Long cũng không biết địa chỉ căn nhà trên đó, chỉ biết là trên quốc lộ 20 rẽ trái vào một con đường đất, đi qua khoảng chục nhà thì đến nhà mình. Có khi nào viết thư đâu mà cần địa chỉ ! Hỏi tại sao từ khi có người về thăm gia đình mà không tìm cách về, H. trả lời vì… sợ Việt Cộng !

Long phải giải thích cặn kẽ là giờ đây 19 năm đã trôi qua, nhiều người tị nạn trước đây đã về thăm gia đình, chính quyền chỉ mong có người về để có thêm ngoại tệ. H. chỉ là một hạ sĩ quan, có gì mà phải sợ ! Long thôi thúc H. phải về thăm mẹ và các anh chị em, tất cả rất mong gặp lại H., nếu để lâu có thể sẽ không còn gặp mẹ nữa, cũng như đã quá trễ đối với cha, mới mất mấy tháng trước. Nghe có vẻ xuôi tai, H. hớn hở muốn theo Long về vào dịp hè 1994. Long hứa lo tất cả thủ tục cho H. và hai anh em sẽ đi chung. Nhưng mấy tháng sau, H. gọi điện thoại nói chưa về năm nay được, thoái thác là còn bận chuyện gia đình. Về phía Long cũng được tin là không được cấp visa. Bị « cấm cửa » !

Cho tới khi viết mấy hàng này, 24 năm đã trôi qua kể từ ngày ấy, H. vẫn chưa lần nào về thăm gia đình, dù vẫn liên lạc thường xuyên với anh chị em bên nhà. Đây không phải là một trường hợp đơn lẻ, Long biết nhiều trường hợp tương tự trong những người quen biết, không về thăm quê hương vì nhiều lý do khác nhau, trong đó có lý do « ghét cộng sản », và lý do « sợ cộng sản ».

Trở lại chuyện của Long. Sau chuyến về thăm nhà đầu năm 1993, chàng quyết định trở lại Đại Học Paris VII (còn mang tên Université Denis Diderot) học về sử, lấy một chứng chỉ cao học (D.E.A. = Diplôme d'Etudes Approfondies) với một tiểu luận về các phong trào đấu tranh ở các thành thị miền Nam từ 1963 đến 1967, sau đó chuẩn bị luận án tiến sĩ. Chàng bắt đầu làm việc bán thời gian để có giờ nghiên cứu và tìm tài liệu trong các kho lưu trữ (archives) bên Pháp và nhất là bên Mỹ, nhưng đến năm 1996 thì hai vợ chồng được gia đình của Mai bên Mỹ bảo lãnh qua định cư ở miền bắc tiểu bang California. Chỉ có Long và Mai đi vì con trai và con gái lúc đó mới ra trường kỹ sư không muốn qua sống bên Mỹ. Công việc học hành đành bỏ ngang, dù tài liệu đã có đầy đủ, tưởng qua Mỹ có thể ngồi xuống viết luận án được. Nhưng cuộc sống mới không để cho Long có thời gian và tâm trí để hoàn tất công việc.

Mai và Long khi mới sang Mỹ sống ở Fremont, đến đầu năm 2002 dọn về sống ở San José cho gần nơi làm việc của Mai, còn Long làm ở Milpitas cũng không xa lắm. Năm đó, một sự kiện quan trọng xảy ra, nên Long ghi lại tất cả chi tiết trong cuốn vở của chàng.

(trích bút ký của Long)

Tháng 1-2002.

Đang ngồi trong phòng làm việc ở Milpitas thì nhận được điện thoại của Vy từ Việt Nam gọi qua : *« Mợ bệnh nặng lắm rồi, sợ khó qua, mợ nhắc anh mãi, sao lâu quá anh không về, mợ muốn gặp anh, anh về được không ? »* Nghe tin ruột rối như tơ vò, từ 9 năm nay bị « cấm cửa » chứ có phải không muốn về đâu ! Trước tình trạng của bà cụ như thế, phải thử xin visa lần nữa xem sao, dù hy vọng rất mong manh. Nhưng biết đâu đấy !

Trong khu Tully ở San José có nhiều dịch vụ bán vé máy bay và xin visa, tôi đến đấy trình bày trường hợp của mình có vấn đề với công an trong nước, nhiều năm không được visa, nhưng giờ đây bà cụ có thể không qua khỏi, phải về gấp. Người nhân viên nói lúc này sắp Tết, nhiều người về lắm, để xin visa bên tòa Tổng Lãnh Sự ở Mexico xem sao, dễ hơn là xin ở San Francisco hay Washington.

Hai ngày sau họ điện thoại nói có visa rồi. Mừng quá, thật không ngờ ! Họ đã đổi chính sách không cấm cửa mình nữa hay sao ? Hay vì thời điểm sắp Tết nhiều người về quá nên họ không kiểm soát kỹ ? Nhưng dù lý do gì đi nữa, có visa là tốt quá rồi. Vội chạy ngay ra văn phòng lấy visa và mua vé máy bay đi càng sớm càng tốt.

Nhưng vui chẳng được bao lâu, tin dữ đã đến. Về nhà được điện thoại của Vy báo tin bà cụ vừa mất, sẽ làm đám tang trong 2 ngày nữa. Ở Việt Nam người thân mất ở nhà, tất cả nghi thức từ tẩm liệm đến cúng lễ cũng ở nhà, và không thể chờ đợi lâu như ở bên Tây bên Mỹ. Thế là không kịp rồi. Không kịp nhìn mặt mẹ lần cuối, không kịp dự đám tang. Vy nói thôi anh ráng về kịp làm lễ mở cửa mả 3 ngày sau khi chôn cất.

Phi cơ đáp xuống Tân Sơn Nhứt lúc 10 giờ 40 sáng thứ tư 23 tháng 1-2002. So với 9 năm trước, giờ đây bên trong phi cảng khang trang hơn nhiều. Hồi hộp trong lòng khi qua cửa ải công an xét hộ chiếu, nhưng rồi thầm thở phào, mừng khấp khởi khi người Thượng Úy công an đóng dấu rồi đưa lại giấy tờ cho đi qua. Nhưng hỡi ôi, nỗi mừng chẳng kéo dài được bao lâu ! Khi đi thang lăn xuống tầng dưới đến chỗ lấy hành lý, chờ cũng khá lâu hành lý chưa ra, bỗng thấy người công an lúc nãy xuất hiện *« Mời chú lên lại, cần thẩm tra lại giấy tờ. »* Anh ta đòi đưa lại hộ chiếu rồi hướng dẫn đi ngược lên lầu. Trên đó gặp một người công an khác cũng mặc sắc phục, lon Đại Tá, người này cầm hộ chiếu rồi mời tôi ra ngoài chỗ phòng đợi, coi như chưa bao giờ qua cửa ải xét hộ chiếu của công an !

Gian phòng lớn có chỗ để hành khách mới xuống máy bay xếp hàng chờ qua các ghi-sê của công an. Một phần của gian phòng này dùng làm phòng đợi có ghế ngồi, dành cho hành khách chưa có sẵn visa, phải xin visa tại chỗ. Trên cái quầy ngăn cách hành khách với nhân viên có một tấm bảng nhỏ với hàng chữ « Đại Tá Đặng Quang Khanh – Chỉ huy trưởng an ninh phi trường ».

Gần ngay đấy là một cái quầy của công ty điện thoại, một cô ngồi sau quầy tiếp khách, bên cạnh là ba cái ca-bin nhỏ xíu với máy điện thoại trên tường. Lúc đó mới nghĩ ra chuyện báo cho Vy biết mình đã đến. May mà Vy đã có điện thoại di động, bây giờ đã khá thông dụng ở Việt Nam. Đưa số điện thoại của Vy cho cô nhân viên, cô này gọi được rồi nói vào ca-bin số 3. Vy nghe anh gọi mừng quá, nói đang chờ ngoài đường, gia đình đông lắm vì em thứ tư là S. có chiếc xe 16 chỗ dùng làm xe đò chạy đêm đường Di Linh – Sài Gòn, hôm nay nghỉ chạy, chở các em và cháu đến đón anh bên Pháp về. Mình nói phi cơ hạ cánh cũng lâu rồi, nhưng chưa ra được vì chờ công an xét lại giấy tờ, chắc không có vấn đề gì trầm trọng đâu. Vy nói mọi người ở đây chờ anh.

Sau độ nửa giờ người Đại Tá Chỉ huy trưởng an ninh phi trường ra mời vào một phòng nhỏ xíu có kê cái bàn và hai cái ghế đối diện nhau. Ông ta hỏi tên, tuổi, ngày sinh nơi sinh, địa chỉ, v.v. ghi tất cả vào tờ giấy trắng, kiểm lại với hộ chiếu. Chỉ hai phút sau, ông lại mời ra ngoài ngồi đợi tiếp. Lần này đợi lâu lắm, chắc phải 3 tiếng đồng hồ là ít. Mình có mang theo cây đàn như một hành lý xách tay, nên giết thời giờ bằng cách chơi mấy bài tây ban cầm cổ điển. Giữa hai chuyến bay quốc tế, không có khách, các viên công an rời chỗ ngồi ở ghi-sê đi qua đi lại nói chuyện, hút thuốc. Vài người công an trẻ đến nghe đàn, hỏi thăm « chắc có học nhạc viện ». Chắc họ tưởng tôi đang ngồi chờ visa như những hành khách khác, nếu biết là có vấn đề chắc không ai dám lân la đến hỏi chuyện như thế.

Gọi điện thoại cho Vy lần thứ hai, nói là có thể sẽ phải làm việc với công an rất lâu, các em về đi đừng chờ, chừng nào xong việc sẽ gọi cho Vy biết.

Hơn 2 giờ chiều, họ lại gọi vào một phòng nhỏ khác, có hai người mặc thường phục chờ sẵn với một tập hồ sơ dầy cộm trên bàn. Người lớn tuổi tự giới thiệu là Thiếu Tá Trần Văn Thành, người kia là một Đại Úy trẻ hơn tên Ngô, cả hai là công an từ Sài Gòn lên, không phải công an phi trường, vì vậy phải chờ lâu như thế. Trong suốt hai tiếng đồng hồ, họ thẩm vấn về « tổ chức chính trị » bên Pháp. Tôi luôn chỉnh lại là « nhóm trí thức, không phải tổ chức chính trị », mặc họ cứ gọi là « tổ chức ». Mình cho họ biết sự thật về nhóm này : chúng tôi đưa ra một số suy nghĩ làm cách nào để đất nước tiến lên, chúng tôi viết bài ký tên thật, chúng tôi không chủ trương bạo động, nên chúng tôi chẳng có gì phải giấu giếm cả. Họ mở hồ sơ dầy cộm trên bàn, lâu lâu lại đưa ra một tờ giấy, lúc thì bản sao bài mình viết, lúc thì hình chụp giấy tờ lúc còn là Dược Sĩ Trung Úy, lúc thì hình chụp giấy tờ của Mai khi còn làm đài truyền hình. Mục đích để cho thấy họ biết rất rõ về hai vợ chồng. Thật tình mà nói mình chẳng lấy gì làm nao núng vì nghĩ mình không làm gì hại cho đất nước này mà phải sợ cả. Chỉ cảm thấy mình đã trở thành một đối tượng mà họ quan tâm, và đã là công an thì họ có hồ sơ của mình là chuyện bình thường, chứng tỏ họ làm việc nghiêm túc, thế thôi.

Họ cũng hỏi về những liên hệ của « tổ chức » với nhóm người « gây rối » ở Đà Lạt (ý nói 4 người bạn Hà Sĩ Phu, Bùi Minh Quốc, Mai Thái Lĩnh và Tiêu Dao Bảo Cự) và ở Hà Nội, về tổ chức quốc tế Human Rights Watch gửi tiền về giúp những người này, v.v. Tất cả câu hỏi và trả lời được ghi vào những tờ giấy đôi khổ lớn, lại liên tưởng đến giấy dùng trong các kỳ thi tú tài trước đây ! Sau đó họ yêu cầu đọc lại và ký tên. Tôi đọc rất kỹ - đã quen làm việc này trong suốt 6 năm trời khi sửa bài vở cho tờ nguyệt san bên Pháp trước khi mang in. Chữ nào không đồng ý, viết lại ngoài đầu hàng và ký tắt.

Xong rồi họ cho biết mình thuộc « thành phần nguy hiểm » không được về nước. Tôi cũng phảng phất thấy trước chuyện này rồi, và cũng biết biện pháp xử lý ra sao : sẽ phải ở lại phi trường, chờ có chuyến bay quốc tế đầu tiên phải đi ngay. Đã có người quen bị như vậy rồi nên mình biết. Thấy là đã bị dồn vào chân tường, chẳng còn gì để mất, tôi nói : *« Tôi biết tôi thuộc thành phần không được về nước vì từ 9 năm nay tôi xin visa đều bị từ chối. Nay bà cụ tôi mất, tôi về không kịp nhìn mặt mẹ lần cuối, không kịp đưa mẹ đến nơi an nghỉ cuối cùng, chỉ còn mong được ra mộ mẹ thắp nén hương trong lễ mở cửa mả. Tôi không biết vì sao lần này các anh cho tôi visa, nay tôi đã đặt chân lên đất nước này rồi, mà các anh không cho tôi về chịu tang bà cụ thì các anh trả lời thế nào với lương tâm các anh ? Các anh cũng biết câu nghĩa tử là nghĩa tận chứ ! »* Càng nói càng xúc động nên càng ngày càng lớn tiếng, có lẽ ở ngoài người khác cũng nghe ! Hai người công an nhìn tôi chằm chằm, không nói lời nào, chắc chưa khi nào họ bị du vào tình huống một người bị thẩm vấn lại to tiếng như thế với họ.

Tôi thấy mình đã đi quá đà, nên dịu giọng : *« Tôi xin lỗi các anh vì đã lớn tiếng, nhưng vì cảm xúc chuyện bà cụ mới mất mà mình không được về chịu tang nên không dằn lòng được... Bây giờ tôi đề nghị thế này. Các anh muốn tìm hiểu cặn kẽ hơn về nhóm chúng tôi bên Pháp, tôi cũng muốn cho các anh biết chủ trương đường lối của chúng tôi một cách chi tiết hơn, chúng tôi không có gì phải giấu giếm cả, ngược lại là khác vì chúng tôi không chủ trương bạo động. Chúng tôi làm việc công khai, viết bài ký tên thật, chúng tôi chỉ tìm cách làm sao cho đất nước mình tiến lên, cho dân mình hạnh phúc. Vậy các anh cho tôi về Bảo Lộc chịu tang bà cụ, sau đó tôi sẵn sàng tiếp tục làm việc với các anh. »*

Người công an đứng tuổi suy nghĩ một lúc rồi đi ra ngoài mang theo điện thoại di động, để tôi ngồi một mình với người công an trẻ. Chừng mươi phút sau trở lại nói : *« Tôi đã điện thoại xin ý trên, đề nghị của anh được chấp thuận, vậy cho anh lên Bảo Lộc ngày mai thứ năm, qua ngày thứ sáu anh về lại đây tiếp tục làm việc với chúng tôi. »* Thật là chuyện không tưởng, trong một phút bốc đồng không suy nghĩ mình đã to tiếng, rồi cũng bốc đồng đưa ra một đề nghị chợt đến như thế, không ngờ họ lại đồng ý !

Nhưng được voi đòi tiên, không suy nghĩ gì cả mình nói ngay : *« Các anh cho tôi có một ngày ở Bảo Lộc trong khi tôi có 5 người em sống trên đó, rồi ngoài lễ mở cửa mả mẹ tôi, tôi còn phải thăm mộ của bà ngoại, mộ của cha dượng, mộ của em trai tôi. Hơn nữa thứ sáu là ngày kề cuối tuần, tôi về đây các anh làm việc chẳng được bao lâu lại phải ngưng. Tôi đề nghị các anh cho tôi ở Bảo Lộc đến hết chủ nhật, sáng thứ hai tôi đến làm việc với các anh. »* Lại một màn ra ngoài điện thoại xin ý « trên », lại một màn quay trở lại nói « trên » đã chấp nhận nhưng với điều kiện tôi phải viết giấy cam kết 3 điều : một là chỉ được đi Bảo Lộc, không được đi đâu khác, hai là chỉ được tiếp xúc với người trong gia đình, không được tiếp xúc với ai khác, ba là sáng thứ hai 8 giờ ngày 28 tháng 1-2002 phải có mặt tại số 254 Nguyễn Trãi là Cục quản lý xuất nhập cảnh, Bộ Công an (ngày xưa nơi này là Tổng Nha Cảnh Sát). Mình đồng ý ngay, họ đưa tờ giấy trắng mình viết ra 3 điều này và ký tên. Sau đó họ đem va-li lên (họ đã cho nhân viên phi trường cất va-li từ sáng), bảo mở ra khám qua loa lấy lệ, rồi cho tôi xuống nhà ra ngoài.

Lúc đó là 5 giờ rưỡi chiều. Những gì xảy ra sau đó ký ức mình bị nhòe đi như chợt tỉnh một cơn ác mộng… Gần 7 tiếng đồng hồ không ăn không uống, căng thẳng đầu óc, nhưng ra đường nỗi vui mừng của tất cả các em và các cháu vẫn kiên nhẫn đợi từ sáng làm mình quên hết mệt nhọc. Mừng mừng tủi tủi, hỏi sao anh làm gì mà công an « làm việc » với anh lâu thế. Chỉ có Vy biết « anh làm gì », tất cả các em khác chỉ ngạc nhiên, nhưng nay anh về được là tốt quá rồi, ngày mai 8 giờ anh phải có mặt ở Bảo Lộc để dự lễ mở cửa mả ngoài nghĩa trang.

Em S. chủ chiếc xe đò nhỏ nói bây giờ phải về nhà chị Vy cho anh tắm rửa, ăn qua loa rồi đi Bảo Lộc ngay đêm nay. Nghe đi đêm trên quốc lộ 20, tự nhiên giật mình, phản xạ của thời chiến tranh ban đêm giới nghiêm đâu có xe nào chạy ngoài quốc lộ ! Thế mới biết chiến tranh đã chấm dứt từ 27 năm rồi nhưng cách suy nghĩ từ thời trẻ vẫn còn hằn sâu trong tiềm thức.

Trên đường về mình nói anh cần ghé chỗ nào đó có thể điện thoại về Mỹ kẻo chị ở nhà mong. S. biết một nơi không xa lắm, lái xe đi từ Tân Sơn Nhứt về theo đường Nam Kỳ Khởi Nghĩa (Công Lý cũ), quẹo phải vào đường Trương Tấn Bửu (tên cũ), đến một trạm bưu điện nhỏ xíu. Tôi xuống một mình vào trạm, đưa số điện thoại cho cô nhân viên, cô này gọi được bên Mỹ rồi chỉ mình vào một ca-bin nhỏ giống hệt ở phi trường. Nghe giọng của vợ còn ngái ngủ (lúc đó bên Mỹ khoảng 3 giờ sáng) mình nói *« Anh đang ở Sài Gòn rồi đây, máy bay bị trễ nên giờ này mới gọi em được. »* không nói gì đến chuyện rắc rối với công an để khỏi gây lo lắng. Chưa kịp nghe trả lời thì cửa ca-bin sực mở, một người thò đầu vào hỏi xẵng *« Anh điện thoại cho ai ? » « Tôi gọi về Mỹ báo tin cho vợ tôi biết tôi đã đến nơi an toàn ».*

Khuôn mặt này mình đã thấy ở phi trường, lúc đó hắn mặc đồng phục công an, nay thay quần áo mặc đồ thường, nhưng khuôn mặt kiểu « non sữa » khá đặc biệt nên nhận ra ngay. Hắn chẳng nói chẳng rằng khi nghe trả lời, đóng cửa ca-bin và quay ra nói gì đó với cô nhân viên rồi đi ra, chắc là kiểm lại xem có phải đúng là gọi về Mỹ không.

Như vậy là ngay từ phi trường, công an đã cho người theo dõi. Và chắc chắn còn theo dõi tiếp. Nhưng theo dõi đến đâu ? Đến lúc nào ? Thì ra họ coi nặng các lời cam kết của mình, nhất là cam kết thứ hai « không được liên lạc với bất cứ ai ngoài những người trong gia đình. » Kinh nghiệm 9 năm trước khi tôi tiếp xúc với các bạn ở Đà Lạt và mang bài viết của họ về phổ biến ở Pháp và ở Mỹ, công an vẫn còn nhớ.

Về nhà tắm rửa nghỉ ngơi được vài phút, Vy chạy đi mua tô mì ở quán gần đấy về ăn, rồi lại lên xe đi ngay. Lúc đó là 8 giờ tối, chỉ có ba anh em trong xe, S. lái xe, Vy và tôi. Trước khi đi, điện thoại cho em thứ 11 là Th. ở Bảo Lộc để báo anh sẽ tới nơi khoảng nửa đêm. Hơn 4 tiếng đồng hồ ngồi bên cạnh S. nói chuyện xưa chuyện nay, từ bé đến giờ chưa khi nào có dịp hàn huyên với S. như vậy. Hai anh em cách nhau 8 tuổi, lúc mình còn trẻ thì S. còn con nít, đâu có gì chung để tâm sự với nhau.

Xe đến cổng nhà của Th. thì đã quá nửa đêm. Cậu em đứng trước cổng đang nói chuyện với hai người đàn ông, thấy anh về vội chạy ra mở cửa xe mừng tíu tít, nói đôi ba câu xong quay lại giới thiệu hai người lạ mặt. Đó là công an huyện, đến nhà của Th. để chứng kiến việc mình đã đến nơi. Một người nói *« Bây giờ đã khuya rồi, anh vào nhà nghỉ, ngày mai 7 giờ anh nhớ ra cơ quan chúng tôi để làm giấy tờ khai báo. »*

Th. đưa anh và chị vào nhà rồi mới nói nhỏ : *« Không hiểu cách nào mà chính quyền biết anh về, hồi chiều công an khu vực đến từng nhà của 5 anh chị em, dặn là khi anh đến nơi phải báo ngay cho họ biết. Khi em được điện thoại cho biết anh sẽ tới vào khoảng nửa đêm, em phải báo cho họ ngay, thế là họ cho hai người đến đây chờ anh tới như anh thấy đó. Anh làm gì mà được công an chiếu cố quá vậy ? »* Tôi trấn an cậu em qua loa, nói không có chuyện gì ghê gớm lắm đâu !

Sáng hôm sau Th. dùng xe Honda chở ra công an, ở đấy đã có một Đại Úy từ Đà Lạt xuống để « làm việc ». Anh ta cho xem một cái fax, đó chính là tờ cam đoan 3 điều mình cam kết ở phi trường. *« Chúng tôi được lệnh của Trung ương, có nhiệm vụ quản lý anh trong thời gian anh ở Bảo Lộc ; anh phải chấp hành nghiêm chỉnh 3 điều anh cam kết trong tờ giấy này ; để dễ làm việc, yêu cầu anh lên lịch trong 3 ngày ở đây anh sẽ làm gì, đi đâu ; và để tiện việc cho chúng tôi, anh cần di chuyển đi đâu thì để một mình cậu em Th. đưa anh đi bằng xe Honda như sáng nay đây. »*

Thật là rõ ràng, việc « quản lý » này chẳng phải chuyện đùa !

Việc đầu tiên sáng hôm đó là ra mộ mẹ mới đắp hai ngày trước để làm lễ mở cửa mả. Đã có vài chục người gồm con cháu và họ hàng xa cùng bạn bè gần có mặt. Lễ xong mình ngồi bên mộ đàn hát bài Lòng Mẹ[143]. Chín năm trước, khi về lần đầu năm 1993, trong buổi họp mặt gia đình mẹ nói *« Mợ thích bài Lòng Mẹ con hát cho mợ nghe đi »*, hát mới được hai câu thì nghẹn ngào không hát tiếp được nữa. Bây giờ bên mộ, tôi khấn mẹ để đừng khóc, cố hát hết bài, vì mẹ thích nghe bài này mà khi mẹ còn sống con đã không hát được hết bài cho mẹ nghe…

Trong thời gian ba ngày ở Bảo Lộc, bất cứ Th. đưa mình đi đâu cũng có hai công an chạy Honda theo sau xa xa, đến đâu họ cũng đậu xe lại chờ. Đến nhà các em họ chờ ở ngoài, có lần họ vào thẳng trong nhà « thăm hỏi » luôn, chẳng ngại ngùng gì cả.

Và khi về Sài Gòn, kịch bản đó cũng diễn ra giống hệt, dù có khó khăn hơn vì đường phố Sài Gòn lúc nào cũng đông đúc, đâu vắng vẻ như Bảo Lộc. Sáng thứ hai Hoài chở bằng Honda đến công an đường Nguyễn Trãi như đã hẹn trước, đi chút xíu Hoài nói có hai thanh niên trẻ theo mình là công an đó. Dĩ nhiên tôi làm sao phân biệt được công an theo mình với biết bao người khác, nhưng Hoài đã từng bị cảnh theo dõi này trước đây rất lâu nên nhận ra ngay. Để chứng minh, Hoài rẽ vào một con hẻm rồi vòng ra lại, thì đúng là hai cậu thanh niên trẻ kia cũng làm như thế !

Đến nơi tôi vào trong, Hoài nói là chờ ở một cái thư viện gần đấy, khi nào xong gọi điện thoại Hoài đến đón về !

Người gác cổng hướng dẫn tôi vào một căn phòng khá rộng có máy lạnh, có bộ ghế bành với cái bàn thấp tiếp khách rất lịch sự, và có 5 người chờ sẵn. Hai người tôi đã biết, chính là Thiếu Tá Thành và người phụ tá đã thẩm vấn ở phi trường. Thêm hai người trẻ tên Quyết và Hà, và đặc biệt có một nữ công an tên Phạm Hồng Phượng. Tất cả mặc thường phục, và khi giới thiệu đều là sĩ quan cấp úy. Mở đầu người nữ công an đứng lên nói mấy câu chia buồn việc mẹ mình qua đời. Thú thật tôi không ngờ họ mở đầu cuộc thẩm vấn như thế, nhất là người nữ công an này ăn nói nhỏ nhẹ không có gì gọi là « công an hắc ám » cả.

Sau đó họ pha trà mời uống, và nói rõ đây không phải là một buổi « làm việc » thông thường của công an, nếu vậy sẽ không phải trong khung cảnh này. *« Đây là một cuộc nói chuyện giữa những người trí thức với nhau ».*

Tuy khung cảnh có khác, cách tiếp đãi có khác, nhưng vẫn là một cuộc thẩm vấn với những câu hỏi cụ thể, những câu trả lời cụ thể, và tất cả được ghi vào biên bản. Sau phần dẫn nhập lúc đầu, Thiếu Tá Thành và người nữ công an rút lui, còn lại 3 người trẻ quần thảo một mình tôi. Đến 11 giờ rưỡi trưa, họ đưa biên bản tôi đọc và ký tên. Tưởng như thế là thoát nợ, nhưng họ nói *« Bây giờ anh về nhà ăn trưa nghỉ ngơi, chiều 2 giờ anh trở lại đây ».* Tôi gọi điện thoại cho Hoài đến chở về. Chiều trở lại làm việc, đến 5 giờ họ cho về và nói sáng mai 8 giờ phải có mặt. Khi Hoài đưa đi đón về, luôn luôn có cái đuôi theo sau. Về nhà Vy và Hoài trên lầu 3 một chung cư ở một con đường mới mở sau này qua khỏi ngã tư Hàng Xanh, hai công an có nhiệm vụ theo dõi cũng vào cái quán ngay dưới chân chung cư. Không biết họ canh mình tới lúc nào…

Tối hôm đó đi ăn tiệm ở một cái quán rất đông người, hôm sau việc đầu tiên trong mục « thăm hỏi xã giao » họ hỏi tối hôm qua ăn món cá chiên xù có ngon không, ý cho tôi biết là họ theo dõi vào tận trong tiệm ăn ! Và cứ thế hết thứ hai, qua thứ ba, rồi thứ tư, sáng chiều. Có gì cần nói mà phải kéo dài như thế ? Thật ra họ cố ý làm việc rất « từ tốn », 5 người thay phiên nhau, lúc nào trong phòng cũng có 2 người quần thảo. Những câu hỏi « đi vào vấn đề » được lặp đi lặp lại trong những buổi khác nhau, với một chút xíu thay đổi trong cách hỏi. Xen kẽ vào đó là những câu nói chuyện ngoài lề, hỏi thăm gia đình, hỏi thăm về cuộc sống bên Pháp bên Mỹ… Rõ ràng là câu giờ !

Sáng thứ năm làm việc xong họ nói chiều nay cho nghỉ *« để đi chợ mua quà cho vợ con, sáng mai 8 giờ lên phi trường về Mỹ ».* Hộ chiếu và vé máy bay họ đã giữ từ lâu, nói mai ra phi trường sẽ đưa lại. Tôi nói đã mua vé máy bay khứ hồi ba tuần lễ, bây giờ mới có 8 ngày đâu có vé mà về, họ nói họ đã đổi vé về ngày mai rồi, không phải lo, cũng không phải trả thêm tiền. *« Vậy là các anh trục xuất tôi hay sao ? » « Không, chúng tôi không trục xuất anh. Nếu trục xuất thì có thủ tục rất rõ rệt, chúng tôi sẽ đưa anh ngay bây giờ về nhà, anh có 5 phút để lấy hành lý, sau đó chúng tôi đưa anh lên phi trường, anh phải ở đó chờ để đáp chuyến bay đầu tiên ra khỏi nước. Đằng này chúng tôi chỉ đổi vé cho anh về sớm hơn mà không phải mất thêm tiền, đó là một đặc ân, không phải là trục xuất ».*

Thì ra mình được « đặc ân » trong suốt 8 ngày mà không biết ! Được công an ngày đêm theo sát « bảo vệ », hết 8 ngày được về sớm mà không mất tiền phạt vì đổi vé. Còn than thở nỗi gì !

Tháng 2-2002

8 giờ sáng thứ sáu ngày 1 tháng 2-2002, lên Tân Sơn Nhứt đã có mặt tất cả các em và các cháu. Một công an mặc thường phục gặp mấy hôm trước ở Nguyễn Trãi đã chờ sẵn, hướng dẫn vào trong đưa hộ chiếu và vé máy bay cho một công an phi trường mang lon Thượng Úy rồi ra về. Mình ngoắt tay vẫy chào lần cuối gia đình đi đưa phải đứng bên ngoài, rồi đi theo người công an phi trường dắt qua chỗ gửi hành lý, xong đưa đến ghi-sê công an xét hộ chiếu, và cuối cùng vào phòng đợi lên máy bay. Chẳng nơi nào phải xếp hàng cả. Thật đúng là « ân cần », chỉ có những VIP – « Very Important Person » diễn nôm là « Người Rất Quan Trọng » – mới được công an dắt qua các cửa ải nhanh chóng như thế !

Giờ đây tâm tư lắng dịu, ngẫm nghĩ lại, phải chăng tất cả những gì xảy ra trong những ngày khó quên đó đều do hên xui may rủi ?

Đầu tiên mình được cấp visa chắc chắn là do một sơ hở của những người hữu trách, không dò kỹ lưỡng danh sách những người bị « sổ đen » cấm về nước. Trong 9 năm liền họ vẫn làm việc cần mẫn, không cho visa vì thấy tên mình trong danh sách này, thế tại sao đến lúc mẹ mất họ lại không thấy ? Họ bị ai làm mờ mắt ?

Ở phi trường bị thẩm vấn trong hơn hai tiếng đồng hồ, sau đó họ cho biết mình sẽ phải ở lại phi trường để rời khỏi Việt Nam ngay khi có chuyến bay đầu tiên. Cũng đoán trước là sự việc sẽ xảy ra như thế vì có nhiều người quen biết đã bị như thế. Thế tại sao lại dám to tiếng với công an, nêu ra một điều thiêng liêng trong văn hóa Việt Nam tóm tắt trong 5 chữ « Nghĩa Tử Là Nghĩa Tận » để mong lật ngược tình thế ? Rồi lại nghĩ ra một đề nghị vu vơ để mong họ xét lại ? Tại sao người thẩm vấn lại chịu đi ra ngoài hỏi ý « trên » ? Nếu ra ngoài mà không liên lạc điện thoại được với « trên » thì sao? Hoặc liên lạc được nhưng « trên » không đồng ý ? Bao nhiêu cửa ải, rốt cuộc vẫn vượt qua được hết !

Mình chẳng phải tài giỏi hay khéo léo gì, vẫn bị bạn bè chê là không đủ tinh tế khi giao thiệp với người lạ. Lúc nhỏ nhút nhát đến độ mẹ sai qua hàng xóm hỏi chuyện gì đó, chỉ biết lí nhí, mãi người hàng xóm mới hiểu muốn hỏi cái gì ! Lớn lên may mà hoàn cảnh đưa đẩy bắt buộc phải cố gắng để thắng cái nhút nhát đó, nếu không làm sao dạy học, và nhất là khi phải lên bục giảng trước mấy trăm sinh viên trong giảng đường, làm sao thành công được nếu cứ nhút nhát mãi ! Và khi qua Pháp rồi qua Mỹ, sinh hoạt cùng với bạn bè trong một nhóm suy nghĩ về tương lai của đất nước, bắt đầu phải làm quen với tranh luận, và phải biết ứng xử kịp thời khi chạm trán với những người không cùng ý kiến với mình.

Không, chuyến về chịu tang bà cụ không phải hoàn toàn do may mắn, cũng không phải do tài cán của mình.

Càng ngẫm nghĩ càng tin tưởng đã có một sự phù trợ thiêng liêng nào đó khiến mình vượt được tất cả trở ngại để đến bên mộ mẹ, mặc chiếc áo tang theo truyền thống Việt, thắp bó nhang cắm trên nấm đất mới đắp, rồi sau đó hát cho mẹ nghe bài Lòng Mẹ, bài mà mẹ mong được nghe từ đứa con đầu lòng bà đã mang nặng đẻ đau trong tủi nhục vì thằng bé trong giấy khai sinh có ghi mấy chữ « Cha vô danh ».

73. Đi tìm tung tích cha – Hồi 3

Nhắc lại năm 1980 khi Long qua Pháp, chàng có viết thư cho Cơ quan lịch sử quân đội của Bộ Quốc Phòng Pháp để tìm tung tích cha mình có mặt tại Đông Dương năm 1943 trên hòn đảo Bình Ba ngoài vịnh Cam Ranh. Nhưng được trả lời là các dữ kiện cung cấp không đủ để tìm ra hồ sơ trong văn khố.

Bẵng đi gần ba chục năm, khi đã về hưu, có thời giờ và hoàn cảnh, chàng bắt đầu tự mình tìm kiếm hồ sơ cha trong các văn khố của quân đội Pháp. Đa số tài liệu tập trung trong lâu đài Vincennes phía đông của Paris. Tìm trong văn khố của Lục Quân, sau đó của Hải Quân, nhưng chưa có gì là cụ thể. Đó là cuối năm 2006. Chuyện này được kể trong hai đoạn 14 và 15 của cuốn sách này.

Trong suốt thời gian tìm kiếm này, chàng ghi tất cả vào vở, vào máy vi tính, vào máy hình, để có thể tra cứu ngay khi cần thiết. Những dòng sau đây được trích ra từ những ghi chép đó.

(Trích bút ký của Long)

Tháng 10-2007

Trở lại phòng nghiên cứu tài liệu của văn khố Hải Quân Pháp trong lâu đài Vincennes. Bà trưởng phòng hỏi có tìm được tung tích cha mình chưa. Lần trước bà đã giúp tìm ra một sĩ quan hải quân cùng tên với cha có phục vụ tại Đông Dương trong thời gian sau khi thế chiến thứ hai kết thúc. Ông này mới mất, nhưng rất may tìm ra điện thoại của người con gái hiện sống ở Paris. Người con này không biết là cha mình có mặt ở Việt Nam năm 1943 hay không, nhưng có lẽ không.

Coi như hướng tìm đầu tiên này đi đến bế tắc. Thật ra họ của cha rất thông dụng bên Pháp, rất nhiều người thế hệ đó trùng cả tên lẫn họ, cũng như ở xứ mình tìm một người tên Nguyễn Văn Long vậy.

Nhưng đã phóng lao phải theo lao, đâu dễ bỏ cuộc. Càng bế tắc càng cố tìm. Mỗi lần có dịp lên Paris, tôi lại dành nhiều thời giờ làm công việc « mò kim đáy biển » này.

Bà trưởng phòng nói đã tìm hết cách giúp trong khả năng của bà, và giới thiệu một chuyên viên về văn khố. Những người này là những nhà sử học của quân đội, luân phiên nhau đến phòng nghiên cứu tài liệu để hướng dẫn những người như mình, tìm tài liệu thích hợp. Vì vậy, mỗi lần trở lại đây, thường là gặp một người khác. Lại phải trình bày mình muốn gì, nhưng cũng có cái hay là mỗi người có sáng kiến khác nhau, nên sẽ chỉ ra những hướng đi khác nhau.

Nhờ vậy mà biết được rất nhiều dữ kiện về Hải Quân Pháp đồn trú ở Đông Dương trong thời đệ nhị thế chiến. Biết được tên họ của nhiều sĩ quan có mặt tại Việt Nam thời đó. Không thấy Jean Martin. Nhưng chưa tìm ra không có nghĩa là không có. Một khi mắt chưa nhìn thấy một danh sách chính thức tất cả các sĩ quan Hải Quân đóng tại Đông Dương trong thời kỳ này thì vẫn còn hy vọng.

*

Một hôm bà trưởng phòng hỏi *« Có chắc cha ông là sĩ quan không ? »* Câu hỏi cắc cớ, mẹ mình nói là Trung Úy thì mình biết vậy, còn không có giấy tờ gì thì sao chắc 100% được ? *« Sở dĩ tôi hỏi vậy vì nếu ông cụ là hạ sĩ quan thì hồ sơ không giữ ở văn khố Vincennes này, mà có thể ở Toulon. Ngày xưa có nhiều người không phải sĩ quan mà nói là sĩ quan cho nó oai ! »*. Mình không nghĩ cha mình lừa mẹ mình như thế, nhưng cũng hỏi *« Nếu vậy phải làm sao ? »*. Bà trưởng phòng cho số điện thoại của văn khố Quân Đội Pháp ở Toulon. Bà nói văn khố quân đội ở Vincennes là chính, nhưng cũng có nhiều chỗ khác nhỏ hơn trên nước Pháp.

Tôi sống trong một tỉnh rất nhỏ trên đường nối liền hai thành phố lớn miền nam nước Pháp là Aix-en-Provence và Marseille. Toulon chỉ cách Marseille chưa tới 100 cây số, lái xe khoảng hơn một tiếng, nếu cần tôi chạy đến đó dễ dàng. Nhưng khi điện thoại, họ nói văn khố tại đấy không có phòng nghiên cứu tài liệu cho khách đến ngồi tìm trực tiếp như ở Vincennes, tôi phải viết thư gửi bưu điện nói rõ mình muốn gì, họ sẽ trả lời cũng bằng thư. Thời đại Internet nhưng họ không dùng – hay chưa dùng – điện thư !

Rồi cuối cùng họ cũng trả lời nhanh chóng : tôi phải chứng minh liên hệ của tôi với người quân nhân Jean Martin, họ mới tìm trong văn khố xem có hồ sơ không. Đành chịu ! Làm sao chứng minh ? Thêm một bế tắc, nhưng chuyện nhỏ… Mình phải thử con đường này cho chắc ăn là không bỏ sót một con đường nào, trong thâm tâm mình vẫn tin cha minh là Trung Úy.

*

Trở lại Vincennes, gặp một chuyên viên văn khố khác, người này bóp trán suy nghĩ rồi chỉ ra một con đường khó đi hơn. *« Ông thử tìm trong tài liệu của Tổng Tham Mưu, phòng nhân viên, có thể có tài liệu nào đó đề cập đến cha ông chăng. »*

Thủ tục cũng như những lần khác. Người đó tìm một cuốn sổ trong vô số cuốn sổ chiếm hết các kệ sách quanh phòng. Đó là sổ liệt kê các hộp tài liệu của Tổng Tham Mưu, phải xem trong đó hộp tài liệu nào có thể giúp mình tìm ra một cái gì đó. Ghi mã số của hộp này vào một tờ giấy, để tờ giấy vào một cái ngăn gần bàn của bà trưởng phòng. Cứ nửa giờ có một người lấy các tờ giấy « đặt hàng » đó đi đến kho văn khố ở đâu không biết, độ mươi mười lăm phút trở lại trao cho các hộp đó cho những người đặt hàng. Thường mỗi hộp chứa nhiều hồ sơ, mở từng hồ sơ ra, và đọc từng trang giấy mỏng đánh máy hay viết tay có từ gần 70 năm trước.

Có các quyết định thăng chức, các giấy cho đi phép, giấy thưởng, giấy phạt, với tên những người dần dần mình nghe quen. Một hôm có một tài liệu về một vụ hỏa hoạn tháng 7 năm 1942 tại Đà Lạt. Đó là giấy khen của Toàn Quyền Đông Dương thời đó là Tướng Hải Quân Decoux, vinh danh những quân nhân Hải Quân đã can đảm, hết mình chữa lửa trong trận hỏa hoạn quan trọng này. Trong danh sách khen thưởng có một Martin. Lại một cảm xúc mạnh nhưng chóng qua : thay vì ghi cấp bậc như những người khác, ông Martin này ghi là « nhân viên hành chánh ».

Sau đó cũng tìm ra trong vài tài liệu khác người nhân viên hành chánh Martin này, và có một chi tiết quan trọng là năm 1943, ông này làm việc tại Sài Gòn, không phải ngoài đảo Bình Ba. Vậy là rõ ràng, không phải cha mình !

Càng ngày càng thêm kinh nghiệm, đọc các trang giấy nhanh hơn, biết chỗ nào chỉ cần lướt qua, chỗ nào cần đọc kỹ. Phải chăng là mò kim đáy biển ? Không biết, chỉ biết là cần nhiều thời giờ và nhất là kiên nhẫn. Thời giờ mình có vì đã về hưu, kiên nhẫn mình đang tự rèn luyện nhờ công việc này.

*

Một hôm, một chuyên viên văn khố khác đưa ra một đề nghị có vẻ xa vời hơn. Từ trước đến giờ tìm tung tích một người có mặt ở Đông Dương năm 1943. *« Ông tìm khá nhiều tài liệu rồi mà vẫn chưa ra tung tích của cha ông, tôi nghĩ tới một con đường khác. Ông thử tìm tài liệu về biến cố quân Nhật cướp chính quyền ở Đông Dương vào tháng 3 năm 1945 xem sao. Đây là một biến cố rất quan trọng, có rất nhiều tài liệu về biến cố này, có thể có tên cha ông trong số các tài liệu này. »*

Tiếng Việt mình quen gọi biến cố này là « đảo chính Nhật », thật ra không phải một cuộc đảo chính theo nghĩa một phe phái chính trị dùng võ lực cướp chính quyền của một phe phái khác trong một nước. Trong tiếng Pháp, đảo chính gọi là « coup d'Etat », còn biến cố này họ gọi là « coup de force ». Biến cố này giống như một cuộc đảo chính vì phe chủ xướng hành động trong vòng bí mật, qua một đêm quân Nhật đã đánh quân Pháp và làm chủ toàn cõi Đông Dương. Nhưng không phải là một cuộc đảo chính vì quân Nhật và chính quyền Pháp không phải là hai phe phái chính trị trong cùng một quốc gia đánh nhau để giành quyền lực. Nhật là một thế lực ngoại bang có quân được phép đồn trú tại Đông Dương theo một thỏa hiệp giữa hai chính phủ Pháp và Nhật từ đầu thế chiến. Đêm 9 tháng 3 năm 1945, Nhật không còn tôn trọng thỏa hiệp đó nữa, thay vì chỉ « mượn » lãnh thổ Đông Dương để làm bàn đạp tiến đánh các nước chung quanh, họ đã bất ngờ đánh úp quân đội Pháp trên toàn cõi Đông Dương, bắt làm tù binh tất cả quan chức và quân nhân Pháp và lên nắm quyền tại Đông Dương.

Tài liệu về giai đoạn này rất nhiều. Về biến cố tháng 3 năm 1945 đã đành, nhưng còn nhiều hơn nữa là tài liệu về cuộc phóng thích các tù binh Pháp bị Nhật bắt khi xảy ra biến cố. Cuộc phóng thích diễn ra vào tháng 9 sau khi quân Nhật đầu hàng quân Đồng Minh và tướng Leclerc qua Đông Dương chỉ huy quân Viễn Chinh Pháp được quân Anh cho tháp tùng vào miền Nam Việt Nam, tái lập nền cai trị thuộc địa.

Đặc biệt là những bản báo cáo của từng cá nhân các sĩ quan bị bắt làm tù binh. Mỗi người phải kể lại quân Nhật đã đánh đơn vị mình như thế nào, mình bị bắt trong trường hợp nào, khi là tù binh được đối xử ra sao, v.v.

Ngày 26 tháng 10-2007, tôi tình cờ đọc được một chi tiết rất nhỏ nhặt, nhưng đã có ảnh hưởng lớn trong công việc tìm kiếm của tôi. Cho đến hôm đó, tôi chưa thấy một tài liệu nào nhắc đến đảo Bình Ba là nơi cha tôi đóng quân năm 1943 cả. Hôm đó tôi thấy tên « Ile de Tagne », tức là đảo Tagne, được mô tả nằm trong vịnh Cam Ranh. Lạ thật, có khi nào mình nghe tên hòn đảo này !

Phản xạ của một người sống trong đầu thế kỷ 21, cái gì không biết chỉ cần mở máy tính ra, vào Internet, đánh mấy chữ « Ile de Tagne ». Lập tức có nhiều trang câu trả lời, nhưng tập trung vào hai đề tài chính : một đơn vị quân đội và một cuốn sách.

Đơn vị quân đội là Đại Đội Kỷ Luật của các Trung Đoàn Ngoại Quốc tại Vùng Cực Đông (Compagnie de Discipline des Régiments Etrangers en Extrême-Orient) đóng trên đảo Tagne từ 1946. Còn cuốn sách mang tên « L'honorable partie du Vietnam » (« Phần đáng kính của Việt Nam ») do nhà L'Harmattan ở Paris xuất bản. Tác giả Raoul Picault – một người Pháp phục vụ trong Hải Quân có mặt tại Đông Dương từ 1938 đến 1945 – có mặt trên đảo Tagne khi xảy ra cuộc đảo chính Nhật ngày 9 tháng 3-1945, kể lại những gì xảy ra ngày hôm đó, làm cách nào ông lên được đất liền, trốn tránh trong rừng núi quanh đó cả mấy tháng trời trước khi bị quân Nhật bắt.

Nhưng một tài liệu làm tôi lưu ý nhất vì mô tả rất chính xác vịnh Cam Ranh (được phiên âm ra tiếng Pháp là Camraigne) có hòn đảo Tagne nằm ở cửa vịnh. Tài liệu mang tên « ANNALES MARITIMES ET COLONIALES[144] » (« Tập san Hải quân và Thuộc địa ») xuất bản từ năm 1825. Điều đáng chú ý ở đây là hơn 30 năm trước khi quân Pháp đánh chiếm Việt Nam, họ đã có những tài liệu chính xác về các vùng biển của mình.

Như vậy chắc chắn là đảo Bình Ba và đảo Tagne chỉ là một. Đây không phải là một trường hợp đơn lẻ người Pháp dùng một tên khác cho những địa danh của Việt Nam. Một thành phố lớn như Đà Nẵng cũng biến thành Tourane thì hòn đảo nhỏ bị đổi tên cũng chẳng lấy gì làm lạ.

Tập trung việc tìm kiếm vào đảo Tagne, tôi khám phá ra là đảo này năm 1945 có ba sĩ quan hải quân trách nhiệm những khẩu đại bác lớn dùng để trấn giữ cửa vào vịnh Cam Ranh. Khi có vụ đạo chính Nhật vào tháng 3 năm 1945, tất cả đều bị bắt làm tù binh. Khi được phóng thích vào tháng 9, ba sĩ quan này phải làm bản báo cáo còn giữ nguyên vẹn trong văn khố. Đọc bản báo cáo của người sĩ quan chỉ huy đảo, được biết đêm 9 tháng 3 khi quân Nhật đánh chiếm đảo với một lực lượng áp đảo, toàn bộ quân nhân đã phải rút vào đất liền nhưng đã có đủ thời giờ đốt hết tài liệu, và tháo gỡ những cơ phận cốt yếu của đại bác để không còn sử dụng được nữa. Họ phải lẩn trốn trong rừng nhưng sau một thời gian, không còn lương thực và đạn dược, họ đã bị quân Nhật bắt làm tù binh.

Như vậy là tôi có thể tin chắc lời mẹ kể là đúng : trên đảo năm 1943 có ba sĩ quan, một Đại Úy, một Trung Úy và một Thiếu Úy, mà cha tôi là Trung Úy. Tôi cũng hiểu thêm tại sao không tìm ra tài liệu nào về đảo Tagne trước năm 1945 : những tài liệu đó đã bị hủy khi có vụ đảo chính Nhật.

Và mày mò loay hoay tìm kiếm cuối cùng đã đọc được một tài liệu mà tôi xem là then chốt trong công việc mình làm. Đó là danh sách đầy đủ các sĩ quan Hải Quân có mặt tại Đông Dương khi xảy ra biến cố đảo chính Nhật. Có người thiệt mạng, phần đông bị bắt làm tù binh và được phóng thích 6 tháng sau. Biết rằng không có một thay đổi nhân sự nào trong quân đội Pháp từ 1941 đến 1945, không có ai được giải ngũ trở về Pháp (lúc đó là chính phủ Vichy của Tướng Pétain đã chấp nhận sự đô hộ của quân Đức), không có một quân nhân nào mới đến từ Pháp đang bị Đức chiếm đóng, vậy thì tên của cha tôi phải có trong danh sách này.

Nhưng tên cha tôi không có trong danh sách đó.

*

Tháng 11-2007

Thêm một ngõ cụt, đành phải quay lại tìm con đường khác.

Dù sao tôi cũng đã tiến thêm được một bước so với những lần lâm vào ngõ cụt trước đây : đó là tôi có trong tay danh sách dầy đủ những sĩ quan Hải Quân tại Đông Dương năm 1945. Từ đó tôi nảy ra ý kiến là tìm xem có ai còn sống để hỏi thăm họ về cha mình.

Muốn vậy tôi trở lại văn phòng thường trực của hội ái hữu « Cựu khóa sinh trường Hải quân » (*« Anciens élèves de l'Ecole Navale »*) nằm trên đường Amsterdam ở Paris, nơi tôi đã đến tháng 10-2006, hơn một năm trước. Kỳ này tôi cũng gặp người trách nhiệm văn phòng này, nhưng là một người khác, cũng là một đề đốc đã nghỉ hưu, mặc quần áo dân sự. Khác với ông năm ngoái, ông này sau khi nghe tôi trình bày hành trình cam go mình đã trải qua, tỏ vẻ thông cảm và đưa cho tôi một cuốn sách in rất đẹp : *« Tặng ông cuốn kỷ yếu năm 2007 của trường, trong đó có tất cả tên tuổi của những sĩ quan tốt nghiệp từ khi trường thành lập từ thế kỷ 19 đến nay. Những người còn sống đều có địa chỉ và số điện thoại, ông có thể liên lạc với họ nếu cần. »*

Thật là một món quà vô giá ! Năm ngoái, ông đề đốc kia chỉ giúp viết thư hỏi xem đương sự có muốn liên lạc với mình không, năm nay ông này cho nguyên cuốn kỷ yếu có tất cả mọi người, sống cũng như chết, muốn liên lạc với ai cũng được !

Về nhà đọc cuốn kỷ yếu với đầy hứng thú. Lần đầu có trong tay một tài liệu với đầy đủ dữ kiện trong một lãnh vực mình đang quan tâm. Danh sách các sĩ quan sắp xếp theo từng khóa tốt nghiệp, trong mỗi khóa xếp theo thứ tự ABC. Thích thú khi tìm ra cả tên của hai người quen là những sĩ quan Hải Quân của miền Nam Việt Nam, những người hiếm hoi tốt nghiệp từ ngôi trường nổi tiếng này. Đó là các ông Nguyễn Tiến Ích và Trần Văn Sơn.

Trong số những người còn sống, tôi rất mừng vì có 10 người trong danh sách tôi tìm được ở văn khố, người trẻ nhất 90 tuổi, người già nhất 99 tuổi. Thời điểm 1945, tất cả đều là sĩ quan rất trẻ, cấp bậc Hải Quân Thiếu Úy hoặc Hải Quân Trung Úy.

Tôi vội vàng điện thoại ngay cho từng người. Với tuổi cao như thế, không làm ngay có thể sẽ không khi nào làm được nữa. Tất cả đều trả lời điện thoại, đều còn minh mẫn, đều biểu lộ cảm tình khi biết mình tìm tung tích cha. Tôi ngạc nhiên vì tất cả đều còn nhớ rõ giai đoạn sống ở Việt Nam trong thời Đệ Nhị Thế Chiến, hơn 60 năm trước. Nhưng không ai sống ở đảo Tagne, và cũng không ai nghe nói đến tên cha tôi.

Nhưng rồi tôi lại gặp hên một lần nữa. Trong số 10 người này, có ông Paul Romé đã lên tới chức Đề Đốc trước khi về hưu. Ngoài công việc chính của ông là sĩ quan, ông còn là một học giả tìm hiểu và viết về Hải Quân Pháp, tác giả nhiều bài viết đăng trên các tạp chí chuyên ngành, và tác giả nhiều cuốn sách điển hình là cuốn *« Les oubliés du bout du monde : Journal d'un marin d'Indochine de 1939 à 1946 »* (« Những người bị lãng quên ở tận cùng thế giới : Nhật ký một thủy thủ ở Đông Dương từ 1939 đến 1946 »). Ông Romé cho biết ông có qua đảo Tagne dù không đóng quân tại đấy, và ông khẳng định là không ai tên của cha tôi trong số các sĩ quan Hải Quân thời đó cả. *« Tôi sống ở đó 6 năm, sĩ quan Hải Quân không đông lắm, chúng tôi biết nhau hết. »*

Mặc dù ông nói vậy, nhưng qua điện thoại tôi vẫn cố kéo dài câu chuyện để mong tìm ra một chỉ dấu gì chăng, vì ông này khác với 9 người kia ở chỗ ông có thêm nghề tay trái là viết về đời sống của các quân nhân trong Hải Quân Pháp, nên bỏ rất nhiều công sức tìm kiếm tài liệu. Hơn nữa ông tỏ ra rất muốn giúp tôi trong cuộc tìm kiếm tung tích cha.

Và tôi có lý khi cố níu kéo ông nói chuyện qua điện thoại. Tới một lúc nào đó ông sực nhớ ra là Hải Quân hình như chỉ đóng tại đảo Tagne vào khoảng năm 1944 hay 45 gì đó, và nếu vậy thì năm 1943 đơn vị đóng quân tại đấy thuộc Lục Quân chứ không phải Hải Quân. *« Nếu căn cứ trên đảo Tagne thuộc Lục Quân thì cha của ông là một sĩ quan Lục Quân, không phải sĩ quan Hải Quân. »*

Lại được một phen bàng hoàng vì giả thiết này. Tôi đã bắt đầu tìm kiếm bên Lục Quân, không thành công, bên đó mách qua Hải Quân tìm. Bên Hải Quân đã có lúc tràn đầy hy vọng, nhưng rồi lại thất vọng. Bây giờ có người đưa ra một giả thiết mới, như vậy lại phải trở về tìm bên Lục Quân ! Cũng như khi chơi một loại cờ tôi không nhớ tên, mình rơi trúng vào ô « Quay trở lại ô khởi hành » !

Ông Romé hiểu được tầm quan trọng của giả thiết này nên nói để ông tìm tài liệu chính xác rồi sẽ gọi điện thoại lại cho tôi sau. Qua ngày hôm sau, giữ đúng lời hứa, ông điện thoại nói đã tìm ra tài liệu đó rồi, xác nhận là căn cứ Cam Ranh, trong đó có đảo Tagne (tên Việt Nam là đảo Bình Ba) được chuyển giao cho Hải Quân từ tháng giêng năm 1944. *« Như vậy là trong năm 1943, căn cứ này thuộc Lục Quân, và cha của ông chắc là một sĩ quan Pháo Binh vì trên đảo Tagne có đặt mấy cỗ pháo loại lớn dùng để bảo vệ cửa vào vịnh Cam Ranh. Chắc cha ông thuộc đơn vị « Quatrième R.A.C. », nhưng cũng có thể đơn vị khác, tôi không rõ lắm. »* Tôi hỏi R.A.C. là gì, ông trả lời là « Régiment d'Artillerie Coloniale », tức là Trung Đoàn Pháo Binh Thuộc Địa.

Tôi không biết phải cám ơn ông thế nào cho đủ. Với tinh thần làm việc tới nơi tới chốn và với tấm lòng vị tha muốn giúp đỡ người khác vô vị lợi, ông đã là một tấm bảng chỉ đường quý báu cho tôi trở lại con đường cũ và bây giờ tôi chắc chắn một điều : cha tôi không phải là một sĩ quan Hải Quân.

74. Đi tìm tung tích cha – Hồi 4

(trích bút ký của Long)

Tháng 8-2008

Trở lại lâu đài Vincennes. Không phải bên văn khố Hải Quân, mà bên văn khố Lục Quân như lúc đầu, khi tôi đến tìm kiếm tung tích cha nhưng không có kết quả.

Bên này thủ tục rắc rối hơn bên Hải Quân vì là đơn vị lớn, rất đông người đến tham khảo tài liệu. Trước hết phải qua một căn phòng lớn, phòng tiếp khách. Một cái quầy với một người hướng dẫn những bước đầu tiên. Nếu cần – như đa số người đến đây lần đầu – sẽ phải gặp một chuyên viên văn khố (archiviste) ngồi sau cái bàn kê gần đấy. Đó là những nhà sử học quân đội thay phiên nhau ra làm việc trong phòng này.

Lần này cũng như những lần trước, tôi gặp một chuyên viên văn khố trước đây chưa từng gặp. Trình bày vấn đề tìm kiếm cha từ đầu đến giờ, từ Lục Quân qua Hải Quân nay lại trở về đây sau khi gặp bao nhiêu ngõ cụt, rồi được một người sống ở Đông Dương thời đó cho biết rất có thể cha tôi là một sĩ quan pháo binh thuộc một đơn vị có tên là R.A.C. (Régiment d'Artillerie Coloniale = Trung Đoàn Pháo Binh Thuộc Địa).

Người chuyên viên văn khố nói nếu vậy phải tìm theo hướng mới là các đơn vị pháo binh. Ông ta tìm trong sổ và xác nhận thời Đệ Nhị Thế Chiến, ở Đông Dương có 2 đơn vị pháo binh là Trung Đoàn 4 và 5 (4è R.A.C. và 5è R.A.C.). Trung Đoàn 4 trách nhiệm Bắc Kỳ (Tonkin), Trung Đoàn 5 trách nhiệm Nam Kỳ, Cam-Bốt và một phần phía nam của miền Trung Kỳ. Còn Trung Kỳ (Annam) và Lào có một đơn vị nhỏ hơn đảm nhiệm. Như vậy vịnh Cam Ranh thuộc trách nhiệm của Trung Đoàn 5.

Hồ sơ kiểm kê văn khố các đơn vị pháo binh gồm danh sách những « nhật ký hành quân » (« journaux de marche ») của hơn chục đơn vị ở Phi Châu, Trung Đông (Levant), Thái Bình Dương, và Đông Dương. Nhưng khi tìm đến mục « Trung Đoàn 5 » thì hỡi ôi ! Thay vì ghi mã số của văn khố để tra cứu như những đơn vị khác, chỉ có vỏn vẹn mấy chữ « không có văn khố » !

Thế này thì đúng là vận xui tiếp tục theo đuổi mình rồi ! Hồ sơ của cha trong văn khố trung ương đã không có, bây giờ văn khố của đơn vị nơi cha phục vụ thời đó cũng không có nốt ! Nhưng chẳng lẽ chấp nhận buông xuôi ? Không, đã đến nước này rồi phải đi đến cùng !

Lại nhớ con đường ngoằn ngoèo đã theo đuổi bên văn khố Hải Quân : tìm kiếm các tài liệu về cuộc binh biến Nhật đánh đổ chính quyền Pháp ngày 9 tháng 3-1945. Kinh nghiệm cho thấy các tài liệu này có rất nhiều, trong khi những tài liệu trước ngày đó thì đa số đã bị hủy, hoặc do chính các đơn vị Pháp phải thiêu hủy trước khi rút lui, hoặc do quân Nhật tịch thu được, khai thác, nhưng khi Nhật đầu hàng quân Đồng Minh 6 tháng sau cũng đã thiêu hủy hết.

*

Thứ tư 27 tháng 8-2008

Tôi ngồi trong phòng nghiên cứu tài liệu của khu văn khố Lục Quân Pháp ở lâu đài Vincennes, số chỗ ngồi 42.

Muốn có chỗ ngồi phải ghi danh trước. Tháng 8 nghỉ hè, đa số đi chơi nên ít người đến đây nghiên cứu vì vậy tôi mới ghi danh hôm qua, hôm nay đã có chỗ. Thường thì phải chờ vài tuần. Sở dĩ phải chờ lâu vì số người đến đây càng ngày càng đông, phần nhiều là các nhà sử học, các sinh viên làm luận án, nhưng cũng có nhiều người như tôi có những dự án cá nhân. Không chỉ có người Pháp mà cả những nhà nghiên cứu đến từ các nước khác. Một lý do thứ hai làm cho thời gian chờ đợi lâu là số chỗ ngồi trước kia hơn 100, nay chỉ còn 50. Hỏi ra thì được biết chỉ cho 50 người vào cùng một lúc tuy số chỗ ngồi vẫn là hơn 100 vì sợ đông quá, sẽ nặng quá, sợ… sập nhà ! Nghe như chuyện đùa, nhưng là sự thật. Lâu đài này có vẻ vững chắc như thế, nhìn ở ngoài thấy xây toàn bằng đá, nhưng qua bao nhiêu thế kỷ rồi, bên trong nhiều nơi bắt đầu cần tu bổ. Và cũng đã có dự án tu bổ quy mô lớn, sắp sửa tiến hành.

Tôi nhẹ nhàng mở thùng tài liệu mang mã số 15 H 108, đã được « đặt hàng » từ hôm qua, sau khi tìm ra mã số trong cuốn sổ kiểm kê văn khố. Thùng bằng bìa cứng mỏng nhưng rất chắc, có nắp đậy buộc bằng một sợi dây bằng vải. Gượng nhẹ lấy từng tập hồ sơ ra, mỗi tập gồm những tờ giấy mỏng từ thời xưa, đa số loại pơ-luy dùng cho máy đánh chữ. Thấy rõ là các hồ sơ này đã được mở ra rất nhiều lần rồi, vì liên quan đến năm 1945 khi xảy ra cuộc đảo chính Nhật. Đã nhiều nhà nghiên cứu viết sách về giai đoạn này, và chắc cũng có nhiều người tìm tung tích người thân bị chết trong biến cố này.

Tài liệu nhiều thế nhưng tôi không mất nhiều thời giờ, vì đã có kinh nghiệm tra cứu, và vì biết đích xác mình muốn tìm cái gì. Sau hơn nửa giờ lướt qua không biết bao nhiêu tờ giấy mỏng với chữ đánh máy, đôi khi chữ viết tay đã bắt đầu lu mờ, tim tôi đập mạnh khi đọc đến một trang giấy mang tựa đề « Danh sách các sĩ quan phục vụ trong các ban tham mưu, các đơn vị chiến đấu và các đơn vị hỗ trợ đồn trú tại Bắc Kỳ ngày 9 tháng 3-1945 » (« Ordre de bataille des officiers appartenant aux États-majors, troupes, et services stationnés au Tonkin à la date du 9-3-1945 »). Tài liệu được ký ngày 7 tháng 2-1946, người ký là một sĩ quan ký thay Tướng Salan. Như vậy là danh sách này được thiết lập một năm sau biến cố đảo chính Nhật, khi quân đội Pháp đã trở lại Nam Kỳ và đã có thời gian xem xét tình hình, điều tra các sự kiện xảy ra dựa trên các bản bán cáo của sĩ quan Pháp bị Nhật bắt, lúc đó đã được phóng thích.

Danh sách được trình bày dưới dạng một bảng với các cột có tựa đề « Công việc vào ngày 9-3-1945 », « Nơi đóng quân », « Tên họ người làm việc », « Cấp bậc », « Ngày sinh », « Ngày thăng chức cuối cùng », « Công tác hiện nay » và « Ghi chú ».

Bảng trình bày từng đơn vị với tất cả sĩ quan phục vụ trong đơn vị đó. Tôi dễ dàng tìm ra đơn vị « Trung đoàn 4 Pháo Binh Thuộc Địa » (« 4è R.A.C. ») có địa bàn hoạt động là Bắc Kỳ. Đơn vị này chia ra thành từng nhóm (« groupes »), trong đó có nhóm 7, gồm nhiều « giàn pháo » (« batteries »), đóng quân tại Lạng Sơn.

Và chỗ này, với một cảm xúc khó tả, tôi đọc được chữ « Martin ». Lần đầu sau bao nhiêu công sức tìm kiếm, lúc hy vọng lúc thất vọng, lúc tưởng như vô vọng, giờ đây mới thấy họ của cha mình viết trên giấy trắng mực đen từ hơn 70 năm trước ! Một vị sĩ quan cấp bậc Trung Úy, thuộc giàn pháo 24 của nhóm 7, chỉ huy pháo đội đóng ở Fort Négrier, một trong 3 pháo đài bao quanh thành Lạng Sơn. Trong cột « Công tác hiện nay » ghi vỏn vẹn mấy chữ « Mất tích ở Lạng Sơn ».

Trong chú thích, người ta cắt nghĩa « mất tích ở Lạng Sơn » là « bị quân đội Nhật bắt làm tù binh và bị sát hại sau đó »

Như vậy, tin tức về cha tôi do ông Trung Tá hồi hưu làm việc cho cơ quan xã hội của Pháp ở Hà Nội năm 1948 là chính xác. Năm đó, gia đình gồm bà ngoại, mẹ, cha dượng và tôi mới được 4 tuổi hồi cư về Hà Nội sau khi tản cư lên Phú Thọ rồi Phúc Yên theo lời kêu gọi tiêu thổ kháng chiến của chính phủ Hồ Chí Minh cuối năm 1946. Hồi cư vì không chịu được gian khổ, nhưng lý do quan trọng nhất là mẹ tôi mang thai, không biết lúc sinh nở sẽ ra sao khi sống trong một cái làng nhỏ xíu trong thời loạn. Về đến Hà Nội cơ quan xã hội của chính phủ Pháp giúp đỡ cả gia đình, và riêng tôi được làm giấy thế vì khai sinh với quốc tịch Pháp, cha vô danh « nhưng coi như là người Pháp ». Người lo giấy tờ cho tôi lúc đó là ông Trung Tá hồi hưu nói trên, sau khi hỏi mẹ tôi về tung tích của cha, đã tìm trong hồ sơ và nói với bà là cha tôi mất tích ở Lạng Sơn. Nhưng ông chỉ nói miệng thế thôi, không cho biết chi tiết gì hơn, cũng không có giấy tờ gì cả. Sau này mẹ tôi kể cho nghe, cũng chỉ nói lại như thế. Nay tôi mới được thấy tận mắt một tờ giấy chính thức nói rõ về số phận của cha mình.

Trong đơn vị mang tên « giàn pháo 24 » (« batterie 24 ») còn có hai sĩ quan pháo binh khác, Trung Úy V. chỉ huy giàn pháo này và Thiếu Úy L. chỉ huy pháo đài Brière de l'Isle. Trung Úy V. cùng chung số phận với cha tôi « mất tích tại Lạng Sơn » trong khi Thiếu Úy L. « chết vì vết thương ngày 11 tháng 3-1945 ». Quân Nhật tấn công thành Lạng Sơn[145] đêm 9 tháng 3, quân Pháp tử thủ đến chiều ngày 10 tháng 3, cuối cùng phải đầu hàng vì hết đạn. Trong số hơn một ngàn tù binh, có gần 500 bị quân Nhật sát hại một cách dã man.

Đã có trong tay danh sách có ghi rõ tất cả sĩ quan có mặt tại Đông Dương ngày 9-3-1945, là một tiến bộ lớn trong công việc tìm tung tích cha, nhưng chỉ thấy họ mà không thấy tên, trong khi những người khác đều có cả tên cả họ và cả ngày sinh.

Tiếp tục rà soát từng tờ giấy trong thùng 15 H 108, cuối cùng tôi tìm được một tài liệu quan trọng khác là danh sách các sĩ quan tử trận trong cuộc tấn công của quân Nhật ngày 9-3-1945. Danh sách này lấy dữ kiện từ một tài liệu mang tên « Note N° 1152/CMIDOM/HIST » ngày 20-12-1978. CMIDOM là tên tắt của « Centre Militaire d'Information et de Documentation sur l'Outre-Mer », tạm dịch là « Trung tâm của quân đội phụ trách thông tin và tài liệu của hải ngoại ».

Và trong tài liệu này, tên « Jean » ghi rõ ràng bên cạnh họ « Martin ».

Tiếp tục tìm kiếm trong một hộp tài liệu khác mang mã số 10 H 80, tôi chú ý đến một « Bulletin de renseignement N° 125 », « Bản tin tình báo số 125 » có dấu « Mật », thiết lập tại Trùng Khánh, lúc đó là thủ đô Trung Hoa Dân Quốc của chính phủ Tưởng Giới Thạch. Tài liệu ký ngày 5-4-1944, gần một năm trước cuộc đảo chính Nhật. Người ký là Trung Tá Emblanc, Xử lý thường vụ Trưởng phái đoàn quân sự Pháp tại Trùng Khánh. Vị sĩ quan này làm việc cho chính phủ lưu vong của Tướng De Gaulle, trong khi đó thì Tướng Decoux là Toàn Quyền Đông Dương thuộc chính phủ của Tướng Pétain ở Vichy. Nghĩa là hai bên là thù nghịch. Tướng Emblanc có nhiệm vụ góp nhặt các tin tức tình báo từ Đông Dương để biết rõ tình hình quân sự ở đấy, chuẩn bị cho một cuộc đổ bộ (nếu có) của quân Đồng Minh (nhưng cuộc đổ bộ đã không xảy ra).

Tài liệu này xác nhận thêm một chi tiết về một đơn vị pháo binh, đó là giàn pháo số 11 của Trung đoàn pháo binh « 5è R.A.C. » đóng quân trên đảo Tagne, tên Pháp của đảo Bình Ba. Như vậy rất có thể là cha tôi thuộc đơn vị này trước khi bị đổi lên Lạng Sơn.

Nhưng muốn chắc ăn hơn, tôi tra cứu hồ sơ cá nhân của Trung Úy V. cùng đơn vị với cha tôi và chịu chung số phận bị quân Nhật sát hại sau khi bị bắt làm tù binh. Sở dĩ tôi có thể đọc toàn bộ hồ sơ cá nhân này vì Quốc Hội Pháp mới thông qua một đạo luật về văn khố quân đội vào tháng 7 năm 2008. Theo đạo luật mới này, hồ sơ cá nhân của một sĩ quan được mở cho mọi người xem sau 50 năm, kể từ ngày đóng hồ sơ, thường là ngày người đó giải ngũ, hoặc tử trận (theo luật cũ, hồ sơ cá nhân chỉ mở cho mọi người xem 120 năm sau ngày sinh của cá nhân đó). Trung Úy V. tử trận từ 1945, như vậy đã qua 63 năm nên ai cũng có thể xem hồ sơ cá nhân của ông.

Hồ sơ cá nhân của một sĩ quan Pháp có rất nhiều chi tiết. Tôi đọc được ông sinh ra ở đâu, năm nào, học trường nào, nhập ngũ năm nào, lấy vợ năm nào, con sinh năm nào. Liệt kê tất cả các đơn vị, các cuộc hành quân, các huy chương, v.v. Và điều làm tôi ngạc nhiên là ông V. tốt nghiệp trường Polytechnique Paris (Trường Bách Khoa), một trường nổi tiếng hàng đầu của Pháp, mỗi năm thi tuyển vào rất cam go, cho tới bây giờ vẫn vậy. Thời đó tốt nghiệp trường Polytechnique phải « trả nợ » quốc gia 6 năm quân ngũ nếu là thời gian học được học bổng. Ông V. bị đổi qua Đông Dương và chết tức tưởi tại đây, uổng phí một con người tài giỏi có thể giúp ích nhiều cho xã hội.

Trung Úy V. từng phục vụ tại Nam Kỳ trong đơn vị 5è R.A.C., đến năm 1944 mới đổi qua đơn vị 4è R.A.C. và lên đóng quân ở Lạng Sơn. Những chi tiết này càng làm tôi tin tưởng hơn là cha tôi cũng theo con đường này trong thời gian trong quân ngũ ở Đông Dương.

Thế tại sao tôi không tra cứu hồ sơ của cha tôi mà lại xem của Trung Úy V. ?

Vì một lý do đơn giản : không có hồ sơ của cha tôi trong văn khố ! Trong phòng đọc tài liệu có một chỗ với cái máy xem « vi phim » (microfilm). Danh sách các hồ sơ cá nhân cũng được chụp lại trong vi phim. Có tên của hai sĩ quan nói trên, cùng đơn vị cha tôi, nhưng không có tên cha tôi trong danh sách này.

Khi tôi hỏi cho ra lẽ thì người trách nhiệm cho biết không có tên trong danh sách không có nghĩa là không có hồ sơ, nhưng muốn tìm ra hồ sơ sẽ rắc rối hơn nhiều. Người đó mách tôi phải nhờ một chuyên viên văn khố làm việc trong kho tài liệu, có thẩm quyền lục tìm trực tiếp tại đấy. Nhưng lúc đó người này đang nghỉ hè, phải chờ người đó trở lại làm việc vào tháng 9.

*

Tháng 9-2008

Tôi gọi điện thoại cho người chuyên viên văn khố này. Gặp mặt được thì tốt hơn, nhưng ông này chỉ làm việc trong kho chứa tài liệu nên chỉ có thể gọi điện thoại. Ông rất vui vẻ hứa sẽ giúp tìm ra hồ sơ của cha tôi.

Vài ngày sau tôi gọi lại như ông dặn. Lại một thất vọng nữa. Ông nói đã mất nhiều thời giờ tìm kiếm nhưng không thấy, và không thể tiếp tục như vậy nếu không có ngày sinh, vì hồ sơ cá nhân sắp xếp theo tên và ngày sinh. Cái khổ là trong các danh sách tôi tìm được trong thùng tài liệu, không chỗ nào có ngày sinh của cha tôi cả, trong khi phần đông những người khác đều có.

Tôi năn nỉ ông tìm tiếp, nhưng ông nói đã làm hết sức rồi, và khuyên tôi nên viết thư cho Cơ quan lịch sử quân đội của Bộ Quốc Phòng. Cơ quan này thì tôi biết quá rồi, đã từng viết thư cho họ khi mới đến Pháp năm 1980, nên chẳng hy vọng gì. Nhưng còn nước còn tát, tôi kể rõ trong thư các giai đoạn tìm kiếm của mình trong văn khố, nhưng không hiểu sao không tìm ra hồ sơ cá nhân của cha tôi.

*

Tháng 11-2008

Tôi nhận được thư trả lời của Cơ quan lịch sử quân đội. Chẳng khác bao nhiêu bức thư tôi đã nhận được gần 40 năm trước : *« Chúng tôi rất tiếc không giúp gì được ông vì không đủ dữ kiện cần thiết để tìm kiếm hồ sơ cá nhân của cha ông. »*

Đến đây tôi đành phải thốt ra một câu chua chát : *« Cha tôi không muốn cho tôi biết ông là ai, ông muốn tiếp tục là người cha vô danh. »*

Trên thực tế cha tôi không « vô danh » vì tôi biết tên ông, nhưng đó là ngôn ngữ hành chánh được ghi chính thức trong giấy khai sinh của tôi. Chỉ biết tên mà không biết mặt mũi ra sao, không biết quê quán ở đâu, không biết học thức tới đâu, không biết gia đình cha mẹ anh chị em thế nào… có thể gọi là « biết » hay không ?

Hồi tâm lại, sau các cố gắng tìm kiếm từ mấy năm qua, tôi có thể làm gì hơn nữa không ? Bao nhiêu công sức chỉ để biết chắc rằng cha tôi là một sĩ quan Pháp đã chết khi tôi được một tuổi. Chấm hết.

Vào thời kỳ loạn ly đó, nhiều bà mẹ có con lai như tôi không được cha thừa nhận đã giao con mình cho một cơ quan từ thiện, hoặc cho một người khá giả hiếm muộn xin về nuôi. Mẹ tôi không làm như thế, bà nhất định giữ tôi mặc cho miệng đời thị phi. Khi bà gặp người chồng sau, bà ra điều kiện ông phải xem đứa con lai như con ruột, và cuối cùng ông đã làm giấy tờ nhận tôi là con, mặt dù không theo một thủ tục hợp pháp nào. Tôi sống suốt đời với cái tên Việt Nam, được nuôi dưỡng trong môi trường của người Việt. Tuy theo học trong một trường theo chương trình Pháp, tôi vẫn thấm nhuần văn hóa Việt hơn văn hóa Pháp.

Đã sống hơn 60 năm cuộc đời mình không thắc mắc về chuyện tìm kiếm này, đến khi về hưu sao tôi lại bỗng nhiên muốn tìm hiểu cặn kẽ về người cha của mình như thế ? Phải chăng đến cuối đời người ta có nhu cầu tìm về nguồn cội ?

Nhưng rồi người cha đó vẫn chỉ muốn là *« cha vô danh. »*

Lời cuối

Tôi bỏ ra 8 năm để viết cuốn sách tiếng Pháp « De Père Inconnu » (Cha Vô Danh). Trong phần tìm kiếm tung tích của cha, tôi kể là đã làm hết cách nhưng vẫn không tìm ra hồ sơ cá nhân của ông trong văn khố, nên cuối cùng không biết gì hơn về ông, ngoài chuyện ông là một sĩ quan Pháp chết tại Lạng Sơn khi tôi mới có một tuổi. Câu cuối cùng trong cuốn sách là *« Nhưng rồi người cha đó vẫn chỉ muốn là cha vô danh. »*

Trong cuốn sách đó, tôi thay đổi tên các nhân vật có thật để không đụng chạm đến đời tư của từng người. Tên Jean Martin trong sách là do tôi đặt ra, thật ra là Jean Gaillard. Đó cũng chính là tên của tôi trước khi làm lại giấy tờ thế vì khai sinh để lấy tên Phạm Ngọc Lân. Tên Jean họ Gaillard được ghi rõ trong bản án của Tòa Sơ Thẩm Sài Gòn năm 1948, bản án thay cho giấy khai sinh và giấy chứng nhận quốc tịch Pháp. Đến nay, vẫn còn bạn cũ từ thời trung học gọi tôi là Gaillard, một cách gọi thân mật để gợi lại thời thơ ấu ít ai biết.

Tên « Ngọc Lân » được mẹ và bà ngoại đặt ra khi tôi mới lọt lòng, nhưng tôi chưa khi nào thấy tờ giấy khai sinh với tên Nguyễn Ngọc Lân cả. Nguyễn là họ mẹ. Tôi cũng không biết lúc đó mẹ tôi có làm thủ tục khai sinh cho tôi không. Năm 1944 thời loạn lạc, không khai sinh ngay cho con là chuyện thường tình, không ai thắc mắc cả. Sau đó phải chạy loạn mấy năm liền, không ai có bụng dạ nào để lo chuyện giấy tờ. Từ Sài Gòn chạy về quê ở làng Hà Hồi tỉnh Hà Đông, rồi tản cư lên Phú Thọ, rồi Phúc Yên, trước khi hồi cư về Hà Nội năm 1948. Lúc đó tôi mới có giấy tờ chính thức tên Jean Gaillard như nói trên. Ở nhà mọi người gọi tôi là Lân, nhưng đến trường học mọi người gọi tôi là Gaillard. Thời đó tôi không khi nào đặt câu hỏi tại sao như thế, vì quen như thế rồi. Bạn học ai cũng biết như thế, và cũng không ai thắc mắc.

Nhà xuất bản L'Harmattan ở Paris ấn hành cuốn « De Père Inconnu » tháng 2 năm 2015. Không ngờ một phép lạ đã xảy ra sau khi cuốn sách được phát hành. Dĩ nhiên « phép lạ » là do tôi nghĩ thế, và cũng tin tưởng như thế, còn có phải thật như thế không, tôi không biết.

Ít lâu trước khi xuất bản, vào tháng 10 năm 2014, tôi quay trở lại văn khố quân đội Pháp trong lâu đài Vincennes. Những năm trước đó, tôi miệt mài viết cho xong cuốn sách, không còn đến văn khố nữa vì xem như đã làm hết sức mình mà không tìm được hồ sơ cá nhân cha mình để biết thêm về ông. Lần này quay trở lại với hy vọng có cái gì mới có thể giúp mình lần cuối trước khi hoàn tất cuốn sách chăng. Quả thật lâu đài Vincennes đã thay đổi nhiều, nhà nước bỏ ra rất nhiều tiền để chỉnh trang mấy ngôi nhà cổ từ nhiều thế kỷ trước trong khuôn viên lâu đài. Đồng thời các tiến bộ trong ngành tin học cũng giúp ích rất nhiều trong cách thức tìm kiếm tài liệu, giờ đây hữu hiệu hơn.

Sau 6 năm không trở lại đây, tôi hơi bỡ ngỡ vì khung cảnh có khác, phòng nghiên cứu tài liệu đã dời qua một ngôi nhà mới tân trang lại. Lên lầu đến nơi tiếp khách, tôi gặp một người đàn bà Á Châu ngồi sau bàn chào đón khách. Sau vài câu xã giao tôi bạo miệng hỏi có phải bà là người Việt Nam không. Thì đúng vậy, bèn nói tiếng Việt với bà và kể việc tôi đã đến đây tìm tung tích cha nhiều lần rồi, vẫn chưa có kết quả. Giờ đây tôi muốn thử một lần cuối trước khi xuất bản sách, xem có gì thay đổi trong cách sắp xếp tài liệu, may ra có thể giúp tôi tìm được hồ sơ thất lạc chăng. Bà sốt sắng giúp bằng cách tìm thẳng trên màn hình của máy vi tính (6 năm trước, ở chỗ tiếp khách chưa làm được như vậy), và bà nói có rất nhiều Jean Gaillard trong quân đội thời đệ nhị thế chiến. Nhưng cuối cùng kết quả vẫn là không ai có thể là cha tôi cả. Tôi ra về, cũng không lấy gì làm thất vọng vì đã đoán trước là sự việc sẽ như thế.

Ngày 4 tháng 2-2015 là ngày đầu tiên cuốn sách De Père Inconnu được nhà xuất bản L'Harmattan công bố. Nghĩ đến những người đã giúp mình trong văn khố ở lâu đài Vincennes trước đây, tôi quyết định sẽ tặng thư viện của văn khố này cuốn sách của mình. Cuối tháng 3-2015, từ Toulouse lên Paris để dự mấy buổi giới thiệu sách, nhân tiện tôi đem một cuốn đến lâu đài Vincennes. Hôm đó cùng đi có nhà tôi, đó là lần đầu nhà tôi đến văn khố này.

Lên lầu, tôi gặp lại bà người Việt ngồi ở bàn tiếp khách. Bà còn nhớ và hỏi tôi có tiến triển gì trong công cuộc tìm kiếm không. Tôi trả lời không và nói thêm hôm nay tôi chỉ đến để tặng cuốn sách mới phát hành cho thư viện, không phải để tìm kiếm gì nữa cả. Tự nhiên bà sực nhớ ra một điều : *« Ở đây có một chuyên viên văn khố đã giúp nhiều người tìm hồ sơ cha trong kho lưu trữ, những người cũng lai Pháp như ông. Nếu ông muốn để tôi hỏi ông ấy xem sao. »* Nghe thế tôi cũng trả lời *« Vâng »* để không phụ lòng người muốn giúp mình. Chẳng lẽ lại nói là tôi đã làm mọi cách rồi, tôi đã nhờ rất nhiều chuyên viên rồi, ai cũng đầy thiện chí, nhưng nếu hồ sơ đã bị thất lạc trong thời Đức Quốc Xã chiếm đóng nước Pháp thì chẳng ai giúp gì được nữa.

Bà nhấc điện thoại quay số, không ai trả lời. Bà viết vào tờ giấy tên ông này là Philippe Lafargue, và cho tôi số điện thoại, bảo mai về gọi cho ông ấy, nói bà giới thiệu.

Vài ngày sau khi về lại Toulouse, nhà tôi nhớ ra và nhắc tôi gọi ông Lafargue. Bấm số điện thoại không ai trả lời, tôi để lại lời nhắn. Ngày hôm sau Philippe Lafargue gọi lại, được biết ông cấp bậc Thượng Sĩ Nhất, sắp về hưu. Ông xác nhận có giúp nhiều người Việt lai Pháp tìm tung tích cha, nhiều khi tìm ra, đôi khi không. Tôi kể đầu đuôi câu chuyện của mình. Ông hỏi tôi, chỉ nghe mẹ kể thôi hay là có cái gì cụ thể hơn, vì theo ông nhiều khi mẹ kể chuyện không chính xác, nhiều khi người cha tô vẽ thêm về mình. Tôi xác nhận là tìm được trong văn khố ở Vincennes hai danh sách có tên cha tôi trong đó, nhưng không tìm ra hồ sơ cá nhân của ông, có thể hồ sơ bị thất lạc trong thời gian quân Đức Quốc Xã chiếm đóng nước Pháp thời đệ nhị thế chiến chăng.

Ông Lafargue quả quyết không có hồ sơ nào của sĩ quan quân đội Pháp bị thất lạc cả, nếu không thấy là vì chưa tìm đúng chỗ, đúng cách thôi. Ông nói tôi gửi cho ông xem bản chụp hai tài liệu tôi tìm ra. Tôi đã có sẵn trong máy vi tính nên chỉ mấy phút sau đã gửi xong.

Một giờ sau ông gọi lại và nói : *« Tôi tìm ra hồ sơ cá nhân của cha ông rồi. Cha ông không phải tên Jean Gaillard, mà tên Jean Caillard. Trong 2 danh sách ông gửi cho tôi, tuy chữ đánh máy từ xưa có lu mờ, nhưng tôi vẫn đọc được là Caillard. »*

Thật là một cú sét đánh ! Một chuyện không tưởng tượng nổi ! Thật khó tả nỗi vui mừng lẫn với điều ngạc nhiên trước một sự kiện đơn giản như thế mà quan trọng đến thế ! Tôi mất bao nhiêu công sức, bao nhiêu thời gian, không tìm ra hồ sơ cá nhân cha tôi, ông này trong vòng một tiếng đồng hồ tuyên bố đã tìm ra rồi ! Tôi gọi nhà tôi báo tin mừng, nhà tôi bật khóc.

Đó là ngày mùng 2 tháng 4. Nếu một ngày trước đó đã có thể nghĩ đến chuyện « cá tháng tư » rồi, nhưng chắc cũng chẳng có ai nỡ lòng nào mà đùa cá tháng tư với một chuyện tình cảm quan trọng như thế.

Vội vàng xem lại thật kỹ hai danh sách, thì đúng như ông Lafargue nói, một trong hai bảng có chữ C của Caillard không rõ lắm, có thể nghĩ là G, nhưng trong bảng thứ hai, tuy lu mờ nhưng ngả về chữ C hơn là chữ G. Thế mới biết phải cần một « mắt mới » để khám phá ra một điều mà một « mắt cũ » như tôi không thấy. Tất cả là vấn đề tâm lý. Tôi mang tên Jean Gaillard suốt đời, và đinh ninh đó cũng là tên họ của cha mình, nên khi đọc thấy tên mờ ảo trên một tờ giấy mỏng có từ hơn 70 năm trước thì không cần xem kỹ, chắc chắn đó là Gaillard rồi.

Như vậy là suốt thời gian tìm kiếm, tôi đã đi tìm một cái bóng. Tên đã không đúng thì làm cách nào mà tìm ra hồ sơ cá nhân của một người không có thật ?

Ông Lafargue viết cho tôi một điện thư xác nhận : *« Tôi đã tìm ra hồ sơ của cha ông, Trung Úy Jean Louis Caillard mất ngày 11 tháng 3-1945. Hồ sơ có mã số 8YE 69722. Tôi đã làm phiếu để xem hồ sơ này, nay mai sẽ có, nhưng tôi đi phép đến ngày 14 tháng 4, khi trở lại làm việc tôi sẽ liên lạc với ông. »*

Hai tuần chờ đợi… hai tuần ngẫm nghĩ sự đời. Có phải là phép lạ không ? Nếu là sự tình cờ, sao có nhiều trùng hợp lạ lùng như thế ? Nếu tôi không trở lại văn khố vào tháng 10-2014 (cũng không hiểu sao tôi trở lại vào lúc đó, vì trong thâm tâm tôi vẫn nghĩ là mình đã làm hết sức mình rồi, trở lại đấy cũng chỉ mất công thôi)… Nếu lúc trở lại tôi không gặp người đàn bà Việt Nam (bà ta nói làm việc ở đây lâu rồi, nhưng có nhiều người thay phiên nhau, không phải lúc nào bà cũng ngồi đấy, và đây là lần đầu tiên tôi gặp bà)… Nếu khi sách xuất bản tôi không có ý trở lại văn khố tặng sách… Nếu khi đến tặng sách không gặp bà người Việt… Nếu bà người Việt không sực nhớ ra ông Lafargue (6 tháng trước bà có nhớ ra đâu, nếu nhớ ra thì kết luận cuốn sách tiếng Pháp đã khác rồi)… Nhiều chữ « nếu » quá. Có một ông Tây nào đó nói là « với những chữ « nếu », tôi có thể bỏ tháp Eiffel vào trong một cái chai » ! Hay là nhờ có vợ tôi lần đầu tiên đi cùng đã mang lại may mắn cho tôi ?

Chung quy có một điều chắc chắn : việc cuốn sách được xuất bản là sự kiện quan trọng trong việc tìm ra tung tích cha tôi.

Ngày 14-4 tôi viết điện thư nhắc ông Lafargue. Hôm sau ông điện thoại : *« Tôi có hồ sơ cá nhân của cha ông tên Jean Caillard trước mắt tôi đây rồi. Jean Caillard sinh năm 1915 tại Nouméa bên Nouvelle Calédonie*[146]*, cha tên Edmond, người anh cả là bác sĩ cũng tên Edmond, đã có lúc ở vùng Dordogne miền nam nước Pháp. Jean Caillard qua Đông Dương năm 1941. Tôi có máy chụp hình đặc biệt để chụp tài liệu, tôi có thể chụp tất cả giấy tờ trong hồ sơ này rồi gửi cho ông. »*

Tôi nói ngay : *« Cám ơn ông thật nhiều, nhưng tôi muốn đến tận nơi xem tận mắt sờ tận tay các giấy tờ liên quan đến cha tôi, lúc đó sẽ chụp hình sau. Ông có thể giữ hồ sơ đó đến khi tôi lên Paris không ? »* Ông Lafargue trả lời không có vấn đề gì cả, và chúng tôi hẹn nhau ngày 28 tháng 4-2015 gặp nhau tại phòng làm việc của ông trong lâu đài Vincennes.

Đó là ngày 15 tháng 4-2015, thêm một ngày đáng ghi nhớ.

Trong khi chờ đợi lên Paris nhìn tận mắt, cầm tận tay từng tờ giấy cũ hơn 70 năm viết về cha tôi, tôi tìm trên Internet hai chữ Caillard và Nouméa. Khá nhiều kết quả, nhưng quan trọng đối với tôi là một Wikipedia viết về bác sĩ Edmond Caillard là bác của tôi. Bác Edmond là con cả trong một gia đình 4 con, ông sinh năm 1912, rồi đến bác gái Christiane sinh năm 1913, cha tôi Jean sinh năm 1915, và chú là André sinh năm 1923.

Bác sĩ Edmond cũng sinh ở Nouméa, sau khi đậu Tú Tài qua Pháp học Y khoa. Tốt nghiệp xong xảy ra Đệ Nhị Thế Chiến, ông phục vụ trong ngành Quân Y. Khi Pháp thua trận phải ký hiệp định đình chiến và chia nửa nước Pháp cho Đức Quốc Xã, ông bị bắt làm tù binh, nhưng sớm vượt ngục và trốn về vùng Dordogne, mở phòng mạch ở một ngôi làng trong vùng này. Sáu tháng sau ông lên mở phòng mạch tại Saint-Just-en-Chaussée, một thành phố nhỏ phía bắc của Paris trong vùng bị Đức tạm chiếm. Tại đây ông tham gia kháng chiến chống Đức Quốc Xã bằng cách cứu các phi công Đồng Minh bị bắn hạ. Hết chiến tranh ông trở lại Nouméa năm 1946. Ông được nhiều huân chương của Pháp cũng như các nước đồng minh Mỹ, Anh, Úc, Bỉ... vì những việc ông làm trong thời kháng chiến chống Đức.

Trong bài Wikipedia này có nhắc đến 4 người con của bác sĩ Edmond là Jean-Paul, Michel, François và Odile.

Đánh « Jean-Paul Caillard » vào Google, tôi thấy ngay tên người anh con bác ruột này, hiện cũng sống ở Nouméa. Anh cũng là bác sĩ, đồng thời cũng là một khuôn mặt được biết đến nhiều vì những hoạt động chính trị và nhân quyền, được mời đều đặn lên đài truyền hình địa phương khi có tranh luận bàn tròn. Nhờ vậy tôi thấy hình ảnh của anh Jean-Paul khi lên đài truyền hình, và tìm cách liên lạc với anh ấy. Cũng không dễ dàng, phải tìm ra một địa chỉ điện thư là đầu mối liên lạc. Sau rất nhiều mày mò, tìm trong các lần tranh luận trên đài truyền hình, tôi thấy một địa chỉ điện thư được dùng từ năm 2012 để trả lời ý kiến khán giả.

Tôi bèn viết điện thư cho anh Jean-Paul, nói ngay vào đề không vòng vo tam quốc gì cả, rằng tôi là em con chú của anh, con của Jean Caillard, và gửi kèm ảnh chụp bìa cuốn sách De Père Inconnu, có tấm hình của tôi ở bìa sau.

Ngày hôm sau tôi nhận được thư trả lời của anh Jean-Paul, nói rằng rất cảm động khi nhận được tin này, và không nghi ngờ gì về liên hệ gia đình vì trong hình tôi quá giống ông nội, bác trai, bác gái và nhất là người chú André.

Sau đó là những trao đổi điện thư và điện thoại qua Skype giữa tôi và anh Jean-Paul cùng những anh chị em khác, tất cả đều hân hoan chào đón một người trong họ « trên trời rơi xuống ». Vì không ai biết và cũng không ai ngờ là Jean Caillard có hậu duệ. Cha tôi sinh ra ở Nouméa, đậu tú tài xong cũng qua Paris học. Sau khi tốt nghiệp HEC và Cử Nhân Luật ông phải làm nghĩa vụ quân sự một năm rưỡi. Trở về đời sống dân sự được vài tháng lại bị động viên vì xảy ra Đệ Nhị Thế Chiến, cuối cùng qua Đông Dương năm 1941. Bức thư cuối cùng gửi về gia đình vào cuối năm 1941, sau đó không còn tin tức gì nữa. Cuối năm 1945 hết chiến tranh vẫn không có tin tức gì, mãi về sau mới biết là ông bị Nhật sát hại lúc đảo chính Nhật. Ông nội tôi có qua Việt Nam, đến Lạng Sơn năm 1950 chỉ thấy đài tưởng niệm chiến sĩ trận vong, không biết con mình chôn vùi ở đâu.

Như vậy là từ năm 18 tuổi cha tôi từ Nouméa ra đi không có dịp nào trở về thăm cố hương ở Nouvelle Calédonie, để rồi mất tích thảm thương lúc cuộc chiến sắp tàn. Vì vậy mọi người trong gia đình đều thương xót một người con vắn số. Và tất cả hình ảnh thư từ được giữ gìn cẩn thận như những kỷ vật quý báu. Chỉ trong thời gian ngắn sau khi liên lạc với gia đình Caillard, tôi đã có tất cả những kỷ vật này trong tay.

Ảnh của Jean Caillard (người cha) lúc 25 tuổi và tác giả (người con) lúc 24 tuổi.

Thật bàng hoàng vì đến năm 71 tuổi tôi vẫn còn là một người chỉ có họ hàng bên ngoại, cũng rất ít vì mẹ tôi là con một. Nay bỗng nhiên tôi có một bà thím (vợ của chú André đã mất), 7 người anh em con bác, con cô, con chú, và gia đình con cháu của các anh chị em đó, một gia đình lớn đón tiếp tôi thật nồng hậu. Đó là điều làm tôi cảm động nhất. Phải ở trong hoàn cảnh một con lai Pháp (hay lai Mỹ sau này) mới thông cảm được tâm tư đó. Tôi quen biết nhiều người cũng cha Pháp mẹ Việt như tôi, khi tìm ra tung tích cha, dù còn sống hay đã chết, cũng chỉ được gia đình người cha tiếp đãi một cách tẻ nhạt. Có nhiều khi họ còn không muốn gặp mặt. Nếu người cha còn sống, có trường hợp ông cũng tha thiết với đứa con rơi của mình, nhưng cũng có trường hợp ông chỉ bày tỏ tình cảm cho có lệ, vì không muốn làm phiền đến gia đình vợ con chính thức của mình. Phải thú thật khi quyết định tìm tung tích cha tôi, tôi cũng đã chuẩn bị sẵn tinh thần có thể sẽ không được chấp nhận như một người trong gia đình. Nhưng tôi không bị rơi vào hoàn cảnh đó. Nhiều người vẫn nói số tôi có « hậu vận tốt ».

Thêm một chuyện tình cờ là ngày thứ bảy 20 tháng 6-2015, tại thành phố Saint-Just-en-Chaussée phía bắc nước Pháp, chính quyền sở tại tổ chức một buổi lễ long trọng tôn vinh bác sĩ Edmond Caillard là anh cả của cha tôi. Như đã nói trên, trong đệ nhị thế chiến, ông hành nghề tại đây và tham gia kháng chiến với nhiều công trạng cứu giúp phi công Đồng Minh bị bắn hạ. Nay thành phố làm buổi lễ khánh thành một tấm bia tưởng niệm, một con đường mang tên ông, và một phòng triển lãm. Nhân dịp này gia đình con cháu ông từ Nouvelle-Calédonie qua, cùng với một số sống bên Pháp, tụ họp tại đấy trong ngày lễ đó. Hai vợ chồng tôi được mời cùng với gia đình hai con, thêm dâu rể và 6 cháu nội ngoại. Lần đầu tiên dòng họ nhà Caillard biết mặt thành phần hùng hậu của một chi nhánh từ Việt Nam.

Đó là lần đầu tôi gặp hai anh Jean-Paul và François, cùng chị Odile, 3 người con ông bác. Trước đó tôi đã có dịp gặp Christiane là em con ông chú André, sống trong vùng Paris, cùng mẹ là bà thím Yvonne từ Nouméa qua. Trong tất cả những lần gặp gỡ đó, tôi cảm thấy được hơi ấm của người có máu mủ dù mới gặp lần đầu. Sau đó anh Jean-Paul và chị Odile xuống nhà tôi ở chơi mấy ngày, anh François cũng đến dùng cơm thân mật.

Hình chụp ngày hội ngộ của gia đình tác giả với đại gia đình Caillard ở Saint-Just-en-Chaussée, 20 tháng 6-2015, trước bia tưởng niệm Bác sĩ Edmond Caillard.

Tháng 11 hai vợ chồng tôi được mời qua Nouvelle-Calédonie. Tuần lễ đầu là một cuộc du ngoạn quần đảo Vanuatu[147] phía Bắc của Nouvelle Calédonie do Philippe là người em con ông chú tổ chức cho hai vợ chồng tôi đi cùng bà thím và 5 anh em họ. Mục đích là một cuộc « hành hương » thăm lại đồn điền của Edmond Caillard là ông nội của tất cả đám anh em chúng tôi, đến đây lập nghiệp từ năm 1902. Sau đó ở Nouméa tổ chức một buổi họp mặt họ hàng gồm hơn 50 người trong họ hai bên nội ngoại, tất cả 4 thế hệ. Được biết đó là lần đầu có buổi họp mặt như thế, để gặp mặt một người họ hàng « mới trên trời rơi xuống » ! Và một buổi khác kỷ niệm ngày sinh thứ 100 của cha tôi. Anh Jean-Paul cũng là người tình nguyện làm « hướng dẫn viên du lịch » đưa hai vợ chồng tôi đi một vòng đảo trong ba ngày. Cũng chính anh tổ chức cho đài truyền hình và đài phát thanh phỏng vấn tôi về câu chuyện ly kỳ tìm ra tung tích cha khi đã 71 tuổi. Và một buổi diễn thuyết tại một bảo tàng viện ngay trung tâm thành phố.

Sau chuyến đi đó, tôi cảm thấy đã thực sự được dòng họ bên người cha trước đây còn « vô danh », xem tôi như ruột thịt.

*

Có một thắc mắc mà những chuyện vui dồn dập đến từ khi tìm ra họ hàng về phía nội làm tôi không có giờ đào sâu thêm, dù nó vẫn lởn vởn trong đầu. Vì sao tôi được đặt tên là Jean Gaillard, trong lúc cha tôi là Jean Caillard ? Nhắc lại là Jean Gaillard là tên họ chính thức của tôi ghi trên một bản án của tòa Sơ Thẩm Sài Gòn năm 1948, sau khi ông Trung Tá hồi hưu làm thủ tục để tôi có quốc tịch Pháp. Muốn làm thủ tục này, ông phải hỏi mẹ tôi về cha, chính mẹ cho ông biết tên họ, cấp bậc, nơi đóng quân năm 1943.

Phản xạ đầu tiên của tôi là mẹ tôi nhớ lầm, Caillard thành ra Gaillard, hoặc là nhớ đúng nhưng đọc không rõ nên ông Trung Tá tưởng là Gaillard. Nhưng nghĩ kỹ hơn thì có cái gì không ổn trong giả thiết này. Vì ông Trung Tá đã tìm ra hồ sơ của cha tôi và cho mẹ tôi biết là cha tôi chết ở Lạng Sơn, như vậy là cái tên mẹ tôi nói ra phải đúng, nếu không làm sao tìm ra hồ sơ ? Nếu ông tìm một người tên Gaillard thì không có ai tên như vậy chết ở Lạng Sơn cả, ông cũng sẽ thất bại như tôi đã thất bại trong thời gian qua. Hơn nữa, bây giờ tôi mơ hồ nhớ lại là khi nói về cha, có lúc tôi nghe mẹ nói Caillard, nhưng nghe rồi chỉ bỏ qua vì nghĩ là mẹ mình phát âm không rõ.

Về sau này, cũng do một sự tình cờ, tôi mới có được câu trả lời đích đáng cho thắc mắc này.

Thời Việt Nam còn nằm trong Đông Dương thuộc Pháp, có một hiệp hội từ thiện giúp đỡ con lai tên là FOEFI (đã mô tả trong đoạn 64 của sách này). Hiệp hội đó đã tự giải tán từ lâu vì không còn con lai Pháp ở Việt Nam để cứu giúp nữa, nhưng một số những con lai được mang về Pháp nuôi cho ăn học nay đã lớn tuổi lập ra một Hội Ái Hữu Cựu FOEFI. Chính ông Philippe Lafargue (người giúp tôi tìm ra hồ sơ cha) giới thiệu tôi với người chủ tịch hội ái hữu này. Tình cờ người này cũng sống trong vùng chung quanh thành phố Toulouse, không xa nhà tôi bao nhiêu. Tôi cũng muốn tìm hiểu về cuộc sống của những người lai Pháp do FOEFI bảo trợ nên mời người chủ tịch đó đến nhà chơi, trao đổi kỷ niệm. Khi tôi kể đã tìm ra gia đình bên nội nhờ ông Lafargue sáng suốt nhận ra chữ « C » thay vì chữ « G », và thắc mắc không hiểu vì sao cha tôi là Caillard mà trên giấy thế vì khai sinh của tôi lại ghi là Gaillard, ông nói ngay : *« Thì dĩ nhiên rồi, đó là Tòa Sơ Thẩm Sài Gòn cho ông cái họ Gaillard, đó có phải là họ cha ông đâu ! » « Ủa, sao lạ vậy, cha tôi họ Caillard, mà sao tòa án lại cho tôi là họ Gaillard ? » « Tại vì ông không được cha thừa nhận, nên ông không có quyền mang họ cha. Tòa án vì lý do nhân đạo cho ông một cái họ na ná giống thôi. » « Ông có biết chắc như vậy không, hay chỉ đoán thôi ? » « Đoán sao được, trong FOEFI ai cũng biết điều này vì trường hợp tòa án sửa đổi họ như thế nhiều lắm. »*

Thì ra thế ! May mà tòa án còn nhân đạo đặt cho tôi một cái họ chỉ đổi có một chữ C thành G, nên tuy khó khăn nhưng cuối cùng đã tìm ra tung tích của cha. Nếu họ ghi vào giấy khai sinh tên họ tôi là Jean Dupont thì… chịu chết !

*

Nhờ các tài liệu trong hồ sơ sĩ quan của cha tôi, cùng các hình ảnh cũng như thư từ ông trao đổi với gia đình, giờ đây tôi có trong tay do bà thím và các anh chị họ ân cần trao lại, tôi biết thêm về cuộc đời ngắn ngủi của ông. Thêm vào đó, ông nội tôi viết nhật ký khá nhiều nên tôi cũng có được một ý niệm về lối sống bên hải đảo xa xôi vào đầu thế kỷ 20.

Ông nội tôi tên Edmond Caillard sinh năm 1885, quê ở vùng Normandie phía tây bắc nước Pháp. Ông học giỏi, đậu Tú Tài năm 17 tuổi ở thành phố Nantes. Thời đó bằng cấp Tú Tài đã là chìa khóa mở cửa cho một cuộc sống thoải mái. Nhưng mộng của ông là được đi chu du thế giới, mộng « hải hồ » của nhiều thanh niên sống trong những vùng giáp với biển cả. Để thực hiện ước muốn đó, tốt nhất là thi tuyển vào Trường Hải Quân Brest là một trường nổi tiếng của Pháp đào tạo sĩ quan Hải Quân. Nhưng ông vỡ mộng vì… cận thị nặng, không thể vào ngành Hải Quân được !

Đang thất vọng thì có ông bác, anh của mẹ, là một nhà thám hiểm đã từ lâu sang tận Nam Thái Bình Dương lập nghiệp, đang có đồn điền trên quần đảo Nouvelles Hébrides, viết thư cho em gái nói bà dắt hai đứa con trai qua bên đó ông giúp cho. Chồng bà đã mất từ mấy năm trước, nên cuộc sống chật vật, hơn nữa con trai bà muốn « đi cho biết đó biết đây », do đó, không nghe lời can ngăn của bà con gần xa, bà nhất định đem hai đứa con trai 15 và 17 tuổi đáp tàu thủy đi mấy tháng trời mới tới Nouvelles Hébrides. Tới nơi được anh của bà có biệt danh « Capitaine Briault » (Thuyền trưởng Briault) tiếp đón ba mẹ con (bà cố của tôi, ông nội Edmond và ông chú Edouard), hướng dẫn hai cậu thanh niên trong nghề phá rừng làm đồn điền, một nghề rất cực nhọc nhưng cũng phù hợp với những người có chút máu giang hồ. Sau đó ông cho mỗi người cháu một khu đất trong giang san của ông để tự lập nghiệp.

Ông nội tôi thành công trong việc lập một đồn điền trồng dừa trù phú. Nhưng muốn lập gia đình, ông phải qua Nouvelle Calédonie là thuộc địa của Pháp. Ông lấy một bà người Pháp ở Nouméa, thủ phủ của thuộc địa này, và tại đây hai ông bà có 3 người con đầu là bác Edmond sinh năm 1912, bác gái Christiane sinh năm 1913 và cha tôi là Jean sinh năm 1915. Ông phải đi đi về về giữa hai nơi Nouméa và Nouvelles Hébrides, nên sau một thời gian ông bán đồn điền bên Nouvelles Hébrides và về sống hẳn ở Nouméa, làm nghề viết báo đồng thời tham gia vào hội đồng địa phương quản lý thành phố. Sau vài năm như thế, ông quyết định trở về Pháp cùng vợ con, và đầu tư vào một hãng làm gạch. Thời gian này ông có thêm người con thứ tư là chú André sinh ở Paris năm 1923. Nhưng rồi hãng gạch thất bại, may mắn lúc đó có một tổ hợp đầu tư rất lớn (thành phần chính là Banque de l'Indochine, Ngân Hàng Đông Dương) muốn tạo lập một đồn điền trồng bông vải ở Nouvelles Hébrides. Họ tìm ông nội tôi là người có kinh nghiệm về việc này, phong cho làm Tổng Giám Đốc. Thế là cả gia đình lại trở về Nouméa sống, riêng ông nội tôi qua Nouvelles Hébrides tạo dựng một đồn điền mới ở Norsup, rộng lớn hơn đồn điền ngày xưa của ông nhiều. Ông biết là bông vải sẽ không mang được nhiều huê lợi nên trồng thêm dừa, cuối cùng đồn điền rất trù phú nhờ sáng kiến này của ông.

Trong lúc đó các con ông đều học tiểu học rồi trung học ở Nouméa. Bác Edmond đậu tú tài xong qua Pháp học y khoa, còn cha tôi cũng qua Pháp sau khi đậu tú tài nhưng học H.E.C. Paris (Hautes Etudes Commerciales) là một trường về kinh tế thương mại hàng đầu của Pháp cho tới ngày nay. Đồng thời ông cũng học thêm luật. Năm 1937 ông tốt nghiệp H.E.C. cùng lúc có mảnh bằng Cử Nhân Luật của Đại Học Luật Khoa Paris.

Trong khi học ông được hoãn dịch, nhưng học xong phải đi quân dịch (nghĩa vụ quân sự), thời gian này ông xin theo học trường sĩ quan pháo binh, tốt nghiệp Chuẩn Úy và đổi đi phục vụ tại một đơn vị ở thị xã Issoire miền trung nước Pháp. Hết thời gian thi hành quân dịch, ông chưa kịp tìm việc làm thì thế chiến thứ hai bùng nổ năm 1939, ông lại bị động viên vào binh chủng Pháo Binh. Thời gian đầu ông đóng quân tại mặt trận miền đông xứ Alsace phòng thủ Đức Quốc Xã tấn công qua Pháp, nhưng sau đó ông được thuyên chuyển về làm huấn luyện viên ở Issoire là nơi có đơn vị cũ của ông. Trong khi đó, quân Đức không tràn qua biên giới Đức Pháp mà đánh bọc hậu từ nước Bỉ qua núi Ardennes rồi tiến thẳng đến Paris, tốc chiến tốc thắng. Tháng 6-1940, chính phủ Pháp của tướng Pétain phải chấp nhận đình chiến với điều kiện cắt nửa nước cho Đức Quốc Xã. Toàn bộ nội các phải rời Paris về đóng đô ở Vichy, một thành phố nhỏ ở trung tâm nước Pháp.

Khi có hiệp ước đình chiến, cha tôi cũng như đa số quân nhân trừ bị đang đóng quân trong vùng « tự do » được giải ngũ, nếu ông còn ở ngoài mặt trận sẽ bị bắt làm tù binh và đưa qua nhốt bên Đức. Ông tìm về với anh là bác sĩ Edmond lúc đó đã có vợ. Bác Edmond sau khi tốt nghiệp y khoa, phục vụ trong ngành quân y, lúc Pháp thua trận ông bị bắt làm tù binh, nhưng cùng với một bác sĩ bạn lớn tuổi hơn ông vượt ngục, trốn về vùng Dordogne miền nam nước Pháp, là quê của người bác sĩ bạn kia. Cha tôi tìm đến bác Edmond tại đây, và khi ông mở phòng mạch tại một ngôi làng nhỏ tên là Badefols-d'Ans, cả ba người (hai vợ chồng bác Edmond và cha tôi) về đấy sống một thời gian ngắn.

Ngôi làng nhỏ quá, không đủ bệnh nhân cho một bác sĩ, bác Edmond phải tìm một nơi khác. Người bạn bác sĩ cùng vượt ngục với ông, trước kia có phòng mạch ở một thị xã tên là Saint-Just-en-Chaussée phía bắc của Paris. Ông nói nếu bác Edmond muốn lên đó hành nghề, có thể dùng nhà cũ của ông mở lại phòng mạch, riêng ông không muốn trở lại đấy vì thị xã này giờ đây thuộc nửa nước phía bắc, dưới quyền cai trị của Đức Quốc Xã. Bác Edmond đồng ý, thế là cha tôi cũng theo hai vợ chồng bác đi ngược lên phía bắc, từ vùng tự do qua vùng tạm chiếm (thời đó phải có giấy thông hành mới qua được lằn ranh chia hai vùng). Cha tôi giúp bác Edmond sửa chữa lại nhà của người bạn đã bị phá phách tan hoang để mở lại phòng mạch, sau này bác Edmond sẽ là một bác sĩ rất thành công tại thị xã này.

Trong khi đó cha tôi về Paris định tìm việc làm với bằng cấp H.E.C. của mình, nhưng thời buổi nhiễu nhương, bằng về kinh tế thương mại chẳng có việc làm phù hợp với khả năng, hơn nữa Paris lúc đó bị Đức Quốc Xã chiếm, không khí ngột ngạt nên cha tôi ngao ngán quá, bèn quyết định tìm cách về lại quê cũ là Nouvelle Calédonie.

Để thực hiện nguyện vọng này, ông phải trở lại miền nam nước Pháp, đến thị xã Puget ở bờ Địa Trung Hải. Nơi đây có một trại lính là nơi ông đóng quân trước khi giải ngũ 5 tháng trước đó. Ông hy vọng ở đấy còn cơ quan của quân đội lo việc hồi hương các quân nhân từ hải ngoại đến phục vụ trên đất Pháp, nhưng chẳng may cơ quan đó đã giải tán. Ông không còn phương tiện nào để về Nouvelle Calédonie nữa cả.

Trong lúc thất vọng như thế thì có người mách là quân đội đang tuyển một số sĩ quan phục vụ tại các thuộc địa, trước mắt là để chỉ huy những người lính hồi hương về Madagascar, Maroc và Đông Dương. Ông nghĩ Đông Dương gần Nouvelle Calédonie hơn nước Pháp nhiều, hơn nữa ở đó không có Đức Quốc Xã, chính quyền vẫn trong tay người Pháp, thế là ông làm đơn xin tái ngũ để đi Đông Dương, và được chấp nhận ngay. Thời gian đăng lính lần này là 2 năm, sau đó có thể kéo dài thêm từng 6 tháng một theo yêu cầu.

Ngày 25 tháng 3-1941, Thiếu Úy Jean Caillard lên chiếc tàu thủy Compiègne của hãng thương thuyền Messageries Maritimes bị trưng dụng để chở quân nhân người bản xứ hồi hương về Đông Dương. Cha tôi viết thơ về gia đình kể chuyện trên tàu ông có nhiệm vụ chỉ huy 250 lính người Việt được hồi hương sau thời gian quân ngũ bên Pháp. Đối với ông, đây là một kinh nghiệm mới lạ, lần đầu ông tiếp xúc với người Việt Nam !

Tàu phải đi vòng qua Phi Châu vì kinh Suez đóng cửa do chiến tranh, nên 3 tháng sau mới đến Sài Gòn. Tàu cặp bến ngày 24 tháng 6-1941. Thiếu Úy Jean Caillard chấm dứt nhiệm vụ chỉ huy 250 người lính được hồi hương, được sung vào Trung Đoàn 5 Pháo Binh Thuộc Địa (5è R.A.C. = Cinquième Régiment d'Artillerie Coloniale) có địa bàn hoạt động là Nam Kỳ. Thời gian đầu đơn vị của ông là « Nhóm 2, Giàn pháo 5 » đóng ngay tại Sài Gòn.

Ngay khi đến đây, ông hay tin một số quân nhân gốc từ Nouvelle Calédonie như ông đã được hồi hương từ Pháp về, có ghé Sài Gòn mấy tháng trước. Sở dĩ họ được chính phủ lo cho hồi hương vì khi còn trong trại lính ở Puget, họ không xin giải ngũ mà xin hồi hương, trong khi cha tôi xin giải ngũ, vì lúc đó ông muốn ở lại Pháp tưởng có thể tìm việc làm dễ dàng với bằng cấp của một trường nổi tiếng. Giờ đây biết được trước đó đã có tổ chức hồi hương các quân nhân cùng đơn vị, ông làm đơn xin được hồi hương như những người đi trước, nhưng bị từ chối vì chương trình đã ngưng hoạt động. Ông lại thử con đường khác là làm đơn xin giải ngũ ngay để tìm cách tự túc về Nouvelle Calédonie, nhưng mặc dù đơn vị ông phê thuận trong đơn, Bộ Quốc Phòng vẫn bác. Lý do là ông đã đăng lính 2 năm thì phải thi hành đúng cam kết.

Tôi có trong tay những bức thư cha tôi gửi cho ông nội tôi (địa chỉ ở Nouvelle Calédonie) sau khi đến Sài Gòn, thư cuối cùng đề ngày 2 tháng 11-1941. Sau đó mất hẳn liên lạc, gia đình ở Nouvelle Calédonie hoàn toàn không biết tin tức gì về cha tôi cho tới khi chiến tranh chấm dứt 4 năm sau. Lý do là vì hai thuộc địa Đông Dương và Nouvelle Calédonie đã chọn hai chiến tuyến đối nghịch. Đông Dương vẫn theo chính phủ Pétain ở Vichy, đứng về phe Trục, cụ thể là thân Đức và Nhật, còn Nouvelle Calédonie đứng về phe chính phủ lưu vong của Tướng De Gaulle, theo phe Đồng Minh (Anh Mỹ Nga) nên liên lạc giữa hai thuộc địa bị cắt đứt. Hơn nữa sau vụ Nhật đánh úp cảng Pearl Harbor (Trân Châu Cảng) của Mỹ tháng 12-1941 khiến Mỹ phải nhảy vào vòng chiến, Thái Bình Dương đã biến thành biển lửa.

May mắn là tôi có hồ sơ cá nhân của cha tôi nên biết được phần nào sinh hoạt của ông từ khi mất liên lạc với gia đình.

Cuối năm 1941 ông được thăng cấp Trung Úy. Tháng 11 năm 1942, ông từ giã Sài Gòn, đổi ra đảo Bình Ba (Pháp gọi là đảo Tagne). Chính nơi đây, mẹ tôi sống một thời gian ngắn ngủi với ông vào mùa xuân 1943.

Khi hết hai năm hợp đồng đăng lính, đáng lẽ ông được giải ngũ nhưng vì chiến tranh vẫn tiếp diễn, quân số tại Đông Dương phải giữ nguyên như cũ vì không có người thay, liên lạc giữa mẫu quốc và thuộc địa bị cắt đứt, nên ông phải tiếp tục binh nghiệp không biết đến bao giờ.

Hồ sơ sĩ quan của ông còn giữ những lời phê của thượng cấp. Ông được mọi người công nhận là « sĩ quan Pháo Binh xuất sắc, nhiều năng lực, thái độ chững chạc, hạnh kiểm rất tốt ».

Đầu năm 1944, đảo Bình Ba cũng như toàn vịnh Cam Ranh trao cho Hải Quân bảo vệ, đơn vị của cha tôi trên đảo Bình Ba giải tán. Ngày 27 tháng 2-1944, ông được thuyên chuyển qua Trung Đoàn 4 Pháo Binh Thuộc Địa (4è R.A.C.) trách nhiệm Bắc Kỳ, và đổi ra Lạng Sơn gần biên giới Việt Trung. Lúc đó thành Lạng Sơn (Citadelle de Lạng Sơn) được tăng cường quân số và được củng cố hào lũy để phòng hờ một cuộc tấn công của quân Đồng Minh từ Trung Quốc qua (quân Trung Hoa Dân Quốc của Tưởng Giới Thạch thuộc phe Đồng Minh) đồng thời với một cuộc đổ bộ của quân Đồng Minh lên bờ biển Việt Nam (lực lượng đổ bộ chính là quân đội Hoa Kỳ).

Nhưng rồi cuộc đổ bộ của Hoa Kỳ lên Đông Dương để đánh quân Nhật đã không xảy ra vì Đồng Minh quyết định đánh thẳng vào đầu não của quân Nhật ngay trên nước Nhật. Và thành Lạng Sơn cũng không bị quân Đồng Minh đánh chiếm, ngược lại chính quân Nhật, cho đến lúc đó vẫn là « bạn » mượn đất của Đông Dương để đóng quân, đã lật lọng biến bạn thành thù, đánh úp quân Pháp ở Lạng Sơn cũng như trên toàn cõi Đông Dương trong đêm 9 tháng 3-1945.

Chiều ngày 10, thành Lạng Sơn thất thủ, cha tôi bị bắt làm tù binh cùng hơn một ngàn binh sĩ khác trong vùng. Trong vòng vài ngày sau đó, ông cùng chung số phận với gần 500 tù binh bị sát hại một cách dã man bằng súng, bằng gươm, bằng lưỡi lê, bằng dao găm, bằng cuốc xẻng, xác vứt vào một hố to, tẩm xăng đốt rồi lấp đất lên. Có vài người thoát được như một phép lạ, kể lại sự việc đã xảy ra, nếu không tội ác chiến tranh này chưa chắc đã được biết đến[148].

Năm tháng sau, tháng 8-1945, Nhật đầu hàng, chấm dứt Đệ Nhị Thế Chiến. Nhưng gia đình cha tôi vẫn chưa biết gì về số phận của con em mình.

Qua tháng 10, ông nội tôi phải nhờ một người quen ở Paris viết thư cho Bộ Quốc Phòng hỏi về tung tích của con mình, nhưng không được trả lời.

Bác tôi là bác sĩ Edmond lúc đó vẫn hành nghề bên Pháp, cũng tìm mọi cách để biết tung tích của em. Qua người này mách người kia, ông tìm ra một Đại Úy bạn thân của cha tôi ở Lạng Sơn, bị thương được đưa về điều trị tại Quân Y Viện Val-de-Grâce ở Paris. Tháng 12-1945, ông đến thăm và được biết người Đại Úy và cha tôi đều được giấy đổi lên Lào Kay trong tuần lễ trước ngày đảo chính Nhật. Người Đại Úy đi ngay, ông bị Nhật bắt làm tù binh ở Lào Kay, ở đây không có tù binh nào bị giết cả. Trong khi đó, cha tôi chưa đi ngay được nên còn ở lại Lạng Sơn, bị quân Nhật bắt và giết. Bác Edmond cũng đành phải tin là có số phận.

Gần hai năm sau khi cha tôi mất tích, mới có giấy chính thức báo mất tích của Bộ Cựu Chiến Binh và Nạn Nhân Chiến Tranh, giấy báo số 578.768/A2 ký tại Paris ngày 12-2-1947.

Thêm hơn hai năm nữa mới có giấy báo tử số 578.768 E.C.A2 ký tại Paris ngày 9 tháng 5-1949. Trong giấy này, cha tôi được chính thức ghi « MORT POUR LA FRANCE », « Chết cho nước Pháp », một hình thức vinh danh các chiến sĩ hy sinh vì tổ quốc.

Tại Nouméa, ngay trung tâm thành phố có một khu tưởng niệm chiến sĩ trận vong rất lớn, trên tấm bia ghi tên những chiến sĩ « MORT POUR LA FRANCE » có tên Jean Caillard.

Khu tưởng niệm chiến sĩ trận vong tại trung tâm thành phố Nouméa, Nouvelle Calédonie (hình chụp ngày 20-11-2015)

Tên Jean Caillard trên bia tưởng niệm chiến sĩ trận vong ở Nouméa (hình chụp ngày 20-11-2015)

Tại trường HEC ở Paris, hằng năm xuất bản cuốn kỷ yếu và cho đến ngày nay vẫn có ghi tên những cựu sinh viên từ ngày trường thành lập, trong đó có tên cha tôi : Jean Caillard; tốt nghiệp năm 1937, chết vì tổ quốc.

Cha tôi phục vụ trong quân đội vì bị động viên trong hoàn cảnh chiến tranh, ông không phải là một quân nhân chuyên nghiệp. Khi chiến tranh hoành hành tại Âu Châu, ông chỉ muốn được về nguyên quán ở Nouvelle Calédonie để tránh xa không khí ngột ngạt dưới chế độ Đức Quốc Xã của Hitler áp đặt lên nước Pháp. Không có cách nào về lại quê cũ, ông tình nguyện đi Đông Dương để từ đó tìm cách về Nouvelle Calédonie, dù sao cũng gần hơn là từ Pháp. Không ngờ Đông Dương đã là nơi ông có vợ, có con và cũng là mồ chôn ông một cách thảm thương, chỉ 5 tháng trước khi cuộc đại chiến chấm dứt.

Ôi, số phận một con người !

Tôi ròng rã bao năm trời theo đuổi việc tìm tung tích cha mình mà không biết rằng nhà tôi cũng có những việc làm âm thầm như thế. Tôi chỉ biết việc này sau khi đã tìm ra nguồn gốc gia đình, và qua những lời tâm sự của vợ. Tôi đã yêu cầu và nàng đã viết lại như sau :

**** Tâm sự của Quản Mỹ Lan*

Lần đầu tiên tôi mới biết thương nhớ một người con trai mặc dầu đã trải qua hai lần đính hôn và những lần « đánh tiếng » của những người quen biết với cha mẹ tôi. Những lần đính hôn đó hoặc do cha mẹ hai bên định đoạt với nhau hoặc do những động lực trong gia đình khiến tôi vâng lời cha mẹ nhưng trong tâm hồn mình thì chưa biết thế nào là yêu thương thực sự.

Nhưng lần này thì chính tôi quyết định sau khi trả lời cho mình một câu hỏi là mình có thể rời bỏ cha mẹ, các em để sống suốt đời với người xa lạ này không. Và đây là lần đầu câu trả lời rõ ràng và khẳng định !

Những lần trước cha mẹ tôi hài lòng nhưng các em thì có vẻ không thích lắm có lẽ do tuổi tác khá xa giữa các ông anh rể tương lai và lũ em nhỏ nên tôi cũng không mặn mà trái lại lần này thì tất cả các em đều "hoan hỉ" nhưng cha mẹ và bà cô tôi lại có nhiều điều nghi ngại mà cái nghi ngại lớn nhất là vì anh là một người lai. Theo cha mẹ tôi thì những người con lai thường là những người phá làng phá xóm, những người coi nhẹ tình nghĩa vợ chồng… tóm lại các cụ sợ người lai là người không chung thủy. Ngoài ra người này lại không có "nguồn gốc rõ ràng", có người cha dượng đấy nhưng cha ruột là ai, mẹ là người thế nào không ai biết ! Chưa hết anh lại còn là "con trai Sài Gòn" ! Đây là một yếu tố tâm lý quan trọng vì "Đà Lạt thiếu gì người theo đuổi mà con phải lấy con trai Sài Gòn ! Nếu nó có bồ bịch gì thì làm sao biết được !"

Cậu mợ tôi hết lời khuyên nhủ để tôi không thương anh nữa, tôi không dám cãi lời, chỉ biết khóc !

Thật là trái ngược !

Tôi tự biết mình chưa đủ khôn ngoan để xét người nên đã mang tất cả thư từ của anh đưa cho vị giáo sư dạy Tâm Lý và nhờ Thầy xem người này thế nào. Khi ông trả lại thư và cho biết là « được » thì tôi mới yên tâm. Và cậu mợ tôi hoảng hốt khi tôi "tuyên bố" một câu xanh rờn trong nước mắt "Cậu mợ không cho con lấy người này thì con sẽ không bao giờ lấy ai nữa".

Chính câu nói cương quyết của đứa con gái xưa nay chỉ biết vâng lời đã làm cho ông bà suy nghĩ rất nhiều và bắt đầu tìm hiểu anh là con người thế nào khiến tôi dám nói ra một câu kinh khủng như thế !

Nhờ làm trong văn phòng của trường Adran Đà Lạt, nơi anh theo học trong 10 năm trời nên mợ tôi đọc được các thông tín bạ của anh, đọc được tất cả những lời phê của các giáo sư từng dạy anh. Khi biết anh từ nhỏ đến lớn đều đứng đầu lớp và lời phê của các thầy luôn luôn là những lời tốt đẹp nên hai ông bà hơi yên tâm về vấn đề hạnh kiểm !

Anh lại còn cái may mắn thứ hai đóng vai trò quyết định : đó là ông Khoa Trưởng phân khoa Sư Phạm nơi tôi và em gái tôi đang học lại chính là thầy cũ của anh và là người quen biết xưa nay của hai ông bà.

Chả hiểu anh có "nhờ vả" gì ông thầy không nhưng sau khi ông thầy đến thăm cậu mợ tôi thì tình hình đã thay đổi rõ rệt, anh có thể đến chơi từ sáng đến tối mới về khách sạn, anh có thể mượn xe Lambretta của cậu tôi để đi đâu đó sau khi đưa ông cụ đến sở.

Rồi dần dần anh lấy được cảm tình của bà cô và bố mẹ tôi và mọi việc cứ tuần tự nhi tiến : dạm ngõ, đám hỏi và đám cưới.

Từ sau đám cưới, tôi đã nhen nhúm trong đầu làm thế nào để tìm được ra tông tích bên nội của anh. Ý tưởng ấy cứ mơ hồ khi ẩn khi hiện trong đầu dù tôi không có trong tay bất cứ dữ kiện nào ngoại trừ tờ giấy khai sinh bằng tiếng Pháp và cái tên Jean Gaillard mà ông thầy tôi vốn là thầy cũ của anh vẫn dùng gọi anh cũng như các bạn ở Adran.

Việc anh dạy học thêm ở Marie Curie khiến chúng tôi có nhiều dịp tiếp xúc với những người giáo sư Pháp dạy học tại đó và nhất là sau biến cố 30/4/1975 thì sự giao thiệp với giới chức và những nhân viên làm việc tại tòa Đại sứ sau đổi thành tòa Tổng Lãnh Sự Pháp tại Sài Gòn lại càng thường xuyên hơn.

Trong một lần đến thăm cơ quan FOEFI tại Sài Gòn, tôi đã gặp ông Georges Bazé, hội trưởng, người rất quý người Việt Nam, có lẽ vì vợ ông là người Việt. Dịp này tôi đã nói riêng với ông về hoàn cảnh của anh với hy vọng ông có hồ sơ của những người con lai để rồi qua đó tìm được tông tích người cha chồng. Dĩ nhiên việc ấy không đi đến đâu vì ông không đủ dữ kiện để tìm kiếm.

Khi sống ở Paris, tôi vừa làm trong ngành tin học vừa là cộng tác viên của đài phát thanh VOA (Voice of America, Tiếng Nói Hoa Kỳ) nên có dịp tiếp xúc với nhiều người trong đó có một ông cựu Tướng Pháp, ông Guy Simon. Ông là Chủ tịch hội « Những người cựu Đông Dương (ANAI=Association Nationale des Anciens de l'Indochine) » đã giúp rất nhiều trong việc định cư người Việt tị nạn và được nhiều người quý trọng. Tướng Simon thường xuất hiện trong những sinh hoạt của cộng đồng Việt Nam. Một lần nữa tôi nhờ cậy ông tìm kiếm tông tích bố chồng và vẫn chỉ có thể cung cấp cho ông những chi tiết mong manh. Nên dù với nhiều thiện chí của Tướng Simon, sự việc vẫn không tiến triển được mảy may.

Thời gian sống bên Mỹ khiến tôi tạm quên đi việc tìm tông tích khó khăn này.

Nhưng khi trở lại sống bên Pháp thì việc này cũng trở về trong đầu tôi.

Những bài viết của Bác sĩ Bùi Duy Tâm, cựu Khoa Trưởng Y Khoa Huế, về người cõi âm và việc chính ông đã tiếp xúc, đã chứng kiến tận mắt những buổi nói chuyện rõ ràng giữa thân nhân của ông và những nhà « ngoại cảm » lại làm cho tôi hy vọng nhiều. Trở ngại lớn nhất của tôi là gặp mặt những nhà ngoại cảm đó. Sau hai lần về Việt Nam đều có « vấn đề » nên tôi chả muốn về nơi chôn rau cắt rốn nữa, mà không về thì làm sao gặp được họ để hỏi, thậm chí nói chuyện được với cha nếu tìm ra được ? Đặc biệt là bác sĩ Bùi Duy Tâm còn cho biết những người nào là đáng tin cậy và những người có manh tâm lường gạt hay chỉ là người bịa đặt chứ không có tài cán gì.

Sự may mắn chắc chưa bỏ rơi tôi hoàn toàn. Qua những sinh hoạt trên các diễn đàn, tôi được biết giáo sư Đàm Trung Phán cũng có may mắn trong việc « gặp lại » những thân nhân do các nhà ngoại cảm. Tôi liên lạc với anh Phán nhiều lần qua email với hy vọng biết đâu có nhà ngoại cảm nào đó được ra hải ngoại để tôi có thể gặp họ ? Một mặt theo đuổi công việc « dã tràng xe cát biển Đông », một mặt tôi cầu nguyện và nuôi hy vọng.

Duy chỉ có một điểm tôi không thể « lý giải » được. Đó là theo thuyết của nhà Phật thì con người sau khi chết sẽ đầu thai kiếp khác. Nếu sống đời này mình ăn ở hiền lành, lương thiện, tu thân tích đức thì sau khi hóa kiếp sẽ được trở lại đầu thai làm người. Nếu mình ăn ở bất nhân bạc ác thì sẽ đầu thai làm các con vật dơ bẩn hoặc phải làm lụng vất vả như trâu bò… hay chỉ là con giun, cái kiến…

Nếu tin vào triết lý sống này thì ông bà, cha mẹ chúng ta mất đã lâu, nay chắc đã đi đầu thai hết rồi, đâu còn ở cõi âm để lên gặp chúng ta hôm nay !

Nhưng hy vọng tìm được tông tích cha vẫn âm ỷ trong tôi.

Khi đọc « De Père Inconnu » tôi mới khám phá ra nhiều điều mới lạ về người chồng mình đã gắn bó 46 năm trời mà tôi không hề hay biết vì tôi đã được « biết » một điều hoàn toàn khác về người cha chồng nửa thương nửa oán kia. Khi tôi biết sự thật như trong sách thì niềm hy vọng của tôi càng cao hơn và cũng càng thất vọng nhiều hơn vì một khi nhà tôi đã bỏ bao nhiêu công sức ra tìm kiếm như thế còn không được kết quả nào huống gì tôi chỉ dựa vào những điều mơ hồ, không vin vào được một điều cụ thể nào cả ! Tìm được/tìm không được, bên nội nhận/không nhận… là một trạng thái tâm lý đè nặng lên tôi. Duy có một điều tôi hằng tin tưởng là có những yếu tố di truyền tôi khẳng định là đến từ bên nội.

Tôi đã theo anh đi để hỏi thăm, thu thập tin tức ròng rã mấy chục (hay cả trăm) tòa thị chính (mairie) và một vài nghĩa trang tại miền Nam nước Pháp nơi cất giữ những tài liệu và một số hài cốt của các sĩ quan và binh lính Pháp chết tại Đông Dương trong đó có cả những người chết tại Lạng Sơn. Sở dĩ tìm tại đây trước vì theo lời kể của bà mẹ chồng thì có bà bác chồng sống ở Toulon, miền Nam nước Pháp, không xa Marseille. Chúng tôi tự giao hẹn là sẽ tìm được đến đâu hay đến đấy vì nước Pháp có tới 36.681 communes (đơn vị hành chánh căn bản của Pháp, theo thống kê năm 2014) và nhất là không được thất vọng nếu tìm không được ! Cả hai chúng tôi không khi nào tưởng tượng được là ông sanh ra tại Nouméa, tận Tân Thế Giới !

Thế thử hỏi làm sao tôi không bật khóc ngay khi ông Philippe Lafargue báo tin đã tìm ra hồ sơ của cha chồng tôi !

Người chị con ông bác khi gặp chúng tôi lần đầu đã nói rằng « ông bố chồng tôi cứ để anh tìm kiếm đã đời (!) trải qua bao gian nan, nay ở trên thiên đàng, ông đã hội họp lớn trên đó và quyết định cho anh gặp mặt gia đình vì ông không phải là Người Cha Vô Danh, Père Inconnu như anh nghĩ ».

Ngoài ra khó có lời giải thích nào suôn sẻ hơn !

Và từ đó tôi biết là tôi có một gia đình bên nội của chồng như mọi người phụ nữ khác.

**** Quản Mỹ Lan*

Lời cảm tạ

Quản Mỹ Lan là người bạn đời của tôi từ nửa thế kỷ qua và mãi mãi về sau. Nàng là người khuyến khích tôi rất nhiều để tìm tung tích cha, và hết lòng hỗ trợ tôi viết quyển sách này. Không có lòng nhiệt tình của vợ, chắc khó mà tác phẩm này có thể ra đời vì tôi nghĩ mình sẽ không đủ can đảm để viết một cuốn sách dài như thế. Mỹ Lan còn là người đầu tiên đọc mỗi đoạn tôi mới viết xong để sửa lỗi, để góp ý. Và nàng cũng đóng góp trực tiếp bằng cách viết những cảm tưởng của minh trong một số đoạn.

Cám ơn em thật nhiều!

Và cũng xin cám ơn hai người bạn đã không ngần ngại bỏ thời giờ quý báu cho cuốn sách này. Một là Toàn Bích, ở Pháp, một chuyên viên « nhặt sạn », để bản cuối cùng có thể ra mắt độc giả mà không còn những lỗi đánh máy còn sót lại, mặc dù đã qua việc rà soát cẩn thận của hai vợ chồng tôi. Hai là Tuấn Anh, ở Mỹ, một chuyên viên điện toán đã giúp tôi tạo ra các phiên bản dùng cho iPhone, iPad và Kindle.

Bạt

Cha Vô Danh- Hành trình tìm bản lai diện mục của chính mình (Kim Yến*)

Một cảm giác nghẹn ngào khôn nguôi khi lần dở từng trang sách của Phạm Ngọc Lân. Nghẹn ngào bởi lần đầu tiên, số phận của một con người, của một đất nước được trả về với những gì thật nhất, đau thương nhất của nó, trên hành trình tìm ra bản lai diện mục của mình...

Lịch sử của hai tiếng Việt Nam được cấu thành bởi điều gì ? Bởi lớp lớp chất chồng những cuộc chiến tranh, những kẻ đến, người đi, những cuộc tương tàn... nhưng vì sao giá trị cốt tủy của dân tộc này vẫn được gìn giữ ? Là bởi có rất nhiều những phận người như Phạm Ngọc Lân.

Cậu bé lai có người cha là lính Pháp đã tử nạn trong trận chiến với người Nhật ngay trên quê hương mình khi anh mới tròn một tuổi. 70 năm cậu bé ấy vẫn mãi tìm cha, tìm từ trong bụng mẹ tìm đi... Biết bao gian nan, thử thách, biết bao mất mát khốn cùng hiện lên từng trang sách trong hành trình ấy, để cho ít ra là những đứa trẻ của đời sau sẽ không còn cảm thấy bơ vơ ngay trên đất nước mình...

Mang trong mình hai dòng máu Pháp, Việt, bị hắt hủi, bị ghẻ lạnh, bị trêu chọc ngay từ nhỏ giữa đồng loại. Lớn lên lại phải hứng chịu những trận tản cư, bom đạn liên miên. Đến khi trưởng thành lại bị soi xét, nghi ngờ chỉ vì quá yêu thương đất nước, muốn làm gì đó cho đất nước. Sang Pháp sang Mỹ, lẽ ra yên phận với cuộc đời đầy đủ, nhưng trái tim anh vẫn đau đáu với quê nhà. Những bài viết phản kháng của một con người lãng mạn đến bất khuất ấy đã khiến anh biết bao lần lâm vào khổ nạn. Nhưng rồi anh vẫn viết, vẫn mải miết đi tìm cho bằng được cái chân dung thực sự của dân tộc mình.

Chân dung ấy hiển hiện dần qua từng ngày sống, qua những lằn ranh của cái chết mỏng manh, qua những thử thách khốn cùng, trong những cơn lốc của lịch sử. Từng là lính cộng hòa, từng ở tù "cải tạo", ra đi chẳng biết ngày về... đến con đường tìm về nguồn cội, đấu tranh cho dân chủ... Trong cái rủi có cái may, chính những ngày sống xa quê hương lại là lúc anh nhìn thấy mình rõ nhất, điều đó đã giúp anh thay đổi thế giới quan, thoát khỏi sự giáo điều, sự dối trá, để thấm thía hơn ai hết những biến cố đau thương của lịch sử dân tộc và gia đình, những mất mát trong đời sống con người và văn hóa Việt.

Mỗi sinh linh được đầu thai để có mặt nơi thế gian này đều có lý do của nó, đó là một nghĩa vụ mà mỗi người đều phải trải qua để chứng tỏ sự hiện diện của mình không phải là một sự ngẫu nhiên hay tình cờ. Phạm Ngọc Lân là một người như vậy. Anh được chọn để kể về những căn nguyên đã dẫn đến sự gắn bó giữa tinh thần, văn hóa, văn minh của người Việt với nền văn hóa, văn minh Pháp.

Nhưng đã cả một thời gian quá dài chúng ta chối bỏ nó. Chúng ta đập phá những công trình kiến trúc thời thuộc địa Pháp, chúng ta đốt hết những sách vở giấy tờ liên quan đến nền văn minh Pháp, chúng ta hắt hủi những em bé đã sinh ra trên đất nước này chỉ vì gương mặt em không giống người Việt, để cuối cùng đứa con ấy phải tha phương, và tìm thấy tung tích của cha mình trong một văn khố Pháp. Điều đó không do chiến tranh, không do hoàn cảnh kinh tế, mà do ý thức hệ tạo ra…

Trả lại cho lịch sử giá trị mà nó vốn có, chỉ đơn giản là con đường tìm ra sự thật. Chính sự thật là cái đẹp đã tạo nên sức hút của tác phẩm Cha Vô Danh, dù nó có nhức buốt, có nghẹn ngào đến cỡ nào. Không chối bỏ dòng máu Pháp chảy tràn trong huyết quản, hình ảnh tác giả trong cuộc hội ngộ với đại gia đình của cha trước bia tưởng niệm của bác sĩ Edmond Caillard – anh cả của cha mình – ngày 20/6/2015 là một biểu tượng thật đẹp cho sự hàn gắn, sự làm lành, sự buông bỏ, để kiến tạo một tương lai mới…

Trong chiến tranh, chẳng dân tộc nào hạnh phúc. Dù người Pháp hay người Việt, nỗi mất mát, oan khiên vẫn đè nặng hai vai, ngay cả khi cuộc chiến kết thúc, vết thương vẫn chưa lành miệng. Cuộc sống rồi vẫn trôi chảy đi với bao lo toan và phiền muộn, nhưng sự nỗ lực, quyết tâm đến cùng của Phạm Ngọc Lân trên con đường lặng lẽ, cô quạnh của mình, cách tìm kiếm vừa khoa học và lối tư duy khúc chiết cùng một trái tim đắm đuối đã thực sự khiến cho người đọc vừa xúc động, vừa ngưỡng mộ.

Ai mà ngờ được mối tình thật ngắn ngủi của cha mẹ anh đã gieo duyên cho một cuộc hành trình thế kỷ. Từ thời khắc thiêng liêng đó, khi một đứa bé sơ sinh cất tiếng khóc chào đời cho đến khi mái đầu điểm bạc, Phạm Ngọc Lân đã thay chúng ta để đi tìm khuôn mặt của chính mình với biết bao kỷ niệm, ký ức chất chồng như máu ứa, làm nên một diện mạo thiêng liêng mà không có một thể chế nào, một nền chính trị nào có thể bôi xóa được. Nỗi day dứt của anh cũng chính là nỗi day dứt của bao nhiêu con người trên đất nước này.

Mỗi chúng ta đều được nuôi dưỡng trong cái nôi gia đình, của môi trường văn hóa và xã hội, sâu xa hơn trong sự di căn từ muôn kiếp trước. Mọi sự hòa giải và hóa giải chỉ hiện thực khi tất cả chúng ta ý thức được trách nhiệm của mình, buông bỏ nỗi đau riêng để hướng đến cái chung trong vòng tay mở rộng bao dung.

Khi một người chồng đột nhiên mất đi người vợ yêu dấu, một người vợ phải xa rời chồng sau thời gian ngắn ngủi gắn bó, một đứa con ngay từ khi sinh ra đã không được gọi đúng tên mình, làm thế nào để đi nốt một cuộc hành trình vô tận trong sự thanh thản yên bình ? Tìm lại bản lai diện mục của mình để buông bỏ nỗi đau, để chữa lành cho chính mình và chữa lành cho người khác, bởi chúng ta không thể hạnh phúc khi tự đánh mất mình trong nhân loại.

Hành trình dài đi tìm lại gương mặt mình của Cha Vô Danh cũng chính là hành trình đi tìm chân lý. Đó không chỉ là bi kịch của một cá nhân mà là số phận của một dân tộc. Một số phận lịch sử mà không phải ai cũng muốn nhắc lại. Cuộc sống chỉ có thể hồi sinh khi chúng ta biết buông bỏ và hàn gắn những mất mát của quá khứ, để cùng nhau đi về tương lai.

Kim Yến

** Kim Yến tốt nghiệp Đại học Tổng hợp Văn TP HCM năm 1981. Tác phẩm đầu tay, tập truyện ngắn Cỏ Đêm, là những câu chuyện nhỏ về tình yêu và nỗi cô đơn. Sau bao vật lộn với mưu sinh, số phận lại dẫn Kim Yến sang nghề báo : Doanh nhân Sài Gòn, Sài Gòn Tiếp Thị, Theleader... Tác phẩm "48 cuộc trò chuyện về giá trị sống" là những cuộc trò chuyện với người đương thời, với cái nhìn phản biện, trung thực, đầy chất nhân văn trên con đường tìm lại những giá trị sống đích thực của chính mình, của dân tộc mình.*

Vài cảm nghĩ

Nhận xét của Bùi Minh Quốc*

Cuộc đời của Phạm Ngọc Lân, một người có mẹ Việt cha Pháp nhưng không biết cha, được kể bằng một ngòi bút chân thực, bình dị và kết hợp rất công phu với những tư liệu chính xác trong cuốn **"Cha vô danh"** khiến tôi đọc đầy hứng thú, vừa đọc vừa không khỏi liên tưởng và suy ngẫm về cuộc đời mình (tôi sinh trước Phạm Ngọc lân 4 năm, có thể coi như cùng thế hệ). Điều mà tôi chắt lọc lại qua những gì Phạm Ngọc Lân kể càng củng cố vững chắc và sâu bền hơn trong tôi cái niềm tin cố hữu rằng sự kết hợp nhuần nhuyễn những tinh túy văn hóa Việt, Pháp (và phương Tây) là một sức mạnh lớn lao và trường cửu đưa con người và đất nước Việt Nam thoát khỏi mọi hệ lụy bi thảm của quá khứ và hiện tại để đi tới một tương lai tốt đẹp.

Khi nói về cái "hậu vận" tươi sáng của mình, Phạm Ngọc Lân thường nghĩ tới ân đức và hồng phúc của cha mẹ ông bà tổ tiên khiến tôi không thể không nghĩ tới lời của Nguyễn Trãi trong Bình Ngô đại cáo khi nói về mệnh nước *"giang sơn từ đây đổi mới", "càn khôn bĩ rồi lại thái" "âu cũng nhờ trời đất tổ tông linh thiêng đã lặng thầm phù trợ"*. Đại nghĩa nhất định thắng hung tàn, vận mệnh quốc gia là thế, mà với mỗi con người hình như cũng thế.

**Bùi Minh Quốc là nhà thơ, sinh năm 1940, nổi tiếng ở Hà Nội từ thời chiến tranh. Năm 1967 tình nguyện đi B vào Nam, năm sau vợ là nhà văn Dương Thị Xuân Quý cũng đi, cùng công tác báo chí tại vùng Quảng Nam, chẳng may vợ bị tử trận ở Duy Xuyên. Năm 1975 ông làm Phó Chủ tịch hội Văn Nghệ tỉnh Quảng Nam-Đà Nẵng, tổng biên tập tạp chí Đất Quảng, năm 1987 vào Đà Lạt lập hội Văn Nghệ Lâm Đồng. Năm 1989 bị khai trừ Đảng, rồi hai lần quản chế vì chính kiến bất đồng với lãnh đạo. Hiện nay, ông là thành viên Hội Nhà Báo Độc Lập Việt Nam, thành lập năm 2014, sau 4 năm giữ chức vụ Phó Chủ Tịch. Trong những bài thơ nổi tiếng nhất của ông, phải kể "Bài thơ về hạnh phúc", "Có khi nào".*

***

Lời bình của Hà Sĩ Phu*

Như một nghiệp dĩ, con cái và cha mẹ cứ phải tìm nhau, tìm ra nhau cho kỳ được mới an lòng, mới sống yên được. Tìm làm gì ? Không nhất thiết vì lo lắng cho nhau, hay cần hỗ trợ nhau. Trước hết phải tìm để biết. Cái NHÂN phải biết cái QUẢ của mình tạo ra, cũng như cái QUẢ phải tìm cho được cái NHÂN đã tạo ra mình.

Nhưng quan hệ Nhân Quả này có cơ chế phân tử (molecular mechanism) của nó. Cái "lõi" của mỗi con người thực ra chỉ nhỏ đến mức độ phải dùng kính hiển vi điện tử, đó là phân tử DNA. Còn toàn bộ cái cơ thể nặng tám chín mươi cân chỉ là cái xác, cái vỏ để chứa đựng và bảo quản cái "lõi" nhỏ xíu kia. Kỳ diệu thay, sự tìm nhau ấy vốn là quy luật của thế giới Phân tử : một phân tử DNA đặc hiệu luôn khát khao được đối diện với cái nơi chứa phân tử DNA cũng đặc hiệu như mình, liên quan đến mình bằng cơ chế phân ly và tổ hợp, như thể những sóng cùng tần số phải bắt tín hiệu để cộng hưởng với nhau vậy. Cơ chế này là thiêng liêng và huyền bí, trời sinh ra thế.

Khi viết « De Père Inconnu » tôi tin chắc Phạm Ngọc Lân cũng chỉ muốn bày tỏ hết tấm lòng và quá trình tìm kiếm tận lực người cha của mình mà không có kết quả (như ông đã viết "đã làm hết cách nhưng vẫn không tìm ra").

Tác giả không thể ngờ rằng nguyện vọng thiêng liêng ấy của mình lại có thể được đền đáp : qua bao nhiêu ngẫu nhiên liên kết với nhau như có một đấng thiêng liêng nào đó xếp đặt, cuối cùng những phân tử DNA đặc chủng của dòng Caillard xứ Nouvelle Calédonie lại tìm ra nhau ! Khát khao thiêng liêng lại được sức mạnh của Thiêng liêng đền đáp. Không có một logique khoa học trần tục nào có thể cắt nghĩa được những chuỗi ngẫu nhiên như vậy.

Là một người bạn của Phạm Ngọc Lân – Quản Mỹ Lan tôi chỉ biết chia sẻ nỗi vui mừng mà những người ruột thịt ấy đã tìm ra nhau, chính nhờ một cuốn sách mà lúc đầu chỉ nhằm trần thuật những tâm tư của mình trong... vô vọng ! Kỳ diệu thay !

**Hà Sĩ Phu (tên thật : Nguyễn Xuân Tụ), sinh ngày 22 tháng 4 năm 1940 tại huyện Thuận Thành, Bắc Ninh là một tiến sĩ khoa học tự nhiên và một nhà văn. Ông bất đồng chính kiến với chính phủ Việt Nam và là một trong bốn thành viên ban đầu của Nhóm Thân hữu Đà Lạt (ba người kia là Mai Thái Lĩnh, nhà thơ Bùi Minh Quốc và nhà văn Tiêu Dao Bảo Cự).*

***

Một chuyện đời và một con người trung thực (Tiêu Dao Bảo Cự*)

Là một người khá gần gũi với tác giả, tuy chỉ trong vài khoảng thời gian, nhưng với vị trí gần như "người trong cuộc", tôi xin ghi lại vài nhận xét về cuốn sách Cha Vô Danh và về tác giả, qua những chi tiết chưa được nhắc đến hay muốn nhấn mạnh hơn một số điều đã được viết trong sách.

Nhận xét về cuốn sách, ở đây là chuyện kể một đời người, cũng phản ánh tính cách của chính tác giả, có thể là một thí dụ tiêu biểu về cách nhận định "văn tức là người".

Phương pháp làm việc: tỉ mỉ, chính xác, khoa học.

Trước tiên tác giả dựa vào trí nhớ, dù trí nhớ rất tốt cũng không thể nhớ hết mọi chuyện, tác giả đã dựa vào thư từ, hình ảnh, nhật ký (một thói quen tốt của tác giả, nhất là trong những hoàn cảnh có nhiều sự kiện). Với những biến cố lịch sử, tác giả kết hợp những điều tai nghe mắt thấy với những tư liệu lịch sử được lưu giữ trong các thư viện, văn khố chính thức của Việt Nam, Pháp, Mỹ. Trong điều kiện không trực tiếp tham khảo được, tác giả đã nhờ chúng tôi (em gái và tôi là em rể) vào các thư viện ở Sài Gòn xin chụp ảnh các bài báo cũ sau 30/4/75 để "nói có sách, mách có chứng", điều không phải ai cũng làm được. Đối với cảnh vật, tác giả đã tìm mọi cách đi đến tận nơi, sờ mó vào hiện vật, đọc các văn bia, ghi chú cẩn thận hoặc ít ra nhờ chúng tôi chụp hình để nghiên cứu.

Tất cả mọi việc đều được trình bày một cách chính xác, không thiên kiến, không để cảm xúc hay quan điểm của mình chi phối hiện thực. Nhờ thế tác phẩm có thể bảo đảm yếu tố chân thực trong đời riêng cũng như trong các biến cố lịch sử.

Viết và sống đều say mê.

Tác giả không phải là nhà văn nhưng khi quyết định viết một cuốn sách về đời mình, tác giả đã để ra hàng chục năm để sưu tập tư liệu và miệt mài viết, bằng tiếp Pháp rồi bằng tiếng Việt. Đối với bản tiếng Việt, dù tác giả từ nhỏ học trường Tây nhưng đã viết tiếng Việt lưu loát, bằng một văn phong trong sáng, từ ngữ, văn phạm chính xác. Bất cứ điều gì nghi ngờ, tác giả cũng tìm hỏi hay tra cứu cẩn thận.

Sự say mê hầu như có ở tất cả mọi lãnh vực mà tác giả theo đuổi. Từ việc học cho đến các bộ môn nghệ thuật, đặc biệt môn tây ban cầm cổ điển mà tác giả đã đạt đến trình độ có thể đi biểu diễn độc tấu nhiều nơi. Có thời gian ở chung nhà với tác giả, chúng tôi đã chứng kiến hàng ngày, mỗi khi đi làm về, việc đầu tiên là anh cầm lấy cây đàn lên chơi nhạc trước khi làm bất cứ việc gì khác.

Thái độ trung thực.

Viết hồi ký về chính đời mình tất nhiên không tránh khỏi sự chủ quan, điều đó tất yếu. Nhưng trung thực là không nói khác đi với những gì thực sự đã có, không che giấu, nói tốt hơn hay xấu đi vì những lý do không trong sáng. Đặc biệt với những vấn đề chính trị mà trong chế độ này sự trung thực đôi khi là một nguy cơ. Có lần, từ nước ngoài về, sau khi đã bị xem là "thành phần phản động chống đối nhà nước" do hoạt động báo chí, lúc được phép đi Đà Lạt, công an nói không được gặp gỡ những người bất đồng chính kiến trên đó, anh đã trả lời nếu lên Đà Lạt, dứt khoát phải thăm họ vì họ là bạn bè đã cùng chia sẻ nhiều điều tâm huyết. Và anh đã làm như thế, bất chấp hậu quả có thể xảy đến. Lần khác, trong khi bị thẩm vấn, anh biết là đã "vi phạm pháp luật Việt Nam" nhưng anh cho điều anh làm là đúng đắn theo lương tâm và nhận thức, không gây hại cho đất nước, dù bị cho là trái với những quy định của pháp luật hiện hành. Sau khi có quyết định trục xuất, anh được yêu cầu về Pháp phải thay đổi quan điểm, lần sau mới được về, anh dứt khoát không chấp nhận dù anh có thể nói dối cho qua chuyện. Anh nói thẳng quan điểm có thể thay đổi, vì không có gì bất biến nhưng đó là do tự thân anh thay đổi chứ không phải theo yêu cầu của công an. Thái độ đó đã khiến một sĩ quan công an thừa nhận anh có phong cách của một "gentleman".

Lãng mạn.

Cách làm việc của một nhà khoa học và bề ngoài nghiêm túc không mâu thuẫn với một tâm hồn lãng mạn và phong cách sống phóng khoáng. Lái xe Vespa đi về

300 cây số để thăm người yêu. Với cây đàn guitar – vật bất ly thân – anh có thể thức thâu đêm đàn hát với bạn bè, người thân hay người đồng điệu vừa gặp gỡ. Đem đàn đến hát bài "Lòng mẹ" bên mộ mẹ vừa mới mất mà anh chưa kịp gặp trước khi mẹ qua đời vì trước đây anh chưa có dịp hát cho mẹ nghe trọn vẹn bài hát này. Ngay cả khi đang chờ đợi căng thẳng ở sân bay lúc chờ công an thẩm vấn, anh vẫn lấy đàn ra chơi, các công an đang làm nhiệm vụ ở đó cũng phải lắng nghe và tỏ vẻ thán phục.

Dấu hỏi lớn trong cuộc đời.

Dù có thân phận đặc biệt của một người con lai, anh có nhiều may mắn hơn 12 người em cùng mẹ khác cha của mình trong việc học, và thành đạt trong nghề nghiệp. Tuy nhiên chỉ riêng anh mới có câu hỏi đau đáu suốt đời cha mình là ai. Cuộc tìm kiếm rất lâu dài, trải qua nhiều hi vọng và tuyệt vọng nhưng cuối cùng cũng kết thúc có hậu. Thật lạ lùng và đáng ngạc nhiên khi sự tìm kiếm nhiều lần lạc hướng chỉ vì một cái phẩy trong một chữ của họ người cha : Gaillard thay vì Caillard. Tuy biết họ của cha anh là Caillard nhưng khi làm giấy tờ, anh không được mang họ cha vì không có sự thừa nhận, nên vì lòng nhân đạo, tòa án đã cho anh một cái họ chỉ đổi đi một chút, thành Gaillard. Một sự thực nhưng không phải là sự thực. Một chút sai lệch đã đưa đến cuộc tìm kiếm cả một đời người. Một sai lệch nhỏ trong cuộc sống một con người nhỏ bé giữa một thời kỳ mà lịch sử hỗn mang còn biết bao bí ẩn và góc khuất. Nói chi đến những sự thực lịch sử bị cố tình che giấu, làm sai lạc hay dựng lên một cách giả dối.

Với cuốn sách Cha Vô Danh, người đọc có thể lần dõi theo cả một đời người với vô vàn chi tiết sống động, lồng trong bối cảnh của thời kỳ lịch sử Việt Nam qua hai cuộc chiến tranh cho đến tận gần đây. Từ đó người đọc không thể không hồi tưởng về chính đời mình và tự tìm kiếm câu trả lời cho những câu hỏi của đời mình mà mỗi người đều có.

**Tiêu Dao Bảo Cự là nhà văn tự do, hiện sống ở Đà Lạt. Những tác phẩm chính : Nửa đời nhìn lại (nxb Thế Kỷ 1994, Hoa Kỳ, nxb Văn nghệ tái bản 1997) ; Hành trình cuối đông (nxb Văn Nghệ 1998) ; Trên cả hận thù (nxb Văn Học, 2004) ; Mảnh trời xanh trên thung lũng (nxb Văn Mới, 2007) ; Tiếng chim báo bão (nxb Tiếng Quê Hương, 2010) ; Trên đỉnh thanh xuân (nxb Trẻ, 2012). Nhiều bài chính luận đăng tải trên các tạp chí và trang web Thông Luận, Diễn Đàn, Hợp Lưu, Người Việt, Thế Kỷ 21, Cánh Én, Đối thoại, Đàn Chim Việt, Dân Làm Báo,Talawas, Bô xít, Dân Quyền, Văn Việt…*

***

Từ De Père Inconnu đến Cha Vô Danh (Thân Trọng Sơn*)

1. Cha Vô Danh

Nhan đề phụ là "Chuyện kể cuộc đời một người Việt lai Pháp", từ lúc mới sinh ra (1944) cho đến lúc tác giả hoàn thành tác phẩm (2018). Tất nhiên, cuộc đời một người gắn liền với thời đại và nơi chốn anh ta sống, liên quan đến thân nhân, bạn bè, đồng nghiệp, láng giềng… tất cả những người quen biết cùng sống với anh ta. Tuy thời gian kéo dài như thế, với số lượng nhân vật đông đảo như thế, tác giả vẫn lôi cuốn người đọc bằng sự chọn lọc tinh tế những chi tiết được kể, bằng giọng văn nhẹ nhàng, giản dị mà không kém trau chuốt, bóng bẩy. Kể chuyện đời mình, tác giả không theo trình tự thời gian, lớp lang sau trước, mà theo dòng cảm xúc dẫn dắt người đọc từ một việc gần đây bỗng thụt lùi hai ba chục năm trước hoặc ngược lại. Kể chuyện đời mình, ít nhiều tác phẩm có tính chất một tự truyện, nhưng người đọc nhiều lứa tuổi, trình độ hiểu biết và nền tảng văn hoá khác nhau vẫn hào hứng theo dõi khi tác giả công bố dần dà (theo nhịp độ viết) trên Facebook và Blog cá nhân, mỗi lần một đoạn theo kiểu viết feuilleton. Và hẳn ai cũng mong thấy tác phẩm được xuất bản để có thể đọc liền mạch, khỏi thấp thỏm chờ đợi.

Cuối năm 2018, tôi may mắn được đọc "bản in thử", hơn 400 trang trên cỡ giấy A4. Không đủ thời gian và trình độ để viết một review đầy đủ, tôi xin ghi lại đây đôi điều cảm nghĩ từ một người đọc trân trọng công sức và tài năng người viết.

Điều đáng nói đầu tiên là bất cứ ai đọc tác phẩm sẽ không khỏi ngạc nhiên và thán phục trước trí nhớ phi thường của tác giả : anh nhớ và kể lại tường tận tất cả những gì xảy ra từ thời đi học, tiểu học và trung học, tại Hà Nội và Đà Lạt, với đầy đủ thầy và bạn, chuyện học hành, vui chơi, giải trí. Sau đó là chuyện tốt nghiệp đại học, công việc làm, những biến cố của cuộc đời đi kèm biến cố lịch sử đất nước từ năm 1975, chuyện đi định cư ở Pháp rồi những chuyến về lại quê hương từ hơn hai mươi năm nay. Trí nhớ đó được sự trợ giúp hữu hiệu của hình ảnh và ghi chép mà không hiểu sao anh lưu giữ tài tình đến thế. (Chỉ tiếc là ba tập vở học trò anh ghi chép tháng ngày "học tập cải tạo" đã bị thất lạc dù đã được gởi sang Pháp – nếu không sẽ là những trang viết quý giá.)

Đấy là những chuyện liên quan trực tiếp đến chính anh, còn chuyện của các nhân vật khác, có ảnh hưởng lớn đến cuộc sống của anh thì anh dùng thủ thuật "chuyện kể của nhân vật" để ghi nhận sự kiện. Có ba nhân vật chính đã kể chuyện kiểu này : người mẹ, bà ngoại và người cha dượng. Anh đã viết về bà mẹ qua các đoạn 2 (Cô gái mồ côi hận đời - 1934), đoạn 3 (Phải chăng là bốc đồng - 1943), nhảy qua vài đoạn để trở lại với đoạn 11 và 13. Qua chuyện kể của bà mẹ, anh đã dựng lại những chi tiết cặn kẽ về cuộc đời đầy sóng gió và gian truân của người thân yêu nhất của anh. Đọc những trang này, người đọc có thể thấy rằng ngoài lời kể chuyện của nhân vật, thấp thoáng có sự can thiệp của tác giả, tức là sử dụng thủ pháp "nhân vật-người kể chuyện", personnage-narrateur, xen kẽ với "tác giả-người kể chuyện", auteur-narrateur. Điều này rõ ràng hơn với "chuyện kể của cha dượng", suốt những đoạn 8, 9 và 10. Kể chuyện gia đình vào những năm chiến tranh (từ 1945), rồi chuyện tản cư, hồi cư, anh say sưa nói rất dài (về đảo chính Nhật, cách mạng tháng tám, các đảng phái chính trị, các nhân vật lịch sử Bảo Đại, Hồ Chí Minh…) Tất nhiên tôi hiểu thiện ý của anh muốn lồng câu chuyện đời mình trong bối cảnh lịch sử, giúp người đọc hiểu thêm về một giai đoạn cần được tìm hiểu và giải thích từ nhiều góc nhìn khác nhau. Nhưng nói nhiều như thế làm cho ý nghĩa của chuyện kể của cha dượng giảm bớt phần đáng tin (vraisemblable). Giá mà anh lược bớt đi, để dành phần lớn chi tiết cho phần ghi chú ở cuối sách !

Phần này là những ghi chú lịch sử, địa lý và văn hoá. Trong bản in thử, anh đã dành ra 33 trang chữ nhỏ để viết đến 149 ghi chú, giải thích nhiều vấn đề khác nhau về ba lĩnh vực nói trên, căn cứ vào những tư liệu, chứng cứ và tham khảo phong phú từ nhiều nguồn đáng tin cậy, đặc biệt là những nguồn khó tiếp cận, mà bằng kinh nghiệm của một người từng làm công tác nghiên cứu để viết luận án muốn chia sẻ với độc giả. Ghi chú liên quan đến địa lý, giải thích các địa danh nổi tiếng và chưa nổi tiếng, Hà Đông, Hà Nội, Lạng Sơn, Ban Mê Thuột, Đèo Cả, Sông Gianh, Bà Điểm… Ghi chú về lịch sử phong phú hơn và đầy bất ngờ, từ các nhân vật lớn (Bảo Đại, Hồ Chí Minh, Ngô Đình Diệm, Vua Thành Thái, Trương Vĩnh Ký, Yersin, Alexandre de Rhodes, Kennedy, Nguyễn Văn Thiệu…) đến các sự kiện quan trọng (về thời Đệ Nhất, Đệ Nhị Cộng Hoà, các cuộc đảo chính, phong trào đấu tranh đô thị, hiệp định Paris, Mặt trận Dân tộc giải phóng miền Nam…) và bao nhiêu việc lớn nhỏ khác. Ghi chú về văn hoá, các danh nhân, nhạc sĩ, các ca khúc, chữ Nôm, chữ Quốc ngữ…). Thật lạ lùng, không thiếu một thứ gì, bằng những lời giải thích ngắn gọn, súc tích, đủ để thoả mãn sự tò mò muốn tìm hiểu của người đọc.

Phần chú thích này có thể được đọc độc lập, tách khỏi cuốn truyện, mà không hề nhàm chán.

Tách phần chú thích ra, để dành thời gian mà đọc chính tác phẩm 74 đoạn, không theo kiểu đọc ngấu nghiến, mà thong thả nghiền ngẫm từng đoạn một, để thưởng thức, hồi hộp, ngạc nhiên, bật cười rồi lắng đọng, chìm trong tận cùng cảm xúc qua phận người lận đận, vận nước nổi trôi, tất cả qua ngọn bút tài hoa của người dược sĩ, thầy giáo, nhạc sĩ, ca sĩ “thấm nhuần hai nền văn hoá Việt - Pháp”.

74 đoạn này có thể có thêm một nhan đề phụ nữa là : Chuyện kể cuộc truy tìm tung tích người “cha vô danh”, công việc mà nhân vật chính, cũng là tác giả, đã thực hiện từ lúc ông mới đặt chân sang đất Pháp, có lúc gián đoạn, rồi lại tiếp tục và kết thúc trong tuyệt vọng khi ông nhận được câu trả lời của cơ quan lịch sử quân đội Pháp là không thể tìm ra hồ sơ cá nhân của người ông muốn tìm (tháng 11/2008). Cuối cùng, tác giả phải ngậm ngùi thốt lên : “Cha tôi không muốn cho tôi biết ông là ai, ông muốn tiếp tục là người cha vô danh.” (kết thúc đoạn 74).

Lẽ nào điều đó lại xảy đến với một người nặng tình quê hương, thiết tha gắn bó với gia đình, một người xa quê lâu năm lúc có dịp trở về là làm ngay các cuộc “hành hương” về với kỷ niệm, nơi sinh ra, nơi sống những ngày tuổi thơ xa lơ xa lắc ?

Nếu đây là một tác phẩm hư cấu, độc giả mong muốn có một happy ending, một cái kết có hậu hơn. Còn nếu đây là chuyện kể “về những người có thật đã sống trên đất nước Việt Nam” thì độc giả lại càng mong muốn công sức của người truy tìm phải được đền đáp, sự thiệt thòi mất mát của người có lòng phải được bù đắp. Cho hợp lẽ trời, cho thuận lòng người!

Đọc hết 74 đoạn, độc giả tưởng chừng sẽ gấp sách lại với tâm trạng ngậm ngùi như chính tác giả với câu cảm thán nhắc đến bên trên.

Nhưng mà KHÔNG!

Tiếp theo sau đó còn có mấy trang nữa, tác giả không ghi đoạn 75 mà là LỜI CUỐI. Và đây là bất ngờ thú vị không hề chờ đợi, không thể tưởng tượng nổi, dành cho mọi người. Đến lúc hầu như không còn chút hy vọng gì và đành chấp nhận bỏ cuộc thì anh được người có trách nhiệm ở kho lưu trữ, sau khi tìm kiếm, chính thức báo tin "Tôi tìm ra hồ sơ cá nhân của cha ông rồi." Đây là thông tin chính xác tuyệt đối, nhờ đó anh đã lần theo dấu vết người cha, tìm ra lai lịch, quê hương, gia đình, và nhờ những hình ảnh, kỷ vật gia đình lưu giữ, anh đã dựng lại tiểu sử người thân của mình, đã tìm gặp gia đình, chú bác, anh chị em họ. Và thuyết phục hơn hết thảy là anh đã công bố ảnh của người cha lúc 25 tuổi và ảnh chính tác giả tức là người con, lúc 24 tuổi. Cùng một khuôn mặt, mũi miệng mắt trán giống hệt nhau !

Đoạn "lời cuối" này là những trang viết cảm động nhất, gây ấn tượng mạnh nơi người đọc.

2. De Père Inconnu

Chuyện kể về đất nước Việt Nam nửa sau thế kỷ XX.

Cuốn sách tiếng Pháp, ra đời trước, có nhan đề phụ như trên, tức là khác với phiên bản tiếng Việt, đơn giản vì đối tượng nhắm đến hoàn toàn khác (thế hệ trẻ người Việt sống ngoài nước, giúp họ hiểu thêm quê hương của tổ tiên mình).

Vẫn là câu chuyện truy tìm tung tích người cha vô danh được tác giả thuật lại trong bốn phần, anh gọi là hồi (acte), hồi 1 ngay đầu sách, ba hồi còn lại dồn hết vào phần cuối. Còn lại là những chuyện kể, được trình bày như những chương (chapitre) tương đối ngắn, có thể đọc riêng rẽ.

Cũng do đối tượng độc giả được xác định như thế nên trong 500 trang của cuốn sách, tác giả luôn lưu tâm nhắc đến, giải thích, có khi bình luận, những vấn đề về văn hoá Việt Nam, bên cạnh những sự kiện lịch sử tất nhiên không thể thiếu. Anh nói về truyền thống dân tộc, việc thờ cúng tổ tiên, tình cảm gia đình, quan hệ láng giềng, làng mạc... Rất thú vị khi đọc về Tết cổ truyền, bánh chưng, bánh tét, các loại mứt (trang 168, 169), thậm chí cả rau muống luộc (t. 122), tiết canh vịt (t. 123). Rồi các quan niệm về hôn nhân, chuyện môn đăng hộ đối (t. 35), hôn nhân khác tôn giáo, các nghi thức hôn lễ (t. 36). Làm sao giải thích khái niệm "làm dâu" cho một bạn trẻ Pháp gốc Việt hiểu ? Anh nói giản dị : "Vivre avec la grande famille du mari pour la servir en tant que bru". Thật tài tình mấy chữ "pour la servir" !

Anh không bỏ lỡ cơ hội để giải thích mọi chuyện lớn nhỏ, "xe ôm" chẳng hạn. Thật khó, phải không ? Anh phải dịch, littéralement, "véhicule où il faut enlacer", "véhicule où il faut serrer dans ses bras". Vậy thôi ! (Tôi đề nghị thêm vào moto-taxi).

Ngay cả chuyện tình yêu, anh cũng nhìn bằng con mắt dân gian. Chương "Peut-on résister au destin?" trang 209, ngoài chuyện học hành thi cử ở đại học là chuyện anh tình cờ gặp cô gái ở Sài Gòn, khi anh đi dạy kèm về tình cờ đi ngang chỗ nàng tạm nghỉ trong lần từ Đà Lạt về chơi. Gặp rồi nói chuyện, nhận ra đã quen biết, thư từ qua lại sau đó, và bén duyên nhau. Trước đó nhiều năm, cả hai cùng sống ở thành phố hoa, có lúc là láng giềng khi cùng ở trên đường Graffeuil, nàng đã có lần đi xem anh đấu bóng chuyền, vậy mà chưa một lần gặp gỡ chuyện trò. Còn lần này thì tình cờ quá đỗi mà nên vợ nên chồng. Anh nói chỉ là "duyên số" thôi !

Những điều bên trên là dành cho bạn đọc ham hiểu biết, còn những người yêu văn chương lại có mối quan tâm khác. Và họ không khó khăn để nhận ra nét chủ đạo của ngòi bút Phạm Ngọc Lân. Kể chuyện nửa thế kỷ, đầy ắp sự kiện, ngồn ngộn biến cố, anh vẫn không quên cốt lõi tác phẩm là nhân vật chính anh nêu ngay trong nhan đề sách. Dấu ấn của nhà văn có tài là việc chọn lọc CHI TIẾT, tưởng là nhỏ nhặt, thoáng qua, nhưng thực ra là điểm mở nút thắt (dénouement) tài tình.

Anh ra đời trong hoàn cảnh nào ? Trong các chương "Récit d'une mère", anh để bà mẹ thuật lại cuộc đời đầy sóng gió từ lúc mới sinh, nhắc đến ông bà ngoại, tuổi thơ vất vả, tình yêu dang dở, cuối cùng, qua sự giới thiệu của bạn, chấp nhận làm quen, đồng ý kết hôn sau khi gia đình nhận lễ vật của một sĩ quan Pháp dù chỉ mới trao đổi thư từ, hình ảnh. Bằng một quyết định bất ngờ (anh gọi là coup de tête), bà một thân một mình tìm đến với chàng trai trên một hòn đảo nơi chưa hề nghe tên. Và cũng lạ lùng nữa, bà bỏ ra về chỉ sau mười bảy ngày sống chung ở đó. Không giải thích lý do. Và sau đó, không liên lạc, tin tức gì nữa. Kết thúc câu chuyện dài này là tiết lộ gọn lỏn : "J'étais enceinte." (Mẹ đã mang thai.)

Từ chi tiết mịt mù thân phận đó mới dẫn tới cuộc truy tìm tung tích người cha của nhân vật chính, với nhiều công sức, mất nhiều thời gian, gần ra manh mối rồi lại rơi vào ngõ cụt. Người đọc thắc mắc, lẽ nào ngoài cái tên của người cha ra, bà mẹ không để lại cho anh một chứng cứ gì khác sao? Mẹ đã kể là có viết thư, gởi ảnh cho nhau kia mà ? Anh giải đáp thắc mắc này một cách khéo léo bằng một chi tiết trong đoạn "chuyện kể của bà ngoại". Đó là thời kỳ gia đình sống ở Sài Gòn, gặp lúc chiến tranh, tối nào cũng bị máy bay ném bom. Cả nhà phải tìm chỗ ẩn nấp buổi tối. Bà ngoại tìm được chỗ nấp an toàn hơn, nhà một gia đình người Pháp. Cứ tối tối là chạy đến đó, không quên mang theo chiếc va-li nhỏ đựng giấy tờ và những thứ quý giá nhất. Một tối, nhà đó bị trộm, cả nhà ra về không kịp lấy chiếc va-li. Lúc trở lại định lấy mới biết cảnh binh thu hết để điều tra, bà sợ liên luỵ nên không dám lấy nữa.

"C'est ainsi que ta mère perdit toute trace de ton père, car dans cette valise, il y avait toutes les lettres, les photos, les cadeaux… tout ce qu'elle avait de lui." (trang 50).

(Và như thế, mẹ con đã mất hết vết tích của ba con, vì trong chiếc va li đó là tất cả thư từ, hình ảnh, quà cáp… tất cả những gì mẹ lưu giữ của ba con.)

Cái cách sử dụng những chi tiết rất "đắt" như thế khiến ta liên tưởng đến một bậc thầy truyện ngắn của văn học Pháp là Guy de Maupassant.

Từ De Père Inconnu đến Cha Vô Danh, câu chuyện có những nét tương đồng, nhưng cách diễn đạt khác, cách khai thác đậm nhạt khác, tuỳ đối tượng độc giả, cho nên ban đầu tưởng là truyện tuy hai mà một, nhưng đọc kỹ, hoá ra tuy một mà hai. Và cả hai tác phẩm, tiếng Pháp và tiếng Việt, đều cho thấy tài năng một nhà văn đích thực. Tài năng đó, chủ yếu thể hiện ở tính sáng tạo. Không có sáng tạo, nội dung có phong phú đến đâu, văn phong có lưu loát đến đâu, cũng không đủ làm nên giá trị của tác phẩm.

3. Bản phác thảo đầu tiên

Tôi không quá lời khi nhận định như thế:

Khoảng chục năm trước khi khởi công viết De Père Inconnu, Phạm Ngọc Lân đã gởi về cho thân hữu tin cậy nhất của mình bản thảo đầu tiên của tập truyện. Đây là bản đánh máy vỏn vẹn 40 trang, gồm các phần sau.

Mở đầu là " Retrouvailles manquées."

Kể chuyện nhân vật đi tìm tung tích cha lần đầu tiên khi đến lâu đài Vincennes, dẫn đến manh mối thứ nhất : tìm ra người trùng tên, anh đến thăm mộ nhưng vẫn hồ nghi có phải là cha mình đây không.

Sau phần này là các chuyện kể của bà mẹ, bà ngoại, cha dượng. Récit d'une mère. Récit d'une grand-mère. Récit d'un beau-père. Các chuyện kể này còn sơ sài chỉ ghi những nét chính.

Xen kẽ giữa những phần chuyện kể là các đoạn tường thuật những chuyến anh về Việt Nam, chia làm ba phần, anh gọi là hành hương (pèlerinages). Đây là chuyến đi xuyên Việt anh thực hiện cùng vợ chồng cô em, qua Tây nguyên, ra miền Trung và đến tận Ninh Bình, Phát Diệm, ngoài Bắc. Phần 1 trọng tâm là thăm đảo Bình Ba, nơi mẹ anh gặp cha anh. Phần 2 là lúc về thăm quê ngoại Hà Hồi. Phần 3 nói riêng về Hà Nội và những thắng cảnh của thành phố này. Bản thảo kết thúc với chuyện kể anh tìm đến trường tiểu học Sainte- Marie, nơi lần đầu tiên anh đi học, và giờ này biến thành bệnh viện.

Tất cả chỉ có thế.

Dựa vào đó, tác giả đã dụng công sửa chữa, bổ sung, phát triển rất nhiều, ngay từ những chi tiết nhỏ. Trong bản sơ thảo, bà mẹ kể chuyện tiết lộ thân phận của nhân vật khi anh 15 tuổi (Tu avais 15 ans), lúc viết chính thức, anh sửa lại 17. (Tu avais dix-sept ans).

Ban đầu, anh cũng do dự, chưa biết chọn nhan đề nào cho cuốn sách. Citoyen de nulle part? Hay là L'homme aux quatre identités ? Cái titre sau hơi khó hiểu, chỉ biết được khi đọc tác phẩm chính thức, ở chương Les quatre identités, từ trang 137, đấy là anh nói chuyện mình thay tên đổi họ, thay đổi quốc tịch. Đầu tiên là quốc tịch Pháp, tên họ Pháp, sau đó nhập tịch Việt Nam, tên họ Việt, có tên mẹ nhưng không có tên cha. Lần thứ ba, năm 1958, làm lại Chứng thư thay giấy khai sinh, lần này đổi họ theo họ cha dượng, và khai tên cha dượng. Cuối cùng, lúc đã sang Pháp lấy lại quốc tịch Pháp nhưng với tên Việt Nam ! Bốn lần thay đổi, bốn identités khác nhau. Bản tiếng Việt anh dịch identité là " bản sắc " (đoạn 27, Bản sắc và giấy tờ). Trong ngữ cảnh này, đây là một thuật ngữ pháp lý, theo định nghĩa của Larousse : "personnalté civile d'un individu, légalement reconnue ou constatée". Nghĩa này thấy dùng ở pièces d'identité, carte d'identité. Tôi thích dùng "căn cước" hơn.

Thế đó, từ bản phác thảo đơn giản, sơ sài đến tác phẩm hoàn chỉnh, phân thành chương hồi, ra mắt bạn đọc qua nhà xuất bản L'Harmattan có uy tín. Mất đến 8 năm để hoàn thành cuốn sách, chẳng phải là thành quả của một nhà văn Việt, viết bằng ngôn ngữ Pháp, xứng đáng được phổ biến rộng rãi, mở đường cho phiên bản tiếng Việt, Cha Vô Danh, sắp xuất bản hay sao?

THÂN TRỌNG SƠN
Đà Lạt, 1/2019.

**Thân Trọng Sơn là nhà giáo hưu trí – giảng dạy trung học và cao đẳng lần lượt tại Ban Mê Thuột, Huế, Đà Lạt, từ 1967 – , viết văn, dịch thuật. Từng cộng tác với các tạp chí Kiến Thức Ngày Nay, Lang Bian, Sông Hương. Đã công bố nhiều tác phẩm dịch sang tiếng Pháp hoặc từ tiếng Anh, tiếng Pháp. Xuất bản gần đây nhất : LÃNG DU MIỀN ĐẤT LẠ (tập thơ dịch, 2015) ; CUỘC LY HÔN TRÊN NÚI CAO (tập truyện dịch, 2017).*

***

Tìm thấy gì trong chuyện kể hành trình « định danh » người cha vô danh ? (Quang Vũ*)

Gần 70 tuổi mới bắt đầu di tìm gốc tích người cha đã chết mà chưa bao giờ gặp mặt và ngay cái tên đích thực của người cha cũng không biết – một câu chuyện thật kỳ lạ, hy hữu. Cuộc tìm kiếm tưởng chừng vô vọng của Hoàng Kim Long, nhân vật chính của cuốn chuyện kể "Cha Vô Danh", cuối cùng đã có cái kết có hậu. Ông không những biết tên thật của cha mình, biết cha ông đã chết thảm khốc trong chiến tranh như thế nào mà còn tiếp xúc, trở nên thân thiết với những người trong dòng họ của cha mình ở Pháp. Đọc cuốn sách, người ta hiểu ngay Hoàng Kim Long chính là Phạm Ngọc Lân, tác giả cuốn "Cha Vô Danh".

Cái khác biệt của cuốn tự truyện này so với các cuốn tự truyện khác mà tôi đã từng đọc là tác giả kể câu chuyện đời mình trong bối cảnh xã hội, bối cảnh chính trị được tường thuật rất sinh động, không lồng ghép khiên cưỡng. Ở một khía cạnh khác, nó mang dáng dấp một cuốn biên niên sử với bảng mục lục có tới 74 mục, hàng chục trang chú thích sự kiện, sử liệu như một cuốn sách nghiên cứu và rất nhiều hình ảnh, văn bản hành chính liên quan tới cuộc đời tác giả. Không ít người viết hồi ký, tự truyện gây tranh cãi với những người liên quan vì họ thường đưa ra những cảm nhận chủ quan, những câu chuyện thổi phồng khi nhận định một sự viêc, con người nào đó. Ở đây, ngược lại, Phạm Ngọc Lân dùng những sự kiện, những câu chuyện chuyển tải cảm xúc, tâm trạng của mình, kể cả khi nói về vấn đề chính trị, qua đó, người đọc hiểu rằng đây là những câu chuyện thật, hoàn toàn không bịa đặt. Mang thân phận một người con lai Pháp trong xã hội Việt Nam còn nhiều kỳ thị, trải qua nhiều nghịch cảnh, có giai đoạn phải ở trong trại cải tạo tập trung của chính quyền cộng sản, tác giả kể lại một cách bình thản với nhiều chi tiết dí dỏm, có duyên, không uất hận, không oán trách. Một câu chuyện cá nhân được thể hiện với góc nhìn vừa của nhà báo vừa của người viết sử. Có lẽ Phạm Ngọc Lân xem đó như một định mệnh, cái gì phải xảy ra nó đã xảy ra và hồi tưởng với một tâm hồn an nhiên, tự tại.

Nếu không có trí nhớ tuyệt vời, không có thói quen ghi chép tỉ mỉ những chuyện xảy ra trong cuộc đời mình, chắc chắn Phạm Ngoc Lân không viết được cuốn sách này. Anh cũng đã đọc rất nhiều như anh đã trình bày trong LỜI NÓI ĐẦU là "đã có thời kỳ tôi chuẩn bị luận án về sử ở Đại học Paris nên đã bỏ nhiều công sức tìm kiếm tài liệu liên quan đến miền Nam trong thời kỳ đát nước chia đôi."

Tôi nhỏ hơn anh Phạm Ngoc Lân gần 10 tuổi. Trong suốt chiều dài lịch sử anh đi qua tôi cũng đã đi qua, từ khi đất nước bị chia đôi, chiến tranh ác liệt cho đến khi thống nhất đất nước, trải qua thời kỳ bao cấp mù mịt, cải tạo và vượt biên cho đến nay. Đó là một thời tao loạn, ngồn ngộn biến cố chính trị và chiến tranh, đầy máu và nước mắt, đau thương và ly tán, ảnh hưởng đến số phận từng gia đình Việt Nam. Tôi không viết nhật ký, không có thói quen ghi chép nên hồi tưởng lại quãng đời đã qua chỉ nhớ lại những mảnh quá khứ lắp ghép. Đọc "Cha vô danh" của Phạm Ngọc

Lân – một cuốn tự truyện của chính anh – bỗng nhiên, cả một quãng đời đã qua của tôi được xâu chuỗi, tái hiện với bao nhiêu kỷ niệm, bao nhiêu hình ảnh bạn bè, người thân, kẻ mất người còn và những diễn biến tâm trạng của mình thời bấy giờ. Tôi nghĩ, những người thuộc thế hệ tôi, đọc cuốn sách này, sẽ cảm nhận được điều đó.

Hiện nay có 3 triệu người Việt Nam sống ở nước ngoài. Nhiều người thế hệ thứ hai, thứ ba không còn nói tiếng mẹ đẻ và Việt Nam, nơi ông bà cha mẹ chôn nhau cắt rốn dần dần trở nên xa lạ, trừ một số rất ít quay về đất tổ, tìm hiểu cội nguồn. Trong bối cảnh "thế giới phẳng", giới trẻ bị cuốn hút bởi thông tin hằng ngày hằng giờ trên Internet, trên các mạng xã hội, quá khứ của dòng họ không còn là điều bạn trẻ quan tâm. Cuốn sách này, ngoài tiếng Pháp "De Père Inconnu" đã xuất bản, theo tôi, cần được chuyển ngữ sang tiếng Anh để các em có cơ hội biết được ông bà, cha mẹ mình trải qua như thế nào trong giai đoạn biến động nhất của lịch sử Việt Nam. Tôi nghĩ đây cũng là điều Phạm Ngọc Lân muốn gửi gắm.

Hành trình tìm người cha mất tích của Phạm Ngọc Lân chỉ là chuyện "mò kim đáy biển" nếu không dựa vào công tác văn khố, tàng thư khoa học của Nhà nước Pháp. Ông Philippe Lafargue, chuyên viên văn khố nói với Phạm Ngọc Lân : "Không có hồ sơ nào của sĩ quan quân đội Pháp bị thất lạc cả, nếu không thấy là vì chưa tìm đúng chỗ, đúng cách thôi". Sở dĩ tác giả tìm kiếm vất vả, nhiều khi thất vọng vì không biết rằng tên cha không phải tên của mình, chỉ khác một chữ. Khi tìm thấy cái tên đích thực của cha mình, Phạm Ngọc Lân đã tìm thấy chìa khoá mở toang một chân trời : nhân thân của cha, đã tử trận như thế nào, dòng dõi của cha, những người đã mất và những người còn sống… đều được giải mã!

Đọc "Cha vô danh", tôi không khỏi chạnh lòng nghĩ đến những người lính chết trận của cả hai bên : những người lính cộng sản và những người lính Việt Nam Cộng Hoà. Chế độ Việt Nam Cộng Hoà không còn nữa nên không biết được con số thống kê. Bên thắng cuộc là bên thiệt hại nhân mạng nhiều nhất. Theo Bộ Quốc phòng Nhà nước Việt nam, trên 1 triệu bộ đội hy sinh, trong đó có 300.000 liệt sĩ chết không tìm ra xác trên cả 3 chiến trường Việt Nam, Lào và Campuchia. Có khi đó là những người lính tử trận đang nằm ở nghĩa trang liệt sĩ dưới nấm mồ chiến sĩ vô danh rải rác khắp nơi, có khi thân xác người lính bị vùi chôn đâu đó trên chiến trường. Gần nửa thế kỷ sau khi cuộc chiến tranh kết thúc, công cuộc tìm mộ liệt sĩ vẫn còn và vẫn còn lâu dài. Bao nhiêu bà mẹ khóc hết nước mắt, chỉ thấy con trong di ảnh, đã qua đời mà không chờ được nắm xương tàn của con đưa về quê nhà.

Tất nhiên, chúng ta không thể so sánh Nhà nước Việt nam với Nhà nước Pháp có bề dày công tác hành chính hàng trăm năm. Điều tôi muốn nói là công tác lưu trữ hồ sơ quân đội và những người thực hiện việc này không chỉ là công việc hành chính đơn thuần mà đó là hoạt động nhân văn, thiêng liêng. Nó làm nước mắt thôi rơi ; nó kết nối được người thân ly tán hoặc tìm ra người mất tích trong thời hậu chiến. Chính vì lẽ đó hôm nay chúng ta có trên tay cuốn chuyện kể "Cha vô danh".

Đêm giao thừa Tết Kỷ Hợi 2019

**Quang Vũ là nhà báo ở Sài Gòn*

***

Điểm sách « De Père Inconnu » của Pierre Brocheux*

Phạm Ngọc Lân phỏng dịch từ bản Pháp ngữ
Nguyên bản tiếng Pháp có thể đọc ở đây :
http://indomemoires.hypotheses.org/18941

Nhiều cuốn sách có tính cách tự truyện và liên quan đến Việt Nam hiện đại đã được xuất bản tại Pháp trong ba năm qua. Độc giả đón nhận những tác phẩm này với cảm hứng không đồng đều, tùy theo tác giả nói về mình là chính, hay tác giả lồng chuyện của mình vào khung cảnh lịch sử từ nửa thế kỷ qua.

Cuốn sách của Phạm Ngọc Lân thuộc loại thứ hai. Đó là chuyện kể cuộc tìm kiếm người cha Pháp đã khuất bóng, chuyện kể đứa con lai không cha, sống bấp bênh trong một xã hội thời thuộc địa còn đầy rẫy những thành kiến không tốt đẹp về trẻ con lai Pháp. Nhưng Phạm Ngọc Lân đã được người cha nuôi Việt Nam nhận làm con, được nuôi nấng dạy dỗ như mọi đứa trẻ Việt Nam dù vẫn theo học trường Pháp. Về phương diện này, Phạm Ngọc Lân là tiêu biểu cho nhiều thế hệ người Việt đã sống trong thời kỳ thuộc địa.

Trong thời chiến tranh Pháp Việt (1945-1954), cơ quan xã hội phụ trách người Pháp ở Đông Dương đã tìm ra tung tích của người cha, một sĩ quan Pháp bị sát hại ở Lạng Sơn khi quân đội Nhật lật đổ chính quyền bảo hộ Pháp (thường được gọi là cuộc « đảo chính Nhật ») ngày 9 tháng 3 năm 1945. Sau hiệp định Genève chấm dứt nền thống trị của Pháp, bà mẹ từ chối trao con cho cơ quan FOEFI (Fédération des Œuvres pour l'Enfance Française de l'Indochine, một cơ quan thiện nguyện lo cho trẻ con lai Pháp) để đem về Pháp. Phạm Ngọc Lân trở thành công dân Việt Nam Cộng Hòa từ đó. Một dấu ngoặc để nói rằng đây là một trường hợp điển hình cải chính tin đồn đang loan truyền rộng rãi là trong những năm 50, các trẻ con lai Pháp bị « giằng khỏi tay các bà mẹ » để đem « đầy » qua Pháp.

Từ đó, cuộc sống của Phạm Ngọc Lân hòa nhập vào vận mệnh của miền Nam Việt Nam. Nhờ những bằng cấp đại học, ông đã đạt tới một vị trí xã hội xứng đáng (Dược sĩ và dạy đại học). Chiến tranh kéo dài từ 1960 đến 1975 đã đẩy ông vào quân đội theo lệnh tổng động viên (« Trong cơn lốc của lịch sử », trang 139-265). Sự bại trận của miền Nam làm ông bị nhốt trong trại cải tạo bốn tháng, chỉ bốn tháng thôi nhưng trong những điều kiện sống rất khắc nghiệt (trang 281-318). Nhưng ông cũng gặp nhiều may mắn. Vì ông dạy thêm trường trung học Pháp ở Sài Gòn nên được nhập cảnh chính thức vào Pháp cùng với vợ con, tránh được cảnh « thuyền nhân » rất nguy hiểm. Hiện nay ông sống bên Pháp, nhưng vẫn không quên quê hương mình. Cuối cuốn sách, ông tỏ ý không còn hy vọng tìm ra cha mình vì cơ quan lưu trữ của quân đội Pháp không tìm ra hồ sơ của người sĩ quan này.

Viết lại chuyện tìm kiếm cha như thế nào chắc chắn đã giúp cho tác giả giải tỏa được nhiều uẩn ức trong quá khứ của ông. Đối với các nhà sử học và những độc giả quan tâm, cuốn sách còn có giá trị không thể chối cãi của một sử liệu. Tác giả kể theo thứ tự thời gian và tạo ra một chuỗi những mẩu chuyện ngắn trong đó ông trao lời cho chính ông, cho mẹ, cho bố dượng, cho bà ngoại, và cho vợ ông. Ông cũng trích lại những trang thư trao đổi với vợ sắp cưới (trang 213 và tiếp theo), tạo nên một kích thước tình cảm cho chuyện kể mà người đọc không thể không cảm xúc. Ông đã giảm bớt được sự khô khan của cách trình bày các sự kiện chính trị vì ông đã là nhân chứng, đôi khi là nhân chứng tích cực của các phong trào sinh viên và Phật giáo chống Tổng thống Ngô Đình Diệm (1963) và tướng Nguyễn Khánh (1964).

Thật ra, Phạm Ngọc Lân muốn nói với chúng ta về nửa thế kỷ bi kịch mà ông đã trải qua từ Bắc vào Nam, một bi kịch gồm 3 màn : cuộc cách mạng năm 1945 và kháng chiến chống sự trở lại của người Pháp (trang 23 đến 55), cuộc sống tại Việt Nam Cộng Hòa của những cá nhân và gia đình chia sẻ vận mệnh chung của miền Nam cho tới thời điểm thống nhất trong sự cưỡng ép, kéo theo thảm cảnh cho rất nhiều người (1975). Cuộc hành trình khúc khuỷu của ông chỉ chấm dứt khi cuộc tìm kiếm cha mình không mang lại kết quả (quá khứ đó đã thật sự thuộc về quá khứ), nhưng khi một quê hương mới đã chấp nhận ông và gia đình ông, tạo ra cơ hội mới cho thế hệ thứ hai vươn lên.

Phạm Ngọc Lân là một người Việt lai Pháp đã thoát được cảnh khổ tâm của những người mang hai dòng máu vì ông đã hoàn toàn hội nhập vào xã hội Việt Nam. Mẹ ông, cha nuôi ông, gia đình ông đã là những yếu tố quyết định trong sự hội nhập này. Cuốn sách có những trang sống động và hấp dẫn về các tập tục (cách gói bánh chưng ngày Tết), tập quán (quan hệ giữa mẹ và con, giữa trai và gái). Đọc những trang này, độc giả cảm được sức bật (résilience = khả năng trỗi dậy được sau khi trải qua những biến cố quật ngã mình) của con người Việt Nam đã làm nhiều người ngoại quốc kinh ngạc và thán phục, cái mà nhà báo Jean-Claude Pomonti gọi là « không thể chìm được ».

Tác giả đã hòa trộn một cách vững chắc và khả tín ba đề mục : một mô tả về phương diện dân tộc học (ethnographique) của một xã hội không xơ cứng, không thể bị thu nhỏ lại trong những hình ảnh sáo mòn của dân tộc tâm lý học phương tây (ethno-psychologie occidentale), một sử biên niên (chronique) kể lại những gì xảy ra từ 1950 đến 1980, và một suy nghĩ về bản sắc (identité). Ở thời điểm người ta nói nhiều đến sử học không thống nhất (histoire partagée), sử học nối kết (histoire connectée), những hồi ức của Phạm Ngọc Lân xác nhận một lần nữa cho những nhà sử học, nhất là sử học hiện đại (histoire contemporaine) rằng không còn có thể chỉ nghiên cứu lịch sử của một quốc gia.

Pierre Brocheux
14-6-2015

**Pierre Brocheux nguyên là giáo sư Sử học Đại học Paris 7 Denis Diderot, nay đã về hưu. Ông là một nhà nghiên cứu sử nổi tiếng về Đông Dương và Việt Nam, tác giả nhiều công trình biên khảo hàn lâm về bộ môn này.*

Ghi chú về lịch sử, địa lý, văn hóa

[1] Mặt trận Dân tộc giải phóng miền Nam Việt Nam (gọi tắt là Mặt Trận Giải Phóng, MTGP) được thành lập ngày 20 tháng 12-1960 trong một vùng gần Tây Ninh, phía bắc Sài Gòn. Ủy ban lâm thời có chủ tịch là ông Phùng Văn Cung và tổng bí thư Nguyễn Văn Hiếu. Trong lời kêu gọi có đoạn « Hãy siết chặt hàng ngũ để chiến đấu dưới ngọn cờ của Mặt trận Dân tộc giải phóng đánh đổ ách thống trị của đế quốc Mỹ và Ngô Đình Diệm. »

Những khuôn mặt nổi được biết đến nhiều nhất là luật sư Nguyễn Hữu Thọ và kiến trúc sư Huỳnh Tấn Phát, chủ tịch và phó chủ tịch. Nhưng từ 1967, lãnh đạo chủ chốt là một ủy viên Bộ chính trị đảng cộng sản, ông Phạm Hùng, với chức vụ Bí thư Trung ương Cục miền Nam.

Sự ra đời của MTGP nằm trong kế hoạch được quyết định ở Hà Nội trong Hội nghị lần thứ 15 của Trung ương Đảng Lao Động (tên của đảng cộng sản lúc bấy giờ) họp từ ngày 12 đến 22 tháng 1-1959. Việc đầu tiên thực hiện nghị quyết của Hội nghị là thành lập đoàn 559 (tên lấy từ tháng 5 năm 1959), một lực lượng vũ trang đi tiên phong trong việc khai phá mở đường mòn Hồ Chí Minh để chuyển quân vào miền Nam.

[2] Trong nước hiện nay hay dùng « Thiên Chúa giáo » thay vì « Công giáo ». « Giáo hội công giáo » dịch từ tiếng Pháp « Eglise catholique ». Chữ « catholique » có nghĩa là « universelle », nên tiếng Việt dùng từ « công » là dịch sát nghĩa. Người ta có thể không chấp nhận chữ « công » này, nhưng nếu vì vậy mà gọi là « Thiên Chúa giáo » thì không chính xác vì « Thiên Chúa giáo » sẽ bao gồm cả Do Thái giáo, Ki-tô giáo (gồm Chính Thống giáo, Công giáo, Tin lành) và Hồi giáo vì tất cả các tôn giáo này đều tin và thờ cùng một Thiên Chúa.

[3] Trong đệ nhị thế chiến, quân đội Nhật đóng tại nhiều nơi trên lãnh thổ Đông Dương, theo những thỏa thuận ký kết với chính phủ Pháp của thống chế Pétain ở Vichy (nước Pháp sau khi bị Đức quốc xã xâm lăng năm 1940 và thua trận, phải ký kết đình chiến với Đức, cắt nửa nước cho Đức, nửa nước còn lại phải dùng thành phố Vichy làm thủ đô thay vì Paris đã bị Đức chiếm đóng). Chính phủ Pháp ở Vichy phải phục tùng Đức, Đức là đồng minh của Nhật, nên Nhật vẫn để nguyên cho Pháp cai trị Đông Dương cho tới ngày « đảo chính Nhật » 9 tháng 3-1945 (sẽ nói đến sau trong cuốn sách này).

Vì vậy khi Mỹ nhảy vào vòng chiến sau cuộc tấn công bất ngờ của Nhật vào cảng Pearl Harbor tháng 12 năm 1941, Đông Dương trở thành « đất địch » nên cũng là một mục tiêu oanh tạc của quân đội Mỹ trong trận chiến Nhật Mỹ ở Thái Bình Dương.

[4] Bà Điểm ngày nay là một xã thuộc huyện Hóc Môn, cách trung tâm Sài Gòn khoảng 10 km về phía tây bắc. Bà Điểm nổi tiếng có 18 thôn vườn trầu, trong những năm 30 bắt đầu được dùng làm hậu cứ cho đảng cộng sản nuôi dưỡng cán bộ.

[5] Đèo Cả là một ngọn núi từ dãy Trường Sơn chạy sát ra biển, ranh giới hai tỉnh Khánh Hòa và Phú Yên, cách Nha Trang khoảng 100 km về phía bắc. Thời Lê Thánh Tông thế kỷ thứ 15, đây là biên giới giữa hai nước Đại Việt và Chiêm Thành (trước cuộc Nam tiến của dân Việt, biên giới này nằm ở Đèo Ngang giữa hai tỉnh Hà Tĩnh và Quảng Bình). Hầm đường sắt qua Đèo Cả dài hơn 700 mét, là hầm dài nhất trên đường tàu « xuyên Đông Dương » từ Sài Gòn ra Hà Nội thời Pháp thuộc.

[6] Từ năm 2008, thành phố Hà Đông trở thành quận Hà Đông thuộc thủ đô Hà Nội, nằm trong đề án « mở rộng thủ đô Hà Nội ». Huyện Thường Tín cũng thuộc về Hà Nội từ đấy.

Hà Đông, ngoài áo lụa và « sư tử », còn nổi tiếng vì các thay đổi hành chính chóng mặt ! Ngày xưa thị xã Hà Đông là tỉnh lỵ tỉnh Hà Đông, đến năm 1965 trở thành tỉnh lỵ tỉnh Hà Tây (khi hai tỉnh Hà Đông và Sơn Tây sáp nhập làm một), năm 1975 là tỉnh lỵ tỉnh Hà Sơn Bình (do Hà Tây và Hòa Bình sáp nhập). Đến 1991 Hà Sơn Bình lại tách ra thành hai tỉnh Hà Tây và Hòa Bình như cũ, thị xã Hà Đông vẫn là tỉnh lỵ Hà Tây. Đến năm 2006, từ thị xã, Hà Đông « lên chức » thành phố. Được có 2 năm, đang là « thành phố Hà Đông » bị tụt xuống thành « quận Hà Đông ».

[7] Sông Gianh thuộc tỉnh Quảng Bình nổi tiếng trong lịch sử là dòng sông chia cắt đất nước trong thời Trịnh Nguyễn phân tranh, từ cuối thế kỷ 16 đến cuối thế kỷ 18. Phía bắc sông Gianh do quân Chúa Trịnh án ngữ ở đèo Ngang trước cuộc Nam tiến kia là ranh giới giữa nước Việt và Chiêm Thành. Phía nam do quân Chúa Nguyễn cố thủ với lũy Thầy do Đào Duy Từ xây đắp.

Sông Bến Hải thuộc tỉnh Quảng Trị chia cắt đất nước trong hơn 20 năm ở vĩ tuyến 17. Sông đổ ra biển Đông ở cửa Tùng. Phía bắc sông là huyện Vĩnh Linh, phía nam là Gio Linh, cây cầu bắc qua sông là cầu Hiền Lương.

[8] Đại chủng viện Thánh Giuse Hà Nội nằm ở phố Nhà Chung, gần nhà thờ lớn Hà Nội. Hoàn thành trong những năm 30, Đại chủng viện bị đóng cửa thời gian dài khi đất nước bị chia cắt. Gần đây được mở cửa trở lại, và được chính thức tuyển sinh để đào tạo các linh mục. Đây là một trong 8 đại chủng viện tại Việt Nam hiện nay (2015) : Hà Nội, Bùi Chu, Nghệ An, Huế, Nha Trang, Sài Gòn, Xuân Lộc, Cần Thơ.

[9] Ngày 20 tháng 7 năm 1954, hiệp định đình chiến giữa quân đội Pháp và quân đội Nhân dân Việt Nam được ký kết ở Genève, Thụy Sĩ, với sự giám sát của các cường quốc.

Trên lý thuyết hiệp định không « cắt đất nước » làm hai quốc gia, mà chỉ tạm thời chia đất nước làm hai vùng tập kết quân đội của hai phe. Quân đội Pháp và quân đội Quốc gia Việt Nam rút về phía nam vĩ tuyến 17, quân đội Nhân dân Việt Nam tập kết ra phía bắc vĩ tuyến 17, con sông Bến Hải được dùng làm đường ranh trong một vùng phi quân sự có quốc tế giám sát. Người dân có 300 ngày để chọn nơi mình sống. Một đợt di cư khổng lồ gần một triệu người đã diễn ra trong thời gian này, phần lớn là dân Hà Nội và các thành phố lớn miền Bắc, cùng dân các làng công giáo được các linh mục tổ chức di cư vào Nam. Họ bỏ chạy vì sợ chế độ cộng sản, muốn tìm cuộc sống tự do trong Nam.

Hiệp định dự trù sau 2 năm sẽ có hiệp thương giữa hai bên và tổ chức trưng cầu dân ý trên cả nước để chọn một thể chế chung, nhưng ông Ngô Đình Diệm lúc đó là Tổng thống trong Nam từ chối hiệp thương, và con sông Bến Hải trở thành lằn ranh cho hai quốc gia với hai thể chế trên cùng một đất nước. Khi không chấp nhận hiệp thương, lý do chính thức đưa ra là chính phủ Quốc Gia Việt Nam không ký kết hiệp định Genève, nên không có bổn phận phải thi hành hiệp định này. Lý do sâu xa là ở miền Bắc dưới chế độ cộng sản, người dân không thể có tự do chọn lựa. Trưng cầu dân ý mà không được tự do chọn lựa là vô nghĩa.

[10] Chữ Quốc Ngữ được các giáo sĩ Tây phương sáng chế ra từ thế kỷ 17, nhưng chỉ trở thành văn tự chính thức từ cuối thế kỷ 19 ở Nam Kỳ và từ đầu thế kỷ 20 trên cả nước.

Tự Lực Văn Đoàn do một nhóm văn nghệ sĩ thành lập năm 1933, lúc đầu gồm 7 người : Nhất Linh (Nguyễn Tường Tam), Khái Hưng (Trần Khánh Giư), Thạch Lam (Nguyễn Tường Vinh sau đổi thành Nguyện Tường Lân), Hoàng Đạo (Nguyễn Tường Long), Tú Mỡ

(Hồ Trọng Hiếu), Nguyễn Gia Trí và Thế Lữ (Nguyễn Đình Lễ sau đổi thành Nguyễn Thứ Lễ). Nhóm này chủ trương hai tạp chí Phong Hóa và Ngày Nay, và xuất bản nhiều tiểu thuyết có nội dung đả kích các phong tục cổ hủ làm cản trở bước tiến của dân tộc.

Cuối thập niên 30, đa số thành viên của Tự Lực Văn Đoàn hướng về hoạt động chính trị trong phong trào đấu tranh giành độc lập. Nổi tiếng nhất là Nguyễn Tường Tam thành lập đảng Đại Việt Dân Chính, sau phải trốn sang Tàu để tránh bị Pháp bắt. Tại đấy, ông sáp nhập đảng của ông vào Việt Nam Quốc Dân Đảng và trở thành một lãnh tụ của đảng này trong thời kỳ 1945-46, khi ông về nước hoạt động, rồi sau đó tham gia chính phủ liên hiệp của Hồ Chí Minh. Chẳng bao lâu, chính phủ này tan vỡ, ông lại phải trốn sang Tàu để thoát khỏi Việt Minh. Khi Mao Trạch Đông toàn thắng, ông về lại Việt Nam để thoát khỏi cộng sản Tàu, sau đó vào sống ở miền Nam. Năm 1963, ông tự vẫn để phản đối chính quyền Ngô Đình Diệm.

[11] Quân đội Nhật đã có mặt tại Đông Dương từ đầu thế chiến thứ 2. Theo các thỏa hiệp với chính quyền Pháp, họ được sử dụng Đông Dương làm căn cứ quân sự, đổi lại họ để nguyên cho Pháp cai trị Đông Dương như trước. Năm 1944, quân Đồng Minh đổ bộ lên đất Pháp ngày 6 tháng 6-1944, và dần dần đẩy quân Đức ra khỏi lãnh thổ Pháp. Paris được giải phóng ngày 25 tháng 8-1944. Chính quyền Vichy (thân Đức) của ông Pétain phải trốn qua Đức, ông De Gaulle lập chính phủ lâm thời ở Paris.

Chính quyền thuộc địa ở Đông Dương do Toàn quyền Decoux lãnh đạo, trước đó lệ thuộc chính phủ Vichy thân Đức và Nhật. Nay ở Pháp đã thay đổi chính phủ, vậy ông Decoux phải làm gì ? Bên trong đã bí mật phục tùng chính phủ De Gaulle rồi, nhưng ngoài mặt vẫn phải ngọt nhạt với quân Nhật để hy vọng giữ nguyên tình trạng ổn định như trước.

Nhưng người Nhật cũng thừa biết là nếu Mỹ và đồng minh đổ bộ lên Đông Dương (như họ đã đổ bộ lên các nước lân cận bị quân Nhật chiếm đóng) thì quân đội Pháp sẽ theo phe đồng minh đánh lại Nhật. Do đó Nhật quyết định ra tay trước, triệt tiêu lực lượng của Pháp tại Đông Dương bằng một cuộc binh biến chớp nhoáng lúc 20 giờ ngày 9 tháng 3 năm 1945. Chỉ trong một đêm, trên toàn cõi Đông Dương, quân Nhật làm chủ tình hình gần như tất cả các yếu điểm, bắt làm tù binh quân nhân và công chức Pháp, kể cả Toàn quyền Decoux.

[12] Bảo Đại là Hoàng Đế thứ 13 và cuối cùng của triều Nguyễn. Ông sinh năm 1913 với tên Vĩnh Thụy, họ Nguyễn Phước. Năm 9 tuổi, ông được cha là Hoàng Đế Khải Định gửi qua Pháp học, dưới sự bảo hộ của ông Charles, một cựu Toàn quyền Đông Dương. Đây là một việc chưa hề có trong triều đình Huế.

Năm 1925, ông về nước lên ngôi với niên hiệu Bảo Đại khi vua cha băng hà, sau đó trở lại Pháp tiếp tục học hành, và chỉ trở về trị vì năm 1932 lúc ông 19 tuổi. Được hấp thụ những tư tưởng tiến bộ của Pháp, ông muốn cải tổ triều đình, muốn làm việc với những người trẻ có khả năng như hai ông Phạm Quỳnh và Ngô Đình Diệm để giành lại quyền cai trị của triều đình đã bị Pháp lấn lướt. Nhưng chính quyền bảo hộ chỉ muốn có một Hoàng Đế « làm vì » mà thôi, nên các cố gắng của ông đều bị vô hiệu hóa. Bản chất của ông thông minh, thiện chí của ông dư thừa, nhưng ông không có ý chí đủ mạnh để đi đến cùng những cải cách ông muốn thực hiện. Ông buông xuôi…

Ông kết hôn với bà Marie-Thérèse Nguyễn Hữu Thị Lan, con một gia đình giàu có miền Nam theo đạo Công giáo, được phong chức Nam Phương Hoàng Hậu. Sau này ông còn nhiều vợ khác, nhưng theo thỏa thuận ban đầu với bà Nam Phương, những người vợ sau này không có chức tước chính thức trong triều đình.

Năm 1945, sau khi Nhật « đảo chính » Pháp, ông tuyên bố độc lập ngày 11 tháng 3, và thành lập một chính phủ « tân thời » với Thủ tướng là ông Trần Trọng Kim, thay thế các cơ cấu cũ của triều đình. Sau khi Việt Minh cướp chính quyền tháng 8 năm 1945, ông thoái vị, trở thành « công dân Vĩnh Thụy » và chấp nhận làm cố vấn tối cao trong chính phủ của ông Hồ Chí Minh. Qua năm 1946, ông theo một phái đoàn của chính phủ này qua Trùng Khánh. Từ đó ông phải sống lưu vong ở Hồng Kông.

Năm 1947, sau khi chiến tranh đã bùng nổ vào cuối năm 1946, chính quyền Pháp không còn công nhận chính phủ của Hồ Chí Minh nữa nên muốn tìm một giải pháp khác. Ông Bảo Đại lại được Pháp tiếp xúc để thành lập một chính quyền quốc gia. Sau lần gặp gỡ sơ bộ với Cao ủy Bollaert trên chiến hạm Duguay Trouin ở vịnh Hạ Long cuối năm 1947, một cuộc gặp thứ hai được tổ chức cũng trên chiến hạm này ngày 5 tháng 6-1948 để ký kết hiệp định giữa ông Bollaert và ông Nguyễn Văn Xuân, Thủ tướng của một chính phủ lâm thời mới được thành lập, với sự chứng giám của Quốc trưởng Bảo Đại. Pháp công nhận Việt Nam là một nước độc lập nhưng là một quốc gia « liên kết » trong Liên hiệp Pháp.

Từ đó ông rời hẳn Hồng Kông để qua Pháp vận động chính quyền trung ương Pháp chấp nhận độc lập và thống nhất đất nước Việt Nam. Điều kiện thứ hai là « thống nhất », có nghĩa là Pháp phải trả lại Nam Kỳ cho Việt Nam, điều mà các phe nhóm thực dân Pháp không chấp nhận vì họ vẫn xem Nam Kỳ như một thuộc địa do họ xây dựng lên. Cuối cùng ông cũng thành công và ngày 8 tháng 3 năm 1949, ông ký với Tổng thống Pháp Vincent Auriol hiệp ước Elysées. Ông trở về Việt Nam vào tháng 4, sau khi Nam Kỳ được chính thức trao trả cho Việt Nam. Với chức vụ Quốc trưởng, ông thành lập chính phủ của Quốc Gia Việt Nam.

Trong khi đó thì chiến tranh vẫn tiếp diễn, tháng 5 năm 1954 Pháp thua ở Điện Biên Phủ, hai tháng sau hiệp định Genève được ký kết ngày 20 tháng 7, chấm dứt chiến tranh. Lúc đó đang ở Pháp, ông mời ông Ngô Đình Diệm ra làm thủ tướng mong cứu vãn tình thế vì ông Diệm nổi tiếng là người chống Cộng. Qua tháng 10 năm 1955, ông Diệm tổ chức trưng cầu dân ý truất phế Quốc trưởng Bảo Đại, thành lập Việt Nam Cộng Hòa.

Cựu hoàng Bảo Đại không khi nào trở về nước nữa, và mất tại Paris năm 1997.

[13] Đảng Cộng Sản Việt Nam được thành lập ngày 3 tháng 2 năm 1930 tại Hồng Kông bởi Nguyễn Ái Quốc, sau mấy tháng đổi tên thành Đảng Cộng Sản Đông Dương cho phù hợp với chỉ thị của Đệ Tam quốc tế. Đảng giải thể cuối năm 1945, thật ra là rút vào bí mật, và xuất hiện lại năm 1951 với tên Đảng Lao Động Việt Nam. Phải chờ đến năm 1976 sau khi chiếm được miền Nam đảng mới lấy lại tên nguyên thủy là Đảng Cộng Sản Việt Nam.

[14] Viêt Minh là viết tắt của Việt Nam Độc Lập Đồng Minh Hội, thành lập bởi Nguyễn Ái Quốc tháng 5 năm 1941 tại hang Pác Bó gần biên giới Việt Trung. Thật ra, tổ chức này đã được Hồ Học Lãm thành lập bên Tàu từ năm 1936, Đảng Cộng Sản Đông Dương lấy lại nhằm quy tụ tất cả các tổ chức yêu nước đấu tranh cho độc lập, trong đó ĐCSĐD là chủ chốt. Năm 1951, mặt trận Việt Minh giải tán để sáp nhập vào một mặt trận rộng hơn, Mặt trận Liên Việt, vẫn dưới sự lãnh đạo của Đảng Lao Động Việt Nam, tên mới của đảng cộng sản.

[15] Có thể kể 4 đảng phái quốc gia trong hậu bán thế kỷ 20.

1. Việt Nam Quốc Dân Đảng (VNQDĐ) do Nguyễn Thái Học sáng lập năm 1927, theo khuôn mẫu của Quốc Dân Đảng Trung Hoa của Tôn Dật Tiên. Mục đích là đấu tranh giành độc lập và thành lập một chính quyền cộng hòa dân chủ. Cuộc khởi nghĩa Yên Bái năm 1930 thất bại, đảng trưởng Nguyễn Thái Học bị Pháp xử tử hình cùng với 12 đồng chí, hàng trăm người bị đầy đi khổ sai. Năm 1936 Mặt trận Bình dân (liên đảng phái tả) lên cầm quyền ở Pháp, các tù binh chính trị ở Đông Dương được trả tự do (đa số là đảng viên cộng sản hoặc VNQDĐ), đảng hoạt động mạnh trở lại. Nhưng khi bắt đầu thế chiến 2, Pháp lại

truy lùng ráo riết nên thành phần lãnh đạo phải trốn qua Tàu, chỉ trở về Việt Nam năm 1945 khi quân Tàu vào miền Bắc để giải giới quân Nhật. Đầu năm 1946 VNQDĐ tham gia chính phủ liên hiệp của Hồ Chí Minh, nhưng chỉ được vài tháng lại bị Việt Minh tìm cách tiêu diệt nên phải trở qua Tàu. Sau khi Mao Trạch Đông toàn thắng, VNQDĐ cũng như các đảng phái quốc gia khác lại phải trốn về Việt Nam, sau năm 1954 hoạt động tại miền Nam.

2. Đại Việt Quốc Dân Đảng (ĐVQDĐ), do Trương Tử Anh, một sinh viên Y khoa ở Hà Nội sáng lập năm 1939, với chủ trương Dân Tộc Sinh Tồn, và tổ chức theo cách bí mật. Lúc đầu phát triển trong giới đại học Hà Nội (đại học duy nhất tại Đông Dương, quy tụ tất cả sinh viên Việt Miên Lào) trước khi tỏa ra các địa bàn hoạt động khác. Sau đó các lãnh tụ cũng phải lánh nạn qua Tàu, và lập ra Mặt Trận Quốc Dân Đảng gồm Đại Việt Quốc Dân Đảng, Việt Nam Quốc Dân Đảng và Đại Việt Dân Chính. Mặt trận này trở về nước sau khi Nhật đầu hàng và hoạt động công khai, trong khi Đại Việt Quốc Dân Đảng vẫn trong vòng bí mật. Qua 1946, xung đột đẫm máu giữa Quốc Dân Đảng và Việt Minh khiến đảng bị tan rã và lãnh tụ Trương Tử Anh mất tích. Sau này, Đại Việt Quốc Dân Đảng được tổ chức lại và phát triển mạnh trên toàn quốc, và tham chính ở miền Nam sau khi ông Ngô Đình Diệm bị lật đổ năm 1963.

3. Đại Việt Duy Dân do Lý Đông A (tên thật là Nguyễn Hữu Thanh) sáng lập năm 1942. Ông Lý Đông A mất tích năm 1946, có lẽ do Việt Minh sát hại. Đảng của ông sau này vẫn tồn tại nhưng với số ít đảng viên.

4. Đại Việt Dân Chính do Nguyễn Tường Tam (nhà văn Nhất Linh) sáng lập năm 1938. Đảng giải thể năm 1945 để sáp nhập vào Việt Nam Quốc Dân Đảng và Đại Việt Quốc Dân Đảng tạo thành Mặt trận Quốc Dân Đảng.

[16] Câu này có trong chiếu thoái vị của Hoàng Đế Bảo Đại ngày 25 tháng 8 năm 1945 : *« Trẫm muốn được làm Dân một nước tự do, hơn làm Vua một nước bị trị. Từ nay Trẫm lấy làm sung sướng được là Dân tự do, trong một nước độc lập. Trẫm không để cho bất cứ ai được lợi dụng danh nghĩa Trẫm, hay danh nghĩa hoàng gia để gieo rắc sự chia rẽ trong đồng bào của chúng ta. »* (đăng trong hồi ký Con Rồng Việt Nam của Bảo Đại)

Hồi ký « Một Cơn Gió Bụi » của Trần Trọng Kim (lúc đó là Thủ tướng trong chính phủ lâm thời) ghi lại lời Bảo Đại nói với ông khi Việt Minh đã chiếm các công sở ở Hà Nội : « Trẫm có thiết gì ngôi Vua đâu, miễn là bọn Việt Minh giữ được nền tự chủ của nước nhà là đủ. Trẫm muốn là người dân của một nước độc lập còn hơn làm Vua một nước nô lệ ».

[17] Ông Hồ Chí Minh dùng chính thức tên này từ năm 1942 trước khi trở qua Tàu và bị bắt (trước đó khi về nước thành lập mặt trận Việt Minh năm 1941 ở hang Pác Bó ông vẫn dùng tên Nguyễn Ái Quốc). Sau hơn một năm bị cầm tù bởi chính quyền Trung Hoa, ông được trả tự do và theo đề nghị của tướng Tàu là Trương Phát Khuê, năm 1944 ông tham gia vào việc cải tổ Việt Nam Cách Mệnh Đồng Minh Hội (Việt Cách) để bao gồm cả Đảng Cộng sản Đông Dương và các đảng phái quốc gia tranh đấu giành độc lập. Nhưng sau này khi về Việt Nam thì Việt Cách dưới sự lãnh đạo của Nguyễn Hải Thần trở thành đối thủ không đội trời chung của Việt Minh.

Sau đó ông trở lại Việt Nam, và cuối năm 1944, thành lập đội ngũ võ trang đầu tiên của Việt Minh (do Võ Nguyên Giáp chỉ huy) và tìm sự hỗ trợ của lực lượng đồng minh bằng cách cứu giúp các phi công Mỹ bị bắn rơi.

Tháng 8 năm 1945, ở Hà Nội Việt Minh cướp chính quyền ngày 19, ông về Hà Nội ngày 26 và tổ chức trọng thể buổi tuyên bố độc lập ngày 2 tháng 9.

Khi quân đội Trung Hoa vào miền Bắc để giải giới quân Nhật, các đảng phái quốc gia cũng theo về, ông phải nhượng bộ thành lập chính phủ liên hiệp trong đó có thành phần Việt Nam Quốc Dân Đảng (như hai ông Nguyễn Tường Tam và Vũ Hồng Khanh) và Việt

Nam Cách Mệnh Đồng Minh hội (như ông Nguyễn Hải Thần). Đồng thời ông cũng phải thương lượng với Pháp qua đại diện của Cao ủy d'Argenlieu ở Hà Nội là Sainteny, đi đến việc ký Hiệp định Sơ bộ ngày 6 tháng 3 năm 1946, cho phép quân Pháp từ miền Nam ra đổ bộ lên miền Bắc thay thế quân Tàu. Khi quân Tàu rút về, các đảng phái quốc gia bị Việt Minh tìm cách tiêu diệt cũng phải bỏ qua lưu vong bên Tàu, chính phủ liên hiệp tan rã.

Tháng 6 năm 1946, ông qua Pháp vận động chính quyền trung ương ở Paris trao trả độc lập cho Việt Nam, trong khi tại hội nghị Fontainebleau, ông Phạm Văn Đồng cầm đầu phái đoàn Việt Nam thất bại trong việc đàm phán. Ông về nước vào tháng 9 đem theo một tạm ước (modus vivendi) ký với Bộ trưởng bộ Thuộc địa Marius Moutet.

Nhưng căng thẳng tiếp tục leo thang ở Hà Nội và đến cuối năm 1946, ông chọn giải pháp kháng chiến võ trang, rút toàn bộ chính phủ của ông vào chiến khu. Chiến tranh bùng nổ từ đó.

Năm 1950, sau khi Mao Trạch Đông toàn thắng Tưởng Giới Thạch trên lục địa, ông qua Bắc Kinh gặp Lưu Thiếu Kỳ và qua Moskva gặp Stalin và Mao (lúc đó đang thăm viếng Liên Xô) và thuyết phục được hai nước này công nhận Việt Nam Dân chủ Cộng hòa và giúp huấn luyện và cung cấp vũ khí quân trang quân dụng cho quân đội. Cuộc kháng chiến chống Pháp dần dần biến thành cuộc chiến tranh ý thức hệ giữa hai khối quốc tế, và Mỹ bắt đầu giúp Pháp về mặt tài chánh trong cuộc chiến ở Đông Dương.

Đầu năm 1953, ông phát động chiến dịch cải cách ruộng đất theo khuôn mẫu của Trung Quốc, với sự thúc đẩy của các cố vấn Tàu có mặt tại chỗ, tịch thu tài sản đất đai của địa chủ phân phối cho người nghèo, kèm theo phong trào đấu tố theo bài bản đấu tranh giai cấp và chuyên chính vô sản của chủ nghĩa cộng sản. Sau ba năm áp dụng với hàng ngàn người bị giết (không có thống kê chính xác: 5000 người? 15000 người?) kể cả những người bị giết oan, ông phải "nhận khuyết điểm và sửa sai".

Năm 1954, Pháp thua trận Điện Biên Phủ, hiệp định Genève được ký kết, đất nước tạm thời bị chia hai. Gần một triệu người di cư từ miền Bắc vào miền Nam để trốn chạy cộng sản, nhất là khi biết được những chuyện xảy ra trong cải cách ruộng đất. Miền Nam dưới chính thể tự do được Mỹ viện trợ trở nên trù phú, không chấp nhận tổng tuyển cử để thống nhất đất nước vì không muốn sống dưới chế độ cộng sản. Đến năm 1959 đảng Cộng sản họp Trung ương đảng ở Hà Nội quyết định thống nhất bằng cách xâm chiếm miền Nam bằng vũ lực. Các cán bộ còn ở lại miền Nam năm 1954 được lệnh thành lập Mặt trận Giải Phóng, và tiến hành cuộc « Đồng khởi » (1960) nhưng thất bại. Đồng thời đường mòn Hồ Chi Minh được xây dựng để chuyển quân vào miền Nam. Cuộc chiến quốc gia – cộng sản bắt đầu trong Nam từ đấy, miền Nam với sự hỗ trợ của Mỹ, miền Bắc với sự hỗ trợ của Liên Xô và Trung Quốc.

Năm 1965, miền Nam trong cơn xáo trộn chính trị sau cuộc đảo chính năm 1963 không còn đủ khả năng chống lại quân cộng sản nữa, Mỹ quyết định đem quân vào miền Nam trực tiếp lãnh đạo chiến tranh, ném bom miền Bắc và dần dần chiến tranh lan qua cả Campuchia và Lào là những nơi dùng làm hậu cứ cho quân miền Bắc trên đường vào Nam. Hành động này của Mỹ làm cho cả thế giới lên án một cường quốc đem quân đến « ăn hiếp » một nước nhỏ, và ngay tại Mỹ làn sóng chống chiến tranh lan mạnh đến cực độ. Chính quyền Mỹ không chiến thắng nhanh chóng được như dự tính ban đầu, bị sa lầy ở chiến trường, bị chính quốc hội không cho tiếp tục, và đành bỏ rơi chính quyền Việt Nam Cộng Hòa.

Nhưng ông Hồ Chí Minh không sống được đến ngày quân đội của ông tiến vào dinh Độc Lập ở Sài Gòn. Ông mất ngày 2 tháng 9 năm 1969 sau nhiều năm đau yếu. Trong di chúc ông muốn được hỏa táng, tro mang chôn tại ba miền đất nước, nhưng đảng của ông đã không cho ông được toại nguyện, đem xác ông bày trong hộp kính cho mọi người nhìn ngắm theo kiểu của Liên Xô.

[18] Hiệp định Sơ bộ ngày 6 tháng 3 được ký kết giữa một bên là Sainteny đại diện chính phủ Pháp và một bên là Hồ Chí Minh và Vũ Hồng Khanh, đại diện chính phủ Việt Nam.

Sở dĩ ông Hồ Chí Minh đã phải thương thuyết mật với ông Sainteny tại Hà Nội là vì chính phủ trung ương Pháp ở Paris đã ký kết với chính phủ Trung Hoa Dân Quốc ở Trùng Khánh một hiệp ước ngày 28 tháng 2 năm 1946, theo đó quân Tàu sẽ rút khỏi miền Bắc nhường chỗ cho quân Pháp đến để giải giới quân Nhật. Tướng Leclerc đã được lệnh từ Paris phải tái lập bằng mọi giá nền thống trị của Pháp tại Đông Dương, nên nếu không có Hiệp định Sơ bộ thì quân Pháp cũng sẽ đổ bộ lên miền Bắc bằng vũ lực, chiến tranh sẽ bùng nổ ngay vào thời điểm đó.

Ông Hồ Chí Minh đã chọn giải pháp tạm hòa hoãn bằng cách ký Hiệp định Sơ bộ 6 tháng 3, trong đó có khoản cho phép 15000 quân Pháp vào miền Bắc rồi sẽ rút đi dần dần trong 5 năm, đổi lại nước Pháp « công nhận Cộng hòa Việt Nam là một quốc gia tự do có chính phủ, nghị viện, quân đội và tài chính riêng, nằm trong Liên bang Đông dương và Liên hiệp Pháp. » (« reconnait la République du VIET-NAM comme un Etat libre ayant son Gouvernement, son Parlement, son Armée et ses Finances, faisant partie de la Fédération Indochinoise et de l'Union Française. »)

Bản tiếng Pháp mang tựa đề là « Convention Préliminaire », dịch chính xác là « Thỏa thuận Sơ bộ » hơn là « Hiệp định Sơ bộ ». Dự trù sẽ tiếp tục thương thuyết tại Paris để đi đến một hiệp ước, nhưng hội nghị Đà Lạt chuẩn bị cho hội nghị Paris thất bại, rồi hội nghị Fontainebleau (thay vì Paris) cũng thất bại. Nguyên nhân chính của sự thất bại là Pháp không muốn trao trả thuộc địa Nam Kỳ cho Việt Nam, và tự ý dựng lên nước « Nam Kỳ Tự Trị » trong khi các hội nghị đang tiến hành.

[19] Chữ Nôm là loại chữ viết theo kiểu chữ Hán để dùng cho tiếng Việt. Khi đọc chữ Nôm, người đọc phát ra tiếng Việt (thí dụ "gió"), khác với chữ Hán khi đọc lên là tiếng Hán Việt, tức là tiếng Hán đọc theo kiểu Việt Nam (thí dụ "phong").

Chữ Nôm được cấu tạo dựa vào chữ Hán, bằng nhiều cách khác nhau. Một cách điển hình là ghép hai chữ Hán lại, một chữ gợi âm, một chữ gợi ý. Hiển nhiên là rắc rối hơn chữ Hán.

Chữ Nôm có từ khi nước Việt thoát khỏi thời kỳ Bắc thuộc với chiến thắng của Ngô Quyền năm 938. Nhưng loại chữ này chỉ thực sự phát triển trong văn chương từ thế kỷ 13.

Tác phẩm nổi tiếng nhất viết bằng chữ Nôm là Truyện Kiều của Nguyễn Du (1766-1820).

Nhưng các sử liệu cùng các văn bản hành chính của triều đình vẫn phải viết bằng chữ Hán, ngoại trừ mấy năm nhà Hồ (thế kỷ 15) và nhà Tây Sơn (thế kỷ 18) dùng toàn chữ Nôm.

Chữ Nôm cũng như chữ Hán từ đầu thế kỷ 20 được thay bằng chữ quốc ngữ.

[20] Hai ca khúc *Chiến Sĩ Việt Nam* và *Bắc Sơn* của Văn Cao (1923-1995) rất phổ biến trong thời kỳ kháng chiến. Tác giả của hai bài này nổi tiếng vì cũng chính là tác giả của bài *Tiến Quân Ca* được dùng làm quốc ca. Nhưng Văn Cao còn được biết đến như một nhạc sĩ lãng mạn với những ca khúc trữ tình xuất sắc sáng tác trước khi ông tham gia Việt Minh, điển hình là Thiên Thai, Trương Chi, Bến Xuân, Suối Mơ, v.v.

[21] Một bài báo nhan đề « Dinh tê » ký tên C.B., đăng trên báo Nhân dân, số 46, ngày 21-2-1952 viết về hiện tượng hồi cư có đoạn như sau : *« Trong lúc xã hội thay đổi lớn, người mạnh dạn thì kiên quyết xông pha, vượt qua gian khổ, đi đến thành công. Người non nớt thì cầu an, tiêu cực, rồi thất bại. Kháng chiến ta trường kỳ và gian khổ, không khỏi có những người "dinh tê" »*. Và đoạn khác : *« Trừ bọn Việt gian, nói chung những người "dinh tê"*

đều bị lương tâm cắn rứt, như người đã đào ngũ. Họ thấy tương lai của họ mờ ám. Trong lúc toàn dân đang đập vào mặt quân thù, họ cam lòng quỳ gối cúi đầu dưới gót sắt giặc. Đến ngày kháng chiến thắng lợi, họ sẽ "ăn làm sao, nói làm sao"? » Bài lưu trữ trong « Hồ Chí Minh toàn tập, tập 6, 1950-1952 », chứng tỏ tác giả chính là ông Hồ Chí Minh. Theo Trần Đĩnh trong quyển Đèn Cù (nhà xuất bản Người Việt Books, 2014) thì bút hiệu C.B. có nghĩa là « Của Bác ».

[22] Cho đến năm 1949, cuộc kháng chiến chống Pháp chỉ có tầm vóc nhỏ, và chưa có dấu hiệu gì sẽ có ngày thành công. Nhưng khi Mao Trạch Đông toàn thắng trên lục địa Trung Hoa năm 1949, đẩy Tưởng Giới Thạch ra đảo Đài Loan, Trung quốc trở thành hậu cứ lớn của lực lượng Việt Minh được huấn luyện bên Trung Quốc và trang bị vũ khí cũng như quân trang quân dụng của Trung Quốc và Liên Xô.

Đó là kết quả chuyến đi bí mật của ông Hồ Chí Minh kéo dài gần ba tháng vào đầu năm 1950 qua Bắc Kinh và Mạc Tư Khoa. Tại đây, ông gặp Stalin và Mao Trạch Đông (lúc đó đang thăm viếng Liên Xô) và thuyết phục được Liên Xô và Trung Quốc công nhận Việt Nam Dân chủ Cộng hòa và giúp huấn luyện và cung cấp vũ khí quân trang quân dụng cho quân đội. Ngược lại ông cũng được khuyến cáo của hai nhà lãnh đạo cộng sản Liên Xô và Trung Quốc phải tiến hành nhanh chóng cuộc cách mạng ruộng đất. Sau này cuộc cải cách ruộng đất (phát động từ năm 1953 được thực hiện dưới sự chỉ đạo của cố vấn Trung Quốc có mặt tại chỗ) nằm trong kế hoạch đã được vạch ra từ chuyến đi 1950 này.

Có thể nói là từ thời điểm 1950, cuộc kháng chiến chống Pháp dần dần biến thành cuộc chiến tranh ý thức hệ với sự can thiệp của cường quốc thuộc hai khối thù địch trên thế giới, khối « cộng sản » và khối « tự do » (hay « tư bản » nói theo kiểu của cộng sản).

Và thất bại lớn đầu tiên của Pháp vào cuối năm 1950 trên đường số 4 dọc biên giới Việt Trung đã mở đầu cho một giai đoạn mới của cuộc chiến, chấm dứt với trận Điện Biên Phủ báo hiệu sự cáo chung của chế độ thuộc địa Pháp.

[23] Năm 1928, chính phủ Pháp ở Paris ra một loạt nghị định (décrets) nhằm giải quyết tư cách pháp lý của các con lai tại các thuộc địa. « Nghị định » có giá trị như một luật, nhưng không do Quốc hội bầu ra, mà do Tổng thống ban hành.

Riêng nghị định dành cho Đông Dương được ký ngày 8 tháng 11-1928. Nghị định này cho phép được nhập quốc tịch Pháp những người sinh ra trên lãnh thổ Đông Dương có cha hoặc mẹ « không biết chính thức, légalement inconnu », « nhưng giả định là thuộc chủng tộc Pháp, présumé de race française ». Trong bản án thế vì khai sinh của tác giả, không ghi « chủng tộc Pháp » mà ghi là « có quốc tịch Pháp », có lẽ do một nghị định sau này hiệu đính lại việc dùng từ « chủng tộc » không phù hợp với tinh thần của Cộng hòa Pháp.

[24] Nhắc lại là trong đệ nhị thế chiến, quân đội Nhật đóng tại nhiều nơi trên lãnh thổ Đông Dương, theo những thỏa thuận ký kết với chính phủ Pháp của thống chế Pétain ở Vichy. Nhật vẫn để nguyên cho Pháp cai trị thuộc địa này cho tới ngày « đảo chính Nhật » tháng 3-1945. Thật ra không phải là một cuộc đảo chính theo đúng nghĩa (tức là phe phái trong cùng một nước lật đổ nhau bằng võ lực), mà là một hành vi chiến tranh của một nước đối với một nước khác.

Ngày 9 tháng 3 năm 1945, đồng loạt tại các thành phố chính của Đông Dương, đại diện Nhật mời các cấp lãnh đạo Pháp đến dự tiệc lúc 19 giờ, tới nơi họ đưa tối hậu thư đòi quân đội Pháp phải hàng phục quân đội Nhật trước 20 giờ cùng ngày. Dĩ nhiên các cấp lãnh đạo Pháp không ai chấp nhận, tức thì quân Nhật bắt tất cả làm tù binh, kể cả Toàn quyền Pháp là Đô đốc Decoux. Sau đó, quân đội Nhật đồng loạt tấn công tất cả các nơi đồn trú của quân đội Pháp, chiếm giữ tất cả các cơ quan của Pháp, bắt làm tù binh từ cấp lãnh đạo xuống tới các viên chức Pháp trong guồng máy cai trị và tất cả quân nhân trong quân đội Pháp. Nhiều nơi chống cự, nhưng chỉ yếu ớt vì quân đội Nhật rất mạnh và đông hơn quân Pháp gấp bội (đây là quân đội Pháp thời thuộc địa có mặt trước 1945, rất khác với quân đội viễn chinh Pháp do tướng Leclerc cầm đầu có mặt từ 1945 đến 1956).

Một số quân nhân Pháp trốn vào rừng rồi cũng bị bắt, một số ở miền Bắc trốn được qua Tàu. Riêng tại thành Lạng Sơn (citadelle de Lang Son) được phòng thủ kiên cố, thêm ba đồn lũy bao bọc, được Pháp xây cất từ năm 1942 đến 1945 (có tên Pháp là fort Brière de L'Isle, fort Négrier và fort Gallieni) với pháo binh đồn trú. Lạng Sơn có một vị trí chiến lược ở biên giới Việt Trung nên quân Pháp tập trung rất đông tại đấy. Cũng như các nơi khác, cấp lãnh đạo Nhật ở đây mời quan đầu tỉnh Pháp là ông Auphelle và Đại tá Robert chỉ huy quân đội Pháp ở Lạng Sơn cùng tùy tùng đến dự tiệc lúc 19 giờ, và đưa ra tối hậu thư, rồi bắt toàn bộ các cấp lãnh đạo ở đấy làm tù binh.

Tướng Lemonnier chỉ huy trung đoàn đóng trên toàn vùng lúc đó vừa mới đến Lạng Sơn để thanh tra, nhưng không được mời, có lẽ vì quân Nhật không biết ông có mặt tại chỗ. Khi quân Nhật tấn công sau khi kêu gọi quân Pháp đầu hàng không được, tướng Lemonnier chỉ huy chống cự. Qua suốt một đêm và qua ngày hôm sau 10 tháng 3, trận chiến diễn ra ác liệt với tổn thất lớn cho cả đôi bên. Nhưng cuối cùng quân Pháp vẫn phải đầu hàng vì hết đạn dược và không có tiếp viện.

Trong những ngày tiếp theo, các tù binh Pháp bị Nhật tàn sát không đếm xỉa gì đến công ước Genève về tù binh. Tướng Lemonnier, ông Auphelle và một sĩ quan cấp úy bị đem ra chém đầu trước ba quân. Những tù binh khác bị mang đi thủ tiêu bằng đại liên, bằng gươm, bằng dao găm, bằng cuốc xẻng. Xác đẩy xuống hố tập thể, có nơi tẩm xăng đốt trước khi lấp đất. Nhờ có vài người sống sót vì giả chết mà sau này mọi người mới biết những vụ tàn sát đó.

6 tháng sau, Nhật đầu hàng Đồng Minh, chấm dứt thế chiến 2. Quân Đồng Minh trở lại Đông Dương nhận sự đầu hàng của quân Nhật và phóng thích tù binh Pháp. Riêng những sĩ quan lãnh đạo quân Nhật ở Lạng Sơn chỉ huy việc tàn sát tù binh Pháp bị đem ra xét xử như những tội phạm chiến tranh.

Thống kê sau đó cho biết riêng tại Lạng Sơn có 460 tù binh Pháp bị sát hại.

Con số thương vong tổng cộng, kể cả tử trận trong lúc giao tranh và bị sát hại sau khi bị bắt là 1125 người gồm 69 sĩ quan, 178 hạ sĩ quan, 271 binh sĩ Pháp, số còn lại là quân nhân người bản xứ (Việt, Miên, Lào).

[25] Trường Hải Quân Pháp chính thức được thành lập năm 1830 ở Brest, vùng Bretagne của Pháp. Đây là một trường nổi tiếng, đào tạo sĩ quan hải quân là chính, nhưng cũng đào tạo tất cả các cấp và các ngành của hải quân.

Tháng 6 năm 1940, nước Pháp bị Đức Quốc Xã xâm lăng, khống chống cự nổi, Thống chế Pétain cầm đầu chính phủ đành phải ký hiệp định đình chiến với Đức, phải cắt phân nửa phía bắc của nước Pháp và tất cả vùng đất dọc bờ biển Đại Tây Dương cho Đức. Chính phủ đang ở thủ đô Paris phải dời về thành phố Vichy, tất cả cơ quan quân sự nằm trong vùng Đức chiếm đóng phải dọn về phần đất còn lại của Pháp ở phía nam. Trường Hải Quân nằm trên bờ Đại Tây Dương phải « sơ tán » đi nhiều nơi, qua Anh (theo tướng De Gaulle lúc đó qua Anh dựa vào thủ tướng Churchill để tổ chức kháng chiến), qua Bắc Phi (khi ấy còn là thuộc địa của Pháp) và về Toulon trên bờ Địa Trung Hải. Nên kỳ nhập học năm 1941, ông Jean Martin không học ở Brest mà ở Toulon.

Đến cuối năm 1942, quân Đồng Minh bắt đầu phản công mạnh, quân Đức tràn xuống vùng đất còn lại của Pháp, Trường Hải quân ở Toulon phải tạm thời giải tán, các khóa sinh được « nghỉ đình chiến dài hạn » là vì vậy.

Cũng nên biết là một số sĩ quan hải quân của Việt Nam Cộng Hòa đã từng được đào tạo tại Trường Hải Quân của Pháp ở Brest như : Hải Quân Đại Tá Trịnh Quang Xuân (khóa 1953, gọi là khóa 2-Brest), Hải Quân Trung Tá Trần Văn Sơn (khóa 1955 tức khóa 4-Brest), giáo sư Nguyễn Tiến Ích (khóa 1955, cũng tốt nghiệp MIT của Mỹ), giáo sư Lê Triệu Đẩu (khoá 1954), giáo sư Nguyễn Đức Vân (khóa 1952 tức khóa 1-Brest), v.v... Các sĩ quan Hải quân Việt Nam Cộng Hòa chỉ có 4 khóa học tại trường Hải quân Brest mà thôi.

[26] Hai chính phủ Pháp và Việt Nam ký một thỏa thuận ngày 2 tháng 8 năm 1986, theo đó Pháp sẽ đem khoảng 27000 bộ hài cốt của những người bỏ mình tại Việt Nam, kể cả quân nhân và thường dân. Thành phố Fréjus được chọn để xây dựng khu tưởng niệm, tại một nơi trước kia là trại lính Galliéni tiếp đón binh lính từ các thuộc địa, bắt đầu từ thế chiến thứ nhất 1914-1918.

Khu tưởng niệm Fréjus được Tổng thống Pháp François Mitterrand khánh thành ngày 16 tháng 2 năm 1993. Khu nằm trên một khoảng đất rộng hơn 2 mẫu tây (23403 mét vuông), gồm một đường cho người đi bộ, hình tròn đường kính 110 mét bao bọc một vườn hoa, khu hài cốt, và bức tường tưởng niệm.

Trong khu hài cốt có 17188 hài cốt của quân nhân đã được xác nhận, mang từ Việt Nam về trong khoảng 1986-87, thêm 62 bộ hài cốt chôn ở nghĩa trang Luynes bên Pháp trước 1975. Ngoài ra còn 3152 bộ hài cốt không biết của ai. Và đặc biệt có 3515 bộ hài cốt của thường dân yên nghỉ trong một khu riêng biệt.

Bức tường tưởng niệm dài 64 mét, có gắn 438 tấm bảng vuông ghi họ tên của 34935 chiến sĩ trận vong ở Đông Dương nhưng không chôn cất trong khu hài cốt ở đây.

[27] Sài Gòn trước đây là thủ đô của Nam Kỳ, và cũng là « thủ đô kinh tế » của toàn cõi Đông Dương. Tên gọi Nam Kỳ được dùng trong thời kỳ Pháp thuộc, tiếng Pháp là Cochinchine. Nam Kỳ là một trong 5 thành phần của Đông Dương gồm Bắc Kỳ (Tonkin), Trung Kỳ (Annam), Nam Kỳ (Cochinchine), Cao Miên (Cambodge) và Lào (Laos). Nam Kỳ là một thuộc địa, do người Pháp cai quản trực tiếp, còn 4 phần kia là những « nước bảo hộ » vẫn có chính phủ riêng của mình nhưng có quan chức Pháp đứng bên cạnh « bảo hộ ».

Nam Kỳ được chính thức trả lại cho Việt Nam qua hiệp ước Elysées ký kết ngày 8 tháng 3-1949 giữa Tổng thống Pháp Vincent Auriol và Quốc trưởng Bảo Đại, và đạo luật ngày 4 tháng 6-1949 của Quốc hội Pháp thay đổi quy chế thuộc địa của Nam Kỳ để trả lại cho Quốc Gia Việt Nam.

[28] Bến Nhà Rồng là thương cảng của Sài Gòn, nằm trên sông Sài Gòn, khu Khánh Hội. Bến này có từ những năm đầu tiên của thời kỳ Pháp thuộc. Người dân gọi nôm na là « bến Nhà Rồng » vì trên nóc một ngôi nhà lớn tọa lạc nơi đây có tượng hai con rồng. Ngôi nhà này được bắt đầu xây cất từ năm 1863, do công ty « Messageries Maritimes » (vận tải đường biển) dùng làm trụ sở cho công ty.

Hiện nay ngôi nhà này trở thành nhà Bảo tàng Hồ Chí Minh, để kỷ niệm người thanh niên Nguyễn Tất Thành đã từ bến cảng này đi qua Pháp trên tàu Amiral Latouche Tréville năm 1911.

[29] Thành Thái là Hoàng đế thứ 10 của triều Nguyễn, bắt đầu từ Hoàng đế Gia Long năm 1802 và chấm dứt với Hoàng đế Bảo Đại năm 1945. Thành Thái lên ngôi lúc 10 tuổi năm 1889 và bị chính quyền bảo hộ Pháp truất phế năm 1907 vì ông có tư tưởng và hành vi chống Pháp. Ông bị quản thúc ở Vũng Tàu cho đến năm 1916 thì bị đày ra đảo Réunion một thuộc địa khác của Pháp ở Phi châu, cùng với con là Hoàng đế Duy Tân nối ngôi ông rồi cũng bị truất phế vì có tinh thần chống Pháp. Gia đình ông sống trong cảnh nghèo túng

ở đảo Réunion. Năm 1945 vua Duy Tân tử nạn trong một tai nạn máy bay, vua Thành Thái được trở về nước năm 1947 nhưng không được về cố đô Huế mà phải sống tại một ngôi nhà ở Sài Gòn (vì vậy tác giả có dịp thấy). Ông mất năm 1954 và được mang về Huế an táng.

[30] Pétrus Trương Vĩnh Ký tên lúc mới sinh năm 1837 là Trương Chánh Ký, sau đổi là Trương Vĩnh Ký, quê ở Vĩnh Long, học chữ Hán từ nhỏ. Cha mất sớm lúc ông 8 tuổi, ông được một linh mục công giáo để ý khi thấy ông có trí thông minh vượt bực, đã khuyên mẹ ông cho đi học Quốc ngữ và theo đạo Công giáo. Tên thánh của ông là Jean-Baptiste, Pétrus là tên chữ ông dùng sau này, tự là Sĩ Tải.

Sau đó ông được gửi qua học một trường đạo ở Penang (hiện nay thuộc Mã Lai). Trở về Việt Nam với vốn liếng vững chắc về ngôn ngữ cũng như văn hóa Pháp, lại biết thông thạo nhiều ngoại ngữ Tây phương cũng như Đông phương, và được thấm nhuần văn hóa Khổng Mạnh, ông nghiễm nhiên trở thành gạch nối lý tưởng cho chính quyền thuộc địa thiết lập tại Nam Kỳ từ sau hiệp ước Nhâm Tuất 1862. Năm 1863, ông được cử làm thông ngôn cho phái đoàn Phan Thanh Giản qua Pháp thương thuyết để lấy lại 3 tỉnh miền đông Nam Kỳ (thương thuyết thất bại, sau này ông Phan Thanh Giản, một vị quan nổi tiếng cương trực đã phải tự vẫn vì sức yếu không chống nổi quân Pháp làm mất thêm 3 tình miền tây).

Ông Trương Vĩnh Ký được xem là ông tổ của làng báo Việt Nam vì là chủ nhiệm tờ Gia Định Báo, tờ báo đầu tiên bằng Quốc ngữ. Ông cũng là tác giả hơn 100 tác phẩm văn học, ngôn ngữ, lịch sử, địa lý, từ điển, dịch thuật. Ông là người có công lớn đi tiên phong trong việc quảng bá Quốc ngữ, cũng là người đầu tiên phiên âm truyện Kiều từ chữ Nôm ra Quốc ngữ. Ông mất năm 1898.

Trường Pétrus Ký là một trường trung học nổi tiếng của Sài Gòn, xây cất từ năm 1927. Sau năm 1975, ngôi trường mang tên của một học giả uyên bác có công với nền văn học Việt Nam là Pétrus Ký bị đổi thành Lê Hồng Phong, tên của một lãnh tụ đảng Cộng sản Việt Nam, cũng là một đảng viên của hai đảng Cộng sản Trung Quốc và Liên Xô.

[31] Lê Văn Khôi là con nuôi của Tả Quân Lê Văn Duyệt (1763-1832). Lê Văn Duyệt là một tướng thân cận của Chúa Nguyễn Ánh, có công lớn trong việc giúp Nguyễn Ánh trở nên Hoàng đế Gia Long và lập ra triều Nguyễn năm 1802.

Vua Gia Long lập đô ở Phú Xuân là thành phố Huế ngày nay, và trao cho Lê Văn Duyệt làm tổng trấn Gia Định, được dân miền Nam tôn kính vô cùng. Khi ông mất năm 1832, lăng của ông ở khu Bà Chiểu (« Lăng Ông Bà Chiểu ») thu hút rất đông người đến chiêm ngưỡng cúng bái. Sau này trở thành thông lệ vào mỗi dịp Tết, Lăng Ông đông nghẹt người đến tế lễ, hái lộc và xin xăm.

Sau khi Lê Văn Duyệt qua đời, vua Minh Mạng bãi chức Tổng Trấn Gia Định và chia miền Nam thành 6 tỉnh gọi là Lục Tỉnh, được cai quản theo luật lệ của triều đình trung ương Huế. Vì nhiều lý do, vua Minh Mạng ghét Lê Văn Duyệt nhưng vì uy tín quá lớn của ông ở miền Nam nên không dám làm gì lúc ông còn sống. Khi Lê Văn Duyệt mất, vua Minh Mạng sai một viên quan từ Huế vào buộc Lê Văn Duyệt nhiều tội, và xét xử nhiều thân quyến của ông, trong đó có Lê Văn Khôi.

Lê Văn Khôi lúc còn trẻ ở ngoài Bắc khởi binh làm loạn, bị quan quân đuổi đánh chạy vào Thanh Hóa, gặp Lê Văn Duyệt xin đầu thú, được ông tin dùng và nhận làm con nuôi. Khi có vụ án Lê Văn Duyệt năm 1833, Lê Văn Khôi bất bình vì cách hành xử của quan lại triều đình bèn làm loạn, giết quan triều đình và dấy binh khởi nghĩa. Được sự ủng hộ của đông đảo người dân miền Nam, Lê Văn Khôi nhanh chóng làm chủ cả Lục Tỉnh. Triều đình Huế đem quân vào Nam dẹp loạn, Lê Văn Khôi yếu thế phải rút vào thành Phiên An (tên khác của thành Gia Định) cố thủ, và mất vì bệnh tại đây năm 1834. Năm 1835 thành Gia

Định thất thủ, gần 2000 người kể cả già trẻ lớn bé trai gái đều bị đem ra một bãi đất trống chém đầu, rồi chôn trong một hố tập thể gọi là Mả Ngụy.

Mả Ngụy nằm ở đâu trong thành phố Sài Gòn hiện nay ? Có mấy giả thuyết khác nhau (Ngã Sáu Sài Gòn, trường đua Phú Thọ, bệnh viện Bình Dân, nhưng không có gì chính xác, cũng không thấy nói đến khu đất sau trường Pétrus Ký ! Thật là một chuyện lạ vì một mồ chôn tập thể khổng lồ như vậy mà không để lại một dấu tích chính xác nào.

[32] Jean Bernard Jauréguiberry (1815-1887) là một Đô đốc Hải quân Pháp và một nhà lãnh đạo chính trị, dân biểu, rồi nghị sĩ « không thay thế được (inamovible) », hai lần làm Bộ trưởng Hải quân (Ministre de la Marine). Nhưng tại sao một ngôi trường ở Sài Gòn lại mang tên của ông ? Vì khi ông còn là Đại tá Hải quân, chỉ huy chiến hạm Primauguet trong hạm đội của Đô đọc Rigault de Genouilly, chính ông là người đã tấn công Đà Nẵng năm 1858 và Sài Gòn năm 1859, mở màn cho thời kỳ thuộc địa ở Đông Dương.

Khi Việt Nam lấy lại chủ quyền năm 1954, trường Jauréguiberry – vẫn còn là một trường tiểu học Pháp cho đến năm 1975 – được đổi tên thành Saint-Exupéry, một nhà văn nổi tiếng của Pháp.

Năm 2010, nhà trường mang tên « Trường trung học thực hành Sài Gòn – Khoa quản lý giáo dục ». Bên ngoài vẫn là « trường tường đỏ » như xưa.

[33] Quân đội Quốc gia Việt Nam được thai nghén từ hiệp định ngày 8 tháng 3 năm 1949 ký kết giữa Tổng Thống Pháp Vincent Auriol và cựu hoàng Bảo Đại tại điện Elysées, Paris. Trong giai đoạn đầu, quân đội này được tổ chức theo quân đội Pháp và do sĩ quan Pháp chỉ huy. Cuối năm 1949, 4 tiểu đoàn được hình thành, nhưng ngày thành lập chính thức là 11 tháng 5 năm 1950.

Quân đội Quốc gia Việt Nam bắt đầu lớn mạnh vào cuối năm 1950 khi tướng De Lattre de Tassigny qua Việt Nam với chức vụ Cao Ủy Cộng Hòa Pháp và Tổng Tư Lệnh quân đội. Lệnh tổng động viên được ban hành ngày 9 tháng 7 năm 1951.

Quân đội Quốc gia Việt Nam chỉ hoàn toàn độc lập với quân đội Pháp khi những người lính Pháp cuối cùng rời khỏi Việt Nam năm 1956.

[34] Đà Lạt là một thành phố nằm trên cao nguyên Lâm Viên (Langbian), độ cao 1500m, cách Sài Gòn 300 km theo đường bộ về hướng đông bắc. Địa thế được bác sĩ Yersin (cũng là một nhà thám hiểm) khám phá ra năm 1893. Nhưng phải nhiều năm sau, khi toàn quyền Paul Doumer tìm một nơi làm trạm nghỉ mát cho người Pháp, địa điểm này mới được chọn vì khí hậu quanh năm mát mẻ và cảnh vật đồi núi hùng vĩ với rừng thông bạt ngàn. Thành phố chỉ thực sự được quy hoạch và xây dựng từ đầu thế kỷ 20. Năm 1993, Đà Lạt tổ chức trọng thể kỷ niệm 100 năm khai sáng.

Tên gọi Đà Lạt là do tiếng địa phương của người Cơ Ho (K'Ho), Đà là nước, Lạt là một trong những sắc dân Cơ Ho cư ngụ tại đây từ xưa, nên Đà Lạt là tên con suối chảy qua vùng này, được một đập nước chặn lại làm thành hồ Xuân Hương thơ mộng ngay trung tâm thành phố. Qua khỏi đập nước (Cầu Ông Đạo, bây giờ là đường Lê Đại Hành), con suối tiếp tục chảy qua thác Cam Ly.

Hiện nay Đà Lạt là một thành phố du lịch hàng đầu của Việt Nam, nhưng với dân số quá lớn (hơn 200.000), nhà cửa xây cất chen chúc quá nhiều nên thành phố không còn giữ được cảnh thiên nhiên như lúc ban đầu.

[35] Ngự Lâm Quân là một đơn vị quân đội đặc biệt có nhiệm vụ bảo vệ vua, lúc đó là cựu hoàng Bảo Đại.

Thật ra năm 1952 ông Bảo Đại không còn là vua nữa mà là « Quốc trưởng ». Ông đã thoái vị từ năm 1945 để trở về với cương vị một công dân trong một nước dân chủ. Công dân Vĩnh Thụy đã chấp nhận làm cố vấn tối cao cho chính phủ Hồ Chí Minh, nhưng cũng chỉ là một chức vụ trang trí, và sau đó ông phải qua sống ở Hồng Kông. Từ năm 1947, ông được người Pháp tiếp xúc để hình thành cái mà họ gọi là « giải pháp Bảo Đại » trong quá trình trao trả độc lập cho Việt Nam bằng đường lối thương thuyết. Sau khi đòi được chính phủ Pháp trả lại thuộc địa Nam Kỳ cho Việt Nam, ngày 8 tháng 3 năm 1949, ông Bảo Đại ký kết với Tổng Thống Vincent Auriol hiệp ước Elysées, và trở về nước giữ chức vụ Quốc Trưởng của Quốc Gia Việt Nam thành lập từ đó.

Khi về nước, ông chọn sống ở Đà Lạt, trong một « biệt điện » với một trung đoàn Ngự Lâm Quân bảo vệ. Biệt điện đó bây giờ là Dinh III, một dinh thự còn giữ được nguyên vẹn, là một địa điểm thăm viếng cho du khách.

[36] Bác sĩ Alexandre Yersin sinh ra ở Thụy Sĩ năm 1863, mất năm 1943 tại Nha Trang và được mai táng tại đấy. Ông là người sáng lập viện Pasteur Nha Trang, và sau làm tổng thanh tra các viện Pasteur ở Đông Dương. Ông có công nghiên cứu chế tạo nhiều thuốc chủng ngừa, trong đó có thuộc chủng ngừa bệnh dịch hạch. Ông cũng đóng góp vào việc nghiên cứu trồng cây công nghiệp, đặc biệt là cây cao su ở Việt Nam.

Ông còn là một nhà thám hiểm không mệt mỏi các vùng rừng núi ở Đông Dương thời đó, và là người khám phá ra địa điểm để xây dựng thành phố Đà Lạt sau này. Vì vậy Đà Lạt có một con đường lớn mang tên ông, và trường trung học và tiểu học Pháp ở Đà Lạt cũng mang tên ông.

Sau năm 1975, trường trung học Yersin biến thành Trường Cao đẳng Sư phạm, đường Yersin đổi tên thành đường Trần Phú, một lãnh tụ cộng sản trong thời kỳ phôi thai của đảng. Phải chờ đến năm 1993, nhân kỷ niệm 100 năm thành phố Đà Lạt, chính quyền mới công nhận công lao của ông Yersin và đặt tên ông cho một con đường nhỏ.

[37] Giám mục d'Adran tên là Pigneau de Béhaine, tên Việt Nam là Bá Đa Lộc, giúp Nguyễn Ánh chiếm lại ngai vàng trong tay nhà Tây Sơn. Năm 1784, trong khi còn phải trốn tránh quân của Tây Sơn Nguyễn Huệ, Nguyễn Ánh nhờ giám mục Bá Đa Lộc về Pháp cầu viện với vua Louis XVI, đồng thời giao cho giám mục Hoàng tử Cảnh 4 tuổi là con ông để chứng tỏ lòng tin tưởng của mình. Năm 1787, hiệp ước Versailles được ký kết, nước Pháp chấp nhận giúp đỡ Nguyễn Ánh bằng cách gửi qua Việt Nam 4 chiến hạm và một đạo quân viễn chinh gồm cả pháo binh. Đổi lại, nước Pháp được chủ quyền trên hải cảng Đà Nẵng và Côn đảo, cùng một số ưu tiên thương mại trên toàn lãnh thổ.

Cách mạng Pháp bùng nổ năm 1789 nên hiệp ước không thực hiện được. Nhưng Giám mục Bá Đa Lộc vẫn tự mình tìm được quân và chiến hạm về giúp Nguyễn Ánh. Sau khi Nguyễn Huệ mất sớm, con lên nói ngôi còn bé, Nguyễn Ánh đánh bại quân Tây Sơn và lên ngôi năm 1802, lập ra triều Nguyễn.

Giám mục Bá Đa Lộc mất tại Việt Nam và được chôn cất ở đây. Để tưởng nhớ công ơn của ông với triều Nguyễn, một cái lăng được xây cất gần phi trường Tân Sơn Nhứt, ngày nay vẫn còn, có tên là Lăng Cha Cả.

[38] Nguyễn Phúc Bảo Long là con trưởng của Hoàng Đế Bảo Đại và Nam Phương Hoàng Hậu, sinh năm 1936 ở điện Kiến Trung trong Đại nội Huế, được phong Đông Cung Hoàng Thái Tử, sẽ nối ngôi vua sau này. Sau khi Bảo Đại thoái vị năm 1945, Bảo Long theo học trường Đồng Khánh Huế, đến năm1947 cùng các em theo Nam Phương Hoàng Hậu qua Pháp sống ở lâu đài Thorenc ở Cannes, vùng Côte d'Azur trên bờ Địa Trung Hải.

Năm 1954, Bảo Long muốn về Việt Nam theo học trường Võ bị Đà Lạt, nhưng tình thế không cho phép, ông đành theo học trường Sĩ quan Võ bị Pháp ở Saint-Cyr, sau đó là trường Kỵ binh Saumur. Ông phục vụ 10 năm trong quân đội Pháp, sau đó làm việc trong ngành ngân hàng ở Paris.

Ông suốt đời sống độc thân, tuyên bố không muốn dính dáng đến chính trị, và chết lặng lẽ tại Pháp năm 2007, hưởng thọ 71 tuổi.

[39] Trường Adran Đà Lạt tuy là một trường nhỏ trong một thành phố nhỏ, nhưng đã có con cháu nhiều nhân vật chính trị nổi tiếng học ở đấy. Ngoài Bảo Long ra, sau này sống nội trú có con của Phó tổng thống Nguyễn Ngọc Thơ (Phó tổng thống thời Tổng thống Ngô Đình Diệm), có con trai lớn của ông bà Ngô Đình Nhu, đó là chỉ kể đến các trường hợp nổi tiếng nhất. Ngoài ra còn con cháu của các ông Hoàng bà Chúa bên Lào gửi qua sống nội trú ở đây. Khí hậu đặc biệt thuận tiện cho sự học hành là một trong các lý do trường được chiếu cố như thế.

Ở Sài Gòn đã có một trường cũng mang tên "Collège d'Adran" của dòng Thừa Sai thành lập năm 1861, sau đó chuyển cho dòng Lasan năm 1866. Trường này phải đóng cửa năm 1882 vì chính quyền thuộc địa thay đổi chính sách, không trợ cấp cho trường tư nữa, nên dòng Lasan không có phương tiện tái chánh để tiếp tục. Trường nằm ngay trước sở thú, sau này là vị trí hai trường Võ Trường Toản và Trưng Vương.

Trường Adran Đà Lạt được dòng Lasan thành lập năm 1941, lúc đầu chỉ có các lớp tiểu học và trung học đệ nhất cấp (hết lớp 3ème). Bắt đầu từ niên khóa 1959-60 mở thêm các lớp đệ nhị cấp, học đến tú tài. Sau ngày 30 tháng 4-1975, cũng như tất cả các trường tư khác, nhà nước cộng sản đóng cửa trường và dùng phóng ốc làm cơ quan khác.

[40] Trường Trung học La San Taberd nằm trên đường Nguyễn Du Sài Gòn, số 53, ngay gần nhà thờ Đức Bà. Trường lấy tên của Giám mục Taberd là giám mục địa phần Nam kỳ từ 1830 đến 1840.

Ngay từ đầu, đây là một trường tư do linh mục Kerlan, cha sở họ Sài Gòn thành lập năm 1874, mục đích giúp các trẻ con lai Pháp bị bỏ rơi có nơi ăn học. Sau đó trường phát triển nhận đủ các thành phần và đến năm 1890 chuyển giao cho các Sư huynh Lasan. Trường liên tục mở rộng và phát triển, góp công đào tạo nhiều nhân tài cho đất nước.

Niên khóa 1973-1974, trường có 115 lớp, 7464 học sinh.

Qua biến cố 1975, trường bị đóng cửa, trường lớp biến thành trường Trung Học Sư phạm. Từ năm 2000 biến thành trường Trung học Phổ thông Trần Đại Nghĩa, vài năm sau đổi ra trường Trung học Phổ thông chuyên Trần Đại Nghĩa.

[41] Trong gần một triệu người di cư năm 1954-55, ngoài những thành phần có bà con quen thuộc hoặc công tư chức được giúp đỡ trong phạm vi công việc làm của mình, đa số người di cư được nói đến nhiều nhất là giáo dân các làng công giáo, khi vào Nam được chính quyền giúp đỡ đến sinh sống ở những vùng đất mới. Chỉ vài năm sau, những vùng này trở thành những làng mạc và thị xã trù phú, nhờ vào tính cần cù kiên nhẫn làm việc của người dân, nhờ vào tinh thần tổ chức kỷ luật của làng xã, và nhờ vào viện trợ của Mỹ đổ khá nhiều tiền vào công cuộc định cư, một việc làm đóng góp rất hữu hiệu cho sự phồn thịnh của xã hội miền Nam sau này.

[42] Cộng hòa tự trị Nam Kỳ (République autonome de Cochinchine) còn gọi là Nam Kỳ Cộng hòa quốc, Nam Kỳ quốc, Cộng hòa Nam Kỳ, Nam Kỳ Tự trị là một chính quyền do Pháp dựng lên, tồn tại từ 1946 đến 1948.

Thời Pháp thuộc, Nam Kỳ là thuộc địa do người Pháp trực tiếp cai trị, trong khi Bắc Kỳ và Trung Kỳ chịu sự bảo hộ của Pháp, nhưng vẫn còn bộ máy hành chánh của Triều đình Huế.

Tháng 3 năm 1945, chính quyền thuộc địa Pháp bị quân đội Nhật "đảo chính" mất hết quyền hành, toàn cõi Đông Dương rơi vào tay người Nhật. Tháng 8 năm 1945, quân Nhật thua trận thế chiến hai, quân Anh vào miền nam vĩ tuyến 16 giải giới quân Nhật, quân Pháp theo quân Anh trở lại Đông Dương tái lập trật tự cũ. Chỉ sau vài tháng, Nam Kỳ trở lại tình trạng thuộc địa như trước ngày đảo chính Nhật.

Khi Hội nghị Fontainebleau sắp diễn ra ở Pháp, trong chương trình nghị sự có mục bàn về việc trả lại Nam Kỳ cho Việt Nam, thì Cao ủy Đông Dương là Thierry d'Argenlieu đơn phương thành lập Cộng hòa tự trị Nam Kỳ ngày 27 tháng 5 năm 1946. Mục đích để tách rời hơn nữa Nam Kỳ với phần còn lại của nước Việt Nam, hòng sau này có trao trả độc lập cho Việt Nam thì sẽ chỉ có Trung Kỳ và Bắc Kỳ mà thôi.

Vào đầu tháng 6, bác sĩ Nguyễn Văn Thinh được đề cử làm Thủ tướng Chính phủ Cộng hòa Nam Kỳ tự trị. Ủy viên Cédile liền ký với tân Thủ tướng một hiệp ước nhìn nhận xứ Nam Kỳ là một xứ tự do, riêng biệt trong khuôn khổ của Liên bang Đông Dương. Hơn hai tháng sau, bác sĩ Nguyễn Văn Thinh tự sát vì ông thấy đã rơi vào cái bẫy chia rẽ của người Pháp mà không làm gì để thoát ra được. Bác sĩ Lê Văn Hoạch rồi Tướng Nguyễn Văn Xuân lên thay.

Qua năm 1947, Thủ tướng Nguyễn Văn Xuân bay sang Hồng Kông yết kiến Cựu hoàng Bảo Đại và xác nhận ý định thống nhất Nam Kỳ vào nước Việt Nam. Cộng hòa tự trị Nam Kỳ được chính thức giải thể và sáp nhập vào Quốc gia Việt Nam do cựu hoàng Bảo Đại đứng đầu ngày 2 tháng 6 năm 1948. Nhưng đối với Pháp, phải chờ đến ngày 8 tháng 3 năm1949 mới chính thức giải thể Nam Kỳ Tự Trị, khi thỏa ước Élysée được ký giữa tổng thống Pháp Vincent Auriol và Cựu hoàng Bảo Đại, theo đó Pháp công nhận nước Việt Nam thống nhất.

[43] Hội nghị Fontainebleau là một hội nghị nối tiếp Hiệp ước sơ bộ 6 tháng 3-1946 ký tại Hà Nội sau những thương thuyết mật giữa Hồ Chí Minh và Sainteny, cho phép quân đội Pháp đổ bộ lên miền Bắc thay quân Trung Hoa Dân Quốc, đổi lại Pháp công nhận Việt Nam là một nước "tự do trong khối Liên Hiệp Pháp". Hiệp ước sơ bộ này cũng dự trù một hội nghị ở Paris để đi đến một hiệp định chính thức về vấn đề độc lập và thống nhất của Việt Nam.

Một hội nghị chuẩn bị cho hội nghị Paris được tổ chức ở Đà Lạt từ ngày 19 tháng 4 đến ngày 11 tháng 5-1946, phái đoàn Việt Nam do ông Nguyễn Tường Tam cầm đầu, phái đoàn Pháp do Cao ủy Thierry d'Argenlieu (tương đương với chức Toàn quyền Pháp thời trước) cầm đầu. Ông Nguyễn Tường Tam (nhà văn Nhất Linh, thuộc Việt Nam Quốc Dân Đảng) là Bộ trưởng Ngoại giao trong chính phủ Liên hiệp lúc đó. Hội nghị Đà Lạt không đi đến kết quả cụ thể nào, nhưng giúp cho hai phe hiểu rõ quan điểm của nhau hơn.

Sau đó hội nghị Fontainebleau (lúc đầu dự trù ở Paris, nhưng phải rời đến Fontainebleau vì lý do bất khả kháng) diễn ra từ ngày 6 tháng 7 đến 10 tháng 9-1946 tại lâu đài Fontainebleau (cách Paris 60 km về phía nam) bàn về địa vị của Việt Nam trong khối Liên hiệp Pháp, mối quan hệ ngoại giao giữa Việt Nam và các nước, tổ chức giữa các xứ trong Liên bang Đông Dương, và quan trọng nhất là nguyện vọng thống nhất ba kỳ: Bắc, Trung và Nam của Việt Nam qua việc trưng cầu dân ý ở Nam Kỳ.

Hội nghị tan vỡ khi phái đoàn Việt Nam do ông Phạm Văn Đồng cầm đầu bỏ về vì phía Pháp không dứt khoát trong việc trao trả Nam Kỳ cho Việt Nam, mà ngược lại, Thierry d'Argenlieu còn dựng lên "Nam Kỳ Quốc", cố ý tách Nam Kỳ ra khỏi nước Việt Nam. Trong khi hội nghị Fontainebleau đang tiếp diễn, Thierry d'Argenlieu triệu tập tại Đà Lạt vào ngày 1 tháng 8-1946 Hội nghị Liên bang bao gồm các đại biểu Nam Kỳ quốc, Lào, Campuchia và các quan sát viên từ miền Nam Việt Nam và miền Cao Nguyên để bàn về Liên Bang Đông Dương, đặt phía Việt Nam trước một sự đã rồi.

Tuy hội nghị tan vỡ, nhưng cuối cùng vào ngày 14 tháng 9-1946 ông Hồ Chí Minh (lúc đó cũng ở bên Pháp nhưng không tham gia phái đoàn hội nghị Fontainebleau) cũng ký với ông Marius Moutet (Bộ trưởng Bộ Hải ngoại Pháp) tại nhà riêng của ông này một bản tạm ước (Modus vivendi) trong đó quan trọng nhất là việc tái lập trật tự và ngưng bắn ở Nam Kỳ, trao đổi tù binh, và ngưng tuyên truyền kích động dân chúng.

Dù có bản tạm ước này, chiến tranh vẫn nổ ra ba tháng sau đó.

[44] Hiệp ước Élysée được ký kết tại Paris ngày 8 tháng 3 năm 1949 giữa Quốc Trưởng Quốc Gia Việt Nam là Cựu Hoàng Bảo Đại và Tổng thống Pháp Vincent Auriol, theo đó Pháp công nhận Quốc gia Việt Nam là một nước độc lập nằm trong Liên hiệp Pháp.

Hiệp ước quy định Quốc gia Việt Nam có cơ quan ngoại giao riêng, có tài chính và quân đội riêng mặc dù còn nằm trong Liên Hiệp Pháp, tức là chưa độc lập hoàn toàn. Hiệp ước cũng dự trù trả lại Nam Kỳ cho Việt Nam, điều mà năm 1946 họ đã không làm trong hội nghị Fontainebleau.

Sau hiệp ước này, Quốc Gia Việt Nam được Pháp vận động gia nhập nhiều tổ chức quốc tế thuộc hệ thống của Liên hiệp Quốc như Tổ chức Lao động quốc tế ILO, Tổ chức Lương nông quốc tế FAO, Tổ chức Giáo dục, Khoa học và Văn hóa của Liên hiệp Quốc UNESCO…

Phần lớn các nước phương Tây đã dần dần thiết lập quan hệ ngoại giao và trao đổi Đại sứ với Quốc gia Việt Nam, trong khi các nước cộng sản công nhận Việt Nam Dân chủ Cộng hòa. Bắt đầu từ đấy, chiến tranh ở Việt Nam chuyển qua hình thức một cuộc chiến ý thức hệ, Việt Nam trở thành một điểm nóng trong chiến tranh lạnh giữa hai khối quốc tế do Mỹ và Liên Xô cầm đầu.

[45] Ông Ngô Đình Diệm sinh năm 1901, quê tỉnh Quảng Bình. Cha ông là Ngô Đình Khả từng là Thượng Thư của triều Nguyễn, theo đạo Công giáo từ nhiều đời. Ông theo học trường Hậu Bổ đào tạo quan chức và ra làm tri huyện, tri phủ, tuần vũ.

Năm 1932, Hoàng Đế Bảo Đại từ Pháp về nước cầm quyền, và năm 1933 bổ nhiệm ông Diệm làm Thượng thư Bộ Lại trong chiều hướng trẻ trung hóa và hữu hóa bộ máy của triều đình. Nhưng với sự khống chế của chính quyền bảo hộ Pháp, ông Diệm không làm gì được nên chỉ vài tháng sau ông từ chức. Ông là vị Thượng Thư trẻ nhất trong triều Nguyễn.

Ông nổi tiếng là một người chống cộng sản và chống Pháp từ thời đó. Trong đệ nhị thế chiến, ông liên lạc với Hoàng thân Cường Để lưu vong bên Nhật, trong phong trào dựa vào Nhật để chống Pháp. Nhiều lần ông Diệm thoát thân khi bị Pháp lùng bắt nhờ được Nhật che chở.

Vì vậy khi Nhật cướp chính quyền trong tay Pháp ngày 9 tháng 3-1945, vua Bảo Đại mời ông làm Thủ tướng trong tân chính phủ nhưng người Nhật lại giới thiệu học giả Trần Trọng Kim cho Bảo Đại, có lẽ vì họ không muốn cho Hoàng thân Cường Để về nước thay Bảo Đại.

Khi Việt Minh cướp chính quyền tháng 8-1945, ông bị bắt thời gian ngắn nhưng không bị ngược đãi, trong khi anh ruột ông là Ngô Đình Khôi cùng con trai bị giết.

Sau đó khi người Pháp tiếp xúc với Cựu hoàng Bảo Đại ở Hồng Kông để thành lập Quốc Gia Việt Nam, ông Ngô Đình Diệm cũng qua gặp Bảo Đại như nhiều chính trị gia chống cộng khác, nhưng quyết định không đi theo con đường đó vì những người thân cận với Bảo Đại vẫn có nhiều thành phần thân Pháp.

Ông tìm cho mình hướng đi riêng, và trông cậy vào em của ông là Ngô Đình Nhu tổ chức các nhóm chính trị dấn thân, sau này sẽ là hạt nhân của đảng Cần Lao Nhân Vị. Ông tìm hậu thuẫn quốc tế, đặc biệt là hậu thuẫn của Mỹ. Năm 1950, khi anh của ông là Giám mục Ngô Đình Thục qua Vatican họp, ông tháp tùng, ghé Nhật gặp Hoàng thân Cường Để, sau đó qua Washington vài tháng, tá túc trong tu viện công giáo, rồi về Âu châu. Ông trở lại Mỹ lần thứ hai, vẫn tá túc trong các tu viện công giáo, nỗ lực tìm kiếm hậu thuẫn cho độc lập của Việt Nam. Ông được Giám mục Spellman hết lòng giúp đỡ, nhưng không gặt hái được kết quả cụ thể nào, ngoài việc gặp hai thượng nghị sĩ Mike Mansfield và John Kennedy. Lúc đó chính quyền của Tổng thống Eisenhower đang bận chiến tranh Triều Tiên.

Trở về Âu châu năm 1953, ông sống ẩn dật tại vương quốc Bỉ, trong tu viện dòng Biển Đức (Bénédictins) ở Saint-André de Bruges.

Tháng 5 năm 1954, ông Bảo Đại đang ở Cannes triệu ông Ngô Đình Diệm đến đề nghị ông làm Thủ tướng. Lúc đó ông Hồ Chí Minh đang thắng thế, số phận của chính thể Quốc gia Việt Nam thật bấp bênh, ông Ngô Đình Diệm nhận chức Thủ tướng với điều kiện ông có toàn quyền về hành chánh lẫn quân sự. Bảo Đại chấp nhận, và Ngô Đình Diệm về nước chấp chánh ngày 7 tháng 7-1954. Hai tuần sau, hiệp định Genève được ký kết.

Ông Ngô Đình Diệm và tân chính phủ gặp phải những chống đối tưởng như không vượt qua được. Bình Xuyên đang nắm cảnh sát nổi loạn ở Sài Gòn, các thành phần thân Pháp, cầm đầu là tướng Nguyễn Văn Hinh Tổng tham mưu trưởng quân đội, chống đối ra mặt. Hoa Kỳ lúc đầu còn chần chừ vì tin ông Diệm là một thành phần chống cộng hữu hiệu, nhưng rồi tân đại sứ Mỹ là Collins cùng với Cao ủy Pháp là tướng Ely đều một lòng khuyến cáo chính phủ của mình không nên ủng hộ ông Diệm.

Không ngờ, ông Diệm huy động được một phần quân đội trung thành với ông dẹp tan loạn Bình Xuyên, gạt bỏ các thành phần thân Pháp, Nguyễn Văn Hinh phải qua Pháp lưu vong. Lúc đó, Hoa Kỳ mới quyết định ủng hộ ông Diệm hết mình, bằng cách viện trợ thẳng cho chính quyền của ông Diệm mà không qua Liên Hiệp Pháp như trước nữa. Khi Bảo Đại kêu ông Diệm qua Pháp báo cáo tình hình, thực tế là để cách chức ông, ông không đi. Sau đó ông tổ chức trưng cầu dân ý truất phế Bảo Đại năm 1955.

Qua 1956, một hiến pháp mới được ban hành ngày 26 tháng 10, Quốc Gia Việt Nam trở thành Việt Nam Cộng Hòa với ông Diệm làm Tổng thống.

[46] Ông Ngô Đình Diệm chỉ được sự ủng hộ của Mỹ sau khi về nước lập chính phủ và tỏ ra hữu hiệu, trước đó người Mỹ rất thờ ơ với ông.

Trong thời kỳ chiến tranh, các tài liệu tuyên truyền của cộng sản đều đồng loạt rêu rao « Mỹ hất cẳng Pháp bằng lá bài Ngô Đình Diệm đã được Mỹ đào tạo… ». Và việc Bảo Đại bổ nhiệm Ngô Đình Diệm vào chức vụ Thủ tướng « là do áp lực của Mỹ ».

Các tài liệu lịch sử trong văn khố Mỹ và Pháp được công bố sau này cho thấy là ông Ngô Đình Diệm qua Mỹ tìm sự hỗ trợ của chính quyền Mỹ trong công cuộc dành độc lập cho Việt Nam từ tay người Pháp mà không rơi vào tay cộng sản, vì Mỹ là nước lãnh đạo thế giới tự do trong khung cảnh chiến tranh lạnh thời đó. Nhưng Mỹ chẳng coi ông Diệm là nhân vật đáng quan tâm, cũng chẳng có tổ chức Mỹ nào « đào tạo » ông Diệm để làm « lá bài » cho mình cả. Nhưng nhu cầu tuyên truyền của cộng sản trong thời kỳ chống « Mỹ Diệm » thập niên 50 và 60 có cần gì đến sự thật lịch sử !

Khi Bảo Đại tìm người thay thế Thủ tướng Bửu Lộc, ông đã nghĩ đến ông Diệm là nhân vật chống cộng mãnh liệt, Bảo Đại hy vọng vớt vát được chút gì trong tình thế tuyệt vọng lúc đó. Về phần ông Diệm, đây là cơ hội cuối cùng để ông ra gánh vác việc nước, nên dù biết tình thế rất khó khăn, ông vẫn chấp nhận làm Thủ tướng dưới quyền ông Bảo Đại làm Quốc trưởng, nhưng đòi phải được toàn quyền cả về hành chánh lẫn quân sự. Về phần chính phủ Pháp, ông cũng được em là ông Ngô Đình Nhu vận động với chính giới Pháp để ủng hộ ông Diệm trong chức vụ Thủ tướng. Ngoài ra, không có tài liệu nào về « áp lực » của Mỹ buộc Pháp phải chấp nhận ông Diệm cả. Chỉ có tài liệu nói về tòa đại sứ Mỹ ở Paris được hội ý sau khi ông Diệm đã được chọn.

[47] Năm 1954, hai giáo phái có lực lượng võ trang là Cao Đài và Hòa Hảo. Ngoài ra, một lực lượng võ trang khác hoành hành trong vùng Sài Gòn và phụ cận là Bình Xuyên, nhưng đó không phải là một giáo phái.

Bình Xuyên do Lê Văn Viễn tự Bảy Viễn cầm đầu hoạt động ở vùng phía nam Sài Gòn. Bình Xuyện là tên một ấp ở Chánh Hưng, Nhà Bè. Khởi đầu từ 1945, Bình Xuyên là một lực lượng quân sự theo Việt Minh chống Pháp, đến năm 1948 Bảy Viễn theo Pháp và được nắm giữ vai trò cảnh sát trong Sài Gòn và kiểm soát sòng bài Đại Thế Giới và các cơ sở ăn chơi khác. trong vùng. Khi ông Ngô Đình Diệm làm thủ tướng năm 1954, ông giải tán lực lượng này để sáp nhập vào quân đội chính quy, nhưng Bình Xuyên không tuân thủ và nổi loạn trong Sài Gòn, ông Diệm phải dùng quân đội đánh tan quân phản loạn ngay trong thành phố.

Cao Đài là một giáo phái được chính thức công nhận năm 1926, nhưng đã có từ năm 1920 do một công chức của chính quyền thuộc địa Pháp là ông Ngô Văn Chiêu. Ông dùng phép cầu cơ để tiếp xúc với thần linh và tin tưởng là đã tiếp xúc được với Thượng Đế mà ông gọi là Cao Đài, dùng biểu tượng là một con mắt. Giáo phái phát triển nhanh chóng nhờ Lê Văn Trung và Phạm Công Tắc. Lê Văn Trung được phong chức Thượng Đầu Sư lãnh đạo tín đồ Cao Đài, trụ trì ở Tòa Thánh Tây Ninh. Khi ông mất năm 1934, Phạm Công Tắc lên thay.

Trong thế chiến 2, một lực lượng quân sự gồm toàn tín đồ Cao Đài được thành lập với sự trợ giúp của quân Nhật lúc đó đóng trên lãnh thổ Đông Dương. Lực lượng này lúc đầu theo Việt Minh chống Pháp, nhưng sau đó bị Việt Minh tìm cách tiêu diệt nên cuối cùng theo Pháp và chính quyền Quốc Gia Việt Nam của Bảo Đại. Một lãnh tụ nổi tiếng của Cao Đài là tướng Trình Minh Thế tách riêng về núi Bà Đen chống cả Pháp lẫn Việt Minh. Khi ông Diệm lên cầm quyền, ông khuyến dụ được Trình Minh Thế về hàng ngũ quân đội quốc gia, nhưng trong chiến dịch bình định Bình Xuyên năm 1955, Trình Minh Thế tử thương bởi một viên đạn không biết từ đâu đến. Có nhiều giả thuyết, nhưng hợp lý nhất là do quân Pháp giết đẻ trả thù trước đây tướng Chanson của Pháp bị quân của Trình Minh Thế hạ sát.

Giáo phái Hòa Hảo (Phật Giáo Hòa Hảo) lấy tên của làng Hòa Hảo thuộc tỉnh Châu Đốc. Người sáng lập năm 1939 là ông Huỳnh Phú Sổ. Hòa Hảo phát triển nhanh chóng trong vùng châu thổ sông Cửu Long. Năm 1942 ông Huỳnh Phú Sổ bị Pháp bắt nhưng nhờ Nhật can thiệp được trả tự do. Sau khi Việt Minh cướp chính quyền năm 1945, ông Huỳnh Phú Sổ lập ra một lực lượng võ trang với những người cầm đầu chính là Nguyễn Giác Ngộ, Lâm Thành Nguyên, Trần Văn Soái (tức Năm Lửa), Lê Quang Vinh (tức Ba Cụt). Năm 1946, ông thành lập đảng Dân Xã, và tách rời khỏi Việt Minh. Năm 1947 ông bị Việt Minh bắt cóc và mất tích, nhiều nguồn tin cho rằng ông bị Việt Minh thủ tiêu. Năm 1949, lực lượng võ trang Hòa Hảo theo Pháp và Bảo Đại. Khi ông Diệm chấp chánh và sáp nhập lực lượng này vào quân đội quốc gia, phe Năm Lửa và Ba Cụt chống lại và đánh nhau với quân đội chính quy. Qua năm 1956, Năm Lửa đầu hàng và lưu vong qua Pháp, còn Ba Cụt bị bắt và bị xử tử.

Từ đó trở đi, Cao Đài và Hòa Hảo trở lại là những giáo phái thuần túy không có lực lượng võ trang nữa.

[48] Phù Cát là một huyện thuộc tỉnh Bình Định (thời thập niên 50 là một quận), cách thành phố Quy Nhơn hơn 30 km về phía bắc. Khi quân đội Mỹ bắt đầu đổ bộ ào ạt vào

miền Nam từ năm 1965, Phù Cát được chọn để làm một căn cứ không quân, với một phi trường khá quan trọng. Hiện nay, phi trường Phù Cát phát triển thêm, được dùng cho cả dân sự lẫn quân sự.

[49] Đắc Lộ là tên của linh mục Alexandre de Rhodes được phiên âm ra tiếng Việt. Ông thuộc dòng Tên, sinh ra ở Avignon miền nam nước Pháp. Trong mấy kỳ đến truyền giáo ở Việt Nam vào nửa đầu của thế kỷ 17, ông học nói tiếng Việt, và dựa vào công trình của các giáo sĩ người Bồ Đào Nha đến trước, ông soạn ra chữ quốc ngữ dựa vào mẫu tự la-tinh mà ta dùng ngày nay, thay thế cho chữ Nôm là cách viết rất rắc rối dựa vào chữ Hán. Ông không phải là người đầu tiên phiên âm tiếng Việt ra chữ quốc ngữ, nhưng là người đầu tiên soạn bộ từ điển xuất bản năm 1651 có tên la-tinh là Dictionnarium annamiticum, lusitanum et latinum (*Từ điển Việt Bồ La*).

Trung tâm Đắc Lộ được xây cất năm 1959, gồm nhà ở của các linh mục, một thư viện, một cư xá sinh viên, một nhà nguyện. Sau này thêm một trung tâm truyền hình giáo dục. Sau biến cố 1975, chính quyền cộng sản trục xuất các linh mục ngoại quốc trong đó có linh mục Henri Forest giám đốc cư xá sinh viên, tịch thu trung tâm chỉ để lại nhà nguyện và nhà ở của các linh mục Việt Nam. Cuối năm 1980, các linh mục Việt Nam này bị bắt và trung tâm hoàn toàn đóng cửa. Sau đó trung tâm trở thành tòa soạn bào Tuổi Trẻ.

Dòng Tên (tiếng la-tinh là Societas Jesu, nên các linh mục dòng này có ký hiệu s.j. sau tên của mình) do Ignace de Loyola và thánh François Xavier thành lập năm 1539 tại Paris, và được Giáo hoàng Paul III chính thức nhìn nhận năm 1540. Dòng bị Giáo hoàng Clément XIV giải tán năm 1773, và tái sinh năm 1814 theo quyết định của Giáo hoàng Pie VII. Các linh mục dòng Tên nổi tiếng là những người học rộng, tổ chức ngành giáo dục thanh thiếu niên với những trường trung học và đại học danh tiếng, và hoạt động tích cực trong tòa thánh Vatican. Năm 2013, lần đầu tiên một vị giám mục dòng Tên người Argentina được bầu làm Giáo hoàng lấy tên là François (tên ông thánh sáng lập dòng Tên).

Các linh mục dòng Tên có mặt tại Việt Nam từ thế kỷ 17, trong đó có linh mục Đắc Lộ. Khi dòng bị giải tán năm 1773, ở Việt Nam không còn linh mục dòng Tên nữa. Khi dòng tái sinh năm 1814, các linh mục dòng Tên trở về truyền giáo ở Trung Quốc nhưng không trở lại Việt Nam. Năm 1949, Mao Trạch Đông thắng thế ở lục địa Trung Hoa, trục xuất các linh mục dòng Tên, phần đông phải đến Hồng Kông, Ma Cao và Đài Loan. Năm 1957, dòng Tên trở lại Việt Nam theo lời mời của Giám mục Ngô Đình Thục là anh của Tổng thống Ngô Đình Diệm. Ngoài trung tâm Đắc Lộ ở Sài Gòn, dòng Tên cũng lập ra một Đại Chủng viện ở Đà Lạt lấy tên là Giáo hoàng Học viện Thánh Piô X.

[50] Năm 1959 là năm kỷ niệm 100 năm Đức Mẹ hiện ra ở Lourdes (Lộ Đức, một ngôi làng nhỏ trong núi Pyrénées miền nam nước Pháp). Giáo hội Công Giáo miền Nam thời đó tổ chức Năm Thánh Mẫu và Đại hội Thánh Mẫu toàn quốc trong ba ngày 16, 17 và 18 tháng 2 năm 1959 tại Sài Gòn, dưới sự chủ tọa của Hồng Y Agagianan, đặc sứ của Giáo Hoàng Gioan XXIII. Nhân dịp này có lễ khánh thành bức tượng Đức Mẹ bằng cẩm thạch trắng xứ Carrara, được đặt tạc từ bên Ý mang qua, đến nay vẫn còn trước nhà thờ Đức Bà Sài Gòn. Tượng được đặt trên cái bệ trước đây có tượng của Giám mục Adran tay dắt Hoàng tử Cảnh, dựng lên từ năm 1903, đến 1945 bị hạ bỏ, nhưng cái bệ vẫn còn đó đến 1959 mới có tượng Đức Mẹ dựng lên.

Trong năm này, trên toàn miền Nam tổ chức nhiều cuộc rước kiệu quy mô, riêng ở Đà Lạt có buổi lễ ban đêm trên đồi Cù như mô tả trong bài viết.

[51] Vụ « triệt hạ cờ Phật Giáo » ở Huế xảy ra ngày hôm trước lễ Phật Đản (rằm tháng tư âm lịch, năm 1963 rơi vào ngày 8 tháng 5 dương lịch). Theo nhiều nhân chứng tại chỗ

trong đó có linh mục Cao Văn Luận, viện trưởng viện Đại học Huế lúc đó, câu chuyện khởi đầu khi Tổng Giám Mục Ngô Đình Thục trên đường từ La Vang về Huế thấy cờ Phật Giáo treo rất nhiều hai bên đường. Ông gọi Đại biểu Chính phủ Hồ Đắc Khương đến khiển trách, sao đã có nghị định cấm treo cờ tôn giáo và đảng phái nơi công cộng mà nay lại để Phật Giáo treo cờ khắp đường phố. Ông Hồ Đắc Khương không biết phải cư xử ra sao, vì nếu áp dụng nghị định đó vào lúc này, chính phủ sẽ bị xem là đàn áp Phật Giáo. Ông bèn đánh điện về Sài Gòn xin ý kiến. Dinh Tổng Thống xác nhận nghị định vẫn có hiệu lực.

Ông Quách Tòng Đức, Đổng lý Văn phòng của Tổng Thống Ngô Đình Diệm, sau này kể lại rằng khi nhận được điện văn từ Huế, ông trình cho ông Diệm xem thì được trả lời : « Đã có nghị định về việc treo cờ thì cứ việc áp dụng thôi. ». Ông Đức cho biết bình thường thì ông sẽ trình cho ông Ngô Đình Nhu lệnh miệng của ông Diệm để ông Nhu viết thành văn bản, nhưng hôm đó ông Nhu đang ở Đà Lạt, nên ông Đức chỉ trả lời bằng cách lặp lại nguyên văn lời ông Diệm. Khi ông Nhu trở về, biết được tin này, ông nói (vẫn theo lời ông Đức kể) rằng để cho tôn giáo xen vào chính trị rất là nguy hiểm, và phản ứng như thế là một sai lầm lớn của chính quyền. Ông Nhu là người biết uyển chuyển, ông Diệm không để ý đến chuyện cờ Phật Giáo đã treo đầy đường, ra lệnh gỡ bỏ ngay trước ngày Phật Đản là một hành động khiêu khích đối với Phật tử ở Huế.

Nghị định nói trên có từ năm 1958, số 189/BNV/NA/P5, áp dụng từ ngày 12 tháng 5-1958. Một bức thư của Tòa Tổng Giám Mục Sài Gòn xác nhận là nghị định đó chẳng được ai chấp hành cả. Bằng chứng là thời gian trước lễ Phật Đản không lâu, cờ của Vatican cũng được treo la liệt nơi công cộng trong những buổi lễ của Công Giáo mà có ai phản đối đâu !

[52] Có rất nhiều tài liệu về vụ nổ trước đài phát thanh Huế tối ngày 8 tháng 5-1963. Một tài liệu mật của ông Helble, lãnh sự Hoa Kỳ ở Huế gửi cho Bộ ngoại giao Mỹ ngay hôm đó (nay đã giải mật và đăng trong Foreign Relations of the U.S., 1961-63, vol.III, document 112) mô tả đại khái như sau:

« Khoảng 22 giờ 45, một đám đông khoảng 3000 người tụ tập trước đài phát thanh, bao bọc bởi 8 chiếc xe bọc sắt và đơn vị quân đội. Lính nổ súng bắn chỉ thiên để thị oai, sau đó một tiếng nổ lớn trước cổng vào đài phát thanh làm bốn trẻ em và một người đàn bà thiệt mạng. Trong cơn hỗn loạn sau đó có thêm ba nạn nhân nữa.

Đám đông đã có mặt trước đài phát thanh để áp lực với chính quyền phát thanh lại cuốn băng ghi âm buổi lễ Phật Đản vào buổi sáng cùng ngày, như đã có trong chương trình (và như thông lệ những năm trước vẫn làm). Nhưng hôm đó cuốn băng không được phát thanh vì trong buổi lễ có những phát biểu chỉ trích chính quyền. Đám đông được yêu cầu giải tán nhưng không ai tuân hành, sau đó chính quyền dùng vòi nước cũng không giải tán được, cuối cùng kêu gọi đến quân đội, và chuyện đáng tiếc đã xảy ra. »

Trong một bản báo cáo sau đó chi tiết hơn, lãnh sự Mỹ Helble nói thêm là có 7 nạn nhân thiệt mạng tại chỗ, người thứ tám chết sau đó vì vết thương quá nặng. Ông cũng xác nhận trong số đó có hai nạn nhân bị xe bọc sắt cán chết, cả hai đều là trẻ em.

[53] Ngày thứ sáu 10 tháng 5, khoảng 5000 Phật tử tụ họp ở chùa Từ Đàm nghe Thượng Tọa Thích Trí Quang thuyết pháp, có mặt của Tỉnh trưởng Nguyễn Văn Đẳng. Các nhà lãnh đạo Phật Giáo soạn thảo bản tuyên ngôn với 5 nguyện vọng :

1. Yêu cầu chính phủ Việt Nam Cộng Hòa thu hồi vĩnh viễn công điện cấm treo cờ tôn giáo nơi công cộng.
2. Yêu cầu Phật Giáo phải được hưởng một chế độ đặc biệt như các hội truyền giáo Thiên Chúa Giáo đã được ghi trong dụ số 10.
3. Yêu cầu chính phủ chấm dứt tình trạng bắt bớ và khủng bố tín đồ Phật Giáo.
4. Yêu cầu cho tăng ni phật tử được tự do truyền đạo và hành đạo.

5. Yêu cầu chính phủ bồi thường thích đáng cho những người chết oan vô tội và kẻ chủ mưu giết hại phải bị xét xử.

Dụ số 10 do ông Bảo Đại ký ngày 6 tháng 8 năm 1950 (trước khi ông Diệm về cầm quyền năm 1954), quy định luật lệ về các hội đoàn. Dụ này có điều 44 (là điều áp chót) : « Quy định đặc biệt về các hội truyền giáo Công Giáo và Tin Lành cũng như các hội của người Hoa sẽ có văn bản sau. » Vậy là các hội của Phật Giáo phải chịu quy định của dụ số 10, còn các hội Công Giáo và Tin Lành có những quy định khác. Đó là nền tảng của những bất mãn của Phật Giáo, xem như bị phân biệt đối xử.

[54] Tấm hình do ký giả Malcolm Browne người Mỹ chụp, một phóng viên của hãng thông tấn quốc tế Associated Press. Ông là phóng viên ngoại quốc duy nhất có mặt tại chỗ tự thiêu. Năm 1965, ông viết một bài rất chi tiết về biến cố này, được đăng lại trong tuyển tập « Reporting Vietnam, part 1, The Library of America, 1998 », trang 79 :

« [...] Ngày thứ hai 10 tháng 6, tôi đang ngồi trong văn phòng thì có điện thoại của một nhà sư trẻ, Thích Đức Nghiệp, mà tôi quen thời gian gần đây. [...] Ông nói : "Chúng tôi có buổi họp sáng mai lúc 8 giờ, tôi khuyên ông nên tới, có thể có một biến cố quan trọng ".

[...] Tôi đến lúc 8 giờ kém 15, đây là một ngôi chùa nhỏ đường Phan Đình Phùng. [...] Nhà sư Thích Đức Nghiệp đến nói nhỏ với tôi : "Tôi khuyên ông nên ở lại đến giờ chót, vì sẽ có một chuyện rất quan trọng xảy ra ".

Đúng 8 giờ, tiếng tụng kinh bắt đầu nghe thấy trong loa phóng thanh. [...] Đúng 9 giờ, tiếng tụng kinh chấm dứt. »

Malcolm Browne mô tả rất chi tiết những gì xảy ra sau đó. Các tăng ni – có vẻ đã tập dượt trước những động tác này – xếp hàng hai trên lối đi chính từ chùa ra đường. Nhiều khẩu hiệu bằng tiếng Việt và tiếng Anh được trưng lên, rồi đoàn người khoảng 350 tăng ni bắt đầu cuộc diễn hành. Dẫn đầu là một chiếc xe màu xám với bốn hoặc năm nhà sư ngồi bên trong đi từ từ theo nhịp độ của người đi bộ. Một chiếc xe Jeep trắng của cảnh sát mở đường phía trước cho đoàn biểu tình, khoảng cách đủ xa để không đụng chạm gì đến đoàn người đi phía sau, chỉ có nhiệm vụ mở đường và giữ trật tự.

Đoàn biểu tình đến ngay giữa ngã tư Lê Văn Duyệt thì chiếc xe xám ngừng lại, giống như bị chết máy. Chiếc xe cảnh sát đã đi quá nửa khúc đường phía trước. Các tăng ni đi bộ từ từ vượt qua chiếc xe xám, và bất thình lình vòng lại thành một vòng tròn lớn quây chung quanh chiếc xe xám.

« Bấy giờ đã gần 9 giờ 20. Các nhà sư trong xe bước ra ngoài, một người mở thùng xe và lấy ra một thùng nhựa trắng 20 lít đựng xăng màu hồng. Ba nhà sư đi từ chỗ xe đậu ra trung tâm của vòng tròn, một người để một cái gối nâu xuống đất, và nhà sư đi giữa hai người kia ngồi xuống cái gối, xếp bằng trong tư thế được gọi là thế hoa sen. »

Nhà sư đó là Thượng Tọa Thích Quảng Đức.

« Ba nhà sư trao đổi vài lời. Sau đó hai người kia lấy thùng xăng đổ lên đầu và hai vai của nhà sư ngồi xếp bằng. Hai người lui ra, để lại bình xăng bên cạnh nhà sư ngồi. Tôi đứng cách đó khoảng 7 thước, tôi thấy rõ tay của TT Quảng Đức trên đùi của ông nhúc nhích nhẹ, bật lửa. Trong chớp mắt, toàn thân ông chìm đắm trong một cột lửa lớn. »

[...]

« Lâu lâu một ngọn gió nhẹ thổi qua làm hiện rõ khuôn mặt của TT Quảng Đức. Mắt ông nhắm, nhưng thấy rõ là khuôn mặt ông diễn tả sự đau đớn. Ông vẫn ngồi thẳng, hai tay vòng trên đùi, trong khi cơ thể của ông tiếp tục cháy trong gần 10 phút. Mùi khét của xăng lẫn với mùi thịt cháy lan tỏa trên ngã tư đường như một tấm khăn trùm vô hình. »

Trong khi đó, nhiều nhà sư khác đứng ở bốn góc của ngã tư, cầm khẩu hiệu : « Một nhà sư tự thiêu cho những nguyện vọng của Phật Giáo. » Họ dùng loa phóng thanh giải thích tại sao có vụ tự thiêu này.

Khi xe chữa lửa đến, nhiều nhà sư nằm lăn ra đường trước mũi xe, trong khi nhà sư khác nằm chặn bánh sau của xe không cho xe lui lại.

Tường thuật này của Malcolm Browne phù hợp với nhiều tường thuật khác, nhưng vẫn có bài viết cho rằng ngọn lửa không do chính Thượng Tọa Thích Quảng Đức bật lên, mà do nhà sư đổ xăng lên đầu ông và bật lên. Đây là những dư luận muốn kết án phe tranh đấu Phật Giáo là đã « đốt người » coi như một án mạng chứ không phải là một vụ « tự thiêu ».

Malcolm Browne chứng kiến tận mắt, và không có lý do gì để bênh vực bên này hay bên kia cả, nên tường thuật của ông rất khả tín. Ông được giải thưởng Pulitzer về phóng sự này.

Sau này bà Ngô Đình Nhu trong một lời tuyên bố với báo chí quốc tế, nhắc đến vụ tự thiêu của Thượng Tọa Thích Quảng Đức, bà nói đó là một « bonze barbecue », « một vụ nướng sư ».

[55] Đã có hai cuộc gặp gỡ bí mật giữa ông Ngô Đình Nhu và ông Maneli, đại diện Ba Lan trong cơ quan ICC (International Control Commission, Ủy ban Quốc tế Kiểm soát Đình chiến thiết lập từ sau hiệp định Genève 1954 gồm ba thành phần Canada, Ba Lan và Ấn Độ). Phiên họp đầu vào tháng 8 năm 1963, cuộc họp thứ hai ngày 2 tháng 9-1963.

Hồi ký của Maneli nhắc đến cuộc họp với ông Nhu như một độc thoại của ông này. Ông Maneli muốn làm gạch nối giữa ông Phạm Văn Đồng ngoài Bắc và ông Ngô Đình Nhu trong Nam. Ông nhắc đến tuyên bố gần đây của ông De Gaulle (lúc đó là Tổng thống Pháp) và của ông Hồ Chí Minh, nhưng ông Nhu không muốn nói gì về hai lời tuyên bố này.

Theo báo cáo của tòa đại sứ Anh ở Sài Gòn gửi về cho Bộ Ngoại Giao Anh (được tòa đại sứ Anh ở Paris chuyển cho bộ Ngoại Giao Pháp ở Paris), thì ông Maneli chuyển đến ông Ngô Đình Nhu đề nghị của ông Phạm Văn Đồng trao đổi thương mại giữa miền Bắc và miền Nam. Ông Nhu trả lời là những đề nghị đó hiện còn quá sớm để thực hiện, nhưng sau này có thể được xem xét. Theo ông Maneli thì trong buổi gặp gỡ, ông Nhu cũng ám chỉ là trong tương lai, ông muốn miền Nam không quá lệ thuộc vào viện trợ của Mỹ.

Những người thân cận của ông Nhu cũng nói đến một (hay nhiều) cuộc gặp gỡ bí mật giữa ông Ngô Đình Nhu và ông Phạm Hùng là nhân vật cao cấp trong Đảng Cộng Sản.

Ngày 6 tháng 9-1963, theo lệnh của Đại sứ Mỹ Cabot Lodge, nhân viên CIA của Mỹ đến gặp ông Nhu trong hai tiếng đồng hồ vào buổi chiều. Ông Nhu cho biết ông Maneli tình nguyện làm môi giới giữa hai miền Nam Bắc nhưng ông Nhu từ chối. Ông cũng xác nhận có những gặp gỡ với những người cộng sản trong Nam, mục đích của ông là để tách họ ra khỏi cộng sản miền Bắc. Theo ông Nhu thì chỉ có thể thương thuyết với miền Bắc nếu thắng được du kích trong Nam.

[56] Ngày 26 tháng 4-1960, nhóm « Caravelle » cho phổ biến một lời kêu gọi dân chủ hóa chế độ, với chữ ký của 18 người trong đó có Lê Ngọc Chấn, Trần Văn Văn, Trần Văn Đỗ, Trần Văn Tuyên, Trần Văn Lý, Trần Văn Hương, Nguyễn Lưu Viên, Huỳnh Kim Hữu, Phan Huy Quát, Nguyễn Tăng Nguyên, Nguyễn Tiến Hỷ, Lê Quang Luật, Phạm Hữu Chương, Tạ Chương Phùng, Trần Lê Chất, Lương Trọng Tường, Linh mục Hồ Văn Vui.

Gọi là nhóm Caravelle vì lời kêu gọi được phổ biến cho báo chí trong khách sạn Caravelle đường Tự Do.

[57] Cuộc đảo chính ngày 11 tháng 11-1960 do một số sĩ quan đơn vị nhảy dù tổ chức, với Đại tá Nguyễn Chánh Thi là khuôn mặt nổi. Thật ra hai người đầu não tổ chức là Trung tá Vương Văn Đông và Nguyễn Triệu Hồng, ông Thi chỉ tham gia vào phút cuối trước khi cuộc đảo chính diễn ta.

Cuộc đảo chính thất bại và các sĩ quan tổ chức phải trốn chạy và sống lưu vong ở Cam-Bốt cho đến năm 1963 khi cuộc đảo chính của các tướng lãnh thành công.

[58] Ngày 12 tháng 5-1963, báo Washington Post đăng trên trang nhất bài của ký giả Warren Unna phỏng vấn ông Ngô Đình Nhu. Ông Nhu nói miền Nam Việt Nam muốn Hoa Kỳ rút về phân nửa con số từ 12000 đến 13000 cố vấn Mỹ đang có mặt tại đây. Trong kho lưu trữ hồ sơ của Bộ ngoại giao Mỹ có một điện văn của Ngoại Trưởng Dean Rusk gửi Đại Sứ Nolting ở Sài Gòn, ra lệnh cho ông này phải gặp Tổng Thống Ngô Đình Diệm để phản đối những lời tuyên bố của ông em cố vấn.

Hai ngày sau, trên báo New York Times, bài của David Halberstam nhấn mạnh đến sự bất đồng ý kiến giữa chính phủ Mỹ và hai ông Diệm và Nhu về chiến lược phải theo trong cuộc chiến tại Việt Nam. Theo bài báo thì ông Nhu tuyên bố là « ông không tin người Mỹ có thẩm quyền để cố vấn chúng tôi về chiến tranh lật đổ (subversive warfare). »

[59] Ngày 14 tháng 8-1963, Đại Sứ Nolting, trong bữa tiệc tiễn đưa ông về Mỹ tại Sài Gòn, nhắc lại với Tổng Thống Ngô Đình Diệm việc Mỹ muốn Tổng Thống công khai tuyên bố hòa dịu với phe tranh đấu Phật Giáo trước khi ông rời nhiệm sở ngày hôm sau. Nhưng ông Diệm cho biết là trước những chỉ trích gay gắt của phe tranh đấu Phật Giáo và của báo chí Mỹ, hội đồng các bộ trưởng khuyên ông là không nên làm gì cả. Ông Nolting trả lời thẳng thừng là chính phủ Hoa Kỳ sẽ không chấp nhận chuyện ông Diệm không chịu lên tiếng cho tình hình bớt căng thẳng.

Cùng ngày hôm đó, tại Washington, ông Henry Cabot Lodge tuyên thệ nhậm chức đại sứ thay ông Nolting. Ngoại trưởng Dean Rusk tuyên dương ông như « một trong những chính trị gia lớn của Mỹ, với những đức tính vượt trội về chính trị, quân sự và ngoại giao ». Ông Nolting có nhiều cảm tình với Tổng Thống Diệm. Ngược lại, người ta đồn rằng ông Cabot Lodge được phái qua Việt Nam để tổ chức một cuộc thay đổi chính phủ tại đây.

Ngày 21 tháng 8, ông Nolting đã đi nhưng ông Lodge chưa đến. Sau nửa đêm ngày 20 rạng ngày 21, cảnh sát đặc biệt và lực lượng đặc biệt tấn công chùa Xá Lợi. Người ta nghe tiếng nổ lớn và nhiều tiếng súng, lựu đạn cay. Các nhà sư trong chùa kéo chuông và gây tiếng động inh ỏi kêu cứu, nhưng cuối cùng mấy trăm người bị bắt, chỉ có hai nhà sư nhảy tường trốn thoát.

Tình trạng thiết quân luật được ban hành. Các chùa Ấn Quang và Theravada ở Sài Gòn, Từ Đàm ở Huế, Phổ Đà ở Đà Nẵng… đều chịu chung số phận.

Đến chiều tối, một thông cáo của chính phủ « quyết định không chấp nhận lạm dụng tôn giáo cho những mục tiêu chính trị, lạm dụng chùa chiền để biến thành những nơi tuyên truyền chống chính phủ… »

Cùng ngày, một tuyên cáo của Hoa Kỳ từ Washington được công bố : « Chính phủ Việt Nam Cộng Hòa đã quyết định dùng biện pháp mạnh đàn áp các nhà lãnh đạo Phật Giáo Việt Nam. Quyết định này là một vi phạm trực tiếp những lời cam kết của chính phủ theo đuổi con đường hòa giải với Phật Giáo. Chính phủ Hoa Kỳ lên án những hành động đàn áp này ». Đây là một tuyên bố rất nặng nề của Mỹ đối với một đồng minh, càng lạ hơn nữa vì nó được đưa ra vội vã vào sáng sớm bên Mỹ (tức là buổi tối bên Việt Nam).

[60] Theo báo cáo của Đại Sứ Mỹ ở Sài Gòn gửi cho Bộ Ngoại Giao, chiều ngày chủ nhật 1 tháng 9-1963, ba nhà sư đi bằng taxi đến gần tòa đại sứ trên đại lộ Hàm Nghi rồi xuống đi bộ về phía cổng. Khi gần tới nơi, ba người chạy đến cổng gác bởi hai người lính Mỹ và hô to « Cho chúng tôi vào, xin giúp chúng tôi. » Một trong ba nhà sư lọt vào được trong, một cảnh sát Việt Nam vội tìm cách ngăn hai nhà sư còn lại. Nhưng hai người lính Mỹ can thiệp

cho hai nhà sư này cũng vào được trong. Ba nhà sư tên là Phạm Trí Quang, Lê Mậu Chi et Trần Văn Nhâm.

Một nhân viên của tòa Đại sứ Mỹ nhận diện được Thượng Tọa Thích Trí Quang (hai nhà sư kia đi theo phục vụ). Ông nói bị bắt cùng với các nhà sư khác ở chùa Xá Lợi trong đêm 20 rạng ngày 21 và bị giam giữ tại cảnh sát quận 7. Ông dùng tên giả là Đinh Văn Tánh và cạo lông mày để không bị lộ diện. Trong khuôn viên của ty cảnh sát, các nhà sư được tự do đi lại nên ông di chuyển nhiều để tránh bị nhận diện. Tuy các nhà sư khác và ngay cả một vài cảnh sát cấp thấp biết ông là ai, nhưng ông không bị tố cáo. Khi được trả tự do, ông quyết định đến ngay tòa đại sứ Mỹ xin tị nạn. Trong một lá thư gửi đến Đại Sứ Cabot Lodge, ông có yêu cầu được giúp để bí mật đi Hoa Kỳ hoặc Thái Lan hoặc Ấn Độ.

Đại Sự Lodge thông báo chính thức cho chính quyền Việt Nam là ông đã cho ba nhà sư tị nạn chính trị trong tòa đại sứ Mỹ.

[61] Quách Thị Trang không phải là một lãnh tụ trong phong trào chống đối, cô chỉ là một nữ sinh tham gia biểu tình. Nhưng cái chết của cô đã biến cô thành một biểu tượng cho cuộc tranh đấu của sinh viên học sinh. Sau cuộc đảo chánh lật đổ chế độ của ông Ngô Đình Diệm, một bức tượng bán thân được dựng lên ở công trường trước chợ Bến Thành, tên cô được dùng cho công trường này cho đến bây giờ, ngay cả sau biến cố 1975.

[62] Khi các tài liệu lưu trữ của chính phụ Mỹ được giải mật, người ta biết được là các tin đồn này có cơ sở vững chắc chứ không phải là tin đồn vu vơ. Đã có một quyết định của Mỹ thúc giục các tướng lãnh đảo chánh trong tuần cuối cùng của tháng 8, nhưng cuộc đảo chánh đã không xảy ra. Phải hai tháng sau, một cuộc đảo chánh khác vào ngày 1 tháng 11-1963 mới thành công.

Tất cả bắt đầu bằng « bức điện văn số 243 » gửi vào lúc 21 giờ 36 phút ngày 24 tháng 8-1963, giờ Washington (9 giờ 36 ngày 25 giờ Sài Gòn). Bộ ngoại giao Mỹ gửi bức điện này cho Đại Sứ Cabot Lodge ở Sài Gòn, nội dung chính :

- cho chính phủ Việt Nam biết rằng chính phủ Hoa Kỳ không thể chấp nhận những hành động chống lại Phật Giáo của ông Nhu, và làm áp lực để những người cầm quyền có những biện pháp công khai hòa giải.
- cho các cấp lãnh đạo quân đội biết rằng chính phủ Hoa Kỳ không thể tiếp tục ủng hộ chính phủ Việt Nam về mặt quân sự cũng như kinh tế nếu những biện pháp nêu trên không được thực thi. Có nghĩa là phải loại ông Nhu ra khỏi chính trường, và nếu ông Diệm không chấp nhận, chính phủ Hoa Kỳ sẽ không ủng hộ ông nữa.
- tuyên bố cho mọi người biết là việc tấn công các chùa chiền trong đêm 20 không do quân đội thực hiện, mà là do lực lượng đặc biệt của phủ tổng thống.

Tướng Taylor, Tổng Tham Mưu Trưởng Liên Quân Hoa Kỳ, khi biết được nội dung của bức điện văn (do Tướng Krulak chuyển, Krulak là một phụ tá đặc biệt về chiến tranh chống nổi loạn) cho biết là cần sửa đổi nội dung bức điện văn này vì nó không cho ông Diệm một chọn lựa nào cả.

Đại sứ Lodge cũng xin sửa đổi nội dung bức điện văn theo một chiều hướng khác. Ông muốn được trực tiếp liên lạc với các tướng lãnh Việt Nam, vì ông tin rằng hầu như chắc chắn ông Diệm sẽ không chấp nhận những đề nghị của Hoa Kỳ. Nhưng ông cũng thêm là ông không thể hành động khi mà chưa có một phương án di tản an toàn cho người Mỹ. Đề nghị này được ông Ball (quyền Bộ Trưởng Ngoại Giao Mỹ trong khi ông Rusk đang nghỉ lễ) cùng với Harriman và Hilsman chấp nhận trong một điện văn không ký tên. Ba ông này là những thành phần chống ông Diệm trong bộ ngoại giao Mỹ.

Từ đó, Đại Sứ Lodge họp với tướng Harkins chỉ huy quân đội Mỹ ở Việt Nam, các ông Trueheart, Mecklin và người trách nhiệm CIA địa phương, đi đến quyết định là sẽ « giấu tay », và như vậy tướng Harkins sẽ không tiếp xúc trực tiếp với các tướng lãnh Việt Nam. Sẽ chỉ có hai nhân viên CIA bí mật tiếp xúc, một là Conein sẽ gặp các tướng Trần Thiện Khiêm và Trần Văn Đôn nếu ông Khiêm đề nghị, người thứ hai không nêu tên sẽ đi Pleiku gặp tướng Nguyễn Khánh. Hai người này phải nói cho các tướng Việt Nam biết rằng ông Nhu phải ra đi, còn ông Diệm thì tùy các tướng lãnh, còn các nhà sư bị bắt giữ phải được trả tự do ngay. Hoa Kỳ sẽ giúp đỡ trực tiếp trong giai đoạn chuyển tiếp, nhưng sẽ không làm gì khi đang xảy ra đảo chánh. Nếu ông Nhu vẫn còn đó và mối quan hệ với Phật Giáo không cải thiện, Hoa Kỳ sẽ ở vị thế không thể tiếp tục ủng hộ về quân sự và kinh tế nữa.

Lúc 12 giờ 45 ngày 25, Trung Tá Conein của CIA gặp tướng Trần Thiện Khiêm. Ông Khiêm đồng ý với lập trường của Mỹ. Ông khuyên Conein không nên gặp tướng Trần Văn Đôn vì chung quanh ông Đôn có nhiều người thân cận với ông Nhu. Ông Khiêm đề nghị với Conein gặp tướng Dương Văn Minh.

Nhân viên CIA thứ hai gặp tướng Nguyễn Khánh ở Pleiku, ông này cho biết là ông chưa sẵn sàng, và muốn chờ ông Nhu có những liên lạc chặt chẽ hơn với miền Bắc trước khi hành động. Ông muốn có một câu trả lời dứt khoát từ người Mỹ : trường hợp đảo chánh thất bại, gia đình những người liên quan có được Mỹ giúp đỡ không ? Ông cũng khuyến cáo không nên tiếp xúc với tướng Tôn Thất Đính.

Ngày 26, đài VOA (Voice of America = Tiếng Nói Hoa Kỳ) loan tin là theo các giới chức Mỹ, các cuộc tấn công vào chùa chiền không phải do quân đội thực hiện, mà do lực lượng đặc biệt dưới quyền kiểm soát của ông Nhu thi hành, và rằng Hoa Kỳ sẽ cắt viện trợ cho Việt Nam nếu Tổng Thống Ngô Đình Diệm không loại bỏ các viên chức trách nhiệm các cuộc tấn công đó. Đại Sứ Lodge rất bực mình vì chương trình phát thanh này của đài VOA vì nó có thể làm thất bại kế koạch của Mỹ. Ngoại Trưởng Dean Rusk gửi cho ông Lodge một điện văn rất tiếc đã có bản tin phát thanh này.

Ngày 27, Conein gặp lại tướng Khiêm lúc 14 giờ 30 trong bộ Tổng Tham Mưu. Ông Khiêm cho biết đã có một buổi họp bàn về đảo chánh của một hội đồng tướng lãnh do tướng Dương Văn Minh cầm đầu, và đã quyết định sẽ ra tay trong vòng một tuần lễ. Hội đồng này có thêm các tướng Lê Văn Kim, Nguyễn Khánh, Phạm Xuân Chiểu, Nguyễn Ngọc Lễ. Tướng Trần Tử Oai không nằm trong hội đồng nhưng cho biết sẽ hợp tác, tướng Trần Văn Đôn là một thành phần của hội đồng nhưng không thể hành động vì quanh ông có nhiều tay chân của ông Nhu. Những tướng lãnh cần phải vô hiệu hóa là Tôn Thất Đính và Huỳnh Văn Cao. Đại Tá Lê Quang Tung và lực lượng đặc biệt của ông phải bị « loại bỏ ». Phó Tổng Thống Nguyễn Ngọc Thơ được chọn là nhân vật dân sự sẽ đứng đầu chính phủ tương lai.

Tướng Khiêm cũng cho Conein biết là không được tiếp xúc với tướng Minh vì ông bị theo dõi rất kỹ, và cũng không được gặp ông trong bộ Tổng Tham Mưu nữa. Về phần Conein, ông cam đoan rằng chính phủ Mỹ sẽ làm mọi cách trong quyền hạn của mình để cứu giúp gia đình các người tham gia đảo chánh nếu thất bại.

Về phía chính phủ Mỹ, một cuộc họp diễn ra cùng ngày ở thủ đô Washington với sự hiện diện của Tổng Thống Kennedy. Ông Rusk đề nghị có buổi họp hằng ngày giống như thời có cuộc khủng hoảng Cuba năm trước (1962). Ông Nolting (Đại Sứ tiền nhiệm của ông Lodge) phát biểu là các tướng không có bản lãnh của hai anh em ông Diệm và Nhu và sẽ chia rẽ nhau. Bộ Trưởng Quốc Phòng McNamara cho rằng lực lượng chống đối yếu và tản mác. Ông Nolting nói thêm là hai ông Diệm và Nhu gắn liền với nhau không thể tách rời được, ông kể rằng người tiền nhiệm của ông là Đại Sứ Durbrow, ba năm trước đây đã nói với ông Diệm là ông Nhu phải ra đi, kết quả là ông Nhu không đi mà chính ông Durbrow phải đi. Ông Kennedy kết luận rằng như vậy thì các tướng lãnh không đủ khả năng để làm đảo chánh.

Qua ngày 28, hai buổi họp diễn ra với Tổng Thống Kennedy. Buổi họp vào lúc trưa không đi đến một quyết định chung nào cả về vấn đề đảo chánh : có nên trở về vị trí cũ không làm gì cả, hay tham gia tích cực vào cuộc đảo chánh, hay để các tướng lãnh Việt Nam ra tay với lời hứa hẹn sẽ ủng hộ nếu họ thành công ? Cuộc họp buổi chiều vào lúc 18 giờ đi đến quyết định là nên hỏi ý kiến của Đại Sứ Lodge và Tướng Harkins là những người trách nhiệm tại chỗ. Tướng Taylor gửi một điện văn cho tướng Harkins, Ngoại Trưởng Rusk gửi một điện văn cho Đại Sứ Lodge, và Tổng Thống Kennedy cũng gửi một điện văn của cá nhân ông cho ông Lodge.

Ngày 29, Đại Sứ Lodge gửi một điện văn quan trọng trả lời : *« Chúng ta đã lao vào một con đường không thể lùi được nữa, đó là con đường lật đổ chính quyền ông Diệm. »* Theo ông thì người Mỹ phải làm một cố gắng cuối cùng để các tướng lãnh ra tay, và ông đề nghị :

1. cho phép Tướng Harkins nói chuyện trực tiếp với các tướng lãnh (từ trước tới giờ chỉ có nhân viên CIA tiếp xúc).

2. chuẩn bị một lời tuyên bố công khai của chính phủ Hoa Kỳ ngưng viện trợ cho Việt Nam qua chế độ của ông Diệm ngay khi các tướng lãnh bắt đầu cuộc đảo chánh, nếu họ yêu cầu.

Ông Lodge cho biết chỉ có một điểm bất đồng giữa ông và tướng Harkins : ông này đề nghị ông Lodge nên gặp ông Diệm để khuyên ông ấy tách ông Nhu ra khỏi chính quyền trước khi bật đèn xanh cho các tướng lãnh đảo chánh, nhưng ông Lodge tin là sẽ không có mảy may hy vọng nào là ông Diệm sẽ bỏ ông Nhu, và hành động như thế chỉ gây thêm mối nghi ngờ của các tướng lãnh vốn đã không tin Mỹ lắm.

Cũng ngày 29 tại Washington, trong cuộc họp buổi trưa, Tổng Thống Kennedy tóm tắt những việc cần làm :

- Tướng Harkins phải hỗ trợ những cuộc tiếp xúc của CIA với các tướng lãnh ;
- Đại Sứ Lodge được phép công bố việc ngưng viện trợ Mỹ, nhưng công bố vào lúc nào, phải do Washington quyết định ;
- Không tuyên bố gì về các cuộc di chuyển của quân đội Mỹ trong vùng ;
- Đại Sứ có thẩm quyền trên mọi hoạt động công khai và bí mật.

Sau buổi họp, bộ ngoại giao Mỹ bèn gửi cho ông Lodge một điện văn gồm những điểm trên đây, và một điện văn riêng của Ngoại Trưởng Rusk về một vấn đề then chốt : ông Lodge có nên gặp Tổng Thống Ngô Đình Diệm (để thuyết phục ông nên tách rời khỏi ông Nhu) hay không. Ông Kennedy cũng gửi một điện văn riêng cho ông Lodge, nói thêm rằng ông giữ cho mình quyền có thể phải rút lại các quyết định hiện nay, vì *« theo kinh nghiệm của ông thì một cuộc thất bại sẽ tai hại hơn rất nhiều một tình trạng không dứt khoát. »*

Ngày 30, ông Lodge trả lời cho bộ ngoại giao là ông sẽ không gặp ông Diệm, vì ông Diệm cần ông Nhu chứ không muốn bỏ ông Nhu. Khó khăn lớn nhất để thực hiện kế hoạch trong điện văn 243 là quán tính : ngày ngày đi qua và không có gì xảy ra cả. Theo ông thì chỉ có thể trông chờ vào một hành động về phía Việt Nam ; ông nói thêm rằng ông biết như vậy chẳng khác gì hành động « đẩy một sợi bún. »

Các tài liệu lưu trữ trong bộ ngoại giao Pháp (quai d'Orsay) tiết lộ thêm là ông Lodge có gặp Đại Sứ Pháp Lalouette, ông này khuyên nên làm nguôi bớt dư luận Mỹ, và ông chống lại ý kiến đảo chánh. Trong một bức điện văn gửi cho bộ ngoại giao Pháp, Đại Sứ Pháp xác nhận có thể xảy ra một cuộc binh biến, nhờ những cuộc tiếp xúc riêng tư của ông với những nhà lãnh đạo Việt Nam và với ông Lodge.

Ngày 31 tháng 8, đúng một tuần sau bức điện văn 243 được gửi đi, Tướng Harkins gặp Tướng Khiêm. Ông này cho biết Tướng Dương Văn Minh đã ngưng dự án đảo chánh, và bây giờ đang tìm giải pháp khác. Các tướng lãnh chưa sẵn sàng vì lực lượng do các ông này nắm giữ không mạnh bằng lực lượng trung thành với hai ông Diệm Nhu đóng ở Sài Gòn hiện nay. Ông cho biết thêm là Tướng Trần Văn Đôn sẽ đệ trình Tổng Thống một dự án cải tổ chính phủ, đưa ba tướng lãnh vào các chức vụ bộ trưởng quan trọng như nội vụ, quốc phòng và thông tin.

Về phần CIA, họ loan báo rằng dự án đảo chánh đã chấm dứt.

Đại Sứ Lodge gửi điện văn báo tin này, và thêm rằng « chính phủ Hoa Kỳ đã có lý khi ra lệnh cho ông xúc tiến việc này, không những vì dư luận bên Mỹ và trong thế giới tự do chống đối hai anh em ông Diệm và ông Nhu, mà còn bởi vì chính quyền Việt Nam đả hành sử như những người nói dối và sát nhân. Nhưng hôm nay, chỉ có thể thay đổi chính quyền này nếu Hoa Kỳ ra tay, và dĩ nhiên là không thể có chuyện đó được. »

Ông Lodge cũng nói đến vai trò của Pháp trong thời gian qua. Ông cho biết Đại Sứ Pháp Lalouette đã gặp ông Ngô Đình Nhu trong vòng 4 tiếng đồng hồ ngày 20 tháng 8. Ông cho rằng Pháp muốn Mỹ rút khỏi Việt Nam để họ có thể làm trung gian giữa hai miền Nam Bắc. Ngày 30, ông Lalouette cũng đã mời cơm trưa các đại sứ của Tòa Thánh Vatican, của Ý và của Úc. Sau khi Đại Sứ Úc về, ông đã nói « chúng ta phải cứu gia đình… »

Cuối cùng, ông Lodge đề nghị cắt viện trợ cho Việt Nam, như vậy ông sẽ có một quân bài chủ (atout) để thương thuyết với chính quyền Việt Nam nếu họ muốn được viện trợ trở lại.

Cùng ngày 31 tháng 8-1963, cuộc họp tại bộ ngoại giao Mỹ đi đến kết luận : Hoa Kỳ không thể rút khỏi Việt Nam, Hoa Kỳ cũng không tổ chức được đảo chánh, vậy phải đổi chiến thuật : nối lại liên lạc với chính quyền Việt Nam và làm áp lực bằng cách ngưng viện trợ.

Ý định của Mỹ thay đổi chế độ bằng một cuộc đảo chánh vào cuối tháng 8 đã thất bại hoàn toàn.

[63] Ngày 9 tháng 9-1963, bà dân biểu Ngô Đình Nhu rời Sài Gòn cầm đầu một phái đoàn Quốc Hội tham dự cuộc họp lần thứ 52 của Liên Hiệp Nghị Sĩ Dân Biểu ở Belgrade, thủ đô Nam Tư.

Tại phi trường Tân Sơn Nhứt, bà tuyên bố với báo chí : « Cộng sản đang dựng lên một âm mưu làm hại cho Việt Nam. Vì vậy trên đường về, tôi sẽ ngừng lại ở các thủ đô Âu Châu để cho công luận biết về tình trạng thật của Việt Nam hiện nay. Nếu tôi có đi Hoa Kỳ, tôi sẽ không đóng vai đại diện Việt Nam trong phiên họp của Liên Hiệp Quốc bàn về vấn đề Việt Nam như báo chí loan tin trước đây, nhưng tôi sẽ gặp gỡ báo chí Hoa Kỳ theo lời mời của các tờ bào lớn nhất tại đây.

Ngày 12, bài phát biểu của bà Nhu tại Đại Hội Liên Hiệp Nghị Sĩ Dân Biểu ở Belgrade được hoan nghênh nhiệt liệt. Đại hội này quy tụ gần 500 nghị sĩ và dân biểu các nước. Phái đoàn Mỹ có khoảng 30 người, trong đó có Thượng Nghị Sĩ Mike Mansfield và Edward Kennedy.

Ngày 20, bà rời Belgrade đi Athènes và Roma. Tại phi trường, bà tuyên bố Hoa Kỳ muốn có một chính phủ bù nhìn ở miền Nam Việt Nam, nhưng không thực hiện được nên chính phủ hiện nay bị làm dê tế thần.

Chương trình của bà ở Mỹ từ ngày 7 đến 29 tháng 10-1963, trong 22 ngày bà xuất hiện 29 lần trong đó có 10 chương trình truyền hình, 2 cuộc phỏng vấn của đài phát thanh, 6 lần gặp gỡ báo chí, 11 đại học và 2 cuộc phỏng vấn đặc biệt cho các báo Time và Knight.

[64] Ngày 7 tháng 10-1963, tại phiên họp khoáng đại thứ 1232 của Đại Hội Đồng Liên Hiệp Quốc, điểm 77 của nghị trình được đem ra thảo luận. Chủ tọa cuộc họp cho biết đã nhận được bức thư đề ngày 4 tháng 10-1963 của đại diện Việt Nam Cộng Hòa « mời đại diện một số nước đến Việt Nam trong thời hạn ngắn nhất để nhận định tại chỗ về quan hệ giữa chính quyền và Phật Giáo. »

Bốn ngày sau, 11-10-1963, trong phiên họp thứ 1239, một phái đoàn được thành lập gồm đại diện của 7 quốc gia thành viên LHQ :

- Afghanistan : Ông Abdul Rahma Pazhwak, Đại Sứ, trưởng phái đoàn
- Brazil : Ông Sergio Corrêa de Costa, Đại Sứ
- Ceylan : Ông Senerat Gunewardene, Đại Sứ
- Costa Rica : Ông Fernando Volio Jimenez, Đại Sứ
- Dahomey : Ông Ignacio-Pinto, Đại Sứ
- Maroc : Ông Ahmed Taibi Benhima, Đại Sứ (sau được thay thế bởi ông Mohammed Amor)
- Nepal : Ông Matrika Prasad Koirala, Đại Sứ

Phái đoàn đến Sài Gòn ngày 24-10-1963 lúc 0 giờ 30 tại sân bay Tân Sơn Nhứt, được ông Phạm Đăng Lâm, Tổng Thư Ký bộ Ngoại Giao đón tiếp. Phái đoàn tuyên bố với báo chí về mục đích của họ là "điều tra về các sự kiện liên quan đến những lời tố cáo chính phủ Việt Nam Cộng Hòa vi phạm nhân quyền trong quan hệ với cộng đồng Phật Giáo tại đây."

Phái đoàn dự trù làm việc trong vòng 2 tuần, nhưng mới được 1 tuần thì công tác bỏ dở vì chính quyền bị lật đổ trong cuộc đảo chánh ngày 1-11-1963.

[65] Cuộc đảo chánh 1 tháng 11-1963 được các tướng lãnh chuẩn bi rất kỹ lưỡng. Cuộc đảo chánh được sự đồng ý của người Mỹ, nhưng không do người Mỹ điều khiển như hồi tháng 8. Cuối tháng 8, Mỹ thúc giục các tướng lãnh làm đảo chánh, nhưng việc không thành vì các tướng lãnh chưa đủ thời gian chuẩn bị và lực lương còn yếu kém.

Ngày 27 tháng 10 lúc 7 giờ sáng tại phi trường Tân Sơn Nhứt, Tổng Thống Diệm lên máy bay đi Đà Lạt, có mời Đại Sứ Cabot Lodge đi theo. Trong phái đoàn tiễn đưa ông ở phi trường có Tướng Trần Văn Đôn là một trong các tướng lãnh chủ chốt cuộc đảo chánh, nhưng đến phút chót vẫn được ông Diệm tin cậy. Lợi dụng cơ hội này, ông Đôn hỏi riêng ông Lodge là Trung Tá CIA Conein có thẩm quyền nói thay cho ông Lodge không. Ông Lodge trả lời có. Ông Đôn nói tất cả sự việc xảy ra sẽ do các tướng lãnh Việt Nam thực hiện và điều khiển, người Mỹ không được dính dáng vào. Ông Lodge đồng ý, nhưng ông muốn được biết trước kế hoạch đảo chánh. Ông Đôn hứa sẽ cho ông Lodge biết trước 48 tiếng đồng hồ.

Chiều ngày 28, Tướng Trần Văn Đôn gặp Trung Tá CIA Conein. Theo tài liệu của Mỹ đã giải mật thì :

- Ông Đôn nhắc lại là ông không muốn người Mỹ can thiệp vào dự án của các tướng lãnh. Ông yêu cầu nhân viên Mỹ đừng tiếp xúc với phía Việt Nam nữa, cầu liên lạc duy nhất sẽ là giữa ông và Conein mà thôi.
- Conein cho biết là ông Lodge dự tính rời Sài Gòn ngày 31 tháng 10 để về Mỹ một thời gian ngắn, và muốn xem dự án đảo chánh của các tướng lãnh trước khi đi. Ông Đôn nói là trước đây ông hứa cho ông Lodge xem dự án 48 giờ trước, nhưng bây giờ thì không thể được, ông chỉ có thể cho xem 4 giờ trước mà thôi. Ông đề nghị ông Lodge không thay đổi ngày giờ về Mỹ để khỏi gây nghi ngờ.
- Ông Đôn sẽ bay ra miền Trung ngày 29 để bàn những chi tiết giờ chót với các tướng Đỗ Cao Trí chỉ huy vùng 1 chiến thuật và Nguyễn Khánh chỉ huy vùng 2 chiến thuật, lấy lý do là đi trao thưởng huy chương.
- Ông yêu cầu Conein có mặt túc trực ở nhà bắt đầu từ tối thứ tư 30 tháng 10.
- Ông cho biết là Tướng Tôn Thất Đính không tham gia soạn thảo kế hoạch đảo chánh, và bị ông Nhu nghi ngờ. Phe đảo chánh cũng không tin tưởng ở ông Đính, nên lúc nào cũng có những tay chân của phe đảo chánh theo sát ông Đính với lệnh phải thanh toán ông nếu có dấu hiệu gì có thể làm cho cuộc đảo chánh thất bại.
- Ông Đôn cho biết tổng quát các đơn vị sẽ tham gia đảo chánh.

(Sau này sự tham gia tích cực của Tướng Tôn Thất Đính trong cuộc đảo chánh là một yếu tố quyết định thắng lợi. Sở dĩ có sự nghi ngờ lúc đầu vì ông Đính được xem như « con cưng » của ông Diệm).

Trong cuốn hồi ký « Việt Nam Nhân Chứng » của Tướng Trần Văn Đôn (bản tiếng Việt), ông cho biết là cuộc gặp gỡ kể trên diễn ra tại văn phòng người bạn ông là nha sĩ Long. Ông cũng viết là Conein hỏi ông *« có cần tiền hay vũ khí gì không. »* Ông trả lời *« không cần tiền, cũng không cần vũ khí, chỉ cần tinh thần và lòng can đảm, mà những điều đó chúng tôi đã có đủ »*. Conein nói *« phải cần có tiền để ủy lạo cho gia đình binh sĩ nào bị thương vong hoặc mua thức ăn cho binh sĩ, ông ta nghĩ rằng đảo chánh cũng mất vài ngày. »* Sau này có dư luận vin vào sự kiện này để bôi bác các tướng lãnh đảo chánh là đã « ăn tiền của Mỹ để làm đảo chánh ». Ông Đôn có nhắc đến việc này trong hồi ký : *« Đúng 1 giờ 30 trưa, ông Conein vào [tổng hành dinh phe đảo chánh trong Tổng Tham Mưu] có mang theo một máy truyền tin đặc biệt để liên lạc với tòa đại sứ Mỹ và bao tiền là ba triệu bạc Việt Nam [khoảng 40.000 đô-la theo giá chính thức, 23.000 theo giá thị trường]. Đảo chánh vừa thành công, trong không khí rộn ràng lúc đó, tôi có tặng cho các bạn một số tiền ủy lạo binh sĩ đơn vị mình mà không đòi làm biên nhận đầy đủ. Đến năm 1971, tôi ra lịnh cho Thiếu Tá Đặng Văn Hoa tìm lục lại các biên nhận về việc chi số tiền ba triệu bạc của Conein thì Thiếu Tá Hoa làm tờ trình và một số các biên nhận. Tôi xin đính kèm theo đây để chứng minh. Tôi không tổ chức đảo chánh để kiếm số bạc như vậy. »*

Ngày 29 là một ngày bận rộn tại Washington, sau khi nhận được báo cáo từ Sài Gòn. Một buổi họp với Tổng Thống Kennedy diễn ra lúc 16 giờ 20. Sau khi nghe tường trình, ông Kennedy đồng ý là Đại Sứ Cabot Lodge phải lấy máy bay về Mỹ như đã dự trù, nếu đảo chánh xảy ra trong khi ông không có mặt tại Việt Nam càng tốt. Nhưng ông Kennedy nhận thấy rằng tương quan lực lượng giữa phe đảo chánh và phe trung thành với ông Diệm ngang ngửa nhau, và làm đảo chánh trong điều kiện như vậy là ngớ ngẩn (stupid). Ông nói « Nếu Lodge cùng quan điểm như vậy, chúng ta phải ra lệnh cho ông tìm cách ngăn những người định làm đảo chánh. »

Trong cuộc họp thứ hai cùng ngày lúc 18 giờ với ít thành viên hơn để soạn thảo điện văn gửi cho Đại Sứ Lodge, ông Kennedy nhắc lại là ông Lodge phải đòi các tướng lãnh chứng minh là họ sẽ thành công, nếu không thì sẽ là một sai lầm to lớn. « Nếu làm sai, có thể chúng ta sẽ mất hết vị thế của mình ở Đông Nam Á trong một đêm. »

Ngày 30, Tướng Harkins đứng đầu cơ quan quân sự MACV ở Sài Gòn, viết cho cấp trên của ông là Tướng Taylor rằng Tướng Đôn hoặc là nói láo, hoặc là chơi trò « bắt cá hai tay », vì những gì ông Đôn nói với Conein (đảo chánh trước ngày 2-11) ngược lại những gì ông Đôn nói với tướng Harkins (chưa có kế hoạch đảo chánh). Ông cũng cho hay là trong buổi lễ Quốc Khánh 26 tháng 10 vừa qua, trong hai tiếng đồng hồ đứng cạnh hai tướng Dương Văn Minh và Trần Văn Đôn, ông không hề nghe ai nói đến đảo chánh cả. Ông không đồng ý với cách làm việc của Đại Sứ Lodge. Cuối bức điện văn, ông nói : « Dù phải hay không phải, chúng ta cũng đã ủng hộ ông Diệm trong tám năm qua, tôi thấy không ổn khi bây giờ mình lại bỏ ông ấy như thế. Ông ta đã dựa trên mình rất nhiều. Lãnh tụ của các nước khác sẽ nghĩ sao về số phận của họ khi thấy chúng ta đối xử như thế với ông Diệm ? »

Đại Sứ Lodge trả lời Tổng Thống Kennedy khi nhận được lệnh tìm cách ngăn các tướng lãnh định đảo chánh nếu cơ hội thành công không rõ rệt. Ông nhấn mạnh là Tướng Đôn đã nói rõ chuyện đảo chánh là một vấn đề của người Việt Nam, không phải của người Mỹ. Cách duy nhất để ngưng đảo chánh là cho ông Diệm biết, như vậy thì hóa ra người Mỹ đã phản lại các tướng lãnh đã tin tưởng vào mình. Ông kết luận là người Mỹ có rất ít ảnh hưởng trong việc này. Ông tin tưởng vào sự thành thật của Tướng Đôn và các tướng khác, họ là những người có thể mất mạng khi làm chuyện này. Cuối điện văn, ông cho biết Tướng Harkins có đọc bức điện văn và không đồng ý với ông.

Ông McGeorge Bundy, Cố Vấn An Ninh Quốc Gia của Tổng Thống Kennedy, viết điện văn trả lời Đại Sứ Lodge là ông không chấp nhận nguyên tắc nước Mỹ không có khả năng để hoãn một cuộc đảo chánh, hay khả năng ngăn những người định đảo chánh. Ông ra lệnh cho Đại Sứ Lodge phải tìm cách ngưng diễn tiến chuẩn bị đảo chánh nếu ông xét thấy là không có cơ may thành công. Ông cũng đồng thời ra chỉ thị rất rõ ràng về thái độ của Hoa Kỳ : không được can thiệp để giúp một bên nào cả, « nhưng một khi cuộc đảo chánh đã khởi sự, thì Hoa Kỳ mong cuộc đảo chánh thành công vì quyền lợi của Hoa Kỳ. »

Ngày thứ sáu 1 tháng 11-1963 lúc 13 giờ 30, cuộc đảo chánh bắt đầu. Những cuộc chạm súng mãnh liệt xảy ra quanh dinh Gia Long (dinh Độc Lập lúc đó đang xây cất lại vì bị bom năm 1962) và thành Cộng Hòa là nơi đồn trú của Lữ Đoàn Phòng Vệ Phủ Tổng Thống. Đến chiều tối, phe đảo chánh thắng thế, hai ông Diệm và Nhu dùng xe ra khỏi dinh Gia Long ở cửa sau và đến nhà Mã Tuyên, một thương gia thân cận của hai ông ở Chợ Lớn trú ẩn, sau đó qua đêm ở nhà thờ Cha Tam cũng ở Chợ Lớn.

Tướng Harkins báo cáo với tướng Taylor : « Thay vì báo trước 4 tiếng đồng hồ hay 2 ngày trước khi làm đảo chánh, chúng ta đã được báo trước khoảng 4 phút. » Hiển nhiên là các tướng lãnh không tin tưởng vào sự kín đáo của người Mỹ.

Sáng mùng 2, phe đảo chánh đã thắng thế, hai ông Diệm và Nhu điện thoại cho các tướng lãnh để họ đến đón hai ông ở ngôi nhà thờ ở Chợ Lớn. Một đoàn xe do Tướng Mai Hữu Xuân cầm đầu được phái đến, hai ông Diệm và Nhu được chở đi trong một chiếc xe bọc thép M113, những người đến bắt hai ông giải thích là để bảo vệ hai ông trên đường đi, vì sợ đám đông dọc đường có hành vi bất trắc nếu thấy hai ông. Khi đến tổng hành dinh phe đảo chánh trong Tổng Tham Mưu thì hai ông đã chết, tay còn trói quặt phía sau. Đại Úy Nhung, một tùy viên thân cận của Tướng Dương Văn Minh là người thi hành lệnh ám sát hai ông. Không tướng lãnh nào đứng ra nhận mình là người ra lệnh cả, nhưng ai cũng nghĩ chỉ có thể là ông Dương Văn Minh. Trong kế hoạch đảo chánh không có quyết định hạ sát hai ông Diệm và Nhu.

Ba người đầu não trong cuộc đảo chánh là các tướng Dương Văn Minh, Trần Văn Đôn và Lê Văn Kim.

Đại Sứ Lodge đồng ý với Bộ Ngoại Giao là Mỹ phải ủng hộ và mau chóng công nhận chính quyền mới, nhưng ông nói cũng nên làm cách nào để vài quốc gia bạn công nhận trước Hoa Kỳ.

Ngày 3 tháng 11, chính phủ Mỹ tuyên bố lấy làm tiếc về số phận của ông Ngô Đình Diệm, đồng thời phủ nhận vai trò của Mỹ trong cuộc đảo chánh.

Ngày 5, chính phủ cách mạng lâm thời ra mắt với ông Nguyễn Ngọc Thơ làm thủ tướng (ông Thơ trước đó làm Phó Tổng Thống cho ông Diệm).

Cũng trong ngày 5 tháng 11, tại Paris, Đại Sứ Mỹ Bohlen đến gặp Tổng Thống Pháp De Gaulle (theo lệnh của Bộ Ngoại Giao Mỹ) để thông báo cho Pháp biết là Mỹ sẽ công nhận chính phủ mới ở Sài Gòn, và để dò biết ý của Pháp như thế nào. Nhưng ông được lệnh không được nói gì trong chiều hướng thúc giục Pháp công nhận chính phủ mới.

Trong cuộc gặp gỡ, Tướng De Gaulle có thái độ rất dè dặt đối với các tướng lãnh đảo chánh. Ông cho Đại Sứ Mỹ cảm tưởng là những biến cố vừa xảy ra không làm thay đổi hố sâu ngăn cách giữa Mỹ và Pháp về chính sách đối với Việt Nam Cộng Hòa. Ông Bohlen gửi điện văn cho Bộ Ngoại Giao Mỹ báo cáo rằng Tướng De Gaulle xác nhận « chưa khi nào ủng hộ chế độ của ông Diệm vì ông này không có thái độ đứng đắn đối với quyền lợi của Pháp tại Việt Nam » và « tuy ông tiếc việc ám sát ông Diệm và em ông, nước Pháp không tiếc gì chế độ này cả. » Trong khi đó thì « nước Mỹ đã ủng hộ ông Diệm đến phút chót, cho đến khi ông ấy không còn tin tưởng vào người Mỹ nữa. » Ông De Gaulle tiên đoán là chế độ mới do các quân nhân cầm quyền sẽ leo thang chiến tranh và như vậy sẽ không được lòng dân cũng như chế độ trước. Ông không thấy hy vọng nào cho tương lai bán đảo Đông Dương.

Trong khi đó, hãng thông tấn UPI phổ biến một bản tin từ Washington nói rằng có vài cơ quan Mỹ – nói trắng ra là CIA – tìm cách rỉ tai báo chí rằng một trong những động cơ thúc đẩy cuộc đảo chánh là việc khám phá ra những « bằng chứng » cho thấy ông Nhu liên lạc với lãnh đạo tại Hà Nội để tìm cách thống nhất đất nước dưới ngọn cờ trung lập. Một đại diện của CIA đã dám nói trước mặt Đại Sự Pháp ở Washington rằng ông nghi ngờ có bàn tay của Pháp nhúng vào việc ông Nhu làm.

Ngày 7 tháng 11, nước Anh công nhận tân chính phủ Việt Nam, trước Hoa Kỳ.

Ngày 8, Hoa Kỳ công nhận chính phủ mới (22 giờ 30 ngày 7 tại Washington, 10 giờ 30 sáng ngày 8 tại Sài Gòn).

Ngày 14 tháng 11-1963, một bài báo trên tờ Le Monde của Jean Lacouture tiết lộ : « Chính quyền mới ở Việt Nam ngạc nhiên về sự chậm trễ của chính phủ Pháp công nhận họ. »

[66] Ba người con của ông bà Ngô Đình Nhu còn lại ở Việt Nam là Ngô Đình Trác, Ngô Đình Quỳnh và Ngô Đình Lệ Quyên (đều là em của Ngô Đình Lệ Thủy, lúc đó theo mẹ đang công tác « giải độc » ở ngoại quốc) được chính quyền Mỹ tổ chức gấp rút đưa ra khỏi Việt Nam. Con trai lớn là Ngô Đình Trác lúc đó đang nội trú ở trường Adran Đà Lạt được lực lượng an ninh đến tận trường đưa đi (trước đó 2 năm, tác giả cùng sống nội trú với Ngô Đình Trác trong trường này, lúc đó Trác học lớp 3è tức lớp 9, còn tác giả học lớp Terminale tức lớp 12). Khi đoàn tụ được với các con, bà Nhu sống ẩn dật tại Paris, và cuối đời qua Roma sống. Bà mất năm 2011 tại Roma, thọ 87 tuổi.

[67] Ngày thứ năm 30 tháng 1-1964, Đại Sứ Cabot Lodge gửi điện văn cho Washington lúc 3 giờ 15 sáng báo cáo là Tướng Nguyễn Khánh cho hay (qua Đại Tá Wilson) sẽ có cuộc đảo chánh lúc 4 giờ sáng.

Cuộc đảo chánh xảy ra đúng như dự trù, không đổ máu, gọi là « chỉnh lý ». Đài phát thanh loan đi bản tuyên cáo của Tướng Nguyễn Khánh, tân chủ tịch Hội Đồng Quân Nhân Cách Mạng. Ông tố cáo « một số phần tử vì quyền lợi riêng tư, câu kết với thực dân để trung lập hóa đất nước, dọn đường cho cộng sản nô lệ hóa chúng ta. » Năm tướng lãnh bị bắt là Trần Văn Đôn, Lê Văn Kim, Tôn Thất Đính, Mai Hữu Xuân và Nguyễn Văn Vỹ (ông Vỹ mới bên Pháp về nên bị nghi là thân Pháp, chủ trương trung lập). Sau ba tuần bị giam giữ tại Đà Nẵng, năm ông bị đưa về quản thúc ở Đà Lạt nên báo chị gọi 5 người này là « Tướng Đà Lạt ». Phải chờ đến tháng 10 các ông tướng Đà Lạt mới được trở về làm việc lại.

Tài liệu của Mỹ đưa ra ba lý do khiến cho cuộc chỉnh lý xảy ra :

1. Hai người lãnh đạo là Tướng Dương Văn Minh và ông Nguyễn Ngọc Thơ làm việc chậm quá.

2. Hai ông tướng Khánh và Khiêm nhiều tham vọng cá nhân mà không có chức vụ quan trọng sau khi đảo chánh nên đã làm cuộc chỉnh lý.

3. Có mối lo về giải pháp trung lập và thân Pháp, đặc biệt là Đại Tá Trần Đình Lan mới ở Pháp về và bị nghi là làm việc cho Pháp.

Tướng Khánh họp báo ngày hôm sau 31, ông tuyên bố « quân đội sẽ không khi nào chấp nhận giải pháp trung lập. Chúng ta sẽ không cho phép De Gaulle can thiệp vào nội tình của Việt Nam ». Tướng De Gaulle tuyên bố cùng ngày rằng nếu có sự thỏa thuận để trung lập hóa thì phải có sự tham gia của Trung Quốc.

Trong tài liệu lưu trữ của Bộ Ngoại Giao Pháp ở Paris, có những chi tiết khác về cuộc chỉnh lý theo tin tức do Thiếu Tá Demaison sống ở Sài Gòn góp nhặt qua những tiếp xúc với các nhân vật Việt Nam. Theo Demaison thì CIA của Mỹ đã lập một hồ sơ về « âm mưu trung lập hóa của các phần tử thân Pháp » nhưng chỉ dựa trên những phỏng đoán vì có hai ông từ Pháp về là Tướng Nguyễn Văn Vỹ và Trung Tá Trần Đình Lan bị nghi là theo chủ trương trung lập của Tổng Thống Pháp De Gaulle.

[68] Trong điện văn đề ngày 25 tháng 7-1964, Đại Sứ Mỹ Taylor báo cáo là Tướng Khánh và phe của ông đã cố tình tung ra chiến dịch « Bắc tiến » dù biết rõ là như vậy sẽ gây bối rối cho Hoa Kỳ. Trong một điện văn khác, ông đề nghị Washington gửi thẳng cho Tướng Khánh một điện văn nói rõ Hoa Kỳ viện trợ rất nhiều cho Nam Việt Nam để giúp cho chiến dịch bình định, còn nới rộng chương trình này qua bên kia lằn ranh quân sự là một chuyện khác, chưa bàn tới trong lúc này.

[69] Ngày 2 tháng 8-1964, lúc 15 giờ 40 giờ Sài Gòn, chiến hạm Maddox của Hoa Kỳ đang tuần tiễu trong Vịnh Bắc Bộ cách bờ biển 11 hải lý, báo cáo là bị tấn công bởi 3 tàu của miền Bắc Việt Nam. Tàu Maddox phản công với sự hỗ trợ của máy bay đến từ hàng không mẫu hạm USS Ticonderoga làm đắm một chiếc tàu và làm hư hại hai chiếc kia phải bỏ về bờ.

Tàu Maddox có mặt tại đây trong khuôn khổ của một chiến dịch có tên DeSoto, mục đích là do thám vùng biển quốc tế này. Đồng thời và trong cùng địa hạt, một cuộc tấn công phá hoại hai hòn đảo Hòn Me và Hòn Niêu do lực lượng đặc biệt của miền Nam thực hiện với sự yểm trợ của Mỹ, trong chiến dích bí mật mang tên OPLAN 34A. Hai chiến dịch DeSoto và OPLAN không liên quan gì với nhau. Có lẽ việc tấn công chiếc tàu Maddox là để trả đũa việc tấn công hai hòn đảo nêu trên.

Ngày hôm sau, Tổng Thống Mỹ Johnson tuyên bố đã cử thêm một chiếc tàu thứ hai hỗ trợ cho tàu Maddox, và cả hai sẽ được máy bay chiến đấu hỗ trợ liên tục. Cả hai chiếc được lệnh nếu bị tấn công trong hải phận quốc tế, phải trả đũa không những để đẩy lui mà còn để tiêu diệt địch quân.

Ngày hôm sau 4 tháng 8, lúc trời xẩm tối và thời tiết rất xấu, tàu Maddox báo cáo lại bị tấn công cách bờ 60 hải lý. Nhưng Hà Nội phủ nhận trận tấn công thứ hai này (và sau này điều tra kỹ lại thì kết luận là có lẽ do thời tiết xấu nên có sự nhầm lẫn). Hoa Kỳ quyết định trả đũa.

Ngày 5 tháng 8-1964, máy bay đến từ hàng không mẫu hạm Ticonderoga dội bom các kho trữ nguyên liệu tại thành phố Vinh và một số cơ sở hải quân khác. Đây là trận tấn công đầu tiên của Mỹ vào miền Bắc Việt Nam.

[70] Ngày 28 tháng 8-1964, Hội Đồng Nhân Dân Cứu Quốc do bác sĩ Lê Khắc Quyến, Khoa Trưởng Y Khoa Huế làm chủ tịch ra mắt bằng bản tuyên cáo số 1.

Ngày 2 tháng 9, báo Tranh Đấu cơ quan ngôn luận của tổ chức đăng bản tuyên cáo số 4 đưa ra lập trường chống cộng sản, chống trung lập, chống Pháp, chống sự thao túng của Hoa Kỳ vào các vấn đề nội bộ của Việt Nam, chống những âm mưu của đế quốc dùng Việt Nam như con bài quốc tế, đòi loại bỏ các phần tử tàn dư của « Cần Lao ác ôn » ra khỏi chính quyền (đảng Cần Lao Nhân Vị do ông Ngô Đình Nhu lập ra trước đây).

Trong điện văn ngày 12 tháng 9-1964, Đại Sứ Pháp ở Việt Nam cho biết Hội Đồng Nhân Dân Cứu Quốc không xem mình như một chính phủ, nhưng cũng chỉ xem chính phủ mới ở Sài Gòn như một cơ quan không có nền tảng pháp lý, chỉ có nhiệm vụ giải quyết những việc thường ngày. Họ cũng chống lại một « chính phủ gọi là lâm thời », mà muốn có ngay một chính quyền được dân đề cử, nghĩa là thông qua những « hội đồng nhân dân » trên toàn quốc. Họ cũng chủ trương thành lập những « lực lượng tranh đấu » trong mọi tầng lớp của xã hội.

[71] Ngày 25 tháng 8-1964 xảy ra nhiều cuộc bạo loạn giữa dân Công Giáo và Phật Giáo ở làng Thanh Bồ gần Đà Nẵng, phải dùng đến lính Nhảy Dù để dẹp loạn.

Hậu quả là hai ngày sau tại Sài gòn, người Công Giáo đến từ Hố Nai và các nơi khác quanh Sài Gòn vào trung tâm thành phố biểu tình. Trầm trọng nhất là trước cổng Tổng Tham Mưu, nơi họp của Hội Đồng Quân Nhân Cách Mạng, khoảng 3000 người tụ tập định leo rào vào trong, lính gác nổ súng làm 6 người bị thiệt mạng.

[72] Trong cuốn hồi ký của McNamara, Bộ Trưởng Quốc Phòng Mỹ từ 1961 đến 1968, có tấm hình Tướng Nguyễn Khánh trước đám đông đứng giữa một tướng Mỹ và ông McNamara, hai người này cầm tay ông Khánh đưa lên cao chứng tỏ sự ủng hộ của họ với ông Khánh. Tấm hình chụp hồi tháng 3-1964 trong một chuyến viếng thăm của ông McNamara. Ông này ghi chú dưới tấm ảnh là « sau này tôi bị ngượng mãi (everlasting embarrassment) vì tấm ảnh này. » Cuốn hồi ký nhan đề « In retrospect, the tragedy and lessons of Vietnam" (Nhìn lại dĩ vãng, bi kịch và những bài học từ Việt Nam), nhà xuất bản Times Book (thuộc tập đoàn Random House), New York 1995.

[73] Trận Bình Giã (thuộc tỉnh Phước Tuy, 70 cây số phía đông Sài Gòn, nay là một xã thuộc tỉnh Bà Rịa-Vũng Tàu) bắt đầu từ ngày 28-12-1964 chấm dứt với con số thiệt hại lớn về phía Việt Nam Cộng Hòa. Con số trong các tài liệu Mỹ là gần 200 người tử thương, 190 bị thương và 100 mất tích (trong đó có 16 tổn thất về phía Mỹ gồm 5 tử thương, 8 bị thương và 3 mất tích). Đại Sứ Mỹ Taylor xem đây là một cuộc thất trận nghiêm trọng, nhưng chưa đến nỗi là một thảm họa. Theo ông thì kết quả này do lỗi của cấp chỉ huy Việt Nam, ngồi lì ở Vũng Tàu lo chuyện lật đổ chính phủ Trần Văn Hương thay vì lo việc chiến tranh.

[74] Ông Phạm Ngọc Thảo sinh năm 1922 trong một đại gia đình giàu có của miền Nam theo đạo Công Giáo, gia đình Phạm Ngọc Thuần, có quốc tịch Pháp từ thời Pháp thuộc, nên mọi người đều lấy họ là Phạm Ngọc Thuần, thêm vào một tên tiếng Pháp. Ông Thảo tên là Albert Phạm Ngọc Thuần, sau ông đổi ra Phạm Ngọc Thảo. Thời kháng chiến, ông tham gia tích cực trong hàng ngũ Việt Minh. Thời Đệ Nhất cộng hòa, ông được Giám Mục Ngô Đình Thục tín nhiệm vì làm việc rất đắc lực và hữu hiệu, và tin là ông đã từ bỏ hàng ngũ cộng sản, nên ông được giữ những chức vụ khá quan trọng như tỉnh trưởng tỉnh Bến Tre.

Cuộc đảo chánh ngày 19 tháng 2-1965 do Phạm Ngọc Thảo khơi mào có mục đích chống lại Tướng Nguyễn Khánh, nên dù đảo chánh không thành, các « tướng trẻ » đứng đầu là ông Nguyễn Văn Thiệu, vốn không ưa gì Nguyễn Khánh, đã lợi dụng cơ hội lập ra một hội đồng quân nhân loại bỏ Nguyễn Khánh khỏi chính trường và buộc ông đi làm đại sứ lưu động. Ông Nguyễn Khánh ra đi mang theo một nắm đất với lời hứa sẽ trở lại quê hương. Nhưng ông không bao giờ có dịp trở lại và mất tại thành phố San José, California, Hoa Kỳ năm 2013, thọ 86 tuổi.

Sau khi làm đảo chánh hụt, Phạm Ngọc Thảo bị truy nã, phải trốn ở khu Công Giáo Hố Nai Biên Hòa, được các linh mục ở đấy che chở, cuối cùng bị lộ, bị bắt và bị giết chết trong tù vào tháng 7 năm 1965.

Đối với phe quốc gia, ông Phạm Ngọc Thảo là một cán bộ cộng sản hồi chánh đã có công trong nền Đệ Nhất Cộng Hòa. Đối với phe cộng sản, 12 năm sau ngày chiến tranh chấm dứt, ông được tôn vinh như một cán bộ tình báo xuất sắc được gài lại miền Nam. Nhiều dư luận hoài nghi việc tôn vinh này, xem như một cách tuyên truyền của cộng sản. Lý do họ đưa ra là tại sao phải chờ 12 năm sau mới tôn vinh ? Tại sao khi ông phải lẩn trốn ở Biên Hòa trong năm 1965, phe cộng sản không giải cứu đưa ông vào khu an toàn để đến nỗi ông bị truy lùng rồi bị chết thảm trong tù ? Dù sao, phe cộng sản cũng không nói ông có công trạng gì cụ thể trong công việc tình báo này, ngoại trừ việc làm đảo chánh, mà việc này thì không phải chỉ có Phạm Ngọc Thảo làm trong những năm hỗn loạn đó.

Cuối cùng thì ai muốn tin theo chiều nào thì tin.

Ông có vợ và 7 người con, tất cả được ông đưa qua sống an toàn bên Mỹ trong thập niên 60 trước khi ông làm đảo chánh rồi bị sát hại.

[75] Chính phủ Phan Huy Quát là chính phủ dân sự đầu tiên từ ngày đảo chánh 1963. Chính phủ được thành lập ngày 18 tháng 2-1965, ông Phan Huy Quát là một người có uy tín đối với các tướng trẻ, cố gắng thuyết phục các tướng lãnh trở về vị trí của mình trong quân đội để rảnh tay lo việc chiến tranh. Nhưng có sự bất đồng trầm trọng giữa Thủ Tướng Phan Huy Quát và Quốc Trưởng Phan Khắc Sửu đi đến một tình trạng bế tắc làm ông Phan Huy Quát đành phải từ chức, cầm quyền chưa đầy 4 tháng.

Thứ bảy 12 tháng 6-1965, lúc 1 giờ sáng, theo yêu cầu của chính Thủ Tướng Phan Huy Quát, một cuộc họp diễn ra gồm ông Phan Huy Quát, ông Bùi Diễm (Bộ Trưởng Phủ Thủ Tướng, thân cận với ông Phan Huy Quát), các Tướng Nguyễn Văn Thiệu và Nguyễn Cao Kỳ, cùng với ông Phó Đại Sứ Mỹ Alexis Johnson (Đại Sứ Taylor đang về Washington chưa qua lại) và ông Manfull (cố vấn chính trị của tòa đại sứ Mỹ). Đi đến quyết định là ngay buổi sáng ngày 12, sẽ công bố việc chính quyền dân sự nhường chỗ cho quân đội lãnh trách nhiệm điều khiển quốc gia trong tình hình mới.

Ngày 19 tháng 6, « Nội Các Chiến Tranh » chính thức ra đời, với Tướng Nguyễn Cao Kỳ làm Thủ Tướng (gọi là Chủ Tịch Ủy Ban Hành Pháp Trung Ương), còn Tướng Nguyễn Văn Thiệu làm Chủ Tịch Ủy Ban Lãnh Đạo Quốc Gia (Quốc Trưởng). Tân Thủ Tướng trình bày 26 điểm cần làm ngay.

Một bản hiến chương mới được ban hành, thay thế những bản hiến chương trước, từ ngày đảo chánh Tổng Thống Ngô Đình Diệm năm 1963 :

- hiến chương số 1 ngày 4-11-1963 (Dương Văn Minh)
- hiến chương số 2 ngày 7-2-1964 (Nguyễn Khánh)
- hiến chương số 3 ngày 16-8-1964 (Nguyễn Khánh, còn gọi là hiến chương Vũng Tàu)
- hiến chương số 4 ngày 20-10-1964

Các bản hiến chương này là những bản hiến pháp tạm thời, trong khi chờ đợi một hiến pháp mới, sẽ ra đời năm 1967 đánh dấu nền Đệ Nhị Cộng Hòa và được dùng cho đến 1975.

[76] Quyết định đoạn giao với Pháp được công bố ngày 24 tháng 6-1965. Ngày hôm trước, Bộ Trưởng Ngoại Giao Trần Văn Đỗ cho ông Mattei của tòa Đại Sứ Pháp biết rằng ông đã làm hết sức để ngăn chuyện đoạn giao này, nhưng chính phủ vẫn cương quyết tiến hành. Ngay trước khi công bố, Tướng Nguyễn Cao Kỳ tiếp ông Mattei và nói là ông vẫn gắn bó với nước Pháp, nhưng quyết định này là để xoa dịu dư luận. Ông cũng nói việc đoạn giao là lãnh vực của Tướng Nguyễn Văn Thiệu, Chủ Tịch Ủy Ban Lãnh Đạo Quốc Gia, không phải của ông.

Bản tuyên bố đoạn giao nói đến việc chính phủ Pháp đã trực tiếp hoặc gián tiếp làm lợi cho cộng sản, gây hoang mang trong dân chúng và tạo ra tâm lý chủ bại trong quân đội (ý muốn nói đến chủ trương trung lập hóa Việt Nam và các nước lân cận của Tổng Thống Pháp De Gaulle).

Trong buổi họp báo công bố quyết định đoạn giao (do Ngoại Trưởng Trần Văn Đỗ đọc bản tuyên bố), Tướng Nguyễn Văn Thiệu đồng thời công bố « tình trạng chiến tranh » và cấm 36 tờ báo trong khi chờ đợi luật báo chí mới.

Các cố vấn của Tổng Thống Mỹ Johnson đều đồng loạt cho rằng đây là một sai lầm của Việt Nam. Trong một buổi họp tại Tòa Bạch Ốc ngày 23 tháng 6, ông Johnson lấy quyết định báo cho chính phủ Pháp là Mỹ lấy làm tiếc về quyết định đoạn giao của Tướng Nguyễn Cao Kỳ, và rằng Mỹ không chủ trương việc này.

Sau đó một phát ngôn viên của Bộ Ngoại Giao Mỹ tuyên bố rất tiếc về quyết định này của Việt Nam Cộng Hòa.

77 Ngày 20 tháng 7-1965, phái đoàn Bộ Trưởng Quốc Phòng McNamara trở về Washington sau khi qua Việt Nam thẩm định tại chỗ tình hình. Trong bản phúc trình, ông McNamara xác nhận đề nghị trước đây của ông là tăng lực lượng quân đội Mỹ có mặt tại Việt Nam từ 75.000 (con số tháng 7) lên 175.000 vào cuối năm, và có thể 200.000. Ông cũng không quên nhắc đến hậu quả không tốt của sự tăng vọt số quân nhân Mỹ này, đó là việc miền Nam sẽ ỷ lại vào Mỹ đến Việt Nam để đánh nhau thay cho người Việt, và có thể làm tăng trong dân chúng tinh thần chống thực dân. Nhưng ông cũng cho biết rằng theo ông Phan Huy Quát (cựu Thủ Tướng) « cách duy nhất để cứu nguy cho miền Nam là tăng thêm số quân Mỹ, dân chúng miền Nam sẽ không chống đối. » Cả hai Tướng Thiệu và Kỳ cũng hoan nghênh việc tăng quân Mỹ tại miền Nam.

Trong buổi họp báo ngày 28 tháng 7-1965, Tổng Thống Johnson chính thức loan báo quân đội Mỹ sẽ tăng từ 75.000 lên 125.000, và nếu cần có thể tăng hơn nữa. Ông cũng tuyên bố là song song với nỗ lực chiến tranh, Hoa Kỳ vẫn sẵn sàng ngồi vào bàn thương thuyết.

Tháng 12-1965, Thượng Nghị Sỹ Mike Mansfield đến thăm Việt Nam. Khi trở về, ông báo cho biết rằng đây là một cuộc chiến mà « tất cả các chọn lựa đều xấu ». Hoa kỳ có thể sẽ thua tại Việt Nam vì phải tự kềm chế. Nhưng còn có nguy cơ lớn hơn là sẽ thua ngay tại Mỹ và trên thế giới vì theo đuổi những mục tiêu “không sờ mó được” (intangible) ở Việt Nam.

78 Chương trình Công Tác Hè 65 do cơ quan USAID (United States Agency for International Development = Cơ quan phát triển quốc tế của Mỹ) tài trợ, nhưng theo mô hình tư nhân giúp cho tư nhân, không thông qua chính phủ Việt Nam Cộng Hòa. Tư nhân về phía Mỹ là hội IVS (International Voluntary Service), tư nhân về phía Việt Nam là một nhóm thanh niên đứng ra tổ chức Công Tác Hè 65, xuất phát từ các đoàn thể Nam và Nữ Hướng Đạo, Sinh viên, Thanh niên Phật tử và Công giáo, hội Thanh niên Thiện chí, v. v.

Trong cuốn sách De Père Inconnu bằng tiếng Pháp, tác giả nói đến chương trình Công Tác Hè 65 như là một sáng kiến của chính phủ Nguyễn Cao Kỳ mới lên cầm quyền vào tháng 6. Nhưng ông Đỗ Quý Toàn (công ty Người Việt ở quận Cam, California) cho biết điều này không đúng, lúc đó ông là một nhân vật nòng cốt của chương trình Công Tác Hè 65 (cũng như ông Đỗ Ngọc Yến, người sáng lập báo Người Việt) nên biết rất rõ. Ông Kỳ có hai lần đến gặp gỡ các thành viên của chương trình và ghi nhận thành quả của họ, nhưng chính phủ của ông không đứng ra tổ chức cũng không tài trợ chương trình này.

79 Các tài liệu học tập của Hà Nội chia cuộc chiến tranh làm ba giai đoạn :

- Chiến tranh đặc biệt (trước 1965), lúc đó tại miền Nam chỉ có cố vấn Mỹ
- Chiến tranh cục bộ (khi quân đội Mỹ đổ bộ vào miền Nam năm 1965)
- Việt Nam hóa chiến tranh (khi chính quyền Nixon quyết định từ từ rút quân về, kể từ 1970 cho đến hết cuộc chiến).

80 Ngày 10 tháng 3-1966, một thông báo chính thức cho biết Tướng Nguyễn Chánh Thi từ chức vì lý do sức khỏe, và được thay thế bởi Tướng Nguyễn Văn Chuân. Tướng Chuân đang là Tư Lệnh Sư Đoàn 1, trở thành Tư Lệnh Vùng 1 Chiến Thuật. Dĩ nhiên ai cũng biết Tướng Thi không có vấn đề sức khỏe, và cũng không từ chức.

Theo ông Tổng Lãnh Sự Pháp ở Sài Gòn Joseph Lambroschini, việc sa thải Tướng Thi có một phần áp lực của Đại Sứ Mỹ Cabot Lodge (trở lại Việt Nam năm 1965 làm Đại Sứ lần thứ hai, thay thế Đại Sứ Maxwell Taylor). Ông Habib, trách nhiệm các vấn đề chính trị bên cạnh Đại Sứ Lodge, trong một cuộc nói chuyện với một số nhà báo, không giấu giếm sự thỏa mãn về quyết định của Hội Đồng Tướng Lãnh, và khen ngợi sư cương quyết của Tướng Nguyễn Cao Kỳ trong việc này.

Ngày hôm sau 11-3-1966, tại Đà Nẵng, 5000 người biểu tình chống lại việc Tướng Thi bị cách chức. Đặc biệt trong số đó có một phần ba là quân nhân.

Ngày thứ bảy 12-3 lúc 10 giờ sáng, cũng ở Đà Nẵng, từ 3000 đến 5000 người biểu tình, vẫn đòi hỏi phải phục hồi chức vụ cho Tướng Thi. Một cuộc bãi khóa của học sinh được phát động, tất cả các trường đều hưởng ứng.

Cùng ngày, tại Huế, khoảng 300 học sinh trường Quốc Học đi một vòng các trường khác vận động xuống đường. Đến 11 giờ, tất cả các trường đều đóng cửa và học sinh xuống đường tuần hành, nhưng không có khẩu hiệu, cũng không có diễn văn.

Cùng thời điểm này, một cuộc họp quan trọng các nhà lãnh đạo Phật Giáo tại chùa Diệu Đế khai sinh ra hai tổ chức : « Lực lượng nhân dân tranh thủ cách mạng », chủ tịch là Bửu Tôn, một sinh viên Phật Tử của Đại Học Y Khoa Huế, và « Hội đồng sinh viên tranh thủ cách mạng », chủ tịch là Nguyễn Hữu Giao, sinh viên Luật Khoa.

[81] Ngày 23-3-1966, sinh viên Huế tổ chức đại hội và quyết định chiếm đài phát thanh. Kể từ hôm đó, đài phát thanh Huế nằm trong tay của sinh viên.

Cùng ngày tại Đà Nẵng, « Lực lượng nhân dân đấu tranh cách mạng » kêu gọi tổng đình công 48 giờ, được hưởng ứng một trăm phần trăm. Công nhân, học sinh (cả học sinh trường Pháp Blaise Pascal), công chức, tư chức, kể cả những người làm cho Mỹ đều hưởng ứng đình công. Không còn các chuyến bay của Hàng Không Việt Nam, Đà Nẵng hoàn toàn bị cô lập.

Đài phát thanh Đà Nẵng được cho sinh viên « mượn », với giấy phép của chính ông Thị trưởng Đà Nẵng, bác sĩ Nguyễn Văn Mẫn.

Trong các diễn văn, không còn thấy nhắc đến Tướng Nguyễn Chánh Thi nữa, việc cách chức ông chỉ được dùng làm cái cớ để khơi mào cuộc đấu tranh.

Tại Đà Lạt, phe tranh đấu chiếm đài phát thanh ngày 1-4-1966. Ba ngày sau, lực lượng cảnh sát đặc biệt bao vây đài và tấn công lúc 4 giờ sáng. Phe tranh đấu chống cự không được phải rút sau khi đốt cháy đài phát thanh. Cuộc hỏa hoạn kéo dài đến chiều ngày 5 tháng tư.

[82] Chủ nhật 27 tháng 3-1966, một cuộc biểu tình khổng lồ với 20.000 người được phe tranh đấu Phật Giáo tổ chức tại Huế, dưới hình thức tuần hành ngoài đường phố để tưởng nhớ Quách Thị Trang, người nữ sinh ở Sài Gòn thiệt mạng trong lúc biểu tình năm 1963 chống ông Diệm. Tuần hành từ chùa Diệu Đế đến chùa Từ Đàm, có sự tham gia của 2000 quân nhân mặc quân phục. Cuộc biểu tình diễn ra rất trật tự, do các thanh niên Phật Tử đảm trách an ninh. Đặc biệt có các khẩu hiệu « Đả đảo Mỹ ». Mỹ bị kết án ngăn cản việc bầu cử một quốc hội mới và việc thành lập một chính quyền dân sự.

Trong đêm mùng 4 rạng ngày mùng 5 tháng tư, ba tiểu đoàn Thủy Quân Lục Chiến với khoảng 1900 người được máy bay Mỹ chở từ Sài Gòn ra căn cứ không quân Đà Nẵng. Lập tức phe tranh đấu lập ra các chốt ngăn chặn trên đường phố và các đơn vị quân đội tại chỗ sẵn sàng ứng chiến ở các chốt này. Nhưng cuối cùng đã không có đụng độ giữa hai phe, dù sao cũng trong cùng một hàng ngũ quân đội quốc gia.

[83] Ngày 4 tháng tư, Tướng Nguyễn Văn Thiệu đọc diễn văn trên đài phát thanh về tính chất nguy kịch của tình hình, chỉ làm lợi cho cộng sản. Ông nhắc lại là tình trạng khẩn trương được công bố từ ngày 24 tháng 6-1965 vẫn còn hiệu lực.

Tại Sài Gòn, quân nhân Mỹ phải cấm trại, công chức Mỹ được khuyên không nên ra khỏi nhà. Đêm đến, một cuộc xuống đường đụng độ với cảnh sát dã chiến, một xe Jeep của Mỹ bị đốt. Giờ giới nghiêm tăng lên, từ 9 giờ tối đến 5 giờ sáng.

Ngày 5-4-1966, sinh viên Huế biểu tình tuần hành trước cơ quan quân sự MACV của Mỹ trên đường Duy Tân. Mỹ phải tháo bỏ các rào cản bảo vệ cơ quan để cho đoàn biểu tình đi qua.

Ngày 12, Thượng Tọa Thích Trí Quang, người thực sự lãnh đạo phong trào tranh đấu, trả lời phỏng vấn tờ báo tiếng Anh Saigon Daily News. Ông nói ông chống đường lối của Hoa Kỳ ngăn cản việc thành lập một quốc hội do dân bầu lên. Trả lời một cuộc phỏng vấn khác của báo L'Expresss của Pháp, ông cho rằng người Mỹ đến đây để bảo vệ miền Nam Việt Nam, nhưng họ đang tiến hành một cuộc chiến trong thế chiến lược toàn cầu. Ông nói Việt Nam đang là nạn nhân của chiến lược đó.

[84] Ngày 13-4-1966 lúc 0 giờ 20, lần đầu tiên trong cuộc chiến, phi trường Tân Sơn Nhứt chỉ cách Sài Gòn mấy cây số bị đại bác tấn công trong vòng 20 phút. 75 viên đạn pháo kích làm 10 người thiệt mạng trong đó có 9 người Mỹ, làm bị thương 128 người trong đó có 109 người Mỹ, phá hủy 2 máy bay, làm hư hại 23 trực thăng, và đốt cháy một kho nhiên liệu một triệu rưỡi lít.

[85] Ngày thứ bảy 14-5-1966, Hội Đồng Tướng Lãnh họp mật, không cho phía Hoa Kỳ biết, và lấy quyết định dẹp loạn miền Trung bằng võ lực, gọi là chiến dịch Đinh Bộ Lĩnh.

Ngay đêm đó, một tiểu đoàn Thủy Quân Lục Chiến được máy bay C-47 của không quân Việt Nam chở từ Tân Sơn Nhứt ra phi trường Đà Nẵng, không dùng phi cơ quân sự của Mỹ như lần trước (hồi tháng tư).

Ngay 5 giờ sáng chủ nhật 15, đoàn quân này, với sự yểm trợ của 7 chiếc xe thiết giáp, bất ngờ tiến vào Đà Nẵng và chiếm đóng tổng hành dinh của Vùng 1 Chiến Thuật. Tướng Tôn Thất Đính tư lệnh vùng 1 phải vào căn cứ Mỹ tị nạn với Tướng Lewis Walt chỉ huy Thủy Quân Lục Chiến Mỹ tại đây (Tướng Đính mới lên làm tư lệnh thay Tướng Nguyễn Văn Chuân là người thay tướng Nguyễn Chánh Thi trước đây). Tòa Thị Trưởng cũng bị chiếm (ông Thị Trưởng Nguyễn Văn Mẫn kịp trốn thoát), cũng như khu Tư Lệnh Cảnh Sát. Đến 7 giờ 30, khu quân sự Đà Nẵng và các tòa nhà hành chánh đều lọt vào tay quân đội của Sài Gòn.

Phải đến 10 giờ sáng mới có lời kêu gọi kháng cự của phe tranh đấu được loan đi trên đài phát thanh. Một cuộc nổ súng diễn ra và kéo dài đến chiều tối.

Lúc 12 giờ 30 trưa, tiểu đoàn 5 Nhảy Dù (với 500 quân nhân) được máy bay dân sự của Hàng Không Việt Nam đưa đến tăng viện, sau đó là tiểu đoàn 1 Nhảy Dù.

Ngày 20, một trận chiến ác liệt diễn ra với đại bác, thiết giáp và phi cơ. Sáu tiểu đoàn quân chính quyền bao vây khu chùa ở Đà Nẵng, với từ 700 đến 1000 quân của phe tranh đấu cố thủ. Máy bay ném bom. Các cuộc hành quân được chỉ huy bởi Đại Tá Nguyễn Ngọc Loan, Tổng Tư Lệnh Cảnh Sát mới thay Đại Tá Phạm Văn Liễu.

Trong khi đó thì tại Huế, phe tranh đấu loan tin có 5000 tay súng sẵn sàng đến tiếp cứu các anh em Phật Tử Đà Nẵng chống lại « bè lũ Thiệu Kỳ ». Thượng Tọa Thích Trí Quang gửi một điện văn cho Tổng Thống Mỹ Johnson đòi hỏi quân đội Mỹ chống lại hành động đàn áp của quân đội trung ương.

Tại Sài Gòn, 15.000 người tụ tập tại Viện Hóa Đạo của Phật Giáo. Thượng Tọa Thích Thiện Minh tuyên bố « toàn dân sẽ nổi lên chống Mỹ nếu Mỹ tiếp tục cung cấp vũ khí cho ông Kỳ ». Sau đó nhiều thanh niên đã xuống đường hô khẩu hiệu chống Mỹ, ngoài tầm kiểm soát của tổ chức biểu tình.

Ngày 21, hai tòa lãnh sự Mỹ và Pháp ở Đà Nẵng tổ chức di tản kiều bào của họ.

Qua ngày 23, các lực lượng tranh đấu ở Đà Nẵng đầu hàng. Ông Thị Trưởng Đà Nẵng là Bác Sĩ Nguyễn Văn Mẫn bị bắt và giải về Sài Gòn.

Nhưng đồng thời tại Huế, hai Tướng Thi và Đính tuyên bố tiếp tục cuộc đấu tranh. Hai ông cùng khoảng ba chục viên chức hành chánh từ chối vào Sài Gòn tham dự Hội đồng dân quân vào ngày thứ ba 24-5-1966.

[86] Chủ nhật 29-5-1966, Huế và Sài Gòn chứng kiến hai vụ tự thiêu.

Tại chùa Diệu Đế ở Huế, lúc 4 giờ 30 sáng, ni cô Thanh Quang tự thiêu, để lại một bức thư gửi Tổng Thống Johnson, nói lên mục đích tự thiêu là « hy vọng gióng lên một tiếng nói cho những đau khổ của dân tộc. »

Cùng ngày tại Sài Gòn, một đám đông khoảng 20.000 người đối mặt với cảnh sát và quân đội, ngăn cách bởi các rào cản bằng dây kẽm gai, ngăn không cho họ vào bên trong Viện Hóa Đạo. Sau hai tiếng đồng hồ, rào cản được tháo bỏ, đám đông ùa vào Viện Hóa Đạo, một ni cô trẻ có tên Viên Ngọc tự thiêu.

Ngày 30-5 tại Đà Lạt, một nhà sư tự thiêu tại chùa, một thiếu nữ tự vẫn bằng cách cắt gân máu.

Chiều hôm đó, một nữ Phật tử trẻ tên Hồ Thị Châu tự thiêu.

Trong khi đó thì ở Washington, Tổng Thống Johnson đọc bài diễn văn tại nghĩa trang Arlington nhân ngày kỷ niệm chiến sĩ trận vong (Memorial Day). Ông nhắc đến các vụ tự thiêu ở Việt Nam mà ông xem như « vô ích ». Ông nói Hoa Kỳ có mặt tại Việt Nam với một mục tiêu đáng kính và có giới hạn : đẩy lui cuộc tấn công của cộng sản để người dân Việt Nam có thể tự mình chọn lựa một thể chế chính trị với những phương tiện hòa bình.

Ngày 31, thêm một vụ tự thiêu ở Huế. Một nữ Phật Tử 17 tuổi tên Nguyễn Thị Vân tự thiêu ngoài đường trước chùa Thanh Hội.

Thứ bảy 4-6-1966, thêm ba vụ tự thiêu của một nhà sư và hai ni cô ở Sài Gòn, Nha Trang và Quảng Trị.

Cùng ngày đó, ở Huế, Thượng Tọa Thích Trí Quang họp báo để cải chính tin loan đi từ Sài Gòn rằng chính quyền đã chiếm lại được thành phố Huế. Ông cũng nhân dịp này đả kích lời tuyên bố của Tổng Thống Mỹ : « Nếu tôi là công dân Mỹ, tôi sẽ lấy làm xấu hổ về những tuyên bố của Tổng Thống Johnson khi ông nói những vụ tự thiêu là những hành động vô ích làm lu mờ những hy sinh mà bao người Việt Nam phải hứng chịu trong cuộc chiến chống cộng sản. Lời tuyên bố này chứng tỏ hai điều. Một là ông Johnson không hiểu gì về vấn đề Việt Nam. Hai là ông Johnson hỗn xược. Nếu người Mỹ muốn nối tiếp công cuộc thực dân đã bắt đầu từ 130 năm trước, thì bổn phận của chúng ta là phải tiếp tục đấu tranh. »

[87] Tại Huế, sáng ngày 26-5-1966, tang lễ Trung úy Nguyễn Đại Thức được cử hành trọng thể (Nguyễn Đại Thức bị bắn chết bởi đạn đại liên của người lính Mỹ bắn từ chiếc trực thăng chở Tướng Huỳnh Văn Cao ngày 17-5) . Đám ma đi vòng quanh thành phố trở thành một cuộc biểu tình lớn với Thượng Tọa Thích Trí Quang dẫn đầu 7000 người. Khi qua Tòa Lãnh Sự Mỹ, một toán sinh viên đang tuyệt thực tại đây từ hôm trước, đang chuẩn bị tấn công tòa nhà này, nhập đoàn biểu tình theo lời mời của Phật Tử.

Buổi chiều cùng ngày, 150 sinh viên tấn công và đốt cháy cơ quan USIS (phòng thông tin Hoa Kỳ) và thư viện của cơ quan này. Hỏa hoạn kéo dài từ 4 giờ chiều đến nửa đêm, đốt cháy rất nhiều sách vở, phim ảnh. Khẩu hiệu viết trên tường của tòa nhà là « Đả đảo văn hoá nô dịch. »

Mấy ngày sau, ngày 1 tháng 6, một đám đông từ 500 đến 800 sinh viên tấn công và đốt tòa nhà lãnh sự Mỹ, bị hư hại đến 70%. Nhân viên làm việc tại đây đã được di tản đến cơ quan quân sự MACV của Mỹ từ một tuần trước.

[88] Ngày 6-6-1966, đài phát thanh Huế bị đóng cửa. Cho tới hôm đó, đài do phe tranh đấu kiểm soát. Ngay sau đó, một đài phát thanh bí mật loan truyền lời kêu gọi của ban lãnh đạo tranh đấu kêu gọi các Phật Tử mang bàn thờ Phật ra ngoài đường để ngăn ngừa cuộc tấn công của quân đội từ Sài Gòn ra.

Ngay buổi chiều hôm đó, các bàn thờ bày ra ngoài đường, và một cuộc đình công toàn bộ được phát động, và rất thành công : tất cả các cửa tiệm đều đóng cửa, các nơi làm việc của công chức cũng đóng cửa đến 80%.

[89] Ngày 15-6-1966, vào lúc 9 giờ tối, 500 binh sĩ thuộc tiểu đoàn 5 Nhảy Dù được di chuyển từ sân bay Phú Bài vào Huế tăng cường cho lực lượng cảnh sát đặc biệt. Sáng sớm hôm sau, họ đóng chốt tại các nơi quan yếu, rồi từ 4 giờ sáng đến chiều tối hôm đó, lực lượng cảnh sát đặc biệt từ Sài Gòn ra từ từ khiêng bàn thờ vào lề đường. Các cuộc biểu tình bị giải tán nhanh chóng bằng lựu đạn cay và súng bắn chỉ thiên.

Buổi chiều, binh sĩ thuộc Sư đoàn 1 theo phe tranh đấu cùng các Phật Tử cố thủ trong chùa Diệu Đế được bao bọc bởi các bàn thờ Phật, đối đầu với xe thiết giáp của quân đội dưới quyền điều động của Đại Tá Nguyễn Ngọc Loan, Tư Lệnh Cảnh Sát Quốc Gia. Súng nổ làm hai người dân thiệt mạng, hai cảnh sát bị thương.

Trong khi đó, Sài Gòn tiếp tục hỗn loạn qua ngày thứ tư : buổi tối, một xe Mỹ và một xe thiết giáp bị đốt cháy.

Ngày 17, một tiểu đoàn Nhảy Dù được chuyển đến để tăng cường cho tiểu đoàn hôm trước. Phe tranh đấu rút vào thành nội cố thủ, bao vây bởi các lực lượng của chính quyền. Qua sáng ngày 18, lực lượng chính quyền chiếm chùa Diệu Đế, và buổi chiều chiếm thành nội mà không phải nổ súng.

Cùng ngày ở Sài Gòn, quân đội bao vây Viện Hóa Đạo, sau khi một cảnh sát bị hạ sát. Hung thủ được phe đấu tranh tung hô như người hùng, và tị nạn trong Viện Hóa Đạo. Tại đây, lại xảy ra một cuộc tự thiêu của một thiếu nữ.

Ngày 21-6-1966, Thượng Tọa Thích Trí Quang bị bắt tại bịnh viện Huế, nơi ông đang dưỡng bịnh vì tuyệt thực từ ngày 8-6. Sau đó ông được đưa ra máy bay chở vào Sài Gòn, quản thúc tại bịnh viện Duy Tân, ở đây ông tiếp tục tuyệt thực.

Trong thời gian đụng độ, cuối cùng có 7 binh sĩ thuộc chính quyền bị thương, 190 quân nhân, 109 công chức và 35 cảnh sát theo phe tranh đấu bị bắt, cùng các người lãnh đạo phong trào.

Cuộc khủng hoảng chấm dứt vào ngày 30-6-1966 sau những cuộc thương thuyết giữa Tướng Nguyễn Cao Kỳ và Viện Trưởng Viện Hóa Đạo, Thượng Tọa Thích Tâm Châu. Một bức thư ngỏ được công bố, chấp nhận những điểm do Viện Hóa Đạo đòi hỏi : tôn trọng các chùa chiền, bảo đảm an ninh cho các nhà sư, trả tự do cho những người bị bắt vì cuộc khủng hoảng, khoan hồng với những người tích cực tham gia cuộc tranh đấu, ngoại trừ những người lãnh đạo và những người cộng sản trà trộn vào phong trào.

[90] Hiến pháp 1967 được Tướng Nguyễn Văn Thiệu (lúc đó còn là Chủ Tịch Ủy Ban Lãnh Đạo Quốc Gia) công bố ngày 1 tháng 4 trong khuôn viên của dinh Độc Lập. Sau đó là những cuộc bầu Tổng Thống, Thượng Viện và Hạ Viện, làm rường cột cho nền Đệ Nhị Cộng Hòa của miền Nam cho đến năm 1975.

Trong số rất đông đại diện các đoàn thể hiện diện trong buổi lễ, có nhiều đoàn thể Công Giáo, mặc dù phía Công Giáo đã không đồng ý với bản hiến pháp mới vì trong phần mở đầu không nhắc đến « Đấng Tối Cao ». Ngược lại, phía Phật Giáo chỉ có đại diện của Thượng Tọa Thích Tâm Châu, Viện Trưởng Viện Hóa Đạo của phái « Quốc Tự ».

[91] Háng chục năm sau, các tài liệu của Đảng Cộng Sản Việt Nam tiết lộ là cuộc « Tổng công kích - Tổng khởi nghĩa » được quyết định tại Hà Nội qua Nghị quyết 14 của Trung ương Đảng ngày 25-10-1967. Trong vùng Sài Gòn – Gia Định, « chiến dịch Xuân Mậu Thân » kéo dài gần 5 tháng gồm hai đợt, đợt đầu từ ngày 31-1-1968 (mùng 2 Tết Mậu Thân) đến 28-2-1968, đợt hai từ ngày 5-5-1968 đến 18-6-1968.

Thời điểm khởi sự chiến dịch được định vào ngày mùng 2 Tết, từ 0 giờ đến 2 giờ sáng. Nhưng trước đó vài tháng, có một thay đổi trong âm lịch của Hà Nội, ngày mùng 1 Tết được định vào ngày 29 tháng 1-1968 thay vì ngày 30 như đã tính trước đó. Sự thay đổi này đã gây xáo trộn về thời điểm khởi sự tấn công. Tại các tỉnh miền Trung, quân cộng sản đã theo lịch ngoài Bắc nên súng bắt đầu nổ vào rạng sáng ngày 30-1-1968 là ngày mùng 2 Tết theo lịch ngoài Bắc, nhưng mới là mùng 1 Tết theo lịch trong Nam. Ngược lại các tỉnh miền Nam chỉ khởi sự 24 giờ sau, tức là mùng 2 Tết theo lịch trong Nam. Mặc dù vậy, phía chính quyền Việt Nam Cộng Hòa vẫn không tăng cường phòng thủ các tỉnh thành phía Nam khi đã có tin là các tỉnh miền Trung đã bị tấn công, vì vẫn không tin lực lượng cộng sản có khả năng đánh cùng một lúc vào Sài Gòn và các thành phố khác.

Vẫn theo tài liệu của cộng sản, kế hoạch đề ra là lực lượng đặc công xâm nhập từ trước sẽ bất ngờ tiến chiếm những mục tiêu quan yếu, và phải cố thủ trong vòng một giờ rồi sẽ được thay thế bởi quân chủ lực tiến vào và các du kích địa phương lập ra do dân chúng đồng loạt nổi dậy. Nhưng đó là sai lầm lớn của kế hoạch, vì khi tiếng súng bắt đầu nổ, dân chúng chỉ bỏ chạy khỏi khu đánh nhau để thoát thân, không thấy ai nổi dậy chống chính quyền cả. Và dần dần, quân đội Việt Nam Cộng Hòa đánh trả mãnh liệt. Phe cộng sản bị tổn thất nặng nề, hàng chục ngàn quân bị loại khỏi vòng chiến (tử trận, bị thương, bị bắt, đầu hàng, hồi chánh), trong khi các cơ sở nằm vùng cộng sản bị lộ gần hết vì theo chỉ thị của trung ương, họ phải ra mặt để kêu gọi dân chúng nổi dậy.

Về mặt quân sự, đây là một thất bại nặng nề của cộng sản, nhưng về mặt tuyên truyền, đây là một thắng lợi lớn, họ cho người dân Mỹ thấy là chính phủ Mỹ đã lừa dối dư luận khi cho rằng người Mỹ đã làm chủ tình hình ở Việt Nam. Phong trào phản chiến lên cao, buộc chính phủ Mỹ phải xét lại chính sách của mình và từ từ rút khỏi Việt Nam, bỏ mặc miền Nam rơi vào tay cộng sản.

[92] Khác với Hoa Kỳ luôn có những con số chính xác để làm thống kê, Việt Nam chỉ có những con số ước lượng, đôi khi còn bị thổi phồng hoặc bị ép nhỏ lại tùy nhu cầu tuyên truyền. Những con số có thể khác nhau, nhưng sự thật là có cuộc thảm sát tại Huế trong lúc quân cộng sản chiếm đóng thì không thể chối cãi được. Những bài viết tuyên truyền của phe cộng sản cho rằng xác người trong các mồ chôn tập thể chỉ là nạn nhân của cuộc truy kích của quân đội Mỹ và Việt Nam Cộng Hòa khi quân cộng sản rút lui, không có chuyện họ bị giết vì bị liệt kê là « thành phần ác ôn » hay bị giết để phi tang vì không đem theo làm tù binh được.

Nhưng năm 1988, bài viết của một sĩ quan cao cấp cộng sản là Đại Tá Lê Minh đăng trên báo ở Huế kỷ niệm 20 năm chiến dịch Xuân Mậu Thân gián tiếp xác nhận có những vụ giết người dã man này, dù chỉ một cách mập mờ, nhưng cho rằng đó không phải là chủ trương của trung ương, mà là những hành động của cấp dưới mà ông không kiểm soát hết được. Năm 1968, Đại Tá Lê Minh là phụ tá của Tướng Trần Văn Quang, Tư Lệnh quân khu Trị Thiên - Huế, đồng thời là Trưởng Ban An Ninh quân khu.

[93] Ngày 18 tháng 4 năm 1985, phim tài liệu « La guerre en face » (« Đối diện với chiến tranh ») được chiếu lần đầu trên đài truyền hình FR3 (một trong mấy đài chính thức của chính phủ Pháp) vào buổi tối, giờ được đông người xem nhất. Người chủ trương cuốn phim là ca sĩ và tài tử nổi tiếng của Pháp Yves Montand, muốn đánh động dư luận Pháp về một cuộc tấn công của khối cộng sản tại Âu Châu bằng võ khí thông thường (không phải võ khí nguyên tử). Cuốn phim rất thành công về số lượng người xem, và là đề tài cho một cuộc tranh cãi chính trị giữa hai bên tả và hữu, vì cuốn phim ủng hộ việc tăng cường vũ khí trên thế giới. Đó là lúc mà Tổng Thống Mỹ Ronald Reagan tung ra chương trình bảo vệ nước Mỹ chống hỏa tiễn bằng hỏa tiễn, gọi nôm na là « star war, guerre des étoiles ». Yves Montand thời trẻ là một cảm tình viên nhiệt tình của Đảng Cộng Sản Pháp, nhưng sau một chuyến lưu diễn ở Liên Xô, ông trở thành một người chống cộng năng động, và cuốn phim của ông tố cáo mưu đồ của khối cộng sản do Liên Xô cầm đầu muốn thôn tính thế giới Tây phương bằng bạo lực.

Mở đầu cuốn phim là cuộc phỏng vấn hai nhân chứng đã sống 40 năm trong hòa bình (một người Pháp sinh ra sau đệ nhị thế chiến) và trong chiến tranh (một người Việt Nam). Tác giả lúc đó đã qua Pháp sống 5 năm, được một hội đoàn giới thiệu cho đạo diễn phim để trả lời phỏng vấn như một nhân chứng đã sống suốt gần 40 năm đời mình trong chiến tranh.

[94] Sau biến cố Tết Mậu Thân, ngay tại Hoa Kỳ, phong trào chống việc đưa quân Mỹ tham chiến tại Việt Nam tăng mạnh, các cuộc biểu tình chống chính quyền Johnson càng ngày càng rầm rộ. Ngày 31 tháng 3-1968, trên các đài truyền hình Mỹ, Tổng Thống Johnson tuyên bố không ra ứng cử nhiệm kỳ 2 (nhiệm kỳ tổng thống của Mỹ là 4 năm, mỗi người chỉ được làm tổng thống tối đa hai nhiệm kỳ). Đồng thời ông cũng cho biết đã ra lệnh ngưng oanh tạc Việt Nam phía bắc vĩ tuyến 20, và kêu gọi Hà Nội ngồi vào bàn hội nghị để giải quyết chiến tranh.

Kết quả là cuộc hòa đàm Paris khai diễn ngày 13 tháng 5-1968 tại hội trường quốc tế Kléber, lúc đầu chỉ có hai phía là Hoa Kỳ và Việt Nam Dân Chủ Cộng Hòa, về sau thêm Việt Nam Cộng Hòa và chính phủ lâm thời Cộng Hòa Miền Nam Việt Nam được đảng Cộng sản tạo dựng vào tháng 6 năm 1969, hơn một năm sau khi hội nghị Paris bắt đầu nhóm họp, và hoàn toàn do Hà Nội điều khiển.

Nhưng các cuộc họp chính thức kéo dài hơn 4 năm tại hội trường Kléber này không đi đến một kết quả cụ thể nào, đó chỉ là một diễn đàn cho các phe tuyên truyền với thế giới mà thôi. Cuộc đàm phán « thật » đã diễn ra trong vòng hoàn toàn bí mật giữa hai ông Henri Kissinger và Lê Đức Thọ, dẫn đến việc ký kết hiệp định Paris tháng 1 năm 1973.

[95] Tổng Thống Richard Nixon (đảng Cộng Hòa, trong khi hai người tiền nhiệm là Kennedy và Johnson đều thuộc đảng Dân Chủ) đắc cử vào tháng 11-1968 và nhận chức vụ tháng 1-1969. Ông chủ trương « Việt Nam hóa chiến tranh » và từ từ rút quân Mỹ về, như lời hứa với cử tri lúc tranh cử. Quân Lực Việt Nam Cộng Hòa được tăng cường cả về mặt quân số lẫn vũ khí. Con số quân nhân Mỹ có mặt tại Việt Nam cao nhất vào tháng 4-1969 (khoảng 543.000 người) tụt xuống dần cho đến đầu năm 1973 rút hết theo hiệp định Paris.

[96] Vùng rừng núi và các đồn điền cao su bên Cam-Bốt gần biên giới Việt Nam được dùng làm hậu cứ cho quân cộng sản, điển hình là bộ đội xâm nhập từ miền Bắc qua đường mòn Hồ Chí Minh. Trước đây, Tổng Thống Johnson không đánh qua các căn cứ nằm trong lãnh thổ Cam Bốt này để tránh chiến tranh lan rộng qua các nước lân cận. Đến năm 1970, Tổng Thống Nixon cương quyết phá hủy các căn cứ dưỡng quân này, bất chấp dư luận quốc tế. Các cuộc hành quân chớp nhoáng của quân đội Mỹ và Việt Nam Cộng Hòa làm

thiệt hại nặng nề cho phe cộng sản, đồng thời cũng bị các phong trào phản chiến lên án dữ dội.

[97] Trái với lần đánh qua Cam-Bốt năm 1970 là một thành công, cuộc hành quân của Việt Nam Cộng Hòa mang tên Lam Sơn 719 qua biên giới Lào là một thất bại nặng nề do nhiều yếu tố, trong đó có yếu tố quan trọng là không ngờ mọi tin tức hành quân bị bại lộ, đối phương đã biết trước, đã phục kích sẵn với những vũ khí tối tân, kể cả chiến xa T54 của Liên Xô, trong một địa thế hiểm trở rất thuận lợi cho việc phục kích. Hà Nội gọi trận chiến này là Chiến dịch đường 9 Nam Lào, diễn ra trong tháng 2 và 3 năm 1971.

[98] Năm 1972, Hà Nội mở một chiến dịch tấn công quy mô vào miền Nam giống như năm 1968. Điểm chung của hai chiến dịch là năm 1968 cũng như 1972 là những năm tranh cử tổng thống bên Mỹ, đây là dịp để khuấy động dư luận phản chiến ở Mỹ bằng những chiến dịch quy mô.

Nhưng có rất nhiều điểm khác biệt giữa 68 và 72.

Đầu tiên, năm 1972 quân miền Bắc đã được trang bị những vũ khí tối tân do Liên Xô cung cấp, kể cả chiến xa, có khả năng đánh những trận lớn quy mô. Trong khi đó, tại miền Nam quân đội Mỹ đã rút nhiều, không còn tham chiến trực tiếp trên bộ nữa, mà chỉ yểm trợ bằng không quân cho Quân Lực Việt Nam Cộng Hòa. Điểm khác biệt quan trọng nữa về mặt chiến thuật : không còn là những cuộc tấn công bất ngờ vào hàng loạt các thành phố của miền Nam như năm 1968, mà quân cộng sản tập trung quân chủ lực tấn công vào ba mục tiêu chính: một là vùng phi quân sự dùng làm lằn ranh giữa hai miền Nam Bắc, hai là vùng cao nguyên chung quanh thành phố Kontum, ba là thị xã An Lộc nằm trong tỉnh Bình Long rất gần Sài Gòn. Một điểm thứ tư ít quan trọng hơn là thị xã Bồng Sơn trong tỉnh Bình Định.

- Chiến dịch đầu tiên mở màn ngày 30 tháng 3-1972 (nhằm ngày lễ Phục Sinh của Ki-tô giáo, nên Mỹ gọi chiến dịch này là Easter Offensive = Cuộc tấn công lễ Phục Sinh) với quân đội miền Bắc tràn qua vùng phi quân sự với chiến xa tấn công thẳng vào thành phố Quảng Trị. Sau một tháng cầm cự, Quảng Trị thất thủ. Đây là một sự kiện quan trọng vì lần đầu một thành phố của miền Nam hoàn toàn lọt vào tay quân đội miền Bắc (năm 1968, chỉ có một phần thành phố Huế bị chiếm đóng mà thôi). Đó cũng là lúc diễn ra thảm kịch gọi là Đại Lộ Kinh Hoàng khi người dân trốn chạy từ Quảng Trị vào Huế trên quốc lộ 1 bị bom đạn truy kích của quân cộng sản làm cả ngàn người thiệt mạng.

Nhưng sau đó tướng Hoàng Xuân Lãm, tư lệnh vùng 1 chiến thuật (miền Nam chia làm 4 vùng chiến thuật) bị mất chức, tướng Ngô Quang Trưởng tư lệnh sư đoàn 1 lên thay. Tướng Trưởng được lòng tin của quân nhân cũng như dân chúng, ông tổ chức lại các tàn quân từ Quảng Trị rút lui về bảo vệ thành phố Huế và phản công tái chiếm Quảng Trị.

Cuộc phản công này bắt đầu ngày 28 tháng 6-1972, sau gần ba tháng giao tranh ác liệt với sự hỗ trợ của không quân Hoa Kỳ, Quảng Trị lại trở về dưới sự kiểm soát của Việt Nam Cộng Hòa vào ngày 16 tháng 9-1972. Thành phố lúc đó đã hoàn toàn đổ nát.

Từ đó cho đến khi chiến tranh chấm dứt năm 1975, sông Thạch Hãn nằm ở phía tây và bắc thành phố Quảng Trị được dùng làm lằn ranh tạm thời ngăn hai quân đội miền Nam và miền Bắc.

- Chiến dịch thứ hai bắt đầu vào giữa tháng 4-1972, quân miền Bắc từ biên giới Lào tràn vào vùng cao nguyên thuộc vùng 2 chiến thuật quanh thành phố Kontum, chiếm hai thị xã Đắc Tô và Tân Cảnh, rồi đánh vào Kontum. Nhưng thành phố này chống trả mãnh liệt, quân cộng sản có lúc đã chiếm một phần của thành phố, nhưng rồi cũng bị đánh bật ra do các đơn vị thiện chiến của Việt Nam Cộng Hòa với sự yểm trợ của không quân Hoa Kỳ.

- Chiến dịch thứ ba có mục tiêu là tỉnh Bình Long, với tỉnh lỵ An Lộc chỉ cách Sài Gòn hơn một trăm cây số. Đầu tháng 4-1972, quân đội miền Bắc từ biên giới Cam Bốt tràn qua tiến chiếm thị xã Lộc Ninh, sau đó đánh thẳng vào An Lộc, chiếm được một phần của thành phố này. Nhưng quân Việt Nam Cộng Hòa cố thủ phần còn lại, và sau hơn hai tháng giao tranh ác liệt, chiếm lại được thành phố An Lộc ngày 18 tháng 6-1972. Trận chiến này được xem là chiến tích oai hùng nhất của Quân Lực Việt Nam Cộng Hòa.

Còn thị xã Lộc Ninh sẽ nằm trong tay quân đội miền Bắc cho tới khi chấm dứt chiến tranh năm 1975.

[99] Thời Pháp thuộc, không kể các trường tiểu học và trường của tư nhân, có các trường trung học công lập của Pháp nổi tiếng: trường Albert Sarraut ở Hà Nội, trường Blaise Pascal ở Đà Nẵng, trường Yersin ở Đà Lạt, và hai trường Chasseloup-Laubat (cho con trai) và Marie Curie (cho con gái) ở Sài Gòn. Năm 1954 khi Việt Nam độc lập, trường Chasseloup-Laubat (tên một nhà chính trị Pháp thế kỷ 19, Bộ trưởng Hải quân và Thuộc địa) đổi tên thành Jean-Jacques Rousseau (tên một nhà văn và nhà tư tưởng Pháp thế kỷ 18). Đến năm 1967, trường Jean-Jacques Rousseau giao lại cho Việt Nam, đổi tên là Lê Quý Đôn và dĩ nhiên là dạy chương trình của Bộ Giáo Dục Việt Nam. Kể từ đó, chỉ còn lại trường Marie Curie là trường trung học công lập của Pháp duy nhất ở Sài Gòn, nhận cả nam sinh và nữ sinh, dạy chương trình của Bộ Giáo Dục Pháp.

[100] Hiệp định Paris về Việt Nam ký kết tại Paris ngày 27 tháng 1 năm 1973 có tên chính thức là « Hiệp định chấm dứt chiến tranh, lập lại hòa bình ở Việt Nam », được ký bởi 4 thành phần thuộc 2 bên tham chiến là Hoa Kỳ và Việt Nam Cộng Hòa một bên, Việt Nam Dân Chủ Cộng Hòa và Cộng Hòa Miền Nam Việt Nam một bên. Hiệp định được ký sau hơn 4 năm nhóm họp ở hội trường quốc tế Kléber thuộc quận 16 Paris, nhưng các buổi họp công khai này chỉ dùng để tuyên truyền là chính. Các cuộc bàn thảo thật sự xảy ra trong vòng bí mật giữa ông Kissinger, Cố vấn An ninh của Tổng thống Mỹ Nixon (một chức vụ rất quan trọng trong chính quyền Mỹ) và ông Lê Đức Thọ, Cố vấn đặc biệt trong chính phủ Việt Nam Dân Chủ Cộng Hòa. Việt Nam Cộng Hòa không được Hoa Kỳ hội ý gì trong lúc bàn thảo, còn Cộng Hòa Miền Nam Việt Nam chỉ là một chính quyền do Hà Nội dựng lên năm 1969 sau khi hội nghị đã bắt đầu nhóm họp.

Tháng 10 năm 1972, Kissinger và Lê Đức Thọ đi đến thỏa thuận trên một văn bản còn giữ bí mật, trong đó Hoa Kỳ sẽ rút hết quân khỏi miền Nam, Hà Nội sẽ trao trả tất cả tù binh Mỹ vô điều kiện. Hà Nội phải nhượng bộ một điểm quan trọng, họ không còn đòi hỏi có ngay một chính quyền 3 thành phần ở miền Nam, có nghĩa là vẫn giữ Việt Nam Cộng Hòa như cũ. Hoa Kỳ phải nhượng bộ một đòi hỏi quan trọng hơn nữa, họ phải chấp nhận để cho quân miền Bắc đã xâm nhập từ trước đến giờ vẫn ở lại miền Nam thay vì phải rút về Bắc, có nghĩa là sẽ có ngưng chiến tại chỗ kiểu « da beo ».

Giữa tháng 10 Kissinger bay qua Sài Gòn để thuyết phục Tổng Thống Nguyễn Văn Thiệu chấp nhận ký văn bản này. Sau mấy ngày thương thuyết, lúc đầu Kissinger tưởng mọi việc sẽ êm xuôi, báo cho Tổng thống Nixon biết có thể ký hiệp định vào cuối tháng 10 như dự trù, không ngờ ông Thiệu ngày chót nhất định không chấp nhận văn bản vì nếu quân miền Bắc vẫn ở lại miền Nam thì kể như « Mỹ bán đứng miền Nam cho Hà Nội ». Kissinger đành phải hủy bỏ chuyến đi Hà Nội, chuyến đi này được dự trù để bàn thêm về chi tiết của bản hiệp định trước khi đưa ra ký ở Paris vào cuối tháng 10.

Hà Nội tức giận vì xem như Hoa Kỳ không giữ lời hứa, trả đũa bằng cách công bố bản hiệp định cho đến lúc đó vẫn còn bí mật. Quan trọng hơn nữa, họ đòi thay đổi một điều khoản rất quan trọng đối với Hoa Kỳ, đó là việc trả tù binh Mỹ, thay vì « vô điều kiện trong vòng 60 ngày », bây giờ Hà Nội đòi việc thả tù binh Mỹ không còn « vô điều kiện » nữa mà tùy thuộc vào chuyện thả tù binh của Mặt Trận Giải Phóng ở miền Nam. Trước đây đã có thỏa thuận việc trao trả tù binh Việt Nam sẽ do hai phe miền Nam thảo luận riêng với nhau.

Hoa Kỳ bác bỏ yêu sách mới này, và ra tối hậu thư nếu Hà Nội không chấp nhận việc thả tù binh vô điều kiện, sẽ dội bom thành phố Hà Nội. Mấy ngày sau, Hà Nội bị dội bom 12 ngày đêm vào những ngày cuối năm 1972. Sau đợt dội bom này, Hà Nội đành chấp nhận ngồi lại bàn thảo tiếp với Hoa Kỳ và cuối cùng thì bản hiệp định mang ra ký cũng giống như bản nháp hồi tháng 10.

Về phía Việt Nam Cộng Hòa, ông Thiệu vẫn nhất định không chịu ký vì điều khoản quân miền Bắc ở lại miền Nam vẫn nguyên vẹn. Nhưng Hoa Kỳ làm áp lực, nếu Việt Nam Cộng Hòa không chịu ký, Hoa Kỳ sẽ ký đơn phương, và sẽ ngưng tất cả viện trợ kể cả về kinh tế cho Việt Nam Cộng Hòa.

Ngày 27 tháng 1 năm 1973, hiệp định được ký kết tại Paris với chữ ký của:

- William P. Rogers Bộ trưởng Bộ Ngoại giao Hoa Kỳ
- Trần Văn Lắm, Tổng trưởng Ngoại giao Việt Nam Cộng Hòa
- Nguyễn Duy Trinh, Bộ trưởng Ngoại giao Việt Nam Dân Chủ Cộng Hòa
- Nguyễn Thị Bình, Bộ trưởng Ngoại giao Chính phủ Cách mạng Lâm thời Cộng Hòa Miền Nam Việt Nam

Sau đó, hai phái đoàn Việt Nam Cộng Hòa và Cộng Hòa Miền Nam Việt Nam tiếp tục họp ở La Celle Saint Cloud, một ngoại ô phía tây của Paris, để bàn về các việc liên quan đến hai bên.

Hai ông Lê Đức Thọ và Henry Kissinger được trao giải Nobel Hòa Bình năm 1973, nhưng Lê Đức Thọ từ chối không nhận giải này với lý do hòa bình vẫn chưa lập lại tại Việt Nam. Còn Kissinger thì yêu cầu đại sứ Mỹ tại Na Uy thay mặt mình nhận giải.

Hiệp định Paris đã cho phép Hoa Kỳ "rút chân ra khỏi vũng lầy Việt Nam". Thật ra Hoa Kỳ đã dễ dàng bỏ rơi miền Nam vì Việt Nam không còn quan trọng đối với Hoa Kỳ như trước nữa, từ khi Tổng Thống Nixon chủ trương hòa hoãn với Bắc Kinh. Sau vụ "ngoại giao bóng bàn" năm 1971, ông Nixon viếng thăm chính thức Trung Quốc vào tháng 1-1972 và ký Thông cáo Thượng Hải làm nền tảng cho mối bang giao sau này. Điều khoản quan trọng nhất của thông cáo này là Hoa Kỳ công nhận một nước Trung Hoa duy nhất, và Đài Loan chỉ là một bộ phận của nước này.

[101] Nghĩa Trang Quân đội Biên Hòa nằm trên một ngọn đồi sát với xa lộ Biên Hòa, ngay trước khi qua cầu sông Đồng Nai, nay thuộc thị xã Dĩ An, tỉnh Bình Dương. Khởi công xây dựng từ năm 1965, đến ngày 30 tháng 4-1975 đã có hơn 18.000 ngôi mộ của sĩ quan và binh sĩ Quân Lực Việt Nam Cộng Hòa chôn cất tại đấy.

Trước cổng vào nghĩa trang ngay bên xa lộ là bức tượng Thương Tiếc bằng đồng đen cao 4 thước đặt trên bệ cao 3 thước. Đó là tượng một người lính ngồi buồn rười rượi vì thương tiếc bạn đồng đội đã bỏ mình trên chiến trường (không phải tượng người lính ngồi gác như có nơi viết trên mạng Internet). Sau bức tượng là đường đi lên nghĩa trang được chia làm 8 khu sắp xếp vòng quanh ngọn đồi; trên đồi có một đền Tử Sĩ và một Nghĩa Dũng đài còn gọi là Đài Tưởng Niệm.

Tượng Thương Tiếc do nhà điêu khắc Nguyễn Thanh Thu lúc đó là Đại úy thực hiện. Sau này ông kể lại là đã vẽ 7 kiểu tượng, tất cả đều là những chiến sĩ đứng hiên ngang. Giờ chót ông tình cờ gặp một người lính ngồi khóc bạn đồng đội đã tử trận, ông phác họa hình người lính ngồi đầu đội mũ sắt với khẩu súng để ngang trên đùi. Khi trình lên ban lãnh đạo thì mẫu cuối cùng này được chọn. Lúc đầu tượng làm bằng xi-măng được khánh thành năm 1966, đến năm 1971 được thay bằng một tượng đồng.

Bức tượng Thương Tiếc trông rất có hồn, và nổi tiếng qua các huyền thoại được thiên hạ truyền tụng. Điển hình là câu chuyện xảy ra vào lúc Tết Mậu Thân, một đơn vị Thủy

Quân Lục Chiến di chuyển về Sài Gòn trên một đoàn xe khoảng 40 chiếc. Lúc qua gần bức tượng trời đã tối, chiếc xe dẫn đầu phải thắng gấp để khỏi cán một người lính đứng giữa đường ra hiệu cho đoàn xe ngừng lại. Khi người sĩ quan chỉ huy đến nơi hỏi chuyện gì xảy ra thì không thấy bóng dáng người lính chặn đoàn xe đâu cả. Vì đã có nhiều huyền thoại về bức tượng nên vị chỉ huy ra lệnh cho đoàn xe tạm dừng lại và phái một tiểu đội đi thám thính. Quả nhiên tiểu đội này khám phá ra có một đơn vị quân miền Bắc đã phục kích sẵn trên đường về Sài Gòn, nhờ vậy mà đơn vị Thủy Quân Lục Chiến không bị lọt vào ổ phục kích.

Tượng Thương Tiếc bị kéo sập ngay trong những ngày đầu sau khi Sài Gòn thất thủ ngày 30 tháng 4-1975. Nghĩa trang bị cấm không cho dân thường vào vì bị xem như khu vực quân sự. Cũng từ đó và trong những năm kế tiếp, nhiều ngôi mộ và công trình xây dựng trong nghĩa trang bị làm ô uế hoặc bị đập phá tan hoang.

Trong một bài tường thuật buổi viếng điêu khắc gia Nguyễn Thanh Thu vào sáng ngày 15/02/2017 tại quận Bình Thạnh, ông cho biết đã bị tù cải tạo 8 năm vì bức tượng Thương Tiếc này. Sau đó ông qua Mỹ định cư từ 1989, và đến 2004 trở về quê hương sống đến bây giờ.

Phải chờ hơn 30 năm sau mới có một hành động cụ thể của nhà nước Cộng Hòa Xã Hội Chủ Nghĩa Việt Nam đối với nghĩa trang này. Theo tài liệu Wikipedia trên mạng Internet, ngày 27 tháng 11-2006, Thủ Tướng Nguyễn Tấn Dũng ký quyết định 1568/QĐ-TTg *"đồng ý chuyển mục đích sử dụng 58 hecta đất khu nghĩa địa Bình An, huyện Dĩ An, tỉnh Bình Dương do Quân khu 7, Bộ Quốc phòng quản lý sang sử dụng vào mục đích dân sự để phát triển kinh tế - xã hội tỉnh Bình Dương"* và *"chỉ đạo việc quản lý khu nghĩa địa Bình An bình thường như các nghĩa địa khác theo quy định của pháp luật."* Năm 2007, Phó Chủ tịch Ủy ban Nhân dân tỉnh Bình Dương bày tỏ rằng tỉnh *"ủng hộ việc bà con tiến hành chỉnh trang, sửa sang lại những phần mộ ở đây để có một nghĩa trang nhân dân đẹp đẽ."*

Vẫn theo Wikipedia, từ đầu năm 2007, Sáng hội Việt-Mỹ (Vietnamese American Foundation - VAF) đã xây bàn bằng đá ở khu G7, được sử dụng làm chỗ thắp hương và để hoa quả cúng. Hiện nay tất cả các khu đều có bàn đá mà theo ông Nguyễn Đạc Thành - chủ tịch VAF - thì các bàn này là do chính quyền tỉnh Bình Dương xây. Nghĩa Dũng đài cũng được trùng tu như quét sơn, làm lại bằng gạch, trồng cây cảnh và hoa, ở phía trước có một bệ thắp hương bằng đá đen. Theo ông Nguyễn Quang Hạnh - chủ tịch Hội Nạng Gỗ ở Pháp - thì hội này đã sửa sang, đắp đất lại, dọn cỏ, dựng lại những bia gãy đổ, quét vôi lại cho những mộ xi măng được 2.642 mộ và xây mới 382 mộ.

Trong một bức thư ngỏ đề ngày 20-01-2016, hội VAF (thành lập từ 2006, trụ sở tại Houston, Texas, Hoa Kỳ) cho biết đã trùng tu được 3.040 ngôi mộ, hoàn toàn do sự đóng góp của VAF, một số thân hữu, cũng như của đồng bào và cựu quân nhân Việt Nam Cộng Hòa từ khắp nơi. Hội VAF cũng cho biết là đang thương thuyết với Ủy Ban Nhân Dân tỉnh Bình Dương để tiếp tục trùng tu 2.000 ngôi mộ trong 12 tháng tới (kể từ ngày công bố bức thư ngỏ đầu năm 2016).

Theo ban quản lý nghĩa trang, trước ngày 30-4-1975 có hơn 16.000 mộ, sau này một số mộ đã được thân nhân bốc hài cốt và đưa về quê quán, hiện nay nghĩa trang còn 12.800 mộ.

[102] Ban Mê Thuột cùng với Pleiku và Kontum là ba thị xã quan trọng trên Cao Nguyên Trung Phần, sát với biên giới Lào và Cam-Bốt. Về mặt quân sự, Pleiku là điểm trọng yếu, nơi đặt Bộ Tư lệnh Quân đoàn 2 của Quân Lực Việt Nam Cộng Hòa. Khi Ban Mê Thuột bị tấn công, các tướng lãnh chỉ huy quân đoàn nghĩ rằng đó chỉ là kế « điệu hổ ly sơn » của quân cộng sản, mục tiêu chính là Pleiku nên không phái quân tăng viện đầy đủ và kịp thời cho Ban Mê Thuột, khiến cho thị xã này nhanh chóng thất thủ. Đó là sai lầm nghiêm trọng

đầu tiên trong những sai lầm nghiêm trọng khác sau này, với những hậu quả tai hại cho số phận của miền Nam.

[103] Ngày 10 tháng 3-1975 Ban Mê Thuột bị tấn công và nhanh chóng thất thủ. Ngày 13-3, Tổng Thống Nguyễn Văn Thiệu ra lệnh cho Tướng Ngô Quang Trưởng, Tư Lệnh vùng 1 chiến thuật, triệt thoái khỏi miền Trung. Ngày 14-3, ông Thiệu họp tại Cam Ranh với Thủ Tướng Trần Thiện Khiêm và Đại Tướng Tổng Tham Mưu Trưởng Cao Văn Viên, lấy quyết định triệt thoái khỏi Pleiku và Kontum, và ra lệnh cho Thiếu Tướng Phạm Văn Phú, Tư Lệnh vùng 2 chiến thuật, thi hành lệnh triệt thoái khẩn cấp, không cho địa phương quân và dân chúng biết để tránh hỗn loạn. Tướng Phú xin tử thủ Pleiku nhưng ông Thiệu không cho, đưa ra lý do là Quốc Hội Mỹ đã cắt giảm viện trợ, Việt Nam Cộng Hòa không thể nào giữ được nguyên vẹn miền Nam như trước nữa, nên phải triệt thoái vùng cao nguyên để tập trung lực lượng bảo vệ phần đất từ Phú Yên trở vào. Tướng Phú không tuân hành lệnh, thoái thác bằng cách khai bịnh, nên cuộc triệt thoái trao cho Chuẩn Tướng Phạm Duy Tất, Tư Lệnh Phó, tổ chức thi hành.

Quốc lộ 21 từ Ban Mê Thuột xuống Ninh Hòa gần Nha Trang không dùng được vì Ban Mê Thuột đã mất, quốc lộ 19 nối liền Pleiku với Quy Nhơn đã bị cắt ở đèo An Khê, nên phải chọn đường số 7B đi qua Phú Bổn xuống Tuy Hòa thuộc tỉnh Phú Yên. Nhưng con đường băng rừng này đã không dùng từ lâu, nên công binh phải vừa đi vừa mở đường, bắc cầu, v.v. Do đó, quân cộng sản có thời giờ tập trung lực lượng đuổi đánh. Cuối cùng không biết bao nhiêu người đã bỏ mạng trong cuộc di tản hãi hùng kéo dài 12 ngày đêm này.

Ông Thiệu dùng từ hoa mỹ là « Tái phối trí lực lượng » để chỉ lệnh triệt thoái miền Trung và cao nguyên, khởi đầu cho sự sụp đổ nhanh chóng của Việt Nam Cộng Hòa.

Sau hai cuộc triệt thoái vô cùng tai hại này, tinh thần quân nhân của Quân Lực Việt Nam Cộng Hòa suy sụp, mở đường cho bộ đội của Quân Đội Nhân Dân Việt Nam tiến chiếm dễ dàng toàn bộ miền Nam.

Riêng Thiếu Tướng Phạm Văn Phú bị ông Thiệu buộc tội đã không chu toàn nhiệm vụ, đã tự sát ngày 29 tháng 4-1975.

[104] Đại Tướng Dương Văn Minh (1916-2001) bắt đầu sự nghiệp trong quân đội Pháp từ thập niên 1940, sau đó chuyển qua Quân Đội Quốc Gia thời ông Bảo Đại về nước làm Quốc Trưởng. Năm 1955, ông Dương Văn Minh là người cầm đầu các đơn vị đánh bại Bình Xuyên và Hòa Hảo, giúp củng cố chính quyền non trẻ của Thủ Tướng Ngô Đình Diệm mới nắm quyền sau hiệp định Genève 1954.

Tám năm sau, ông chính là người cầm đầu đảo chánh Tổng Thống Ngô Đình Diệm và có thể là người ra lệnh giết hai anh em ông Diệm và ông Nhu. Chỉ 3 tháng sau đó, ông bị Tướng Nguyễn Khánh đảo chánh, và chỉ thực sự xuất hiện lại trên chính trường miền Nam vào những ngày cuối của tháng tư 1975, khi ông trở thành « Tổng Thống 2 ngày » để đầu hàng phe cộng sản.

Vì chuyện đầu hàng vô điều kiện này, phe thắng cuộc không bắt ông vào các trại tù cải tạo như những tướng lãnh khác, mà chỉ quản thúc ông tại gia. Năm 1983 ông được phép qua Pháp sống, sau đó ông sang định cư bên Mỹ và mất tại California năm 2001.

[105] Ông Nguyễn Văn Thiệu sinh năm 1923 tại Phan Rang. Năm 1965, khi quân đội Mỹ ồ ạt vào miền Nam trực tiếp điều khiển chiến tranh, ông lên nắm quyền trong một chính phủ quân nhân. Hai năm sau, một bản hiến pháp mới được ban hành khai sinh nền Đệ Nhị Cộng Hòa, và ông được bầu làm Tổng Thống năm 1967. Bốn năm sau, ông tiếp tục chức vụ Tổng Thống sau khi đắc cử trong một cuộc bầu cử « độc diễn ». Ngày 21 tháng 4-1975 ông buộc phải từ chức, và người Mỹ tổ chức cho ông bay qua Hồng Kông 4 ngày sau đó. Có tin

đồn đại cho rằng ông Thiệu ra đi mang theo 16 tấn vàng, sau này được biết chính xác đó chỉ là tin thất thiệt, số vàng đó vẫn còn nguyên trong kho bạc.

Qua Hồng Kông rồi, ông xin tị nạn bên Anh, sống ở đấy đến thập niên 1990 ông qua Mỹ sống tại thành phố Boston, và mất tại đấy năm 2001.

[106] Trong suốt tháng tư, người Mỹ (quân nhân cũng như dân sự) không thật sự cần phải ở lại đến phút chót, đã được di tản bằng phương tiện hàng không dân sự hoặc máy bay quân sự. Phần đông những người Mỹ này có thì giờ để lo giấy tờ cho những thân nhân người Việt của họ để cùng di tản trong trật tự.

Đến ngày 29 bắt đầu cuộc di tản bằng trực thăng mang tên Operation Frequent Wind, cũng đã dự trù từ trước, nhưng sẽ chỉ được tiến hành khi chính quyền Mỹ nhận định là giờ phút nguy kịch đã đến. Nó bắt đầu từ trưa ngày 29 tháng tư, kéo dài suốt đêm qua đến sáng ngày 30 thì chấm dứt. Hơn một ngàn người Mỹ cuối cùng rời khỏi Việt Nam bằng cách này, số người Việt đi cùng với họ khoảng hơn 5000 người.

Có nhiều điểm hẹn trong thành phố cho những người di tản, kể cả Mỹ lẫn Việt. Mật hiệu để những người này đến điểm hẹn là ca khúc White Christmas (Lễ Giáng Sinh Trắng, một bản nhạc Mỹ quen thuộc của Irving Berlin do ca sĩ Bing Crosby hát lần đầu năm 1942) được phát đi phát lại trên đài phát thanh Mỹ ở Sài Gòn. Xe ca đến đón những người này đưa vào cơ quan DAO (Defense Attaché's Office) là cơ quan quân sự Mỹ có từ sau hiệp định Paris 1973, nằm trong một khu gần phi trường Tân Sơn Nhứt. Tại đây có trực thăng đưa họ ra các tàu chiến của Đệ Thất Hạm Đội Hoa Kỳ. Ngoài ra, ngay trung tâm Sài Gòn, tòa đại sứ Mỹ và nhiều cơ quan khác của Mỹ cũng là nơi đáp trực thăng di tản.

Nguyên tắc là như vậy, nhưng khi người Việt đến những điểm hẹn đó thì có khi mọi việc trôi chảy (nhất là khi điểm hẹn đó thực sự « bí mật » ít người khác biết), nhưng cũng có khi lỡ tàu vì trục trặc vào giờ chót xe ca không đến, hoặc vì đông nghẹt người không vào được. Đặc biệt là tại tòa Đại Sứ Mỹ, các đài truyền hình quốc tế đều đưa lên hình ảnh đám đông chen nhau trước hàng rào để tìm cách vào trong.

Có một tấm hình có lẽ được biết đến nhiều nhất vì mỗi khi nhắc đến cuộc di tản bằng trực thăng ở Sài Gòn vào cuối tháng 4-1975, các đài truyền hình cũng như báo chí quốc tế đều đưa tấm hình đó lên. Hình chụp trên sân thượng của một tòa nhà, có một chiếc trực thăng đậu trên một cái bệ cao, bên phải là một cái thang bắc lên chống vào cái bệ đó. Người ta lần lượt leo lên thang, có một người đứng ở chân trực thăng kéo từng người một đưa vào trong trực thăng. Nhiều người tưởng đó là hình ảnh cuộc di tản tại Tòa Đại Sứ Mỹ, nhưng không phải. Đó là nóc nhà một cơ quan của CIA, ở số 22 đường Gia Long (nay là Lý Tự Trọng).

[107] Các báo chí trong nước cũng như quốc tế đều đưa tin người sĩ quan của quân đội Bắc Việt vào trong dinh Độc Lập nhận lời đầu hàng của Tổng Thống Dương Văn Minh là ông Bùi Tín. Ông không phải là một sĩ quan chỉ huy đoàn quân tiến vào dinh Độc Lập, chỉ là phóng viên của báo Quân Đội Nhân Dân đi theo đoàn quân. Nhưng lúc đó ông có quân hàm cao nhất trong các sĩ quan có mặt nên là người đại diện trực tiếp nói chuyện với Tướng Minh.

Năm 1990, ông Bùi Tín qua Paris và xin tị nạn tại đây. Trong nước rất xôn xao về việc này, các phương tiện truyền thông của nhà nước lên tiếng đả kích, xỉ vả ông nặng nề. Đặc biệt họ nhắc lại chuyện ngày 30 tháng 4-1975 trong dinh Độc Lập, phủ nhận việc ông Bùi Tín gặp gỡ đầu tiên nội các của ông Minh. Theo họ thì người đó là Trung Tá Bùi Văn Tùng, tuy cấp bậc thấp hơn nhưng là chính ủy của đơn vị. Vấn đề đặt ra là tại sao nhà nước không cải chính ngay từ đầu, mà phải chờ 15 năm sau, khi ông Bùi Tín đã xin tị nạn chính trị tại Pháp, mới tung tin là ông Bùi Tín « nhận vơ »?

[108] Rất lâu sau này, một hôm bên Canada, tác giả gặp một cựu sinh viên cư xá Đắc Lộ, nhưng đã rời cư xá trước khi tác giả vào nên không quen nhau thời đi học. Đó là Nguyễn Hữu Thái, một sinh viên kiến trúc sau này theo Mặt Trận Giải Phóng vào bưng, ngày 30 tháng 4-1975 trở về Sài Gòn, kể là chính anh là người hướng dẫn một bộ đội lên lầu dinh Độc Lập để thay lá cờ.

[109] Đến năm 1997, Việt Nam mới có tàu ngầm đầu tiên, nhưng được giữ bí mật, hơn 10 năm sau mới công bố. Đó là hai chiếc tàu ngầm « mini » lớp Yugo mua cũ lại của Bắc Hàn (thật ra là trao đổi trong thỏa thuận đổi gạo lấy vũ khí) được đem về Cam Ranh sửa chữa và chỉ dùng trong việc huấn luyện thủy thủ tàu ngầm.

Đến năm 2009, Việt Nam mới chính thức đặt mua của Nga 6 chiếc tàu ngầm lớp Kilo là những tàu ngầm chiến đấu tân tiến có ngói bọc chống sonar để đối phương không dò tìm được, nên gọi nôm na là « tàng hình ». Chiếc đầu tiên được giao hàng năm 2012. Qua năm 2017, Việt Nam đã có đủ 6 chiếc tàu ngầm này, tạo thành một hạm đội tàu ngầm có khả năng chiến đấu cao.

[110] Điển hình là "Ngọn đuốc sống Lê Văn Tám", một thiếu niên anh hùng đốt kho đạn của Pháp ở Thị Nghè năm 1946. Tên Lê Văn Tám được đặt cho nhiều trường học, đường phố, công viên... truyện Lê Văn Tám cũng được đưa vào sách giáo khoa tiểu học ở Việt Nam.

Gần đây, nhà sử học Phan Huy Lê tiết lộ rằng tác giả của câu truyện là ông Trần Huy Liệu đã thổ lộ với ông rằng, lúc làm Bộ trưởng Bộ Tuyên truyền và Cổ động, ông Trần Huy Liệu đã "sáng tác" ra câu chuyện Lê Văn Tám "vì nhiệm vụ tuyên truyền." Ông Phan Huy Lê cũng cho biết là đầu năm 1946 thật sự có xảy ra vụ đánh phá và đốt cháy kho đạn của Pháp ở Thị Nghè, nhưng không hề có thiếu niên nào tên Lê Văn Tám, cũng không hề có câu chuyện cậu thiếu niên nào đó một thân một mình làm "đuốc sống" hy sinh như trong huyền thoại của ông Trần Huy Liệu.

[111] Các đài truyền hình sau này đều chiếu cảnh trực thăng chạy nạn đáp xuống tàu chiến của hạm đội 7 của Hoa Kỳ. Sau khi mọi người đã ra khỏi, chiếc trực thăng bị xô xuống biển vì không có chỗ đậu lâu dài cho trực thăng trên những chiếc tàu này, và quan trọng hơn là phải nhường chỗ cho những trực thăng khác đáp xuống. Một nhân vật nổi tiếng dùng phương tiện này để di tản là tướng Nguyễn Cao Kỳ.

[112] *Mặt trận Dân tộc giải phóng miền Nam Việt Nam* chính thức ra đời ngày 20 tháng 12-1960 trong một mật khu phía bắc Sài Gòn. Nó được dựng lên tiếp theo một nghị quyết trong hội nghị thứ 15 của Trung Ương Đảng Lao Động Việt Nam tại Hà Nội diễn ra từ ngày 12 dến ngày 22 tháng 1-1959. Nghị quyết này chủ trương lật đổ « bè lũ Ngô Đình Diệm, tay sai của Đế Quốc Mỹ ». Để đi đến mục tiêu đó, liên đoàn 559 (lấy tên theo tháng 5-1959) được thành lập để xây dựng hệ thống đường mòn Hồ Chí Minh làm đường xâm nhập quân vào miền Nam. Qua năm sau, 1960, Mặt Trận Giải Phóng được thành lập cũng trong kế hoạch định ra bởi nghị quyết này.

Chính phủ cách mạng lâm thời Cộng hoà miền Nam Việt Nam được thành lập ngày 8 tháng 6-1969 khoảng một năm sau khi hòa đàm Paris nhóm họp năm 1968, mục đích để cho Mặt Trận Giải Phóng có một vị thế ngoại giao trong cuộc hòa đàm. Sau khi thống nhất đất nước, chính phủ này bị giải tán không kèn không trống trong năm 1976, vì nhiệm vụ đã hoàn tất.

[113] *Trần Văn Trà* (1918-1996) là một tướng lãnh của Quân Đội Nhân Dân Việt Nam, Ủy Viên Trung Ương Đảng từ 1960 đến 1982, và là một trong những người lãnh đạo quân sự tại miền Nam từ 1964. Chính ông là người chỉ huy tấn công Sài Gòn trong Tết Mậu Thân 1968. Trong chiến dịch mùa xuân năm 1975, ông làm phó cho tướng Văn Tiến Dũng.

Năm 1982, ông cho xuất bản hồi ký với tựa đề *Kết thúc cuộc chiến tranh 30 năm*, trong đó ông nói lên những sai lầm của Bộ Chính Trị trong biến cố Tết Mậu Thân 1968, đã đánh giá sai về ý chí nổi dậy của nhân dân miền Nam, cũng như sai về lực lượng quân cách mạng, đưa đến thảm bại về quân sự như đã thấy. Đây là một hành vi can đảm vào năm 1982, cũng là một hành vi « tự sát chính trị ». Ông bị cách chức và quản chế tại gia trong vòng 3 năm. Sau đó ông dành thời gian còn lại của đời mình cho cuộc đấu tranh của cựu chiến binh. Ông mất năm 78 tuổi.

[114] Các thành phần của chính quyền cũ bị đi tù cải tạo lâu nhất là 17 năm, được về đoàn tụ với gia đình năm 1992. Trong nhóm cuối cùng này có 8 tướng lãnh, nổi tiếng nhất là Thiếu Tướng Lê Minh Đảo, Tư lệnh Sư đoàn 18, « Người hùng Xuân Lộc » chỉ huy trận Long Khánh, trận thư hùng cuối cùng của cuộc chiến.

Ngoài 8 tướng lãnh còn nhiều người khác trong đó có một nhà văn cấp bậc chỉ là Thiếu Tá, đó là Thảo Trường (1936-2010), tên thật Trần Duy Hinh, một nhà văn nổi tiếng ngay từ truyện ngắn đầu tiên « Hương gió lướt đi » đăng trên tạp chí Sáng Tạo (thập niên 50 và 60). Sau khi được trả tự do, ông qua Mỹ đoàn tụ với gia đình năm 1993 và tiếp tục sự nghiệp văn chương, với nhiều tác phẩm về 18 trại cải tạo ông trải qua từ năm 39 tuổi đến năm 56 tuổi, trong đó có « Tiếng thì thầm trong bụi tre gai ». Một bài viết đáng chú ý về ông của nhà phê bình văn học Đặng Tiến viết năm 2010 khi ông mất, có đăng trên trang web của Talawas : http://www.talawas.org/?p=25798

[115] Mặt Trận Tổ Quốc Việt Nam ra đời năm 1955. Đến năm 1977, sau khi đất nước chính thức thống nhất, Mặt Trận được « tái sinh » do việc kết hợp của 3 tổ chức, ngoài Bắc là Mặt Trận Tổ Quốc Việt Nam, trong Nam là Mặt Trận Dân Tộc Giải Phóng Miền Nam và Liên Minh Các Lực Lượng Dân Tộc, Dân Chủ Và Hoà Bình Việt Nam. Thực tế là hai tổ chức trong Nam do Đảng dựng lên đã hết nhiệm vụ, nên sáp nhập vào Mặt Trận Tổ Quốc ngoài Bắc cho tiện việc.

Trích phần giới thiệu trên trang mạng chính thức của Mặt Trận (mattran.org.vn) :

« Mối quan hệ giữa Đảng với Mặt trận có một đặc điểm đáng chú ý: Đảng vừa là thành viên, vừa là người lãnh đạo Mặt trận. »

« Để lãnh đạo Mặt trận, Đảng phải ở trong Mặt trận, Đảng thực hiện vai trò lãnh đạo bằng cách đề ra đường lối, chủ trương, chính sách đúng đắn, đáp ứng yêu cầu nguyện vọng và lợi ích chính đáng của các tầng lớp nhân dân: Đảng tiến hành công tác tuyên truyền, vận động, thuyết phục, tổ chức kiểm tra và bằng sự gương mẫu của Đảng viên. Thực tiễn lịch sử từ ngày thành lập Mặt trận đến nay đã chứng tỏ các thành viên tham gia Mặt trận đều tự giác thừa nhận vai trò lãnh đạo của Đảng. »

Một khi Đảng đã nói thế thì không thể sai được, các thành viên tham gia Mặt trận đều phải *tự giác thừa nhận vai trò* của mình là bù nhìn hoặc con rối mà thôi !

[116] Trích « Bách khoa toàn thư mở Wikipedia » :

« Đại hội Đảng Cộng sản Việt Nam lần thứ IV diễn ra từ ngày 14 đến ngày 20-12-1976 ở Hà Nội. Tham dự đại hội có tất cả 1008 đại biểu chính thức, thay mặt cho 1.550.000 đảng viên của cả hai miền đất nước, cùng với sự có mặt của nhiều Đảng Cộng sản và các tổ chức quốc tế khác.

Đại hội đã thảo luận, đánh giá quyết định chuyển cách mạng Việt Nam từ cách mạng xã hội chủ nghĩa ở miền Bắc và cách mạng dân tộc dân chủ ở miền Nam sang thực hiện cách mạng xã hội trên toàn đất nước. Từ nhận định đó, Đại hội đề ra đường lối xây dựng chủ nghĩa xã hội trong phạm vi cả nước.

Đại hội quyết định miền Nam phải đồng thời tiến hành cải tạo xã hội chủ nghĩa và xây dựng Chủ nghĩa xã hội, góp phần cùng cả nước tiến nhanh, tiến mạnh, tiến vững chắc lên chủ nghĩa xã hội.

Nhằm thực hiện mục tiêu đưa cả nước tiến nhanh, tiến mạnh, tiến vững chắc lên chủ nghĩa xã hội, Đại hội đề ra Kế hoạch 5 năm 1976-1980 và quyết định phương hướng, nhiệm vụ, mục tiêu của Kế hoạch, là xây dựng Chủ nghĩa xã hội và cải tạo quan hệ sản xuất xã hội chủ nghĩa.

Đại hội vấp phải một số sai lầm khuyết điểm chủ yếu do tư tưởng chủ quan nóng vội, giáo điều thể hiện rõ nhất qua việc đề ra phương châm tiến nhanh, tiến mạnh, tiến vững chắc lên chủ nghĩa xã hội, đề ra các mục tiêu, chỉ tiêu quá cao, không tính đến khả năng thực hiện và điều kiện cụ thể của đất nước sau thống nhất. Sai lầm trong cả chủ trương cải tạo, quản lý kinh tế, thể hiện tư tưởng bảo thủ, trì trệ. Kinh tế Việt Nam mất cân đối lớn, kinh tế quốc doanh và tập thể luôn thua lỗ nặng, không phát huy tác dụng. Kinh tế tư nhân và cá thể bị ngăm cấm triệt để. Sản xuất chậm phát triển, thu nhập quốc dân, năng suất thấp, đời sống nhân dân khó khăn, xã hội nảy sinh nhiều hiện tượng tiêu cực. »

[117] Người dân miền Bắc sống trong chế độ bao cấp từ 1954 đến 1975 nên có nhiều kinh nghiệm để sống còn trong cái xã hội bất thường đó. Chế độ này làm cả nước bị kiệt quệ và đến năm 1986, Đảng phải chủ trương « đổi mới », và dần dần chế độ bao cấp bị xóa bỏ để nhường chỗ cho nền « kinh tế thị trường theo định hướng xã hội chủ nghĩa ».

[118] Trích wikipedia :

Sau năm 1975 ngoài lý do kinh tế, việc di dân ra vùng kinh tế mới còn có chủ ý chính trị để giảm số người thuộc chính quyền Việt Nam Cộng Hòa tập trung ở những đô thị, nhất là vùng Sài Gòn để dễ kiểm soát phần tử chống đối. Trong 5 năm 1975-80 Thành phố Hồ Chí Minh đã đưa về nông thôn 832.000 người. Phương pháp cưỡng bức dân thành thị đi kinh tế mới gồm thu hồi hộ khẩu, rút thẻ mua gạo và các nhu yếu phẩm, và cấm trẻ em nhập học khiến đối tượng phải di chuyển ra vùng nông thôn.

Theo Lê Duẩn, phát biểu tại kỳ họp thứ nhất Quốc hội chung cả nước, ngày 25 tháng 6 năm 1976:

"…Ở miền Nam, những người trước đây nhờ chiến tranh xâm lược của đế quốc Mỹ mà có một mức sống vật chất vượt xa khả năng của nền kinh tế trong nước và kết quả lao động của bản thân họ, nên hiểu rằng đó là một cuộc sống phồn vinh giả tạo, đổi bằng đau khổ, chết chóc của hàng triệu đồng bào, bằng sự triệt phá biết bao xóm làng, thị trấn, bằng sự sa đọa của biết bao thanh niên, bằng sự chà đạp nhân phẩm của biết bao phụ nữ ở các vùng tạm bị chiếm, và bằng nhục mất nước. Họ nên hiểu rằng lối sống chạy theo những nhu cầu giả tạo theo kiểu "xã hội tiêu thụ", đua đòi theo những thị hiếu tầm thường, hoàn toàn trái với cuộc sống hạnh phúc văn minh chân chính. Những đồng bào ấy ngày nay có thể và cần trở lại với thực tế, trở về với cuộc sống của dân tộc, sống bằng kết quả lao động của mình. Đó là con đường để tiến tới một cuộc đời tươi vui, đẹp đẽ, có ý nghĩa, có phẩm giá, có hạnh phúc thật sự và lâu bền cho chính mình và con cháu mình."

[119] Có nơi thay vì nói « lưu dụng » là « giữ lại và dùng để làm việc » lại nói là « lưu dung », và giải thích là « giữ lại và dung thứ », nhưng đó không phải là từ ngữ chính thức trên giấy tờ, mà chỉ tùy cơ quan, tùy cá nhân từ miền Bắc vào dùng mà thôi, đặc biệt là

trong đài truyền hình nơi Mai làm việc. Từ Điển Tiếng Việt của Viện Ngôn Ngữ Học xuất bản năm 2003 giải thích « lưu dung » đồng nghĩa với lưu dụng nhưng là khẩu ngữ, còn « lưu dụng » là « nhân viên của chính quyền cũ được giữ lại để làm việc tiếp ». Cả hai cụm từ này đều đã được dùng ở miền Bắc từ năm 1954, lúc đó cũng có nhân viên của chính quyền cũ được lưu dụng.

120 "Căng-tin" trong tiếng Pháp là "cantine" có nghĩa là nhà ăn tập thể, nhưng ở Việt Nam sau 1975, căng-tin là tiếng dùng để chỉ nơi bán đồ ăn và đồ dùng trong một cơ quan. Những người trách nhiệm căng-tin, ngoài việc phân phối hàng nhu yếu phẩm quy định hàng tháng, còn có nhiệm vụ giao dịch với những cơ quan sản xuất để mua hàng về bán lại cho công nhân viên theo giá nhà nước.

121 Campagnolo là tên của một tay đua xe đạp người Ý, về sau mở hãng chế tạo xe đạp từ năm 1933, dần dần phát triển qua Pháp từ thập niên 1950. Hiện nay hãng Campagnolo vẫn nổi tiếng chế tạo phụ tùng cho xe đạp đua chuyên nghiệp rất đắt tiền, và qua cả các lãnh vực xe hơi đua (Formule 1).

122 Hiện nay quốc lộ 1a đi từ biên giới Việt Trung (trong tỉnh Lạng Sơn) vào đến Cà Mau, qua các thành phố lớn suốt dọc đất nước. Thời trước 1975, quốc lộ 1 cũng đi từ biên giới Việt Trung vào Nam, nhưng đến Sài Gòn thì đổi hướng đi Tây Ninh qua Nam Vang bên Campuchia. Đoạn quốc lộ 1a hiện nay từ Sài Gòn xuống miền Tây, thời đó có tên là quốc lộ 4 nối Sài Gòn với các tỉnh miền Tây, quan trọng nhất là Cần Thơ.

123 Viện Dưỡng Lão Thị Nghè thành lập từ năm 1876 (thời Pháp thuộc) của dòng các nữ tu thánh Phao Lô (nữ tu dòng Saint Paul de Chartres, có trường Saint Paul và bịnh viện Saint Paul ở Sài Gòn thời xưa). Trong khuôn viên rộng lớn của Viện Dưỡng Lão có một nhà nguyện, một căn nhà cho các nữ tu sinh sống, các trại cho người già, trại cho trẻ mồ côi, có cả một nghĩa trang.

Sau ngày 30 tháng tư 1975, nhà nước tịch thu cơ sở này (cũng như tất cả cơ sở của các tôn giáo), đổi tên phần dành cho người già là "Nhà nuôi người già và tàn tật số 1". Lúc đó có 1368 người già và tàn tật trong viện. Các nữ tu vẫn tiếp tục làm việc và ở trong nhà của mình cho đến năm 1983 là năm phải rời bỏ hẳn khuôn viên của Viện Dưỡng Lão cũ.

Riêng nhà nguyện vẫn còn thuộc sở hữu của Giáo Hội Công Giáo, và đến năm 2007 được trùng tu và được đổi tên là Nhà Thờ Thánh Martinô de Porres, giao cho giáo xứ Thị Nghè cai quản.

124 Bệnh viện Vì Dân được xây dựng do sáng kiến của phu nhân Tổng Thống Nguyễn Văn Thiệu, vận động quyên tiền từ các cơ quan từ thiện quốc tế cũng như tư nhân trong nước, nhất là thương gia, kỹ nghệ gia, v.v. Bệnh viện được xây dựng trên khu ngã tư Bảy Hiền, khánh thành năm 1971. Bệnh viện nhanh chóng nổi tiếng vì là cơ sở y tế mới, nên được trang bị tối tân.

Sau năm 1975, bệnh viện Vì Dân đổi tên thành Quân y viện Thống Nhất, trực thuộc Bộ Quốc phòng. Đến năm 1978, bệnh viện chuyển qua cho Bộ Y tế và mang tên Bệnh viện Thống Nhất, dần dần phát triển lên tới hơn 1.000 giường.

125 Năm 2018, có một bạn của tác giả, qua FaceBook nhận ra đồng nghiệp cũ, bạn này cũng là Dược Sĩ cùng phục vụ tại bệnh viện Bảo Lộc cuối thập niên 1960. Bạn này nhắc lại chuyện gặp nhau trên đại lộ Lê Lợi ở trung tâm Sài Gòn khoảng năm 1976, 77 gì đó. Từ khi đổi đi một đơn vị khác năm 1970, hai người chưa khi nào gặp lại nhau, nên mừng quá đứng

nói chuyện một lúc. Khi tác giả đi rồi, bạn này bị công an đến hỏi tại sao nói chuyện với « người nước ngoài », vì lầm tưởng tác giả với khuôn mặt lai Pháp là một người nước ngoài.

[126] Ông Phạm Văn Đồng sinh năm 1906 ở Quảng Ngãi trong một gia đình quan lại. Ông tham gia cách mạng chống Pháp từ sớm, năm 1926 qua Quảng Châu theo học lớp đào tạo cán bộ của Nguyễn Ái Quốc, sau đó trở về nước hoạt động và bị Pháp bắt đày đi Côn Đảo từ 1929 đến 1936. Năm 1940, ông bí mật sang Trung Quốc cùng với Võ Nguyên Giáp, gia nhập Đảng Cộng sản Đông Dương và được Nguyễn Ái Quốc giao nhiệm vụ về nước xây dựng căn cứ địa ở biên giới Việt-Trung.

Ông từng cầm đầu 2 phái đoàn thương thuyết quan trọng, năm 1946 tại hội nghị Fontainebleau và năm 1954 tại Genève.

Năm 1955, ông giữ chức vụ Thủ Tướng nước Việt Nam Dân Chủ Cộng Hòa đến năm 1976, và tiếp tục chức vụ này với nước Cộng Hòa Xã Hội Chủ Nghĩa Việt Nam từ 1976 đến 1987 là năm ông về hưu, tổng cộng 32 năm.

Ông mất năm 2000, hưởng thọ 94 tuổi.

Ông Phạm Văn Đồng làm Thủ Tướng của VNDCCH nhưng em của ông là ông Phạm Văn Diêu (1928-1982) là giáo sư Văn Khoa thuộc viện Đại Học Đà Lạt, giáo sư Sư Phạm và Văn Khoa thuộc viện Đại Học Sài Gòn. Ai cũng biết ông Diêu là em ông Thủ Tướng Bắc Việt, nhưng ông vẫn được dạy đại học ở miền Nam.

[127] Sau 1975, nước Pháp là nước phương Tây đầu tiên tiếp đón chính thức một phái đoàn của nước Cộng Hòa Xã Hội Chủ Nghĩa Việt Nam do Thủ Tướng Phạm Văn Đồng cầm đầu. Đó là tháng 4 năm 1977, hai năm sau ngày chấm dứt chiến tranh. Chính phủ Pháp thời đó thuộc cánh hữu, do Tổng Thống Valéry Giscard d'Estaing và Thủ Tướng Raymond Barre lãnh đạo. Đây là một sự kiện quan trọng đối với nhà cầm quyền Việt Nam lúc bấy giờ, chứng tỏ đã thành công trong việc mở cửa về phương Tây.

Có tin đồn là nhân chuyến viếng thăm này, theo gợi ý của chính phủ Pháp, đã có sự thỏa thuận về phía Việt Nam sẽ cấp giấy xuất cảnh sang Pháp cho hai thành phần. Một là những người Việt Nam đã từng làm việc cho Pháp, hai là những người Việt lai Pháp. Mặc dù không có công bố chính thức về sự thỏa thuận này, nhưng thực tế cho thấy là hai thành phần trên đã được cấp xuất cảnh khi có đơn xin. Nhưng thời gian chờ đợi kéo dài nhiều năm, và các thị thực xuất cảnh của Việt Nam chỉ được cấp nhỏ giọt. Cũng nhờ thỏa thuận này giáo sư Vũ Quốc Thúc được đi Pháp do Thủ Tướng Raymond Barre can thiệp và những sinh viên VN từng du học Pháp cũng được can thiệp cho định cư tại Pháp.

Nhắc lại quan hệ ngoại giao giữa Paris và Hà Nội được thiết lập vào tháng tư năm 1973, sau khi hiệp định Paris được ký kết. Trong thời kỳ chiến tranh, nước Pháp chỉ trích Hoa Kỳ đổ quân ồ ạt vào miền Nam Việt Nam, và năm 1968, chính phủ Pháp ngỏ ý sẵn sàng đón tiếp tại Paris các phái đoàn thương thuyết để tìm cách chấm dứt chiến tranh Việt Nam. Hội nghị diễn ra tại phòng họp quốc tế trên đại lộ Kléber ở Paris, kéo dài gần 5 năm từ 1968 đến 1973. Nhưng thật ra, những phiên họp ở Kléber chỉ dùng làm diễn đàn tuyên truyền cho các phe, còn đi đến thỏa thuận là kết quả các cuộc họp bí mật giữa Kissinger và Lê Đức Thọ.

Hiệp định Paris được ký ngày 27 tháng 1 năm 1973. Gần 3 tháng sau, ngày 12 tháng 4-1973, quan hệ ngoại giao được thiết lập giữa Pháp và Việt Nam Dân Chủ Cộng Hòa (quan hệ ngoại giao giữa Pháp và Việt Nam Cộng Hòa đã bị cắt đứt từ năm 1965, sau đó được lập lại).

[128] FOEFI (Fédération des Œuvres de l'Enfance Française de l'Indochine – Hiệp hội các cơ quan từ thiện giúp trẻ con Pháp tại Đông Dương) thành lập năm 1939 tại Sài Gòn.

Hiệp hội được chính phủ Pháp công nhận « có lợi ích công cộng », từ đó được tài trợ để chăm sóc các con lai Pháp tại Đông Dương.

Con lai được Hiệp hội mang về Pháp nuôi cho ăn học trong những trung tâm của Hiệp hội (ở thành phố Tours trên sông Loire, ở Vouvray và Semblançay trong tỉnh Indre-et-Loire, ở Saint Rambert-en-Bugey trong tỉnh Ain, v.v.) cho đến tuổi trưởng thành, có người trở thành giáo sư, bác sĩ, v.v. Các trung tâm này lần lượt đóng cửa trong thập niên 60 và 70 khi tất cả con lai đã đến tuổi trưởng thành. Tuy các trung tâm nuôi dưỡng con lai đóng cửa, nhưng Hiệp hội còn tồn tại đến năm 1983, tiếp tục giúp đỡ con lai hội nhập vào xã hội Pháp.

Năm 1987, một hội ái hữu ra đời lấy tên là « Association FOEFI », quy tụ những con lai đã từng được FOEFI bảo trợ. Hội ấn hành một tờ liên lạc lấy tên « Grain de riz », và tổ chức những cuộc gặp mặt hàng năm. Năm 2015, tác giả tham dự buổi họp mặt của hội tại làng Bréhémont trên sông Loire, gần thành phố Tours. Một dịp để làm quen với những người cũng con lai như mình, nhưng hoàn cảnh khác vì được FOEFI đem về Pháp nuôi dưỡng thay vì ở lại Việt Nam với mẹ như trường hợp của tác giả.

Hội ái hữu có trang Web http://foefi.net/

[129] Sở dĩ có chuyện ra đi « bán chính thức » là vì có « vấn đề người Hoa » ở Việt Nam.

Người Hoa đã có mặt tại Việt Nam cũng như nhiều nước khác ở Đông Nam Á từ nhiều thế kỷ. Trước năm 1975, người Hoa nắm gần như toàn bộ nền kinh tế của miền Nam. Họ phải lấy quốc tịch Việt Nam từ thời Tổng Thống Ngô Đình Diệm, nhưng họ vẫn giữ nền văn hóa của họ, vẫn giữ tiếng nói cũng như phong tục tập quán. Chợ Lớn là một « thành phố Trung Hoa » cũng như nhiều « China town » khác trên toàn thế giới.

Khi chiến tranh chấm dứt tháng tư năm 1975, chính sách dẹp bỏ sản xuất tư nhân và buôn bán tư nhân trong dòng thác « cách mạng quan hệ sản xuất » làm cho người Hoa không còn đất đứng. Để đối phó lại với chính sách này, họ tự xem mình là công dân Trung Quốc, không phải công dân Việt Nam, lý luận là họ mang quốc tịch Việt Nam chỉ vì bị cưỡng bách thời ông Diệm. Trong Chợ Lớn, họ trưng cờ Cộng Hòa Nhân Dân Trung Hoa ngoài cửa, thay vì cờ Việt Nam Dân Chủ Cộng Hòa. Nhưng chính quyền cộng sản Việt Nam quyết tâm tiếp tục chiến dịch « đánh tư sản », mà đa số tư sản trong Nam chính là người Hoa. Bị tịch thu tài sản, người Hoa đành phải bỏ chạy, ra đi vượt biên.

Nhưng vì họ có nhiều tiền, nên nhà nước nghĩ ra một phương pháp lấy tiền của họ bằng cách tổ chức cho họ ra đi « bán chính thức », nghĩa là khi còn trong nước thì « chính thức » vì công an tổ chức cho họ đăng ký, cho họ lên tàu, nhưng sau khi tàu ra khơi rồi thì « không còn chính thức nữa » vì không có giấy tờ nhập cảnh vào nước nào cả. Trên nguyên tắc nhà nước tổ chức đi bán chính thức cho người Hoa, nhưng nhiều người Việt làm giấy tờ giả người Hoa cũng đi theo cách này, dĩ nhiên là tốn nhiều tiền hơn là đi chui.

Một trường hợp điển hình là chiếc tàu Hải Hồng, một tàu sắt cũ kỹ với 2500 người chồng chất như cá mòi, đi đến hải cảng nào cũng bị từ khước không cho vào. Dư luận quốc tế bị đánh động lòng nhân đạo, cuối cùng các cường quốc phải họp nhau lại và đồng ý nhận người tị nạn, cùng tổ chức các trại tị nạn của Cao Ủy Liên Hiệp Quốc để cứu vớt thuyền nhân. Nhờ vậy mà tàu Hải Hồng được cập bến Hồng Kông sau 45 ngày lênh đênh trên biển cả.

[130] Theo tuyên truyền của Đảng Cộng Sản Việt Nam thì đàn anh Trung Quốc với đàn em Việt Nam có mối tình « vừa là đồng chí vừa là anh em, đời đời bền vững không gì lay chuyển nổi », gắn bó nhau như môi với răng, « môi hở răng lạnh ». Quả thật Bắc Kinh đã là đồng minh của Hà Nội trong cả hai cuộc chiến tranh. Nhưng mâu thuẫn giữa hai đàn anh trong khối cộng sản là Liên Xô và Trung Quốc đã khiến cho các nhà lãnh đạo tại Hà Nội

phải khó khăn để tìm cách khéo léo nhận sự giúp đỡ của cả hai bên. Nhưng khi chiến tranh chấm dứt năm 1975, Đảng Cộng Sản Việt Nam ngả hẳn theo Liên Xô, nên quan hệ với Trung Quốc bắt đầu rạn nứt. Trung Quốc đỡ đầu cho phe Khmer đỏ cầm quyền ở Phnom Penh đánh phá biên giới tây nam của Việt Nam, càng ngày càng trầm trọng hơn.

Cuối tháng 12-1978, Đảng Cộng Sản Việt Nam quyết định đem quân xâm lăng Campuchia, đánh đuổi quân Khmer đỏ của Pol Pot và thay vào đó là chính phủ Hun Sen thân Việt Nam. Thay vì sớm rút quân về, Việt Nam đã ở lại Campuchia suốt 10 năm, chỉ rút quân vào năm 1989, nên đã bị dư luận quốc tế lên án nặng nề, và phải gánh chịu cảnh cấm vận làm cho nền kinh tế ngày càng suy sụp thêm.

[131] Ngày 17 tháng 2-1979, quân Trung Quốc vượt biên giới Hoa Việt suốt dọc chiều dài hơn ngàn cây số, tiến sâu vài chục cây số vào nội địa Việt Nam, đi đến đâu tàn phá đến đó, đặc biệt hang Pác Bó, một di tích lịch sử của Đảng Cộng Sản Việt Nam, cũng bị phá tan hoang. Họ cũng dời các cột mốc biên giới về phía Việt Nam làm cho Việt Nam bị mất một phần đất đai, được chính thức hóa trong những cuộc đàm phán về biên giới sau này, khi Đảng Cộng Sản Việt Nam lại phải làm lành với Đảng Cộng Sản Trung Hoa để tiếp tục cầm quyền, trong khi Liên Xô và khối cộng sản Đông Âu đã sụp đổ.

Sau cuộc chiến tranh biên giới này, cả hai bên đều tuyên bố chiến thắng. Đặng Tiểu Bình tuyên bố « đã cho Việt Nam một bài học ».

Tháng 10 năm 1979, 8 tháng sau cuộc xâm lược chớp nhoáng từ phía Bắc, Đảng Cộng Sản Việt Nam cho ra đời một tài liệu mang tên « Sự thật về quan hệ Việt Nam – Trung Quốc trong 30 năm qua », (Nhà xuất bản Sự Thật, Hà Nội 1979). Trích dẫn đoạn đầu trong cuốn sách này :

« Những hành động thù nghịch công khai của những người lãnh đạo Trung Quốc đối với Việt Nam, mà đỉnh cao là cuộc chiến tranh xâm lược của họ ngày 17 tháng 2 năm 1979, đã làm cho dư luận thế giới ngạc nhiên trước sự thay đổi đột ngột về chính sách của Trung Quốc đối với Việt Nam.

Sự thay đổi đó không phải là điều bất ngờ, mà là sự phát triển lô-gích của chiến lược bành trướng đại dân tộc và bá quyền nước lớn của những người lãnh đạo Trung Quốc trong 30 năm qua.

Trên thế giới chưa có những người lãnh đạo một nước nào mang danh là « cách mạng », là « xã hội chủ nghĩa » và dùng những lời lẽ « rất cách mạng » để thực hiện một chiến lược phản cách mạng, cực kỳ phản động như những người lãnh đạo Trung Quốc.

Trên thế giới chưa có những người lãnh đạo một nước nào về mặt chiến lược đã lật ngược chính sách liên minh, đổi bạn thành thù, đổi thù thành bạn nhanh chóng và toàn diện như những người lãnh đạo Trung Quốc. »

Nhưng chỉ 11 năm sau, chính những người lãnh đạo Đảng Cộng Sản Việt Nam cũng đã « đổi thù thành bạn nhanh chóng và toàn diện » khi ngỏ ý bình thường hóa quan hệ giữa hai nước. Trung Quốc chấp nhận và hai phái đoàn Việt Trung gặp nhau tại Thành Đô, thủ phủ của tỉnh Tứ Xuyên trong hai ngày 3 và 4 tháng 9 năm 1990. Phía Việt Nam có Tổng bí thư Nguyễn Văn Linh, Chủ tịch Hội đồng Bộ trưởng Đỗ Mười, và Cố vấn Ban chấp hành Trung ương Đảng Phạm Văn Đồng. Phía Trung Quốc có Giang Trạch Dân, Tổng bí thư Đảng Cộng sản Trung Quốc và Lý Bằng, Thủ tướng Quốc vụ viện Trung Quốc.

Nội dung các cuộc bàn thảo được giữ bí mật, nhưng ai cũng hiểu là Đảng Cộng Sản Việt Nam phải cầu cứu đến Đảng Cộng Sản Trung Hoa để tiếp tục sống còn trước trào lưu dân chủ hóa trong khối cộng sản quốc tế, đưa đến sự sụp đổ của Liên Xô và khối cộng sản Đông Âu.

Ngày 2 tháng 9, 2014, 20 cựu giới chức quân nhân gửi kiến nghị lên Chủ tịch nước Trương Tấn Sang và Thủ tướng Nguyễn Tấn Dũng yêu cầu công bố những ký kết giữa

Đảng Cộng sản Việt Nam và Đảng Cộng sản Trung Quốc tại hội nghị Thành Đô, vẫn còn giữ bí mật. Họ cho rằng những cam kết đó tổn hại đến chủ quyền đất nước.

Cuối năm 2014, 2 tờ báo Trung Quốc là Tân Hoa Xã và Thời báo Hoàn cầu, đã loan tin rằng ở hội nghị Thành Đô, các nhà lãnh đạo Việt Nam đã "sẵn sàng chấp nhận để Việt Nam làm một khu tự trị của Trung Quốc". Đảng Cộng Sản Việt Nam đã cải chính tin này, cho là "một luận điệu bịa đặt với ý đồ kích động, gây bức xúc trong cán bộ, đảng viên và trong các tầng lớp nhân dân".

Nhưng hậu quả trước mắt, đến ngày nay (2018), là hội nghị Thành Đô đã là đầu mối đưa đến đất nước Việt Nam bị mất đất, mất hải đảo, mất biển và bị lệ thuộc trầm trọng vào Trung Quốc về kinh tế.

[132] Cuối năm 1978, thảm kịch của chiếc tàu Hải Hồng làm dấy lên tại Pháp phong trào « Un bateau pour le Viet Nam, Một chiếc tàu cho Việt Nam » do những nhân vật trẻ như bác sĩ Bernard Kouchner (đồng sáng lập hội từ thiện Médecins Sans Frontières, Bác sĩ không biên giới) và nhà triết học André Glucksmann, và được những tên tuổi nổi tiếng ủng hộ như hai triết gia Jean-Paul Sartre và Raymond Aron. Với tiền quyên góp được của người dân Pháp, chiếc tàu « Ile de Lumière, đảo Ánh Sáng » thuê của một hãng tàu bên Nouvelle-Calédonie (một thuộc địa của Pháp ở Thái Bình Dương) được sửa chữa thành một chiếc tàu bệnh viện, đến đậu ngoài khơi đảo Pulau Bidong từ tháng 4-1979 chăm sóc người tị nạn. Sau đó tàu Ile de Lumière ra khơi cứu vớt thuyền nhân, cho đến ngày lễ Giáng Sinh 1979 thì tàu trở về thành phố Nouméa ở Nouvelle Calédonie sau khi hoàn tất nhiệm vụ.

Chính tác giả có người bạn thân bên Pháp được tàu Ile de Lumière cứu vớt.

[133] Bên Đức, ủy ban « Một chiếc tàu cho Việt Nam » được thành lập năm 1979 do Christel và Rupert Neudeck (ông là một nhà báo). Thành viên ủng hộ tổ chức này có các nhân vật nổi tiếng của Đức như: Heinrich Böll, Helmut Schmidt, Alfred Biolek, Bruno Ganz, Norbert Blüm và Peter Scholl-Latour. Với tiền quyên góp được, chiếc tàu bệnh viện Cap Anamur được đưa qua Biển Đông cứu giúp thuyền nhân. Với 3 chiếc tàu cùng tên Cap Anamur 1, 2, 3 hơn 11.000 người được cứu vớt và hơn 35.000 người được săn sóc sức khỏe. Thành công vượt bực và bất ngờ của chiếc tàu đã khiến những người chủ trương lập ra hội từ thiện Cap Anamur, hoạt động cứu giúp người tị nạn ở Phi Châu, Á Châu và cả Âu Châu trong hơn 30 năm và hơn 50 nước.

[134] Tàu vận tải Việt Nam Thương Tín vượt biển từ bến cảng Sài Gòn vào ngày 30 tháng tư 1975, chở hơn 650 người, đến Subic Bay bên Phi Luật Tân, sau đó đến đảo Guam thuộc lãnh thổ Hoa Kỳ.

Tại Guam có một số người di tản trước đây nay muốn trở lại Việt Nam vì những lý do khác nhau (phần nhiều là vì gia đình ly tán, kẻ ở người đi). Ngày 16 tháng 10, tàu Việt Nam Thương Tín rời Guam trở về Việt Nam với khoảng 1600 người tự nguyện hồi hương, với thuyền trưởng là cựu Trung Tá Trần Đình Trụ. Ngày 27 tháng 10 tàu cập bến Vũng Tàu, nhưng bị điều ra Nha Trang. Tất cả những người trở về đều bị bắt giam, vì tình nghi là làm gián điệp cho Mỹ.

Nhạc sĩ Trường Sa (tác giả những bản tình ca bất hủ như Rồi Mai Tôi Đưa Em, Xin Còn Gọi Tên Nhau, v.v.) là hạm phó chiến hạm Trường Sa, đã đưa con tàu này đến đảo Guam, nhưng vì gia đình vẫn còn ở Việt Nam nên lên tàu Việt Nam Thương Tín trở về. Ông phải trả giá bằng 9 năm tù.

Riêng ông Trần Đình Trụ bị tù 13 năm, mặc dù sau mấy tháng điều tra, chính quyền cộng sản biết rõ ông chỉ quay về vì tất cả gia đình vợ con vẫn còn ở lại trong nước, chứ không phải về để làm gián điệp cho CIA.

[135] Về thảm cảnh các cô gái bị hãm hiếp và hậu quả sau đó, xin giới thiệu bài viết của Nguyễn Cát Thịnh là một chứng nhân trên một chiếc tàu vượt biên bị hải tặc tấn công. Ông Nguyễn Cát Thịnh là một dược sĩ cùng khóa với tác giả. Bài viết tựa đề « Đứa con lai… hải tặc » :
https://phamjngocjlaan.files.wordpress.com/2018/05/nguyencatthinh_duaconlaihaitac.pdf

[136] Đúng như lời Năm Thạch giải thích, diện « làm việc cho một cơ quan Pháp » chỉ được xét vào năm 1982, 5 năm sau khi những người trong diện này cầm tờ giấy « thị thực định cư » của Pháp cấp, và hy vọng được đi ngay ! Cũng có những trường hợp ngoại lệ đi trước 1982, nhưng rất hiếm hoi. Sau này, khi Năm Thạch không còn làm tại cơ quan xuất cảnh nữa, báo chí loan tin ông bị ám sát tại nhà. Báo không nói rõ nguyên nhân cũng như kết quả điều tra vụ án mạng này.

[137] Năm 1993 khi lần đầu tiên tác giả về thăm quê hương và gia đình, vào thăm trường cũ, phòng Toán Lý vẫn còn nằm nguyên trên lầu 3. Năm đó ngôi nhà chính chưa bị cháy, phòng Toán Lý chưa dọn về Khoa Y như sau này. Tác giả lên gặp đồng nghiệp trên phòng Toán Lý và rất cảm động vì thấy tập giáo trình mình soạn từ thời 1976-77 vẫn còn được dùng.

[138] Và đúng như Long lo ngại, chàng sẽ không bao giờ thấy mặt 3 cuốn vở quý báu đó nữa.

Khi gặp nhau ở phi trường Paris Charles de Gaulle, hai vợ chồng B. và C. cho chàng số điện thoại của cha mẹ người bạn làm việc trong Tòa Tổng Lãnh Sự Pháp ở Sài Gòn giữ 3 cuốn vở này, để chàng liên lạc biết khi nào người đó về Pháp thì hẹn nhau đến lấy. Ba cuốn vở chàng đã cẩn thận bỏ trong một bao giấy dầu dán kín thành một gói gọn ghẽ.

Long quen biết người này trong hai năm cuối ở Sài Gòn, một người trẻ tuổi tính tình dễ mến, rất thân thiện với bạn Việt Nam, luôn sẵn sàng giúp đỡ khi cần. Nhưng có một điều là anh chàng nổi tiếng lơ đểnh. Thế nên sau đó trong 3 năm liền khi về Pháp anh chàng quên không mang theo gói vở của Long. Rồi đến khi đổi nhiệm sở đi làm việc tại một nước khác, Long gặp lại ở Paris thì anh chàng nói tài liệu đó được cất trong tủ sách (rất nhiều sách cũ mua ở Sài Gòn, toàn loại sách xưa rất quý), nhân viên ở Sài Gòn đóng thùng gửi về Pháp để tạm ở nhà một người quen, vì anh chàng chưa có nhà bên Pháp, toàn làm việc tại các nước khác trong ngành ngoại giao.

Rồi đến một ngày, anh chàng cho hay tin buồn : mấy thùng gỗ chứa sách trong đó có gói vở của Long, gửi trong hầm nhà người bạn, năm đó bị lụt nặng, nước ngấm các thùng hỏng hết, phải vứt bỏ cả.

Long tiếc vô cùng vì có lẽ đây là tài liệu duy nhất được ghi lại hằng ngày cuộc sống trong trại tù cải tạo trong thời gian 4 tháng đầu. Ba cuốn vở nhật ký này mỗi lần Mai đọc lại đều khóc vì thương chồng và thương tất cả những người dân nam nữ của miền Nam đã bị hành hạ thể xác cũng như tinh thần như một cách hạ nhục của phe thắng trận đối với phe thua trận.

Long rất buồn là mình đã làm hết sức để giữ 3 cuốn vở đó, từ trong trại cải tạo đã đem được về nhà, qua được kiểm soát của trưởng trại, nhưng cuối cùng lại vẫn mất… Đành tự an ủi một câu : âu cũng là cái… số !

[139] Toulouse là vùng đất Long đã chọn từ năm 1980, không ngờ đến năm 2008 khi đã về hưu chàng mới được toại nguyện. Phải chăng cũng là cái số ?

[140] Giáo sư Đoàn Viết Hoạt sinh năm 1943 tại tỉnh Hà Đông, theo gia đình di cư vào Nam năm 1954. Ông học Đại Học Sư Phạm Sài Gòn, dạy Anh văn các trường trung học sau đó đi du học Mỹ (1967-71), về làm Phụ tá Viện trưởng Viện Đại học Vạn Hạnh ở Sài Gòn.

Ông bị bắt lần đầu năm 1976 với cáo trạng "Tuyên truyền tư tưởng phản động chống phá Nhà nước Cộng hòa Xã hội Chủ nghĩa Việt Nam", bị buộc tội là có quan hệ mật thiết với Mỹ và bị tuyên án 12 năm tù.

Mãn hạn tù năm 1988, ông tiếp tục đấu tranh cho dân chủ và tham gia thành lập tạp chí Diễn đàn Tự do - một ấn phẩm bất hợp pháp, với nội dung đòi hỏi dân chủ hóa đất nước.

Ông bị bắt lần thứ hai năm 1990, và bị xử vào tháng 3 năm 1993. Tòa sơ thẩm tuyên phạt ông 20 năm tù. Tại phiên tòa phúc thẩm sau đó, ông được giảm án xuống còn 15 năm.

Trong thời gian Đoàn Viết Hoạt thụ án, vợ ông, bà Trần Thị Thức, thực hiện vận động tìm kiếm sự ủng hộ của thế giới. Năm 1998, sau 8 năm thụ án, ông được ra tù và xuất cảnh đi Mỹ. Sự kiện này được coi là kết quả can thiệp của nhiều tổ chức quốc tế.

Hiện nay hai vợ chồng ông sống trong vùng Washington, thủ đô Hoa Kỳ, và tiếp tục các hoạt động nhằm dân chủ hóa đất nước.

[141] Trung Tướng Trần Độ (1923-2002) tên thật là Tạ Ngọc Phách, quê tỉnh Thái Bình. Ông gia nhập Đảng Cộng sản Đông Dương năm 1940, tham gia kháng chiến trong quân đội, làm chính ủy nhiều đơn vị quan trọng. Năm 1958 đã lên tới cấp Thiếu Tướng, năm 1964 vào Nam với chức vụ Phó Chính ủy và Phó Bí Thư Quân ủy Quân Giải phóng miền Nam. Năm 1974 thăng cấp Trung Tướng cùng lượt với Lê Đức Anh, Lê Trọng Tấn.

Ông là ủy viên Trung ương Đảng Cộng sản Việt Nam các khóa III , IV, V và VI, từ 1960 đến 1991.

Sau 1975 ông chuyển sang ngạch dân sự, chức vụ Thứ trưởng Bộ Văn Hóa, rồi Trưởng ban Văn Hóa Văn Nghệ Trung ương. Ở chức vụ này ông đã soạn nghị quyết số 5, củng cố tiến trình Cởi Mở văn hóa trong thời kỳ Đổi Mới.

Ở cương vị thay mặt Đảng lãnh đạo văn nghệ, ông có ý thức "cởi trói" cho văn nghệ. Ông nhận thức rằng: *"Văn hóa mà không có tự do là văn hóa chết. Văn hóa mà chỉ còn có văn hóa tuyên truyền cũng là văn hóa chết. Càng tăng cường lãnh đạo bao nhiêu, càng bóp chết văn hóa bấy nhiêu, càng hiếm có những giá trị văn hóa và những nhà văn hóa cao đẹp."*.

Do bất đồng chính kiến với một số lãnh đạo cao cấp khác của Đảng Cộng sản Việt Nam, ông bị khai trừ khỏi Đảng ngày 4 tháng 1 năm 1999 khi đã 58 năm tuổi đảng.

[142] Trại Pendleton nằm ở phía nam của Los Angeles và phía bắc của San Diego, giữa hai thành phố Oceanside và San Clemente của tiểu bang California. Đó là một trại huấn luyện quân sự của Thủy Quân Lục Chiến Mỹ, cho đến bây giờ vẫn còn là trại huấn luyện. Khi có đợt người Việt tị nạn đầu tiên ồ ạt vào những ngày cuối tháng 4-1975, một phần của trại được dùng để tiếp đón họ. Trên đất Mỹ đã mở ra nhiều trại như thế, những trại tạm thời dùng để đón tiếp hàng trăm ngàn người chạy trốn cộng sản, trong đó hai trại Pendleton ở California và Chaffee ở phía bắc tiểu bang Arkansas là quan trọng nhất. Riêng trại Pendleton từ tháng 4 đến tháng 10 năm 1975 đã tiếp đón hơn 50.000 người. Từ các trại tạm thời này, người tị nạn được các hội từ thiện và các giáo hội trên toàn nước Mỹ bảo trợ đưa về địa phương mình để giúp đỡ họ hội nhập vào xã hội Mỹ. Ngoài các hội từ thiện và các giáo hội, còn có nhiều gia đình tư nhân cũng nhận bảo trợ người tị nạn trong thời gian 1975 này.

[143] Ca khúc Lòng Mẹ của Y Vân sáng tác vào đầu thập niên 1950 là một tác phẩm thành công nhất của nhạc sĩ này. Phạm Ngọc Lân đàn và hát, có đăng trên YouTube : https://www.youtube.com/watch?v=ytVcVE8KHVs

[144] Tài liệu này trên Internet là một phiên bản của cuốn sách trong thư viện của Trường Luật Đại Học Harvard, tiểu bang Massachussets Hoa Kỳ. Thư viện này nhận được cuốn sách vào ngày 2 tháng 10 năm 1925 (đúng 100 năm sau ngày sách phát hành bên Pháp), ghi rõ trên con dấu tiếp nhận sách. Cuốn sách mang tựa đề « Annales Maritimes et Coloniales » (« Tập san Hải quân và Thuộc địa »), xuất bản năm 1825 bởi một viên chức của Bộ Hải Quân tên M. Bajot « với sự phê chuẩn của Ngài Bộ Trưởng Hải Quân và Thuộc Địa, và dưới sự bảo trợ của Ngài Đô Đốc Pháp Quốc » (avec l'approbation de S. Exc. le ministre de la Marine et des Colonies et sous les auspices de S.A.R. l'Amiral de France »).

Tài liệu này được Google chuyển qua dạng « tài liệu số » (document numérisé, digitalized document) và đăng lên Internet.

[145] Nhắc lại đây về cuộc thảm sát ở thành Lạng Sơn (citadelle de Lang Son) được phòng thủ kiên cố, thêm ba đồn lũy bao bọc quanh thành. Ba đồn lũy này có pháo binh trấn thủ, được Pháp xây cất từ năm 1942 đến 1945 (3 đồn lũy có tên Pháp là fort Brière de L'Isle, fort Négrier và fort Gallieni). Lạng Sơn có một vị trí chiến lược ở biên giới Việt Trung nên quân Pháp tập trung rất đông tại đây.

Cũng như nhiều nơi khác, cấp lãnh đạo Nhật ở đây mời quan đầu tỉnh Pháp là ông Auphelle và Đại tá Robert chỉ huy quân đội Pháp ở Lạng Sơn cùng tùy tùng đến dự tiệc lúc 19 giờ ngày 9 tháng 3-1945, và đưa ra tối hậu thư phải đặt quân đội Pháp dưới quyền chỉ huy của quân đội Nhật. Cấp chỉ huy Pháp từ chối, thế là bị bắt toàn bộ.

Tướng Lemonnier chỉ huy trung đoàn đóng trên toàn vùng biên giới lúc đó vừa mới đến Lạng Sơn để thanh tra, nhưng không được mời, có lẽ vì quân Nhật không biết ông có mặt tại chỗ. Khi quân Nhật tấn công sau khi kêu gọi quân Pháp đầu hàng không được, tướng Lemonnier chỉ huy chống cự. Qua suốt một đêm và qua ngày hôm sau 10 tháng 3, trận chiến diễn ra ác liệt với tổn thất lớn cho cả đôi bên. Nhưng cuối cùng quân Pháp vẫn phải đầu hàng vì hết đạn dược và không có tiếp viện.

Trong những ngày tiếp theo, các tù binh Pháp bị Nhật tàn sát không đếm xỉa gì đến công ước Genève về tù binh. Tướng Lemonnier, ông Auphelle và một sĩ quan cấp úy bị đem ra chém đầu trước ba quân. Những tù binh khác bị mang đi thủ tiêu bằng đại liên, bằng gươm, bằng dao găm, bằng cuốc xẻng. Xác đẩy xuống hố tập thể, có nơi tẩm xăng đốt trước khi lấp đất. Nhờ có vài người sống sót vì giả chết mà sau này mọi người mới biết những vụ tàn sát đó.

Năm tháng sau, Nhật đầu hàng Đồng Minh, chấm dứt thế chiến 2. Quân Đồng Minh trở lại Đông Dương nhận sự đầu hàng của quân Nhật và phóng thích tù binh Pháp. Riêng những sĩ quan lãnh đạo quân Nhật ở Lạng Sơn chỉ huy việc tàn sát tù binh Pháp bị đem ra xét xử như những tội phạm chiến tranh.

Thống kê sau này cho biết riêng tại Lạng Sơn có 460 tù binh Pháp bị sát hại.

Con số thương vong tổng cộng, kể cả tử trận trong lúc giao tranh và bị sát hại sau khi bị bắt là 1125 người gồm 69 sĩ quan, 178 hạ sĩ quan, 271 binh sĩ Pháp, số còn lại là quân nhân người bản xứ (Việt, Miên, Lào).

[146] Nouvelle Calédonie là một quần đảo gồm một đảo chính và vài hòn đảo nhỏ bao quanh, nằm trong vùng Nam Thái Bình Dương, phía đông bắc Úc Châu. Thành phố chính là Nouméa. Nouvelle Calédonie là một thuộc địa của Pháp từ giữa thế kỷ 19. Cuối thế kỷ 20 có cuộc nổi dậy của dân địa phương (người Kanak) đòi độc lập, cuối cùng đi đến một

thỏa thuận với chính quyền Paris bãi bỏ quy chế thuộc địa, thay vào đó là một quy chế tự trị, nhưng vẫn nằm trong quốc gia Pháp.

Nguồn lợi chính ở đấy là Nickel (một hòn đảo tương đối nhỏ nhưng chứa 20% quặng Nickel của toàn thế giới).

Ngày xưa có lúc người Việt gọi Nouvelle Calédonie là Tân Thế Giới. Từ cuối thế kỷ 19, người Pháp ở Đông Dương đã bắt đầu « mộ phu » từ Bắc Kỳ (lúc đó nước Việt Nam bị chia làm Bắc Kỳ, Trung Kỳ và Nam Kỳ) qua bên đó làm việc trong mỏ Nickel. Hợp đồng 5 năm, tàu thủy chở họ qua đảo, hết 5 năm họ được tàu thủy đưa về lại Việt Nam. Khi đệ nhị thế chiến bùng nổ, chuyện vận chuyển bằng tàu không thực hiện được nữa, những người hết hợp đồng không về được. Việc mộ phu cũng chấm dứt từ đấy.

Trong những năm 1960, có khá đông người hồi hương về miền Bắc, một số ít về miền Nam, số còn lại định cư ở Nouvelle Calédonie.

Tác giả còn nhớ rõ một bạn cùng học trung học ở Đà Lạt, sinh ra bên Nouvelle Calédonie trong thời đệ nhị thế chiến.

[147] Vanuatu là một quần đảo vùng biển Nam Thái Bình Dương, cách Nouvelle Calédonie hơn 500 cây số về phía bắc. Ngày xưa có tên là Nouvelles Hébrides, dưới quyền bảo hộ chung của Anh và Pháp. Quần đảo không có nguồn lợi quan trọng như Nouvelle Calédonie, chỉ có ít người Tây phương đến đó mở đồn điền, trồng dừa là chính. Cộng Hòa Vanuatu độc lập từ năm 1980, thủ đô là Port-Vila.

[148] Cuốn sách « Mourir à Lang Son » (Chết ở Lạng Sơn, nhà xuất bản Grasset, 1985) của nhà sử học Georges Fleury mô tả chi tiết cuộc chiến đấu tử thủ thành Lạng Sơn của quân đội Pháp chống lại quân đội Nhật, cũng như những gì xảy ra sau khi thành thất thủ. Tác giả đã đích thân phỏng vấn những người sống sót (đặc biệt là Đại Úy Vernières) để viết ra tài liệu lịch sử này. Trong cuốn sách, tên cha tôi và tên hai sĩ quan Pháo Binh cùng bị sát hại cũng được nhắc đến.

Đêm 12-3 rạng ngày 13, quân Nhật đưa ra khỏi phòng tạm giam từng nhóm 10 tù binh, tưởng là để chuyển trại. Không ngờ mỗi nhóm bị đưa đến một bãi trống sau một ngôi chùa rồi bị giết bằng lưỡi lê và cuốc xẻng, sau đó lại đưa đến một nhóm 10 người khác. Một tù binh xổng dây trói trốn thoát được, sau này kể chi tiết cuộc thảm sát (được viết lại trong cuốn sách), chính người này có nhắc đến tên cha tôi trong số tù binh bị giết đêm đó.

Theo chứng nhân này thì cha tôi bị sát hại rạng sáng ngày 13 tháng 3-1945, không phải ngày 11 như trong giấy tờ chính thức.

Structures éditoriales du groupe L'Harmattan

L'Harmattan Italie
Via degli Artisti, 15
10124 Torino
harmattan.italia@gmail.com

L'Harmattan Hongrie
Kossuth l. u. 14-16.
1053 Budapest
harmattan@harmattan.hu

L'Harmattan Sénégal
10 VDN en face Mermoz
BP 45034 Dakar-Fann
senharmattan@gmail.com

L'Harmattan Cameroun
TSINGA/FECAFOOT
BP 11486 Yaoundé
inkoukam@gmail.com

L'Harmattan Burkina Faso
Achille Somé – tengnule@hotmail.fr

L'Harmattan Guinée
Almamya, rue KA 028 OKB Agency
BP 3470 Conakry
harmattanguinee@yahoo.fr

L'Harmattan RDC
185, avenue Nyangwe
Commune de Lingwala – Kinshasa
matangilamusadila@yahoo.fr

L'Harmattan Congo
67, boulevard Denis-Sassou-N'Guesso
BP 2874 Brazzaville
harmattan.congo@yahoo.fr

L'Harmattan Mali
Sirakoro-Meguetana V31
Bamako
syllaka@yahoo.fr

L'Harmattan Togo
Djidjole – Lomé
Maison Amela
face EPP BATOME
ddamela@aol.com

L'Harmattan Côte d'Ivoire
Résidence Karl – Cité des Arts
Abidjan-Cocody
03 BP 1588 Abidjan
espace_harmattan.ci@hotmail.fr

L'Harmattan Algérie
22, rue Moulay-Mohamed
31000 Oran
info2@harmattan-algerie.com

L'Harmattan Maroc
5, rue Ferrane-Kouicha, Talaâ-Elkbira
Chrableyine, Fès-Médine
30000 Fès
harmattan.maroc@gmail.com

Nos librairies en France

Librairie internationale
16, rue des Écoles – 75005 Paris
librairie.internationale@harmattan.fr
01 40 46 79 11
www.librairieharmattan.com

Lib. sciences humaines & histoire
21, rue des Écoles – 75005 Paris
librairie.sh@harmattan.fr
01 46 34 13 71
www.librairieharmattansh.com

Librairie l'Espace Harmattan
21 bis, rue des Écoles – 75005 Paris
librairie.espace@harmattan.fr
01 43 29 49 42

Lib. Méditerranée & Moyen-Orient
7, rue des Carmes – 75005 Paris
librairie.mediterranee@harmattan.fr
01 43 29 71 15

Librairie Le Lucernaire
53, rue Notre-Dame-des-Champs – 75006 Paris
librairie@lucernaire.fr
01 42 22 67 13

www.ingramcontent.com/pod-product-compliance
Lightning Source LLC
LaVergne TN
LVHW050051061026
849532LV00001BA/60